Việt-Hàn
NHẬP MÔN TỪ ĐIỂN
베트남어 · 한국어 입문 사전

**VIETNAMESE-KOREAN
DICTIONARY**

응우웬 티 또 땀, 류지은 편저

외국어전문
문예림

LỜI MỞ ĐẦU

Trong quyển từ điển nhập môn Việt Hàn này, chúng tôi đã thu thập và tổng hợp khoảng 20.000 từ cơ bản và thông dụng nhất trong tiếng Việt hiện đại.

Các mục từ được xếp theo thứ tự của 29 mẫu tự chính của tiếng Việt kèm với các phụ âm ghép như sau:

A - Ă - Â - B - C (Ch) - D - Đ - E - Ê - G (Gh - Gi) - H - I - K (Kh) - L - M - N (Ng - Nh) - O - Ô - Ơ - P (Ph) - Qu - R - S - T (Th - Tr) - U - Ư - V - X - Y. cùng với thứ tự của năm dấu kèm theo các chữ cái cho ý nghĩa khác nhau của mỗi từ theo ngữ điệu của giọng nói: dấu sắc ('), dấu huyền (`), dấu hỏi (?), dấu ngã (~), dấu nặng (.) để các bạn dễ dàng và thuận lợi trong tra cứu.

Ngoài ra, ở mỗi mục từ chúng tôi đều ghi ra phần phiên âm, cũng như các ví dụ cụ thể để các bạn Hàn Quốc bước đầu đến với tiếng Việt có thể hiểu rõ hơn trường hợp ứng dụng từ và cách phát âm của người Việt hơn.

Trong quan hệ giao lưu với các quốc gia Phương Tây, Việt Nam cũng có du nhập một số từ xuất xứ từ các nước Anh, Pháp, đã trở thành thông dụng, phổ biến trong giới trẻ ngày nay. Tuy đó không phải là tiếng Việt thuần túy nhưng vẫn dần được công nhận qua ngôn ngữ hiện đại. Và, cũng như tiếng Hàn, tiếng Việt cũng có nhiều từ xuất xứ từ tiếng

Với tính cách tham khảo, ở các mục từ, ngài việc ghi nghĩa tiếng Hàn, chúng tôi còn ghi chú bổ nghĩa thêm bằng tiếng Anh để các bạn có thể nhận định chính xác hơn qua ngôn ngữ quốc tế này.

Chúng tôi đã hết sức cố gắng diễn đạt rõ ràng – dù là trong phạm vi hạn hẹp của quyển từ điển này – ngôn ngữ thể hiện tính cách văn hóa, tập quán tương đồng giữa hai quốc gia Hàn Việt.

Mong rằng quyển từ điển nhập môn Việt - Hàn này sẽ là người bạn đồng hành hữu ích cho các bạn sinh viên học sinh, cho các chuyến tham quan du lịch và góp một phần nhỏ trong mối giao lưu hữu nghị giữa hai dân tộc Việt – Hàn.

Chân thành cảm ơn và rất mong nhận được ý kiến bổ sung của các bạn về những gì còn thiếu sót trong quyển từ điển này.

NGUYỄN THỊ TÔ TÂM
RYU JI EUN

머리말

이 베-한 입문사전은 현재 베트남에서 통용되고 있는 단어를 기본으로한 2만여 단어를 수록하였다.

이 사전은 쉽게 단어를 찾을수 있도록 베트남 알파벳 29개의 모음과 9개의 자음을 다음과 같은 순서로 정열하였고 :

A – Ă – Â – B – C (Ch) – D – Đ – E – Ê – G (Gh - Gi) – H – I – K (Kh) – L – M – N (Ng - Nh) – O – Ô – Ơ – P (Ph) – QU – R – S – T (Th - Tr) – U – Ư – V – X – Y.

이와 함께 5성조도 다음의 순서로 정열하였다 : 여우 삭(´), 여우 후웬(`), 여우 호이(?), 여우 응아(~), 여우 낭(.)

이 베-한 입문사전의 특색을 요약하면

1. 베트남어 발음의 한국어 표기 : 베트남어를 처음 접하는 한국인들이 말하고 듣는데 보다 도움이 되도록 베트남어 발음을 최대한 근접하게 한국어로 표기하였다.

2. 단어를 응용한 예문 삽입 : 베트남실생활에서 많이 사용되는 예문을 삽입하여 단어를 보다 쉽게 이해하고 사용할수 있게 하였다.

3. 외래어 수록 : 이 사전에는 순수 베트남어는 아니지만 현재 베트남 사회에서 통용되어지는 외래어와 중국어 어원에서 비롯된 단어들도 수록하였다.

4. 동의 영어단어 수록 : 보다 정확한 단어의 뜻을 전달하기 위해 영어단어도 함께 수록하였다.

5. 중요단어 빨간색으로 표기 : 현재 베트남 사회에서 많이 사용되어지고 꼭 알아두어야 할 단어에는 빨간색으로 표기하여 편리하게 공부할수 있도록 중요도를 선별하였다.

우리는 베트남어를 처음 접하는 일반인들과 베트남어를 공부하고자 하는 학생들에게 최대한 정확하고 올바른 단어의 의미를 전달하기 위해 최선을 다했으며 앞으로 이 사전이 베트남과 한국, 양국민 모두에게 유용하게 쓰여지기를 바랍니다.

마지막으로 이 사전 편찬까지 도움을 주신 많은 분들께 감사함을 전하며 앞으로도 끊임없는 독자제위의 편달을 부탁드립니다.

응 우 웬 티 또 땀
류 지 은

역 자

Từ viết tắt

감	감탄사	cảm thán từ
관	관사	mạo từ
대	대명사	đại danh từ
동	동사	động từ
명	명사	danh từ
부	부사	phó từ
자	자동사	nội động từ
전	전치사	giới từ
접	접속사	liên từ
타	타동사	ngoại động từ
형	형용사	tính từ

A - a

a
아

1/ *the first letter of the VN alphabet.* 베트남어 알파벳 중 첫 번째.

2/ [감] 기쁘거나 슬플때 내는 탄성.

✳ a! đẹp quá → 아! 아름답습니다!

✳ a! mẹ đi chợ về rồi → 아! 엄마 시장에 다녀오셨어요!

a dua
아 유아

ape, to imitate [동] ...을 흉내내다. 추종(追從)하다. ✳ a dua theo lối ăn mặc lố lăng → 유행하는 패션을 흉내내서 옷을 입었다.

a ha
아 하

hurrah, hurray! [감] ① 웃음 소리 ② 탄성어 ✳ a ha! thành công rồi! → 아하! 성공했다!

a lô
아 로

1/ *allo, hello*! (전화 받을때)여보세요.

2/ *attention, please!* [감]

✳ a lô! a lô! xin chú ý, mời quý khách lên tàu → 아!아! 손님여러분, 조심해서 배에 오르세요.

a tòng
아 똥

be an accomplise to [자] (나쁜일)에 가담하다, 참가하다. ✳ a tòng theo bọn xấu → 악당패거리에 가담하다.

A-a

a xít
아 씯
acid [명] (화학) 산(酸) 산성(酸性) 물질.

á
아
[감] 놀랐을때 하는 감탄사.
✻ á! đau quá! → 아야! 아파!

á châu
아 쩌우
Asia [명] 아시아.

á đông
아 돔
East-Asia [명] 동 아시아

á hậu
아 허우
the second best (in beauty contest) [명] 미인 대회 준우승 "선".

á khẩu
아 커우
speechless [형] 말을 잇지 못하는, 벙어리의. ✻ nó đã bị á khẩu sau tai nạn đó → 그 사고 후에 그는 말을 못하게 됐다.

á khôi
아 코이
the second (in an examination) [명] (시험에서) 2등.

á kim
아 낌
metaloid [명] 금속성.

á phiện
아 피엔
opium [명] 아편.

à
아
1/ is that so?, really? [부] 의문사.
✻ đến giờ rồi à? 도착했어?
2/ oh! (exclamation of surprise) [감] 놀랐을 때 하는 감탄사. 아!

ạ
아
1/ yes (sir, madam). [부] 예
2/ '요, 세요' 처럼 문장의 뒤에 붙여서 존대말로 쓰임.
✻ anh Kim có nhà không ạ? → 김선생님 댁에 계세요?

ác
1/ crow, raven, enemy-hired killer

악	[형] 흉악스러운, 사악한 2l black(chicken) 검은 닭 (gà ác)
ác bá 악 바	*village tyrant* [명] (마을의 권세가) 군주적인 사람.
ác cảm 악 깜	*dislike, aversion* [형] (감정) 혐오, 반감, 악감 ✽ gây ác cảm → 악감정을 생기게하다. ✽ họ có rất nhiều ác cảm với nhau → 그들은 서로 악감정을 가지고 있다.
ác chiến 악 찌엔	*fight fiercely (violently)* [명] 치열한 전쟁. ✽ đạt vinh quang sau một trận ác chiến → 치열한 전쟁 뒤에는 영광이 있다.
ác chứng 악 쯩	*dangerous diseases* [명] 위험한 증세의 병. 악성 증세.
ác độc 악 돕	*wicked* [형] 악독(惡毒)한, 독spacex ác = 독악(毒惡)한, 못된. ✽ bà mẹ kế ác độc đã đuổi cô bé ra khỏi nhà → 못된 계모가 소녀를 집에서 쫓아냈다.
ác điểu 악 디에우	*fierce bird* [명] 난폭한 새.
ác giả ác báo 악 자 악 바오	악(惡)하게 하면 악(惡)을 받는다.
ác hại 악 하이	*be costly* [형] 손해가 많은.
ác hiểm 악 히엠	*Wicked* [형] 악의(惡意)있는. = hiểm ác 험악(險惡)한. ✽ tên sát nhân đã ra tay một cách ác hiểm → 살인범이 험악하게 범행을 저

질렀다.

ác khẩu
악 커우
foul-mouthed, having an evil-tongue [형] = ác miệng (더러운 말을) 입에 담는 ✳ những kẻ ác khẩu luôn nói xấu hại người → 입이 거친 사람은 항상 다른 사람을 욕한다.

ác liệt
악 리엗
very violent, fierce [형] (기질, 행동, 태도 등이) 악렬한, 포악한, 난폭한, 지독한. ✳ nó đã hạ gục đối phương bằng một đòn ác liệt → 그는 난폭한 구타로 상대편을 쓰러뜨렸다.

ác ma
악 마
evil spirit, cacodemon [명] 악마(惡魔), 지독한 사람의 의미.

ác mộng
악 몽
nightmare [명] 악몽(惡夢), 무서운 꿈 ✳ tối hôm qua, cô ấy nằm mơ thấy ác mộng → 어젯밤 그녀는 악몽을 꾸었다.

ác nhân
악 년
cruel person, fiend [명] 악인(惡人), 나쁜 사람

ác nghiệt
악 응히엗
cruel, harsh [형] 무자비한, 가혹한, 악랄한. ✳ bà ta đã đối xử rất ác nghiệt với kẻ dưới → 그녀는 아랫사람에게 가혹한 대우를 당했다.

ác ôn
악 온
1/ *enemy-hiredkiller, fiend, hodlum* [명] 악당, 불한당.
✳ bọn ác ôn kéo đến cướp phá xóm làng → 악당들이 마을을 도적질하고 파괴했다.

	2/ *ruffianly* [형] 잔인한, 난폭한.
ác quỉ (quỷ) 악 뀌	*demon* [명] (난폭한) 귀신(鬼神), 악마(惡鬼).
ác tà 악 따	*decline* [명] 해가 기울어가는.
ác tăng 악 땅	*bad Buddish monk* [명] 악승(惡僧).
ác tâm 악 떰	*ill will* [명] 악심(惡心). 악독스러운 마음.
ác tật 악 떧	*dangerous diseases* [명] 치료가 불가능한 병. ✽ vừa mới sinh ra đã mang ác tật → 불치병을 가지고 태어났다.
ác thú 악 투	*wild beast* [명] 맹수.
ác tính 악 띤	**1/** *maligna,* [명] 악성(惡性). **2/** *pernicious* [형] 치명적인, 사악한. ✽ sốt rét ác tính → 악성적인 열병.
ác phụ 악 푸	*a wicked-women* [명] 독악스런 여자 또는 부인, 독부(毒婦).
ác vàng 악 방	*the sun* [명] 태양 (시 또는 소설에서 사용하는 단어).
ác ý 악 이	*malice, ill will* [명] 악의(惡意) ✽ chỉ là câu nói đùa thôi chứ không có ác ý gì đâu → 단지 농담 일뿐 악의는 조금도 없다.
ách 앗	*yoke* [명] 속박. ✽ ách giữa đàng, mang vào cổ → (속담)길위의 멍에

ách tắc
악 딱

를 내 목에 매다 : 남의 일에 간섭하여 내가 짊어지다.

blocked up, obstructed, jam [동] 막히다, 어렵게 하다, 방해하다. [형] 교통 체증 ✳ giao thông luôn bị ách tắc trong giờ cao điểm → 러시아워에는 언제나 교통이 막힌다.

ai
아이

who, whom, anyone [명] 누구.
✳ ai đấy? → 누구세요?
✳ ai đã lấy quyển sách của tôi? → 누가 내 책을 가지고 갔습니까?

ai ai
아이 아이

every body [명] 모두, 누구나.
✳ mọi người ai ai cũng phải làm việc → 누구나 일을 해야한다.

ai bảo
아이 바오

because, who told [부/동] 그렇기 때문에, 누가 ~을 말하다.
✳ ai bảo không chịu nghe lời mẹ? → 엄마 말을 안들어서 그렇지?
✳ ai bảo em đưa thư này cho tôi thế? → 누가 (너에게) 이 편지를 나한테 주라고 했니?

ai dè
아이 애

not think that = ai ngờ [부] 생각이 못미치는, 생각을 못한. ✳ mọi việc tưởng đã xong, ai dè lại hỏng kế hoạch vào phút chót → 모든 일이 거의 끝날때까지 계획이 잘못된 줄을 미쳐 생각지 못했다.

ai đời
아이 더이

fancy [부]어떤 사람이 그렇게할 수 있을까 하는 생각, 근거없는 생각

ai khiến 아이 키엔	*who told, nobody asked* [자] = ai bảo 누가 ~하게 하다. ✳ ai khiến em làm chuyện đó? → 누가 그렇게 하라고 시켰니?
ai lại 아이 라이	*nobody did (like that)* [부] 아무도 그렇게 할 수 없다. ✳ bạn bè với nhau ai lại làm thế! → 친구사이에 누가 그렇게 할수 있느냐!
ai nấy 아이 너이	*every body.* [부] 누구든지 = ai ai. ✳ ai nấy đều vui vẻ trong lòng → 누구든지 마음이 즐겁다.
ai ngờ 아이 응어	*not think that* [부] = ai dè [동] 누구도 의심하지 않는. ✳ không ai ngờ chị ấy là người xấu → 그녀가 나쁜사람인지 누구도 의심하지 않았다.
ai oán 아이 오안	*plaintive* [형] 애처러운, 슬픔을 자아내는. ✳ tiếng đàn ai oán → 애처러운 악기 연주음. ✳ tiếng khóc than ai oán giữa đêm → 한밤중의 애처롭게 탄식하는 울음소리.
ái ân 아이 언	*kiss and cuddle, to make love* [동] 사랑하다.
ái chà 아이 짜	*oh, a!* [부] 아이고, 우와. ✳ ái chà, đẹp quá! → 우와! 너무 예쁘네!
ái mộ 아이 모	*fell drawn to* [동] 애모(愛慕)하다. 흠모하다. 사랑에 빠지다. ✳ các fan ái mộ kéo đến đông nghịch để xin chữ ký → 흠모하는

팬들이 사인을 받기 위해서 장사진을 이루다.

ái ngại
아이 응아이
fell compassion for [자] 동정하다 [형] (남을)측은하게 생각하는 마음 ✶ làm phiền anh, thật là ái ngại! → 진심으로 불편하게 했네요,

ái nữ
아이 느
a beloved daughter
[명] (지극히 사랑하는) 딸.

ái quốc
아이 꿕
be a patriot [동] 애국(愛國)하다.
✶ tinh thần ái quốc → 애국심 (愛國心)

ái tình
아이 띤
love, passion
[명] (남여의)애정(愛情),사랑,정열.
✶ đam mê ái tình → 사랑 빠지다

am
암
small pagoda
[명] 암자, 아주 작은 절

am hiểu
암 히에우
be an expert, be understand well
[자] 통달하다. 잘 이해하다. ✶ nó đã am hiểu vấn đề sau khi thấy tận mắt → 그는 문제가 눈앞에 닥치고 나자 더 잘 이해하게 되었다.

am tường
암 뜨엉
have a thorough knowledge of..
[자] 정통하다, 통달하다 = am hiểu

ảm đạm
암 담
gloomy, dreary [형] 절망적인, 아주 우울한, 비관적인, 암담한. ✶ một buổi chiều mưa ảm đạm → 비가 오는 우울한 저녁이다. ✶ anh ta về nhà với một bộ mặt ảm đạm → 그는 암담한 얼굴로 집에 왔

다.

✻ chiều thu ảm đạm một màu(샛구) → 한가지 색의 우울한 가을 저녁

ám ảnh
암 안

haunt, obsess [자] (걱정, 생각 등이) 머리 속에 끊임없이 떠오르다.

✻ nỗi lo âu ám ảnh đêm ngày → 하루종일 걱정이 머리속에서 끊이질 않았다. ✻ nó luôn bị ám ảnh vì tai nạn vừa qua → 그는 지난번 당한 사고가 항상 떠오른다.

ám chỉ
암 찌

allude to [동] 암시(暗示)하다.
✻ tôi chỉ nói thế thôi chứ không có ý ám chỉ ai cả → 단지 그렇게 얘기 한 것 뿐이지 누구를 암시한 것이 아니다.

ám hại
암 하이

attempt the life of [동] (사람등을) 은밀하게 노리다. 은밀하게 해를 끼치다. 음해하다. ✻ hắn luôn tìm mọi cách ám hại bạn bè để lập công với cấp trên → 그는 언제나 윗사람에게 잘보이기 위해 다른사람을 음해하는 방법을 모색한다.

ám hiệu
암 히에우

secret signal [명] 암호(暗號).
✻ nó ra ám hiệu để báo tin cho đồng bọn → 그는 자기 패거리들에게 소식을 전하기 위해 암호를 보냈다.

ám muội
암 무오이

shady [형] 명백하지 못한, 의심스러운. ✻ một việc làm (hành động)

A-a

	ám muội → 의심스러운 일(행동)
ám sát 암 살	*to murder, to assassinate* [동] 암살(暗殺)하다. ✷ Tổng Thống đã bị ám sát hụt 3 lần → 대통령이 3번의 암살미수를 당했다.
an 안	*safe, secure, peaceful, tranquil* [형] 안전(安全)한, 편안(便安)한.
an bài 안 바이	*to dispose, preordain* [동] 예정되다. 타고나다. ✷ số phận đã được an bài → 운명을 타고나다.
an bom 안 범	*album* [명] 사진첩, 앨범
an cư 안 끄	*live peacefully* [동] 안정되게 살다. ✷ an cư lạc nghiệp → 삶이 안정되다. ✷ phải an cư mới lạc nghiệp → 새로운 안정된 일과 삶.
an dưỡng 안 즈엉	*convalesce, to relax* [동] 요양하다. 휴양하다. ✷ an dưỡng đường → (*heath resort, sanatorium*) 요양소
an giấc 안 지억(역)	**1/** *to die* [동] 죽다. ✷ an giấc ngàn thu (*die, a long sleep*) 영원히 죽다. **2/** *sleep soundly* [동] 잠을 잘 자다.
an khang 안 캉	*in security and good health* [형] 평안하고 건강한. ✷ năm mới, tết đến, xin chúc gia đình bạn sức khỏe dồi dào, an khang thịnh vượng → 새해, 설날을 맞이하여 당신의 가정이 건강하고 풍요롭길 기원합니다.

an hưởng 안 흐엉	*to enjoy peacefully* [동] 평화롭게 즐기다. ✷ an hưởng tuổi già → 노후를 평온하게 즐기다. ✷ an hưởng cảnh giàu sang phú quý → 부귀영화를 누리다.
an nghỉ 안 응히	*die peacefully* [동] 평화롭게 죽다 ✷ đây là nơi an nghỉ của cụ bà XX → 이곳에 XX님이 평화롭게 안장되셨습니다.
an nhàn 안 냔	*leisures, leisurely* [형] 태평스러운, 한가로운. ✷ cuộc sống an nhàn → 안정된 삶.
an ninh 안 닌	*security* [명] 안전(安全), 안녕(安寧). ✷ khu vực này không được an ninh lắm → 이곳은 매우 안전하지 못합니다.
an phận 안 펀	*to be content with one's lot* [동] 만족하다. 운명을 받아드리다. ✷ an phận nghèo hèn → 가난을 받아들이다.
an táng 안 땅	*to bury* [동] (시신을) 안장(安葬)하다. 매장(埋葬)하다.
an tâm 안 떰	*with one's mind at peace* [동] 안심(安心)하다, 걱정이 없다. ✷ tôi rất an tâm nếu được sự đồng ý của ông → 사장님이 동의하시면 저는 매우 안심이 됩니다.
an thai 안 타이	*embryotrophic* [명/동] (의학) (엄마 배속의 아이가) 편안하다.
an thần 안 턴	*unharmed, live in peace, quiet* [형] 삶이 평화로운, 평온한, 안락한.

	✶ thuốc an thần → 신경안정제.
an tọa 안 또아	*take a seat, be seated* [동] 앉다의 존경어 ✶ xin mời quý khách an tọa → 손님여러분 정좌 하십시요.
an toàn 안 또안	*secure, safe* [형] 안정한, 안전한. ✶ chuyến bay đã hạ cánh an toàn lúc 3 giờ chiều nay → 비행이 오늘 오후 3시에 안전하게 착륙했다.
an ủi 안 우이	*comfort, console* [동] 편안하게 하다. 안위하다, 위로하다.
an vị 안 비	*to be seated, to be in one's seat* [동] 앉다의 존경어. 편안하게 앉다. ✶ làm lễ an vị Phật → 불좌상에 예식을 드리다.
án 안	1/ *case, sentence.* [명]사건, 의견. 2/ *obstruct, block the way* [동] 막다.
án mạng 안 망	*murder, homicide* [명] 살인(殺人)사건. ✶ chúng nó say rượu đánh nhau gây án mạng → 그들의 취중싸움이 살인사건까지 일으켰다.
án phí 안 피	*law expenses* [명] 소송비(訴訟費)
án treo 안 쩨오	*suspended sentence* [명] 선고 유예, [동] (일시적으로) 정지 또는 중지시키다. ✶ nó bị kết án 3 tháng tù treo → 그는 3개월 선고유예를 받았다.

án tù 안 뚜	*prison sentence* [명] 판결, 선고. ✽ án tù 5 năm → 5년형을 선고하다.
anh 안	**1/** *you* [대] 당신. **2/** *elder brother* [대] 형님. **3/** *darling* [대] 아내가 남편을 부르는 호칭, 여보.
anh cả 안 까	*the eldest brother* [대] 집안의 가장 큰 형 (맏형) - 북베트남
anh chàng 안 짱	*fellow, the young boy, he* [명] 젊은 남자의 호칭.
anh chị 안 찌	**1/** *older brothers & sisters* 형,누나 **2/** *ring-leader* [명] 폭력 조직 세계에서 상급자를 부르는 호칭. ✽ nó luôn tỏ ra là tay anh chị → 그는 언제나 두목의 자태가 나온다.
..anh dũng 안 융	*heroic, of great fortitude* [형] 용감하고 패기 있는. ✽ anh ấy đã anh dũng hy sinh để cứu đồng đội → 그는 동지들을 구하기 위해 용감하게 희생했다.
anh đào 안 다오	*cherry* [명] (식물) 장미과의 식물명.
anh em 안 앰	*brothers, sibblings* [명] 형 아우, 형제 ✽ nhà có đông anh em → 집안에 형제가 많다.
anh em cột chèo 안 앰 꼳 째오	*wife's brother in law* [명] 처남.
anh em họ 안 앰 호	*cousin* [명] 동성(同姓) 친족.
anh hai	*second-eldest brother* [대/명] 맏형

anh hải 안 하이	(남베트남), 둘째형(북베트남))
anh hào 안 하오	*hero* [명] 영웅호걸
anh họ 안 호	*cousin* [명] 동성(同姓) 형제.
anh hùng 안 훔	1/ *hero* [명] 영웅(英雄) - ✻ anh hùng dân tộc → 민족(民族)의 영웅(英雄) 2/ *heroic* [형] 재능이 뛰어난 사람의 호칭 ✻ dòng máu anh hùng → 가문의 영웅.
anh hùng ca 안 훔 까	*epic, saga* [명] 전쟁 영웅의 시, 문학 작품.
anh hùng rơm 안 훔 럼	*braggart, swaggerer, blustering bully* [형] 허풍 떠는, 거드름 피우는.
anh kiệt 안 끼엩	*outstanding-man* [형] 재능이 출중한 사람, 재능이 뛰어난 사람.
anh linh 안 린	*hallowed memory* [명] 죽은 자의 혼을 위로하는 기념식. 영웅의 혼 ✻ nghiêng mình trước anh linh các chiến sĩ đã hy sinh cho tổ quốc → 조국을 위해 희생한 전사들의 영혼앞에 묵념하다.
anh minh 안 민	*clear-sighted, judicious* [형] 아주 영리한, 아주 총명한 ✻ một vị lãnh tụ anh minh → 총명한 우두머리.
anh nuôi 안 누오이	*male cook* [명] (군대에서) 남자 요리사. 취사병.
Anh ngữ	*English (language)* [명] 영어.

안 응으	✳ ngày nay, Anh ngữ đã là một ngôn ngữ quốc tế → 지금 영어는 국제 언어이다.
Anh quốc 안 꿕	*English (country)* [명] 영국.
anh rể 안 레	*brother-in-law (husband of one's elder sister)* [명] 매부. ✳ anh rể tôi là người Mỹ → 나의 매부는 미국인 입니다.
anh ruột 안 루옫	*one's own brother* [명] = anh trai 친형. ✳ anh ruột tôi hiện sống ở Hàn Quốc → 내 친형은 지금 한국에 살고 있다.
anh ta 안 따	*he* [대] = anh ấy 그, 그 남자. ✳ anh ta không phải là người Việt Nam → 그는 베트남 사람이 아니다.
anh tài 안 따이	*outstanding, geat talent* [형] 재능이 뛰어난.
anh thư 안 트	*heroine* [명] 재능이 뛰어난 여자. 여걸.
anh trai 안 짜이	*older brother* [명] = anh ruột 나이가 더 많은 사람, 형. ✳ tôi có hai anh trai sống ở Pháp → 나는 프랑스에 살고 있는 두명의 형(오빠)이 있다.
anh tuấn 안 뚜언	*outstanding handsome and talened* [형] (남자) 재능이 있고 잘 생긴. 준수한. ✳ thật là một chàng trai anh tuấn → 그는 정말 준수한 청년이다.

A-a

Anh văn 안 반		English (language) [명] 영문.
anh vũ 안 부		vernal hanging parrot (bird) [명] (새) 이름
ánh 안		light, glare [명] 빛, 광원, 광선. ✸ ánh đèn → 등불. ✸ ánh trăng → 달빛.
ánh sáng 안 상		light [명] 조명, 광선 ✸ ánh sáng văn minh → 문명의 빛.
ảnh ảo 안 아오		virtual-image [명] 허상.
ảnh căn cước 안 깐 끄억		passport photo [명] 증명사진.
ảnh động 안 돔		moving picture [명] 동영상.
ảnh ghép 안 갭		mosaic [명] 모자이크.
ảnh hưởng 안 흐엉		influence, effect, impact [형] 영향력이 있는. ✸ mưa dầm làm ảnh hưởng đến mùa màng → 장마는 수확에 영향을 준다.
ao 아오		pond [명] 연못. ✸ đào ao thả cá → 물고기를 키우기 위해 연못을 파다.
ao hồ 아오 호		ponds and lakes [명] 연못과 호수.
ao tù 아오 뚜		stagnant pond [명] 못. [형] 정체된, 물이 흐르지 않는. ✸ sống trong cảnh ao tù → 웅덩이 주변에 살다.

ao ước 아오 으억	*to wish, long for* [자] 간절히 바라다. 간절히 희망하다. 동경하다. ✷ anh ta luôn ao ước được giàu nhưng chẳng chịu khó làm việc → 그는 언제나 부자이길 원하지만 일하는 것을 견디지 못한다.
ào 아오	*rush, impetously* [형/부] 생각지 못한 일이 급작스럽게 나타나는, 갑자기 일어나다. ✷ nước tràn ào vào cánh đồng → 물이 들판까지 넘쳤다.
ào ào 아오 아오	*roaring* [형] 야단법석하는. ✷ ào ào như thác đổ → 폭포가 거칠게 떨어지는 모습 ✷ gió thổi ào ào bên tai → 바람이 귓가에 쏴아 불었다.
ào ạt 아오 앝	*impetous* [형] 갑자기 덮쳐오는. ✷ tiến quân ào ạt → 군의 선봉대가 갑자기 밀어 닥치다.
ảo 아오	*virtual* [형] 허상의, 가상의. 틀린. ✷ thế giới ảo → 가상의 세계.
ảo ảnh 아오 안	*illusion* [명] 잘못 생각하기, 환상, 착각 ✷ ảo ảnh của cuộc đời → 환상속의 삶.
ảo giác 아오 지악(약)	*optical illusion* [형] 시각상의 착각, 망상, 환각.
ảo mộng 아오 몽	*fantastic dream* [명] 환상적인 꿈, 허상의 꿈. ✷ giàu sang phú quý chỉ là ảo mộng → 부귀영화는 단지 환상적인 꿈이다.
ảo não	*doleful, pathetic, sad* [형] 슬픔 (수

아오 나오	심,비탄)에 잠긴. * tiếng đàn ca ảo não → 슬픈 멜로디. * anh ta ra đi với bộ mặt ảo não → 그는 슬픈 얼굴로 나갔다.
ảo thuật 아오 투얻	*jugglery* [명] 마술, 마법. * làm trò ảo thuật → 마술을 하다.
ảo tưởng 아오 뜨엉	*illusion, fancy entertain* [명] 근거없는 생각, 몽상, 허상, 공상. * đừng sống bằng ảo tưởng → 공상속에서 살지마라.
ảo vọng 아오 봄	*fantastic hope* [명] 실제적이 아닌 희망, 가망이 없는 희망. * không nên có ảo vọng hảo huyền → 현실가망없는 것을 바라지 마라.
áo 아오	1/ *coat, jacket* [명] 옷(상의). * tên cướp khoác áo thầy tu → 강도가 승려로 변장했다. 2/ *to coat, cover, wrapping* [동] 싸다. * viên thuốc đắng được áo bên ngoài 1 lớp đường → 쓴 알약에 당의를 입히다.
áo ấm 아오 엄	*warm jacket* [명] 겨울 옷, 쟈켙
áo bà ba 아오 바바	*south VN. pyjamas (women's)* [명] 베트남 전통 여성복의 한종류.
áo dài 아오 쟈이	*Vietnamese dress* (women's) [명] 베트남 전통 여성복.
áo giáp 아오 지압(얍)	*armour* [명] 갑옷. * áo giáp sắt → 철갑옷.

áo gối 아오 고이	*pillow case* [명] 베게의 커버.	

áo gối
아오 고이
pillow case [명] 베게의 커버.

áo khoác
아오 꽉
over-coat [명] 추운것을 방지하기 위해서 외부에 걸쳐 입는 옷, 외투.

áo lá
아오 라
under vest
[명] 조끼(조끼 비슷한) 여성용 옷

áo lót
아오 롣
under clothes, under vest
[명] 속옷.

áo mưa
아오 므아
raincoat [명] 비옷.

áo quan
아오 꽌
coffin [명] = quan tài, 수의, 죽은 시신에 입히는 옷.

áo quần
아오 꿘
clothes [명] 의복(衣服).

áo rét
아오 랟
winter garment [명] = áo ấm = áo lạnh 겨울 옷(동복).

áo sô
아오 소
mourning clothes [명] 상복(喪服).

áo sơ mi
아오 서미
shirt [명] 와이셔츠, 남방.

áo thụng
아오 툼
large sleeved ceremorial robe [명] 아오쟈이와 같은 정장용의 예복.

áo vét
아오 뻰
veston [명] 정장용 남자 양복.

áp
압
be close [동] ...을 갖다 붙이다, 접근 시키다. 억누르다.
✲ áp tai lại gần để nghe cho rõ → 자세히 듣기 위해 귀를 가까이 대다.

áp bức 압 븍	*oppress, tyrannize* [동] (힘으로) 압박(壓迫)하다, 억압(抑壓)하다. ✻ không nên áp bức kẻ yếu → 약자를 억압하지마라.
áp chế 압 쩨	*tyrannize* [동] (권력, 힘으로) 압박(壓迫)하다, 압제(壓制)하다. ✻ kẻ mạnh luôn áp chế kẻ yếu theo quy luật tự nhiên → 강한자가 약한자를 압제하는 것은 자연의 법칙이다. = 약육강식의 법칙.
áp dụng 압 융	*apply* [동] 적용하다, 실용하다, 응용하다. ✻ áp dụng khoa học kỹ thuật vào sản xuất → 제품 생산에 과학 기술을 적용하다.
áp đảo 압 다오	*overcome* [동] (상대방을) 압도하다. ✻ áp đảo tinh thần kẻ địch → 상대 적군을 정신적으로 압도하다.
áp đặt 압 닫	*impose* [동] 강요하다. ✻ áp đặt tư tưởng → 본인 생각(이상)을 강요하다.
áp giải 압 자이(아이)	*escort* [동] 호위하다, (죄수을)호송하다. ✻ cảnh sát áp giải tên tội phạm nguy hiểm từ tòa án về trại giam → 경찰이 흉악범을 재판장에서 감옥까지 호위했다.
áp kế 압 께	*manometer, prierometer, pressure gauge* [명] (기체 또는 액체) 검압계, 압력계.
áp lực 압 륵	*pressure* [명] 압력(壓力). ✻ gây áp lực → 압력을 가하다.

✷ vì áp lực gia đình, cô ấy phải chia tay với người yêu → 가족의 압력으로 그녀는 애인과 헤어졌다.

áp phe
압 폐

affair [명] 업무, 일.

áp phích
압 픽

poster, *bill* [명] 전단지, 포스터.
✷ dán áp phích lên tường → 벽에 포스터를 붙이다.

áp suất
압 수얻

pressure [명] 압력.
✷ áp suất không khí → 공기압력.

áp tải
압 따이

to convoy [동] 운송하다.
✷ áp tải hàng hóa ra miền trung → 물건을 중부지방으로 운송하다.

áp thấp
압 텁

low pressure [명] 저기압, 압력이 낮은. ✷ áp thấp nhiệt đới (tropical low pressure) → 열대 저기압.

áp út
압 욷

the last but one, *second(to)last* [명] 마지막의 바로전. 막내의 바로위.
✷ ngón áp út → 약지.

áp xe
압 쌔

apxe, *abscess* [명] 농양(膿瘍), 종양(腫瘍). ✷ vết thương đã làm áp xe → 상처가 곪았다.

át
앋

drown [자] 억누르다. 압도하다.
✷ *nói át đi* →(상대의 말을)압도하다. ✷ tiếng ồn ào át cả tiếng nói chuyện → 소음 때문에 이야기 소리가 안들린다. ✷ tiếng hát át tiếng bom → 노랫소리가 폭탄소리를 압도했다.

áy náy
아이 나이

(feel) uneasy [형] ① 편하지않은. ② 거북한, 어색한
✳ nó cảm thấy áy náy trong lòng vì đã không dám nói lên sự thật → 그는 사실을 말할수 없어 마음이 편치 않았다.

ă 아	*the 2^(nd) letter of the VN alphabet.* 베트남어 알파벳 중 2번째 자.
ắc qui 악 뀌	battery [명] 밧테리, 건전지.
ẵm 암	*carry in one's arm* [동] (아이를 품에) = bế 안다. ✻ đi học về là phải giúp mẹ ẵm em, làm việc vặt trong nhà → 방과후 엄마를 도와 동생을 돌보고 간단한 집안일을 했다.
ăn 안	*to eat* [동] 먹다.
ăn ảnh 안 안	*to be phonogetic.* [형] 사진이 잘 나온. ✻ cô ấy không đẹp nhưng rất ăn ảnh → 그녀는 이쁘지 않지만 사진은 잘 나온다.
ăn bám 안 밤	*sponge on sb.; lead a parasitic life* [동] 기생하다. 기식하다. ✻ hãy bỏ lối sống ăn bám đó đi → 다른사람에게 빌붙어 살지마라.
ăn bớt 안 벋	*squeeze* [동] = ăn chặn (남에게서) 착취하다. 옭아내다 ✻ ăn bớt tiền chợ → 그는 자주 시장보는 돈에서 일부를 착취한다. ✻ ăn bớt tiền cứu trợ → 성금을 착취하다.
ăn cắp 안 깝	*steal* [동] (남에게서) 훔치다. 도둑질하다. ✻ ăn cắp là một thói xấu

→ 도둑질은 나쁜짓이다.

ăn cháo đá bát *eaten bread is soon forgotten (to be unfaithful to.., to betray)* [동/형] (속담)죽은 먹고 그릇은 차버리다 : 필요할때는 찾고 다쓰고 나서는 버린다.
안 짜오 다 받

✽ chúng ta không thể nào tin tưởng và làm ăn với những kẻ ~ như thế → 우리는 필요할 때 찾고 다쓰고 나서 버리는 사람들과는 믿을수 없고 협력할수 없다.

ăn chay *to eat vegetarian food* [동] (불교) 채식하다. ✽ bà tôi ăn chay trường từ nhiều năm nay → 우리 할머니는 오래전부터 채식주의자이다. ✽ chúng tôi chỉ ăn chay vào ngày rằm → 우리는 정월보름날에 채식만 한다.
안 짜이

ăn chắc mặc bền [동] 배부르기 위해 먹고 질긴옷을 입는다: 외관보다는 실속이다.
안 짝 막 벤

✽ người dân lao động chỉ thích ăn chắc mặt bền → 노동자는 실속있게 먹는 것을 좋아한다.

✽ Cái quần này không đẹp lắm, nhưng không sao, ăn chắc mặc bền mà ! → 이 옷은 이쁘지는 않지만 견고하고 실속있다.

ăn chặn *appropriate part of profit* [동] = ăn bớt (남에게서)착취하다. 옮아내다
안 짠

✽ các quan chức tham ô đã ăn chặn một số tiền lớn trong công

	trình xây cất → 부정 관리들이 건설사업에서 공금을 횡령했다.
ăn chia 안 찌아	*share something with sb.* [동] 분배하다. 배분하다. 나누어 갖다. ✻ ăn chia sòng phẳng (đồng đều) → 약속대로 나누어 먹다 (공평하게 나누어 갖다).
ăn chịu 안 찌우	*eat on credit* [동] 외상으로 먹다. ✻ nó thường ăn chịu ở quán cơm gần trường → 그는 학교근처 식당에서 자주 외상으로 먹는다.
ăn chơi 안 쩌이	*lead a life of pleasures* [동] 놀고 먹다. 방탕 생활을 하다. ✻ suốt ngày chỉ ăn chơi chẳng lo làm gì cả → 하루종일 아무 걱정 없이 놀고 먹다.
ăn cướp 안 끄업	*rob, deprive* [동] (남의 것을) 갈취하다. 빼앗다. 강도질 하다. ✻ bè lũ tham quan dùng quyền thế ăn cướp của dân → 탐관오리는 권세를 이용해 국민들을 갈취한다.
ăn diện 안 이엔	*be stylish* [형] 멋진, 스타일 있는. ✻ ăn diện bảnh bao → 멋있게 옷을 입다.
ăn đêm 안 뎀	*to earn one's living at night* [동/명] (도둑, 매춘부등) 밤에 일을 하다.
ăn đứt 안 듣	*get the better of* [형] (..에) 더욱 적합한, 보다 바람직한. [동] 우세하다. ✻ tài nấu ăn của cô ấy ăn đứt cả các cô gái khác → 그녀의 요리 실력은 다른사람들 보다 월등하다.

ăn gian 안 지안(얀)	*to cheat, swindle* [동] = ăn lận (남을)속이다. 속여 빼앗다. ✵ nó thú nhận là đã ăn gian trong ván bài vừa qua → 그는 지난번 카드도박에서 속임수 쓴 것을 시인했다.
ăn giá 안 지아(야)	*to agree on a price* [동] 가격에 동의하다. ✵ hai bên đã ăn giá trước với nhau → 두편 모두 가격에 먼저 동의했다.
ăn giỗ 안 지오(요)	*attend a feast in honour of the death anniversary* [동] 제사에 참석하다.
ăn gỏi 안 고이	**1/** *eat raw fish and vegetable* [동] 과용하다. 과소비하다. (**gỏi** : 야채와 고기 또는 새우를 함께 무친 베트남 음식.) **2/** *spend to much* [동] ✵ nó tiêu xài như ăn gỏi! → 그는 소비를 야채무침 먹듯하다 : 과소비하다.
ăn hại 안 하이	*be a parasite, to live as a parasite* [형/동] 남에게 기생하며 살다. ✵ đồ ăn hại → 기생충 같은 놈.
ăn hàng 안 항	*to diner out* [동] 외식하다, 간식하다. ✵ ngày nào cũng ra chợ ăn hàng nên bỏ cơm → 언제나 그녀는 시장에서 밥을 사먹는다.
ăn hết 안 헫	*to eat up / finish off(up)* [동] 다 먹다. ✵ ăn hết cái bánh này đi! → 이 빵을 다 먹어라!
ăn hiếp 안 히엡	*bully, tyrannize* [동] = bắt nạt (힘으로)협박하다. 위협하다. 무시하다.

	✳ không nên ăn hiếp kẻ yếu → 약자를 괴롭히지 마라.
ăn hỏi 안 호이	*to attend a betrothal ceremony* [동] 약혼식에 참석하다. ✳ chủ nhật này tôi đi ăn (đám) hỏi cô em họ tôi ở Mỹ Tho → 이번주에 나는 친척의 약혼식에 참석하러 미토에 간다.
ăn học 안 홉	*to study* [동/형] 공부하다, 배우다 ✳ làm việc để kiếm tiền ăn học → 공부할 돈을 벌기위해 일을 한다. ✳ người có ăn học phải xử sự cho đàng hoàng → 배운사람은 반드시 올바르게 행동해야 한다.
ăn hối lộ 안 호이 로	*to take bribes* [동] 뇌물을 받다. ✳ các quan chức ăn hối lộ đã lần lượt vào tù → 뇌물을 받은 관직자들이 차례로 감옥에 갔다.
ăn huê hồng 안 훼 홈	*to get percentage* [동] = ăn hoa hồng 수수료를 받다. ✳ được ăn huê hồng 10% trên mỗi món hàng bán ra → 모든 물건을 팔때마다 10%의 수수료를 받는다.
ăn khao 안 카오	*to celebrate a happy event by given a banquet* [동] 한턱내다. (축하하는 일에) 한턱쓰다. ✳ thi đậu thì phải ăn khao nhé ! → 시험에 합격했으니 한턱내라!
ăn khách 안 캇	*find a quick sale* [동] 잘 팔리다. ✳ món hàng này rất ăn khách →

이 제품은 아주 잘 팔린다. (이 제품은 손님이 아주 많다.)

ăn khớp
안 컵

to fit, to be consistent/agree with sth. [동] 맞다. 일치하다. ✳ lời khai của cả hai nhân chứng đều không ăn khớp nhau → 두 증인의 증언이 서로 일치하지 않는다.

ăn không ngồi rồi
안 콤 응오이 로이

to live a life of leisure [동] 빈둥빈둥 먹고 놀다. 백수생활을 하다.
✳ ăn không ngồi rồi của bao nhiêu cũng hết → 백수생활에 가진 것을 다 썼다.

ăn kiêng
안 끼엥

diet, follow a strict regimen [동] 음식을 가려먹다, 다이어트하다.
✳ ăn kiêng cho giảm cân → 체중 감소를 위해 금식을 한다.

ăn lan ra
안 란 라

to spread out [동] 퍼지다. 물들다.
✳ vết mực ăn lan ra khắp cái áo mới của nó → 잉크자국이 그의 새옷에 물들었다.

ăn liền
안 리엔

instant [형] 인스턴트의, 즉석의.
✳ mua 10 gói mì ăn liền → 라면 10개를 샀다.

ăn lót dạ
안 롣 야 (롬)

to have a snack (light meal) [동] 간식하다. 가벼운 식사를 하다.

ăn lời
안 러이

to get profit/interest
[동] 착취하다. 착복하다.
✳ bảo nó mua cái gì cũng có thể ăn lời được! → 그에게 시키면 무엇을 사든지 얼마의 돈을 착취한다.

ăn lương 안 르엉	*to get pay* [동] 보수를 받다. ✶ làm việc ăn lương tháng → 월급제 일.
ăn mảnh 안 마안	*work stealthily for one's own profit* [동] (자신의)잇속을 챙기다.
ăn mày 안 마이	1/ *beg* [동] 동냥하다. 구걸하다. 2/ *beggar* [명] (사람) 거지
ăn mặc 안 막	*to dress* [동] 옷을 입다. ✶ học đòi theo cách ăn mặc lố lăng → 어울리지 않게 옷을 따라 입는다. ✶ ăn mặc lịch sự trong buổi họp → 회의때 옷을 점잖게 입다.
ăn mòn 안 몬	*to erode, eat away* [동] 부식하다. ✶ kim loại đã bị axít ăn mòn → 금속류는 산성물질에 부식한다. ✶ lòng ganh tỵ đã ăn mòn tình bạn lâu nay của họ → 질투심은 그들의 오랜 우정을 부식시켰다.
ăn mừng 안 뭉	*celebrate* [동] 축하하다. ✶ tổ chức liên hoan ăn mừng thắng lợi → 승리 축하파티를 열다.
ăn nằm 안 남	*have sexual relation with sb.* [동] 연애하다. ✶ có tin đồn là họ đã ăn nằm với nhau trước ngày đám cưới → 그들이 결혼전에 동침했다는 소문이 있다.
ăn nhằm 안 냠	*no problem, it doesn't matter!, be relevant to* [부] 문제없이, 상관없이. ✶ chuyện đó đâu có ăn nhằm

	gì tới tôi ! → 그 이야기는 나와 아무런 상관이 없다. ✳ câu hỏi này chẳng ăn nhằm gì tới chuyện đang bàn →이 질문은 지금하는 이야기와 상관이 없다.
ăn nhậu 안 녀우	*eat-drink (alcohol,beer,wine)* [동] (술을) 마시다. ✳ chỉ lo ăn nhậu suốt ngày, chẳng có trách nhiệm gì với gia đình → 가족도 책임지지 않고 매일 술 마실 생각만 한다.
ăn nhịp 안 닙	*be in tune* [동] 조화를 이루다. 화합하다. ✳ tiếng hát ăn nhịp với tiếng đàn → 노래가 연주와 조화를 이룬다.
ăn nói 안 노이	**1/** *to say, to speak* [동] 말하다 ✳ ăn nói ngọt ngào → 달콤하게 말하다. **2/** *to be in contact* [동] 사교적이다. ✳ biết ăn nói (= biết xả giao) → 말하는 것이 사교적이다.
ăn ở 안 어	**1/** *accommodated* [동] 생활하다 **2/** *to behave* [동] 동거하다 ✳ cô ấy ăn ở có tình có nghĩa với hàng xóm→ 그녀는 이웃들과 사이좋게 지낸다. **3/** *cohabit (with), live together* [동] 같이 살다 ✳ vợ chồng ăn ở với nhau có hai mặt con → 부부는 두 아들과 함께 산다.
ăn quịt 안 뀓	*refuse to pay (one's meal)* [동] (식사)값을 지불하지 않다. 대금결제

를 거절하다.
* báo chí hôm nay có đăng tin ông chủ công ty XX ăn quỵt tiền công của thợ → 오늘 신문에 xx회사 사장이 기술자의 임금을 지불하지 않은 기사가 났다.

ăn sáng
안 상
take breakfast [동] 아침 식사를 하다.
* bữa ăn sáng rất quan trọng cho sức khỏe → 아침식사를 하는 것은 건강에 매우 중요하다.

ăn tân gia
안 떤 지아(야)
to attend a housewarming [동] 집들이를 하다.

ăn tết
안 뗌
celebrate New Year(festival) [동] 설을 새다.

ăn thề
안 테
take an oath [동] 선서하다. 맹세하다. * uống máu ăn thề → 혈을 마시며 맹세하다.

ăn thôi nôi
안 토이 노이
to attend one's baby first birthday party [동] 돌잔치에 참석하다.

ăn thua
안 투아
depend on sb./sth. [동] (어떤 일이 ...에) 달려있다 * *việc này ăn thua anh (do nơi anh)* → 이 일은 당신의 손에 달려 있다.

ăn thua gì!
안 투아 지!
no problem! It doesn't matter! [감] 아무 문제 없다.

ăn thử
안 트
to taste (sample food) [동] 맛보다.

ăn tiêu
안 띠에우
spend (money) [동] (돈을)낭비하다. * ăn tiêu hoang phí → 낭비하는데 사용하다.

ăn tiền 안 띠엔	**1/** *for money* [형] 돈내기를 하는. ✳ đánh bài ăn tiền → 카드노름을 하다. **2/** *good result, successful, alright, ok!* 성공하다. ✳ sắp đặt như vậy ăn tiền là chắc rồi! 이렇게 정리하면 성공한 것이다.
ăn tiệc 안 띠엗	*to attend a party (banquet/dinner)* [동] 파티에 참석하다.
ăn tối 안 또이	*take dinner* [동] 저녁 식사를 하다. ✳ ăn tối lúc 20 giờ → 저녁식사는 20시에 한다.
ăn tráng miệng 안 짱 미엥	*to have / take dessert* [동] 디저트를 먹다. 후식을 먹다. ✳ ăn tráng miệng với bánh ngọt hoặc trái cây theo mùa → 케잌과 계절과일로 후식을 먹다.
ăn trộm 안 쫌	*to steal, rob (the thief)* [동/명] 도둑을 맞다. 도둑. ✳ cửa không khóa chẳng khác nào mới ăn trộm vào nhà → 문을 확실하게 잠그지 않으면 도둑을 맞는다.
ăn trưa 안 쯔아	*take lunch* [동] 점심 식사를 하다.
ăn uống 안 우옹	*eat and drink* [동] 먹고 마시다. ✳ ăn uống điều độ để giữ gìn sức khỏe → 규칙적인 식사는 건강을 유지한다.
ăn vã 안 바	*eat (meat, fish..)without rice or bread* [동] (밥 또는 빵 없이) 식사를 하다.

ăn vạ 안 바	*as a protest.* [동] (고위적으로) 저항하다, 들어 눕다, (아기가) 앙탈부리다. ✶ nó nằm ăn vạ giữa đường → 그가 길 한가운데 들어 누웠다.
ăn vặt 안 받	*to nosh* [동] 간식하다, 가벼운 식사를 하다. ✶ người hay ăn vặt (*a nosher*) → 간식을 먹는 사람.
ăn vụng 안 붐	*to eat on the sly* [동] 살그머니 먹다, 남모르게 먹다.
ăn xài 안 싸이	*to spend (money)* [동] = ăn tiêu (돈을)쓰다. ✶ ăn xài thả cửa ! → 자유롭게 쓰다.
ăn xin 안 씬	*to beg* [동] = ăn mày 동냥하다, 구걸하다. *a beggar* [명] → 거지.
ăn xổi ở thì 안 쏘이 어 티	*by makeshifts, to live from hand to mouth* [동] 버는대로 쓰다. ✶ hạng người ăn xổi ở thì → 버는대로 다 쓰는 사람.
ăn ý 안 이	*be in agreement with..* [동] ...에 동의하다, 일치하다, 화합하다. ✶ các cầu thủ chơi rất ăn ý nhau → 모든 선수들은 서로 서로 화합한다.
ăng ten 안 땐	*antenna* [명] 안테나.
ắp 압	*brimful* [형] 가득한, 넘친. ✶ căn nhà đầy ắp tiếng cười → 웃음소리가 집안에 가득차다.

ắt
앋

surely [부] 확실하게, 틀림없이.
✶ đã hứa ắt anh ấy sẽ đến → 확실하게 그 사람은 도착할 것입니다.

Â - â

â
어
the third letter of the VN alphabet.
베트남어 알파벳 중 3번째 자.

âm
엄
1/ *Yin, negative*
[형] 음력의, 태음의, 부정의.
2/ *sound* [명] 소리. 음성. 음향

âm ấm
엄 엄
a little, a bit warm [형] 훈훈한.

âm bản
엄 반
negative proof [명] 네가티브 필름.

âm binh
엄 빈
ghost soldier [명] 지옥의 사자.

âm cung
엄 꿍
hell [명] = *âm phủ, địa ngục* 지옥.
저승. 황천.

âm cực
엄 끅
cathode [명] 음극(陰極).

âm đạo
엄 다오
vagina [명] (여성의)질(膣), 성기(性器). 음부(淫婦).

âm điệu
엄 디에우
tune, strain [명] 악곡(樂曲), 음조(音調), 선율, 음(音) 고저(高低)의 일치. ✻ âm điệu trầm bổng ngân vang giữa không gian tĩnh lặng → 높고 낮은 선율이 조용한 공간에 울려퍼졌다.

âm đức
엄 득
unostentatious virtue
[명] 음덕, 선행, 미덕, 덕행.

âm hộ
vulva, pudenda [명] 암호.

엄 호
âm hồn   *soul (of dead person)*
엄 혼   [명] (죽은 자의) 영혼.

âm hưởng   *sonority, harmony, echo* [명] 반향. 음향 ✳ âm hưởng hùng tráng của câu thơ còn vang động mãi trong thính phòng → 시낭독의 웅장한 음향이 공연장에 여전히 남아있다.
엄 흐엉

âm ỉ   *smouldering, dull and lasting* [동] (장작 등이) 내다, 연기가 나다. ✳ ngọn lửa cháy âm ỉ suốt đêm → 불꽃이 밤새 타다.
엄 이

âm khí   *miasmatic atmosphere,* [명] 어두운 공기 ✳ ở đây âm khí nặng nề → 이곳의 공기가 어둡고 무겁다.
엄 키

âm lịch   *lunar calendar* [명] 음력. 태음력.
엄 릿

âm mưu   *plot* [명] 음밀한 계획. 계략. 음모. 모략 [동] 음모를 꾸미다, ..을 몰래 계획하다. ✳ có âm mưu giết người → 살해음모를 꾸미다.
엄 므우

âm nhạc   *music* [명] 음악.
엄 냑   ✳ đứa bé này có năng khiếu về âm nhạc → 이 어린이는 음악에 재능이 있다. ✳ âm nhạc cổ điển → 클래식 음악. ✳ âm nhạc dân gian → 대중음악.

âm phủ   *hell* [명] = *âm cung* 지옥. 황천.
엄 푸

âm sắc   *timbre (music and phonetics)*
엄 삭   [명] 음색, 음질.

âm thanh
엄 탄

sound [명] 소리. 음향(감각), 음파
∗ âm thanh vang động cả núi rừng → 소리가 온 산에 울려퍼지다.

âm thầm
엄 텀

silent [형] (어떤 일을)남몰래. 비밀스러운 ∗ âm thầm chịu đựng → 남몰래 참다.

âm ti
엄 띠

hell [명] = *địa ngục* = *âm phủ* 황천. 지옥

âm u
엄 우

glommy [형] 어두운. (날씨가)흐린.
∗ đêm tối âm u → 흐리고 어두운 밤 ∗ đi qua dãy hành lang tối âm u → 어둑한 복도를 지나가다.

ấm
엄

1/ *pot,kettle* [명]물 끓이는 주전자.
2/ *warm* [형] 따뜻한.
∗ uống nước ấm → 따뜻한 물을 마시다.
∗ đứa bé bị ấm đầu → 애기가 열이 나다.

ấm a ấm ớ
엄 아 엄 어

incoherent,inaticulate [형] (말의)논리가 없는. 논리적으로 맞지 않는.

ấm ách
엄 앗

puffed [형] 배가 부른, 배가 부풀어 오는.
∗ no ấm ách → 배가 많이 부른.
∗ tức ấm ách → 화가 많이 났다.

ấm áp
엄 압

1/ *warm* [형] 적당한 온도의,따뜻하게 느껴지는, 따뜻한, 훈훈한
2/ *cosy* [형] 아늑한, 편안한, 인정이 많은
∗ tình cảm gia đình thật là ấm áp → 가정의 분위기가 정말 따뜻한.
3/ 음성이 정감 있는. 따뜻한.
∗ giọng nói ấm áp → 부드럽고 정

감 있는 목소리.

ấm cúng
엄 꿍

nice and warm, snug [형] 따뜻하고 기분이 좋은, 안락한.
✽ trở về mái nhà ấm cúng → 집에 돌아오니 아늑하다.

ấm đầu
엄 더우

have a little fever [형] 미열이 있는, 열이 조금 있는.

ấm no
엄 노

well off, be well, comfortable [형] 기분이 아주 좋은. 안락한 마음.
✽ xây dựng một đời sống ấm no cho nhân dân → 국민들에게 편안하고 안락한 삶을 건설해주다.

ấm ớ
엄 어

half-baked, not have a clear-cut attitude [형] (말이) 분명하지 않은. 앞뒤가 맞지 않는
✽ nói năng ấm ớ → 앞뒤가 맞지 않는 말.

ấm ức
엄 윽

displeased, full of pent-up anger [형] 불쾌하다. 마음에 들지 않다. 못마땅하다. 기분이 상하다.
✽ bị đòn oan, nó ấm ức khóc mãi → 억울하게 혼나서 못마땅히 계속 울어대다.

ầm
엄

boom, bang, noisy
[형] 크고 길게 울리는 소리.
✽ mọi người cười ầm lên → 모든 사람들이 크게 웃다.

ầm ầm
엄 엄

roaring, rumbling [형] (소리가)으르렁거리는. 야단법석하는
✽ xe chạy ầm ầm ngoài đường → 밖에서 차가 시끄럽게 달린다.

ầm ì
엄 이

drawling sound, buzz [형] 질질 끄는 소리. 웅성거리는 소리

* tiếng đại bác ầm ì vang lên từ xa → 대포소리가 멀리서부터 웅웅 울린다.

ầm ĩ
엄 이

noisy, noisily, loud [형] 시끄러운. 귀따가운. 소리가 크게 나는.
* nó kêu la ầm ĩ → 그가 큰소리로 불렀다.

ẩm
엄

damp, humid [형] 습기 있는. 축축한. 마르지 않은.
* không khí ẩm mốc xông lên làm cho mọi người muốn ngạt thở → 축축한 공기가 올라와 모든 사람들의 숨이 막혔다.

ẩm thấp
엄 텁

humid, low and damp
[형] = ẩm thấp 습기가 많은.
* không khí ẩm thấp khó chịu → 습한 공기에 참기가 힘들다.

ẩm thực
엄 특

eat and drink [명] 음식 * văn hóa ẩm thực của mỗi miền cũng có phần khác nhau → 음식문화는 각 지방마다 다른 부분이 있다.

ẩm ướt
엄 으얻

wet [형] 젖어 있는. 축축한.
* nền nhà ẩm ướt trơn trợt → 젖어서 미끄러운 집의 바닥.

ân
언

favour, grace, gratitude
[명] = ơn 은혜. 호의.

ân cần
언 껀

hearty, kindness, a favor [명] 친절 [형] 성심 성의껏 대하는. 친절한. 정성어린. 애정어린. * mọi người đều được ân cần tiếp đón → 모든 사람들을 친절하게 맞이했다.

ân đức
언 득

favour [명] 친절한 마음. (선의적으로) 덕이 있는 마음. 은덕.

ân giảm
언 지암(얌)

✶ ân đức này không bao giờ tôi quên được → 이 은덕은 내 평생 잊을수 없다.

reduce a sentence [명] 감형을 받다. 선고 판결의 형량이 줄어들다. ✶ vào các ngày đại lễ, các phạm nhân được ân giảm hạn tù → 큰 명절을 맞아 각 수감자들은 감형을 받았다.

ân hận
언 헌

feel regret, sorry for.. [동] 후회하다. 일을 잘못한 것에 대해서 반성하다. ✶ ân hận vì sự bất cẩn của mình → 조심하지 않은 것 때문에 후회하다.

ân huệ
언 후에

favour, grace [명] 큰 은혜. 총애. 특별하게 받은 대우.
✶ xin một ân huệ → 큰 은혜를 베푸소서!

ân nghĩa
언 응히아

feeling of gratitude [명] (남에게) 감사(하는 마음) ✶ mang nặng ân nghĩa trong lòng → 마음속에 감사하는 마음을 크게 가지다.

ân nhân
언 년

benefactor [명] 은인
✶ ông ấy chính là ân nhân đã cứu sống tôi → 그는 진실로 나의 삶을 구해준 은인이다.

ân oán
언 오안

gratitude and rancour, old score [명] 증오. 악의. 원한 ✶ giải quyết hết mọi ân oán cá nhân → 개인적인 모든 원한이 다 해결됐다.

ân sủng
언 숨

privilege, protection [명] 깊은 은혜의 사랑. 특전. ✶ được nhiều ân sủng của vua → 왕의 은총을 받다.

ân sư 언 스	*teacher* [명] 은사, 깊은 감동을 준 선생님.
ân tình 언 띤	*deep feeling of gratitude* [명] 사랑과 애정. 은정 ✻ ra đi ân tình mang nặng trong lòng → 마음속에 큰 애정을 가지고 나갔다.
ân xá 언 싸	*to amnesty* [타] (수인에게) 특사 또는 감형하다. ✻ người tù này được ân xá vì đã lập công chuộc tội → 이 수감자는 죄를 뉘우치고 공을 세웠기 때문에 특사를 받았다.
ấn 언	*to press, cram.* [동] 누르다. ✻ ấn mạnh cái nút chai vào → 병뚜껑을 세게 누르다.
ấn bản 언 반	*printed matter* [명] 인쇄판. 출판물
ấn định 언 딘	*define* [동] ...을 정의하다. 범위를 확정하다. ✻ ấn định nhiệm vụ → 업무의 범위를 확정하다. ✻ vẫn chưa ấn định được ngày giờ cụ thể → 아직도 구체적인 시간과 날짜를 정하지 못하고 있다.
ấn hành 언 한	*print and publish* [동] 출판하다.
ấn loát 언 로앋	*print* [동] 인쇄하다.
ấn phẩm 언 펌	*printed matter* [명] 인쇄물.출판물.
ấn quán 언 꽌	*printing house, press* [명] 인쇄소
ấn tượng	*impression* [명] 인상.감상

언 뜨엉	＊ cuộc gặp gỡ hôm đó để lại trong lòng mọi người nhiều ấn tượng sâu sắc → 그날의 만남은 모든 사람들 마음속에 깊은 인상으로 남았다.
ẩn 언	*to hide* [동] …을 비밀로 하다. 숨기다. ＊ hòn đảo ẩn mình trong sương mù → 섬이 안개속에 숨겨지다.
ẩn danh 언 얀	*to preserve one's anonymity* [동] 이름을 숨기다. ＊ số tiền từ thiện này của một người ẩn danh gửi đến → 이 자선기금은 익명으로 전달 되었다.
ẩn dật 언 열	*to seclude oneself from society* [동] 고립시키다. …을 (사회 활동 등에서) 몰아내다. 등지다. ＊ ông ấy lui về sống ẩn dật → 그는 고립된 삶으로 밀려나다.
ẩn giấu 언지어우(여우)	*disappear* [동] = ẩn chứa 위장하여 숨기다. 알아 차리지 못하도록 하다. ＊ đôi mắt cô ấy ẩn giấu một nỗi buồn sâu lắng → 그녀의 두눈은 깊은 슬픔을 감추고 있다.
ẩn hiện 언 히엔	*now appear, now disappear, to loom* [자] (숨었다가 슬그머니)나타나다. 잘 보이게 되다. ＊ xa xa có bóng người ẩn hiện → 멀리서 사람의 그림자가 점차 나타났다.
ẩn khuất 안 쿠얻	*hidden, shaddy* [형] 숨기다. ＊ chắc chắn là còn có điều gì ẩn khuất bên trong → 속으로 무엇을 숨기고 있는 것이 확실하다.

ẩn náu 언 나우	*hide, shelter, to lurk* [동] ~에 숨다. 잠복하다. ✳ tên sát nhân còn ẩn náu đâu đây → 살인자가 어디엔가 숨어있다.
ẩn nấp 언 넙	*to take cover* [동] = ẩn núp 사람들에게 보이지 않도록 딮다. 몸을 숨기다. ✳ dựa vào địa hình hiểm trở để ẩn nấp → 험한 지형을 이용해 몸을 숨기다.
ẩn nhẫn 언 년	*suffer in patience* [형/동] 참고 견디다. ✳ ẩn nhẫn để chờ thời → 참고 견디며 기회를 기다리다.
ẩn số 언 소	*unknown (quantity)* [명] (수학) 1/ 잘 알려져 있지 않은 수 2/ 잘 알려져 있지 않는 것. ✳ phương trình có hai ẩn số → 방정식안에 감춰진 두 수가 있다. ✳ sự việc này còn có quá nhiều ẩn số → 이 사건에는 여전히 알려지지 않은 것들이 많다.
ẩn ý 언 이	*implication, hidden intention* [명] 숨겨져 있는 마음, 의도가 숨겨져 있는, 숨겨진 의중. ✳ câu nói này có nhiều ẩn ý → 이 문장에는 많은 뜻이 숨겨져 있다.
ấp 업	*embrace* [동] 보듬다. 껴안다. ✳ gà ấp trứng → 닭이 알을 품다.
ấp a ấp úng 업 아 업 웅	*talk incoherently, indistinctly* [형] (말의)논리가 없는. 논리적으로 맞지 않는. ✳ bình tĩnh mà nói, không việc gì phải ấp a ấp úng như vậy → 이렇게 횡설수설 하지

말고 침착하게 이야기 해라.

ấp ủ
업 우
to nurse, harbour, entertain
[동]간호하다, 마음속에 간직하다.
* ấp ủ những tham vọng lớn lao → 큰 야망을 품다.
* ấp ủ một tình yêu sâu đậm → 진한 사랑을 마음속에 간직하다.

ấp úng
업 웅
= ấp a ấp úng (말의) 논리가 없는. 논리적으로 맞지 않는.
* bị bắt quả tang, nó ấp úng mãi không trả lời được → 현장에서 잡히자 그는 횡설수설하며 대답을 못했다.

ấp yêu
업 이에우
regard, be fond of [동] 사랑하다.
* được cha mẹ ấp yêu cưng chiều từ thuở bé → 어릴적부터 부모님의 극진한 사랑을 받았다.

ập
업
rush in [동] (갑자기)덤벼들다. 돌진하다.
* cơn mưa dông ập xuống → 비바람이 불어닥쳤다.

Âu hóa
어우 화
to europeanize, Westernize
[동] 서구화 하다.

âu lo
어우 로
worry, to be anxious, careworn = lo âu [형] 걱정하는.
* âu lo cho số phận của mình → 내 운명을 걱정하다.

Âu Mỹ
어우 미
Europe and America
[대] 유럽과 미국

Âu phục
어우 품
Western clothes [명] 서양식의 옷.
* mọi người đều mặc âu phục đi làm việc → 모든 사람들은 서양식 옷을 입고 일을 하러간다.

âu sầu 어우 서우	*sad, sorrowful* [형] 비탄에 잠긴. 비통한. ✻ sao cứ mãi âu sầu như vậy? → 왜 계속해서 슬픔에 잠겨 있니?
Âu Tây 어우 떠이	*Western, occidental* [대] 서양
âu yếm 어우 이엠	*to fondle, to pet, caress* [동] 사랑스럽게 어루만지다. 귀여워하다. ✻ cử chỉ âu yếm → 사랑스러운 제스처.
ẩu đả 어우 다	*have a row, to exchange blows* [동] 치고 받으며 싸우다. ✻ cãi nhau 1 hồi rồi đi đến ẩu đả → 말싸움이 폭력을 쓰는 싸움까지 갔다.
ấu thơ 어우 터	*very young children* [명] 아주 어린 ✻ tình bạn từ thuở ấu thơ → 아주 어린 시절부터의 우정. 죽마고우.
ấu trĩ 어우 찌	*childish, infantile* [형] 어린애 같은. 유치한. 유년기의. 경험이 없는. ✻ tư tưởng còn quá ấu trĩ → 아주 유치한 생각.
ấu trùng 어우 쭘	*larva* [명] 유충. 애벌레
ầu ơ 어우 어	*a lullaby* [명] 자장가
ẩu 어우	*careless* [동] = (ẩu tả *madcap*) 원칙이 없는 행위 또는 행동. 부주의한. 경망스러운. 부정확한 ✻ tại nạn giao thông này là do tài xế lái xe ẩu → 이 교통사고는 운전 부주의로 인해 일어났다.
ấy	1/ *that, in that time* [부] 이것, 저것.

Â-â

ấy

어이

그분.
* lúc ấy → 그때
2/ *eh!* [부] 어떤 것을 강력히 저지할 때
* ấy, đừng làm thế! → 이봐, 그렇게 하지 말아!
* ấy, đã bảo mà! → 이봐, 이미 얘기했자나!

B - b

b	*the fourth letter of VN alphabet.* 베트남어 알파벳 중 4번째 자.
ba 바	**1/** [명] *tree, third* (3) 삼. **2/** [대] *daddy* – 아버지.
ba gai 바 가이	*unruly, rowdy* [형] 제 멋대로 하는, 고집센. ✷ tính ba gai → 고집센 성격.
ba hoa 바 호아	*brag, to talk big* [형] 허풍을 떨다, 과장해서 말하다. ✷ vừa uống 1 tí rượu vào là đã bắt đầu ba hoa → 그는 술이 조금 들어가자 허풍을 떨기 시작했다.
ba hồi 바 호이	**1/** *three times, thrice* [부] 3번. ✷ bắt đầu thi đấu sau ba hồi trống → 종이 세번 울린후에 시합이 시작되었다. **2/** *now.. now..* [부] ~하다가 ~하다. ✷ ba hồi buồn, ba hồi vui → 방금 슬퍼하다가 다시 기뻐하다.
ba láp 바 랍	*nonsensical, senseless* [형] 무 의미한. ✷ nói bá láp → 무의미한 말.
ba lê 바 레	**1/** *Paris* [대] 프랑스의 파리. **2/** *ballet* [명] 발레.
ba lô	*backpack, knapsack* [명] 배낭.

바 로

ba lơn | *to joke* [동] 농담하다.
바 런 | ✻ nói ba lơn cho vui → 즐거움을 주기위해 농담하다.

ba má | *one's father and mother*
바 마 | [명] = cha mẹ, ba mẹ 부모님.

ba mươi | *thirty* [명] 삼십, 30.
바 므어이 | ✻ ngày ba mươi tết → 음력 12월 30일. 그해 마지막날.

ba phải | *double think, agreeing with everyone* [형] 줏대없이 다 옳다고
바 파이 | 따르는. ✻ tính ba phải → 우유부단한 성격.
| [명] *a yesman* 모든지 옳다고 하는 사람. ✻ anh ta là con người ba phải → 그는 모든지 옳다고 하는 사람이다.

ba que | *dishonest, cheating* [형] 부정직
바 꾸애 | (불성실) 한, 신용할수 없는

ba rọi | 1/ *side, bacon* [명] 베이컨.
바 러이 | 2/ *pidgin, serio-comic, mixed up* [형] 혼성의.

ba tê | *paté* [명] (음식) 고기를 갈아 양념
바 떼 | 한 것.

ba trợn | *unruly, ill-mannered, daring*
바 쩐 | [형] 버릇없는, 예의없는, 무례한

bá cáo | 1/ *to notice, broadcast* [동] 알리다.
바 까오 | 2/ *announcement* [명] 공고, 고지.

bá chủ | *hegemony, dominator* [명] 주도
바 쭈 | 권, 맹주권 ✻ nó muốn làm bá chủ

	cả thế giới → 그는 세계를 주도하고 싶어하다.
bà ba 바 바	*south Vietnamese pajamas* [명] 남부 베트남 의상.
bà con 바 꼰	*relation, kinship* [명] 친척.
bà cô 바 꼬	**1/** *old maid, maiden aunt* [명] 나이 많은 미혼의 여자. **2/** *a sister of grand's father* [명] = bà trẻ 고모 할머니.
bà mụ 바 무	**1/** *village midwife* [명] = bà đỡ 농촌의 산파. **2/** *goddess believed to give shape and protect babies* 아기가 건강하게 자라게 지켜 주는 여신.
bà ngoại 바 응오아이	*maternal grandmother* [명] 외 할머니.
bà nhạc 바 냑	*mother in law of one's wife* [명] 장모, 아내의 어머니.
bà nội 바 노이	*paternal grandmother* [명] 친 할머니.
bà trẻ 바 째	*grand-aunt* [명] 왕고모, 고모 할머니.
bà xã 바 싸	*one's wife* [명] 아내, 처, 부인 ✷ bà xã tôi đi vắng rồi → 내 아내는 외출했다.
bả 바	**1/** *poisoned food, lure* [명] 미끼. **2/** *she* [대] 그녀
bả vai	*flat of the soulder* [명] 어깨

바 바이

bã
바
waste, residue [명] 나머지, 찌꺼기.
✻ bã cà-phê → 커피 찌꺼기.

bạ
바
any (anyone, anything, anywhere) [부] 아무, 어느, 어떤.
✻ bạ đâu nói đó, không ý tứ gì cả → 생각없이 아무말이나 하다. ✻ bạ đâu ngồi đó, không biết sạch dơ là gì → 더러운지 깨끗한지도 모르고 아무데나 앉다.

bác
박
1/ uncle [명] 고모부, 아저씨, 백부. 2/ to refuse [동] = bác bỏ 거절하다.

bác ái
박 아이
bác ái [형] 안정있는, 고상한, 우아한.

bác bỏ
박 보
refuse [동] 거절하다.
✻ giám đốc đã bác bỏ đơn xin nghỉ việc của cô ấy → 사장이 그녀의 사표를 거절했다.

bác học
박 홉
scholar [명] 학자, 학식이 있는 사람, 박학다식한 사람.

bác sĩ
박 시
doctor [명] 의사, 박사.
✻ anh ấy là bác sĩ ngoại khoa → 그는 외과의사이다.

bạc
박
1/ money currency, piastre
[명] 돈, 은화.
2/ silver [명] 은.
✻ chiếc nhẫn bạc → 은반지.
3/ gamble [동] = đánh bạc
도박하다.
4/ faded [형] (색) 은색의, 백색의,

색이 바랜 ✳ râu, tóc bạc → 백발, 백발의 수염 ✳ chiếc áo bạc màu → 색이 바랜 옷. **5/** *precarious* [형] 박복한, 기구한 ✳mệnh bạc →기구한 운명.
6/ *ungrateful* [형] = bạc bẽo 은혜를 모르는, 배은망덕한

bạc ác
박 악

uncompassionate [형] 동정심 없는, 인정없는. ✳ ông ấy rất bạc ác với công nhân → 그는 일꾼들을 인정 사정없이 대한다.

bạc bẽo
박 배오

ungrateful, thankles [형] 인정 없는, 배은망덕한 ✳ con người bạc bẽo → 배은망덕한 사람.

bạc đãi
박 다이

ill treat, slight [동] 경시하다. 박대하다 ✳ sau này thành công rồi thì chớ có bạc đãi anh em nhé → 성공한 후에 형제들을 박대하지마라.

bạc hà
박 하

peppermint, mint [명] (식물) ① 박하 ②박하에서 추출한 기름.
✳ kẹo bạc hà → 박하사탕.
✳ dầu bạc hà → 박하기름

bạc mệnh
박 멘

poor fate [형] (여성의) 박복한 운명, 기구한 팔자. ✳ hồng nhan bạc mệnh → 미인의 운명은 기구하다. 미인박명.

bạc nhược
박 니으억

feeble, weak, spiriless [형] (신체, 정신, 의지등이) 박약한, 빈약한 ✳ cơ thể bạc nhược vì rượu chè

	vô độ → 과음으로 인해 몸이 나약해졌다.
bạc phơ 박 퍼	*all white* [형] (수염,머리카락) 백발의. ✻ bà cụ già đó có mái tóc bạc phơ → 그 노파는 백발이다.
bạc tình 박 띤	*unfaithful in love* [형] 사랑에 믿음이 없는. ✻ hãy quên con người bạc tình ấy đi thôi → 사랑에 믿음이 없는 그 사람은 잊어버려라.
bách 밧	*hundred* [명] 숫자 100, 백 ✻ bách chiến bách thắng → 백전백승(百戰百勝). ✻ bách phát bách trúng → 백발백중(百發百中).
bách bộ 밧 보	*to go for a walk* [동] (천천히) 걷다. ✻ ông tôi thường hay đi bách bộ trong vườn mỗi sáng → 우리 할아버지는 매일 아침 정원을 거니신다.
bách hóa 밧 호아	*all kinds of the goods* [명] 많은수의 물건, 백화.
bách khoa 밧 콰	*polytechnic* [명] 종합, 백과 ✻ trường đại học bách khoa → 백과(종합)대학교.
bách thảo 밧 타오	*botanical* [명] (많은 종류의) 식물. ✻ vườn bách thảo → 식물원
bách thú 밧 투	*zoological* [명] (많은 종류의) 동물. ✻ vườn bách thú → 동물원
bạch 밧	*all white* [형] (trắng bạch) (색) 백색의

bạch cầu 밧 꺼우	*leucocyte* [명] (의학) 백혈구.
bạch đàn 밧 단	*eucalyptus* [명] (식물)도금낭과 식물,유칼립투스.
bạch tạng 밧 땅	*albinism* [명] (의학)백피증.
bạch tuộc 밧 뚜옥	*poulp, poulpe, octopus* [명] (동물) 문어.
bái 바이	*protrate oneself, to pray* [동] = (lạy) 빌다. 기원하다, 간청하다.
bái phục 바이 푹	*admire, bow in admiration* [동] 감탄하다, 탄복하다.
bài 바이	**1/** *card* [명] 카드, 종이쪽 ✻ đánh bài → 카드를 치다. **2/** *lesson, text* [명] (학교의) 과업, 수업, 교습, 교과서. ✻ làm bài → 숙제를 하다.
bài bản 바이 반	*method* [명] 방법, 방식 ✻ làm việc có bài bản → 방식있게 일하다.
bài học 바이 홉	*lesson* [명] 수업, 학습.
bài làm 바이 람	*exercise* [명] 연습, 복습.
bài ngoại 바이 응오아이	*xenophobia* [동] 외국을 배척 하다.
bài tập 바이 떱	*task* [명] 복습, 일, 과업(duty), 학업.
bài tiết 바이 띠엗	*excrete, eliminate* [동] 배설 하다, 분비하다.

bài toán 바이 또안	**1/** *mathematics* [명] 수학 **2/** *problem* [명] 문제, 난문제
bài trí 바이 찌	*dispose, arrange* [동] 충당 하다, 배치하다.
bài trừ 바이 쯔	*abolish* [동] 폐지하다, 없애다. ✽ bài trừ nạn mê tín dị đoan → 이단에 빠지는 일을 없애다.
bài vở 바이 버	*class materials, task* [명] 교재
bài vị 바이 비	*tablet (ancestral)* [명] 명판 (銘板).
bài xích 바이 씻	*reject, abolish* [동] 폐지하다, 없애다. ✽ bài xích hàng ngoại nhập → 밀수품을 없애다.
bải hoải 바이 호아이	*limp with weariness* [형] 힘이 없는, 피로한. ✽ vì lao động vất vả suốt ngày nên bải hoải cả tay chân → 하루종일 일을 해서 팔다리에 힘이 없다.
bãi 바이	**1/** *ground* [명] 땅, 지면, 지표. ✽ bãi chiến trường → 전장지. **2/** *splat* [명] 더러운 작은 덩어리 ✽ bãi nước bọt → 침덩어리 **3/** *recess, dismiss* [동] 끝나다. 마치다 ✽bãi trường → 학교가 파하다.
bãi biển 바이 비엔	*beach* [명] 바닷가, 해변가
bãi bỏ 바이 버	*abrogate* [동] 폐지하다, 그만 두다, 해지하다. ✽ bãi bỏ lệnh giới nghiêm → 계엄

령을 해지하다.

bãi chợ
바이 쩌

hartal [동] = bãi thị 시장이 끝나다.

bãi cỏ
바이 꼬

lawn, grassplot [명] 잔디밭.

bãi công
바이 꼼

strike [동] 파업하다. = đình công
✳ bãi công để đòi chủ tăng lương → 월급인상을 요구하며 파업하다.

bãi khóa
바이 콰

student strike [동] 학생들이 수업을 거부하다. ✳ sinh viên học sinh đồng lòng bãi khóa để phản đối nhà trường → 학생들이 학교에 대항하기위해 한마음으로 수업을 거부했다.

bãi mìn
바이 민

minefiled [명] 지뢰밭.

bãi trường
바이 쯔엉

school vacation
[명] 학교가 파하다.

bại
바이

1/ *fail, unsuccess, defeated* [동] 패하다, 지다. ✳ thành bại là lẽ thường → 지는것이 당연하다.
✳ thắng không kiêu, bại không nản (속담) → 승리했다고 자만하지말고 실패했다고 용기를 잃지마라.
2/*paralyzed, crippled*
[형] (의학) (손발 이)마비되다.

bại hoại
바이 호아이

degenerate [형] 쇠퇴한, 퇴화 한.
✳ bại hoại gia phong → 가풍이 쇠퇴하다.

bại liệt
바이 리엩

paralytic [형/명] = bại (의학) (손발이) 마비되다. 중풍.
✻ điểm chích ngừa bại liệt cho trẻ con → 어린아이가 예방 주사 맞은곳이 마비되었다.

bại lộ
바이 로

come to light [동] 탄로나다. 드러나다. ✻ việc chẳng may bị bại lộ → 운이 나쁘게도 일이 탄로가 났다.

bại trận
바이 쩐

defeated (in war)
[동] (군사) 전쟁에 지다. 패전하다.

bại vong
바이 범

defeated and wiped out [동] 패망하다 ✻ một đất nước bại vong → 패망국.

bám
밤

hang on to, sponge on [동]
1/ 붙다. ✻ người bám đầy đất bụi → 흙먼지가 온몸에 잔뜩 붙었다.
2/ 뒤따르다. 따라가다. ✻ trẻ con bám theo mẹ → 어린애가 엄마뒤를 바짝 따르다.
3/ 다른사람에게 의지해 살다.
✻ sống bám vào cha mẹ → 부모에게 의존해서 살다.

bám trụ
밤 쭈

hold on to (a military position)
[동] 안주하다.

ban
반

service, committee section
[명] (어떤 일을 위한) 모임, 조직
✻ ban thanh tra → 조사반.

ban bố
반 보

promulgate [동] 공표하다, 발표하다. ✻ chính phủ vừa ban bố một sắc lệnh mới → 정부는 막 새로

운 정책을 발표했다.

ban công *balcony* [명] 발코니.
반 꼼

ban đầu *initial* [부] 처음.
반 더우

ban đêm *night-time* [명] 밤, 저녁.
반 뎀

ban giám hiệu *school managing board*
반 지암(얌)히에우 [명] (학 교의) 경영팀.

ban hành *promulgate, enforce* [동] 공포 하
반 한 여 시행하게 하다. ✳ nghị định có hiệu lực kể từ ngày ban hành → 법령은 공포한 날로부터 효력 이 발생한다.

ban khen *praise, commend, felicilate*
반 캔 [동] 칭찬하다.

ban mai *early morning* [명] 새벽 ✳ ánh
반 마이 sáng ban mai → 새벽빛.

ban nãy *just now* [부] = lúc nãy. 방금전에
반 나이 ✳ ban nãy tôi vừa mới nói gì, anh còn nhớ không? 방금전에 제가 무슨 말을 했는지 기억하세요?

ban ngày *day-time* [명] 날.
반 응아이

ban ơn *bestow (to do) a favours*
반 언 [동] 은혜를 베풀다.

ban phát *distribute*
반 팟 [동] 배급하다, 할당 하다.

ban thưởng *reward*
반 트엉 [동] 부수를 주다, 상을 주다.

bán 반	*sell* [동] 팔다.
bán buôn 반 부온	*sell wholesale* [동] = bán sỉ 장사하다.
bán cầu 반 꺼우	*hemisphere* [명] (지구, 하늘의) 반구.
bán chạy 반 짜이	*sell well* [동] 빠른시간내에 팔리다. ✳ hàng này đẹp nên bán chạy lắm → 물건이 싸고 좋아서 빠른시간 내에 팔리다.
bán chịu 반 찌우	*sell on credit* [동] 외상으로 팔다.
bán đảo 반 다오	*peninsulla* [명] 반도.
bán đấu giá 반 더우지아(야)	*sell by auction* [동] 경매하다.
bán kết 반 껱	*semi-final* [명] 준결승 ✳ đội bóng đá Hàn Quốc đã vào bán kết → 한국축구팀이 준결승에 진출했다.
bán kính 반 낀	*radius* [명] 반경.
bán lẻ 반 래	*sell by retail* [동/형] 소매하다.
bán nguyệt 반 응우웯	*half circle; semi circle* [명] 반원
bán sỉ 반 시	*sell wholesale* [동] 장사하다.
bán thân 반 턴	**1/** *bust, haft-length* [명] 반신상 (半身像), 흉상 胸像. ✳ pho tượng

bán thân → 반신동상.
* ảnh bán thân → 반신사진.
* bán thân bất toại → (의학) 반신불수, 반신마비.
2/ *to sell one's body (prostitute)* [동] 몸을 팔다, 매춘하다.
* bán thân nuôi miệng → 먹고 살기위해 몸을 팔다.

bàn soạn
반 소안
to discuss and organize
[동] = (bàn tính) 계획하다.

bàn tán
반 딴
discuss [동] 공론하다, 화제로 삼다. * người ta bàn tán khắp nơi về chuyện đó → 다른 사람들이 그 이야기로 화제를 삼다.

bàn tay
반 따이
hand [명] 손, 사지.

bàn thờ
반 터
altar [명] 제단.

bàn tính
반 띤
discuss and arrange
[동] (= bàn soạn) 계획하다.

bàn tròn
반 쫀
round table [명] 둥근탁자, 원탁. * hội nghị bàn tròn → 원탁회의.

bàn ủi
반우이
iron = bàn là [명] 다리미.

bản
반
1/ *composition, edition, a copy*
[명] 부, 부수.
* photo ra làm 3 bản → 3부를 복사하다.
2/ *width* [명] 나비, 너비, 폭, 가로
* to bản → 가로너비

bản án
sentence, verdict

반 안   [명] 처벌, 판결의 선고, 형벌

bản chất   *essence, substance nature*
반 쩔   [명] 본래의 성질, 본질.
✶ bản chất độc ác / hiền lành → 악한 본질 / 선한 본질.

bản đồ   *map* [명] 지도.
반 도

bản gốc   *original*
반 곱   [명] 오리지널, 최초의, 본래의.

bản kẽm   *zincograph* [명] 아연판 (인쇄).
반 깸

bản lề   *hinge* [명] (문등의) 경첩, 돌쩌귀.
반 레

bản lĩnh   *skill and spirit* [명] 기술과 열정. ✶
반 린   người có bản lĩnh → 기술과 열정이 있는 사람.

bản mệnh   *one's fortune* [명] 소명.
반멘

bản năng   *instinct*
반 낭   [명] 천부적인 소질, 타고난 재능.

bản nháp   *draft* [명] 스케치, 밑그림, 설계도.
반 냡

bản quán   *one's native place* [명] 고향.
반 꽌

bản quyền   *copyright* [명] 저작권, 판권.
반 꾸웬   ✶ tác giả giữ bản quyền → 작가가 저작권을 소유하다.

bản sắc   *character* [명] 성질, 기질. 특성, 특색. ✶ bản sắc dân tộc → 민족의 특성.
반 삭

bản thảo 반 타오	*manuscript* [명] 손으로 쓰기. 손으로 쓴 책 [문서, 편지]; 사본, 필사본. ✳ gởi bản thảo đến nhà xuất bản → 필사본을 출판사로 보내다.
bản thân 반 턴	*self, oneself* [명] 자기 자신, 자기 스스로. ✳ đấu tranh với bản thân → 자기 자신과 싸우다.
bản tin 반 띤	*news bulletin* [명] 소식지. 통지.
bản tính 반 띤	*inherent character* [명] 본질, 성질. ✳ bản tính hiền lành → 선한 본질.
bản xứ 반 쓰	*indigenous country* [명] (어떤 토지, 국가에) 고유한. ✳ dân bản xứ → 토착인, 토종인.
bạn 반	*friend, comrade, fellow* [명] 1/ 친구. 2/ (조직,국가간) 친밀한 관계. ✳ nước bạn → 친교국.
bạn bè 반 배	*friends* [명] 친구들.
bạn đọc 반 돕	*reader* [명] 독서하는 사람, 독서가, 독자.
bạn đời 반 더이	*wife or husband* [명] 부부, 평생 함께 사는 친구.
bạn đường 반 드엉	*companion* [명]동행자, 동반자.
bạn hàng	1/ *trading partner* [명] 단골손님

	2/ *fellow trader customer* [명] 같은 물건을 파는 사람, 동종 상인.
bạn hữu 반 흐우	*friends* [명] = bạn bè 친구들.
bạn nối khố 반 노이코	*a bossom friend* [명] 죽마고우.
bạn trăm năm 반 짬 남	*wife or husband* [명] = bạn đời 백년친구, 부부.
bạn vàng 반 방	*very dear friend* [명] 소중한 친구, 귀중한 친구.
bang 방	*state* [명] (미국, 오스트레일리아 등 의) 주(州); 주당국, 주 정부.
bang giao 방 지아오(야오)	*entertain international relation* [동] (국가간의) 교류하다, 관계를 맺다.
báng súng 반 숨	*gun stock* [명] 총대
báng bổ 반 보	*profane* [동] 모독하다.
bàng quan 방 꽌	*look on* [동] 방관하다 ✻ giữ thái độ bàng quang → 방관한 태도를 취하다.
bảng 방	*board, list* [명] 판자, 명세서, 명단.
bảng vàng 방 방	*list of succesful candidates* [명] 합격자 명단, 명예자 명단.
banh 반	**1/** *ball* [명] 공. ✻ đá banh → 공을 차다. **2/** *open wide* [동] 넓게 열다.

	✶ banh ngực áo ra khoe vết sẹo → 옷가슴을 활짝 열어 상처를 보이다.
bánh 반	**1/** *cake* [명] 케이크, 양과자. **2/** *wheel* [명] = bánh xe 바퀴. ✶ xe 2 bánh → 이륜차. ✶ bánh sau bị xẹp → 뒷바퀴에 바람이 빠졌다.
bánh bao 반 바오	*dumpling* [명] 만두.
bánh chưng 반 쯩	*square glutinous race cake* [명] 설에 먹는 북부 베트남 전통 사각형의 떡.
bánh cuốn 반 꾸온	*steamed rolled rice pancake* [명] 쌀종이로 말아 싼 베트남 음식.
bánh dẻo 반 애오	*sticky rice cake* [명] 추석에 먹는 베트남 전통 떡의 한 종류.
bánh đa 반 다	*dry pan-cake* [명] 쌀종이.
bánh mì 반 미	*bread* [명] 바게트빵, 식빵.
bánh nướng 반 느엉	*pie* [명] 파이, 빵.
bánh tét 반 땓	*cylindric glutinous rice cake* [명] 설에 먹는 남부 베트남 전통 떡.
bánh trái 반 짜이	*cake and fruit* [명] 빵과 과일, 보통 다과를 일컫는 말
bánh vẽ 반 배	*cake draw on paper, fraudulent, make beleave* [형] 실현가능성 없는 약속 (=공수표) 또는 이룰수

없는 일 = 그림의 떡.

bành trướng
반 쯔엉
expand, spread [동] 확장하다.
✳chủ nghĩa bành trướng được nhiều chính khách Anh ủng hộ ở cuối thế kỷ 19 → 19세기말 팽창주의 [膨脹主義] 는 영국의 많은 정치가들로 부터 지지를 받았다.

bảnh
반
swell [형] 멋부리다, 몸치장 하다.
✳ diện thật bảnh ! → 멋 좀 부렸구나!

bảnh bao
반 바오
smart, spruce [형] 멋부리다
✳ ăn diện bảnh bao → 말쑥히 차려입다.

bảnh mắt
반 맏
just awake [동] 막 눈을 뜨다, 막 잠에서 깨다 ✳ bảnh mắt ra đã đòi ăn → 배가 고파서 눈이 떠지다.

bao
바오
1/ *bag, pack, sack, envelop* [명] 자루, 상자, 꾸러미. ✳ bao này dùng để đựng gạo → 이 자루는 쌀을 담는데 사용한다.
2/ *box, packet* [명] 상자, 꾸러미. ✳ bao gạo / bao thuốc lá → 쌀상자 / 담배갑.
3/ *to enclose* [동] 둘러싸다
4/ *to pay for..* [동] 지불하다.
✳ bao bạn ăn sáng → 친구 에게 아침을 사주다.

bao bì
바오 비
wrapping, packing [명] 봉투, 봉지, 포장 재료. ✳ hàng không đóng gói được vì thiếu bao bì → 봉투가 모자라서 물건을 쌀수가 없다.

bao bọc 바오 봅	*to enclose, protect, envelop* [동] 둘러싸다, 에워싸다. 동봉 하다. ✷ một lớp không khí dày bao bọc quả đất → 한겹의 두꺼운 대기층이 지구를 둘러싸고 있다. ✷ khu vườn được bao bọc bằng một hàng rào kẽm gai → 정원은 가시철사 울타리로 둘러싸여있다.
bao cao su 바오 까오 수	*condom, protective* [명] 콘돔.
bao cấp 바오 껍	*to subsidize* [형/동] 배급하다. ✷ chế độ bao cấp → 배급제.
bao che 바오 째	*cover up* [동] 숨기다, 감추다, 감싸다. ✷ bao che cho cấp dưới → 아랫사람을 감싸다.
bao diêm 바오 이엠	*matchbox* [명] 성냥갑.
bao dung 바오 줌	*generous, treat with tolerance* [형] 관대한, 인심이 좋은 ✷ tấm lòng bao dung đại lượng của ông ấy đã cảm hóa được nó → 그의 관대한 마음씨가 그녀를 감화시켰다.
bao gái 바오 가이	*to maintain a prostitute* [동] 첩을 두다.
bao giờ 바오 저	**1/** *when* [부] 언제 ✷ bao giờ anh đi? → 언제 가십니까? **2/** *ever* [부] 언젠가, 이전에, 여태 [지금]까지. ✷ chưa bao giờ buồn như vậy → 지금까지 이렇게 슬픈 적이 없었다.

bao gồm
바오 곰

include [동] 포함하다. ✶ hóa đơn này đã tính bao gồm luôn cả thuế → 이 영수증은 세금을 포함하여 계산했다.

bao hàm
바오 함

imply [동] 내포하다, 함축하다. ✶ câu văn này bao hàm nhiều ý → 이 문장은 많은 뜻을 내포하고 있다.

bao la
바오 라

immense, vast [형] 매우큰, 거대한, 한없는, 광대한 ✶ cảm thấy nhỏ bé khi đứng trước vũ trụ bao la → 광대한 우주 앞에서는 작게 느껴진다.

bao lâu
바오 러우

how long, when [부] 얼마동안 ✶ còn bao lâu nữa mới tới nhà? → 얼마나 더 있어야 집에 도착합니까?

bao lơn
바오 런

balcony [명] = ban công 발코니.

bao nhiêu
바오 니에우

how much, how many [부] 얼마나, 얼마에.

bao phủ
바오 푸

to wrap, cover [자] 싸다. 덮다. ✶ màn đêm bao phủ vạn vật → 어둠이 사물을 덮다.
✶ mây đen bao phủ bầu trời → 검은 구름이 하늘을 뒤덮다.

bao quanh
바오 꾸안

surround, circle
[동] 둘러싸다. 에워싸다.
✶ đêm tối bao quanh tôi → 어둠이 나를 둘러싸다.

bao quát

embrace the whole, include [형] 포

바오 꽐	괄하다. ✳ nhìn bao quát từ trên cao xuống → 앞뒤좌우를 포괄적으로 보다.
bao tay 바오 따이	*gloves* [명] 장갑.
bao thầu 바오 터우	*bit on, take a building contract* [동] 모든일을 떠맡다.
bao thơ (thư) 바오 터 (트)	*envelope* [명] 편지.
bao trùm 바오 쭘	*to cover the hole of* [자] 덮다. [타] 덮히다 ✳ bóng tối bao trùm khắp nơi → 어둠이 모든곳을 덮었다.
bao tử 바오 뜨	*stomach, gastric* [명] (의학) 위, 위장.
bao vây 바오 버이	*to surround, to be siege* [동] 포위하다, 에워싸다 ✳ cảnh sát đang bao vây cả khu vực này để bắt tên cướp → 경찰이 강도를 잡기위해 이 지역 전체를 에워쌌다.
bao xa 바오 싸	*how far* [부] (거리) 얼마나 ✳ còn bao xa nữa thì đến nơi? → 얼마나 더 가야 도착합니까?
báo 바오	**1/** *panther* [명] (동물) 표범 **2/** *newspaper, magazine* [명] 신문, 잡지 **3/** *anonce, notify* [동] 알리다. 통보하다 ✳ có tin gì lạ nhớ báo cho tôi biết với nhé →
báo ảnh 바오 안	*illustrated magazine* [명] 화보집

báo cáo 바오 까오	*report* [동] 보고하다
báo cáo viên 바오 까오 비엔	*speaker, lecturer* [명] 보고원, 발표인, 이야기 (말) 하는 사람
báo chí 바오 찌	*press* [명] 신문와 잡지
báo cô 바오 꼬	*to live as a parasite, sponge on* [동] 기생하다. ✽ sống báo cô → 더부살다.
báo danh 바오 얀	*registation, poster the name list of candidates* [명] 명부. 등록. ✽ số báo danh → 등록번호.
báo đáp 바오 답	*requite* [동] 보답하다.
báo động 바오 동	*to alert, alarm* [동] 경고하다, 알려주다. ✽ tai nạn giao thông đã gia tăng đến mức báo động → 교통사고가 증가했다는 것은 경고에 이른다.
báo giá 바오 지아(야)	*to quote a price* [동] 가격을 알려주다. ✽ bao giờ anh báo giá cho tôi biết? → 언제 가격을 나에게 알려주실건가요?
báo hại 바오 하이	*to do sb a disservice* [동] 해를 끼치다. ✽ báo hại tôi phải chờ cả ngày! → 내가 하루종일 기다리게 만들다.
báo hỉ (hỷ) 바오 히	*annouce a good news* [동] 희소식을 알리다. ✽ thiệp báo hỉ → 청첩장.

báo hiếu 바오 히에우	show gratitude to one's parents [동] 효를 행하다.
báo hiệu 바오 히에우	signal [동] 신호하다. 알리다. ✶ chim én bay về báo hiệu mùa xuân đến → 제비가 오는 것은 봄이 오는 것을 알린다.
báo mộng 바오 몽	omen in dream [동] 꿈에서 알리다. ✶ thần linh báo mộng → 신이 꿈으로 계시하다.
báo tang 바오 땅	to inform (annouce) a death [동] = báo tử 부고를 내다.
báo tường 바오 뜨엉	wall-newspaper [명] 벽보.
báo oán 바오 오안	take revenge on [동] 보복하다. 원수를 갚다.
báo thù 바어 투	avenge [동] 복수하다.
báo thức 바오 특	give a alarm [동] 잠을 깨우다. ✶ đồng hồ báo thức → 자명종 시계, 알람시계
báo tin 바오 띤	to inform, notify [동] 알리다. ✶ chúng tôi vô cùng thương tiếc báo tin ông A đã từ trần ngày ... → 우리는 매우 안타깝게도 A씨가 0월 0일에 돌아가셨음을 알립니다.
báo tử 바오 뜨	noitify the death of someone [동] (~의) 죽음을 알림, 부고.
báo trước 바오 쯔억	to warn, let know beforehand [동] 미리 경고하다. 미리 알려주다. ✶ tôi đã báo trước cho họ hai ngày

	nay rồi → 나는 이틀전에 그들에게 알려주었다.
bảo an 바오 안	*to maintain law and order, isure security* [동] 방위하다. 방위대. ✻ hội đồng bảo an Liên hiệp quốc → 연합군 방위 위원회
bảo bối 바오 보이	*a valuable thing* [명] 보물
bảo chứng 바오 쯩	*deposite, stand security* [동/명] 보증하다. 보증. ✻ người bảo chứng → 보증인. ✻ tiền cho vay có bảo chứng → 대여금에는 보증이 있다.
bảo dưỡng 바오 이으엉	**1/** *to take care to look after sb.* [동] 돌보다. ✻ bảo dưỡng bầy em nhỏ → 몇 명의 어린 동생들을 돌보다. **2/** *keep in good repair, maintain* 좋은 상태를 유지하다. ✻ bảo dưỡng xe cộ / máy móc → 차 / 기계를 잘 유지하다.
bảo đảm 바오 담	*to guarantee, make sure* [동] 보증하다. 장담하다. ✻ tôi bảo đảm sẽ hoàn thành kế hoạch đúng ngày hẹn → 나는 약속한 날짜에 계획이 완성될 것을 보증한다.
bảo hành 바오 한	*warranty* [동/형] 보증하다. ✻ TV. này có bảo hành 2 năm → 이 텔레비전 보증기간이 2년이다.
bảo hiểm	*to insure, to see the safety* [동] 보

바오 히엠	험에 들다. ✴ **bảo hiểm y tế** → 의료보험에 들다.
bảo hộ 바오 호	*to protect* [동] 보호하다. ✴ **quần áo bảo hộ lao động** → 작업안전복.
bảo kê 바오 께	*to protect, protection* [동] 보호, 보호하다. ✴ **các quán bar đều phải đóng tiền bảo kê cho xã hội đen hằng tháng** → 각 바(bar)는 매달 보호비 명목으로 불법 적인 돈을 내야한다.
bảo lãnh 바오 란	*to surety for sb.* [동] 신원을 보증하다. ✴ **vì có người bảo lãnh nên nó được tạm tha** → 보증인이 있기 때문에 그는 보석되었다.
bảo lưu 바오 르우	*to maintain, to reserve* [동] 지속하다. 남겨두다. 보류하다.
bảo mẫu 바오 머우	*baby-sister* [명] 유모.
bảo mật 바오 먼	*security* [형] 방위, 방어. ✴ **biện pháp bảo mật** → 방어법.
bảo quản 바오 꽌	*maintain, preserve* [동] (음식 물을) 보관하다. ✴ **thức ăn được bảo quản kỹ trong tủ lạnh** → 음식물은 냉장고 안에서 잘 보관된다.
bảo sanh viện 바오 산 비엔	*maternity hospital* [명] 산과 병원.
bảo tàng 바오 땅	*museum* [명] 박물관, 기념관

bảo thủ 바오 투	*conservative, self opinionated* [형] 보수적인 ✶ quan niệm bảo thủ → 보수적 관념
bảo toàn 바오 또안	*preserve, keep intact/whole* [동] 보존하다. 손상되지않게 지키다. ✶ liều chết để bảo toàn danh dự → 명예를 보존하기 위해 감행하다. ✶ nó đầu hàng để bảo toàn tính mạng → 그는 목숨을 보존하기위해 항복했다.
bảo tồn 바오 똔	*preserve, conserve* [동] 보존하다. ✶ bảo tồn di tích lịch sử → 역사유물을 보존하다. ✶ bảo tồn văn hóa dân tộc → 민족문화를 보존하다.
bảo trì 바오 찌	*to maintain, to service* [동] 뒷바라지하다. 애프터서비스 하다.
bảo trọng 바오 쫑	*take care oneself* [동] 스스로 돌보다. 조심하다.
bảo trợ 바오 쩌	*to sponsor, to patronize* [동] 보조하다. 후원하다.
bảo vật 바오 벋	*precious thing* [명] 보물.
bảo vệ 바오 베	*to defend, protect, preserve* [동] 보호하다. [명] 경비원.
bão 바오	*storm, cyclone* [명] (기상학의) 폭풍. ✶ cơn bão đã tan → 폭풍이 소멸되었다.
bão cát	*sandstorm* [명] 모래 폭풍.

바오 깍
bão hòa — *saturated* [형] 포화한, 침투 (충만)한 ✷ chất béo bão hòa → 포화지 방질.
바오 화

bão táp — *violent storm* [명] 강한 폭풍
바오 땁

bão tuyết — *snowstorm* [명] 눈보라.
바오 뚜이엩

bạo — 1/ *daring, fearless* [형] 대담한, 용감한. = bạo dạn (gan dạ).
바오 ✷ con gái gì mà bạo mồm bạo miệng thế ! → 무슨 여자가 그렇게 입이 험하냐 !
2/ *cruel, friendish* [형] 잔인한 = bạo tàn / thô bạo / độc ác

bạo bệnh — *fatal-illness, serious illness* [명] 불치병, 죽을병.
바오 벤

bạo chúa — *tyrant* [명] 전제 군주, 폭군
바오 쭈아

bạo dạn — *bold, fearless* [형] 대담한, 용감한. ✷ ăn nói bạo dạn → 과감히 말하다.
바오 얀

bạo động — *rise up* [동] 들고 일어나다, 봉기하다
바오 동

bạo loạn — *rioting, disturbance* [명] 폭동, 소동. ✷ bạo loạn nổi lên khắp nơi → 모든 지역에서 폭동이 일어났다.
바오 로안

bạo lực — *violence* [명/형] 무력, 폭력.
바오 륵

bạo nghịch — *rebellious* [형] 반항적인, 반체 제

바오 웅힛	의
bạo ngược 바오 응으억	*wikedly cruel* [형] 잔악한, 잔인 한
bạo phát bạo tàn 바오 팓 바오 딴	*soon ripe, soon rotten* (속담) 빨리 얻은 것은 빨리 잃는다. = 빨리 끓은 냄비가 빨리 식는다.
bát 받	*bowl, eating-bowl, rise-bowl* = chén [명] 사발, 주발
bát giác 받 지악(약)	*octagonal* [명] 8각. ✶ hình bác giác → 8각형.
bát ngát 받 응앋	*immense, vast, infinite* [형] 매우 큰, 거대한 ✶ ruộng vườn bát ngát → 거대한 논.
bát nháo 받 나오	*topsy-turvy, disorderly, chaotic* [형] 무질서한, 혼란한. ✶ đồ đạc để bát nháo → 물건들이 무질서하게 놓여있다.
bát phố 받 포	*loiter in the streets* [동] 거리를 어슬렁거리다. 거리를 거닐다. ✶ chiều nay nếu trời không mưa, chúng ta sẽ đi bát phố → 오늘 저녁 만약 비가 안오면 우리는 거리를 거닐것이다.
bát tuần 받 뚜언	*eighty-years (of age)* [명] 80세. 팔순. ✶ tổ chức lễ mừng thọ bát tuần cho mẹ → 어머님의 팔순잔치를 열다.
bạt 받	1/ *canvas* [명] 천막천. ✶ mui xe bằng vải bạt → 천막천으로 차를 덮다. 2/ *to buffet adrift* [동] (바람, 파도,

	운명 등과) 싸우다, 싸우며 나아가다. ✳ chiếc thuyền bị gió đánh bạt đi → 배가 바람을 맞으며 나가가다.
bạt mạng 받 망	*devil-may-care, reckless* [형] 저돌적인, 통제되지 않은, 무모한. ✳ tên cướp bị cảnh sát đuổi chạy bạt mạng → 강도가 경찰에게 마구 쫓기다. ✳ lối sống bạt mạng → 방종한 삶을 살기 시작하다.
bạt ngàn 받 응안	*extensive, immense* [형] 매우 큰, 거대한 ✳ rừng núi bạt ngàn → 거대한 산.
bạt tay 받 따이	*to slap sb's face* [동] 따귀를 때리다. 뺨을 때리다. ✳ đánh cho một bạt tay → 따귀를 한대 때리다.
bạt vía 받 비아	*frightened out of one's wits* [형] 혼비백산하다. ✳ sợ bạt vía → 무서워서 혼비백산 하다.
báu 바우	*precious valuable* [형] 매우 귀한. 매우 가치 있는.
bay 바이	**1/** *fly* [동] 공중을 날다. **2/** *go very fast* [동] 날다. ✳ vừa mới hay tin, nó đã bay đến ngay → 소식을 듣고 바로 날라왔다. **3/** *fade, discolor, lose color* [형] 빛이 바랜. ✳ áo đã bay màu → 옷의 색깔이

바랬다.
4/ *vanish, disappear* [형] 사라진, 없어진. ✳ cãi bay, chối bay! → 오리발 내밀다.
5/ *trowel, palette knife* [명] (미장이의) 흙손

bay bổng
바이 봄

1/ *fly very hight, soaring*
[동] 높이 날다.
2/ *light, gently*
[형] (기분이) 날아갈듯하다.

bay bướm
바이 븜

1/ *polished, refined, flowery*
[형] 문장력있는, (문장이) 세련된.
2/ *butterfly* [형] 진지함이 없는, 진실하지 못한
✳ anh chàng bay bướm → 진지하지 못한 남자.

bay lượn
바이 르언

hover [동] 아래 위로 날다.
✳ đàn bướm bay lượn xung quanh mấy khóm hoa → 나비가 꽃 주위를 날다.

bay nhảy
바이 냐이

fly hight [동] 한곳에 머물지 않고 이곳저곳을 다니다. 역마 살이 있는. ✳ đã qua thời bay nhảy → 역마살이 있던 시절은 지나갔다.

bày
바이

1/ *display, dispose, put*
[동] 진열하다, 보이다, 보여주다.
✳ bày hàng ra bán → 물건을 진열하다.
2/ *show* [동] 눈앞에 펼쳐지다.
✳ cảnh vật bày ra trước mắt → 풍경이 눈앞에 펼쳐졌다.

3/ *contrive, devise* [동] (일을) 만들어내다. 벌리다. ✽ đừng bày chuyện ra cho thêm phiền! → 일을 더 벌리지 마라.

4/ *show, point out* [동] (방법을) 보여주다.
✽ bày cho cách làm ăn → 일하는 방법을 보여주다.

bày biện
바이 비엔

arrange, place, put, set [동] ① 정돈하다. ② 남에게 보이기 위해 정돈하다. ✽ đồ đạc bày biện lung tung → 혼란스럽게 흩어진 물건들을 정돈하다.

bày đặt
바이 닫

create, fabricate [동] 불필요한 일을 만들다. ✽ nó hay bày đặt chuyện nói xấu người khác → 그는 자주 다른 사람의 험담을 만들어낸다.

bày tỏ
바이 또

make clear [동] 고백하다. 속마음을 말하다. ✽ bài tỏ thái độ → 태도를 취하다.

bày vẽ
바이 배

contrive, conceive, show [동] 불필요한 일을 만들다.
✽ người nhà cả, bày vẽ làm gì → 같은 집안 사람인데 불필 요하게 그런일을 하느냐.

bảy
바이

seven [명] 칠 (7)

bắc
박

1/ *north* [명] 북, 북쪽.
2/ *lay, stand* [동] 두다, 놓다.
✽ bắc cầu qua sông → 강을 가로

지르는 다리를 놓다. ✶ bắc nồi lên bếp → 가스렌지에 솥을 놓다.

bắc bán cầu
박 반 꺼우
norththern hemisphere [명] 북반구

bắc cầu
박 꺼우
to bridge, to build a bridge over the river [동] 가교하다

bắc cực
박 끅
north pole [명] 북극, 북쪽.

băm
밤
mince, chop
[동] (고기를) 잘게 썰다, 저미다.

bặm
밤
bite [동] 물다.
✶ nó phải bặm môi để nén cười → 그는 웃음을 참기위해 입술을 깨물어야 했다.

băn khoăn
반 콴
in a divided mind, worry (about) [형] 괴로워하다.
✶ anh ta đang băn khoăn không biết phải làm thế nào → 그는 괴로워서 어찌 할줄 모르고 있다.

bắn
반
1/ to fire, shoot [동] 사격하다. ✶ bắn súng → 총을 쏘다.
2/ shoot out, splash [동] 튀다. 튀기다. ✶ bùn văng bắn vào cả quần áo → 흙탕물이 옷 전체에 튀기다.

bẳn gắt
반 갇
lose one's temper easily
[동] 화를 잘내다.

bẳn tính
반 띤
testy, irascible [명] (사람) 화를 잘내는 성격. 성미가 급한 성격.

băng
방
1/ ice [명] 얼음.
2/ band, gang [명] 무리, 떼.

	✳ cảnh sát đã bắt gọn băng cướp có vũ khí → 경찰이 무장강도떼를 잡았다. **3/** *cross* [동] 가로지르다. ✳ băng qua đường → 길을 가로질러 가다.
băng bó 방 보	*dress the wounds* [동] 상처를 싸매다. ✳ vết thương đã được băng bó cẩn thận → 상처를 조심스럽게 싸맸다.
băng chuyền 방 쭈웬	*conveyor belt* [명] 컨베이어 벨트. ✳ làm việc theo băng chuyền → 컨베이어 벨트에 따라서 일하다.
băng giá 방 지아(야)	*freeze, frost* [형] 추운 ✳ cõi lòng băng giá → 얼음처럼 차가운 마음.
băng đảo 방 다오	*iceberg* [명] 빙섬.
băng hà 방 하	**1/** *glacier* [명] 빙하. **2/** *to pass away, to die (of the king)* [동] (왕이) 죽다.
băng huyết 방 후이엗	*(to have a) metrorrhagia* [동] 하혈하다.
băng phiến 방 피엔	*camphor ball* [명] (화학) = long não 나프탈린.
băng sơn 방 선	*iceberg* [명] 빙산.
băng tuyết 방 뚜웯	*ice and snow, purity* [명] 눈과 얼음.
bằng	**1/** *warrant, testimonial* [명] (= bằng

| | chứng, bằng cớ) 증명서, 증거, 자격증, 허가증, 인가서.
| 방 | ∗ viết giấy này để làm bằng → 증명하기 위해서 문서를 작성 하다.
| | ∗ lấy gì để làm bằng ? → 증명하기 위해서 무엇을 가져 올까요?
| | ∗ có đủ giấy tờ để làm bằng → 증명서류가 충분하다.
| | **2/** *certificate, licence, degree, diploma* 자격증, 학위증, 학위.
| | ∗ bằng tốt nghiệp đại học → 대학 졸업증서
| | **3/** *equal, same* [형] 같은.
| | ∗ nó cao bằng anh không? → 그의 키는 당신과 같습니까?
| | **4/** *even, level, flat* [형] 편평한.
| | ∗ mặt bằng → 점포.
| | ∗ san đất cho bằng → 땅을 편평하게 만들다.
| | **5/** *by, if, at* [부] (수단을 나타낼 때) ~로 ∗ đi bằng máy bay → 비행기로.

bằng cách nào *how, in what way, by what mean*
방 깟 나오 [부] 어떠한 방법으로, 어떻게.

bằng cấp *diploma* [명] 학위. 졸업증서.
방 껍

bằng chứng *evidence, proof*
방 쯩 [명] = bằng cớ 증거

bằng cớ *evidence, proof* [명] 증거.
방 꺼

bằng khen *certificate of merit* [명] 표창장.

방 캔

bằng lòng
방 롱

satisfied, content [동] 마음을 흡족하게 하다, 만족시키다, 동의하다
✶ im lặng tức là bằng lòng → 침묵은 동의의 표시이다

bằng phẳng
방 팡

even and flat [형] ① 편평한 ② 순탄한, 평탄한
✶ một cuộc đời bằng phẳng → 순탄한 인생.

bắp
밥

1/ *maize, corn* [명] (식물) 옥수수
2/ *muscle* [명] (해부)근력, 근육

bắp chân
밥 쩐

calf (of) legs
[명] (해부) 장딴지. 종아리.

bắp đùi
밥 두이

thigh muscle [명] (해부) = bắp vế 허벅 다리 근육.

bắp tay
밥 따이

biceps [명] (해부)팔근육, 알통.

bắp thịt
밥 틷

muscle [명] (해부)근육.

bắt
받

1/ *to seize, to catch* [동] 잡다. 체포하다 ✶ mèo bắt chuột →고양이가 쥐를 잡다.

2/ *to receive, pick up* [동] 받다 ✶ bắt được thư nhà → 집으로부터 편지를 받다.

3/ *to find, seek* [동] 찾다, 발견하다. ✶ bắt lỗi chính tả → 오타를 발견하다.

4/ *to force, compel, make*
[동] 강제하다. 억지로... 시키다.
✶ bắt ai phải xin lỗi → 강제로 용

서를 빌게하다.
5/ to screw [동] 서로 얽어 매다.
✻ bắt đinh ốc, bắt vít → 나사를 조이다.
6/ to fit, install [동] 연결하다. ✻ bắt đường dây điện → 전기를 연결하다.

bắt bẻ
받 베

find fault of somebody, criticize [동] 비난하다. 비평하다.
✻ làm như thế này là không còn ai bắt bẻ được nữa → 이렇게하면 더이상 아무에게도 비난 받지않을 것이다.

bắt bí
받 비

put pressure on, to impose one's terms [동] = bắt chẹt 압력을 넣다. 강요하다.
✻ vì biết tôi cần nên nó bắt bí → 내가 필요하다는 것을 알고 그는 압력을 넣다.

bắt cá
받 까

to fish, cash fish
[동] 물고기를 잡다.

bắt cá 2 tay
받 까 하이 따이

to run after 2 hares [동] 한번에 두 가지 일을 욕심 내다가 둘다 실패하다. = 두마리의 토끼를 쫓다.

bắt buộc
받 부옥

to compel, force, obligatory [동] (…)하지 않을 수 없다. ✻ điều kiện bắt buộc → 강제조건.
✻ tình thế bắt buộc chúng ta phải tự vệ → 우리 스스로 지켜야만하는 상황이다.

bắt chuyện

strike up a conversation

받 쭈웬	[동] 대화를 걸다. ✻ bắt chuyện làm quen để dò la tin tức → 신상정보를 알기 위해 친해지려고 말을 걸다.
bắt chước 받 쯔억	ape, imitate servilely [동] 모방하다. ✻ trẻ con hay bắt chước người lớn → 어린이는 어른을 모방한다.
bắt cóc 받 꼽	kidnap, hijack [동] 유괴하다 ✻ bắt cóc trẻ em để tống tiền → 돈을 요구하기 위해 어린이를 유괴하다.
bắt đầu 받 더우	start, begin [동] 시작하다. ✻ đứa trẻ bắt đầu tập nói → 어린아이가 말하기 연습을 시작하다.
bắt đền 받 덴	to compensate sb. for sth, to pay damages to sb. [동] = bắt thường ~에게 보상하다, 갚다. ✻ sau tai nạn gây ra, tài xế xe tải phải bắt đền chiếc xe mới cho nạn nhân → 사고가 난 후에 트럭 운전사는 반드시 피해자에게 새차를 보상해 주어야 한다.
bắt ép 받 앱	to force, compel [동] 강요하다. ~하지 않을수 없다.
bắt gặp 받 갑	run into, surprise [동] 보다. 우연히 발견하다 ✻ bắt gặp cái nhìn của anh ấy → 우연히 그의 시선과 마주치다.
bắt giam 받 지암 (얌)	to imprison, take sb. to the prison [동] 교도소에 넣다. 구속하다. ✻ tên cướp đã bị bắt giam → 강도는 구속되었다.

bắt giữ 받 지으 (이으)	*arrest, capture* [동] 체포하다. 검거하다. ✳ kẻ trộm đã bị bắt giữ → 도둑이 체포됐다.
bắt hụt 받 훝	*fail to catch* [동] 놓치다. ✳ cảnh sát đã bắt hụt băng nhóm buôn lậu → 경찰은 밀수업자단을 놓쳤다.
bắt kịp 받 낍	*to keep with* [타] 뒤지다. ✳ bắt kịp nếp sống văn minh → 문명의 삶에 뒤지다.
bắt lỗi 받 로이	*incriminate* [동] 흠잡다, 실수를 찾아내다. ✳ bắt lỗi chính tả → 오타를 찾아내다.
bắt mạch 받 맛	*feel the pulse* [동] ① 맥을 짚다. ② (의도를) 파악하다
bắt mối 받 모이	*make contact with...* [동] 호객행위를 하다. ✳ bắt mối để làm ăn → 먹고살기 위해 호객행위를 하다.
bắt nạt 받 낟	*bully* [동] = ăn hiếp 괴롭히다. 권력을 이용하여 협박하다 ✳ đừng bắt nạt trẻ con → 약한 어린이를 괴롭히지 마라.
bắt nắng 받 낭	*to tan* [형] 담갈색의, 햇볕에 탄. ✳ da cô ấy mau bắt nắng → 그녀의 피부는 담갈색이다.
bắt nhầm (lầm) 받 니엄 (럼)	*arrest wrongfully* [동] 부당하게 체포하다. ✳ cảnh sát đã bắt nhầm người → 경찰이 부당하게 사람을 체포했다.
bắt nguồn	*rise from, originate from*

| 받 응우온 | [동] 생기다. 비롯되다. ✻ sức mạnh dân tộc bắt nguồn từ tinh thần đoàn kết của toàn dân → 민족의 힘은 전국민의 단결된 정신에서부터 비롯된다. |

bắt nhịp
받 닙

conduct, be tune with [동] ① (오케스트라 등에서) 지휘하다 ② 화합하다 ✻ bắt nhịp với nếp sống văn minh hiện đại → 현대문명의 삶과 화합하다.

bắt phạt
받 팥

penalize, punish [동] 처벌하다. ✻ nó trốn học đi chơi nên bị bố mẹ nó bắt phạt nhốt trong phòng → 그가 학교를 빠지고 놀러갔기 때문에 그의 부모님 이 방안에 감금하는 벌을 내렸다.

bắt quả tang
받 꾸아 땅

to catch, surprise [동] 현장에서 잡다. ✻ tên trộm bị bắt quả tang đang mở két sắt → 도둑이 금고를 여는 중에 현장에서 잡혔다.

bắt tay
받 따이

1/ *to shake hand* [동] 악수하다. ✻ bắt tay chào tạm biệt → 작별악수를 하다.
2/ *to start* [동] 시작하다 ✻ bắt tay vào làm việc → 일을 시작하다.

bắt thăm
받 탐

to draw lots [동] 제비를 뽑다. ✻ tổ chức bắt thăm để chọn người đại diện → 대표 선발을 위한 제비뽑기를 준비하다.
✻ chỉ có 2 cái vé bóng đá mà tới 5

	người nên phải cho bắt thăm → 축구입장권은 2장 뿐인데 5명이 왔기 때문에 제비를 뽑았다.
bắt tội 받 또이	*inflict punishment* [동] 벌주다.
bắt vít 받 빝	*to screw* [동] 죄다. 나사로 고정시키다. ※ bắt vít vào cho chắc → 확실하게 죄다. ※ bắt vít ổ khóa vào cửa → 문에 자물쇠를 채우다.
bặt 받	*completely silent* [부] 정적이 흐르는 ※ chúng tôi bặt tin nhau đã lâu rồi → 우리는 서로 소식이 끊긴지 오래다. ※ im bặt → 완벽하게 침묵하다.
bặt tăm 받 땀	*newsless* = bặt tin [형] 소식이 없는. ※ nó đã ra đi bặt tăm từ dạo ấy → 그가 밖으로 나가고 나서부터 소식이 없다.
bặt thiệp 받 티엡	*urbane, sociable* [형] 점잖은 ※ cô ấy ăn nói rất bặt thiệp → 그녀는 매우 점잖게 말한다.
bậc 벅	**1/** *step* [명] 계단. ※ vừa mới bước lên ba bậc thang thì bị té (ngã) xuống → 세 계단을 올라서자마자 넘어졌다. **2/** *grade, class, degree, rank.* 계급, 등급. ※ nó là công nhân bậc bốn → 그는 사등급 노동자이다. ※ Trần Hưng Đạo là bậc anh hùng

dân tộc → 쩐흥다오는 민족의 영웅이다. ✱ những bậc vĩ nhân cũng thường bắt đầu từ gian khổ → 여러 위인들은 보통 고난으로부터 시작된다.
3/ *top level* [명] 수준기 (水準器), 수평기.✱ sung sướng đến tột bậc → 최상으로 기쁘다.

bậc cửa
벅 끄아
treshold (of the door) [명] 문턱.

bậc cửa sổ
벅 끄아 소
window-sill [명] 창문턱.

bậc đàn anh
벅 단 안
a senior member of the staff [명] 연장자, 선배, 상사.
✱ anh ấy là bậc đàn anh của tôi → 그는 내 선배이다.

bậc đại học
벅 다이 홉
university level [명] 대학교 학년.

bậc nhất
벅 녇
first-class [형] 1등의, 최고급의.

bậc tam cấp
벅 땀 껍
three-step staircase [명] 세 계단.
✱ bước lên bậc tam cấp để vào nhà → 집으로 들어 가기 위해 세 계단을 오르다.

bậc thang
벅 탕
stair [명] (계단의) 단.
✱ bậc thang danh vọng → 영광에 이르기위한 단(계단).

bậc thầy
벅 터이
masterly [명] 대가, 명인.
✱ tay nghề của ông ấy đáng vào bậc thầy → 그의 기술은 명인의 단계이다.

bậc tiền bối 벅 띠엔 보이	forebear, predecessor [명] 조상.
bậc trung 벅 쭘	medium class, semi-skilled [형] 중소의.
bậc vĩ nhân 벅 비 년	great-man [명] 위인.
bấm 범	press, touch [동] 누르다. ✻ bấm chuông → 초인종을 누르다.
bấm bụng 범 붐	endure silently, suppress, to reckon oneself [동] 감수하다. ✻ bấm bụng làm thinh → 침묵을 감수하다.
bấm giờ 범 지어(여)	to time [동] 시간을 재다. ✻ trọng tài bấm giờ cho các vận động viên thi chạy → 심판이 선수들의 육상 경기 시간을 재다.
bầm 범	bluish black [형] 멍들다. ✻ vết bầm → 멍자국.
bẩm 범	refer (to hill level), sir [동/부] 님 ✻ bẩm ông → 주인님
bẩm báo 범 바오	report and refer to higher level [동] (상위로) 보고하다.
bẩm sinh 범 신	innate, inborn [형] 타고난, 천성의. ✻ tài năng bẩm sinh → 타고난 재능 ✻ tật bẩm sinh → 선천성 기형.
bẩm tính 범 띤	innate character [명] = bản tính 천성, 기질
bần 번	poor [형] 가난하다. ✻ cờ bạc là

번	bác thằng bần (속담) → 도박은 가난의 큰아버지이다. = 도박은 가난의 지름길 이다.
bần cùng 번 꿈	**1/** *destitute, poverty-striken* [형] 찢어지게 가난한. * lâm vào cảnh bần cùng → 궁핍해지다. **2/** *driven to extremity* [형] 해결책이 없는, 속수무책인. * bần cùng sinh đạo tặc (속담) → 배운게 도둑질이다 * bần cùng hóa *(pauperize)* → 빈곤화 되다. 궁핍하게 되다.
bần hàn 번 한	*destitute* [형] 춥고 배고픈, 찢어지게 가난한. * thoát khỏi cảnh bần hàn → 춥고 배고픔 에서 벗어나다.
bần thần 번 턴	*haggard, worry* [형] 기색이 좋지않은, 수척한. * cảm thấy bần thần mệt mỏi trong người → 몸이 피로하고 수척해진걸 느낀다.
bần tiện 번 띠엔	*poverty-stricken* [형] 인색한. * tính bần tiện →인색한 성격.
bẩn 번	*dirty* [형] = dơ 더러운, 때묻은, 불결한.
bẩn thỉu 번 티에우	*dirty, mean*[형] 더러운, 때묻은, 불결한 * nhà cửa bẩn thỉu → 집안이 더럽다.
bận 번	**1/** *time* [명] 번, 차례 * đã bảo (nói) bao nhiêu bận rồi

mà không chịu nghe ! → 여러 차례 이야기 했는데도 안듣는구나!
2/ *busy, worried* [형] 바쁘다, 바쁜. ✻ tôi bận nhiều việc lắm, không thể đi chơi chiều nay được đâu → 나는 오늘 일이 너무 많아 바쁘기 때문에 저녁에 놀러갈 수 없다.
3/ *put on, wear* [동] = mặc 입다. ✻ ăn bận bảnh bao nhưng trong túi không có tiền ! → 옷은 잘 차려입었으나 주머니 속에 돈은 없다!

bận bịu
번 비우

busy [형] = bận 바쁜, 바쁘다.
✻ bận bịu việc nhà → 집안일이 바쁘다.

bận lòng
번 럼

worry, be ancious [형] 걱정스러운. ✻ chuyện đã qua rồi, đừng bận lòng nghĩ mãi nữa ! → 일이 다 지나갔으니 더 이상 걱정하지 마라!

bận rộn
번 론

bustling, busy [형] 바쁜.
✻ mấy ngày nay, cô ấy bận rộn chuẩn bị cho đám cưới → 요머칠, 그녀는 결혼 준비로 바쁘다. ✻ khách khứa ra vào bận rộn suốt ngày → 손님들이 하루종일 드나들어서 바쁘다.

bận tâm
번 떰

worry, be distributed
[형] = bận lòng 걱정스러운.
✻ không có chi, xin đừng bận tâm → 아무것도 아니니 걱정 하지 마세요.

bâng khuâng   *dazed with longing, sorroful*

벙 쿠엉	[형] 우울한. 처량한 ✳ bâng khuâng trong lòng → 마음이 우울하다.
bâng quơ 벙 꾸어	vague [형] 우회적으로 말하다. 혼잣말하다. 돌려서 말하다. ✳ chỉ nói bâng quơ thôi chứ không dám nói đích danh ai → 돌려서 말할뿐 감히 누구라고 말을 하지 못하다.
bấp bênh 벞 벤	uncertain, insecure [형] 불균 형인, 불안정한, 불확실한 ✳ cuộc sống bấp bênh → 불안정한 삶
bập bẹ 법 배	babble, prattle [동] (말을) 중얼 중얼하다, ✳ nói tiếng Anh còn bập bẹ → 영어를 중얼거리다.
bập bênh 법 벤	seesaw [명] 시소. 놀이기구 ✳ trẻ con rất thích chơi trò bập bênh → 어린이들은 시소놀이를 아주 좋아한다.
bập bềnh 법 벤	to bob, float [동] 떠다니다. ✳ con thuyền bập bềnh trên sông → 쪽배가 강위에 떠다니다.
bập bõm 법 봄	defectively, vaguely, dimly [부] (말이나 생각) 분명하지 않은, 모호한. ✳ mới biết bập bõm mấy từ tiếng Nga → 모호한 러시아어 몇 단어를 방금 배웠다.
bập bùng 법 붐	1/ flickering, rise and fall [형] 어른 거리다 ✳ ánh lửa bập bùng → 불길이 어른거리다.

2/ *crescendo then diminuendo, drum* [형] 점점 세게 그리고 점점 여리게. ✶ tiếng trống bập bùng → 북소리가 점점 세게 울리다가 점점 여리게 울리다.

bất
벋
no [부] 무(無), 없다.

bất an
벋 안
unsafe [형] 불안한.
✶ cảm thấy bất an trong lòng → 마음이 불안하다.

bất bạo động
벋 바오 돔
non-violence
[동] 무력을 사용 하지 않다.

bất biến
벋 비엔
immutable [형] 불변한.

bất bình
벋 빈
dissatisfied, discontented with
[동](마음이) 편치않다, 불편하다.

bất bình thường
벋 빈 트엉
abnormal, unusual [형] 평범 하지 않은, 보통이 아닌, 이상한.
✶ gần đây hay có hiện tượng bất bình thường xảy ra → 근래에 자주 이상한 현상이 일어난다.

bất cần
벋 껀
don't care, not to give a damn
[부] 관심없는, 불필요한.
✶ có thái độ bất cần → 무관심한 태도.

bất cẩn
벋 껀
careless, reckless [부] 조심성이 없는, 부주의한, 경솔한
✶ nó bất cẩn làm đổ mực đầy áo → 그는 조심성 없이 옷에 잉크를 다 쏟아부었다.

bất chấp
in defiance of [동] 상관하지 않는.

벋 찝	✷ bất chấp lời khuyên của bạn bè → 친구의 충고를 받아 들이지 않다.
bất chính 벋 찐	*wrongful, unrightetous* [형] 부정한. 정직하지 못한. ✷ việc làm bất chính → 부정한 일. ✷ có thu nhập bất chính → 부정한 수입.
bất chợt 벋 쩔	*sudden* [형] 예상하지 못한 ✷ bất chợt đến → 예상치 못하게 방문하다. ✷ bất chợt nghĩ ra điều gì → 예상치 못한 어떤 생각이 들다.
bất công 벋 꼼	*unjust, unfair* [형] 불공평한 ✷ đối xử bất công → 불공평하게 대우하다.
bất cứ 벋 끄	*any* [부] ~이든지 모두. ✷ bất cứ ai cũng nghĩ như vậy → 누구나 그렇게 생각한다. ✷ khi mẹ vắng nhà không được mở cửa cho bất cứ ai vào → 엄마가 외출했을 때 누구라도 문을 열어주어서는 안된다.
bất di bất dịch 벋 디 벋 짓	*immutable* [형] 불변의, 견고한. ✷ chân lý bất di bất dịch → 불변의 진리.
bất diệt 벋 지엗	*indefectible, undying* [형] 불멸의. ✷ niềm tin bất diệt → 불멸의 신앙.
bất đắc dĩ 벋 닥 지	*loath, unadvoidable* [형] 부득이한. ✷ bất đắc dĩ nó mới chịu đi → 부득이 참아야 한다.

※ không ai nói được tiếng Pháp nên bất đắc dĩ tôi phải thông dịch → 불어를 할 수 있는 사람이 없기 때문에 부득이하게 내가 통역을 해야 한다.

bất đắc kỳ tử *to die a sudden death*
벋 닥 끼 뜨 [동] 비명 횡사 하다.

bất định *indefinite, unstable* [형] 불안정 한
벋 딘 ※ tâm thần bất định → 심신이 불안정하다.

bất đồng *different, uneven* [형] 같지 않은,
벋 동 다른. ※ ngôn ngữ bất đồng → 다른 언어. ※ chúng nó đã giận nhau vì bất đồng ý kiến → 그들은 의견이 같지않아 서로 화가 났다.
※ quản đốc và công nhân hiểu lầm nhau do bất đồng ngôn ngữ → 감독과 일꾼들은 언어가 달라도 서로 이해한다.

bất động *motionless, immovable* [동] 부동의,
벋 동 움직이지 않는, 가만히 있는. ※ nằm bất động → 움직임없이 누워 있다.

bất động sản *real estate* [명] 부동산
벋 동 산 ※ đầu tư vào việc mua bán bất động sản → 부동산 매매에 투자하다.

bất giác *suddenly* [부] = bất chợt 갑자기,
벋 지악(약) 돌연히, 느닷없이. ※ bất giác rùng mình → 갑자기 떨리다. ※ bất giác nhớ lại chuyện xưa → 갑자기

옛날 일이 다시 생각난다.

bất hạnh
벋 한
unlucky, unhappy, ill fated
[형] (사람이) 불운한, 불행한
✲ sau cơn bão, có hàng trăm kẻ bất hạnh lâm vào cảnh màn trời chiều đất → 폭풍후에 몇 백명의 사람들이 불행히 집이 없는 신세가 됐다.

bất hảo
벋 하오
undesirable [형] 바람직하지 못한, 탐탁치 않은.
✲ có thành tích bất hảo → 탐탁치 않은 성적을 냈다.
✲ hắn thuộc phần tử bất hảo → 그는 탐탁치 않은 사람중에 속한다.

bất hiếu
벋 히에우
undutiful [형] 불효한. ✲ đứa con bất hiếu → 불효자식.

bất hòa
벋 화
in disagreement [형] 불화한.
✲ không khí bất hòa → 불화한 분위기.

bất hợp pháp
벋 헙 팝
illegal, unlawfull [형] 비합법 적인, 불법의. ✲ tôi không tham gia vào các việc làm bất hợp pháp → 나는 불법적인 일들에 관여하지 않겠다.

bất hủ
벋 후
immortal [형] 불후의. ✲ chiến công bất hủ → 불후의 전쟁.

bất kể
벋 께
irrespective, regardless of everything
[부] 누구나, 무엇 이든 모두. ✲ bất kể nam hay nữ đều phải tham gia → 남녀 누구나 참가해야만 한다.

bất kham
reactive [형] 반발하는.

벋 캄	✻ con ngựa bất kham → 말이 반발하다.
bất khuất 벋 쿠얻	*undaunted* [형] 불굴의 ✻ tinh thần bất khuất → 불굴의 정신.
bất kỳ 벋 끼	*any* = bất cứ [부] ~이든지 모두. ✻ làm bất kỳ việc gì cũng phải cẩn thận → 어떤일이든지 조심해야한다.
bất lịch sự 벋 릿 스	*impolite, uncivil* [형] 예의없는. ✻ người có học thức mà sao ăn nói bất lịch sự thế? → 지식있는 사람이 그렇게 예의 없이 말을 하느냐?
bất lợi 벋 러이	*disavantage* [형] 불이익의. ✻ việc này bất lợi cho chúng ta → 이 일은 우리에게 불이익이다.
bất luận 벋 루언	*any how, regarless of* = bất kể [부] ~이든지 모두 예외없이. ✻ làm sai là phạt, bất luận ai → 누구든지 잘못을 하면 벌을 받는다.
bất lực 벋 륵	*powerless* [형] 무능력한 ✻ bất lực trước cuộc sống → 삶이 무능력하다.
bất lương 벋 르엉	*dishonest, conscienceless, evil-doing* [형] 양심이 없는.
bất ly thân 벋 리 턴	*inseparable* [형] 뗄 수 없는, 분리할 수 없는, 불가분의. ✻ vật bất ly thân → 항상 지니는 물건.
bất mãn 벋 만	*(be) dissatisfied* [동] 불만이 있다. 불만족 하다. ✻ nó bất mãn vì luôn bị đối xử bất công → 그는 항상

불공평한 대우를 받기 때문에 불만이다.

bất minh
번 민
shady, dubious [형] 명백하지 않은, 불분명한. ✲ lai lịch của hắn còn có nhiều chỗ bất minh → 그의 이력은 불분명한 부분들이 많이 있다.

bất nghĩa
번 응히아
disloyal [형] 불의의 ✲ ăn ở bất nghĩa → 의리 없는 태도.

bất ngờ
번 응어
sudden, unexpected [형] 갑자기, 예상하지 못한. ✲ tin vui bất ngờ → 갑작스런 기쁜 소식. ✲ bất ngờ trời đổ mưa → 갑자기 비가 쏟아졌다.

bất nhã
번 냐
rude, impolite [형] 예의없는. 버릇없는, 무례한 ✲ ăn nói bất nhã → 버릇없이 이야기 하다. ✲ có thái độ bất nhã với khách hàng → 손님에게 무례한 태도를 보이다.

bất nhân
번 년
unfeeling [형] 비인간적인.
✲ ăn ở bất nhân → 비인간적인 대우를 하다.

bất nhẫn
번 넌
rather ruthless, heartless
[형] 무정한, 잔인한.
✲ nói ra điều đó kể ra cũng hơi bất nhẫn → 그것을 이야기 하는 것은 좀 잔인하다.

bất tài
번 따이
incapable [형] 재능이 없는.
✲ thấy mình bất tài nên tự rút lui → 재능이 없다고 느끼기 때문에 스스로 물러나다.

bất tận 벋 떤	*unending* [형] 끝없는. 한없는 ✳ niềm vui bất tận → 한없는 기쁨
bất thần 벋 턴	*sudden, wholly unexpected* [형] 부지불식간에.
bất thường 벋 트엉	*unusual, special, changeable* [형] 일상적이지않은, 특수한 ✳ phiên họp bất thường → 특별 회의 ✳ không có gì bất thường xảy ra chứ? → 특별한 일은 없지?
bất tiện 벋 띠엔	*not convenient* [형] 불편한 ✳ thấy bất tiện nên chưa muốn nói → 불편해서 말하고 싶지 않다.
bất tỉnh 벋 띤	*unconscious* [형] 의식하지 못하는, 무의식의.
bất trắc 벋 짝	*unlucky, knavish* [형] 불시의. ✳ đề phòng việc bất trắc xảy ra → 불시에 일어날 일을 예방 하다.
bất trị 벋 찌	*unruly, incurable* [형] ① 무식한. ✳ thằng bé bất trị → 무식한 사람. ② (병리) ✳ bệnh bất trị → 불치병.
bất tử 벋 뜨	*immortal, reckless* [형] 영원한. ✳ những con người bất tử → 길이 기억되는 사람.
bật 벋	**1/** *spring, pluck, recoil, bring out* [동] 튀어오르게 하다. ✳ cơn bão làm bật gốc cây → 폭풍이 나무를 뿌리채 뽑다. **2/** *to burst out* [동] 솟다. ✳ bật cười → 웃음이 ✳ bật khóc → 울음이 솟구치다. **3/** *open* [동] 켜다. ✳ bật đèn → 전

등을 켜다.

bấu — *hold with one's finger, pinch*
버우
[동] 꽉잡다. 꽉쥐다. 꼬집다.

bấu víu — *hold fast to.., lay hold(of)* [동] 꽉 잡다. ✻ nó cố bấu víu lấy hy vọng đó → 그는 그 희망을 꽉 잡으려고 노력했다.
버우 비우

bầu
버우
1/ *chubby, plump* [형] 오동통한. ✻ má bầu → 통통한 볼.
2/ *to be pregnant*
[동] = có bầu 임신하다.
3/ *gourd, calabash*
[명] (식물) 호리병박.
4/ *to elect, to vote*
[동] = bầu cử 투표하다.

bầu bạn — *to make friend* [동] 친구하다
버우 반
✻ kiếm người về làm bầu bạn cho bớt trống vắng → 허전함 을 줄이기 위해 친구를 찾다.

bầu dục — 1/ *kidney* [명] (해부)신장(腎臟). 2/ *oval, kidney-sharpe* [형] 타원형의.
버우 줍 (읍)

bầu không khí — *atmosphere* [명] 공기, 분위기.
버우 콤 키
✻ buổi tiếp tân diễn ra trong bầu không khí thân mật → 친숙한 분위기 속에서 환영회가 열렸다.

bầu rượu — *wine bottle, winegourd*
버우 르어우
[명] 술을 담아놓는 병.

bầu tâm sự — *one's feelings, one's heart* [명] 속마음, 심정. ✻ trút bầu tâm sự → 속마음을 털어놓다.
버우 떰 스

bầu trời — *firmament, sky* [명] 하늘.

버우 쩌이	✳ bầu trời đầy sao → 하늘에 별이 가득하다. ✳ bảo vệ bầu trời tổ quốc → 조국의 하늘을 지키다.
bây giờ 버이 저(여)	*now, right now* [부] 지금, 오늘날에는 ✳ giám đốc công ty *bây giờ* là ai? 현재 회사의 사장이 누구입니까?
bây nhiêu 버이 니에우	*that much / many* = bấy nhiêu [부] 얼마의 ✳ chỉ có bây nhiêu thôi → 단지 얼마밖에 없다.
bấy 버이	*tender, meltingly soft* = nát bấy [형] 말랑한. ✳ chuối chín bấy → 말랑하게 익은 바나나.
bấy giờ 버이 저(여)	*then, that time* [부] 그시간에, 그때. ✳ giám đốc công ty *bấy giờ* là ai ? → 그때 회사의 사장이 누구였습니까?
bấy lâu 버이 러우	*for so long, long time* [부] 오랫동안. ✳ chờ đợi bấy lâu nay bây giờ mới có được → 오랫동안 기다려서 이제야 얻었다.
bấy nhiêu 버이 니에우	*so much* [부] 얼마. ✳ chỉ còn có bấy nhiêu thôi → 단지 얼마밖에 남지 않았다.
bẩy 버이	**1/** *prise up, to level* [동] 지레로 올리다 [명] 지렛대 = đòn bẩy **2/** *trap, snare* [명] 덫 ✳ chim sa vào bẫy → 새가 덫에 걸려들다. [동] 덫을 놓다. 덫에 걸리게 하다.

✱ cảnh sát gài bẫy bắt kẻ trộm → 경찰이 도둑을 잡기 위해 덫을 놓다.

bậy
버이

wrong [형] 잘못된, 옳지않은
✱ nói bậy → 잘못말하다.

bậy bạ
버이 바

wrong, nonsensical [형] (대중적으로) 나쁜, 그릇된, 옳지않은. ✱ làm những việc bậy bạ → 그릇된 일.
✱ ăn nói bậy bạ → 그릇된 말.

be bét
배 뺃

crushed to pulp, in complete mess [형] 썩다. 상하다.
✱ rượu chè be bét → 술에 쩌들다.

bé
배

small, little, tiny, secondary = nhỏ [형] 작은, 제2의(처)
✱ cá lớn nuốt cá bé (속담) → 큰 물고기가 작은 물고기를 삼키다. (힘있는 사람이 힘없는 사람을 괴롭히다).
✱ chuyện bé xé ra to (속담) → 작은 일을 크게 만들다.

bé bỏng
배 봉

little and tender, young, small [형] 미숙한, 어린.

bé con
배 꼰

baby, little child [명] 어린아이.

bé dại
배 야이

little and unexperienced, stupid [형] 어리고 경험이 없는.
✱ cháu nó còn bé dại, xin ông bà bỏ qua cho → 그 조카는 아직 어리고 경험이 없으니 용서해주시기

바랍니다.

bé nhỏ
배 녀

little, small [형] 작은
✷ sống trong 1 căn phòng bé nhỏ → 작은 방에서 살다.

bé thơ
배 터

small, little and young [형] 꼬마적의.
✷ tình bạn từ thuở bé thơ → 꼬마적부터의 우정.

bé tí
배 띠

tiny, minute, wee [형] 작은.

bè đảng
배 당

clique, set, faction [명] 도당, 당. ✷ bè đảng lưu manh đi phá hoại xóm làng → 깡패들이 마을을 파괴했다.

bè lũ
배 루

clique, gang [명] 나쁜일을 하기위해 모인 집단, 악당.

bè phái
배 파이

faction [명] 당파, 파벌
✷ có tư tưởng bè phái → 좌익사상이 있다.

bẻ
배

1/ *to break, fold,* [동] 부러지다.
✷ bẻ gãy cây thước → 자가 부러지다.
2/ *to turn* [동] 방향을 바꾸다. ✷ bẻ lái → 운전방향을 바꾸다. 3/ *refute* [동] = bắt bẻ 잘못을 지적하다.

bẽ
배

feeling ashamed = bẽ bàng, bẽ mặt [형] 부끄러운, 수줍은
✷ đứng trước mọi người mà nói năng bất nhã như thế thật là *bẽ mặt* ! → 사람들 앞에 서서 그렇게

	무례하게 말하지만 사실은 수줍어하다.
bẹ 배	*areca* [명] 빈랑나무. ✶ bẹ chuối → 바나나무 몸통부분
bén 밴	**1/** *sharp* [형] = sắc 날카로운 ✶ mài dao cho bén → 칼날을 날카롭게 갈다. **2/** *to catch fire, blaze up* [동] 따라붙다, 접근하다, 붙다. ✶ lửa bén vào mái nhà → 불이 몇 가구로 번지다. **3/** *begin to be attached to* [동] (남녀의 감정이) 서로 가까워 지다. ✶ lửa gần rơm lâu ngày cũng bén → [속담] 불 곁에 짚이 오랫동안 있으면 함께 탄다. = 남녀가 서로 오랫동안 붙어있으면 정이 든다.
bén mảng 밴 망	*come near* [동] 가까이 가다. ✶ nó không dám bén mảng đến đó → 그는 그곳에 가까이 갈수 없었다.
bèn 밴	*then* [부] 그리고나서 ✶ nghe xong, nó bèn cười lên ha hả → 듣고 나서 그는 "하하"하고 웃다.
beo 베오	*panther* = con báo [명] (동물) 표범.
béo 베오	**1/** *fat, greasy* [형] = mập 살찐. **2/** *fatty* [형] (음식) 느끼한.
béo bở	*profitable* [형] 이익이 되는.

béo bở 베오 버	※ món hàng béo bở → 돈벌이가 되는 일.
béo tốt 베오 똣	*plump and healthy* [형] 건장한 ※ bầy lợn (heo) trong chuồng đã bắt đầu béo tốt → 우리안의 돼지떼가 살이 찌기 시작하다.
bèo 베오	*water-frern* [명] (식물) 좀개 구리 밥. ※ rẻ như bèo → 좀개구리 밥처럼 자잘자잘 하다.
bèo bọt 베오 볻	*flotsam and flaccid* [형] 낮은, 천한 ※ thân phận bèo bọt → 천한 신분
bèo nhèo 베오 내오	*flabby, flaccid* [형] 구겨진. ※ quần áo bèo nhèo → 구겨진 옷.
bét 뺃	**1/** *least, lowest* [형] 아주 최하위의 상태의. ※ đứng hạng bét → 꼴찌를 하다. **2/** *uttely wrong, very..* [부] 아주 좋지않은 상태의. ※ hỏng bét rồi! → 다 틀렸네! ※ bài toán sai bét → 수학문제를 다 틀렸다. ※ trái chuối nát bét ra → 바나나가 다 물러졌다.
bẹt 뺃	*flat, elongated* [형] 납작한, 늘어난. ※ giày mũi bẹt → 코가 납작한 구두.
bê 베	**1/** *calf* [명] (동물) 송아지. ※ bê thui → 송아지 구이

2/ *to carry* [동] (무거운 물건) 가져가다.
* bê hòn đá qua 1 bên → 돌덩어리를 한쪽으로 옮기다.

bê bết
베 벧

smeared all over, covered with [형] 온통 얼룩지다. 온통 묻다. * áo quần dính bê bết đất → 옷에 온통 흙으로 얼룩지다.
* người hắn bê bết máu → 그의 몸에 피가 얼룩졌다.

bê bối
베 보이

disorder, untidy [형] 무질서한, 혼란한. * tính tình bê bối → 야무지지못한 성격. * ăn mặc bê bối → 단정치 못한 복장.
* nhà cửa bê bối → 무질서한 집안.

bê tha
베 타

wallow in debauchery [형] 자각 없이 방탕한. * bê tha rượu chè → 술에 쩌든, 술독에 빠진.

bê tông
베 똥

concrete [명] 콘크리트.

bê trễ
베 쩨

leave-undone, neglect
[동] 등한시하다. 태만히 하다.
* nó luôn bê trễ trong công việc → 그는 언제나 일을 태만히 하다.

bế
베

1/ *to hold(carry) in one's arms*
[동] 안다.
2/ *to close, shut, blockade*
[동] 닫다. 폐지(廢止)하다.
* bế quan tỏa cảng → [closed door(policy)] (정치)철폐하다. 폐쇄

하다. * chính sách bế quan tỏa cảng → 폐쇄정책

bế giảng
베 지앙

end a term [동] (학기를) 마치다. 끝내나다. 종강하다.
* lễ bế giảng khóa học sẽ cử hành vào ngày mai → 학과 종강 행사가 내일 열린다.

bế mạc
베 막

close, end
[동] (회의를) 마치다. 끝내다.

bế tắc
베 딱

at a standstill, a deadlock [형] 꽉 막힌. 해결방안이 없는. 사면초가의. * công việc bế tắc → 먹고살 길이 꽉 막히다.

bề bề
베 베

plentiful [형] 넉넉한. 풍부한.
* ruộng đất bề bề không bằng có một nghề trong tay → [속담] 넓은 논을 가진 것이 기술을 가진것만 못하다.

bề bộn
베 본

jumbled [형] 뒤범벅된. 뒤죽박죽의. 무질서하게 섞여있는.
* công việc bề bộn → 뒤죽박죽된 일.
* nhà cửa bề bộn → 무질서한 집안.

bề mặt
베 막

area, surface [명] 표면.

bề ngoài
베 응오아이

exterior, outward [명] 겉모양. 외모
* bề ngoài vui vẻ, bên trong chẳng bằng lòng nhau → 겉으론 웃지만 속으론 서로 싫어하다. * bề ngoài ra vẻ người lương thiện

→ 외모는 선량한 사람으로 보이다.

bề thế
베 테

1/ *influence magnitude* [형] (사람) 재력, 사회적 지위가 있는 ✶ ông ta thuộc lớp người có bề thế trong xã hội → 그는 사회의 재력가 그룹에 속한다.

2/ *sizeable, great dimensions* [형] 큰, 규모 있는 ✶ một ngôi nhà bề thế → 규모있는 집.

bề trái
베 짜이

reverse, back side [형] 거꾸로된, 반대의 ✶ mặc áo trái → 옷을 뒤집어 입다. ✶ bề trái của sự việc → 일의 반면.

bề trên
베 쩬

upper strata, superior [명] (cấp trên) [명] 윗사람, 상사, 선배.

bề trong
베 쫑

inside, internal [형] 내부, 내면. ✶ bề ngoài thơn thớt nói cười, bề trong nham hiểm giết người không dao (싯구) → 겉으로는 호탕하게 웃고 있지만 속으로 는 칼 없이도 사람을 죽일 만큼 악독하다.

bể
베

1/ *ocean* [명] 바다. 2/ *to break, to broken* [타] = vỡ 깨뜨리다, 깨지다. ✶ nó làm bể cái ly → 그는 컵을 깨뜨렸다.

bể bơi
베 버이

swimming pool [명] 수영장.

bể chứa
베 쯔아

tank, water-container [명] 물탱크.

bể dâu

vicissitudes [명] (숨은뜻) 생각지

베 여우	못한 변화. ✷ cuộc đời dâu bể → 굴곡있는 인생.
bể khổ 베 코	*ocean of misery / sufferings* [명] (불교) 고난의 바다.
bệ 베	*platform* [명] 단, 대. ✷ pho tượng được đặt trên bệ đá → 동상을 돌 단위에 세우다.
bệ cửa 베 끄아	*doorsill* [명] 문지방. ✷ ngồi bên bệ cửa đợi mẹ về → 문지방에 앉아 엄마가 돌아오시기만을 기다리다.
bệ cửa sổ 베 끄아 소	*windowsill* [명] 창턱.
bệ rạc 베 락	*slovenly, untidy* [형] 꾀죄죄한, 초라한. ✷ thân thể bệ rạc → 꾀죄죄한 몸. ✷ ăn mặc bệ rạc → 초라하게 입다.
bệ thờ 베 터	*altar* [명] = (bàn thờ) 제단.
bệ vệ 베 베	*imposing, stately* [형] (사람) 당당한, 위엄이 있는, 풍채가 당당한. ✷ dáng đi bệ vệ → 당당히 걷다.
bên 벤	1/ *side, face* [명] 편, 면, 옆, 이웃한. ✷ bên phải → 오른쪽 ✷ bên kia đường → 길 저편 ✷ bên nội → 친가. ✷ bên ngoại → 외가 ✷ bên tình bên hiếu bên nào nặng hơn ? → 사랑이냐 효냐 어떤편이 더 무거울까?

	2/ *by, near* [부] 가까이에, 곁에. ✱ ngồi bên cửa sổ → 창가에 앉다.
bến 벤	*station, parking (ship, bus)* [명] (배,버스) 승하차장.
bến cảng 벤 깡	*wharf* [명] 부두, 선창.
bến đò 벤 도	*wharf, port, station (boats)* [명]부두, 선창.
bến phà 벤 파	*ferry, ferry landing* [명] 페리 선착장. ✱ xe đậu ở bến phà mất hai tiếng đồng hồ → 선착장에 차를 세워둔 지 2시간이 됐다.
bến tàu 벤 따우	*harbour, port, wharf* [명] 항만, 항구.
bến xe 벤 쌔	*parking, station* [명] 정류장. 터미널 ✱ ra bến xe đón bạn → 정류장으로 친구를 마중가다.
bền 벤	*strong, solid, enduring* [형]
bền bỉ 벤 비	*enduring* [형] 오래 지속되는. 참을성이 있는.
bền chặt 벤 짣	*steadfast* [형] 확고한, 변치 않는.
bền chí 벤 찌	*patient, persevering* [형] (생각 이) 확고한. 부동의
bền vững 벤 븜	*unshakeable* [형] 부동의 ✱ tình hữu nghị Việt Hàn bền vững → 베트남과 한국의 친목은 흔들림이 없다.

bện 벤	*plait, entangle* [동] 땋다, 엮다 ✻ bện dây thừng → 새끼를 꼬다. ✻ tóc bện đuôi sam → 머리를 땋다.
bênh 벤	*to protect, take side of, defend* [동] 편들다. ✻ vì bênh con mà cãi nhau với hàng xóm → 자식편을 들었기 때문에 이웃과 싸우다.
bênh vực 벤 븍	*uphold, stand up* [동] ~편에 서다. ✻ bênh vực lẽ phải → 우익에 서다.
bệnh 벤	1/ *sickness, disease* [명] 병 ✻ bệnh truyền nhiễm → 전염병 2/ *bad habit, vice* [명] 습관 ✻ bệnh tự ái → 자존심 ✻ bệnh ăn cắp vặt → 도둑질
bệnh án 벤 안	*case history* [명] 진료일지. 진료차트. 진단서. ✻ theo dõi bệnh án để chữa trị → 치료를 위해 진단서에 따라야 한다.
bệnh binh 벤 빈	*sick soldier* [명] 부상병
bệnh hoạn 벤 호안	*bad state of health, illness* [명] 병 [형] 보통이 아닌, 보통과 다른 ✻ tư tưởng bệnh hoạn → 보통과 다른 생각.
bệnh kinh niên 벤 낀 니엔	*chronic (disease)* [명] 고질병, 만성의병
bệnh lý 벤 리	*pathological* [명] 병리 ✻ bệnh lý học → 병리학

bệnh nhân 벤 년	*the sick, patient* [명] 환자, 병인
bệnh tật 벤 떤	*illness, morbidity* [명] 질병. 허약. 쇠약
bệnh tình 벤 띤	*patient's condition* [명] 병세
bệnh trạng 벤 짱	*state of illness* [명] 병의 상태.
bệnh viện 벤 비엔	*hospital* [명] 병원
bệnh xá 벤 싸	*infirmary* [명] 병원, 진료소; (학교, 공장 등의) 양호실.
bếp 벱	*cook-house, kitchen* [명] 부엌. 취사장. ✽ nhà bếp → 주방. ✽ đồ dùng trong nhà bếp → 주방 용구.
bếp lò 벱 로	*cooking stove* [명] 스토브.
bết 벧	*stick* [동] 붙다. 묻다 ✽ bùn đất dính bết vào người → 진흙이 몸에 묻다.
bêu 베우	*to display, expose to shame* [동] 다른 사람들에게 거울이 되게 보여주다. 전시하다. ✽ bêu đầu giữa chợ → (역사) 적장이나 죄인의 목을 베어 사람들이 많은 시장에 내걸다.
bêu rếu 베우 레우	*expose to shame* [동] 망신을 주다. ✽ đem chuyện riêng của người

	khác bêu rếu khắp xóm làng → 다른 사람의 개인적인 일을 가지고 온 마을에 망신을 주다.
bêu xấu 베우 사우	*disgrace, expose to shame* [동] 망신을 주다. 창피를 주다. ✴ con hư bêu xấu cha mẹ → 망가진 자식이 부모 망신을 주다.
bệu 베우	*flabby* [형] (근육이) 축 늘어진. [처진] 무른.
bi 비	**1/** *marble* [명] 구슬놀이. ✴ chơi bắn bi → 공기놀이하다 **2/** *tragic* [형] 슬픈, 불쌍한. ✴ vở kịch vừa bi vừa hài → 이 극은 재미와 슬픔이 있다. (희비극)
bi-a 비 아	*billards* [명] 당구 → chơi đánh bi-a 당구치다.
bi ai 비 아이	*woeful, sad, tragic* [형] 매우 슬픈, 비애에 젖은. ✴ tiếng than khóc bi ai → 비애에 젖은 통곡소리.
bi bô 비 보	*lisp, chatter, prattle* [동] (어린이 등이) 떠듬떠듬 말하다. ✴ đứa bé mới vừa biết nói bi bô vài tiếng → 아기가 이제 막 몇마디 떠듬떠듬 말하는 것을 알았다.
bi đát 비 닫	*lamentable* [형] 슬픈, 슬퍼할, 통탄 [한탄]할, 유감스러운. ✴ tình hình rất bi đát → 매우 통탄할 상황.
bi kịch 비 낏	*tragedy* [명/형] 비극. 비극적 이야기
bi lụy	*sad* [형] 애통한, 눈물나게 슬픈.

비 루이

bi quan
비 꽌

pessimistic [형] 비관적인.
* tình thế rất bi quan → 매우 비관적인 상황.
* chủ nghĩa bi quan 비관주의

bi thảm
비 탐

tragic, very sad [형] 애처로운. 비참한. * tấn tuồng bi thảm → 매우 슬픈 연극.

bi thương
비 트엉

sorrowful [형] 슬픈. 애처로운 * câu hát bi thương → 애처로운 노랫말.

bi tráng
비 짱

woeful and majestic [형] 비장한. * khúc nhạc bi tráng → 비장한 음악.

bì
비

1/ *skin* [명] 피부, 껍질
2/ *comparable* [동] 비교하다.
* không ai bì được với nó → 누구도 그와 비교될수 없다.

bì bạch
비 밧

with a smack [형] 찰싹 소리 나는.
* tiếng vỗ bì bạch → 찰싹나는 소리

bì bõm
비 봄

plashingly [형] 철썩거리는, 첨벙거리는(물을)
* lội bì bõm dưới nước → 물에서 첨벙거리다.

bì thư
비 트

envelope [명] 편지봉투.

bỉ ổi
비 오이

vile, despicable
[명] 몹시 나쁜, 혐오스러운.
* hành vi bỉ ổi → 혐오스러운 행동.

bí 비	*pumpkin* [명] (식물) 호박.
bí ẩn 비 언	*enigmatic* [형] 불가사의한, 정체를 알 수 없는. ✽ nụ cười bí ẩn → 의미심장한 웃음.
bí danh 비 냔	*alias* [명] 가명(假名), 별칭, 통칭.
bí hiểm 비 히엠	*mysterious* [형] 비밀스러운. ✽ con người bí hiểm → 비밀스러운 사람.
bí mật 비 먿	*secrect* [명] 비밀, 신비. [형] 비밀스러운.
bí quyết 비 꾸엗	*trick, key, secrect* [명] 비결. ✽ bí quyết nấu ăn ngon → 맛있게 요리하는 비결.
bí thư 비 트	*secretary* [명] ① 비서(공산당). ② 사무총장. ③ 개인비서.
bí tỉ 비 띠	*dead drunk* [형] 술에 취하다. ✽ say bí tỉ → 정신없이 취하다, 만취하다.
bị 비	**1/** *bag* [명] 가방, 백. **2/** *to get, catch, suffer, be victim of* [동] ~을 당하다. ✽ một dân tộc bị áp bức → 억압당하는 민족. ✽ bị trúng nắng → 일사병에 걸리다. ✽ bị lừa (gạt) → 속임을 당하다. ✽ bị kẹt xe → 교통체증을 당하다. ✽ bị thương ở đầu → 머리에 부

상을 당하다. ✱ bị giật đồ → 소매치기를 당하다.
✱ bị tai nạn → 사고를 당하다.
✱ bị ăn trộm → 도둑 맞다.
✱ bị ăn cướp → 강도를 맞다.
✱ bị vu khống → 누명을 쓰다.
✱ bị nói xấu → 험담을 듣다.
✱ bị mắng (chửi) → (면전에서) 욕을 먹다.

bị can
비 깐
defendant [명] 피고인

bị cáo
비 까오
accused [명] 고발자, 고소인.

bị đòn
비 돈
get spanked (a shower of blows) [동] 매를 맞다.

bị động
비 돔
passive [형] 수동적인, 소극적인.
✱ thể bị động (*passive voice*) → 수동태

bị thịt
비 팉
lubber, good for nothing [형] (덩치가 큰 사람이) 미련한.
✱ rõ là đồ bị thịt !! → 정말 미련하구나!!

bị thương
비 트엉
wounded [동]상처나다, 부상당 하다. ✱ bị thương ngoài mặt trận → 전장에서 부상당 하다. ✱ có ai bị thương không? →누구 다친사람 있습니까?

bị thương nặng
비 트엉 낭
severely wounded
[형] 심하게 다친, 중상을 입은.
✱ vụ nổ làm nhiều người bị thương nặng → 폭발은 많은 사람

들에게 중상을 입혔다.

bị thương nhẹ *slightly wounded* [형] 가벼운 상처를 입은, 경상을 입은.
비 트엉 네
✳ bị thương nhẹ ở đầu → 머리에 가벼운 상처를 입었다.

bị tình nghi *suspect* [동] 의심하다, 수상히 여기다. ✳ anh ta bị tình nghi là gián điệp → 그는 스파이라고 의심받았다.
비 띤 응히

bị trị *ruled* [동] 지배당하다.
비 찌
✳ giai cấp bị trị → 피지배 계급.

bị trộm *to be stolen* [동] 도둑 맞다.
비 쫌

bia 1/ *stela* [명] 비석.
비아
2/ *target* [명] 과녁
3/ *beer* [명] 맥주.

bia hơi *draught beer* [명] 생맥주.
비아 허이
✳ đi uống bia hơi → 생맥주를 마시러 가다.

bia miệng *posthumos ill fame* [명] 죽은 후 악명. ✳ trăm năm bia đá thì mòn, ngàn năm bia miệng hãy còn trơ trơ (속담) → 돌비석에 새겨진 것은 백년을 가지만 악명은 천년을 간다.
비아 미엥

bìa *cover, board, slab* [명] ① 표지 ② 커버 ③ 가장다리 ✳ đã đến bìa rừng → 숲가에 도착했다.
비아

bịa *invent, fabricate* [동] (이야기를) 꾸며내다, 만들어내다, 지어내다. ✳ nó bịa ra câu chuyện đó để
비아

	gạt mọi người → 그는 모든 사람들을 속이기 위해 그 이야기를 지어냈다.
bịa đặt 비아 닫	*fabricate* [동] (이야기를) 꾸며내다, 만들어내다, 지어내다. ✳ toàn là chuyện bịa đặt cả ! → 전부 꾸며낸 이야기다!
bích báo 빗 바오	*wall-newspaper* [명] 벽보.
bích qui 빗 뀌	*bisquit* [명] 비스켓, 과자.
bịch 빗	*basket* [명] = bao 백. 가방 ✳ bịch nylon → 비닐백
biếm họa 비엠 호아	*cartoon* [명] = tranh châm biếm 시사만화. 풍자만화.
biên 비엔	*write* [자] 쓰다 ✳ biên ra đây vài dòng → 여기에 몇줄을 쓰다.
biên bản 비엔 반	*report, proceedings* [명] 보고서 ✳ lập biên bản → 보고서를 작성하다.
biên chép 비엔 쩹	*write, note* [자] = ghi chép 쓰다.
biên chế 비엔 쩨	*organize the staff of* [명] 직원, 부원, 국원, 스태프. ✳ nhân viên biên chế → 공사관원
biên cương 비엔 끄엉	*frontier, border* [명] (다른 나라와의) 국경 = biên giới ✳ bảo vệ biên cương tổ quốc → 조국의 국경을 지키다.

biên dịch 비엔 짓	*translate* [동] 번역하다.
biên đạo 비엔 다오	*choreograph* [동] …의 안무를 하다, …을 구성하다. 안무를 맡다. ＊ biên đạo múa (*choreo-grapher*) → 안무가.
biên giới 비엔 저이(여이)	*frontier, border* [명] (다른 나라 와의) 국경
biên lai 비엔 라이	*receipt* [명] 영수증.
biên nhận 비엔 넌	*receipt* [동] (…의) 영수증을 발행하다. [명] 영수증
biên phòng 비엔 폼	*defend the country's border* [동] 국경을 지키다. ＊ lính biên phòng → 국경수비군
biên soạn 비엔 소안	*compile, write* [동] 책으로 엮다, 편찬하다.
biên tập 비엔 떱	*edit* [동] 편집하다. 교정하다.
biên tập viên 비엔 떱 비엔	*editor* [명] 편집자. 편집원
biên thùy 비엔 투이	*border area* [명] = biên cương (다른 나라와의) 국경
biến 비엔	1/ *change to* [동] 사라지다 2/ *disappear* [동] 변화하다.
biến chất 비엔 쩔	*degenerate* [동] 변질되다
biến chuyển 비엔 쭈웬	*change* [동] 변화하다
biến chứng 	*complication, side effect*

비엔 쯩	[명] 합병증.
biến cố 비엔 꼬	*unpheaval, event* [명] 사건, 행사, 대사건. 변고. ✳ biến cố lịch sử → 역사의 대사건
biến dạng 비엔 장	*deform, variant* [동] 변화하다. 모양을 바꾸다. 변장하다.
biến đổi 비엔 도이	*change, alter* [동] 바꾸다, 변화하다.
biến động 비엔 돔	*vary, evolve* [동] 변동하다. ✳ giá cả biến động → 가격이 변동하다.
biến hóa 비엔 화	*transform* [동] 변화하다.
biến sắc 비엔 삭	*change colour* [동] 변색하다. 안색이 변하다.
biến thế 비엔 테	*transformer* [명] 변압기.
biến tướng 비엔 뜨엉	*disguised* [동] 가장하다.
biển 비엔	**1/** *sea* [명] 대양, 바다. **2/** *sign board, plate, post* [명] = bảng 사인보드, 판. ✳ biển số xe → 차번호판. ✳ biển quảng cáo → 광고판.
biển cả 비엔 까	*the open sea* [명] = đại dương 대양.
biển động 비엔 돔	*rough sea* [명] 거친 바다.
biển khơi 비엔 커이	*open sea, high sea* [명] 공해 (公海), 외양(外洋), 외해(外海).

biển lận 비엔 런	*miser, skinflint* [형] 구두쇠의, 인색한. [명] 구두쇠. ✱ tính tình biển lận → 인색한 성격.
biển thủ 비엔 투	*embezzle* [동] 횡령하다. 착복 하다. ✱ biển thủ công quỹ → 공금을 횡령하다.
biếng 비엥	*disinclined* [형] 아무것도 하고 싶지 않은.
biếng ăn 비엥 안	*to loose one's apetite* [동/형] 먹고 싶지 않다, 입맛을 잃은.
biếng chơi 비엥 쩌이	*loosing interest in play* [형] 놀이에 흥미를 잃은.
biết 비엔	*know, realize* [동] 알고 있다, 알다.
biết bao 비엔 바오	*how* [감] = biết chừng nào 매우. 얼마나 (감탄문에서 사용) ✱ hạnh phúc biết bao → 매우 행복하다. ✱ đẹp biết bao ! → 얼마나 아름다운가!
biết đâu chừng 비엔 더우 쯩	*may be, perhaps* [부] 아마, 아마도.
biết điều 비엔 디에우	*reasonable* [형] 분별있는, 이성있는.
biết lo xa 비엔 로 싸	*provident, foresighted* [동-] 선견 지명이있다, 장래를 내다보다.
biết mùi 비엔 무이	*to taste, to experience* [동] 맛보다, 경험하다.
biết ơn 비엔 언	*grateful, thankful* [동/형] 감사 하는, 고맙게 생각하는
biết tay 	*let somebody know one's power*

비엗 따이	[동] 과시하다.
biết tẩy 비엗 떠이	*know the weak point of onebody, to see through sb.* [동] 누구의 약점을 알다
biết thân 비엗 턴	*be conscious of one's inferiority* [동] 자신을 알다. 스스로를 알다.
biết thóp 비엗 톱	*know weak point* = biết tẩy [동] 누구의 약점을 알다
biết trước 비엗 쯔억	*know in advance / beforehand* [동] 미리 알다.
biết ý 비엗 이	*guess somebody's intention* [동] 누구의 의지를 알다.
biệt 비엗	*leave behind no trace at all* [동] 떠나다.✻ trốn biệt → 사라지다.
biệt danh 비엗 냔	*nick name* [명] 별명.
biệt đãi 비엗 다이	*treat with favour* [동] 특별한 대우를 하다.
biệt động 비엗 돔	*assigned with special task* [형] (군사) 특공대 ✻ lính biệt động → 특공대.
biệt hiệu 비엗 히에우	*pen name, pseudonym, alias* [명] 익명, 가명, 필명.
biệt kích 비엗 낏	*commando* [명] (군사) 코만도. 특별 기습 부대(원).
biệt lập 비엗 럽	*stand isolated* [형] 분리(격리) 된, 고립된. ✻ một ngôi nhà biệt lập → 고립된 집
biệt ly	*separate from* [동] 헤어지다, 이별

비엣 리	하다, 흩어지다.
	✵ biệt ly mỗi người 1 nơi → 한 사람씩 한 곳으로 흩어지다.

biệt phái
비엣 파이
to detach [동] 파견하다.

biệt tài
비엣 따이
special talent [명] 특별한 재능

biệt tăm
비엣 땀
gone (leaving) without a trace [형] 종적없이 사라진.
✵ anh ấy ra đi biệt tăm vào dạo ấy → 그때 그가 나가서 사라져버렸다.

biệt thự
비엣 트
villa [명] 대저택, (큰) 별장.

biệt tích
비엣 띳
gone (leaving) without trace [형] = biệt tăm 종적없이 사라진.

biệt tin
비엣 띤
without any news [형] 소식이 없는

biệt xứ
비엣 쓰
(deported) far away from one's country [동] 고국을 멀리 떠난.
✵ bị lưu đày biệt xứ → 고국에서 추방당하다.

biếu
비에우
to present, to give, to make gifts [동] = cho, tặng '주다'의 경어. 드리다.

biếu không
비에우 콤
to give away
[동] = cho không 거저 주다.
✵ món hàng này đã lỗi thời rồi, biếu không cũng không ai lấy → 이 물건은 구식이어서 거저 준다 해도 아무도 안가져 간다.

biểu diễn 비에우 지엔	*perform, execute* [동] 행하다, 수행하다, 해내다 ✻ chương trình ca múa nhạc bắt đầu biểu diễn lúc 7giờ 30 tối nay → 오늘 저녁 7시 30분에 음악쇼 프로그램 시작된다.
biểu dương 비에우 즈엉	*display, praise* [동] 자랑삼아 보이다, 칭찬하다. ✻ biểu dương thành tích → 성과를 과시하다.
biểu hiện 비에우 히엔	*manifest, to depict* [동] …을 그리다, 묘사하다. …을 (말로) 나타내다, 표현하다. ✻ mâu thuẫn biểu hiện dưới mọi hình thức khác nhau → 모순은 여러 다른 형태로 표현된다.
biểu lộ 비에우 로	*reveal, betray, express* [동] (감정 등을) 밖으로 나타내다, 표시하다; (…임을) 나타내다. ✻ ông ấy mỉm cười biểu lộ sự thông cảm → 그가 웃는 것은 공감함을 나타낸다.
biểu ngữ 비에우 응으	*banner, slogan* [명] 현수막. ✻ biểu ngữ căng khắp nơi để đón mừng ngày đại lễ → 국경일을 맞기 위해 모든 곳에 현수막을 걸었다.
biểu quyết 비에우 꿰엔	*vote* [동] 투표하다. 결정하다. ✻ giơ tay biểu quyết → 거수로 결정하다.
biểu thị 비에우 티	*show, display* [동] 표시하다. 나타내다. ✻ biết thị quyết tâm → 결심

	을 나타내다.
biểu tình 비에우 띤	*to demonstrate* [동] 시위하다.
biểu tượng 비에우 뜨엉	*symbol* [명] 부호, 기호.
bìm bịp 빔 빕	*boucal* [명] (새) 뻐꾸기의 한종류.
bím 빔	*pigtail, plait of hair* [명] 땋은 머리. ＊ tóc tết bím hai bên → 머리를 양갈래로 땋다.
bịn rịn 빈 린	*to be loath to part with; cling, stick (to)* [형] 애정에 얽매여 헤어질수 없는. ＊ hai người bịn rịn, không nở rời nhau → 두사람은 헤어지기 싫어하다.
binh 빈	*soldiers* [명] 군사, 병사
binh chủng 빈 쭘	*arm, service* [명] 병과
binh đao 빈 다오	*warfare* [명] 전쟁
binh đoàn 빈 도안	*army corps* [명] 군단
binh khí 빈 키	*arm, weapons, war materia* [명] 무기, 병기, 전쟁물자
binh lính 빈 린	*soldiers* [명] = binh sĩ 군인
binh lửa 빈 르아	*warfare, fire and sword* [명] 전쟁
binh lực 빈 륵	*military power* [명] 군사력, 병력

빈 륵

binh lương *war supplies* [명] 전쟁 보급품
빈 르엉

binh mã *troops and horses* [명] 기병대.
빈 마

binh nghiệp *military career* [명] 군사업무.
빈 응히엡

binh nhất *first class private* [명] 일등병.
빈 녈

binh nhì *private* [명] 사병.
빈 니

binh nhu *war supplies, military supplies* [명] 군수품.
빈 뉴

binh pháp *art of war* [명] 병법, 전략, 책략.
빈 팝

binh phí *military expense* [명] 병비, 군비.
빈 피

binh sĩ *soldiers* [명] 병사.
빈 시

binh thư *military manuel* [명] 병책.
빈 트

bình 1/ *vase, pot* [명] 꽃병, 주전자.
빈 2/ *peaceful* [형] 평안한.
✳ thời bình → 평안한 시대.
3/ *declaim, recite* [동] 낭독 하다, 암송하다, 낭송하다.
✳ bình thơ → 시를 낭독하다.
4/ *to pacify* [동] 진정시키다, 평정하다.
✳ tề gia, trị quốc, bình thiên hạ →

집안을 정제한 다음 나라를 다스리고 천하를 평정함. = 수신제 가치국평천하 (修身齊 家治國平天下)

bình an
빈 안
safe and sound, undamaged
[형] 평안한. 평화; 안전하고 건강한. ✳ bình an vô sự → 무사평안

bình bầu
빈 버우
select through discussion
[동] 선출하다.

bình chứa
빈 쯔아
tank, container, reservoir [명] 탱크. ✳ bình chứa xăng → 석유탱크.

bình dân
빈 전 (연)
common, people's popular
[명] 평민, 서민 [형] 대중의. ✳ quán ăn bình dân → 대중식당.

bình dị
빈 지
simple, unstudied
[형] 서민적 인, 소박한.

bình diện
빈 지엔
aspect, flatness [명] 평면.

Bình dưỡng khí
빈 지으엉 키
oxygen cylinder [명] 산소통.

bình đẳng
빈 당
equalitarian, on the same level, equal [형] 동등한, 평등한. ✳ đối xử bình đẳng với cấp dưới → 하위계급에게 동등 하게 대우하다.

bình địa
빈 디아
level ground [명] 평지 ✳ chiến tranh đi qua biến thành phố trở thành bình địa → 전쟁으로 도시가 평지가 되었다.

bình hành
parallel [명] (수학)

bình quyền

빈 한
※ hình bình hành → 평행사변형.

bình hoa
빈 화
flower-vase, flower-pot [명] 꽃병.

bình lặng
빈 랑
quiet and peaceful
[형] 조용 하고 평안한.

bình luận
빈 루언
to comment
[동] 평론하다. 논평하다.

bình minh
빈 민
dawn, sunrise
[명] 여명(黎明). 새벽, 동틀녘.

bình nguyên
빈 응우옌
flat country, plain
[명] 평원, 평야, 평지.

bình phẩm
빈 펌
comment [동] 비평하다, 평가하다.

bình phong
빈 퐁
screen [명] 병풍.

bình phục
빈 푹
regain health [형] = hồi phục 회복한. [동] 회복하다.
※ chúc bạn mau chóng bình phục!
→ 당신의 빠른 회복을 축하합니다!

bình phương
빈 프엉
square [명] (수학) 평방, 제곱.
※ 3 bình phương bằng 9 → 3의 제곱은 9이다.

bình quân
빈 꿘
average [형] 평균의, 평균한, 보통의. ※ thu nhập bình quân của công nhân là 2 triệu đồng mỗi tháng → 노동자의 매달 평균 수입은 2백만동이다.

bình quyền
빈 꾸웬
equal right [형] (권리가) 평등 하다. ※ nam nữ bình quyền → 남녀

가 평등하다.

bình sữa
빈 스아
baby-bottle [명] 젖병, 우유병.

bình tâm
빈 떰
calm, peace of mind, tranquil. [형] 마음을 가라앉힌. 침착한 ✻ hãy bình tâm suy xét lại hành động của mình → 침착 하게 자신의 행동을 다시 생각해 보아라.

bình thản
빈 탄
quiet, peaceful
[형] 평탄한, 침착한.
✻ giọng nói bình thản → 침착한 목소리.
✻ cuộc sống bình thản → 평탄한 인생.

bình thủy
빈 투이
thermos, thermos flask
[명] 보온병.

bình thường
빈 트엉
usualy, normally [형] 보통의. 통상의 ✻ thời tiết năm nay bình thường → 이번 설에는 평범했다. ✻ bình thường, tôi vẫn dậy sớm → 보통 나는 아침에 일찍 일어난다.

bình tĩnh
빈 띤
self controled, calm [형] 침착한.

bình trà
빈 짜
teapot [명] 찻주전자.

bình yên
빈 이엔
safety [형] = bình an 안전하고 건강한, 평안한.

bính
빈
the third heavens stem
[명] 병. 10간(갑,을,병..)중의 하나.

bịp
to cheat [동] 속이다. 배반하다

빕	✻ cờ bạc bịp → 카드놀음에서 속이다. ✻ nó không bịp được ai → 그는 누구도 속이지 못한다.
bịp bợm 빕 범	*dishonest, tricky* [형] 사기치는, 부정한, 양심없는. ✻ thủ đoạn bịp bợm→정직하지 못한 수단.
bít 빋	*to block, seal* [동] 틀어막다. 꽉 매우다. ✻ cây ngã làm bít lối đi → 나무가 쓰려져 길을 꽉 막았다.
bít tất 빋 떧	*stockings, socks* [명] = vớ 스타킹, 양말.
bịt 빋	**1/** *to cover* [동] 덮다. **2/** *to shield* [동] 덮어가리다. ✻ bịt mắt → 눈을 가리다. **3/** *to rim, to crown* [동] 꽉차다. 꽉 채우다. ✻ bịt răng vàng → 금으로 이를 하다.
bỉu môi 비우 모이	*to curl one's lips* [동] 입술을 삐죽거리다.
bíu 비우	*grasp, bold, cling (to)* [동] 붙들다, 매달리다.
bo bíu 보 비우	*griping* [동] 단단히 꽉 쥐다, 움켜쥐다.
bó 보	*bind, bundle* [동] 묶다. ✻ mua 1 bó hoa → 꽃 한 다발을 사다.
bó buộc 보 부옥	*put under constraint* [동] 강제로 하게 하다.
bó tay	*give up, reckon oneself unable*

보 따이	[자] 포기하다.
bò 보	**1/** *ox, cow, bull, beef* [명] 소. ✻ thịt bò → 쇠고기 ✻ da bò → 쇠가죽 **2/** *to crawl, to limp* [동] (사람이나 동물이) 기다.
bò cạp 보 깝	*scorpion* [명] (곤충)전갈.
bò sát 보 삿	*reptile* [명] 파충류의 동물, 기어다니는 동물.
bỏ 보	**1/** *put, place* [동] 버리다. ✻ bỏ tiền vào túi → 주머니속에 돈을 넣다. **2/** *devote* [동] 투자하다. ✻ bỏ vốn kinh doanh → 사업에 자본을 투자하다. ✻ bỏ tiền ra mua → 사는 데 돈을 투자하다. **3/** *leave* [동] 떠나다. ✻ bỏ quên ví tiền ở nhà → 지갑을 집에 두고오다. ✻ bỏ nhà ra đi → 집을 버리고 나가다. **4/** *to discard, throw away* [자] 버리다.
bỏ bậy 보 버이	*leave in disorder* [동] 무질서 하다. 정리가 안되다.
bỏ bê 보 베	*necglect* [동] (일, 가정 등을) 돌보지 않다. ✻ dù bận công tác nhưng vẫn không bỏ bê việc nhà → 일이 바쁠지라도 집안일을 소홀히 하지 않는다.

bỏ bố 보 보	*damn!, damn it!* [감] = bỏ bà, bỏ mẹ (비속어) 아이구!
bỏ bớt 보 벋	*reduce, cut down* [동] 줄이다. ✻ bỏ bớt những thủ tục không cần thiết → 필요없는 수속을 줄이다.
bỏ bừa 보 브아	*leave in desorder* [동] 마구잡이로 내버려두다.
bỏ cuộc 보 꾸옥	*give up a match (a game)* [동] 기권하다. 포기하다 ✻ thắng do đối phương bỏ cuộc → 상대가 기권함으로 승리했다.
bỏ dở 보 저	*undone, discontinue* [자] 중도에 포기하다
bỏ hoang 보 호앙	*leave (land) uncultivated* [형] 버려진, 황폐한. ✻ ngôi nhà bỏ hoang → 폐가.
bỏ học 보 홉	*to leave (drop out) school.* [동] 학업을 그만두다. ✻ vì nhà nghèo nên phải bỏ học nữa chừng → 집안이 가난해서 학업을 중단해야 한다.
bỏ không 보 콤	*idle, unoccupied, uninhabited* [형] 비어있는, 사용되지 않고 있는. ✻ căn phòng này bỏ không từ lâu → 이 방은 비어있은지 오래다.
bỏ lỡ 보 러	*to miss* [동] 놓치다. ✻ đừng bỏ lỡ cơ hội này nhé! → 이 기회를 놓치지 마라!
bỏ lửng 보 릉	*to leave unfinished, half-done* [동] 결말이 없는, 미완성의.

* cốt chuyện bỏ lửng giữa chừng để mọi người tự tìm hiểu → 이 이야기의 내용은 모든 사람들이 스스로 이해하도록 결말이 없다.

bỏ mặc 보 막	*to abandon, to leave sb. alone* [동] 버리다, 저버리다. * tôi thật áy này trong lòng vì đã bỏ mặc nó →내가 그를 저버렸기 때문에 마음이 편칠않다.
bỏ mứa 보 므아	*to leave over, leave one's food unfinished* [동] 남기다. * ăn bỏ mứa → 먹다남기다.
bỏ ngõ 보 응오	*unclosed* [동] 열어두다, 드러나다, 드러내다, 폭로하다.
bỏ ngoài tai 보 응오아이 따이	*ignore, not to pay any attention* [동] 무시하다, 돌보지 않다, 묵살하다. * nó bỏ ngoài tai lời khuyên bảo của mọi người → 그는 모든 사람의 충고를 무시한다.
bỏ nhà 보 냐	*to leave home* [타] 집을 떠나다, 출가하다. * bỏ nhà đi tu → 집을 떠나 절로 가다.
bỏ ống 보 옴	*to save money, to put money in the piggy-bank* [동] 저금통에 넣다. 저금통에 저축하다.
bỏ phí 보 피	*to waste* [자] 소비하다. 낭비 하다 * bỏ phí tuổi xuân → 젊음을 낭비하다
bỏ phiếu 보 피에우	*to vote* [동] = bầu cử 투표하다

bỏ qua 보 꾸아	**1/** *let pass, to skip* [동] 건너뛰다, 지나가다, 놓치다. ✵ bỏ qua cơ hội tốt → 좋은 기회를 놓치다. **2/** *to forgive, excuse* [동] 용서하다. ✵ thôi, xin anh hãy bỏ qua cho nó đi → 그만 그를 용서해주세요.
bỏ quên 보 꾸엔	*forget, leave out* [동] …두고 가다. 잊어버리다. ✵ tôi bỏ quên quyển sách trên bàn → 나는 책상 위에 책을 놓고 갔다
bỏ riêng 보 리엥	*to put something aside* [동] 일부를 버리다. ✵ lựa mấy trái bị hư bỏ riêng ra → 썩은 과일을 골라 버리다.
bỏ rơi 보 러이	**1/** *to leave far behind, to drop* [동] …보다 멀리(빨리) 달리다, …을 앞지르다. ✵ chạy nhanh bỏ rơi các đấu thủ khác lại phía sau → 빨리 달려서 다른 선수들을 앞질렀다. **2/** *to desolate* [동] 버려두다. ✵ đứa bé bị bỏ rơi → 버려진 아이.
bỏ sót 보 솓	*to miss out, omit, remain* [형] 남아있는, 잔류의. ✵ còn bỏ sót lại 1 chút → 조금 남아있다.
bỏ tay ra ! 보 따이 라	*hands-off !* [동] 손을 놔라!
bỏ thư 보 트	*to post / to mail a letter* [동] 편지를 보내다.

bỏ trốn 보 쫀	*to run-away, escape, flee* [동] 도망가다, 탈출하다.
bỏ trống 보 쫌	*leave empty* [형] 남겨둔, 비어둔.
bỏ túi 보 뚜이	*pocket* [동] 주머니에 넣다. ✶ tự điển bỏ túi → 포켓사전.
bỏ tù 보 뚜	*send to jail* [자] (누군가를) 수감하다, 투옥하다.
bỏ về 보 베	*to leave, to quit* [동] 떠나다, 떠나가다. ✶ họp chưa xong đã bỏ về → 회의가 끝나지도 않았는데 떠나가버렸다.
bỏ vốn 보 본	*to invest capital* [동] 투자하다. ✶ bỏ vốn ra làm ăn → 일에 투자하다.
bỏ xa 보 싸	*to leave behind, to outdistance* [동] 월등히 앞서다.
bỏ xác 보 싹	*pop off* [동] = bỏ thây = bỏ mạng (비참하게) 죽다
bỏ xó 보 쏘	*to lay up, to cash off* [동] 버려 두다.
bọ 보	*insect, margot a louse* [명] = côn trùng (곤충) 이.
bọ hung 보 훔	*dor-beetle, myriapod* [명] (곤충) 노래기.
bóc 봅	*take off, husk, to peel* [동] 껍질을 벗기다, 깨다, 열다. ✶ bóc vỏ cam → 오렌지 껍질을 벗기다.
bóc lột	*exploit, overcharge*

bong

봄 론 [동] 이용 (활용)하다, 착취하다.

bọc *cover* [명] 가방. 지갑. 자루.
봄 [동] 덮다. 감싸다. 싸다

bói *divine, tell someone's fortune* [동]
보이 …을 꿰뚫어 보다, 점을 보다, 추측 하다.

bói cá *king fisher* [명] (새) [조류] 물총새
보이 까

bói toán *tell fortune, divination* [명] 점. 운세
보이 또안

bom *bomb* [명] 폭탄.
봄

bom đạn *bomb and bullet*
봄 단 [명] 폭탄. 무기를 일컬음.

bon chen *scramble* [동] 경쟁하다.
본 짼 ✽ bon chen trên con đường danh lợi → 명예를 얻기위해 경쟁하다.

bón *ferilize* [동] 비료를 주다.
본

bòn *save every amount of*
본 [동] 조금씩 절약하다. 모으다.

bòn rút *squeeze* [동] (다른사람것을) 조금
본 룯 씩 뺏어오다.
✽ bòn rút công quỹ → 공금을 조금씩 횡령하다.

bọn *gang, band, group* [명] 팀, 무리,
본 그룹. ✽ bọn trẻ con → 어린이들.
✽ bọn trộm cướp → 강도 무리. 떼강도.

bong *peel off* [자] 벗겨지다. 까지다. ✽

봄	lớp sơn bị bong ra → 페인트칠이 벗겨지다.
bong bóng 봄 봄	1/ *bubble* [명] 기포. 2/ *ballon* [명] 풍선. 3/ *bladder* [명] 물고기의 부레.
bóng 봄	1/ *ball, balloon* [명] 공, 구(球), 공 모양의 것. 2/ *shadow, shade* [명] 그림자.
bóng bàn 봄 반	*ping-pong, tennis-table* [명] 탁구.
bóng bay 봄 바이	*balloon* [명] 기구.
bóng bẩy 봄 버이	1/ *showy* [형] 형형색으로 비추는, 화려한 2/ *glossy* [형] 형형색상의. ✻ câu văn bóng bẩy → 화려한 문장.
bóng cây 봄 꺼이	*shade of a tree* [명] 나무의 그림자.
bóng chuyền 봄 쭈웬	*volley-ball* [명] 배구.
bóng dáng 봄 장	1/ *silhouette* [명] 모양, 외관. 2/ *appearance* [명] 희미하게 보이는 영상, 실루엣.
bóng đá 봄 다	*football* [명] 축구, 축구공.
bóng đèn 봄 댄	1/ *chimney* [명] 등잔불. 2/ *light tube* [명] 전등, 전구.
bóng gió 봄 저(여)	*hint, innuendo* [형] 간접적인. ✻ ghen bóng gió → 드러내지못하고

간접적으로 시기하다.

bóng láng
봄 랑
glistening, lustrous = bóng loáng [형] 번쩍이는, 광택이 나는, 빛나는.

bóng lộn
봄 론
shiny, glossy [형] 광택 있는, 반들반들한, 빛나는.

bóng ma
봄 마
spectre, ghost, phantom [명] 환영, 유령, 환각, 착각.

bóng mát
봄 만
shade (out of the sun) [명] 그늘.

bóng mượt
봄 므얻
glossy, shiny [형] 번쩍인. 빛남, 햇빛이 밝은, 맑게 갠

bóng rổ
봄 로
basketball [명] 농구. 농구공.

bóng tối
봄 또이
darkness, obscurity
[명] 어둠, 검음.

bỏng
봄
burned, scalded
[동] = phỏng 화상 입다.

bóp
봅
1/ *crush with fingers, press, apply*
[동] 꽉 잡다, 꽉 쥐다.
✳ bóp nát quả cam trong tay → 손에 오렌지를 꽉 쥐다.
2/ *a vallet* [명] = cái ví (tiền) 돈지갑. ✳ ôi, tôi bỏ quên bóp ở nhà rồi → 어이구, 돈지갑을 집에 놓고 왔네.

bóp bụng
봅 붐
stint oneself in everything [동] **1/** 먹고 마시는 것을 아끼다. 절약하다. **2/** *to reatrain oneself, repress* [동] 참다.

bóp còi
봅 꼬이
to honk [동] 경적을 울리다.

bóp méo
봅 매오
distort, wrest [동] 왜곡하다.
✶ bóp méo sự thật → 사실을 왜곡하다.

bóp trán
봅 짠
cudgel one's brains for
[동] 골똘히 생각하다.
✶ bóp trán suy nghĩ mãi xem phải làm thế nào → 어떻게 해야할지 골똘히 생각하다.

bót cảnh sát
봍 깐 산
police station [명] 경찰서, 경찰 본서.

bọt
봍
foam, bubble [명] 거품, 기포, (맥주, 바다의) ✶ nước bọt → 타액. 침. ✶ ly (cốc) bia sủi bọt → 맥주거품.

bọt biển
봍 비엔
sponge [명] 해면, 스펀지.

bọt mép
봍 맵
foam, spitle, saliva [명] 거품.
✶ con ngựa sùi bọt mép → 말이 입에 거품을 물었다.

bọt xà bông
봍 싸 봄
soap bubble [명] 비누 거품.

bô
보
chamber-pot [명] (어린아이용) 변기.

bô lão
보 라오
elder, notable [명] 연장자, 노인.

bố
보
1/ *father, dad* [명] 아버지.
✶ bố mẹ → 부모.
2/ *linen and coton (cloth)*

	[명] 포목 (布木). **3/** *raid, round up* [동] (경찰이) 급습하다. 검거하다.
bố chồng 보 쫌	*father of one's husband* [명] 시아버지.
bố cục 보 꿉	*arrange, lay-out* [명] 배열, 배치.
bố dượng 보 즈엉	*step father* [명] 의붓아버지.
bố đẻ 보 데	*father* [명] 친아버지.
bố láo 보 라오	*cheeky, nonsensical* [형] 불손 한, 무례한. ✶ thái độ bố láo → 불손한 태도.
bố nuôi 보 누오이	*adoptive father, foster father* [명] 양아버지, 양부.
bố phòng 보 폼	*defend* [동] 방위하다. 방어 하기 위해 군사력을 배치하다
bố ráp 보 랍	*raid, round up* [동] (경찰이) 급습하다, 검거하다.
bố thí 보 티	*to give aims* [동] (빈민이나 중에게) 베풀어주다. 시주하다. ✶ của bố thí → 시주물.
bố trí 보 찌	*arrange, set, dispose* [동] 정렬하다. 정비하다.
bố vợ 보 버	*father of one's wife* [명] 장인.
bồ 보	*friend, sweetheart* [명] 동지, 친구, 연인, 애인, 여보, 당신.
bồ bịch	*lovers* [명] 사랑하는 남녀.

보 빗

bồ câu
보 까우
pigeon, dove [명] (새) 비둘기.

bồ hóng
보 홍
soot [명] 검댕, 매연, 그을음.

bồ nhí
보 니
young girl-friend
[명] 젊은 애인, 애첩.

bổ
보
1/ *to strik blows, to cut into*
[동] 자르다.
2/ *nutritious, nourishing*
[형] 영양이 되는, 자양 분이 있는.
* thuốc bổ → 보약. 강장제

bổ huyết
보 휘엔
tonic [형] 혈액을 보충하는.

bổ ích
보 잇
useful, helpful
[형] 유용한. 이로운, 유익한.

bổ khuyết
보 꾸웬
fill, supplement
[동] 결점을 보 완하다.

bổ ngữ
보 응으
complement, object [명] 보어.

bổ nhiệm
보 니엠
appoint, designate
[동] 지명 하다, 임명하다.

bổ sung
보 숨
to complete, add [동] 보충하다.

bổ trợ
보 쩌
to help, to assist
[동] 보조하다. 도와주다.

bổ túc
보 뚭
give a refresher course [동] ①보충하다. 보완하다. ② 보충 학습하다.

bộ
보
1/ *a set* [명] 세트, 한벌, 한벌의.
* bộ quần áo → 옷 한벌. * cô ấy

mặc bộ đồ màu xanh → 그녀는 푸른색 옷을 한벌로 입었다. ✱ bộ bàn ghế → 책상 걸상 세트.
2/ *ministry, department*
[명] 정부 기관의 부서.
✱ bộ giáo dục → 교육부.
✱ bộ ngoại giao → 외교부.
3/ *appearance, look, air* [명] 모양, 모습. ✱ bộ dạng tươi tỉnh → 밝은 모습.
4/ *land route* [명] 육로, 보도. ✱ đi đường bộ → 보도로 가다.

bộ binh
보 빈
land forces [명] [군사] 보병.

bộ chính trị
보 찐 찌
political bureau [명] 정치부. ✱ ủy viên bộ chính trị →정치부원.

bộ dạng
보 장
aspect, appearance, bearing
[명] 모양, 자태.

bộ đội
보 도이
soldiers, military [명] 부대, 군대.
✱ đi bộ đội → 군대에 가다, 군입대하다.

bộ hạ
보 하
inferior, subordinate [명] 부하.

bộ hành
보 한
walker, passenger [명] 보행자.

bộ máy
보 마이
machine, system
[명] 체계, 기관, 기계, 기구.

bộ mặt
보 맏
1/ *face* [명] 얼굴표정, 면상. **2/** *aspect* [명] 외관. ✱ bộ mặt nông thôn → 농촌의 모습.

bộ môn
genre, subject [명] 부문.

보 몬	✶ **bộ môn hóa** → 화학 부문.
bộ não 보 나오	*brain, cerebrum* [명] 두뇌. = bộ óc
bộ ngực 보 응윽	*bosom, breast* [명] 가슴.
bộ nhớ 보 녀	*memory (of computer storage)* [명]기억, 기억하고 있는 범위.
bộ phận 보 펀	*section, part* [명] 부분, 조각, 부품. ✶ **bộ phận sinh dục** (sex organ) [명] 성기.
bộ sậu 보 서우	*set, gang, band* [명] 집단.
bộ tịch 보 띳	*air, bearing* = bộ điệu [명] 몸가짐, 자세, 태도.
bộ trưởng 보 쯔엉	*minister, secretary* [명] 부장, 장관.
bộ xương 보 쓰엉	*skeleton* [명] 해골, 골격, 뼈.
bốc 봅	**1/** *pick up with one's hand* [동] 손으로 집다. **2/** *(eat) by hand* [형] = ăn bốc (음식물을) 손으로 집다.
bốc cháy 봅 짜이	*to burn up* [동] 타오르다.
bốc dỡ 봅 저	*load and unload* [동] (화물을) 싣고 내리다.
bốc đồng 봅 돔	*capricious, impulsive* [형] 충동적인. ✶ **tính nết bốc đồng** → 충동적인 성격.
bốc hơi	*to vaporize* [동] 증발시키다.

봅 허이
bốc khói   *go up in smoke* [동] 연기나다.
봅 코이

bốc lửa   *blaze up* [동] = bốc hỏa 불이 타다
봅 르아   [형] 발끈한, 몹시 성난.

bốc mộ   *exhume (bones) to another place*
봅 모   [동] = bốc mộ / bốc mả 묘를 파내다.

bốc mùi   *give out a smell*
봅 무이   [동] 냄새(향기)가 퍼지다.

bốc phét   *to lie, talk tall* [동] 거짓말하다
봅 펱   [형] (고의적인) 거짓말의.

bốc vác   *load and unload*
봅 박   [동] (화물을) 어깨에 짊어지다.
   ✽ phu bốc vác → 짐꾼.

bộc lộ   *to expose, show*
봅 로   [동] 폭로하다, 노출하다.

bộc phá   *blow up (with explosive charge)*
봅 파   [동] 폭파하다. [명] 폭발물.

bộc phát   *flare up violently* [형] 발발하다.
본 팥

bộc trực   *frank, free spoken, blunt* [형] 솔직하게 말하는, 직설적으로 말하는.
봅 쯕

bộc tuệch   *ingenuous, light-minded* [형] 거리지 않는, 직설적인. ✽ ăn nói bộc
봅 뚜엣   tuệch → 무지막지하게 말하다.

bôi   1/ *to erase* [동] 지우다.
보이   2/ *apply (one thing to another),*
   [동] = thoa / xức 바르다.
   ✽ bôi thuốc đỏ lên vết thương →

상처에 빨간약을 바르다.

bôi bác
보이 박
smear, stain, do by halves [동] 어리석게 행동하다, (명성을) 더럽히다, 훼손하다.

bôi đen
보이 댄
blacken
[동] 어두워 지다, 검어지다.

bôi nhọ
보이 녀
to dirty, sully, blacken
[동] 더럽 히다, 나쁘게 말하다.

bối cảnh
보이 깐
background, context [명] 배경 ✻ bối cảnh lịch sử → 역사적 배경.

bối rối
보이 로이
confused, puzzled
[형] 혼란한, 어지러운, 당황한.

bồi
보이
waiter, manservant
[명] = bồi bàn 웨이터, 종업원.

bồi bổ
보이 보
to foster, fortify [동] 보신하다.

bồi bút
보이 붇
hack writer [명] 매문가, 돈을 벌기 위하여 실속없는 글을 써서 파는 사람.

bồi dưỡng
보이 즈엉
to foster, improve
[동] 기르다, 부양하다.

bồi đắp
보이 답
consolidate, strengthen
[동] 보강하다. 보충하다

bồi hoàn
보이 호안
reimburse
[동] 보상해주다. 돌려주다.

bồi hồi
보이 호이
fret, to be fretty [형] 안달나다, 초조해 하다, 애타다.

bồi thẩm
보이 텀
juryman [명] 배심원. 배심관 ✻ bồi thẩm đoàn → 배심원단.

bồi thường
to pay damages to somebody

보이 트엉	[명] 배상(賠償). [동] 배상하다
bội 보이	1/ *to break, act counter to* [동] 배반하다, 배신하다. ✻ bội lời thề → 약 속을 어기다 2/ *multifold* [형] 여러배수의.
bội bạc 보이 박	*thankless* [형] 은혜를 모르는.
bội chi 보이 찌	*overspending* [동] 과소비하다, 과도하게 지출하다.
bội ơn 보이 언	*ungrateful* [형] 은혜를 모르는. 배은망덕한. = bội nghĩa
bội phản 보이 판	*betray, unfaithful* [동] 배반하다, 배신하다.
bội số 보이 소	*multiple* [명] (수학) 배수.
bội thu 보이 투	*yield more than usual* [동] 수입이 지출보다 많은.
bội thực 보이 특	*to suffer from indigestion* [동] 과식으로 인해 소화가 안되다.
bội tín 보이 띤	*to play a confidence trick* [동] 신뢰를 저버리다.
bội ước 보이 으윽	*to break one's promise* [동] 약 속을 어기다, 협약을 위배하다
bôn ba 본 바	*to scurry* [동] ① 배회하다. ② 동분서주하다.
bốn 본	*four* [명] 4 , 넷, 사.
bốn phương 본 프엉	*the four direction* [명] 사방.
bồn	*vase, basin* [명] 독, 항아리, 꽃병.

본	✴ bồn tắm → 욕조.
bồn chồn 본 쫀	*anxious, tenterhooks* [형] 걱정 하는, 염려하는.
bồn phận 본 펀	*duty, obligation* [명] 본분, 사업, 임무, 의무. ✴ làm tròn bồn phận → 의무를 다 하다.
bộn 본	*many* [형] 많은.
bộn bề 본 베	*overload (with work)* [형] 여기 저기 일이 많은.
bông 봄	1/ *flower* [명] 꽃. 2/ *coton flower* [명] 목화꽃. 3/ *coton* [명] 면사.
bông tai 봄 따이	*ear-ring* [명] 귀걸이.
bông đùa 봄 두아	*do (say) jokingly* [동] 농담하다. = giễu cợt
bông gòn 봄 곤	*absorbent cotton, cotton wool* [명] 목화, 탈지면.
bông hồng 봄 홈	*rose* [명] = hoa hồng 장미
bông lông 봄 롬	*aimless, vague, obscure* [형] 목적이 없는, 애매모호한, 불명료한.
bông lơn 봄 런	*joke, banter* [동] 희롱하다, 놀리다. [형] 농담하는.
bồng 봄	*to carry (a child) in one's arms* [동] = bế / ẵm 안아주다
bồng bềnh	*bob, rocking* [형] 뜨다, 수면에 떠

봄 벤	다니다. = bệnh bồng ✶ con thuyền bồng bềnh trên sông → 배가 강위에 떠있다.
bồng bột 봄 볻	*ebullient, excited* [형] 흥분한, 감격한.
bồng lai 봄 라이	*faryland, P'eng-lai* [명] ① 선경, ② 이상향.
bồng lộc 봄 롭	*perquisite* [명] 봉급, 녹봉.
bỗng 봄	*suddenly* [부] 갑자기, 돌연히, 느닷없이.
bỗng chốc 봄 쫍	*shortly, in next to time* [부] 갑자기.
bỗng dưng 봄 증	*by chance, all of a sudden* [부] 우연히, 갑자기.
bỗng nhiên 봄 니엔	*suddenly, unexpectedly* [부] 갑자기, 돌연히, 느닷없이.
bốp 봅	1/ *"pop", sound of a slap* [동] 손뼉소리. 2/ *a vallet* [명] 돈지갑.
bốp chát 봅 짣	*offhand* [동/형] 무례하게 말대꾸하다.
bộp chộp 봅 쫍	*impulsive, thoughtless* [형] 생각없이, 무심결에.
bốt 볻	*boot* [명] 장화.
bột 볻	*starch, flour, powder, meal* [명] 가루. ✶ bột bắp *(corn-meal)* → 옥수수분. ✶ bột gạo *(rice flour)* → 쌀가루.

bột giặt 봇 지앝	detergent, washing-powder [명] 합성(중성) 세제.
bột mì 봇 미	wheat flour [명] 밀가루.
bột nếp 봇 넵	mochi [명] 찹쌀가루.
bột ngọt 봇 응옽	seasoning, sodium glutamate [명] 조미료.
bộ nở (nổi) 봇 너 (노이)	baking powder [명] 소다, 베이킹파우더.
bơ 버	butter [명] 버터. ＊ bơ mặn → 염분 버터. ＊ bơ lạt → 무염분 버터. ＊ phết bơ [동] 버터를 바르다.
bơ phờ 버 퍼	exhausted, ruffled [형] 단정치 못한, 헝클어진.
bơ vơ 버 버	lonely, desolate, uncare for [형] 외로운, 쓸쓸한, 고독한
bờ 버	shore, bank, edge, border [명] 가, 가장자리, 끝
bờ bến 버 벤	shore and port [명] 바닷가 선착장. 한계, 제한, 가장자리, 가, 끝.
bờ cõi 버 꼬이	country friontier [명] ① 국경 (지방) ② 경계. 한계
bờ sông 버 송	riverside [명] 강가, 강둑.
bở 버	crumbly, easy breakable [형] 무른, 부스러지기 쉬운.
bỡ ngỡ 버 응어	be like a fish out of water [형] ① 경험이 없는. ② 낯선.

bợ 버	*to lift with both palms* [동] 양손바닥으로 들어올리다
bợ đỡ 버 더	*to bootlick, curry favour with sb* [형] 아부하다, 아첨하다, 알랑 거리다. = nịnh bợ, bợ đít
bơi 버이	*to swim* [동] 수영하다 (bơi lội)
bơi xuồng 버이 쑤옹	*to canoe* [동] 카누를 젓다,카누로 가다.
bới 버이	*to dig up* [동] 파헤치다, 땅을 파다. ✻ bới lông tìm vết → (속담) 남의 헛점을 찾아내다.
bới móc 버이 못	*to pick out for hostile criticism* [동] 남의 흠을 들추다. ✻ hay bới móc chuyện người khác →다른 사람의 이야기를 잘 들추어내다.
bới tóc 버이 똡	*do up one's hair* [동]머리를 묶다.
bởi 버이	*because of* [부] 때문에, …이 원인이 되어.
bởi thế 버이 테	*therefore, so* [부] = bởi vậy 그래서, 그러므로.
bởi vì 버이 비	*because* [부] = bởi tại 때문에. 왜냐하면, ~이기때문에
bơm 범	*blow up, pumping* [명] 펌프.[동] (공기,물) 뿜어 올리다
bơm xăng 범 쌍	*fuel, petrol, gas pump* [명] 가솔린 펌프.
bơm tay	*hand pump* [명] 손펌프.

범 따이

bờm — *mane, forelock* [명] ① 장발. ② 갈
범 기. * bờm ngựa → 말 갈기.

bờm xờm — *shaggy, bushy*
범 썸 [형] (머리 털이) 덥수룩한.

bợm — *a consummate debauchee, sly fellow* [명] 깡패, 도둑, 악한자.
범

bỡn — *to joke, kid* [동] (bỡn cợt, đùa bỡn) 농담하다, 놀리다, 조롱 하다.
번

bợn — *flaw, impurity, dirt* [명] (bợn dơ) 더러움, 오물, 불순물.
번

bớt — **1/** *birth mark, mole* [명] 검은 점 **2/** *reduce, decrease* [동] ① 줄이다, 감소시키다. 축소하다. ② 병이 회복하다. ③ 할인하다.
번

bớt xén — *to reduce, cut*
번 센 [동] (적은양을) 줄여서 빼돌리다.

bu — *to swarm round* [동] 군집하다, 모이다. * ruồi bu → 파리가 모이다.
부

bú — *suck* [동] 입으로 빨다, 먹다.
부 * cho em bé bú → 아이에게 젖을 먹이다.
  * bú sữa mẹ → 모유먹다

bú dù — *monkey* [명] 원숭이. = con khỉ
부 유

bù — *to compensate, redeem*
부 [동] 갚다, 보상하다, 보충 하다

bù đắp — *compensate for something* [동] 보충하다, 메우다. * bù đắp thiệt hại → 손해를 보충하다.
부 답

bù đầu 부 더우	*over head and ears* [동] (일에) 전념하다. ✶ làm việc bù đầu → 일에 전념하다.
bù long 부 롱	*bolt* [명] 볼트, 나사못
bù lỗ 부 로	*compensation for loose* [동] (손실을) 보상하다, 보충하다.
bù nhìn 부 닌	*nominal, puppet* [명] 괴뢰, 꼭두각시. ✶ chính phủ bù nhìn → 괴뢰정부.
bù trừ 부 쯔	*to balance, compensate* [동] 메워넣다, 갚다, 보상하다.
bù xù 부 쑤	*ruffled, rumpled* [형] (머리털) 헝클어진, 난잡한. ✶ tóc tai bù xù → 헝클어진 머리
bụ 부	*chubby* [형] = bụ bẫm 오동통한, 토실토실한. ✶ đứa bé bụ bẫm dễ thương → 귀엽고 토실토실한 아기.
bùa 부아	*amulet, charm, spell* [명] 부적. ✶ bỏ bùa mê → 부적에 빠지는 것을 버리다.
bùa chú 부아 쭈	*amulets and incantations* [명] 부적과 주문.
bùa hộ mạng 부아 호 망	*talisman* [명] 부적, 호부(護符) 몸을 보호하기 위한 부적.
bùa mê 부아 메	*charm* [명] 매력.
bủa 부아	*set, lay, to surrounding like a net* [동] 둘러싸다, 온통뒤덮다.

bủa vây
부아 버이
to encircle, to besiege [동] 둘러싸다, 에워싸다, 포위하다.

búa
부아
hammer [명] 망치 ✻ đập bằng búa → 망치질하다.

búa rìu
부아 리우
1/ *hammer and axe (heavy criticisme)* [명] 망치와 도끼.
2/ *heavy-criticism* 날카로운 비판. ✻ búa rìu dư luận → 여론의 날카로운 비판.

bục
북
1/ *stage, platform* [명] 단, 강단, 플랫폼. ✻ đứng trên bục giảng đã nhiều năm → 강단에 서서 강의한지 수년이 됐다.
2/ *to crack, tear, burst*
[동] 터지다, 뜯어지다.

búi tóc
부이 똡
chignon, bun of hair, knot
[명] 머리장식 매듭.

bùi
부이
having a nutty flavour
[형] 맛이 풍부한, 맛좋은.

bùi ngùi
부이 응우이
sad, melancholy
[형] 슬픈, 우울한.
✻ lòng bùi ngùi nhớ cố hương → 고향이 생각나 슬프다.

bùi nhùi
부이 뉴이
tinder, skein of straw
[명] 부싯 깃, 불쏘시개.

bùi tai
부이 따이
pleasant to hear, palatable [형] 듣기좋은, 기분좋은, 마음에 드는. ✻ nghe lời nói bùi tai, nó đồng ý ngay lập tức → 듣기 좋은 말을 듣고 그는 바로 동의했다.

bụi
dust [명] 먼지, 티끌.

부이	✳ đi bụi → 방랑하다. ✳ mưa bụi → 안개비.
bụi bặm 부이 밤	*dust, dusty* [명] 먼지. ✳ bàn ghế đầy bụi bặm → 의자에 먼지가 가득하다.
bụi cây 부이 꺼이	*brushwood* [명] 덤불. ✳ con thỏ trốn vào bụi cây → 토끼가 덤불속으로 숨어버렸다.
bụi đời 부이 더이	*a life like dust, vagabond* [명] 방랑자, 유랑자. ✳ sống bụi đời → 떠돌이 인생.
bụi gai 부이 가이	*bramble bush* [명] 가시덤불.
bụm 붐	*to scoop with one's hands* [동] 손으로 떠내다. 푸다.
bụm miệng 붐 미엥	*cover one's mouth with one's hand* [동] 손으로 입을 막다.
bụm mũi 붐 무이	*hold one's nose* [동] 콧구멍을 막다.
bún 분	*rice vermicelli, soft noodle* [명] 쌀국수의 한 종류.
bún tàu 분 따우	*chinese soft noodle* [명] 중국 국수.
bùn 분	*mud* [명] 진흙.
bùn lầy 분 러이	*muddy, slushy* [형] 진흙의. 흐린, 둔탁한
bủn rủn 분 룬	*flagging, feel weak* [형] 축쳐진, 축늘어진. ✳ sợ bủn rủn tay chân → 무서워

서 손발이 축늘어졌다.

bùn xỉn
분 씬
mean, stingy [형] 인색한, 구두쇠의. ✶ tính tình bùn xỉn → 인색한 성격.

bung
붕
burst open [동] 찢어지다. 터지다. ✶ bung dù ra → 우산을 펴다.

búng
붐
flip, flick, spin [동] …을 (손가락으로) 튀기다, 튀겨날리다.
✶ búng ngón tay → 손가락으로 튀기다.

búng ra sữa
붐 라 스아
quite young, inexperienced [형] 아주 어린, 미숙한.
✶ mặt mày búng ra sữa ! → 얼굴에서 우유가 튀네! = 아직 어리구나!

bùng
붐
flare up, blow up [동] 솟구치다, 타오르다. ✶ ngọn lửa bùng cháy → 불이 타오르다.

bùng binh
붐 빈
traffic circle [명] 로터리, 도로 중심의 원형광장.

bùng nổ
붐 노
erupt, break out [동] 분출하다, 발발하다, 돌발하다
✶ chiến tranh bùng nổ → 전쟁이 발발하다

bụng
붐
stomach, belly, addomen [명] 배, 위. ✶ đau bụng → 배가 아프다.

bụng dạ
붐 자
1/ *digestive system, stomach* [명] (해부)소화기관, 위.
2/ *mind* [명] = lòng dạ 마음, 생각. ✶ bụng dạ hẹp hòi → 소심한 생각.

buộc 부옥	*to bind, tie, fasten* [동] = cột 묶다. 매다 ✳ buộc mối dây lại cho chắc → 모든 줄들을 확실하게 다시 매다.
buộc lòng 부옥 롬	*against one's will, reluctantly.* [동] 내키지않지만 반드시 ~ 해야 한다. ✳ cô ấy buộc lòng phải ra đi → 그녀는 내키지 않지만 가야한다. ✳ anh ấy buộc lòng phải nói ra sự thật → 그는 어쩔수없이 사실을 말해야한다.
buộc tội 부옥 또이	*accuse* [동] 고발하다, 고소하다.
buổi 부오이	**1/** *length of time, half a day* [명] 반나절. ✳ chờ cả buổi mà vẫn không gặp → 반나절 내내 기다렸는 데도 못만났다. **2/** *period, moment* [명] 주기, 시간, 수업 시간.
buổi chợ 부오이 쩌	*market time* [명] 시장이 열리는 때.
buổi chiều 부오이 찌에우	*evening* [명] 오후.
buổi giao thời 부오이 자오 터이	*transitory period* [명] 교차시점.
buổi họp 부오이 홉	*session, meeting* [명] 모임, 회의.
buổi sáng 부오이 상	*morning* [명] 아침.
buổi tối 부오이 또이	*evening* [명] 저녁.

부오이 또이

buổi trưa
부오이 쯔아

noontime, midday, afternoon
[명] 점심, 정오.

buồm
부옴

sail [명] 돛.
✻ thuyền buồm → 돛단배.

buôn bán
부온 반

deal, to do business [동] 무역하다, 거래하다, 장사하다.
buôn bán sỉ → 소매무역.
buôn bán lẻ → 도매무역.

buôn lậu
부온 러우

to smuggle [동] 밀수입하다.
✻ tàu buôn lậu → 밀수선. ✻ người buôn lậu → 밀수입업자.

buồn
부온

sad, melancholy [형] 슬픈, 우울한. ✻ tin buồn → 슬픈 소식, 부고.

buồn bã
부온 바

sad, down-hearted [형] 슬픈, 우울한. ✻ cảnh chiều mưa thật là buồn bã → 저녁비가 오는 풍경은 정말 우울하다.

buồn bực
부온 븍

sad and fretty, annoyed [형] 슬프고 화가나는. ✻ không nói ra được, càng thêm buồn bực trong lòng → 마음속이 점점 더 슬퍼져서 말을 할 수가 없다.

buồn chán
부온 짠

sad and despondent, get the blues [형] 슬퍼서 풀이 죽은, 맥이 없는.
✻ một ngày thật là buồn chán → 정말 슬퍼서 맥없는 하루다.

buồn cười
부온 끄어이

laughable, funny, ridiculous [형] 재미있는, 웃기는, 우스운.
✻ cô ta ăn mặc trông thật là buồn cười → 그녀의 복장은 보기에 정

말 우습다.

buồn hiu (thiu) *melancholy, feeling dull*
부온 히우(티우) [명] 우울한, 음침한, 울적한.
✵ sống một mình buồn hiu → 혼자사니 우울하다.

buồn lây *share someone's grief* [형] 고통을
부온 러이 나누다. ✵ thấy tình cảnh đó ai ai cũng phải buồn lây → 그 상황을 보고 모두 고통을 나누어야 했다.

buồn nôn *to nauseate* [동] 메스꺼워지다, 구
부온 논 역질이나다.
✵ buồn nôn vì bị say xe → 멀미 때문에 메스껍다.

buồn ngủ *sleepy, drowsy* [동] 졸립다.
부온 응우 [형] 졸리운.

buồn phiền *sad and worried* [형] 슬퍼하며 걱
부온 피앤 정하다. ✵ cô ấy luôn buồn phiền vì chuyện gia đình → 그녀는 항상 가정의 일 때문에 슬퍼하며 걱정한다.

buồn rầu *sad looking, sorrowful* [형] 슬픈,
부온 러우 우울한. [동] 슬프게하다, 마음 아프다. ✵ vẻ mặt buồn rầu → 슬퍼보인다.

buồn rũ rượi *depression, be sunk in grief* [형] 의
부온 루 르어이 기소침의, 우울한, 슬럼 프의, 매우 슬픈. ✵ nó buồn rũ rượi cả tháng trời vì tin buồn đó → 그 슬픈소식 때문에 그는 한달내내 우울했다.

buồn rượi rượi *sad, gloomy* [형] 슬픈, 우울한.

부온 르어이 르어이 ✽ lòng buồn rười rượi nhớ lại chuyện xưa → 옛일이 다시 생각나 마음이 우울하다.

buồn tẻ *dull, gloomy* (buồn bã)
부온 때 [형] 재미없는, 단조로운, 지루한. ✽ cuộc sống buồn tẻ trôi qua → 지루한 삶이 지나가다.

buồn tênh *be very sad* [형] 아주 슬픈.
부온 뗀 ✽ ngồi buồn mà trách ông xanh, khi vui muốn khóc, buồn tênh lại cười! (시어NCT) → 앉아서 하늘을 원망하다, 즐거울때 울고 싶고 비통할때 다시 웃는다.

buồn thảm *dismal, sorrowful* [형] 비참한; 슬
부온 탐 픈, 비통한. ✽ cốt chuyện thật là buồn thảm → 이 이야기는 정말 슬프다.

buồn thiu (hiu) *be extremely sad, feeling dull* [형]
부온 티우(히우) 슬픈. 외로운. ✽ vẻ mặt buồn thiu → 슬퍼보인다.

buồn tình *bored, unhappy* [형] 슬퍼서 아무
부온 띤 것도 하고싶지 않은, 실망한. ✽ nó bị đuổi việc, buồn tình đi uống rượu → 그는 회사에서 쫓겨나 슬퍼서 술을 마시러 가다.

buồn tủi *sorrowful, dejected sad* [형]
부온 뚜이 열등감으로 인해 슬픈. ✽ nó cảm thấy buồn tủi vì thiếu tình thương gia đình → 그는 가족의 애정결핍으로 슬프다.

buông *let off, release, loosen* [동] 풀어놓

부옹	다. 놓다. * buông súng xuống ! → 총을 풀어 내려놓다.
buông lỏng 부옹 롱	*be relaxed, let things drift* [동] (제도,정치,교육등) 완화하다. * buông lỏng dây cương → 고삐를 풀다. * buông lỏng kỷ luật → 규제를 완화하다.
buông lơi 부옹 러이	*hang loosely* [동] 걸려 있다, 매달려 있다, 드리워져 있다.
buông lời 부옹 러이	*to utter* [동] 말을 입밖에 내다. * buông lời tán tỉnh → 아첨 하는 말을 하다, 알랑거리다.
buông tha 부옹 타	*to spare, let sb.go* [동] 놓아주다. 석방하다. * xin hãy buông tha cho tôi → 저를 놓아주세요.
buông thả 부옹 타	*loose, self-indulgent, dissolute* [형] 방종한, 방탕한, 무절제한 * cuộc sống buông thả → 방탕한 삶.
buông trôi 부옹 쪼이	*let things drift, let go* [동] 추세에 맡기다, 형편에 따라 가다, 그냥 두다. * không thể buông trôi việc này được → 이 일은 형편에 따라가게 그냥 둘수 없다.
buông xuôi 부옹 쑤오이	*drop, lower* [동] 운명에 따르다. * quá chán nản, nó buông xuôi hết mọi việc → 그는 너무 의기소침하

여 모든일을 운명에 따랐다.

buồng
부옹
1/ room, chamber = *phòng* [명] 방. ✻ buồng tắm → 욕실.
2/ bunch [명] 송이, 다발.
✻ buồng chuối → 바나나 한 다발.

buốt
부온
feeling a sharp pain, a biting cold [형] ① 날카로운. ② 아픈.

buột miệng
부온 미엥
make a slip of the tongue [동] ✻ buộc miệng nói ra → 무심코 말하다.

búp
붐
bud, shoot [명] 꽃봉우리.
✻ búp sen non → 연꽃봉우리

búp bê
붐 베
doll, puppet [명] 인형.

bút
붇
pen, pencil [명] = *viết* 펜.

bút bi
붇 비
ball-point pen [명] 볼펜.

bút chì
붇 찌
pencil [명] = *viết chì* 연필.

bút chiến
붇 찌엔
pen war, polemic [명] (신문, 잡지상의) 필전, 논쟁. ✻ một trận bút chiến sôi nổi xảy ra sau sự việc đó → 그 일후에 치열한 필전이 벌어졌다.

bút danh
붇 안
pen-name [명] = *bút hiệu* 필명. 펜네임.
✻ bút danh của anh là gì? → 그의 필명은 무엇입니까?

bút máy 붇 마이	*fountain-pen* [명] = viết máy 만년필.
bút pháp 붇 팝	*style of writing, penmanship* [명] 서법, 필법. ✱ bằng một bút pháp vững vàng, anh đã đánh thức lương tâm của những tên bồi bút → 확실한 이론의 필법으로 그는 붓장난 하는 사람들의 양심을 일깨웠다.
bút tích 붇 띳	*autoghraph, writen document* [명] 필적. ✱ bút tích của tiền nhân còn lưu lại nơi đây → 조상의 필적이 아직 이곳에 남아있다.
bút viết bảng 붇 비엩 방	*marker pen* [명] 흰칠판용 마커펜.
bụt 붇	*Buddha* [명] [불교] 석가모니, 부처.
bự 브	*big, large* [형] = to 큰. ✱ bụng bự → 많이 나온 배.
bừa 브아	**1/** *rake* [동/명] 갈퀴질하다, 써레질하다, 갈퀴, 써레. **2/** *topsy-turvy* [형] 뒤죽박죽의, 혼란한. ✱ chớ có nói bừa! → 뒤죽박죽 이야기 하지마라!
bừa bãi 브아 바이	*topsy-turvy, rash, uncontrolled* [형] 뒤죽박죽의, 혼란한. ✱ ăn nói bừa bãi → 뒤죽박죽 이야기 하다. ✱ quan hệ bừa bãi → 관계가 문란하다.

bừa bộn 브아 본	*disorder, untidy* [형] 무질서한, 난잡한. ∗ nhà cửa bừa bộn → 집안이 무질서하다.
bừa (bổ) 브아 (보)	*to split, to cleave, chop, crack* [동] 쪼개다. ∗ bừa (bổ) ra làm đôi → 둘로 쪼개다.
bừa củi 브아 꾸이	*chop / split wood* [동] 자르다.
bữa 브아	*time, periot* [명] = buổi 반나절.
bữa ăn 브아 안	*meal, repas, dinner* [명] 식사 ∗ bữa ăn sáng → 아침식사. ∗ uống trước bữa ăn → 식사 전에 마시다.
bữa đó 브아 도	*on that day* [명] 그날 = bữa ấy ∗ bữa đó tôi quên không nói với anh.. → 그날 나는 그와 말하지 않은 것을 잊어버렸다.
bữa nay 브아 나이	*to day* [명] 오늘날. ∗ bữa nay mưa, nghỉ làm → 오늘은 비가 와서 일을 쉬다.
bữa nhậu 브아 너우	*drinking session* [명] 술자리. ∗ anh ta đã ngã gục sau bữa nhậu đó → 그는 그 술자리 후에 뻗었다.
bữa tiệc 브아 띠엑	*a party, banquet* [명] 잔치. 향연. ∗ làm một bữa tiệc linh đình để ăn mừng thi đậu → 시험합격을 축하하기 위해 잔치를 열었다. ∗ họ quen nhau trong bữa tiệc cưới của một người bạn → 그들은

한 친구의 결혼식 잔치에서 만나 알게되었다.

bữa sau
브아 사우
the day after, next day [명] 다음 날. ✽ bữa sau là bắt đầu làm việc với nhau → 다음날 함께 일하기 시작하다.

bữa trước
브아 쯔억
the day before [명] 요전날. ✽ bữa trước cô ấy còn nói là không thích vậy mà nay lại thay đổi rồi → 요전날 그녀가 싫다고 말해놓고 오늘은 다시 바뀌었다.

bức
북
force, constrain = cưỡng bức, bức ép [동] 협박하다. ✽ bao vây chặc chẽ, bức địch phải ra đầu hàng → 확실히 포위하고 적에게 항복하라고 협박하다.

bức ảnh
북 안
photograph, photo [명] 사진.

bức bách
북 밧
pressing, urgent [형] 위급한, 긴급한. ✽ việc rất bức bách, không thể chần chờ được nữa → 일이 너무 급해서 더 이상 기다릴수 없다.

bức cung
븓 꿈
to extort deposition from sb. [동] 허위자백하다. ✽ hắn cho là đã bị bức cung → 그는 그가 허위로 자백했다고 말했다.

bức hiếp
북 히엡
to victimize, oppress [동] 압박하다, 억압하다, 협박하다 ✽ không nên bức hiếp kẻ yếu → 약자를 괴롭히지 마라.

bức thư
a letter [명] 편지.

bức tranh
북 짠

a painting, a picture [명] = bức họa 그림

bức tường
북 뜨엉

a wall [명] 벽. ✻ bức tường lửa → 방어벽. (컴퓨터)

bức tử
북 뜨

to suicide [동] 자살을 강요 하다. ✻ bị bức tử → 자살을 강요당하다.

bức xạ
북 싸

radiation (물리) 복사열.

bức xúc
북 숩

urgent [형] 다급한, 긴급한, 절박한. ✻ vấn đề bức xúc (*urgent mater*) → 다급한 문제.

bực
북

be displeased [형] 화가난.
✻ bực quá nói càng → 화가 나서 이치에 맞지않게 말하다.

bực bội
북 보이

to fret, fretty [동] 안달하다, 초조해하다. [형] 초조한, 불안 한. ✻ cảm thấy bực bội trong lòng → 마음이 초조하다.

bực dọc
북 욥

be testy [형] 성미가 급한, 성깔 있는, 화를 잘 내는.
✻ nó bực dọc xé tan lá thư đang cầm trong tay → 그는 화가 나서 손에 쥐고 있던 편지를 찢어버렸다.

bực mình
북 민

tetchy, offended(with)
[형] 성깔 있는, 화를 잘 내는.
✻ bực mình hét to lên → 성질이 나서 크게 소리치다.

bực tức 북 뜩	*fretty and angry* [형] 초조하여 화가 난. ∗ bực tức đá tung cái ghế → 화가 나서 의자를 차버리다.
bưng 붕	*carry with both hands* [명] 두손으로 들어 나르다. ∗ bưng nước mời khách → 손님에게 물을 나르다.
bưng bít 붕 빈	*cover, leave something unsaid* [동] 가리다, 은폐하다. ∗ bưng bít sự thật → 사실을 은폐하다.
bừng 붕	*flare up, blaze up* [동] 갑자기 솟구치다, 갑자기 일어나다. ∗ bừng mắt dậy thấy mình đang ở một nơi xa lạ → 눈을 번쩍 뜨니 낯선곳에 와 있었다.
bứng 붕	*to disroot, pull up* [동] ~을 뿌리째 뽑다.
bước 브억	1/ *to step, to walk, enter, star* [동] 걸음을 옮기다, 발을 내디디다. (발을) 들여놓다. 2/ *step, pace* [명] (bước chân) 발걸음. ∗ đi được vài bước → 몇 걸음을 갔다.
bước đầu 브억 더우	*first step* [명] 첫걸음. ∗ bước đầu phải chịu khó → 첫걸음은 반드시 고통을 감수해야 한다.
bước đường cùng 브얼 드엉 꿈	*deadlock, impasse* [명] 막다른 상태, 곤경. ∗ lâm vào bước đường cùng → 막다른 길로 들어서다.

bước ngoặt 브억 응오앗	turning point [명] 전환점. ✽ hôm ấy là một bước ngoặt quan trọng trong cuộc đời tôi → 그날은 내 인생에 중요한 전환점이었다.
bước tiến 브억 띠엔	stepforward, progress [명] 진보, 진전. ✽ phong trào có những bước tiến vững chắc → 사회적 운동은 확실한 진전이 있다.
bước tới 브억 떠이	to step forward [동] 전진하다. 앞으로 걸어가다. ✽ bước tới bắt tay chào hỏi lịch sự → 앞으로 걸어가 악수하며 정중히 안부를 물었다.
bước vào 브억 바오	enter, come in [동] 들어오다. ✽ vừa mới bước vào nhà đã thấy nó ngồi đó từ bao giờ → 집으로 막 들어와 그가 거기에 쭉 앉아있던 것을 보았다.
bưởi 브어이	grapefruit [명] (과일) 자몽.
bươm bướm 브엄 브엄	butterfly [명] 나비. = bướm
bướm ong 브엄 옴	butterfly and bee [명] 나비와 벌.
bướng 브엉	stubborn, bull-headed = bướng bỉnh [형] 고집센, 완고한. ✽ thằng bé này quá bướng → 이 아이는 정말 고집스럽다.
bướu 브어우	1/ tumor, neoplasm [명] (의학) 종양, 종기 2/ a lump, hunch [명] (동물) 혹, 덩어리.

	3/ *a knot, knob* [명] (식물) 혹.
bứt 븓	*tear, pluck off, pick* [동] = hái 잡아 뜯다, 꺾다, 째다. ✱ đừng bứt cây cảnh trong vườn → 정원의 정원수를 꺾지마라.
bứt rứt 븓 른	*uneasy, restless, worried* [형] 불안한, 난처한. ✱ cảm thấy bứt rứt không yên trong lòng → 마음이 불안하고 안정되지 않다.
bưu ảnh 브우 안	*poscard* [명] 우편엽서.
bưu điện 브우 디엔	*post office* [명] = bưu cục 우체국 ✱ sáng nay, tôi ra bưu điện gửi thư về nhà → 오늘 아침 나는 우체국에 가서 집으로 편지를 부쳤다.
bưu kiện 브우 끼엔	*package, postal parcel* [명] 우편소포.
bưu phẩm 브우 펌	*mailer* [명] 우편물.
bưu phiếu 브우 피에우	*money order, postal order* [명] 우편주문서.
bưu thiếp 브우 티엡	*postcard* [명] 우편엽서. ✱ gởi bưu thiếp chúc mừng bạn → 친구에게 축하엽서를 보내다.

C - c

c
까
the 5th letter of the VN alphabet
베트남어 알파벳 중 5번째 자.

ca
까
1/ *sing* [동] = ca hát 노래하다.
2/ *mug* [명] 수통, 휴대식기. ✻ rót một ca nước → 수통에 물을 따르다.
3/ *shift* [명] 교대.
✻ tuần này tôi phải làm ca đêm → 이번주 나는 밤 교대이다.

ca bin
까 빈
cabin [명] 오두막집, 선실, 객실.

ca cao
까 까오
cocoa [명] (음식) 카카오.

ca dao
까 야오
folk song [명] 시조.

ca đoàn
까 도안
coral society [명] 가단.

ca kịch
까 끳
opera [명] 가극, 오페라.

ca kỹ
까 끼
geisha [명] 게이샤, 기녀

ca khúc
까 쿱
ballad, song [명] 노래, 가요.

ca lô ri
까 로 리
calory [명] 칼로리.

ca-mê-ra 까 메 라	*camera* [명] 카메라, 사진기.
ca mổ 까 모	*(surgical) operation* [명] 수술.
ca múa 까 무아	*sing and dance* [명/동] 가무하다.
ca ngâm 까 응엄	*recite(a poem)* [동] 암송하다, 낭독하다.
ca ngợi 까 응어이	*to praise, speak highly of sb.* [동] 찬양하다, 찬미하다.
ca nhạc 까 냑	*music and song* [명] 음악과 노래.
ca nô 까 노	*motor boat* [명] 배, 카누.
ca sĩ 까 시	*singer* [명] 가수.
ca tụng 까 뚬	*to glorify, to extol* [동] = ca ngợi 찬양하다, 찬미하다.
ca vũ 까 부	*song and dance* [명/동] = ca múa 가무하다.
ca vũ trường 까 부 쯔엉	*music hall* [명] 음악당, 연주홀.
cá 까	**1/** *to bet* [동] 내기하다. ✻ tôi cá với bạn là nó sẽ không dám đến → 나는 친구와 그가 감히 못온다에 내기 걸었다. **2/** *fish* [명] 물고기. ✻ cá chậu chim lồng → (속담) 연못 안의 물고기 새장 안의 새 (자유롭지 못하고 갇혀있는 상태).

cá cảnh 까 깐	ornamental fish [명] 관상어.
cá biệt 까 비엩	particular, isolated [형] 특유의, 독특한 ✳ học sinh cá biệt → 톡특한 학생.
cá biển 까 비엔	sea fish [명] 바다생선.
cá sông 까 솜	freshwater fish [명] 민물생선.
cá thể 까 테	individual [명] 개인.
cá tính 까 띤	character, individuality [명] 개성.
cá voi 까 보이	whale [명] 고래.
cà 까	1/ egg-plant, aubergine [명](식물) 가지. 2/ to file, to rub [동] 긁다.
cà chua 까 쭈아	tomato [명] (식물) 토마토.
cà cuống 까 꾸옴	belostomatid essence [명] (식물)
cà kê 까 께	telling a long yarn [형/동] 긴 이야기를 하다.
cà khịa 까 키아	to pick a quarrel with [동] 말다툼 하다.
cà lăm 까 람	to stammer stutter [동] 말을 더듬다.
cà nanh 까 난	to envy, to jealous [동] 부러워하다. 질투하다.
cà nhắc	to limp [동] 절뚝거리다, 다리를 절

까 냐 다.

cà pháo — *egg-plant* [명] (식물) 가지.
까 파오

cà phê — *coffee* [명] 커피
까 페

cà phê đá — *iced coffee* [명] 아이스커피
카 페 다

cà phê đen — *black coffee* [명] 블랙커피
카 페 댄

cà phê phin — *filter coffee* [명] 필터에 내린 커피.
카 페 핀

cà phê sữa — *coffee with milk* [명] 밀크커피.
카 페 스아

cà rá — *ring* [명] 반지; 귀걸이, 코걸이, 팔찌; 고리.
까 라

cà rà — *to linger, to lay behind* [동] 꾸물거리다, 빈둥거리다.
까 라

cà rem — *ice-cream* [명] 아이스 크림.
까 램

cà rốt — *carrot* [명] (식물) 당근.
까 롣

cà rỡn — *joke* [형] 우스겟의, 농담의.
까 런

cà sa — *monk's robe* [명] 승려복.
까 사

cà tàng — *old(things), second-rate* [형] 2류의, 2등급의, 유행이 지난.
까 땅
∗ chiếc xe cà tàng → 유행이 지난 차.

cà thọt — *limping* [형] = cà nhắc 절뚝 거리

까 톹 는.
* chân đi cà thọt → 절뚝 거리며 걷다.

cà tím   *aubergine, egg-plant*
까 띰   [명] (식물) 가지.

cà vạt   *tie, necktie* [명] 타이, 넥타이.
까 밧

cả   **1/** *the oldest, biggest* [형] 가장 나이 많은, 큰. * anh ấy là con trai cả → 그는 장남이다. * biển cả → 큰 바다.
까
* sóng cả → 큰 파도.
2/ *on a grand scale, all entire, whole* [부] 장대한, 웅장한, 모두.
* hàng hóa chất cả đống → 많은 상품. * cả nhà đi vắng → 집에 아무도 없다. * mọi người đều đồng ý cả → 모두가 다 동의하다.

cả cười   *shout with laughter*
까 끄어이   [동] 박장대소하다.

cả đêm   *all night* [부] = suốt đêm 밤새도록.
까 뎀
* cả đêm không ngủ → 밤새도록 잠을 안자다.

cả đống   *in heaps* [형] 많이.
까 돔

cả đời   *all life* [부] = suốt đời 일생동안, 평생.
까 더이
* cả đời tôi không bao giờ biết nói dối! → 나는 평생 거짓말을 모르고 살았다.

cả gan   *have the audacity to do something*

까 간	[형] 대담한, 뻔뻔스러운.
cả giận 까 지언	*get mad, be angry* [동] 대단히 화가 난, 분노한.
cả hai 까 하이	*both* [형] 양쪽의, 쌍방의, 둘 다.
cả mừng 까 믕	*be in high spirit* [형] 매우 기분이 좋은.
cả nể 까 네	*complaisant* [형] 남을 기쁘게 해 주려는, 상냥한.
cả ngày 까 응아이	*all day* [명/형] = suốt ngày 하루종일, 온종일. ✳ làm việc vất vả cả ngày → 하루종일 힘들게 일하다.
cả nước 까 느억	*the whole country* [명] 전국, 전국민. ✳ cả nước đồng lòng → 전국민이 한마음이다.
cả quyết 까 꿰엔	*resolute, firm* [형] 확실히 하다, 굳건히 하다, 굳게 결심하다. ✳ anh ta cả quyết là sẽ không bỏ cuộc → 그는 포기하지 않기로 굳게 결심했다.
cả sợ 까 서	*poor-spirited, chicken hearted* [형] 매우 두려운, 무서운.
cả thảy 까 타이	*in all, total* [명] 모두.
cả thẹn 까 탠	*be shy, blush* [형] 매우 부끄러운.
cả thế giới 까 테 저이	*all the world* [명] 전세계.
cả tin	*overconfident* [형] = nhẹ dạ 쉽게

까 띤 | 잘 믿는, 귀가 얇은.

cả trường
까 쯔엉

the whole of the school [명] 전교, 전교생, 전학급.

các
각

the various, each, each one, every, all [관] 각각의.
✻ các anh / các bạn → 여러분들.

các tông
각 똠

cardboard, paper-board [명] 판지. 보드지.

cách
깟

1/ *to be distance, away, to insulate* [동] (시간적인) 간격, 경과, 세월을 나타냄. ✻ tôi gặp cô ấy cách đây 1 tháng → 나는 그녀를 만난지 지금으로부터 한달됐다.

2/ *remote, distant, far from* [형] 먼, 멀리 떨어진.
✻ xa mặt cách lòng (속담) → 눈에서 멀어지면 마음에서도 멀어진다.

3/ *way, manner, method* [명] 방법.
✻ không còn cách nào khác! → 더 이상 다른 방법이 남아있지 않다.

cách âm
깟 엄

soundproof [형] (벽 등이) 방음의, 방음 장치가 된.

cách biệt
깟 비엣

separate completely [형] 이별하다.

cách chức
깟 쯕

to dismiss sb.from his duties [동]해고하다.

cách điện
깟 디엔

insulated [형] 절연하다.
✻ chất cách điện (*insulator*) → 절연체

cách ly
깟 리

to isolate, segragnate
[동] 격리 시키다. 고립시키다.

cách khoảng 깟 쾅	*irregular* [형] = cách quãng 불규칙한, 가지런하지 않은.
cách mạng 깟 망	*revolution* [명] 혁명.
cách mô 깟 모	*diaphragm* [명] (해부) 횡경막.
cách nhật 깟 녇	*everey other day* [부] 격일.
cách nhiệt 깟 니엩	*insulating* [형] 열이 전달되지 못하게 막은.
cách nhìn 깟 닌	*way of looking at...* [부] 시선.
cách nói 깟 노이	*manner of speech* [부] 언변.
cách sống 깟 솜	*way of living* [부] 삶의 방식.
cách tân 깟 떤	*to renovate, to change for better* [동] 혁신하다. 쇄신하다.
cách thủy 깟 투이	*cooking in bain-marie* [형] 중탕으로.
cách thức 깟 특	*style, method, manner, way* [명] 방식.
cách trở 깟 쩌	*to separate and obstruct* [동] 막다, 가로막다, 방해하다. ✴ xa xôi cách trở → 멀리 떨어져 있어서 지장을 받다.
cách viết 깟 비엩	*spelling* [명] 철자법.
cách xa 깟 싸	*far away from* [형] 먼.

cai 까이	**1/** *taskmaster, foreman* [명] (공사, 공장)감독, 작업장, 십장. [동] 관리하다. **2/** *to give up* [동] 포기하다. 그만두다. ✻ cai thuốc lá → 담배를 끊다. ✻ cai sữa → 젖을 떼다.
cai nghiện 까이 응히엔	*to detoxify* [동] 끊다. 그만두다.
cai ngục 까이 응윽	*a jailer, warder* [명] 교도관, 간수
cai quản 까이 꽌	*administer, manage* [동] 관리하다.
cai sữa 까이 스아	*to wean* [동] 젖을 떼다.
cai thầu 까이 터우	*contractor's foreman* [동] (건설현장의) 감독, 작업장
cai trị 까이 찌	*rule, administer, govern* [동] 다스리다, 집행하다.
cái 까이	**1/** *female* [부] 여성의, 암컷의. ✻ con chó cái → 암캐. **2/** *the solid part* [명] 알맹이. ✻ cái dừa → 코코넛 안의 살 부분. **3/** *thing, the..* [관] ~것. ✻ phải biết phân biệt *cái hay*, *cái dở* → 좋은 것 나쁜 것을 구별할줄 알아야 한다. **4/** *banker (in casino)* [명] (노름판의) 물주.
cài	*to pin, to fasten, insert* [동] 붙이다,

까이 달다.
cài bẫy to lay, to set a trap
까이 버이 [동] 함정을 만들다.
cài mìn to set a mine trap
까이 민 [동] 지뢰를 설치하다.
cải 1/ cabbage [명] (식물) 양배추.
까이 2/ to change, to alter, reform, correct [동] 개선하다. 개량하다.
∗ cải lão hoàn đồng → 늙음을 젊음으로 바꾸다.
∗ cải tà quy chánh → 악을 버리고 선을 쫓다.

cải cách to innovate, reform [동] 개각하다.
까이 깟

cải chính to ractify, to refuse [동] 개정하다.
까이 찐

cải danh change one's name [동] 개명하다.
까이 얀

cải giá to remarry (of widow)
까이 지아 [동] 재혼하다.

cải hóa transform, convert [동] 개화하다.
까이 호아

cải huấn to correct [동] 재활교육 하다.
까이 후언

cải lương reform [명] 개량. reform, improve
까이 르엉 [동] 개량하다. reformist [형] 개량의.

cải táng to disinter for reburial
까이 땅 [동] 묘를 이전하다.

cải tạo improuve, transform [동] 개조하다.

까이 따오

cải thiện   ameliorate, to better [동] 개선하다.
까이 티엔

cải tiến   innovate, improuve [동] 혁신하다,
까이 띠엔   쇄신하다.

cải tổ   reform, reorganize [동] 재조직하
까이 또   다, 재건하다.

cải trang   to disguise oneself [동] 변장하다,
까이 짱   위장하다.

cãi   to argue, to backtalk [동] 논쟁하
까이   다, 반항하다. ✷ cá không ăn muối cá ươn, con cãi cha mẹ trăm đường con hư (성어) → 소금에 절이지 않은 생선은 썩게되고, 부모에게 반항하는 자식은 반드시 잘못된다.

cãi bướng   to argue stubbornly
까이 브엉   [동] 고집스럽게 논쟁하다.
✷ đã làm sai mà còn cãi bướng → 틀렸는데도 계속 고집을 피우다.

cãi cọ   to squabble, to quarrel = cãi lẫy =
까이 꼬   cãi vã [동] 말다툼하다.

cãi lộn   to exchange angry words = cãi
까이 론   nhau [동] 말다툼하다. 언쟁하다.

cam   orange [명] (과일, 과실.) 오렌지.
깜

cam chịu   to accept with resignation
깜 찌우   [동] 단념하고 받아들이다.

cam đoan   to guarantee, to assure = cam kết
깜 도안   [동] 보증하다, 단언하다.

cam go 깜 고	difficult, hard [형] 곤란한, 힘든.
cam kết 깜 껟	to engage, commit, undertake [동] 약속하다, 보증하다. ✳ cam kết miệng → 구두로 약속하다. 구두로 보증하다.
cam khổ 깜 코	sweet and bitter, joy and sorrow [형] 어려움을 견디는.
cam lòng 깜 롬	to make up one's mind to [동] 단념하고 받아들이다.
cam nhông 깜 놈	lorry, truck, van = xe tải [명] 트럭.
cam phận 깜 펀	be content with one's lot [동] 운명을 받아들이다.
cam quýt 깜 꾸윋	citrus [명] (식물) 감귤.
cam sành 깜 산	king orange, thick skinned orange [명] (과실) 오렌지. (껍질이 노란)
cam thảo 깜 타오	liquorice [명] (식물) 감초.
cám 깜	bran [명] 겨.
cám dỗ 깜 요	to seduce, tempt, lure [동] 꾀다, 유혹하다.
cám ơn 깜 언	to be thankful, to thank [동] 감사 합니다, 고맙습니다.
càm 깜	chin [명] = cằm (해부) 턱.
cảm 깜	to cach a cold, to be ill [명/동] 감기에 걸리다.

cảm cúm 깜 꿈	influenza [명] 독감.
cảm động 깜 동	moved, touched [형] 감동하다.
cảm giác 깜 지악(약)	1/ sensation, impression, feeling [명] 감각, 느낌. 2/ feel, be affected by [동] 느끼다, 감각이 있다.
cảm ho 깜 호	chest cold [명] 기침감기.
cảm hóa 깜 호아	to convert [동] 감화하다.
cảm hứng 깜 흥	inspiredly [명] 감흥.
cảm kích 깜 끽	to appreciate [동] 감격하다.
cảm lạnh 깜 란	cold, chill [명] = cảm hàn = cảm mạo 추위에 걸린 감기.
cảm mến 깜 멘	admire and esteem [동] 호의적으로 평가하다, 존중하다.
cảm nắng 깜 낭	to have sustroke [명] 더위에 걸린 감기, 일사병.
cảm ơn 깜 언	= cám ơn 감사합니다, 고맙습니다.
cảm phục 깜 풉	feel great admiration for [동] 감탄하다, 탄복하다.
cảm tạ 깜 따	to express one's gratitude, thank. [동] 감사하다.
cảm thấy 깜 터이	to sense, to feel to experience [동] (오감으로) 느끼다.

cảm thông 깜 톰	*to sympathize, to commune* [동] = thông cảm 동감하다.
cảm thương 깜 트엉	*to feel pity for* [동] 동정하다, 불쌍히 여기다.
cảm tính 깜 띤	*feeling, sensibility* [형] (오감으로) 알아차리다, 인지하다.
cảm tình 깜 띤	*liking, sympathy* [형] 호감이 가는.
cảm tử 깜 뜨	*volunteer for dead, brave dead* [동] 담대히 목숨을 버리다, 희생하다.
cảm tưởng 깜 뜨엉	*impression* [명] 감명, 감동.
cảm ứng 깜 응	**1/** *induction* [물리학] 유도, 유발, 감응. **2/** *faradic* [전기학] 유도(감응) 전류의.
cảm xúc 깜 쑥	*emotion, feeling* [명/형] 감정.
cạm bẫy 깜 버이	*trap, snare* [명] 덫, 함정.
can 간	**1/** *can* [명] 깡통, 캔. **2/** *swagger cane(stick)* [명] 지휘봉. **3/** *dissuade(someone) from doing sth.* [동] 단념시키다, ~하지못하게 막다.
can án 간 안	*convicted, have criminal record* [동] 유죄를 선고받다.
can dự 간 즈	*to be implicated in, be involved in* [동] 간섭하다, 참여하다.

can đảm 깐 담	*courageous* [형] 용감하다.
can gián 깐 지안	*advise agains doing something; take sb.out of* = can ngăn [동] 단념시키다, ~하지 못하게 막다.
can hệ 깐 헤	*to concern, to affect* = liên quan [동] …에 관계하다, 관여하다.
can phạm 깐 팜	*guilty person, offender* [명] 범죄인.
can thiệp 깐 티엡	*to intervene, to interference* [동] 간섭하다.
can trường 깐 쯔엉	*courageous, unafraid of danger* [형] 간이 큰, 두려움이 없는, 용감한.
can xi 깐 씨	*calcium* [화학] 칼슘.
cán 깐	**1/** *roll in to thin layer, to laminate* [동] 눌러 밀어서 얇게 만들다. ✶ cán bột làm bánh → 밀가루를 밀어 빵을 만들다. **2/** *to run over* [동] 치다, 치이다. ✶ chiếc xe cán nát con chuột → 차가 쥐를 치다. **3/** *handle, grip* [명] 손잡이. ✶ cán dao → 칼 손잡이.
cán bộ 깐 보	*cadre, official* [명] 간부, 간부진.
cán búa 깐 부아	*handle of hammer* [명] 망치의 손잡이 부분.
cán cân	*balance* [명] 저울.

깐 껀	✶ cán cân công lý (balance of justice) → 공의의 저울.
cán chổi 깐 쪼이	broom-stick [명] 빗자루 대.
cán cờ 깐 꺼	staff of flag [명] 깃대.
cán sự 깐 스	technician, expert [명] 전문가, 기술자.
càn 깐	wanton, at random [형] 제멋대로. ✶ làm càn → 제멋대로 하다.
càn bậy 깐 버이	unruly, waywant [형] 제멋대로의, 규칙에 따르지 않는.
càn quét 깐 구앹	to raid, to mop up [동] 습격하다.
cản 깐	to prevent someone's advance, to block [동] 막다, 방해하다.
cản đường 깐 드엉	to stand in the way of sb. [동] 길을 막다.
cản trở 깐 쩌	to block, obstruct [동] 차단하다, 막다. 방해하다.
cạn 깐	dry [형] 마르다. ✶ giếng cạn → 우물이 마르다.
cạn chén 깐 짼	drink up!, bottom up! [동] 건배하다.
cạn lời 깐 러이	have nothing more to say [동] 더 이상 할말이 없는. ✶ tôi đã năn nỉ cạn lời rồi mà ông ta vẫn không đồng ý → 나는 더 이상 할말이 없을 정도로 간청했지만 그는 여전히 동의하지 않았

	다.
cạn tiền 깐 띠엔	be run out of money [형] = hết tiền, 재정이 고갈된.
cang cường 깡 끄엉	steadfast = kiên cường [형] 강경한, 확고한.
cáng 깡	palanquin, roofed hammok [명] (인도나 중국에서 사용한) 가마.
cáng đáng 깡 당	take charge of, responsibility for [동] 책임지다.
càng 깡	chela, claw, nipper, pincer [명] 집게발. ＊ càng cua → 게의 집게발.
càng 깡	all the more [부] 점차더, 점점더. ＊ có gió, lửa càng bốc cao → 바람이 불어 불길이 점점더 크게 타올랐다.
càng... càng 깡 깡	more and more [부] ~할수록 ~하다. ＊ càng sớm càng tốt → 빠를수록 좋다. ＊ càng ngày càng tiến bộ → 날이 갈수록 진보한다.
cảng 깡	harbour, port [명] 항구.
canh 깐	1/ soup, broth [명] 수프, 국. 2/ to watch, to guard [동] = canh gác 지켜보다.
canh nông 깐 놈	agriculture, farming [명] 농경, 농예.
canh phòng	to watch, to defend [동] 지키다.

깐 폼   방위하다.

canh tân   *to renovate*
깐 떤   [동] 혁신하다. 쇄신하다.

cánh   *wing* [명] 날개.
깐

cánh cửa   *the door* [명] 문, 문짝, 도어.
깐 끄아

cánh gián   1/ *cockroad wing*
깐 지안   [명] 바퀴벌레 날개.
    2/ *brown* [형] (색) 갈색.

cánh hữu   *right wing*
깐 흐우   [명] 오른쪽 날개, 우편, 아군.

cánh kiến   1/ *lac* [명] 랙. (랙깍지벌레가 분비
깐 끼엔   하는 천연수지)
    2/ *light brown* [형] (색) 밝은 갈색.

cánh quạt   *propeller, turbine* [명] 프로펠라.
깐 꾸앋   선풍기 날개.

cánh sen   1/ *lotus petal* [명] 연꽃잎. 2/ *pink*
깐 샌   *colour* [형] (색) 연꽃잎색, 분홍색.

cánh tả   *left wing* [명] 왼쪽날개, 반대편.
깐 따

cánh tay   *arm* [명] 팔.
깐 따이

cành   *branch, limb* [명] 가지, 분지(分枝),
깐   가지 모양의 것.

cảnh   *sight, landscape* [명] 경관, 풍경,
깐   전망. ✻ Đà Lạt có nhiều cảnh đẹp
    → 달랏에는 많은 경관이 있다.

cảnh báo   *to warn* [동] 경고하다, 통지하다,
깐 바오   통고(소환)하다.

cảnh binh 깐 빈	*military police* [명] 헌병대, 헌병. 약자: M.P., MP
cảnh cáo 깐 까오	*warning* [명] 경고, 주의, 경보.
cảnh đẹp 깐 댑	*beautiful site* [명] 아름다운 경치, 명관.
cảnh giác 깐 지악(약)	*awake, caution, to be on the alert* [동] 지각하다, 깨닫게하다, 불러 일으키다.
cảnh ngộ 깐 응오	*plight* [명] 처지, 입장. ✻ cùng cảnh ngộ nên dễ thông cảm nhau → 같은 처지여서 쉽게 공감한다.
cảnh phục 깐 품	*police uniform* [명] 경찰복.
cảnh sát 깐 산	*policeman* [명] 경관. 경찰. ✻ cảnh sát trưởng → 경찰서장.
cảnh sát chìm 깐 산 찜	*secret-police, plainclothesman* [명] 사복경찰.
cảnh sắc 깐 삭	*landscape, natural scenery* [명] 경관, 풍경, 전망.
cảnh tỉnh 깐 띤	*awaken, wake up* [동] 알아채게 하다, 깨우다, 자각시키다, 깨닫게 하다.
cảnh trí 깐 찌	*natural sight* [명] = cảnh vật 견지, 견해, 광경
cảnh tượng 깐 뜨엉	*Sight, scene* [명] 경치, 경관.
cảnh vệ 깐 베	*guard* [명] (사람) 경호원, 보호자.
cạnh	**1/** *side* [부] 주위, 주변.

간 ✻ nhà nàng ở cạnh nhà tôi.. ➔ 그녀의 집은 우리집 근처이다.
2/ *edge* [명] 가, 가장자리.
✻ va đầu vào cạnh bàn ➔ 책상 가장자리에 머리를 부딪히다.

cạnh huyền *hypotenuse* [명] (수학) 빗변.
간 후우엔

cạnh tranh *to compete, rival* [동] 경쟁하다.
간 짠

cao **1/** *jelly, glue (of animal bones or plants used as medicine)* [명] 연고, 기름.
까오
✻ cao hổ cốt (tiger bone glue)➔ 호랑이 뼈로 만든 기름.
2/ *high, tall* [형] 키가 큰, 높은.

cao áp *high pressure* [형] 고혈압.
까오 압

cao bồi *cow-boy* [명] (*hooligan*) 카우보이.
까오 보이

cao cả *noble, lofty* [형] 고귀한, 위엄있는.
까오 까

cao cấp *high grade, high level* [형] 고급의.
까오 껍

cao cường *superior, excellent* [형] 상급의, 뛰어난, 우수한. ✻ võ nghệ cao cường ➔ 뛰어난 무예.
까오 끄엉

Cao Đài giáo *Caodaism* [명] 까오다이교.
까오 다이 지아오

cao đẳng *higher-school* [형] trường Cao đẳng ➔ 전문대.
까오 당

cao đẹp 까오 댑	*noble, lofty and beatiful* [형] 고귀하고 아름다운, 우아한.
cao học 까오 헙	*master's degree* [명] 대학원.
cao hứng 까오 흥	*highly inspired, greatly elated* [형] 감흥이 고조된. ✱ anh ta cao hứng hát lên 1 bài → 그는 흥겹게 노래를 불렀다.
cao kiến 까오 끼엔	*excellent idea* [명] 훌륭한 의견.
cao kỳ 까오 끼	*haughty, arrogant* [형] = kiêu kỳ 거만한, 거드름 피우는.
cao lâu 까오 러우	*restaurant* [명] 식당, 레스토랑.
cao lớn 까오 런	*tall, tall of stature* [형] 키가 큰.
cao lương 까오 르엉	*kaoliang* [명] 수수.
Cao Miên 까오 미엔	*Campuchia* [명] 캄보디아.
cao minh 까오 민	*be intelligent, foreseeing* [형] 현명한, 예지력이 있는.
cao niên 까오 니엔	*eldery, old* [형] = cao tuổi 고령의.
cao ngất 까오 응얼	*sky-high* [형] 하늘높이.
cao nghệu 까오 응헤우	*very tall and thin* [형] 키가 크고 마른.
cao nguyên 까오 응우웬	*plateau, tableland* [명] 고원, 대지(臺地).

cao nhã 까오 냐	*well mannered, refined, intellectual* [형] 상냥한, 친절한.
cao ốc 까오 옵	*building* [명] 건축물, 건조물, 건물, 빌딩.
cao quí (quý) 까오 꾸이	*noble, high moral value* [형] 고귀한, 고귀한 사람의.
cao ráo 까오 라오	*high and dry* [형] 높고 건조한.
cao răng 까오 랑	*tartar* [명] 치석.
cao sang 까오 상	*high of rank and fashion, noble* [형] 고급스럽고 세련된.
cao siêu 까오 시에우	*sublime, unattainable* [형] 숭고 (장엄, 웅장, 장대)한.
cao su 까오 수	*rubber, elastic* [명] 고무, 천연 고무, 생고무.
cao tay 까오 따이	*highly able, top classed* [형] 고수의.
cao tăng 까오 땅	*bonze of high virtues, eminent monk* [명] (불교) 고승.
cao tần 까오 떤	*high-frequency* [명] 고주파. ✻ dòng điện cao tần → 고주파 전류.
cao tầng 까오 떵	*multistory, high rise* [명] 다층의, 고층의.
cao thâm 까오 텀	*high and deep* [형] 높고 깊은, 사려깊은. ✻ ông ấy là người có học vấn cao thâm → 그는 학식이 풍부한 사람이다.
cao thấp	*height, high and low*

까오 텁	[형] 높고 낮음의, 높이의. ✶ cao thấp không thành vấn đề, quan trọng là có đạo đức → 높고 낮음은 문제가 되지않는다, 중요한 것은 도덕이다.
cao thế 까오 테	*high-tension* [명] (전기) 고압.
cao thủ 까오 투	*top-classed, famous* [명] 고수.
cao thượng 까오 트엉	*high-minded, noble* [형] 고귀한, 고상한.
cao tốc 까오 똡	*high speed* [명] 고속.
cao trào 까오 짜오	*high tide, climax* [명] 최고조, 절정.
cao ủy 까오 위	*high commissioner* [명] 고위층.
cao vọng 까오 봄	*high ambition* [명] 원대한 희망.
cao vọt 까오 볻	*rapidly rising, abrupt increase* [형] 급성장한.
cao vút 까오 붇	*immeasurably high* [형] 무한한 높이의.
cao xa 까오 싸	*far and high, unrealistic* [형] 멀고 높은, 현실감이 없는, 비현실의.
cáo 까오	**1/** *fox* [명] (동물) 여우, 여우 털가죽. **2/** *to refuse* [동] 거절하다, 구실을 삼다. ✶ cáo lão từ quan → 노화를 구실로 관직을 거절하다.

cáo biệt 까오 비엩	*to leave, to say goodbye to sb.* [동] = cáo từ 떠나다, 그만두다, 고별하다.
cáo già 까오 지아	*old fox (sly as a fox)* [명] 늙은 여우, [형] 교활한.
cáo giác 까오 지악	*to report, to denounce* [동] = tố cáo 알리다, 밀고하다.
cáo lỗi 까오 로이	*excuse oneself, apologize* [동] 정식으로 해명하다, 변호하다.
cáo lui 까오 루이	*ask permission to take leave* [동]떠나기 위해 허락을 구하다.
cáo ốm 까오 옴	*to pretend illness as an excuse, to allege* [동] = cáo bệnh 꾀병을 부리다.
cáo phó 까오 포	*dead notice* [명] 부고.
cáo từ 까오 뜨	*to leave, to bit farewell to sb.* [동] = cáo biệt 떠나다, 그만두다, 고별하다.
cáo thị 까오 티	*government notice* [명] (국가) 공고.
cáo trạng 까오 짱	*indictment* [명] 기소장.
cào 까오	*to rake, to scratch* [동] 긁다.
cào cào 까오 까오	*locust, green grasshopper* [명] (곤충) 메뚜기.
cào cấu 까오 꺼우	*scratch* [동] 할퀴다.
cạo 	*to shave, graze* [동] 수염을 깎다,

까오	면도하다.
cáp 깝	*cable* [명] 케이블, 전선.
cạp 깝	*to gnaw* [동] 갉아먹다.
cát 깓	*sand* [명] 모래.
cát tường 깓 뜨엉	*luck, good fortune, auspicious* [형] 좋은, 재기가 좋은.
cát-xét 깓 쌛	*cassette* [명] 카세트.
cau 까우	1/ *areca palm, betel-nut* [명] (식물) 빈랑나무의 열매. 2/ *to knit (one's brows), frown* [동] 미간을 찌푸리다. ✻ cau mày suy nghĩ → 생각하느라 미간을 찌푸리다.
cau có 까우 꺼	*to scowl* [동] 찡그리다. ✻ nét mặt cau có → 찡그린 얼굴.
cáu 까우	*to be furious* [동] 격노하다.
cáu ghét 까우 지핻	*dirty* [명] 때가 낀, 더러운.
cáu kỉnh 까우 낀	*to be surly, gruff* [동/형] 신경질내다. 짜증내다, 신경질적인. ✻ giọng nói cáu kỉnh → 신경질적인 목소리.
cáu sườn 까우 스언	*to be in a stew* [형] 격분하다.

cáu tiết 까우 띠엗	*to boil over with anger* [형] 격분하다.
càu nhàu 까우 냐우	*to grumble* [동] 투덜대다, 불평하다. ✳ nó càu nhàu suốt ngày → 그는 하루종일 투덜대다.
cay 까이	*hot, peppery, pungent* [형] 매운, 신랄한.
cay chua 까이 쭈아	*cynicale* [형] 맵고 신. ✳ lời nói cay chua → 매서운 말.
cay cú 까이 꾸	*get bitter about* [형] 실패후 더욱 열정을 갖다. 집착하다. ✳ nó càng thua càng cay cú → 그는 실패하면 할수록 더욱 집착하다.
cay đắng 까이 당	*bitter* [형] 맵고 쓴, 실패를 경험한.
cay độc 까이 돕	*bitting, cruel, brutal* [형] 매섭고 신랄한. ✳ lời nói cay độc → 매섭고 신랄한 말.
cay mắt 까이 맏	*stinging, smarting* [형] 눈이 따가운.
cay nghiệt 까이 응히엗	*harsh, very severe* [형] 독하고 악랄한.
cáy 까이	*fidder crab* [명] 게의 일종.
cày 까이	**1/** *plough* [명] 쟁기. **2/** *to plough, to cultivate* [동] 쟁기로 갈다, 갈아넘기다.

cày cấy 까이 까이	*farm work* [동] 경작하다.
cày cục 까이 꿉	*to take pains, labour at something* [동] 수고하다, 애쓰다. ✻ cày cục sửa chữa cả ngày mới xong → 하루종일 애써서 고쳐 이제야 마쳤다.
cạy 까이	*to prise, to force for open* [동] 비틀다. 억지로 열다. ✻ vì mất khóa nên phải cạy cửa để vào nhà → 열쇠를 잃어버려서 집으로 들어가기 위해 문을 억지로 열어야만 했다.
cắc cớ 깍 꺼	*ill-timed* [형] 때가 좋지않은, 시기가 나쁜.
cắc ké 깍 깨	*gecko* [명] ①도마뱀. ②무리중에서 가장 낮고 모자른 사람.
cắc kè 깍 깨	*gecko, chameleon* [명] (동물) 카멜레온.
căm 깜	*spoke* [명] = căm xe, nan hoa 바퀴 쐐기.
căm hờn 깜 헌	*to resent and hate* [동] = căm giận 분개하다, 노하다, 원망하다.
căm phẫn 깜 펀	*to feel indignant, outrage* [형] 격분한, 격노한.
căm tức 깜 뜩	*to fret with resentment against* [동] 원한을 갖다, 적개심을 갖다.
căm xe 깜 쌔	*spoke* [명] = nan hoa 바퀴 쐐기
cắm	**1/** *to pitch, to set up* [동] 치다, 박

깜	다, 고정시키다. ✶ cắm trại → 천막을 치다, 야영하다, **2/** *to arrange, to plant* [동] 꽂다. ✶ cắm hoa → 꽃을 꽂다.
cắm cúi 깜 꾸이	*to be at full stretch* [동] = cặm cụi 집중하다, 전념하다. ✶ anh ta cắm cúi viết lá đơn → 그는 신청서를 쓰는데 집중하다.
cắm đầu 깜 더우	*completely wrapped up in..* [동] 열중하다. ✶ nó cắm đầu chạy trốn → 그는 도망가기에 열중하다.
cắm sừng 깜 승	*to be unfaithful to one's husband, to cuckold* [동] (남편에게)부정을 저지르다. ✶ anh ta bị cắm sừng → 그의 아내가 부정을 저질렀다.
cằm 깜	*chin* [명] (해부) = càm 턱, 턱끝.
căn bản 깐 반	*basic, elementary* [명] 입문, 기본.
căn bệnh 깐 벤	*illness, disease* [명] 병, 질병, 질환.
căn cơ 깐 꺼	*sure mean of livelihood* [형] 생활이 안정된.
căn cứ 깐 끄	*reason, ground* [명] 기초, 기반, 이유, 원인, 까닭, 근거.
căn cước 깐 끄억	*identity card* (ID.card) [명] 신원증명서.
căn dặn	*to recommend* [동] 충고하다.

깐 얀	✳ tôi đã căn dặn nó kỹ từng chút rồi → 나는 그에게 조금더 신중할 것을 충고했다.
căn hộ 깐 호	*flat, apartment* [명] 아파트.
căn nguyên 깐 응우웬	*origin* [명] 근원, 원천.
căn số 깐 소	*root* [명] (수학) 루트, 근.
căn vặn 깐 반	*to interrogate* [동] 여러 번 되묻다. ✳ căn vặn mãi nó mới chịu nói → 계속 되물어 그가 겨우 말하다.
cắn 깐	*to bite* [동] …을 물다, 덥석 깨물다
cắn rứt 깐 릍	*to worry, harass, sting* [동] 괴로워하며 후회하다. ✳ bị lương tâm cắn rứt → 양심의 가책을 받다.
cắn trộm 깐 쫌	*backbite* [동] 남을 헐뜯다, 험담하다.
cằn 깐	*stunted, exhausted* [형] = cằn cỗi (사람, 동물, 식물) 발육을 방해하다.
cằn nhằn 깐 냔	*to grumble, to grunt* [동] = càu nhàu 불평하다, 투덜 거리다
cặn 깐	*dregs, lees, sediment* [명] 침전물, 앙금.
cặn bã 깐 바	*dregs* [명] 찌꺼기, 폐기물. ✳ cặn bã xã hội → 사회의 폐기물.
cặn kẽ 깐 께	*careful, detail, minute* [형] 면밀한,

깐 깨		꼼꼼한, 자세한. ✷ chỉ bảo cặn kẽ → 자세히 통지하다.

căng
깡
to stretch, spread, strain
[동] 펴다, 벌리다, 뻗다

căng thẳng
깡 탕
fully stretched, tense
[동] 긴장시키다, 긴장하다.

căng-tin
깡 띤
canteen [명] 매점.

cẳng
깡
pin, shank, leg [명] 다리.

cắp
깝
1/ *carry under one's arms* 꽉 잡다
2/ *to steal, filch* [자] 훔치다

cặp
깝
1/ *school-bag, briefcase*
[명] 책가방.
2/ *pair, couple* [명] 커플, 짝, 쌍.
✷ cặp vợ chồng đó thật xứng đôi!
→ 그 부부 커플은 정말 잘 어울린다.
3/ *tongs, pin* [명] 집게.
4/ *to peg, clip* [동] 고정하다.

cặp đôi
깝 도이
twin, double
[동] 짝지우다, 한 쌍으로 하다.

cặp kè
깝 깨
to be inseparable
[동] 항상 붙어 다니다.

cặp lồng
깝 롬
a set of mess-tins [명] 찬합.

cặp nhiệt
깝 니엗
1/ *clinical thermometer*
[명] 체온계.
2/ *take temperature of a patient*
[동] 체온을 재다.

cặp tóc 깝 똡	*hairpin* [명] 헤어핀, 머리핀.
cắt 깓	*to cut, cut off* [동] 자르다.
cắt bỏ 깓 버	*to remove* [동] 잘라버리다, 제거하다. ✲ cắt bỏ khối u → 종기를 제거하다.
cắt cử 깓 끄	*to detail, tell off, assign* [동] 할당하다, 배정하다. ✲ cắt cử người canh gác → 감시할 사람을 배정하다.
cắt đặt 깓 닫	*to cut out work for…* [동] 할당하다, 배정하다. ✲ cắt đặt người nào việc ấy → 각 사람에게 일을 할당하다.
cắt đứt 깓 듣	*to stop* [동] = chấm dứt 정지하다, 그만두다. ✲ cắt đứt quan hệ ngoại giao với.. → …와 외교관계를 정지하다.
cắt nghĩa 깓 응히아	*to make clear, to explain* [동] = giải nghĩa / giải thích 해설하다, 설명하다.
cắt ruột 깓 루옫	*a percing pain* [형] 장을 자르는 듯한. ✲ đau như cắt ruột → 장을 잘라내는 듯이 아프다.
cắt tiết 깓 띠엗	*to stick, to kill* [동] (동물의) 멱을 따다.
cắt tóc 깓 똡	*to cut sb.'s hair, give sb. a hair cut* [동] = hớt tóc 이발하다, 머리카락

	을 자르다.
cắt xén 깓 쌘	*to truncate* [동] 일부를 잘라내다. ✳ bài viết đã bị ban biên tập đã cắt xén bớt vài đoạn → 글에서 일부 몇 문장 잘라내어 편집하다.
câm 껌	1/ *dumb, mute* [형] 조용한, 고요한, 소리 내지 않는, 벙어리의. ✳ bị câm điếc từ lúc mới sinh → 태어났을때부터 벙어리였다. 2/ *silent* 말 없는, 무언의. ✳ câm mồm! → 조용히해라!
cấm 껌	*to forbid, prohibit, ban* [동] 금지하다, 금하다.
cấm cản 껌 깐	*to prohibit* [동] = cấm, ngăn cấm 금지하다, 방해하다.
cấm cửa 껌 끄아	*to forbit someone to darken one's door* [동] 집안으로 못들어오게 하다.
cấm chỉ 껌 찌	*to strictly ban* [동] 완전히 금지하다.
cấm địa 껌 디아	*restricted area, forbidden ground* [명] 출입 금지 구역.
cấm đoán 껌 도안	*to interdict* [동] 금지하다, 금하다.
cấm hút thuốc 껌 훝 투옥	*no smoking* [동] 금연하다.
cấm kỵ 껌 끼	*forbidden, taboo* [형] 금기의, 금지된, 금제의. ✳ điều cấm kỵ → 금지 조항.
cấm tiệt	*to forbid strictky, absolutely* [동] =

껌 티엗	cấm tuyệt, cấm ngặt 절대적으로 금하다.
cấm vận 껌 번	*embargo* [형] 무역을 정지시킨. ✻ hàng cấm vận → 무역금지품.
cầm 껌	1/ *to hold* [동] 잡다. 2/ *to stop* [동] 그만두다. 정지하다. ✻ thuốc cầm máu → 지혈제. 3/ *to pawn, mortage* [타] = cầm đồ 저당잡히다, 담보로 잡히다. 4/ ✻ cầm kỳ thi họa → 악기 장기 시 그림 (봉건시대 지식인의 4대 풍류).
cầm ca 껌 까	*music and song* [명] 음악과 노래.
cầm cự 껌 끄	*to contend, oppose, resit* [동] 맞서다, 대항하다.
cầm chắc 껌 짝	*hold for certain, sure of success* [동] 확실하게 잡다, 확신하다.
cầm chân 껌 쩐	*pin down, hold back* [동] 가지못하게 붙잡다.
cầm chừng 껌 쯩	*haff-heartedly, in moderation* [형] 적당히 하는.
cầm đầu 껌 더우	*to be the ringleader* [동] 우두머리가 되다, 선두에 서다. ✻ cầm đầu một băng cướp → 강도집단의 우두머리가 되다.
cầm đồ 껌 도	*to pawn* [동] 저당잡히다, 담보로 잡히다.
cầm giá 껌 지아	*to keep the price (not discount)* [동] 정찰제로 하다, 가격을 유지

하다.

cầm giữ
껌 즈
hold and keep [동] 지속하다.

cầm hơi
껌 허이
retain one's breath [동] 숨을 유지하다. ✻ uống nước cầm hơi → 물을 마셔 숨을 유지하다.

cầm khách
껌 캇
entertain guests [동] 손님을 대접하다.

cầm lái
껌 라이
to drive [동] 몰다, 운전하다.

cầm lấy
껌 러이
to hold [동] 잡다.

cầm máu
껌 마우
hemostatic, stop bleeding [동] 지혈하다, 출혈을 멎게 하다.

cầm lòng
껌 롬
to hold back one's feeling, check oneself [동] 마음을 잡다.

cầm nhầm
껌 념
take something by mistake, to steal [동] 실수로 ~을 가지다,

cầm quân
껌 꾸언
command a troops [동] (군사) 군대를 지휘하다.

cầm quyền
껌 꾸웬
hold power, to be in power [동] 권력을 쥐다.

cầm tay
껌 따이
1/ *to hold sb.'s hand.* [동] ~의 손을 잡다.
2/ *hand-held* [형] 포켓용의, 손에 들고 다니는.

cầm thú
껌 투
birth and animal, beasts [명] 짐승.

cầm tiền
껌 띠엔
to keep the money [동] 돈을 보관하다, 돈을 가지고 있다.

cầm tù 껌 뚜	*to hold sb.prisoner, imprison* [동] 감옥에 가두다, 구속하다.
cẩm chướng 껌 쯔엉	*carnation* [명] (식물) 카네이션.
cẩm lai 껌 라이	*barian kingwood* [명] 바리만 왕나무.
cẩm nang 껌 낭	*handbook, manual* [명] 안내서, 편람, 길잡이.
cẩm nhung 껌 늉	*silk velvet* [명] 벨벳.
cẩm thạch 껌 탓	*marble* [명] 대리석.
cẩm tú 껌 뚜	*very beautiful landscape, refine* [형] 경관이 아름다운.
cân 껀	1/ *scale, balance* [명] 저울. 2/ *to weigh* [동] 무게를 재다.
cân bằng 껀 방	*balance, equilibrium* [형] 평형의, 균형이 잡힌. ✴ thu chi cân bằng → 수입과 지출이 균형을 이루다. ✴ cân bằng tỉ số → 동점이다, 비기다.
cân đối 껀 도이	*balanced* [형] 균형이 잡힌.
cân não 껀 나오	*nerves and brain* [명] 신경과 뇌.
cân nhắc 껀 냑	*to consider carefully* [동] 신중히 재보다, 계산하다. ✴ cân nhắc lợi hại → 손익을 계산하다.

cân tiểu ly 껀 띠우 리	*precision scale* [명] (금과 같은 적은 중량을 재는) 저울.
cân xứng 껀 씅	*proportionate, correspond to (with)* [형] 비례한, 균형잡힌.
cấn 껀	*be annoyed (by something pricking)* [동] 귀찮다, 성가시다.
cần 껀	*to need, want, must* [동] 필요하다.
cần câu 껀 꺼우	*fishing-rod* [명] 낚싯대.
cần cẩu 껀 꺼우	*crane, derrick* [명] = cần trục 기중기, 크레인.
cần cù 껀 꾸	*hard-working, laborious* [형] 힘드는, 어려운, 고생하는.
cần dùng 껀 쥼(윰)	*needed, required, necessary* [형] 필요한, 필수의.
cần kiệm 껀 끼엠	*industrious and economic* [형] 경제적인, 절약하는.
cần kíp 껀 낍	*pressing, urgent* [형] 다급한, 긴급한, 간청하는.
cần lao 껀 라오	*hard-working* [형] 고생하는.
cần mẫn 껀 먼	*industrious and clever* [형] 부지런하고 능숙한.
cần sa 껀 사	*hashish* [명] 인도대마, 칸나비스, 하시시, 대마초.
cần tây 껀 떠이	*celery* [명] (식물) 셀러리.
cần thiết 껀 티엣	*essential, necessary* [형] 필요한.

cần trục 껀 쭙	*crane, derrick* [명] = cần cẩu 기중기, 크레인.
cần xé 껀 쌔	*deep bamboo basket* [명] 양손잡이가 있는 대나무로 만든 큰 바구니.
cẩn 껀	*to inlay* [동] 상감하다, 상감세공으로 장식하다.
cẩn thận 껀 턴	*careful* [형] 조심하다.
cận 껀	*near, close* [형] (거리, 공간적으로) 가까운.
cận chiến 껀 찌엔	*close-fighting* [동] 접전하다.
cận đại 껀 다이	*modern, contemporary* [명] 현대의, 요즈음의, 지금의.
cận thị 껀 티	*short-sighted, myopic* [형] 근시(안)의.
cận vệ 껀 배	*guards* [명] (사람) 보호자, 호위자, 경호원,
cấp 껍	*rank, level, class* [명] 계급, 계층.
cấp bách 껍 밧	*urgent, pressing* [형] 다급한, 긴급한.
cấp báo 껍 바오	*give an urgent warning* [동] 급보하다.
cấp bậc 껍 벅	*rank, hierarchy* [명] 직계제(職階制), 계층.
cấp bằng 껍 방	*diploma, degree* [명] = bằng cấp 자격증, 수료증, 졸업장.

cấp cứu 껍 끄우	*to give first aid* [동] 응급 처치를 하다, 응급 치료를 하다.
cấp dưỡng 껍 즈엉	*to provide relief, support* [동] 부양하다, 지원하다.
cấp nước 껍 느억	*water supply* [동] 물을 공급하다, 급수하다.
cấp phát 껍 팥	*to issue, to distribute* [동] 뿌리다, 분포하다.
cấp số 껍 소	*progression* [명] (수학) 수열.
cấp thời 껍 터이	*urgent time, emergency* [형] 위급한, 긴급한.
cấp tiến 껍 띠엔	*radical, progressive* [형] 급진적인, 혁명적인.
cấp tính 껍 띤	*pernicious, acute* [형] 급성의. ✻ viêm ruột cấp tính → 급성 장염.
cấp tốc 껍 똡	*to hasten, to hurry, very fast* [형] 급속한.
cấp vốn 껍 본	*to allot capital, to finance* [동] 자본을 융통하다.
cập 껍	*to land, to draw up alongside* [동] ~에 대다, 도착하다, 상륙하다, 양륙하다. ✻ thuyền cập bến → 배를 가에 대다.
cập nhật 껍 년	*to update* [동] 갱신하다. 새롭게 하다.
cập rập 껍 럽	*hasty, hurried* [형] 급한, 조급한. ✻ vì quá cập rập nên quên → 너

무 급해서 잊어버렸다.

cất
껕
1/ *to built, to raise* [동] 짓다, 올리다.
✻ cất nhà → 집을 짓다.
2/ *to store* [동] 저축하다, 비축하다.
✻ cất tiền vô tủ → 주머니에 돈을 비축하다. ✻ hàng hóa cất trong kho → 물건을 창고에 비축하다.

cất cánh
껕 깐
to fly, to take off [동] (비행기) 비행하다, 날다, 이륙하다.

cất đầu
껕 더우
stand up, raise one's head [동] 일어나다, 머리를 들어올리다.

cất giấu
껕 지어우
hide, conceal [동] 감추다, 숨기다.

cất nhắc
껕 냑
to promote, help
[동] 촉진하다, 장려하다.

cất rượu
껕 르우
distill alcohol [동] 알코올을 순화하다, 증류하다.

cất tiếng
껕 띠엥
begin to speak (sing)
[동] 말(노래)를 시작하다.

cật
껕
kidney [명] (해부) 신장(腎臟).

cật lực
껕 륵
to work with all one's might
[동] 전력하다.

cật ruột
껕 루온
relative, relation, kinstolk [명] 관계, 친척, 인척.

cật vấn
껕 번
to interrogate, to grill
[동] 심문하다, 질문하다.
✻ cật vấn mãi nó mới chịu khai ra

→ 계속 심문하니 드디어 진술하다.

câu
꺼우
1/ *sentense* [명] = câu văn 문장.
2/ *to fish* [동] = câu cá 낚다, 잡다.

câu chào
꺼우 짜오
greeting [명] 인사, 인사말.

câu chuyện
꺼우 쭈웬
story, tale [명] 이야기.

câu đố
꺼우 도
riddle, quiz, puzzle
[명] 난문, 난제. 난문제, 퀴즈.

câu đối
꺼우 도이
parallel sentences
[명] 병렬식 문장.

câu hỏi
꺼우 호이
question [명] 질문, 의문문.

câu lạc bộ
꺼우 락 보
club [명] 클럽, 동호회.

câu thơ
꺼우 터
line of verse, poetry [명] 싯구.

câu trả lời
꺼우 짜 러이
reply, answer, response
[명] 응답, 대답, 반응.

cấu
꺼우
to claw, to nip, to pinch
[동] = ngắt, véo 꼬집다, 꽉 죄다.

cấu kết
꺼우 껜
to collude with sb. [동] 공모하다.

cấu tạo
꺼우 따오
to compose, construct, build
[동] 만들어내다, 구성하다.

cấu trúc
꺼우 쭙
structure [명] 구조, 구성.

cấu véo
꺼우 배오
pinch, nip [동] 자르다, 집다.

cấu xé 꺼우 쌔	*to claw and tear* [동] 할퀴고 찢다. ✻ chúng nó cấu xé nhau vì quyền lợi → 그들은 권리 때문에 서로 할퀴고 찢고 싸운다.
cầu 꺼우	1/ *bridge* [명] 다리, 교량. 2/ *to pray for, to wish* [동] 기도하다, 소원하다. 3/ *toilet* [명] 화장실. ✻ đi cầu → 화장실 가다.
cầu an 꺼우 안	*eager for a quiet life* [동] 안정되고 평안한 삶을 위해 기도하다.
cầu cạnh 꺼우 깐	*request (a favour)* [동] 간청하다, 요청하다, 부탁하다. ✻ người biết tự trọng không cầu cạnh ai cả → 자존심이 있는 사람은 남에게 간청하지 않는다.
cầu chì 꺼우 지	*fuse* [명] (전기의) 퓨즈, 도화선.
cầu chúc 꺼우 쭙	*to give best wishes* [동] 기원하다. ✻ cầu chúc cho bạn luôn hạnh phúc → 당신이 항상 행복하길 기원 합니다.
cầu cứu 꺼우 끄우	*to ask for help* [동] 도움을 요청하다.
cầu dao 꺼우 자오	*interruptor, knife-swich* [명] 회로 차단기.
cầu duyên 꺼우 쥬웬	*to pray for good chances in love* [동] 사랑이 이루어지길 기도하다.
cầu hôn 꺼우 혼	*to ask (in marriage) to a lover*

	[동] 구혼하다.
cầu khẩn 꺼우 컨	*to entreat, to beseech* [동] 간청하다. ✻ cầu khẩn được tha thứ → 용서해 주시길 간청하다.
cầu khỉ 꺼우 키	*robe bridge, foot bridge* [명] 외나무다리.
cầu kinh 꺼우 낀	*to read the sutra, say one's prayers* [동] 성경을 읽다.
cầu kỳ 꺼우 끼	*fastidious, fussy, finical* [형] 간단하지 않은, 복잡한, 까다로운. ✻ ăn uống cầu kỳ → 신경써서 먹다.
cầu lông 꺼우 롬	*badminton* [명] 배드민턴. ✻ đánh cầu lông → 배드민턴을 치다.
cầu may 꺼우 마이	*to try one's luck* [형] 행운을 바라다, 행운을 기원하다.
cầu mong 꺼우 몸	*to hope, to aspire* [동] 소원하다, 희망하다, 소망하다. ✻ cầu mong cho mọi người bình an vô sự → 모든 사람들이 만사평안하기를 소망 하다.
cầu nguyện 꺼우 응우웬	*to pray* [동] 기도하다.
cầu siêu 꺼우 시에우	*to celebrate a requiem* [동] (불교) 초혼제를 지내다.
cầu tài 꺼우 따이	*to seek wealth* [동] 많은 재물을 바라다.
cầu tàu	*quay, wharf* [명] 부두, 선창.

꺼우 따우

cầu thang stairs, staircase [명] 계단.
꺼우 탕

cầu thân seek an acquaintance [동] 친밀해지기 위한 방법을 구하다.
꺼우 턴

cầu thủ player (of football) [명] 선수.
꺼우 투

cầu thực to earn one's living [동] 양식을 구하다, 생계수단을 구하다.
꺼우 특

cầu tiêu toilet, latrine [명] 화장실.
꺼우 띠에우

cầu tự to pray for a child [동] 자식을 달라고 기도하다, 빌다.
꺼우 뜨
※ con cầu tự → 기도해서 얻은 자식.

cầu viện to entreat help, seek reinforcements [동] 도움을 청하다, 간청하다.
꺼우 비엔

cầu vồng rainbow [명] 무지개.
꺼우 봉

cầu xin to beg, to implore [동] 애원하다, 간청하다, 빌다. ※ cầu xin một ân huệ → 은혜를 구하다.
꺼우 씬

cẩu thả careless, negligent [형] 부주의한, 경망한, 경솔한.
꺼우 타

cậu maternal uncle [명/대] 외삼촌.
꺼우

cây tree, plant
꺼이
[명] = cây cối 나무, 식물.
※ cây nhà lá vườn → 홈메이드 (집에서 기른 혹은 만든 것.)

cây cảnh 꺼이 깐	*pot plant, decorative plant* [명] 조경 식물.
cây leo 꺼이 래오	*creeper, climbing plant* [명] 넝쿨 식물.
cây đèn 꺼이 댄	*lamp* [명] 등, 등잔, 램프.
cây số 꺼이 소	*milestone* [명] 마일 표석.
cây thuốc 꺼이 투옥	*medical plant* [명] 약초.
cây xanh 꺼이 싼	*verdure* [명] 신록, 푸른 초목.
cây xăng 꺼이 쌍	*petrol station* [명] 주유소.
cấy 꺼이	*to transplant, to farm, cultivate* [동] 경작하다.
cha 짜	*father; daddy* [대] 아버지, 아빠.
cha chả 짜 짜	*Oho! aha!* – [감] 놀라움을 나타내는 감탄사. 와우!
cha anh 짜 안	*the elder* [명] 조상.
cha cố 짜 꼬	*clergymen* [명] 성직자, 목사.
cha đẻ 짜 대	*one's own parent* = cha ruột 친아버지.
cha mẹ 짜 매	*parents* [명] 부모님.
cha nuôi	*adoptive (foster) father* [명] 양부.

짜 누오이

cha ông   forefather, ancestors
짜 옴   [명] 조상, 선조

cha xứ   vicar [명] 교황.
짜 쓰

chà   **1/** to scrape, to crush
짜   [동] 문지르다, 닦다.
   2/ Oh, well ! [감] 오! 와!

chà đạp   to trample on [동] 밟아 뭉개다.
짜 댑

chả   grilled chopped meat (fish)
짜   [명] (음식) 어묵.

chạc   fork of a branch [명] (나무의) 분기.
짝

chạch   loach, small egg
짯   [명] (동물) 미꾸라지.

chai   bottle [명] 병.
짜이

chải   to comb, brush
짜이   [명] 빗다, 빗질하다.
   ✳ chải đầu → 머리를 빗다.

chải chuốt   **1/** to spruce up, to smarten
짜이 쭈온   [동] 깨끗이 하다. 단정히 하다.
   2/ polished [형] 광택이 나는, 빛나는.

chạm   to touch, to hurt [동] 첩촉하다.
짬

chạm cốc   clink glasses [동] 잔을 부딪히다.
짬 꼽

chạm ngõ   pay a plighting visit [동] 결혼전에

짬 응오	신부집에 찾아가 혼인을 맹세하다. ✱ lễ chạm ngõ → 약혼식.
chạm trổ 짬 쪼	to carve [동] 쪼다, 조각하다.
chan 짠	to souse (liquid broth on rise) [동] 담그다, 처넣다. ✱ chan canh ăn → 국에 말아 먹다.
chan chứa 짠 쯔아	suffused, overflowing [형] 넘치는.
chan hòa 짠 호아	be bathed in, easily mix with [동] 사교성이 있는.
chán 짠	be tired of, be disgusted with [동] 지겹다, 싫증나다.
chán chê 짠 쩨	more than enough [형] = chán chường 진저리가 나다.
chán đời 짠 더이	be tired of living [동] 삶에 의욕이 떨어지다, 사는데 싫증이 나다.
chán ghét 짠 갣	dislike [형] 싫어하다, 반감을 가지다.
chán nản 짠 난	disheartened [형] 낙담한, 기운을 잃은.
chán ngán 짠 응안	utterly discontented [형] 만족스럽지 못한, 불만스러운.
chang chang 짱 짱	blazing [형] 이글이글 불타듯이, 반짝반짝 빛나는. ✱ trời nắng chang chang → 이글이글 타는 햇빛.
chàng	young gentleman, yong fellow, lad

짱	[명] 소년, 젊은이.
chạng vạng 짱 방	*twilight, dusk* [형] 어둑어둑해진.
chanh 짠	*lemon* [명] (식물) 레몬, 라임.
chanh chua 짠 쭈아	*sharp-tongued, tart* [형] 날카로운, 예리한.
chánh 짠	*head, chief* [형] 우두머리.
chánh án 짠 안	*tribunal president* [명] 재판장.
chạnh lòng 짠 롬	*(be) affected by someone, be touched* [동] 감동하다, 마음이 움직이다.
chao 짜오	**1/** *soya cheese* [명] (음식) 순두부. **2/** *to rock, swing* [동] 흔들리다.
chao đảo 짜오 다오	*stagger, waver* [형] 흔들리는, 요동하는.
cháo 짜오	*gruel, soup* [명] 죽.
cháo lòng 짜오 롬	*pig's tripes soup* [명] (음식) 돼지 내장으로 만든 죽.
chảo 짜오	*pan* [명] 볶음용 프라이팬.
chào 짜오	*greet, salute* [동] 인사하다, 맞이하다. ✻ chào cờ → 국기에 대한 경례하다.
chào đón 짜오 돈	*to welcome, to warmly greet* [동] 환영하다.

chào đời 짜오 더이	to brought into the world, to be born [동] 태어나다, 탄생하다.
chào hàng 짜오 항	to make an offer [동] 판촉하다.
chào hỏi 짜오 호이	say hello [동] 안부를 묻다.
chào mừng 짜오 믕	to extend a welcome to, in honour of. [동] 환영하다.
chạp 짭	12th month, the last lunar month [명] 음력 12월.
chát 짣	acrid [형] 떫은. ✳ chuối chát → 맛이 떫은 바나나.
cháu 짜우	1/ grandchild, grand-daughter, grand-son 손자, 손녀. 2/ nephew, niece 조카. 조카딸. 3/ child, children 아이, 아동. ✳ ông bà được mấy cháu? → 슬하에 자제분이 몇 명이세요?
cháu chắt 짜우 짣	posterity [명] 후세, 후대.
cháu dâu 짜우 여우	wife of one's grandson (nephew) [명] 손자의 부인.
cháu đích tôn 짜우 딧 똔	eldest son of one's eldest son [명] 장손.
cháu ngoại 짜우 응오아이	maternal grandchild [명] 외손자.
cháu nội 짜우 노이	paternal grandchild [명] 친손자.
cháu rể 짜우 레	husband of one's granddaughter or one's niece. [명] 손녀의 남편.

chay 짜이	*vetetarian* [형] 채식주의의. ✳ ăn cơm chay → 채식으로 먹다.
cháy 짜이	*burn, blaze, parch, blow (out)* [동] 타다, 연소하다.
chảy 짜이	*flow, run, melt* [동] 흐르다. ✳ nước chảy đá mòn (속담) → 낙숫물이 댓돌을 뚫는다.
chày 짜이	*pestle, bell-stick* [명] 막자, 절굿공이.
chạy 짜이	*to run* [동] 뛰다, 급히 가다.
chạy chọt 짜이 쫃	*solicit, come in by the back door* [동] 부탁하다, 구하다. ✳ gia đình nó đã phải chạy chọt khắp nơi mới kiếm được việc làm cho nó → 그의 가족은 그에게 일자리를 구해주기 위해 여기저기에 부탁을 해야했다.
chạy chợ 짜이 쩌	*huckster* [동] 행상하다.
chạy chữa 짜이 쯔아	*treat with every possible means* [동] 병을 치료하기 위해 갖은 방법을 찾다. ✳ các bác sĩ đã hết lòng chạy chữa mà bệnh vẫn không thuyên giảm → 의사가 치료를 위해 갖은 방법을 다 동원했지만 병은 여전히 호전되지 않는다.
chạy đua 짜이 두아	*race* [동] 경주하다.
chạy giặc	*to evacuate from the combat zone*

짜이 이약	[동] 전쟁터에서 도망치다.
chạy làng 짜이 랑	*throw up the game and go bankrupt* [동] 약속을 져버리다.
chạy mất 짜이 멑	*to run away* [동] 도망치다.
chạy quanh 짜이 꾸안	*to ran around, be somewhere* [동] 주위를 돌다.
chắc 짝	**1/** *solid, firm, steady* [형] 단단히, 확실히. ✽ cột chắc để gió bay → 바람에 날라가지않게 확실히 묶어라. **2/** *be sure, be certain, surely* [부] 확실히, 물론. ✽ mai tôi bận, chắc không đến được → 내일 내가 바쁘니 확실히 내일 못온다. **3/** *perhaps, may be* [부] 아마도. ✽ chắc chiều nay trời mưa → 아마도 내일 저녁에 비가 오겠다.
chắc ăn 짝 안	*be sure of success* [부] 틀림없이, 확실히 ✽ liệu có chắc ăn không? → 성공이 확실하냐?
chắc chắn 짝 짠	*reliable, solid* [형] 확실한, 단단한, 확고한. ✽ chắc chắn nó sẽ không dám đến → 확실히 그는 감히 오지못할것이다.
chắc tay 짝 따이	*firm hand, sure* [형] 단단한, 견고한.
chăm	*(be)assiduous* [형] 열심인. ✽ nó

짬 | rất thông minh và còn chăm học → 그는 매우 영리한데다 공부도 열심히 한다.

chăm bón
짬 본
cultivate, tend
[동] 돌보다, 재배하다.

chăm chỉ
짬 찌
assiduous, laborious [형] 부지런한, 열심히 하는. ✱ làm việc chăm chỉ → 부지런히 일하다.

chăm chú
짬 쭈
concentrating, with concentration [형] 집중하는, 전념하는.
✱ chăm chú nhìn → 집중해서 보다.

chăm lo
짬 로
give one's mind to improving [형] 걱정하고 책임지다. ✱ chăm lo việc nhà → 집안일을 걱정하고 책임지다.

chăm sóc
짬 솝
care for, attend on (upon)
[동] 돌보다.
✱ chăm sóc người bệnh → 환자를 돌보다.

chăn
짠
1/ *blanket* [명] 담요, 모포.
2/ *tend, graze, breed* [동] 기르다.
✱ chăn trâu → 소를 기르다.

chăn gối
짠 고이
blanket and pillow
[명] 담요와 베개. (부부의 삶).

chăn nuôi
짠 누오이
breed, raise [동] 가축을 기르다.

chắn
짠
1/ *block, bar, stop*
 [동] = chặn 차단하다, 막다.
2/ *partition sth. off* [동] = che chắn 가리다. ✱ vách chắn giữa hai

	phòng → 두 방 사이를 칸막이로 가리다.
chẵn 짠	*round, even* [형] 짝수의. ✱ số chẵn → 짝수.
chằn tinh 짠 띤	*ogress* [명] 도깨비.
chặn 짠	*block, stop, intercept* [동] 차단하다, 막다.
chặn họng 짠 홈	*muzzle, impose silence on (sb.)* [동] 입을 막다, 말 못하게 하다.
chăng 짱	**1/** *itn't it, is it* [부] 의문사, 의심을 나타낼 때. ✱ mình đã sai rồi chăng? → 제가 실수했나요? **2/** *surely* [부] 비록 ~하더라도. ✱ dù chết chăng nữa cũng phải đi → 죽더라도 반드시 가야한다.
chẳng 짱	*not at all* [부] 부정을 나타냄. ✱ chẳng đẹp chút nào! → 조금도 예쁘지 않아요.
chẳng lẽ 짱 래	*there is no reason, why* [부] ~할 이유가 없다. ✱ chẳng lẽ mình cứ ngồi im để nó làm bậy mãi sao? → 그가 잘못하고 있는데 우리가 가만히 앉아만 있을 이유가 없다.
chằng 짱	*fasten, bind* [동] 단단히 매다.
chằng chịt 짱 찓	*interlace* [형] 얽히다, 엉키다. ✱ dây điện chằng chịt → 전기줄이 엉키다.
chặng 짱	*stage, passage, halt* [명] 도로, 위

짱

치.
* còn phải đi qua 1 chặng đường dài khoảng 100km mới tới → 약 100km 정도의 길을 더가야 도착한다.

chắp
짭

1/ *patch up, join* [동] 연결하다. * chắp các mối dây lại → 각 줄들을 연결하다.
2/ *clasp* [동] (손을) 모으다.
* chắp tay lạy xin tha mạng → 손을 모아 목숨을 구걸하다.

chắp vá
짭 바

patch up [동] 조각을 잇다.

chặp
짭

moment, short period [명] 짧은 순간, 단시간. * mưa một chặp rồi tạnh hẳn → 단시간 비가 오고 그쳤다.

chắt
짤

great-grand child [명] 증손자.

chắt chiu
짤 찌우

1/ *save every amount of* [동] 조금씩 저축하다. * chắt chiu đừng đồng → 한푼두푼 저축하다.
2/ *nurse* [동] 받들다, 애지중지 돌보다.

chắt mót
짤 몯

save every smallest bit of [동] 조금씩 모으다.

chặt
짝

1/ *cut, chop, shatter* [동] 자르다, 찍다, 난도질하다. * chặt ra làm tư → 넷으로 자르다.
2/ *secure, close, tight* [형] 단단한, 빡빡한, 촘촘한. * lạc mềm buộc

	chặt (속담)→ 부드러운 끈은 확실히 묶인다. (부드러운 말이 남을 더 감동시킨다.)
chặt chẽ 짝 째	**1/** *close* [형] 단단한, 확실한, 확고한. ✶ đoàn kết chặt chẽ → 확고히 단결하다. **2/** *hard, severe* [형] 확실한, 신중한. ✶ kiểm tra chặt chẽ → 신중하게 조사하다.
châm 쩜	**1/** *sting, prick* [동] 찌르다. ✶ kim châm vào ngón tay → 바늘로 손가락을 찌르다. **2/** *light, kindle* [동] 불을 붙이다, 점화 하다. ✶ châm điếu thuốc → 담뱃불을 붙이다. **3/** *to pour, pour out* [동] 따르다. ✶ châm trà mới khách → 손님에게 차를 따르다.
châm biếm 쩜 비엠	*satirize* [동] 풍자하다. ✶ lời văn châm biếm → 풍자한 글.
châm chích 쩜 찟	**1/** *to prick* [동] 화살코로 찌르다. **2/** *taunt, sneer, criticize* [동] 비난하다, 비판하다.
châm chọc 쩜 쫍	*taunt, sneer, ridicule* [동] 비웃다, 조롱하다, 놀리다.
châm chước 쩜 쯔억	**1/** *adjust, balance* [동] 요구조건을 줄이다. **2/** *to forgive* [동] 용서하다.
châm cứu	*acupuncture* [동] 침을 놓다.

쩜 끄우

châm ngôn   saying, saw
쩜 응온   [명] 말하기, 발언, 속담.

chấm   **1/** dot, point, full stop
쩜   [명] 점, 마침표.
* chấm xuống dòng → 점을 찍고 다음항으로 내리다.
2/ touch [동] 닿다. * tóc chấm vai → 머리카락이 어깨에 닿다.
3/ to dip (in sauce, salt..) [동] 잠깐 담그다. * chấm nước mắm → 생선간장을 찍다.

chấm bài   to mark / correct an exam papers
쩜 바이   [동] 채점하다.

chấm dứt   bring to the end
쩜 즏   [동] 끝내다, 마치다.
* quan hệ giữa 2 người nay đã chấm dứt → 두 사람의 관계는 끝났다.

chấm hết   put a final stop to [동] 최종적으로
쩜 헫   끝나다. 더 이상 남아있지 않다.

chấm hỏi   question mark [명] (?) 물음표.
쩜 호이

chấm mút   **1/** to nibble on food
쩜 묻   [동] 조금씩 먹다.
2/ make money from rake-offs
[동] 공금을 조금씩 빼먹다.

chấm phá   sketch [동] 스케치하다. * bức
쩜 파   tranh có những nét chấm phá đặc sắc → 스케치 기법이 독특한 그림.

chậm 쩜	1/ *slow* [형] 느린, 더딘. ＊ đi chậm → 느리게 가다. ＊ ăn chậm → 느리게 먹다. 2/ *late* [형] 늦은. ＊ đến chậm 20 phút → 20분이나 늦게 도착했다. ＊ đồng hồ tôi chạy chậm 10 phút → 내 기계가 10분이나 늦게 간다.
chậm chạp 쩜 짭	*slowly* [부] 천천히.
chậm rãi 쩜 라이	*deliberate, leisurely* [형] 느긋한, 유유한, 성급하지 않은, 찬찬한. ＊ đi đứng chậm rãi → 느긋하게 가다.
chậm tiến 쩜 띠엔	*lagging behind, underdeveloped* [형] 저개발의. ＊ một quốc gia chậm tiến → 저개발 국가.
chậm trễ 쩜 쩨	*tardy* [형] 늦은, 지각한. ＊ giải quyết công việc chậm trễ → 일의 해결이 늦다.
chân 쩐	1/ *foot, leg* [명] (사람의 이동 기관으로 서의) 발. 2/ *leg, feet, base* [명] 다리, 기초. ＊ chân bàn → 책상의 다리. 3/ *position as a member* [명] 위치, 역할. ＊ ông ta có chân trong ban lãnh đạo → 그는 지도부의 다리이다.
chân chất 쩐 쩔	*simple, hearted* [형] 수수한, 검소한.
chân chính 	*true, genuine* [형] 진실한, 진짜의,

쩐 찐	진정한. ※ nhà cách mạng chân chính → 진정한 혁명가.
chân dung 쩐 줌(욤)	*portrait* [명] 초상(화), (특히) 얼굴 그림, 얼굴 사진.
chân lý 쩐 리	*truth* [명] 진리, 진실, 사실, 실상. ※ bảo vệ chân lý → 진실을 보호하다. ※ chân lý bao giờ cũng thắng → 진리가 언제나 승리한다.
chân phương 쩐 프엉	*plain, regular* [형] 잘 정돈된, 정연한. ※ nét chữ chân phương → 단정한 글씨체.
chân tay 쩐 따이	*limbs* [명] 팔, 다리.
chân thành 쩐 탄	*heart felt* [형] 진심의, 진실한. ※ chân thành cảm tạ → 진심으로 감사하다. ※ tấm lòng chân thành → 진실한 마음.
chân thật 쩐 턷	*frank, truthful* [형] 솔직한, 정직한. ※ ăn nói chân thật → 솔직한 말. ※ lòng dạ chân thật → 정직한 마음.
chân tình 쩐 띤	*uter sincerity, heartiness* [명] 진심, 진실한 감정.
chân trong 쩐 쫌	*infiltrator, spy* [명] 첩자.
chân trời 쩐 쩌이	1/ *horizon* [명] 지평선 2/ *prospect, vista* [명] 가망, 전망. ※ mở ra 1 chân trời mới cho nền văn học nước nhà → 국문학의 가망을 펼치다.

chân tướng 쩐 뜨엉	*true nature, cloven hoof* [명] 진상, 본성. ✱ để lộ chân tướng → 진상이 드러나다.
chấn chỉnh 쩐 찐	*correct, dress, reorganize* [동] 정정하다, 재조직하다. ✱ chấn chỉnh lại lề lối làm việc → 일하는 방법을 정정하다.
chấn động 쩐 돔	*produce a stir* [동] 진동하다. ✱ bom nổ làm chấn động cả thành phố → 폭탄이 터져 온 시내가 진동하다.
chấn thương 쩐 트엉	*trauma* [명] (의학) 외상, 상해. ✱ chấn thương sọ não → 두개골 파열.
chần 쩐	*scald, blanch* [동] (음식물을) 소독 또는 익히기 위하여 뜨거운 물에 데치다.
chần chừ (chờ) 쩐 쯔 (쩌)	*waver, dilly-dally, hesitate* [동] 망설이다, 주저하다. ✱ chần chừ mãi chưa dám quyết định → 계속 망설이며 감히 결정을 못하다.
chẩn đoán 쩐 도안	*diagnose* [동] 진단하다.
chấp 쩝	**1/** *give some handicap* [동] 잇점을 주다, 핸디캡을 붙이다. 2/*defy* [동] 대결하다. ✱ một mình chấp ba người → 혼자서 세명과 대결하다.
chấp hành 쩝 한	*execute, implement* [동] 수행하다, 이행(실행)하다, 집행하다.

※ chấp hành kỷ luật → 법을 신중히 집행하다.

chấp nhận
쩝 넌

accept, agree to [동] 받아들이다, 수락하다, 동의하다.
※ chấp nhận số phận → 운명을 받아들이다.

chấp thuận
쩝 투언

grant, agree to [동] 동의하다, 응하다, 들어주다. ※ chấp thuận điều kiện → 조건에 동의하다.

chập
쩝

1/ fasten together, put in, direct contact [동] 끼우다, 서로 묶다.
2/ moment, while [명] 잠시, 순간.
※ đợi 1 chập → 잠시 기다리다.

chập chờn
쩝 쩐

doze, flicker [형/동] 희미한, 선잠자다.
※ giấc ngủ chập chờn → 선잠자다.

chất
쩟

1/ substance, matter
[명] 물질, 물체.
※ chất lỏng → 액체.
2/ pile, heap [동] …을 쌓아올리다, 겹쳐 쌓다.

chất bổ
쩟 보

tonic, nutriment [명] = chất dinh dưỡng 영양소, 영양물.

chất béo
쩟 배오

fat, fatty substance [명] 지방질.

chất chứa
쩟 쯔아

to pile up, accumulate
[동] 쌓이다, 축적하다, 모이다.
※ nỗi buồn chất chứa trong lòng → 슬픔이 마음 속에 쌓이다.

chất dẻo

plastic [명] 플라스틱.

쩔 재오		
chất đạm	*protein*	[명] 담백질.
쩔 담		
chất độc	*poison, toxic*	
쩔 돕		[명] 독, 독약, 독극물.
		✶ chất độc màu da cam → 고엽제.
chất đống	*to pile up, to heap up*	
쩔 돔		[동] 쌓아올리다.
		✶ hàng hóa để chất đống trong kho → 물건을 창고에 쌓아올리다.
chất đốt	*fuel* [명] 연료.	
쩔 돋		
chất hóa học	*chemical* [명] 화학물질.	
쩔 호아 홉		
chất hữu cơ	*organic substance* [명] 유기질.	
쩔 흐우 꺼		
chất khoáng	*mineral substance*	
쩔 코앙		[명] 광물, 미네랄, 무기물.
chất liệu	*materials* [명] 재료, 소재, 원료.	
쩔 리에우		
chất lỏng	*liquid* [명] 물, 액체.	
쩔 롬		
chất lượng	*quality* [명] 질, 품질.	
쩔 르엉		
chất nặng	*laden* [동/형] (짐을) 싣다, (짐 또는 책임 등을) 지고 있는.	
쩔 낭		
chất nổ	*explosive* [명] 폭발물, 폭약, 화약.	
쩔 노		

chất phác 쩓 팍	*simple* [형] 단순한, 간단한.
chất phóng xạ 쩓 폼 싸	*radioactive substance* [명] 방사선 물질.
chất vấn 쩓 번	*ask, question* [동] 질문하다.
chất vô cơ 쩓 보 꺼	*mineral subtance* [명] 무기질.
chất xám 쩓 쌈	*grey matter, intelligence* [명] 회백질, 지력, 이지, 총명.
chất xơ 쩓 써	*fibrous matter* [명] 섬유질.
chật 쩓	*tight, narrow, overcrowded* [형] 비좁은, 꽉 찬, 빈틈이 없는. ✳ ngồi chật cả nhà → 온 집안을 꽉 차게 앉다.
chật hẹp 쩓 헵	*narrow, cramped, petty* [형] 좁은, 옹졸한. ✳ căn phòng chật hẹp → 방이 좁다.
chật ních 쩓 닛	*tightly packed* [형] 꽉 찬, 빈틈 없는.
chật vật 쩓 벋	*toilsome, hard, difficult* [형] 고달픈, 힘든. ✳ sống chật vật → 고달프게 살다.
châu 쩌우	*continent* [명] 대륙, 육지대. ✳ Châu Á → 아시아.
châu báu 쩌우 바우	*pearl, valuable* [명] 진주, 보배, 보석.

châu chấu
쩌우 쩌우
grasshopper [명] (곤충) 메뚜기.

châu thổ
쩌우 토
delta [명] 삼각주, 델타.
* châu thổ sông Hồng → 홍강 삼각주.

chầu
쩌우
session, party, round, bout [명] 한 차례의 모임. * đãi 1 chầu rượu → 한 차례 술을 대접하다.

chầu chực
쩌우 쯕
attend upon, cool one's heels [동] 오래 기다리다. * chầu chực suốt cả ngày mà chẳng được gì cả → 하루종일 오래 기다렸는데 아무것도 되지않다.

chầu trời
쩌우 쩌이
to depart this life, to die, go to paradise [동] 죽다, 돌아가시다.

chậu
쩌우
basin, pot, vessel [명] 연못, 웅덩이.
* cá chậu chim lồng (속담) → 연못의 물고기 새장의 새. (구속하다)

cháy
쩌이
head louse [명] (곤충) = chí 이.

che
째
hide, put a cover on
[동] 감추다, 숨기다.
* che miệng cười → 웃음을 감추다.
* che mưa / che nắng / che dù → 비막이 / 햇빛가리개 / 우산.

che chở
째 쩌
to protect [동] 보호하다, 막다.

che đậy
1/ *to cover* [동] 싸다, 덮다.

째 더이	✳ che đậy đồ đạc cho khỏi bị ướt → 젖지않기위해 물건을 덮다. **2/** *smother up, disguise, conceal* [동] 감추다. ✳ che đậy khuyết điểm → 결점을 감추다.
che giấu 째 지어우	*conceal, hide* [동] 드러나지 않게 감추다, 숨기다. ✳ che giấu sự thật → 사실을 감추다. ✳ che giấu tình cảm → 감정을 숨기다. ✳ che giấu tội ác → 죄악을 숨기다.
che khuất 째 쿠얻	*hide (from view)* [동] 보이지 않게 가리다. ✳ mây che khuất mặt trời → 구름이 해를 가리다.
che lấp 째 럽	**1/** *cover* [동] 덮다. ✳ cỏ mọc che lấp đường hầm → 풀이 터널을 덮었다. **2/** *conceal* [동] 약점이 드러나지 않게 숨기다, 감추다. ✳ cười để che lấp sự xấu hổ → 수줍음을 감추기 위해 웃다.
chè 째	**1/** *tea* [명] = trà 차 **2/** *sweetened porridge* [명] 찹쌀, 팥, 녹두등에 설탕을 넣어 만든 베트남 후식의 한 종류.
chẻ 째	*split, cleave* [동] 쪼개다. ✳ chẻ củi → 장작을 쪼개다.
chém 쨈	*cut, sting* [동] 자르다.

chen
짼

1/ *elbow* [동] 팔꿈치로 밀치다(찌르다).
＊ chen vào đám đông → 군중 안으로 밀치고 들어가다.
2/ *to mix* [동] 첨가하다, 섞다.
＊ nói chen vài câu → 몇 문장을 첨가해서 말하다.

chen chúc
짼 쭙

hustle [동] 서로 밀치다.
＊ cây cối mọc chen chúc nhau → 나무들이 서로 밀치며 자라나다.

chen lấn
짼 런

to jostle out, elbow [동] 떠밀다, 팔꿈치로 밀치다, 밀어제치다.

chén
짼

cup, small bowl, feast
[명] 주발, (밥)공기.

chèn
짼

chock, cut in deliberately, block
[동] 고정시키다.

chèn ép
짼 앱

block, keep back
[동] 막다, 방해하다.
＊ không nên chèn ép lẫn nhau → 서로 방해하지 마라.

cheo leo
쩨오 래오

high and dangerous [형] 높고 가파른. ＊ vách đá cheo leo → 높고 가파른 빙산등성.

chéo
쩨오

diagonal, bias, crossed
[형] 비스듬히, 대각선의.

chèo
쩨오

to row [동] (배, 보트를) 젓다.

chèo chống
쩨오 쫌

1/ *row and punt* [동] 노를 젓다.
2/ *defend oneself, buffet with difficulties* [동] 짊어지다, 어려움을 뚫고 나가가다. ＊ một mình chèo

chống nuôi đàn em dại → 혼자서 힘들게 어린 동생들을 키우다.

chèo kéo
째오 깨오
invite with insistence, solicit
[동] 손님을 유인하다.

chèo queo
째오 꾸에오
curled up, coiled up [형] 몸을 구부려 눕다. ✻ nằm chèo queo 1 mình ở nhà → 집에서 혼자 몸을 구부려 눕다.

chép
쨉
copy, record [동] 쓰다.

chê
쩨
make little of, run down [동] 험담하다, 비난하다. ✻ ai cũng bị nó chê xấu → 누구든지 그에게 나쁜 험담을 듣다.

chê bai
쩨 바이
speak scornfully of, disparage [동] 험담하다, 모욕을 주다, 헐뜯다.
✻ nó chê bai hết người này tới người khác → 그는 모두를 헐뜯다.

chê cười
쩨 끄어이
speak scornfully of and sneer at [동] 비웃다, 빈정거리다.
✻ học dốt bị bạn bè chê cười → 공부를 못해 친구들이 비웃다.

chê trách
쩨 짯
speak scornfully, criticize (reproach) [동] 비난하다. ✻ đã dốt lại còn lười, thật đáng chê trách → 공부도 못하는데다 게을러서 정말 비난 받을만 하다.

chế
쩨
1/ *invent, make* [동] = chế tạo 발명하다, 만들어내다.
2/ *to pour* [동] 따르다, 붓다.

✷ chế nước sôi vào bình trà → 뜨거운 물을 차주전자에 붓다.

chế biến
쩨 비엔
process [동] 가공하다. ✷ chế biến thức ăn gia súc → 가축사료를 가공하다.

chế độ
쩨 도
system, order, regulation, regimen [명] 제도, 조직, 기구.

chế giễu
쩨 지에우
ridicule [동] 비웃다, 조롱하다. ✷ không nên chế giễu người khuyết tật → 결손자를 조롱하지 마라.

chế ngự
쩨 응으
control, dominate [동] 억제하다, 조정하다.

chế nhạo
쩨 냐오
scoff at, mock at [동] 조롱하다, 놀리다. ✷ cười chế nhạo → 비웃다.

chế tạo
쩨 따오
manufacture [동] 제조하다.

chếch
쩻
slanted [형] 비스듬한, 경사진. ✷ nhìn chếch sang bên phải → 오른쪽으로 비스듬히 보다.

chệch
쩻
be slanted, be off [형] = lệch 비스듬한, 경사진. ✷ bắn chệch mục tiêu → 목표물을 비스듬하게 쏘다.

chêm
쩸
1/ *wedge, shim*
[동] 쐐기를 박아 고정시키다.
2/ *to cut in, put in*
[동] 끼워넣다, 첨가하다.
✷ thỉnh thoảng lại chêm vào 1 câu → 가끔 한 문장씩 끼워넣다.

chênh
쩬
tilted, uneven of different levels [형] ~쪽으로 기운, 같지않은, 어울

리지 않은.

✶ hai người tuổi tác chênh nhau quá nhiều → 두 사람의 나이 차이가 너무 많이 나다.

chênh lệch
쩬 렛

uneven, unequal [형] 균형이 잡히지 않은, 같지않은, 고르지 않은.

✶ giá cả chênh lệch → 가격이 고르지 않다.

chênh vênh
쩬 벤

tottering [형] 흔들리는, 비틀거리는, 불안정한.

✶ ngôi nhà chênh vênh trên sườn núi → 산비탈의 집이 불안정하다.

chếnh choáng
쩬 쪼앙

tipsy, squiffy [형] 거나한, 술에 잔뜩 취한. ✶ đầu óc chếnh choáng → 술에 취에 머리가 핑 돌다.

chểnh mảng
쩬 망

neglect [동] 무관심하다, 등한시하다, 소홀히 하다.

✶ học hành chểnh mảng → 학업을 등한시하다.

chệnh choạng
쩬 쪼앙

staggering, unsteady, tottery [형] 균형을 잃은, 비틀거리는.

✶ hắn chệnh choạng bước vào → 그는 비틀거리며 안으로 들어가다.

chết
쩻

die, dead, damn, break down, finish [동] 죽다, 끝나다.

chết dở
쩻 저

be in a fix [동] 곤경에 빠지다, 진퇴양난이다.

chết điếng
쩻 디엥

be stupefied to insensibility [동] 충격으로 놀라서 마비되다, 멍해지다, 경직되다.

✶ nghe tin mà chết điếng! → 소식

을 듣더니 충격으로 멍해졌다!

chết đói
쩯 더이
die of hunger, starve to death [동/형] 굶어죽다, 아사하다, 아사한. ✽ sống với đồng lương chết đói → 궁핍하게 살다.

chết đuối
쩯 두오이
drown [동] 익사하다.

chết hụt
쩯 훋
narrowly escape death
[동] 죽을뻔 하다.

chết khát
쩯 칸
very thirsty
[형] 매우 갈증나는, 목이 마른.

chết khô
쩯 코
fade, wither, dead
[형] 시들다, 말라죽다.

chết lặng
쩯 랑
be numbed (with)
[동] 마비되다, 경직되다.
✽ ngạc nhiên chết lặng cả người → 너무 놀라서 온몸이 경직되다.

chết máy
쩯 마이
to stall, fail, break down [동/형] 실속하다, 고장나다. ✽ xe bị chết máy vì đường ngập nước → 길에 물이 차서 차가 고장났다.

chết mòn
쩯 몬
languish, die slowly
[동] 쇠약해지다, 점차 죽어가다.

chết ngạt
쩯 응앋
to die of asphyxia / suffocation [동/형] 질식사하다.

chết ngất
쩯 응얼
fall in to a faint, lose consciousness [동] = chết giấc 의식을 잃다, 인사불성되다.
✽ sợ đến chết ngất → 의식을 잃을 정도로 무섭다.

chết người 쩯 응으어이	*mortal, fatal* [형] 죽음을 초래한, 치명적인, 결정적인. ✻ **những sai lầm chết người** → 치명적인 실수들.
chết oan 쩯 오안	*die an injust death* [동] 억울하게 죽다.
chết tiệt 쩯 띠엩	*damn, goddamned!* [감] 벼락맞을 놈아!
chết toi 쩯 또이	*die in epidemic* [동/형] 유행병으로 죽다.
chết tươi 쩯 뜨이	*die an instant death* [동] 즉사하다.
chết yểu 쩯 이에우	*die at a very young age* [동] = **chết non** 단명하다.
chi 찌	**1/** *limb, leg* [명] (사람,동물의) 팔, 다리. **2/** *branch, line of descent* [명] 가지, 분지, 지점. **3/** *spend money, expenditure* [동] 지출하다. ✻ **trong vụ vừa rồi anh đã chi ra bao nhiêu ?** → 지난번 일에 당신은 얼마를 지출하셨습니까? ✻ **cân đối thu chi** → 수지타산이 맞다.
chi bộ 찌 보	*cell* [명] 지부. ✻ **bí thư chi bộ** → 지부의 간사.
chi chít 찌 찓	*serried, dense* [형] 밀집한, 촘촘한, 꽉 찬, 빽빽한. ✻ **cành cây chi chít trái** → 과실이 촘촘하게 꽉 찬 가지.

chi cục 찌 꿉	*branch* [명] 지부, 지국, 지사. ✻ chi cục thuế → 세무서 지국.
chi dùng 찌 줌	*spend money* [동] 돈을 쓰다, 소비하다. ✻ chi dùng hợp lí → 합리적으로 돈을 쓰다.
chi đoàn 찌 도안	*branch of the youth union* [명] 연합, 조합의 가장 낮은 조직.
chi li 찌 리	*particular, minute* [형] 꼼꼼한, 세심한. ✻ tính toán chi li → 꼼꼼하게 계산하다.
chi nhánh 찌 냔	1/ *tributary (river)* [명] (강의) 지류. ✻ chi nhánh của sông Cửu Long → 끄우롱 강의 지류. 2/ *branch* [명] 지점, 지부, 지사. ✻ chi nhánh ngân hàng → 은행의 지점.
chi phí 찌 피	*expenditure* [명] = phí tổn 지출. ✻ chi phí vận chuyển → 교통비.
chi phối 찌 포이	*control, rule* [동] 지배하다. ✻ đừng để tình cảm cá nhân chi phối hành động → 개인적인 감정이 행동을 지배해서는 안된다.
chi tiết 찌 띠엩	*detail, part* [명] 세부, 항목. ✻ không bỏ qua 1 chi tiết nào → 1가지 항목도 버리지 않는다.
chi tiêu 찌 띠에우	*spend (money)* [동] = xài tiền 돈을 쓰다, 소비하다. ✻ chi tiêu rộng rãi → 헤프게 쓰다.

chi vậy? 찌 버이?	*why?, what for?* [접] 왜? 무엇을 위해? ✳ hỏi chi vậy? → 왜 묻냐? ✳ trời nắng mà đem theo áo mưa chi vậy? → 햇빛이 비치는데 우비는 가져가서 뭐할려고 하냐?
chi viện 찌 비엔	*assist, support* [동] 공급하다, 지원하다. ✳ chi viện lương thực cho tiền tuyến → 전선에 식량을 공급하다.
chí 찌	*will, ambition* [명] = ý chí 의지. ✳ quyết chí làm giàu → 잘살기 위한 의지.
chí chóe 찌 쪼애	*strident gibber* [형] 웅성웅성대는, 왁자지껄하는. ✳ cải nhau chí chóe → 왁자지껄 서로 싸우다.
chí công 찌 꽁	*very just* [형] 매우 공평한. ✳ chí công vô tư → 차별없이 매우 공평한.
chí cốt 찌 꼰	*very close* [형] 매우 친한, 매우 가까운. ✳ bạn chí cốt → 매우 친한 친구.
chí hướng 찌 흐엉	*sense of purpose* [명] 지향. ✳ anh ấy có chí hướng cao đẹp → 그는 좋은 것을 지향하다.
chí khí 찌 키	*strong will* [형] 의지가 강한. ✳ có chí khí hơn người → 다른 사람보다 강한 의지가 있다.
chí lý 찌 리	*utterly sensible* [형] 매우 합리적인. ✳ nói chí lý → 합리적으로 말하다.

chí thân 찌 턴	*intimate, very close* [형] = chí thiết 매우 친한, 매우 가까운.
chí thú 찌 투	*interested in and devoded to* [형] 일에 열심인, 최선을 다하는. ✶ chí thú làm ăn → 사업에 최선을 다하다.
chí tình 찌 띤	*whole-hearted* [형] 진지한, 진심의. ✶ lời khuyên chí tình → 진심으로 충고하는 말.
chí tử 찌 뜨	*deathly* [형] 치명적인, 죽은듯이. ✶ giáng cho một trận đòn chí tử → 치명적인 한방을 날리다.
chì 찌	*lead, sinker* [명] 납.
chỉ 찌	**1/** *thread, yarn* [명] 실. ✶ xỏ chỉ qua lỗ kim → 바늘귀에 실을 끼다. **2/** *point out, show, denote* [동] 가리키다. ✶ kim đồng hồ chỉ năm giờ → 시계바늘이 5시를 가리키다. ✶ làm ơn chỉ dùm tôi đường nào gần nhất tới bưu điện? → 우체국으로 가는 가장 가까운 길이 어디인지 알려주시겠어요? **3/** *only, just* [부] 단지 ~일 뿐이다. ✶ chỉ nghĩ tới bản thân mình → 내 몸만 생각할 뿐이다. ✶ chỉ nghĩ tới tiền mà quên cả tình nghĩa → 단지 돈만 생각할 뿐 모

든 관계는 다 잊어버리다.

chỉ bảo
찌 바오

recommend, advise [동] = khuyên bảo 충고하다, 조언하다.
✻ chỉ bảo cho con cháu điều hay lẽ phải → 어린이들에게 좋은 일을 하라고 충고하다.

chỉ dẫn
찌 전

direct, instruct, show [동] 알려주다, 가르치다. ✻ chỉ dẫn cách làm sổ sách → 장부 적는 일을 알려주다.

chỉ đạo
찌 다오

supply concrete guidance, to guide [동] 지도하다, 가르치다.

chỉ điểm
찌 디엠

1/ *pin-point, inform*
[동] 고발하다, 밀고하다.
2/ *informer*
[명] (사람) 밀고자, 고발자.

chỉ định
찌 딘

appoint, assign [동] 지명하다, 임명하다. ✻ anh ấy được chỉ định làm giám đốc nhà máy → 그는 공장사장으로 임명되다.

chỉ giáo
찌 지아오

counsel [동] 가르치다, 교육하다.

chỉ huy
찌 후이

1/ *command, conduct* [동] 지휘하다. ✻ chỉ huy 1 dàn nhạc → 악단을 지휘하다.
2/ *commander*
[명] 지휘관, 지도자.

chỉ thị
찌 티

1/ *instruct* [동] 지시하다.
2/ *instruction* [명] 지시, 명령.
✻ nhận chỉ thị của Bộ trưởng → 부장의 지시를 받다.

chỉ số 찌 소	*index, indicator* [명] 지수. ＊ chỉ số thông minh (IQ) → IQ지수.
chỉ tiêu 찌 띠에우	*target, norm, quota* [명] 표준, 기준. ＊ vượt chỉ tiêu so với năm trước → 작년에 비해 표준을 넘어섰다.
chỉ trích 찌 찟	*criticize, censure* [동] 비평하다, 비난하다.
chỉ vẽ 찌 배	*advise, show* [동] 충고하다, 가르치다, 조언하다. ＊ chỉ vẽ cho từng li từng tí → 일부 일부 조언하다.
chị 찌	1/ *elder sister* [명] 자기보다 나이가 많은 여자. 2/ *sister* [명] 자기보다 나이가 많은 여자 형제, 언니, 누나.
chị dâu 찌 저우	*sister in law* [명] 올케언니.
chị em 찌 앰	1/ *sisters* [명] 누나와 남동생, 언니와 여동생. 2/ *close friends, as sisters* [명] 친누나(언니)와 동생 같은 사이.
chia 찌아	1/ *split, deal, share, distribute* [동] 나누다. ＊ chia ngọt xẻ bùi (속담) → 동고동락하다. 2/ *divise* [명] (수학) 나누기, 나눗셈. ＊ chia ra làm 2 phần bằng nhau → 똑같이 둘로 나누다.
chia buồn 찌아 부온	*offer one's condolences to* [동] 슬픔을 함께 나누다.
chia cắt	*divide, partition* [동] 나누다, 분할하

찌아 깐	다. ✻ đất nước không còn chia cắt hai miền Bắc Nam nữa → 나라를 더 이상 남과 북으로 나누지 않다.
chia chát 찌아 짣	*divide* [동] 나누다, 쪼개다, 분배하다. ✻ bọn cướp đã chia chác hết số tiền đã đánh cướp ở ngân hàng tối hôm qua → 강도무리가 어제 은행 턴 돈을 모두 쪼개어 나누어 갖다.
chia đều 찌아 데우	*equal divide* [동] 똑같이 나누다.
chia đôi 찌아 도이	*to divide in two* [동] = chia hai 둘로 나누다.
chia ly (li) 찌아 리	*separate* [동] 이별하다, 헤어지다.
chia lìa 짜이 리아	*part, separate* [동] 이별하다, 헤어지다.
chia rẽ 찌아 래	*divide, drive a wedge between* [동] 나뉘다, 흩어지다. ✻ chia rẽ nội bộ → 내부가 흩어지다.
chia sẻ 찌아 새	*share* [동] 나누다, 할당하다. ✻ chia sẻ vui buồn → 기쁨과 슬픔을 나누다.
chia tay 찌아 따이	**1/** *say good bye to* [동] 작별하다, 헤어지다. **2/** *to break a friendly relation with sb.* [동] 결별하다, 절교하다. ✻ hai người đã chia tay nhau vài tháng nay → 두사람이 결별한지

두달되었다.

chìa
찌아

strech out, extend [동] 펴다, 뻗다.

chìa khóa
찌아 코아

key [명] 열쇠.

chích
찟

1/ *lance, tap, sting*
[동] 찌르다, 쏘다.
* bị ong chích → 벌에 쏘이다.
2/ *inject* [동] 주사를 맞다.

chích chòe
찟 쪼애

magpie-robin [명] (새) 까치울새류.

chiếc
찌엑

1/ *a (unit of)* [관] 운송수단을 세는 단위. 한대. * 2 chiếc xe đạp → 자전거 2대.
2/ *single* [형] 짝을 이루는 것 중 한가지, 한짝, 외쪽.
* chiếc giày → 신발 한짝.
* chiếc đũa → 젓가락 한짝.

chiêm bao
찌엠 바오

dream, see in the dream
[동] 꿈을 꾸다.

chiêm ngưỡng
찌엠 응으엉

gaze with veneration
[동] 빤히 보다, 응시하다.

chiêm tinh
찌엠 띤

astrology [명] 점성술, 천문학.
* nhà chiêm tinh học → 점성술가, 천문학자.

chiếm
찌엠

1/ *appropriate, occupy* [동] 빼앗다.
* chiếm đoạt tài sản → 재산을 빼앗다.
2/ *to hold, take possesstion of*
[동] 차지하다, 점령하다.
* ngôi nhà chiếm một diện tích

khá lớn → 집이 매우 넓은 면적을 차지하다. ✳ chiếm 1 vị trí quan trọng → 중요한 위치를 점령하다.
3/ *win, gain* [동] 승리하다, 차지하다.
✳ chiếm giải nhất trong cuộc thi đấu → 시합에서 일등을 차지하다.
✳ chiếm ưu thế → 우세하다.

chiếm dụng
찌엠 줌
appropriate [동] 도용하다.

chiếm đoạt
찌엠 도안
appropriate, usurp [동] 강탈하다, 빼앗다.

chiếm đóng
찌엠 돔
station occupping troops in, occupy [동] 점령하다.

chiếm giữ
찌엠 지으
appropriate [동] 점유하다.

chiếm lĩnh
찌엠 린
control, occupy, take up [동] 점유하다, 점령하다. ✳ chiếm lĩnh thị trường → 시장을 점유하다.

chiên
찌엔
to fry [동] 튀기다, 볶다.
✳ chiên cá → 생선을 튀기다.
✳ cơm chiên (cơm rang) → 볶음밥.

chiến
찌엔
war [명] 전쟁.
✳ tàu chiến → 군함.

chiến bại
찌엔 바이
be defeated, be vanquished [동] 패배하다. ✳ kẻ chiến bại → 패전병.

chiến binh
찌엔 빈
combatant, soldier [명] 투사, 전투병 (부대).

chiến công 찌엔 공	*feat of arms* [명] 전투 공적. * lập một chiến công oanh liệt → 영광스러운 전투의 공적을 세우다.
chiến cuộc 찌엔 꾸옥	*war situation* [명] = chiến cục 전세 (戰勢).
chiến dịch 찌엔 짓	*campaign, movement* [명] 캠페인, 운동. * chiến dịch Điện Biên Phủ → 디엔 비엔 푸 운동.
chiến đấu 찌엔 더우	*fight, combat, struggle* [동] 싸우다, 전쟁하다.
chiến hạm 찌엔 함	*warship* [명] 군함.
chiến hào 찌엔 하오	*combat trench, fighting trench* [명] 전쟁 참호, 전쟁 터널.
chiến hữu 찌엔 흐우	*comrade-in-arms* [명] 전우.
chiến khu 찌엔 쿠	*strategic war theatre, base zone* [명] 전쟁지역.
chiến lợi phẩm 찌엔 러이 펌	*war booty* [명] 전리품, 노획물.
chiến lược 찌엔 르억	*strategy* [명] 전력.
chiến sĩ 찌엔 시	*soldier* [명] 군인, 병사.
chiến sự 찌엔 스	*fighting, hostilities* [명] 전쟁, 전투. * tin chiến sự → 전쟁에 관한 소식.
chiến thắng 찌엔 탕	*win victory over* [동] 승리하다.
chiến thuật 찌엔 투엇	*tactics, slogan* [명] 전술.

찌엔 투언

chiến tích   *exploit of arms, feat of arms* [명] 전적.
찌엔 띳

chiến tranh   *war, warfare* [명] 전쟁.
찌엔 짠   ✻ chiến tranh tâm lý → 심리 전쟁.

chiến trận   *battle, engagement*
찌엔 쩐   [동] 싸우다, 격투하다.

chiến trường   *battlefield* [명] 전쟁터. ✻ chiến
찌엔 쯔엉   trường Đông Bắc → 동북 전쟁터.

chiến xa   *combat vehicle* [명] 탱크, 전차등
찌엔 싸   전쟁때 쓰이는 운송수단.

chiêng   *gong* [명] (악기) 종, 벨.
찌엥

chiết   **1/** *to layer (in horticulture), to graft*
찌엣   [동] 휘묻이하다, 접붙이다.
   2/ *pour, extract, deduct* [동] 따르다.

chiết khấu   *discount* [동] 할인하다. ✻ chiết
찌엣 커우   khấu 10% → 10% 할인해주다.

chiêu đãi   *receive, entertain* [동] 대접하다, 환대하다. ✻ mở tiệc chiêu đãi bạn
찌에우 다이   → 파티를 열어 친구를 대접하다.

chiêu đãi viên   *hostess* [명] 호스티스, 여종업원.
찌에우 다이 비엔

chiêu mộ   *recruit, enlist* [동] 입대하다.
찌에우 모   ✻ chiêu mộ binh lính → 신병.

chiêu sinh   *enrol students* [동] 입학하다.
찌에우 신

chiếu   **1/** *radiate, expose to* [동] 빛을 발

찌에우 하다, 발산시키다, 비추다.
* ánh trăng chiếu qua khung cửa sổ → 달빛이 창틀을 비추다.
2/ *to rely upon, to base on* [동] 의지하다, 신뢰하다, 근거로 하다, ~에 입각하다. * chiếu theo luật pháp ban hành → 법에 입각하여 발행하다.
* chiếu theo các nghị định đã ký kết → 의정에 의거하여 계약을 체결하다.
3/ *to project* [동] 상영하다.
* chiếu phim → 영화를 상영하다.
4/ *sedge mat* [명] 돗자리. * trải chiếu ra nằm → 돗자리를 펴고 눕다.

chiếu bóng
찌에우 봄
cinema, movies [명] 영화. * xem chiếu bóng (xem phim) → 영화를 보다.

chiếu cố
찌에우 꼬
consider, deign [동] 관심을 기울이다, 배려하다. * chiếu cố tới các con em gia đình thương binh liệt sĩ → 국가유공자 가족과 자녀들에게 관심을 기울이다.

chiếu điện
찌에우 디엔
x-ray, roentgenize
[동] x선으로 검사하다.

chiếu lệ
찌에우 레
for form sake, perfunctory [형] 형식적인, 겉치레의, 형식상의.

chiếu sáng
찌에우 상
shine, light up [동] 비추다.
* ánh trăng xuyên qua cửa sổ chiếu sáng cả một góc nhà → 달

빛은 창가를 통과하여 온 집구석을 비추다.

chiếu tướng
찌에우 뜨엉

1/ *check, checkmate* [동] 저지하다.

2/ *face-to-face, look directly to sb.* [동] 대면하다, 직접 보다.

chiều
찌에우

1/ *dimension, side* [명] 치수. ✱ chiều dài / chiều ngang → 길이 / 폭, 넓이.

2/ *aspect, pretence, apperance* [명] 외모, 외양. ✱ khóc lóc ra chiều (ra vẻ) cảm động → 감동한 것 처럼 보이기 위해 울다. 3/ *direction* [명] 방향. ✱ đường một chiều → 일방통행길. ✱ theo chiều kim đồng hồ → 시계바늘 방향에 따라.

4/ *humour, pamper spoil* [동] 만족시키다, 비위를 맞추다. ✱ khéo chiều khách → 능숙하게 손님의 비위를 맞추다. ✱ chiều lòng bạn → 친구의 마음에 들게하다.

5/ *afternoon, evening* [명] 오후.

chiều chuộng
찌에우 쭈옹

pamper [동] 만족시키다.
✱ cô ấy rất biết cách chiều chuộng mẹ chồng → 그녀는 시어머니를 만족시키는 방법을 안다.

chiều hướng
찌에우 흐엉

trend, tendency [명] 경향, 추세.
✱ công việc có chiều hướng tốt → 일이 좋은 추세이다. ✱ chiều hướng phát triển → 발전하는 추

세다.

chiều lòng
찌에우 롱

please, give satisfaction to
[동] 만족 시키다.

chiềy ý
찌에우 이

humour gratify = chiều lòng 만족 시키다.

∗ anh ấy lấy vợ để chiều theo ý của mẹ → 그는 어머니의 생각을 만족시키기 위해 장가를 가다.

chim
찜

bird [명] 새.

chim chóc
찜 쫍

birds [명] 조류의 총칭.

chim muông
찜 무옹

birds and beasts
[명] 새와 짐승의 총칭.

chìm
찜

1/ *settle down* [형] 가라앉은.

∗ không khí buổi họp chìm hẳn xuống → 회의 분위기가 가라앉았다.

2/ *to sink* [동] 서서히 가라앉다, 침몰하다. ∗ chiếc thuyền đang chìm dần xuống đáy sông → 배가 강 바닥으로 점점 가라앉고 있다.

3/ *hidden (from view)* [형] 숨겨진, 숨은. ∗ làng mạc chìm trong sương mù → 안개속에 숨겨진 작은 마을.

∗ của chìm → 숨겨진 재산.

chìm đắm
찜 담

1/ *be sunk in*
[동] 침몰되다, 가라앉다.

2/ *engulfed in (pleasure/passion)*
[동] 빠져들다, 몰두하다.

	✳ chìm đắm trong tửu sắc → 주색에 빠지다.
chìm ngập 찜 응업	*sink, collapse, be flooded* [동] 침몰하다, 함몰하다, 침수되다.
chìm nghỉm 찜 응힘	*sink deep* [동] 밑바닥으로 깊이 가라앉다.
chìm xuồng 찜 쑤옹	*to remain unsolved* [동] 미해결로 남다.
chín 찐	1/ *nine, ninth* [명] (숫자) 9, 아홉. 2/ *ripen, ruddy* [형] 익은.
chín chắn 찐 짠	*mature* [형] 숙고한, 빈틈없는. ✳ suy nghĩ chín chắn rồi hãy làm! → 심사숙고하고 해라!
chín muồi 찐 무오이	*ripe, mature* [형] ① (과일) 익은, 무르익은, 성숙된. ② (일/사랑) ✳ tình cảm đã tới lúc chín muồi → 사랑이 무르익었을 때 찾아왔다.
chín rộ 찐 로	*ripe* [형] 여문, 익은. ✳ cánh đồng lúa đã chín rộ → 논에 벼가 여물었다.
chín tới 찐 떠이	*ripe, done to a turn* [형] (과일, 과실) 잘 익은.
chinh chiến 찐 찌엔	*war, fight a war* [동] 전쟁하다.
chinh phạt 찐 팓	*to mount a punitive expedition* [동] 군대를 보내어 작은 나라를 치다.
chinh phu 찐 푸	*warrior* [명] 군인, 병사.
chinh phụ 찐 푸	*warrior's wife* [명] 병사의 아내.

chinh phục 찐 풉	conquer, subjugate [동] 정복하다. ✽ chinh phục lòng người → 사람의 마음을 정복하다. ✽ chinh phục không gian → 우주공간을 정복하다.
chính 찐	main, just, righteous [형] 가장 중요한, 주요한.
chính biến 찐 비엔	political upheaval [명] 정치 격변, 정변.
chính chuyên 찐 쭈웬	virtuous [형] 정숙한. ✽ gái chính chuyên chỉ có một chồng → 정숙한 여인은 한 남편만 섬긴다.
chính đáng 찐 당	legitimate [형] 합법적인, 합리적인, 정당한. ✽ nguyện vọng chính đáng → 합리적인 포부.
chính hiệu 찐 히에우	genuine [형] = chính cống 진품의. ✽ hàng ngoại chính hiệu → 수입진품.
chính khách 찐 캇	politician, state man [명] 정치가.
chính kiến 찐 끼엔	political opinion, political outlook [명] 정견(政見), 정치상의 의견. ✽ bất đồng chính kiến → 정견이 확고하다.
chính luận 찐 루언	political commentary [명] 정론(政論), 정치에 관한 언론.
chính nghĩa 찐 응히아	justice [명] 정의, 정직. ✽ bảo vệ chính nghĩa → 정의를 보호하다.
chính phẩm	up-to-standard product [명] 정품.

쩐 펌

chính phủ   *government, cabinet* [명] 정부.
쩐 푸

chính qui   *regular* [형] 정규의, 정식의.
쩐 뀌   ✳ quân đội chính qui → 정규군.

chính quyền   *state power* [명] 정권(政權). ✳
쩐 쿠웬   chính quyền địa phương → 지방 정권.

chính sách   *policy* [명] 정책(政策).
쩐 삿   ✳ chính sách đối ngoại → 대외정책.

chính tả   *spelling, dictation* [명] 받아쓰기. ✳
쩐 따   viết sai chính tả → 오타나다.

chính thể   *(political)regime* [명] 정치제도, 정체 (政體).
쩐 테   ✳ chính thể dân chủ → 민주정치제도.

chính thống   *orthodox* [형] 정통의. ✳ nền văn
쩐 톰   học chính thống → 정통문학.

chính thức   *official, full-fledged* [형] 정식의. ✳
쩐 특   đại biểu chính thức → 정식 대표. ✳ thông báo chính thức của quốc hội → 국회의 정식 통보.

chính tông   *genuine, real, authentic*
쩐 똠   [형] 실제의, 실질적, 정통의.

chính trị   *politic* [명] 정치.
쩐 찌   ✳ chính trị gia → 정치가.

chính trực   *straighforward, honest* [형] 정직한,
쩐 쪽   곧은.

chính xác   *accurate, exact* [형] 옳은, 정확한.

찐 싹	✷ số liệu chính xác → 정확한 수치.
chính yếu 찐 이에우	*main and most important, essential* [형] 주요한, 기본적인.
chỉnh 찐	*correct* [동] 정정하다, 고치다. ✷ bị thủ trưởng chỉnh cho 1 trận → 사장님에게 야단을 맞다.
chỉnh đốn 찐 돈	*to set right, regulate, recorganisze* [동] 옳게 정정하다, 정돈하다. ✷ chỉnh đốn hàng ngũ → 서열을 정돈하다.
chỉnh hình 찐 힌	*orthopedic* [동] 정형하다, 외양를 고치다. ✷ thuật chỉnh hình → 성형수술.
chỉnh tề 찐 떼	*in good order, correct, tidy* [형] 정돈된, 단정한. ✷ ăn mặc chỉnh tề → 옷을 단정히 입다.
chịu 찌우	**1/** *to bear, sustain* [동] 참다, 견디다. ✷ chịu khổ cực → 고생을 견디다. **2/** *to stand* [동] ~을 받다, ~을 입다. ✷ chịu ảnh hưởng của môi trường → 환경의 영향을 받다. **3/** *to accept, agree* [동] 동의하다, 수락하다. ✷ nói mãi nó mới chịu nghe → 계속 이야기하니 그가 그제서야 수락했다. **4/** *on credit* [형] 외상의.

✳ mua chịu ➔ 외상으로 사다.

chịu đựng
찌우 등

stand [동] 참다, 받아들이다.
✳ chịu đựng gian khổ ➔ 고생을 참다.
✳ không thể chịu đựng hơn được nữa ➔ 더 이상은 참을수 없다.

chịu khó
찌우 코

take pains [형] 수고하다, 애쓰다.
✳ chịu khó học tập và làm việc ➔ 공부하느라 일하느라 애쓰다.

chịu lép
찌우 랩

incur losser [동] 굴복하다. ✳ do hoàn cảnh mà phải chịu lép với chúng nó ➔ 환경 때문에 그들에게 굴복해야만 한다.

chịu lửa
찌우 르아

fireproof [형] 내화성의, 방화의.
✳ gạch chịu lửa ➔ 내화성 타일.

chịu ơn
찌우 언

be grateful [동] = mang ơn 감사하게 여기다. ✳ suốt đời chịu ơn anh ấy ➔ 평생 그에게 감사하게 여기다.

chịu tang
찌우 땅

go into the mourning
[동] 장례를 치루다.
✳ về quê chịu tang cha ➔ 아버지 장례를 치루러 고향에 내려가다.

chịu thua
찌우 투아

declare onself beaten [동] 포기하다, 항복하다. ✳ nó không chịu thua ai bao giờ ➔ 그는 여지껏 누구에게도 항복해본 적이 없다.

cho
쪼

give [동] 주다.

cho không
쪼 콤

give (something) free, give away
[동] 거저주다. 공짜로 주다.

cho mướn 쪼 므언	*to let hire(rent) out* [동] = cho thuê 빌려주다, 임대하다. ✳ nhà cho mướn (house for rent) → 임대주택.
cho mượn 쪼 므언	*to lend* [동] 빌려주다, 빌리다, 대여하다.
cho nên 쪼 넨	*therefore, hence* [접] = do đó 그러므로, 따라서, 그 때문에. ✳ trời mưa to cho nên không đi được → 비가 많이 와서 갈수가 없다.
cho phép 쪼 팹	*allow, permit, let* [동] 허락하다, 허가하다. ✳ cho phép nghỉ 3 ngày để về quê → 고향 방문을 위해 3일 휴가를 허락하다.
cho qua 쪼 꾸아	*let pass* [동] 지나가다, 넘어가다. ✳ không thể cho qua việc làm sai trái này được → 잘못된 일을 그냥 넘어갈수 없다.
chó 쪼	*dog* [명] 개.
chó săn 쪼 산	*hunting dog* [명] 사냥개. 밀고자.
chõ 쪼	1/ *steamer* [명] 찜통. 2/ *meddle, interfere, direct one's mouth to* [동] 남의 일에 참견하다, 간섭하다. ✳ đừng chõ vào chuyện riêng của người khác → 남의 사생활에 간섭하지 마라.
choai choai 쪼아이 쪼아이	*teen-age* [형] 10대의.

choán
쪼안

occupy, take up (space) [동/형] 차지하다, 점유하다, 메우다.
✲ cái tủ kê choán hết cả phòng → 장롱이 온 방안을 차지하다.
✲ ngồi choán chỗ người bên cạnh → 옆사람의 자리를 차지하고 앉다.

choáng
쪼앙

shocked into a daze [형] 충격으로 인해 멍해진, 아찔해진.

choáng mắt
쪼안 맏

be dazzled, shocked into a dazze [동] 충격으로 인해 멍해지다, 아찔해지다.
✲ nó choáng mắt trước cảnh giàu sang → 그는 부유한 환경 앞에 아찔해지다.

choáng ngợp
쪼앙 응업

feel dizzy [동] 현기증 나다, 어찔어찔하다. ✲ choáng ngợp trước khung cảnh hùng vĩ của thiên nhiên → 그는 자연의 웅장한 경관 앞에 어찔어찔해졌다.

choáng váng
쪼앙 방

dizzy, dazed, giddy [형] 어지러운, 멍해진, 현기증나는. ✲ đầu óc choáng váng khi hay tin → 소식을 알았을 때 머리에 현기증이 났다.

choàng
쪼앙

1/ *embrace* [동] 끌어안다, 껴안다.
✲ đứa bé ôm choàng lấy mẹ → 아기가 엄마를 끌어안다.
✲ 2 người choàng vai nhau đi → 두사람이 서로 어깨동무를 하고 가다.
2/ *put round* [동] 두르다, 걸치다.

✳ choàng áo lạnh vào → 외투를 걸치다.

3/ be startled into [형] 놀란.
✳ giật mình mở choàng mắt ra → 놀라서 눈을 뜨다.

choảng
쪼앙

be locked together in a fierce battle, beat, hit, strike with a clang [동] 두들겨패다. ✳ chúng nó choảng nhau kịch liệt → 그들은 서로 격렬하게 두들겨패고 싸우다.

choắt
쪼앝

stunted, shrivelled [형] 시들은, 주름진, 야윈. ✳ có khuôn mặt choắt → 얼굴이 야위었다.

chọc
쪽

1/ poke, thrust, prick [동] 찌르다.
2/ to tease, irritate, annoy [동] 놀리다, 괴롭히다.

chọc ghẹo
쪽 개오

to annoy, bother [동] 괴롭히다, 성가시게 하다, 귀찮게 하다.

chọc lét
쪽 랱

tickle, titillate [동] 간질이다.

chọc trời
쪽 쩌이

skyscraper [형] 초고층의.
✳ tòa nhà cao chọc trời → 초고층 빌딩.

chọc tức
쪽 뜩

rouse, irritate, provoke [동] = chọc giận 성나게 하다, 화나다.
✳ đừng chọc tức nhau → 서로 화나게 하지 마라.

chói
쪼이

dazling, shrill [형] 빛나는, 눈부신.
✳ chói mắt → 눈이 부시다.

chói chang
쪼이 짱

bright, vivid [형] 강렬한.
✳ ánh nắng chói chang của buổi

	trưa hè → 여름 오후의 강렬한 햇살.
chói lòa 쪼이 로아	*blindingly dazzling* [형] 눈부시게 빛나는. ✳ ánh sáng chói lòa → 눈부시게 빛나는 햇살.
chói lọi 쪼이 로이	*resplendent* [형] 반짝반짝 빛나는, 화려한. ✳ hào quang chói lọi → 화려한 후광.
chói tai 쪼이 따이	*strident, piercing* [형] 귀에 거슬리는, 귀청이 째질듯한. ✳ tiếng còi xe chói tai → 귀청이 째질듯한 자동차 경적소리.
chỏi 쪼이	*to prop* [동] 받치다, 지지하다, 기대다. ✳ chỏi tay xuống đất → 땅에 팔로 버티다.
chòi 쪼이	1/ *hut* [명] 오두막, 임시가옥. 2/ *watch-tower, sentry-box* [명] 망대, 감시탑, 초소.
chọi 쪼이	1/ *clink, bump* [동] = ném 던지다. ✳ lấy hòn đá chọi vỡ đầu → 돌을 집어 던져 머리가 깨지다. 2/ *collide with, fight with, confront* [동] 대결하다. ✳ một chọi ba → 1 대 3으로 대결하다.
chòm 쫌	*grove, thicket, tuft* [명] 다발, 무리. ✳ chòm râu bạc → 흰수염 ✳ chòm sao bắc đẩu → 북두칠성 무리.
chọn 쫀	*choose, select* [동] 고르다, 선택하다.

	✳ chọn bạn mà chơi (속담) → 같이 놀 친구를 고르다.
chọn lọc 쫀 롭	*select* [동] 고르다, 선택하다.
chong chóng 쫌 쫑	*pin-weel, propeller* [명] 바람개비, 프로펠러.
chòng chọc 쫌 쫍	*fixed* [형] 주시하는, 응시하는. ✳ đứa bé nhìn chòng chọc vào miếng bánh → 아이가 과자를 뚫어지게 쳐다보다.
chóng 쫌	*fast, rapid, quick* [형] 빠른, 서두른. ✳ chóng quên (mau quên) → 빨리 잊어버리다.
chóng mặt 쫌 맏	*dizzy* [형] 현기증 나는, 어지러운. ✳ sự việc thay đổi đến chóng mặt → 일이 어지러울 정도로 바뀌었다.
chóng vánh 쫌 반	*prompt, expeditious* [형] 빠른, 재빠른. ✳ tiến hành chóng vánh → 재빠르게 진행되다.
chóp 쫍	*top, cap, summit, peak* [명] 꼭대기. ✳ chóp núi → 산꼭대기.
chóp bu 쫍 부	*top-notch* [명] 최고 높은 부분. ✳ cơ quan chóp bu → 최고 기관.
chót 쫃	*extremity, end, last* [명] 마지막, 끝. ✳ tin giờ chót → 마감뉴스.

chót vót
쫃 볻

towering [형] 눈으로 볼수 없을만큼 높은. ✳ ngọn núi cao chót vót → 매우 높은 산.

chỗ
쪼

1/ *seat, place, extent*
[명] 자리, 좌석.
✳ xe hết chỗ rồi → 차에 좌석이 없다.
2/ *point* [명] 점, 곳.
✳ có nhiều chỗ khó hiểu → 이해하기 어려운 곳들이 많다.
3/ *between* [부] 사이에.
✳ chỗ bà con họ hàng với nhau → 서로 친척 사이이다.
4/ *place, post, office* [명] 장소.
✳ tìm được 1 chỗ làm tốt → 적합한 일자리를 찾았다.

chốc
쫍

moment, instant, while [명] 순간.
✳ chẳng mấy chốc → 눈깜짝하는 순간.

chốc lát
쫍 랃

a short while [명] 순간, 짧은 순간.
✳ không thể hoàn thành việc đó trong chốc lát được → 짧은 순간에 그 일을 완성할수 없다.

chối
쪼이

deny, refuce, turn down
[동] 사양하다.
✳ sự việc rành rành như thế mà nó còn chối → 이처럼 정확한 일인데 그는 사양하다.

chối cãi
쪼이 까이

refute, deny [동] 부인하다, 부정하다.
✳ sự thật không thể chối cãi được

	→ 사실을 부인할수 없다.
chổi 쪼이	*broom* [명] 비, 빗자루.
chồi 쪼이	*shoot, bud* [명] (식물) 눈, 싹. ✻ đâm chồi nãy lộc → 눈을 심어 발아하게 하다.
chôm 쫌	*steal, pilfer* [동] (비속어) = chôm chỉa, ăn cắp 훔치다, 도둑질하다.
chôm chôm 쫌 쫌	*rambutan* [명] (과일, 과실) 람부탄.
chồm 쫌	*spring, prone, jump up* [동] 앞으로 고꾸라지다.
chôn 쫀	*bury, fix in the ground* [동] 묻다.
chôn cất 쫀 껃	*inter* [동] 장사하다, 묻다. ✻ chôn cất đồng đội đã hy sinh trong chiến đấu → 전쟁에서 희생한 전우를 묻다.
chốn 쫀	*destination, place, area* [명] 장소. ✻ nơi ăn chốn ngủ → 먹고 자는 곳.
chồn 쫀	*weasel, fox* [명] (동물) 여우.
chông 쫌	*spike* [명] 창, 작살.
chông chênh 쫌 쩬	*tottering* [형] 흔들리는. ✻ phiến đá chông chênh → 흔들리는 바위.
chông gai 쫌 가이	*spikes and thorns, difficulties* [명] 창과 가시, 고통, 어려움. ✻ vượt qua bao chông gai trắc trở

	mới thành công → 얼마간의 어려움을 지나고 나면 반드시 성공한다.
chống 쫑	**1/** *prop, support* [동] 짚다, 받치다, 지지 하다. ✳ cụ già chống gậy đi bên đường → 노인이 지팡이를 짚고 길을 가다. **2/** *fight against, anti-* [동/형] 대항하다. ✳ chống áp bức → 압박에 대항하다.
chống án 쫑 안	*appeal* [동] 탄원하다, 호소하다. ✳ viết đơn chống án → 탄원서를 쓰다.
chống chế 쫑 쩨	*try to justify oneself* [동] 자신을 변호하기 위한 방법을 찾다, 변명하다, 구실을 찾다. ✳ không còn lý do nào để chống chế được nữa → 어떤 이유로도 더 이상 변명할수 없다.
chống chọi 쫑 쪼이	*confront, stand up to* [동] 대결하다. ✳ một mình chống chọi với 3 tên cướp → 혼자서 강도 3명과 대결하다.
chống cự 쫑 끄	*resist* [동] 대항하다, 저항하다. ✳ chống cự lại bọn lưu manh → 깡패에 저항하다.
chống đối 쫑 도이	*oppose* [동] 반항하다, 대항하다. ✳ chống đối mệnh lệnh của cấp trên → 상사의 명령에 반항하다.
chống đỡ	*prop up, resist* [동] 버티다.

쫌 더	✳ dựng cột chống đỡ mái nhà → 기둥이 지붕을 버티다.
chống gậy 쫌 거이	*to lean against a stick* [동] 지팡이.
chống nạng 쫌 낭	*to work(go) on crutches* [동] 목발.
chống nạnh 쫌 난	*with arms akimbo* [동] 허리에 손을 짚다.
chồng 쫌	**1/** *husband* [명] 남편. ✳ chồng tôi sẽ đến đón tôi về → 내 남편은 나를 데리러 올것이다. **2/** *to pile, to heap* [동] 쌓다. ✳ chồng gọn mấy cuốn sách lại → 몇 권의 책을 정돈해서 쌓다. ✳ nợ mới chồng nợ cũ → 빚위에 빚이 쌓이다. **3/** *pile, heap, stack* [명] 더미, 무더기. ✳ một chồng sách vở → 책 한더미.
chồng chất 쫌 쩐	*heap up, accumulate, pile up* [동] 쌓아올리다, 쌓이다. ✳ nợ nần chồng chất → 빚이 쌓이다.
chồng chéo 쫌 째오	*overlap* [동] 겹치다. ✳ xếp chồng chéo lên nhau → 서로 겹친 것을 정리하다.
chồng tiền 쫌 띠엔	*to pay (money)* [동] 지불하다.
chổng 쫌	*point upward* [동] 뒤집어 올리다.

chổng gọng 쫌 곰	*to fall on one's back* [동] 뒤로 자빠지다. ✳ té chổng gọng → 뒤로 자빠지다.
chộp 쫍	*snatch, nab, grap* [동] = chụp 잡아채다, 낚아채다.
chốt 쫃	1/ *bolt, key, dowel* [명] 빗장, 걸쇠. 2/ *to bolt* [동] 빗장을 걸다. ✳ chốt chặc cửa lại → 문빗장을 단단히 걸다.
chột 쫃	*one-eyed* [형] 애꾸의. ✳ bị chột con mắt bên phải → 오른쪽 눈이 애꾸가 되다.
chột bụng 쫃 붐	*to have an upset stomach* [동/형] 배가 아프다.
chột dạ 쫃 야	*startled* [동] (화가 나서) 속이 뒤틀리다. ✳ thấy ai nhìn nó cũng chột dạ → 그것을 본 사람은 누구나 속이 뒤틀리다.
chơ vơ 쩌 버	*derelict, desolate* [형] 고독한, 쓸쓸한. ✳ hòn đảo chơ vơ ngoài biển → 바다 위의 고독한 섬.
chớ 쩌	*do not* [부] = đừng / không nên ~하지 마라, ~해서는 안된다. ✳ chớ có nghe lời xúi bậy → 꼬드기는 말을 듣지마라.
chờ 쩌	*wait* [동] 기다리다.
chờ đợi 쩌 더이	*wait* [동] 기다리다.

chờ mong
쩌 몽
wait, expect from, hope
[동] 기다리다, 기대하다.

chở
쩌
carry, transport, ferry
[동] 싣다. 옮기다.
* xe chở khách → 차가 손님을 실어나르다.

chợ
쩌
market, market place
[명] 시장, 장.

chợ búa
쩌 부아
market [명] 시장의 총칭.
* chợ búa gì mà vắng tanh → 무슨 시장이길래 한가하냐.

chợ chiều
쩌 찌에우
market at its closing (evening market) [명] 야시장.

chợ đen
쪼 댄
black market [명] 암시장, 암거래.
* giá chợ đen đôi khi đắt gấp 10 lần giá chính thức → 암시장가가 가끔 정식 가격의 10배나 비싸다.

chợ trời
쩌 쩌이
flea market [명] 벼룩시장.

chơi
쩌이
1/ *to play* [동] 놀이하다, 유희하다, 연주하다.
* chơi thể thao → 운동하다.
* chơi đàn → 악기를 연주하다.
2/ *to collect* [동] 모으다, 수집하다.
* chơi tem → 우표를 모으다.
3/ *to make friend with..*
[동] 친구하다.
* chúng nó chơi thân với nhau từ nhỏ → 그들은 어릴적부터 서로 친하게 지내다. * chọn bạn mà chơi → 같이 놀 친구를 고르다.

	4/ *to treat, behave, play* [동] 다루다, 대하다. ✶ chơi đẹp → 친절히 대하다.
chơi ác 쪼이 안	*to play a dirty trick on sb.* [동] 짓궂게 놀다.
chơi bời 쩌이 버이	*indulge in play, in pleasure, to lead a life to debauchery* [동] 쾌락을 탐닉하다. ✶ chơi bời thâu đêm suốt sáng → 밤새 쾌락을 즐기다.
chơi đẹp 쪼이 댑	*play fair (in football)* [동] 페어플레이 하다. 정정당당히 경기하다.
chơi đều 쪼이 대우	*to play dirty (play rotten trick) on sb.* [동/형] = chơi xấu 반칙하다.
chơi đùa 쩌이 두아	*play, frolic* [동] 농담하며 놀다. ✶ mấy đứa trẻ chơi đùa ầm ĩ → 몇 명의 아이들이 큰소리로 농담하며 놀다.
chơi khăm 쩌이 캄	*play a nasty trick* [동] 심술궂게 장난하다, 불쾌하게 장난치다.
chơi trội 쩌이 쪼이	*play the high and mighty* [동] 남보다 튀다, 눈에 띄다. ✶ thích chơi trội → 남에 눈에 띄기를 좋아하다.
chơi vơi 쩌이 버이	*lonely, solitary* [형] 외로운. ✶ con thuyền chơi vơi trên sông nước → 강물위의 외로운 배 한 척.
chới với 쩌이 버이	*reach up one's hands repeatedly* [동] 허우적대다, 버둥거리다. ✶

chới với giữa dòng nước → 물속에서 허우적 거리다.

chớm
쩜

bud, begin [동] 시작하다. ✶ tình yêu chớm nở giữa 2 người → 두 사람 사이에 사랑이 피기 시작하다. ✶ hoa chớm nở → 꽃이 피기 시작하다.

chớp
쩝

1/ *flash* [동] 번쩍하다.
✶ chớp đèn pin ra hiệu → 손전등을 번쩍하여 신호를 보내다. ✶ nhanh như chớp → 번개처럼 빠르다.

2/ *to seize, catch* [동] 잡다, 쥐다.
✶ chớp lấy cơ hội → 기회를 잡다.

chớp mắt
쩝 맏

1/ *to wink, to blink*
[동] 눈을 깜박이다.
✶ nhìn không chớp mắt → 눈을 깜박이지 않고 보다.

2/ *lightening* [명/형] 눈 깜짝할 사이.
✶ biến đi đâu mất trong chớp mắt → 눈 깜짝할 사이에 사라져 버렸다.

chớp nhoáng
쩝 뇨앙

like lighting [형] 매우 빠른.
✶ tấn công chớp nhoáng → 매우 빠르게 공격하다.

chợp
쩝

have a wink of sleep [동] 잠깐 자다, 잠시 눈을 붙이다.
✶ cố chợp mắt một chút cho tỉnh → 정신 차리게 잠시 눈을 붙이다.

chợt 쩓	*suddenly* [부] 갑자기. ＊ trời đang nắng chợt mưa → 맑은 하늘에 갑자기 비가 내리다. ＊ chợt nhớ lại chuyện cũ → 갑자기 옛일이 생각나다.
chu cấp 쭈 껍	*provide for* [동] = cung cấp 공급하다. ＊ chu cấp tiền hằng tháng cho con đi học xa nhà → 매달 멀리 있는 자녀에게 학비를 보내다.
chu du 쭈 유	*be a globe-trotter* [동] 여행하다. ＊ chu du khắp đó đây → 여러 역을 여행하다.
chu đáo 쭈 다오	*thoughtful* [형] 신중한, 주의깊은. ＊ chăm sóc chu đáo → 신중하게 돌보다.
chu kỳ 쭈 끼	*cycle, frequency* [명] 주기. ＊ chu kỳ sản xuất → 생산 주기.
chu toàn 쭈 또안	*whole, fully discharged, keep whole* [형] 전부의, 모든. ＊ lo liệu chu toàn mọi việc trước khi ra đi → 나가기 전에 모든 일을 전부 계획하다
chu vi 쭈 비	*surrounding area, circumference* [명] = châu vi 주위, 주변, 외주, 원주. ＊ chu vi miếng đất → 땅 주변.
chú 쭈	*uncle* [대] ① 숙부 - ② 아저씨
chú giải 쭈 자이	*to annotate, notes, quotation* [동/

쭈 지아이 | 명] = chú thích 주석, 해석, 해석하다.

chú tâm
쭈 떰

give one's whole mind to
[동] 전념하다.
* chú tâm vào việc học tập → 학업에 전념하다.

chú trọng
쭈 쫑

attact special importance to
[동] 주의하다, 중히 여기다.
* chú trọng hình thức bề ngoài → 외형을 중시하다.

chú ý
쭈 이

pay attention to, concerned with
[동] 집중하다, 주의하다.
* chú ý nghe thầy giảng bài → 교수님 강의를 집중해서 듣다.

chủ
쭈

1/ *owner, proprietor* [명] 소유자, 임자.
2/ *master, host* [명] 주인.
3/ *employer* [명] 고용주.

chủ bút
쭈 붇

editor-in-chief [명] 편집장.

chủ chốt
쭈 쫃

most important [형] 가장 중요한.
* nhân vật chủ chốt đã đến rồi → 가장 중요한 인물이 도착했다.

chủ chứa
쭈 쯔아

madam, pimp, procuress
[명] 마담, 뚜쟁이,

chủ đạo
쭈 다오

decisive [형] 주도적인.
* ý kiến chủ đạo → 주도적인 의견.

chủ đề
쭈 데

subject [명] 주제.

chủ định 쭈 딘	*main aim, clear intention* [명] = chủ đích 목표, 목적, 조준. ✶ chỉ nói bâng quơ, không có chủ định → 조준없이 단지 돌려 말했을 뿐이다.
chủ động 쭈 동	*initiative, self motivated, active* [동] 주동하다. ✶ chủ động trong mọi việc → 모든 일에서 주동하다.
chủ hôn 쭈 혼	*master of a ceremonies wedding* [명] 혼주(婚主), 결혼식의 주최.
chủ hộ 쭈 호	*head of household* [명] = chủ nhà 호주(戶主).
chủ lực 쭈 륵	*driving force, main force* [명] 주력. ✶ quân chủ lực → 주력군.
chủ mưu 쭈 므우	*contrive, principal, instigator* [명] 주범, 주모자. ✶ tìm ra được kẻ chủ mưu phá hoại → 파괴 주범을 찾아내다.
chủ nghĩa 쭈 응히아	*doctrine, -ism, -ist* [명] ~주의, 사상. ✶ chủ nghĩa duy tâm → 유심주의.
chủ ngữ 쭈 응으	*subject* [명] = chủ từ 주어.
chủ nhân 쭈 년	*master, owner* [명] 주인.
chủ nhật 쭈 녇	*sunday* [명] 일요일.
chủ nhiệm 쭈 니엠	*chairman, director, head* [명] 대표, 책임자, 주임.
chủ nợ	*lender, creditor* [명] 임대자, 채권

쭈 너 | 자.

chủ quan
쭈 꾸안 | subjective feeling [형] 주관적인.

chủ quán
쭈 꾸안 | innkeeper, caterer, restaurateur [명] 주인, 경영자.

chủ quản
쭈 꾸안 | in charge, in control [명] 책임기관. ※ cơ quan chủ quản → 주관하는 기관.

chủ quyền
쭈 쿠웬 | sovereignty [명] 주권. ※ dành lại chủ quyền đất nước → 국가의 주권을 되찾다.

chủ tài khoản
쭈 따이 코안 | account holder [명] (예금)계좌 소유주.

chủ tâm
쭈 떰 | intend [동] 의도하다, 마음을 정하다.
※ nó không có chủ tâm làm việc đó → 그는 그 일을 할 의도가 없다.

chủ thầu
쭈 터우 | contractor [명] 계약자.

chủ tịch
쭈 띳 | chairman, speaker, president [명] 주석, 의장. ※ chủ tịch nước → 국가주석.

chủ tiệm
쭈 띠엠 | shopkeeper, storekeeper [명] 소매점 주인, 가게주인.

chủ tọa
쭈 또아 | 1/ to chair, to preside [동] 의장직을 맡다. ※ chủ tọa 1 cuộc họp → 회의의 의장직을 맡다.
2/ chaiman [명] (사람) 의장, 재판장.

chủ trì 쭈 찌	to preside over sth. [동] 통솔하다, 지배하다, 주재하다.
chủ trương 쭈 쯔엉	**1/** to advocate, to lay sth. down as a policy [동] 주장하다. **2/** guideline, policy [명] 주장, 지침, 방책. ✻ một chủ trương sáng suốt → 현명한 주장.
chủ ý 쭈 이	**1/** main meaning, main purpose [명] 주목표, 주요 의미. **2/** to mean, to intend [동] 생각하다, 의도하다. ✻ tôi không chủ ý làm việc đó → 나는 그 일을 할 의도가 없다.
chủ yếu 쭈 이에우	essential, main, primary [형] 주요한, 필요한, 중요한. ✻ chủ yếu sống bằng đồng lương → 급여가 생활의 주요한 수단이다.
chua 쭈아	sour, vinegary, aluminous, acid [형] (맛이) 신.
chua cay 쭈아 까이	bitter, spiteful [형] 시고 매운, 혹독한. ✻ lời lẽ chua cay → 심술궂은 말.
chua chát 쭈아 짣	bitter [형] 시고 떫은, 괴로운, 쓰라린. ✻ sự thật chua chát → 괴로운 현실.
chua ngoa 쭈아 응오아	sharp-tongued [형] 신랄한, 괴팍한. ✻ tính tình chua ngoa → 괴팍한 성격.

chua xót 쭈아 쏟	*heart-rending* [형] 가슴 찢어질 듯한, 비통한. ✲ càng nghĩ càng chua xót → 생각하면 할수록 가슴이 찢어진다.
chúa 쭈아	**1/** *master, lord* [명] 주인. **2/** *god, creator* [명] 창조자, 하나님.
chúa ngục 쭈아 응욷	*jailer, warder* [명] 교도관, 간수.
chúa sơn lâm 쭈아 선 럼	*lord of jungle, lion* [명] 밀림의 왕, 사자.
chùa 쭈아	*pagoda* [명] (불교) 절, 사원. ✲ Việt Nam có nhiều ngôi chùa nổi tiếng → 베트남에는 유명한 사원이 많다.
chùa chiền 쭈아 찌엔	*pagodas* [명] 절, 사원의 총칭.
chuẩn 쭈언	*standard, criterion* [형] 정확한, 옳은. ✲ phát âm tiếng Hàn rất chuẩn → 한국어 발음에 매우 정확하다.
chuẩn bị 쭈언 비	*prepare* [동] 준비하다.
chuẩn tướng 쭈언 뜨엉	*senior-colonel* [명] 소령.
chuẩn úy 쭈언 우이	*warrant-officer* [명] 준위(准尉).
chuẩn xác 쭈언 싹	*fully accurate* [형] 매우 정확한, 옳은.
chuẩn y	*approve, grant* [동] 동의하다, 시

쭈언 이	인하다, 찬성하다.
chúc 쭙	**1/** *to wish* [동] 축원하다, 기원하다, 빌다, 바라다. ✻ chúc bạn 1 năm mới tốt đẹp → 당신에게 멋진 새해가 되기를 바랍니다. **2/** *to tilt, incline* [동] 상하로 기울다. ✻ máy bay chúc xuống → 비행기가 하강하다.
chúc mừng 쭙 믕	*congratulate* [동] 축하하다. ✻ chúc mừng năm mới → 새해를 축하합니다. ✻ chúc mừng cô dâu chú rể trăm năm hạnh phúc → 신랑신부의 백년해로를 축하합니다.
chúc thọ 쭙 터	*wish a long-life (to an elderly person)* [동] 장수를 기원합니다, 만수무강을 기원합니다.
chúc tụng 쭙 뚱	*express wishes and praise* [동] 서로 칭찬하다. ✻ họ chúc tụng nhau không tiếc lời → 그들은 유감스런 말을 하지않고 서로 칭찬을 하다.
chục 쭙	*ten* [명] 열, 십. ✻ vài chục ngàn đồng → 몇십만동. ✻ 1 chục cam → 12개의 귤, 과일을 세는 단위.
chui 쭈이	**1/** *sneak in, creep, glide headlong* [동] 숨다, 들어가다. ✻ con chuột chui vào hang → 쥐가 구멍으로 숨다. **2/** *contraband, of illicit still* [형] 밀수의.

	✶ bán chui → 밀수로 팔다.
chui rúc 쭈이 룩	*huddle* [동] 움츠리다, 웅크리다. ✶ cả nhà nó sống chui rúc trong căn phòng nhỏ → 그의 가족은 좁은 방에서 모두 웅크리며 산다.
chúi 쭈이	*bend one's head forward* [동] 앞으로 굽히다. ✶ ngã chúi vào nhau → 앞으로 굽히며 넘어지다.
chùi 쭈이	*rub off, scrape off* [동] 닦다.
chum 쭘	*big jar* [명] 큰 단지.
chúm 쭘	*round (lips)* [동] (입술을) 모으다. ✶ chúm môi lại huýt sáo → 입술을 모아 휘파람을 불다.
chúm chím 쭘 찜	*open slightly* [동] 조금 열다. ✶ cười chúm chím → 미소 짓다.
chụm 쭘	*huddle, concentrate, gather* [동] 모으다, 맞대다. ✶ chụm đầu lại xem → 머리를 맞대고 다시 보다. ✶ chụm củi → 땔감을 모으다.
chun 쭌	*contract, shrink* [동] 오그라들다, 수축하다.
chùn bước 쭌 브언	*to flinch (from difficulty)* [동] 물러서다, 주춤하다, 꽁무니 빼다. ✶ không chùn bước trước khó khăn → 어려움 앞에서 물러서지 않는다.
chung 쭘	**1/** *common, public* [형] 공공의, 공중의.

✷ tài sản chung → 공공 재산.
✷ lợi ích chung → 공공의 이익.
2/ *general* [형] 일반의.
✷ ý kiến chung → 일반적인 의견.
3/ *together* [형] 함께, 같이.
✷ chụp chung 1 tấm hình → 함께 사진 한장을 찍다. ✷ sống chung 1 nhà → 한집에서 함께 살다.
4/ *to joint* [동] 합하다.
✷ chung vốn làm ăn → 자본을 합해 사업하다. ✷ họ hát chung 1 bài → 그들은 한곡을 합창했다.

chung chạ
쭘 짜
share everything in every day life [동] 모든것을 함께하다, 동고동락하다.

chung chung
쭘 쭘
very vague, unspecific [동] 모호한, 분명치 않은, 확실치 않은.
✷ nhận xét chung chung → 확실치 않은 판단.

chung cư
쭘 끄
apartment block / building [명] 아파트, 빌딩.

chung đụng
쭘 둠
rub shoulders with [동] 문질러대다, 맞비비다, 친하게 지내다.
✷ chung đụng với nhiều hạng người → 많은 부류의 사람들과 친하게 지내다.

chung kết
쭘 껟
final [명] 최후의.
✷ trận chung kết → 결승전.

chung quanh
쭘 꾸안
1/ *surrounding area, round, around* [명] 둘레, 주변. ✷ chung quanh nhà có trồng nhiều cây ăn trái →

집주변에 과실수를 많이 심었다.
2/ *about* [부] ~ 대하여. ✳ dư luận xôn xao chung quanh vụ án giết người vừa qua → 지난 살인 사건에 관해서 여론이 시끄럽다.

chung qui
쭘 뀌
in the last analysis, on the whole [부] 최종적으로, 최후에는.
✳ họ cãi nhau chung qui chỉ vì tiền! → 최종적으로 그들이 서로 싸우는 것은 돈때문이다.

chung thân
쭘 턴
all life [형] 종신의. ✳ bị kết án khổ sai chung thân → 종신형을 받다.

chung thủy
쭘 투이
loyal, faithful [형] = thủy chung 진실의. ✳ một mối tình chung thủy → 진실한 사랑.

chúng nó
쭘 노
they, them [대] 그들.

chúng ta
쭘 따
we, us
[대] 우리 (듣는 사람을 포함해서).

chúng tôi
쭘 또이
we, us [대] 우리 (듣는 사람은 포함하지 않음).

chùng
쭘
slack, loose [형] 늘어진. ✳ dây đàn bị chùng → 악기줄이 늘어졌다.

chuốc
쭈옥
1/ *to sharpen* [동] = gọt 날카롭게 하다. ✳ chuốc bút chì → 연필을 날카롭게 깎다.
2/ *take pains, to get* [동] 얻다, 받다. ✳ chuốc họa vào thân → 화를 받다. **3/** *pour out (wine) for guests* [동] 접대하다. ✳ bị chuốc rượu

	say mèm → 취하도록 술접대를 받다.
chuốc rượu 쭈옫 르어우	*to get sb. drunk on wine* [동] 술접대를 하다.
chuộc 쭈옥	**1/** *to redeem, to pay a ransom* [동] (저당 등에서) 도로 찾다, 갚다. ✻ chuộc lại căn nhà → 집을 도로 찾다. **2/** *to atone for* [동] 속죄하다, 갚다. ✻ lập công chuộc tội → 죄를 갚기 위해 공을 세우다.
chuôi 쭈오이	*handle, hilt* [명] = cán (칼의) 손잡이.
chuối 쭈오이	*banana* [명] (과일) 바나나.
chuồn 쭈온	*to sneak out, to slip aways unnotice* [동] 도망치다. ✻ chuồn ra cửa sau trốn mất → 뒷문으로 도망쳐 숨다.
chuồn chuồn 쭈온 쭈온	*dragon-fly* [명] (곤충) 잠자리.
chuông 쭈옹	*bell, buzzer* [명] 종(鐘).
chuồng 쭈옹	*cage, coop, enclosure* [명] 우리. ✻ chuồng gà → 닭 우리.
chuộng 쭈옹	*value above other things* [동] 좋아하다. ✻ chuộng của lạ → 낯선것을 좋아하다.

chuột 쭈옫	*rat, mouse* [명] (동물) 쥐, 마우스.
chuột cống 쭈옫 꼼	*sewer-rat, brown rat* [명] 시궁쥐.
chuột đồng 쭈얻 동	*field-mouse, harvest-mouse* [동] 들쥐.
chuột lắt 쭈옫 랃	*house mouse* [명] = chuột nhắt 생쥐.
chuột rút 쭈옫 룯	*cramp* [명] (의학) 쥐, 경련. ✳ suýt chết đuối vì bị chuột rút → 쥐가 나서 죽을뻔 했다.
chụp 쭙	1/ *cover, put on* [동] 쓰다. 2/ *snatch, catch* [동] 잡다. ✳ chụp banh → 공을 잡다. ✳ chụp thời cơ → 기회를 잡다.
chụp hình (ảnh) 쭙 힌 (안)	*snap, photograph* [동] 사진을 찍다.
chụp mũ 쭙 무	*to calumniate, incriminate injustly* [동] 중상하다.
chụp X quang 쭙 X 꾸앙	*to radiograph, to have an X Ray* [동] x선을 찍다.
chút 쭌	*crum, little, a bit* [명] 조금, 약간. ✳ bớt chút thì giờ đi thăm bạn → 약간의 시간을 내어 친구집을 방문하다.
chút ít 쭌 읻	*a little bit* [명] 조금. ✳ có thay đổi chút ít → 조금 바꾸다.
chút xíu 쭌 씨우	*a tiny* [명] 아주 작은, 조금. ✳ cho thêm chút xíu muối → 소금

을 조금만 더 주세요.

chuyên
쭈웬
having the only or main occupation [형] 전공의, 전문의. ✻ chuyên nghề viết báo → 기사기고 전문.

chuyên cần
쭈웬 껀
diligent, industrious, assiduous [형] 부지런한, 열심인. ✻ chuyên cần học tập → 학업에 열심이다.

chuyên đề
쭈웬 데
special subject, major [명] 특별주제.
✻ buổi họp chuyên đề về sức khỏe → 모임의 주제는 건강에 관해서다.

chuyên gia
쭈웬 지아
expert, specialist [명] 전문가.
✻ chuyên gia phẫu thuật thẩm mỹ → 성형수술의 전문가.

chuyên khoa
쭈웬 코아
speciality [명] 전문의. ✻ chuyên khoa thần kinh → 정신과 전문의.

chuyên môn
쭈웬 몬
1/ *professional knowledge, technical* [명] 전공.
✻ trình độ chuyên môn → 전공과정.
2/ *to specialize in sth.* [동] 전공하다.
✻ chuyên môn bán mỹ phẩm → 화장품 판매를 전공하다.
✻ chuyên môn nói láo! → 거짓말 하는 것이 전공이다.

chuyên ngành
쭈웬 응안
limited speciality [명] 전문분야.
✻ chuyên ngành y → 의과 전문분야.

chuyên nghiệp *pro., professional, career* [형] 전문

쭈웬 응힙	의, 프로의, 전문직의.
chuyên quyền 쭈웬 쿠웬	*arbitrary, dictatorial, autocratic* [형] 전권을 잔탈하다.
chuyên trách 쭈웬 짯	*specialize in and be responsible for* [동] 전임(專任)하다.
chuyên trị 쭈웬 찌	*to be specialist in* [동] (약/의사) 전문이다, 전용이다. ✻ thuốc này chuyên trị đau bụng → 이 약은 복통 전용이다.
chuyên viên 쭈웬 비엔	*specialist* [명] 전문가. ✻ chuyên viên máy tính → 컴퓨터 전문가.
chuyến 쭈웬	*trip, fligh, time* [명] 여행, 비행. ✻ chuyến tàu đêm → 야간행 열차. ✻ chuyến đi công tác → 출장.
chuyền 쭈웬	**1/** *pass, carry* [동] 전하다, 전달하다. ✻ chuyền bóng cho đồng đội → 같은 편에게 공을 전달하다. **2/** *move one's body from place to place* [동] 이곳에서 저곳으로 옮겨가다. ✻ con khỉ chuyền từ cành cây này sang cành cây kia → 원숭이가 이 나무에서 저 나무로 옮겨다니다.
chuyển 쭈웬	**1/** *to move, to transfer* [동] 옮기다, 이사하다. ✻ chuyển nhà tới Seoul → 서울로 집을 옮기다. ✻ anh ấy đã chuyển công tác rồi → 그는 다른 일로 옮겼다.

2/ *to convey, forward, to pass on*
[동] 전하다. ✳ xin giúp tôi chuyển lời cảm ơn đến ông ấy → 그에게 감사하다는 말을 전해주세요.
✳ chuyển hộ lá thư này đến anh ấy → 이 편지를 그에게 전해주세요.

chuyển biến
쭈웬 비엔
change, evolve
[동] 변하다, 바뀌다.
✳ có chuyển biến tốt → 좋게 변하다.

chuyển dạ
쭈웬 야
begin labour
[동] 출산준비를 하다.

chuyển dời
쭈웬 여이
to move (from one position to another)
[동] 움직이다, 이동하다.

chuyển đổi
쭈웬 도이
change, converse [동] 정반대가 되다, 바꾸다. ✳ chuyển đổi tiền won HQ ra tiền đồng VN → 한국 원을 베트남 동으로 바꾸다.

chuyển động
쭈웬 동
motion [동] 움직이다, 진동하다.
✳ máy chuyển đồng ầm ầm → 기계가 웅웅 진동하다. ✳ tiếng hổ gầm chuyển động cả núi rừng → 호랑이 울음 소리가 온 산을 진동하다.

chuyển giao
쭈웬 지아
hand over [동] 전달하다. ✳ nhờ chuyển giao hộ lá thư này đến ô. A → A씨에게 이 편지를 전해주세요.

chuyển hóa
to transform, to change [동] (화학)

쭈웬 호아 바꾸다, 전환하다.

chuyển hướng *to change direction* [동] 방향을 바꾸다, 전향하다. ✷ chuyển hướng kinh doanh → 사업을 전향하다.
쭈웬 흐엉

chuyển khoản *to transfer (money), demand deposits* [동] 계좌이체하다.
쭈웬 쿠안

chuyển lời *to pass on* [동] 말을 전하다. ✷ xin giúp tôi chuyển lời hỏi thăm anh ấy → 그에게 안부를 전해주세요.
쭈웬 러이

chuyển tiếp *transition* [동] 변이하다, 변천하다. ✷ giai đoạn chuyển tiếp → 변천과정.
쭈웬 띠엡

chuyện **1/** *story* [명] 소설, 이야기. ✷ câu chuyện kinh dị → 공포 소설.
쭈웬
2/ *matter, affaire, fuss* [명] 일. ✷ không nên làm chuyện đó → 그 일을 하지마라.
✷ không có chuyện gì mà phải ầm ĩ ! → 아무일도 아닌데 소란을 피우냐!

chuyện trò *chat, talk, converse* [동] 이야기하다, 말하다, 지껄이다
쭈웬 쪼

chư hầu *vassal, vassal state, satellite* [명] 위성.
쯔 허우

chư vị *gentlemen* [명] 귀빈.
쯔 비

chứ (chớ) **1/** *certainly, would rather...than* [부] = chớ 강조하기 위해서 접붙이는 말.
쯔 (쪄)

※ tôi vẫn nhớ rõ chuyện đó *chứ* làm sao quên được → 그 일을 어떻게 잊어버리느냐 나는 여전히 정확하게 기억하고 있다.
※ chính anh ta *chứ* ai! → 그 사람이지 누구겠느냐!
2/ *(question mark)* 의문문.
※ anh còn nhớ chứ? → 기억하시죠?
※ anh ăn ngon chứ? → 맛있죠?
3/ *(for stressed an request)* 요구를 강조함. ※ can đảm lên chứ! → 용기를 내라!

chữ
즈

1/ *word* [명] 언어. ※ chữ Hán, chữ Việt → 한국어, 베트남어.
2/ *letter* [명] 철자, 글자.
※ chữ A, chữ B → 철자 A, 철자 B.
3/ *writing, script* [명] 글씨.
※ chữ viết đẹp → 예쁜 글씨, 명필.
4/ *knowledge* [명] 지식.
※ muốn con hay chữ phải tôn kính thầy (속담) → 지식을 쌓으려면 선생님을 공경해야한다.

chữ ký
쯔 끼

signature [명] 서명, 사인.

chữ nghĩa
쯔 응히아

1/ *word and its meaning* [명] 학문.
2/ *knowledge* [명] 지식.
※ chữ nghĩa của ông ta chẳng được là bao → 그의 지식은 얼마

되지 않는다.

chữ nhật
쯔 녓
rectangle, rectangular [형] 직사각형의.

chữ viết
쯔 비엗
writing, script [명] 글씨.
* một số dân tộc chưa có chữ viết → 일부 민족은 글씨를 모른다.

chưa
쯔아
yet, not yet [부] 아직.

chưa bao giờ
쯔아 바오 지어(여)
never [부] 아직 ~하지 않다. ~한 적이 없다. * tôi chưa gặp anh ấy bao giờ → 나는 그를 아직 만난 적이 없다.

chứa
쯔아
1/ to contain, to hold [동] 수용하다, 포함하다.
* bình này có thể chứa được 2 lít → 이 병은 2리터를 담을수 있다.
2/ to keep [동] 보관하다. * chứa hàng lậu → 밀수품을 보관하다.

chứa chan
쯔아 짠
suffused, overflowing [형] 넘치다.
* chứa chan hy vọng → 희망이 넘치다. * nỗi buồn chứa chan → 슬픔이 넘치다.

chứa chấp
쯔아 쩝
to receive [동] 수용하다, 받아주다.
* chứa chấp tội phạm → 범죄자들을 받아주다.

chứa đựng
쯔아 등
filled with, pregnant with [동] 포함하다, 내포하다.
* tác phẩm này chứa đựng nhiều ý tưởng sâu xa → 이 작품은 다수의 깊은 의미를 내포하고 있다.

chừa 쯔아	**1/** *leave* [동] 그대로 두다, 남겨두다. ✲ chừa 1 khoảng sân để trồng hoa → 꽃을 심기위해 마당 한부분을 남겨두다. **2/** *leave to alone* [동] 남기다, 버려두다. ✲ nó không chừa 1 ai cả → 그는 한사람도 남기지 않았다. **3/** *give up* [동] 버리다. ✲ trừng phạt thích đáng cho chừa thói hung ác → 흉악한 성격을 버리게 하기 위해 적당한 벌을 주다.
chửa 쯔아	**1/** *yet, not yet* [부] = chưa 아직. **2/** *be pregnant, be with child* [동] (여자) 임신하다.
chửa hoang 쯔아 호앙	*be pregnant by a lover* [동] 사생아를 배다.
chữa 쯔아	*cure, treat, alter* [동] 치료하다. ✲ chữa bệnh → 병을 치료하다.
chữa cháy 쯔아 짜이	*extinguish* [동] = cứu hỏa ①소화하다, 불을 끄다. ② 어떤일을 임시로 급하게 해결하다.
chức 쯕	*office, rank* [명] 직급.
chức danh 쯕 난	*office* [명] 직급명. ✲ chức danh giám đốc → 직급명이 사장이다.
chức năng 쯕 낭	*function* [명] 기능, 작용. ✲ làm đúng chức năng → 기능에 맞게 일하다.
chức quyền 쯕 꾸웬	*authority* [명] 직권.

chức trách 쯕 짯	*responsibility* [명] 직책.
chức tước 쯕 뜨억	*office and title* [명] 자격. ✶ người có chức tước → 자격이 있는 사람.
chức vị 쯕 비	*social status* [명] 직위.
chức vụ 쯕 부	*function, duty* [명] 직무.
chực 쯕	*stand by* [동] 기다리다.
chửi 쯔이	*abuse* [동] 욕하다. ✶ hai người chửi nhau → 두사람이 서로 욕하다. ✶ chửi chó mắng mèo (속담) → 종로에서 뺨맞고 한강에서 화풀이하다.
chửi bới 쯔이 버이	*call (some one) bad name* [동] 욕하다. ✶ chưởi bới om sòm trước cửa → 문앞에서 큰소리로 욕하다.
chửi đồng 쯔이 동	*ulter abuse* [동] 정해진 대상없이 마구잡이로 욕하다.
chửi lộn 쯔이 론	*to exchange angry words (insult)* [동] 서로 욕하다, 서로 싸우다.
chửi rủa 쯔이 루아	*curse at, revile* [동] 욕설을 퍼붓다.
chửi thề 쯔이 테	*to swear* [동] (chửi tục) 욕하다.
chưng 쯩	**1/** *show off* [동] = chưng bày 보이다, 진열하다.

	2/ *boil down* [동] 중탕하다.
chưng diện 쯩 이엔	*flaunty* [동] 겉멋부리다, 허영부리다.
chứng 쯩	1/ *disease, trouble* [명] 병, 질병, 질환. ✷ chứng ho của trẻ em → 어린이의 기침질환. 2/ *bad-habit, vice* [명] 악습관. ✷ chứng nào tật nấy → 고질적인 악습관. 3/ *evidence* [명] 증거, 증명.
chứng chỉ 쯩 찌	*certificate* [명] 증서, 증명서. ✷ chứng chỉ cấp 3 → 3급 증명서.
chứng cớ 쯩 꺼	*evidence* [명] = chứng cứ 증거, 증명.
chứng giám 쯩 지암	*witness* [동] 증언하다, 증거가 되다. ✷ xin trời đất chứng giám cho tấm lòng thành thật của tôi → 하늘과 땅이여 내 진심을 증언해 주세요.
chứng kiến 쯩 끼엔	*witness, grace with one's attendance* [동] 목격하다, 직접 보다. ✷ chứng kiến tai nạn xảy ra lúc đó → 그때 사고를 직접 목격하다.
chứng minh 쯩 민	*prove, demonstrate* [동] 증명하다.
chứng minh thư 쯩 민 트	*identity card* [명] = giấy chứng minh nhân dân 주민등록증, 개인 증명서.
chứng nhận 쯩 년	*certify* [동] 증인이 되다. ✷ chứng nhận của chính quyền

địa phương → 지방 정권의 증인.

chứng thực
쯩 특
certify as true [동] 사실을 보증하다.
* chứng thực lời khai → 진술을 입증하다.

chứng tích
쯩 띳
proof [명] 증거물. * chứng tích chiến tranh → 전쟁 증거물.

chứng tỏ
쯩 떠
prove, denote [동] 증명하다.
* nó muốn chứng tỏ là có tài → 그는 재능이 있다는 것을 증명하다.

chứng từ
쯩 뜨
voucher, receipt, document [명] 증표, 증거 서류. * chứng từ gốc → 원본 증표.

chừng
쯩
1/ *roughly measure, estimate* [동] 어림잡다, 추정하다. * chỉ đoán chừng → 단지 추정할 뿐이다. * chừng 20 kilô → 20킬로로 추정하다.
2/ *about* [부] 대략, 대강.
* chừng nửa tiếng nữa mới tới → 대략 반시간 후면 도착한다.
3/ *eventuality, be careful* [형] 주의 깊은, 조심스러운.
* coi chừng mất cắp → 소매치기를 주의해라.

chừng mực
쯩 믁
just measure, moderation [명] 절도, 절제. * ăn nói chừng mực → 절도있게 말하다.

chừng nào
쯩 나오
when [부] = khi nào, lúc nào 언제.

chững chạc 쯩 짝	*stately, dignified* [형] 당당한, 위엄 있는. ✽ còn trẻ tuổi nhưng trông cậu ta có vẻ rất chững chạc → 아직 젊은 나이인데 보기에 매우 당당해 보인다.
chước 쯔억	*dodge, trick, resort* [명] 교묘한 방책, 수단. ✽ dùng đủ mọi chước mà cũng không xong → 모든 수단을 다 썼지만 아직도 끝내지 못했다.
chườm 쯔엄	*apply compresses to* [동] 찜질하다. ✽ chườm nước đá vào trán → 이마에 얼음찜질을 하다.
chương 쯔엉	*chapter* [명] (책, 논문 등의) 장.
chương trình 쯔엉 찐	*programme, plan* [명] 프로그램.
chướng 쯔엉	*offending the sight, unaesthetic* [형] 거슬리는, 불쾌감을 주는. ✽ làm những việc chướng tai gai mắt → 귀에 거슬리고 꼴불견인 일들을 하다.
chướng khí 쯔엉 키	*miasma* [명] 숲에서부터 나오는 독기, 독소.
chướng ngại 쯔엉 응아이	*obstacle* [명] 장애물, 방해물. ✽ vượt qua mọi chướng ngại trên đường → 길위의 모든 장애물을 지나가다.
chưởng 쯔엉	*Kung fu* [명] 쿵후.

co 꼬	to bend, to curl up, shrink [동] 굽다, 구부리다, 줄다, 오그라들다.
co giãn 꼬 지안	elastic [형] 탄력있는.
co giật 꼬 지엇	to cramp, convulsive [동/형] 경련을 일으키다, 발작적인.
co quắp 꼬 꾸압	roll up, curl up [형] 몸을 둥글게 하는, 몸을 감싸는, 오그리는.
co ro 꼬 로	stoop, be shriveled up [형] 위축된, 움츠러든.
co rúm 꼬 룸	shrivel up [형] 위축된, 움츠러든.
co rút 꼬 룹	constriction, contraction [형] 압축된, 수축된.
co thắt 꼬 탙	contract [동] 축소하다, 단축하다.
có 꼬	to have, to possess [동] 갖고 있다, 소유하다.
có ăn 꼬 안	profitable, lucrative [형] 돈벌이가 되는, 유리한, 수지 맞는.
có bầu 꼬 버우	to be pregnant [형] 임신의.
có của 꼬 꾸아	wealthy, propertied [형] 부유한, 부자의.
có chí 꼬 찌	have the will-power [형] 의지가 있는.
có chồng 꼬 쫌	be married [형] = có gia đình 결혼한, 남편이 있는.
có duyên 꼬 주웬	graceful, charming, attractive [형] 우아한, 점잖은, 얌전한, 기품 있

는.

có dư *over, superfluous*
꼬 즈 [형] 여분의, 과잉의.

có đạo *to follow a religion*
꼬 다오 [동/형] 종교를 믿는.

có đức *virtuous* [형] 덕 있는, 정숙한.
꼬 득

có gan *to have courage to do something*
꼬 간 [형] 용감한, 용기있는.
✶ có chí làm quan, có gan làm giàu (속담) → 의지가 있으면 관직에서 일하고 용기가 있으면 부자가 된다.

có gia đình *married* [형] = có chồng (vợ) 결혼한.
꼬 지아 딘
✶ cô ấy đã có gia đình rồi → 그녀는 이미 결혼했다.

có giá *valuable* [형] = có giá trị 가치있는.
꼬 지아

có giáo dục *well-educated, weel-bred* [형] 교육을 잘 받은, 수준높은.
꼬 지아오 줍

có hại *harmful, dangerous*
꼬 하이 [형] 해로운, 유해한, 위험한.

có hạn *limited, scanty*
꼬 한 [형] 한정된, 유한의.

có hạng *elite* [형] 특출난, 우수한.
꼬 항

có hậu *having a happy ending*
꼬 허우 [형] 행복한 결말의, 해피엔딩의.
✶ câu chuyện kết thúc có hậu →

행복한 결말의 이야기.

có hiếu
꼬 히에우
dutiful, grateful to one's parents [형] 예의 바른, 공손한, 효도하는.

có lẽ
꼬 래
may be, possibly, perhaps [부] 아마도.

có lòng
꼬 롬
kind-hearted, warm-hearted [형] 마음이 따뜻한, 친절한, 다정한.

có lợi
꼬 러이
profitable
[형] 이로운, 이익이 되는, 유익한.

có lý
꼬 리
reasonable, logical, to be right [형] 이치에 맞는, 정당한, 논리적인.

có máu mặt
꼬 마우 맏
having a lot of influence [형] 대단한 세력의, 대단히 영향력 있는.

có mặt
꼬 맏
to be present
[동] 출석해 있다, 참석해 있다.

có nghĩa
꼬 응히아
to mean, to signify
[동] 의미를 가지다.

có tài
꼬 따이
talented [형] 재능이 있는.

có tật
꼬 떧
1/ *invalid, disabled* [형] 병약한.
2/ *sinful,* [명] 죄. ✳ có tật giật mình (속담) → 도둑이 제 발 저리다.

có thể
꼬 테
may, can, could, to be able
[조동사] ~ 할 수 있다.

có tiền
꼬 띠엔
rich, well-to-do [형] 부유한.

có tình ý
꼬 띤 이
to fall in love with sb.
[동] 사랑에 빠지다.

có tội
꼬 또이
sinful, guilty [형] 사악한, 유죄의.

꼬 또이		
có tuổi 꼬 뚜오이	aged, eldery [형] 늙은, 노령의.	
có vẻ 꼬 배	to look, to seem, appear [형] 보이다, 생각되다.	
có vợ 꼬 버	married [형] = có gia đình (남자) 결혼한. ✻ anh ấy đã có vợ rồi → 그는 이미 결혼했다.	
có ý 꼬 이	to mean [동] ~할 생각이다, 계획 하다.	
cò 꼬	stork [명] (동물) 황새.	
cò con 꼬 꼰	petty [형] 시시한, 하찮은, 이차적 인, 종속적인.	
cò kè 꼬 깨	to haggle [동] 값을 끈질기게 깎다.	
cò mồi 꼬 모이	decoy-duck, agent provocateur [명] 유인하는 사람, 미끼 구실 하는 사람.	
cỏ 꼬	grass, herb [명] (식물) 풀, 목초.	
cỏ dại 꼬 자이	wild grass, weeds [명] 잡초.	
cỏ rác 꼬 락	grass and dirt, trash, rubbish [명] 쓰레기.	
cọ 꼬	to rub, scour, scrub [동] = cọ xát 닦다, 문지르다, 윤내다.	
cóc 꼽	toad [명] (동물) 두꺼비.	
cóc cần	not to need [부] 필요없다.	

꼽 껀

cóc khô
꼽 코

not at all, nothing [부] 전혀 ~ 아니다.

cóc nhái
꼽 냐이

toads and frogs
[명] (동물) 두꺼비와 개구리.

cọc
꼽

1/ *stake, picket* [명] 말뚝, 막대기.
2/ *deposit* [명] 선금.
✻ đặt cọc → 선금을 걸다.

coi
꼬이

1/ *to see, watch, look*
[동] = xem 보다.
✻ coi đồng hồ mấy giờ rồi? → 몇 시나 되었는지 시계를 보아라.
2/ *to read* [동] 읽다, 보다.
✻ coi báo (đọc báo) → 신문을 읽다.
3/ *to seem, to look, appear*
[동] 보이다.
✻ ông ấy đã 70 tuổi mà coi còn khỏe mạnh quá → 그는 70세나 되었지만 여전히 젊고 매우 건강해 보인다.
4/ *to treat, consider, regard*
[동] ~처럼 여기다, ~처럼 보다.
✻ tôi coi anh ấy như anh trai → 나는 그를 형처럼 여기다.

coi bói
꼬이 보이

to consult a fortune-teller
[동] 점을 보다.

coi bộ
꼬이 보

to seem, to look
[동] 보이다, 생각되다.
✻ trời hôm nay coi bộ muốn mưa → 오늘 날씨가 비올 것 처럼 보

인다.

coi chừng
꼬이 쯩
to mind, to pay attention to
[동] 주의하다, 조심하다.
✷ coi chừng chó dữ → 사나운 개를 조심하시오.
✷ coi chừng (bị) móc túi → 가방 도난을 주의하시오.

coi được
꼬이 드억
nice looking, presentable
[형] 보기에 좋은.

coi mạch
꼬이 맛
to feel the pulse
[동] 맥을 집다, 맥을 보다.

coi nhà
꼬이 냐
to keep house
[동] 집을 보다, 집을 지키다.

coi nhẹ
꼬이 니애
to make light of [동] 가볍게 보다, 경시하다, 얕보다.

coi thường
꼬이 트엉
to disregard [동] = coi khinh 무시하다, 경시하다. ✷ coi thường luật pháp → 법을 무시하다.

coi trọng
꼬이 쫌
to appreciate, esteem [동] = coi nặng 중히 여기다, 높이 평가하다.
✷ coi trọng đồng tiền hơn danh dự → 명예보다 돈을 더 중히 여기다.

cói
꼬이
sedge [명] 사초속(屬)의 각종 식물.

còi
꼬이
hooter, whistle, siren, horn
[명] 경적, 사이렌.

cõi
꼬이
region, area [명] 지대, 지방, 지역, 지구, 해역(海域).

cõi âm 꼬이 엄	*the world of the dead* [명] 내세(來世).
cõi bờ 꼬이 버	*territory, country* [명] 나라, 국가. 넓은 토지, 지역, 지방.
cõi đời 꼬이 더이	*world* [명] 전 세계.
cõi tiên 꼬이 띠엔	*paradise, heaven, dream-land* [명]천당, 천국, 극락, 낙원.
cõi trần 꼬이 쩐	*dusty world, this life* [명] = cõi tục 속세(俗世).
com-pa 꼼 파	*compasses, divider* [명] 컴퍼스, 나침반, 나침의.
còm 꼼	*scrawny, thin and stunted* [형]말라빠진, 땅딸막한, 키가 작은.
con 꼰	**1/** *child, offspring* [명] = con cái 자식, 자손, 아이, 아동. **2/** *a, an, the* [관] 동물이나 사물 앞에 붙이는 관사. ＊ con cá → 물고기 ＊ con voi →코끼리. **3/** *young, little* [형] 어린, 작은. ＊ 2 con chó con → 강아지 2마리.
con bạc 꼰 박	*gambler* [명] 도박사, 투기꾼.
con bé 꼰 배	*little girl, young girl* [명] 소녀.
con bệnh 꼰 벤	*patient* [명] 환자.
con buôn 꼰 부온	*merchant, dealer* [명] 상인, 무역업자

con cái 꼰 까이	**1/** *children, offspring* [명] 자식, 자손, 아이, 아동. ✶ lo cho con cái ăn học nên người → 자식이 공부하여 사람이 되도록 걱정해주다. **2/** *female, she* [형] (동물) 암컷의. ✶ con chó cái → 암캐.
con cả 꼰 까	*frist-born child* [명] 장자, 장남. ✶ anh ấy là ~ trong gia đình → 그는 집안의 장남이다.
con cầu tự 꼰 꺼우 뜨	*child given by the grace of God* [명] 기도하여 얻은 자식.
con cháu 꼰 짜우	*descendants, posterity* [명] 후대, 후세, 자손, 후예.
con chiên 꼰 찌엔	*Christian believer* [명] 크리스트 교도 (신자).
con dâu 꼰 저우	*daughter in law* [명] 며느리, 자부(子婦).
con dấu 꼰 저우	*seal, stamp* [명] 인감, 도장, 각인.
con đẻ 꼰 대	*one's own child* [명] = con ruột 친자식.
con điếm 꼰 디엠	*prostitute, harlot* [명] 음탕한 여자, 간음자, 매춘부.
con đội 꼰 도이	*jack* [명] (기술상의) 잭, 기중기.
con đỡ đầu 꼰 더 더우	*god-child, god son(daughter)* [명] 대자 (代子), 대녀.
con đường 꼰 드엉	*the way, road* [명] 길, 도로, 길거리.
con đực 꼰 득	*male, he* [형] (동물) 수컷의.

꼰 득	✻ con chó đực → 수캐.
con em 꼰 앰	*the junior* [명] 연하의 사람.
con gái 꼰 가이	*girl, daughter* [명] 소녀, 딸.
con giáp 꼰 지압	*animal designation* [명] 십이지(十二支).
con mái 꼰 마이	*female* [형] (새) 암컷의, 여성의. ✻ con gà mái → 암탉.
con mắt 꼰 맏	*the eye* [명] 눈.
con một 꼰 몯	*the only child* [명] 독자(獨子), 독녀 (獨女).
con nít 꼰 닏	*baby, child* [명] 아이, 아동.
con ngươi 꼰 응으이	*pupil (of the eye)* [명] 눈동자, 동공 (瞳孔).
con người 꼰 응으이	*humankind* [명] 사람, 인간.
con nợ 꼰 너	*debtor* [명] 빚진 사람, 차주(借主), 채무자.
con nuôi 꼰 누오이	*adopted son* [명] 양자.
con ông cháu cha 꼰 옴 짜우 짜	*descendant of an influence fam.* [명] 세력있는 가문의 자손.
con ở 꼰 어	*house-maid* [명] = con sen 하녀, 가정부, 가정도우미.
con rể 꼰 레	*son-in-law* [명] 딸의 남편, 사위, 양자.

con riêng 꼰 리엥	*step child* [명] 의붓자식.
con rối 꼰 로이	*puppet* [명] 인형, 꼭두각시.
con rơi 꼰 러이	*illegitimate child, bastard child* [명] 사생아.
con so 꼰 소	*first-born child* [명] 첫아이.
con sông 꼰 솜	*river* [명] 강, 수로, 강어귀.
con số 꼰 소	*numberal, digit, cipler* [명] 수, 숫자.
con tạo 꼰 따오	*the creator, inexorable fate* [명] 신, 조물주.
con thơ 꼰 터	*child of tender age* [명] 유년기의 아이.
con tin 꼰 띤	*hostage* [명] 인질.
con trai 꼰 짜이	*boy, son* [명] 아들, 남자.
con trống 꼰 쫌	*male* [형] (새) 수컷의. ✻ con gà trống → 수탉.
con út 꼰 욷	*youngest child, last-born* [명] 막내.
con vật 꼰 벋	*animal, beast* [명] 동물, 짐승.
còn 꼰	1/ *have.. left* [부] 남다. ✻ bạn còn bao nhiêu tiền? → 돈이 얼마나 남았니? ✻ còn bao nhiêu việc phải làm nên

không thể đi chơi được → 해야할 일이 어느정도 남아서 놀러갈수가 없다.

2/ *again, still* [부] 여전히.

✳ anh ấy còn mẹ già → 그에게는 여전히 늙은 어머니가 계시다.

✳ bạn còn gặp thầy giáo cũ không? → 너 여전히 옛스승님을 만나니?

3/ *to remain, to stay* [동] 머무르다, 아직도 ~ 않고 있다.

✳ đã khuya rồi mà vẫn còn thức đọc sách → 자정이 되었는데도 아직도 깨어 책을 읽고 있다.

còn dư 꼰 즈	*remaining, leftover* [형] = còn thừa 여전히 남아있는, 잔여의.
còn đủ 꼰 두	*enough, sufficient* [형] 아직도 충분한, 족한.
còn hơn 꼰 헌	*more...than* [부] ~ 보다 더. ✳ thà chết vinh còn hơn sống nhục → 굴욕스럽게 사는 것보다 영광스럽게 죽는 것이 더 낫다.
còn lại 꼰 라이	*remaining, to be left* [형] 아직도 남아있는.
còn lâu 꼰 러우	*longtime more, it's a long way to* [부] 더 오랫동안.
còn mệt 꼰 멛	*It's very hard* [부] 어렵다, 힘들다.
còn nguyên 꼰 응우웬	*untouched, undamaged* [형] = còn mới 손대지않은, 본디대로의.
còn như 	*if, in case* [부] 만약 ~라면.

còn nữa
꼰 느아
be continued, continued in the next issue [형] = còn tiếp 더, 더욱더.

còn sống
꼰 솜
alive [형] 생존해 있는, 현존하는.

cong
꼼
bent, bow, curved, arched [형] 굽은, 구부러진, 굴곡(만곡)한

cong cớn
꼼 껀
shrewish, disdainful [형] 오만한, 경시하는, 개의치 않는.

cong queo
꼼 꾸애오
twisted, meandering [형] = cong vòng 구불구불한.

cóng
꼼
numb with cold [형] = lạnh cóng 추위로 저린, 언, 마비된.
✳ chết cóng → 얼어죽다.

còng
꼼
1/ *curved, bent* [형] 굽은, 구부러진.
✳ còng lưng → 등이 굽다.
2/ *small crab* [명] (동물) 작은 게.
3/ *handcuff* [명] 수갑. ✳ tên cướp đã bị cảnh sát còng tay → 강도가 경찰에 의해 수갑이 채워졌다.

còng lưng
꼼 릉
bend one's back [형] 등이 굽은.

cõng
꼼
to carry on one's back [동] 등으로 나르다.

cọng
꼼
blade, stem [명] 포기. ✳ cọng cỏ (blade of grass) → 풀 한 포기.

cóp
꼽
to copy, to crib [동] 본뜨다. 베끼다, 복사하다.

cóp nhặt
gather, collect [자] 모으다, 수집하

꼽 낟	다.
cọp 꼽	*tiger* [명] (동물) 호랑이. ✴ cọp cái (tigress) → 호랑이 암컷.
cọp giấy 꼽 지어이	*paper tiger* [형] = anh hùng rơm 종이 호랑이. 겉보기에는 강한 것 같으나 실제는 아무 힘이 없는.
cô 꼬	**1/** *aunt, auntie* [대] 고모, 이모, 숙모. **2/** *miss, young-lady* [명] 젊은 여성.
cô bác 꼬 박	*(one's) elders* [명] 나보다 나이가 많은 사람을 가리키는
cô dâu 꼬 저우	*bride* [명] 신부, 새색시. ✴ cô dâu chú rể → 신부와 신랑
cô đặc 꼬 닥	*condense* [동] 농축시키다, 농후하게 하다.
cô đọng 꼬 돔	*condensation, condensed* [형] 응축한, 요약한.
cô độc 꼬 돕	*solitary, lonely, isolated* [형] 고독한, 쓸쓸한.
cô đơn 꼬 던	*alone, lonely* [형] 외로운, 홀로.
cô gái 꼬 가이	*girl, young lady* [명] 아가씨, 젊은 여성.
cô giáo 꼬 지아오	*woman teacher, schoolmistress* [명] 여선생님, 여교사.
cô hồn 꼬 혼	*forsanke spirits* [명] 고독한 영혼.
cô lập	*to isolate, segregate*

꼬 립 [동] 고립되다.

cô nhi
꼬 니
orphan [명] 고아.

cô phụ
꼬 푸
widow, lovely woman [명] 과부, 미망인.

cô quạnh
꼬 꾸안
solitary, secluded, lonely [형] 혼자 뿐인, 외토리의, 고독한.

cô thế
꼬 테
alone and helpless [형] 아무 도움 없는, 혼자서.

cố
꼬
1/ late [형] 이전의, 옛날의.
✻ cố tổng thống → 전 대통령.
2/ to try [자] = cố gắng 노력하다.
✻ cố lên! → 힘내라!
3/ great grand father or mother [대/명] 고조부모.

cố công
꼬 꼼
try hard [동] 열심히 노력하다. ✻ cố công luyện tập → 열심히 연습하다.

cố chấp
꼬 쩝
intolerant, self-opinionated [형] 고집스런.
✻ tính tình cố chấp → 고집스런 성격.

cố chí
꼬 찌
be resolved, decided (to do sth.) [동] 결심하다.

cố chủ
꼬 쭈
ancient proprietor, old owner [명] 고주(故主), 옛 주인.

cố đạo
꼬 다오
Catholic priest [명] 카톨릭 성직자, 신부.

cố định
꼬 딘
fixed [형] 고정된.

cố đô 꼬 도	old capital [명] 고도(古都).
cố gắng 꼬 강	to try, to make all effort [동] 노력하다, 애쓰다.
cố hương 꼬 흐엉	native land, native village [명] 고향. ✶ trở về cố hương → 고향으로 돌아가다.
cố hữu 꼬 흐우	chronic, always existing [형] 고유의, 상습적인. ✶ tật cố hữu → 고질병.
cố nhân 꼬 년	old friend, old flame [명] 옛 애인, 옛 스승, 옛 친구..
cố nhiên 꼬 니엔	of course, naturally [부] = tất nhiên 물론, 틀림없이, 당연히.
cố quốc 꼬 꾸억	native country [명] 조국, 고국.
cố sát 꾸 삳	to commit wilful homicide [동] 고살(故殺)하다, 고의로 살인하다.
cố sức 꼬 슥	try one's best [동] 최선을 다하다.
cố tật 꼬 떧	1/ chronic disease [명] 만성 질병. 2/ old bad habit [명] 고질적 습관.
cố tình 꼬 띤	wilful, intentional [부] = cố ý / cố tâm 계획적으로, 의도적으로.
cố thủ 꼬 투	satnd on / hold on one's ground [동] 고수하다.
cố tri 꼬 찌	old acquaintance [명] 오래 아는 사람, 친지. ✶ bạn cố tri → 죽마고우.

cố vấn 꼬 번	adviser, counselor [동/명] 고문(顧問), 고문하다, 상담하다.
cổ 꼬	1/ neck [명] (해부) 목. 2/ ancient, antique [형] 고대의, 구식의, 고풍의.
cổ áo 꼬 아오	collar [명] (옷의) 깃.
cổ chân 꼬 쩐	ankle [명] (해부) 발목.
cổ đại 꼬 다이	ancient time [명] 고대(古代).
cổ điển 꼬 디엔	classical, classique [형] 고전의(古典)의. ✽ âm nhạc cổ điển → 고전음악, 클래식 음악.
cổ đông 꼬 돔	shareholder [명] 주주(株主).
cổ động 꼬 돔	propagandize, support [동] 지지하다, 후원하다. ✽ cổ động viên (fan) → 팬, 지지자.
cổ học 꼬 홉	archaeology [명] 고고학.
cổ họng 꼬 홈	throat [명] (해부) 목구멍, 인후.
cổ hủ 꼬 후	outdated, out model [형] 시대에 뒤진, 구형의.
cổ kính 꼬 낀	antique, old [형] 과거의, 고대의.
cổ ngữ	ancient language, old saying

꼬 응으	[명] 고어. ✷ cổ ngữ học → 고어학.
cổ nhân 꼬 년	*the ancient, people of the very distant past* [명] 고대인.
cổ phần 꼬 펀	*share, stock* [명] 주식, 증권. ✷ có cổ phần trong công ty → 회사에 주식이 있다.
cổ phiếu 꼬 피에우	*coupon, share certificate* [명] 주권 (株券).
cổ quái 꼬 꾸아이	*bizarre, strange* [형] 기괴한, 별난, 기묘한.
cổ sử 꼬 스	*ancient history* [명] 고대역사.
cổ tay 꼬 타이	*wrist* [명] (해부) 손목.
cổ tích 꼬 띳	*old story, tale, legend* [명] 전설.
cổ truyền 꼬 쭈웬	*traditional* [형] 고전의.
cổ thụ 꼬 투	*century old tree* [명] 고목.
cổ tục 꼬 뚭	*ancient custom* [명] 관습, 풍습.
cổ tự 꼬 뜨	*1/ ancient writing* [명] 고자(古字). *2/ ancient pagoda* [명] 고탑.
cổ văn 꼬 반	*ancient literature* [명] 고문(古文), 고대문학.
cổ vũ 꼬 부	*to cheer, to encourage* [동] 격려하다, 위안하다, 고무하다.
cỗ	*a banquet, a feast* [명] = tiệc 연회,

꼬	만찬. ✻ đi ăn cỗ → 연회에 참석하다.
cốc 꼽	**1/** *to knuckle, flick sb.on the head* [동] 튀기다. ✻ cốc lên đầu → 손가락으로 머리를 튀기다. **2/** *glass, tumbler, cup* [명] 잔, 컵. ✻ 2 cốc bia → 맥주 2잔.
cộc 꼽	**1/** *short, brief* [형] = cụt 짧은, 간략한. ✻ mặc quần cộc → 짧은 바지. **2/** *rude, rough* [형] 거친, 무뚝뚝한. ✻ cộc tính → 무뚝뚝한 성격.
cộc cằn 꼽 깐	*rude, coarse, rough* [형] 무뚝뚝한, 거친. ✻ ăn nói cộc cằn → 거칠게 말하다.
cộc lốc 꼽 롭	*curt* [형] 간략한. ✻ trả lời cộc lốc → 간략하게 대답하다.
côi cút 꺼이 꾿	*orphaned* [형] 부모 없는, 고아의. ✻ đứa bé côi cút → 부모 없는 아이.
cối 꼬이	*mortar* [명] 분쇄기.
cối xay 꼬이 싸이	*mill, grinder* [명] 분쇄기, 연삭기.
cội nguồn 꼬이 응우온	*original point* [명] 원점. ✻ về với cội nguồn → 원점으로 돌아가다.
cội rễ 꼬이 레	*root, origin* [명] 근원.

cốm 꼼	*grilled rice* [명] (식물의) 쌀알. ✳ thuốc cốm (*granulated medicine*) → 약을 쌀알 모양으로 만들다.
cộm 꼼	*to bulge* [동] 가득차다, 부풀리다.
côn 꼰	*stick, cudgel, club* [명] 곤봉.
côn đồ 꼰 도	*gangster, hooligan* [명] 깡패, 건달.
côn trùng 꼰 쭘	*insect* [명] 곤충. ✳ côn trùng học → 곤충학.
cồn 꼰	*alcohol* [명] 알코올, 주정.
cồn cào 꼰 까오	*gnaw* [형] 쓰린. ✳ bụng đói cồn cào → 배가 고파 속이 쓰리다.
công 꼼	1/ *public, common* [형] 공공의. ✳ ăn cắp của công → 공공의 것을 도둑질하다. 2/ *just, fair* [형] = công bằng 공평한. ✳ bất công → 불공평하다. 3/ *service, merit, salary* [명] 보수, 대가. ✳ trả công xứng đáng → 합당한 대가를 지불하다. 3/ *peacock* [명] (동물) 공작.
công an 꼼 안	*public security police* [명] 경찰.
công bằng 꼼 방	*fair, impartial* [형] = công bình 공평한.
công binh	*army engineer* [명] (군대) 공병.

꼼 빈	✻ lính công binh → 공병군.
công bình 꼼 빈	*fair, impartial* [형] = công bằng 공평한.
công bố 꼼 보	*to publish, proclaim* [동] 공포하다. ✻ quyết định đã được công bố qua báo chí → 결정이 신문에 공포되었다.
công chúa 꼼 쭈아	*princess* [명] 공주, 왕녀, 황녀.
công chúng 꼼 쭘	*the public* [명] 일반 사람들, 대중.
công chuyện 꼼 쭈웬	*work, business* [명] 일, 사업.
công chức 꼼 쯕	*employee, public servant* [명] 공무원.
công chứng 꼼 쯩	*notarize* [명/동] 공증, 공증하다. ✻ phòng công chứng → 공증사무소.
công cộng 꼼 꼼	*public* [형] 공공의, 공중의. ✻ nhà vệ sinh công cộng ở đâu? → 공중 화장실이 어디 입니까?
công cuộc 꼼 꾸옫	*task, business, work* [명] 공무, 일.
công cụ 꼼 꾸	*tool, instrument, impliment* [명] 공구.
công danh 꼼 냔	*position and fame* [명] 공명.
công dã tràng 꼼 야 짱	*vain attempt, loss labour* [형] = công cốc 공연(空然)하다, 헛수고하다.
công dân	*citizen* [명] 공민, 국민.

꽁 년

công diễn — *to perform in public* [동] 공연하다.
꽁 지엔

công du — *official visit* [동] 공무수행하다.
꽁 주

công dụng — *use, effectiveness* [명] 효과, 쓸모.
꽁 줌 ✳ máy này có nhiều công dụng → 이 기계는 쓸모가 많다.

công đoàn — *trade union, labor union* [명] 노조.
꽁 도안 ✳ thành viên công đoàn → 노조원.

công đoạn — *step, stage, phase* [명] 단계.
꽁 도안 ✳ các công đoạn chính trong quy trình sản xuất → 생산 과정의 각 주요 단계.

công đức — *merit* [명] 공덕(功德), 공적과 덕행.
꽁 득

công giáo — *Catholic, catholism*
꽁 지아 [명] (종교) 카톨릭.

công hiệu — *effect* [형] 효과, 효험.
꽁 히우 ✳ thuốc này rất công hiệu → 이 약은 매우 효험이 있다.

công ích — *public benefit* [명] 공익(公益).
꽁 잇

công kênh — *to carry sb. in triumph, to chair*
꽁 껜 [동] ~를 어깨에 앉히다.

công khai — *open, public* [형] 공개의. ✳ phải
꽁 카이 công khai xin lỗi trên báo chí → 반드시 신문에 공개 사과를 해야한다.

công kích 꽁 낏	*criticize bitterly* [동] 공격하다.
công lao 꽁 라오	*credit, merit* [명] = công trạng 공로 (功勞).
công lập 꽁 럽	*public made* [형] 공립의. ✻ trường đại học công lập → 공립 대학교.
công lộ 꽁 로	*public highway* [명] 대중로(大衆路).
công luận 꽁 루언	*public opinion* [명] 공론, 여론. ✻ cơ quan công luận → 여론 기관.
công lý 꽁 리	*justice* [명] 정의, 정직, 공정. ✻ cán cân công lý → 공의의 저울.
công minh 꽁 민	*just and clairvoyant* [형] 공명한, 공정하고 명백한. ✻ xét xử công minh → 공명한 판결.
công nợ 꽁 너	*debt* [명] 빚, 채무, 부채.
công nghệ 꽁 응혜	*technology* [명] 기술.
công nghiệp 꽁 응히엡	*industry* [명] 공업.
công nhân 꽁 년	*worker, workman* [명] 노동자, 근로자, 공원, 직공, 일하는 사람. ✻ công nhân viên → 종업원, 피고용자.
công nhận	*to admit, recognize*

꼼 년 [동] 공인하다, 승인하다.

công nhật
꼼 녇
day-labour, time work [명] 시간급 노동자, 일당제 노동자.

công ơn
꼼 언
service, good turn, merit [명] 공로, 공헌.

công pháp
꼼 팝
public law [명] 공법.

công phẫn
꼼 펀
be indignant, be exasperated [형] 누구나 다 분개하는.

công phu
꼼 푸
labour, painstaking [형] 수고한, 노고의, 애쓴, 고생한.
※ cái bánh này làm rất công phu
→ 이 빵은 매우 애써서 만들었다.

công quả
꼼 꾸아
to do charity work [동] 대가를 받지 않고 자선으로 일하다.

công quĩ (quỹ)
꼼 꾸이
public money, funds [명] 공금(公金), 국가의 자금.

công sở
꼼 서
government office [명] 관공서.

công suất
꼼 수얻
capacity, power (of motor) [명] 능력, 가능성, 생산력.

công sứ
꼼 스
envoy, embassador [명] 사절, 공사.

công sức
꼼 슥
effort [명] 노력, 노고, 수고.

công tác
꼼 딱
task, mission [명] 일, 과업, 임무.

công tác phí
꼼 딱 피
expenses (for a business trip) [명] 출장 경비, 비용.

công tác xã hội *social work, welfare work*
꼼 딱 싸 호이 [명] 사회복지사업.

công tắc *switch, contact*
꼼 딱 [명] 스위치, 계폐기.

công tâm *sense of justice* [명] 정의감.
꼼 떰

công thợ *wages* [명] 임금, 급료, 삯.
꼼 터

công thổ *public land* [명] 공공의 토지.
꼼 토

công thức *formula, recipe* [명] 공식.
꼼 특

công thương *industry and trade* [명] 상공업.
꼼 트엉

công toi *labour in vain* [형/명] = **công dã**
꼼 또이 **tràng** 헛수고, 헛수고한.

công tơ *register, meter*
꼼 떠 [명] 기록장치, 측정계.
＊ công tơ điện → 전기계량기.

công trái *public debt* [명] 공채(公債).
꼼 짜이

công trạng *merit, credit, service* [명] 공로, 공
꼼 짱 적, 수고.
＊ lập được nhiều công trạng →
많은 공적을 세우다.

công trình *work, project* [명] 일, 과제, 사업.
꼼 찐

công trường **1/** *square* [명] 광장.
꼼 쯔엉 **2/** *road-work* [명] 공사현장.

công tư *public and private*

꼼 뜨 | [명] 공과 사(公私).

công tử | mandarin's son [명] 영주의 아들.
꼼 뜨

công ty | firm, company [명] 회사.
꼼 띠

công văn | official document [명] 공문(公文).
꼼 반

công viên | public garden, park [명] 공원.
꼼 비엔

công việc | affair, business
꼼 비엑 | [명] 일, 사무, 업무.

công-voa | convoy [명] 호송, 호위.
꼼 보아

công vụ | assignment, mission
꼼 부 | [명] 공무(公務).

công xa | government car [명] 관용차.
꼼 싸

công xưởng | arsenal [명] 공장.
꼼 쓰엉

cống | culvert, drain [명] 하수관, 하수구.
꼼

cống hiến | to contribute, offer [동] 공헌하다.
꼼 히엔

cống nạp | pay tribute [동] 공납하다.
꼼 납

cống phẩm | tribute, offering
꼼 펌 | [명] = cống vật 공물, 공세.

cống rãnh | sewers, sewerage
꼼 란 | [명] = cống 하수관, 하수구.

cồng kềnh 꼼 껜	*bulky, cumbersome, unwieldy* [형] 부피가 큰, 육중한, 거추장스러운. ✻ đồ đạc cồng kềnh → 육중한 물건. ✻ cái bàn này cồng kềnh quá → 이 책상은 너무 거추장스럽다.
cổng 꼼	*entrance, gate, port* [명] 입장, 문, 연결단자. ✻ cổng song song (컴퓨터) → 패럴포트. ✻ cổng nối tiếp (컴퓨터) → 시리얼포트.
cổng chào 꼼 짜오	*welcoming arch, triumphal arch* [명] 개선문.
cổng chính 꼼 찐	*main entrance* [명] 정문.
cổng hậu 꼼 허우	*back door* [명] 뒷문, 후문.
cổng máy in 꼼 마이 인	*printer port* [명] 인쇄기 연결단자.
cộng 꼼	*to add* [자] 가하다, 더하다. ✻ toán cộng → 덧셈하다.
cộng đồng 꼼 돔	*community* [명] 공동체.
cộng hòa 꼼 화	*republic* [명] 공화국.
cộng sản 꼼 산	*communist* [명] 공산. ✻ chủ nghĩa cộng sản → 공산주의
cộng sự 꼼 스	*fellow-worker, coworker* [명] 동료, 동업자.

cộng tác 꼼 딴	*to co-operate* [동] 공동으로 하다 ✲ cộng tác viên → 합작자, 공저자
cốt 꼳	1/ *bone remain (mortal)* [명] 해골. 2/ *skeleton* [명] (해부) 뼈. 골(질)부. 3/ *essence* [명] 본질.
cốt cách 꼳 깟	*air, way, manner, character* [명] 방식, 방법.
cốt cán 꼳 깐	*major, key, mainstay* [명] 조직의 주요 부분.
cốt chuyện 꼳 쭈웬	*fame work, plot* [명] (이야기의) 플롯, 줄거리, 구상. ✲ cốt chuyện ly kỳ hấp dẫn → 흥미진진한 이야기.
cốt lõi 꼳 로이	*core, essence, kernel, nucleus* [명] 핵심, 중심부. ✲ cốt lõi của vấn đề là gì? →이 문제의 핵심이 무엇입니까?
cốt nhục 꼳 늅	*bone and flesh (blood relationship)* [명] 뼈와 살 (혈연관계). ✲ tình cốt nhục → 혈연성.
cốt tủy 꼳 뚜이	*marrow* [명] 골, 골수.
cốt tử 꼳 뜨	*most essential, vital* [명] 골자.
cốt yếu 꼳 이에우	*main and most important, cardinal* [형] 으뜸인, 가장 중요한, 본질적인.
cột	1/ *to tie, fasten, bind, chain* [동] 단

꼳	단히 매다, 붙잡아 매다. 2/ *pillar, collums, mast, pole* [명] 기둥.
cột buồm 꼳 부옴	*mast* [명] 돛대.
cột cờ 꼳 꺼	*flagpole, flagtaff, flag tower* [명] 깃대.
cột đèn 꼳 댄	*lamp-post* [명] 가로등의 기둥. ✳ tông xe vào cột đèn → 차가 가로등 기둥과 충돌했다.
cột sống 꼳 송	*spine, backbone* [명] 등뼈, 척추골, 척추. ✳ đau cột sống → 척추가 아프다.
cột trụ 꼳 쭈	*main pilar, chief stay* [명] 기둥, 지주. ✳ anh ấy là cột trụ của gia đình → 그는 집안의 기둥이다.
cơ 꺼	1/ *heart* ♡ [명] (카드패의) 하트. ✳ lá bài ách cơ → 하트 카드. 2/ *muscle* [명] 근육. 3/ *opportunity* [명] 기회(가망). ✳ nắm bắt thời cơ → 기회를 잡다.
cơ bản 꺼 반	*basic, foundation* [명] = căn bản 기본, 기초.
cơ bắp 꺼 밥	*muscle* [명] 근육.
cơ cấu 꺼 꺼우	*structure* [명] 기구, 구조, 조직.
cơ cực	*poor and hard, miserable*

꺼 끅 [형] 비참한, 곤궁한.

cơ chế *mechanism* [명] 장치, 기계부분.
꺼 쩨

cơ duyên *karma* [명] 갈마, 업(業), 인과 응
꺼 주웬 보, 인연.

cơ đồ *fortune* [명] 자산, 재산.
꺼 도

Cơ đốc *Christianity* [명] 기독.
꺼 돕

cơ giới *machine, mechanical impliment*
꺼 지어이 [명] 기계. ✸ cơ giới hóa → 기계화.

cơ hàn *hunger and cold, misery* [형] 기한
꺼 한 (飢寒)의, 굶주림과 추위에 떠는.

cơ hoành *diaphragm*
꺼 호안 [명] (해부) 격막, 횡격막.

cơ hội *opportunity, occasion*
거 호이 [명] 기회(가망).
✸ cơ hội ngàn năm có một → 천년의 한번 있는 기회.

cơ khí *mechanic, mechanical* [명] 기계.
꺼 키 ✸ anh ấy là kỹ sư cơ khí → 그는 기계수리공이다.

cơ khổ *hungry and unhappy*
꺼 코 [형] 궁핍한, 고생스런.

cơ may *chance, possibility*
거 마이 [명] = vận may 행운의 기회, 호기.

cơ mật *important and secrect* [형] 기밀한.
꺼 먼

cơ mưu *puse, stratagem, ruse, trick*

꺼 므우	[명] 음모, 책략.
cơ ngợi 꺼 응어이	*property* [명] 부동의 재산. ✻ cơ ngợi đồ sộ → 대단한 재산.
cơ nghiệp 꺼 응히엡	*fortune, assets, inheritance* [명] 자산, 재산.
cơ nguy 꺼 응우이	*danger or peril, hazard* [명] 위험, 위기.
cơ quan 꺼 꾸안	1/ *organ* [명] 기관. 2/ *office, place of work* [명] 사무소.
cơ sở 꺼 서	*basis, foundation* [명] 기초, 토대.
cơ sở vật chất 꺼 서 벋 쩓	*material facilities* [명] 재료, 원료.
cơ thể 꺼 테	*organism, human-body* [명] 유기체, 신체.
cơ thắt 꺼 탇	*sphincter* [명] (해부) 괄약근.
cơ tim 꺼 띰	*myocardium* [명] (해부) 심근.
cơ trí 꺼 찌	*spirit* [명] 기지(奇智), 기발한 지혜.
cơ trời 꺼 쩌이	*the mystery of nature* [명] 기질.
cơ vòng 꺼 봉	*orbicularis* [명] (해부) 윤근(輪筋).
cớ 꺼	1/ *cause, raison, pretext* [명] 원인, 근거. ✻ viện cớ bệnh để nghỉ học → 휴학하기 위해 병 났다고 주장하다. 2/ *to report, to inform* [동] 보고하

	다, 알리다. ✱ bị giật bóp mất hết giấy tờ phải đi cớ ở sở cảnh sát → 지갑을 도둑맞아 증명서를 다 잃어버렸기 때문에 경찰서에 신고하러 가야한다.
cờ 꺼	1/ *flag, banner* [명] 깃발. 2/ *chess* [명] 장기, 체스.
cờ bạc 꺼 박	*gamble, gambling* [명] 도박.
cờ rủ 꺼 루	*flag at half-mast* [명] 조기(弔旗), 반기. ✱ treo cờ rũ 3 ngày → 3일간 조기를 달다.
cờ trắng 꺼 짱	*white flag* [명] 백기. ✱ treo cờ trắng xin đầu hàng → 항복하기 위해 백기를 걸다.
cờ tướng 꺼 뜨엉	*chinese chess* [명] 장기.
cỡ 꺼	*size, stature* [명] 사이즈, 크기.
cỡ chừng 꺼 쯩	*about* [부] 대략, 대강.
cởi 꺼이	*to take off, to unfasten* [동] 벗다. ✱ cởi áo đi tắm → 옷을 벗고 목욕을 하다. ✱ cởi trói cho phạm nhân → 범인의 결박을 풀어주다.
cởi mở 꺼이 머	*open-hearted* [형] 솔직한, 관대한. ✱ tính tình cởi mở → 솔직한 성격.
cỡi 꺼이	*to ride, straddle, mount* [동] = cưỡi 타다. ✱ cỡi ngựa → 말을 타다.

cơm 껌	**1/** *flesh, pulp (of fruit)* [명] (과일의) 과육. ✳ trái nhãn này dày cơm → 이 용안은 과육이 두껍다. **2/** *cooked rice* [명] 쌀밥.
cơm áo 껌 아오	*food and clothing* [명] 의식(衣食), 삶의 수단.
cơm chay 껌 짜이	*vegetarian food* [명] 채식.
cơm hộp 껌 홉	*lunch box* [명] 도시락.
cơm nếp 껌 넵	*glutinous rice, sticky rice* [명] 찹쌀밥.
cơn 껀	*outburst* [명] 돌발, 분출, 폭발. ✳ cơn bão (storm) → 폭풍. ✳ cơn mưa (a rain) → 비. ✳ cơn ghen (fit of jealousy) → 질투. ✳ cơn ho (coughing fit) → 기침. ✳ cơn sốt (attack of fever) → 열. ✳ cơn điên (fit of madness) → 광기. ✳ cơn giận (stom anger) → 화, 분노. ✳ cơn đau tim (heart attach) → 심적고통.
cợt nhã 껃 냐	*half serious and half joking* [형] 예의없는, 무례한. ✳ ăn nói cợt nhã → 무례하게 말하다.
cu 꾸	*penis (male organ)* [명] (해부) 페니스, 음경, 남근.

cu li 꾸 리	*coolie* [명] 하층 노동자.
cú 꾸	*the owl* [명] (새) 올빼미.
cú mèo 꾸 매오	*scops owl* [명] (새) 고양이 올빼미.
cú pháp 꾸 팝	*syntax* [명] 구문론, 통어론.
cù 꾸	*to tickle* [동] = cù lét 간질이다.
cù cưa 꾸 끄아	*play for time* [형] = cù nhầy 시간을 끌다. ✻ cứ hứa hẹn cù cưa mãi → 약속시간을 질질 끌다.
cù là 꾸 라	*menthol* [명] 멘톨.
cù lao 꾸 라오	*island* [명] 섬.
cù lần 꾸 런	**1/** *sloth* [명] (동물) 나무늘보. **2/** *stupid, pig-headed* [형] 느린, 우둔한.
củ 꾸	*bulb, tuber* [명] 구근 식물. ✻ củ khoai → 감자. ✻ củ tỏi → 마늘.
cũ 꾸	**1/** *old* [형] 오래된. ✻ đôi giày cũ → 오래된 신발. ✻ chiếc xe cũ → 오래된 차. **2/** *former, ancient, ex-* [형] 이전의, 먼저의. ✻ gặp lại bạn cũ → 예전 친구를 만나다. ✻ ông giám đốc cũ → 전 사장님.

cũ kỹ 꾸 끼	*old, old-fashioned, out-dated* [형] = cũ mèm = cũ rích 구형의.
cụ 꾸	*great grandparent, parent* [대] 나이가 많이 드신 어른, 부모님. ✻ hai cụ nhà có khỏe không? →
cụ bà 꾸 바	*great grand-mother* [대] 나이가 많이 드신 여자 어른, 여사.
cụ bị 꾸 비	*prepare, get ready* [동] 구비하다, 예비하다. ✻ cụ bị đồ đạc sẵn sàng lên đường → 물건을 구비하여 떠날 준비를 하다.
cụ ngoại 꾸 응오아이	*maternal great grandparents* [대] 외증조부, 외증조모.
cụ non 꾸 논	*(little) old fellow* [명] 애늙은이.
cụ nội 꾸 노이	*paternal great grandparents* [대] 증조부, 증조모.
cụ ông 꾸 옴	*great grand-father* [대] 나이가 많이 드신 남자 어른, 옹.
cụ thể 꾸 테	*specific, concrete* [형] 구체적인. ✻ cụ thể hóa → 구체화.
cua 꾸아	*crab* [명] (동물) 게.
cua bể 꾸아 베	*sea crab, salt-water crab* [명] 바닷게.
cua đồng 꾸아 돔	*field crab* [명] 민물게.
cua gạch 꾸아 갓	*crab full of fat* [명] 알이 꽉 찬 게.
của	**1/** *of, from* [부] ..의.

꾸아

✻ bánh xe sau của xe tải bị xì lốp → 트럭의 뒷바퀴가 바람이 빠졌다.
2/ *property* [명] = của cải 재산, 자산.
✻ có của → 재산이 있다.
✻ của trời cho → 하늘이 주신 선물.
✻ nó tiếc của khóc mãi → 그는 너무 안타까워서 계속 울었다.
✻ *của* rẻ là của ôi (속담) → 싼게 비지떡이다. ✻ tiền nào *của* nấy (속담) → 비싼만큼 제 값을 한다.

của cải
꾸아 까이
property [형] 재산.

của công
꾸아 꼼
public property [명] 공공 재산.

của chìm
꾸아 찜
hidden wealth [명] 숨겨진 재산.

của hiếm
꾸아 히엠
rare article [명] 희귀한 물건.

của hồi môn
꾸아 호이 몬
dowry, marriage portion [명] 혼수, (신부의) 결혼 지참금.

của nợ
꾸아 너
trial, a pain in the neck [명] 골칫거리.

của nổi
꾸아 노이
real estate, materialrial wealth [명] 부동산, 물적 재산.

của phi nghĩa
꾸아 피 응히아
dirty money, ill-gotten gains [명] 부정한 돈, 부정하게 얻은 것.

của quí (quý)
꾸아 뀌
1/ *precious things* [명] =của báu 귀중품.

	2/ *sex organ* (!!) [명] 성기.
của riêng 꾸아 리엥	*personal property* [명] 개인 재산.
của rơi 꾸아 러이	*object that somebody has dropped* [명] 남이 떨어뜨린 물건. ✶ không tham của rơi → 남이 떨어뜨린 물건을 탐내지 않다.
của trời cho 꾸아 쩌이 조	*gift from god, godsend, windfall* [명] 뜻밖의 행운, 하나님의 선물.
cúc 꿉	**1/** *button* [명] 단추. **2/** *daisy* [명] (꽃) 데이지.
cục 꿉	**1/** *piece, clod, clot, lump* [관] 단위; 조각, 덩어리. ✶ cục thịt (a piece of meat) → 고기 덩어리. ✶ cục đá (stone) → 돌. ✶ cục gạch (brick) → 벽돌. **2/** *department, bureau* [명] (사업, 기업의) 부, 과, (관청의) 국, 부. ✶ cục báo chí → 신문잡지국. ✶ cục hải quan → 세관. ✶ cục văn hóa → 문화부. ✶ cục xuất bản → 출판부.
cục bộ 꿉 보	*partial, local* [형] 일부의, 부분적인. ✶ tư tưởng cục bộ → 자기중심사상.
cục cằn 꿉 깐	*rude, brutal* [형] = cộc cằn 무례한, 야비한. ✶ tính nết cục cằn → 야비한 성격.
cục diện	*state of affairs, complexion, face*

꿉 지엔

[명] 상황, 정세, 국면.
* cục diện thế giới đã có nhiều thay đổi → 세계의 정세는 많은 변화가 있었다.

cục mịch
꿉 밋

clumsy, rough, lumpish
[형] 뭉뚝한, 육중한, 묵직한.
* thân hình cục mịch → 육중한 신체.

cục súc
꿉 숩

brutal, beast [명] 짐승, 가축.
* đồ cục súc! → 짐승 같은 놈아! (무례하고 막되먹은 사람을 일컬음.)

cục tác
꿉 딱

cackle (of hen) [형] (소리) 꼬꼬댁.

cục tẩy
꿉 떠이

eraser [명] = cục gôm 지우개.

cùi
꾸이

1/ *pulp (of fruit)* (과일의) 과육.
2/ *leprous* (병리) 나병.

cùi chỏ
꾸이 쪼

elbow [명] (해부) 팔꿈치.

củi
꾸이

1/ *firewood* [명] 장작.
2/ *kennel, cage* [명] 가두어 두는 곳, 포로 수용소, 감금소, 교도소

cúi
꾸이

to bow, bend, incline [동] 절하다.

cúi chào
꾸이 짜오

bow to someone
[동] 허리를 굽혀 인사하다.

cúi đầu
꾸이 더우

to lower one's head
[동] 머리를 숙이다.

cúi lạy

to prostrate

뚜이 라이	[동] 엎드리다, 부복하다.
cùm 꿈	*fetter, shackle, stocks, irons* [명] = còng 수갑, 쇠고랑.
cúm 꿈	*influenza, grippe, flu* [명] 유행성 감기, 독감.
cụm 꿈	*cluster, group* [명] 무리, 집단, 언어군. ✶ cụm từ → 언어군. ✶ gom lại thành 1 cụm → 모아서 한 집단을 만들다.
cùn 꾼	*blunt* [형] 무딘. ✶ con dao cùn → 무딘 칼.
cũn cỡn 꾼 껀	*too short* [형] (옷, 옷가지) 너무 짧은. ✶ ăn mặc cũn cỡn khó coi → 옷을 너무 짧게 입어 보기 어렵다.
cún 꾼	*baby dog* [명] (con chó con) 강아지.
cung 꿈	1/ *palace, temple* [명] = cung điện 궁, 궁전, 사원. 2/ *bow, arc* [명] 절.
cung cách 꿈 깟	*manner, way* [명] 방법, 방식. ✶ cung cách phục vụ → 서비스 방법.
cung cấp 꿈 껍	*to supply* [동] 공급하다. ✶ quân đội cần phải được cung cấp đầy đủ lương thực → 군대는 반드시 충분한 식량을 공급받아야 한다.
cung chúc 꿈 쭙	*to wish respectfully* [동] 바라다, 희망하다. ✶ cung chúc tân xuân →

새해를 축하합니다.

cung đàn — *melody, tune* [명] 선율, 가락.
꿈 단

cung điện — *royal palace and residense* [명] 궁전.
꿈 디엔

cung khai — *to depose, give evidence* [동] 증언하다, 증거가 되다.
꿈 카이

cung kính — *esteem, respectful, honour* [동] 공경하다, 존중하다.
꿈 낀

cung nữ — *imperial maid, palace maid* [명] 궁녀.
꿈 느

cung phi — *imperial concubine, maid* [명] 황제의 첩.
꿈 피

cung phụng — *provide, supply* [동] 공급하다, 제공하다.
꿈 풍

cung tên — *bow and arrows* [명] 활과 화살.
꿈 뗀

cung trăng — *palace in the moon* [명] 달나라에 있는 궁전 (상상의 장소).
꿈 짱

cung ứng — *to furnish, to provide, supply* [동] 공급하다, 제공하다.
꿈 응

cúng — *to worship, to donate* [동] = cúng kiến, cùng quảy 제사 지내다.
꿈

cúng bái — *offer sacrifices to* [동] = cúng vái 신에게 제물을 바치다.
꿈 바이

cúng giỗ — *funeral banquet* [동] 제사지내다.
꿈 지오

cúng tế — *offer sacrifice to* [동] 제사지내다.
꿈 떼

cùng — 1/ *same* [형] 같은. ✻ cùng lúc →

꿈	동시에. ✻ cùng tuổi → 같은 나이. ✻ cùng hội cùng thuyền → 같은 배를 타다. (같은 운명을 지고 가다.)
	✻ cùng cha khác mẹ → 같은 아버지의 다른 어머니.
	2/ end, limit, extremity [형] 마지막의, 한계의.
	✻ làm vào bước đường cùng → 막다른 길로 들어서다.
cùng cực 꿈 끅	utmost destitution [형] 극도로 빈곤한.
cùng đường 꿈 드엉	be at one's last shift [형] 최후 수단인.
	✻ cùng đường nên phải đi xin ăn → 최후수단이니 가서 먹을것을 얻어와야 한다.
cùng khổ 꿈 코	poor and miserable [형] 극도로 가난하고 비참한.
cùng nhau 꿈 냐우	together, and [형] 함께.
	✻ làm việc cùng nhau → 함께 일하다.
cùng tận 꿈 떤	at lost, in the end [형] 말단의, 종말의, 끝에 있는, 최종적인.
cùng thời 꿈 터이	contemporary, at the same period [부] 동시대에.
cùng với 꿈 버이	together with sb, along with sth. [형] ~와 함께.
củng cố 꿈 꼬	to consolidate, to reinforce, fortify [동] 공고해지다, 강화하다.
cũng	also, too, so [부] 역시, 또한.

꿈	✻ tôi cũng đồng ý như thế → 나역시 이처럼 동의한다. ✻ bất cứ ai cũng không cho vào → 누구라도 들어오지 못한다.
cũng được 꿈 드억	*passable, so-so, alright* [부] 그런대로, 그저 그렇고 그런, 그럭저럭.
cũng như 꿈 니으	*like, as well as* [부] ~와 마찬가지로.
cũng thế 꿈 테	*so, too, the same* [부] = cũng vậy 이와 같이.
cụng 꿈	*hit, strike* [동] 치다, 때리다. ✻ cụng ly → 건배하다.
cuốc 꾸옥	*to dig up, to hoe* [동] 파헤치다, 괭이질하다. ✻ cuốc đất trồng rau → 땅을 파헤쳐 야채를 심다.
cuốc bộ 꾸옥 보	*walk, to go on foot* [동] = đi bộ 걷다. ✻ đi cuốc bộ trong vườn → 정원을 걷다.
cuộc 꾸옥	**1/** *party, match, operation* [명] 파티, 시합, 작전. ✻ cuộc hành quân → 군사작전. ✻ cuộc tiệc này tốn khoảng 2 triệu đồng → 이 파티는 대략 2백만동 들었다. **2/** *bet, make a bet* [동] = đánh cuộc 내기를 하다.
cuộc chơi 꾸옥 쩌이	*the game* [명] 놀이, 오락.
cuộc đời 꾸옥 더이	*the life* [명] 인생, 생명, 목숨.

cuộc đua 꾸옥 두아	*race* [명] 경주, 시합.
cuộc sống 꾸옥 솜	*life, excistence* [명] 생명, 존재, 존속, 생존.
cuộc thi 꾸옥 티	*examination, contest* [명] 시험.
cuộc thi đấu 꾸옥 티 더우	*sporting event, a match* [명] 시합.
cuộc vui 꾸옥 부이	*merry making party* [명] 웃고 즐기는 파티.
cuối 꾸오이	**1/** *near end, near limit, bottom* [형] 끝에 가까운, 한계에 도달한, 최저의, 최하의. ✻ đoạn cuối câu chuyện rất hấp dẫn → 맨 마지막 문장이 매우 흥미롭다. ✻ đánh dấu ở cuối trang 46 → 마지막 46쪽에 표시를 하다. **2/** *late* [형] 끝날 무렵의, 후기의, 말기의. ✻ sẽ hoàn thành vào cuối tháng 12, 2007 → 2007년 12월말에 완성할 것이다. ✻ chúng tôi thường gặp nhau vào ngày cuối tuần → 우리는 보통 주말에 서로 만난다. **3/** *back* [형] 뒤로, 뒤쪽으로. ✻ nó đứng cuối lớp → 그는 학급 뒤쪽에 서다.
cuối cùng 꾸오이 꿈	*at last, final, terminal* [형] 마지막의, 최후의, 종국의.
cuối đời 꾸오이 더이	*at the end of one's life* [명] 인생의 마지막.

cuối đông 꾸오이 돔	end of winter [부] 늦겨울.
cuối khóa 꾸오이 코아	end of term [부] 학기말.
cuội 꾸오이	1/ pebble [명] 자갈, 조약돌. 2/ name of moon-boy in fork literature [명] 고전문학 "문-보이"에 나오는 이름. ✳ nói dối như cuội → 꾸오이 처럼 거짓말하다. 3/ a liar, nonsense, humbug [형] 허튼. ✳ nói cuội → 거짓말하다.
cuỗm 꾸옴	to steal, to rob, to filch [동] 훔치다, 도둑질하다. ✳ bị kẻ gian cuỗm mất hết tiền bạc → 도둑에게 돈을 다 잃었다.
cuốn 꾸온	to roll, scroll, sweep [동] 굴러가다, 돌돌 말다, 쓸리다. ✳ cuốn theo chiều gió → 저녁 바람 따라 굴러가다.
cuốn chiếu 꾸온 찌에우	myriapod [명] 다족류(多足類)의 동물.
cuốn gói 꾸온 고이	to pack up and go [동] 짐을 싸서 가다. ✳ cuốn gói ra đi không một lời từ biệt → 한마디 작별의 말도 없이 짐을 싸서 나가다.
cuốn sách 꾸온 삿	the book(s) [명] 책.
cuốn trôi 꾸온 쪼이	to sweep away [동] 쓸어내다. ✳ bị nước lũ cuốn trôi → 홍수에 쓸리다.

cuống 꾸옹	*stem, counterfoil* [명] 자루. ✳ cuống hoa → 꽃자루.
cuống cuồng 꾸옹 꾸옹	*panic-striken, to lose one's head* [동] 당황하다, 마음의 평정을 잃다
cuống họng 꾸옹 홍	*oesophagus* [명] (해부) 목줄기, 식도.
cuống phổi 꾸옹 포이	*bronchi* [명] (해부) 기관지.
cuống quít 꾸옹 꾸읻	*lose one's head* [동] = cuống cuồng 당황하다, 마음에 평정을 잃다.
cuồng 꾸옹	*mad, crazy, insane* [형] 미친. ✳ phát cuồng → 미치다.
cuồng bạo 꾸옹 바오	*fliendish* [형] 광적으로 잔인한.
cuồng dại 꾸옹 자이	*insanely, foolish* [형] 미치고 실성한.
cuồng dâm 꾸옹 염	*sex-maniac* [명] 색광.
cuồng loạn 꾸옹 로안	*unbridledly self-indulgent* [형] 방종한.
cuồng nhiệt 꾸옹 니엩	*frenetic, overenthusiastic* [형] 열광한. ✳ hoan hô cuồng nhiệt → 열광하며 환호하다.
cuồng nộ 꾸옹 노	*frenzied, frenzy* [명] 광분.
cuồng phong 꾸옹 퐁	*hurricane, squall* [명] 허리케인.
cuồng si 꾸옹 시	*crazy love* [형] 광적으로 사랑하

꾸옹 시 는.

cuồng tín
꾸옹 띤
fanatic [형] 광신적인, 열광적인.

cuồng vọng
꾸옹 범
cazy ambition [명] 어리석은 희망

cuộn
꾸온
1/ *roll, reel, ball* [명] 롤, 굴대, 두루마리. ✻ cuộn chỉ → 실 타래.
2/ *to coil, to roll up*
[동] 감아 올리다.

cuộn tròn
꾸온 쫀
curl up [동] 몸을 둥글게 웅크리다.
✻ con mèo nằm cuộn tròn bên bếp → 고양이가 부엌에서 몸을 둥글게 웅크리고 있다.

cúp
꿉
1/ *cup* [명] 컵. ✻ cúp bóng đá (football cup) → 축구컵.
2/ *to cut* [동] 그만두다, 자르다.
✻ cúp viện trợ → 보조를 그만두다.

cụt
꾿
1/ *short* [형] 짧은.
✻ quần cụt → 반바지.
2/ *blind* [형] 막다른.
✻ ngõ cụt → 막다른 길.
3/ *lopped, cut off* [동] 쳐내다, 잘라내다.
✻ cành cụt → 가지를 쳐내다.
4/ *cut off, have loss..* [형] 자른.
✻ cụt tay → 외팔이.

cụt hứng
꾿 흥
to lose all inspiration / enthusiasm [동] = mất hứng 흥미를 잃어버리다.

cụt ngủn 꾿 웅운	*curt* [형] 매우 짧은. ✻ trả lời cụt ngũn → 매우 짧은 대답.
cư dân 끄 전	*population, inhabitant* [명] 인구, 주민, 거주민.
cư ngụ 끄 응우	1/ *reside* [동] 거주하다, 살다. 2/ *residence* [명] 거주, 거처, 주재.
cư sĩ 끄 시	*retired scholar, hermit* [명] 은퇴한 학자, 은둔자.
cư tang 끄 땅	*be in the mourning* [동] 애도하다.
cư trú 끄 쭈	*to live, to reside* [동] 살다, 거주하다.
cư xá 끄 싸	*hostel, hosing compound* [명] 숙박소, 주택군.
cư xử 끄 쓰	*to treat, to behave* [동] 다루다, 대하다.
cứ 끄	1/ *to continue, keep on doing sth.* [부] 계속해서. 2/ *every* [부] 가능한한. ✻ chúng tôi gặp nhau cứ hai ngày 1 lần → 우리는 서로 가능한한. 이틀에 한번 만난다.
cứ việc 끄 비엑	*not to hesitate, welcome to do sth.* [부] 주저하지 말고, 망설이지 말고. ✻ cứ việc ăn đi, đừng ngại! → 주저하지 말고 먹어라, 두려워 마라!
cừ	1/ *excellent, outstanding*

cừ	[형] 뛰어난, 우수한, 특출난.
	✷ thằng bé này thật là cừ, cái gì cũng làm được ! → 이 아이는 정말 특출나네, 뭐든지 할수 있어!
	2/ *stake* [명] 말뚝, 막대기.
cừ khôi 끄 코이	*remarkable, wonderful, outstanding* [형] 뛰어난, 특출난, 우수한.
cử 끄	**1/** *appoint, delegate, detach sb.to do something* [동] 임명하다, 지명하다.
	✷ anh ấy được cử làm đại diện → 그는 대표로 임명되었다.
	2/ *to raise, to lift* [동] ~을 올리다.
cử tạ 끄 따	*to lift weights* [동] 무게를 올리다.
cử chỉ 끄 찌	*gesture, manner, conduct* [명] 태도, 처신, 품행.
	✷ bằng 1 cử chỉ tôn kính → 겸손한 태도로.
cử động 끄 동	*movement, motion* [명] 움직임, 운동.
	✷ nằm im, không cử động → 움직이지 말고 가만히 누워라.
cử hành 끄 한	*celebrate, perform, begin to do* [동] 실행하다, 행하다.
	✷ cử hành hôn lễ → 혼례를 행하다.
cử nhân 끄 년	*bachelor* [명] 학사.
cử tọa 끄 또아	*audience* [명] 청중, 관객.
	✷ cử tọa đồng loạt vỗ tay hoan hô

→ 관객들이 동시에 박수치며 환호하다.

cử tri
끄 찌
voter, elector [명] 선거인, 유권자, 투표자. ✱ thẻ cử tri → 투표자 카드.

cũ
끄
to keep off (retrain from) something = kiêng 삼가다.

cự
끄
to scold, to oppose, resist [동] 꾸짖다, 야단 치다, 잔소리하다.

cự ly
끄 리
interval, distance, space [명] 공간, 거리, 간격.

cự nự
끄 느
scold, abuse [동] 꾸짖다, 욕하다.

cự phú
끄 푸
a millionaire
[명] 백만장자, 대부호.

cự tuyệt
끄 뚜웬
refuse, decline, reject, turn down [동] 거절하다, 사퇴하다.

cưa
끄아
1/ to saw, ampulate [동] 톱질하다, 톱으로 켜다. 2/ a saw [명] 톱.

cứa
끄아
to cut, to saw off
[동] 톱으로 자르다.

cửa
끄아
entrance, door [명] 입구, 문.

cửa ải
끄아 아이
frontier passage, border pass
[명] 국경입구.

cửa biển
끄아 비엔
seaport [명] 해항.

cửa cái
끄아 까이
main gate, main entrance, main door [명] 정문.

cửa hàng
끄아 항
shop, store [명] = cửa hiệu 상점.

끄아 항	
cửa kính	*glass door (window)* [명] 유리문.
끄아 낀	
cửa mình	*vulva* [명] (해부) = âm hộ (여자의) 외음부, 음문.
끄아 민	
cửa ngõ	*gateway* [명] 통로, 입구.
끄아 응어	
cửa Phật	*Buddhist temple* [명] = cửa thiền, cửa chùa 절, 불교사원.
끄아 펀	
cửa sau	*back door* [명] 뒷문.
끄아 사우	
cửa sổ	*window* [명] 창문.
끄아 소	
cửa sông	*river mouth, estuary* [명] 강어귀.
끄아 솜	
cửa trước	*front door* [명] 앞문, 정문.
끄아 쯔억	
cựa	*spur (of cock)* [명] (새의) 며느리발톱.
끄아	
cựa quậy	*to move, to stir, budge, fidget* [동] 움직이다. ✳ ngồi yên, đừng cựa quậy! → 움직이지 말고 얌전히 앉아있어라!
끄아 꾸어이	
cực	**1/** *pole* [명] 극, 하늘의 극. ✳ cực dương (*positive pole*) → 양극. ✳ cực Nam (*South pole*) → 남극. **2/** *extremely, uttely* [형] 극단적으로, 극도로, 대단히, 몹시.
극	

✱ cực hay → 극도로 재미있는.
✱ cực đẹp → 극도로 예쁜.
3/ miserable, unhappy
[형] 비참한, 불행한.

cực chẳng đã
끅 짱 다
grudging, unwilling [부] 마지못해, 부득이. ✱ cực chẳng đã nó mới chịu đi → 마지못해 그는 갔다.

cực đại
끅 다이
maximum, highest
[형] 극대(極大)의.

cực điểm
끅 디엠
utmost, extreme [형] 최고도의, 극한의.

cực đoan
끅 도안
extreme [형] 극단의, 극도의.

cực độ
끅 도
extreme degree, utmost
[형] 극도의, 극한의.

cực hình
끅 힌
torture [명] 극형, 고문.

cực khổ
끅 코
unfortunate, unlucky
[형] 불운한, 불행한.

cực kỳ
끅 끼
quite, exceedingly, extra
[형] 완전히, 아주, 몹시.

cực lạc
끅 락
extreme happiness, bliss
[형] 극도로 행복한, 더없이 기쁜.

cực lực
끅 륵
with all effort [형] 온 힘을 다하는, 최대로 노력하는.

cực nhọc
끅 뇹
hard, burdensome [형] 애쓰는, 고심한, 힘든, 견디기 어려운.

cực tả
끅 따
extreme left [명] 극좌.

cực thịnh
well-being, prosperity [형] 번영한,

끅 틴	융성한.
cực tím 끅 띰	*ultraviolet* [형] 자외선의.
cưng 끙	*to cherish, to coddle, to pamper* [동] 소중히 하다, 애지중지하다.
cứng 끙	*rigid, firm, solid, steadfast, hard* [형] 굳은, 딱딱한, 완고한, 강직한.
cứng cáp 끙 깝	*strong, sound, robust* [형] 강한, 튼튼한.
cứng cỏi 끙 꼬이	*firm, unshakable, unflagging* [형] (정신,사상등) 확고한, 요지부동의.
cứng cổ 끙 꼬	*stiff-necked, opinionated, reative* [형] 완고한, 고집센, 융통성 없는.
cứng đầu 끙 더우	*bull-headed, headstrong, restive* [형] 완고한, 고집센, 우둔한.
cứng họng 끙 홈	*speechless* [형] = cứng miệng 말을 못하는, 어떤 말도 할수 없는.
cứng ngắc 끙 응악	*rigid, inflexible, rigidity* [형] 확고한, 불굴의, 강직한.
cứng rắn 끙 란	*firm, hard, rigid, ironclad* [형] 완고한, 고집센.
cước 끄억	*transportation charges* [명] 운송료, 수송비.
cước chú 끄억 쭈	*footnote* [명] 각주, 주석.
cước phí 끄억 피	*postage, carriage* [명] 수송비, 운임.
cược 끄억	*to bet, make a bet* [동] (돈을) 걸다,

※ đặt cược → 돈을 걸다.

cưới   *to wed, to marry* [동] 결혼하다
끄어이

cưới hỏi   *wedding, wedlock*
끄어이 호이   [명] = việc cưới xin 구혼.

cười   *to laugh, smile*
끄어이   [동] 웃다, 미소짓다.

cười duyên   *simper, give a charming smile*
끄어이 주웬   [동] 매력있게 웃다.

cười gằn   *give a few short laughs (with anger)* [동] 화가나서 비웃다.
끄어이 간

cười gượng   *to force a smile* [동] 억지로 웃다.
끄어이 그엉

cười mát   *laugh ironically* [동] 코웃음 치다.
끄어이 맏

cười mỉm   *smile* [동] 미소짓다.
끄어이 밈

cười ngất   *rock with laughter*
끄어이 응얻   [동] 박장대소하다.

cười nhạo   *grating laugh*
끄어이 냐오   [동] 비웃다, 조롱하다.

cười nhạt   *sickly laugh, canine laugh*
끄어이 냗   [동] 화가나서 비웃다.

cười nụ   *put on one's best smile*
끄어이 누   [동] 미소짓다.

cười ồ   *burst out laughing*
끄어이 오   [동] 큰소리로 웃다.

cười rũ   *bend double with laughter*
끄어이 루   [동] 자지러지게 웃다.

cười thầm   *to laugh up one's sleeve, to*

끄어이 텀	chuckle [동] 속으로 웃다.
cười tình	smile amorously
끄어이 띤	[동] 사랑스럽게 웃다.
cười trừ	do nothing but laugh, laugh off
끄어이 쯔	[동] 멋적게 웃다.
cười xòa	to laugh off [동] 크게 웃다.
끄어이 쏘아	
cưỡi	to ride, to straddle [동] (말을) 타다,
끄어이	∗ cưỡi ngựa → 말을 타다.
cườm	cataract [명] (의학) 백내장.
끄엄	
cườm tay	wrist, ankle
끄엄 따이	[명] (해부) = cổ tay 손목.
cương	1/ to be turgid / swollen with pus
끄엉	[동] 부풀다.
	2/ rein, bridle [명] 말 고삐.
	3/ to improvise, to over-play [동] 에드리브하다, 임기응변으로 대처하다.
cương nghị	strong-willed, resolute, firm
끄엉 응히	[형] 의지가 굳은, 굳게 결심한.
cương quyết	decided, determined, firm
끄엉 꾸웬	[형] 굳게 결심한, 단호한.
cương trực	upright, unwavering [형] 동요하지
끄엉 쯕	않는, 확고한, 올바른, 정직한.
cương vị	position, post [명] 지위, 신분.
끄엉 비	
cường	strong, vigorous
끄엉	[형] 강한. 힘 센, 강력한.
cường bạo	viciously cruel [형] 악하고 잔인한.

끄엉 바오

cường đạo   *bandit* [명] 강도(强盗).
끄엉 다오

cường điệu   *to overplay, to magnify, blow up*
끄엉 디에우   [동] 강조하다, 중시하다.

cường độ   *intensity, volume* [명] 강도(强度).
끄엉 도

cường quốc   *powerful country* [명] 강국(强國).
끄엉 꾸옥

cường quyền   *cruel force, cruel power*
끄엉 꾸웬   [명] 강권(强勸).

cường tráng   *sound, sturdy* [형] 건강한, 튼튼한.
끄엉 짱

cưỡng   **1/** *to force, to compel* [동] 강요하
끄엉   다, 복종시키다, 억지로 시키다.
    2/ *resist, oppose, disobey*
    [동] 반항하다, 대항하다.

cưỡng bách   *to compel, to force, oblige* [동] =
끄엉 밧   cưỡng bức 강제하다, 강요하다.

cưỡng dâm   *to violate, rape, assault sexually*
끄엉 점   [동]= cưỡng hiếp 강간하다.

cưỡng đoạt   *to extort, to carry off by force*
끄엉 도안   [동] 힘으로 빼앗다, 강탈하다.

cưỡng ép   *compel, constrain* [동] 권력이나
끄엉 앱   힘을 이용해 강요하다, 억압하다.

cưỡng hôn   *forced marriage* [동] 강제로 혼인
끄엉 혼   하다.

cướp   *to rob, to pillage, deprive* [동] 빼앗
끄업   다, 강탈하다, 강도질 하다.

cướp bóc   *robbery, pillage, plundering*

끄업 봅	[명] 강도질, 약탈, 강탈.
cướp đoạt	*seize, usurp, rob*
끄업 도앋	[동] 빼앗다, 강탈하다.
cướp giựt(giật)	*snatch and run*
끄업 지읃(지얻)	[동] 잡아채다, 낚아채다, 빼앗다.
cứt	*faerces, stools, fecal matter*
끋	[명] 대변.
cứt su	*newly-born's faeces*
끋 수	[명] 신생아의 변.
cưu mang	*to provide, to support, help sb. in his need* [동] 공급하다, 돕다.
끄우 망	
cứu	*to rescue, to save* [동] 구하다, 구제하다, 구조하다.
끄우	
cứu cánh	*end, target*
끄우 깐	[명] 최후, 종말, 결말, 최종 목표.
cứu chữa	*cure* [동] 병을 고치다; 치유하다.
끄우 쯔아	
cứu giúp	*to relieve* [동] = cứu trợ 구조하다.
끄우 지웁	
cứu hỏa	*to put out fire* [동] 불을 끄다.
끄우 호아	
cứu khổ	*to rescue from sorrow and distress*
끄우 코	[동] 고통으로부터 구해내다.
cứu mạng	*to save a life* [동] 생명을 구하다, 목숨을 구하다.
끄우 망	
cứu nạn	*save sb. from danger* [동] = cứu nguy 위험에서 구해내다.
끄우 난	
cứu quốc	*to save one's country*
끄우 꾸옥	[동] 나라를 구하다.

cứu rỗi 끄우 로이	save the soul [동] (종교) 영혼을 구원하다.
cứu thế 끄우 테	the saviour, the redeemer [명] (종교) 구원.
cứu thương 끄우 트엉	give first aid [동] 응급치료를 받다.
cứu tinh 끄우 띤	salvation, salviour [명] 구세주, 구제자.
cứu trợ 끄우 쩌	to relieve, to help [동] 구제하다, 돕다.
cứu viện 끄우 비엔	to reinforce [동] 돕고 지원하다.
cứu vớt 끄우 벋	to rescue, get sb. out of danger [동] 구조하다, 구출하다, 해방시키다.
cứu xét 끄우 쎈	to reconsider, to re-examine [동] 재고하다, 재심하다.
cừu 끄우	sheep [명] (동물) 양.
cửu chương 끄우 쯔엉	multiplication table [명] 구구단, 구구단표.
cửu tuyền 끄우 뚜웬	the hell, hades [명] 지옥.
cựu 끄우	late, former, ex- [부] 전의, 먼저의, 전임의. ✻ cựu tổng thống → 전 대통령. ✻ cựu học sinh → 전 학생.
cựu chiến binh *veteran* 끄우 찌엔 빈	[명] 고참병, 노병, 전 병사.

cựu ước   *The old Testament* (종교) 구약 성서.
끄우 으억

D - d

d
자 (야)
the 6th letter of the VN alphabet
베트남어 알파벳중 6번째 자.

da
자 (야)
skin, leather [명] (사람,동물의) 피부, 살갗, 살가죽.
✷ da bọc xương → 마른, 앙상한.

da bánh mật
자 (야) 반먹
a swarthy complexion
[형] 까무 잡잡한, 거무스름한.

da bò
야 보
swarthy cowhide, cowhide brown
[명] 쇠가죽.

da cam
야 깜
orange color [형] 주황색, 주황 색의. ✷ chất độc màu da cam → 에이전트 오렌지, 고엽제.

da diết
야 이엗
gnawing, tormenting [형] 마음이 찢어질듯이 아픈, 몹시 괴로운.
✷ buồn da diết → 마음이 찢어질 듯 아픈 기억으로 슬프다.

da màu
야 마우
colour (color) [형] 유색인종의 피부색, 유색인종.
✷ dân da màu → 유색인종.

da non
야 논
new skin [명] 새살.
✷ vết thương đã lành da non → 상처에 새살이 돋았다.

da trời
야 쩌이
blue [형] 하늘색. ✷ cô ấy mặc chiếc áo màu xanh da trời → 그녀는 하늘색 상의를 입었다.

dã 야	*neutralize* effect of [동] 중화하다, 중성화하다. ✱ uống nước chanh cho dã rượu → 라임주스를 마시면 술을 중화시켜준다.
dã man 야 만	*savage, barbarian, uncivilized* [형] 잔악한, 포악한, 야만적인. ✱ nó bị đánh đập dã man → 그는 야만적으로 구타를 당하다.
dã ngoại 야 응오아이	*in the open air, outdoor* [명] 소풍, 피크닉. ✱ đi dã ngoại → 소풍가다.
dã tâm 야 떰	*ill will, wicked intention* [형] 악의 있는 의도, 야심(옳지않은). ✱ có dã tâm → 시커먼 야심이 있다.
dã thú 야 투	*wild beast* [명] (동물) 야수. ✱ ác như dã thú → 야수처럼 사납다.
dã tràng 야 짱	*sandcrab* [명] (동물) 모래에서 사는 게의 한 종류.
dạ 야	**1/** *Yes* [부] 예, 그렇습니다. **2/** *felt* [명] 펠트. ✱ cái nón dạ → 펠트로 만든 모자. **3/** *bowel, wormb* [명] 장, 창자. 마음 (감정 / 의지 / 지력). ✱ thay lòng đổi dạ → (속담) 마음이 변했다. ✱ khắc sâu vào trong dạ → 마음에 새기다. ✱ sáng dạ (thông minh) → 총명한.
dạ dày 야 야이	*stomach* [명] 위. ✱ thuốc đau dạ dày → 위장약.
dạ hội 야 호이	*evening party* [명] 저녁파티, 야회. ✱ y phục dạ hội → 야회복.
dai	**1/** *tough* [형] 질긴.

야이	✷ miếng thịt bò này dai quá → 이 소고기는 너무 질기다. **2/** *persistent* [형] 오랫동안 지속해서, 끈기있는. ✷ dai sức → 체력이 끈기있다. ✷ nói dai → 끈질기게 이야기하다.
dai dẳng 야이 양	*drawn-out* [형] 끈덕진, 지속하는. ✷ mưa dai dẳng suốt cả tuần → 비가 일주일 내내 지속해서 내린다.
dái tai 야이 따이	*ear-lobe* [명] 귓볼.
dài 야이	*long, lengthy* [형] 긴.
dãi 야이	*saliva* [명] = nước bọt 침.
dại 야이	**1/** *stupid, foolish* [형] 우둔한, 바보 같은 (사람). ✷ lớn rồi nhưng còn dại lắm → 다 컷지만 여전히 우둔하다. **2/** *mad, rabib* [형] 미친 (동물). ✷ con chó dại → 미친개. **3/** *wild* [형] 천연의, 야생의 (식물). ✷ hoa dại → 야생화. ✷ cỏ dại → 야생초.
dại dột 야이 욷	*foolish, unwise, silly* [형] 우둔한, 어리석은. ✷ nó dại dột nghe theo lời bọn xấu → 어리석은 그는 나쁜사람의 말을 따른다.
dại gái 야이 가이	*to be madly in love (with a girl)* [형]여자에게 코가 낀.
dại khờ	*stupid, clumsy* [형] 멍청한, 바보

야이 코	같은.
dám 얌	*dare, be bold enough to* [동] 감히~하다, 대담하게~하다. ＊ dám đi một mình trong đêm → 밤중에 감히 혼자 나가다. ＊ dám nghĩ dám làm → 대담하게 생각하고 대담하게 행동 한다.
dạm 얌	*offer* [동] 미리 예측하다. 측정하다.
dạm hỏi 얌 호이	*offer marriage (to a girl)* [동] (남의) 생각을 탐지하다, …에게 의향을 타진하다. ＊ nhờ người đi dạm hỏi trước → 미리 다른 사람에게 의향을 묻다.
dán 얀	**1/** *stick, glue* [동] 붙이다. ＊ dán giấy lên tường → 종이를 벽에 붙이다. **2/** *look fixedly, stare at* [동] 시선이 고정되다, 응시하다. ＊ nó dán mắt vào dĩa bánh → 그는 빵접시에 시선이 고정되었다.
dàn 얀	*line, line up* [동] 한 줄로 서다, 정렬하다. ＊ dàn hàng ngang → 가로로 정렬하다.
dàn bài 얀 바이	*sketch, outline* [명] 개요, 줄거리, 골자, 윤곽.
dàn hòa 얀 호아	*mediate, reconcile* [동] 화해하다, 화목하게하다. ＊ hai bên đã dàn hòa nhau → 양쪽이 서로 화해했다.
dàn nhạc	*orchestra* [명] 오케스트라, 관현

얀 냐	악단. ✻ dàn nhạc giao hưởng → 교향악단.
dàn xếp 얀 쎕	*settle* [동] 처분하다, 정리하다.
dãn (giãn) 얀 지안	**1/** *loosen, thin,* [자] 원래의 부피를 유지하면서 길이나 양이 늘어나다. ✻ tập ít phút cho dãn gân cốt → 조금 운동을 했는데 힘줄이 늘어났다. **2/** *step aside* [자] 옆으로 비켜서다. ✻ xin mọi người dãn ra để cho xe đi → 여러분들 차가 지나가게 옆으로 비켜서 주세요.
dạn 얀	*not shy, inured to* [형] 겁없는, 익숙한.
dạn dày 얀 아이	*experience* [형] 익숙한.
dạn dĩ 얀 이	*not shy* [형] = dạn 겁없는, 대담한. ✻ một đứa bé dạn dĩ → 용감한 아이.
dang 양	*open wide (arm)* [동] 팔을 넓게 벌리다. ✻ dang tay ra ôm bé vào lòng → 팔을 벌려 아이를 품에 안았다.
dáng 양	*figure, gait* [명] 모양, 모습. ✻ dáng người thanh nhã → 상냥한 모습. ✻ dáng đi yểu điệu → 우아하게 걷는 모양.
dáng dấp 양 엽	*appearance* [명] 외모. ✻ hai anh em chúng nó có dáng dấp giống như nhau → 형제의 외모가 똑같이 닮았다.

dáng điệu 양 디에우	*gait and gesture* [명] 모습. (사람의 걸음걸이, 행동등의) ✵ dáng điệu ung dung → 유유한 모습.
dáng vẻ 양 배	*appearance* [명] 외형, 외모. ✵ dáng vẻ của người thành thị → 도시적인 외모.
dạng 양	*shape* [명] 형태, 외형. ✵ đồng dạng → 같은 형태, 동형.
danh 얀	*name* [명] ① 이름, 명칭, 호칭, 성명. ✵ nổi danh (nổi tiếng) → 이름을 날리다, 유명하다. ② 지위 ✵ nhân danh đức Chúa trời → 하나님의 이름으로.
danh bạ 얀 바	*roll* [명] 명부. ✵ danh bạ điện thoại → 전화번호부.
danh ca 얀 까	*diva, star singer* [명] 유명가수.
danh dự 얀 이으	1/ *honour* [명] 명성, 명예, 신용. ✵ làm mất danh dự gia đình → 가족의 신용을 잃게하다. 2/ *emeritus, honorary* [형] 정신적 가치가 있는. ✵ được trao tặng lá cờ danh dự → 명예의 깃발을 수여받다.
danh giá 얀 지아(야)	*honourable* [형] 존경할만한, 명예로운, 훌륭한. ✵ xuất thân từ một gia đình danh giá → 명예로운 집안 출신이다.
danh hiệu 얀 히에우	*alias, honourable-name* [명] (위 대한 업적이나 공적을 세운 사람을

부르는) 성명, 칭호.
* được tặng danh hiệu nghệ sĩ ưu tú → 우수 예술인 호칭을 받다.

danh họa *famous painting* [명] 명화, 명화를
얀 호아 그린 작가.

danh lợi *honous and privileges* [명] 명예와
얀 러이 특권.
* không ham danh lợi → 명예와 특권에 욕심이 없다.

danh mục *list, catalogue* [명] 리스트, 표, 목
얀 묵 록. * danh mục điện thoại → 전화 번호부.

danh nghĩa *name* [명] 명의.
얀 응히아 * với danh nghĩa là nhà tài trợ → 후원자로 명의하다.

danh nhân *famous name celebrity* [명] 명인.
얀 년

danh sách *namelist* [명] 명단.
얀 삿 * danh sách cử tri → 투표자 명단.

danh thiếp *card-visite* [명] 명함.
얀 티엡

danh từ *noun, term* [명] 명사.
얀 뜨

danh vọng *respectability* [명] 존경할만한, 존
얀 봄 경할만한 사회적 지위, 체면.

danh y *famous herb doctor*
얀 이 [명] 유명한 의사, 명의.

dành *1/ to save up* [동] 저축하다.
얀 * dành tiền mua nhà → 집 살 돈을 저축하다.

	2/ *put aside, reserve* [동] ~에게 주기위해 따로 두다. ✳ ghế dành cho người già → 경로석.
dành dụm 얀 윰	*save every bit of* [동] 조금씩 모아두다. ✳ số tiền dành dụm → 모아놓은 돈.
dành riêng 얀 리엥	*reserved, for..only* [형] ~을 위해 두다. ✳ lối đi dành riêng cho người đi bộ → 걷는 사람을 위한 길, 도보.
dao 야오	*knife* [명] 칼.
dao cạo 야오 까오	*razor* [명] 면도칼.
dao động 야오 동	*oscillate* [동] 진동하다, 동요하다.
dao phay 야오 파이	*chopping-knife* [명] 고기를 자르는 큰 칼.
dạo 야오	**1/** *those days, that time* [명] 요즘. ✳ dạo này anh làm ăn ra sao? → 요즘 어떻게 지내십니까? **2/** *stroll, ramble* [동] 산책하다. ✳ dạo phố → 시내를 돌다. ✳ dạo quanh vườn → 정원을 산책하다.
dạo nhạc 야오 냑	*play a prelude* [동] 전주곡을 연주하다.
dạo mát 야오 맏	*take the air* [타] 바람 쐬다.
dát	*inlay, paste, stick* [자] (장식용으로)

얃	박아넣다. 박아넣기[상감]
	※ đội mũ dát vàng → 금관.
dạt 얃	*to push a side* [자] 옆으로 밀다. ※ xô dạt qua một bên → 한쪽으로 밀다.
dạt dào 얃 야오	*overflow* [형] 넘치는, 풍부한. ※ tình cảm dạt dào → 풍부한 감정.
day dứt 야이 이은	*harass* [형] 괴로운. ※ lương tâm day dứt → 양심이 괴롭다.
dày 야이	1/ *thick, dense* [형] 두꺼운, 짙은. ※ mái tóc dày mượt → 두껍고 숱이 많은 머리. 2/ *acquired through long years* [형] 오랜기간에 걸쳐 습득한. ※ dày kinh nghiệm → 오랜기간에 걸쳐 습득한 경험.
dày công 야이 꼼	*take a great pains, try hard* [형] 수고하다, 애쓰다. ※ dày công tập luyện → 훈련에 힘쓰다.
dày dạn 야이 얀	*inured to (harship, difficulty)* [형] 익숙하다. 단련되다. ※ dày dạn gió sương → 모진 바람과 찬 이슬에 단련되다. 풍상고초(風霜苦楚)를 겪어내다.
dày dặn 야이 얀	*thick and densely made-up* [형] 두껍고 촘촘하게 만들어진.
dầy đặc 야이 약	*thick, dense* [형] 길고 빽빽한. ※ sương mù dày đặc → 짙은 안개.
dãy 야이	*row, chain, range, series* [명] (같은 종류의 것들이 길게 늘어서 있는)

열, 줄. * 1 dãy nhà → 집 한 줄. * dãy núi hiện ra ở phía xa → 멀리 산이 한폭으로 펼쳐졌다.

dạy
야이

teach, educate [자] 가르치다. * dạy tiếng Việt cho người nước ngoài → 외국인에게 베트남어를 가르치다.

dạy bảo
야이 바오

teach, to train [동] 가르치다. * nó luôn nghe theo lời dạy bảo của cha mẹ → 그는 언제나 부모님이 가르치시는대로 따른다.

dạy dỗ
야이 요

to bring up, educate [동] 가르치다, 교육[훈육]하다. * dạy dỗ con cái → 자식을 교육하다.

dạy đời
야이 더이

to moralize, lecture, speak with a superior tone [동]…을 도덕적으로 설명하다, 훈시하다, 훈계하다. * lúc nào cũng lên mặt dạy đời! → 언제나 나타나 다른 사람을 훈시한다.

dạy học
야이 홉

teach [동] 가르치다. * cô ấy quyết định theo nghề dạy học → 그녀는 교육업에 종사하기로 결정했다.

dạy kèm
야이 깸

to tutor, to teach privately [동] 가정교사로 가르치다. * cô ấy dạy kèm tại nhà mỗi tuần hai buổi → 그녀는 매주 두번 집에서 가정교사로 가르친다.

dằm
암

splinter, chip, sliver [명] 파편, 깨진 조각, 가시. * bị dằm đâm vào ngón tay → 가시가 손가락에 박혔

다.

dằn
얀

1/ *press, stress, lay down*
[동] 아래로 누르다. 눌러놓다.

✳ dằn tờ giấy lại để gió thổi bay.
→ 바람에 날라가기 때문에 종이를 눌러놓았다.

2/ *to repress, suppress, to control oneself* [자] (감정따위를) 억누르다.

✳ dằn cơn giận → 화를 억누르다.

3/ *to slap down, emphasize* [동] 세게 놓다. 강조하다.

✳ cô ta giận dữ dằn mạnh quyển sách lên bàn → 그녀는 화가나 책상위에 책을 내리쳤다.

✳ nói dằn từng tiếng một → 한마디씩 강조하여 말하다.

dằn mặt
얀 맛

to forewarn [동] 경고하다.
✳ đập cho một trận dằn mặt! → 경고하기 위해 매를 때리다.

dằn vặt
얀 밧

nag at, torment
[동] 잔소리하다. 괴롭게하다.
✳ lo buồn dằn vặt trong lòng → 걱정은 마음을 괴롭게한다.

dặn
얀

recommend [타] 충고하다. ✳ nghe lời mẹ dặn → 엄마의 충고를 듣다.

dặn dò
얀 요

make careful recommendations to [동] 잔소리하다.
✳ ra đi, mẹ có dặn dò.. → 나가시며 엄마가 ..라고 잔소리하시다.

dẳng dai 양 야이	*dragging on* [형] 끌다, 끌어당기다, 오래 질질 끌다. ∗ nói dẳng dai mãi → 말을 질질 끌다.
dẳng dặc 양 약	*interminable, endless* [형] 끝없는, 무기한의. ∗ giây phút chờ đợi sao mà dài dẳng dặc → 분초를 기다리는 것이 왜이리 끝도 없이 길까.
dắt 얃	*lead* [타] 이끌다, 인도하다, 데리고 가다. ∗ dắt xe đạp → 자전거를 끌다. ∗ dắt em đi chơi → 동생을 데리고 놀러가다.
dâm 염	*lewd, lustful* [형] 성욕이 있는, 호색의 = dâm dục = dâm dật
dâm loạn 염 로안	*sexually promiscuous, incestuous* [형] (사람이) 상대를 가리지 않고 성교하는, 난교의, 근친상간의. ∗ hành động dâm loạn → 난교행위.
dâm ô 염 오	*obscene* [형] 외설의, 음란한, 음탕한. ∗ lối sống dâm ô trụy lạc → 음란하고 타락한 삶으로 접어들다.
dấm 염	*vinegar* = giấm [명] 식초, 초제 (醋劑).
dấm dúi 염 유이	*secretly, by stealth, on the sly* [형] 은밀한, 남모르게, 살그머니. ∗ dấm dúi làm ăn với nhau → 비밀리에 협정하다.
dấm dứ 염 이으	*poise into readiless* [동] 결정하지 못하고 주춤하다. ∗ mấy lần dấm dứ muốn hỏi nhưng lại thôi → 몇

dầm
염

번 물어보고 싶었지만 그만 두었다.
dip, pickle, soak [동] ① 음식을 소스 따위에 담그다. 절이다.
②(오랜시간동안) 스며들다. 젖어들다.
✱ dầm mưa nên bị cảm → 비에 젖어 감기에 걸렸다.

dầm dề
염 예

1/ *soaked, be wet through* [형] 흠뻑 젖다. ✱ nước mắt tuôn dầm dề → 눈물에 흠뻑 젖다.
2/ *be drenched* [형] 연속해서.
✱ mưa dầm dề suốt mấy ngày nay → 비가 며칠 계속해서 내린다.

dân
연

citizen, people [명] 국민, 사람들.

dân ca
연 까

folk-song [명] 민요, 포크송.

dân chủ
연 쭈

democratic [형] 민주주의의.

dân chúng
연 쭘

broad masses [명] 민중, 사람들

dân cư
연 끄

population, inhabitants [명] 거주자.

dân cử
연 끄

people-elected, elective [형] 국민 선거에 의한.

dân dụng
연 윰

civil [형] 시민의, 민간인의.
✱ máy bay dân dụng → 민간기

dân đen
연 댄

mob, common run of the people [명] 서민, 보통인.

dân gian
folk, popular [형] 민간의.

연 지안(얀)	* văn học dân gian → 민간문학.
dân lập 연 럽	*people-founded* [형] 사립의. * trường đại học dân lập → 사립대학교.
dân quân 연 꿘	*militia, civil defence* [명] 민병. * dân quân du kích →유격민병.
dân quê 연 꿰	*peasant* [명] 소작인, 소작농, 농민.
dân số 연 소	*population* [명] 인구.
dân sự 연 스	*civil adminiatration* [명] 민사.
dân tình 연 띤	*people's lot* [명] 국민의 환경, 사정.
dân tộc 연 똡	*nation, race, nationality* [명] 민족, 종족.
dân trí 연 찌	*people's cultural standard* [명] 국민의 지식수준.
dấn 연	*to embart, to plunge headlong* [동] 몰아넣다. 깊이 뛰어들다. * dấn sâu vào con đường tội lỗi → 죄악의 길로 빠져들다.
dần 연	*1/ the 3rd earthy branch, symbolized by the tiger* [명] 12지중 세번째, 인(寅), 호랑이. * năm dần → 호랑이해 * tuổi dần → 호랑이띠. *2/ split(soften) by beating repeatedly* [자] 부드러워지게 계속 두드리다. * dần ra cho mềm →부드러워지

게 두드리다.

3/ *to thrash* [자] 두들겨 패다.
* dần cho nó một trận nhớ đời → 평생 기억하도록 두들겨 패다.

4/ *gradually* [부] 점차, 차차. * nó quen dần với đời sống tập thể → 그는 단체생활에 점차 적응하다.

dần dần
연 연

step by step, little by little [형] 점차, 차차.
* mới đầu thấy khó, dần dần rồi cũng quen → 처음에는 어렵지만 차차 손에 익숙 해질것이다.

dẫn
연

conduct, guide, convey [자] 이끌다. 안내하다. * đi trước để dẫn đường → 안내하기 위해 먼저 가다.

dẫn chứng
연 쯩

cite, quote [동] 인용하다, 증거를 제시하다. * phải dẫn chứng cụ thể bằng hành động → 행동으로 구체적인 증거를 제시해야한다.

dẫn đầu
연 더우

take the lead [동] 앞장서다, 선두에 서다, 앞에서 이끌다. * dẫn đầu cuộc biểu tình → 데모에 앞장서다.
* đoàn đại biểu nước bạn do thủ tướng chính phủ dẫn đầu → 수상이 이끄는 국가대표단.

dâng
영

rise, run high, offer respecfully [동]
1/ 높이 오르다. * mực nước mưa dâng lên cao ngập đường → 빗물이 불어 인도가 잠겼다.
2/ ~에게 바치다. * dâng món

	ngon vật lạ cho cha mẹ → 부모님께 희귀한 음식을 바쳤다.
dập 엽	*bury, stamp out, cross out* [자] 끄다, 사라지게 하다. ✳ dập tắt đám cháy → 불을 끄다.
dập dìu 엽 이우	*go in great numbers, flock, swarm (with)* [형] 무리속으로 들어가다 (오다). ✳ dập dìu đi lại khắp dường phố → 도시를 오가는 인파속으로 들어가다.
dập dờn 엽 이언	*bob, undulate* [형] 위아래로 움직이는, 물결치듯 움직이는.
dâu 여우	1/ *mulbery, bayberry* [명] (과일) 베이베리. 2/ *daughter in law* [명] 며느리. ✳ mẹ chồng nàng dâu → 시어머니 와 며느리.
dấu 여우	1/ *accent, diacritic* [명] 성조 ✳ dấu hỏi → 물음표 (?). 2/ *mark, trace* [명] 흔적, 자국, 표시. ✳ đánh dấu ở trang 8 → 8장에 표시를 하다. 3/ *seal, stam* [명] 도장, 인. ✳ ký tên và đóng dấu vào bản hợp đồng → 계약서에 서명하고 도장을 찍다.
dấu ấn 여우 언	*stamp* [명] 흔적. 특징 ✳ tác phẩm mang dấu ấn của thời đại → 작품은 시대의 흔적을 갖는다.
dấu câu 여우 꺼우	*mark (in sentence)* [명] 문장 부호.

dấu hiệu 여우 히에우	sign, indication, symptom [명] 기호, 부호, 표시. ✱ có dấu hiệu khả nghi → 수상한 표시가 있다.
dấu vết 여우 벧	trace [명] 자취, 흔적. ✱ dấu vết của trận bão → 폭풍의 자취.
dầu 여우	oil [명] 기름, 유지, 유성물, 석유, 유화 (물감).
dầu hỏa 여우 호아	petroleum [명] 석유, 광유.
dầu nhờn 여우 년	lubricant [명] = dầu nhớt 윤활유, 원활히 하는 것.
dậu 여우	the 10th earthly branch, symbolized by the cock [명] 12지중 열번째, 유 (酉), 닭. ✱ tuổi dậu → 닭띠.
dây 여이	cord, rope, string, wire [명] (sợi dây) 끈, 줄, 실, 노끈.
dây chuyền 여이 쭈웬	1/ necklace [명] 목걸이. ✱ đeo dây chuyền vàng → 금목걸이를 걸다. 2/ line [명] 줄, 라인. ✱ làm việc theo dây chuyền → 라인을 따라서 일하다.
dây dưa 여이 이으아	to drag on (out) [동] 시간을 질질 끌다. ✱ công việc cứ dây dưa mãi → 일을 계속 끌다.
dấy 여이	rise up vigorously [동] 힘차게 일어나다, 봉기하다. ✱ dấy lên phong trào thi đua → 데모가 일어나다.

dậy
여이
get up, wake up, tone up [자] 일어나다, 깨우다, 소리를 높이다.

dậy thì
여이 티
pubescent [형] 사춘기의.

dè biu
애 비우
to sneer at sombody, slight [동] 무시하다, 비웃다. * lúc nào nó cũng chê bai, dè biu người khác → 언제나 그는 다른 사람을 무시하고 비웃다.

dè dặt
애 얃
(be)caution [형]조심하는, 주의하는.
* nó dè dặt bước tới → 그는 조심히 걸음을 내딛다.

dè sẻn
애 샌
economical, sparing = dè xẻn [형] 경제적인, 절약하는. * dè sẻn từng đồng → 한푼씩 절약하다.

dẻo
애오
flexible, plastic, lithe [형] 유연한, 구부리기 쉬운, 변형이 쉬운.

dẻo dai
애오 야이
enduring [형] 오래 지속되는, 지치지않는. * sức khỏe dẻo dai → 지치지않는 체력.

dép
앱
sandal [명] 샌들.
* mang dép da → 샌들을 신다.

dẹp
앱
1/ *move aside, shelve* [동] 치우다, 정리하다. * dẹp hết sách vở vào tủ → 책들을 장속에 치웠다.
2/ *to clear away, to hold back* [동] 버리다. 생각하지 않다.
* dẹp hết những tư tưởng đen tối → 나쁜 사상들을 다 지워버렸다.
3/ *to repress, to quell* [동] 진압하

	다. ✽ dẹp loạn → 난을 진압하다. **4/** *flat* [형] 납작하고 얇은.
dẹt 뎁	*flat and thin* [형] 얇고 편평한.
dê 예	*goat* [명] (동물) 염소. ✽ trại chăn nuôi dê → 염소 농장.
dế 예	*cricket* [명] (곤충) 귀뚜라미.
dễ 예	*easy* [형] 쉬운, 수월한 = dễ dàng
dễ chịu 예 찌우	*comfortable, pleasant* [형] 편한, 기분좋은. ✽ tính tình dễ chịu → 편한 성격. ✽ có mùi thơm dễ chịu → 기분좋은 향기
dễ coi 예 꼬이	*attractive* [형] 흥미있는, 매력있는. ✽ cô ấy có khuôn mặt dễ coi → 그녀는 호감가는 얼굴이다.
dễ dãi 예 야이	*complaisant, accomodating* [형] 붙임성있는, 까다롭지않은.
dễ thương 예 트엉	*agreable, amiable* [형] 상냥한, 남에게 호감을 주는, 친절한;
dễ tính 예 띤	*easy-going, easy to please* [형] 온순한.
dệt 뎁	*weave* [동] (천,실을) 짜다, 엮다. ✽ dệt chiếu → 돗자리를 엮다. ✽ dệt vải → 천을 짜다.
di 이	*move* [동] 움직이다. = di chuyển ✽ di dân → 이민가다.
di chúc	*testament, a will* [명] 유언, 유서

이 쭙	✷ bản di chúc → 유서
di chuyển 이 쭈웬	*move* [동] 이전하다.
di cư 이 끄	*emigrate* [동] 이주하다.
di dân 이 연	*move the population* [동] 거주지를 옮기다.
di động 이 돔	*mobile, roving* [동] 이동하다. [형] 이동할 수 있는. ✷ điện thoại di động → 이동전화, 휴대폰.
di sản 이 산	*legacy, inheritance* [명] 유산. ✷ kế thừa di sản của bố mẹ → 부모님의 유산을 상속받다.
di tản 이 딴	*to evaculate* [동] 피난가다.
di tích 이 띳	*vestiges* [명] 유적. ✷ tháp rùa là 1 di tích lịch sử → 거북이 탑은 역사유적의 하나이다.
di truyền 이 쭈웬	*hand down by heredity* [동/형] 이어져 내려오다, 유전되다. ✷ bệnh di truyền → 유전병.
dí dỏm 이 욤	*humorous witty* [형] 재치있는, 위트가 있는. ✷ ăn nói dí dỏm → 재치있게 말하다.
dì 이	**1/** *aunt* [명] 이모. **2/** *step mother* [명] 계모.
dĩ nhiên 이 니엔	*of course* [부] 당연히. ✷ dĩ nhiên là tôi sẽ đến đúng hẹn → 당연히 나는 정확하게 약속시간에 도착할 것이다.

dĩ vãng 이 방	*past* [명] 과거. ✻ cô ấy có một dĩ vãng đau buồn → 그녀는 슬픈 과거가 있다.
dị dạng 이 양	*deformity, deformed* = dị tướng = dị hình [형] 기형의.
dị đoan 이 도안	*superstition* [명] 미신, 맹신. ✻ tin dị đoan → 미신을 믿다.
dị nghị 이 응히	1/ *criticize* [동] 이의를 제기하다. 반대하다. 2/ *false rumour* [명] 소문, 풍설, 낭설.
dị thường 이 트엉	*extraordinary* [형] 비상한, 비범한
dị ứng 이 응	*allergy* [동] 알러지 반응을 하다.
dịch 잇	1/ *epidemic* [명] 유행성인. ✻ dịch cúm gà → 유행성 조류 독감. 2/ *translate* [동] 번역하다. = dịch thuật
dịch giả 잇 지아(야)	*translator* [명] (사람) 번역가, 역자.
dịch tễ 잇 떼	*epidemic* [명] 유행병의 총칭.
dịch vụ 잇 부	*service* [명] 서비스, 봉사. ✻ dịch vụ ăn uống → 식음료 서비스.
diêm 이엠	*match* [명] 성냥.
diêm dúa 이엠 유아	*spruce, smart* [형] 깔끔한, 말쑥한, 맵시 있는. ✻ ăn mặc diêm dúa → 말쑥하게 차려입다.

diêm vương 이엠 브엉	*king of hell* [명] 염라대왕.
diễm lệ 이엠 레	*dazzling* [형] 빛나는, 눈부신. ✶ nhan sắc diễm lệ → 눈부신 미모.
diễm phúc 이엠 쭙	*felicity, bliss* [형] 큰 복이 있는, 큰 행운이 있는.
diễn 이엔	1/ *perform, act* [동] 상연하다. ✶ diễn kịch → 연극을 상연하다. 2/ *to happen* [자] 일어나다. ✶ buổi họp diễn ra trong bầu không khí thân mật → 회의가 화기애애한 분위기 속에서 진행됐다.
diễn biến 이엔 비엔	*evolve, unfold, development* [동] 발전하다, 진화하다. ✶ tình hình diễn biến hết sức phức tạp → 발전하는 과정이 매우 복잡하다.
diễn đàn 이엔 단	*rostrum, forum, platform, tribune* [명] 연단, 강단.
diễn đạt 이엔 닫	*express, verbalize* [동] 표현하다, 나타내다.
diễn giải 이엔 지아이(야이)	*to expound* [동] 소상하게 설명하다, 해설하다.
diễn tả 이엔 따	*describe* [동] 말로 서술하다, 표현 하다.
diễn tập 이엔 떱	*manoeuvre* [동] 연습하다. ✶ buổi diễn tập kéo dài tới trưa → 연습이 점심때까지 이어졌다.
diễn văn 이엔 반	*speech* [명] 연설문. ✶ đọc diễn văn → 연설문을 낭독하다.
diễn viên	*performer actor, actress* [명] 배우,

이엔 비엔	연주자.
diện 이엔	**1/** *area, aspect, category* [명] 면적, 면, 범위. ✻ hắn thuộc diện cải tạo → 그것은 개조한 범주에 속한다. **2/** *deck out in, well dressed* [동] 옷을 잘 차려입다. ✻ diện quần áo mới trong 3 ngày Tết → 설 3일동안은 옷을 잘 차려입는다.
diện mạo 이엔 마오	*face, looks* [명] 면모.
diện tích 이엔 띳	*area* [명] 면적. ✻ diện tích sân bóng → 구장 면적.
diệt 이엣	*exterminate, eliminate* [동] 제거하다, 몰살하다, 없애다. (tiêu diệt) ✻ diệt giặc → 적을 제거하다.
diệt chủng 이엣 쭘	*exterminate a race* [동] 멸종시키다. ✻ tội ác diệt chủng → 죄악을 멸종시키다.
diệt trừ 이엣 쯔	*Exterminate* [동] 박멸하다, 몰살하다. ✻ diệt trừ sâu bệnh → 해충을 박멸하다.
diệt vong 이엣 범	*die out* [동] 소멸하다. ✻ dấu vết của 1 nền văn minh đã bị diệt vong → 한 시대 문명의 자취가 소멸되다.
diễu 이에우	*walk along (up and down)* [자] 지나가다. ✻ đoàn vận động viên diễu qua khán đài → 선수단이 관객들 앞을 지나갔다.

diễu binh
이에우 빈

parade [동] (군대가) 행진하다.

diễu hành
이에우 한

parade, procession, demonstration [동] 행진하다. ✱ tổ chức diễu hành ở Quảng trường Ba Đình → 바딘광장에서 행진 시키다.

diệu kì (kỳ)
이에우 끼

marvelous, wonderful [형] 놀라운, 불가사의한.

dìm
임

1/ *to dip, sink down, hush up* [동] 담그다. ✱ dìm xuống nước → 물속에 담그다.

2/ *to lower by trick, press down* [동] 낮추다. ✱ dìm giá → 가격을 낮추다.

dinh
인

palace, official residence [명] 궁, 궁전.

dinh cơ
인 꺼

large private establishment [명] 부동산, 저택. ✱ ông ấy xây cất cho mỗi người con 1 dinh cơ đồ sộ → 그는 모든 자녀들에게 저택 한 채씩을 지어주었다.

dinh dưỡng
인 이으엉

nutritious [형] 영양이 되는.
✱ đứa bé bị suy dinh dưỡng → 어린아이가 영양실조에 걸리다.

dinh thự
인 트

official residence [명] 관사, 관저, 공사.

dính
인

stick, be stick with [동] 붙다, 붙이다, 들러붙다.
✱ bùn dính đầy chân → 진흙이 다리에 잔뜩 들러붙다.

dính dáng

concern, have something to do

인 양		*with* [자] ~에 관여하다, 관계하다. 관계가 있다. ✻ hai chuyện đó không dính dáng gì với nhau → 그 두 일은 서로 관계가 없다.
dính líu 인 리우		*be involved in* [동] 참가하다. 가담하다. ✻ nó có dính líu tới vụ án cướp của giết người vừa qua → 그는 지난 살인강도 사건에 가담했다.
díp 입		*close nearly completely* [동] 아주 가까이 붙어있다. ✻ mới có 8 giờ tối mà 2 mắt cứ díp lại! → 저녁 8시밖에 안됐는데 눈꺼풀이 붙어버렸다.
dịp 입		*occasion, chance* [명] 기회, 때. ✻ có dịp đi ngang qua nên ghé thăm → 지나가는 길에 들르다.
dìu 이우		*help, forward* [자] 안내하다, 인도하다. ✻ dìu cô ấy vào phòng → 그녀를 방으로 안내하다.
dìu dắt 이우 얃		*guide, help progress* [자] 앞으로 나아가게 하다, 이끌다, 안내하다. ✻ dìu dắt đàn em → 후배들을 이끌다.
dìu dặt 이우 얃		*now presto, now largo* [형] (소리가) 가볍고 부드러운. ✻ tiếng đàn dìu dặt → 부드러운 악기연주음.
dịu 이우		*soft, less sharp* [형] 부드러운, 편안한. ✻ cơn đau dịu xuống → 통증이 감소하다. ✻ làm dịu cơn giận

→ 분노가 수그러들다.

dịu dàng
이우 양

sweet, soft [형] 친절한, 상냥한.
✷ cử chỉ dịu dàng → 친절한 태도.

dịu hiền
이우 히엔

gentle [형] 온화한, 친절한, 예의 바른. ✷ khuôn mặt dịu hiền → 온화한 얼굴.

do
요

1/ *because* [부] ~ 때문에.
✷ học kém do lười biếng → 게으르기 때문에 학업이 뒤쳐지다.
2/ *by, through* [부] ~에 의하여.
✷ sản phẩm do nhà máy chế tạo → 공장 제조에 의한 상품.
✷ quốc hội do dân bầu → 투표에 의한 국회의원.

do dự
요 이으

hesitate, waver [동] = ngần ngại 망설이다, 주저하다.
✷ nó do dự không dám nói → 그는 감히 말하지 못하고 망설이다.

do thám
요 탐

spy, scout, reconnoitre [동] 염탐하다, 몰래 감시하다, 몰래 조사하다.

dò
요

fathom, sound, grope one's way = dò dẫm [동] 살그머니 묻다, 몰래 묻다, 은밀히 묻다.
✷ hỏi dò tin tức → 소식을 은밀히 묻다.

dò la
요 라

inquire stealthily [동] 다른 사람의 비밀스러운 부분을 알아내기 위해 은밀하게 묻다. ✷ dò la tin tức → 소식을 은밀히 묻다.
✷ không dò la được điều gì cả → 아무것도 몰래 물어볼수 없다.

dò xét
요 쎋

observe discreetly [동] 어떤 사건이나 상황을 알아내기 위해 조심스럽게 관찰하고 묻다.
✻ dò xét kỹ rồi mới dám nói → 조심스럽게 관찰하고 물었더니 말을 하기 시작했다.

dọa
요아

threaten, warn = dọa dẫm
[동] 위협하다, 협박하다.
✻ nó hay dọa trẻ con → 그는 자주 어린아이들을 위협한다.

dọa nạt
요아 낟

bully, intimidate [동] (약자를) 곯리다, 못살게 굴다. ✻ quen thói dọa nạt cấp dưới → 아랫사람을 못살게 구는게 습관이 됐다.
✻ không nên dọa nạt trẻ em → 어린아이들을 못살게 굴지마라.

doanh nghiệp
요안 응히엡

business, firm
[명] 영업, 장사, 상업.

doanh thu
요안 투

proceeds, takings [명] (판매, 거래 등의) 매상고, 수익.

doanh trại
요안 짜이

barracks [명] (군사) 막사.

dọc
욥

lengthwise, along [형] ~을 따라서 쭉, ~과 나란히. ✻ dọc theo quốc lộ → 국로를 따라서.

dọc ngang
욥 응앙

range freely, powerful and influential [명] 가로와 세로 (모든 방향을 일컬음). ✻ dọc ngang nào biết trên đầu có ai (싯구ND) → 어디를 가든 그를 이길자가 없다.

dõi

follow closely [자] 지켜보다.

요이	✳ dõi theo hai người lạ mặt đi bên đường → 길에서 낯선 두사람이 가는 것을 지켜보다.
dòm 욤	*look, spy.* [자] 보다. ✳ dòm qua khe cửa → 문틈으로 보다.
dòm ngó 욤 응오	*keep an eye on, watch with secrect designs* [동] 훔쳐보다. ✳ đừng dòm ngó vào đời tư người khác → 다른 사람의 사생활을 훔쳐보지 마라.
dọn 욘	1/ *clear, tidy up* [동] 정돈하다, 치우다. ✳ dọn cho ngăn nắp → 깔끔하게 정돈하다. 2/ *move* [동] 옮기다. ✳ dọn nhà → 이사하다. 3/ *lay, set up, serve* [동] (식탁등을) 차리다. ✳dọn cơm → 밥을 차리다.
dọn dẹp 욘 앱	*tidy up, put in order* [동] 치우다, 정돈하다. ✳ dọn dẹp nhà cửa → 집을 정돈하다.
dong dỏng 용 용	*quite slender* [형] 키가 크고 마른. ✳ dáng người dong dỏng → 키가 크고 마른 모습.
dòng 용	1/ *current, stream* [명] 흐름. ✳ dòng nước → 물의 흐름. ✳ dòng âm thanh → 소리의 흐름. ✳ dòng tư tưởng → 사상의 흐름. 2/ *line* [명] 선, 줄, 열. ✳ chấm xuống dòng → 마침표를

	찍고 열을 바꾸다. **3/** *descent* [형] 혈통, 가계. ✽ có con nối dòng → 혈통을 잇는 자식.
dòng giống 용 지옴(옴)	*stock, race* [명] 종족.
dòng dõi 용 요이	*lineage* [명] 혈통, 가계.
dõng dạc 용 약	*loud and degnified* [형] 힘차고 확실한. ✽ dõng dạc tuyên bố → 힘차게 선포하다.
dỗ 요	*comfort, coax* [자] 달래다, 위로하다, 격려하다. ✽ dỗ cho em bé nín khóc → 우는 아기를 달래주다.
dỗ dành 요 양	*console* [동] 위안하다, 격려하다. ✽ dỗ dành mãi nó mới chịu nghe → 계속 격려하니 그가 수긍하기 시작했다.
dốc	**1/** *slope* [형/명] 경사진, 비탈진, 경사면, 비탈. ✽ đường dốc → 비탈길. **2/** *turn upside down* [동] 뒤집다. **3/** *to empty, to pour out* [동] 쏟아붓다. ✽ dốc hết tâm trí để học hành → 학업에 전력을 다 쏟아붓다. ✽ dốc hết tiền của để vui chơi → 노는데 돈을 다 쏟아붓다.
dối 요이	**1/** *deceive, cheat* [동] 속이다, 거짓말하다. ✽ tự dối lòng → 스스로 마음을 속이다. ✽ nói dối → 거짓말하다.

dối trá
요이 짜

dồi
요이

dồi dào
요이 야오

dỗi
요이

dội
요이

* khóc dối → 거짓으로 울다.
2/ *carelessly, negligent* [형] 소홀한, 부주의한. * làm dối cho xong → 대충해서 끝내다.

false [형] 남을 속이는, 현혹시키는.
* ăn nói dối trá → 현혹시키는 말을 하다.

black pudding [명] (음식) 순대.
* dồi heo (dồi lợn) → 돼지순대.

profuse [형] 평균이상으로 많은, 풍부한, 넘치는. * sức khỏe dồi dào → 넘치는 건강.

sulk [동] 뾰루퉁해지다, 골내다.

1/ *resound*
[동] 울려퍼지다, 메아리치다.
* tiếng súng dội vào vách núi → 총소리가 산 전체에 울려퍼지다.
2/ *to flush* [동] 왈칵 물을 흘리다, 한꺼번에 쏟다, (하수관, 변소 등에) 물을 쏟아 씻다, …에 물을 부어 내려보내다.
* dội (nước) cho sạch → 깨끗하게 물을 부어 씻어라.
3/ *to bounce* [동] 튀다, 부딪혀서 되튀다.
* trái banh tung vào tường, dội ngược trở lại trúng đầu đứa bé → 벽으로 공을 던지자 다시 튀어 돌아와 아이의 머리를 쳤다.

dồn
욘

gather, accumulate, drive into [자] 한방향으로 모으다, 몰다.
✷ bị dồn tới chân tường → 구석으로 몰다.

dồn dập
욘 엽

fast and thick [형] 짧은 시간동안 되풀이된, 자주 있는. ✷ công việc dồn dập → 일이 되풀이 되다.

dồn nén
욘 낸

repress [동] 억제하다, 억누르다.
✷ dồn nén lòng thù hận → 복수심에 불타는 마음을 억누르다.

dông
욤

storm, thunderstorm
[명] 심한 뇌우.

dông dài
욤 아이

lengthy, loitering [형] 장황하고 지루한. ✷ nói dông dài → 장황하고 지루하게 말하다.

dông tố
욤 또

1/ storm [명] = giông bão 폭풍.
2/ stomy (life) [형] 파란만장한, 모진. ✷ cuộc đời đầy dông tố → 파란만장의 생애.

dốt
욛

thick-headed, ignorant
[형] 무식한, 무교육의, 무지한.

dốt nát
욛 낟

very dull-witted [형] 머리가 둔한.

dột
욛

leaky [형] (지붕등이) 새는 구멍이 있는, 새기 쉬운, 잘 새는. ✷ nhà dột → 집이 샌다.

dột nát
욛 낟

dilapidated [형] 해진, 황폐한, 허물어질것 같은.
✷ ngôi nhà dột nát → 황폐한 가옥.

dơ

dirty, mucky [형] 더러운.

여

dơ dáy
여 야이
dirty [형] = dơ bẩn (총칭) 더러운.

dở
여
1/ bad, not good [형] 좋지않은, 나쁜. 2/ unfinished, half done [형] 미완성의. ✶ vì nghèo nên bỏ dở việc học hành → 가난하기 때문에 학업을 중도에 포기하다.

dở dang
여 양
uncompleted, inconclusive [형] 결론이 나지 않는, 완성되지 않은.
✶ cuốn sách đang viết dở dang → 완성되지 않은 집필중인 책.
✶ mối tình dở dang → 이루어지지 않은 사랑.

dở hơi
여 허이
oddish, crack-brained [형] 머리가 돈, 미친. ✶ ai lại làm việc dở hơi như thế → 누가 이렇게 머리가 돈 것처럼 일을 해놓았느냐.

dỡ
여
take to a piece [자] 해체하다, 분해하다.
✶ dỡ nhà → 집을 분해하다.

dơi
여이
bat, flitter-mouse [명] (동물) 박쥐.

dời
여이
move, transfer
[자] 이전하다, 옮기다,

du côn
유 꼰
bully boy, hooligan, rowdy
[명/형] 불량아.

du dương
유 이으엉
harmonious, sweet [형] 감미로운.
✶ tiếng đàn du dương trầm bổng → 감미로운 선율의 악기소리.

du đảng 유 당	*hooligan-party* [명] 불량배, 깡패, 불한당.
du khách 유 캇	*tourist* [명] 여행자, 관광객.
du kích 유 낏	*guerilla* [명] 유격.
du lịch 유 릿	*to travel* [동] 여행하다
du ngoạn 유 응오안	*go sightseeing, travel* [동] 유람하다, 구경하다, 관광하다.
du nhập 유 넙	*import* [동] 수입하다, 들여오다.
dù 유	**1/** *umbrella* [명] 우산. ✻ che dù → 우산을 쓰다. **2/** *parachute* [명] 낙하산. ✻ nhảy dù → 낙하산으로 내리다. **3/** *though, however* [접] ..에도 불구하고, 비록 …일지라도. ✻ dù muốn dù không, tôi cũng phải có mặt → 원하든지 아니든지 그럼에도 불구하고 나는 반드시 참석해야 한다.
dụ 유	*entice, lure* [동] = dụ dỗ 유혹하다
dục vọng 윰 봉	*desire* [명] 욕망, 성욕, 육욕.
dúi 유이	*thrust, push, slop, slice* [자] 밀어넣다. ✻ dúi nhanh vào túi → 가방 안으로 재빨리 밀어넣다.
dùi	**1/** *stick, prick, awl* [명] 송곳.

유이	**2/** *to prick* [동] 송곳으로 구멍을 뚫다.
dùi cui 유이 꾸이	*club, cudgel* [명] 곤봉. (옛날의 형벌 도구, 무기로 사용한)
dụi 유이	*stamp out, sub out, rub* [자] 비비다, 문지르다. ✱ dụi mắt cho tỉnh ngủ → 잠을 깨려고 눈을 비비다. ✱ dụi tắt lửa ở điếu thuốc → 담배의 불을 비벼끄다.
dung hòa 융 호아	*harmonize, reconcile* [동] 조화시키다, 융화시키다.
dung lượng 융 르엉	*capacity, content* [명] 용적, 용량,
dung nạp 융 납	*accept, admit* [동] 용납하다, 받아들이다
dung tha 융 타	*forgive, pardon* [동] 용서하다. (벌을) 면제하다. ✱ tội ác của chúng không thể dung tha được → 그들의 죄악은 절대 용서될수 없다.
dung thứ 융 트	*tolerate, condone* [동] 눈감아주다. 죄를 사해주다. ✱ xin rộng lòng dung thứ → 넓은 마음으로 죄를 사해주세요.
dung túng 융 뚱	*connive at* [동] 묵인하다, 너그러이 봐주다. ✱ dung túng cho cấp dưới → 아랫사람을 너그러이 봐주다.
dùng 융	**1/** *to use* [자] 사용하다. ✱ dùng súng để giải quyết → 총을

	사용해 해결하다. **2/** *to eat, to drink* [자] 먹다, 마시다. (존경어) ✽ mời anh dùng cơm → 식사하세요. ✽ ông muốn dùng gì ạ? → 무엇을 드시겠습니까?
dùng dằng 융 양	*undecided, wavering, hesitant* [동/형] 우물쭈물하다, 머뭇거리다, 망설이다. ✽ dùng dằng nửa ở nửa về → 반은 여기 있고 반은 집에 돌아갔다. (여기에 있을지 집에 돌아갈지 망설이다.)
dũng cảm 융 깜	*valiant* [형] 용감한. ✽ con người dũng cảm → 용감한 사람.
dũng sĩ 융 시	*brave man, valiant soldier* [명] (사람) 용사.
dụng cụ 융 꾸	*tool, instrument* [명] 용구, 도구, 공구.
dụng ý 융 이	*intend, mean* [동/형] 의도하다. 작정하다. ✽ có dụng ý tốt → 좋은 의도가 있다.
duỗi 유오이	*stretch out* [동] 뻗다, 펴다. ✽ nằm duỗi thẳng người ra → 누워서 몸을 쭉 펴다.
duy nhất 유이 넌	*only, unique* [형] 유일한. ✽ trường hợp duy nhất → 유일한 경우.
duy trì 유이 찌	*to maintain, uphold, keep alive* [동] 유지(보유, 지속)하다. ✽ duy trì một mối quan hệ tốt → 좋은 관계를 유지하다.
duyên	**1/** *charm, grace* [형] 매력있는.

유웬	∗ cô ấy rất có duyên → 그녀는 매우 매력이 있다. **2/** *predestined love* [명] = duyên số, duyên nợ = duyên kiếp 운명의, 인연의. ∗ có duyên với nhau từ kiếp trước → 전생에서부터 서로 인연이 있다.
duyên dáng 유웬 양	*graceful, charming* [형] 매력적인, 우아한. ∗ nụ cười duyên dáng → 매력적인 웃음.
duyên hải 유웬 하이	*inshore, coastal* [명] 연안의, 해안 근처의.
duyệt 유웬	*examine, inspect* [동] 검사하다, 검토하다.
dư 이으	*odd, excess, surplus* [형] 여분의, 초과한.
dư âm 이으 엄	*echo, resonance* [명] 울림, 반향, 에코.
dư dả 이으 이아	*comfortable, having enough and to spare, pleintiful* [형] 여유있는, 풍족한. ∗ sống tương đối dư dả → 상대적으로 풍족한 삶을 살다.
dư dật 이으 엳	*having more than enough* [형] 여유있는, 풍족한. ∗ tiền của dư dật → 풍족한 재산.
dư luận 이으 루언	*puplic opinion* [명] 여론.
dư thừa 이으 트아	*superfluous* [형] 여분의, 과잉의.
dư vị	*aftertaste* [명] ① 뒷맛 ② 여운

이으 비

dữ
이으

1/ *cruel, ferocious, ill, evil* [형] 잔인한, 무자비한, 사악한.
✳ tin dữ → 잔인한 소식.
2/ *formidable, so much* [형] 대단히 많은, 대량의.
✳ anh ấy uống rượu dữ lắm! → 그는 술을 너무 많이 마셔!

dữ dội
이으 요이

frightfully violent, formidable [형] 맹렬한, 격렬한.
✳ trận đánh dữ dội → 격렬한 싸움.

dữ tợn
이으 떤

fierce, ferocious [형] (외향이) 사나운, 난폭한.
✳ bộ mặt dữ tợn → 사나운 얼굴.

dự
이으

take part in, assist, attend [동] 참가하다. 참석하다.
✳ dự tiệc → 파티에 참석하다.
✳ dự lễ → 예식에 참석하다.

dự án
이으 안

project [명] 계획, 기획.

dự báo
이으 바오

forecast [동] 예보하다. ✳ dự báo thời tiết → 날씨를 예보하다.

dự bị
이으 비

prepare, reserve [형] 예비하다. 준비하다.
✳ cầu thủ dự bị → 예비 선수.

dự định
이으 딘

to plan, to intend [동] 계획하다, 예정하다.
✳ dự định mua nhà ở thành phố → 도시에 집을 살 예정이다.

dự đoán
이으 도안

foresee [동] 예감하다, 미리 알다, 내다보다.

✳ dự đoán tương lai → 미래를 내다보다.

dự khuyết
이으 쿠웻
alternate [형] 보궐선발된.

dự kiến
이으 끼엔
provide for something, anticipate [동] 예견하다. 예상하다. ✳ **số lượng khán giả đông hơn dự kiến** → 예상보다 관객수가 더 많았다. ✳ **dự kiến sẽ kết thúc trước thời gian qui định** → 규정된 시간 전에 공사가 끝날것을 예상하다.

dự phòng
이으 폼
provide for / against something [동] 예방하다.
✳ **dự phòng mọi bất trắc có thể xảy ra** → 일어날수 있는 모든 불행한 일들을 예방하다.

dự thảo
이으 타오
draft [동] 스케치하다. 윤곽을 그리다. ✳ **dự thảo hợp đồng** → 계약초안.

dự thi
이으 티
to take a test / an examination [동] 시험을 보다, 시합에 참가하다.

dự thính
이으 틴
to attend as an observer [동] 방청하다.

dự tính
이으 띤
estimate beforehand [동] 추정하다, 어림잡다.
✳ **dự tính tình huống xấu nhất** → 가장 안좋은 상황을 추정하다.

dự trù
이으 쭈
estimate the future requirement [동] 예산하다. ✳ **dự trù ngân sách thu chi** → 지출경비를 예산하다.

dự trữ
이으 쯔
put by, lay aside reserve [동] 비축하다.

✲ dự trữ thức ăn cho mùa đông → 겨울을 대비해 음식을 비축하다.

dưa
이으아
1/ *melon* [명] 멜론, 수박.
2/ *salted vegetables* [명] 소금에 절인 야채.

dứa
이으아
pineapple, ananas [명] (과일) 파인애플.

dừa
이으아
coconut [명] (과일) 코코넛.

dựa
이으아
1/ *lean on* [자] 기대다. ✲ dựa lưng vào tường → 벽에 등을 기대다.
2/ *stand against* [자] 의지하다. 의존하다. ✲ dựa vào quần chúng → 군중에 의존하다.
✲ dựa vào uy tín của gia đình → 가족의 위신에 의존하다.

dừng
이응
stop, halt [동] 멈추다, 그만두다.
✲ câu chuyện tạm dừng tại đây → 여기서 잠시 이야기를 멈추다.

dửng dưng
이응 이응
emotionless, unconcerned [형] 태연한, 무관심한.
✲ nó dửng dưng trước sự đau khổ của người khác → 그는 남의 고통에 태연하다.

dựng
이응
1/ *erect, raise* [자] 똑바로 세우다.
2/ *set up, stand* [자] 세우다.
✲ dựng 1 vở kịch → 연극을 세우다.
3/ *build* [자] 만들어내다, 꾸며내다. ✲ dựng chuyện nói xấu người khác → 다른 사람의 이야기를 나쁘게 꾸며내다.

dược phẩm 이으억 펌	*drug, medicine* [명] 약, 약품, 약제. ✷ cửa hàng bán dược phẩm → 약제를 파는 상점.
dược sĩ 이으억 시	*pharmacist* [명] 약사.
dược thảo 이으억 타오	*medicinal herbs* [명] 약초.
dưới 이으어이	*under, below, less than* [형] 아래에, 아래쪽에. ✷ cấm trẻ em dưới 15 tuổi → 15세 이하 어린이는 금지합니다.
dưới nước 이으어이 느억	*underwater, aquatic* [형] 수중의, 수면하의. ✷ môn thể thao dưới nước → 수상스포츠.
dương 이으엉	*Yang, solar, positive, poplar* [명] (음양학에서) 양.
dương cầm 이으엉 껌	*piano* [명] (악기) 피아노.
dương gian 이으엉 지안(얀)	*the land of the living, this world* [명] 속세, 세상.
dương lịch 이으엉 릿	*solar, gregorian calendar* [명] 양력.
dường như 이으엉 니으	*seem be, look, appear* [부] ~처럼 보이다. ✷ mọi việc dường như đơn giản nhưng thật ra lại rất phức tạp → 일이 쉬운 것 처럼 보이나 사실은 복잡하다.
dưỡng 이으엉	*to nourish, to foster* [동] 키우다, 양육하다.
dưỡng bệnh	*convalesce, to be in convalescence*

이으엉 벤	[자/타] 회복하다, 차도가 있다.
dưỡng dục 이으엉 윱	*foster and educate* [동] 양육하다.
dưỡng đường 이으엉 드엉	*sanatoriom, rest-home, health farm* [명] 요양원.
dưỡng lão 이으엉 라오	*husband one's old age strength* [동] 양로하다. * viện dưỡng lão → 양로원.
dưỡng sinh 이으엉 신	*to rear, to bring up* [동] 양생하다, 몸을 수양하다. * thể dục dưỡng sinh → 양생체조
dưỡng sức 이으엉 슥	*to save one's health* [동] 건강을 돌보다. * nghỉ dưỡng sức → 건강을 볼보기위해 쉬다.
dưỡng thai 이으엉 타이	*embryotrophic* [동] (의학) 태아를 잘 키우다. * thuốc dưỡng thai → 태아 영양제.
dượng 이으엉	1/ *aunt's husband* [명] 이모부. 2/ *step-father* [명] 계부.
dứt 이은	1/ *stop* [자] 끝나다. 2/ *come to final* [자] 관계를 끊다, 끝내다
dứt điểm 이은 디엠	*score, finish at a given moment* [동] 득점하다, 짧은 시간내에 일을 마치다. * giải quyết dứt điểm → 단시간에 해결하다.
dứt khoát 이은 콸	*clear-cut, precise, definite* [형] 명확한, 분명한, 확실한. * thái độ dứt khoát → 명확한 태도.

Đ - đ

đ
— *the 7th letter of VN alphabet.* 베트남어 알파벳중 7번째 자.

đa cảm 다 깜
— *sentimental* [형] 감정적인, 심정적인.
✻ một tâm hồn đa cảm → 감성적인 영혼.

đa dạng 다 장
— *multiform, diversified* [형] 많은 형태를 가진, 다양한.

đa giác 다 지악(약)
— *polygon* [명] 다각형.

đa khoa 다 콰
— *general practice* [명] 전반적인, 전체 적인.
✻ phòng khám đa khoa → 일반진료실.

đa mưu 다 므우
— *wily, cunning,* crafty [형] 음모가 많은, 교활한.

đa nghi 다 응히
— *suspicious* [형] 의심이 많은.
✻ đa nghi như Tào Tháo → 조조 (삼국지인물) 처럼 의심이 많다.

đa sầu 다 서우
— *melancholy* [형] 우울한.

đa số 다 소
— *majority* [명] 다수(多數).
✻ đa số thắng thiểu số → 다수가 소수를 이기다.

đa tạ 다 따
— *express heartfelt thanks, show deep gratitude* [동] 깊이 감사하다.

đá 다	**1/** *stone, rock* [명] 바위, 암벽, 암반, 암석, 돌. **2/** *ice* [명] 얼음. ✱ trà đá → 얼음 차. **3/** *kick, play* [동] 차다, 걷어차다. ✱ đá banh → 공을 차다. ✱ bị ngựa đá → 말에 차이다.
đá nam châm 다 남 쩜	*magnetite* [명] (관물) 자철광.
đà 다	**1/** *beam, girder* [명] 빔, 대들보. **2/** *impetus* [명] 여세. ✱ theo đà phát triển của thế giới → 세계의 발전 여세에 따르다. **3/** *momentum* [명] 운동량, 기세, 타력, 타성, 추진력. ✱ chạy lấy đà → 추진력을 더해 뛰다.
đà điểu 다 디에우	*ostrich* [명] (새) 타조.
đả đảo 다 다오	**1/** *overthrow* [동] 뒤엎다, 굴복시키다. **2/** *to oppose* [동] 반항하다. **3/** *down with!* [감] 때려 부숴라! 타도하라! ✱ đả đảo bọn bán nước → 매국노를 타도하라.
đả động 다 동	*to touch upon* [동] 언급하다. ✱ tôi không đá động đến vấn đề đó → 나는 그 문제에 대해서 언급하지 않다.
đả kích 다 끽	*criticize severely, attach, lash out (at someone)* [동] 모질게 비판하다. ✱ đả kích thói xấu → 악습을 비판하다.

đả phá 다 파	*fight for the abolition* [동] 폐지를 위해 투쟁하다, 분투하다. ✻ đả phá nạn mê tín dị đoan → 이단 타파를 위해 분투하다.
đả thông 다 톰	*talk over, talk round* [동] 설득하다. ✻ đả thông tư tưởng → 사상을 설득하다.
đã 다	**1/** *satiate* [형] 만족한, 충족한. ✻ uống cho đã khát → 갈증 충족을 위해 마시다. ✻ ăn cho đã thèm → 욕구 충족을 위해 먹다. **2/** *cure, recover from illness* [형] 치료하다, 고치다. ✻ thuốc đắng đã tật, lời thật mếch lòng (속담) → 쓴 약은 병을 낫게하고 진담은 기분을 상하게 한다. **3/** *already, pass tense* [부] 과거부사. 과거에 일어난 일이나 행동을 나타낼 때. ✻ Lan đã làm xong bài tập hôm qua → 어제 란은 숙제를 다 했다. **4/** *first of all* [부] 어떤 일을 먼저 끝내고 다른 일을 해야할 때 . ✻ cơm nước xong xuôi đã rồi làm gì thì làm → 식사가 끝내고 할 일을 해라. **5/** *not only..* [접] ~ 뿐만아니라...도. ✻ cô ấy đã đẹp lại còn thông minh → 그녀는 예쁠뿐만아니라 똑똑하기 까지 하다.

đã đời
다 더이
satiely, be sated with pleasure [형] 만족하는, 원없이, 더 바랄것이 없는.
✽ lâu ngày mới được uống (rượu) một bữa đã đời → 오랜만에 원없이 술을 마셨다.

đai
다이
band, hoop [명] 테, 고리.
✽ vấn đai quanh thùng → 통 둘레에 테를 두르다.

đái
다이
to have a pee, to urinate
[동] 오줌 누다, 소변 보다.

đái đường
다이 드엉
diabetes [명] (의학) 당뇨병.

đài
다이
1/ *radio* [명] 라디오
2/ *monument* [명] 사람 또는 공적을 기념하기위해 높이 세운 건조물. (비, 상,관)
✽ đài kỷ niệm anh hùng liệt sĩ → 영웅열사 기념비.
3/ *station* 관찰과 연구를 목적으로 높은 곳에 세워진 기관.
✽ đài thiên văn → 천문대.
✽ đài truyền hình (*television station*) 텔레비전 방송국.

đài các
다이 깍
noble [형] 고귀한, 기품있는.
✽ cuộc sống đài các → 고귀한 인생.

đài phát thanh
다이 팓 탄
broadcasting station
[명] 라디오 방송국.

đài thiên văn
다이 티엔 반
observatory [명] 관측소, 천문대.

đài thọ
다이 터
pay, bear [동] 대금을 치루다, 지불하다. ✽ ai sẽ đài thọ chi phí cho

	chuyến đi này? → 누가 이 이동경비를 지불할 것입니까?
đãi 다이	*to treat* [동] 한턱내다, 대접하다. ✲ đãi bạn ăn nhà hàng → 레스토랑에서 친구에게 한턱내다.
đãi ngộ 다이 응오	*treat well* [동] 대접하다, 취급하다. ✲ những ai có công sẽ được đãi ngộ xứng đáng → 공을 세운 사람은 그에 맞는 대접을 받을것이다.
đại 다이	1/ *big* [형] 큰, 대(大). 2/ *at random, wildly, rash* [부] (말이나 행동따위를) 다른 일을 하기 위해서 바로 끝내다. ✲ nói đại đi, sợ gì! → 말을 바로 끝내라, 무엇이 두렵냐!
đại bác 다이 박	*cannon* [명] (무기) 대포.
đại bàng 다이 방	*eagle* [명] (새) 독수리.
đại bại 다이 바이	*suffer a bitter defeat* [동] 대패(大敗) 하다.
đại biểu 다이 비에우	*representative, delegate* = đại diện [명] 대표 (자), 대의원, 파견 위원.
đại chiến 다이 찌엔	*great war* [명] 세계전쟁, 대전(大戰).
đại chúng 다이 쭘	*great masses, the people* [명] 사람들, 대중(大衆).
đại dương 다이 즈엉	*ocean* [명] 대해, 대양, 해양. ✲ Đại Tây Dương → 대서양.
đại đa số 다이 다 소	*great majority* [명] 대다수(大多數).

đại đội 다이 도이	*company* [명] (군사) 군대의 편성단위 대대(大隊).
đại gia đình 다이 지아 딘	*great family* [명] 대가족.
đại hàn 다이 한	*cold spell* [명] (날씨) 대한(大寒), 큰 추위.
Đại Hàn 다이 한	*Korea, Korean* [명] 한국, 대한민국 (大韓民國).
đại hạn 다이 한	*great drought* [명] 대한(大旱), 크게 일어난 가뭄.
đại học 다이 홉	*higher education* [명] 대학(大學). ✻ tốt nghiệp đại học → 대학을 졸업하다.
đại hội 다이 호이	*congress* [명] 대회(大會).
đại khái 다이 콰이	*roughly, perfunctory* [형] 대강, 대략. ✻ làm đại khái cho xong → 일을 대강하고 끝내다.
đại lễ 다이 레	*great festive day* [명] 대례(大禮), 성대한 의식.
đại liên 다이 리엔	*heavy machine-gun* [명] (무기) 중기 관총.
đại loại 다이 로아이	*on the whole* [부] 전반적으로, 대체로, 일반적으로. ✻ đại loại như nhau → 전반적으로 서로 같다.
đại loạn 다이 로안	*great disturbance* [명] 대란(大亂), 큰 재난.
đại lộ 다이 로	*boulevard, avenue* [명] 대로(大路), 큰 길.

đại lục 다이 룹	*continent, mainland* [명] 대륙(大陸),육지대.
đại lượng 다이 르엉	*very generous* [형] 인심좋은, 관대한.
đại lý 다이 리	*agent* [명] 대리(代理), 대표. ✻ mở đại lý ở các thành phố lớn → 각 대 도시에 대리점을 열다.
đại nạn 다이 난	*disaster, great calamity* [명] 대난(大難), 큰 재난.
đại náo 다이 나오	*raise an uproar* [동] 크게 소동을 일으키다.
đại số 다이 소	*algebra* [명] (수학) 대수.
đại pháo 다이 파오	*gun, cannon* [명] 대포.
đại phú 다이 푸	*very wealthy person* [명] 대부(大富), 큰 부자. [형] 매우 부유한.
đại phúc 다이 푹	*great happyness, good fortune* [형] 매우 행복한.
đại quân 다이 꾸언	*great army* [명] (군사) 대군(大軍).
đại sứ 다이 스	*ambassador* [명] 대사(大使).
đại sứ quán 다이 스 꾸안	*embassy* [명] 대사관(大使館).
đại tá 다이 따	*colonel* [명] (육군, 공군, 해병대의) 대령.
đại tài 다이 따이	*great talent* [형] 큰 재능.
đại tang 다이 땅	*deep mourning* [명] 깊은 애도, 부모

đại tang 따이 땅	또는 국왕이 죽은 큰 장례.
đại thắng 다이 탕	*major victory* [명] 위대한 승리, 대승.
đại thụ	*great and old tree* [명] 크고 오래된 나무.
đại thọ 다이 터	*longlife* [명] 장수(長壽).
đại thừa 다이 트아	*the great vehicle, Mahayana* [명] 대승(大乘).
đại tiện 다이 띠엔	*to go to stool, to defecate* [동] 화장실에 가다, 용변을 보다.
đại trà 다이 짜	*on the large scale* [형] 큰 규모의, 한없이 넓은.
đại tràng 다이 짱	*large intestine* [명] 대장(大腸). ✼ đau đại tràng → 대장이 아프다.
đại tu 다이 뚜	*overhaul* [동] (기계, 배, 자동차 따위를) 정비하다, 수리하다.
đại từ 다이 뜨	*pronoun* [명] (문법) 대명사.
đại tướng 다이 뜨엉	*top-ranking general* [명] 대장(大將), 고위장성(高位將星).
đại úy 다이 위	*captain* [명] (군대의) 대위.
đại văn hào 다이 반 하오	*a great writer* [명] 위대한 소설가, 대문호(大文豪).
đại xá 다이 싸	*general amnesty* [동] 대사(특사)를 내리다.
đại ý 다이 이	*gist, general sense* [명] 대의(大意), 대략적인 뜻.
đam mê	*indulge in* [동] ...할 강렬한 욕구를

담 메	가지다. ...에 빠지다.
	✻ đam mê tửu sắc → 주색에 빠지다.

đám
담
mass, crowd, throng
[명] ① 군중, 인파. ② 집회.

đám cưới
담 끄어이
weeding ceremony [명] 결혼, 결혼식

đám đông
담 돔
mob, crowd
[명] 떼, 군집, (사람의) 몰림.

đám giỗ
담 지오
dead anniversary [명] 제사일.

đám hỏi
담 호이
engagement party/ceremony
[명] 구혼식(求婚式).

đám ma
담 마
burial procession = đám tang
[명] 장례식.

đám mây
담 머이
mass of cloud [명] 구름떼.

đàm
담
sputum, phlegm = đờm
[명] 담, 가래, 점액.

đàm đạo
담 다오
to converse, talk [동] (사이좋게) 서로 이야기하다, 담소하다

đàm luận
담 루언
discuss [동] 담론하다, 토론하다, 대화하다.

đàm phán
담 판
negotiate [동] 담판하다, 협상하다.
✻ đàm phán về biên giới giữa 2 nước → 두 나라의 경계에 대해서 담판하다.

đàm thoại
담 토아이
converse, conversation [명] 담화.
[동] 담화하다.

đàm tiếu 담 띠에우	*sneer at* [동] 비웃다, 조롱하다.
đảm bảo 담 바오	*guarantee* [명] 보증하다. ✶ tôi đảm bảo điều đó là chính xác → 나는 그것이 정확함을 보증한다.
đảm đang 담 당	*capable* [형] 유능한, 능력이 있는. ✶ cô ấy là một người phụ nữ đảm đang → 그녀는 유능한 사람이다.
đảm đương 담 드엉	*shoulder* [동] 담임하다, 책임을 지다. ✶ đảm đương việc nước → 국사를 담임하다.
đảm nhiệm 담 니엠	*undertake* [동] 담당하다. 담임하다. ✶ đảm nhiệm chức vụ phó giám đốc công ty → 회사의 부사장 직분을 담당하다.
đảm trách 담 짯	*to be in charge of* [동] 책임을 지다. 직무를 맡다.
đạm 담	*protein* [명] 단백질.
đạm bạc 담 박	*spare, frugal* [형] 담백한, 소량의, 가난한. ✶ một bữa ăn đạm bạc → 간단한 식사.
đan 단	*knit, weave* [동] 짜다, 짜서 만들다, 실로 뜨다. ✶ đan khăn quàng cổ → 목도리를 짜다.
đàn 단	1/ *musical instrument* [명] 악기. 2/ *to play music* [동] 악기를 연주하다. 3/ *flock, herd, drove* [명] 무리, 떼. (동물과 어린이에 쓰임.) ✶ đàn trâu → 소떼

* đàn gà → 닭무리.
* đàn trẻ nô đùa trước sân → 마당에서 아이들이 떼지어 놀고있다.

đàn anh
단 안
one seniors's rank
[명] 연장자, 손윗사람 (의 계층).

đàn áp
단 압
suppress, repress
[동] 탄압하다, 진압하다.
* đàn áp biểu tình → 집회를 진압하다.

đàn bà
단 바
women, woman [명] 여자, 여인.

đàn bầu
단 버우
monochord (instrument) [명] (악기) = đàn độc huyền. 외줄로 된 고전 악기

đàn chim
단 찜
birds [명] 새떼

đàn đúm
단 둠
gang up [동] 무리를 짓다, 그룹을 짜다.

đàn em
단 앰
junior, interior [명] 연소자(의 계층).

đàn hồi
단 호이
elastic, resilent [형] 탄력성이 있는.

đàn nguyệt
단 응우웰
Vietnamese twochord guitar
[명] 2줄로 된 베트남 현악기.

đàn ong
단 옴
the bees [명] 벌떼.

đàn ông
단 옴
man [명] (사람) 남자.

đạn
단
bullet, shell [명] 탄환, 공기알.

đang
be in the process of [부] ~하고 있는

당	중이다. ✷ nó còn đang học bài → 그는 지금 공부중이다.
đáng 당	*worthy* [부] 가치가 있는. ✷ ông ấy quả đáng là bậc thầy → 그분은 스승으로써의 충분한 가치가 있다. ✷ việc đó rất đáng làm → 그 일은 충분히 일 할 가치가 있다.
đáng đời 당 더이	*well-deserved* [형] = đáng kiếp. 그만한 가치가 있는, ~ 해도 마땅한. ✷ tội ấy chết cũng đáng đời → 그 죄는 죽어도 마땅하다.
đáng ghét 당 기햍	*hateful* [형] 밉살스러운, 불쾌할 만한. ✷ nó có bộ mặt đáng ghét → 그의 얼굴은 밉살스럽다.
đáng giá 당 지아	*be worth* [형] 값어치가 있는.
đáng kể 당 께	*noticeable, considerable* [형] 상당한, 주목할만한. ✷ cơn bão vừa qua gây thiệt hại đáng kể → 지난 폭풍은 상당한 피해를 입혔다.
đáng khen 당 캔	*praiseworrthy* [형] 칭찬받을 만한. ✷ một hành động đáng khen → 칭찬받을 만한 행동이다.
đáng khinh 당 킨	*contemptible* [형] 경멸할 만한, 비난받을 만한. ✷ một hành động đáng khinh → 비난받을 만한 행동이다.
đáng kính 당 낀	*respectable* [형] = đáng nể 존경할 만한, 훌륭한.

đáng lẽ 당 래	*normally, ought to* [부] = đáng lý ~하는 것이 당연하다(마땅하다). ✶ đáng lẽ tôi không nên làm việc đó mới phải → 나는 그일을 하지 않는 것이 당연하다.
đáng ngại 당 응아이	*worrying* [형] 걱정될 만한.
đáng ngờ 당 응어	*questionable, doubtful* [형] 의심스러울 만한. ✶ nó có thái độ đáng ngờ → 그는 의심스러울 만한 태도를 취했다.
đáng sợ 당 서	*fearful, creepy* [형] 두려워할 만한. ✶ ông ấy có bộ mặt đáng sợ → 그 노인은 두려워할 만한 얼굴을 가졌다.
đáng thương 당 트엉	*poor, pitiful* [형] 불쌍할 만한, 동정받을 만한. ✶ đứa bé này có hoàn cảnh thật đáng thương → 이 아이는 동정받을 만한 환경을 가졌다.
đáng trách 당 짯	*blameworthy* [형] 비난할 만한, 나무랄 만한.
đáng yêu 당 이에우	*loveable* [형] 사랑받을 만한.
đàng điếm 당 디엠	*wanton, libertine, of easy virtue* [형] 지나치게 음탕한. ✶ ăn chơi đàng điếm → 음탕하게 놀다.
đàng hoàng 당 호앙	*comfortably, properly, correctly* [형/부] ① 지각있게 행동하다. ✶ nói năng đàng hoàng → 지각있게 말하다. ② 풍족한, 여유있는. ✶ nhà cửa

	đàng hoàng → 풍족한 재산. ③ 공개적인, 숨김없는, 솔직한. ✳ cưới gả đàng hoàng → 공개적(정식적)으로 결혼식을 올리다.
đảng 당	*party* [명] 당(黨).
đảng viên 당 비엔	*party member* [명] 당원(黨員).
đảng trí 당 찌	*absent-minded* [동] 건망증이 있다.
đanh đá 단 다	*sharp-tongued* [형] 신랄한, 독설의. ✳ cô ấy đanh đá lắm → 그녀는 매우 신랄하다.
đanh thép 단 탭	*incisive, trenchant* [형] (말이) 날카로운, 예리한, 철저한. ✳ lời buộc tội đanh thép → 예리한 심문.
đánh 단	**1/** *beat, strike* [동] 때리다. ✳ nó bị đánh → 그는 구타를 당하다. **2/** *play* [동] 놀다. ✳ đánh cờ → 체스놀이 하다. ✳ đánh bài → 카드놀이 하다.
đánh cá 단 까	**1/** *to fish, fishing* [동/명] <물고기를> 낚다, 잡다. **2/** *to bet* [동] ~에 (돈을) 걸다.
đánh bại 단 바이	*defeat* [동] 패배시키다. ✳ đánh bại quân xâm lược → 침략군을 패배시키다.
đánh bạo 단 바오	*to make so bold as to do something, to hazard* [동] 용기를 내어 해보다, 과감히 ~하다. ✳ nó đánh bạo hỏi → 그는 과감히 물어보다.

đánh bạt 단 받	*overpower* [동] 압도하다, 맥을 못추게 하다. ✻ đánh bạt những dư luận xấu → 안좋은 여론들을 맥 못추게 하다.
đánh bóng 단 봄	*shine, shade, polish, spruce up* [동] 윤기나게 하다, 광나게 하다. ✻ đánh bóng bàn ghế lại cho mới → 의자와 책상을 새로 광나게 하다.
đánh cờ 단 꺼	*to play chess* [동] 체스놀이 하다.
đánh cuộc 단 꾸옥	*to bet* [동] 걸다. = đánh cá (돈을) (…에) 걸다. ✻ tôi đánh cuộc với anh là nó sẽ không dám đến → 나는 형과 그가 오지 않을것에 내기를 걸었다.
đánh dấu 단 저우	*mark* [동] ① 표시하다. ✻ đánh dấu lên trang sách → 책장(冊張)위에 표시를 하다. ② (역사,사건) 큰 자국을 남기다. ✻ cách mạng tháng tám đã đánh dấu một bước tiến quan trọng trong lịch sử Việt Nam → 8월혁명은 베트남 역사의 중요한 발자취로 남았다.
đánh đập 단 덥	*beat, hit* [동] 치다, 때리다, 두드리다.
đánh đòn 단 돈	*cane, whip* [동] 회초리로 때리다.
đánh động 단 동	*alert* [동] = báo động ~에게 위급을 알리다, 경보를 내다, 경고하다. ✻ nó đánh động cho kẻ gian trốn mất → 그는 나쁜 사람에게 도망가라고 경고했다.

đánh đuổi 단 두오이	*chase, expel* [동] 쫓아내다, 쫓아버리다. ✱ đánh đuổi giặc ngoại xâm → 외적을 쫓아내다.
đánh giá 단 지아	*appreciate* [동] 평가하다, 가치를 매기다. ✱ tác phẩm này được đánh giá cao → 이 작품은 높은 평가를 받았다.
đánh gió 단 지오	*rub out a cold* [동] 감기에 걸렸을 때 약물을 바르고 문질러서 치료하는 민간요법.
đánh hơi 단 허이	*scent* [동] 냄새를 맡다, 알아채다. ✱ con chó đánh hơi rất tài → 그 개는 냄새를 잘 맡는다.
đánh liều 단 리에우	*boldly go a head* [동] 대담히 나아가다, 당차게 나아가다. ✱ đánh liều vào gặp giám đốc → 대담히 나아가 사장님을 만나다.
đánh lừa 단 르아	*deceive, fool* [동] 거짓말을 하다, 남을 속이다.
đánh máy 단 마이	*type* [동] 타자하다.
đánh rơi 단 러이	*lose by dropping* [자] 무의식중에 떨어져 나가다. ✱ đánh rơi mất chìa khóa xe → 자동차 열쇠를 떨어뜨렸다.
đánh số 단 소	*to number* [동] 번호를 매기다. ✱ đánh số thứ tự → 4번을 매기다.
đánh thức 단 특	*wake up* [동] ① 깨우다. ✱ đánh thức vào lúc nửa đêm → 한밤중에 깨우다. ② 일깨우다. ✱ câu chuyện đã đánh thức lòng yêu nước trong các

	em học sinh → 이야기는 각 학생들의 애국심을 일깨웠다.
đánh tráo 단 짜오	*exchange fraudulently* [동] 부정직하게 바꾸다, 사기에 의해 바꾸다. ✲ đánh tráo hàng giả lấy hàng thật → 모조품을 주고 진품으로 바꾸다.
đánh vần 단 번	*spell* [동] 단어를 한 자 한 자 읽다. ✲ dạy trẻ học đánh vần → 어린아이에게 단어를 한 자 한 자 읽는 것을 가르치다.
đao 다오	*knife-sharped lance* [명] (무기) 창, 창모양의 도구.
đao kiếm 다오 끼엠	*knife-sharped lance and sword, wea-pon* [명] 창검, 병기.
đao phủ 다오 푸	*executioner* [명] 사형집행인, 망나니.
đáo để 다오 데	1/ *terrible* [형] 독악한. ✲ ăn nói đáo để → 독악스럽게 말을 하다. 2/ *remarkable, too much* [형] 아주 많이, 대단히. ✲ vui đáo để → 대단히 즐겁다.
đào 다오	1/ *peach* [명] (과일 / 나무 / 꽃) 복숭아. 2/ *dig* [자] 파다, 파헤치다. ✲ đào ao thả cá → 웅덩이을 파서 고기를 풀어놓다.
đào hoa 다오 호아	*lucky in love* [형] 매력있는, 인기가 많은. ✲ có số đào hoa → 애정운이 많다.
đào ngũ 다오 응우	*desert* [동] 탈주하다, 탈영하다. ✲ lính đào ngũ → 탈영병.

đào tạo 다오 따오	*to train, training* [자] 가르치다, 양성하다.
đào tẩu 다오 떠우	*escape, run away, flee, decamp* [자]탈출하다.
đào thải 다오 타이	*eliminate* [동] ~에서 없애다, 골라서 버리다, 실격시키다.
đảo 다오	1/ *island* [명] 섬, 섬 같은 것. 2/ *turn up side down* [동] 뒤집다.
đảo chính 다오 찐	*stage a coup d'état* [동] 정권을 뒤집다.
đảo điên 다오 디엔	*shifty* [형] 교활한, 간사해 보이는.
đảo lộn 다오 론	*upset* [동] 뒤엎다.
đảo ngược 다오 응으억	*reverse* [동] 뒤집히다. ✻ đảo ngược tình thế → 전세가 뒤집히다.
đạo 다오	*religion, faith* [명] 종교, 도, 도리. ✻ đạo làm con → 자식된 도리. ✻ đạo làm người → 사람된 도리.
đạo chích 다오 찟	*a house-breaker, burglar* [명] (사람) 도둑.
đạo cụ 다오 꾸	*properties, props* [명] 소품.
đạo diễn 다오 지엔	*produce, stage* [동] 감독하다, 연출하다. ✻ đạo diễn phim (*film director*) → (사람) 영화감독.
đạo đức 다오 득	*ethical, moral, virtuous, righteous* [명/형] 미덕, 덕, 도덕적인. ✻ sống đạo đức → 도덕적인 삶. ✻ đạo đức học → 도덕학.

đạo đức giả 다오 득 야	hypocrisy, two-faced [형] 위선의.
đạo luật 다오 루얻	law, act [명] (도덕상, 관습상의) 풍습, 관례, 관습, 규칙, 규정.
đạo lý 다오 리	moral philosophy, moral code [명] 도덕률. ※ đạo lý suy đồi → 도덕이 사라져가다.
đạo mạo 다오 마오	imposing, stately [형] 인상적인, 눈을 끄는. ※ có dáng vẻ đạo mạo → 인상적인 외모를 가지다.
đạo sĩ 다오 시	Taoist hermit [명] 신선.
đạo tặc 다오 딱	robbers and thieves [명] 강도. ※ chó đâu có sủa lỗ không, chẳng phường đạo tặc, cũng quân ăn mày (속담) → 개는 강도나 거지가 왔을 때 짖지 아무때나 짖지않는다. = 모든 것에는 다 이유가 있다.
đạo văn 다오 반	to pirate, plagiaprize [동] 표절하다.
đáp 답	reply, answer [동] 대답하다, 답변하다, 대꾸하다.
đáp án 답 안	detailed schemend solution [명] 답안지.
đáp số 답 소	answer, solution [명] (수학) 해답, 정답.
đáp ứng 답 응	satisfy, gratify [동] 답응(答應)하다, 응답하다, 마음을 흡족하게 하다, 만족시키다.

đạp 답	*to stamp, trample* [동] ① 짓밟다, 힘껏 밟다. ✻ đạp cửa xông vào → 문을 짓밟고 돌진하다. ② 밟다, 다리를 이용해 기계를 움직 이게 하다. ✻ đạp xe → 자전거 페달을 밟다. ✻ đạp máy may → 재봉틀을 밟다.
đạp đổ 답 도	*demolish* [동] 파괴하다, 부수다.
đạt 달	*to achieve, to get, to win* [동] 달성하다, 성취하다, 얻다. ✻ đạt kết quả tốt trong kỳ thi → 학기 시험에서 좋은 결과를 얻다.
đau 다우	**1/** *hurt, be taken ill* [형] = đau đớn 다친, 부상한, 아픔을 느끼는, 상처입은. **2/** *sick* [형] 병을 앓다.
đau khổ 다우 코	*feel wretched* [형] 비참한, 불행한.
đau lòng 다우 롬	*feel deep grief* [형] = đau thương 마음에 상처입은.
đau ốm 다우 옴	*be ill* [동] 병들다. = đau yếu
đau xót 다우 쏟	*feel great anguish* [형] 심한 통증을 느끼는.
đay nghiến 다이 응히엔	*nag* [동] 귀 아프게 잔소리하다.
đáy 다이	*bottom* [명] 아랫부분, 최저부, 밑바닥. ✻ đáy giếng → 우물 밑바닥.
đày 다이	*to exile, banish* [동] 추방하다, 유배 시키다. ✻ bị đày ra Côn đảo → 다오 섬으로 추방당하다.

đày đọa 다이 도아	*to ill-treat* [동] 학대하다, 냉대하다, 혹사시키다. ✻ bị đày đọa dưới gông cùm của đế quốc → 제국의 족쇄 아래 학대를 당하다.
đắc chí 닫 찌	*pleased, satisfied* [형] 스스로 만족하다, 자족하다. ✻ cười đắc chí → 자족하게 웃다.
đắc cử 닫 끄	*successful, to win at the election* [동] 선거에서 승리하다, 당선되다. ✻ đắc cử tổng thống → 대통령에 당선되다.
đắc lực 닫 특	*efficient, capable* [형] 유능한. ✻ làm việc rất đắc lực → 유능하게 일을 하다.
đắc thắng 닫 탕	*to be victorious, succeed* [형] 승리감에 취한, 자만한, 오만한. ✻ hắn ta cười đắc thắng → 그는 오만하게 웃다.
đắc ý 닫 이	*be fully satisfied* [형] 자신감있는, 자신있는, 스스로 만족하는. ✻ hắn ta cười nói với vẻ đắc ý → 그는 자신만만한 모습으로 웃으며 이야기 하다.
đặc 닫	*solid, thick, strong* [형] 고체의, 고형(모양)의.
đặc ân 닫 언	*special favour* [명] 특별한 은혜.
đặc biệt 닫 비엗	*special, particular* [형] ① 특별한, 특유의, 독특한. ✻ một con người đặc biệt → 특별한 사람. ② 각별한.

	✷ anh ấy là 1 người bạn đặc biệt của tôi → 그는 나의 각별한 친구다.
đặc công 닫 꼼	*commando* [명] (군사) 코만도, 특별 기습 부대.
đặc điểm 닫 디엠	*particular trait, feature, characteristic* [명] 특성, 특징.
đặc sản 닫 산	*speciality, special food* [명] 특산물.
đặc sắc 닫 산	*special, of unusual excellence* [형] 특색있는. ✷ những tác phẩm đặc sắc của nền nghệ thuật nước nhà → 국가 예술의 특색있는 작품들.
đặc tính 닫 띤	*particularity* [명] 특성.
đăm chiêu 담 찌에우	*looking worried, anxious* [형] 근심있는, 걱정스러운. ✷ nét mặt đăm chiêu → 근심있는 얼굴.
đắm 담	*sink* [동] 가라앉다. ✷ đắm thuyền → 배가 가라앉다.
đắm say 담 사이	*to devote oneself to something* [동] ~에 빠지다, ~에 미치다, ~에 취하다. ✷ yêu đắm say → 사랑에 취하다.
đằm 담	*sedate, equable* [형] 안정된, 차분한. ✷ chiếc thuyền chở nặng nên rất đằm → 배가 무거운것을 나르니 매우 안정되다.
đằm thắm	*fervid, arden, very fond* [형]

담 탐	① (감정이) 깊은, 열렬한. ② (성격이) 상냥한, 다정한.
đắn đo 단 도	*weigh, ponder* [동] 심사숙고하다, 신중히 고려하다. ✻ còn đắn đo, chưa biết quyết định như thế nào → 심사숙고 중이라 아직도 어떻게 결정을 내릴지 모르겠다.
đăng 당	*insert* [동] (신문 등에) 게재하다. ✻ báo hôm nay có đăng tin về vụ đánh cướp ngân hàng → 오늘 신문에 은행강도 사건 소식이 게재되었다.
đăng ký (kí) 당 끼	*enter, register, enrol* [동] 등록하다, 기재하다. ✻ đăng ký kết hôn → 혼인신고하다.
đắng 당	*bitter* [형] (맛이) 쓴, 쓰라린, 비통한. ✻ thuốc đắng đã tật, lời thật mếch lòng (속담) → 쓴 약은 병을 낫게 하고 진담은 기분을 상하게 한다.
đắng cay 당 까이	*bitter and pungent* [형] 맵고 쓰다. 고통스럽다. ✻ chịu nhiều nỗi đắng cay → 고통스러운 것을 많이 참다.
đằng hắng 당 항	*to clear one's throat with a cough* [동] 헛기침을 하다.
đẳng cấp 당 껍	*estate, rank, level* [명] 사회적 지위, 계급. ✻ phân chia đẳng cấp → 계급이 나뉘다.
đắp 답	*cover, heap (earth) on* [동] 덮다. ✻ đắp mền → 이불을 덮다.
đắt 닫	*costly, expensive* [형] (값이) 비싼.
đắt đỏ	*dear, going up* [형] 고가의. ✻ đời

닫 도	sống ở Saigon rất đắt đỏ → 사이공에서의 생활비는 매우 많이 든다.
đặt 닫	**1/** *put, place, set* [동] 두다, 얹다. ✻ đặt quyển sách lên bàn → 책을 책상위에 두다. **2/** *order* [동] (미리) 맞추다, 주문하다. 시키다, 예약하다. ✻ đặt hàng → 물건을 주문하다. ✻ đặt may 1 bộ đồ → 옷 한 벌을 맞추다. **3/** *bring out, expose* [동] 제기하다. ✻ đặt câu hỏi → 문제를 제기하다. **4/** *to concoct, invent* [동] 만들다, 창조하다. ✻ đặt 1 câu văn → 문장을 만들다. ✻ đặt 1 bài hát → 노래를 만들다.
đặt cọc 닫 꼽	*advance security money* [동] 선금을 걸다. ✻ đặt cọc trước 3 tháng tiền nhà → 3개월치 집세를 선금으로 걸다.
đặt điều 닫 디에우	*fabricate a false story* [동] 허위로 지어내다. ✻ nó luôn đặt điều nói xấu người khác → 그는 항상 남의 험담을 허위로 지어낸다.
đặt hàng 닫 항	*order* [동] 주문하다.
đặt tên 닫 뗀	*to give a name* [동] 이름을 짓다. ✻ đặt tên cho con → 아이에게 이름을 지어주다.
đâm	*stab, thrust* [동] 찌르다.

떰

đâm đầu — rush headlong, have to take a road
덤 더우
[동] 무모하게 뛰어들다
✳ đâm đầu vào chỗ chết → 죽을 자리로 무모하게 뛰어들다.

đấm — strike, punch
덤
[동] 치다, 두드리다, 때리다.

đấm bóp — to massage, knead
덤 봅
[동] 안마를 하다, 마사지하다.

đấm đá — come to blows
덤 다
[동] 치고 받는 싸움이 되다.

đầm — deep and wide pond
덤
[명] 물웅덩이, 깊은 못.
✳ đầm sen → 연못 (연을 심은 못).

đầm ấm — cosy, warm [형] 아늑한, 편안한.
덤 언
✳ gia đình đầm ấm → 아늑한 가정.

đầm đìa — soaked through [형] 흠뻑 젖은. ✳
덤 디아
nước mắt đầm đìa → 흠뻑 젖은 눈물.

đầm lầy — bog, swamp, marsh, fen
덤 러이
[명] 늪, 습지.

đẫm — be soaked with [동] 흠뻑 젖다.
덤
✳ áo đẫm mồ hôi → 상의가 땀으로 흠뻑 젖다.

đậm — dark, strong [형] ① 진한.
덤
✳ trà pha đậm → 차를 진하게 타다.
② (감정) 강한, 진한. ✳ đậm tình dân tộc → 민족성이 강하다.

đậm đà — warm, friendly, charming [형] 진하
덤 다
고 풍부한. ✳ hương vị đậm đà →

진하고 풍부한 향기.
✷ câu thơ đậm đà màu sắc dân tộc → 민족적 특색이 풍부한 시.

đậm đặc
덤 닥
concentrated, strong (of a solution) [형] 농축된, 진한.

đậm nét
덤 냇
bold [형] 뚜렷한, 눈에 띄는.

đần
던
dull [형] 멍청한, 어리석은.

đần độn
던 돈
unintelligent [형] 어리석은, 우둔한.
✷ vẻ mặt đần độn → 어리석은 표정.

đập
덥
1/ *dam, barrage* [명] 댐, 둑.
2/ *strike, beat* [동] 때리다, 박살내다.

đập tan
덥 딴
defeat completely [동] 완전히 패배시키다, 망가뜨리다.

đất
던
earth [명] 흙, 토양.

đất nước
던 느억
home country, home land [명] 본국, 조국, 고국. ✷ một đất nước giàu có và xinh đẹp → 부유하고 아름다운 조국.

đất sét
던 샛
clay [명] 찰흙, 점토.

đâu
더우
wherever, where [명] 어디, 어디에.
✷ ở đâu → 어디에 삽니까
✷ đi đâu → 어디에 가십니까.

đâu đâu
더우 더우
everywhere [명] 어디에나.
✷ đâu đâu người ta cũng bàn tán về chuyện đó → 어디에나 사람들이 그 일에 대해 논하다.

đâu đây
더우 더이

somewhere [명] 어딘가에, 어딘가로.
* bỏ quên xâu chìa khóa đâu đây → 열쇠뭉치를 어딘가에 두고왔다.

đâu đó
더우 도

somewhere, some-place [명] 어딘가, 어디선가. * dường như tôi đã có gặp ông ấy ở đâu đó thì phải → 나는 그를 확실히 어디선가 만난적이 있는 것 같다.

đâu phải
더우 파이

(emphatic negative particle) definitely not [부] 강한부정, 절대로 (~아니다).
* trả lời điện thoại là trách nhiệm của anh chứ đâu phải của tôi → 전화답변 은 당신 책임이지 내가 아니다.
* đây không phải chỗ để gây lộn! → 싸움을 위한 자리가 아니다!

đâu vào đấy
더우 바오 더이

orderly, in order [형] 정돈된, 차례로 된.
* đừng lo, mọi việc rồi sẽ đâu vào đấy thôi → 걱정마라, 모든 일은 차례차례 정돈될것이다.

đấu
더우

compete, fight, battle
[동] 경쟁하다, 겨루다.

đấu giá
더우 지아

to sell by auction
[동] 경매를 통해 팔다.

đấu khẩu
더우 커우

argue, quarrel
[동] 논의하다, 논쟁하다.
* chúng nó cứ đấu khẩu với nhau suốt ngày → 그들은 하루종일 서로 논쟁하고 있다.

đấu lý (lí)

fight (with arguments argue)

더우 리 [동] 주장하기 위하여 싸우다.

đấu thầu *bid for a contract* [동] 입찰하다.
더우 터우

đấu thủ *contender, player* [명] 선수.
더우 투 ✻ nó không phải là đấu thủ của tôi → 그는 우리 선수가 아니다.

đấu tranh *struggle, fight* [동] 분투하다.
더우 짠 ✻ đấu tranh giành độc lập tự do cho đất nước → 조국의 자유독립을 얻기 위해 분투하다.

đấu trí *to try outdo sb. in wits*
더우 찌 [동] (지식을) 겨루다.

đầu *head, beginning* [명] 머리, 시작.
더우

đầu bài *subject, topic* [명] 주제, 논제.
더우 바이

đầu bếp *cooker* [명] (사람) 요리사.
더우 벱

đầu cơ *speculate*
더우 꺼 [동] 심사 숙고하다, 사색하다.

đầu đàn *biggest of a fock, person in the lead*
더우 단 [명] 우두머리.

đầu đề *title, heading, subject*
더우 데 [명] 타이틀, 제목.

đầu độc *to poison*
더우 돕 [동] 독을 쓰다, 독이 오르게 하다.

đầu đuôi *the ins and outs* [명] 자초지종.
더우 두오이 ✻ cần phải hiểu rõ đầu đuôi câu chuyện trước khi phán xét → 판단하기 전에 먼저 이야기의 자초지종을

정확히 이해하는 것이 필요하다.

đầu gối
더우 고이
knee [명] (해부) 무릎.

đầu hàng
더우 항
surrender [동] 항복하다, 자수하다.

đầu lâu
더우 러우
dead's head, skull [명] 해골, 두개골.

đầu lòng
더우 롬
elder, eldest [형] 장자(長子), 장남(長男), 장녀(長女).
* *đầu lòng hai ả tố nga* (싯구/ND)→ 예쁜 장녀가 둘이다. (쌍둥이)

đầu mối
더우 모이
clue [명] 단서, 실마리. * *tìm ra đầu mối vụ trộm* → 사건의 단서를 찾다.

đầu mùa
더우 무아
early [형] 이른, 조생(早生)인.
* *trái cây đầu mùa* → 조생인 과일.

đầu não
더우 나오
nerve-centre [명] ① (해부) 신경중추. ② 수뇌부, 중추부.

đầu năm
더우 남
beginning of the year [명] 연초.
* *đầu năm 1999* → 1999년초.
* *ngày đầu năm* → 1월1일.

đầu nậu
더우 너우
baron, tycoon, magnate [명] 거물, 거두, ~왕.

đầu ngành
더우 응안
leading [형/명] 주된, 주요한.
* *bác sĩ đầu ngành* → 의사과장.

đầu óc
더우 옵
mind, attitude of mind [명] 정신상태, 사고방식.

đầu sỏ
더우 소
chieftain [명] 지도자, 두목.

đầu tàu
더우 따우
motive force [명] (배, 기차의) 원동력.

đầu tay 더우 따이	first (work of art) [형] 처녀작. ✷ đây là tác phẩm đầy tay của cô ấy → 이것은 그녀의 처녀작이다.
đầu thú 더우 투	to give oneself up [동] 항복하다.
đầu tiên 더우 띠엔	first [형] 첫째의, 처음의.
đầu tư 더우 뜨	invest [동] 투자하다.
đậu 더우	1/ bean, pea [명] 콩, 콩류. 2/ stop, anchor, to park [동] 멈추다, 정박하다, 주차시키다. 3/ to pass an examination [동] 시험에 통과하다, 합격하다.
đậu mùa 더우 무아	smallpox [명] (병) 천연두.
đậu nành 더우 난	soy-bean [명] 콩, 대두.
đậu phụ 더우 부	soyal curd [명] = đậu hủ 두부.
đây 더이	here, now, this [명] 여기, 지금, 이것. ✷ đây không phải chỗ để gây lộn! → 여기는 다투는 자리가 아니다.
đấy 더이	there, then, that [명] = đó 거기, 그때, 저것. ✷ ai đấy? → 누구세요?
đầy 더이	fill, full of [형] 풍부한, 가득한.
đầy ắp 더이 압	brimfull, full to the brim [형] 가장자리까지 가득한, 넘칠듯한. ✷ chiếc xe đầy ắp xăng → 차에 기

름이 가득하다.

đầy bụng 더이 붐
to have dyspepsia [형] 소화불량의.
✱ ăn nhiều quá bị đầy bụng → 너무 많이 먹어 소화불량에 걸렸다.

đầy đặn 더이 단
full-faced [형] 얼굴이 둥근, 볼이 탐스러운. ✱ khuôn mặt đầy đặn → 둥근 얼굴.

đầy đủ 더이 두
adequate [형] 충족시키는, 충분한.
✱ căn nhà đầy đủ tiện nghi → 쉬기에 충분한 집.

đầy tháng 더이 탕
exactly one month old(of a baby) [형] (아기) 정확하게 한달된.

đầy tớ 더이 떠
a servant [명] 하인, 고용인.

đầy tràn 더이 짠
overflowing [형] 범람하다, 넘치다.

đẩy 더이
to push, shover, thrust [동] 밀다, 떠밀다.

đẩy lùi 더이 루이
roll back, check [동] 되물리치다, 격퇴하다. ✱ đẩy lùi cuộc tấn công → 공격을 되물리치다.

đẩy mạnh 더이 만
push up [동] 밀어올리다, 증대시키다.
✱ đẩy mạnh sản sản xuất → 생산을 증대시키다.

đẫy đà 더이 다
portly, corpulent [형] 살찐, 뚱뚱한, 비만한.
✱ bà ấy trông rất đẫy đà → 그녀는 매우 비만해 보인다.

đậy 더이	*cover* [동] 덮다.
đe 대	**1/** *anvil* [명] 모루. **2/** *intimidate* [동] = đe dọa 협박하다, 위협하다.
đe dọa 대 요아	*intimidate* [동] = đe nẹt 협박하다, 위협하다. ✳chiến tranh đe dọa mạng sống con người → 전쟁은 인간의 생명을 위협한다.
đè 대	*press down, keep down* [동] 진압하다, 억제하다, 억압하다.
đè bẹp 대 뱁	*crush* [동] 뭉개버리다, 박살내다, 진압하다, 억압하다.
đè nén 대 낸	*to restain* [동] (감정을) 억누르다, 억제하다. ✳ đè nén cơn giận → 화를 억누르다.
đẻ 대	*to bear, give birth, to deliver* [동] 낳다, 출산하다, 태어나다.
đẻ non 대 논	*be born prematurely* [동] 조산하다.
đem 댐	*to bring, to carry* [동] 가져오다. ✳ bạn có đem theo giấy tờ không? → 너 서류를 가져왔니?
đen 댄	*black* [형] 검은.
đen tối 댄 또이	*dark, gloomy* [형] 어두운, 암흑의, 사악한, 음흉한. ✳ một ý nghĩ đen tối → 음흉한 생각.
đèn	*lamp, light* [명] 램프, 등.

댄

đèn điện   *electric lamp* [명] 전기 등.
댄 디엔

đèn pin   *Flashlight, (electric) torch*
댄 핀   [명] 회중 전등.

đeo   *wear, carry* [동] 입다, 쓰다, 걸치다.
대오

đeo đẳng   *pursue persistently*
대오 당   [동] 항상 마음에 두다.
✻ đeo đẳng một mối tình câm → 벙어리 짝사랑을 하다.

đeo đuổi   *to pursue, to follow up*
대오 두오이   [동] 끝까지 쫓다.
✻ đeo đuổi việc học hành → 학문을 끝까지 쫓다.

đèo   1/ *mountain pass* [명] 산등성이.
대오   ✻ bước tới đèo Ngang bóng xế tà (싯구) → Ngang산 등성이에 오르니 노을이 지다.
2/ *to carry, transport* [동] 운반하다, 나르다, 옮기다. ✻ hai người đèo nhau đi phố trên chiếc xe đạp cũ → 두 사람은 오래된 자전거를 타고 시내로 나갔다.

đẽo   *to cut* [동] 베어내다, 베다.
대오

đẽo gọt   *to polish, whittle carefully at* [동] 연마하다, 조금씩 깎아내다, 다듬다.
대오 곧
✻ đẽo gọt một đoạn tre → 대나무를 단을 다듬다.
✻ đẽo gọt một câu văn → 문장을 다

듬다.

đẹp
댑
beautiful [형] 아름다운, 예쁜, 멋진.

đẹp đẽ
댑 대
beautiful, fine
[형] 아름다운, 예쁜, 멋진.
* ăn mặc đẹp đẻ → 예쁘게 옷을 입다.

đẹp đôi
댑 도이
making a nice couple [동] 잘 어울리는 한 쌍, 아름다운 한 쌍.

đẹp lão
댑 라오
to grow old gracefully
[동] 곱게 늙다, 멋지게 나이 들다.
* ông cụ đã tám mươi tuổi rồi mà còn đẹp lão lắm → 그 영감님은 80세나 되셨지만 여전히 멋지시다.

đẹp lòng
댑 롬
pleasant, palatable [형] = đẹp dạ 기쁜, 유쾌한, 즐거운, 기분이 좋은.
* học giỏi để làm đẹp lòng cha mẹ → 부모님을 기쁘시게 하기 위해서 공부를 잘하다.

đẹp mã
댑 마
meretricious, flashy [형] 겉만 화려한,

đẹp mắt
댑 맏
nice to look [형] 보기에 좋은.

đẹp trai
댑 짜이
handsome, goodlooking
[형] 잘 생긴, 수려한.

đẹp trời
댑 저이
fine day [형] 날씨가 좋은, 날씨가 맑은.
* họ quen nhau vào một ngày đẹp trời năm ngoái → 그들은 작년 어느 맑은 날 서로 알게되었다.

đét 댇	clap, to whip [동] …을 (소리나게) 세차게 계속 때리다, 찰싹 [탁, 탕, 쿵] 하고 부딪다.
đẹt 댇	stunted [형] 발육이 정지된, 발육이 저해된. ✳ thằng bé đã 8 tuổi mà đẹt quá → 아이가 8살이나 됐지만 발육이 저해됐다.
đê 데	dyke [명] 제방, 제방 길. ✳ đê vỡ, nước tràn ngập vào cánh đồng → 제방이 무너져서 들판으로 물이 넘쳐들었다.
đê hèn 데 핸	mean, base [형] 비열한, 비겁한. ✳ một hành động đê hèn → 비겁한 행동.
đê mê 데 메	be under the spell of [형] (마약, 약에) 취한.
đê tiện 데 띠엔	abject, ignoble [형] 비열한, 치사한. ✳ một con người đê tiện → 비열한 인간.
đế 데	support, sole [명] (밑에서) 받치다.
đế quốc 데 꾸옥	empire [명] 제국.
đề 데	1/ to write, inscribe [동] 쓰다. 2/ tittle, subject [명] 제목.
đề án 데 안	program, scheme [명] 계획, 기획.
đề bạt 데 받	promote [동] 승진시키다, 승격시키다. ✳ đề bạt người có năng lực lên làm

trưởng phòng → 유능한 사람을 실장으로 승진시키다.

đề cao
데 까오
to dignify, to price, to have a high opinion to [동] 높이 평가하다.
✽ đề cao thành tích học tập → 학업 성적을 높이 평가하다. ✽ đề cao cảnh giác → 예방에 주의를 기울이다.

đề cập
데 껍
deal with, touch upon [동] 언급하다.
✽ đề cập tới vấn đề ăn uống → 먹고 마시는 문제를 언급하다.

đề cử
데 끄
nominate, propose [동] 임명하다.
✽ anh ấy được đề cử đi dự hội nghị ở Pháp → 그는 회의에 참석하러 프랑스로 가는데 임명되었다.

đề kháng
데 캉
resistance [명] 저항력.
✽ không còn sức đề kháng nữa → 더 이상 저항력이 남아있지않다.

đề mục
데 묵
subject, title, heading, rubric [명] 제목.

đề ngày
데 응아이
to date, write the date [동] 날짜를 기입하다. ✽ lá thư đó đề ngày 3 tháng 5 → 그 편지에 5월 3일을 적다.

đề nghị
데 응히
propose, put forward [동] 제안하다.
✽ đề nghị các bạn có mặt đúng giờ → 친구들에게 정시에 올것을 제안했다.

đề phòng
데 퐁
to prevent, to beware, be careful [동] 예방하다, 주의하다.
✽ đem theo áo mưa đề phòng mưa bão → 비폭풍을 예방해서 우비를 가

지고 다니다. ✶ **đề phòng bọn móc túi** → 소매치기범을 주의하다.

đề tài
데 따이
subject [명] 주제, 과제, 화제.

đề tặng
데 땅
to write, to dedicate
[동] 증정을 위해 몇 자 쓰다.
✶ ghi vài chữ đề tặng lên quyển sách → 증정하기 위해 책에 몇 자 적다.

đề xuất
데 쑤얻
put forward [동] 제출하다.
✶ đề xuất nhiều ý kiến hay → 좋은 의견을 많이 제출하다.

đề xướng
데 쓰엉
initiate [동] 시작하다, 개시하다, 일으키다. ✶ đề xướng phong trào → 데모를 일으키다.

để
데
put, place, lay, leave [동] 두다.
✶ để quyển sách lên bàn → 책상위에 책을 두다.

để bụng
데 붐
keep (something) in one's mind [동] 마음에 두다. ✶ có gì thì cứ nói ra hết, đừng để bụng → 뭔가 있으면 마음에 두지말고 다 이야기 해라.

để dành
데 냔
save, reserve
[동] 저축하다, 저금하다.
✶ để dành tiền đi du lịch → 여행을 가기위해 돈을 저금하다.

để phần
데 펀
share a portion [동] 나눠두다.
✶ để phần lại cho em → 동생을 위해 나눠두다.

để tang
데 땅
wear mourning for
[동] 상을 입다, 상복을 입다.

để tâm 데 떰	*pay attention to, mind* = để ý [동] ~에 유의하다, 마음을 쓰다, 촉각을 곤두세우다. ※ tôi không để tâm tới chuyện đó đâu → 나는 그 이야기에 마음쓰지 않는다.
đệ trình 데 찐	*refer, submit* [동] 제출하다.
đệ tử 데 뚜	*disciple* [명] 제자, 신봉자.
đêm 뎀	*night, late night* [명] 밤, 야간.
đếm 뎀	*to count* [동] 하나 하나 세다, 셈하다. ※ đếm tiền → 돈을 세다.
đếm xỉa 뎀 씨아	*to take notice of* [동] 주의하다, 관심을 갖다. ※ nó không đếm xỉa gì tới gia đình → 그는 가족에게 전혀 관심을 갖지않는다.
đệm 뎀	*mattress* [명] 침대 매트리스, 침대요.
đến 덴	**1/** *come, arrive* [동] 오다, 도착하다. ※ xe lửa sẽ lúc 5giờ chiều nay → 기차는 오늘 저녁 5시에 도착한다. ※ tôi sẽ đến thăm bạn ngày mai → 나는 내일 친구집을 방문할 것이다. ※ có gì cứ đến nhà gặp tôi → 무슨 일이 있으면 우리집으로 와서 나를 만나라. **2/** *to reach, to attain, to, up to* 부] (= tới) ~까지. ※ có đến 300 người đến xem → 300명까지 와서 보았다.

* đã đạt đến mức tối đa → 최대 목적까지 달성했다.
* anh ta có đến 3 căn nhà → 그는 집이 3채나 있다. * tôi đếm từ 1 tới 3 → 나는 1부터 3까지 세었다.

đến cùng
덴 꿈

to a finish [부] 끝까지.
* nó chối cho đến cùng → 그는 끝까지 거절했다.

đến nỗi
덴 노이

too, to such an extent that
[부] 대단히 ~하므로, ~할 만큼.
* bận đến nỗi quên ăn sáng → 아침 식사를 잊어버릴만큼 바쁘다.

đền
덴

1/ *temple* [명] = đền đài 사원. 2/ *compensate, reciprocate* [동] 보상하다.

đền bù
덴 부

compensate [동] 보상하다, 배상하다.
* đền bù công sức của cô ấy đã bỏ ra bấy lâu nay → 그녀가 몇년전부터 지금까지 했던 노력을 보상하다.

đền đáp
덴 답

pay one's debt of gratitude, to repay
[동] 보답하다.
* ơn nghĩa này sẽ có ngày đền đáp → 이 은혜는 보답할 날이 있을 것이다.

đền ơn
덴 언

to return sb.favour [동] 은혜를 갚다.

đền tội
덴 또이

suffer a retributive punishment, dies
[동] (죄, 잘못등을) 보상하다, 죄값을 치루다. * kẻ sát nhân đã đền tội → 살인자가 죄값을 치뤘다.

đều
데우

1/ *even, steady* [형] 꾸준한, 균등한, 고른. * đi đều bước → 균등히 걷다.

✷ mạch đập đều → 맥박이 고르게 뛰다.
2/ *all* [형] 모든, 모두.
✷ mọi người đều vỗ tay tán thành → 사람들이 모두 찬성의 박수를 쳤다.

đều đặn
데우 단
regular [형] 규칙적인, 정기적인.
✷ bà ấy được chu cấp tiền già đều đặn từ hai năm nay → 그 할머니는 이년동안 매달 정기적으로 노후 생계비를 제공받는다.

đều đều
데우 데우
1/ *monotonous,*
[형] 단조로운, 억양이 거의 없는.
✷ giọng nói đều đều nghe buồn ngủ → 말소리가 억양이 없어 듣기에 졸립다.
2/ *regularly* [부] 정규적으로, 규칙적으로. ✷ cô ấy viết thư về thăm nhà đều đều → 그녀는 정규적으로 집에 문안편지를 쓴다.

đểu
데우
ill-bread, vulgar, blackguardly [형] 버릇없는, 본데없이 자란.

đểu cáng
데우 깡
verey caddish [형] = đểu giả 매우 야비한, 천한, 비신사적인.

đi
디
to go [동] 가다.

đi lại
디 라이
1/ *have intimate relation with sb.* [동] ~와 친밀한 관계를 가지다.
✷ họ lén lút đi lại với nhau bất kể dư luận → 그들은 여론에 개의치 않고 은밀한 관계를 갖는다.

	2/ *to move around* [동] 돌아다니다. ✻ chân đau nên đi lại khó khăn → 다리가 아파서 돌아다니기 힘들다.
đi-văng 디 방	*divan* [명] 잠잘수 있는 긴 의자, 긴 쿠션 의자, 평상.
đĩ 디	*prostitute* [명] 매춘부, 창녀.
đĩ thỏa 디 토아	*be easy virtue, wanton* [형] (여성) 바람기 있는.
đỉa 디아	*leech* [명] (동물) 거머리.
đĩa 디아	*plate, dish* [명] = dĩa 접시.
địa 디아	*geography* [명] 지리(학), 지지(地誌).
địa bàn 디아 반	*field of action, area (of activity)* [명] 지역, 공간.
địa chất học 디아 쩥 홉	*geology* [명] 지질학.
địa chỉ 디아 찌	*address* [명] 주소.
địa chủ 디아 쭈	*land lord* [명] 지주(地主), 땅의 임자.
địa danh 디아 얀	*place-name, geographic name* [명] 지명(地名).
địa điểm 디아 디엠	*appointed place* [명] 지점(地點).
địa hạt 디아 핟	*region* [명] 지대, 지방, 지역, 지구, 해역(海域).
địa hình	*terrain, topography*

디아 힌	[명] 지세(지형), 지지(地誌). ✻ dựa vào địa hình hiểm trở để lẩn trốn → 험난한 지형에 의지해 숨다.
địa lý 디아 리	*geography* [명] 지리(학), 지지(地誌).
địa ngục 디아 응읍	*hell* [명] 지옥.
địa phận 디아 펀	*area* [명] 지역, 지대, 구역, 장소.
địa phương 디아 풍	*region* [명] 지방.
địa thế 디아 테	*terrain* [명] 지형, 지세.
địa vị 디아 비	*position* [명] 위치, 신분.
đích 딧	*aim, target* [명] 과녁.
đích danh 딧 얀	*real name* [명] 실명.
đích đáng 딧 당	*very deserving, just* [형] 매우 당연한, ~ 받아야할 가치가 있는. ✻ một trận đòn đích đáng → 당연한 매.
đích thân 딧 턴	*in person* [명] 몸소. ✻ đích thân tôi đã đến gặp nó → 나는 몸소 그를 만났다.
đích thực 딧 특	*authentic, truly, true, really* [형] 사실의, 진실의. ✻ đích thực là nó đã nói dối → 그가 거짓말한 것이 사실이다.
đích tôn 딧 똔	*eldest son of one's eldest son* [명] 장손. ✻ đứa cháu đích tôn của dòng

	họ → 가문의 장손.
đích xác 딧 싿	*factual, certain, exact* [형] 정확한. ✳ đã tìm hiểu đích xác rồi, không còn nghi ngờ gì nữa → 정확하게 이해 했으므로 더 이상 의심할 여지가 없다.
địch 딧	**1/** *enemy* [명] 적, 원수, 적대자. ✳ máy bay địch tấn công vào các căn cứ quân sự của ta → 적기가 아군 군사 진영을 공격했다. **2/** *deal with, cope with* [동] 대항하다, 맞서다, 대처하다. ✳ không thể nào địch lại nổi sức tấn công của quân ta → 절대로 우리의 공격력에 대항할수 없다.
địch thủ 딧 투	*adversary* [명] 적, 적수. ✳ hắn không đáng là địch thủ của tôi → 그들은 우리의 적수가 될수 없다.
điếc 디엑	*deaf, stunted* [형] 청각 장애의, 귀가 들리지 않는, 귀가 먼. ✳ ông ấy bị điếc sau tai nạn xảy ra từ lúc còn trẻ → 그 할아버지는 어릴 적 사고후에 귀가 멀었다.
điềm 디엠	*omen* [명] 전조, 징조. ✳ điềm lành → 좋은 징조.
điềm đạm 디엠 담	*cool-headed* [형] 냉정한. ✳ ông ấy là một người điềm đạm → 그 할아버지는 냉정한 사람이다.
điềm tĩnh 디엠 띤	*calm* [형] 조용한, 침착한. ✳ cô ấy điềm tĩnh trả lời → 그녀는

침착하게 대답했다.

điểm
디엠
point, dot, mark [명] 점, 점수, 마크.

điểm danh
디엠 야
call the roll [동] 출석을 부르다.

điểm tâm
디엠 떰
breakfast [동] 아침 식사, 조반.
✻ buổi ăn điểm tâm rất quan trọng cho sức khỏe → 아침 식사는 건강에 아주 중요하다.

điểm tựa
디엠 뜨아
point d'appui, fulcrum
[명] 지렛대 받침.

điên
디엔
mad, insane
[형] (사람) 미친, 실성한.

điên cuồng
디엔 꾸옹
rabid, frenzied [형] 미친듯이, 난폭한.
✻ hắn điên cuồng xé nát lá thư → 그는 미친듯이 편지를 갈기갈기 찢어 버렸다.

điên dại
디엔 야이
insane, mad
[형] 미친, 실성한, 미친 것 같은.
✻ anh ta cười điên dại → 그는 실성한 것 처럼 웃었다.

điên đảo
디엔 다오
disorderly
[형] 혼란한, 무질서한, 미쳐 날뛰는.
✻ điên đảo tâm hồn → 혼란한 마음.

điên đầu
디엔 더우
lose one's mind [동] 혼미해지다.
✻ điên đầu vì bài toán quá khó → 수학문제가 너무 어려워서 정신이 혼미해지다.

điên khùng
디엔 쿵
fly into rage [동] 머리다 돌다.

điên loạn 디엔 로안	*hysterical, delirious* [형] 히스테릭한, 광란의.
điên rồ 디엔 로	*foolish* [형] 지각(분별) 없는, 어리석은. ✳ thật là một kẻ điên rồ → 정말 어리석은 사람이다.
điên tiết 디엔 띠엗	*boil over with anger* [형] 격분하다. ✳ hắn điên tiết đập phá tất cả đồ đạc trong nhà → 그는 격분하여 집안에 있는 모든 물건들을 다 부셔버렸다.
điền 디엔	*fill (write)* [동] 써넣다. ✳ hãy điền vào chỗ trống những từ thích hợp → 빈칸에 알맞은 단어를 빈칸에 써 넣으세요.
điền kinh 디엔 낀	*athletics* [명] 운동 경기, 육상 경기.
điển hình 디엔 힌	*symbolic, concrete* [형] 구체적인.
điện 디엔	*electricity, electric current* [명] 전기, 전력, 전류.
điện ảnh 디엔 안	*the cinema, mouvies* [명] 영화.
điện báo 디엔 바오	*telegraphy, telegram* [명] = điện tín 전보, 전신.
điện khí hóa 디엔 키 호아	*electrify* [동] ~을 대전시키다, ~에 충전하다. ~에 전기를 흐르게 하다.
điện lực 디엔 륵	*electric power* [명] 전력.
điện năng	*electric energy* [명] 전기에너지.

디엔 낭

điện thoại
디엔 토아이

telephone [명/동] 전화, 전화하다.

điện tín
디엔 띤

telegram = điện báo [명] 전보, 전신.

điếng
디엥

be stupefied, dumbstruck [형] 마비된.
※ sợ điếng người → 전신마비될까 두렵다.

điệp khúc
디엡 쿱

refrain, burden [명] 후렴.

điệp ngữ
디엡 응으

repeated words [명] (문학) 문장이나 단어의 반복, 되풀이.

điệp viên
디엡 비엔

spy, secret argent, mole [명] 스파이, 첩자, 첩보원.
※ điệp viên 007 → 007 첩보원.

điêu
디에우

untruthful, prone to lying [형] 정직하지 않은, 거짓의.
※ nói điêu → 거짓말하다.

điêu luyện
디에우 루웬

highly polished [형] 능숙한. ※ ngón đàn điêu luyện → 능숙한 손놀림.

điêu ngoa
디에우 응오아

very untruthful and sharp-tongued [형] (말이) 거칠고 거짓인.
※ ăn nói điêu ngoa → 진실되지 않고 거칠게 말하다.

điếu
디에우

pipe, bubble pipe, cigarette [명] (담배의) 한 대.
※ 1 điếu thuốc → 담배 한 대.

điếu
디에우

condole on somebody's dead [동] 문상하다, 애도의 뜻을 표하다.

	✶ đi điếu → 문상가다.
điếu văn 디에우 반	*funeral oration* [명] 조문(弔文). ✶ đọc điếu văn → 조문을 읽다.
điều 디에우	**1/** *fact, even, matter, point, thing* [명] 일, 사건, 문제. ✶ lắm điều! → 수다스럽다! **2/** *to appoint* [동] = điều động 지정하다, 정하다. ✶ điều lên dạy học ở vùng núi → 야외 학습하기로 정하다.
điều chế 디에우 쩨	*prepare, make up, compound* [동] 제조하다, 조제하다, 만들다. ✶ điều chế thuốc → 담배를 제조하다.
điều chỉnh 디에우 찐	*correct, readjust* [동] 조정하다, 정정하다, 고치다. ✶ điều chỉnh âm thanh vừa đủ nghe để khỏi làm phiền hàng xóm → 이웃이 불평할까봐 소리를 들을수 있을 정도로 조정했다.
điều dưỡng 디에우 즈엉	*treat and help convalesce* [동] 요양하다. ✶ nữ điều dưỡng → 여간호사. ✶ nhà điều dưỡng → 요양원.
điều đình 디에우 딘	*negotiate* [동] 교섭하다, 협상하다.
điều độ 디에우 도	*in moderation* [부] 알맞게, 적당히. ✶ ăn uống điều độ → 적당히 먹고 마시다.
điều động 디에우 돔	*appoint(someone)to(somewhere)*[동] 지정하다, 정하다. ✶ điều động nhân viên ra công tác ở biên giới → 직원을 국경지방에서 일하도록 지정하다.

điều hành 디에우 한	*manage, handle, operate, run* [동] 처리하다, 수행하다. ✽ điều hành việc nước → 국가 행정을 수행하다.
điều hòa 디에우 호아	*harmonize, make equable, regulate* [동] 조화하다, 일치하다, 조절하다. ✽ máy điều hòa không khí → 에어컨.
điều khiển 디에우 키엔	*to direct, to manage* [동] 조작하다, 조종하다, 운전하다. ✽ điều khiển xe gắn máy → 오토바이를 운전하다.
điều khoản 디에우 코안	*clause, provision* [명] 조항, 약관, 조목. ✽ thực hiện đúng các điều khoản ghi trong hợp đồng → 계약에 명시된 각 조항을 정확히 실행하다.
điều kiện 디에우 끼엔	*condition, terms* [명] 조건. ✽ tôi đồng ý với điều kiện là bạn phải cùng đi với tôi → 나는 친구가 나와 함께 간다는 조건에 동의 한다.
điều lệ 디에우 레	*regulation, rule* [명] 조례, 규칙, 규정. ✽ điều lệ thành lập công ty → 회사 설립 규정.
điều mục 디에우 뭅	*article* [명] 조목, 항목.
điều răn 디에우 란	*commandment* [명] 계명, 명령, 지령. ✽ 10 điều răn của đức Chúa trời → 예수님의 십계명.
điều tra 디에우 짜	*investigate, inquire* [동] 연구하다, 조사하다. ✽ điều tra viên → 연구원. ✽ vụ án này còn nằm trong vòng điều tra → 이 사건은 여전히 조사 중

	에 있다.
điều trị 디에우 찌	*treat* [동] 치료하다, 고치다. ✻ điều trị tại bệnh viện X → X 병원에서 치료하다.
điệu 디에우	1/ *air, tune, melody, carriage, figure* [명] 악곡, 멜로디, 몸가짐, 모습. ✻ điệu hát → 노래. ✻ điệu nhảy → 춤. 2/ *mannered, giving oneself a fine air* [형] 멋부린.
đinh 딘	1/ *nail* [명] 못. ✻ đóng đinh → 못을 박다. 2/ *the fourth heavenly stem* [명] 정(丁), 십간(十干)중 네번째. ✻ ông ấy tuổi đinh sửu (그 노인의 정축(丁丑)년 태생이다.
đinh ninh 딘 닌	*take for granted* [동] ~을 당연한 일로 생각하다. ✻ tôi đinh ninh là anh ấy đã đi rồi → 나는 그가 간 것을 당연한 일로 생각한다.
đinh tai 딘 따이	*ear-splitting, deafening* [형] 귀청이 찢기는 듯한. ✻ tiếng hò hét đinh tai → 귀청이 찢기는 듯한 비명소리.
đính 딘	*fasten on, sew on* [자] 고정시키다, 달다. ✻ đính nút áo → 단추를 달다.
đính chính 딘 찐	*to deny, correct* [동] 부인하다, 부정하다.
đính hôn 딘 혼	*be engage to each other* [동] 정혼하다, 약혼하다.
đình	1/ *communal house* [명] 궁, 궁전.

딘	**2/** *stop, halt, interrupt* [동] 중지되다, 중단되다, 정지하다, 멈추다. ＊ cuộc họp đình lại vì lý do riêng → 개인적인 이유로 회의가 중단되다.
đình chỉ 딘 찌	*suspend (sb. in his duties)* [동] 중지하다, 정지하다. ＊ ông ta bị đình chỉ công tác → 그는 일을 중지 당했다.
đình chiến 딘 찌엔	*cease fire* [동] 정전, 휴전.
đình công 딘 꼼	*strike* [동] 파업하다.
đình trệ 딘 쩨	*stagnate* [동] 정체되다, 침체되다. ＊ công việc đình trệ → 일이 정체되다.
đỉnh 딘	*top, peak, summit* [명] 정상, 산꼭대기. ＊ trèo lên tận đỉnh cao → 정상에 오르다.
định 딘	*to fix, set, intend, plan, assign* [동] 정하다, 결정하다, 작정하다, 계획하다. ＊ tôi định đi vào sáng mai → 나는 내일 아침에 가기로 정했다.
định bụng 딘 붐	*intend* [동] 작정하다. ＊ nó đã định bụng không nói ra chuyện đó → 그는 그 일을 말하지 않기로 작정했다.
định cư 딘 끄	*settle down to sedentary life* [동] 안정하다, 정주하다, 자리잡다. ＊ gia đình bạn tôi định cư tại Mỹ → 내 친구 가족은 미국에 자리잡았다.
định đoạt 딘 도앝	*decide, determine* [동] 결정하다, 정하다, 결심하다.

định hướng 딘 호엉	*to orient* [동] ~을 어떤 방향이나 대상물에 맞추어 정하다. * định hướng nghề nghiệp cho tương lai → 미래의 직업을 정하다.
định kỳ (kì) 딘 끼	*period* [명] 주기, 정기. * số tiền vay ngân hàng sẽ được trả theo định kỳ hằng tháng → 은행 대출금은 매달 정기적으로 갚는다.
định kiến 딘 끼엔	*fixed idea* [명] 고정관념. * anh ta có nhiều định kiến xấu về nó → 그는 그에 대한 아주 안좋은 고정관념을 많이 가지고 있다.
định liệu 딘 리에우	*make arrangements for..* [동] 배열하다, 정리하다. * chuyện này tôi không biết định liệu thế nào → 나는 이 일을 어떻게 정리해야할지 모르겠다.
định lượng 딘 르엉	*determine the amount of.., quantify* [동] 분량을 정하다, 양을 재다.
định lý (lí) 딘 리	*theorem* [명] 정리, 원리, 공리, 법칙. * định lý đảo → 도의 원리. * định lý toán học → 수학 공식.
định mệnh 딘 멘	*destiny, fate* [명] 운명, 숙명. * định mệnh đã an bài → 운명은 정해졌다.
định mức 딘 믁	*norm* [명] 표준, 기준. * hoàn thành định mức sản xuất → 생산 기준을 완성했다.
định ngày 딘 응아이	*to set(fix) a date* [동] 날짜를 정하다. * định ngày tốt để tổ chức hôn lễ cho con gái → 딸의 결혼식을 위해

	좋은 날을 정하다.
định nghĩa 딘 응히아	**1/** *to define* [동] 정의하다. **2/** *defination* [명] 정의.
định sẵn 딘 산	*decide beforehand, predetermined* [동] 미리 결정짓다.
định thần 딘 턴	*compose oneself* [동] 정신을 집중하다. ✳ định thần nhìn kỹ lại → 정신을 집중하고 다시 자세히 보다.
định tội 딘 또이	*to determine the punishment* [동] 정죄(定罪)하다, 죄가 있다고 단정하다
đít 딛	*anus, bottom, backside* [명] 궁둥이, 둔부.
đìu hiu 딛 히우	*lonely and sad, desolate* [형] 외롭고 슬픈, 고독한, 쓸쓸한. ✳ quang cảnh đìu hiu vắng lạnh → 고독하고 황량한 풍경.
đo 도	*to measure* [동] 측정하다, 재다.
đo đạc 도 닥	*to survey* [동] (토지등을) 측량하다.
đo huyết áp 도 후엗 압	*check(test / take)sb's blood pressure* [동] 혈압을 재다.
đo lường 도 르엉	*weights and measure* [동] 양을 재다.
đo nhiệt độ 도 니엗 도	*check(take)the temperature of...* [동] ~의 온도를 재다.
đo ván 도 반	*knocked out (in boxing)* [동] (복싱에서) 넉아웃 되다. ✳ bị hạ đo ván ngay sau ba hiệp đấu → 3라운드에서 넉아웃 당하다.

đó 도	*that, than* [부] 그, 그것, 저것. * chuyện đó không liên quan gì tới tôi! → 그 이야기는 나와 아무런 관련이 없다.
đó đây 도 더이	*every-where* [부] 어디에나, 도처에. * đi khắp đó đây → 어디나 가다 (여행하다).
đò 도	*ferry, ferryboat* [명] 배, 페리.
đò dọc 도 욜	*boat that goes along the river* [명] 나룻배, 쪽배.
đò ngang 도 응앙	*boat that goes across the river* [명] 나룻배, 쪽배.
đỏ 도	1/ *red* [형] 빨강의, 붉은. 2/ *lucky* [형] 행운의. * số đỏ → 행운의 운명.
đỏ đen 도 댄	1/ *dark-red* [형] 검붉은. 2/ *gambling* [명] 도박(행운과 불행). * ham mê đỏ đen đến nỗi phải bán nhà → 집을 팔아야만 할 정도로 도박에 빠지다.
đỏ rực 도 륵	*blazing red* [형] 타오르는듯한 붉은색의, 빛나는 빨간색의. * ngọn lửa đỏ rực → 불꽃이 붉게 타오르다.
đỏ ửng 도 응	*blushing reddening* [형] 붉어지다. * mặt trời chiều đỏ ửng → 저녁 태양이 붉어지다.
đọ 도	*compare, compete, match* [동] 겨루다, 필적하다.

đọ súng 도 숨	to duel with sb. [동] 결투하다.
đọ sức 도 슥	to mesure(try)oneself against with sb. [동] 힘을 겨루다.
đóa 도아	a (flower) [관] (꽃)송이. ✻ một đóa hoa → 꽃 한송이.
đoái hoài 도아이 호아이	think of, long for [동] ~이 생각나다. ✻ ham mê cờ bạc chẳng đoái hoài gì đến vợ con → 도박에 빠져 부인과 아이도 생각나지 않다.
đoan trang 도안 짱	correct and decent [형] 올바르고 예의바른. ✻ một cô gái đoan trang → 올바르고 예의바른 아가씨.
đoán 도안	to predict [동] ~을 예보하다, 예시하다, 예측하다. ✻ thử đoán xem cô ấy mấy tuổi. → 그녀가 몇살인지 예측해보아라.
đoán chắc 도안 짭	to be sure [동] 확실히 예측하다.
đoán chừng 도안 쯩	make a rough estimate [동] = đoán phỏng 대강 예측하다.
đoán đại 도안 다이	to guess wildly (by hazard) [동] = đoán mò 무턱대고 예측하다. ✻ tôi chỉ đoán đại thế thôi → 나는 단지 무턱대고 예측했을뿐이다.
đoán đúng 도안 둠	guess correctly, make a good guess [동] = đoán trúng 예측이 들어맞다.
đoán sai 도안 사이	to guess wrong [동] = đoán trật 예측이 틀리다.
đoán trước 도안 쯔억	to foresee [동] 미리 예측하다.

도안 쯔억	∗ tôi đã đoán trước phản ứng của nó! → 나는 그의 반응을 미리 예측했다.
đoàn 도안	*union, delegation* [명] 결합, 연합, 조합, 무리, 그룹, 단. ∗ một đoàn người → 사람의 한 무리.
đoàn kết 도안 껟	*to unite* [동] 단결하다. ∗ đoàn kết là sức mạnh → 단결이 강한 힘이다.
đoàn thể 도안 테	*association, organization* [명] 단체.
đoàn tụ 도안 뚜	*reunite* [형] 재결합하다, 재회하다.
đoàn viên 도안 비엔	*member of an organization* [명] 단원, 조직원.
đoạn 도안	*section, portion, paragraph* [명] 단, 섹션, 절, 단락, 장.
đoạn trường 도안 쯔엉	*painful* [형] 고통스러운.
đoạn tuyệt 도안 뚜옡	*break off all relation with* [동] ~와 관계를 끊다. 단절하다. ∗ đoạn tuyệt với quá khứ → 과거와 단절하다.
đoảng 도앙	*tasteless, good-for-nothing, inefficient, insipid* [형] 무관심한, 무심한, 무능한.
đoạt 도앋	1/ *win* [동] 이기다. ∗ nó đoạt giải nhất môn toán → 그는 수학에서 일등을 했다. 2/ *take by force* [동] 얻다, 획득하다,

	빼앗다.
	✲ đoạt tài sản → 재산을 빼앗다.
đọc	*to read* [동] 읽다.
독	✲ đọc báo → 신문을 읽다.
đói	*be hungry, be short of*
도이	[동] 허기지다, 배가 고프다.
đói khát	*hungry and thirsty, poverty-striken*
도이 칸	*(miserable)* [형] 배고프고 목이 마른 (고생스러운).
đói rách	*poor* [형] 가난한.
도이 랏	
đòi	*cry for, claim* [동] 요구하다, 필요로 하다. ✲ em bé đòi mẹ → 아기가 엄마를 필요로 하다.
도이	✲ đòi bồi thường → 보상을 요구하다.
đòi hỏi	*demand, exact, ask* [동] 요구하다.
도이 호이	✲ tôi không thể làm theo đòi hỏi của anh → 나는 당신이 요구한것에 따를 수 없다.
đom đóm	*fire-fly, glow-worm*
돔 돔	[명] (곤충) 반딧불.
đởm	*spruce, neartly dressed*
돔	[형] = đởm đáng 말쑥한, 맵시있는. ✲ anh ấy ăn mặc rất đởm đáng → 그는 매우 말쑥하게 차려 입었다.
đon đả	*warmly* [형] 따뜻한. ✲ đon đả đón chào → 따뜻히 맞아주다.
돈 다	
đón	*to receive, to pick up, meet* [동] 마중하다. ✲ ra sân bay đón khách → 공
돈	

	항에 나가 손님을 마중하다.
đón chào	*meet, welcome* [동] 환영하다.
돈 짜오	
đón tiếp	*to receive* [동] 맞아들이다, (손님을)
돈 띠엡	안으로 안내하다.
đón đường	*stop (someone) on his way*
돈 드엉	[동] ~의 가는 길을 멈추게하다.
đón ngõ	*stop (someone) on his door*
돈 응오	[동] ~의 문앞에서 멈추게하다.
đòn	*whipping, caning, lever*
돈	[명] 매질, 채찍질.
đòn bẩy	*lever* [명] 지렛대.
돈 버이	
đong	*measure* [동] 분량을 재다.
동	✻ đong gạo → 쌀의 분량을 재다.
đóng	1/ *close, shut* [동] 닫다.
동	✻ đóng cửa lại! → 문을 닫아라!
	2/ *bind, build, drive* [동] 묶다, 박다,
	엮다. ✻ đóng sách → 책을 엮다.
	✻ đóng bàn ghế → 의자와 테이블을
	만들다.
	3/ *play, act* [동] 연기하다.
	✻ đóng phim → 영화를 찍다.
	✻ cô ấy đóng vai chính → 그녀는 주
	연을 연기하다.
đóng cửa	*to close (shut) the door*
동 끄아	[동] 문을 닫다.
đóng đinh	*to dirve a nail, to nail* [동] 못을 박다.
동 딘	
đóng gói	*to pack, package* [동] 포장하다, 물건

돔 고이	을 싸다.
đóng góp 돔 곱	*to contribute* [동] 기부하다.
đóng khung 돔 쿰	*to enframe, circle, enclose* [동] 틀에 끼우다.
đóng kịch 돔 끽	*to play-act, to pretend* [동] 연극하다, 연기하다.
đỏng đảnh 돔 단	*sour and scornful* [형] 성미가 까다로운, 삐뚤어진.
đọng 돔	*stagnate, be in abeyance* [동] (물 등이) 괴다. ✶ nước đọng → 물이 고이다.
đọt 돋	*browse, sprout, young shoot* [명] 싹. ✶ đọt non → 싹. ✶ đọt chuối → 바나나의 싹 / 연두색.
đô hộ 도 호	*dominate, rule over* [동] 지배하다. ✶ một đất nước bị đô hộ → 나라가 지배당하다.
đô thành 도 탄	*city* [명] 도시, 도회지. ✶ sống ở đô thành → 도시에 살다.
đô thị 도 티	*town, city* [명] 도회지, 도시. ✶ đô thị ồn ào → 시끄러운 도시.
đô vật 도 벋	*wrestling, wrestler* [명] 레슬링, 레슬링 선수.
đố 도	*to ask sb.a riddle* [동] 수수께끼를 내다. ✶ không thầy đố mày làm nên(속담) → 가르친 이가 없으면 성공도 없을 것이다.
đố kỵ (kị)	*envy* [동] (ganh ghét) ~을 시샘하다.

도끼	∗ nhìn với con mắt đố kỵ → 시샘하는 눈으로 보다.
đồ 도	**1/** *thing* [명] = đồ vật 물건, 물체, 무생물체. **2/** *calk, trace* [동] 윤곽을 그리다, 스케치 하다. ∗ đồ lại cho rõ nét → 윤곽을 정확하게 다시 그리다.
đồ án 도 안	*plan, design* [명] 설계하다, 계획하다, 도안을 만들다.
đồ ăn 도 안	*food* [명] 식품, 식량, 양식. ∗ phải lo đủ đồ ăn cho mọi người → 모든 사람들에게 충분한 식량 공급을 걱정해야한다.
đồ dùng 도 융	*implement, thing* [명] 물건, 도구, 용구, 기구. ∗ đầy đủ các đồ dùng trong nhà → 집안에 물건이 부족함이 없다.
đồ đạc 도 닥	*thing, furnishings* [명] 물건, 가구, 세간. ∗ đồ đạc đầy bụi bẩn → 세간에 먼지가 가득하다.
đồ sộ 도 소	*grand, imposing* [명] 장대한, 웅장한, 장려한. ∗ 1căn nhà đồ sộ →웅장한 집.
đổ 도	**1/** *to fall in, to collapse* [동] 무너지다, 붕괴하다, 내려앉다. ∗ xe trước đổ, xe sau tránh (속담) → 앞에 차는 무너지고 뒤에 차는 피한다. **2/** *to poor, spill* [동] 넘치다, 엎지르다, 흐르다. ∗ nước đổ đầy nhà →

물이 집안 가득 넘쳤다.
3/ to impute [동] 돌리다, 전가하다.
＊ đổ tội cho người khác → 다른 사람에게 죄를 전가하다.

đổ bộ
도 보
land [동] 상륙하다, 착륙하다.
＊ quân lính đổ bộ lên hòn đảo → 군사들이 다오섬에 상륙하다.

đổ đốn
도 돈
go to the bad [동] (사람) 타락하다.
＊ càng ngày càng đổ đốn ra → 날이 갈수록 점점더 타락되다.

đổ máu
도 마우
to shed one's blood, to bleed [동] 피를 흘리다.

đổ mồ hôi
도 모 호이
to perspire, sweat [동] 땀을 흘리다.

đổ nát
도 낟
fall to pieces [동] 산산히 부서지다.
＊ một căn nhà đổ nát → 집 한채가 산산히 부서지다.

đổ vỡ
도 버
break to a piece [동] = đổ bể 깨지다, 부서지다, 조각나다.
＊ hạnh phúc của họ bị đổ vỡ sau chuyến đi đó → 거기로 옮긴후 그의 행복은 산산히 조각났다.

đổ xô
도 쏘
flock into [동] 떼짓다, 무리를 이루다.
＊ đổ xô đi tìm vàng trên núi → 금을 찾으러 떼지어 산으로 가다.

đỗ
도
1/ bean, pea = đậu [명] 콩, 콩류.
2/ park [동] = đậu 주차하다.
＊ cấm đỗ xe → 주차금지.
3/ graduate [동] = thi đỗ (thi đậu) 졸업하다, 학위를 받다.

đỗ thủ khoa
to come first in the test [동] 수석하

도 투 콰

* nó đỗ thủ khoa trong kỳ thi này → 그는 이번 학기 시험에 수석을 했다

độ
도

1/ degree [명] 온도, 도.
* trời lạnh dưới 0° → 영하의 날씨다.

2/ approximately, around, about [부] = độ chừng 대략, 대체로, 대강, 쯤.
* có mặt độ 100 người → 대략 100명이 왔다.
* độ 3km nữa là đến Seoul → 대략 3km 정도면 서울에 도착한다.

độ bền
도 벤

endurance, durability [형] 내구력이 있는, 오래 가는, 튼튼한.
* chiếc xe này có độ bền cao → 이 차는 내구력이 강하다.

độ cao
도 까오

altitude, height [형] 고도의.
* chúng ta đang bay ở độ cao 10.000 mét → 우리는 지금 고도 10.000 미터를 날고 있다.

độ lượng
도 르엉

kind and generous, charitable [형] 도량이 있는, 아량이 있는. * có tấm lòng độ lượng → 도량이 있다.

đốc
돕

prod, urge = đốc thúc [동] 자극하다, 찌르다.
* đốc thợ làm nhanh lên cho kịp ngày khai trương → 개업일에 맞춰 일을 빨리 하도록 기술자를 자극하다.

đốc công
돕 꼼

foreman, taskmaster [명] 감독, 작업장.

độc 독	**1/** *poisonous, toxic* [형] 유독한, 독성의. **2/** *only, alone* [형] 홀로, 단독으로.
độc ác 독 악	*wicked, fiendish, inhumane* = độc địa [형] 악독한.
độc ẩm 독 엄	*to drink alone* [동] 홀로 마시다.
độc chiếm 독 찌엠	*monopolize* [동] 독점하다. ✻ độc chiếm thị trường → 시장을 독점하다.
độc diễn 독 이엔	*to play solo, solo performance* [동] 혼자서 연주하다, 독주하다, 솔로로 하다.
độc dược 독 으억	*toxic drug, poison* [명] 독약. ✻ tự tử bằng độc dược → 독약을 먹고 자살하다.
độc đáo 독 다오	*original, unconventional, unique* [형] 유일한, 독특한, 독창적인. ✻ ý kiến độc đáo → 독창적인 발상.
độc đắc 독 닥	*first prize* [형] 일등상의. ✻ trúng số độc đắc → 일등 복권에 당첨되다.
độc đoán 독 도안	*arbitrary, dogmatic* [형] 독단적인, 독재적인. ✻ ông ấy là một người độc đoán → 그 노인은 독단적이다.
độc giả 독 지아	*reader* [명] 독자(讀者). ✻ chúng tôi mong ý kiến đóng góp của độc giả → 우리는 독자들의 의견을 바랍니다.
độc hại 독 하이	*harmful* [형] 해로운, 유해한. ✻ môi trường độc hại → 유해한 환

경.

độc lập
돕 립
independent [형] 독립의.
✳ tranh đấu để dành độc lập tự do cho đất nước → 조국의 자유 독립을 얻기 위해 투쟁하다.

độc nhất
돕 녇
unique, only one [형] 유일한.
✳ chỉ còn độc nhất 1 cái này thôi → 유일하게 남은 것이 이것뿐이다.

độc quyền
돕 쿠웬
monopoly, sole [형] 독점의.
✳ được độc quyền cung cấp thức uống có ga → 탄산음료의 독점 공급을 얻다.

độc tấu
돕 떠우
perform a solo [동] 솔로로 연주하다, 독주하다. ✳ độc tấu đàn guitar → 솔로로 기타연주하다.

độc thân
돕 턴
single, bachelor [형] 독신의. ✳ cô ấy sống độc thân → 그녀는 독신이다.

độc thoại
돕 토아이
monologue [동] 독백으로 하다.
✳ vở kịch độc thoại → 독백극.

đôi
도이
pair, couple, twin, double [명] 쌍, 커플.
✳ đôi bạn → 두 친구.
✳ đôi đũa → 젓가락 한 자루.
✳ đôi giày → 신발 한 켤레.

đôi bên
도이 벤
both sides [부] 양면, 양쪽.
✳ phải có sự đồng ý của đôi bên → 반드시 양쪽의 동의가 있어야한다.

đôi co
도이 꼬
to spart, contend, exchange words [동] 싸우다, 다투다, 논쟁하다.
✳ hai bên cứ đôi co nhau mãi → 두 편은 계속해서 서로 논쟁하다.

đôi khi 도이 키	*occasionally* [부] 때때로, 가끔, 이따금. ✲ sống ở thành phố vui nhưng đôi khi cũng nhớ nhà → 도시의 삶은 즐거우나 때때로 집이 그립다.
đôi lời 도이 러이	*a few words* [명] 몇마디. ✲ tôi có đôi lời muốn nói.. → 나는 하고싶은 말이 있다.
đôi lứa 도이 르아	*a couple, wedded pair, happy pair* [형] (남녀) 한 쌍.
đôi mươi 도이 므어이	*twentyish* [형] (20) 스물, 이십. ✲ một cô gái độ tuổi đôi mươi → 대략 스무살쯤 된 아가씨.
đôi ngã 도이 응아	*two directions* [형] 양방향. ✲ chia ly đôi ngã → 양방향으로 찢어지다.
đối 도이	*contrary to, opposite to* [형] 정반대의, 반대쪽의. ✲ phản đối → 반대하다.
đối chất 도이 쩓	*to confront* [동] 대질하다, 대면하다, 마주보다, 직면하다. ✲ cho tội phạm đối chất với nhân chứng → 범인을 증인과 대면시키다.
đối chiếu 도이 찌에우	*compare* [동] 비교하다, 대조하다. ✲ đối chiếu bản dịch với bản gốc → 원문과 번역문을 대조하다.
đối chọi 도이 쪼이	*face up, be in contrast* [동] 대조되다, 상반되다. ✲ hai màu này đối chọi nhau → 두 색은 서로 상반되다.
đối diện 도이 지엔	*face to face* [동] 대면하다, 마주 대하다.

※ ngồi đối diện nhau → 서로 대면해서 앉다.

đối đãi
도이 다이
treat, behave towards
[동] = cư xử 다루다, 대하다.
※ đối đãi lịch sự → 친절하게 대하다.

đối đáp
도이 답
retort, reply [동] 대답하다.
※ cô ấy đối đáp tiếng Việt rất giỏi → 그녀는 베트남어로 대답을 아주 잘했다.

đối đầu
도이 더우
confront [동] 직면하다.
※ đối đầu với gian khổ → 고난에 직면하다.

đối địch
도이 딧
adverse [동] 대적하다. ※ họ luôn đối địch nhau vì quyền lợi → 그들은 언제나 세력 때문에 서로 대적하다.

đối lập
도이 럽
contrary, in opposition [동/형] 대립하다. ※ tư tưởng đối lập nhau → 사상이 서로 대립하다.

đối ngoại
도이 응오아이
foreign [형] 외국의, 대외적인.
※ chính sách đối ngoại → 대외 정책.

đối nội
도이 노이
domestic [형] 국내의, 자국의.

đối phó
도이 포
face, cope [동] 대항하다, 맞서다.
※ đối phó với nạn tham nhũng → 횡령에 대항하다.

đối phương
도이 프엉
opposite site [명] 반대 방향, 맞은편.
※ nó thắng do đối phương thiếu cảnh giác → 반대편의 방심으로 그는 승리했다.
※ đừng xem thường đối phương →

자주 반대편을 보지마라.

đối tác
도이 딱
partner [명] 상대방, 동료, 공동사업자.

đối thoại
도이 토아이
take conversation [동] 대화하다.

đối thủ
도이 투
rival [명] 경쟁상대, 적수, 라이벌.
✻ một đối thủ xoàng! → 대수롭지 않은 라이벌!

đối tượng
도이 뜨엉
object [명] 대상, 객체.
✻ cần phải chú ý đến các đối tượng phạm pháp → 범법 대상에 반드시 주의할 필요가 있다.
✻ bị tình nghi là đối tượng xấu → 악한 대상이라고 의심받다.

đối với
도이 버이
toward [부] ~에 대해, 관하여.
✻ cha tôi rất nghiêm khắc đối với con cái → 우리 아버지는 자식들에 대해 매우 엄하다. ✻ nó luôn cư xử tốt đối với bạn bè → 그는 언제나 친구들에 대해 좋게 대한다.

đối xử
도이 쓰
behave toward [동] 대하다, 행동하다.
✻ đối xử lịch sự với mọi người → 모든 사람들을 예의있게 대하다.
✻ các con tin cho biết là họ đã được đối xử rất tử tế → 그들이 친절한 대우를 받았다고 피랍자들은 전했다.

đối xứng
도이 쓩
symmetric, symmetrical [형] 대칭의.
✻ hàng cây được trồng đối xứng nhau → 나무는 서로 대칭되게 심는다.

đồi 도이	*hill* [명] 언덕, 동산. ✽ một mái nhà tranh nằm dưới chân đồi → 언덕아래의 초가집.
đồi bại 도이 바이	*debauched, depraved* [형] 부패한, 타락한.
đồi mồi 도이 모이	*tortoise-shell* [명] (동물) 자라. ✽ cây lược đồi mồi → 별갑(자라의 등딱지)으로 만든 빗.
đồi trụy 도이 쭈이	*dissolute, debauched* [형] 방종한, 방탕한, 무절제한. ✽ ăn chơi đồi trụy → 방탕한 놀음.
đổi 도이	*exchange, transfer* [동] 바꾸다, 교환하다. ✽ đổi tiền → 돈을 바꾸다. ✽ đổi chuyến bay → 비행기를 갈아 타다.
đổi chỗ 도이 쪼	*move, change position* [동] 자리를 바꾸다, 위치를 바꾸다.
đổi đời 도이 더이	*to have (live) a new life* [동] 새 삶을 살다, 인생이 바뀌다.
đổi gió 도이 지오(여)	*to change air* [동] 공기를 바꾸다. ✽ bác sĩ khuyên cô ấy nên đi đổi gió ở Vũng Tàu 1 thời gian → 의사는 그녀에게 붕따우에서 한시간 바람쐬고 올것을 권유했다.
đổi giọng 도이 지옴(염)	*to change one's tune, sing another tune* [동] 목소리를 바꾸다. ✽ đổi giọng hiền lành → 차분한 목소리로 바꾸다.
đổi mới 도이 머이	*innovate, renovate* [동] 새롭게 바꾸다, 혁신하다, 쇄신하다.

	✻ đổi mới tư duy → 생각을 쇄신하다.
đổi ngôi 도이 응오이	change ranks and positions [동] 지위/ 계급/ 신분이 바뀌다.
đổi tên 도이 뗀	to give a new name, to rename [동] 개명하다.
đổi thay 도이 타이	change [동] 바꾸다, 변경하다.
đội 도이	1/ team, groupe [명] 팀, 그룹. ✻ đội bóng → 축구팀. 2/ carry on one's head [동] (머리에) 쓰다. ✻ đội nón → 모자를 쓰다.
đội bóng 도이 봄	football team, soccer team [명] 축구팀.
đội hình 도이 힌	formation, line-up [명] 대형, 진형.
đội lốt 도이 롣	under the cloak / cover / pretence of.. [동] 속이다, 가장하다. ✻ tên cướp đội lốt nhà sư → 강도가 승려로 가장하다.
đội ngũ 도이 응우	line-up, staff [명] 정렬, 인원, 구성. ✻ đoàn người diễu hành đội ngũ chỉnh tề → 시위대는 열을 맞춰 시위 행진을 하다. ✻ đội ngũ người mẫu đã có mặt từ sáng sớm để tập dượt → 모델들은 리허설을 위해 아침 일찍부터 왔다.
đội nhà 도이 냐	home team, local team [명] = đội chủ nhà → 홈팀, 자국팀.
đội sổ	be at the bottom at the list (the last

도이 소	*at the list)* [형] 꼴찌의, 밑바닥의.
đội trưởng 도이 쯔엉	*team leader* [명] 대장, 리더.
đội tuyển 도이 뚜웬	*selected team* [명] 선발팀, 대표팀. ✳ đội tuyển VN sẽ thi đấu với đội sinh viên Hàn quốc → 베트남 대표팀은 한국 학생팀과 경기를 벌일것이다.
đội viên 도이 비엔	*pioneer* [명] 선구자.
đốm 돔	*spot, speck* [명] 얼룩, 반점. ✳ áo bị dính nhiều đốm mực → 옷에 잉크 얼룩이 많이 묻었다.
đôn 돈	*support for flower-pots* [명] 화분 받침.
đôn đốc 돈 돕	*supervise and speed up* [동] 재촉하다. ✳ đôn đốc thợ làm cho kịp ngày khai trương → 개업일에 맞출수 있도록 기술자에게 일을 재촉하다.
đôn hậu 돈 허우	*upright, honest* [형] 정직한, 올바른. ✳ cô ấy là một người đôn hậu → 그녀는 정직한 사람이다.
đốn 돈	*fell, cut down* [자] 베어 넘어뜨리다. ✳ đốn củi → 장작을 베다 ✳ đốn cây → 나무를 베다.
đốn mạt 돈 맏	*base, mean* [형] 비열한, 천한. ✳ một hành động đốn mạt! → 비열한 행동이다!
đồn 돈	**1/** *military post, station* [명] 부서, 서, 초소.

＊ áp giải tên trộm về đồn cảnh sát → 도둑을 경찰서로 연행하다.
2/ *rumour, spread widely* [동] 소문내다. ＊ người ta đồn là cô ấy nghiện ma túy → 사람들은 그녀가 마약 중독이라고 소문냈다.

đồn đại
돈 다이
circulate widely false news [동] 허위 사실이 넓게 퍼지다, 헛소문이 퍼지다. ＊ đừng nên quá tin vào những lời đồn đại → 헛소문들을 너무 믿지 마라.

đồn điền
돈 디엔
plantation [명] 농장, 농원.
＊ đồn điền cà phê ở Ban-Mê-Thuột → 반메투온의 커피 농장.

độn
돈
mix [동] ...을 섞다, 버무리다.

đông
돔
1/ *east* [명] 동(東). ＊ ngôi nhà nhìn về hướng đông → 동향집.
2/ *winter* [명] 겨울. 동(冬).
＊ các em học sinh được nghỉ đông 1 tuần để tránh rét → 각 학생들은 추위를 피해 일주일의 겨울방학을 했다.
3/ *to coagulate, to freeze* [동] 동결하다, 응고(응결) 하다, 얼다.
＊ làm món thịt đông → 고기를 얼리다.
4/ *crowded* [형] 붐비는, 혼잡한, 만원의. ＊ ngày chủ nhật, chợ đông người lắm → 일요일은 시장에 사람이 매우 붐빈다.

đông dược *oriental medicine* [명] 한약.
돔 이으억

Đông Dương *Indochina*
돔 즈엉
[명] 동양, 인도차이나 반도.

đông đảo *crowded, full* [형] 가득한, 가득 찬.
돔 다오
＊ các học sinh đã tụ tập đông đảo trong sân trường → 학생들이 운동장에 가득 모였다.

đông đặc *dense with people*
돔 닥
[형] (사람들이) 밀집한, 촘촘한.
＊ sân ga đông đặc những người → 승차장에 사람들이 밀집해 있다.

đông đủ *in full number (strength)* [형] 전원 출석의. ＊ họ đã có mặt đông đủ → 그들은 전원 출석했다.
돔 두

đông đúc *dense* [형] 밀집한, 촘촘한.
돔 둡
＊ họ sống trong một khu phố ồn ào và đông đúc → 그들은 소음공해와 인구 밀집 지역에 산다.

Đông Hải *China sea* [명] 중국해.
돔 하이

Đông Kinh *Tokyo (Japan)* [명] 동경, 도쿄.
돔 낀

đông lạnh *frozen* [형] 냉장의, 냉동의.
돔 란
＊ thực phẩm đông lạnh → 냉동식품.

Đông Nam *South-east* [명] 동남.
돔 남
＊ Đông Nam Á → 동남아시아.

đông nghịt *compact* [형] 꽉 찬, 빽빽한.
돔 응힡
＊ ngày cuối tuần, bãi biển đông

nghịt người → 주말에는 해변에 사람들이 빽빽하다.

Đông Phương *Eastern, Oriental* [명] 동방.
동 프엉

Đông Tây *East and west, Asia and Europe* [명] 동서. 아시아와 유럽.
동 떠이

đông y *Oriental medicine* [명] 한의.
동 이

đống *heap, pile, stack* [명] 더미, 무더기.
동 ✳ hàng hóa chất đống → 물건더미.

đống cát *sand pile* [명] 모래더미.
동 깟

đống gạch *pile of bricks* [명] 벽돌더미.
동 갓

đống rác *dust-heap* [명] 쓰레기더미.
동 락

đồng **1/** *similar, like* [형] 같은. ✳ vì đồng cảnh ngộ nên họ dễ thông cảm nhau → 같은 환경으로 그들은 쉽게 서로 동감했다. ✳ đồng tính luyến ái (*gay, homosexual*) → 동성연애의.
동
2/ *co-* ... [부] 여럿이 같이 하다, 공동 (共同).
✳ đồng tác giả → 공동작가.
✳ đồng sáng lập → 공동창시.
3/ *Vietnamese currency unit* [명] ($) 동, 베트남 화폐 단위.
4/ *field, country-side*
[명] 들, 논, 전답.
✳ làm việc ngoài đồng → 들에 나가서 일을 하다.

đồng án 돔 안	*farm-work* [명] 밭일.
đồng âm 돔 엄	*hononymous* [형] 동음의. ✻ từ đồng âm, khác nghĩa → 동음이의어
đồng bạc 돔 박	*piastre* [명] 돈, 베트남돈.
đồng bào 돔 바오	*compatriot, country-man* [명] 동포.
đồng bằng 돔 방	*delta, plain* [명] 델타, 삼각주. ✻ đồng bằng sông Cửu Long → 끄우 롱강 삼각주.
đồng bọn 돔 본	*companion* [명] 동지. ✻ bắt chúng nó phải khai ra hết đồng bọn → 그들은 반드시 동지들을 다 진술해야 한다.
đồng bộ 돔 보	*synchronous* [형] 동종의(同種)의 세트. ✻ thay đổi đồng bộ → 동종의 세트를 다 바꾸다.
đồng ca 돔 까	*sing in chorus* [동] 합창하다.
đồng cảm 돔 깜	*sympathize* [동] 동감하다. ✻ họ có hoàn cảnh giống nhau nên dễ đồng cảm nhau hơn → 그들은 환경이 같아 서로 쉽게 동감했다.
đồng cảnh 돔 깐	*in the same situation* [형] 같은 환경.
đồng chí 돔 찌	*comrade* [명] 동지, 동료, 친구.
đồng diễn 돔 지엔	*group gymnastics performan* [동] 집단체조, 그룹연주.

đồng đều 돔 데우	equal, even [형] 동등한, 균등한. ✳ chia phần đồng đều nhau → 서로 동등하게 나누다.
đồng đội 돔 도이	companion-in-arm [명] 동집단.
đồng hành 돔 한	go in company, travel with sb [동] 동행하다. ✳ bạn đồng hành → 동행 친구.
đồng hóa 돔 호아	assimilate, equate, identify [동] 동화하다.
đồng hồ 돔 호	clock, watch [명] 시계.
đồng hồ cát 돔 호 깥	sand-glass, hourglass [명] 모래시계.
đồng hương 돔 흐엉	fellow-village [명] 동향(同鄉).
đồng khoa 돔 코아	classmate [명] 동급생.
đồng khởi 돔 커이	general-uprising [동] 민중 봉기.
đồng lầy 돔 러이	swampy-field, marshy-field [명] 늪지대.
đồng lõa 돔 로아	accomplice [동]공범자, 한패, 한통속. ✳ bị kết tội đồng lõa giết người → 살인 공범자로 고소당하다.
đồng loại 돔 로아이	congener [명] 동류(同類), 같은 종류의 것, (성격, 행동 등이) 같은, 비슷한, 닮은.
đồng loạt 돔 로앝	together, at the same time [형] 동시에.

* mọi người đồng loạt đứng lên → 모든 사람들이 동시에 일어났다.

đồng lòng
돔 롱
be at one [형] 한마음의. * mọi người đồng lòng bầu anh ấy làm đại diện → 사람들 모두 한마음으로 그를 대표로 선출했다.

đồng minh
돔 민
ally [명] 동맹.
* quân đội đồng minh → 군사 동맹.

đồng nát
돔 낟
scrap-iron, junk [명] 폐품.
* người bán đồng nát → 고물상인.

đồng nghĩa
돔 응히아
synonymous
[형] 동의어인, 유의어인, 뜻이 같은.

đồng nghiệp
돔 응힙
colleague [형] 동업의.
* bạn đồng nghiệp → 동업자.

đồng phục
돔 푹
uniform [명] 제복, 군복, 관복, 유니폼.
* mặc đồng phục học sinh → 교복을 입다.

đồng ruộng
돔 루옹
fields, cultivable-land [명] 들, 논.

đồng tác giả
돔 딱 지아
co-author, joint-author [명] 공동작가.

đồng tâm
돔 떰
be of the same mind [형] = đồng lòng 동심(同心)의, 한마음의.

đồng thanh
돔 탄
in unison, in chorus [형] 동성(同聲)의, 한목소리의. * họ đồng thanh trả lời → 그들은 한목소리로 대답했다.

đồng thoại
돔 토아이
children's stories [명] 동화.

đồng thời
돔 터이
concurrent, simultaneously
[형] 동시의.

đồng thời

✻ tuy đã giỏi văn nhưng đồng thời cũng phải học thêm ngoại ngữ → 문학을 잘하지만 동시에 외국어도 공부해야한다.

đồng tiền
돔 띠엔
currency, money, coin
[명] 화폐, 동전.

đồng tình
돔 띤
to sympathize, to concur
[동] 동감하다.
✻ tôi rất đồng tình mọi quan điểm về cách sống của anh ấy → 나는 그의 사는 방식에 대한 관점에 동감한다.

đồng trinh
돔 찐
chaste, virgin [형] 동정(童貞)의, 처녀의. ✻ cô gái đồng trinh → 숫처녀.

đồng ý
돔 이
to agree, approve, concur [동] 동의하다. ✻ mẹ đã đồng ý với em chưa? → 엄마가 너의 생각에 동의하셨니?

động
돔
1/ *cavern, cave* [명] = hang động 큰 동굴.

2/ *to move, touch* [동] 움직이다.
✻ cô ta không làm gì động đến ngón tay! → 그녀는 손가락하나 움직이지 않았다.

3/ *rough, heavy, boisterous* [형] 거친, 사나운. ✻ biển động → 거친 바다.

động chạm
돔 짬
refer to, touch upon [동] 언급하다.
✻ đừng động chạm đến vấn đề đó → 그 문제를 언급하지 마라.

động cơ
돔 꺼
1/ *motor, engine* [명] (자동차 등의) 내연 기관, 엔진, 모터, 발동기, 원동기.
✻ động cơ xe hơi → 자동차 엔진.

2/ *motivation, mainspring* [명] 동기,

동기부여. * động cơ nào khiến cho hắn làm như thế? → 그가 그렇게 일한 동기가 무엇입니까?

động đất
돔 덛
earthquake, seism [명] 지진.

động đậy
돔 더이
move, stir [동] 움직이다.
* ngồi im, không được động đậy! → 움직이지 말고 조용히 앉아 있어!

động kinh
돔 낀
epilepsy [동] (병) 간질.
* lên cơn động kinh → 간질 발작이 일어나다.

động lòng
돔 롬
be wounded (hurt) in one's feeling, be touched with pity [동] 마음이 동하다. * động lòng trước hoàn cảnh đáng thương → 불쌍한 환경에 마음이 동하다.

động lực
돔 륵
motive force, motive [명] 동기,원동력.

động mạch
돔 맛
artery [명] (해부) 동맥.
* động mạch vành (coronary-artery) → 관상동맥.

động quan
돔 꾸안
removal of the coffin [동] 관(棺)을 이동하다. * lễ động quan sẽ diễn ra lúc 11 giờ → 관을 이동하는 예식은 11시에 시작할 것이다.

động tác
돔 딱
1/ movement [명] 움직임, 동작.
* động tác múa → 춤동작.
2/ step, move, act, to take action [동] 움직이다. 동작하다. 행동하다.

động thổ
돔 토
ground breaking [동] 기공(起工).

động tĩnh 돔 띤	*stir, commotion* [명] 움직임, 활동. ✻ thấy có động tĩnh gì thì báo ngay cho tôi biết nhé → 무슨 움직임이 보이면 나에게 즉시 연락해 주세요.
động từ 덤 뜨	*verb* [명] 동사.
động vật 돔 벋	*animal* [명] 동물.
động viên 돔 비엔	*mobilize, inspirit, encourage* [동] 용기를 북돋우다, 격려하다. ✻ được bạn bè động viên khuyến khích nhiều → 친구에게 많은 충고와 격려를 받았다.
đốt 돋	**1/** *sting, bite* [동] (곤충, 식물 등이) ~을 찌르다, 쏘다. ✻ bị ong đốt → 벌에 쏘이다. **2/** *to burn* [동] 타다, 연소하다
đột 돋	*to sew with large stitch* [동] 꿰매다, 바느질하다.
đột biến 돋 비엔	*change suddenly* [동] 갑자기 바뀌다, 급변하다. ✻ giá cả tăng đột biến → 가격이 급격히 올랐다.
đột ngột 돋 응옫	*suddenly, unexpected* [형] 갑자기, 예기치 않은. ✻ chiếc xe đột ngột dừng lại → 차가 갑자기 멈췄다.
đột nhập 돋 넙	*break into suddenly* [동] 갑자기 침입하다. ✻ có kẻ trộm đột nhập vào nhà → 도둑이 갑자기 집안으로 침입했다.
đột nhiên 돋 니엔	*suddenly* [부] 갑자기. ✻ đang vui cười đột nhiên nó đến →

즐거웠는데 갑자기 그가 왔다.

đột quỵ
돋 꾸이
stroke, have a stroke, arteriosclerosis [명] (의학) 동맥 경화(증).

đột xuất
돋 쑤얻
unforeseen, unscheduled [형] 예기치 않은, 의외의.
✳ vì có việc đột xuất phải đi nên không kịp chào từ biệt bạn → 예기치 않은 일이 생겨서 가야하기 때문에 친구에게 작별인사할 시간이 없다.

đơ
더
stiff [형] 굳은, 뻣뻣한.
✳ cứng đơ → 딱딱하게 굳은.

đớ
더
be speechless from shortage of argu-ment [형] 설득력 부족으로 말못하는.
✳ đớ ra, không trả lời được tiếng nào → 어떠한 대답도 하지 못했다.

đờ
더
stunned, numb, motionless [형] 마비된, 움직이지 않는, 가만히 있는.
✳ đờ người ra nhìn → 몸이 마비되어 바라보다.
✳ không thuộc bài, đứng đờ người ra → 암기하지 못해서 가만히 서있다.

đờ đẫn
더 던
lethargic, listless, grow stupid [형] 졸리는, 무기력한.

đỡ
더
1/ lift up, support, take in one's hand [동] 부양하다.
2/ better than, reduce [형] 절감하다, 감소시키다, 나아지다. ✳ anh đỡ đau chưa → 병이 호전되었습니까?
✳ đỡ nhức đầu chưa? → 통증이 완화되었습니까?
3/ to spare, to save [동] 아끼다.

	✻ chịu khó đi bộ cho đỡ tốn tiền → 돈을 아끼기 위해 참고 걸어가다.
đỡ dậy 더 어이	*to help sb. stand up* [자] 일으키다.
đỡ đần 더 던	*to help, assist, aid* [동] 돕다. ✻ còn bé thế mà đã biết nấu cơm đỡ đần cho mẹ → 아직 어리데도 엄마를 돕기 위해 밥을 지을줄 안다.
đỡ đầu 더 더우	*sponsor, help and guide* [동] 보증인, 보증 책임자.
đỡ đẻ 더 대	*to deliver (a woman in childbirth)* [동] 분만하는것을 돕다, 출산을 돕다.
đời 더이	**1/** *life* [명] 인생, 삶. ✻ đời là thế! → 인생이 이러냐! ✻ đời là giấc mộng → 삶은 꿈이다. **2/** *model* [명] 모델, 모형. ✻ chiếc xe đời mới → 이 차는 신형이다. **3/** *dynasty, time* [명] 왕조, 왕조 지배, 시대, 시기. ✻ cô ta có tới 3 đời chồng → 그녀는 세번째 남편이다. ✻ đời vua Hùng Vương thứ 1 → 1대 훔브엉왕조 시대.
đời đời 더이 더이	*eternally, for ever* [형] 영원히, 변함없이. ✻ tình hữu nghị hai nước Việt Hàn đời đời bền vững → 한국과 베트남 두 나라의 우정이 변함없이 탄탄하다.
đời mới 더이 머이	*new model* [형] 신형의. ✻ đời cuối (*last model*) → 구형의.
đời nào	*never* [부] = không bao giờ 절대로 ~

더이 나오	하지 않다. ✻ đời nào tôi làm chuyện đó! → 나는 절대로 그 일을 하지 않았다.
đời sống 더이 쏨	*life, livehood* [명] 삶, 인생. ✻ khoa học và đời sống → 과학과 삶.
đời thường 더이 트엉	*daily life, real-life, everyday-life* [명] 일상. ✻ cốt chuyện rất gần gũi với đời thường → 그 이야기 내용은 일상과 매우 가깝다.
đời tư 더이 뜨	*private-life, privacy* [명] 사생활. ✻ không nên can thiệp vào đời tư người khác → 다른 사람의 사생활을 간섭하지 마라.
đời xưa 더이 쓰아	*in the ancient time* [명] 먼 옛날, 고대.
đợi 더이	*wait for* [자] = đợi chờ 기다리다. ✻ đợi tôi đi với! → 기다려 같이 가자!
đờm 덤	*sputum, phlegm* [동] 객담, 가래.
đơn 던	*order, request, application* [명] 의뢰장, 청원서, 요구서, 원서. ✻ đơn xin từ chức → 사직서.
đơn ca 던 까	*sing solo, solo* [동] 솔로로 노래하다.
đơn chiếc 던 찌엑	*few in number, single, solitary* [형] 혼자의, 하나뿐인. ✻ sống đơn chiếc → 독신의 삶.
đơn côi 던 꼬이	*orphan, solitary* [형] 고아의.

đơn điệu 던 디에우	*monotonous* [형] 단조로운, (변화가 없어) 지루한.
đơn độc 던 돕	*alone, solitary* [형] 단독의. ✳ cuộc sống đơn độc → 독신의 삶.
đơn giá 던 지아	*unit price* [명] 단가(單價).
đơn giản 던 지안	*simple* [형] 단순한, 간단한, 다루기 쉬운. ✳ ăn mặc đơn giản → 간단하게 입다. ✳ tôi không đến, đơn giản là vì tôi không thích! → 내가 가지 않는 간단한 이유는 싫어서다.
đơn phương 던 프엉	*Unilateral* [명] 한 쪽(일면) 만의, 일방적인 ✳ tình yêu đơn phương → 짝사랑, 외사랑.
đơn sơ 던 서	*simple* [형] 단순한, 간단한, 다루기 쉬운. ✳ nét vẽ đơn sơ → 간단한 스케치.
đơn thuần 던 투언	*pure* [형] 순수한. ✳ hai người đó chỉ đơn thuần là tình bạn thôi → 그 두사람은 단지 순수한 우정일 뿐이다.
đơn từ 던 뜨	*applications and requests* [명] 청원서, 탄원서.
đơn vị 던 비	*unit* [명] 단위. ✳ đơn vị đo chiều dài → 길이를 재는 단위. ✳ đơn vị sản xuất → 생산단위.
đơn xin việc 던 씬 비엗	*job-application, application for job* [명] 구직서.

đớp 덥	*snap* [동] ~을 덥석 물다. ✶ cá đớp mồi → 물고기가 미끼를 덥석 물다.
đớt 덛	*lisp, speak indistinctly* [형] 혀짧배기 소리의
đợt 덛	*stage, step, turn, series, wave* [명] 한동안의 기간. ✶ một đợt phát hành tem → 우표 발행 기간. ✶ đêm qua, địch tấn công nhiều đợt vào thành phố → 지난 밤, 여러 차례 적이 도시를 공격했다.
đu đủ 두 두	*papaw* [명] (과일) 파파야.
đu đưa 두 드아	*swing, sway* [동] 흔들어 움직이다.
đủ 두	*sufficient, enough* [형] 충분한. ✶ cảnh sát đã không đủ chứng cớ để buộc tội nó → 경찰은 그를 구속할 증거가 충분하지않다.
đủ khả năng 두 카 낭	*competent* [형] 유능한, 역량이 있는. ✶ tôi không đủ khả năng để làm việc đó → 나는 그 일을 하기엔 능력이 부족하다.
đua 두아	*compete, emulate, show, display* [자], 출품하다, 전시하다, 시합하다. ✶ trăm hoa đua nở → 다양한 꽃들이 시합하다.
đua chen 두아 짼	*compete, contend with somebody* [동] 겨루다, 경쟁하다. ✶ đua chen với bạn bè → 친구와 겨루다.

đua đòi 두아 더이	*ape one another, imitate* [동] 흉내내다, 모방하다. ✶ đua đòi theo thói xấu → 악습을 모방하다.
đùa 두아	*to joke, jest, to make fun of* [동] 농담하다. ✶ anh ấy lúc nào cũng thích đùa → 그는 언제나 농담하길 좋아한다.
đùa bỡn 두아 번	*play pranks, trifle = đùa cợt* [동] 장난치다, (감정등을) 우롱하다. ✶ không nên đùa bỡn trong tình yêu → 사랑을 가지고 장난하지 마라.
đũa 두아	*chopstick* [명] 젓가락. ✶ đũa cả (*big flat chopstick*) → 크고 넙적한 젓가락.
đũa thần 두아 턴	*magic-wand* [명] 마술 지팡이.
đúc 둡	1/ *to cast, found, crystallize* [동] 주조하다. 2/ *to be alike* [형] 서로 같은, 비슷한. ✶ hai bố con nó giống nhau như đúc → 그 두 부자는 (생긴것이) 꼭 같다.
đúc kết 둡 껟	*to sum up, to summarize* [동] 요약하다, 간추리다. ✶ đúc kết tình hình trong tháng vừa qua → 지난 달의 상황을 요약하다.
đục 둡	1/ *turbid, muddy, dim, dull, opaque* [형] (액체가) 흐린, 탁한. ✶ thừa nước đục thả câu (속담) → 흐린 물에 낚시를 던지다. (어떤일을 이루기 위해 기회를 이용하다.) 2/ *chisel, carve* [동] 새기다, 조각하다. [명] 끌, 정.

đục khoét 둡 코앧	*squeeze* [동] 착취하다, 갈취하다. ✽ đục khoét công quỹ → 공금을 횡령하다.
đục lỗ 둡 로	*bore a hole* [동] 구멍을 뚫다.
đục ngầu 둡 응어우	*very muddy (water)* [형] (액체가) 매우 혼탁한.
đui 두이	*blind* [형] = mù 눈먼, 장님의.
đùi 두이	*thigh, leg, ham* [명] 넓적다리, 허벅다리. ✽ đùi gà → 닭다리.
đùm 둠	*to wrap in a twist, to envelope* [동] 싸다, 감싸다. ✽ lá lành đùm lá rách (속담) → 멀쩡한 잎으로 찢어진 잎을 감싸다. (부자가 가난한 사람을 감싸주어야 한다.)
đùm bọc 둠 봅	*protect and help mutually* [동] 서로 돕고 보호하다. ✽ bạn bè phải biết đùm bọc giúp đỡ nhau → 친구들끼리는 반드시 서로 돕고 보호해야 한다.
đun 둔	*to boil (water)* [동] = nấu (nước) (물을) 끓이다.
đun nấu 둔 너우	*do the cooking* [동] 요리를 하다.
đung đưa 둠 드아	*sway lightly* [동] 가볍게 흔들리다. ✽ cành lá đung đưa trong gió → 잎새가 바람에 가볍게 흔들리다.
đúng 둠	**1/** *true* [형] 옳은, 진실한, 진짜의, 들어맞는. ✽ việc đó đúng hay sai? →

그 일이 맞습니까 아니면 틀립니까?
2/ right, just [형] 곧, 바로, 마침.
✳ nó đến đúng vào lúc tôi ra về → 그는 내가 나갔다 돌아왔을 때 마침 도착했다.

đúng đắn
둠 단
sound, correct [형] 사려 분별 있는, 착실한, 정확한, 올바른.
✳ thái độ đúng đắn → 올바른 태도.

đúng điệu
둠 디에우
fashionable, timely, adequate [형] 유행의, 최신식의, 현대적인.
✳ ăn mặc đúng điệu thành phố → 도시의 유행에 따라 입다.

đúng giá
둠 지아
no discount [형] 정가의.
✳ nói đúng giá → 정가를 말하다.

đúng giờ
둠 지어
punctually, on time [부] 시간에 맞게, 정각에.
✳ máy bay đến đúng giờ → 비행기가 정확한 시간에 도착했다.

đúng hẹn
둠 핸
keep an appointment / a rendezvous [동] 약속을 지키다.

đúng luật
둠 루얻
lawful, legal [형] 적법한, 합법적인, 법을 준수하는.

đúng lúc
둠 룹
opportune, timely [부] 적시에, 때마침.
✳ có mặt đúng lúc → 때마침 도착하다.
✳ giúp đỡ đúng lúc → 적시에 돕다.

đúng mực
둠 믁
reasonable [형] 이치에 맞는, 정당한.
✳ anh ấy cư xử với tôi rất đúng mực → 그는 나에게 정당한 대우를 하다.

đùng đùng
둠 둠
boom, boomingly
[부] 급속히 발전하여, 폭등하여.
✳ đùng đùng nổi giận → 급격히 화

đủng đỉnh
둠 딘

leisurely [형] 한가로운, 여유 있는, 느긋한. ✳ nó đủng đỉnh ngồi xuống → 그는 느긋하게 앉았다.

đũng
둠

seat (of trousers) [명] (바지의) 궁둥이 부분. ✳ đũng quần → 바지의 궁둥이 부분.

đụng
둠

1/ *collide, hit* [동] 부딪히다, 충돌하다. ✳ hai xe đụng nhau → 두대의 차가 서로 부딪히다.
2/ *touch* 만지다, 손 대다.
✳ đừng đụng vào sách vở của tôi → 내 책에 손대지 마라.

đụng chạm
둠 짬

bump against each other, harm
[동] = va chạm 부딪히다, 충돌하다.
✳ đừng đụng chạm tới tôi → 나에게 부딪치지 마라.
✳ cãi nhau vì đụng chạm quyền lợi → 권리가 충돌하기 때문에 서로 싸우다.

đụng đầu
둠 더우

run into [동] 머리를 부딪히다.
✳ đụng đầu với nhiều khó khăn → 많은 곤경에 부딪히다.

đụng độ
둠 도

clash, encounter [동] 맞닥뜨리다, 격돌하다. ✳ quân đội hai bên đụng độ nhau → 두 군대가 격돌하다.

đuốc
두옥

torch [명] 횃불. ✳ đốt đuốc đi tìm → 횃불을 부치고 찾으러 가다.

đuôi
두오이

tail, end, conclusion [명] 꼬리, 끝부분, 결말, 종결. ✳ con chó vẫy đuôi → 개가 꼬리를 흔들다.

đuối
두오이
very weak, a little sort
[형] 매우 약한, 불충분한.
* đuối sức → 힘이 약한.
* đuối lý → 논리가 부족한.

đuổi
두오이
1/ *run after, drive* [자] ~을 뒤쫓다.
* đuổi theo chiếc xe → 자동차를 뒤쫓다.

2/ *to discharge, to send away, expel*
[동] 퇴출하다, 방출하다, 쫓아내다, 퇴학시키다.
* nó bị đuổi học vì quá lười biếng → 그는 너무 게을러서 퇴학당했다.

đúp
둡
double [형] 갑절의, 두배의.

đút
둗
feed, put [자] 음식을 입에 넣어주다.
* đút em bé ăn bột → 아이에게 음식을 먹이다.

đút lót
둗 롣
bribe, corrupt, to offer sb.a bribe
[동] 뇌물을 주다.

đưa
드아
1/ *bring, give, hand* [동] 주다, 건네다.
* đưa cho tôi quyển sách! → 나에게 책을 건네주세요!

2/ *to guide, to transfer, to move* [동] 안내하다, 옮기다, 나르다, 움직이다.
* đưa nạn nhân tới một nơi an toàn → 재난민을 안전한 곳으로 옮기다.
3/ *swing* [동] 흔들흔들 움직이다.
* đưa em bé ngủ (trên võng) → 아기가 잠들게 그네를 흔들흔들 움직이다.

đưa dâu
드아 여우
escort the bride to the bridegroom's house [동] 신부를 신랑집으로 에스

	코트하다.
đưa đám 드아 담	*to attend a funeral* [동] 장례식에 참석하다.
đưa đẩy 드아 더이	*say with smooth tongue* [동] 듣는사람 이 만족하도록 말하다. ✱ nói đưa đẩy cho qua chuyện → 일을 끝내기 위해 모든지 오케이라고 말하다.
đưa đón 드아 돈	*meet and see off* [동] 데려다주고 데려오다. ✱ đưa đón mỗi ngày → 매일 데려다 주고 데려오다.
đứa 드아	*a, an* [관] (사람) 명 - ✱ bọn chúng nó có 3 đứa → 그들은 3명이다. ✱ có 3 đứa con, 2 đứa trai, một đứa gái → 3명의 자녀가 있는데 2명의 아들과 한 명의 딸이다.
đức 득	*virtue* [명] 미덕, 덕, 선. ✱ vừa có tài vừa có đức → 재능도 있고 덕도 있다.
đức dục 득 읍	*elevating education* [명] 도덕학.
đức độ 득 도	*righteousness and generosity* [형] 도량이 넓고 관대한. ✱ một con người đức độ → 도량이 넓고 관대한 사람.
đức hạnh 득 한	*decent, virtuous* [명] 덕행.
đức tính 득 띤	*virtue, quality* [명] 착한 성질, 덕성. ✱ đức tính hiền lành → 착한 성질.

đực
득

male, cock, buck, bull, he [형] 남성 [남자]의, 수컷의.
* con bò đực → 숫소.
* con chó đực → 숫캐.

đứng
등

to stand, to rank [동] 서다.

đứng bóng
등 봄

noon, midday [형] 정오의, 한낮의.
* mặt trời đã đứng bóng → 태양이 중천에 떴다.

đứng đắn
등 단

serious, correct [형] 진지한.
* anh ấy tuy còn trẻ nhưng cư xử rất đứng đắn → 그는 아직 어리지만 태도가 매우 진지하다.

đứng tên
등 뗀

1/ *in sb's name* [형] ~의 이름으로.
* căn nhà này là của bố mẹ anh ấy đứng tên → 이 집은 그의 부모님 이름으로 되어있다.
2/ *undersigned* [동] 아래에 서명하다.
* tôi đứng tên dưới đây là…, xin cam kết sẽ thực hiện đúng những điều khoản sau đây → 제 이름은 …. 입니다, 다음과 같은 조항을 정확히 준수할 것을 맹세합니다.

đứng tuổi
등 뚜오이

middle-aged [형] 중년의.
* một phụ nữ đứng tuổi → 중년의 여인.

đừng
등

stop, do not [부] 멈추다. 하지않다.
* đừng vì thất bại mà nản lòng → 실패 때문에 낙담하지 마라. * đừng bao giờ (*nerver*) → 결코, 절대로.
* đừng bao giờ nói dối → 절대로 거

짓말을 하지 않는다.
* đừng khách sáo (*you're welcome to it!, feel free!*) → 마음대로 ~하다.

đừng hòng
등 홍
no way!, never [부] 절대로 안된다.
* đừng hòng nó giúp ông! → 그는 그 노인을 도와서는 절대로 안된다.

đừng lo
등 로
don't worry [부] 걱정마라.
* đừng lo, có tôi đây! → 걱정마라, 내가 있잖아!

đựng
등
contain, hold [동] 받치다, 지탱하다.
* hộp đựng bánh → 빵 받침 상자.

được
드억
win, defeat, have got, be able to [동] 이기다, 얻다, 할수있다, 되다.
* được thăng chức → 승진되다.
* tôi đưa bạn gái theo, được chứ? → 나는 여자친구를 데려다 주겠다, 되지?

được việc
드억 비엑
efficient in one's work
[형] 유능한, 실력있는.

đượm
드엄
be pervaded with, be soaked with
[동] 스며들다.

đương chức
드엉 쯕
still active [형] 현직의, 재직의.

đương kim
드엉 낌
present [형] 현재의, 오늘날의.
* đương kim Tổng Thống → 현재 대통령.

đương nhiên
드엉 니엔
naturally [형] 당연한.
* đương nhiên là tôi phải đến → 당연히 나는 가야만 한다.

đương sự
the person concerned [명] 당사자.

드엉 스	✳ đương sự vắng mặt nên phiên tòa phải đình lại → 당사자가 불참해서 재판은 연기되야만 한다.
đương thì 드엉 티	*in the prime of life (youth)* [형] 전성기의, 한창때의, 청춘기의.
đương thời 드엉 터이	*current at that time* [명] 당시(唐詩).
đường 드엉	**1/** *road, line, passage* [명] 길, 도로, 가로, 길거리. **2/** *sugar* [명] 설탕.
đường hướng 드엉 흐엉	*direction* [명] 방향, 방면.
đường kính 드엉 낀	*diameter* [명] 직경, 지름.
đường lối 드엉 로이	**1/** *road, way, line* [명] 길, 도로. ✳ trời tối quá, tôi không nhận ra đường lối nào → 하늘이 너무 어두워서 나는 어느 길인지 알수가 없다. **2/** *policy* [명] 방책, 방침. ✳ đường lối chính trị → 정치 방침.
đường sắt 드엉 산	*railway* [명] 선로, 철도.
đứt 들	**1/** *to cut, to break, snap, clean* [동] 끊어지다, 베다. ✳ đứt tay → 손을 베다. **2/** *prevail over sb* [형] 압도적인, 우세한. ✳ nó ăn đứt tôi về môn bơi lội → 그는 수영에서 나를 압도적으로 이겼다.

E - e

e
애
the 8th letter of VN alphabet.
베트남어 알파벳 중 8번째 자.

e
애
fear, be afraid [동] = e ngại, e sợ
두려워하다. 무서워하다.
✶ tôi e là nó không đến → 그가 오지않을까봐 두렵다.

e ấp
애 업
be timid, shy [형] 겁많은, 소심한.
✶ cười e ấp → 소심하게 웃다.

e dè
애 재(애)
be shy of [동] 꽁무니를 빼다.
✶ e dè không dám nói → 감히 말을 못하고 빼다.

e lệ
애 레
shy, bashful [형] 수줍어하는.
✶ cô ấy e lệ quay mặt đi → 그녀는 수줍어서 고개를 돌렸다.

e ngại
애 응아이
be shy of, flinch
[동] 주춤하다, 꽁무니를 빼다.
✶ e ngại không dám bước vào → 감히 들어오지 못하고 주춤하다.

e rằng
애 랑
afraid that [동] ~을 두려워 하다.
✶ làm như vậy e rằng không hay lắm → 이렇게 하면 재밌지 않을까봐 두렵다.

e sợ
애 서
apprehend [형] 두려워하는.

e thẹn
shy and different [형] 수줍어하는,

애 탣 | 부끄러워하는.
※ cô ấy e thẹn cúi chào → 그녀는 수줍어서 고개를 숙였다.

em *younger brother or sister*
앰 | [명] 동생, 나보다 나이 어린 사람.
※ em trai → 남동생.
※ em gái → 여동생.
※ em họ → 친척동생.
※ em chồng → 남편의 동생.
※ em vợ → 부인의 동생.
※ em khác mẹ → 어머니가 다른 동생, 이복동생.
※ em khác cha → 아버지가 다른 동생, 이부형제.
※ em nuôi → 입양한 동생.

én *swift, swallow* [명] (새) 제비.
앤 | ※ chim én bay về báo hiệu mùa xuân đến → 제비가 날아오는 것은 봄이 온다는 신호이다.

eo *waist, slender-waisted* [명] 허리.
애오 | ※ bụng nhỏ, eo thon → 날씬한 배, 가는 허리.

eo biển *strait, channel* [명] 해협.
애오 비엔

eo hẹp *scanty, tight* [형] 여유없는. 빠듯한.
애오 햅 | ※ vì tiền bạc eo hẹp nên không thể nuôi con ăn học tới nơi tới chốn → 형편이 빠듯해서 자녀를 끝까지 교육시킬 수가 없다.

eo sèo *harp on scold* [동] 잔소리하다.
애오 새오 | ※ cô ta cứ eo sèo suốt ngày →

그녀는 하루종일 계속해서 잔소리를 해대다.

éo le
애오 래
Intricate
[형] 복잡하게 얽힌, 복잡[난해]한.
✳ cô ấy có hoàn cảnh éo le → 그녀의 삶은 순탄치 않다.

ép
앱
press, squeeze, force [동] 압착하다, 과즙을 짜다, 압박하다.
✳ cô ấy bị bố mẹ ép lấy chồng từ lúc 17 tuổi → 그녀는 17살부터 부모님에게 결혼하라는 압박을 받았다.

ép buộc
앱 부옥
Constrain
[동] 구속하다, 속박하다, 억압하다.
✳ tôi không muốn ép buộc ai cả → 나는 어느 누구에게도 구속받고 싶지않다.

ép xác
앱 싹
to mortify oneself
[동] 자기자신을 억누르다.

Ê - ê

ê
에
the 9th letter of VN alphabet.
베트남어 알파벳 중 9번째 자.

ê
에
1/ *to be numb* [동] 저리다.
✵ ngồi lâu mỏi ê cả người → 오래 앉아 있었더니 온몸이 다 저리다.
2/ *ashamed* [형] 부끄러운, 수줍어하는.
✵ thật là ê mặt ! → 정말 부끄럽다!

ê a
에 아
read loudly and unceasingly [형] 끊임없이 큰 소리로 읽다. ✵ đọc ê a vài ba câu tiếng Anh → 영어 3문장을 큰소리로 끊임없이 읽다.

ê ẩm
에 엄
feel a dull and lasting pain
[형] 지속적으로 통증이 있는.
✵ cảm thấy đau nhức ê ẩm cả người → 온몸이 계속 쑤시다.

ê chề
에 쩨
be overwhelmed
[형] 압도되다, 억눌리다.
✵ thất bại ê chề → 실패에 억눌리다.

ê hề
에 헤
in plenty [형] 많은, 풍부한. ✵ đồ ăn thức uống ê hề → 풍부한 음식.
✵ khách tham quan được phục vụ ăn uống ê hề → 방문한 손님들은 풍부한 음식을 제공 받았다.

ê ke
에 깨
square [명] 정사각형.

ê kíp
에 낍
team, gang [명] 팀, 갱, 한 패.
✶ ê kíp thợ này làm việc rất giỏi → 이 기술자 팀은 일을 매우 잘한다.

ê mặt
에 막
feel ashamed [형/동] 부끄러운, 부끄러움을 느끼다.

ê mình
에 민
slightly indisposed, unwell [형] 몸이 불편한.

ê răng
에 랑
to feel one's teeth on edge [형] 이가 시리다.
✶ ăn chua ê răng → 신것을 먹어서 이가 시리다.

ế
에
1/ *be unable to find (husband / wife)* [형] 나이들어서 짝을 찾을수 없는.
✶ ế chồng → 노처녀.
✶ ế vợ → 노총각.
2/ *can't sell, nobody buy*
[형] 팔수 없는, 아무도 사지않는.
✶ hôm nay bán ế quá! → 오늘은 정말 아무것도 안팔리네!

ế ẩm
에 엄
unmarketable [형] 잘팔리지 않는.
✶ dạo này mua bán ế ẩm lắm → 요새는 사고팔리지가 않는다.

êm
엠
1/ *soft, sweet* [형] 부드러운.
✶ nệm này nằm êm lắm → 이 이불은 매우 부드럽다.
2/ *calm* [형] 고요한.
✶ biển lặng, sóng êm → 바다는 조용하고, 파도는 고요하다.

êm ả 엠 아	*quiet, calm, peaceful* [형] 조용한, 고요한.
êm ái 엠 아이	*sweet, melodious* [형] 감미로운. ✱ giọng nói êm ái → 감미로운 목소리.
êm ấm 엠 엄	*harmonious* [형] 조화로운, 화목한 ✱ sống êm ấm dưới 1 mái nhà → 한지붕 아래에서 화목하게 살다.
êm dịu 엠 지우(이우)	*sweet, gentle* [형] 친절한, 상냥한 ✱ lời nói êm dịu → 친절한 말.
êm đẹp 엠 댑	*in agreement, united, peaceful* [형] 고요한, 평화로운. ✱ mọi chuyện rắc rối đã được dàn xếp êm đẹp → 복잡한 문제들이 평화롭게 정리되었다.
êm đềm 엠 뎀	*quiet and gentle* [형] 평온한, 조용한. ✱ một cuộc sống êm đềm → 평온한 삶.
êm ru 엠 루	*very soft, mild, have not noise* [형] 매우 부드러운. ✱ xe chạy êm ru → 차가 부드럽게 달린다.
êm tai 엠 따이	*pleasant to the ears, melodious* [형] 듣기 좋은, 선율적인. ✱ bài hát êm tai → 듣기 좋은 노래. ✱ lời nói dịu dàng êm tai → 듣기 좋은 부드러운 말.
êm thắm 엠 탐	settled satisfactorily, peaceful [형] 평온한, 조용한. ✱ ra đi một cách êm thắm → 조용하게 밖으로 나갔다.

G - g

g / 거 — *the tenth letter of VN alphabet.* 베트남어 알파벳 중 10번째 자.

ga / 가 — **1/** *depot, railway-station* [명] (열차, 전차의) 역. **2/** *gas* [명] 가스.

gá / 가 — *fix / hang temporarily against* [동] 임시로 고정시키다.

gà / 가 — *cook, hen, chicken* [명] 닭.

gả / 가 — *give (one's daughter) in marriage* [동] 딸을 시집보내다.
  * gả chồng cho con gái → 딸을 시집보내다.

gạ / 가 — *fawn on, cajole, coax* [동] 아첨하다, 알랑거리다.

gạ gẫm / 가 검 — *make approach to* [동] 다가가다, 접근하다.

gác / 각 — **1/** *to give up, put away* [동] = gác bỏ 포기하다, 단념하다.
  * gác chuyện đó qua 1 bên → 그 일은 한편으로 제껴두다.
  2/ *keep, guard, be on duty* [동] 지키다, 보호하다.
  * nó đứng gác cửa cho sòng bạc → 그는 카지노 문을 지키다.

gác dan 각 잔	*gatekeeper, doorman* [명] 수위, 문지기.
gác lên 각 렌	*to place, to put* [동] 놓다, 두다.
gác lửng 각 릉	*entresol, mezzanine* [명] 중(中) 이 층, 1층과 2층 사이.
gác xép 각 쌥	*garret* [명] 지붕밑 층
gạch 갓	**1/** *brick* [명] 벽돌. **2/** *to underline, rule* [동] 밑줄을 긋다, 선을 긋다, 자를 대고 선을 긋다. **3/** *to strike off, to cross out* [동] 삭제하다, 지우다. ✳ gạch bỏ 1 chữ → 한 자를 지우다.
gạch hoa 갓 호아	*flowered tile* [명] = gạch bông 무늬가 있는 타일.
gai 가이	*thorn, prickle* [명] 가시.
gai góc 가이 곱	*difficulty, thorny, prickly* [명/형] 어려운, 곤란한, 곤경, 곤란.
gai mắt 가이 맏	*offending the eyes, shocking* [형] 눈에 거슬리는, 쇼킹한. ✳ cô ta ăn mặc lố lăng nhìn gai mắt → 그녀는 보기에 거슬리게 우습게 옷을 입었다.
gái 가이	*female, daughter, girl* [명] 여성, 딸, 소녀.
gài 가이	*to pin, fasten, to lay, set* = cài [동] 고정시키다, 두다, 놓다.

	✱ gài bẫy → 덫을 놓다.
gãi 가이	*scratch* [동] 긁다. ✱ gãi lưng → 등을 긁다.
gan 간	*liver* [명] (해부) 간.
gan dạ 간 자(야)	*brave, dauntless* [형] 용감한, 대담한.
gan góc 간 곱	*fearless, intrepid* [형] 두려움을 모르는, 용기있는.
gan lì 간 리	*intrepidly calm* [형] 대담하고 침착한.
gán 간	*ascribe, pay one's debt with* [동] ~을 ~의 탓으로 돌리다. ✱ nó bị gán tội cướp → 그는 강도죄를 뒤집어 썼다.
gàn 간	*crack-brained* [형] 미친, 바보의. ✱ tánh gàn → 바보스런 성격.
gạn 간	*decant* [동] 걷어내다. ✱ gạn lớp trên ra bỏ → 한 층을 걷어내서 버리다.
gạn hỏi 간 호이	*to press with question, inquire in detail* [동] 자세히 묻다.
gạn lọc 간 롭	*sort out carefully* [동] 조심스럽게 가려내다.
gang 강	1/ *cast-iron, pig-iron* [명] 무쇠. 2/ *span* [명] = gang tay 한 뼘. ✱ dài độ 2 gang → 길이가 대략 두 뼘이다.
gang tấc 강 떡	*by an inch, by a hair* [형] 간신히, 아슬아슬하게.

✷ nó thoát chết trong gang tấc → 그는 간신히 죽음에서 빠져나왔다.

gang thép
강 탭

iron, ironlike [명] 철, 쇠.

ganh
간

to envy, to be envious, jealous [형/동] 시기하다, 질투하다.

ganh đua
간 두아

to vie, to rival, to compete [동] 겨루다, 맞서다, 대항하다.

ganh tỵ (tị)
간 띠

envy = ganh, ganh ghét, ghen tị [형] 시샘하는, 시기하는.
✷ nó đứng nhìn với ánh mắt ganh tị → 그는 시기의 눈빛으로 쳐다보았다.

gánh
간

carry, shoulder [동] 메다,

gánh chịu
간 찌우

to bear, to shoulder, to incur [동] 지다, 떠맡다, 짊어지다.
✷ ông ấy phải gánh chịu tất cả mọi hậu quả của con cái → 그 노인은 반드시 자식의 모든 결과를 짊어져야 한다.

gánh hát
간 핟

troupe, theatre company [명] 극단.

gánh nặng
간 낭

weight, burden, load [명] 짐, 부담.
✷ cô ấy còn gánh nặng gia đình → 그녀는 여전히 가족의 짐이다.

gánh vác
간 박

to shoulder [동] 짊어지다, 메다.
✷ gánh vác việc gia đình → 가족의 일을 짊어지다.

gáo

bowl-shaped [명] 코코낫 열매로

가오	만든 국자.
gào 가오	to cry out, shout [동] 소리치다.
gào thét 가오 탣	roar with rage, scream [동] 비명을 지르다.
gạo 가오	rice [명] 쌀.
gạo lứt 가오 를	husked rice [명] 겨.
gạo nếp 가오 넵	sticky rice [명] 찹쌀.
gạt 갇	1/ to cheat, trick, defraud [동] = lừa gạt 속이다. 사기를 치다. ※ cô ấy đã gạt tôi → 그녀는 사기당했다. 2/ to move, leave sb./sth. out [동] 움직이다, 옮기다. ※ gạt cái cần số sang bên trái → 기어를 왼쪽으로 움직이다. 3/ to remove, delete [동] 지우다. ※ hãy gạt tên nó ra khỏi danh sách → 명단에서 그의 이름을 지워버리자.
gạt bỏ 갇 보	to refuse, to eliminate, discard [동] 거절하다. ※ mọi ý kiến của nó đều bị gạt bỏ → 그의 모든 의견은 다 거절 당했다.
gạt tàn 갇 딴	a ash-tray [명] 재떨이.
gàu 가우	dandruff, scurf [명] = gầu 비듬.

gay 가이	tense [형] 긴장한.
gay cấn 가이 껀	thorny, ticklish, cliff-hanger [형] 까다로운, 서스펜스의, 절정의. ✽ câu chuyện có nhiều tình tiết thật gay cấn → 이야기에 사건이 많아 정말 까다롭다.
gay gắt 가이 갇	severe, sharp, critical, blazing hot [형] 가혹한, 모진. ✽ lời nói gay gắt → 가혹한 말.
gay go 가이 고	hard, tough [형] 어려운, 고된. ✽ việc làm gay go → 고된 일.
gáy 가이	1/ crow [동] (닭이) 울다. 2/ nape of the neck [명] (해부) 목덜미.
gảy 가이	to play, pluck [동] 튀기다, 튕기다, 튕겨 연주하다. ✽ gảy đàn → 악기를 튕겨 연주하다.
gãy 가이	to break off, snap [동] 부러지다. ✽ nó ngã gãy chân → 그는 넘어져서 다리가 부러졌다.
găm 감	to pin, fasten with a pin [동] 핀으로 고정시키다.
gằm 감	hang the head (out of shame) [동] 숙이다. ✽ cúi gằm mặt xuống xấu hổ → 부끄러워 얼굴을 숙이다.
gặm 감	to gnaw, nibble [동] 갉아먹다, 물어뜯다. ✽ con chó gặm xương → 개가 뼈를 물어뜯다.

gắn 간	stick, glue, be healed [동] 붙이다.
gắn bó 간 보	closely bound to [동] (사람의 감정 등이) 결합되다, 묶이다, 단단히 매어져 있다. ✱ tình cảm của hai người gắn bó với nhau từ nhiều năm nay → 오래전부터 두 사람의 감정이 서로 단단히 매어져 있다.
gắn liền 간 리엔	closely connect [동] (사물이) 단단히 연결되다.
găng 강	1/ glove = găng tay [명] 장갑. 2/ tense, strained [형] = căng 긴장한.
gắng 강	to strive, endeavour [동] = nỗ lực, cố gắng 노력하다.
gắng sức 강 슥	to do one's best, make all effort [동] 최선을 다하다.
gặng 강	question closely [자] 집요하게 묻다. ✱ hỏi gặng mấy câu → 몇 문장을 집요하게 묻다.
gắp 갑	pick up [동] 집어 올리다.
gặp 갑	meet, run into [동] 맞닥뜨리다, 만나다.
gặp gỡ 갑 거	to meet [동] 만나다.
gặp mặt 갑 맏	to meet, to see [동] 대면하다. ✱ vừa mới gặp mặt lần đầu → 최근에 처음으로 대면하다.

gặp nạn 갑 난	*to be in danger, be in distress, in an accident* [동] 사고가 나다. ✴ giữa đường gặp nạn → 길에서 사고가 나다.
gặp rắc rối 갑 락 로이	*to have problem* [동] 문제가 생기다, 곤란에 처하다.
gặp tai họa 갑 따이 화	*to meet misfortune / distress* [동] = gặp tai nạn 재난을 당하다.
gặp thời 갑 터이	*to meet with good fortune* [동/형] 행운의 시기를 맞다. ✴ anh ta gặp thời nên giàu to → 그는 부의 시기를 맞다.
gắt 갇	**1/** *to scold, to chide* [동] 꾸짖다, 야단 치다. ✴ ông ấy gắt ầm lên → 그 노인은 큰소리로 꾸짖다. **2/** *intolerable, severe, hard* [형] 지나친, 모진, 심한. ✴ trời nóng gắt → 심한 더위.
gắt gao 갇 가오	*strict, severe* [형] 정확한, 면밀한, 엄밀한. ✴ kiểm tra gắt gao → 면밀히 검사하다.
gắt gỏng 갇 곰	*to scold, bad-tempered* [동] 꾸짖다, 야단 치다, 잔소리하다. ✴ bà ấy gắt gỏng suốt ngày → 그 할머니는 하루종일 잔소리한다.
gặt 갇	*reap, harvest* [동] = gặt hái 거두다, 획득하다.
gấc 걱	*monordica* [명] (과실) 치자나무 열매, 식용이 아닌 색소용으로 쓰임.
gấm	*brocade, embroidered silk*

검	[명] = gấm vóc 수를 놓은 비단.
gầm 검	**1/** *roar* [동] 울부짖다, 으르렁 거리다. ✱ nghe thấy tiếng hổ gầm rất gần → 호랑이의 울부짖는 소리가 매우 가까이서 들린다.
	2/ *space under* [명] 밑, 아래. ✱ chui xuống gầm giường trốn → 침대 밑으로 들어가 숨다.
gầm gừ 검 그	*to square up to, have one's hackles up* = gầm ghè [동] 싸울 태세를 갖추다.
	✱ hai con chó gầm gừ nhau → 두 마리의 개가 서로 싸울 태세를 갖추다.
gân 건	*vein* [명] (해부) 혈관.
gần 건	*near, nearly, neaxt to about* [형] 가깝다. 이웃하다.
	✱ nhà tôi ở gần đây → 우리집은 여기서 가깝다.
	✱ gần mực thì đen, gần đèn thì sáng (속담) → 묵을 가까이 하면 검어지고 등을 가까이 하면 밝아진다.
gần gũi 건 그이	*dear, keep in close, touch with* [형] 친밀한, 가까운.
	✱ gần gũi nhau đã lâu nên tôi biết rất rõ tính cô ấy → 오랫동안 친밀하게 지냈기 때문에 나는 그녀의 성격을 너무 잘 안다.
gần kề 건 께	*close at hand, at one's side* [형] 옆의, 가까이의. ✱ nó để gần kề đến

ngày thi mới chịu học bài → 그는 시험날이 가까이 와야 공부를 한다.

gấp
겁

1/ *fold up, close, shut* [자] 접다.
* xin đừng gấp thư lại vì có hình bên trong → 편지 안에 사진이들어있으니 접지 마세요.
* gấp quần áo → 옷을 접다.
2/ *pressing, urgent, in hurry* [형] 급한. * xin lỗi, tôi có việc *gấp* phải đi → 죄송합니다, 급한 일이 생겨 가야 합니다.
3/ *time, -fold* [부] 배수의.
* ông ấy giàu gấp trăm lần tôi → 그는 나보다 100배나 부자다.

gấp bội
겁 보이

multifold, by many times [형] 몇 배의.

gấp đôi
겁 도이

1/ *to fold in two, to double* [동] 반으로 접다.
* nó gấp đôi lá thư lại cho vào túi → 그는 편지를 반으로 접어 주머니에 넣었다.
2/ *twice, double* [형] 두배의.
* cái tủ lạnh đó to gấp đôi tôi → 그 냉장고는 나보다 두배나 크다.

gấp gáp
겁 갑

pressing [형] 긴급한. * cứ từ từ làm, không có gì phải gấp gáp cả → 천천히 일해라, 급할 것 아무 것도 없다.

gấp rút
겁 룯

very urgent
[형] 다급한, 긴급한, 촉박한.

※ việc này phải gấp rút giải quyết ngay → 이 문제는 반드시 긴급히 바로 해결해야 한다.

gập
접

to fold up [동] = gấp = xếp 접다.
※gập người lại → 몸을 굽히다.
※ gập sách lại → 책을 덮다.

gập ghềnh
겁 겐

rough, bumpy [형] 울퉁불퉁한, 지면이 고르지 않은.
※ con đường gập ghềnh khó đi → 길이 울퉁불퉁해서 가기가 어렵다.

gật
걷

nod (one's head) [동] 끄덕이다.
※ ngủ gật → 꾸벅이며 졸다.

gật đầu
걷 더우

to nod one's head [동] 머리를 끄덕이다. ※ gật đầu đồng ý → 동의하며 머리를 끄덕이다.

gật gù
걷 구

not repeatedly [동] 되풀이하지 않다. ※ ông ấy gật gù suy nghĩ → 그는 생각을 되풀이하지 않는다.

gấu
거우

1/ *bear* [명] (동물) 곰.
2/ *hem, turn-up, fringe(of dress)* [명] (옷의) 가장자리, 단.

gấu ngựa
거우 응으아

tibetan bear [명] (동물) 티베트 곰.

gấu trúc
거우 쭙

panda [명] (동물) 팬더곰.

gầu
거우

dandruff [명] (머리) 비듬.

gây
거이

built up, provoke, generate [동] 일으키다, 발생시키다.
※ gây tai nạn → 사고를 일으키다.

✷ gây bất hòa → 불화를 일으키다.
✷ gây ảnh hưởng xấu cho con cái → 자식에게 안좋은 영향을 미치다.

gây ấn tượng
거이 언 뜨엉
to impressive [동] 인상적인, 감명을 느끼게 하는.

gây chiến
거이 찌엔
provoke the war [동] 전쟁을 야기하다, 싸움을 걸다.
✷ nó muốn gây chiến → 그는 싸움을 걸고 싶어하다.

gây chuyện
거이 쭈웬
be quarrelsome
[동] = gây sự 시비를 걸다.

gây dựng
거이 증(이응)
found, establish
[동] 건설하다, 창립하다.

gây giống
거이 졈(염)
to breed (plants or animals) [동] (동물이나 식물) 번식시키다.

gây khó dễ
거이 코제(이에)
to make difficulties [동] 곤경을 만들다, 어려움을 야기하다.

gây lộn
거이 론
to quarrel, argue
[동] = cãi nhau 말다툼하다.

gây mê
거이 메
to chloroform
[동] (의학) 마취시키다.

gây quỹ
거이 뀌
to set up/raise a fund
[동] 기금을 마련하다.
✷ tổ chức buổi hòa nhạc để gây quỹ → 기금을 마련하기 위해 음악회를 열다.

gây sức ép
거이 슥 앱
to put pressure on sb., squeeze
[동] 압박하다, 압력을 가하다.

gây tai tiếng
거이 따이 띠엥
to create / causing a scandal [동] 소문을 내다, 스캔들을 나게하다.

gây trở ngại 거이 쩌 응아이	*to obstruct, hinder* [동] 방해를 가하다, 훼방하다.
gây vốn 거이 본	*to raise capital* [동] 자본금을 모으다.
gầy 거이	*thin* [형] = gầy gò = gầy còm 바싹 마른, 수척한.
gầy yếu 거이 이에우	*thin and weakly* [형] 마르고 약한.
gảy 거이	*play, flip off* [동] = gảy 튀기다, 팅기다, 팅겨 연주하다.
gảy đàn 거이 단	*to twang* [동] = gảy đàn 악기를 팅겨 연주하다.
gãy 거이	*break, snap, come to a flop* [동] = gãy 부러지다. ✳ ngã (té) gãy chân → 넘어져 다리가 부러지다.
gãy cánh 거이 깐	*broken wing* [동] 날개가 부러지다.
gãy đổ 거이 도	*to collapse, to fall in* [동] 무너지다, 붕괴하다.
gãy gọn 거이 곤	*neat clear* [형] 깔끔한, 간결한. ✳ lời văn gãy gọn → 간결한 문장.
gậy 거이	*stick and cane* [명] 막대기.
ghe 개	*boat, junk* [명] 배. ✳ chèo ghe → 배를 젓다.
ghé 개	*to drop in, look in, call at* [동] 잠깐 들르다. ✳ tiện đường đi ngang đây nên ghé qua thăm nhà cũ → 여기를 지나가는 길에 옛 집을 잠깐 들르다.

ghé tai 개 따이	*to whisper close someone's ears* [동] 속삭이다.
ghẻ 개	*scabies* [명] 옴.
ghẻ lạnh 개 란	*cold, frigid* [형] = lạnh nhạt 냉정한, 냉담한. ✶ có thái độ ghẻ lạnh → 냉정한 태도.
ghen 갠	*jealous, envious* [동] 질투하다, 시기하다.
ghen ghét 갠 갣	*to envy, begrude* [동] 시기하다.
ghen tị 갠 띠	*envy* [동] 시기하다. ✶ ghen tị với hoàn cảnh của bạn → 친구의 환경을 시기하다.
ghép 갭	*join, graft* [동] 붙이다, 접붙이다.
ghét 갣	1/ *dirt* [명] = đất 때. ✶ người nó đầy ghét → 그의 몸에 때가 가득하다. 2/ *dislike, hate* [동] = không thích 싫어하다, 미워하다. ✶ nó ghét đọc sách → 그는 독서를 싫어하다.
ghê 게	*to have a horror, horribly, terribly* [형/부] 무섭게, 끔찍하게.
ghê gớm 게 검	*frightful, horrible* [형] 두려운, 끔찍한, 무서운.
ghê rợn 게 런	*shudder with horror* [형] 공포 스러운, 몸서리치게 끔찍한. ✶ một tai nạn ghê rợn → 몸서리

치게 끔찍한 사고.

ghê sợ
게 서
awful, terrible, terrific
[형] 무서운, 무시무시한.

ghê tởm
게 떰
disgusting, hideous [형] 소름 끼치는, 메스꺼운, 구역질나는.
✳ thật đáng ghê tởm → 정말 소름 끼친다.

ghế
게
seat, chair [명] 의자의 총칭.

ghế đẩu
게 더우
stool
[명] (팔걸이, 등받이가 없는) 걸상.

ghế tựa
게 뜨아
chair
[명] 등받이가 있는 고정된 의자.

ghếch
겟
put up [자] = gát 올리다.
✳ ngồi ghếch chân lên bàn → 책상 위에 다리를 올리고 앉다.

ghi
기
note down, record [동] 쓰다, 적다.
✳ ghi lại vài chữ → 몇자 적다.

ghi âm
기 엄
record, tape [동] 녹음하다.

ghi chép
기 쨉
write down [동] 쓰다, 적다, 기재하다. ✳ ghi chép cẩn thận → 조심해서 적다.

ghi chú
기 쭈
supply footnotes to [동] 각주, 보충설명.

ghi đông
기 돔
handle-bar [명] 핸들(바).

ghi nhận
기 년
acknowledge, record [동] 기록 하다, 기재하다. ✳ ghi nhận tất cả các sự việc xảy ra → 일어난 사건

을 모두 기록하다.

ghi nhớ
기 녀
memorize, keep something in mind [동] 기억하다.
✷ ghi nhớ lời mẹ dạy → 어머니의 가르침을 기억하다.

ghì
기
to tighten, to hold tight [동] 단단히 하다. ✷ ôm ghì lấy nhau → 서로 꽉 껴안다.

ghiền
기엔
to be dependent on something, addicted to something [동] = nghiện ~을 의지하다, ~에 빠져있다. ✷ ghiền cờ bạc → 도박에 의지하다. ✷ ghiền thuốc phiện → 아편에 의지하다. ✷ ghiền rượu → 술에 의지하다.

ghìm
김
pull back, restrain, suppress [동] = kiềm chế 억누르다, 억제 하다.
✷ ông ấy cố ghìm cơn giận → 그는 화를 억누르려 노력하다.

gí
지
press, press on [부] 압착하다, 눌러 펴다. ✷ đè bẹp gí xuống → 눌러서 펴다.

gì
지
1/ *what* [부] 무엇.
✷ bạn tên là gì? → 당신의 이름은 무엇입니까?
✷ em cần gì? → 무엇이 필요하니?
2/ *something, nothing* [부] 어떤 것. ✷ em muốn ăn gì không? 뭐 좀 먹을래?
3/ *any* [부] 어떤.
✷ làm bất kỳ việc gì cũng phải suy

	nghĩ cẩn thận → 어떤 일을 하던지 반드시 주의깊게 생각 해야한다.
gỉ 지	*rust, rusty* [형] = sét 부식한, 녹슨.
gia cầm 지아(야) 껌	*poultry, domestic fowls* [명] 가금 (家禽).
gia công 지아(야) 꽁	*process* [동] 가공하다, 제조 하다.
gia cư 지아(야) 끄	*abode, home* [명] 주거, 거처. ✳ vô gia cư (homeless) → 무주거 (無住居).
gia dụng 지아 줌(야 음)	*household use* [명] 가정용. ✳ đồ gia dụng trong nhà → 가정용품.
gia đạo 지아(야) 다오	*family ethics (way of life)* [명] 가도 (家道), 집안의 도덕이나 규율.
gia đình 지아(야) 딘	*family* [명] 가족, 가정, 식구.
gia giảm 지아 지암 (야 얌)	*adjust (by adding or subtracting)* [동] 가감하다. ✳ gia giảm chút ít cho đúng liều lượng → 정확한 복용량을 위해 조금씩 가감하다.
gia giáo 지아 지아오 (야 야오)	*family education / breeding* [형] 가정교육의, 교양의. ✳ con nhà gia giáo → 교양있는 집의 자녀.
gia hạn 지아(야) 한	*to extend* [동] 연장하다. ✳ xin được gia hạn thêm 3 tháng → 3개월 더 연장해 주십시오.

gia nhập 지아(야) 녑	*to join, adhere, enter* [동] 가입하다, 들어가다. ✻ làm đơn xin gia nhập quân đội → 군입대 신청서를 내다.
gia phong 지아(야) 퐁	*family tradition* [명] 가풍.
gia quyến 지아(야) 꾸웬	*members of the same family* [명] 가족 친지. ✻ gia quyến bình an chứ ? → 가족 친지들은 평안 하시지?
gia sản 지아 산	*property, fortune* [명] 재산, 자산, 소유물. ✻ ông ấy đã đem hết gia sản ra để cờ bạc → 그는 도박에 재산을 다 갖다바쳤다.
gia súc 지아(야) 숩	*domestic animal* [명] 가축.
gia sư 지아 스	*private teacher, tutor* [명] 가정 교사.
gia tài 지아(야) 따이	*heritage* [명] 유산. ✻ chia gia tài → 유산을 나누다.
gia tăng 지아 땅	*to grow, increase* [동] 증가하다. ✻ dân số ngày càng gia tăng → 인구가 나날이 증가하다.
gia thế 지아(야) 테	*influential family* [명] 가세(家勢), 집안의 세력. ✻ anh ấy có gia thế tốt → 그의 집안은 세력있는 집안이다.
gia tộc 지아 똑	*family* [명] 가족, 가정, 식구.

gia truyền
지아(야) 쭈웬
handed down from ancestor [형] 가내 전통. ＊ phương thuốc gia truyền → 가내 전통 풍속.

gia trưởng
지아(야) 쯔엉
master of the house, patriarchal, paternalistic [명/형] 가장(家長), 가부장의. ＊ ông ta có thái độ gia trưởng lắm → 그는 매우 가부장적이다.

gia vị
지아(야) 비
spice [명] 양념, 가미.

giá
지아(야)
bean sprout [명] 숙주나물.
2/ *set of hooks, stand, support* [명] 받침대, 버팀목.
＊ giá sách → 책장.
＊ giá treo cổ → 단두대.
＊ giá phơi quần áo → 빨래 건조대.
3/ *price, cost, rate* [명] = giá cả 가격, 값.

giá áo
지아(야) 아오
stand, rack [명] 옷걸이.

giá bán
지아(야) 반
selling price [명] 판매가격.

giá bán lẻ
지아(야) 반래
retail price [명] 단가.

giá bán sỉ
지아(야) 반 시
wholesale price, trade price [명] 소매가.

giá buốt
지아(야) 부옫
bitting cold [형] 매우 추운.

giá cả
지아(야) 까
price, market price [명] 가격, 값.

giá lạnh (rét) 지아(야) 란(랜)	*frozen* [형] 냉장의, 냉동의.
giá như 지아(야) 니으	*supposing that* [부] 만약, 만약에. ✻ giá như có anh ấy ở đây thì tốt quá! → 만약에 그가 여기 있었다면 매우 좋을텐데!
giá mua 지아 무아	*purchase price, buying price* [명] 구입가격.
giá trị 지아(야) 찌	*value, worth* [명] 가치, 값어치. ✻ vật vô giá trị → 무가치 물건.
già 지아(야)	*old* [형] 늙은, 나이든. ✻ người già → 노인.
già cả 지아(야) 까	*aged, eldery, old* [형] 늙은, 노령의. ✻ phải biết tôn kính người già cả → 반드시 노인 공경을 알아한다.
già cỗi 지아 꼬이	*old and stunted* [형] 낡고 소모된,
già dặn 지아(야) 얀	*mature, experienced* [형] = già giặn 성숙한, 경험있는. ✻ còn trẻ tuổi mà ăn nói rất già dặn → 어린 나이지만 말하는 것이 매우 성숙하다.
già lửa 지아(야) 르아	*too much fire* [형] 불이 센. ✻ đừng để già lửa quá, bánh sẽ bị khét → 불을 너무 세게 하지 말아라, 빵이 다 탈라.
già mồm 지아(야) 몸	*verbosely,argumentative*[형]논쟁을 좋아하는, 왈가왈부하는. ✻ chuyện đã rõ ràng như thế mà còn già mồm ra cãi → 일이 이렇

게 정확해졌는데도 계속 왈가왈부 논쟁하고 있다.

già nua
지아(야) 누아
old, aged [형] 늙은, 노령의, 낡은.

già trước tuổi
지아쯔억뚜오이
to be old before one's time [형] 늙어보이는, 나이들어 보이는.
* vì phải lao động vất vả nên già trước tuổi → 고생을 많이해서 나이보다 늙어보인다.

già yếu
지아(야) 이에우
old and weak, decrepit
[형] 노약의.
* ưu tiên cho người già yếu → 노약자를 우선하다.

giả
지아(야)
false [형] 거짓의, 가짜의, 모조의.
* đạo đức giả → 가식적인 도덕.
* nữ trang giả → 가짜 장식품.
* vàng giả → 모조 금.

giả bệnh
지아(야) 벤
pretend to be ill [동] 꾀병하다.
* nó giả bệnh để được nghỉ học ở nhà → 그는 학교를 쉬고 집에 있으려고 꾀병을 부리다.

giả bộ
지아(야) 보
feign, sham, pretend, assume
[동] = giả vờ ~인체 하다.
* giả bộ đạo đức → 도덕적인체 하다.

giả cầy
지아(야) 꺼이
false dod-meat dish, pidgin [명] 가짜 개고기.

giả da
지아(야) 야
imitation leather [형] 인조가죽.

giả danh
지아(야) 얀
use an assument name, pose as
[동] 가명을 사용하다, 사칭하다.

✳ giả danh cảnh sát để lừa gạt tiền của nạn nhân → 피해자를 속이기 위해 경찰로 사칭하다.

giả dạng
지아(야) 양
to masquerade, disguise oneself [동] 가장하다, 변장하다.
✳ ăn cướp giả dạng thầy tu → 강도가 중으로 변장하다.

giả dối
지아(야) 요이
false, dishonest [형] 가짜의, 허위의, 부정직한. ✳ sống giả dối → 부정직하게 살다. ✳ lời nói giả dối → 거짓말.

giả dụ
지아(야) 유
suppose (that) [부] 가정하면, 예를 들면. ✳ giả dụ như nó đã bị bắt thì chúng ta sẽ làm sao? → 예를 들어 그가 잡히면 우리는 어떻게 할 것인가?

giả điên
지아 디엔
pretend to be mad
[동] 미친 척하다.

giả điếc
지아 디엔
to feign deafness [동] 귀머거리 인 체 하다, 못들은 척 하다.

giả mạo
지아(야) 마오
to falsify, forge, take
[동] 위조하다, 날조하다.
✳ giả mạo giấy tờ để chiếm đoạt tài sản → 재산을 차지하기 위해 서류를 날조하다.

giả sử
지아(야) 스
supposing that [부] 만약 ~이라면, ~이라고 가정하면.
✳ giả sử chiều nay trúng số, anh sẽ làm gì? → 만약 오늘 저녁에 당신이 복권에 당첨되면 당신은 무엇을 하실것입니까?

giả tạo 지아(야) 따오	*affected* [형] 잘난 척하는, 허세 부리는, 젠체하는. ✳ điệu bộ giả tạo → 잘난 척하는 모양.
giả thiết 지아(야) 티엩	*suppose, supposition* [부] 가정하는, 추정하는.
giả thuyết 지아(야) 투옡	*hypothesis* [명] 가설(假說).
giả vờ 지아(야) 버	*pretend, feign* = giả bộ [동] ~인체하다. 가장하다. ✳ giả vờ không thấy → 못본체 하다.
giã 지아(야)	*pound* [자] 빻다, 찧다. ✳ giã gạo → 쌀을 빻다.
giác mạc 지앋 맏	*cornea* [명] (해부/눈의) 각막.
giác ngộ 지악(약) 응오	*to awaken, enlighten* [동/형] (불교) 자각하다.
giác quan 지악(약) 꽌	*sense* [명] (해부) 감각, 오감. ✳ có giác quan thứ 6 → 6번째 감각.
giai cấp 지아이(야이) 껍	*class* [명] 계급 ✳ phân biệt giai cấp → 계급을 분별하다. ✳ giai cấp công nhân → 노동자 계급.
giai điệu 지아이 디에우	*tune, melody* [명] 곡, 선율.
giai đoạn 지아이(야이) 도안	*stage, period, step, phase* [명] 단계, 주기. ✳ giai đoạn đầu bao giờ cũng khó khăn → 첫번째 단계는 언제나 어렵다.
giai nhân	*beautiful women, girls* [명] 미녀.

지아이(야이) 년
giai thoại 지아이(야이)토아이	*ana, anecdote* [명] 일화, 기담.
giải 지아이(야이)	**1/** *prize, award* [명] 상, 포상. ＊ đoạt giải nhất môn bơi lội → 수영부문에서 일등을 하다. ＊ giải đặc biệt → 특별상. ＊ giải nhất → 일등상. ＊ giải khuyến khích (an ủi) → 위로상. **2/** *march off, to refer sb. to* [동] 맡기다, 넘기다. ＊ cảnh sát giải tên tội phạm ra tòa → 경찰이 범죄자를 법원으로 넘기다. **3/** *to solve* [동] 해결하다, 풀다. ＊ giải một bài toán → 수학문제를 풀다. ＊ vấn đề nan giải → 어려운 문제를 풀다.
giải buồn 지아이(야이) 부온	*to relieve, to down one's sorrows* [동] = giải sầu 기분을 풀다, 우울함을 달래다. ＊ nghe nhạc giải buồn → 음악을 들어 기분을 풀다.
giải đáp 지아이(야이) 답	*to clear up, answer (someone's question)* [동] 대답하다, 해답을 내다.
giải đoán 지아이(야이) 도안	*to interpret* [동] 설명하다, 해석하다.
giải độc	*detoxicate* [동] 해독(害毒)하다.

지아이(야이)돕

giải khát — to quench one's thirst, refresh onself with drink [동] 갈증을 해소하다.
지아이(야이)칸

giải khuây — to find relief [동] 위안을 삼다.
지아이(야이)쿠어이

giải lao — to have a break, to take a rest [동] 쉬다, 휴식하다.
지아이(야이) 라오

giải mã — to decode [동] 번역하다, 해독 (解讀)하다.
지아이(야이)마

giải nghệ — to go out of business [동] 폐업하다.
지아이(야이) 응헤

giải nghĩa — to explain [동] 설명하다.
지아이(야이)응히아

giải ngũ — to return from military service [동] 제대하다.
지아이(야이) 응우

giải nhiệt — antipyretic, febrifuge [형/명] 해열제, 해열의.
자이이(야이) 니엔

giải oan — to justify, vindicate [동] 의혹을 풀다, 정당화하다, 누명을 벗다.
자이이((야이) 오안

giải pháp — solution, cure, remedy [명] 해법, 해결. * chọn 1giải pháp tốt nhất → 가장 좋은 해법을 한가지 고르다.
지아이(야이)팝

giải phẫu — (surgery, surgical) to operate [동] 수술하다. * giải phẫu thẩm mỹ → 성형수술하다.
지아이(야이) 퍼우

giải phóng — to liberate, free [동] 해방하다.
지아이(야이)퐁

giải quyết — to solve [동] 해결하다.
지아이 꾸웰

giải sầu 지아이 서우	*to relieve, to down one's sorrows* [동] 기분을 풀다. ✽ uống rượu giải sầu → 술을 마셔서 기분을 풀다.
giải tán 지아이(야이)딴	*to disperse, break up* [동] 해산하다, 뿔뿔이 흩어지다.
giải thể 지아이(야이)테	*to dissolve* [동] 해산하다.
giải thoát 지아이(야이) 토앋	*to save, rescue, deliver* [동] 해방시키다, 구조하다.
giải thích 지아이(야이)틷	*explain, elucidate* [동] 설명하다, 해명하다.
giải thưởng 지아이(야이) 트엉	*prize, award* [명] 상, 포상.
giải trí 지아이(야이)찌	*to amuse (entertain) onself, relax* [동] 즐기다, 흥겹게 하다.
giải tỏa 지아이(야이) 또아	*to clear aways, lift the blockade* [동] 해방하다, 면제하다.
giam 지암(얌)	*put in prison* [동] 투옥하다.
giam cầm 지암(얌) 껌	*keep in prison* [동] 감금하다.
giám định 지암(얌) 딘	*make an expertise, to appraise, survey* [동] 감정하다, 평가하다.
giám đốc 지암(얌) 돕	*director* [명] 사장.
giám hiệu 지암(얌)히에우	*school managing board* [명] 서무과.
giám hộ 지암 호	*guardian, tutor (of the minor)* [명] 후견인, 보호자.

giám khảo 지암(얌) 카오
examiner, juryman(woman)
[명] 시험관, 심사관.

giám thị 지암(얌) 티
oversee, invigilator
[명] 시험 감독관.

giảm 지암(얌)
reduce, cut down [자] 축소하다, 절감하다. ∗ giảm biên chế → 제조를 절감하다.

giảm sút 지암(얌) 숟
decrease, decline [동] 줄어들다, 감소하다.
∗ sức khỏe của nó dạo này đã giảm sút nhiều → 그의 건강은 요즘 많이 줄어들었다.

giảm thọ 지암(얌) 토
shorten (reduce) one's life-span
[형] 수명이 줄어들다.
∗ rượu và thuốc phiện làm cho ông ta mau giảm thọ → 술과 마약은 당신의 수명을 빨리 단축시킵니다.

gian 지안(얀)
1/ *partition, room, compartment*
[명] 분실, 격실. ∗ nhà có 3 gian → 3개의 격실이 있는 집.
2/ *fraudulent, dishonest*
[형] 부정직한, 속임수의.

gian ác 지안(얀) 악
dishonest and cruel [형] 부정직하고 악한.

gian dâm 지안(얀) 엄
adulterous [동/형] 간통의, 부정한.

gian dối 지안(얀) 요이
false, dishonest
[형] 허위의, 거짓말하는,

gian khổ 지안(얀) 코	*arduous, hardship* [형] 몹시 힘든, 매우 어려운.
gian lao 지안(얀) 라오	*gruelling hard* [형] 고된, 힘든.
gian lận 지안(얀) 런	*cheating* [형] 사기치는, 속이는.
gian nan 지안(얀) 난	*miserably hard* [형] 지독히 어려운, 비참하게 힘든.
gian nguy 지안(얀) 응위	*hard and dangerous* [형] 어렵고 위험한.
gian trá 지안(얀) 짜	*dishonest and deceptive* [형] 부정직하고 믿을수 없는.
gian truân 지안(얀) 쭈언	*hard* [형] 어려운.
gian xảo 지안(얀) 싸오	*artful, crafty, designing* [형] 교활한, 간사한, 교묘한.
gián 지안(얀)	*cockroach* [명] (곤충) 바퀴벌레.
gián điệp 지안(얀) 디엡	*spy* [명] 스파이, 첩자.
gián tiếp 지안(얀) 띠엡	*indirect* [형] 간접적인.
giàn 지안(얀)	*trellis, rack, frame, frame-work* [명] (넝쿨의) 격자 시렁. ✻ giàn bí → 호박넝쿨 격자 시렁.
giàn giụa 지안 지우아 (얀 이우아)	*overflows, profusely* [형] 넘치는. ✻ nước mắt giàn giụa → 넘치는 눈물.
giản dị 지안 지(얀 이)	*simple, plain* [형] 간소한, 간단한.

giản đơn / *simple, uncomplicated*
지안(얀) 던 / [형] = đơn giản) 단순한.

giản lược / *summary, concise*
지안(얀) 르언 / [형] 요약한, 개략의.

giản tiện / *simple and convenient*
지안(얀) 띠엔 / [형] 간단하고 편리한.

giản yếu / *summary but complete*
지안(얀) 이에우 / [형] 완벽하게 요약한.

giãn / *to slacken, relax, stretch*
지안(얀) / [동/형] 느슨하게 하다.
✶ giãn tĩnh mạch (*varicose*) → 정맥 노장의.

giang / *river* [명] (한자어) 강(江).
지안(양)

giang hồ / **1/** *errant* [형] 여러나라를 돌아 다니는. ✶ đi giang hồ → 여러나라를 돌아다니다.
지안(양) 호
2/ *ringleader* [명] 암흑계 조직 원. ✶ giới giang hồ (*demimonde, gangland*) → 암흑계.

giang mai / *syphilis* [명] (의학) 매독.
지안(양) 마이

giang sơn / *river and mountain, land, country*
지안(양) 선 / [명] (한자어) 강산(江山).

giáng / **1/** *to downgrade, to demote* [동] 격하시키다. ✶ ông ta bị giáng chức → 그는 직위가 격하되었다.
지앙(양)
2/ *to deal, deliver* [동] 타격을 가하다. ✶ hắn ta bị giáng một cú vào quai hàm → 그는 아구를 한대 가격 당했다.

giáng hương 지앙(양) 흐엉	*santal, perfumed tree* [명] 향나무.
giáng sinh 지앙(양) 신	**1/** *to be born* [동] 태어나다. **2/** *christmas* [명] 크리스마스.
giảng 지앙(양)	*to explain, preach* [자] 설교하다.
giảng dạy 지앙(양) 야이	*to teach* [동] 가르치다.
giảng đường 지앙(양) 드엉	*university auditorium* [명] 대강의실.
giảng giải (양 야 이) 지앙 지아이	*explain, make clear* [동] …을 밝히 다, 알게 하다, 설명하다
giảng viên 지앙(양) 비엔	*university teacher* [명] 교수, 가르치는 사람, 교사.
giành 지안(야)	*compete, vie with sb. for some- thing* [동] 가져오다. ✲ đánh đuổi giặc ngoại xâm để giành lại tự do → 외적을 물리치 고 자유를 다시 가져오다.
giành giật 지안 지얻(얀 이얻)	*to fight over something* [동] 빼앗 다. ✲ giành giật nhau cái bánh → 과자를 서로 빼앗다.
giao 지아오(야오)	*entrust, assign* [자] 맡기다, 양도하다.
giao ban 지아오(야오) 반	*hand over to the next shift* [동] 다음 교대조로 인계하다.
giao ca 지아오(야오) 까	*hand over to the next team* [동] 다음 팀으로 넘기다.
giao du 지아오(야오) 유	*be friend with* [동] ~와 친해지다.

giao hẹn 지아오(야오) 핸 — *to promise conditionally to do sth.* [동] (조건부의) 약속하다.

giao hữu 지아오(야오) 흐우 — *friendly* [형] 친교의. ✻ trận đấu giao hữu giữa Hàn Quốc và đội tuyển Việt Nam → 한국팀과 베트남팀의 친교전.

giao thiệp 지아오(야오) 티엡 — *to be in contact* [동] 교류하다. ✻ không nên giao thiệp với kẻ xấu → 나쁜 사람들과 교류하지 마라.

giao thông 지아오(야오) 톰 — *communication, traffic* [명] 교통.

giao thừa 지아오 트아 — *New Year's Eve, watch-night* [명] 제야(除夜).

giao tiếp 지아오(야오) 띠엡 — *to contact, get in touch with sb.* [동] 교섭하다,

giao tranh 지아오(야오)짠 — *to exchange fire* = giao chiến [동] 교전하다.

giao ước 지아오(야오) 으억 — *to promise each other* [동] 서로 약속하다.

giao việc 지아오(야오) 비엑 — *to assign a task to sb.* [동] 일을 인계하다.

giáo án 지아오(야오)안 — *lesson plan* [명] 교안, 교재.

giáo chủ 지아오(야오)쭈 — *head of a religion* [명] 교주.

giáo chức 지아오(야오)쯕 — *teachers* [명] 교직.

giáo dân 지아오(야오)연	*the catholic, parishioner* [명] 교인.
giáo dục 지아오(야오)읍	**1/** *to educate* [동] 교육하다. **2/** *education* [명] 교육.
giáo khoa 지아오(야오)콰	*textbook, a manual* [명] 교과서.
giáo sư 지아오(야오)스	*university professor* [명] 교수.
giáo trình 지아오(야오)찐	*a course, textbook, schoolbook* [명] 교과서.
giáo viên 지아오 비엔	*teacher* [명] 교직원.
giảo quyệt 지아오 꾸웰	*artful, deceitful* [형] 교활한, 교묘한.
giáp 지압(얍)	**1/** *the first heavenly stem, cycle of 12 years* [명] 자(子), 12간지중 첫 번째, 쥐. ✳ sinh năm giáp tý → 자시년생. **2/** *to border, be contiguous to* [동] = giáp ranh 경계를 이루다.
giáp chiến 지압(얍) 찌엔	*face each other in fighting* [동] 대면해 싸우다.
giáp năm 지압(얍) 남	*the last days of the year* [명] 한해의 마지막 날.
giàu 지아우(야우)	*rich* [형] 돈 많은, 부자의, 부유한.
giàu sang 지아우(야우) 상	*wealthy, rich and noble* [형] 부귀의.
giày 지아이(야이)	*shoe* [명] 구두, 단화 ✳ giày thể thao → 운동화.

giày vò 지아이(야이)보	*torment, nag* [동] 고통을 주다, 괴롭히다.
giày xéo 지아이 쌔오	*trample upon* [동] 짓밟다, 유린하다.
giãy 지아이(야이)	*squire violently* [동] = *giãy dụa* 버둥거리다.
giãy nảy 지아이 나이	*explode with discontent* [동] 투정부리다.
giặc 지악(약)	*rebel, bandit, invader* [명] 침략자.
giặc biển 지악(약) 비엔	*pirate, corsair* = *hải tặc* [명] 해적.
giặc giã 지악 지아(약 야)	*war, hostilities* [명] 전쟁, 전투.
giặc lái 지악(약) 라이	*enemy pilot* [명] 적군 조종사.
giăng 지앙(양)	*to spin, spread, extend* [동] (거미가) 실을 내다. ✶ con nhện giăng tơ → 거미가 거미줄을 내다.
giằng 지앙(양)	*snatch, tug at* [동] 잡아채다.
giằng co 지앙(양) 꼬	*pull about* [동] 잡아당기다.
giằng xé 지앙(양) 쌔	*snatch and tear* [동] 잡아채서 찢다.
giắt 지암(얌)	*tuck, stick* [동] 꽂다, 끼워 넣다.
giặt 지암(얌)	*to wash* [동] 세탁하다.

giặt giũ 지앋 지우	*wash (clothes)* [동] 세탁의 총칭.
giặt ủi 지앋(얃) 우이	*to launder* [동] 세탁하다, 빨아 다리다. ✱ tiệm giặt ủi →세탁소.
giấc 지억(역)	*sleep, slumber* [명] = giấc ngủ 선잠, 얕은 잠.
giấc mơ 지억(역) 머	*a dream* [명] = giấc mộng 꿈.
giấm 지엄(염)	*vinegar* [명] 식초.
giẫm 지엄(염)	*tread on* [동] 밟아 뭉개다.
giậm 지엄(염)	*to stamp* [동] 짓밟다, 짓부수다.
giận 지언(연)	*be angry* [동] 화내다, 성내다.
giận dỗi 지언(연) 요이	*be in the sulks, sulk* [동] 골내다, 뚱하다.
giận dữ 지언(연) 이으	*be infuriated* [동] 격분하다, 격노하다.
giận hờn 지언(연) 헌	*take offense* [동] 화내다, 성내다.
giật 지얻(엍)	**1/** *snatch* [동] 잡아채다 ✱ giật dây chuyền → 목걸이를 잡아채다. **2/** *shock* [동] 충격을 주다 ✱ điện giật → 감전되다.
giật gân 지얻(언) 건	*thrilling, sensational* [형] 선풍적인, 선정적인, 놀라운. ✱ tin giật gân → 선풍적인 소식.

giật lùi 지엇(엇) 루이	*to move back* [동] 후퇴하다.
giật mìn 지엇(엇) 민	*to detonate a mine, explode a mine* [동] 지뢰가 터지게 하다.
giật mình 지엇(엇) 민	*to jump, to start* [동] 뛰어오르다.
giật tiền 지엇(엇) 띠엔	*to snatch money from somebody* [동] 돈을 빼앗다.
giấu 지어우(여우)	*hide, conceal* [동] = giấu diếm 숨기다, 감추다.
giây 지어이(여이)	*second, moment* [명] (시간의 단위인) 초, 잠시, 순간.
giây lát 지어이(여이)랏	*moment, jiffy* [명] 순간, 잠시.
giây phút 지어이(여이)풋	*second and minute, a moment* [명] 분초, 순간, 잠시.
giấy 지어이(여이)	*paper, certificate* [명] 종이, 증서.
giấy phép 지어이(여이) 팹	*permit, liscence* [명] 허가서, 면허장.
giấy tờ 지어이(여이) 떠	*paper, document* [명] 종이, 서류.
giẻ 지애(애)	*rag, clout* [명] 걸레.
gièm 지앰(앰)	*backbite, run down* = gièm pha [동] 헐뜯다, 비방하다.
gieo 지애오(애오)	*sow, shift off, throw* [동] 씨뿌리다, 점괘를 내다.
gieo rắc 지애오(애오)락	*spread maliciously* [동] 흩뿌리다.

gieo trồng 지애오(애오) 쫌	*saw and plant, cultivate* [동] 씨뿌려 경작하다.	
giêng 지엥(이엥)	*first lunar month* [명] 1월.	
giếng 지엥(이엥)	*well* [명] 우물.	
giết 지엗(이엗)	*to kill, prejudice* [동] 죽이다.	
giết hại 지엗(이엗)	*to kill, to murder, to destroy* [동] 죽이다, 모살하다.	
giễu 지에우(에우)	*make fun of* [동] 놀려대다.	
giễu cợt 지에우(예우) 껃	*banter, ridicule* [동] 놀리다, 희롱하다.	
gió 지오(요)	*wind* [명] 바람.	
gió bão 지오(요) 바오	*windstorm, hurricane* [명] 폭풍.	
gió bắc 지오(요) 벅	*north-easterly wind* [명] 북서풍.	
gió mùa 지오(요) 무아	*monsoon* [명] 계절풍.	
gió mưa 지오(요) 므아	*wind and rain, inclemency, bad weather* [명] 비바람, 궂은 날씨.	
giò 지오(요)	*leg, foot* [명] 다리.	
giò gà 지오(요) 가	*chickens's feet* [명] 닭다리.	
giò heo 지오(요) 해오	*pig's trotters* [명] 돼지족.	

giò lụa 지오(요) 루아	*lean pork paste* [명] = chả lụa (음식) 돼지고기로 만든 햄.
giỏ 지오(요)	*creel, basket* [명] 바구니.
giỏi 지어이(여이)	*clever, well, good, proficient* [형] 우수한, 잘하는, 현명한. ✷ giỏi toán → 수학을 잘한다.
giòn 지온(온)	*brittle, crisp* [형] 부서지기 쉬운, 파삭파삭한.
giòn giã 지온 지아 (온 야)	*resounding* [형] 울리는. ✷ tiếng chào mời giòn giã khắp nơi → 호객하는 소리가 여기저기서 울리다.
giòn tan 지온(온) 딴	*very crisp, sounding forth in peals* [형] 매우 파삭파삭한, 힘찬, 호탕한. ✷ cười giòn tan → 호탕하게 웃다. ✷ bánh mì giòn tan → 파삭파삭한 바게트 빵.
giong ruổi 지옴(염)루오이	*to travel far away* [동] 여기저기 여행하다. ✷ giong ruổi trên khắp nẻo đường đất nước → 나라 안의 모든 길을 따라 여행하다.
giỏng 지옴(염)	*to raise* [동] 귀 기울이다. ✷ giỏng tai lên nghe → 귀 기울여 듣기를 기다리다.
giọng 지옴(염)	*accent, tone, voice* [명] 음조, 어조, 톤, 목소리. ✷ giọng nói dịu dàng → 상냥한 목소리.
giọng buồn 지옴(염) 부온	*sad tone* [형] 슬픈 어조.

giọng ca 지옴(염) 까	*singing voice* [명] 노래하는 목소리, 성량.
giọng cao 지옴(염) 까오	*high tone* [형] 격조 높은.
giọng điệu 지옴(염) 디에우	*tongue, tone* [명] 가락, 선율.
giọng đọc 지옴(염) 돕	*pronunciation* [명] 발음.
giọng nam 지옴(염) 남	*male voice* [명] 남성목소리.
giọng nữ 지옴(염) 느	*femal voice* [명] 여성목소리.
giọng trầm 지옴(염) 쩜	*bass, grave accent* [형] 저음의, 베이스의.
giọng văn 지옴(염) 반	*writing style* [명] 문체.
giỗ 지오(요)	*dead anniversary* [명] 제사.
giội 지오이(요이)	*pour down* [동] 비오듯 흐르다.
giống 지옴(염)	1/ *race, gender, sex* [명] 성(性), 성별. ✻ giống đực / cái → 수컷 / 암컷. 2/ *look like, resemble* [형] 같은, 닮은. ✻ mặc áo giống nhau → 옷을 똑같이 입었다.
giống nòi 지옴(염) 노이	*race* [명] 품종.
giờ 지어(여)	*hour, time, o'clock, now* [명] 시, 시간, 기간, 현재.

* giờ hành chính → 근무시간.
* giờ địa phương → 현지시각.
* tôi sẽ đến đúng giờ → 나는 정시에 도착할 것이다.

giờ giấc
지어(여) 지억(역)
schedule, timetable [명] 스케줄, 시간표. * ăn ngủ đúng giờ giấc để giữ gìn sức khỏe → 건강을 지키기 위해 시간표를 지켜 생활한다.

giờ phút
지어(여) 풉
hour and minute, moment [명] 시분(時分), 단시간, 순간.
* giờ phút trọng đại của lịch sử → 역사의 중대한 순간.

giờ quốc tế
지어 꾸옥 떼
Universal time, Greenwich mean time [명] 만국 표준시.

giờ
지어(여)
1/ *open, pull, make* [동] 열다, 펴다. * giở sách ra đọc → 책을 펴서 읽다.
2/ *to take off, remove* [동] 벗다.
* giở nón ra chào → 모자를 벗고 인사를 하다.
3/ *show, change* [동] 드러나다, 변하다. * giở thói lưu manh → 고약한 성격이 드러나다.

giở giọng
지어 지옴(여 염)
to change one's tune
[동] 태도/ 어조를 바꾸다.

giở quẻ
지어(여) 꾸애
to change one's tactics
[동] 전술을 바꾸다.

giở trò
지어(여) 쪼
to make fuss, to do one's stuff
[동] = giở thói 드러내다. * nó lại giở trò lừa đảo ra nữa! → 그가 다시 속임수를 드러냈다.

giới 지어이(여이)	*set, circle, world* [명] 범위, 영역, 세계. ✻ giới âm nhạc → 음악계. ✻ giới thể thao → 체육계.
giới chức 지어이(여이)쯕	*authorities* [명] 권력이 위임되어 있는 기관 또는 사람, 관직. ✻ buổi họp hôm đó có đầy đủ các giới chức địa phương → 그날 회의에는 각 지방 관직들이 다 참석했다.
giới hạn 지어이(여이)한	*to limit, restric, confine* [동/형] 제한하다, 한정하다, 한계를 정하다. ✻ việc gì cũng có giới hạn cả → 어떤 것이든 모두 한계가 있다.
giới nghiêm 지어이(여이)응히엠	*curfew* [명] 계엄. ✻ giờ giới nghiêm (*curfew time*) → 계엄령시.
giới thiệu 지어이(여이)티에우	*present, introduce, recomment* [동] 소개하다. ✻ xin giới thiệu đây là anh Kim, bạn tôi →, 이쪽은 제 친구인 김씨를 소개하겠습니다.
giới tính 지어이(여이) 띤	*sex* [명] 성(性), 성별.
giới tuyến 지어이(여이) 뚜웬	*demarcation line, boundary* [명] 경계, 경계선.
giới từ 지어이(여이)뜨	*preposition* [명] 전치사.
giỡn 지언(연)	*to have fun, to joke, play* [동] 놀다, 즐기다, 농담하다. ✻ nói giỡn (nói đùa) → 농담하다.

giỡn mặt 지언(연) 맏	*to fool around, to trifle, to toy* [동] = lờn mặt 소홀히 다루다, 가지고 놀다. ☀ đừng có giỡn mặt với tôi nhé! → 나를 가지고 놀지 마라.
giũ 지우(이우)	*shake dirt (dust) off* [동] 때를 지우다.
giục 지웁(읍)	*urge, stir up* [동] 밀어부치다, 추진하다.
giục giã 지웁 지아(읍 야)	*urge* [동] 밀고 나아가다. ☀ tiếng trống giục giã vang lên → 북소리가 울려퍼지다.
giùm 지움(웁)	*help* [동] 거들다, 도와주다. ☀ nhớ cảm ơn ông ấy giùm tôi nhé → 저를 도와주신 은혜 잊지 않겠습니다.
giun 지운(운)	*worm* [명] 회충. ☀ thuốc tẩy giun → 회충약.
giúp 지웁(읍)	*help, contribute* = giúp đỡ [동] 돕다.
giúp ích 지웁(읍) 잇	*be of use to, be of help / service to* [동] 유익이 되다, 도움이 되다.
giúp sức 지웁(읍) 슥	*to assist, to help* [동] 도움이 되다, 힘이 되다.
giúp việc 지웁(읍) 비엑	*to be a help to sb., assist* [동] 일에 도움이 되다.
giúp ý kiến 지웁(읍)이끼엔	*to give advise* [동] 의견을 내다, 충고하다.
giữ 지으(이으)	1/ *keep, hold, guard, maintain* [동] 지키다, 잡다, 보호하다. ☀ giữ chặt lấy → 꽉 잡다.

	2/ *defend, protect* [동] 방어하다, 지키다, 막다. ✳ giữ kỹ, đừng làm rách nhé → 확실히 지켜라, 느슨해지지 마라.
giữ bản quyền 이으 반 꾸엔	*to copyright* [동] 저작권을 갖다. ✳ tác giả giữ bản quyền → 작가가 저작권을 가지다.
giữ bí mật 이으 비 멀	*to keep secret* [동] = giữ kín 비밀을 지키다.
giữ gìn 지으 이으진	*defend, protect* [동] 지키다. ✳ phải biết giữ gìn sức khỏe → 반드시 건강을 지켜야 한다.
giữ kẽ 지으(이으) 깨	*to stand on ceremony (with sb.), be overcaution* [동] 격식을 차리다, 지나치게 조심하다. ✳ bạn bè với nhau, không nên giữ kẽ như thế ! → 친구사이에 이렇게 격식을 차리지 마라!
giữ ý 지으(이으) 이	*be thoughtful* [동] 생각이 깊은, 사려 깊은. ✳ giữ ý không dám nói ra → 생각이 있으나 감히 말로 꺼내지 못하다.
giữa 지으아(이으아)	*in the middle of, on (the way) between* [부] 사이에, 중간의.
giương 지으엉(이으엉)	**1/** *raise, spread* [동] 벌리다, 펴다. ✳ giương cung bắn → 활 시위를 당기다 **2/** *openwide* [동] 크게 열다. ✳ giương mắt ra nhìn → 눈을 크게 떠서 보다.
giường	*bed* [명] 침상, 침대

지으엉(이으엉)

gò
고

1/ *knoll, mound, hill* [명] 작은 산, 언덕, 동산
2/ *hammer into sharpe, polish elabora-tely* [동] (해머 등으로) 두들겨서 평평하게 펴다.

gò bó
고 보

impose strick discipline [형] 규제가 심한.

gò ép
고 앱

constrain [동] 강요하다.

gò má
고 마

cheek-bone [명] (해부) 광대뼈.

gõ
고

knock, strike [동] 노크하다.
✳ gõ cửa → 문을 노크하다.

góa
고아

widowed, widower
[형/명] 과부, 홀아비.
✳ ông ấy góa vợ 10 năm nay → 그는 홀아비가 된지 10년 됐다.

góa bụa
고아 부아

widowhood [형] 홀아비의, 과부의.
✳ bà ấy đã lâm vào cảnh góa bụa từ lúc còn rất trẻ → 그녀는 매우 젊었을 적부터 과부의 삶에 접어들었다.

góa phụ
고아 부

widow [명] = quả phụ 과부, 미망인.

góc
곱

angle, quarter, corner
[명] 구석, 모퉁이.
✳ góc nhọn → 날카로운 각도.
✳ nhà tôi ở góc đường Lê Lợi và Nguyễn Huệ → 우리집은 레러이와 응우웬 훼 길의 모퉁이에 있다.

gói 고이	**1/** *to wrap up, to pack* [동] 싸다, 포장하다. **2/** *pack, parcel, packed* [명] 상자, 갑. ✶ gói thuốc lá → 담배갑.
gói ghém 고이 갬	*wrap up neatly* [동] 반듯하게 싸다, 포장하다. ✶ gói ghém các thứ linh tinh lại → 잡동사니들을 다시 싸다. ✶ sống gói ghém → 포장해서 살다.
gỏi 고이	*dish make of fish and vegetables* [명] 생선과 야채를 말아서 만든 음식.
gọi 고이	**1/** *call, recall, to phone* [동] 부르다, 전화를 걸다. ✶ gọi điện thoại → 전화를 걸다. ✶ gọi taxi → 택시를 부르다. **2/** *to wake up, call* [동] 깨우다. ✶ sáng mai nhớ gọi tôi dậy lúc 6 giờ nhé → 내일 아침 6시에 나를 깨워주는 거 잊지마라. **3/** *order* [동] 음식을 주문하다. ✶ anh gọi món gì chưa? → 주문하셨어요?
gom 곰	*to collect, to gather* [동] 모으다. ✶ gom lại một đống → 한 더미로 모으다.
gom góp 곰 곱	*to gather, to save up* [동] 모으다, 저축하다. ✶ gom góp tiền bạc để mua xe → 차를 사기위해 돈을 모으다.

gọn 곤	entire, complete, tidy [형] 완벽한, 깔끔한.
gọn gàng 곤 강	neat, tidy [형] 깔끔한, 단정한. * ăn mặc gọn gàng → 단정하게 입다.
gọng 곰	frame, rim [명] 액자, 틀, 테두리. * gọng kính → 안경테.
góp 곱	add up, collect, to contribute [동] 기부하다, 공헌하다, 모으다. * góp vốn làm ăn → 사업자금을 모으다. * góp tiền cứu trợ nạn nhân bão lụt → 홍수로 인한 수재민 돕기 성금을 기부하다.
góp cổ phần 곱 꼬 펀	buy stock [동] 주식를 매입하다.
góp mặt 곱 맏	to attend, to be present at .. [동] 참석하다.
góp nhặt 곱 낟	to collect, gather [동] 모으다. * góp nhặt từng chút một để nuôi con ăn học → 자녀를 공부시키기 위해 (돈을) 조금 모으다.
góp phần 곱 펀	take part, to help to do sth. [동] 기부하다, 공헌하다.
góp vui 곱 부이	to join in the fun [동] 즐거워 하다.
góp ý 곱 이	offer advise [동] 충고하다, 의견을 모으다.
gót 곧	heel [명] 뒤꿈치.

gót chân 곧 쩐	*heel of foot* [명] (해부) 발 뒤꿈치.
gót giày 곧 지아이	*heel of shoe* [명] 신발 굽, 뒤축.
gọt 곧	*peel, pare, sharpen* [동] 벗기다, 깎다.
gọt giũa 곧 지우아(이우아)	*polish with great care* [동] 다듬다. ✻ gọt dũa từng câu (văn) → 문장을 다듬다.
gồ 고	*prominent* [형] 튀어나온.
gồ ghề 고 게	*rough, uneven* [형] 울퉁불퉁한. ✻ con đường gồ ghề → 울퉁불퉁한 길.
gỗ 고	*wood, timber, lumber* [명] 나무, 재목, 목재.
gốc 곱	*root, foundation, base of tree-stock* [명] 뿌리, 기초, 근본, 자손, 시조. ✻ ông ấy là người Việt gốc Hoa → 그는 화교에 뿌리를 둔 베트남 사람이다.
gốc cây 곱 꺼이	*stump, foot of a tree* [명] 나무 뿌리.
gốc gác 곱 각	*origin, source* [명] 근원, 근본, 태생. ✻ ông ta gốc gác ở Mỹ Tho → 그는 미토 태생이다.
gốc rễ 곱 레	*root and branch* [명] 뿌리와 가지. ✻ tiêu diệt tận gốc rễ → 뿌리와 가지를 소멸시키다. = 뿌리채 뽑

	아버리다.
gối 고이	*pillow* [명] 베개.
gội 고이	*wash one's hair* [동] (머리를) 감다. ✱ gội đầu → 머리를 감다.
gốm 곰	*baked clay, pottery* [명] 도기, 테라코타. ✱ đồ gốm → 도자기.
gồm 곰	*consist of, include* [동] 포함하다.
gông 곰	*cangue* [명] (죄수의 목에 씌우는) 칼.
gông cùm 곰 꿈	*cangue and stocks (slavery)* [명] 칼과 족쇄.
gồng 곰	*invulnerable* [동] 힘을 주다. ✱ gồng mình ra chịu → 힘을 주어 참다.
gồng gánh 곰 간	*to shoulder* [동] 어깨에 메다.
gộp 곱	*to add up* [동] 합계하다.
gột rửa 곧 르아	*wipe out, to clean* [동] 없애다, 깨끗해 지다.
gờ 거	*edge* [명] 가장자리.
gở 거	*ominous, inauspicious* [형] 불길한, 불행한, 불운한. ✱ điềm gở → 나쁜 징조.
gỡ 거	*ravel out, unravel* [동] 풀리다, 해소되다, 집어서 버리다.
gỡ đầu	*comb one's hair* [동] = chải đầu 머

거 더우 리를 빗다.

gỡ hòa
거 화
to equalize [동] 균일하게 하다, 대등하게 하다.

gỡ rối
거 로이
to disentangle, disembroil [동] 얽힌것을 풀다.

gỡ tội
거 또이
to exculpate [동] 무죄로 하다, 면죄하다.

gỡ xương
거 쓰엉
to bone [동] 뼈를 발라내다.

gởi
거이
1/ *to send* [동] = *gửi* 보내다.
✳ gởi thư → 편지를 보내다.
2/ *to deposit, lodge*
[동] 맡기다, 예금하다.
✳ gởi tiền vào ngân hàng → 은행에 돈을 맡기다.

gởi gắm
거이 감
to recommend [동] 추천하다.

gợi
거이
arouse, provoke
[동] 유발하다, 불러일으키다.
✳ gợi lòng trắc ẩn → 동정심을 유발하다.

gợi cảm
거이 깜
suggestive [형] 도발적인.
✳ cô ta ăn mặc rất gợi cảm → 그녀의 복장은 매우 도발적이다.

gợi chuyện
거이 쭈웬
start a conversation [동] 대화를 시작하다. ✳ gợi chuyện hỏi thăm → 안부를 묻다.

gợi tình
거이 띤
inviting, sexually attractive
[형] 매력적인, 유혹적인.

gợi ý
suggest [동] 제안하다.

거이 이

góm *awfully, disgusting, horrible*
검 [형] 끔찍한, 메스꺼운, 흉한.

góm ghiếc *disgusting and dreadfull*
검 기엑 [형] 역겹고 흉한,

gòm *to dread* [동] 몹시 무서워하다. 공
검 포심을 갖다.

gợn *rippling* [동] 잔물결을 일으키다.
건 파문을 만들다.

gợn sóng *wavy, ripple* [형] 물결치는.
건 솜

gu *taste, liking* [명] 기호, 취향.
구 ＊ chúng nó hợp gu nhau nên mới chơi thân nhau được → 그들은 서로 취향이 맞아서 금방 친해졌다.

gù *hunch-backed* [형] (등이) 굽은, 꼽
구 추의.
＊ lưng gù → 꼽추.

gụ *sindora tree* [명] sindora 나무
구

gục *bow one's head, down with the*
굽 *head first* [동] (머리, 고개)를 숙이다.

gùi *dosser, papoose*
구이 [명] 등에 지는 바구니.

guốc *wooden clog (shoe)* [명] 나막신.
구옥

guồng máy *machinery, apparatus*
구옹 마이 [명] 기계 장치.

gửi **1/** *send* [동] 보내다.

그이 | 2/ deposit, politely submit
[동] 맡기다.

gửi gắm
그이 감 | to recommend, pull strings for sb.
[동] 맡기다, 위탁하다.

gừng
궁 | ginger [명] 생강.

gươm
금 | sword [명] 검.

gượm
금 | wait a moment [동] 잠시 기다리다.

gương
궁 | 1/ mirror [명] 거울.
* soi gương → 거울을 보다.
2/ example [명] 예, 보기.
* làm gương cho con → 자식의 거울이 되다.

gương mẫu
궁 머우 | model, paragon, examplary
[형] 모델, 표본, 보기.
* anh ấy là 1 người cha, người chồng gương mẫu → 그는 아버지, 남편의 표본이다.

gượng
궁 | 1/ strained, unnatural, forced
[형] 부자연한, 억지의. * cười gượng → 억지로 지은 웃음.
2/ to strain, to make effort [동] 온 힘을 다하다. 열심히 노력하다.
* gượng đứng lên → 열심히 노력하다.

gượng ép
궁 앱 | forced [형] 강제적인, 억지의, 강요된. * nếu không thích thì đừng

có gượng ép! → 만약 싫다면 억지로 하지 마라!

gượng gạo
긍 가오

strained, forced
[형] 부자연스런, 억지의
✳ cô ta gượng gạo trả lời → 그녀는 억지로 대답했다.

H - h

h — the 11st letter of the VN alphabet.
하 — 베트남어 알파벳 중 11번째 자.

ha hả — laugh and crow
하 하 — [명] 하하하, 웃음소리.

há — to open wide [동] = hả 넓게 벌리다. ✻ há miệng ra! → 입을 크게 벌려라!
하

hà bá — see-god [명] 바다의 신, 해신.
하 바

hà hiếp — oppress ruthlessly
하 히엡 — [동] 잔인하게 억압하다.

hà hơi — blow with a wide-open mouth
하 허이 — [동] 입을 크게 벌려 입김을 불다.

hà khắc — harsh, severe, draconian
하 각 — [형] 거친, 엄한, 가혹한, 모진.

hà mã — hippopotamus [명] (동물) 하마
하 마

hà tiện — stingy, miserly
하 띠엔 — [형] 수전노인, 인색한, 욕심 많은.

hả — 1/ to open [동] 열다.
하 — ✻ hả miệng ra xem! → 입을 열고 보여주어라!
2/ content, satisfied
[형] = hả dạ, hả giận 만족하는.
✻ đánh cho nó hả giận → 화가 풀

리게 그를 때리다.

3/ (interrogative particle) aren't you? isn't it? [부] 의심을 나타내는 의문사

✻ lại còn chưa hiểu sao, hả? → 아직도 이해가 안간다고?

hả hê
하 헤

satiety [형] 마음에 흡족한, 만족한. ✻ ăn uống hả hê → 마음에 흡족하게 먹고 마시다.

✻ cười nói hả hê → 마음에 흡족하게 웃고 이야기하다.

hạ
하

1/ humble, abase, take down [동] 겸손하다, 겸허하다, 낮추다.

✻ phải để nó thất bại vài lần mới hạ được tánh kiêu căng của nó → 그가 몇번 실패하도록 두면 그의 자만심이 무너지고 겸손 해질 것이다.

2/ to kill, defeat [동] 패배시키다, 타파하다. ✻ hạ được địch thủ → 적을 패배시키다.

3/ summer [명] (닐씨)여름, 하계.

hạ bệ
하 베

topple, knock sb of his pedestal [동] 쓰러뜨리다, 전복시키다.

hạ bộ
하 보

the lower part of the abdomen [명] 생식기관.

hạ cánh
하 깐

to land [동] 하강하다, 착륙하다.
✻ hạ cánh an toàn → 안전하게 착륙하다.

hạ cấp
하 껍

humble, trivial, trashy
[형] 하급 (下級)의, 계급이 낮은.

hạ giá 하 지아(야)	to reduce / lower the price [형/동] 가격을 내리다. ※ hàng hạ giá → 가격인하상품.
hạ giọng 하 지옴(염)	to speak down [동] 목소리를 낮추다. ※ hắn hạ giọng năn nỉ xin tha → 그는 목소리를 낮춰 풀어달라고 간청하다.
hạ huyệt 하 후웰	to lower sb's coffin in to the grave [동] 매장하다, 관을 땅에 묻다.
hạ lệnh 하 렌	to give instructions, to command, to order [동] 하명(下命)하다, 명령을 내리다.
hạ lưu 하 르우	1/ lower section (of a river) [명] (강의) 하류. 2/ lower social classes [형] = hạ cấp 하급.
hạ màn 하 만	1/ to lower the curtain [동] 막을 내리다. ※ vở kịch đã hạ màn → 연극이 막을 내렸다. 2/ to stop, finish [동] 끝나다, 마치다, 종료하다.
hạ mình 하 민	to condescend, to lower oneself [동] 겸손하게 굴다, 자신을 낮추다. ※ tuy nghèo nhưng nó không chịu hạ mình nhờ vả ai cả → 가난함에도 불구하고 그는 자신을 낮춰 남에게 구걸하지 않는다.
hạ sát 하 삳	to kill [동] 살인하다.
hạ sốt	reduce fever [동/형] 열을 내리다.

hạ sĩ
하 시
corporal [명] (군사) 하사.

hạ tiện
하 띠엔
ignoble, abject, vile
[형] = đê tiện 비열한, 야비한, 천한.

hạc
학
flamingo [명] (새) 홍학.

hách
핫
authoritarian, authoritative
[형] 권위적인, 독선적인.

hách dịch
핫 짓(익)
imperious [형] 권위적인.
✻ anh ta thuộc loại người nịnh bợ cấp trên, hách dịch với cấp dưới → 그는 윗사람에게 아첨 하고 아랫사람에게 권위적인 사람이다.

hạch
핫
gland, bubo [명] (의학) 선(腺).

hạch sách
핫 삿
find fault and claim bribes, ask with anger [동] 책문하다, 책망하며 따져 묻다.

hạch toán
핫 또안
to post, enter in the accounts
[동] 결산하다.

hai
하이
two [명] (숫자) 2, 이, 둘.

hái
하이
to pluck, gather, pick [동] 꺾다.
✻ hái hoa → 꽃을 꺾다.

hài cốt
하이 꼿
(mortal)remains [명] 유골.

hài hòa
하이 호아
harmonious [형] 조화로운.
✻ sống hài hòa với mọi người → 모든 사람들과 조화롭게 살다.

hài hước 하이 흐억	*humorous, funny, comic* [형] 해학의. ✽ anh ta có óc hài hước → 그는 유모감각이 있다. ✽ chuyện hài hước → 코믹소설.
hài kịch 하이 낏	*comedy* [명] 희극.
hài lòng 하이 롬	*content, pleased, satisfied* [형] 만족하는, 마음에 드는.
hài nhi 하이 니	*newborn baby* [명] 아기, 영아.
hải âu 하이 어우	*gull, seamen* [명] (새) 갈매기.
hải cảng 하이 깡	*seaport, maritime port* [명] 항구.
hải cẩu 하이 꺼우	*seal, sea-calf* [명] 바다표범, 물개.
hải dương học 하이 즈엉 홉	*oceanography* [명] 해양학.
hải đảo 하이 다오	*island* [명] 섬.
hải đăng 하이 당	*lighthouse* [명] 등대.
hải lý 하이 리	*sea mile, nautical mile* [명] 해리, 북위 48°에서의 자오선 1′의 길이로 1,852m에 해당하며 항해, 천문, 측량에 쓰이는 해상거리의 단위.
hải mã 하이 마	*sea-horse* [명] (동물) 해마.
hải ngoại	*oversea, abroad* [명] 해외.

하이 응아이

hải phận   *territorial waters* [명] 영해, 영수.
하이 펀

hải quan   *customs* [명] 세관.
하이 꾸안

hải quân   *navy, naval force* [명] 해군.
하이 꾸언

hải sản   *seafood* [명] 해산물, 해산식품
하이 산   (물고기, 조개 등).

hải sâm   *holothurian* [명] 해삼.
하이 섬

hải tặc   *pirate, corsair, sea rober* [명] 해적.
하이 딱

hãi   *to fear, to be afraid of* [형] = sợ hãi
하이   두려워하는, 무서워하는.

hãi hùng   *fearful, frightening* [형] 매우 두려
하이 훔   운, 매우 무서운.
     ✻ một cảnh tượng hãi hùng hiện ra trước mắt → 매우 두려운 상황이 눈앞에 펼쳐졌다.

hại   *damage, harm, inflict casualties*
하이   [형] 해로운, 해를 입는, 손해를 끼치는.
     ✻ hút thuốc có hại cho sức khỏe → 흡연은 건강에 해롭다.

ham   *be very fond of, greedy, keen*
함   [동] 매우 좋아하다.

ham ăn   *voracious, to be gluttorious*
함 안   [형] 식탐이 있는.

ham chơi 함 쩌이	*to indulge in pleasure* [형] 노는것을 좋아하는. ✻ ham chơi hơn ham học → 공부보다 노는 것을 더 좋아하다.
ham mê 함 메	*to indulge = đam mê* [동] 빠지다, 탐닉하다. ✻ ham mê tửu sắc → 주색에 빠지다.
ham muốn 함 무온	*to desire, covet* [동] 바라다, 원하다.
ham thích 함 팃	*to be very interested/very fond of* [동] 매우 좋아하다. ✻ ham thích bóng đá → 축구를 매우 좋아하다.
hám 함	*eager, greedy for sth.* [형] = ham mê 탐욕스러운, 욕심 많은.
hám danh 함 얀	*greedy for fame / glory = ham mê danh vọng* [동] 명예를 탐내다.
hám lợi 함 러이	*eager/greedy for gain, mercantile* [동] 이익을 욕심내다.
hám quyền 함 꾸웬	*megalomaniac, greedy for power* [동] 권한을 탐내다.
hàm hồ 함 호	*vague, ill-founded* [형] 어렴풋한, 막연한, 애매한. ✻ đừng có ăn nói hàm hồ như thế ! → 그처럼 애매하게 말하지 마라!
hàm oan 함 오안	*suffer an unjustice* [동] 불공평한 대우를 받다, 부당한 조치를 당하다. ✻ anh ta bị hàm oan → 그는 부당

한 조치를 당하다.

hàm răng
함 랑
set of teeth [명] 치열.

hàm súc
함 숩
to contain, to hold
[동] 함축하다, 내포하다.
✴ câu nói hàm súc nhiều ý nghĩa sâu xa → 깊은 뜻을 함축한 말.

hàm thụ
함 투
through a correspondent course
[형] 통신을 통한.
✴ đại học hàm thụ → 통신대학교.

hàm ý
함 이
imply [동] = ngụ ý 함축하다, 의미하다, 내포하다.

hãm
함
rape, violate, ravish
[동] = cưỡng bức 강탈하다.

hãm hại
함 하이
to harm, to injure [동] 손해를 입히다, 해를 입히다.

hãm hiếp
함 히엡
to violate, to assault sexually
[동] 강간하다.

hạm
함
battleship [명] = chiến hạm 전함 (戰艦).

hạm đội
함 도이
fleet, battle-fleet [명] (해군)함대.

Hán
한
Han (Chinese dynasty) [명] (역사) 중국. ✴ Hán học → 한학.
✴ Hán tự → 한자.
✴ Hán văn → 한문.

hàn
한
1/ *cool* [형] (날씨) 추운.
2/ *poor* [형] = cơ hàn, bần hàn 가난한.
3/ *close, bandage, weld*

[동] 결합시키다, 합치다.

hàn gắn
한 간
dress heal, repair [동] 고치다, 회복하다. ∗ hàn gắn tình bạn → 우정을 회복하다.

hàn huyên
한 후웬
exchange confidences, have a heart-to-heart talk [동] 터놓고 이야기하다.
∗ hàn huyên tâm sự → 속마음을 터놓고 이야기하다.

Hàn quốc
한 꾸억
Sounth-Korea
[명] 대한민국, 한국.

hàn the
한 태
borax [명] (화학) 붕사.

hàn vi
한 비
poor and humble
[형] 가난에 찌든, 궁핍한.

hạn
한
1/ *drought* [명] (날씨) = hạn hán 가뭄.
2/ *limit, term* [명] 한도, 극한.
∗ hôm nay là hạn chót phải nộp bài → 오늘이 과제물 제출의 최종 기한이다.

hạn chế
한 제
limit, restric [동] 제한하다. ∗ số người dự thính không hạn chế → 참여자 수를 제한하지 않다.

hạn chót
한 쫃쫃
closing date, deadline [형] = hạn cuối 마감 시간의, 최종 기한의.

hạn định
한 딘
to set a limit, to set a deadline to [동] 한정하다.

hạn hẹp
한 햅
limited, small, narrow [형] 좁은, 제한적인. ∗ suy nghĩ hạn hẹp → 제

한적인 생각.

hạn sử dụng
한 스 줌(융)
best before date, expiry date
[형] 사용기한 만료의.

hang
항
grotto, cave, burrow, den, hole
[명] 구멍, 동굴.

hang ổ
항 오
lair (of animals), den (of thieves..)
[명] (짐승의)굴, (도둑의)소굴.

hàng
항
1/ goods [명] 물건.
2/ shop [명] 상점, 가게.
3/ line, row [명] 줄, 라인.
✻ gạch hàng → 줄을 긋다.
4/surrender, yield [동] = đầu hàng
항복하다, 포기하다.
✻ thà chết chứ không hàng → 항복하느니 차라리 죽겠다.

hàng chợ
항 저
second-rate quality (goods)
[형] 2류품의.

hàng chục
항 쭌
tens of [형] 수십의.
✻ hàng chục người đứng xếp hàng ngoài cửa chờ xin chữ ký → 수십명의 사람들이 싸인을 받기위해 문밖에 줄을 서서 기다리다.

hàng đầu
항 더우
first-rate(class), top-ranking [형] 최상의, 최고의. ✻ đứng hàng đầu thế giới về môn bóng đá → 축구부문에서는 세계 최상급이다.

hàng đôi
항 도이
double line [형] 2열종대로 선.
✻ các em học sinh xếp hàng đôi để vào lớp → 학생들이 교실로 들어가기위해 2열종대로 서다.

hàng gia dng 항 지아(야) 줌(융)	*household article / commodities* [명] 일용품, 가정용품.
hàng giả 항 지아(야)	*imitation, counterfeit* [명] = hàng dỏm 모조품.
hàng hạ giá 항 하 지아(야)	*sale goods* [명] 할인상품, 세일상품.
hàng hải 항 하이	*marine, maritime* [명] 항해의, 선박의,해운의.
hàng hóa 항 호아	*commodity, goods* [명] 상품, 판매품, 생산품.
hàng không 항 콤	*airline* [명] 항공.
hàng lậu 항 러우	*smuggled/contraband goods* [명] 밀수품.
hàng loạt 항 로앋	*mass, series* [명] 집단, 무리. ✻ hàng loạt người vỗ tay tán thưởng → 한 무리의 사람들이 찬성의 박수를 치다.
hàng lưu kho 항 르우 코	*stock-in-trade* [명] 재고품, 창고품.
hàng mẫu 항 머우	*sample* [명] 견본, 샘플, 표본.
hàng miễn thuế 항 미엔 투에	*duty-free goods* [명] 면세품.
hàng một 항 몯	*single-line* [명] 한줄. ✻ xếp hàng một vào mua vé → 한 줄로 서서 표를 사다.
hàng năm 항 남	*annual, yearly* [부] (hằng năm) 매년, 해마다.

hàng nghìn 항 응힌	*thousands of.* [명] 수천의, 무수한, 많은. ✶ có hàng nghìn người kéo đến xem → 수천명의 사람들이 와서 보다.
hàng ngày 항 응아이	*day-to-day, daily, everyday* [부] 매일의, 나날의.
hàng ngoại 항 응오아이	*foreign goods, imports* [명] 수입품.
hàng ngũ 항 응우	*ranks, row, line* [명] 행렬. ✶ hàng ngũ chỉnh tề, chờ lệnh xuất phát → 행렬이 질서있게 출발 명령을 기다리다.
hàng nội 항 노이	*home product* [명] 국산품.
hàng phục 항 품	*surrender unconditionally* [동] 항복하다. ✶ bọn cướp đã hàng phục → 강도 일당이 항복하다.
hàng rào 항 라오	*fence* [명] 울타리.
hàng rong 항 롬	*peddled wares* [명] 행상품.
hàng tháng 항 탕	*every month, monthly* [명] 매달. ✶ trả tiền điện thoại hàng tháng → 매달 전화요금을 내다.
hàng thật 항 턷	*genuine* [명] 진짜의, 순수한.
hàng thủ công 항 투 꼼	*handicrafts, hand-made goods* [명] 수공품.
hàng trăm	*hundred of …* [형] 수백의.

항 쩜	✳ tai nạn vừa qua có hàng trăm người chết → 지난 사고로 수백 명이 죽었다.
hàng xóm 항 쏨	*neighbour* [명] 이웃.
hãng 항	*firm, company* [명] 회사, 상사.
hãng buôn 항 부온	*business firm, trading company* [명] 무역회사.
hạng 항	**1/** *sort, kind, category* [명] 종류, 분류. ✳ anh ta không phải là hạng người xấu như bạn nghĩ đâu! → 그는 당신이 생각하는 것 처럼 나쁜 부류의 사람이 아니다. **2/** *class, rank* [명] 계급. ✳ mua vé hạng nhất → 일등석 표를 사다. ✳ cô ấy đứng hạng nhì môn Anh văn → 그녀는 영문부분에서 2등을 차지했다.
hạng bét 항 뺀	**1/** *lowest class* = hạng chót [명] 최하, 최하급. **2/** *worst, last* [형] 맨끝의, 가장 나쁜, 최후의.
hạng mục 항 뭅	*article* [명] 항목, 품목.
hạng nhất 항 녇	*first-rate (class)* [명] 최상, 최상급.
hành 한	**1/** *onion* [명] 양파. **2/** *to disturb, bother* [동] = hành hạ 괴롭히다, 방해하다.

* nó hành tôi suốt đêm không ngủ được → 그가 밤새 괴롭혀서 잠을 못잤다.

hành chính *administration*
한 찐 [명] = hành chánh 행정.

hành động *to act* [동] 행동하다, 행하다.
한 돔

hành hạ *maltreat, ill-use* [동] 학대하다.
한 하

hành hình *to execute, put(a criminal) to death*
한 힌 [동] 사형에 처하다.

hành hung *commit assault and battery*
한 훔 [동] 폭행하다.
* nó bị hành hung trước cổng trường → 그는 문앞에서 폭행을 당했다.

hành khách *passenger*
한 캇 [명] 승객, 여객, 선객 (船客).

hành khất *a beggar, mendicant*
한 컬 [명] (사람) 거지, 구걸하는 사람.

hành lang *gallery, corridor, lobby* [명] 부랑자.
한 랑

hành lạc *to have sexual, intercourse*
한 락 [동] 성교하다.

hành lí (lý) *baggage, luggage* [명] 수화물.
한 리 * hành lý xách tay → 손으로 드는 수하물.

hành nghề *carry on a profession, pratise*
한 응헤 [동] 실습하다, 연습하다.
* hành nghề y → 의료실습하다.

hành pháp *executive branch* [명] 행정부, 집

한 팝   행부서. ✳ cơ quan hành pháp → 행정기관.

hành quân   *to operate*
한 꾸언   [동] 작전하다, 행군하다.

hành quyết   *to execute* = hành hình
한 꾸웰   [동] 사형을 집행하다.

hành thích   *to assassinate* [동] 암살하다.
한 팃

hành tội   *to punish* [동] 벌하다, 응징하다.
한 또이

hành trang   *luggage* [명] = hành lý 수하물.
한 짱

hành trình   *itinerary* [명] 여정.
한 찐

hành tung   *track, trail, whereabouts*
한 뚱   [명] 자취, 행적.
    ✳ hành tung bí ẩn → 불가사의한 자취.

hành văn   *to compose, to style* [동] 작문하다.
한 반

hành vi   *act, action, deed, behaviour* [명]
한 비   행위, 행동. ✳ có hành vi ám muội → 의심스런 행동.

hành vi xấu   *dishonest behaviour*
한 비 써우   [명] 부정직한 행동.

hãnh diện   *proud, show pride* [형] 자랑스러
한 지엔(이엔)   운, 자랑으로 여기는.
    ✳ hãnh diện vì sự thành công của mình → 자신의 성공을 자랑으로 여기다.

hãnh tiến 한 띠엔	*to be an upstart, be a parvenu* [형] 갑자기 출세한, 벼락부자의.
hạnh 한	*conduct, behaviour, good nature* = hạnh kiểm [명] 행위, 행동, 품행.
hạnh kiểm 한 끼엠	*behaviour and character* [명] 품행.
hạnh phúc 한 풉	*happiness* [명] 행복.
hao 하오	*waste, diminish, lose* [형] 낭비의, 허비의.
hao hụt 하오 훗	*diminish, some loss* [형] 줄이는, 감소하는.
hao mòn 하오 몬	*worn out* [형] 낡은, 닳아해진.
hao tài 하오 따이	*make money swindle, be costly* [형] 낭비하는, 호사스러운.
hao tán 하오 딴	*dissipation* [형] 낭비하는.
hao tốn 하오 똔	*to waste, spend much money* [형] 낭비하는, 허비하는. ※ hao tốn bao nhiêu tiền của mà nó vẫn không chịu học → 허비한 돈이 얼마인데도 그는 여전히 공부를 안한다.
hao tổn 하오 똔	*to exhausted, waste (health and mind)* [동/형] 다 써버리다, (건강과 마음이) 쇠약해지다. ※ hao tổn tâm trí → 의지가 쇠약해지다.
háo hức 하오 흑	*eager, avid* [형] 열망적인.

하오 흑	✻ háo hức chờ đợi ngày cưới → 결혼식을 열망하며 기다리다.
háo sắc 하오 삭	*philogynist, eager for feminine beauty* [형] 호색한의. ✻ anh ta chỉ là một kẻ háo sắc → 그는 단지 호색한 일뿐이다.
háo thắng 하오 탕	*hungry/eager for success* [형] 성공을 갈망하는.
hào 하오	1/ *dith, moat, dike, trench* [명] 도랑, 제방. 2/ *one tenth of dong (ten-cent coin)* [명] 10센트 동전.
hào hiệp 하오 히엡	*generous, big-hearted* [형] 관대한, 아량있는.
hào hoa 하오 호아	*chivalrous, gentlemanlike* [형] 신사적인, 기사도적인.
hào hùng 하오 훔	*magnanimous* [형] 도량이 넓은.
hào hứng 하오 훙	*feel elated, highly enthusiastic* [형] 흥겨운, 열렬한, 격렬한. ✻ trận đấu diễn ra rất hào hứng → 시합이 매우 격렬히 펼쳐지다.
hào nhoáng 하오 뇨앙	*dazzling, showy, flashy* [형] 화려한.
hào phóng 하오 퐁	*open-handed, generous* [형] 관대한.
hào quang 하오 꽝	*halo, aureole, corona* [형] 후광으로 두른.
hảo 하오	*good, kind, beautiful* [형] 좋은, 친절한, 아름다운.
hảo hạng 하오 항	*high-grade, high-class*

하오 항	[형] 상류의, 고급의. ✳ cà phê này là loại hảo hạng → 이 커피는 고급이다.
hảo tâm 하오 떰	*kind-heart, kindness* [명] 친절, 인정. ✳ kêu gọi những nhà hảo tâm đóng góp vào quỹ cứu trợ nạn nhân bão lụt → 선량한 사람들을 불러 수재민 돕기 성금을 모으다.
hảo ý 하오 이	*good intention* [명] 좋은 의미, 호의.
hão 하오	*fantastic, vain* [형] 공상의, 헛된. ✳ hứa hão → 헛된 약속.
hão huyền 하오 후웬	*fantastic, phantom, dreamy* [형] 환상적인, 환영의, 망상의. ✳ mơ mộng hão huyền → 허무맹랑한 꿈.
hát 핟	*to sing* [동] 노래하다.
hát bóng 핟 봉	*cinema, movies* [명] 영화. ✳ rạp hát bóng → 영화 극장.
hát ru 핟 루	*lullaby* [동] 자장가를 부르다.
hát xiệc 핟 씨엑	*circus* [명] 서커스.
hạt 핟	*corn, grain, seed* [명] 씨앗, 알갱이, 낟알.
hạt bụi 핟 부이	*speck of dust* [명] 먼지 입자.
hạt cát 핟 깓	*grain of sand* [명] 모래 입자.

hạt gạo 핟 가오	*grain of rice* [명] 쌀알.
hạt giống 핟 지옴(읗)	*seed corn, seed* [명] 씨앗.
hạt lúa 핟 루아	*paddy grain* [명] 벼 낟알.
háu 하우	*eager/greedy for something* [형] 탐욕스러운, 열망하는. ✻ thằng bé rất háu ăn → 아이가 매우 식탐이 강하다.
háu đói 하우 도이	*voracious* [형] 게걸스레 먹는.
hay 하이	**1/** *learn, hear, know* [동] = biết 알다. ✻ xem sự việc thế nào nói cho tôi hay → 일이 어떻게 되었는지 보고 나에게 알려주세요. **2/** *frequently, constantly* [부] 자주. ✻ tính hay quên → 자주 잊어버리는 성격. ✻ nó thường hay lui tới nhà cô ấy → 그는 자주 그녀의 집을 방문한다. **3/** *good, useful, righteous* [형] 잘하는, 유능한. ✻ cô ấy hát hay lắm → 그녀는 노래를 매우 잘한다. **4/** *or, whether* [부] = hoặc = hay là = hoặc là ~이나, 또는. ✻ đẹp hay xấu gì cũng phải lịch sự cảm ơn → 예쁜 것이나 미운 것이나 모두 감사하다.

háy (mắt) 하이(맏)	*to look back at someone* [동] ~를 뒤돌아보다, 추억하다.
hãy 하이	*let, let's, still hold, still go on* [부] ~하자. ✶ chúng ta hãy đến xem → 우리 모두 가서 보자.
hăm 함	*to intimidate, to threaten* [동] 협박하다, 위협하다. ✶ nó hăm đánh tôi → 그는 나를 위협하다.
hăm dọa 함 요아	*to terrorize, intimidate* [동] 겁주다, 위협하다. ✶ chỉ giỏi hăm dọa trẻ con ! → 단지 애들에게 겁만 주어라!
hăm he 함 해	*be truculent, show truculent* [동] 협박하다, 겁주다. ✶ hăm he gây sự đánh nhau → 서로 싸우기 위해 겁을 주다.
hăm hở 함 허	*keenly, eagerly* [형] 간절히, 열심히. ✶ bạn bè hăm hở kéo đến chúc mừng → 친구들이 간절히 축하해주다.
hắn 한	*he, him* [대] 그, 그녀.
hằn 한	*trace, weal* [형] 자국이 난, 흔적이 남은. ✶ vết phỏng còn hằn rõ trên lưng của nó → 그의 등에 여전히 화상 흉터가 선명하게 남아있다.
hằn học 한 홉	*to bear a grudge* [동] 원한을 품다, 감정이 있다, 화가 나다. ✶ hằn học nói → 원한을 품고 말하다. ✶ hằn học đứng lên → 화가 나서 일어나다.

hằn thù 한 투	to feel enmity, hostility towards sb. [동] 적대심을 갖다, 원한을 맺다.
hẳn 한	surely enough, for good [부] 확실한, 충분한, 넉넉한.
hẳn hoi 한 호이	steady, thorough [형] 확고한, 철저한.
hăng 항	1/ pungent, acrid [형] 날카로운, 매서운. 2/ very enthusiastic, fiery [형] 매우 열렬한, 불 같은.
hăng hái 항 하이	ardent [형] 불타는 듯한, 열정적인. ✻ hăng hái phát biểu ý kiến → 열정적으로 의견을 발표하다.
hăng say 항 사이	be engrossed in [형] 몰두하는, 열중하는. ✻ dù đã lớn tuổi nhưng lúc nào ông ấy cũng hăng say làm việc → 비록 많은 나이지만 그는 언제나 일에 몰두한다.
hằng 항	usually, always [부] 늘, 언제나. ✻ tôi hằng mong ước có ngày hôm nay → 나는 늘 오늘을 꿈꿔 왔다.
Hằng Nga 항 응아	phoebe, the moon [명] (신화) 포이베 (그리스신화, 달의 여신), 달.
hắt 핟	throw, splash into [동] 들이치다. ✻ nắng hắt lên thềm nhà → 햇살이 집안으로 비치다.
hắt hủi 한 후이	ill-use, neglect [동] 무시하다, 냉대하다. ✻ bị bạn bè hắt hủi xa lánh

→ 친구들의 냉대를 받다.

hâm
험

heat [동] = hâm nóng 뜨겁게 하다.

hâm mộ
험 모

be a fan of [동] 흠모하다.

hầm
험

1/ *underground shelter*
[명] 방공호, 참호.
2/ *stew* [동] 뭉근한 불로 끓이다.

hầm hầm
험 험

angry, furious [형] 성난, 노한.
＊ ông ta hầm hầm bỏ đi ra ngoài → 그는 성나서 밖으로 나갔다.

hầm hập
험 헙

burning with fever, stiflingly hot [형] 이글이글 타는, 훅훅 찌는. ＊ trời nóng hầm hập → 훅훅 찌는 더위.

hầm hố
험 호

ditches, trenches
[명] 도랑, 참호, 방공호.

hầm hơi
험 허이

unaired, air-tight, stifling [형] 숨이 막히는, 환기가 되지 않는.

hầm mỏ
험 모

mine [명] 지하광산.

hẩm
험

mouldy [형] 케케묵은, 곰팡난.
＊ cơm hẩm → 곰팡난 밥.

hẩm hiu
험 히우

unfortunate [형] 불운한.
＊ số phận hẩm hiu → 불운한 운명.

hậm hực
험 흑

boil over with suppressed anger
[형] 분개하다, 화가 치밀다.

hân hạnh
헌 한

honour [형] 명예로운, 영광스런.
＊ hân hạnh được biết ông/bà → 당신을 뵙게 되어 영광입니다.

hân hoan 헌 호안	*feel greatly please, joyful, merry* [형] 매우 기쁜, 즐거운.
hận 헌	*hatred, resentment* [명/동] 증오, 분개, 증오하다.
hận thù 헌 투	*feud, ill/bad feeling* [동] 악감을 갖다, 원한을 갖다.
hấp 헙	**1/** *to steam (food)* [동] (음식을) 찌다. **2/** *dry-clean (clothes)* [동] (옷을) 드라이 클리닝 하다.
hấp dẫn 헙 연	*interesting, attractive* [형] 사람의 마음을 끄는, 흥미있는.
hấp hối 헙 호이	*moribund, dying, near to dead* [동] 소멸하다, 거의 죽어가다.
hấp tấp 헙 떱	*hasty, hurried* [형] = vội vàng 급한, 성급한.
hấp thu 헙 투	*absorb, take in* [동] 흡수하다. ✴ hoa lá tươi tốt nhờ hấp thu ánh sáng mặt trời → 꽃잎이 아침 햇살을 흡수해 신선하다.
hấp thụ 헙 투	*to absorb, receive, imbibe* [동] 흡수하다, 받다. ✴ được hấp thụ một nền giáo dục hoàn hảo → 제대로 된 교육을 받다.
hắt 헏	*to push, throw, fling* [동] 내던지다. ✴ hắt tung mâm cơm xuống đất → 땅바닥으로
hắt hủi 헏 후이	*to neglect* [동] = hắt hủi 무시하다.

hầu 허우	to valet, wait upon [동] 시종으로 섬기다, 시중들다.
hầu hạ 허우 하	to serve [동] 섬기다, 시중들다. ✱ hầu hạ chu đáo → 정성을 다해 섬기다.
hầu hết 허우 헬	almost all, nealy all, most [부] 거의, 대부분. ✱ hầu hết sinh viên đều đồng ý tham gia phong trào → 대부분의 학생들이 운동에 참가하기로 동의하다. ✱ dành hầu hết thời gian để đọc sách tiếng Anh → 대부분의 시간을 영어책 읽는데 할애하다.
hầu như 허우 니으	almost [부] 거의, 대체로, 대부분. ✱ hầu như ngày nào anh ta cũng đến → 거의 그는 어떤 날이든지 온다.
hậu 허우	1/ after-, post-, ending [부] 후부, 뒷부분. 2/ benevolent, happy ending [형] 행복한 결말의. ✱ câu chuyện kết thúc có hậu → 그 이야기는 행복한 결말이다.
hậu bị 허우 비	reserve [형] 비축한, 예비한. ✱ lực lượng hậu bị → 예비역.
hậu cảnh 허우 깐	background [명] 배경.
hậu cần 허우 껀	army ordnance, logistic [명] (군사) 병참, 군수품.
hậu chiến 허우 찌엔	after the war, postwar [명] 전후.

hậu cung 허우 꿍	seraglio, harem [명] 궁전, 후궁.
hậu cứ 허우 끄	the rear [명] (군사) 후방기지.
hậu đãi 허우 다이	to treat with consideration [동] 후대하다.
hậu hỉ 허우 히	copious, lavish [형] 후한, 아끼지 않는. ✽ số tiền thưởng rất hậu hỉ → 매우 후한 상금.
hậu môn 허우 몬	anus, arse-hole [명] (해부)항문.
hậu phẫu 허우 퍼우	postoperative [명] (의학) 수술후.
hậu phương 허우 프엉	the rear [명] (군사) 후방.
hậu quả 허우 꽈	consequence [명] 결과, 효과.
hậu sản 허우 산	puerperal, postnatal [명] 출산후.
hậu sinh 허우 신	person of a younger generation, junior [명] = hậu bối 후대, 자손.
hậu sự 허우 스	funeral, burial, observances [명] 장례의식.
hậu tạ 허우 따	to give sth in reward for a service [동] 후사하다.
hậu thế 허우 테	future generation, posterity [명] 후세, 자손.
hậu thuẫn 허우 투언	support, backing [명] 후원, 지지. ✽ nó có anh em làm hậu thuẫn → 그는 지지해주는 형제가 있다.

hậu tố 허우 또	*suffix* [명] (언어학) 접미사.
hậu trường 허우 쯔엉	*backstage* [명] 무대 뒤.
hậu vận 허우 번	*future, futurity* [명] 미래, 장래.
hậu vệ 허우 베	*fullback* [명] (럭비, 축구, 미식 축구 등에서) 풀백, 후위.
hé 해	*be half open, open slightly* [동] 조금 열다, 반만 열다.
hé nở 해 너	*(of flower) have just opened* [동] (꽃이) 덜 피다.
héc ta 핵 따	*hectare* [명] 헥타르.
hè 해	*summer* [명] 여름.
hẻm 햄	*lane, narrow pass* [명] 좁은길.
hèn 핸	*humble, mean* [형] 천한, 비천한.
hèn chi 핸 찌	*that's why, therefor* = **hèn gì** [부] 그 때문에, 그대신. ✻ ăn tiêu hoang phí như thế hèn chi mắc nợ! → 이처럼 호화롭게 먹으니 그대신 빚만 늘지!
hèn hạ 핸 하	*vile, mean, despicable* [형] 비열한, 치사한. ✻ anh ta có những thủ đoạn rất hèn hạ → 그의 수단은 매우 비열하다.

hèn kém　　　mean, faint-hearted [형] = hèn yếu
핸 깸　　　　　소심한, 용기없는.

hèn mạt　　　very mean [형] 매우 비열한.
핸 맏　　　　　✻ loại người hèn mạt đó không đáng cho chúng ta quan tâm đâu → 그 비열한 사람들은 우리의 관심을 받을 자격이 없다.

hèn nhát　　　cowardly, dastardly [형] 겁많은.
핸 녇　　　　　✻ hắn ta chỉ là một kẻ hèn nhát → 그는 단지 겁쟁이일뿐이다.

hẹn　　　　　to make an appointment with sb
핸　　　　　　[동] 약속하다.
　　　　　　　✻ chiều nay tôi có hẹn → 오늘 오후에 나는 약속이 있다.

hẹn gặp　　　rendervous, appointment
핸 갑　　　　　[동] 만날것을 약속하다.
　　　　　　　✻ Giám đốc hẹn gặp tôi lúc 8 giờ → 나는 사장님과 8시에 만나기로 약속하다.

hẹn giờ　　　to make a date, to date with
핸 지어(여)　　　[동] 데이트하다.

hẹn ước　　　to promise [동] 약속하다.
핸 윽　　　　　✻ hai người ấy đã có hẹn ước với nhau → 그 두사람은 서로 약속했다.

heo　　　　　pig, hog, swine = lợn
해오　　　　　[명] (동물) 돼지

heo hút　　　solitary, out-of-the-way [형] 고독한, 혼자의, 쓸쓸한. ✻ sống ở
해오 훋　　　　miền rừng núi heo hút → 산속에서 혼자 돼지를 키우며 살다.

heo may 해오 마이	*north-east wind* [명] 북동풍.
heo nái 해오 나이	*female pig, sow* [명] (동물) 암돼지.
heo quay 해오 꾸아이	*roast pork* [명] 돼지고기 구이.
heo rừng 해오 릉	*wild boar = lợn rừng* [명] (동물) 산돼지.
heo sữa 해오 스아	*suckling-pig = lợn sữa* [명] (동물) 새끼돼지, 젖먹이 돼지.
héo 해오	*withered, faded, dead* [형] 시든.
héo hắt 해오 핱	*to fade, to wither* [동] 시들다.
héo hon 해오 혼	*waste away* [형] 쇠약해진.
hèo lánh 해오 란	*solitary, remote, secluded* [형] 먼, 외딴. ✷ gia đình nó sống ở miền quê hèo lánh → 그의 가족은 외딴 시골에 산다.
hẹp 햅	*narrow* [형] 좁은.
hẹp hòi 햅 호이	*small-minded, insular, illiberal* [형] 도량이 좁은, 소심한. ✷ tư tưởng hẹp hòi → 소심한 생각.
hét 핻	*to cry, roar, scream* [동] 소리치다, 외치다. ✷ cô ta hét to lên sợ hãi → 그녀는 무서워서 크게 소리쳤다.

hề 헤	**1/** *matter* [부] 문제가 되다. ✷ không hề gì! → 문제 없다! **2/** *never* [부] 결코 ~이 아니다. ✷ tôi không hề biết chuyện ấy → 나는 결코 그일을 알지 못한다. ✷ dù gian khổ nhưng anh ấy không hề than thở → 고생스러울지라도 그는 결코 한탄하지 않는다. **3/** *funny-man, jester clown* [명] 광대, 익살꾼.
hễ 헤	*if, whenever* [접] 만약에. ✷ hễ thấy em khóc là phải bế nó lên ngay → 만약 아기가 울면 바로 안아줘야 한다.
hê-rô-in 헤-로-인	*heroin* [명] (약) 헤로인.
hệ 헤	*network, system* [명] 시스템, 네트워크, 망상조직.
hệ lụy 헤 루이	*corollary* [형] 다른 사람에게 나쁜 영향을 미치는. ✷ vì không muốn làm hệ lụy cho gia đình nên anh ấy phải bỏ nhà ra đi → 가족에게 나쁜 영향을 미치기 싫어서 그는 집을 버리고 나가야만 했다.
hệ quả 헤 꾸아	*consequence, impact* [명] 결과. ✷ bất chấp đến hệ quả → 결과에 상관하지 않다.
hệ số 헤 소	*coefficient* [명] 계수.

hệ thống 헤 톰	*system, net, network* [명] 시스템, 네트워크, 망.
hệ trọng 헤 쫌	*important, vital, capital* [형] 중요한. ✶ tôi có việc hệ trọng phải đi ngay → 나는 중요한 일이 있어서 바로 가야한다.
hếch 헷	*snup, turn up, lift up* [형/동] 들어올려진. ✶ mũi hếch → 들창코. ✶ nó hếch mặt lên nhìn → 그는 얼굴을 들고 바라보다.
hên 헨	*be lucky, fortunate* = may mắn [형] 행운의.
hến 헨	*mussel* [명] (조개) 홍합.
hết 헫	*end, finish, not spare, out of* [형] 끝의, 마친, 여유가 없는, 잃은.
hết hồn 헫 혼	*frightened to dead* = hết vía [형] 깜짝 놀란.
hết nhẵn 헫 냔	*completely out of* = hết sạch [형] 싹 잃은. ✶ (cờ bạc) thua hết nhẵn tiền → (도박에) 져서 돈을 싹 잃었다.
hết sức 헫 슥	*with all one's might, extremely* [형] 최선을 다하는.
hết thảy 헫 나이	*all, the whole* [명] 모두.
hết thời 헫 터이	*to be on the wane, to be a has-been* [형] 쇠퇴하기 시작하는, 기울기 시작하는.

hết ý
헽 이

no idea, extremely [형] 매우, 극단적으로. ✻ cô ta đẹp hết ý! → 그녀는 매우 예쁘다.

hết xài
헽 싸이

good for nothing, out of use [동] 아무짝에도 쓸모없다.

hi (hy) sinh
히 신

sacrifice, lay down one's life for [동] 희생하다.

hi (hy) vọng
히 범

hope [동] 희망하다, 소망하다.

hí hoáy
히 호아이

to be busy with [동] 바쁘게 하다. ✻ hắn hí hoáy sơn sửa suốt ngày bên chiếc xe đạp cũ → 그는 하루종일 오래된 자전거를 고치기에 바쁘다.

hí hửng
히 흥

be beside onself with joy = *hí ha hí hửng* [동] 흥에 겹다, 즐겁다.

hì hục
히 훕

be absorbed in, be engrosses in [부] 힘들게.
✻ nó hì hục vác mấy bao gạo về cho mẹ nó → 그는 힘들게 그의 어머니에게 줄 몇 푸대의 쌀을 짊어지고 돌아왔다.

hích
힛

elbow, jostle [동] 팔꿈치로 밀치다.

hiếm
히엠

rare, scarce [형] 희박한, 부족한.
✻ hiếm khi mới gặp được nó ở nhà! → 그를 집에서 만나게 되는 때가 희박하다.
✻ hổ là loại động vật quí hiếm → 호랑이는 희귀동물이다.

hiếm hoi

infertile [형] 불임의. ✻ hai vợ

히엠 호이	chồng hiếm hoi, không sinh được 1 đứa con nào → 두사람의 부부는 불임이라 자녀가 하나도 없다.
hiềm khích 히엠 킷	*hate, be at olds with* [동] 미워하다, 증오하다. ✴ quên hết mọi hiềm khích cũ → 옛 미움은 모두 잊어버리다.
hiểm 히엠	*wicked, difficult of access* [형] 험한, 악한, 까다로운.
hiểm ác 히엠 악	*wicked* [형] 험악한.
hiểm độc 히엠 돕	*perfidious* [형] 악독한.
hiểm họa 히엠 호아	*danger, peril* [명] 위험재해.
hiểm hóc 히엠 홉	*rugged and inaccessible* [형] 위험한. ✴ một cú đá hiểm hóc → 위험한 바위.
hiểm nghèo 히엠 응해오	*dangerous, serious* [형] 위험한, 심한, 중한. ✴ mắc chứng bệnh hiểm nghèo → 중한 병에 걸리다.
hiểm trở 히엠 쩌	*full of obstacles and difficult of accesse* [형] 험난한. ✴ con đường quanh co hiểm trở → 굽이지고 험난한 길.
hiểm yếu 히엠 이에우	*(a terrain) important and very difficult of access* [형] (지역) 중요하고 접근하기 어려운. ✴ dựa vào vị trí hiểm yếu để tấn

	công → 공격하기 위해 험한 지역을 기반으로 하다.
hiên ngang 히엔 응앙	*dignified and dawnless* [형] 위엄있는, 불굴의.
hiến 히엔	*donate, offer* [동] 기부하다, 제공하다. ✷ hiến máu để giúp đỡ các nạn nhân chiến tranh → 전쟁 부상자들을 돕기위해 헌혈하다.
hiến dâng 히엔 영	*dedicate* [동] 바치다, 헌정하다, 헌납하다. ✷ hiến dâng cuộc đời cho sự nghiệp → 사업을 위해 인생을 바치다.
hiến pháp 히엔 팝	*constitution* [명] 헌법.
hiền 히엔	*good and gentle, meek* [형] 순한, 착한. ✷ ở hiền gặp lành (속담) → 착하게 살면 행운을 만난다.
hiền hậu 히엔 허우	*gentle and righteous* [형] 바르고 착한.
hiền hòa 히엔 호아	*gentle and good-mannered* [형] 상냥하고 예의있는. ✷ tánh tình hiền hòa → 상냥하고 예의있는 성격.
hiền lành 히엔 란	*good-natured* [형] 천성이 착한, 선량한.
hiền từ 히엔 뜨	*gentle and kind-hearted* [형] 상냥하고 친절한.
hiển hách 히엔 핫	*highly glorious* [형] 명예로운, 매우 영광스러운.

	✻ lập được 1 chiến công hiển hách → 명예로운 전쟁의 공을 세우다.
hiển nhiên 히엔 니엔	*evident, obvious* [형] 분명한. ✻ sự thật hiển nhiên là anh ta đã phạm sai lầm! → 분명한 사실은 그가 실수를 했다는 것이다.
hiện 히엔	**1/** *appear, rise* [동] 나타나다, 출현하다. ✻ số điện thoại sẽ hiện ra trên màn hình của bạn khi có ai gọi đến → 누가 전화를 걸어오면 당신의 전화기 화면에 전화번호가 나타날 것이다. **2/** *in the present time* [부] 현재의 시간. ✻ anh ấy hiện không có nhà! → 그는 현재 집에 없어요!
hiện diện 히엔 이엔	*to be present* [동] 출석하다.
hiện đại 히엔 다이	*modern, up-to-date* [형] 현대의.
hiện hữu 히엔 흐어우	*available, existing* [형] 현재 소유하고 있는.
hiện kim 히엔 낌	*cash* [명] 현금. ✻ phần thưởng sẽ là hiện kim hay hiện vật? → 상을 상금으로 주느냐 상품으로 주느냐?
hiện nay 히엔 나이	*now, nowadays, in the present time* [부] = hiện giờ 오늘날, 현재.
hiện thực 히엔 특	*reality* [명] 진실, 현실.

히엔 특	✱ giấc mơ đã trở thành hiện thực! → 꿈이 현실이 되었다.
hiện trạng 히엔 짱	*present condition* [명] 현상태. ✱ giữ nguyên hiện trạng → 원래의 현상태을 보존하다.
hiện trường 히엔 쯔엉	*scene, place of action* [명] 현장. ✱ hiện trường vụ án đã bị xóa sạch! → 사건 현장이 깨끗이 지워졌다!
hiện tượng 히엔 뜨엉	*phenomenon* [명] 현상.
hiện vật 히엔 벋	*object, in kind, item* [명] 현물, 물건, 물품. ✱ "yêu cầu quý khách không sờ vào hiện vật" → "물품에 손대지 마시오"
hiếp 히엡	*to violate, rape, ravish, assault to sexually* = ~ dâm[동] 강간하다.
hiếp đáp 히엡 답	*to bully, browbeat, victimize* = ăn hiếp = bắt nạt [동] 괴롭히다, 위협하다.
hiệp 히엡	*round, half* [명] (축구, 권투) 전후 반전, 라운드의 경기 단위. ✱ hiệp đầu → 전반전 ✱ hiệp cuối → 후반전 ✱ vì điểm số hòa nhau nên hai đội phải đá hiệp phụ → 서로 비겼기 때문에 두팀은 반드시 연장전을 치뤄야 한다.
hiệp lực 히엡 륵	*combine / join efforts* [동] 협력하다.
hiệp sĩ	*samurai, knight* [명] 무사(武士), 기

히엡 시	사.
hiệp ước 히엡 으억	*agrrement, treaty* [명] 협약, 조약..
hiếu 히에우	*dutifulness, final piety* [명] 효, 효성. ✲ cô ấy rất có hiếu với bố mẹ → 그녀는 부모님에게 매우 효성이 지극하다.
hiếu chiến 히에우 찌엔	*warlike, bellicose* [형] 호전적인.
hiếu danh 히에우 야	*fame-seeking (person)* [형] = háo danh 명성을 추구하는.
hiếu động 히에우 돔	*active, restless* [형] 활동적인. ✲ đứa trẻ này rất hiếu động → 이 아이는 매우 활동적이다.
hiếu học 히에우 홉	*thirst for knowledge, eager to learn* [형/동] 학구적인, 학문을 좋아하다.
hiếu khách 히에우 캇	*hospitable* [형] 후히 대접하는, 호의로써 맞이하는.
hiếu kỳ (kì) 히에우 끼	*curious, inquiring* [형] 호기심 많은.
hiếu nghĩa 히에우 응히아	*dutiful and loyal* [형] 효심과 정의가 있는.
hiếu thảo 히에우 타오	*dutiful, respecful, grateful to one's parents* [형] 효도하는. ✲ hiếu thảo với cha mẹ → 부모님께 효도하다.
hiếu thắng 히에우 탕	*eager for success* [형] = háo thắng 승부욕이 있는.
hiểu 히에우	*understand* [동] 이해하다, 알아듣다.

hiểu biết 히에우 비엗	*understand and know fully* [동] 충분히 이해하고 알아듣다. ✽ kém hiểu biết → 이해가 부족하다.
hiệu 히에우	1/ *shop, firm* [명] 상점, 가게. ✽ hiệu sách → 서점. 2/ *sign, signal* [명] 기호, 신호. ✽ ra hiệu → 신호를 보내다.
hiệu đính 히에우 딘	*check, revise* [동] 교정하다, 수정하다.
hiệu lệnh 히에우 렌	*order, command* [명] 명령.
hiệu lực 히에우 륵	*effect, effectiveness* [명] 효력. ✽ văn bản này có hiệu lực kể từ ngày ký → 이 문서는 서명한 날부터 효력이 발생한다.
hiệu nghiệm 히에우 응히엠	*efficacious* [형] 효과가 있는, 효험있는. ✽ thuốc đã bắt đầu có hiệu nghiệm → 약발이 듣기 시작하다.
hiệu phó 히에우 포	*vice-director (college, university)* [명] 부교수.
hiệu quả 히에우 꾸아	*result, effect* [명] 효과, 결과. ✽ tôi tin chắc là việc đó sẽ có hiệu quả tốt → 나는 그 일이 좋은 결과가 있을것을 확실히 믿는다.
hiệu trưởng 히에우 쯔엉	*director (college, university)* [명] 교장.
hiệu xuất 히에우 쑤얻	*labour efficiency* [명] 일의 능률.
hình 힌	1/ *photograph, picture* [명] 사진.

힌 ※ chụp hình → 사진을 찍다.
2/ *shape, form, figure* [명] 모양, 꼴.
※ quả núi hình con voi → 산이 코끼리 모양이다.

hình ảnh *image, picture* [명] 사진.
힌 안

hình chữ nhật *rectangle* [명] 직사각형.
힌 쯔 녇

hình cung *gothic arch* [명] 아치형.
힌 꿈

hình dáng *figure, stature* [명] 모습, 형태.
힌 양

hình dạng *form, shape = hình thù* [명] 모양, 형상, 외형.
힌 양

hình dung *imagine, appearance*
힌 융 [동] 외관, 상상하다, 떠올리다.
※ tôi không thể nào hình dung nổi khuôn mặt của nó ! → 나는 그의 얼굴을 상상할 수가 없다.

hình đa giác *polygon* [명] 다각형.
힌 다 지악(약)

hình học *geometry* [명] 기하학.
힌 홉

hình khối *cube* [명] 입방체.
힌 코이

hình luật *criminal law* [명] 형법.
힌 루얻

hình như *it seems, it looks like*
힌 니으 [부] 마치 ~인 것 같다.
※ hình như tôi có gặp anh ở đâu

	rồi thì phải? → 나는 당신을 어디선가 만난 것 같은데 맞나요?
hình phạt 힌 팥	*penalty, punishment* [명] 형벌.
hình phễu 힌 페우	*arytenoid* [명] 깔때기 모양.
hình tam giác 힌 땀 지악(약)	*triangle* [명] 삼각형.
hình thang 힌 탕	*trapezoid* [명] 부등변 4각형.
hình thành 힌 탄	*take form, shape* [동] 형성하다, 형태를 갖추다, 구체화하다. ✳ kế hoạch trả thù đã bắt đầu hình thành trong đầu hắn → 복수할 계획은 그의 머리속에서 구체화되기 시작했다.
hình tháp 힌 탑	*pyramid* [명] 피라미드형.
hình thoi 힌 토이	*lozenge* [명] 마름모꼴.
hình thức 힌 특	*form* [명] 형식.
hình tròn 힌 쫀	*circle* [명] 원형.
hình trụ 힌 쭈	*cylinder* [명] 원통형, 원기둥.
hình tượng 힌 뜨엉	*simile, image* [명] 형상.
hình tứ giác 힌 뜨 지악(약)	*quadrangle* [명] 네모꼴, 4각형.

hình vóc 힌 봅	*stature* [명] 신장. ✳ hình vóc to lớn → 큰 신장.
hình vuông 힌 부옹	*square* [명] 정사각형.
hình 힌	*to turn up* [동] 들쳐지다. ✳ mũi cô ta hỉnh lên khi được khen vài câu → 몇마디 칭찬을 듣자 그녀의 코가 높아졌다.
híp 힙	*to be swollen, to close* [명] (눈을) 감다, 닫히다. ✳ cười híp mắt → 눈을 감고 웃다.
hít 힡	*to inhale, inspire, breathe* [동] 숨을 들이쉬다.
hiu quạnh 히우 꽌	*deserted, lonely* [형] 외로운, 쓸쓸한.
ho 호	*to cough* [동] 기침하다.
ho hen 호 핸	*cough* [동] 기침하다. ✳ ho hen suốt đêm → 밤새 기침하다.
ho lao 호 라오	*pulmonary tuberculosis* [명] (병리) 폐결핵.
ho khan 호 칸	*to have a dry cough* [동] 마른 기침을 하다.
hó hé 호 해	*to speak up* [동] 말하다.
hò 호	*to sing out for, shout for, work song* [동] 소리치다, 외치다, 고함치다.
hò hẹn 호 핸	*to make a date, to date with* [동] 데이트하다.

hò hét 호 햍	*shout and scream* [동] 소리치다.
hò la 호 라	*shout, scream* [동] 소리지르다, 외치다.
hò reo 호 래오	*shout with joy* [동] 기뻐서 소리치다.
họ 호	**1/** *they, them* [대] 그들. * tôi không thể đợi họ được → 나는 그들을 기다릴수 없다. **2/** *family line, family, group* [명] = họ hàng 친척.가족, 떼, 집단. * con hổ là họ nhà mèo → 호랑이는 고양이과 이다. **3/** *surname, last name* [명] 성 (姓) 성씨. * họ của anh là gì ? → 당신의 성씨가 무엇입니까? * hai người đó cùng tên nhưng khác họ → 그 두사람은 이름은 같은데 성은 다르다.
họ hàng 호 항	*relation, relative* = bà con [명] 친척.
hoa 호아	*flower* [명] 꽃.
hoa cúc 호아 꿉	*chrysanthemum, daisy* [명] 국화.
hoa dại 호아 야이	*wild flower* [명] 야생화.
hoa đào 호아 다오	*peach blossom* [명] 복숭아꽃.
hoa giả 호아 지아(야)	*artificial flower* [명] 조화.

hoa giấy 호아 지어이(여이)	*paper flower, confetti* [명] 종이로 만든 꽃.
hoa hậu 호아 허우	*Miss, beauty queen* [명] 미인대회 1등 수상자.
hoa hồng 호아 홍	*rose* [명] 장미.
hoa huệ 호아 우에	*tuberose* [명] 수선화, 튜베로즈.
hoa khôi 호아 코이	*beauty girl, belle* [명] 미인.
Hoa Kỳ 호아 끼	*United-State(America)* [명] 미국.
hoa lan 호아 란	*orchids* [명] 난초.
hoa lệ 호아 레	*splendid, magnificent* [형] 화려한, 멋진. ✷ đô thành hoa lệ → 화려한 도시.
hoa liễu 호아 리에우	*venereology* [명] (병리) 성병학.
hoa loa kèn 호아 로아 깬	*lily* [명] 백합.
hoa màu 호아 마우	*farm produce, fruits of the earth* [명] 농산물, 농작물, 수확물.
hoa mắt 호아 맡	*be dazzed* [형] 눈부신.
hoa mặt trời 호아 맡 쩌이	*sunflower* [명] (hoa hướng dương) 해바라기.
hoa mĩ (mỹ) 호아 미	*fine, florid, flowery* [형] 화려한, 아름다운.

hoa quả 호아 꾸아	*fruits* [명] 과실.	
hoa râm 호아 럼	*grey-haired, pepper-and-salt* [형] 백발의. ✽ tóc bạc hoa râm → 백발.	
hoa sen 호아 샌	*lotus* [명] 연꽃.	
hoa tai 호아 따이	*ear-ring* [명] 귀걸이.	
hoa tay 호아 따이	*dexterity, deftness* [명] 손재주.	
hoa văn 호아 반	1/ *design, pattern* [명] 꽃무늬. 2/ *chinese language* [명] 중국어.	
hóa 호아	1/ *chemistry* [명] 화학. 2/ *change into, turn* [동] 변하다, 변화하다.	
hóa đơn 호아 던	*bill* [명] 영수증, 계산서.	
hóa giá 호나 지아(야)	*to price* [동] 값을 매기다.	
hóa trang 호아 짱	*apply a make-up* [동] 화장하다, 메이크업 하다.	
hòa 호아	1/ *to draw, tie* [형] 비긴, 대등한. ✽ đội Pháp và đội Đức hòa nhau → 프랑스팀과 독일팀이 서로 비기다. ✽ trên thuận dưới hòa (속담) → (to live in perfect harmony with everyone) 윗사람과 아랫사람이 서로 2/ *to dissolve* [동] = hòa tan 용해	

하다. ✻ hòa một chút muối vào ly nước chanh, hương vị sẽ đậm đà hơn → 레몬주스에 소금을 조금 넣으면 향기가 더 진해질 것이다.

hòa bình
호아 빈
peace [명] 평화.
peaceful [형] 평화로운.

hòa giải
호아 지아이(야이)
to mediate, to conciliate
[동] 화해하다.

hòa hợp
호아 헙
(be) in concord [동] 화합하다.
✻ hai người sống với nhau rất hòa hợp → 두사람이 화합해서 함께 살다.

hòa khí
호아 키
concord, harmony [명] 일치, 조화.
✻ luôn giữ hòa khí trong gia đình → 항상 가족의 조화을 지키다.

hòa mình
호아 민
mix with [동] 화합하다, 어울리다.
✻ luôn hòa mình với mọi người → 언제나 모든 사람들과 잘 어울리다.

hòa nhã
호아 냐
amiable [형] 상냥한. ✻ thái độ hòa nhã → 상냥한 태도.

hòa nhạc
호아 냑
concert [동] 합주하다.

hòa nhịp
호아 닙
agree / keep pace with [동] ~에게 동의하다, ~와 보조를 맞추다.

hòa thuận
호아 투언
harmonious [형] 조화로운, 사이좋은. ✻ anh em hòa thuận nhau → 서로 사이좋은 형제.

hỏa
호아
fire [명] 불.

hỏa châu 호아 저우	*rocket, flare* [명] 로켓, 불길.
hỏa diệm sơn 호아 이옘 선	*volcano* [명] = núi lửa 화산.
hỏa hoạn 호아 호안	*fire, conflagration* [명] 불, 화재.
hỏa lực 호아 륵	*fire-power* [명] 화력.
hỏa táng 호아 땅	*to cremate, incinerate* [동] 태우다, 화장하다, 소각하다.
hỏa thiêu 호아 티에우	*to burn at the stake* [동] 화장하다, 소각하다.
hỏa tinh 호아 띤	*Mars* [명] = sao hỏa 화성.
hỏa tiễn 호아 띠엔	*rocket, missile* [명] 로켓, 미사일.
hỏa tốc 호아 똡	*most immediate, most-urgent* [형] 아주 긴급한. ✽ thư hỏa tốc → 전보, 전갈.
họa 호아	**1/** *to draw, paint* [동] 그림을 그리다. ✽ bức họa đồng quê → 전원을 그린 그림. **2/** *disaster, catastrophe* [명] = tai họa 재해, 재난.
họa hoằn 호아 호안	*very occasionally* [형] 때때로, 이따금씩의. ✽ họa hoằn lắm nó mới mời tôi ăn cơm → 이따금씩 그는 나에게 식사를 대접한다.
họa sĩ 호아 시	*painter* [명] 화가.

hoạch định 호앗 딘	form, define [동] 정의를 내리다, 확정하다.
hoài 호아이	**1/** waste [동] 낭비하다. ✻ hoài của → 재산을 탕진하다. ✻ hoài công chờ đợi → 기다리는 수고를 하다. **2/** constantly [부] = mãi 계속, 끊임없이. ✻ đợi hoài mà chẳng thấy đâu → 계속 기다리지만 보이질 않는다.
hoài nghi 호아이 응히	doubt [동] = nghi ngờ 의심하다. ✻ tôi rất hoài nghi năng lực của nó → 나는 그의 능력이 매우 의심스럽다.
hoan hô 호안 호	acclaim [동] 환호하다, 갈채하다.
hoan nghênh 호아 응헨	welcome [동] 환영하다.
hoàn 호안	return, give back, rembourse [동]= hoàn trả 돌려주다. ✻ công ty sẽ hoàn lại cho anh mọi chi phí trong chuyến công tác → 회사는 출장 경비 전부를 당신에게 되돌려줄것이다.
hoàn cảnh 호안 깐	situation, circumstances [명] 환경, 상황, 처지. ✻ mau chóng thích nghi với hoàn cảnh → 환경에 빨리 적응하다.
hoàn cầu 호안 꺼우	the world [명] 지구, 세계.

hoàn chỉnh 호안 찐	*fully done, fully worked-out* [형] 완료한.
hoàn hảo 호안 하오	*smoothly done* [형] 원활하게 끝마친. ✳ một tác phẩm hoàn hảo → 매끄럽게 끝마친 작품.
hoàn mĩ (mỹ) 호안 미	*perfectly accomplished/beautiful* [형] 완벽하게 아름다운.
hoàn thành 호안 탄	*complete, fulfil* [동] 완성하다, 완료하다.
hoàn thiện 호안 티엔	*perfect, better, improve* [형] 완전한, 완벽한.
hoàn toàn 호안 또안	*complete, perfect, finish* [형] 완전한, 완성한, 완료한.
hoàn hồn 호안 혼	*to regain, come to one's senses* [동] 되찾다, 복귀하다.
hoàn lương 호안 르엉	*to better one's conduct* [동] 개과천선하여 살다.
hoãn 호안	*put off, postpone, delay* [동] 늦추다, 연기하다, 지연하다. ✳ chuyến đi đã bị hoãn lại vì thời tiết xấu → 비행이 악천후로 인해 지연되다.
hoạn 호안	*to evirate, to emasculate* [동] 거세하다.
hoạn nạn 호안 난	*misfortune* [형] 환란의, 역경의. ✳ giúp đỡ bạn bè trong cơn hoạn nạn → 환란에 처한 친구를 돕다.
hoang 호앙	1/ *uncultivated, uninhabited* [형] 갈지않은, 미개의. ✳ ruộng hoang → 황무지.

✱ căn nhà hoang → 폐가.
2/ *born out of wedlock, bastard* [형] 서출의.
✱ con hoang → 사생아.
3/ *spend extravagantly* [형] = hoang phí 낭비가 심한, 사치한.

hoang dại
호앙 야이
wild [형] 길들지 않은, 야생의.

hoang dâm
호앙 염
lusful
[형] 음탕한, 주색잡기에 빠진.

hoang đàng
호앙 당
wild, prodigal [형] 난폭한, 길들지 않은, 낭비하는.

hoang đảo
호앙 다오
desert island [명] 사막.

hoang đường
호앙 드엉
fabulous, unreal
[형] 믿을수 없는, 상상의.

hoang mang
호앙 망
(be) puzzled [형] 당황한, 난처한.

hoang phí
호앙 피
spend lavishly [형] 낭비하는.

hoang tàn
호앙 딴
devastate
[형] 황폐시킨, 철저히 파괴하는.

hoang thai
호앙 타이
unborn child out of wedlock
[명] 미혼임신.

hoang tưởng
호앙 뜨엉
delusion, illusion [동] 망상하다.

hoang vắng
호앙 방
desert, desolate
[형] = hoang vu 황량한.

hoàng cung
호앙 꿍
royal palace [명] 황궁.

hoàng đạo 호앙 다오	zodiac [명] 황도대, 12궁.
hoàng đế 호앙 데	Emperor [명] 황제.
hoàng gia 호앙 지아(야)	royal family [명] 황제의 집안.
hoàng hậu 호앙 허우	Queen [명] 황후, 여왕.
hoàng hôn 호앙 혼	sunset, dusk, crepuscle [명] 황혼, 해넘이.
hoàng kim 호앙 낌	gold [명] 황금. ✻ thời đại hoàng kim → 황금시대.
hoàng thân 호앙 턴	the king's relative [명] 황제의 친척.
hoàng thiên 호앙 티엔	Heaven [명] 천국.
hoàng tộc 호앙 똡	royal blood [명] 황족.
hoàng tôn 호앙 똔	King's grandson [명] 황손.
hoàng tử 호앙 뜨	prince, king's son [명] 황자, 왕자.
hoảng 호앙	panic-striken, nervous [형] = hoảng hồn = hoảng hốt 당황한, 허둥대는.
hoảng loạn 호앙 로안	get into state of panic, hysterical [형] 혼란한, 흥분상태의..
hoảng sợ 호앙 서	filled with terror [동] 공포에 떨다.

hoành hành 호안 한	to do whatever one like, indulge in liscence [동] 횡행하다.
hoành tráng 호안 짱	on a large scale [형] 큰규모의.
hoạnh họe 호안 호애	find fault with someone's work [동] 흠잡다, 트집을 잡다.
hoạt bát 호앋 받	agile, fluence [형] 사교적인, 경쾌한. ∗ ăn nói hoạt bát → 붙임성있는 말.
hoạt động 호앋 돔	be active, activity [동] 활발하게 움직이다, 활동적이다.
hoặc 호악	or, either [접] ~또한, ~거나.
hóc 홉	1/ corner, angle [명] 코너, 구석. 2/ have stuck in one's throat [동] 목구멍에 걸리다.
hóc búa 홉 부아	damned hard, intricate, difficult [형] 지독히 어려운, 복잡한.
học 홉	learn, study [동] 공부하다.
học bạ 홉 바	school report [명] 성적통지서, 성적표.
học bổng 홉 봄	sholarship [명] 장학금.
học cụ 홉 꾸	teaching implement [명] 수업교재.
học đòi 홉 도이	ape [동] 흉내내다.
học giả	scholar [명] 학자.

홉 지아(야)

học hành
홉 한

learn, study [동] = học nói chung
공부하다. 배우다.

học hỏi
홉 호이

inquire, investigate
[동] 탐구 하다, 연구하다.
✶ tôi đã học hỏi được nhiều điều hay ở cô ấy → 나는 그녀에 대해 많은 것을 조사하게 되었다. ✶ có tinh thần học hỏi → 탐구정신이 있다.

học kì (kỳ)
홉 끼

term [명] 학기.
✶ thi học kỳ 1 → 1학기 시험.

học phí
홉 피

shool fees [명] 학비.

học sinh
홉 신

shoolboy (girl) [명] 학생.

học tập
홉 떱

to train, study, practise
[동] 학습하다, 공부하다.

học thức
홉 특

knowledge [명] 학식.

học vị
홉 비

degree, diploma [명] 학위.

hoe
호애

reddish [형] (색) 불그스름한.
✶ khóc nhiều nên mắt đỏ hoe → 많이 울어서 눈이 붉어졌다.

hoen ố
호앤 오

stained [형] 더러워진.
✶ làm hoen ố thanh danh của gia tộc → 가족의 명예를 더럽히다.
✶ khăn trải bàn bị hoen ố vết mỡ → 식탁보가 기름자국에 더러워 졌다.

hoi hóp 호이 홉	weakly [부] 약하게. * thở hoi hóp → 약하게 숨을 쉬다.
hói 호이	bald [형] 머리가 벗겨진.
hỏi 호이	ask, question, claim [동] 묻다, 질문하다.
hỏi dò 호이 요	to investigate [동] 조사하다, 연구하다.
hỏi gạn (gặng) 호이 간(강)	to ask close and gentle question [동] 집요하게 묻다.
hỏi han 호이 한	inquire after [동] 안부를 묻다.
hỏi nhỏ 호이 뇨	ask privately [동] 남몰래 묻다.
hỏi thăm 호이 탐	ask sb for information [동] 안부를 묻다.
hỏi tội 호이 또이	to accuse, indict, find sb guilty [동] 죄를 묻다.
hỏi vợ 호이 버	ask a lady's hand in marriage [동] (여자에게) 청혼을 하다.
hỏi ý kiến 호이 이 끼엔	to ask sb.'s advise [동] 의견을 묻다.
hom hem 홈 햄	wasted, decrepit [형] 노쇠한. * cụ già hom hem → 노쇠한 노인.
hóm hình 홈 힌	arch, mischievous, fun [형] 장난꾸러기의, 재치있는.
hòm 홈	1/ trunk, casket [명] 트렁크, 상자, 함. 2/ coffin [명] 관.
hòm phiếu	ballot-box [명] 투표함.

홈 피에우

hòm thư   *letter-box* [명] 우편함.
홈 트

hõm   *deeply sunken in*
홈   [형] 깊이 패인, 홈이 패인.

hòn   *ball, piece* [관] 조각, 볼 처럼 생
혼   긴 것 앞에 붙이는 관용사.

hòn bi   *marble* [명] 구슬.
혼 비

hòn đảo   *island* [명] 섬.
혼 다오

hòn đá   *stone* [명] 돌멩이.
혼 다

hòn ngọc   *precious stone* [명] 옥.
혼 응옵

hong   *to dry, to air, give an airing*
홍   [동] 말리다, 건조하다.

hóng   *wait for, get, take, receive*
홍   [동] 기다리다.

hóng chuyện   *listen with a gaping mouth* [동] 어
홍 쭈웬   린아이가 듣고 말을 따라하다.

hóng gió   *enjoy the fresh air* [동] 신선한 공
홍 지오(요)   기를 즐기다, 바람을 쐬다.

hóng mát   *to take fresh air* [동] 바람을 쐬다.
홍 맏

hòng   *to expect, aim, in order to do sth*
홍   [동] 기대하다, ~하고자 하다.
    ✲ đừng hòng nhận được bất cứ sự giúp đỡ nào của tôi nữa! → 더 이상 나에게 어떤 도움도 받길 기

대하지 마라.

hỏng
홍
decayed, rotten, fail
[동] = hư hỏng 부패하다, 썩다.

hỏng bét
홍 뱉
utterly unsuccessful
[형] 완전히 실패한.
✶ mọi việc hỏng bét cả rồi! → 모든 일이 다 실패했다.

hỏng hóc
홍 훅
to be out of order, fail, break down
[동] 고장나다.
✶ máy bị hỏng hóc → 기계가 고장나다.

họng
홍
throat [명] (의학) 목구멍, 후두.
✶ đau họng → 목이 아프다.

hóp
홉
hollow, sunken [형] 속이 빈, 움푹한. ✶ má hóp → 움푹 패인 뺨.

họp
홉
gather, meet, convene, reunion
[동] 모이다.

họp báo
홉 바오
news conference
[동] 기자 회견하다.

họp chợ
홉 저
hold a market [동] = nhóm chợ 상인조합을 만들다.

họp kín
홉 낀
private meeting, conclave [동] 비밀회의하다, 사적으로 모이다.

họp mặt
홉 맏
to meet, get together [동] 모이다, 회합하다.

hót
혿
sing (birds), twitter
[동] (새가) 노래하다, 지저귀다.

hô
호
1/ *exclaim, cry out*
[동] 외치다, 부르짖다.
2/ *prominent (tooth)* [형] (의학) (이

가)돌출한,돌기한,뻐드렁니의.

hô hào
호 하오
to call upon, appeal to [동] 호소하다, 청하다. ✳ hô hào mọi người đóng góp → 모든 사람들이 모금하도록 호소하다.

hô hấp
호 헙
breathe, respire [동] 호흡하다.

hô hoán
호 호안
shout (for help..) [동] 소리치다. ✳ vừa thấy kẻ trộm lẻn vào nhà cô ta liền hô hoán lên → 그녀는 도둑이 집안으로 침입하는 것을 보자마자 소리쳤다.

hô khẩu hiệu
호 커우 히에우
shout slogan [동] 구호를 외치다.

hố
호
hole, grave, cave [명] 구멍, 동굴. ✳ hố cá nhân → 개인 참호.

hố bom
호 봄
crater [명] 분화구.

hố xí
호 씨
latrine [명] 변소.

hồ
호
1/ lake [명] 호수.
2/ paste, glu, gum [명] 풀, 고무풀.

hồ bơi (tắm)
호 버이(땀)
swimming-pool [명] 수영장.

hồ cá
호 까
fish-pond [명] 양어지.

hồ đồ
호 도
obscure [형] 모호한, 분명치 않은. ✳ ăn nói hồ đồ → 모호한 말.

hồ hởi
호 허이
cheerful [형] 쾌활한, 활기찬. ✳ hồ hởi đón chào → 활기차게

맞이하다.

hồ ly
호 리
fox [명] (동물) 여우.

hồ nghi
호 응히
to doubt, discredit [형] 의심하는, 불신의.
✳ tôi hồ nghi hắn không phải là người tốt → 나는 그가 좋은 사람이 아닌 것 같은 의심이 든다.

hồ nước
호 느억
pond [명] 못, 늪.

hồ sơ
호 서
dossier [명] 서류.

hổ
호
tiger [명] 호랑이

hổ lốn
호 론
hotchpotch, miscellaneous [형] 뒤범벅인, 잡다한.

hổ mang
호 망
copperhead [명] (뱀) 살무사.

hổ thẹn
호 탠
feel ashamed [동] 창피하다, 부끄럽다. ✳ cảm thấy hổ thẹn trong lòng → 마음에 창피함을 느낀다.

hỗ trợ
호 쩌
help each other [동] 서로 돕다.

hộ
호
1/ *help, assist, for*
[동] 대신해서 도와주다.
✳ chị làm hộ tôi việc đó nhé → 그 일을 내 대신 해주세요.
2/ *house hold* [명] 호(戶), 집, 가정. ✳ mỗi hộ phải có 1 người đi họp → 모든 가정에 한 사람은 반

드시 모임에 가야한다.

hộ chiếu
호 찌에우
passe-port [명] 여권.

hộ khẩu
호 커우
population, number of inhabitants [명] 호구(戶口), 주민수.

hộ lí (lý)
호 리
nurse's aid, hospital orderly [명] 간호보조사.

hộ sinh
호 신
midwife [명] = hộ sản 조산사.

hộ tịch
호 띳
(death, births and mariages) civil status [명] 호적.

hộ tống
호 똠
escort [동] 호위하다.

hốc
혹
hollow [명] 우묵한 곳, 도랑.

hốc hác
혹 학
gaunt, haggard [형] 수척한, 야윈.
✳ mặt mũi hốc hác → 수척한 얼굴.

hộc
혹
vomit loudly [동] 토하다.
✳ hộc máu (*vomit blood*) → 피를 토하다.

hộc tốc
혹 똡
breathless (hurried, hasty) [형] 숨가쁜. ✳ hộc tốc chạy về nhà → 숨가쁘게 집으로 달려왔다.

hôi
호이
smelling bad [형] 악취가 나는.

hôi hám
호이 함
ill-smelling, fetid [형] 악취가 나는.

hôi nách
호이 낫
to have smelly armpits [형] 암내가 나는.

hôi rình 호이 린	*very stinking* [형] 매우 악취를 풍기는, 역겨운.
hôi tanh 호이 딴	*stinking, ignoble* [형] 악취가 나는, 비천한.
hôi thúi (thối) 호이 투이(토이)	*smelly, fetid, stinking* [형] 냄새나는, 악취가 나는.
hối 호이	**1/** *to regret, repent* [동] = hối tiếc, hối hận 후회하다, 유감이다. **2/** *to press, urge, hurry* [동] = hối thúc 몰아대다, 서두르다, 재촉 하다. ✳ đừng có hối tôi → 나를 재촉하지 마라.
hối cải 호이 까이	*show repentance / desire to redeem one's faults* [동] 회개하다.
hối hả 호이 하	*hurry, hasten* [형] 서두르는, 재촉하는. ✳ hối hả chạy về nhà → 급히 집으로 뛰어가다.
hối hận 호이 헌	*repent(of), regret, rue* [동] 후회하다. ✳ bây giờ có hối hận cũng đã muộn rồi! → 지금 후회해도 이미 늦었다.
hối lộ 호이 로	*offer bribes* [동] 뇌물을 주다.
hối tiếc 호이 티엑	*regret* [동] 유감이다, 후회하다. ✳ chuyện đã qua rồi, hối tiếc làm gì nữa! → 이미 지난 일이다, 후회해서 무엇하느냐!
hồi 호이	*instant, moment, while, chapter* [부] 조금전에 ✳ hồi nãy có ai tìm tôi? → 조금전에 누가 나를 찾았느냐?

✻ tôi quen với anh ấy hồi năm ngoái → 나는 작년에 그와 알게 되었다.

hồi âm
호이 엄

reply [동] 대답하다.

hồi hộp
호이 홉

thump, flutter [형] 두근거리는.
✻ hồi hộp chờ đợi kết quả thi → 시험결과를 기다리느라 심장이 두근거리다.

hồi ký (kí)
호이 끼

reminiscence [명] 회상, 추억.

hồi môn
호이 몬

dowry, marriage portion [명] = của hồi môn 신부의 혼인 지참금.

hồi phục
호이 풉

recover one's strength
[동] 회복 하다.
✻ bệnh của nó đã hồi phục nhanh chóng → 그의 병이 빠르게 회복되었다.

hồi sinh
호이 신

revive, come back to life
[동] 회생하다.

hồi sức
호이 슥

to be well again, recover
[동] 건강해지다, 회복하다.
✻ nó đã hồi sức lại sau ca phẫu thuật → 그는 한차례 수술 후 다시 건강을 회복했다.

hồi tâm
호이 떰

to turn over a new leaf, go straight
[동] 회심하다, 마음을 돌려먹다.
✻ anh hãy hồi tâm nghĩ lại đi! → 마음을 돌려먹고 다시 생각해라!

hồi tỉnh
호이 띤

recover consciousness
[동] 의식을 회복하다.

hồi tưởng 호이 뜨엉	remember, recall [동] 상기하다, 회상하다. ✷ hồi tưởng lại những chuyện đã qua → 지난 일들을 다시 상기하다.
hồi xuân 호이 쑤언	undergo menopause [동] 다시 젊어지다, 회춘하다.
hội 호이	1/ club, association [명] 협회, 연합. 2/ annual festival [명] 연간 축제.
hội chợ 호이 저	fair [명] 전시, 박람회.
hội diễn 호이 이엔	round of performances, variety festival [명] 공연. ✷ hội diễn văn nghệ → 문예공연.
hội đàm 호이 담	consult together [동] 회담하다.
hội đồng 호이 돔	council, committee [명] 위원회, 지방의회.
hội họp 호이 홉	meet, gather [동] 모이다, 회합하다.
hội nghị 호이 응히	conference, congress [명] 회의하다.
hội thảo 호이 타오	hold a worshop [동] 워크샾을 조직하다.
hội tụ 호이 뚜	to converge [동] (물리) 수렴하다.
hội trường 호이 쯔엉	metting-hall, conference-room [명] 회의장.
hội trưởng 호이 쯔엉	chairman (of an association) [명] (협회의) 의장, 회장.

hội tương tế 호이 뜨엉 떼	*mutual-aid-society* [명] 상조회.
hội từ thiện 호이 뜨 티엔	*charitable organization, charity* [명] 자선회.
hội viên 호이 비엔	*member* [명] 회원.
hội ý 호이 이	*to consult, confer with sb* [동] 협의하다, 상담하다.
hôm 홈	*day* [명] 날, 일. ✳ vài hôm nữa tôi sẽ đến → 몇일 후에 나는 도착할것이다.
hôn 혼	*to kiss, a kiss* [동/명] 키스하다, 키스.
hôn nhân 혼 년	*marriage, marital* [명] 혼인.
hôn phu 혼 푸	*betrothed, fiancé* [명] (남자) 약혼자. ✳ hôn thê → (여자) 약혼자.
hôn thú 혼 투	*marriage-certificate* [명] 결혼 증서.
hồn 혼	*soul, spirit* [명] 혼, 영혼, 정신.
hồn nhiên 혼 니엔	*innocent, natural, unaffected* [형] 혼연의, 순수한. ✳ tánh tình hồn nhiên → 순수한 성격.
hồn vía 혼 비아	*soul and vital spirit* [명] 영혼.
hổn hển 혼 헨	*painting* [형] 숨이 가쁜, 숨을 헐떡이는. ✳ nó vừa nói vừa thở hổn hển →

그는 숨을 헐떡이며 말하다.

hỗn
혼
impertinent [형] = *hỗn xược, hỗn láo* 건방진, 버릇없는.

hỗn độn
혼 돈
chaotic, confused
[형] 혼돈된, 혼란스러운.
✻ đồ đạc hỗn độn → 혼란스러운 물건.

hỗn hào
혼 하오
rude, insolent, impudent
[형] = *hỗn láo* 건방진, 무례한.

hỗn hợp
혼 헙
mixture [명] (화학) 혼합, 혼합물.

hỗn loạn
헌 로안
troublous, chaotic
[형] 혼란 스러운.
✻ một quang cảnh hỗn loạn → 혼란스러운 광경.

hỗn tạp
혼 땁
mishmash-like [형] 뒤범벅인.
✻ vứt bỏ một mớ đồ hỗn tạp → 뒤범벅된 물건들을 버려대다.

hống hách
홍 핫
imperious, overbearing [형] 오만한, 건방진. ✻ thái độ hống hách → 오만한 태도.

hồng
홍
rosy, pink
[형] (색) 장미빛의, 분홍색의.

hồng ân
홍 언
great favour [명] 큰 은혜.

hồng cầu
홍 꺼우
red blood cell [명] (의학) 적혈구.

hồng hào
홍 하오
ruddy, pink [형] 붉은, 분홍색의.
✻ da mặt hồng hào khoẻ mạnh → 붉은 빛의 건강한 피부.

hồng hộc 홈 혹	*throbbing wildly* [형] 격렬하게 두근거리는. ✻ vừa chạy vừa thở hồng hộc → 달리랴 숨쉬랴 심장이 격렬하게 두근거리다.
hồng nhan 홈 난	*rosy cheeks, beautiful girl* [명] 장미빛 빰, 미인, 미녀.
hồng thập tự 홈 텁 뜨	*red cross* [명] 적십자. ✻ hội hồng thập tự → 적십자회.
hộp 홉	*box, tin, case* [명] 박스, 상자.
hốt 혼	*scoop up, collect* [동] 모으다. ✻ hốt rác → 쓰레기를 모으다.
hột 혼	*grain, seed, been* [명] = hạt 낟알, 씨앗. ✻ hột đậu → 콩.
hột vịt 혼 빈	*duck egg* [명] 오리알. ✻ hột vịt muối → 소금에 절인 오리알.
hột xoàn 혼 쏘안	*diamont* [명] 다이아몬드.
hơ 허	*to dry on a fire* [동] = hong 불을 쬐서 말리다.
hơ hớ 허 허	*(of girl) young, virgin* [형] (여성) 젊은, 처녀의.
hớ 허	*get overcharged, blunder* [형] 실수의. ✻ nói hớ (nói lỡ lời) → 말실수하다. ✻ mua hớ (mua lầm) → 잘못 사다.
hớ hênh 허 헨	1/ *scanty* [형] 부족한, 모자란. ✻ ăn mặc hớ hênh → 부주의 하

게 옷을 입다.
2/ *exposing one weak spot*
[형] 약점을 드러낸, 실수의. ✻ nói năng hớ hênh → 말실수 하다.

hờ
허

as a precaution, just in case [형] = phòng hờ 만일의 경우에 대비해서.
✻ tôi chỉ nói hờ vậy thôi → 나는 단지 만일의 경우에 대비해서 얘기하는 것뿐이다.

hờ hững
허 흥

cool, indifferent [형] 냉정한, 차가운. ✻ có thái độ hờ hững → 냉정한 태도.

hở
허

ajar, slightly open, uncovered [형] 조금 열려있는, 완전히 덮히지 않은.

hở hang
허 항

scanty, low-necked [형] 허술하게. ✻ ăn mặc hở hang → 허술하게 입다.

hơi
허이

1/ *steam, air, gas, scent* [명] 공기, 증기, 가스, 냄새. ✻ hơi thúi bốc lên làm ngạt thở → 악취가 퍼져 숨을 막다.
2/ *a little, a bit, rather, slightly* [부] 조금, 약간. ✻ trời hôm nay hơi lạnh → 오늘 날씨가 조금 춥다.

hơi men
허이 맨

heady bouquet of alcohol [명] 술주정뱅이.

hơi thở
허이 터

breath, respiration [명] 숨, 호흡.

hời

(bought) cheap [형] 값이 싼.

허이

hời hợt   *cursory, superficial*
허이 헏   [형] 소홀한, 하찮은.

hõi   *dear, oh* [감] 친애하는! 오!
허이

họi   *the 12th earthly branch (symbolized by the pig)* [명] 12지중 열두 번째, 해(亥), 돼지.
허이
* tuổi hợi → 돼지띠.

họm   *give oneself airs* [동] 젠체하다, 뽐내다.
험
* họm của → 재물을 뽐내다.

họm hĩnh   *supercilious, haughty* [형] 오만한, 거만한. * thái độ họm hĩnh → 거만한 태도.
험 힌

họm mình   *to put on air, to be self-important* [형] 으시대는, 폼잡는.
험 민
* chỉ vừa làm được chút việc đã họm mình → 단지 조금 일하고 나서 으시대다.

hơn   *more than, over, past, after*
헌   [형] ~ 보다 더, 더.
* tôi đã đợi nó hơn nửa giờ rồi → 나는 그를 반시간 더 기다렸다.

hơn hết   *above all others*
헌 헫   [부] = hơn cả 최고의, 최선의.

hơn nữa   *moreover, futhermore*
헌 느아   [접] 게다가, 더욱이.

hơn thua   *win or lose* [형] 승패의.
헌 투아

hớn hở 헌 허	*radiant, glow with happiness* [형] 밝은, 기쁜.
hờn 헌	*sulk, resent = hờn dỗi* [형/동] 샐쭉한, 샐쭉해 지다.
hờn mát 헌 맏	*sulk mildly* [형] 샐쭉한, 못마땅한. ✻ tính hay hờn mát → 자주 토라지는 성격.
hờn giận 헌 지언(연)	*to be in sulks* [동] 토라지다, 샐쭉해지다.
hớp 헙	*to sip* [동] 조금씩 마시다, 홀짝이다. ✻ uống 1 hớp (1 ngụm) → 한모금씩 마시다.
hợp 헙	*joint, agree, harmonize, suit, fit* [동] 결합하다, 조화하다, 어울리다, 적합하다. ✻ cái áo này rất hợp với chị → 이 옷은 당신에게 너무 잘 어울립니다.
hợp âm 헙 엄	*accord* [명] 일치, 조화.
hợp ca 헙 까	*sing in chorus* [동] 합창하다.
hợp chất 헙 젇	*compound, mix* [명] 혼합하다.
hợp đồng 헙 돔	*contract* [명] 계약.
hợp kim 헙 김	*alloy* [명] 합금.
hợp lệ 헙 레	*regular* [형] 통상의, 정규의.

hợp lý (lí) 헙 리	*logical, raisonable, rational* [형] 합리적인.
hợp lực 헙 륵	*joint efforts* [동] 협력하다.
hợp nhất 헙 녇	*unify, merge* [동] 하나로 하다, 합병하다.
hợp pháp 헙 팝	*legal, lawful* [형] 합법의. ✶ bất hợp pháp → 불법.
hợp tác 헙 딱	*co-operate* [동] 협력하다, 협동하다.
hợp tấu 헙 떠우	*to perform together a piece of music* [동] 합주하다.
hợp thành 헙 탄	*to compose, form, constitute* [동] 조립하다, 구성하다.
hợp thời 헙 터이	*up-to-date, fashionable, timely* [형] 최신유행의, 유행에 민감한.
hợp vệ sinh 헙 베 신	*sanitary, hygienic* [형] 위생의.
hợp xướng 헙 쓰엉	*chorus* [동] = hợp ca 합창하다.
hợp ý 헙 이	*fully agree in everything, to satisfy* [형/동] 만족하다, 마음에 들다.
hớt 헏	**1/** *to cut, crop, shear* [동] 가위로 자르다. ✶ hớt tóc → 이발하다. **2/** *to skim* [자] (더껑이를) 걷어내다
hớt hải 헏 하이	*panic, be panic-striken* [형] 허둥대는. ✶ nó hớt hãi chạy về báo tin bị cướp mất xe →그는 오토바이를

도둑맞았다는 소식을 듣고 허둥대며 집으로 달려갔다.

hót lẻo / 헏 래오
peach, tell tales ingratiatingly
[동] 고자질하다, 밀고하다.

hú / 후
howl, ululate
[동] 긴소리로 짖다, 슬피 울다.

hú hí / 후 히
to amuse, to enjoy oneself [동] 즐기다, 즐겁게 시간을 보내다.

hú họa / 후 호아
by merge chance, casually
[형] 우연히.

hú hồn / 후 혼
call back to consciousness
[동] = hú vía 의식이 되돌아오다.

hú tim / 후 띰
hide-and-seek [명] 숨바꼭질.
✻ bọn trẻ đang chơi hú tim → 아이들이 숨바꼭질하고 놀다.

hủ bại / 후 바이
corrupt, degenerate [형] 타락한.

hủ hóa / 후 호아
commit adultery [동] 간음하다.

hủ lậu / 후 러우
fogyish [형] 케케묵은.

hủ tíu (tiếu) / 후 띠우(띠에우)
soupe noodle with seasoned sauté
[명] 베트남 쌀국수의 한 종류.

hủ tục / 후 뚭
unsound customs
[명] 부패한 풍습.

hũ / 후
pot, jar, jug [명] 독, 항아리.
✻ hũ rượu (wine jar) → 술독.

hùa / 후아
gang up, to side with sb
[동] 함께 따라서 ~하다.
✻ hùa nhau làm bậy → 함께 따라

서 실수하다.

huân chương *medal, decoration* [명] 메달.
후언 쯔엉

huấn luyện *train, drill, coach* [동] 훈련하다.
후언 루웬

húc *gore, bult* [동] (뿔, 엄니 따위로)
훕 찌르다, 받다. ✽ trâu bò húc nhau, ruồi muỗi chết (속담) → 소가 서로 받고 싸우면 모기와 파리가 죽는다. (고래싸움에 새우등 터진다.)

hục hặc *to be at cross-purpose with sb*
훕 학 [동] 서로 다투다, 엇갈리다.
✽ họ hục hặc nhau vì quyền lợi → 그들은 권리 때문에 서로 엇갈리다.

huênh hoang *to talk big, brag* [동] 허풍떨다.
후엔 호앙 ✽ chưa làm được gì mà đã hênh hoang → 아직 되지도 않았는데 허풍을 떨다.

huệ *lily, tuberose* [명] (꽃) 나리, 백합.
후에

húi *trim, cut (one's hair)*
후이 [동] 자르다, 깎다.

hủi *leprosy* [명] (의학) 나병.
후이

hùm *tiger* [명] = *hổ* (동물) 호랑이
훔

hun 1/ *fumigate, to smoke out*
훈 [동] 훈제하다.
✽ cá hồi hun khói → 훈제연어.
2/ *to kiss, a kiss* [동/명] = hôn 뽀뽀

	하다, 키스하다, 입맞춤.
hùn 훈	*club together, to share cost* [동] 돈을 각출하다, 비용을 분배하다. ✷ hùn vốn làm ăn → 사업자금을 합치다.
hung 훔	**1/** *awful* [형] 지독한, 몹시. **2/** *ruddy brown, ruddy* [형] (색) 적갈색의, 붉그스레한.
hung ác 훔 악	*cruel, brutel* [형] = hung tàn 잔혹한, 흉악한.
hung bạo 훔 바오	*violent, atrocious* [형] 극악한, 난폭한, 흉포한.
hung hăng 훔 항	*aggressive, warlike* [형] 공격적인, 호전적인.
hung khí 훔 키	*muder weapon* [명] 흉기.
hung thần 훔 턴	*evil genius* [명] 악령.
hung thủ 훔 투	*killer, murderer* [명] 살인자.
hung tin 훔 띤	*bad news, evil tidings* [명] 나쁜 소식, 불길한 소식.
hung tinh 훔 띤	*unlucky-star* [명] 기구한 운명, 불운한 운명 (불운의 별).
hung tợn 훔 떤	*violent, cruel* [형] 잔인한, 잔혹한.
hùng 훔	*talented, superman-like* [형] 초인적인. ✷ người hùng (*a superman*) → 초인, 슈퍼맨.

hùng biện 훔 비엔	*silver-tongued, eloquent* [형/명] 웅변, 웅변의. ✱ có tài hùng biện → 웅변의 재능이 있다.
hùng cường 훔 끄엉	*powerful, strong* [형] 힘 센, 강한.
hùng dũng 훔 융	*imposing, martial* [형] 당당한, 용감한.
hùng hậu 훔 허우	*large and powerful mighty* [형] 강대한. ✱ một lực lượng hùng hậu → 강대한 세력.
hùng hổ 훔 호	*truculent, violent* [형] 격렬한, 난폭한. ✱ nó hùng hổ xông vào đánh nhau → 그는 격렬하게 싸움에 뛰어들었다.
hùng hồn 훔 혼	*eloquent, forceful* [형] 능변인, 힘 있는, 설득력 있는. ✱ lý luận hùng hồn vững vàng → 확고하고 설득력 있는 이론.
hùng hục 훔 훕	*be absorbed in (one's work)* [형] 열중하는, 몰두하는. ✱ làm việc hùng hục cả ngày → 하루종일 열중해서 일하다.
hùng mạnh 훔 만	*strong* [형] 막강한. ✱ một quốc gia hùng mạnh → 막강한 국가.
hùng tráng 훔 짱	*mighty, grand, strong, grandiore* [형] 웅장한, 강력한, 힘 있는. ✱ bài ca hùng tráng → 웅장한 노래.
hùng vĩ 훔 비	*imposing* [형] 당당한.

huống chi
후옹 찌

much less, beside, furthermore [부] = huống hồ 하물며, 더욱이, 게다가. ✻ tôi còn không thể làm được huống chi nó! → 하물며 나도 역시 그것을 할수 없다.

✻ xe đạp còn mua không nổi huống chi xe hơi! → 자전거도 못사면서 하물며 자동차랴!

húp
흡

drink, suck in [동] 마시다, 빨다. ✻ húp cháo → 죽을 먹다.

hụp
흡

to dive under water = lặn [동] 뛰어들다.

hút
훋

1/ *smoke* [동] 피우다.
✻ hút thuốc → 담배를 피우다.
2/ *attract, absorb, suck* [동] 빨다, 흡수하다. ✻ con muỗi hút máu → 모기가 피를 빨다.

hụt
훋

1/ *short, deficient* [형] 부족한.
2/ *to miss* [동/형] 놓치다, 빗나가다, 실수하다.
✻ bắn hụt → 빗나가게 쏘다.

hụt chân
훋 전

to misstep, take a false step [동] 실족하다. ✻ hụt chân té xuống ao → 실족하여 넘어지다.

hụt hơi
훋 허이

shortness of breath [형] 숨가쁜. ✻ chạy hụt hơi mới đuổi theo kịp xe bus → 숨가쁘게 달려가서 겨우 버스를 잡았다.

huy chương
후이 쯔엉

medal [명] 메달.
✻ huy chương vàng → 금메달.

huy động 후이 동	*mobilize* [동] 동원하다. ✳ nhà trường huy động các học sinh tham gia cứu trợ nạn nhân bão lụt → 학교는 학생들을 동원하여 수재민 돕기에 참가하다.
huy hiệu 후이 히에우	*badge, insignia* [명] 훈장, 표지.
huy hoàng 후이 호앙	*splendid* [형] 화려한, 빛나는.
hủy 후이	*destroy, rescind* [동] 파괴하다, 무효로 하다, 소실시키다.
hủy bỏ 후이 보	*cancel* [동] 취소하다.
hủy diệt 후이 지엩(이엗)	*exterminate* [동] 전멸시키다, 근절하다, 몰살하다.
hủy hoại 후이 호아이	*to deteriorate, ruin* [동] 나쁘게 하다, 파괴하다, 망치다.
huyên náo 후웬 나오	*noisy, boisterous* [형] 시끄러운, 떠들썩한.
huyên thuyên 후웬 투웬	*palaver, chatter* [형] 재잘거리는. ✳ nó nói huyên thuyên cả ngày → 그는 하루종일 재잘거리다.
huyền ảo 후웬 아오	*illusory, visionary* [형] 가공의, 공상의.
huyền bí 후웬 비	*occult, mysterious* [형] 신비한.
huyền diệu 후웬 이에우	*magical, marvellous* [형] 놀라운, 신기한, 믿기어려운.
huyền thoại 후웬 토아이	*legend, myth* [명] 전설.

huyễn hoặc 후웬 호악	misleading, deceptive, deluding [형] 속이는.
huyện 후웬	district [명] 지구, 구역.
huyết áp 후웬 압	blood pressure [명] 혈압.
huyết mạch 후웬 맛	blood-vessel, breath of life [명] 혈관.
huyết thống 후웬 톰	blood-line [명] 혈통.
huyết tộc 후웬 똡	relation bound by the same line of ancestry [명] 혈족.
huyệt 후웬	1/ grave [명] 무덤. 2/ vulnerable spot [명] 급소.
huýt 휟	whistle [동] = huýt sáo 휘파람 불다.
hư 흐	1/ out of order, decayed [형] 고장난, 부패한. ✷ vì xe hư nên về trễ → 차가 고장나서 집에 늦게 돌아왔다. 2/ naughty, spoilt [형] 버릇없는, 말을 듣지않는, 응석받이로 자라 못쓰게된. ✷ thằng bé này hư quá ! → 이 아이는 정말 말을 안듣는구나! ✷ con hư tại mẹ, cháu hư tại bà (속담) → 어머니 때문에 자식이 잘못되고 할머니 때문에 손자가 잘못되다.
hư cấu 흐 꺼우	invent, imagine, fictitions [동] 허위의, 허구의, 상상의.

hư danh 흐 얀	*empty fame* [명] 허명(虛名), 실속이 없거나 사실 이상으로 알려진 명성, 공명(空名), 허성(虛聲).
hư đốn 흐 돈	*turn bad in character* [형] 성격이 나빠진.
hư hại 흐 하이	*damaged* [형] 손해를 입은.
hứa 흐아	*to promise* [동] 약속하다.
hứa hẹn 흐아 핸	*promise* [동] = hứa nói chung 약속하다의 총칭.
hứa hôn 흐아 혼	*marriage pledge, promise marry with sb.* [동/형] 결혼을 약속하다, 결혼을 맹세하다.
hứa lèo 흐아 래오	*vain promise, promise the earth / moon* [동] = hứa cuội, hứa hảo, hứa suông 헛된 약속을 하다.
hưng thịnh 흥 틴	*prosperous* [형] 번영한, 흥성한.
hứng 흥	**1/** *pleasure and enthusiasm* [명] 흥미와 열정. ✲ tôi không có hứng làm chuyện đó → 나는 그 일에 흥미가 없다. **2/** *receive, catch a falling object* [동] 받다, 떨어지는 것을 잡다.
hứng thú 흥 투	*interest, pleasant, amenity* [형] 관심있는, 흥미있는.
hửng 흥	*break, begin to shine* [동] 새벽, 동이 트다. ✲ anh ấy đã ra đi khi

	trời vừa hửng sáng → 그는 동이 틀 때 때 나갔다.
hương 흐엉	scent, incense [명] 향, 향기.
hương hồn 흐엉 혼	venerated souls [명] 죽은이의 영혼.
hương thơm 흐엉 텀	perfume, scent, aroma, fragrance [명] 향기, 향수, 향기로움.
hương vị 흐엉 비	aromatic flavour, taste [명] 향료.
hướng 흐엉	direction [명] 방향. * hướng bắc → 북쪽 방향.
hướng dẫn 흐엉 연	guide, direct [동] 안내하다, 지도하다.
hướng đạo 흐엉 다오	to show the way, to guide [동] 향도하다, 안내하다. * hướng đạo sinh → 향도생.
hướng nghiệp 흐엉 응히엡	vocational guidance [동] 직업적으로 안내하다.
hưởng 흐엉	1/ receive, come into [동] 받다. * hưởng gia tài → 유산을 물려받다. 2/ to enjoy [동] 즐기다. * hưởng nhàn → 삶을 여유를 즐기다.
hưởng lạc 흐엉 락	hedonistic [동] 쾌락을 즐기다, 향락하다.
hưởng phúc 흐엉 풉	to enjoy good fortune [동/형] 복을 누리다.

hưởng thọ 흐엉 토	*enjoy longlife, live to be* [동/형] 장수를 누리다.
hưởng thụ 흐엉 투	*be possessed (of), come in for share of society's product* [동] 대가를 받다.
hưởng ứng 흐엉 응	[동] 향응하다, 응답하다.
hươu 흐어우	*deer* [명] (동물) 사슴.
hưu 흐우	*retire (on a person)* = *hưu trí* [동] ✳ về hưu / nghỉ hựu → 은퇴하다, 퇴직하다.
hữu 흐우	**1/** *right* [형] 오른쪽의, 우편의. **2/** *have, own* [동] =*sở hữu*=*có* 소유하다.
hữu hạn 흐우 한	*limited* [형] 유한의, 한정된.
hữu hiệu 흐우 히에우	*effective* [형] 유효한, 효과적인.
hữu hình 흐우 힌	*visible, tangible* [형] 유형의, 눈에 보이게, 실제하는. ✳ thế giới hữu hình → 유형의 세계.
hữu ích 흐우 잇	*useful* [형] 유익한.
hữu nghị 흐우 응히	*friendly* [형] 친한.
hữu tình 흐우 띤	*fascinating* [형] 매혹적인.

hữu trách 흐우 짯	*responsible* [형] 책임이 있는.
hữu ý 흐우 이	*intentional* [형] 고의적인.
hy sinh 히 신	*sacrifice oneself* [동] 희생하다.
hy vọng 히 봄	*to hope* [동] 희망하다, 소망하다.

I - i

i
이
the 12th letter of the VN alphabet.
베트남어 알파벳 중 12번째 자.

í ới
이 어이
call each other (one another) noisily [형] 다른 사람을 부를 때.

ì
이
be inert, motionless
[동] 움직 이지 않는, 가만히 있는.
✳ đứng ì ra → 움직이지 않고 가만히 서있다.

ì ạch
이 앗
strenuously [형] 무겁고 느린.
✳ í ạch mãi mới tới → 무겁고 느린 걸음으로 이제 도착하다.

ì ầm
이 엄
rumble [형] (소리) 덜컹덜컹 내다.
✳ xe chạy ì ầm trước cửa → 차가 문앞에서 덜컹 거리며 달리다.

ị
이
go to stool
[동] (아이가) 용변을 보다.

ích
잇
be of use to, usefulness
[형] 유익한.
✳ có ích (useful) → 유익한.
✳ vô ích (useless) → 무익한.

ích kỉ (kỷ)
잇 끼
egoistic, self-serving
[형] 이기 적인.

ích lợi
잇 러이
useful
[형] 유용한, 유효한, 유익한.

im
(be)still, (be)quiet

임	[형] 조용한, 고요한.
im lặng 임 랑	silent, quiet [형]조용한, 고요한. ∗ ngồi im lặng nghe → 조용히 의자에 앉다. ∗ im lặng! → 조용히 해!
im lìm 임 림	very quiet [형] 매우 조용한. ∗ mọi người im lìm chờ đợi → 모든 사람들이 매우 조용히 기다리다.
ìm 임	to hide [동] 숨다. ∗ nó ìm mất lá thư → 그는 편지를 잃어버렸다.
in 인	print, engrave [동] 인쇄하다. ∗ máy in → 인쇄기. ∗ nhà in → 인쇄소.
inh 인	strident [형] = inh ỏi (소리가) 불쾌한, 귀에 거슬리는.
inh tai 인 따이	deafening [형] 귀청이 찢어질 듯한. ∗ tiếng còi tàu inh tai → 귀청이 찢어질 듯한 기차의 기적소리.
ít 읻	little [형] 작은.
ít ỏi 읻 오이	very little [형] 매우 작은. ∗ cả nhà sống bằng đồng lương ít ỏi của anh ấy → 그의 쥐꼬리만한 월급으로 온 집안이 생활한다.
ỉu 이우	doughy, slightly humid [형] 습기찬, 눅눅한. ∗ bánh bị ỉu mất rồi ! → 빵이 눅눅해 졌다.

ỉu xìu
이우 씨우

gloomy, sad, depressed
[형] 슬픈, 어두운, 어둡게 그늘진.
✷ bộ mặt ỉu xìu → 어둡고 그늘진 얼굴.

K - k

k — *the 13th letter of the VN alphabet.* 베트남어 알파벳 중 13번째 자.

ka ki
까 끼
khaki [명] 카키색.

ka li
까 리
potassium
[명] (화학) 칼륨, 포타슘.

ké né
깨 내
abashed, timid [형] = rụt rè 겁 많은, 부끄러운, 소심한.

kè
깨
carry always = kè kè
[동] 늘 지니고 다니다.
✻ lúc nào cũng ôm cái cặp kè kè bên mình → 언제나 가방을 꼭 껴 안고 다니다.

kẻ
깨
1/ *to draw, to line*
[동] 선을 치다, 긋다.
2/ *person, individual*
[명] ~자, 사람, 인간, 인, 놈.
✻ đừng nghe lời kẻ xấu → 나쁜 사람의 말을 듣지 마라.

kẻ cả
깨 까
patronizing [형] 주인인 체하는, 생색을 내는, 어딘지 모르게 건방진, 오만한.
✻ thái độ kẻ cả → 오만한 태도.

kẻ cắp
깨 깝
thief, pilferer = kẻ trộm
[명] 도둑, 절도범, 좀도둑.

kẻ chiến bại 깨 찌엔 바이	*defeated man* [명] 패배자.	
kẻ chiến thắng 깨 찌엔 탕	*winner, victor* [명] 승리자, 성공자, 정복자.	
kẻ cướp 깨 끄업	*robber, bandit, brigand* [명] 도적, 도둑, 강도, 약탈자.	
kẻ dưới 깨 이으어니	*inferior, subordinate* [명] 하급자, 손아랫사람,	
kẻ hèn 깨 핸	*humble person* [명] 천민.	
kẻ lừa đảo 깨 르아 다오	*rogue, cheater* [명] 속이는 사람, 사기꾼, 난봉꾼.	
kẻ phản bội 깨 판 보이	*rat, traitor, betrayer* [명] 배신자, 매국노, 밀고자, 유혹자.	
kẻ sát nhân 깨 샅 년	*murderer, killer, homicide* [명] 살인자, 모살자.	
kẻ thù 깨 투	*hostile, enemy* [명] 원수, 적대자, 적, 경쟁 상대.	
kẻ xấu 깨 써우	*malefactor, wrongder* [명] 죄인, 범인, 악인, 악행자.	
kẽ 깨	*small gap, crevice, interstice* [명] 갈라진 틈, 균열, 터진 곳.	
kẽ hở 깨 허	*slit, gap, aperture* [명] 틈, 틈새, 짬, 간격. ✽ kẽ hở của luật pháp →법의 틈새.	
kẽ răng 깨 랑	*space between teeth* [명] 치아 사이의 간격.	
kem 깸	*cream, ice-cream* [명] 크림, 아이스크림	

kem dưỡng da 깸 이으엉 야	skin-cream, moisturizing [명] 피부에 바르는 영양 크림.
kem đánh răng 깸 단 랑	toothpaste, dentifrice [명] 치약.
kem thoa mặt 깸 토아 맏	face-cream, face-pack [명] 얼굴 화장 크림.
kém 깸	1/ little, less [형] 보다 적은 ∗ tôi kém anh ấy 2 tuổi → 나는 그보다 2살 적다. ∗ chúng ta phải biết giúp đỡ những người kém may mắn hơn chúng ta → 우리는 우리보다 불행한 사람들을 도와야한다. 2/ weak, bad [형] 약한, 부족한, 나쁜. ∗ nó học kém lắm → 그는 공부를 못한다. ∗ trí nhớ kém → 기억력이 나쁘다. ∗ sức khỏe kém → 허약하다.
kém cỏi 깸 꼬이	weak [형] 서투른, 열등한. ∗ trình độ kém cỏi → 열등한 진도.
kén 깬	1/ cocoon [명] 고치. 2/ select, choose [동] = *kén chọn* 고르다, 선택하다.
kén chồng 깬 쫌	to look for a husband (selective) [동] 배우자(남편)를 고르다.
kém phát triển 깸 팓 찌엔	under-developed [형] 발달이 불충분한, 미숙한.
kén rể 깬 레	to choose a son-in-law [동] 사위를 결정하다.
kén vợ 깬 버	to look for a wife [동] 배우자 (아내)를 고르다.

kèn 깬	*trumpet, bugle, clarinet* [명] (악기) 트럼펫, 나팔.
kèn lệnh 깬 렌	*fanfare* [명] 팡파르.
kẻng 깽	*gong* [명] 공(접시 모양의 종). ✻ tiếng kẻng báo hiệu giờ tan học → 종소리가 수업이 끝났음을 알리다.
keo 깨오	1/ *glue* [명] 아교(질). 2/ *jar* [명] = lọ 항아리, 단지.
keo kiệt 깨오 끼엔	*hard-fisted, mean* [형] 인색한. ✻ anh ta là con người keo kiệt → 그는 인색한 사람이다.
kéo 깨오	1/ *scissors* [명] 가위. 2/ *to strain, tug, pull* [자] 잡아당기다, 끌어당기다.
kéo bè 깨오 배	*to form a party, gang up* [동] 당을 짓다.
kéo cày 깨오 까이	1/ *to pull a plough* [동] 쟁기로 갈다, 쟁기질 하다. 2/ *work hard* [동] 힘들게 일하다.
kéo co 깨오 꼬	*tug of war, to drag on* [동] 질질 끌다
kéo dài 깨오 야이	*to prolong, persist* [동] 오래끌다. ✻ việc này kéo dài cả mấy năm mới xong → 이 일은 몇 년을 끌어서 이제 끝나쳤다.
kéo đến 깨오 덴	*flock to, move towards* [동] 떼지어오다, 몰려오다. ✻ mọi người lần lượt kéo đến →

모든 사람들이 차례로 떼지어 몰려오다.

kéo lê
깨오 레
to drag [동] 끌다.

kéo lên
깨오 렌
to pull up [동] 끌어올리다.

kéo theo
깨오 태오
to bring about
[동] 끌어 당기다, 잡아끌다.

kéo xuống
깨오 쑤옹
to pull down [동] 끌어내리다.

kèo nài
깨오 나이
to insist
[동] 주장하다, 우기다, 고집하다.
✳ tôi đã quyết định rồi, đừng kèo nài vô ích → 나는 이미 결정했으니 괜한 고집피우지 마라.

kẻo
깨오
or else, otherwise [접] 만약 그렇지 않으면. ✳ đi ngay kẻo muộn → 바로 가지 않으면 늦는다.

kẹo
깨오
1/ sweetmeat, candy
[명] 캔디, 사탕.
2/ close-fisted, miserly [형] = keo kiệt (hà tiện) 욕심 많은, 인색한.

kép
깹
1/ actor, dramatic actor
[명] 배우, 남자 배우.
2/ girl's accompanist, boy-friend
[명] 남자친구.

kẹp
깹
to clip, press
[동] 꽉 쥐다, 꼭 집다, 클립하다.

kẹp giấy
깹 지어이(여이)
clip, paper-clip
[명] 클립, 종이 집게.

kẹp phơi đồ 깹 퍼이 도	*clothes-peg, clothes-pin* [명] 빨래 집게.
kẹp tóc 깹 똡	*hair-pin* [명] 머리핀.
két 깯	**1/** *safe-box* [명] 금고. **2/** *parrot* = con vẹt [명] (새) 앵무새.
két bạc 깯 박	*money-box* [명] 금고, 저금통.
két sắt 깯 싼	*safe, strong-box* [명] 금고.
kẹt 깯	**1/** *to stick* [동] 찌르다, 꿰찌르다. ✱ chìa khóa bị kẹt trong ổ rồi → 열쇠가 자물쇠안에 꽂혀버렸다. **2/** *be busy, tied up* [형] 바쁜, 단단히 묶다. ✱ chiều nay tôi kẹt chút việc, không đến được → 오늘 저녁에 내가 조금 바빠서 못갈 것 같다. **3/** *be involved in sth.*[동] ~에 말려들다, 연관되다. ✱ nó bị kẹt trong vụ buôn lậu → 그는 밀수사건에 말려들었다.
kẹt tiền 깹 띠엔	*be in need of money (in financial difficulties)* [동] 돈이 궁하다.
kẹt xe 깯 쌔	*traffic-jam* [형] 교통정체인, 교통이 혼잡한.
kê 께	*to chock up, prop* [동] 단단히 고정시키다, 버티다. ✱ kê cái rương lên cao → 문갑을 높이 버티어 두다.

kê đơn 께 던	*to write a prescription* [동] 처방전을 쓰다.
kê khai 께 카이	*to make up a list* [동] ~의 목록을 작성하다. ✳ kê khai tài sản → 재산 목록을 작성하다.
kế 께	1/ *ruse, trick* [명] = mưu kế 계략, 책략. 2/ *then, after that* [접] = kế đó, kế tiếp 그 후에도, 그 다음에.
kế bên 께 벤	*next, side by side, neighbouring* [부] 이웃의, 다음의, 가장 가까운.
kế cận 께 껀	*surrounding, adjacent* [형] 접근한, 인접한, 부근의, 주위의.
kế đó 께 도	*immediately after, after that* [부] ~후에, ~ 한 직후에.
kế hoãn binh 께 호안 빈	*temporization* [명] 타협, 임시변통.
kế hoạch 께 호앗	*plan, schedule, scheme* [명] 계획, 기획, 설계.
kế mẫu 께 머우	*step-mother* [명] 계모, 의붓 어머니.
kế nghiệp 께 응히엡	*to take over* [동] 인계받다, 양도받다. ✳ kế nghiệp cha → 아버지의 일을 인계받다.
kế phụ 께 푸	*step-father* [명] 계부, 의붓아버지.
kế sinh nhai 께 신 나이	*means of support, daily bread* [명] 생계.

kế thừa 께 트아	*to inherit* [동] 상속하다. ✷ kế thừa di sản của cha mẹ → 부모님의 유산을 상속하다.
kế tiếp 께 띠엡	*next, succeed* [형] 다음의, 잇따라.
kế toán 께 또안	*accounting, book-keeping* [명] 회계(학), 부기.
kế tục 께 뚭	*continue, take over from sb.* [동] 계속하다, 연속하다.
kế vị 께 비	*succeed a king to the throne* [동] 왕위를 잇다.
kề 께	*close to, near to* [형] 가까이의, 인접한, 이웃의. 다음의.
kể 께	*tell, relate, declaim* [동] 이야기하다. ✷ kể chuyện → 이야기하다.
kể lể 께 레	*tell in a lengthy way* [동] 장황하게 이야기하다. ✷ nó cố tình kể lể dài dòng để kéo dài thời gian → 그는 시간을 끌기 위해 장황하게 이야기하다.
kệ 께	1/ *shelf* [명] 선반. ✷ kệ sách (*book-shelf*) → 책꽂이 2/ *ignore, not to pay attention to* [부] = mặc kệ 신경쓰지마라. ✷ kệ nó, cứ để yên đó đi! → 신경쓰지말고 그대로 놓아두어라!
kệch cỡm 껫 껌	*ludicrous* [형] 우스꽝스러운, 웃기는. ✷ ăn mặc kệch cỡm → 우스꽝스럽게 옷을 입다.

kênh 껜	1/ *water-way, canal* [명] 수로, 운하. 2/ *channel* [명] 채널. ✻ kênh truyền hình → 텔레비전 채널.
kênh kiệu 껜 끼에우	*put on airs, give oneself airs* [동] 뽐내다, 우쭐대다. ✻ thái độ kênh kiệu → 거만한 태도.
kềnh càng 껜 깡	*cumbersome, bulky* [형] = cồng kềnh 부담이 되는, (너무 커서) 다루기 힘든. ✻ hàng hóa kềnh càng choán lối đi → 물건이 너무 커서 길을 지나갈수가 없다.
kết 껜	1/ *plait, tie in knot, clot, mat* [자] (머리털, 짚 등을) 땋다, 엮다. 2/ *conclude* [명] 끝부분, 결말. ✻ đoạn kết của câu chuyện như thế nào ? → 소설의 결말이 어떻게 됩니까?
kết án 껜 안	*to convict* [동] 유죄를 선언하다.
kết bạn 껜 반	*to make friends with sb* [동] ~와 친구가 되다, 친해지다.
kết cấu 껜 꺼우	*composition, structure* [명] 구조, 구성.
kết cục 껜 꿉	*ultimate result, ending, final* [명] 종결, 마지막, 최후.
kết đoàn 껜 도안	*gather into a community* [동] 집단으로 모이다, 군집하다.
kết hôn 껜 혼	*wed, marry* [동] 결혼하다.

kết hợp 껟 헙	*combine, coordinate* [동] 결합하다, 합동하다, 통합하다.
kết liễu 껟 리에우	*conclude* [동] 끝내다, 마치다. ✳ bắn 1 phát súng kết kiểu cuộc đời tên cướp → 한발의 총성으로 강도사건이 끝났다.
kết luận 껟 루언	*conclude, put an end to* [동] 끝내다, 종결하다, 결론내다.
kết nạp 껟 납	*admit to* [동] 허가하다, 승인하다.
kết nghĩa 껟 응히아	*to strike up a friendship with sb* [동] 결의(結義)하다. ✳ kết nghĩa anh em → 의형제를 맺다.
kết nối 껟 노이	*to connect, link, put on-line* [동] 연결하다, 잇다. ✳ kết nối máy in với máy vi tính → 프린터와 컴퓨터를 연결하다.
kết quả 껟 꽈	*effect, outcome, result* [명] 결과. ✳ kết quả sổ số → 복권 추첨 결과. ✳ chiều nay đến phòng khám lấy kết quả xét nghiệm → 오늘 오후에 검사결과를 받으러 검사실로 간다.
kết thúc 껟 툽	*to end, to finish* [동] 끝나다, 결말이 나다, 종료하다. ✳ câu chuyện đến đây là kết thúc → 이야기는 여기가 끝이다.
kêu 께우	*to call, to cry* [동] 부르다.
kêu ca 께우 까	*to complain* [동] 불평하다, 투덜대다.

kêu cứu 께우 끄우	*to call for help* [동] (SOS!) 도움을 요청하다.
kêu gào 께우 갸오	*to cry out one's opposition* [동] 반대하기 위해 소리치다, 요청하기 위해 소리치다.
kêu gọi 께우 고이	*call upon sb to do sth., appeal to* [동] 호소하다, 요청하다. ✷ kêu gọi mọi người đóng góp để cứu trợ nạn nhân bão lụt → 모든 사람들에게 수재민 돕기를 위한 성금 모금을 호소하다.
kêu la 께우 라	*to cry out* [동] 크게 소리치다. ✷ nó kêu la ầm ĩ → 그는 크게 소리쳤다.
kêu nài 께우 나이	*to complain* [동] 투덜거리다, 불평하다, 푸념하다.
kêu oan 께우 오안	*to claim innocence* [동] 결백을 주장하다.
kêu rêu 께우 레우	*lament, bewail* [동] 비탄하다, 슬퍼하다.
kêu van 께우 반	*cry mercy* [동] 애원하다.
kêu vang 께우 방	*to clang* [동] 울려퍼지다.
khá 카	*rather, fairly, relatively* [부] 어지간히, 비교적. ✷ nó học rất khá → 그는 학업성적이 비교적 우수하다. ✷ cô ấy khá đẹp → 그녀는 비교적 이쁘다.

khá giả 카 지아(야)	*well-off, well-to-do, prosperous* [형] 번영하는, 유복한, 부유한. ✻ một gia đình khá giả → 부유한 가정.
khá nhiều 카 니에우	*good many, good deal* [형] 비교적 많은.
khá tốt 카 똩	*fairly good* [형] 비교적 잘한, 비교적 좋은.
khả ái 카 아이	*nice, loveable, likeable* [형] 매력 있는, 아름다운, 사랑스러운.
khả năng 카 낭	**1/** *ability, capacity* [명] 가능성, 재능, 기량, 역량. **2/** *means, financial resources* [형] 자력의. 재정능력이 있는. ✻ tôi chưa đủ khả năng mua xe hơi → 나는 아직 자동차를 살 재정능력이 안된다.
khả nghi 카 응히	*suspicious* [형] 의심스러운, 미심한. ✻ tôi thấy hắn có nhiều điểm khả nghi → 나는 그가 의심스러운 점이 매우 많음을 느꼈다.
khả ố 카 오	*detestable, hateful* [형] 혐오할 만한, 가증한. ✻ hắn cười một cách cách khả ố → 그는 혐오스럽게 웃었다.
khả quan 카 꽌	*satisfactory, good* [형] 보기 좋은, 만족스러운. ✻ tình hình đã bắt đầu khả quan hơn → 상황이 더 좋아지기 시작했다.
khả thi 카 티	*realizable, feasible* [형] 실행할 수 있는, 가능한.

khá 카	rather, fairly [형] 꽤, 상당히
khá giả 카 지아(야)	be well off [형] 유복한, 부유한.
khác 각	different, unlike [형] 다른, 별개의. ✴ không còn cách nào khác → 더 이상 다른 방법이 없다.
khác biệt 각 비엣	different [형] 서로 다른, 색다른. ✴ chúng nó hoàn toàn khác biệt nhau → 그들은 서로 완전히 다르다.
khác thường 각 트엉	especial, unusual [형] 특별한, 보통이 아닌, 비범한. ✴ hôm nay anh ta lộ vẻ lo lắng khác thường → 오늘 그는 특별히 고민이 있는 것 처럼 보인다.
khạc 칵	hawk up, to spit = khạc nhổ [동] 내뱉다. ✴ khạc ra máu → 피를 토하다.
khách 캇	1/ guest, visitor [명] 손님, 방문자. ✴ hôm nay nhà có khách → 오늘 집에 손님이 오신다. 2/ customer [명] = khách hàng 손님, 고객, 단골 손님, 거래처. ✴ cô ấy là khách quen của tôi → 그녀는 내 고객이다. 3/ passenger [명] 승객, 여객, 선객(船客). ✴ xe bus dừng lại đón khách → 버스가 손님을 태우려고 멈추다.
khách du lịch 캇 유 릿	traveller, tourist = du khách [명] 관광객, 여행객.

khách hàng 캇 항	customer, patron, client [명] 고객, 단골.
khách khí 캇 키	ceremonious [형] = khách sáo 형식적인, 엄숙한. ✻ bạn bè cả, đừng nên khách khí như thế → 친구들끼리 이렇게 형식을 갖추지 않아도 돼.
khách khứa 캇 크아	guests and visitors [명] 손님의 총칭.
khách quan 캇 꽌	objective [형] 객관적인, 실재의. ✻ nhận xét khách quan → 객관적으로 판단하다.
khách quý 캇 뀌	guest of honour [명] 귀빈.
khách sạn 캇 산	hotel [명] 호텔.
khách sáo 캇 사오	formal [형] 형식적인, 허울만의, 표면적인.
khách trọ 캇 쪼	paying guest, resident, boarder [명] 숙박객.
khách vãng lai 캇 방 라이	traveller, non-resident [명] 여행자, 나그네.
khai 카이	1/ urine-smelling [형] 소변냄새가 나는, 지린내가 나는. 2/ to declaire [동] 공개하다, 신고하다.
khai báo 카이 바오	declare, make a statement [동] 선언하다, 공표하다.
khai giảng 카이 지앙(양)	to start a new school year [동] 개강하다, 신학기를 시작하다.

khai hoang 카이 호앙	*to reclaim* [동] 개선하다, 개심시키다.
khai khẩn 카이 쿠언	*break fresh ground* [동] 새분야를 개척하다, 신천지를 개척하다.
khai mạc 카이 막	*to open, to raise the curtain* [동] 열다, 펴다, 개막하다.
khai phá 카이 파	*change waste land into cultivated areas* [동] 개간하다.
khai sinh 카이 신	*to register the birth* [동] 출생신고하다. ✻ giấy khai sinh → 출생신고서.
khai thác 카이 탁	*to exploit, develope* [동] 개발하다.
khai thông 카이 톰	*to clear, unstop* [동] 깨끗하게 하다, 뚫다. ✻ khai thông cống rãnh → 하수구를 뚫다.
khai trương 카이 쯔엉	*to open a shop* [동] 개업하다.
khai trường 카이 쯔엉	*to start a new school year* [동] 개학하다.
khai trừ 카이 쯔	*to expel, exclude* [동] 내쫓다, 쫓아내다. ✻ ông ta đã bị khai trừ ra khỏi đảng → 그는 당에서 쫓겨났다.
khai tử 카이 뜨	*to register a death* [동] 사망신고하다.
khái niệm 카이 니엠	*notion, concept* [명] 관념, 개념.

khái quát 캉 꽌	*general, to generalize* [동] 일반적으로 말하다, 개괄적으로 말하다.
kham 캄	*to bear, to endure* [동] 참다, 지탱하다. ✻ tôi không kham nổi việc này → 나는 이 일을 참을수 없다.
kham khổ 캄 코	*hard, austere* [형] 매우 가난한, 아주 부족한. ✻ ăn uống kham khổ → 먹을 것이 매우 부족하다. ✻ sống kham khổ → 매우 가난하게 살다.
khám 캄	**1/** *prison, jail* = nhà tù [명] 교도소, 감옥, 구치소. **2/** *to test, to examine* [동] 시험하다, 검사하다. ✻ đi khám bệnh → 진찰받으러 가다. ✻ khám sức khỏe định kỳ → 정기검진을 받다.
khám bệnh 캄 벤	*to examine* [동] 진찰하다, 검사하다.
khám nghiệm 캄 응히엠	*to examine* [동] 시험하다, 검사하다. ✻ khám nghiệm tử thi → 사시 검사를 하다.
khám phá 캄 파	*to discover, to find out* [동] 발견하다, 찾아내다.
khám sức khỏe 캄 슥 코애	*physical medical check-up* [동] 신체검사를 하다.
khám thai 캄 타이	*pregnancy test* [동] 임신여부를 검사하다.
khám xét 캄 쎈	*search* [동] 탐색하다, 수색하다.

khảm 캄	*inlay, encrust, enchase* [동] 아로새기다, 새겨 넣다. ✶ tủ và bộ bàn ghế khảm xa cừ → 옷장과 책걸상에 자개장식을 박아 넣다.
khảm xa cừ 캄 싸 끄	*inlay with mother-of-pearl, nacred* [동] 상감세공을 하다, 자개를 박아넣다.
khan 칸	*husky, raucous, hoarse* [형] 쉰 목소리의, 목쉰, 허스키한. ✶ bị khan tiếng → 쉰소리가 나다.
khan hàng 칸 항	*lack of goods* [형] 물건이 동난, 부족한.
khan hiếm 칸 히엠	*scarce* [형] 부족한, 적은, 결핍한.
khán đài 칸 다이	*stand, grand-stand* [명] 장(場), 무대.
khán giả 칸 지아(야)	*spectator, audience* [명] 구경군, 관객, 관중.
khản 칸	*hoarse, raucous = khan* [형] 목이 쉰, 쉰 목소리의, 귀에 거슬리는. ✶ nói khản cổ mà nó vẫn không hiểu! → 목이 쉬게 이야기 했건만 여전히 이해하지 못한다.
khang trang 캉 짱	*spacious, roomy* [형] 훌륭한, 멋진, 굉장히 좋은. ✶ nhà cửa khang trang → 멋진 집.
kháng 캉	*to resist, protect* [동] 지키다, 저항하다, 막다.

kháng án 캉 안	*to appeal to* [동] 호소하다, 애원하다.
kháng chiến 캉 찌엔	*resistance war* [동] 항쟁하다.
kháng cự 캉 끄	*resist, offer resistance* [동] ~에 저항하다, 반항하다, 항거하다.
kháng sinh 캉 신	*antibiotic* [명] (의학) 항생 물질.
khảng khái 캉 카이	*indomitable, chivalrous* [형] 굴하지 않는, 항복하지 않는. ✵ chúng tôi muốn giúp đỡ nhưng anh ấy đã khảng khái từ chối → 우리는 도와주고 싶지만 그는 거절을 굽히지 않았다.
khánh thành 칸 탄	*open public use, inaugurate* [동] 정식으로 발족시키다, 준공하다, 창시하다. ✵ khánh thành nhà máy → 공장을 준공하다.
khao 카오	*to feast, to give a feast* [동] 대접하다. ✵ hôm nay đến lượt tôi khao ! → 오늘은 내가 대접 할 차례이다!
khao khát 카오 칸	*to thirst for…, to crave for..* [동] ~을 바라다, 원하다. ✵ nó khao khát được giàu có → 그는 부자가 되길 바라다.
kháo 카오	*spread rumour* [동] = *kháo chuyện* 소문이 퍼지다.
khảo 카오	*to torture, extort, investigate* [동] = tra khảo 고문하다, 연구하

	다, 심사하다, 조사하다.
khảo cổ học 카오 꼬 홉	*archaeology* [명] 고고학.
khảo của 카오 꾸아	*extort money* [동] 무력으로 돈을 갈취하다.
khảo cứu 카오 끄우	*to study, carry out scientific research* [동] 연구하다.
khảo sát 카오 삳	*to study, to survey* [동] 조사하다.
khát 칻	*thirsty* [형] 목마른, 갈망하는. ✻ **khát nước** → 갈증이 나다.
khát khao 칻 카오	*to thirst for…, to crave for, long for.. = khao khát* [동] 갈망하다.
khát vọng 칻 봄	*to thirst for, to aspire* [자] 갈망, 염원.
khay 카이	*tray* [명] = **mâm** 쟁반. ✻ **khai trà** → 차 쟁반.
kháu 카우	*pretty, lovable* = **kháu khỉnh** [형] 예쁜, 귀여운, 사랑스러운. ✻ **thằng bé này kháu quá** → 이 아기는 너무 귀엽다.
khắc 칵	*engrave* [동] 새기다, 조각하다. ✻ **khắc sâu trong lòng** → 마음속에 새기다.
khắc khoải 칵 코아이	*anxious* [형] 걱정하는, 근심하는.
khắc khổ 칵 코	*harsh, austere* [형] 고통스런, 가혹한. ✻ **sống khắc khổ** → 힘겹게 살다. ✻ **gương mặt khắc khổ** → 수심가득한 얼굴.

khắc nghiệt 각 응히엩	*harsh* [형] 가혹한, 거친, 엄한. ✷ tính tình khắc nghiệt → 어렵고 힘든 상황. ✷ thời tiết khắc nghiệt → 가혹한 날씨.
khắc phục 각 품	*overcome* [동] 극복하다, 이기다. ✷ khắc phục khó khăn → 어려움을 이기다.
khăn 칸	*towel* [명] 세수 수건, 타월.
khăn lau 칸 라우	*wiping cloth* [명] 걸레.
khăn quàng 칸 꾸안	*scarf, muffler* [명] 스카프, 머플러, 목도리.
khăn tang 칸 땅	*mourning head-band* [명] 두건(頭巾).
khăn tay 칸 따이	*handkechief* [명] 손수건.
khăn tắm 칸 땀	*bath-towel* [명] 목욕수건, 목욕타월.
khăn trải bàn 칸 짜이 반	*table-cloth, table-cover* [명] 테이블보, 식탁보.
khăng khăng 캉 캉	*to persist, to insist* [동] 완강하다, 고집하다. ✷ nó khăng khăng từ chối → 그는 완강히 거절하다.
khắng khít 캉 킫	*to be attached, devoted to* [형] 돈독한. ✷ tình bạn khắng khít → 돈독한 우정.
khẳng định 캉 딘	*to affirm, assert* [동] 단언하다, 확언하다, 긍정하다.

khẳng khiu 캉 키우	skinny, scrawny [형] 야윈, 앙상한. ✻ tay chân gầy khẳng khiu → 앙상한 손발.
khắp 캅	all over, throughout [형] 도처에, 사방에, 어디든지.
khắp nơi 캅 너이	everywhere, anywhere [부] 어디에나, 도처에.
khắt khe 칸 캐	too severe [형] 매우 엄한, 매우 엄격한.
khâm liệm 컴 리엠	lay sb in a coffin [동] 입관하다.
khâm phục 컴 품	admire [동] 감복하다, 탄복하다.
khấm khá 컴 카	be better [형] 보다 좋은. ✻ dạo này làm ăn khấm khá hơn trước nhiều → 요즈음 사업이 전보다 훨씬 좋아졌다.
khấn 컨	pray under one's breath [동] 중얼중얼 기도하다.
khấn vái 컨 바이	howtow and pray under breath [동] 중얼중얼 기도하다, 빌다.
khẩn 컨	urgent, pressing [형] 긴급한, 절박한. ✻ thư khẩn → 긴급한 편지.
khẩn cấp 컨 껍	very pressing [형] 긴급의, 비상의.
khẩn khoản 컨 코안	entreat persistently [동] 집요하게 간청하다. ✻ khẩn khoản mời → 집요하게 초대하다.

khẩn trương 컨 쯔엉	*very urgent, to hurry up, prompt* [형] 매우 긴급한, 서두르는. ✻ tình hình rất khẩn trương → 매우 긴박한 상황.
khấp khểnh 컵 켄	*uneven, bumpy* [형] 평탄하지 않은, 울퉁불퉁한. ✻ con đường làng khấp khểnh → 울퉁불퉁한 길.
khập khiễng 컵 키엥	*limping* [형] 절뚝거리는. ✻ dáng đi khập khiễng → 걷는 모습이 절뚝거리다.
khất 컨	*ask for a delay* [동] 지연을 요청하다. ✻ khất nợ → 대출금 상환기간을 연장하다.
khâu 커우	**1/** *to sew, stich up, suture* [동] 꿰메다, 깁다. ✻ khâu vết thương → 상처를 꿰메다. **2/** *a phase* [명] 양상, 형세, 시기.
khấu hao 커우 하오	*amortization* [동] 감가상각하다.
khấu trừ 커우 쯔	*deduct* [동] 빼다, 공제하다.
khẩu 커우	*mouth* [명] 입, 구강.
khẩu hiệu 커우 히에우	*slogan, motto* [명] 표어, 좌우명, 슬러건.
khẩu khí 커우 키	*one's character* [명] 성격, 성질. 기질.
khẩu phần 커우 펀	*ration, portion* [명] 정액, 정량

khẩu trang 커우 짱	*muffle, comforter* [명] 마스크.
khẩu vị 커우 비	*eating taste* [명]구미, 미각, 입맛. ✲ không hợp khẩu vị → 입맛에 안맞다.
khe 캐	*slit, chink, slot, interslice* [명] = *khe hở* 갈라진 틈, 틈새.
khe khắt 캐 콴	*strict, stern, severe* [형] = khắt khe 엄격한, 엄한, 단호한.
khẽ 캐	*gently, softly, in a low voice* [형] 조용히, 가볍게, 부드럽게. ✲ nói khẽ thôi, em bé đang ngủ! → 아기가 자고 있으니 조용조용 이야기 해라!
khen 캔	*to praise, speak highly of sb/sth* [동] 칭찬하다.
khen ngợi 캔 응어이	*to commend* [동] 칭찬하다, 찬미 하다.
khen thưởng 캔 트엉	*commend and reward* [동] 보상하다, 보답하다.
khèn 캔	*pan-pipe* [명] = kèn 팡파르.
khéo 캐오	*clever, skillful, dexterous* [형] 솜씨 있는, 능숙한, 잘하는. ✲ thợ may khéo → 솜씨있는 재봉사.
khéo léo 캐오 래오	*clever, skillful* [형] (손)재주 있는, 숙련된. ✲ tay chân khéo léo → 손재주가 있다.

khéo tay 캐오 따이	*good, skillful* [형] 잘하는, 숙련된, 솜씨있는. ✳ cô ấy rất khéo tay → 그녀는 매우 솜씨가 있다.
khép 캡	*to close, shut* [동] 닫다. ✳ khép cửa lại → 문을 닫다.
khép nép 캡 넵	*reserved* [형] 수줍어하는, 내성적인. ✳ khép nép đứng sau lưng mẹ → 엄마 등뒤에 서서 수줍어하다.
khép tội 캡 또이	*to sentence, to condemn* [동] 유죄 판결을 내리다, 선고하다. ✳ bị khép tội hối lộ → 뇌물증뢰죄를 선고받다.
khét 캩	*smelling of sth burning* [형] 타는. ✳ cơm khét → 탄 밥.
khét lẹt 캩 랱	*pungent* [형] 매운, 얼얼한, 톡 쏘는. ✳ mùi hơi khét lẹt xông lên mũi → 매케한 냄새가 나다.
khê 케	*overcooked* [형] 너무 익은(구운) ✳ cơm khê → 설익은 밥.
khế 케	*carambola* [명] (과일/나무) 동남아시아 원산의 괭이밥과의 나무.
khế ước 케 으억	*contract, agreement* [명] 계약, 약정.
khệnh khạng 켄 캉	*stump* [형] 터벅터벅걷는, 무겁게 걷는. ✳ nó khệnh khạng bước vào nhà → 그가 집으로 터벅터벅 걸어 들어갔다.

khêu / 케우 — *extract, raise* [동] 뽑아내다, 끌어올리다.

khêu gợi / 케우 거이 — *stir up, sexy, excite* [동] (감정 등) ~을 일으키다, 불지르다.
* ăn mặc khiêu gợi → 섹시하게 옷을 입다.
* quyển sách này cố ý viết lấp lửng để khêu gợi tính tò mò của người đọc → 이 책은 독자들의 호기심을 불러일으키기 위해 일부러 모호하게 썼다.

khi / 키 — *while, when* [명] 동안, 때.

khí / 키 — *gas, air* [명] 가스, 기체.

khí giới / 키 지어이(여이) — *weapon, arms* [명] 무기, 병기, 화기.

khí hậu / 키 허우 — *climate* [명] 기후.

khí khái / 키 카이 — *proud, mettlesome* [형] 기운이 넘치는, 기운 찬.

khí lực / 키 륵 — *vital force, vitality* [명] 생명력, 활력, 기력.

khí nén / 키 낸 — *compressed air* [명] 대기권.

khí quản / 키 꾸안 — *windpipe, trachea* [명] (해부) 기관지.

khí quyển / 키 꾸엔 — *atmosphere* [명] 대기, 공기.

khí phách — *sense of purpose and upright-*

키 팟	ness, stuff
	[명] = *khí tiết* 기백(氣魄)
khí sắc	*complexion, mien*
키 삭	[명] 풍채, 태도, 외관, 형편.
khí thế	*impetus* [명] 힘, 기세, 추진력.
키 테	✻ khí thế hùng mạnh → 등등한 기세.
khí tượng	*meteorological* [명] 기상.
키 뜨엉	✻ tin khí tượng → 기상예보.
khỉ	*monkey* [명] (동물) 원숭이.
키	
khía	1/ *notch* [명] 새김눈, 벤자리.
키아	2/ *to carve, engrave* [동] (문자, 도형등) 새기다, 조각하다.
khía cạnh	*angle* [명] 각, 각도, 모퉁이.
키아 깐	
khích	*provoke* [동](감정 따위를)성나게 하다, 일으키다, 유발시키다.
킷	✻ khích cho 2 bên đánh nhau → 양쪽이 싸우도록 부추기다.
khích bác	*vex, nettle* [동] 화나게 하다, 괴롭히다, 귀찮게 하다.
킷 박	✻ chúng nó luôn khích bác nhau → 그들은 언제나 서로 화 나게 만든다.
khích lệ	*encourage, foster* [동] 격려하다, 용기를 북돋아 주다.
킷 레	
khiêm nhường	*unassuming, modest*
키엠 니으엉	[형] 겸손한, 주제넘지 않은.
khiêm tốn	*modest, unpretentious* [형] 겸손한,

키엠 똔	정숙한, 삼가는. ✻ thái độ khiêm tốn → 겸손한 태도.
khiếm khuyết 키엠 쿠웯	*shortcoming* [형] 결점, 단점, 불충분한 점.
khiếm nhã 키엠 냐	*rude, uncivil, impolite* [형] 버릇없는, 예의에 벗어난.
khiếm thị 키엠 티	*sightless, blind* [형] (의학) 시력이 없는, 눈 먼.
khiến 키엔	*tell, ask, to order* [동] = sai, bảo 시키다, 요구하다. ✻ ai khiến em làm chuyện đó → 누가 너에게 그 일을 시켰니.
khiển trách 키엔 짯	*reprove, blame* [동] 비난하다, 꾸짖다, 나무라다.
khiêng 키엥	*carry with one's hands* [동] 손으로 나르다.
khiêng vác 키엥 박	*carry on one's shoulder* [동] 어깨에 짊어지다, 메다.
khiếp 키엡	*be horrified, fear, afraid* [동] 겁에 질리다, 무서워하다.
khiếp đảm 키엡 담	*be frightened to death* [동] 까무러칠 만큼 놀라다.
khiếp nhược 키엡 니으억	*cowardly* [형] 겁이 많은.
khiếp phục 키엡 풉	*awed into submission* [동] 복종하다.
khiếp sợ 키엡 서	*terrified, panic-stricken* [동] = *khiếp vía* 겁내다, 놀래다, 당황하다.
khiêu chiến 키에우 찌엔	*provoke a war* [동] 전쟁을 야기하다.

khiêu gợi 키에우 거이	**1/** *sexy, suggestive* [형] 도발 적인, 외설한, 선정적인. ✶ ăn mặc khiêu gợi → 도발적이게 옷을 입다. **2/** *to stir, excite, provoke* [동] 자극하다, 선동하다. ✶ khiêu gợi lòng tham → 탐심을 자극하다.
khiêu khích 키에우 킷	*provoke* [동] 화나게 하다.
khiếu 키에우	*aptitude, gift, vocation* [명] = năng khiếu 적성, 소질, 재능. ✶ thằng bé này rất có khiếu về âm nhạc → 이 아이는 음악에 뛰어난 재능이 있다.
khiếu nại 키에우 나이	*to complain, lay / file / lodge a complain* [동] 고소(告訴)하다.
khiếu tố 키에우 또	*to complain and denounce* [동] 고소(告訴)하다.
khinh 킨	*to distain, scorn, despise* [동] 경멸하다, 모욕하다, ~의 명예를 더럽히다.
khinh bạc 킨 박	*thoughtless* [동] 생각이 없는, 분별 없는. ✶ có thái độ khinh bạc → 분별없는 태도이다.
khinh bỉ 킨 비	*slight, disdain, despite* [동] 경멸하다, 멸시하다. ✶ một hành động đáng khinh bỉ → 멸시할 만한 행동.
khinh địch	*underestimate the enemy, under-*

킨 딧		*rate* [동] 적을 얕보다.
khinh khí cầu 킨 키 거우		*balloon, airship* [명] 기구, 비행선.
khinh miệt 킨 미엩		*think little and scorn* [형] 경멸하는, 우습게 보는.
khinh rẻ 킨 래		*feel contempt for, despise* [동] 멸시하다, 경멸하다.
khinh thường 킨 트엉		*underestimate* [동] 경시하다. 과소평가하다,
khít 킫		*close, just enough, fitting well* [형] 적당한, 충분한.
khịt 킫		*sniff* [동] (코를) 훌쩍거리다. ✻ khịt mũi vì bị cảm → 감기에 걸려 코를 훌쩍거리다.
kho 코		1/ *storehouse, warehouse* [명] 창고. ✻ cất hàng hóa vào kho → 물건을 들여올려 창고에 넣다. 2/ *cook (in fish sauce)* [동] (간장따위에) 조리다. ✻ kho thịt (cá) → 장조림 (생선조림).
kho tàng 코 땅		*treasure* [명] 보물.
khó 코		*hard, difficult* [형] = khó khăn 어렵다, 어려운. ✻ khó thở → 숨쉬기 어렵다.
khó chịu 코 찌우		*uncomfortable* [형] 기분이 언짢은, 거북한, 참기 힘든.
khó dễ		*make difficulties*

코 에	[동] 어렵게 만들다.
khó khăn 코 칸	*hard, difficult* [형] 어려운.
khó nhọc 코 눕	*hard, laborious, painful* [형] 힘드는, 어려운, 고통스러운.
khoa 코아	*department* [명] ① 과. ② (학교) 학부, 과. ✻ khoa toán → 수학과.
khoa học 코아 홉	*science* [명] 과학. ✻ tôi thích đọc báo 'khoa học và đời sống' → 나는 '과학과 생활' 잡지 보는걸 좋아한다.
khoa trương 코아 쯔엉	*boast* [동] 자랑하다, 떠벌리다. ✻ nó hay khoa trương quá lố → 그는 자주 과하게 자랑하다.
khóa 코아	1/ *lock, to lock* [명/동] 자물쇠/자물쇠를 채우다. 2/ *term, course* [명] 학기, 기간. ✻ khóa học đã kết thúc → 학기가 다 끝났다.
khỏa 코아	*dip and move (in water)* [동] (물을) 휘젓다.
khỏa thân 코아 턴	*nude, naked* [동] 벌거벗다, 나체가 되다.
khoác 코악	1/ *to put on* [동] ~을 입다. ✻ khoác áo → 옷을 입다. 2/ *boast* [동] = nói khoác 허풍떨다.
khoác lác 코악 락	*brag, boast* [동] 허풍떨다. ✻ có tính hay khoác lác → 허풍을

잘 떠는 성격이다.

khoai
코아이
1/ *potato* [명] 감자.
2/ *sweet-potato* [명] 고구마.

khoái
코아이
1/ *(feel) highly pleased*
[동/형] 만족하다, 만족스러운.
2/ *to enjoy, to like*
[동] 좋아하다, 즐기다.
* nó khoái ăn nhậu cả ngày → 그는 하루종일 술에 빠져지내다.

khoái chí
코아이 찌
(be) overjoyed [형] 매우 기쁜.
* nó cười khoái chí → 그는 매우 기쁘게 웃다.

khoái lạc
코아이 락
pleasure, delight
[형] 즐거운, 기쁜, 유쾌한.

khoái trá
코아이 짜
(feel) delighted
[형] 아주 기뻐하여.
* cảm thấy khoái trá trong lòng vì đã trả được mối thù xưa → 과거의 모든 원한을 갚게되어 마음이 매우 기쁘다.

khoan
코안
1/ *drill, borer, brace* [동] 구멍을 뚫다. [명] 천공기, 송곳.
* máy khoan → 드릴.
2/ *take it easy, wait a minute*
[부] 유유히, 찬찬히, 잠시만.
* khoan làm, để hỏi lại mẹ! → 엄마에게 다시 물어볼 테니 천천히 해!

khoan dung
코안 윰
forgiving, large-hearted
[형] 관대한, 관용을 보이는.

khoan hồng
lenient [형] 너그러운, 인자한.

코안 홍	✻ thành thật khai báo sẽ được khoan hồng → 솔직히 고백하면 너그럽게 용서해줄 것이다.
khoan khoái 코안 코아이	*(feel) at ease* [형] 마음 편한, 평안한. ✻ cảm thấy khoan khoái trong lòng → 마음이 평안하다.
khoan nhượng 코안 니으엉	*compromise* [동] 타협으로 해결짓다, 타협하다. ✻ không thể khoan nhượng được nữa → 더 이상 타협할수 없다.
khoan thai 코안 타이	*deliberate, leisurely* [형] 침착한, 느긋한. ✻ đi đứng khoan thai → 느긋하게 걷다.
khoán 코안	*hire by the piece, to pay sb by the job* [동] 맡기다, 일을 떠맡기다
khoán trắng 코안 짱	*to leave the whole work to sb* [동] ~에게 모든 일을 넘겨주다.
khoản 코안	*item, clause, expenditure* [명] 항목, 조항.
khoản đãi 코안 다이	*to entertain* [동] 대접하다, 환대하다.
khoản tiền 코안 띠엔	*sum(amout) of money* [명] 일정 금액.
khoang 코앙	*hold (of ship, boat...)* [명] 배의 짐칸, 화물창.
khoáng đãng 코앙 당	*roomy and well ventilated, liberal* [형] 광대하다, 드넓다
khoáng sản 코앙 산	*mineral product* [명] 광물.

코앙 산
khoảng
코앙

1/ *a period* [명] 기간.
∗ chúng tôi không gặp nhau một khoảng thời gian dài → 우리는 긴 기간동안 서로 만나지 못했다.
2/ *length, plot* [명] =khoảnh 작은 구획의 땅, 작은 토지.
∗ phía sau nhà có một khoảng đất rộng → 집의 남쪽에 넓은 땅이 있다.
3/ *about* [부] 약..., ...쯤, 경.
∗ còn khoảng 15 phút nữa là tới Seoul → 약 15분후면 서울에 도착한다.

khoảng cách
코앙 깟
distance, space [명] 거리.

khoanh
코안
1/ *to curl* [동] 돌돌 말다, 웅크리다. ∗ con mèo nằm khoanh trên tấm nệm → 고양이가 매트리스 위에서 웅크리고 있다.
2/ *slice* [명] 얇게 썬 조각.
∗ một khoanh bánh mì → 바게트 빵 한조각.

khoanh tay
코안 따이
to fold (cross) one's arms [동] 팔짱을 끼다.

khoảnh
코안
plot [명] = khoảng 작은 구획의 땅, 작은 토지.
∗ phía sau nhà có một khoảnh đất trồng rau → 집의 남쪽에는 야채를 심어놓은 땅이 있다.

khoảnh khắc 코안 칵	*moment, instant, a short space of time* [명] 순간, 찰나, 순식간. ✻ nó đã ăn sạch 3 tô mì trong khoảnh khắc → 그는 순식간에 라면 3그릇을 깨끗이 비웠다.
khoát 코앋	*beckon, wave* [동] 흔들다. ✻ khoát tay chào tạm biệt → 손을 흔들어 작별인사를 하다.
khoắng 코앙	*stir* [동] 휘젓다.
khóc 콥	*cry, weep, shed tears* [동] 울다, 눈물을 흘리다, 슬퍼하다.
khóc dai 콥 아이	*cry endlessly* [동] 한없이 울다.
khóc lóc 콥 롭	*weep and moan for a long time* [동] 슬피울다, 통곡하다.
khóc than 콥 탄	*lament, bewail* [동] 슬퍼하다, 애도하다, 비탄하다. ✻ khóc than cho số phận → 운명을 비탄하다.
khóc thầm 콥 텀	*cry silently* [동] 흐느껴 울다.
khoe 코애	*show off, brag* [동] = *khoe khoang* 자랑하다.
khỏe 코애	*healthy, good, strong* [형] 건강한.
khỏe khoắn 코애 코안	*well, health* [형] 건강한, 건강하여. ✻ cảm thấy khỏe khắn trong lòng → 마음이 건강하다.

khỏe mạnh
코애 만

well, healthy, strong [형] = mạnh khỏe 매우 건강한.
✻ năm mới, chúc ông luôn được khỏe mạnh → 새해에는 항상 건강하시길 빕니다.

khoét
코앧

dig a hole in [동] 구멍을 뚫다.
✻ kẻ trộm khoét vách vào nhà → 도둑이 벽에 구멍을 뚫고 집으로 들어왔다.

khói
코이

smoke [명] 연기.

khỏi
코이

1/ *not have to, no need* [부] 필요없다.
✻ thôi, *khỏi* xin lỗi! → 됐어, 미안하다는 말은 필요없어!
✻ thôi, ba mẹ tôi ngủ rồi, *khỏi* chào, tôi sẽ nói lại cho → 됐어, 우리 부모님은 이미 잠자리에 드셨으니 인사는 생략해, 내가 내일 말씀드릴께.

2/ *to advoid* [동/형] 피하다, 비키다.
✻ đi lối này cho *khỏi* kẹt xe → 이 길로 가면 교통체증을 피한다.
✻ mưa to quá, đứng xích vào trong cho *khỏi* ướt → 비가 너무 많이 와서, 젖지 않게 안쪽으로 들어가 서있다.

3/ *recover from illness* [동] 병이 낫다, 병에서 회복하다.
✻ *khỏi* bệnh → 병이 낫다.

khom 콤	*bend of back, bend down* [동] 허리를 굽히다.
khóm 콤	**1/** *cluster, clump* [명] 수풀, 나무숲. ✻ ngôi nhà nhỏ nằm sau khóm tre → 대나무수풀 뒤의 작은 집. **2/** *ananas, pineapple* [명] (식물) 아나나스속의 각종식물, 파인애플.
khô 코	*dry, waterless* [형] 마른, 건조한, 물기없는. ✻ nho khô → 건포도.
khô cạn 코 깐	*dried up, affected by drought* [형] 바싹 마른.
khô cằn 코 깐	*waterless, arid, barren* [형] 물기없는, 마른, 건조한, 불모의.
khô héo 코 해오	*withered up, to fade* [형] 바랜, 시든, 말라 빠진.
khô khan 코 칸	*dry (waterless, emotionless)* [형] 무미건조한.
khô mực 코 륵	*dried cuttlefish* [명] (식품) 마른 오징어.
khố 코	*loin-cloth* [명] 간단한 옷.
khổ 코	**1/** *width, size, shape* [명] 나비, 폭, 넓이. **2/** *miserable, wretched, poor* [형] 아주딱한, 형편없는.
khổ ải 코 아이	*hard and miserable* [형] 궁핍한, 쓰라린, 괴로운.
khổ công 코 꼼	*work hard, take a great pain* [동] 열심히 일하다.

✱ khổ công luyện tập → 열심히 연습하다.

khổ luyện
코 루웬
train hard [동] 열심히 연습하다.

khổ nhục
코 니웁
causing pain and humiliation [형] 수치스러운, 굴욕적인.
✱ chịu bao nhiêu điều khổ nhục → 굴욕을 얼마든지 참다.

khổ sai
코 사이
hard labour, penal servitude [형] 징역의, 강제 노동의.
✱ bị kết án tù khổ sai → 징역을 선고 받다.

khổ sở
코 서
miserable, unhappy [형] 불행한, 불쌍한.

khổ tâm
코 떰
broken-hearted [형] 비탄에 잠긴, 상심한, 실연한.

khốc liệt
콥 리엩
violent fierce, highly devastating [형] 격렬한, 맹렬한.

khôi hài
코이 하이
comic, funny, humorous [형] 웃기는, 우스운, 익살스러운.

khôi ngô
코이 응오
bright-looking [형] 똑똑하게 생긴, 잘생긴. ✱ mặt mũi khôi ngô → 잘생긴 얼굴.

khôi phục
코이 푹
recover, restore [형] 회복하다.

khối
코이
mass, block, cubic, a lot [명] 덩어리, 부피.

khối lượng
코이 르엉
volume, amount quantity [명] 대량.

khối óc
brain [명] 두뇌.

khối tình
코이 띵

obsessive love [명]

khối u
코이 우

tumour [명] (병리) 종양(腫瘍).

khôn
콘

wise, sage
[형] 슬기로운, 지혜로운.

khôn hồn
콘 혼

be wise, be reasonable
[형] ① 현명한. ② 약삭빠른.

khôn khéo
콘 캐오

clever, smart
[형] 영리하고 재주있는.

khôn lanh
콘 란

clever, fast [형] 영리하고 기민한.

khôn lớn
콘 런

grow up to the age of discretion
[형] 지혜가 성장하는.

khôn lường
콘 르엉

hard to know, immeasurable
[형] 헤아릴수 없는.
＊ việc làm đó để lại một hậu quả khôn lường → 그 일은 헤아릴수 없는 결과를 남기다.

khôn ngoan
콘 응오안

politic, wise, sage [형] 슬기로운, 지혜로운. ＊ nó rất khôn ngoan → 그는 참 슬기롭다.

khôn nguôi
콘 응우오이

inconsolable [형] 슬픔에 잠긴.
＊ thương nhớ khôn nguôi → 자주 슬픔에 잠기다.

khôn tả
콘 따

indescribable [형] = *khôn xiết*
형언할수 없는, 말로 표현할수 없는. ＊ buồn khôn tả → 형언할수 없이 슬프다.

khôn vặt 콘 밭	clever in a petty way [형] 총명한. ✶ thằng bé khôn vặt → 총명한 아이.
khốn cùng 콘 꿈	destitute [형] 빈곤한, 가난한 ✶ lâm vào hoàn cảnh khốn cùng → 빈곤한 생활로 접어들다.
khốn đốn 콘 돈	poverty-striken, miserable [형] 빈약한, 궁핍한.
khốn khó 콘 코	in very reduced circumstances, very poor [형] 매우 가난한, 고생스런.
khốn khổ 콘 코	utterly miserable [형] 가난한, 고된, 비참한.
khốn khiếp 콘 키엡	God-damned! [감] 저주 받아라!
khốn nạn 콘 난	mean, base, what a misfortune! [형] 하찮은, 보잘것 없는, 불행한.
khốn quẫn 콘 꾸언	in gread need, very needy [형] 극빈한.
không 콤	no [부] 아니오. 부정을 나타낼 때 쓰임. ✶ không bao giờ (never) → 결코..아닌. ✶ không có → 없다
không biết 콤 비엔	not to know, to be ignorant [형/동] 모르는, 모르다.
không cần 콤 껀	unnecessary, unwanted, not to need, not to care [형] 필요없다.
không có chi 콤 꼬 찌	no problem, not at all [부] 천만에 말씀, 전혀 ~ 아니다.
không có gì 콤 꼬 지	nothing [부] 아무것도 ~ 없음. ✶ không có gì quý hơn độc lập tự

do (HCM) → 자유독립보다 귀한 것은 없다. (호찌민)

không công
콤 꼼
unpaid, unsalaried [형] 지불하지 않은, 급료를 받지않은.

không dám
콤 얌
1/ dare not [형] 감히~하는.
2/ not at all, don't mention it! [부] = không có chi 천만에 말씀, 전혀 ~ 아니다.

không dè
콤 애
unexpectedly
[부] = không ngờ 뜻밖에.

không dứt
콤 이은
uninterrupted, constant [부] 끊임없이, 연속해서.

không đành
콤 단
not to have heart to do sth.
[부] = không nỡ 차마 ~할수 없는.

không được
콤 드언
impossible, must not, no, cannot [부] 안되다.

không gian
콤 지안(얀)
space [명] 공간.

không hay
콩 하이
1/ unlucky, untoward [형] 형편이 나쁜, 불리한, 재수 없는.
2/ without any knowledge
[형] = không biết 모르는, 모르다.
3/ badly, not interesting
[부] 재미없다.

không kể
콤 께
not including, not to mention [부] = chưa kể / chưa tính 포함하지 않는, 언급하지 않는, 계산하지 않은.
✻ trên xe có 8 người, không kể trẻ em → 아이들을 포함하지 않고 차안에 8명이 있다.

không khí 콤 키	air, asmosphere [명] 공기.	
không màng 콤 망	not to be interested in sb/sth [부] ~에 흥미없는,	
không may 콤 마이	unfortunate, unlucky [부] 불운한, 불행한.	
không mấy 콤 머이	not much [부] 별로, 대단치않은.	
không muốn 콤 무온	don't want [부] 위하자않다.	
không nên 콩 넨	should not, nad better not [부] 안된다.	
không phận 콤 펀	air-space [명] 영공(領空).	
không quân 콤 꾸언	air-force [명] 공군.	
không sao 콤 사오	no problem, nothing's the matter [부] 괜찮다, 문제없다, 별것 아니다.	
không tặc 콤 딱	skyjacker, hijacker, air-pirate [명] 공중납치.	
không thể 콤 테	cannot [부] ~ 할수 없다.	
không thích 콤 팃	don't like [부] 싫어하다.	
không trung 콤 쫑	air [명] 공중(空中).	
khống 콤	for nothing, without pay [형] 지불하지 않은. ✳ hóa đơn khống → 실제로는 지불하지 않고 받은 영수증.	

khống chế 콤 쩨	*to force, compel, dominate* [동] 강제하다, 지배하다.
Khổng giáo 콤 지아오(야오)	*Confucianism* [명] 유교.
khổng lồ 콤 로	*giant, colossal* [형] 어마어마한, 거대한,
Khổng Tử 콤 뜨	*Confucius* [명] 공자.
khờ 커	*unwise, credulous* [형] 지혜없는, 어리석은.
khờ dại 커 아이	*naïve and foolish, stupid* [형] 어리석은.
khờ khạo 커 카오	*naïve* [형] 어리석은.
khơi 커이	**1/** *high seas, open sea* [명] 외양(外洋), 외해. ✻ ra khơi → 외해로 나가다. **2/** *to enlarge, to dig* [동] = gợi 불러 일으키다, 야기하다. ✻ khơi lại nỗi buồn → 슬픔을 야기하다. ✻ khơi dậy mối căm thù → 복수심을 불러일으키다.
khởi công 커이 꼼	*to start work* [동] 일을 시작하다.
khởi đầu 커이 더우	*start, begin* [동] 시작하다, 출발하다.
khởi điểm 커이 디엠	*starting-point* [명] 출발점, 시작점.
khởi động	*to boot*, to start [동] 시동하다.

커이 돔

khởi hành — *to depart, to start* [동] 시행하다.
커이 한

khởi nghĩa — *rise up in arms*
커이 응히아 [동] 일으키다, 봉기하다.

khởi xướng — *initiate* [동] 시작하다, 입문시키다.
커이 쓰엉 ※ khởi xướng 1 phong trào → 운동에 입문시키다.

khớp — **1/** *joint, articulation* [명] (해부) 관절.
컵 ※ đau khớp → 관절이 아프다.
2/ *fit, lock into the teeth off* [동] 잘 맞물리다, 꼭맞다.
※ lời khai này khớp với sự thật → 이 진술서는 사실과 맞다.

khu — *area, zone* [명] 지대, 지역.
쿠 ※ khu công nghiệp → 공업지대.

khu tập thể — *collective quarter/zone*
쿠 떱 테 [명] 주거 단지.

khu vực — *zone, area, precinct*
쿠 북 [명] 지역, 지대.

khù khờ — *very naïve, stupid* [형] 어리석은.
쿠 커

khua — *get rid of by waving a stick, to strike, to beat* [동] 치다.
쿠아

khuân — *carry* [동] 운반하다, 나르다.
쿠언

khuân vác — *carry on shoulder (a heavy thing)*
쿠언 박 [동] 어깨에 짊어지고 나르다.

khuất — *(be) hiden from view* [동] 숨다.
쿠얼

khuất phục 쿠얻 풉	*submit, bow* [동] 복종(굴복, 항복)하다.
khuây 쿠어이	*to relieve, to solace, alleviate* [동] 편안하게 하다, 경감하다. ✷ uống rượu cho khuây nỗi buồn → 슬픔을 삭이기 위해 술을 마시다.
khuây khỏa 쿠어이 코아	*(find)solace, reliever* [동] = khuây 안도케 하다, 위안하다. ✷ tâm sự với bạn cho khuây khỏa trong lòng → 마음에 위안을 얻기 위해 친구에게 허심탄회하게 이야기하다.
khuấy 쿠어이	*to stir up, move around* [동] 젓다, 휘젓다. ✷ khuấy sữa cho em bé → 분유를 타서 아기에게 주다.
khuấy động 쿠어이 돔	*rouse* [동] 깨우다, 눈뜨게 하다, 각성하다.
khúc 쿱	*section, piece* [명] 잘라낸 부분, 조각.
khúc khích 쿱 킷	*giggle* [형] 킥킥 웃는, 낄낄 거리는. ✷ cười khúc khích → 낄낄 웃다.
khúc khuỷu 쿱 쿠이우	*full of twists and turn* [형] 구불구불한. ✷ con đường quanh co khúc khuỷu → 구불구불한 길.
khuếch đại 쿠엣 다이	*amplify, magnify* [동] 확대하다; 넓히다, 확장하다.
khuếch trương 쿠엣 쯔엉	*to develop, to expand* [동] 넓히다, 발달하다, 확장하다.

✷ ông ấy đã khuếch trương thêm hai chi nhánh nữa → 그는 두 지점을 더 확장시켰다.

khui
쿠이
to open, unpack
[동] 열다, 풀다, 뜯다, 펴다.
✷ khui rượu → 술을 따다.

khum
쿰
curved, bend, arched, convex
[형] = khom 구부러진, 아치형의.

khúm núm
쿰 눔
bow low, be have obsequiously
[동] 아부하다, 아첨하다.

khung
쿰
frame [명] 틀, 프레임.

khung cảnh
쿰 깐
context, framework
[명] 경위, 배경, 상황, 사정.

khung cửa sổ
쿰 끄아 소
window-frame [명] 창문틀.

khùng
쿰
be mad, go mad [형] 미친.

khủng bố
쿰 보
to persecute, terrorize [동] 박해하다, 위협하다. ✷ khủng bố tinh thần → 정신을 위협하다.

khủng hoảng
쿰 호앙
crisis [명] 공황, 위기, 난국.
✷ trải qua 1 cơn khủng hoảng → 한차례의 공황을 지나다.

khủng khiếp
쿰 끼엡
frightful, terrible, horrible
[형] 무서운, 끔찍한.
✷ chứng kiến 1 tai nạn giao thông khủng khiếp xảy ra trên đường về nhà → 집에 오는 길에 끔찍한 교통사고를 목격하다.

khủng long 쿰 롬	*dinosaur* [명] (동물학) 공룡.
khuôn 쿠온	*shape, pattern, mold* [명] 모양, 형태, 패턴, 틀.
khuôn khổ 쿠온 코	*framework, scope* [명] 틀, 범위, 영역. ✻ tự do nhưng không vượt quá khuôn khổ gia đình → 자유롭지만 가족의 영역에서 벗어나지 않는다.
khuôn mặt 쿠온 맡	*face* [명] 얼굴. ✻ cô ấy có khuôn mặt rất đẹp → 그녀는 예쁜 얼굴이다.
khuôn mẫu 쿠온 머우	*model, pattern* [명] 모형, 견본.
khuôn phép 쿠온 팹	*rule of behaviour, discipline* [명] 규율. ✻ giữ khuôn phép gia đình → 집안의 규율을 지키다.
khuy 쿠이	*button-hole* [명] 단추. ✻ cài khuy quần lại! → 바지 단추를 채워라!
khuya 쿠이야	*late at night* [형] 한밤중의, 늦은 밤의.
khuya khoắt 쿠이야 코앋	*far into night, midnight* [형] 한밤중의, 늦은 밤의.
khuyên 쿠웬	1/ *ear-ring* [명] 귀걸이. 2/ *to advise, to recommend* [동] 충고하다
khuyên bảo 쿠웬 바오	*to admonish, to educate* [동] 훈계하다, 깨닫게하다, 교육하다.

khuyên can — *to dissuade* [동] 단념시키다.
쿠웬 깐

khuyên dạy — *advise and teach*
쿠웬 야이 [동] 충고하고 가르치다.

khuyên giải — *to console, to solace*
쿠웬 지아이(야이) [동] = an ủi 위로하다, 위안하다.

khuyên lơn — *advise, counsel*
쿠웬 런 [동] 충고하다, 조언하다.

khuyên nhủ — *admonish lovingly*
쿠웬 뉴 [동] 애정을 가지고 훈계하다.

khuyên răn — *advise and teach* [동] = khuyên
쿠웬 란 dạy 충고하고 가르치다.

khuyến cáo — *to recommend*
쿠웬 까오 [동] 추천하다, 천거하다.

khuyến khích — *to encourage*
쿠웬 킷 [동] 용기를 북돋우다, 격려하다.

khuyến mãi — *promote, promotional, on special offer* [동/형] 판매를 촉진시키다./ 촉진 장려용의, 선전용의.
쿠웬 마이

khuyết — *wanting, lacking, missing, vacant*
쿠웬 [형] 모자라는, 결핍한, 빈.

khuyết danh — *anonymous* [명] 익명의.
쿠웬 얀

khuyết điểm — *defect, demerit, shortcoming*
쿠웬 디엠 [명] 결점, 결함, 과실.

khuyết tật — *defect, disability* [형] 흠있는, 결점의, 결함의, 무능의.
쿠웬 떳
 ✻ người khuyết tật → 신체 장애인.

khuynh đảo — *to subvert, to topple* [동] 전복시키다, 넘어뜨리다.
쿠윈 다오

khuynh hướng 쿠윈 흐엉	*tendency, trend* [명] 경향, 동향, 추세.
khuynh thành 쿠윈 탄	*bewitching* [형] 요술을 건, 매혹적인. ✶ sắc đẹp khuynh thành → 매혹적인 아름다움.
khuỳnh 쿠윈	*to stand with arms akimbo* [동] 손을 허리에 대고 팔꿈치를 옆으로 벌리고 서다.
khuỷu 쿠유	*elbow* [명] 팔꿈치.
khứ hồi 크 호이	*round-trip* [형] 왕복의. ✶ mua vé khứ hồi → 왕복표를 사다.
khử 크	**1/** *get rid of, liquidate* [동] 없애다, 청산하다. ✶ khử mùi hôi trong nhà → 집안의 악취를 없애다. **2/** *dispose of* [동] = trừ khử 처분하다, 처리하다. ✶ khử được 3 tên giặc → 3명의 적을 처리하다.
khử độc 크 돕	*neutralize, pasteurize* [동] 해독하다, 독을 중화하다.
khử mùi 크 무이	*to deodorize* [동] 악취를 제거하다.
khử trùng 크 쭘	*to disinfect, to pasteurize* [동] 소독하다.
khước từ 크억 뜨	*to decline, to renounce* [동] 거절하다.
khứu giác 크우 지악(약)	*(the sense of) smell* [명] 후각.
ki cóp 끼 꼽	*save up odds and ends* [동] 조금씩 저축하다.

※ nó ki cóp từng đồng để mua sách đọc → 그는 책을 사기 위해 한푼씩 저축한다.

kí
끼

kilogram = kí-lô [명] kg, 킬로그램.
※ em bé cân nặng 3 ký rưỡi → 아기의 무게가 3.5킬로 나간다.

kia
끼아

1/ *that, those* [부] 그, 저.
2/ *other* [부] 다른.
※ họ đang đứng bên kia đường → 그는 지금 길 건너편에 서있다.

kia kìa
끼아 끼아

here [부] 여기, 여기에.
※ mọi người đã có mặt rồi kia kìa → 모든 사람들이 다 여기에 있다.

kìa
끼아

there [명] 거기, 거기에.

kích
끳

size, measure [명] 크기, 치수.

kích động
끳 돔

arouse, rouse
[동] 깨우다, 각성하다.

kích thích
끳 틷

stimulate, excite [동] 자극하다.

kích thước
끳 트억

dimensions, measurements
[명] 치수, 크기, 양.

kịch
끳

drama [명] 연극.
※ đi xem kịch → 연극을 보러 가다.

kịch liệt
끳 리엩

violent, vehement
[형] 격렬한, 열렬한.
※ họ cãi nhau 1 trận kịch liệt trước khi chia tay → 그들은 이별 전 한 차례의 격렬한 싸움을 했다.

kiêm 끼엠	*be concurrently (in charge)* [동] = kiêm nhiệm 겸임하다, 동시에 감당하다. ✳ ông ấy là hiệu trưởng kiêm giám đốc trường → 그는 교장과 이사장을 겸임하다.
kiếm 끼엠	**1/** *sword* [명] 검, 칼. **2/** *to look for, search for, earn, seek* [동] = tìm 구하다, 찾다.
kiếm ăn 끼엠 안	*to search for food* = kiếm sống [동] 생계를 꾸려 나가다.
kiếm chác 끼엠 짝	*make small profits by dishonest tricks* [동] 부정하게 적은 이익을 챙기다.
kiếm chuyện 끼엠 쭈웬	*to pick a quarrel with sb.* [동] 시비를 걸다, 싸움을 걸다.
kiếm cớ 끼엠 꺼	*to find a pretex/an excuse* [동] = tìm lý do 구실을 찾다, 변명하다.
kiếm tiền 끼엠 띠엔	*to earn money, make money* [동] 돈을 벌다.
kiềm chế 끼엠 쩨	*control, restrain, pin down* [동] 억제하다, 구속하다, 제어하다.
kiểm 끼엠	*to check, verify* [동] 조사하다, 점검하다, 증명하다.
kiểm duyệt 끼엠 유웬	*to censor* [동] 검열하다.
kiểm điểm 끼엠 디엠	*review* [동] 점검하다, 검사하다.
kiểm kê 끼엠 께	*inventory* [동] (재산,상품 따위를) 목록에 기입하다.

kiểm soát 끼엠 소앝	*check, control* [동] 관리하다, 통제하다, 단속하다, 감독하다.
kiểm tra 끼엠 짜	*inspect, control* [동] 조사하다, 검사하다.
kiên cố 끼엔 꼬	*strong, solid, firm* [형] 견고한, 굳센, 튼튼한.
kiên cường 끼엔 끄엉	*steadfast, unyielding* [형] 확고 부동한, 완고한, 단호한.
kiên định 끼엔 딘	*firm, steadfast* [형] 굳은, 확고한.
kiên nhẫn 끼엔 년	*patient* [형] 인내심이 강한.
kiên quyết 끼엔 꾸엩	*resolute, firm, determined* [형] 결의가 굳은, 단호한.
kiên trì 끼엔 찌	*keep firmly to* [형] 견지하는, 견고한. ✻ kiên trì chờ đợi → 견지하며 기다리다.
kiến 끼엔	*ant* [명] (곤충) 개미.
kiến nghị 끼엔 응히	*proposal, motion, petition* [명] 제안, 제의.
kiến thiết 끼엔 티엗	*built, construct* [동] 세우다, 건설하다, 조립하다.
kiến thức 끼엔 특	*learning, knowledge* [명] 학문, 학식, 지식.
kiến trúc 끼엔 쭙	*architecture* [명/동] 건축./ 건축하다.
kiến trúc sư 끼엔 쭙 스	*architect* [명] 건축가.
kiện	1/ *pale, parcel, package* [명] 꾸러

끼엔	미, 소포. ✷ lảnh 3 kiện hàng → 3 꾸러미의 물건. **2/** *to sue, proceed sb.* [동] 고소하다, 소송을 일으키다.
kiện cáo 끼엔 까오	*bring a suit, law-suit, litigate* [동] 소송하다, 제소하다.
kiện tướng 끼엔 뜨엉	*champion, veteran* [명] 우승자. 챔피온.
kiêng 끼엥	*to avoid, to keep off sth* [동] 피하다, 막다, 삼가다. ✷ ăn kiêng (diet) → 먹는것을 삼가다. (다이어트하다.)
kiêng dè 끼엥 애	*to take precaution* [동] ~을 조심하다, 경계하다.
kiêng kỵ (kị) 끼엥 끼	*avoid, evade* [동] 피하다, 회피하다.
kiêng nể 끼엥 네	*have regard or consideration* [동] 존경하다, 존중하다.
kiềng 끼엥	**1/** *tripod (for a cooking pot)* [명] 삼각대. **2/** *necklace* [명] 목걸이. ✷ đeo kiềng vàng →
kiếp 끼엡	*incarnation, karma, destiny, life* [명] 운명, 숙명.
kiết lị (ly) 끼엔 리	*dysentery, bloody flux* [명] (의학) 이질.
kiết xác 끼엔 싹	*very poor* [형] 매우 가난한.
kiệt 끼엔	*mean, exhaust* [형] 다 써버린.

kiệt lực 끼엗 륵	be exhausted, worn-out, tired out [형] = kiệt sức 지쳐버린.
kiệt quệ 끼엗 꾸에	exhausted [형] 다 써버린, 소모된.
kiệt tác 끼엗 딱	masterpiece [명] 걸작, 명작.
kiệt xuất 끼엗 쑤엍	outstanding, remarkable [형] 눈에 띄는, 주목할 만한, 현저한.
kiêu 끼에우	haughty, proud, arrogant [형] = kiêu ngạo 거만한, 오만한.
kiêu căng 끼에우 깡	cocksure, self-important [형] 독단적인, 자만심이 강한.
kiêu hãnh 끼에우 한	proud [형] 거만한, 뽐내는.
kiêu hùng 끼에우 훔	valiant [형] 용감한, 영웅적인.
kiêu kỳ (kì) 끼에우 끼	haughty, arrogant [형] 거만한, 오만한, 건방진.
kiêu ngạo 끼에우 응아오	arrogant [형] 거만한, 건방진.
kiếu từ 끼에우 뜨	to decline an invitation, to leave [동] = cáo từ 떠나다.
kiều 끼에우	immigrant, denizen [명] (타국에서의) 이주자, 이민자, 동포, 교포. ✽ việt kiều / Hàn kiều → 베트남 교포. / 한국 교포.
kiều bào 끼에우 바오	overseas compatriots [명] 교포, 재외동포, 해외동포.
kiều diễm 끼에우 이엠	pretty, charming [형] 품위있는, 우아한.

kiều hối 기에우 호이	*overseas national currency-exchange* [명] 환전.
kiều nữ 기에우 느	*a beloved girl* [명] 미인.
kiểu 끼에우	*model, style, type, way* [명] 모양, 종류, 형, 방법. ＊ kiểu tóc (*hairstyle*) → 머리모양.
kiểu cách 끼에우 깟	*mannered* [명] 방법, 방식.
kiểu mẫu 끼에우 머우	*model, pattern* [명] 견본, 모형.
kiệu 끼에우	*palanquin* [명] (중국, 인도등의) 1인승 가마.
kiệu hoa 끼에우 호아	*decorated chair* [명] 예쁘게 장식한 가마.
kim 낌	*needle, hand(of clock)* [명] 바늘, (시계의) 침,
kim băng 낌 방	*safety-pin* [명] 안전 핀.
kim châm cứu 낌 쩜 끄우	*acupuncture needle* [명] 침술용 침.
kim cương 낌 끄엉	*diamond* [명] 다이아몬드.
kim găm 낌 감	*pin* [명] = kim gút 핀, 못바늘.
kim khí 낌 키	*metal, metallic* [명] 금속.
kim loại 낌 로아이	*metal* [명] 금속,합금, 금속 원소.
kim tuyến	*gold / silver lamé*

kìm tuyền 낌 뚜웬	[명] 금(은)실 자수.
kìm 낌	*nippers, pincers* [명] 집게, 펜치.
kìm bấm 낌 범	*nutcracker* [명] 호두 까는 기구.
kìm giữ 낌 지으(이으)	*hold, retain* [동] 붙잡다.
kìm hãm 낌 함	*hold in, keep back, restrain* [동] 억제하다, 자제하다.
kìm kẹp 낌 깹	*detain, lock up, domineer over* [동] 억류하다, 감금하다.
kín 낀	**1/** *closed, covered, tight* [형] 꽉, 단단한. ✳ gói kín lại → 단단히 싸다. **2/** *private, secrect* [형] 비밀의. ✳ giữ kín trong lòng → 마음속에 비밀히 간직하다.
kín đáo 낀	*secretive, reticent, reserved* [형] 과묵한, 숨기는, 말없는.
kinh 낀	**1/** *prayer-book, bible* [명] 성경책. **2/** *canal* [명] = kênh 운하. **3/** *be afraid, be terrified* [동] = kinh sợ, kinh hoảng 두려워 하다, 무서워하다.
kinh doanh 낀 요안	*carry on a business, trade* [동] 경영하다.
kinh hãi 낀 하이	*be afraid, frightened* [형] 두려워하는, 무서워하는.
kinh hoàng	*panic, scare, be frightened* [형] 당

낀 호앙	황한, 미친 듯한, 공황적인.
kinh hồn 낀 혼	*get a fright, be frightened* [형] 두려워하는, 놀라게하는.
kinh ngạc 낀 응악	*be surprised, astonished* [동] 놀라다, 경악하다.
kinh nghiệm 낀 응히엠	*experience* [명] 경험, 체험, 견문.
kinh phí 낀 피	*expenses* [명] 경비, 지출, 비용.
kinh qua 낀 꾸아	*undergo, suffer, go through* [동] (고통.변화 따위를) 견디다, 경험하다, 경과하다.
kinh sợ 낀 서	*be afraid, frightened* [형] 무서워 하는, 두려워하는.
kinh tế 낀 떼	*economy* [명] 경제.
kinh tởm 낀 떰	*disgusting, odious* [형] 싫은, 구역질나는, 증오하는.
kinh dị 낀 이	*terrible, horrible* [형] 무서운. ✻ chuyện kinh dị ➔ 무서운 이야기.
kinh dịch 낀 잇	*Book of Changes* [명] 역경(易經)
kính 낀	1/ *glasses, plate-glass* [명]안경알. 2/ *respect* [동] 존중하다, 존경하다. ✻ kính thưa quí vị.. ➔ 존경하는 귀빈여러분..
kính cẩn 낀 껀	*be respecful (to), differential* [형] 존경하는, 경의를 표하는.
kính mến 낀 멘	*respect and love* [형] 친애하는.

kính nể 낀 네	*revere, holdin reverence, regard with reference* [동] 존경하다.
kính phục 낀 풉	*admire, worship* [동] 감탄하다, 탄복하다.
kính trọng 낀 쫌	*respect, esteem* [동] 존경하다, 존중하다.
kính vạn hoa 낀 반 호아	*kaleidoscope* [명] 만화경 (萬華鏡).
kính yêu 낀 이에우	*respect and love* [동] 존경하고 사랑하다.
kình địch 낀 딧	*oppose, resist* [동] 저항하다, 저지하다.
kịp 낍	*have time, in time* [부] 시간 안에 맞추다, 수준을 맞추다. ✳ cố học để theo kịp bạn bè → 친구들을 따라잡기위해 학업에 노력하다.
kịp thời 낍 터이	*in time, timely* [형] 적시의, 때맞춘.
ký 끼	*to sign* [동] = ký tên 사인하다, 서명하다.
ký âm 끼 엄	*musical notation* [명] 음악 표기, 표시. ✳ ký âm pháp → 기보(記譜)법.
ký cóp 끼 꼽	*save little by little* [형] 조금씩 저축하는. ✳ nó ký cóp từng đồng → 그는 한푼씩 한푼씩 저축한다.
ký giả 끼 지아(야)	*pressman, reporter, journalist* [명] 신문 기자, 저널리스트.
ký gửi	*to consign* [동] 위탁하다, 건네주

끼 그이	다, 인도하다. ✻ hàng ký gửi (gởi) → 위탁품.
ký hiệu 끼 히에우	*symbol, sign, notation* [명] 기호, 표시, 부호.
ký kết 끼 껟	*to contract, to conclude* [동] 계약하다, 체결하다. ✻ theo hợp đồng đã ký kết giữa hai bên → 양측의 계약을 체결하다.
ký nhận 끼 년	*acknowledge receipt (of sth) by signing one's name* [동] 인정하다, 서명함으로 인정하다.
ký ninh 끼 닌	*quinine* [명] (약) 퀴닌.
ký sinh 끼 신	*parasite* [명] 기생충.
ký tên 끼 뗀	*to sign (one's name)* [동] 사인하다, 서명하다.
ký thay 끼 타이	*to sign for sb (pp., for)* [동] ~을 대신해서 서명하다. ✻ được quyền ký thay giám đốc → 사장대리 서명권한을 얻다.
ký thác 끼 탁	*to deposit* [동] 기탁하다, 맡기다, 넘겨 주다.
ký túc xá 끼 뚭 싸	*hostel, dormitory* [명] 기숙사.
ký tự 끼 뜨	*character* [명] 성격, 특성, 특질.
ký ức 끼 윽	*memory* [명] 기억, 기억력.
kỳ	*period, term, date* [명] 기간.

끼	✳ được trả làm nhiều kỳ → 많은 기간 지불하게 되다.
kỳ ảo 끼 아오	*miraculous* [형] 기적적인, 불가사의한. ✳ một luồng sáng kỳ ảo → 기묘한 광채.
kỳ cọ 끼 꼬	*to rub, give a rub* [동] 비비다, 문지르다. ✳ tắm rửa kỳ cọ suốt ngày → 하루종일 씻고 문지르다.
kỳ công 끼 꼼	*wonder, exploit, masterstroke* [명] 공훈, 공적, 위업. ✳ lập được một kỳ công → 공훈을 세우다.
kỳ cục 끼 꿉	*odd, funny* [형] 기묘한, 괴상한. ✳ người gì mà kỳ cục! → 무슨 사람이 그렇게 괴상하냐!
kỳ cựu 끼 끄우	*senior, veteran, seasoned* [형] 연장자의, 노련한, 숙련된. ✳ ông ta là một người kỳ cựu ở vùng này → 그 노인은 이 지역의 터줏대감이다.
kỳ dị 끼 이	*strange, odd* [형] 이상한, 야릇한, 기묘한.
kỳ diệu 끼 이에우	*miraculous, wonderful* [명/형] 기적 / 기적적인, 불가사의한. ✳ điều kỳ diệu đã xảy ra → 기적이 일어났다.
kỳ niệm 끼 다	*varan, iguana* [명] (동물) 이구아나.
kỳ hạn	*dead-line, fixed time-limit* [명] = kỳ

끼 한	hẹn 사선(死線), 최종 기한.
kỳ kèo 끼 깨오	*complain, chide* [동] 조르다. ✻ cô ấy kỳ kèo trả giá mãi mới mua được → 그녀는 계속 가격을 깎아달라고 졸라 결국엔 사게 되었다.
kỳ khôi 끼 코이	*very odd, very peculiar* [형] 매우 기묘한. ✻ tánh tình kỳ khôi → 기묘한 성격.
kỳ ngộ 끼 응오	*to meet in an unusual way* [동] 우연히 만나다. ✻ mối duyên kỳ ngộ → 인연을 우연히 만나다.
kỳ nhông 끼 농	*salamander* [명] (동물) 도롱뇽, 불도마뱀.
kỳ quái 끼 꽈이	*bizarre, extraordinary, monstrous* [형] 기괴한, 좀 별난, 별스러운. ✻ một con người kỳ quái → 별난 사람.
kỳ quan 끼 꽌	*wonder* [명] 경이, 불가사의. ✻ Vịnh Hạ Long là một trong các kỳ quan của thế giới → 하롱베이는 세계의 불가사의 중 하나이다.
kỳ quặc 끼 꽉	*extremely odd, fantastic* [형] 매우 이상한, 기묘한, 이상야릇한. ✻ tánh tình kỳ quặc → 이상야릇한 성격.
kỳ thi 끼 티	*contest, test, exam* [명] 경쟁, 경기, 경연.
kỳ thị 끼 티	*to differentiate, discriminate* [동] 구

끼 티	별짓다, 구별하다, 식별하다. ✳ kỳ thị chủng tộc → 종족을 구별짓다.
kỳ tích 끼 띳	*exploit* [명] 공, 공훈, 공적. ✳ lập được một kỳ tích → 공훈을 세우다.
kỳ vọng 끼 범	*to expect* [동] 기대하다. ✳ bố mẹ đã đặt rất nhiều kỳ vọng nơi anh ấy → 부모님은 그에게 많은 기대를 걸고 계시다.
kỷ 끼	*the sixth Heavenly stem* [명] 기(己), 십간(十干) 중 하나. ✳ anh ấy sinh năm kỷ dậu → 그는 기유년 생이다.
kỷ cương 끼 끄엉	*laws, rules* [명] 규칙, 규정, 법칙.
kỷ luật 끼 루얻	*discipline* [명] 규율, 풍기. ✳ kỷ luật nghiêm nhặt → 엄격한 규율.
kỷ lục 끼 룹	*record* [명] 기록, 기입, 등록. ✳ nó đạt kỷ lục thế giới về môn nhảy cao → 그는 높이뛰기 세계 신기록을 세웠다.
kỷ nguyên 끼 응우웬	*epoch, era* [명] 기원, 시대.
kỷ niệm 끼 니엠	*memory, souvenir* [명] 기념.
kỷ yếu 끼 이에우	*yearbook, summary record* [명] 연감, 연보.
kỷ vật 끼 벋	*souvenir, keepsake* [명] 기념품, 선물.

끼 번

kỹ
끼
close, minute, careful
[형] 조심성 있는, 꼼꼼한.

kỹ lưỡng
끼 르엉
fussy, carefully, cautious
[형] 주의 깊게, 면밀히, 신중한.

kỹ năng
끼 낭
skill, competence
[명] 솜씨, 기능, 능력.

kỹ nghệ
끼 응헤
industry [명] 산업.

kỹ nữ
끼 니으
courtesan, geisha [명] 기녀, 창녀.

kỹ sư
끼 스
engineer [명] 기사, 기술자.

kỹ thuật
끼 투얻
technical, technology [명] 기술.

kỹ xảo
끼 싸오
high skill, high technique
[형] 뛰어난 기술.

ky
끼
1/ *anniversary of death*
[명] = giỗ 기일, 제삿날.
2/ *forbidden, taboo*
[형] 금기의, 금지된, 금제의.
✻ hai người này ky tuổi nên không kết hôn với nhau được → 이 두사람은 금기의 나이라서 서로 결혼할수 없다.

L - l

l — *the 14th letter of the VN alphabet.* 베트남어 알파벳 중 **14**번째 자.

la
라
— **1/** *mule, she-mule* [명] (동물) 노새.
2/ *lah, A, A(major)* [명] (음악) 라, 음계중 하나.
3/ *to cry, to shout* [동] 큰 소리 치다. 울다, 울부짖다.

la bàn
라 반
— *survey compass* [명] 나침반.

la cà
라 까
— *to loiter, hang about, linger* [동] 어슬렁거리다.
✳ nó đi là cà khắp nơi → 그는 여기저기 어슬렁거리다.

la hét
라 헫
— *to scream, shriek, shout, yell* [동] 비명을 지르다, 꽥하고 외치다.

la hoảng
라 호앙
— *be stricken with terror* [동] 무서워서 비명을 지르다.
✳ chỉ cần nhìn thấy con chuột là cô ta đã la hoảng lên → 단지 쥐를 보았을 뿐인데 그녀는 비명을 질렀다.

la làng
라 랑
— *to cry for help* [동] (sos) 구조 요청을 위해 소리를 지르다.
✳ vừa ăn cướp vừa la làng (속담) → 강도가 소리까지 지르다. (방귀

낀 놈이 성낸다.)

la liệt
라 리엣
everywhere, all over, dispersed [형] 어디나, 도처에.
✶ hàng hóa bày la liệt khắp nơi → 물건이 어디에나 널려있다.

la lối
라 로이
to scold, find faut [동] 꾸짖다, 야단치다. ✶ la lối om sòm → 큰소리로 꾸짖다.

La Mã
라 마
Roman [명] 로마.

la ó
라 오
to boo, barrack, shout down [동] 야유하다. ✶ đám công nhân la ó lên phản đối → 노동자들이 반대하며 야유하다.

lá
라
1/ leaf [명] 잎, 잎사귀.
2/ sheet [명] 한 장의 종이.
✶ lá thư (thơ) → 편지 한 장.

là
라
1/ to iron [동] = ủi 다림질하다.
2/ to be, constitude, as..
[동] ...이다.

lả lơi
라 러이
indulge in familiarities with
[형] 외설스러운, 부정한.

lả lướt
라 르엇
limp [형] 유연한, 녹신녹신한.
✶ đi lả lướt → 유연하게 걷다.

lả tả
라 따
fall scattered, scatter about
[형] 뿌리다, 흩뜨리다.
✶ rơi lả tả → 흩어지며 떨어지다.

lã chã
라 짜
stream down, flow down [형] (눈물이) 뚝뚝 떨어지다. ✶ lệ rơi lả chả → 눈물이 뚝뚝 떨어지다.

lạ 라	*strange, unusual* [형] 이상한, 낯선, 평범하지 않은. * bạn có thấy gì lạ không? → 이상한 점을 발견했느냐? * nơi đó lạ quá, tôi chưa biết → 그곳은 너무 낯설어서 나는 잘 모르겠다.
lạ đời 라 더이	*extra-ordinary* [형] 드문, 비상한. * thật lạ đời! → 비상하다!
lạ gì 라 이	*no one is unaware of* [부] 누구라도 아는. * ai còn lạ gì chuyện đó! → 그 이야기는 누구라도 안다.
lạ kỳ 라 끼	*queer, odd, strange* [형] = kỳ lạ 별난, 괴상한. * một sự trùng hợp lạ kỳ → 별난 일치.
lạ lẫm 라 럼	*very strange* [형] 매우 이상한.
lạ lùng 라 룸	*strange, unknow, unusual* [형] 이상한, 보통이 아닌, 별난. * ăn mặc lạ lùng → 옷을 이상하게 입었다.
lạ mắt 라 맏	*strange-looking* [형] 이상하게 보이다. * mới đầu còn lạ mắt, nhưng nhìn kỹ cũng thấy hay → 처음 볼땐 이상하게 보이더니 자세히보니 재미있다.
lạ mặt 라 맏	*satrange, foreign* [형] 낯선. * lúc chiều có hai người lạ mặt đến tìm anh ấy → 저녁때 낯선 두 사람이 찾아와 그를 찾았다.

lạ miệng 라 미엥	*eaten for the firsttime, strange-taste* [형] 맛이 익숙치 않은, 처음 먹어본. ✻ vì lạ miệng nên ăn rất ngon → 처음 먹어보기 때문에 맛이 있다.
lạ nhà 라 냐	.. [형] 집이 낯선, 집이 익숙치 않은. ✻ vì lạ nhà nên khó ngủ → 집이 낯설어서 잠을 잘수가 없다.
lạ quá 라 꾸아	*very strange* [부] 매우 이상한. ✻ lạ quá, giờ này sao chưa thấy mẹ về ! → 이상하다, 이 시간이 되도록 엄마가 돌아오지 않으시네!
lạ tai 라 따이	*strange to the ear, unheard(to)* [형] 듣기에 이상한, 귀에 설은.
lạ thay 라 타이	*how strange* [감] 이상한 일이다, 기괴한 일이다. ✻ lạ thay, hôm nay mưa bão mà trời vẫn đẹp! → 오늘 폭풍우가 몰아쳤는데도 하늘은 여전히 맑으니 이상한 일이다!.
lạ thường 라 트엉	*extraodinaire, unusual* [형] 평범하지 않은, 비범한, 특별한, 특이한. ✻ thời tiết năm nay thay đổi lạ thường → 올해 날씨는 특이하게 변했다.
lác 락	1/ *dartre* [명] (의학) 피부병. 2/ *rush* [명] 골풀. ✻ chiếu lác → 골풀 돗자리.
lác đác 락 닥	*thinly-scattered, spattered* [형] 흩뿌리다.

✷ lá vàng rơi lác đác → 노란 낙엽이 흩뿌리다.

lác mắt
락 맏

1/ to have squint eyes
[형] (의학) 사시, 사팔뜨기.
2/ full of admiration [형] 눈을 뗄수가 없는. ✷ thấy tiền là lác mắt ra! → 돈을 보니 눈을 뗄수가 없다!

lạc
락

1/ peanut [명] = đậu phọng (식품) 땅콩.
2/ lose, mislay, out of (tune) [동] 잃어버리다.
✷ em bé bị lạc mẹ → 아이가 엄마를 잃어버리다.

lạc bầy
락 버이

to stray from the fold / herd
[동] = lạc đàn 무리를 잃어버리다.

lạc đề
락 데

digress, stray from the subject
[형] 주제를 벗어난.
✷ bài văn này lạc đề rồi → 이 문장은 주제를 벗어났다.

lạc điệu
락 디에우

out of tune [형] = lạc giọng 음이 맞지 않는.

lạc đường
락 드엉

to lose one's way, to get lost
[동] = lạc lối 길을 잃어버리다.

lạc hậu
락 허우

backward, under-developed
[형] 낙후된.
✷ một quốc gia lạc hậu → 낙후된 국가.

lạc hướng
락 흐엉

to go in wrong direction / way
[동] 방향을 잃어버리다.
✷ đánh lạc hướng → 따돌리다.

lạc loài

alone in a strange land [형] 낯선

락 로아이	곳에 혼자 남겨진, 고립된. ✻ đứa trẻ lạc loài → 고립된 아이.
lạc lõng 락 롱	*to be like a fish out of water* [형] 고독한, 소외된. ✻ cảm thấy cô đơn lạc lõng giữa những người xa lạ → 낯선 사람들 속에서 소외감을 느끼다.
lạc quan 락 꾸안	*optimistic, sanguine* [형] 낙관적인. ✻ chủ nghĩa lạc quan → 낙관주의.
lạc thú 락 투	*pleasure, delight, comforts* [명] 기쁨, 환희, 유쾌, 쾌락. ✻ từ bỏ hết mọi lạc thú trên đời → 인생에서 쾌락을 버리다.
lách 랏	**1/** *spleen* [명] (해부) 비장, 지라. **2/** *to dodge, swerve* [동] 빠져나가다, 피해가다. ✻ lách qua đám đông → 인파속에 빠져나가다.
lách cách 랏 깟	*click, clater* [형] (소리) 찰깍찰깍하는 소리.
lách tách 랏 땃	*to crackle, splatter* [형] (소리) 물이 똑똑 떨어지는 소리.
lạch 랏	*canal, water-way* [명] 운하.
lạch bạch 랏 밧	*to waddle* [동] 뒤뚱뒤뚱하다. ✻ tướng đi lạch bạch → 뒤뚱뒤뚱 걷는 모습.
lạch cạch 랏 깟	*rattling, crack* [형] = lạch tạch (소리) 똑똑 두드리는 소리.

lai 라이	*have mixed blood / hybridize* [형] 혼혈의, 잡종의. ✸ đứa con lai → 혼혈아.
lai căng 라이 깡	*miscellaneous* [형] 잡다한, 갖가지의. ✸ nền văn hóa lai căng → 갖가지의 문화.
lai giống 라이 지옴(음)	*hybridize, cross-bred* [동] 잡종을 만들다.
lai láng 라이 랑	*overflowing, be spill* [형] 범람하다, 넘치다. ✸ nước chảy lai láng ra nhà → 집에 물이 흘러넘치다.
lai lịch 라이 릿	*biography, origin, source* [명] (사물 등 의) 근원, 근본, 원인, 전기, 일대기.
lai rai 라이 라이	*dragging on* [형] 질질 끄는.
lai vãng 라이 방	*to frequent* [형] 빈번한, 자주, 잦은. ✸ ngôi nhà này đã lâu không người lai vảng → 이 집은 사람의 왕래가 잦아든지 오래되었다.
lái 라이	*to steer, to drive, to pilot* [동] 몰다, 운전하다. ✸ nó lái xe taxi → 그는 택시를 운전하다
lái buôn 라이 부온	*dealer, trader* [명] 무역업자, 상인.
lái đò 라이 도	*boatman* [명] 보트 젓는 사람.
lái tàu 라이	*pilot, to steer a ship*

lái tàu 라이 따우	[명/동] (배의) 조타수, 조종하다.
lái xe 라이 쎄	*to drive (car, motor)* [동] (차, 오토바이) 몰다, 운전하다.
lải 라이	*threadworm* [명] 선충, 요충.
lải nhải 라이 냐이	*reiterate* [동] 되풀이하다. ✳ nói lải nhải cả ngày → 하루종일 말을 되풀이하다.
lãi 라이	*profit, cash profit, interest* [명] 이익, 수익, 이윤.
lãi suất 라이 수엇	*interest rate* [명] 금리, 이율.
lại 라이	**1/** *comeback, arrive, return* [동] 돌아오다. **2/** *over, restore, again, still* [동] 회복하다, 되돌리다, 되풀이하다.
lại sức 라이 슥	*recover one's strenghth* [동] 건강을 회복하다. ✳ người bệnh đã bắt đầu lại sức → 환자가 다시 건강을 회복했다.
lam 람	*bright sky-blue azure* [형] (색) 밝은 하늘색의.
lam lũ 람 루	*ragged, shabby* [형] 거친. ✳ làm việc lam lũ ngoài đồng → 들에서 거친 일을 하다.
lam nham 람 냠	*bungled, done by halves* [형] 어설픈, 어중간한. ✳ làm lam nham rồi bỏ đi chơi → 어중간하게 일을 마쳐서 놀러가지 못하다.
làm 람	*work, do, make* [자] 일하다, 하다,

람 만들다.

làm ăn
람 안
to trade, do business, work [동] 사업하다. ✶ lo làm ăn quên cả bạn bè → 사업 걱정으로 친구들은 다 잊었다.

làm ẩu
람 어우
1/ to be careless in one's work [동] 부주의 하다, 경솔하다.
2/ to rape [동] 강간하다, 강탈하다.

làm bộ
람 보
to pretend, feign, sham [동] = giả bộ ~인체하다. ✶ làm bộ đạo đức → 덕있는체하다.

làm cao
람 까오
to think sth beneath one's dignity [동] 남을 우습게 여기다, 스스로 잘난체 하다.
✶ mới vừa thành công đã làm cao với mọi người → 성공하자마자 모든 사람들을 우습게 보았다.

làm cái
람 까이
to be the banker, to keep the bank [동] (노름판에서) 물주노릇을 하다.

làm chủ
람 쭈
to own, to be the master of…
[동] ~을 소유하다.

làm chứng
람 쯩
to testify, witness, act as a witness [동] 증언하다, 증인으로 서다. ✶ hôm nay tôi phải ra tòa làm chứng → 오늘 나는 법정에서 증언 해야 한다.

làm công
람 꽁
work fire, become employed [동] 고용되다.

làm dáng
play great attention to one's look =

람 양   *làm đỏm* [동] 폼잡다, 뽐내다.

làm dâu   *to become a daughter-in-law*
람 여우   [동] 며느리가 되다.

làm dấu   *to mark, to make a mark*
람 여우   [동] 표시하다, 자국을 내다.

làm dịu   *to abate, to ease* [동] 약해지다,
암 이우   누그러들다, 가벼워지다.
✲ làm dịu cơn đau / cơn giận → 아픔이 / 화가 누그러들다.

làm duyên   *to posture, to preen oneself*
람 이유웬   [동] 폼잡다, 뽐내다, 우쭐대다.

làm giàu   *to get rich, to enrich oneself* [동]
람 야우   부유하게 되다, 유복하게 되다.
✲ ông ta làm giàu trên sức lao động của công nhân → 그는 노동자의 노동력을 착취하여 부유하게 되었다.

làm gương   *to be an example to sb.* [동] 모델
람 그엉   이 되다, 거울이 되다, 본보기가 되다.
✲ làm gương tốt cho con → 자식에게 좋은 본보기가 되다.

làm khách   *to stand on ceremony* [동] 격식을
람 캇   차리다. ✲ chỗ thân tình, xin đừng làm khách! → 허물없는 자리인데 격식을 차리지 마라.

làm lành   *to make one's peace with sb.* [동]
람 란   사이좋게 하다, 화목하게 하다.
✲ hai người đã làm lành với nhau → 두 사람은 서로 사이가 좋아졌다.

làm lại
람 라이

1/ *go back to work* [동] 복귀하다.
✶ anh ấy đã đi làm lại rồi → 그는 다시 직장으로 복귀했다.
2/ *to redo, repair* [동] 다시 하다.
✶ làm lại từ đầu → 처음부터 다시 하다.

làm lơ
람 러

to ignore, to close one's eyes to sth [동] = *làm ngơ* 무시하다, 못본체하다. ✶ hôm nay tôi gặp nó ở trường nhưng nó làm lơ như không từng quen biết với tôi → 오늘 나는 학교에서 그를 만났지만 그는 모르는 사람처럼 나를 못본 체 했다.

làm mai
럼 마이

act as a matchmaker
[동] = *làm mối* 중매하다.
✶ nhờ người làm mai để xin cưới cô ấy → 그녀에게 청혼을 하기위해 중매인에게 부탁하다.

làm nên
람 넨

to crate, to form, succeed in life [동] 이루다, 형성되다, 만들어내다.
✶ làm nên sự nghiệp → 사업을 이루다.

làm nhục
람 늑

to humiliate, to bring shame on sb.
[동] 창피를 주다, 굴욕을 주다.
✶ bị làm nhục giữa đường → 길거리에서 창피를 당하다.

làm nũng
람 눙

be wheedling [동] 구슬리다, 조르다. ✶ đứa bé làm nũng đòi quà → 아이가 선물을 달라고 조르다.

làm oai
람 오아이
give oneself airs of importance [동] 거드름을 피우다, 으스대다, 잘난 척 하다.

làm ơn
람 언
1/ *to help, to do charity work* [동] 돕다, 구제하다, 적선하다.
* làm ơn không cần báo đáp → 보답이 필요없이 돕다.
2/ *please* [부] 정중히 부탁할 때 쓰임.
* làm ơn cho tôi hỏi thăm đường ... → 제가 길 좀 물어봐도 되겠습니까..

làm phách
람 팟
to give oneself airs [동/형] 잘난척 하다.

làm phép
람 팹
to work miracle, to use magic [동] 기적을 만들다, 요술을 부리다.

làm phiền
람 피엔
to disturb, to bother, to trouble [동] = *làm rộn* 괴롭히다, 귀찮게하다.
* đừng làm phiền tôi! → 나를 귀찮게 하지 마라!

làm phúc
람 풉
to give alms, do charity work [동] = *làm phước* 자선을 베풀다.

làm quen
람 꾸앤
to get acquainted with somebody [동] ~와 알게되다, 사귀다.
* làm quen với bạn mới → 새 친구와 사귀다.

làm rể
람 레
to become a son-in-law [동] 사위가 되다.

làm ruộng
람 루옴
to grow rice [동] 논일 하다, 농사짓다.

làm sao
람 사오
how, how can, why [부] 왜, 어떻

람 사오 게

làm sui
람 수이
jointed to another family by marriage [동] 사돈을 맺다, 사돈지간이 되다.
✳ hai gia đình đã làm sui với nhau → 두 가족은 서로 사돈 지간이다.

làm thinh
람 틴
keep silence, be silent
[동] 침묵을 지키다.
✳ nó biết hết tất cả sự thật nhưng cứ làm thinh không chịu trả lời → 그는 모든 사실을 알고 있지만 대답을 안하고 침묵을 지키다.

làm thịt
람 틷
to kill, butcher [동] 잡다, 도살하다.
✳ làm thịt gà đãi khách → 닭을 잡아 손님을 대접하다.

làm tin
람 띤
to leave sth as security [동] 보증을 위해 ~을 남기다, 담보로 하다.
✳ ký tên vào để làm tin → 보증을 위해 싸인을 남기다.

làm tình
람 띤
to make love, to have sex with sb. [동] 성관계를 갖다.

làm trò
람 쪼
to play act [동] 연기하다.

làm tròn
람 쫀
to fulfill, round
[동] 수행하다, 다하다.
✳ làm tròn số → 반올림하다.
✳ làm tròn bổn phận với cha mẹ → 부모님에 대한 본분을 다하다.

làm vệ sinh
to tidy up, to clean [동] 깨끗하게

| 람 베 신 | 하다, 청소하다 |

làm việc
람 비엡

to work, on the job [동] 일하다.

làm vườn
람 브언

to do the garden, to garden
[동] 정원을 가꾸다.

làm nhảm
람 냠

talk nonsence, talk trifles
[동] 실없는 소리하다, 잡담하다.
✻ nó nói lảm nhảm suốt ngày → 그는 하루종일 실없는 소리만 하고 있다.

lạm
람

overstep the limit, exceed the bound [동] 한도를 넘다.

lạm dụng
람 쥼(융)

abuse [동] 남용하다. ✻ lạm dụng chức quyền → 직권을 남용하다.

lạm phát
람 팥

to inflate [동] 남발하다, 과장하다.

lạm quyền
람 꾸웬

to abuse one's power
[동] 권리(세력)를 남용하다.

lan
란

1/ *orchid (flower)* [명] (꽃) 난초.
2/ *to spread* [동] 펴다, 벌리다, 뻗다.

lan man
란 만

ramble [형] 산만한, 두서없는.
✻ suy nghĩ lan man cả ngày → 하루종일 두서없이 생각하다.

lan tỏa
란 또아

pervasive [동] 퍼지다, 보급하다.
✻ bệnh dịch lan tỏa khắp nơi trên thế giới → 전염병이 전세계 곳곳으로 퍼지다.

lan tràn
란 짠

spread all over
[동] 도체에 퍼지다.

	✳ nạn đói lan tràn khắp nơi → 기근이 도처에 퍼지다.
lan truyền 란 쭈웬	*spread, transmit* [동] 퍼지다, 전파하다. ✳ tin đồn đã lan truyền ra khắp nơi → 헛소문이 전지역으로 퍼지다.
làn 란	**1/** *hand-basket* [명] 손바구니. **2/** *wisp, trail, puff* [명] 움직이는 명사 앞에 붙이는 접두어. ✳ làn da → 피부. ✳ làn khói → 연기. ✳ làn sóng → 물결.
làn điệu 란 디에우	*air (of a song)* [명] 곡조.
lang bạt 랑 받	*to wander* [동] 헤매다, 배회하다. ✳ nó đi lang bạt khắp nơi → 그는 도처를 배회하다.
lang băm 랑 밤	*quack, chalatan, mountebank* [명] 가짜 의사, 돌팔이 의사.
lang thang 랑 탕	*to wander, to roam, tramp* [동] 방랑하다, 떠돌다. ✳ đi lang thang suốt ngày → 하루 종일 떠돌아다니다.
láng 랑	*glossy, smooth, spill over* [형] 광택있는, 반들반들한.
láng bóng 랑 봉	*shining* [형] 빛나는, 반짝이는. ✳ đôi giày láng bóng → 신발이 빛난다.
láng giềng 랑 지엥(이엥)	*neighbourhood, neighbours* [명] = *hàng xóm* 이웃.

láng máng 랑 망	*vaguely* [형] 불확실한, 어렴풋한, 희미한. ✳ tôi chỉ nhớ láng máng đôi chút → 나는 단지 조금 어렴풋이 기억날 뿐이다.
láng mướt 랑 므얻	*be very shiny* [형] 윤기나는. ✳ đầu tóc láng mướt → 윤기나는 머리카락.
làng 랑	*village* [명] 마을.
làng mạc 랑 막	*village and hamlet* [명] 작은 마을, 촌락.
làng nhàng 랑 냥	*rather thin, so-so* [형] 그럭저럭, 그저. ✳ việc làm ăn chỉ làng nhàng thôi → 사업이 그럭저럭 하다.
làng nước 랑 느억	*village people (inhabitants)* [명] 마을 주민.
làng xã 랑 싸	*the village community* [명] 촌, 읍, 리.
làng xóm 랑 쏨	*co-villagers, people, neighbours* [명] 마을주민, 이웃.
lảng 랑	*to slip away, to sneak away* [자] 슬쩍 넘기다, 슬그머니 도망하다. ✳ vừa mới nhắc tới chuyện vợ con là nó nói lảng sang chuyện khác ngay → 부인과 자식 이야기가 나오자마자 그는 바로 다른 이야기로 넘어갔다.
lảng tránh 랑 짠	*to parry, evade, dodge* [동] 피하다, 회피하다. ✳ lảng tránh sự thật →

	사실을 회피하다.
lảng trí 랑 찌	*scatter-brained, absent-minded* [형] 산만한, 차분하지 못한.
lảng vảng 랑 방	*to prowl about, to hang around* [동] 어슬렁거리다, 배회하다. ✻ dạo này thường có 2 kẻ lạ mặt lảng vảng quanh đây → 요즘 자주 2명의 낯선 사람이 주위를 어슬렁거린다.
lãng mạn 랑 만	*romantic* [형] 낭만적인. ✻ một tình yêu lãng mạn → 낭만적인 사랑.
lãng phí 랑 피	*waste, misspend, squander* [형] 낭비하다. ✻ lãng phí thì giờ và tiền bạc → 시간과 돈을 낭비하다.
lãng quên 랑 꾸엔	*forget, fall into oblivion* [동] 망각하다, 잊어버리다. ✻ tên tuổi của cô ta đã bị lãng quên dần theo ngày tháng → 세월을 따라 그녀의 이름과 나이를 잊어버렸다.
lãng tai 랑 따이	*be hard of hearing* [형] 귀가 멀다. ✻ bà ấy bị lãng tai → 그 할머니는 귀가 멀었다.
lạng 랑	**1/** *cut into slices* [동] 얇게 자르다. **2/** *tael, liang* [명] = 100gr 단위, 100그램.
lanh 란	*alert, intelligent* [형] 민첩한, 총명한. ✻ lanh tay → 손재주 있는.
lanh chanh	*fussy, bustling* [형] 분주히 움직이

란 짠	는, 바삐 움직이는. ✷ con bé lanh chanh suốt ngày → 아기가 하루종일 분주히 움직이다.
lanh lẹ 란 래	*fast, quick* [형] 빠른, 민첩한. ✷ cử chỉ lanh lẹ → 빠른 행동.
lánh 란	*to avoid, shun, keep away from* [동] 피하다, 회피하다.
lánh mặt 란 맏	*to avoid, dodge, get out of sight* [동] 피하다, 빠져나가다. ✷ lánh mặt vài ngày → 며칠간 피하다.
lánh nạn 란 난	*run away from danger* [동] 위험에서부터 도망치다, 피난하다.
lành 란	*good condition, wholesome, healthy* [형] 건강한, 건강해 보이는. ✷ ông ấy đã lành bệnh → 그 할아버지는 건강해지셨다.
lành lặn 란 란	*intact, unbroken* [형] 말짱한, 흠없는. ✷ tay chân lành lặn nhưng lười lao động → 팔 다리가 말짱한데 일을 게을리한다.
lành mạnh 란 만	*sound, healthy, wholesome* [형] 건강한. ✷ một tâm hồn lành mạnh → 건강한 정신.
lành nghề 란 응헤	*skilled, qualified* [형] 숙련된, 능숙한. ✷ người thợ lành nghề → 숙련된 기술자.
lãnh cảm	*frigidity, to be frigid*

란 감	[명] (의학) 한랭, 냉담, 불감증.
lãnh đạm 란 담	*be cold, indifferent , apathetic* [형] 냉담한, 무관심한. ✳ anh ấy có thái độ lãnh đạm trước tin đó → 그는 그 소식 앞에 냉담한 태도를 보였다.
lãnh đạo 란 다오	*to guide, lead, direct* [동] 이끌다, 지도하다.
lãnh lương 란 르엉	*to receive one's salary* [동] 봉급을 받다.
lãnh sự quán 란 스 꾸안	*consulate* [명] 영사관.
lãnh thổ 란 토	*domain, territory* [명] 영토.
lãnh tụ 란 뚜	*leader, father-figure* [명] 원수(元首), 지도자, 리더.
lãnh vực 란 븍	*sphere, area, domain* [명] = *lĩnh vực* 영역. ✳ lãnh vực ngoại giao → 외교영역.
lạnh 란	*cold* [형] 추운.
lạnh buốt 란 부온	*icy, chilling* [형] 차가운, 쌀쌀한.
lạnh lẽo 란 래오	*cold and cheerless* [형] 차가운, 냉랭한, 쓸쓸한.
lạnh lùng 란 룸	*glacial, cold, cool* [형] 쌀쌀한, 추운.
lạnh ngắt 란 응앋	*very cold* [형] = *lạnh toát* 매섭게 찬.

lạnh nhạt 란 냗	*glacial, indifferent* [형] 냉담한, 쌀쌀한. ✳ thái độ lạnh nhạt → 냉담한 태도.
lạnh tanh 란 딴	*stone-cold* [형] 아주 찬. ✳ nhà cửa lạnh tanh → 아주 찬 집.
lao 라오	1/ *harpoon, javelin* [명] 작살, 창. 2/ *plunge* [동] 뛰어들다, 돌진하다. ✳ lao xuống sông → 강 속으로 뛰어들다. 3/ *prison, gail* [명] = nhà lao 형무소, 교도소, 감옥. 4/ *tuberculosis* [명] (의학) 결핵(증). 약자: TB, T.B.
lao công 라오 꼼	*coolie, worker, laborer, work-man* [명] 노동자, 일하는 사람.
lao đao 라오 다오	*full of hardships, unsteady* [형] 고난에 찬, 괴로운.
lao động 라오 돔	1/ *labour* [명] 노동, 일. 2/ *to work* [동] 일하다.
lao lực 라오 륵	*over-work* [동] 과로하다.
lao tâm 라오 떰	*troubled, worrisome* [형] (마음이) 어수선한, 불안정한, 노심초사하는.
lao xao 라오 싸오	*hubbub* [부] (소리) 왁자지껄.
láo 라오	*impertinent, cheeky, wrong, bad* [형] 건방진, 무례한, 뻔뻔한.

láo lếu 라오 레우	*insolent, impertinent* [형] 오만한, 무례한.
láo nháo 라오 냐오	*be badly mixed, confuse* [형] 나쁘게 혼합된, 혼란스러운.
láo xược 라오 쓰억	*impudent* [형] 뻔뻔스러운, 건방진.
Lào 라오	*Laos* [명] (국가) 라오스.
lào xào 라오 싸오	*whisper, under one's breath* [형] (소리) 소근소근대는.
lão 라오	*old, old man, old lady* [명] 노인.
lão luyện 라오 루웬	*ecperienced, skilled* [형] 노련한. ✱ tay nghề lão luyện → 노련한 기술.
lão thành 라오 탄	*senior, veteran, old and experienced* [형] 노성(老成)의, 노련하고 원숙한. ✱ ông ta là bậc lão thành → 그분은 노성하시다.
lạo xạo 라오 싸오	*crunch* [형] (소리) 아삭아삭, 바삭바삭.
lát 랃	**1/** *slice* [명] 조각, 점. ✱ 3 lát thịt muối → 베이컨 세 점. **2/** *to pave, cover* [동] 포장하다, 덮다, 깔다. ✱ nền nhà lát gạch đen → 집 바닥을 검은 타일로 깔다. **3/** *instant, moment, short while* [명] 즉시, 잠시, 순간. ✱ xin đợi 1 lát → 잠시 기다려주세요.

lạt 랏	**1/** *bamboo string* [명] 대나무 끈. ✻ dùng lạt buộc chặc lại → 대나무 끈을 사용해서 확실히 묶다. **2/** *insipid, flat, not salted* [형] = nhạt 재미없는, 진부한, 싱거운, 밋밋한. ✻ ăn lạt → 싱겁게 먹다.
lau 라우	*to wipe, to mop up* [동] 닦다, 문지르다. ✻ lau nhà → 집을 닦다.
lau chau 라우 짜우	*hasty, hurried* [형] 급한, 서두르는. ✻ lau chau suốt ngày → 하루종일 서두르다.
lau sậy 라우 서이	*cane, rush, reed* [명] 갈대.
láu 라우	*smart, clever (of child), cunning* [형] (어린이가) 약삭빠른, 교활한.
láu cá 라우 까	*sly, smart* [형] 익살맞은, 교활한.
láu lỉnh 라우 린	*roguish, mischievous, sly* [형] 짓궂은, 장난기 있는. ✻ tính tình láu lỉnh → 짓궂은 성격.
láu táu 라우 따우	*act or talk fast and thoughtlessly* [형] 급하고 경솔한. ✻ nói năng láu táu → 급하고 경솔하게 말하다.
làu 라우	*fluently, without a hitch* [형] 유창한, 거침없는. ✻ học thuộc làu → 거침없는 학업.
làu bàu	*to grumble, complain*

라우 바우 [동] 불평하다, 투덜거리다.
＊ nói làu bàu trong cổ họng → 속으로 투덜거리다.

lay
라이
shake, stir [동] 흔들다.

lay chuyển
라이 쭈웬
to shake [동] 흔들다, 흔들리다.
＊ đã quyết như thế rồi, không gì lay chuyển nổi → 이처럼 결심했으니 어떤 것에도 흔들리지 않는다.

lay động
라이 돔
to move, to stir
[동] 움직이다, 흔들리다.
＊ gió thổi bức màn lay động → 바람에 커튼이 흔들리다.

lạy
라이
to prostrate, to kowtow
[동] 머리를 조아리다, 엎드리다.
＊ quỳ lạy tổ tiên → 조상께 머리를 조아리다.

lạy lục
라이 룹
entreat by kowtowing, beseech
[동] 탄원하다, 간청하다.
＊ nó lạy lục xin tha mạng → 그는 자비를 베풀기를 간청하다.

lắc
락
to shake [동] 흔들다.

lắc léo
락 래오
elbow-joint
[형] 흔들리는, 불확실한.
＊ ăn nói lắc léo → 불확실하게 말하다.

lắc lư
락 르
swing, sway [동/형] 흔들거리다, 흔들거리는, 동요하는.
＊ chiếc thuyền lắc lư trên sông → 배가 강 위에서 흔들거리다.

lăm le 람 래	attempt, intend, be ready to set to [동] 꾀하다, 의도하다, 시도하다. ✷ nó lăm le chiếm đoạt tài sản của em nó → 그는 동생의 재산을 빼앗으려고 꾀하다.
lắm 람	much, very much, many [형] 매우.
lăn 란	roll, throw oneself down [동] 구르다, 말다.
lăn kềnh 란 껜	throw oneself down and sprawl [동] 굴러서 뻗다. ✷ ngã lăn kềnh ra ngoài đường → 길에서 굴러서 뻗다.
lăn lóc 란 롭	roll, wallow, lie about, be scattered [동] 뒹굴다, 버둥거리다. ✷ thằng bé sống lăn lóc giữa đám trẻ bụi đời → 어린아이가 떠돌이 무리 속에서 뒹굴며 산다.
lăn lộn 란 론	roll over repeatedly [동] 뒹굴다. ✷ khi tôi đến thì đã thấy ông ấy nằm lăn lộn trên đống máu → 내가 도착했을 때 그가 피를 흘리며 뒹굴고 있는 것을 보았다.
lăn tay 란 따이	to press one's finger print on [동] 지문을 찍다. ✷ ký tên và lăn tay vào giấy này → 이 서류에 싸인을 하고 지문을 찍다.
lăn tăn 란 딴	ripple [형] 잔물결을 일으키다, 파문을 만들다. ✷ sóng gợn lăn tăn → 파도가 잔문결을 일으키다.

lăn xả
란 싸

rush, fall upon, dash at [동] 달려들다, 재빠르게 움직이다.
✶ lăn xả vào để cứu bạn → 친구를 구하기 위해서 달려들어가다.

lằn
란

weal, fold, wrinkle [명] 주름.

lẳn
란

fleshy and solid
[형] 탄탄하게 살찐.
✶ tròn lẳn → 통통하다.
✶ béo lẳn → 탄탄하게 살이 찌다.

lặn
란

dive, swim under-water, set, clear up, disappear [동] 잠수하다, 사라지다.
✶ lặn xuống nước → 물속으로 잠수하다.
✶ mặt trời lặn ở hướng tây → 해가 서쪽으로 지다.

lặn lội
란 로이

take pains, go to a lot of trouble [동] 애쓰다, 힘들이다. ✶ lặn lội từ xa đến thăm bạn → 멀리서부터 힘들게 친구를 찾아왔다.

lăng
랑

royal / imperial tomb = lăng mộ / lăng tẩm [명] 왕릉.

lăng loàn
랑 로안

termagant, virago, saucy [형] (여자가) 부정한, 조신하지 못한, 자유분방한. ✶ 1 cô gái lăng loàn → 자유분방한 아가씨.

lăng mạ
랑 마

to revile [동] 욕하다.

lăng miếu
랑 미에우

royal-tombs and temples
[명] 왕릉과 신전.

lăng nhăng 랑 냥	*trashy, groundless* [형] 무책임한, 사실 무근의. ✵ chơi bời lăng nhăng suốt ngày → 하루종일 무책임하게 놀다. ✵ ăn nói lăng nhăng → 사실 무근을 말하다.
lăng nhục 랑 늡	*to insult, humiliate* [동] 모욕하다, 창피주다.
lăng trụ 랑 쭈	*prism* [명] 각기둥.
lăng xăng 랑 쌍	*to bustle* [동] 분주히 돌아다니다. ✵ lăng xăng đón mừng → 분주하게 맞이하다.
lăng xê 랑 쎄	*to advertise, to sing sb's praise* [동] 광고하다, 선전하다.
lắng 랑	*to deposit (of liquid)* [동] 침전하다.
lắng dịu 랑 이우	*calm, lull* [형/동] 고요한, 잔잔한, 고요해지다, 가라앉히다. ✵ chờ đến khi tình hình đã lắng dịu rồi hãy đi → 상황이 고요해지면 가자.
lắng đọng 랑 동	*deposit, be fixed, be engraved* [형] 남다, 가라앉다. ✵ tình cảnh đau buồn trong chuyện phim còn lắng đọng mãi trong lòng khán giả → 영화속의 슬픈 상황들이 관객들의 마음속에 계속 남다.
lắng nghe 랑 응해	*to listen attentively* [동] 귀기울여 듣다, 경청하다. ✵ lắng nghe thầy giáo giảng bài →

교수의 강의를 경청하다.

lằng nhằng
랑 냥
dragging on [형] 질질 끄는.
* nó cứ lằng nhằng năn nỉ mãi → 그는 계속 질질 끌며 애원하다.

lẳng
랑
flirtatious, easy to virtue = lẳng lơ [형] (여자가) 쉬운, 바람난.

lẳng lặng
랑 랑
keep quiet, silently
[동] 조용히 하다, 침묵하다.
* lẳng lặng ra đi không nói lời từ biệt ai cả → 누구와도 작별하지 않고 조용히 나가다.

lẵng
랑
basket [명] 바구니.
* lẵng hoa → 꽃바구니.

lặng
랑
silent, calm, quiet [형] 조용한, 고요한. * lặng nhìn nhau → 조용히 서로 쳐다보다.

lặng gió
랑 지오(요)
windless, calm [형] 무풍의.

lặng im
랑 임
keep silence / quiet, make no noise
[동] = *lặng thinh* = lặng yên 조용히 하다, 침묵하다.

lặng lẽ
랑 래
quiet, silent [형] 조용한.
* ngồi lặng lẽ → 조용히 앉다.

lặng người
랑 응으어이
dumbfounded, speechless [형] 놀라거나 무서워서 말이 안나오는.
* nó lặng người đi không nói được tiếng nào → 그는 어떤 말도 할수 없었다.

lắp
to joint, to fit [동] 조립하다.

럅	∗ lắp ống nước trong nhà vệ sinh → 화장실에 파이프를 조립하다.
lắp bắp 랍 밥	*to mumble, stammer* [동] 중얼거리다, 우물우물 말하다. ∗ nói năng lắp bắp → 우물우물 말하다.
lắp đặt 랍 닫	*to fit up, to install* [동] 조립하다.
lắp ghép 랍 갭	*to put together, prefabricated* [동] 조립하다, 끼우다.
lắp ráp 랍 랍	*to assemble* [동] 조립하다.
lặp 랍	*tautologic, repeat* [동] 반복하다. ∗ lặp lại lần nữa → 한번더 반복하다. ∗ tôi xin lặp lại → 다시 말씀해 주세요.
lặp bặp 랍 밥	*mutter, mumble* [동] 중얼중얼하다. ∗ nói lặp bặp → 중얼중얼하다.
lắt léo 란 래오	*difficult, ticklish, intricate* [형] 어려운, 까다로운. ∗ câu chuyện hơi lắc léo → 이야기가 조금 까다롭다.
lắt nhắt 란 냗	*tiny, minute* [형] 작은, 미세한.
lặt vặt 란 받	*sundry* [형] 갖가지의, 여러가지의. ∗ làm việc lặt vặt trong nhà → 집안의 여러가지 일들을 하다.
lắc các 럭 꺽	*rude, impolite, insolent, saucy* [형] 버릇없는, 무례한. ∗ nó có cử chỉ lắc các → 그는 행

동이 버릇없다.

lâm — *land in, get into; be hit long*
럼
[동] 들어가다, 접어들다.
✻ vì cờ bạc nên nó mới lâm vào cảnh nghèo túng → 도박 때문에 그는 막 빈곤한 생활로 접어들었다.

lâm bệnh — *to fall ill / sick* [동] 병이 들다.
럼 벤

lâm bồn — *to give birth, to make a baby*
럼 본
[동] 출산하다.

lâm chung — *to be at dead's door* [동] 임종하다.
럼 쭘

lâm li — *plaintive, moving, complaining*
럼 리
[형] 구슬픈, 감동적인.
✻ khúc ca bi thảm → 구슬프고 애절한 노래 구절.

lâm nạn — *be in danger, meet an accident* [동]
럼 난
= *lâm nguy* 사고를 당하다. 위험에 처하다.

lâm nghiệp — *forestry, sylviculture*
럼 응히엡
[명] 임학, 식림.

lâm râm — **1/** *drizzle* [형] 부슬부슬한.
럼 럼
✻ bên ngoài trời mưa lâm râm nên phải mang theo cây dù → 밖에 비가 부슬부슬오니 우산을 가지고 가야한다.
2/ *murmur* [형] 살살, 가벼운.
✻ đau bụng lâm râm → 배가 살살 아프다.
3/ *mutter (prayers)*
[형] 중얼중얼 하는

	✲ lâm râm khấn vái → 중얼중얼 기도하다.
lâm sản 럼 산	*forest product* [명] 임산물.
lâm sàng 럼 상	*clinical* [형] 임상의. ✲ khám lâm sàng → 임상치료.
lâm thời 럼 터이	*temporary, provisional* [형] 임시의. ✲ chính phủ lâm thời → 임시정부.
lấm 럼	*soil (make dirty)* [동] 더러워지다, 얼룩지다. ✲ áo quần lấm đầy bùn → 옷이 진흙으로 가득 얼룩졌다.
lấm chấm 럼 쩜	*dotted, spotted* [형] 점을 찍은.
lấm lem 럼 램	*spattered (with), splash (with)* [동] 튀기다, 얼룩지다. ✲ mặt mũi lấm lem → 얼굴이 얼룩얼룩하다.
lấm lét 럼 랟	*fearful, keep one's look down (from fear)* [형] 두려워하는, 무서워하는. ✲ nó biết đã phạm lỗi nên sợ lấm lét → 그는 잘못했다는 것을 알기 때문에 두려워한다.
lấm tấm 럼 떰	*spray-like* [형] 물안개(물보라) 같은. ✲ mưa rơi lấm tấm → 비가 물안개 같이 내리다.
lầm 럼	*misapprihension, misunderstand* [동] 실수하다, 혼동하다, 오해하다. ✲ anh hiểu lầm rồi ! → 그는 오해했다.
lầm lạc 럼 락	*go astray, lose one's way* [동] 길을

럼 락	잘못들다. * lầm lạc vào con đường tội lỗi → 범죄의 길로 빠지다.
lầm lẫn 럼 런	*wrong, mistaken* [형] 실수하다, 틀리다.
lầm lì 럼 리	*taciturn, close-mouthed* [형] 말이 없는, 말수가 적은.
lầm lỗi 럼 로이	*to make a mistake / an error* [동] 실수하다, 잘못되다.
lầm lỡ 럼 로	*mistaken, be wrong* [동] = lỡ lầm 실수하다. 잘못되다.
lầm lũi 럼 루이	*silently, without breathing a word* [동] 조용히, 소리없이, 말없이. * lầm lũi ra đi → 말없이 나가다.
lầm than 럼 탄	*full of harships and misery* [형] 비참한. * chiến tranh làm cho nhiều gia đình phải lâm vào cảnh lầm than đói rách → 전쟁은 많은 가족을 가난하고 비참하게 만들었다.
lầm tưởng 럼 뜨엉	*to think wrongly / mistakenly* [동] = tưởng lầm 잘못생각하다. * lầm tưởng nơi đó là thiên đàng → 그곳이 천국이라고 잘못 생각했다.
lẩm bẩm 럼 범	*mumble* [동] 중얼거리다, 우물우물 말하다. * nói lẩm bẩm gì thế ? → 뭐라고 중얼거리는 거야?
lẩm cẩm 럼 껌	*overcautious, forgetful in one's dotage* [형] 지나치게 조심하는,

노망든. ✻ nói năng lẩm cẩm → 지나치게 조심히 말하다.
✻ chưa già mà đã lẩm cẩm ! → 아직 늦지도 않았는데 노망났냐!

lẫm chẫm
럼 쩜
(a child) toddle [동] 아장아장 걷다.
✻ đứa bé vừa mới biết đi lẫm chẫm → 아이가 이제 막 배워 아장아장 걷는다.

lẫm liệt
럼 리엩
Imposing, impressive and inspiring [형] 인상적인.
✻ lẫm liệt oai phong ngoài mặt trận → 외모가 인상적이고 위엄있다.

lân
런
unicorn, kylin [명] (신화) 유니콘.
✻ có múa lân trong ngày khai trương → 개업일에 유니콘 춤을 추다.

lân bang
런 방
neighbouring country
[명] 이웃나라, 근접국가.

lân cận
런 껀
near, next to, neighbouring
[형] 가까운, 이웃하는.

lân la
런 라
get near, make gradual approaches to [동] 다가가다, 접근하다.
✻ nó lân la làm quen → 그는 사귀기위해 다가가다.

lân tinh
런 띤
phosphorous [명] (화학) 인.

lấn
런
encroach [동] 침해하다, 침범하다.
✻ lấn quyền → 권리를 침해하다.

lấn át
런 앋
to transgress, infringe
[동] 어기다, 위해하다.

lấn cấn 런 껀	*uneasy, troubled* [형] 골치아픈, 쉽지않은. ✶ chắc phải có chuyện gì lấn cấn bên trong! → 분명히 내부에 골치 아픈 일이 있을것이다.
lấn chiếm 런 찌엠	*transgress, encroach* [동] 침해하다, 침범하다. ✶ lấn chiếm đất đai → 영토를 침해하다.
lần 런	*time, instalment* [명] ..번, ..회. ✶ lần nào cũng sai hẹn! → 매번 약속을 안지키니! ✶ đã nói bao nhiêu lần rồi mà không nghe! → 몇번을 얘기했는데도 듣지를 않니!
lần lữa 런 르아	*to linger, temporize, delay* [동] 우물쭈물하다, 꾸물거리다. ✶ lần lữa đã 3 năm trôi qua → 꾸물거리다가 3년이 지나갔다.
lần lượt 런 르얻	*in turn, one after other* [부] 잇달아, 연속, 계속, 차례대로, 순서대로. ✶ quan khách đã lần lượt đến đông đủ → 관객들이 잇달아 도착해 장사진을 이뤘다. ✶ lần lượt từng người một → 한 사람씩 차례대로.
lần mò 런 모	*try cautiously, look for, feel one's way* [동] 찾다. ✶ lần mò hỏi thăm đường → 길을 물어 찾다.
lần nữa	*once more, again* [부] 한번 더.

lần sau
런 느아

런 사우

next-time [부] 다음 번.

lần trước
런 쯔억

last-time [부] 지난 번, 먼저 번.

lẩn
런

to slip away, to steal off [자] 빠져나가다, 도망치다.

lẩn khuất
런 쿠얼

conceal, cover [동] 감추다, 비밀로 하다.

lẩn lút
런 룻

hide (oneself from), lie in hiding [동] 숨다.

✻ bọn trộm cướp lẩn lút quanh đây → 도둑이 이 주변에 숨다.

lẩn núp
런 눕

hide, take cover [동] 숨다, 피난하다.

lẩn quẩn
런 꾸언

to follow, to hover [동] 잇따르다, 따르다.

✻ suy nghĩ lẩn quẩn mãi mà không biết phải làm sao → 잇달아 계속 생각해봐도 무엇을 해야할지 모르겠다. ✻ nó đi lẩn quẩn đâu đây → 그는 어디를 따라갑니까.

lẩn thẩn
런 턴

to be in one's second chilhood / in one's dotage [형] 노망난, 망령이 든. ✻ câu hỏi thật là lẩn thẩn ! → 정말 노망난 질문이다!

lẩn tránh
런 짠

to evade, parry, elude [동] 회피하다, 기피하다, 발뺌하다.

✻ lẩn tránh trách nhiệm → 책임을 회피하다.

lẩn trốn 런 쫀	to escape, run away [동] 도망치다, 탈주하다. ✻ tên tội phạm lẩn trốn ở khu vực này → 범죄자가 이 지역으로 탈주했다.
lẫn 런	1/ forgetful [형] = lú lẫn 잘 잊는. ✻ tuổi già hay bị lẫn → 나이가 들어 자주 잊어버린다. 2/ both [접] 양쪽, 둘 다. ✻ mất sạch cả tiền lẫn vàng → 돈과 금을 둘 다 모두 깨끗이 잃어버렸다. ✻ bị lừa cả tình lẫn tiền → 사랑과 돈을 둘 다 모두 사기 당했다.
lẫn lộn 런 론	confuse, mistake, mix up [동] 혼란스럽다, 혼돈하다. ✻ vàng thau lẫn lộn → 좋고 나쁜 것을 혼돈하다.
lẫn nhau 런 냐우	mutually, each other [부] 서로. ✻ anh em một nhà phải biết thương yêu giúp đỡ lẫn nhau → 한 집의 형제는 반드시 서로 돕고 사랑해야 한다.
lận 런	cheat, deceive, trick [동] 속이다. ✻ cờ gian bạc lận → 속임수 도박.
lận đận 런 던	unsuccessful [형] 실패한. ✻ số kiếp lận đận → 실패한 운명.
lấp 럽	to occlude, to fill up [동] 막다, 차단하다, 메우다. ✻ lấp sông → 강을 막다.
lấp lánh 럽 란	glitter [형] 반짝이는, 찬란한. ✻ chiếc nhẫn kim cương lấp lánh

→ 찬란한 다이아몬드 반지.

lắp liếm
럽 리엠
gloss over by out speaking others
[동] 얼버무려 넘어가다, 다른말로 화제를 바꾸다.
✻ nói lắp liếm cho qua → 다른 말로 화제를 바꾸어 지나가다.

lắp ló
럽 로
to flicker, appear and disappear
[동] 어른거리다, 깜박이다, 사라졌다 나타났다하다.
✻ ai đứng lắp ló ngoài cửa vậy? → 문 밖에 누가 어른 거리며 서 있느냐?

lắp lửng
럽 릉
vague, indefinite, half-jokingly half-seriously [형] 모호한, 분명치않은.
✻ nói lắp lửng vài câu rồi bỏ đi → 분명치 않게 말한 몇문장은 버려라.

lập
럽
to form, establish, found, set up
[자] 세우다, 수립하다, 설립하다.
✻ lập trại chăn nuôi bò sữa → 젖소 사육 우리를 세우다.

lập cập
럽 껍
shiver, tremble
[형] 와들와들, 덜덜.
✻ run lập cập → 덜덜 떨다.

lập công
럽 꼼
to achieve a feat
[동] 공적을 세우다.
✻ lập công để chuộc tội → 죄 값을 치루기 위해 공적을 세우다.

lập dị
럽 지(이)
be eccentric [형] 별난, 괴짜의.
✻ ăn mặc lập dị → 옷을 별나게 입었다.

lập đông 럽 동	*beginning of winter* [명] 입동(立冬).
lập gia đình 럽 지아(야) 딘	*to get married, to marry* [동] 결혼하다.
lập lờ 럽 러	*double-meaning, play fast and loose* [형] 의미가 애매한, 애매모호한. ✽ nói lập lờ → 애매모호하게 말하다.
lập luận 럽 루언	*argument* [명] 입론(立論). ✽ lập luận vững vàng → 확실한 입론.
lập mưu 럽 므우	*to draw up a scheme = lập kế* [동] 기획하다, 계획을 세우다.
lập phương 럽 프엉	*cube* [명] 입방체, 정육면체.
lập trình 럽 찐	*to program* [동] 프로그램을 짜다.
lập trường 럽 쯔엉	*standpoint, viewpoint, position* [명] 입장, 관점. ✽ có lập trường vững chắc → 확고한 입장.
lập tức 럽 뜩	*immediately, instantly* [부] 곧, 즉시, 당장에. ✽ nó lập tức có mặt sau khi nghe bạn gái gọi → 그는 여자친구가 부르자 즉시 나타났다.
lất phất 럿 펏	*sprinkling, drizzle* [형] 흩뿌리는, ✽ trời mưa lất phất → 흩뿌리는 비.
lật	*to upturn, capsize; to open (a*

럳	book) [동] 뒤집다, 뒤집히다, (책을) 펴다.
lật đật 럳 덛	*hurriedly, hastily* [형] 급히, 서둘러. ✻ nó thấy thầy giáo đến lật đật đứng dậy chào → 그는 선생님이 황급히 도착해 서서 인사를 받으시는 것을 보았다.
lật đổ 럳 도	*to overthrow, overturn, subvert* [동] 뒤엎다, 전복시키다.
lật lọng 럳 롬	*cheat, double-tongued* [동/형] 속이다. ✻ ăn nói lật lọng → 속이는 말을 하다.
lật tẩy 럳 떠이	*to unmask* [동] 폭로하다, 정체를 드러내다. ✻ kẻ gian đã bị lật tẩy → 범인이 정체를 드러냈다.
lâu 러우	*for a long time/while* [형] 오랫동안. ✻ đã lâu không gặp nhau → 오랜만이다.
lâu bền 러우 벤	*long lasting, durable* [형] 오래가는, 영구적인. ✻ tình bạn lâu bền → 오래가는 우정.
lâu dài 러우 야이	*long, long-term* [형] 오랜, 긴. ✻ đó là một việc làm lâu dài và khó khăn → 그것은 오래 걸리고 어려운 일이다.
lâu đài 러우 다이	*palace, castle* [명] 궁궐, 성.
lâu đời 러우 더이	*long-standing, age-old* [형] 다년간의, 오랜 세월에 걸친.

✷ ngôi nhà này đã lâu đời → 이 집은 오랜 세월을 거쳤다.

lâu lâu
러우 러우
from time to time, now and then [형] 가끔, 때때로, 이따금.
✷ lâu lâu mới gặp nhau 1 lần → 이따금 서로 한번씩 만나다.

lâu lắc
러우 락
slow, slowly, a long time [형] 더딘, 시간이 걸리는.
✷ làm gì mà lâu lắc quá vậy? → 뭐하길래 이렇게 오래걸리니?

lâu nay
러우 나이
long since, for a long time [형] 오랫동안.
✷ lâu nay anh ấy vẫn nghĩ là mình làm đúng → 오랫동안 그는 여전히 자기가 옳다고 생각한다.

lâu năm
러우 남
many years, veteran, seasoned [형] 수년간, 오래된, 숙련된.
✷ anh ấy đã lâu năm trong nghề → 그는 이 직업에 종사한지 오래 되었다.

lâu ngày
러우 응아이
for a long time [형] 오랫동안.
✷ lâu ngày mới gặp lại → 오랜만에 만나다.

lầu
러우
floor, storey [명] (건물의) 층.

lầu xanh
러우 싼
brothel, house of prostitution [명] 기생집.

lây
러이
to inflect, transmit, communicate [동] 전염시키다, 보내다.

lây bệnh
러이 벤
to transmit a disease [동] 병이 전염되다.

lây lan 러이 란	*to spread* [동] 널리 퍼지다.
lây lất 러이 럳	*to linger, take each day as it comes* [동/형] 시간을 보내다, 날을 보내다. ✻ sống lây lất qua ngày → 하루하루 근근이 살아가다.
lấy 러이	*to take, receive, get(married)* [동] 가지다, 받다, 결혼하다. ✻ khi nào anh mới lấy hộ chiếu? → 언제 당신은 여권을 받습니까? ✻ lấy tiền đi chợ → 시장 갈 돈을 가져오다.
lấy cắp 러이 깝	*to steal* [동] 훔치다, 횡령하다. ✻ lấy cắp tài sản của nhà nước → 국가 재산을 횡령하다.
lấy chồng 러이 쫌	*to get married (lấy vợ)* [동] 결혼하다.
lấy lệ 러이 레	*summary, for form's sake* [부] 형식상으로. ✻ làm lấy lệ → 형식상으로 하다.
lấy lòng 러이 롱	*to try to win someone's heart* [동] 환심사다, 비위를 맞추다, 마음에 들게하다. ✻ lấy lòng cấp trên → 상사의 마음에 들게하다.
lầy 러이	*boggy, swampy* [명] 습지.
lầy lội 러이 로이	*muddy, slushy* [형] 진흙의, 진창의. ✻ băng qua con đường lầy lội mới đến nơi → 진창길을 지나느라 이제 막 왔다.

lẩy bẩy 러이 버이	*be shake, tremble* [형] 덜덜 떠는. ✲ nó run lẩy bẩy vì quá sợ → 그는 너무 무서워 덜덜 떨었다.
lẫy 러이	*turn over, roll over (a baby)* [동] = lật 구르다, 뒤집다. ✲ em bé đã biết lẫy → 아기가 뒤집는걸 알았다.
lẫy lừng 러이 릉	*resounding* [형] 울리는. ✲ danh tiếng lẫy lừng → 소리가 울리다.
le 래	*to loll (its tongue)* [동] = le lưỡi (혀를) 늘어뜨리다.
le lói 래 로이	*flickering, unsteady (light)* [형] 어른거리다, 깜박이다, 흔들리다. ✲ ánh đèn le lói từ xa → 멀리서부터 등불이 어른거리다.
le te 래 때	*looking busy* [형] 바쁜, ✲ đi le te ra chợ → 바삐 시장 가다.
lé 래	*squint-eyed, cross-eyed* [형] = lác 사시의, 짝눈의.
lè lưỡi 래 르어이	*to put one's tongue out = le lưỡi* [동] 혀를 늘어뜨리다.
lè nhè 래 니애	*to drawl* [동] 느릿느릿 이야기하다. ✲ vừa uống chút rượu vào là đã lè nhè → 술을 조금 마시자 느릿느릿 이야기하 기 시작했다..
lè tè 래 때	*undersized, dwarfish, shortish* [형] 소형의, 작은. ✲ căn nhà thấp lè tè → 작은 집.
lẻ	*odd, uneven, retail* [형] 홀수의.

래	✶ số lẻ → 홀수.
lẻ loi 래 로이	*lonely, solitary* [형] 혼자뿐인, 외로운. ✶ sống lẻ loi một mình → 혼자서 외롭게 살다.
lẻ tẻ 래 때	*scattered, sparse, trivial* [형] 드문, 희박한, 사소한. ✶ lẻ tẻ vài mái nhà → 드문 드문 몇 채의 집. ✶ chuyện lẻ tẻ! → 사소한 일이다!
lẽ 래	*reason* = *lý lẽ* [명] 이유, 원인, 까닭. ✶ làm cho ra lẽ → 이유를 밝히다.
lẽ dĩ nhiên 래 이 니엔	*naturally, of course* = *tất nhiên* [부] 당연히, 물론. ✶ lẽ dĩ nhiên là tôi sẽ đến đúng hẹn → 당연히 나는 약속시간에 정확히 도착할것이다.
lẽ nào 래 나오	*is it possible? really ?* [부] 실제로는, 사실상, 정말로. ✶ lẽ nào lại thế! → 그럴리가 없어!
lẽ phải 래 파이	*right* [명] 바른, 정확한, 틀림없는. ✶ lẽ phải bao giờ cũng được công nhận → 틀림없이 언제나 인정되다.
lẽ sống 래 솜	*reason/justification for living* [명] 삶의 이유. ✶ tình yêu là lẽ sống của con người → 사랑은 사람의 삶의 이유이다.
lẽ thường 래 트엉	*common sense* [명] 당연지사. ✶ sống chết là lẽ thường → 삶과

죽음은 당연지사다.

lẹ
래

prompt, fast, rapid, quick = nhanh = lẹ làng [형] 빠른.

lem
램

1/ *to smudge* [동] 더럽히다.
2/ *dirty, soiled* [형] 더러운.

lem luốc
램 루옥

very dirty [형] 매우 더러운.
✷ tay chân lem luốc→손발이 매우 더럽다.

lem nhem
램 니앰

1/ *soil, smear* [형] 더러운, 지저분한.
✷ tập vở lem nhem → 지저분한 공책.
2/ *blur* [형] 흐릿한, 번진.
✷ chữ viết lem nhem → 흐릿한 글자.

lém
램

1/ *spreading rapidly* [동] (lửa) = xém
(불이) 빠르게 번지다.
✷ lửa lém nhanh qua mái nhà → 불이 지붕으로 빠르게 번져가다.
2/ *talkative, glib tongue* [형] = lém lỉnh 똑부러지게 말 잘하는.
✷ thằng bé này lém quá ! → 이 아이는 똑부러지게 말을 잘한다.

lèm nhèm
램 니앰

1/ *weak eyed, have poor eyesight* [형] 시력이 나쁜.
✷ mắt mũi lèm nhèm → 눈이 나쁘다.
2/ *unclean, badly*
[형] (일이) 정확하지 않은.
✷ làm ăn lèm nhèm → 사업이 정

확하지 않다.

len
랜
1/ *wool* [명] 울.
✳ áo len → 울 스웨터.
2/ *elbow one's way through acrowd* [동] 사이를 비집고 지나가다.
✳ len qua đám đông → 인파 속을 비집고 지나가다.

len lỏi
랜 로이
worm one's way [동] 어렵게 헤쳐 나가다, 힘들게 빠져나가다.
✳ len lỏi vào tận bên trong → 안쪽까지 힘들게 헤치고 들어가다.

lén
랜
sneaky, furtive, stealthy
[형] 남몰래, 은밀한.
✳ đánh lén → 남몰래 때리다.
✳ nhìn lén → 은밀히 보다.

lén lút
랜 룯
sneaky, furtive
[형] 남몰래, 은밀한.
✳ lén lút gặp nhau → 은밀히 만나다.

lèn
랜
stuff [동] 채워넣다.
✳ lèn (thùng hàng) cho chặt → 꽉 채워넣다.

lẻn
랜
slip, slide [동] 남의 눈에 띄지않게 재빨리 이동하다.
✳ tên trộm lẻn vào nhà → 도둑이 남몰래 재빨리 집안으로 들어가다.

leo
래오
climb [동] 오르다.

leo lét
래오 랜
waver [형] 흔들리다, 깜박이다.
✳ ngọn đèn dầu leo lét → 호롱불이 깜박이다.

leo thang 래오 탕	*escalate* [동] 단계적으로 확대하다, 올리다. ✳ giá cả leo thang → 가격이 단계적으로 오르다.
leo trèo 래오 쨰오	*climb* [동] 오르다. ✳ thằng bé thích leo trèo → 아이들은 기어오르는 것을 좋아한다.
léo nhéo 래오 니애오	*dun noisily* [동] 귀찮게 굴다. ✳ léo nhéo suốt ngày → 하루종일 귀찮게 굴다.
lèo tèo 래오 때오	*sparse, thinly scattered* [형] 드문, 희박한. ✳ chợ búa gì mà chỉ có lèo tèo vài người → 무슨 시장이길래 단지 몇사람만 드문드문 있다.
lẽo đẽo 래오 대오	*trail along behind* [형] 질기게 따르는. ✳ đứa bé lẽo đẽo theo sau mẹ → 아기가 엄마 뒤를 졸졸 따라다니다.
lép 랩	1/ *flat* [형] 편평한, 납작한. ✳ ngực lép → 납작한 가슴. 2/ *inferior in position* [형] 하위의, 낮은, 열등한. ✳ chịu lép với mọi người → 모든 사람보다 열등한 위치를 감수하다.
lép kẹp 랩 깹	*flat* [형] 아무것도 없어 납작해진, 홀쭉해진. ✳ túi lép kẹp → 납작해진 주머니. ✳ bụng lép kẹp → 홀쭉해진 배.
lép vế	*in an inferior position* [동] 열등한,

랩 베

하급의.

✱ vì nghèo nên phải chịu lép vế → 가난하기 때문에 열등한 위치일수 밖에 없다.

lê
레

1/ pear [명] (식물, 과실) 배나무

2/ shuffle, drag [자] 질질 끌다, 끌며 걷다.

✱ lê bước đi khắp nơi để xin việc làm → 일자리를 얻기위해 여기저기 발을 끌며 걷다.

lê la
레 라

idle one's time away here and there [동] 이곳저곳을 어슬렁거리다.

✱ lê la hỏi thăm → 이곳저곳 안부를 묻다.

lê lết
레 렡

drag one's feet

[동] 발을 질질 끌다.

✱ lê lếch khắp nơi để xin tiền → 돈을 구하기 위해 도처를 발을 질질 끌고 다니다.

lê thê
레 테

very long, lengthy, interminable [형] 매우 긴.

✱ ngày dài lê thê → 매우 긴 날.

lề
레

1/ margin, edge [명] 가, 가장자리, 끝.

✱ canh lề → 날개 끝.

✱ đi trên lề (đường) → 길가를 가다.

2/ fringe [명] 주변, 외변.

✱ chuyện ngoài lề → 주변 이야기.

✱ sống bên lề xã hội → 사회의 외변에 살다.

lề đường
레 드엉

roadside, kerb [명] 길가, 노변.

lề lối
레 로이

routine, practice [명] 순서, 과정, 판에 박힌 수작.

✴ làm việc chẳng ra lề lối gì cả → 일하는데에는 정도가 없다.

lề mề
레 메

dawdle, loiter in one's work [형] 꾸물대다, 시간을 낭비하다.

✴ làm việc gì cũng lề mề cả → 무슨 일이든 꾸물댄다.

lề thói
레 토이

practice [명] 관습, 풍습.

✴ lề thói quan liêu → 관료적인 관습.

lễ
레

1/ *to kowtow* [동] 절하다.

✴ đi lễ chùa → 절에 절하러 가다.

2/ *ceremony, holiday*
[명] 휴일, 공휴일.

✴ được nghỉ lễ 3 ngày → 3일간 휴일이다.

✴ lễ khánh thành (*inauguration ceremony*) 공식 개시, 개회, 개업, 개통, 개관, 낙성, 제막 그 식.

✴ lễ phát thưởng (*award ceremony*) 수상식, 수여식.

3/ *politeness* [명] 예절, 예의.

✴ tiên học lễ, hậu học văn (속담)→ 예의를 배우는 것이 먼저요 학문은 나중이다.

4/ *to scarify, extract with a thorn* [동] 뽑다, 빼내다, 끄집어 내다.

✴ lễ gai đâm vào ngón tay → 손가

락에 박힌 가시를 뽑다.

lễ bái
레 바이
to worship [동] 예배하다.

lễ chạm ngõ
레 짬 응오
pre-engagement ceremony [명] 약혼식.

lễ cưới
레 끄어이
wedding ceremony [명] 결혼식.

lễ đài
레 다이
rostrum, platform [명] 교단, 강단.

lễ độ
레 도
polite, courteous, civility [명] 예의, 예절, 예도.

lễ động thổ
레 동 토
ground-breaking ceremony [명] 기공식.

lễ Giáng sinh
레 양 신
christmas [명] 크리스마스, 성탄절.

lễ hội
레 호이
carnival, festival [명] 축제, 향연.

lễ khai mạc
레 카이 막
opening ceremony [명] 개막식, 개업식.

lễ kỷ niệm
레 끼 니엠
anniversary, jubilee [명] 기념식.

lễ mãn khóa
레 만 코아
graduation, commencement [명] 졸업식, 수료식.

lễ mễ
레 메
(carry sth.) with difficulty (because it's heavy) [형] 무거워서 힘든, 힘겨운.
* lễ mễ bưng quà tới nhà xếp → 선물을 힘겹게 들고 사장님댁에 가다.

lễ mọn
a small, a humble present

레 몬	[명] 작은 선물.
lễ nghi 레 응히	*rite, rituals* [명] 의식, 예식.
lễ nghĩa 레 응히아	*politeness and reason* [명] 예의, 관습, 관례.
lễ Phật đản 레 펀 단	*Buddha's birthday ceremony* [명] 석가탄신일.
lễ phép 레 팹	*polite, courteous* [형] 예의바른, 정중한.
lễ phục 레 품	*ceremonial dress, vestments* [명] 예복.
lễ phục sinh 레 품 신	*Easter* [명] 부활절.
lễ rửa tội 레 르아 또이	*baptism* [명] 침례식, 세례식.
lễ sám hối 레 삼 호이	*atonement* [명] (불교)속죄식.
lễ tang 레 땅	*funeral ceremonies* [명] 장례식.
lễ tạ ơn 레 따 언	*Thanksgiving day* [명] 추수감사절.
lễ tân 레 떤	*protocol* [명] 외교 의례, 호텔의 안내부.
lễ vật 레 벋	*offering, sacrifice, bribe* [명] 예물, 뇌물.
lễ vu qui 레 부 꾸이	*wedding ceremony (for a girl)* [명] (신부의) 결혼식.
lệ 레	**1/** *tear* [명] = nước mắt 눈물. ＊ rơi lệ → 눈물이 흐르다. **2/** *rules, custom* [명] = luật lệ 규례,

	규정. ✱ thường lệ mỗi tháng 1 lần → 한 달에 한 번으로 규정하다.
lệ phí 레 피	*fees, charges, rates* [명] 요금. ✱ đóng lệ phí hội hằng quí → 매 분기 요금을 지불하다.
lệ thuộc 레 투옥	*be dependent upon, subordinate* [형] 종속의. ✱ sống lệ thuộc vào cha mẹ → 부모님께 종속되어 살다.
lệch 렛	*slanting, askew, inclined* [형] 빗나간, 비스듬한. ✱ nhắm lệch hướng → 방향이 빗나가다.
lệch lạc 렛 락	*slanted, biased* [형] 사상이 빗나간, 편향의, 견해의.
lên 렌	**1/** *go up, raise, run to* [동] 오르다. ✱ lên kế hoạch → 계획을 세우다. ✱ mặt đỏ bừng lên → 얼굴이 붉게 상기되다. ✱ cố lên! chạy nhanh lên! → 힘내라! 빨리 달려라! **2/** *onto, on top of.., over* [부] ~ 위에. ✱ đặt cuốn sách lên bàn → 책상 위에 책을 두다. **3/** *reach the age of* [부] 나이를 이야기할 때. ✱ năm nay cháu lên 3 (tuổi) → 올해 3살이 되었다.
lên án	*denounce, expose, condemn*

렌 안	[동] 고발하다, 비난하다. ✳ hành động xấu xa đó đã bị dư luận lên án nặng nề → 그 나쁜 행동은 여론의 심한 비난을 받다.
lên bờ 렌 버	*to go ashore, disembark* [동] 하선하다, 상륙하다.
lên cao 렌 까오	*to go to a high place – to get a higher position* [동] 계급이 오르다, 승진하다.
lên cân 렌 껀	*to gain weight, to put on weight* [동] 몸무게가 늘다.
lên chức 렌 쯕	*to win/gain promotion* [동] 승진하다.
lên cơn 렌 껀	*to have a fit, fly into a passion/ rage/temper* [동] 화가 치밀어 오르다, 열이 오르다. ✳ lên cơn điên đập phá mọi thứ trong nhà → 미친듯이 화가 치밀어 올라 집안의 물건들을 부셔버리다.
lên dốc 렌 읍	*to go uphill, slope up* [동] 경사를 오르다.
lên dây 렌 여이	**1/** *wind up* [동] 태엽을 감다. ✳ lên dây đồng hồ → 시계 태엽을 감다. **2/** *tune* [동] 줄을 조이다. ✳ lên dây đàn → 악기의 줄을 조여 음을 맞추다.
lên đồng 렌 돔	*to go into a trance* [동] (죽은이의 혼이 들어가) 일시적으로 신들리다.
lên đường	*to start away, to set off*

렌 드엉

[동] 출발하다, 길에 오르다.
* chỉ còn 2 ngày nữa là cháu nó lên đường đi du học rồi → 이틀 후면 아들이 유학길에 오른다.

lên giá
렌 지아 (야)

to raise / increase the price
[동] 가격이 오르다.

lên giọng
렌 지옴 (옴)

to up the tone, to speak in a tone of command [동] 목소리를 높이다, 목청을 높이다.
* lên giọng dạy đời → 목소리를 높여 도덕적으로 훈계하다.

lên giường
렌 지으엉

to go to bed, get into bed
[동] 잠자리에 들다.

lên hương
렌 흐엉

to be in the ascendant, have the uper hand [동] 우세하다, 상승하다.
* cuộc đời của hắn đã bắt đầu lên hương từ đó → 그의 삶이 예전보다 상승하기 시작했다.

lên lầu
렌 러우

to go upstaire
[동] 윗층으로 올라가다.

lên lớp
렌 럽

1/ to go up a year
[동]학년이 오르다.
2/ to teach, to moralize [동] 목소리를 높여 도덕적으로 훈계하다.

lên lương
렌 르엉

to raise/increase sb's salary
[동] 월급이 오르다.

lên máu
렌 마우

to have high blood pressure
[동] 혈압이 오르다.

lên mặt
렌 맏

to give oneself airs
[동] 위세를 떨다, 자만하다.
* lên mặt với bạn bè → 친구들에

	게 위세를 떨다.
lên mây 렌 머이	*to over praise/extol sb. to the skies* [동] (과찬하다.) 구름을 태우다, 비행기를 태우다. ✱ cho nó lên mây ! → 그를 비행기를 태우다.
lên men 렌 맨	*to ferment* [동] 발효시키다.
lên nước 렌 느억	*to have a sheen, to become lustrous* [동] 광택이 나다, 윤이 나다. ✱ chiếc vòng ngọc lên nước rất đẹp → 옥팔찌가 윤이나 매우 예쁘다.
lên tiếng 렌 띠엥	*to raise one's voice, express one's opinion* [동] 의견을 내다, 목소리를 내다. ✱ lên tiếng bênh vực lẽ phải → 옳은 편에서 목소리를 내다.
lên trời 렌 쩌이	**1/** *go to the heaven* [동] 천국에 가다. **2/** *into the air, into the sky* [동] 하늘로 오르다. ✱ khói bay lên trời → 연기가 하늘로 오르다.
lên xe 렌 쌔	*to get in a car/train/bus* [동] 차에 오르다. ✱ mời tất cả hành khách lên xe! → 손님 여러분들은 모두 차에 오르시기 바랍니다!
lênh đênh 	*to float, to drift* [동] 떠다니다.

렌 덴	✳ con thuyền lênh đênh trên sông nước → 배가 강물위에 떠다니다.
lênh láng 렌 랑	*to spill all over* [형] 사방으로 퍼지다. ✳ nước chảy lênh láng khắp nhà → 물이 온 집안으로 흘러 퍼지다.
lềnh bềnh 렌 벤	*floaten* [형] 떠다니는, 떠도는. ✳ nổi lềnh bềnh trên mặt nước → 물표면에 떠다니다.
lệnh 렌	*instruct, order* [명/동] 명령, 지령, 요구, 명령하다, 요구하다. ✳ ông ấy ra lệnh cho nhân viên phải làm ngay → 그는 직원에게 바로 하라고 명령했다.
lết 렏	*drag one's feet* [동] 발을 질질 끌다. ✳ lết đi xin ăn → 발을 질질 끌며 구걸하러 다니다. ✳ lết khắp nơi để van xin → 도움을 요청하기 위해 낮은 자세로 도처에 다니다.
lết bết 렏 벧	*trail* [형] 질질 끄는. ✳ mặc quần dài lết bết → 바지가 길어 질질 끌리다.
lêu lêu 레우 레우	*shame on you* [동] (아이들이 놀릴 때 하는말) 창피해라!
lêu lổng 레우 롱	*loiter about* [형] 어슬렁거리다, 헤매다. ✳ ăn chơi lêu lổng cả ngày → 하루종일 놀며 어슬렁거리다.
lếu láo 레우 라우	**1/** *impertinent, unpolite, uncivil* [형] 무례한, 건방진.

	✱ thằng bé lếu láo → 건방진 아이.
	2/ *summary, slovenly, cursory, without care* [형] 형식적인.
	✱ ăn lếu láo vài miếng cho xong rồi đi → 형식적으로 몇 수저 들고 끝내라.
lều 레우	*canvas, tent* = *lều bạt* [명] 천막, 텐트.
lều nghều 레우 응헤우	*long and thin* [형] 길고 가는. ✱ cao lều nghều → 키가 크고 마른.
lều tranh 레우 짠	*a thatched hut* [명] 초가집, 움막집.
li 리	*milimeter* [명] = 1/10 cm = 1/1000m (단위) 밀리미터.
li bì 리 비	*(of sleep) soundly, deeply* [형] 깊은. ✱ ngủ li bì → 깊이 잠들다.
li ti 리 띠	*very small, tiny, microscopic* [형] 매우 작은. ✱ có hạt bụi nhỏ li ti bay vào mắt → 아주 작은 티끌이 날아와 눈에 들어갔다.
lì 리	**1/** *brassy* [형] 뻔뻔스러운. ✱ bị mắng nhiều quá nên thằng bé đâm ra lì → 너무 많이 욕을 먹어서 아이가 뻔뻔스러워 졌다. ✱ lì đòn → 많이 맞아서 무서울것이 없는. **2/** *motionless* [형] 움직이지 않는.

	✳ nằm lì ở nhà → 집에서 누워 움직이지 않다.
lì lợm 리 럼	*impudent, shameless, stubborn* [형] 뻔뻔스러운, 파렴치한. ✳ tính tình lì lợm → 뻔뻔스런 성격.
lì xì 리 씨	*to give money to sb. on a New Year* [동] 세배돈.
lia lịa 리아 리아	*fast, rapid* [형] 급한, 서두르는. ✳ nó đói quá, ăn lia lịa → 그는 매우 배가 고파서 급히 먹다.
lìa 리아	*to leave, to separate, to part* [동] 떨어지다, 이별하다, 헤어지다. ✳ chúng nó không lìa nhau 1 bước ! → 그들은 한발자국도 서로 떨어지지 않는다.
lìa đời 리아 더이	*to secease, to pass away* [동] = chết, lìa trần 죽다.
lịch 릿	*calendar* [명] 캘린더, 달력. ✳ lịch làm việc(*argenda*) 업무계획표.
lịch bàn 릿 반	*desk calendar* [명] 책상용 달력.
lịch duyệt 릿 유웯	*worldly-wise, sophisticated* [형] = lịch lãm 세련된, 교양있는.
lịch sử 릿 스	*history, historic* [명] 역사(학). ✳ lịch sử cổ đại → 고대사. ✳ lịch sử hiện đại → 현대사. ✳ lịch sử thế giới → 세계사. ✳ lịch sử kinh tế → 경제사.
lịch sử bệnh	*medical history* [명] 병력(病歷).

릿 스 벤

lịch sự
릿 스

1/ *polite, courteous*
[형] 예절바른, 예의있는.
* ăn nói lịch sự → 예절바른 말.
* lịch sự với phụ nữ → 여자에 대한 예의.
2/ *elegant* [형] 우아한, 고상한.
* ăn mặc lịch sự → 고상한 옷차림.

lịch thiệp
릿 티엡

well-mannered, sociable, courteous
[형] 사교적인.
* có cử chỉ và lời nói rất lịch thiệp → 말과 행동이 매우 사교적이다.

lịch trình
릿 찐

process, path of evolution
[명] 과정.
* lịch trình tiến hóa của nhân loại → 인류의 진화 과정.

liếc
리엑

1/ *glance, to look sideways*
[동] 흘끗 보다.
* liếc nhìn vào trong phòng → 방안을 흘끗 보다.
2/ *sharpen a knife* [동] (칼을) 갈다.

liếc trộm
리엔 쫌

to glance furtively at sb., to peep
[동] 엿보다, 흘끗 보다.

liêm sĩ
리엠 시

a sense of shame
[명] 정직한, 청렴결백한.

liếm
리엠

to lick, to lap [동] 핥다.
* liếm sạch hết chén cháo → 죽그릇을 혀로 깨끗이 핥아먹다.

liếm gót
리엠 곧

to lick sb's boots, to bootlick [동] ~의 뒤꿈치를 핥다.(아부하다, 아첨

하다.)

liếm láp
리엠 랍

to seek profit [동] 작은 이익을 추구하다, 찾아내려고 하다.
※ lợi dụng cơ hội để liếm láp → 작은 이익을 찾기위해 기회를 이용하다.

liềm
리엠

sickle, reaping-hook [명] 낫.

liệm
리엠

to shroud, to lay out
[동] 수의를 입히다, 염하다.

liên bang
리엔 방

federation, confederation, union
[명] 연방(聯邦).
※ Liên Bang Nga → 러시아 연방.

liên can
리엔 깐

to concern [동] 관계하다, 관여하다.
※ liên can tới 1 vụ án giết người → 살인 사건에 관여하다.

liên danh
리엔 얀

list of candidates [명] 공동명의.

liên doanh
리엔 요안

joint venture [동] 합작경영.

liên đoàn
리엔 도안

league, union, federation [명] 연합.
※ Liên đoàn bóng đá VN → 베트남 축구 연합.

liên đới
리엔 더이

joint [동] 연대하다.
※ liên đới trách nhiệm → 책임을 연대하다.

liên đội
리엔 도이

detachment, detachment force
[명] 연합대, 연대.

liên hệ

1/ *contact, be connected with sb.*

리엔 헤	[동] 접촉하다, 연락하다. * gọi điện thoại liên hệ trước → 먼저 전화로 연락을 하다. **2/** *relation (link, relate sth. to sth.,)* [형] 관계가 있는, 관련된. * hai việc này có liên hệ với nhau → 이 두 일은 서로 관련이 있다. * hai người đó không thể kết hôn với nhau được vì có liên hệ huyết thống → 그 두 사람은 혈연관계이기 때문에 결코 결혼할수 없다.
liên hiệp 리엔 히엡	*to ally, to unite* [동] 연합하다. * liên hiệp quốc *(UNO) United Nation Organization* → 연합군.
liên hoan 리엔 환	*party, festival* [명] 연회, 파티. * liên hoan phim *(movie festival)* → 영화제.
liên hồi 리엔 회	*continuous, salvo* [형] 연속으로. * trống đánh liên hồi → 북을 연속해서 치다.
liên kết 리엔 껟	*to unite, associate* [동] 연합하다, 결합하다. * liên kết làm ăn với nhau → 서로 연합하여 사업하다.
liên khúc 리엔 쿱	*a potpourri of songs* [명] 혼성곡.
liên lạc 리엔 락	*get in touch, contact, communicate* [동] 연락하다. * chúng nó mất liên lạc nhau đã lâu → 그들은 서로 연락을 끊은지 오래됐다.
liên lụy 리엔 루이	*to be involved, implicated in* [동] 말려들다, 뒤얽히다.

	✴ làm liên lụy tới gia đình → 가족까지 말려들게 만들었다.
liên miên 리엔 미엔	*constant, interminate, endless* [형] 끝없는, 계속되는, 끊임없는. ✴ đau ốm liên miên → 끊임없이 계속 아프다.
liên minh 리엔 민	**1/** *union, alliance unit* [동] 결합하다, 연합하다. **2/** *alliance* [동] 동맹을 맺다.
liên quan 리엔 꾸안	*be connected with* [동] = liên hệ 연관되다, 관계되다. ✴ tôi chẳng liên quan gì tới việc đó → 나는 그 일과 아무 연관이 없다.
liên tiếp 리엔 띠엡	*consecutive, running, uninterrupted* [형] 연속되는, 끊임없는. ✴ liên tiếp phạm lỗi → 범죄가 끊임없다.
liên tỉnh 리엔 띤	*interprovincial* [명] 주(州) 사이의,
liên tục 리엔 뚭	*continuous, uninterrupted* [형] 끊임 없는, 연속적인. ✴ liên tục phát triển → 끊임없이 발전하다. ✴ hoạt động liên tục → 연속적으로 활동하다.
liên từ 리엔 뜨	*conjunction* [명] 접속사.
liên tưởng 리엔 뜨엉	*associate, to look back of sth.* [동] 연상하다. ✴ tuy đang sống trong cảnh vật chất đầy đủ nhưng lúc nào cũng

	liên tưởng đến thời cơ cực đã qua → 비록 지금은 풍요롭게 살고 있을지라도 항상 어려웠던 지난 시절이 연상된다.
Liên Xô 리엔 쏘	*Soviet Union* [명] 러시아 연방.
liến 리엔	*fluent, voluble, gabble* [형] 유창한, 달변의.
liến khỉ 리엔 키	*playful, mischievous* [형] 장난치기 좋아하는, 말썽부리는.
liến thoắng 리엔 토앙	*very glibly* [형] 입심좋은, 잘 지껄이는. ✳ liếng thoắng kể chuyện → 입심좋게 이야기하다.
liền 리엔	**1/** *next to, continuous, at once* [부] ~와 나란히, ~에 이어, ~와 연속해서. ✳ thắng hai trận liền → 두 경기 연속해서 승리하다. **2/** *immediately* [부] 즉시. ✳ liền sau đó... → 그 후에 즉시..
liền bên 리엔 벤	*near at hand, next* [형] 서로 붙어있는, 이웃하는. ✳ nhà anh ấy ở liền bên → 그의 집과 서로 붙어있다.
liền liền 리엔 리엔	*uninterrupted, successive* [형] 연속해서, 끊임없이. ✳ xe cộ qua lại liền liền → 차가 끊임없이 지나다닌다.
liền tay 리엔 따이	*at once, continuous, constant* [형] 쉬지않고 계속해서, 연속적으로. ✳ cưới vợ thì cưới liền tay, đừng để lâu ngày lắm kẻ dèm pha! (시

조) → 결혼을 결심했으면 바로 해라 오래 두면 많은 사람들의 입에 오르내릴것이다.

liền trơn
리엔 쩐
very tight, close
[형] 매우 밀접한, 가까운.

liễn
리엔
1/ *pot* [명] 뚜껑있는 그릇, 냄비.
2/ *scroll* [명] 두루마리.

liệng
리엥
1/ *to throw, fling, sling*
[동] = ném 던지다.
* liệng qua cửa sổ → 창문으로 던지다.
2/ *to soar, hover*
[동] 날아오르다, 날다.
* lá vàng chao liệng trong gió thu → 낙엽이 가을 바람에 날아오르다.

liệt
리엣
1/ *list, rank* [동] 분류하다.
* bị liệt vào thành phần xấu → 나쁜 부류로 분류되다.
* không biết phải liệt nó vào loại nào! → 그것을 어디로 분류해야 할지 모르겠다.
2/ *paralysed, break down*
[형] 마비된.

liệt dương
리엣 이으엉
impotency, anaphrodisia
[명] 무기력, 무력.

liệt giường
리엣 지으엉
to stay in bed, to be confined to bed [동] 누워있다, 눕다.
* bệnh nằm liệt giường từ 1tháng nay → 병이 나서 한달전부터 누워있다.

liệt kê
to list, to enumerate [동] 열거하다.

리엔 께	✱ liệt kê danh sách nạn nhân lũ lụt → 수재민 명단을 열거하다.
liệt nữ 리엗 느	*heroine* [명] 여성열사.
liệt nhược 리엗 니으억	*weak, feeble, weak-kneed, incapable* [형] 약한, 허약한. ✱ cơ thể liệt nhược → 허약한 신체.
liệt sĩ 리엗 시	*revolutionary martyr* [명] 열사.
liều 리에우	**1/** *dose (of medicine)* [명] (1회분의 약의) 복용량, 한 첩. **2/** *to risk, to venture* [자] 위험을 무릅쓰다. ✱ liều chết để xông vào → 돌진하기 위해 죽음을 무릅쓰다.
liều lĩnh 리에우 린	*over bold, rash* [형] 무모한. ✱ hành động liều lĩnh → 무모하게 행동하다.
liều lượng 리에우 르엉	*dosage* [명] (약의) 복용량.
liều mạng 리에우 망	*sacrifice oneself = liều mình* [동] 희생하다. ✱ liều mạng xông tới cướp súng → 희생을 무릅쓰고 달려들어 총을 빼앗다. ✱ liều mình để cứu bạn → 친구를 구하기위해 희생하다.
liễu 리에우	*willow, willow tree* [명] (식물, 나무) 버드나무.
liệu 리에우	*to manage, to calculate* [동] 계산하다, 추정하다.

	∗ liệu lời mà nói → 할 말을 계산하다.
	∗ liệu cách đối phó → 대응법을 계산하다.
	∗ anh liệu coi có kịp không? → 당신은 가능하다고 보십니까?
liệu chừng 리에우 쯩	*consider, think about* [동] 대략 ~라고 생각하다.
liệu hồn 리에우 혼	*mind!, be careful!, look out!* [감] 주의해라! 조심해라! 혼난다! ∗ nói không nghe thì liệu hồn! → 말을 듣지않으면 혼난다!
liệu pháp 리에우 팝	*therapy* [명] 치료, 요법.
lim dim 림 짐	*half-closed* [형] 실눈을 뜬, 눈을 가늘게 뜬. ∗ mắt lim dim buồn ngủ → 졸려서 실눈을 뜨다.
lịm 림	1/ *be unconscious* [동] 의식을 잃다. ∗ tiếng máy lịm dần → 기계 소리가 점점 줄어들다. 2/ *very agreeably* [형] 매우 기분좋은. ∗ lời nói ngọt lịm → 달콤한 말. ∗ nước dừa ngọt lịm → 달콤한 야자수.
linh cảm 린 깜	*feeling, premonition* [명] 감정, 유감. ∗ tôi có linh cảm là nó sẽ không trở lại nữa → 그가 더 이상 돌아오지 않아 유감이다.
linh chi 린 찌	*kind of fungus* [명] 영지(靈芝).

linh cữu 린 끄우	coffin, bier [명] 관, 영구.
linh diệu 린 이에우	magical, miraculous, wonder-working [형] = linh ứng 기적의.
linh dược 린 이으억	effective drug [명] 효과가 있는 약.
linh dương 린 이으엉	antelope, gnu [명] (동물) 영양.
linh đình 린 딘	in great style, hearty [형] 호화로운, 성대한, 풍부한. ✳ ăn uống linh đình → 성대하게 먹다.
linh động 린 돔	be flexible, stretch the regulation, lively [형] 생기있는, 활기찬. ✳ linh động giải quyết → 적극적으로 설명하다.
linh hoạt 린 호안	quick-minded and active [형] 머리회전이 빠르고 민첩한.
linh hồn 린 혼	soul [명] 영혼.
linh kiện 린 끼엔	spare parts, components [명] 성분, 구성요소.
linh mục 린 묵	catholic priest, vicar [명] 카톨릭 신부.
linh nghiệm 림 응히엠	miraculous, miracle = linh ứng [형] 영험한.
linh thiêng 린 티엥	miraculous, ready to comply with the prayers of the living [형] 기적의, 초자연적인.
linh tinh	miscellaneous, petty

린 띤	[형] 갖가지 잡다한, 잡동사니의.
linh tính 린 딘	*premonition, feeling* [명] = linh cảm 예고, 예감, 징조, 감정. ✻ linh tính báo cho tôi biết là nó sẽ không trở lại nữa → 내 예감에 그는 사시 돌아오지 않을것이다.
linh vị 린 비	*tablet on which written the name of the dead* [명] 위패.
lính 린	*soldier* [명] 군인, 병사.
lính quýnh 린 꾸인	*to bungle* [형] 서투른, 어설픈.
lính thủy 린 투이	*seaman, sallor* [명] 해군.
lính tráng 린 짱	*soldiers, military* [명] 군인.
lình 린	*slip away* [자] 도망치다, 몰래 빠져나가다. ✻ nó đã lình đi mất từ lúc nào rồi → 그는 어느새 몰래 빠져나갔다.
lình kình 린 낀	*cumbrous and in disorder* [형] 무질서한, 혼란한, 난잡한. ✻ nó mang theo bao nhiêu là đồ đạc lình kình → 그는 얼마의 난잡한 물건들을 가지고 다닌다.
lĩnh 린	*receive, cash* [동] = lãnh 받다, 수여받다.
lĩnh hội 린 호이	*to apprehend, to comprehend* [동] 이해하다, 파악하다.
lĩnh vực	*domain, area, sphere*

린 북	[명] 영역, 범위. ✷ anh ấy là bậc thầy trong lĩnh vực hội họa → 그는 회화 영역의 스승이다.
lịnh 린	*to order, command, dictate* = lệnh [명] 명령, 지령, 요구, 지시. ✷ ra lịnh (lệnh) cho nhân viên phải có mặt đúng giờ → 정시에 출근할 것을 직원에게 지시하다.
líp 립	**1/** *freewheel (of bicycles)* [명] (자전거의) 프리휠, **2/** *libre, freely* [부] 원하는대로, 자유롭게.
lít 릳	*litre, liter* [명] 리터, 부피의 단위. ✷ chiếc xe này chạy 40 cây số (km) 1 lít xăng → 이 오토바이는 40킬로미터 주행에 휘발유가 1리터 들어간다.
lít nhít 릳 닏	*very small, many* [형] 아주 작은, 많은 ✷ ruồi bu lít nhít → 파리가 많이 앉았다.
liu điu 리우 디우	*kind of little snake* [명] (동물) 작은 뱀의 일종.
líu 리우	*contract* [동] (혀가) 긴장하다, 수축하다, 굳다. ✷ sợ quá líu cả lưỡi → 너무 무서워 혀가 굳었다.
líu lo 리우 로	*twitter, chirp* [형] 지저귀는, 우는. ✷ chim hót líu lo → 새가 지저귀다.
lo	*to be uneasy, worried about* = lo

로	*lắng* [형] 걱정의, 근심의. ✷ đừng lo, mọi việc rồi sẽ ổn thôi mà! → 걱정마라, 모든일이 평온해 질꺼야!
lo âu 로 어우	*to worry deeply, to be anxious* [형] 걱정하는, 염려하는. ✷ vì trong lòng lo âu nên suốt đêm không ngủ được → 마음 속의 계속된 염려로 밤새 한숨도 못잤다.
lo lắng 로 랑	*be worried* [동] 걱정하다, 근심하다. ✷ lúc nào cũng thấy lo lắng, không yên → 안심하지 못하고 언제나 걱정하고 있다.
lo liệu 로 리에우	*to contrive* = lo toan [형] 궁리하다, 계획하다, 가사를 꾸려가다. ✷ cô ấy phải lo liệu mọi thứ cho cả nhà → 그녀는 모든 집안의 일들을 꾸려나가야 한다.
lo lót 로 롣	*to bribe, to corrupt* = hối lộ [동] 매수하다, 뇌물을 주다. ✷ phải lo lót đầy đủ cho nó thì mọi việc mới êm xuôi được ! → 그에게 충분한 뇌물을 주어야 모든 일들이 순조롭게 되다.
lo ngại 로 응아이	*be worried, concerned, fearful* [동] = 걱정하다, 염려하다. ✷ tôi thấy lo ngại cho số phận của nó quá ! → 나는 너의 운명이 심히 걱정 스럽다!
lo nghĩ 로 응히	*worry about something* [동] 걱정하고 고민하다.

lo rầu 로 러우	*to be worried and sad* [동] = lo buồn 슬퍼하며 걱정하다.
lo sợ 로 서	*uneasy, anxious* [동] 근심하다, 염려하다.
lo xa 로 싸	*far-sighted, provident, foresighted* [동] 예견하다, 내다보다.
ló 로	*to emerge, come into sight* [동] 나타나다, 시야로 들어오다. ✳ gần sáng mới thấy anh ta ló đầu về nhà ! → 아침이 가까워서야 그가 집으로 오고있는 것이 시야로 들어왔다.
ló dạng 로 양	*to dawn, break, to turn up, show up, to appear* [동] 동이 트다, 나타나다, 보이다. ✳ mặt trời vừa ló dạng → 동이 막 트다.
lò 로	*stove* [명] 스토브, 난로, 화로. ✳ gà đút lò → 오븐 구이 닭. ✳ lò nướng bánh → 오븐.
lò bánh mì 로 반 미	*bakery, baker's oven* [명] 빵집, 빵굽는 오븐.
lò ga 로 가	*gas stove, gas oven* [명] 가스오븐.
lò gạch 로 갓	*brick-kiln* [명] 벽돌가마.
lò gốm 로 곰	*pottery-kiln* [명] 도기가마.
lò mò 로 모	*grope, fumble one's way* [동] 더듬어 찾다.

	* mãi đến chiều nó mới lò mò đến → 저녁이 되서야 그는 더듬어 찾아왔다.
lò sưởi 로 스어이	*fireplace, radiator* [명] 난로. * lò sưởi điện (*electric-heater*) → 전기 히터.
lò thiêu 로 티에우	*incinerator* [명] 소각로.
lò vi ba 로 비 바	*microwave oven* [명] 전자레인지.
lò xo 로 쏘	*spring* [명] 용수철.
lọ 로	**1/** *vase, jar, phial, pot* [명] 꽃병, 병. **2/** *soot* [명] = lọ nghẹ 검댕.
lọ lem 로 램	*dirty and ugly* [형] 더럽고 추한.
loa 로아	*megaphone, loudspeaker* [명] 확성기, 스피커.
loa kèn 로아 깬	*madonna lily* [명] (꽃) 백합.
lòa 로아	*dim, dull, lustreless* [형] 흐릿한, 희미한. * mắt lòa → 눈이 흐릿하다.
lòa xòa 로아 쏘아	*untuck, let out, hang down, drop* [형] 떨어지다.
lõa lồ 로아 로	*naked, nude, in the nude* [형] 벌거벗은, 나체의.
lõa thể 로아 테	*naked body* [명] 나체.
loài 로아이	*species* [명] 종류.

loại

loài ăn cỏ 로아이 안 꼬	*herbivora* [명] 초식류, 초식동물.
loài ăn thịt 로아이 안 틷	*carnivores* [명] 육식류, 육식동물.
loài bò sát 로아이 보 삳	*reptiles* [명] 기어다니는 동물.
loài người 로아이 응으어이	*mankind* [명] 인류.
loài vật 로아이 벋	*animals, beasts* [명] 동물, 짐승.
loại 로아이	*sort, category, type, kind* [명] 종류, 타입, 부류.
loại bỏ 로아이 보	*to reject* [동] 골라버리다.
loại hình 로아이 힌	*art, artistry* [명] 예술성.
loại máu 로아이 마우	*blood type, blood group* [명] 혈액형.
loại trừ 로아이 쯔	*to exclude, to eliminate* [동] 제거하다, 없애다.
loại từ 로아이 뜨	*article* [명] 관사.
loan báo 로안 바오	*to announce, make known* [동] 알리다, 발표하다.
loan tin 로아 띤	*announce the news, spead rumour* [동] 공표하다, 공시(공고, 포고, 고지, 발표)하다, 퍼뜨리다. ✳ loan tin đồn nhảm → 뜬소문을 퍼뜨리다.
loạn	*disorder, be disorder* [명/동] 무질

로안 서, 혼란, 혼란시키다, 교란하다.

loạn dâm *incestuous* [명] 변태.
로안 염

loạn đả *fight, scuffle, freeforall, brawl*
로안 다 [동] 싸우다.

loạn đảng *gang of rebels* [명] 패거리, 악당.
로안 당

loạn lạc *trouble, trouble time* [명] 혼란기.
로안 락

loạn luân *incestuous* [명] 근친 상간.
로안 루언

loạn ly *mutiny, warfare, war trouble*
로안 리 [명] 전쟁으로 인한 이산(離散).

loạn ngôn *to talk big, talk nosensical*
로안 응온 [동] 허풍떨다.

loạn óc *crazy, be mentally deranged*
로안 옵 [형] 미친.

loạn quân *rebels, rebel trops*
로안 꾸언 [명] 반역자, 반항자.

loạn sắc *daltonism, colourblindness*
로안 삭 [명] (의학) 색맹.

loạn tặc *rebellious bandits* [명] 반역자.
로안 딱

loạn thị *astigmatism* [명] (의학) 난시.
로안 티

loạn xạ *at random, in disorder*
로안 싸 [형] 혼란한, 무질서한.
✳ nó vứt đồ đạc loạn xạ ra bàn → 그는 책상위로 물건을 무질서하게 내던지다.

loang 로앙	*spread* [형] 널리 퍼지는.
loang lỗ 로앙 로	*spotted* [형] 얼룩진. ✷ áo quần loang lỗ mực → 옷에 잉크가 얼룩지다.
loáng thoáng 로앙 토앙	*dimly, vaguely* [형] 희미한, 어렴풋한. ✷ tôi chỉ nhớ loáng thoáng → 나는 단지 어렴풋이 기억이 날뿐이다.
loãng 로앙	*watery, washy, dilute, weak* [형] 묽은, 싱거운, 연한. ✷ trà pha loãng → 차를 묽게 타다. ✷ loãng xương (*osteomalacia,*의학) 골연화증.
loanh quanh 로안 꾸안	*to wander, to roam* [동] 헤매다, 배회하다, 걸어다니다. ✷ đi loanh quanh trong vườn → 정원을 거닐다.
loạt 로앋	*series, salve* [명] (같은 종류, 유사한 것의) 연속, 일련. ✷ hằng loạt người vỗ tay tán thành → 무리가 찬성의 박수를 치다.
loắt choắt 로앋 쪼앋	*tiny, of small size, undersized* [형] 아주 작은, 조그마한. ✷ người nó bé loắt choắt nhưng rất thông minh → 조그마한 아이지만 매우 총명하다.
lóc 롭	*to dissect, to cut up* [동] 썰다. ✷ lóc thịt ra ăn → 고기를 썰어 먹다

lọc
롭

to filter, to purify, to cleanse
[동] 거르다, 여과하다.
* nước lọc → 여과한 물.

lọc lừa
롭 르아

to choose carefully [동] 신중히 고르다.
* kén chọn lọc lừa mãi mới tìm được món hàng vừa ý → 신중히 골라야 마음에 드는 물건을 찾을 수 있다.

loe
로애

cupped, flaring [형] 나팔모양의.
* thời trang năm nay lại là quần ống loe → 올해의 유행패션은 나팔바지 이다.

loé
로애

to flash, showy, gaudy [동] 번쩍이다.
* tia chớp loé lên → 번개가 번쩍이다.
* loé lên 1 ý kiến hay → 한가지 좋은 의견이 번쩍 떠오르다.

loè
로애

to drop names, bluff [동] 속이다.
* nó ăn diện bảnh bao để lòe thiên hạ → 그는 사람들을 속이기 위하여 화려하게 차려입다.

loè bịp
로애 빕

bluff, deceive
[동] 현혹시키다, 속이다.

loè loẹt
로애 로앤

flashy, showy, motley
[형] 현란한, 화려한.
* màu sắc lòe loẹt → 화려한 색.
* cô ấy rất hay ăn mặc lòe loẹt → 그녀는 화려한 옷을 매우 잘 입는다.

loét
로앤

ulcerate [형] 궤양을 일으키다.
* loét dạ dày → 위궤양.

	✳ vết thương bị loét → 상처에 궤양이 생기다.
loi choi 로이 쪼이	*hopping* [형] 방방 뛰는. ✳ nó bị ong đốt nhảy loi choi → 그는 벌에 쏘여 방방 뛰다.
lòi 로이	*to project, show up* [동] 보이다, 드러나다. ✳ bấy lâu nay lên mặt đạo đức giả, bây giờ mới *lòi* bộ mặt thật ra! → 몇 년동안이나 도덕적인 얼굴을 하다가 이제야 본모습이 드러나다.
lòi đuôi 로이 두오이	*be unmasked, show up, let out* [동] 보여주다, 드러나다. ✳ dấu đầu lòi đuôi ! (속담) → 얼굴은 숨기고 꼬리는 보여주다.
lòi tói 로이 또이	*chain of iron* [명] 쇠사슬.
lõi 로이	**1/** *heart wood, core* [명] (과일의) 뼈대. **2/** *experience* [형] 지혜있는. ✳ thằng bé này khôn lõi → 이 아이는 나이보다 총명하다.
lõi đời 로이 더이	*experienced, worldly-wise* [형] 인생의 경험이 풍부한, 능숙한.
lói 로이	*felling stinging pain* [형] = nhói 통증을 느끼는. ✳ cảm thấy đau lói ở lưng → 허리에 통증을 느끼다.
lọi 로이	*break* [형] 부러진. ✳ té lọi tay → 넘어져 팔이 부러

지다.

lom khom
롬 콤
stand with one's back bent [형] 등이 굽은.

lõm
롬
sunken [형] 움푹 들어간, 내려앉은.

lõm bõm
롬 봄
1/ *noise, scrappy*
[형] (소리) 첨벙거리는.
∗ lội lõm bõm dưới nước → 물속에서 첨벙거리다.
2/ *a little, a bit (understand/speak)*
[부] (말 또는 의미를) 조금, 부족하게 (이해하다.)
∗ chỉ hiểu lõm bõm thôi → 단지 조금 이해했을뿐이다.
∗ lõm bõm vài ba từ tiếng Anh → 영어 몇단어 이해하다.

lon
론
1/ *can* [명] 캔, 깡통.
∗ lon bia → 맥주깡통.
2/ *stripe, chevron*
[명] 계급을 나타내는 수장.

lòn
론
to pass through = luồn [동] 빠져나가다.
∗ gió lòn qua khe cửa → 문틈으로 빠져나가다.

lỏn
론
sneak in (away), act secretly = lén [동] 살금살금 가다, 살그머니 들어가다.
∗ lỏn vào nhà → 살금머니 집안으로 들어가다.

lọn
론
curl, ringlet, lock [명] (머리칼의) 컬.
∗ tóc cuộn thành từng lọn → 머리

카락을 말아 컬을 만들다.

long
롱
1/ *dragon* [명] 용.
2/ *get loose* [동] 흔들리다.
✳ ăn ở với nhau đến lúc răng long đầu bạc → 백발이 되고 이가 흔들릴때까지 함께 살다.

long đong
롱 동
unlucky, plagued by mishaps [형] 불운한.
✳ số kiếp long đong → 불운한 운명.

long lanh
롱 란
sparkling, glistening [형] 반짝이는.
✳ đôi mắt long lanh → 두눈이 반짝이다.

long mạch
롱 맛
good layer of earth [명] 용맥, (생기를 품고 흘러가는 에너지 통로를 가리키며, 보통은 산줄기나 산맥을 말한다.)

long não
롱 나오
camphor [명] 장뇌.

long trọng
롱 쫑
formal, ceremonial [형] 정중한.
✳ tiếp đón long trọng → 정중하게 맞이하다.

lóng
롱
1/ *intermode* [명] 마디.
✳ lóng mía → 사탕수수 마디.
2/ *slang* [명] 속어, 비어.

lóng lánh
롱 란
shine, glitter, sprakle [형] 반짝이는.

lóng ngóng
롱 응옹
to be waiting for
[동] 애타게 기다리다.
✳ suốt ngày cứ lóng ngóng đợi tin → 하루종일 소식만 애타게 기다리다.

lòng 롬	bowels, entrails [명] (해부) 장, 창자.
lòng dạ 롬 야	heart, mind [명] 마음.
lòng đào 롬 다오	soft-boiled (egg) [형] (계란의) 반숙의.
lòng đỏ 롬 도	egg yolk [명] (계란의) 노른자.
lòng đường 롬 드엉	roadway [명] 횡단보도.
lòng thành 롬 탄	sincerity, candour [명] 진심. ✳ xin hiểu cho tấm lòng thành của tôi → 저의 진심을 이해해 주시기 바랍니다.
lòng thòng 롬 톰	hanging down, dangling [형] 매달아 놓은, 매달려 있는. ✳ anh ta đeo máy ảnh lòng thòng trước ngực → 그는 가슴에 카메라를 매달았다.
lòng tốt 롬 똗	kind heart, goodness [명] 호의.
lòng trắng 롬 짱	1/ egg white, albumen [명] (계란의) 흰자. 2/ white of eye [명] 눈동자의 흰부분.
lỏng 롬	watery, liquid [형] 액체, 액상의. ✳ chất lỏng → 액체.
lỏng lẻo 롬 래오	loose, not tide [형] 느슨한. ✳ sợi dây cột lỏng lẻo → 끈을 느슨하게 묶다.
lọng	parasol [명] 양산, 파라솔.

롬

lót / 론
to line (coat…), cushion [동] 안감을 대다. ✱ lót giấy bên trong → 안쪽에 종이를 대다.

lót dạ / 론 야
eat a snack, have a light meal [동] 간식으로 먹다.

lót lòng / 론 롬
take breakfast [동] 아침식사를 하다.

lọt / 론
to fall into, slip in, pass [동] 미끄러지다, 떨어지다.

lọt lòng / 론 롬
be born [동] 태어나다.

lọt lưới / 론 르어이
slip through the net [동] 그물에 걸리다.
✱ bọn cướp đã lọt lưới cảnh sát → 강도가 경찰의 그물에 걸려들다.

lọt tai / 론 따이
pleasant to hear [형] = xuôi tai 귀에 듣기에 좋은.
✱ nghe lọt tai → 귀에 듣기 좋은 말.

lô / 로
lot, plot [명] 부지, 대지.
✱ lô đất này giá rất rẻ → 이 부지는 가격이 매우 싸다.

lô cốt / 로 꼳
blockhouse [명] 작은 요새.

lô-gic / 로-직
logic, logical [명] 논리, 이론.

lố / 로
dozen (12 each) [명] 다스.(12개)

lố bịch / 로 빗
ridiculous, preposterous [형] 조롱하는. ✱ đùa cợt lố bịch → 조롱하

	며 놀리다.
lố lăng 로 랑	*ridiculous* [형] 이상한, 요상한, 우스운. ✶ ăn mặc lố lăng → 요상하게 옷을 입다. ✶ cử chỉ / nói năng lố lăng → 행동 / 말이 우습다.
lỗ 로	**1/** *hole* = lỗ thủng [명] 구멍. **2/** *loss* [형] 손실의, 손해의. ✶ bán lỗ vốn → 손해보고 팔다.
lỗ cắm điện 로 깜 디엔	*plug* [명] 플러그, 소켓.
lỗ chân lông 로 쩐 롬	*pore* [명] (피부의) 털구멍, 숨구멍.
lỗ châu mai 로 쩌우 마이	*loophole* [명] (요새의) 총안.
lỗ cống 로 꼼	*manhole* [명] 맨홀.
lỗ đít 로 딛	*anus, arse-hole* [명] = hậu môn (해부) 항문.
lỗ hổng 로 홈	*gap* [명] = khe hở 틈, 틈새.
lỗ gió 로 지오	*air-hole, vent-hole* = lỗ thông hơi [명] 공기구멍.
lỗ khóa 로 코아	*keyhole* [명] 열쇠구멍.
lỗ khuy 로 쿠이	*boutonniere* [명] 단추구멍.
lỗ kim 로 낌	*eye (of a needle)* [명] 바늘구멍.
lỗ mảng 로 망	*rude, coase, abusive* [형] 무례한, 버릇없는. ✶ ăn nói lỗ mảng → 무

례하게 말하다.

lỗ mũi   *nose, nostril* [명] 콧구멍.
로 무이

lỗ rốn (rún)   *navel* [명] 배꼽.
로 론(룬)

lỗ tai   *ear-hole* [명] 귓구멍.
로 따이

lỗ vốn   *lose one's capital, incur losses* [형] 손해를 입다.
로 본

lộ   **1/** *road, street* [명] 길, 거리.
로   **2/** *to come out, to be discovered* [동] 드러나다, 밝혀지다.
✻ lộ chân tướng (*show one's true colours*)➔ 본색이 드러나다, 실상이 드러나다.

lộ bí mật   *to let out a secret* [동] 비밀이 드러나다.
로 비 먿

lộ diện   *to show up, to show one's face* [동] 얼굴을 보이다, 보여주다.
로 이엔

lộ liễu   *evident, obvious, manifest* [형] 분명한, 명백한.
로 리에우
✻ nói dối một cách lộ liễu ➔ 명백한 거짓말이다.

lộ phí   *travelling expenses* [명] 여행경비, 여비.
로 비

lộ tẩy   *show one's true face* [동] 본색을 드러내다.
로 떠이
✻ bị lộ tẩy ➔ 본색이 드러나다.

lộ thiên   *outdoor, open-hair, open-cast* [형] 노천(露天)의.
로 티엔

	✷ dựng 1 sân khấu lộ thiên → 노천극장을 짓다.
lộ trình 로 찐	*itinerary, road, route* [명] 여정(旅程), 여로(旅路).
lộ vẻ 로 배	*show, reveal, betray* [동] 보이다, 드러내다, 나타내다. ✷ ông ta lộ vẻ giận dữ → 그가 화를 드러내다.
lốc 롭	*whirlwind* [명] 회오리바람. ✷ cơn gió lốc → 회오리바람.
lộc 롭	*1/ bub* [명] 새싹이 돋은 가지. ✷ đi hái lộc đầu năm → 연초에 새싹이 돋은 가지를 꺾으러 가다. (행운이 있다고 믿음.) *2/ kind of deer* [명] (동물) 노루. *3/ windfall, godsend, gift from the gods* [명] 횡재, 뜻밖에 생긴 물건.
lôi 로이	*drag, pull, draw* = lôi kéo [동] 끌다.
lôi cuốn 로이 꾸온	*attract, draw along* [동] 끌어당기다, 매혹하다, 유혹하다. ✷ nó bị bạn bè xấu lôi cuốn → 그는 나쁜 친구의 유혹에 빠지다.
lôi thôi 로이 토이	*untidy, slovenly, unmethodical* [형] 허술한, 단정치 못한. ✷ ăn mặc lôi thôi → 단정치 못한 옷차림.
lôi vũ 로이 부	*thunderstorm* [명] 심한 뇌우.
lối 로이	*1/ style, maner, method* [부] 방법으로, 방식으로.

* học đòi theo lối sống xa hoa → 사치스러운 삶의 방법을 따르다.
2/ *way* [명] 길.
* mời ông đi lối này → 이 길로 가세요.
* lối thoát hiểm (*emergency exit*) → 비상구.
3/ *overbearing, imperious*
[형] = phách lối 오만한, 도도한.

lối chừng
로이 쯩

about, around, approximately [부] 약, 대략. * lối chừng 3 tiếng đồng hồ → 대략 3시간 정도.

lối ra
로이 라

way out, exit [명] 출구.

lối vào
로이 바오

way in, entrance [명] 입구.

lối xóm
로이 쏨

neighbours, neighbourhood [명] 이웃.

lồi
로이

convex, emerge, project, overhang [형] 돌출한, 튀어나온.
* vết sẹo lồi → 상처가 튀어나오다.

lồi lõm
로이 롬

uneven, indented [형] 편평하지 않은, 울퉁불퉁한. * con đường lồi lõm → 울퉁불퉁한 길.

lỗi
로이

mistake, fault, blame [명] 실수, 잘못.

lỗi hẹn
로이 핸

to break an appointment [동] 약속을 깨다, 약속을 못지키다.

lỗi lạc
로이 락

outstanding, eminent [형] 뛰어난, 특출한, 걸출한.
* một tài năng lỗi lạc → 특출한

재능.

lỗi lầm
로이 럼

mistake, error, fault [명] 실수, 잘못, 과실. ✴ tha thứ hết mọi lỗi lầm trong quá khứ → 과거의 모든 잘못을 다 용서하다.

lỗi thời
로이 터이

out of date, old-fashioned [형] 구식의. ✴ ăn mặc lỗi thời → 유행이 지난 옷.

lội
로이

to swim, wade [동] = bơi 수영하다.

lôm côm
롬 꼼

in disorder, disorderly
[형] 무질서한, 혼란한.

lốm đốm
롬 돔

spotted, speckled [형] 얼룩진.
✴ áo quần lốm đốm bùn đất → 옷에 진흙이 얼룩졌다.

lộn
론

1/ *wrong, mistake* = nhầm
[형] 그릇된, 틀린, 잘못된.
✴ đi lộn đường → 그릇된 길로 가다.

2/ *turn inside out, turn over*
[동] (안팎이) 거꾸로 뒤집히다.
✴ lộn (áo / quần) ra bề mặt → (옷이) 뒤집히다.

lộn xộn
론 쏜

confusion, disorder
[형] 혼란한, 어수선한, 무질서한.
✴ đồ đạc để lộn xộn → 물건을 무질서하게 두다.
✴ nói năng lộn xộn → 뒤죽박죽 이야기하다.

lông
롬

hair, feathers, fur [명] 털.

lông bông 롬 봄	*be on the tramp, idle* [형] 방랑하는, 배회하는. ✳ nó cứ lông bông ngoài đường suốt ngày → 그는 하루종일 길거리를 배회하다.
lông chim 롬 찜	*feather* [명] 새털.
lông chó 롬 쪼	*hair of dog* [명] 개털.
lông cừu 롬 끄우	*fleece* [명] 양털
lông lá 롬 라	*hairy* [명] 털의 총칭. ✳ chân anh ta đầy lông lá → 그의 다리는 털로 뒤덮였다.
lông mày 롬 마이	*eyebrow* [명] 눈썹.
lông mi 롬 미	*eyelash, lash, cilium* [명] 속눈썹.
lồng 롬	**1/** *cage* [명] 장, 우리. ✳ chim lồng, cá chậu (속담) → 새장, 물고기 연못.(구속하다, 속박하다.) **2/** *insert, fit in, reflect in* [자] 끼우다, 삽입하다. ✳ lồng nhạc vào đoạn phim → 영화에 음악을 삽입하다.
lồng bàn 롬 반	*dish-cover* [명] 접시 덮개.
lồng đèn 롬 댄	*lantern* [명] 랜턴, 제등(提燈), 초롱.

lồng lộn 롬 론	*get into a flutter (out of anger)* [형] 흥분한. ∗ bà ta tức giận lồng lộn lên → 그녀는 화가나서 흥분하다.
lồng lộng 롬 롱	*immense, boundless* [형] 거센. ∗ gió thổi lồng lộng → 바람이 거세게 불다.
lồng ngực 롬 응윽	*chest, thoracic* [명] (해부) 가슴.
lộng 롬	*windy* [형] 바람이 휘몰아 치는. ∗ trời lộng gió → 바람이 휘몰아 치다.
lộng hành 롬 한	*abuse one's power, excessive action* [동] 과도하게 행동하다, 지나치게 행동하다. ∗ bọn cướp lộng hành ở địa phương này → 이 지역에서는 강도들이 과도히 행동하다.
lộng kiếng 롬 끼엥	*to glass* [동] = lộng kính 유리를 끼우다.
lộng lẫy 롬 러이	*luxurious, splendid* [형] 사치스런, 호화로운, 화려한. ∗ cô ta đẹp lộng lẫy → 그녀는 화려하고 아름답다.
lộng quyền 롬 꾸웬	*to exceed one's authority* [동] 권한을 뛰어넘다.
lớp 롭	*envelope tyre* [명] 타이어.
lột 롣	**1/** *to rob, deprive* [동] = trấn lột 빼앗다, 강탈하다. ∗ bị lột hết sạch tiền bạc vàng vòng → 돈과 귀금속 모두 강탈당

하다.
2/ *to peel, to skin* [동] 벗기다, 까다.
✳ lột quít mời bạn → 귤 껍질을 벗겨 친구를 주다.

lột tả
롣 따
depict [동] (문장으로) 자세히 표현하다, 묘사하다.
✳ lột tả được hết tính cách của nhân vật → 인물의 성격을 자세히 묘사하다.

lột trần
롣 쩐
1/ *strip to the skin, strip naked* [동] 윗옷을 벗다.
2/ *to disclose* [동] = phơi bày 벗기다.
✳ lột trần sự thật → 사실을 벗기다.

lột xác
롣 싹
to change one's look [동] 외양이 바뀌다.

lột vỏ
롣 보
to peel, to skin, shell, husk [동] 벗기다, 까다. ✳ lột vỏ cam → 오렌지 껍질을 벗기다.

lơ
러
to ignore [동] = lờ 무시하다, 못본 체하다. ✳ gặp nhau làm lơ → 만나서 서로 못본 체하다.

lơ đãng
러 당
absent-minded, careless [동] 부주의하다, 경솔하다, 소홀하다.
✳ lơ đãng việc học hành → 학업에 소홀하다.

lơ là
러 라
to neglect, inattentive, cool [동/형] 무시하다, 경시하다, 무관심하다.
✳ lờ là phận sự → 책임을 경시하다.

lơ lửng
러 릉
undecided, unsolved [형] 반만 걸친 상태의, 미결정의, 미해결의.

lơ mơ 러 머	*vague* [형] 분명치 않은, 모호한. ✶ tôi chỉ biết lơ mơ thôi → 나는 단지 어렴풋이 알고있을 뿐이다.
lơ thơ 러 터	*thin, sparse* [형] 드문, 희박한. ✶ lơ thơ vài ba mái nhà → 드문드문 집이 있다. ✶ tóc mọc lơ thơ vài cọng → 머리카락이 듬성듬성 있다.
lơ xe 러 쎄	*assistant driver* [명] 보조운전자.
lờ 러	*to pretend not to know* [동] = lơ 모른척하다, 못본 체하다. ✶ nó lờ đi như không từng quen biết với tôi → 그는 나를 모르는 사람처럼 못본 체하다.
lờ đờ 러 더	*glassy, dull, lack-lustre* [형] 반짝이는. ✶ cặp mắt lờ đờ → 반짝이는 두 눈.
lờ mờ 러 머	*vague, hazy, unclear* [형] 모호한, 불분명한, 불확실한. ✶ hiểu lờ mờ chút ít → 애매모호하게 이해하다.
lở 러	*have a skin eruption, break out* [동] = loét 발진나다, 부스럼나다.
lở loét 러 로앧	*ulcerate, ulcer, get pustules all over* = lở lói [동/형] 궤양의, 궤양을 일으키다. ✶ ghẻ lở loét khắp người → 옴이 온몸에 궤양을 일으키다.
lỡ 러	**1/** *to miss* = nhỡ [동] 놓치다. ✶ lỡ xe bus → 버스를 놓치다.

2/ *accidentally, by mistake* [동] 시행착오하다, 실수로 ~ 하다.
* lỡ dại nghe lời kẻ xấu → 실수로 나쁜 사람의 말을 듣다.

lỡ bước
러 브억
take a wrong step [동] 발을 헛디디다, 잘못된 길로 들어서다.

lỡ cỡ
러 꺼
unequal [형] 같지않은, 불균형의,

lỡ dở
러 여
be interrupted of fail half way [형] = dở dang 불충분한, 부족한.
* công việc còn lỡ dở → 일이 여전히 불충분하다.

lỡ đường
러 드엉
lose way, take wrong route [동] 여정 중에 있다.

lỡ hẹn
러 핸
to miss a date/an appointment [동] = sai hẹn 약속을 잘못하다.

lỡ lầm
러 럼
make a mistake, make a false step = lầm lỡ [동] 실수하다.

lỡ làng
러 랑
thwart, interrupted on half way [형] 중단된, 중절된.

lỡ lời
러 러이
careless talk, let slip a word [동] 부주의하게 이야기하다, 말 실수 하다.
* tôi lỡ lời, xin đừng giận nhé → 제가 말을 실수했네요, 화내지 마세요.

lỡ tàu
러 따우
to miss the boat or the train [동] 배, 기차를 놓치다.
* vì phải đợi tôi mà anh ấy bị lỡ tàu → 그는 나를 기다려야 하기 때문에 기차를 놓쳤다.

lỡ tay 러 따이	*out of clumsiness* [형] 실수의, 서투른. ✷ lỡ tay làm bể cái ly → 실수로 컵을 깨다.
lỡ thời (thì) 러 터이(티)	*to miss the opportunity, pass the age of marriage* [동] (여자) 혼기가 지나다.
lỡ vận 러 번	*miss a chance* [동] 기회를 놓치다.
lơi 러이	*loose* [형] 풀려난, 자유로운. ✷ mái tóc buông lơi → 머리를 자유로이 풀다.
lơi lỏng 러이	*lax, loose* [형] 느슨한, 헐거운. ✷ xảy ra tình trạng mất cắp này là do lơi lỏng trong việc quản lý → 이 분실 사건이 일어난 것은 관리가 느슨했기 때문이다.
lời 러이	**1/** *word, style* [명] 말, 단어, 언어. **2/** *profit, interest* [명] 이익, 수익, 이득.
lời giải 아이(야이) 러이 지	*key, explanation* [명] 해설.
lời lỗ 러이 로	*gain and losses* [명] 수익과 손해.
lời lẽ 러이 래	*words* [명] 말, 단어, 언어. ✷ lời lẽ xác đáng → 정확한 말.
lời nói 러이 노이	*word of mouth* [명] 말. ✷ lời nói trung thật → 진실한 말. ✷ lời nói không mất tiền mua, lựa lời mà nói cho vừa lòng nhau (속담) → 말하는데 돈 드는 것 아니

니 서로의 마음에 합당한 말을 해 주다.

lời nói đầu
러이 노이 더우
preface, preamble [명] 머리말.

lời văn
러이 반
language of a literaty word, style [명] 문장, 글.
∗ lời văn tao nhã → 예의있는 문장.

lời xác nhận
러이 싹 년
confirmation [명] 증언.

lời yêu cầu
~ 이에우 꺼우
request [명] 요구, 요청.
∗ tôi đã làm theo lời yêu cầu của anh → 나는 당신의 요구대로 했다.

lợi
러이
useful, advantage, good
[형] = lợi ích 유리한, 유용한.

lợi danh
러이 얀
fortune and fame, wealth and fame [명] 권위와 명예.
∗ không màng lợi danh quyền chức → 명예와 권위가 필요없다.

lợi dụng
러이 윰
exploit, take advantage of, profit from
[동] 이용하다.
∗ không nên lợi dụng lòng tốt của người khác như thế → 다른 사람의 마음을 이처럼 이용하지 마라.

lợi hại
러이 하이
1/ *advantages and disadvantages; pros and cons* [명/형] 이익과 손해.
∗ phải tính toán lợi hại cẩn thận rồi mới làm → 반드시 손익을 신중히 계산해서 일하다.
2/ *dangerous, important*
[형] 위험한, 중요한.

※ một đối thủ lợi hại → 위험한 적.

lợi ích
러이 잇
good, welfare, benefit
[명] 이익, 수익.

lợi lộc
러이 롭
income [명] 소득, 수입.
※ hễ thấy có lợi lộc là họ lao vào → 만약에 소득이 있다고 느끼면 그들은 올것이다.

lợi nhuận
러이 뉴언
profit(s) [명] 이윤.

lợi thế
러이 테
advantage [명] 이점, 우위, 우세.
※ chiếm lợi thế → 유리한 입장에 있다.
※ phát huy lợi thế của mình → 자신의 이점을 들다.

lợi tiểu
러이 띠에우
diuretic [명] (약) 이뇨제.

lợi tức
러이 뜩
income, revenue
[명] 정기 수입, 정기 소득.

lởm chởm
럼 쩜
bristling, rough [형] 거친.
※ râu mọc lởm chởm → 거친 수염.

lỡm
럼
cheat, trick, deceive [동] 조롱하다.
※ mắc lỡm (bị gạt) → 조롱당하다.

lợm
럼
feel sick, sickening
[형] 토할것 같은, 메스꺼운.

lợm giọng
럼 지옴(욤)
nauseate [동] 메스꺼워지다, 구역질이 나다.

lớn
런
big, large, great, major
[형] 큰, 거대한.

lớn con
런 꼰
big and tall (body) = lớn tướng
[형] 몸집이 큰.

lớn gan 런 간	*daring, bold* [형] = to gan 용감한.
lớn lao 런 라오	*great, important* [형] 거대한, 중요한. ✳ một thành tích lớn lao → 거대한 성과.
lớn tiếng 런 띠엥	*aloud, loudly, loud* [형] 큰소리의, 고함치는.
lớn tuổi 런 뚜오이	*elderly, old age* [형] 나이 많은.
lờn 런	*too familiar, disrespectful* [형] 매우 친근한. ✳ lờn mặt → 친근한 얼굴.
lờn vờn 런 번	*hang about, loiter, haunt* [동] 끊임없이 떠오르다. ✳ những tư tưởng đen tối cứ lờn vờn trong đầu óc → 불순한 사상들이 계속해서 끊임없이 머리속에 떠오르다.
lợn 런	*pig, hog, swine* = con heo [명] (동물) 돼지.
lợn cợn 런 껀	*troubled, muddy* [형] 둔탁한, 맑지 않은, 흐린. ✳ nước lợn cợn bẩn → 더럽고 둔탁한 물.
lợn lòi 런 로이	*wild boar* [명] = lợn rừng / heo rừng (동물) 멧돼지
lợn sữa 런 스아	*sucking-pig* = heo sữa [명] 새끼 돼지.
lớp	*bed, layer, stratum*

립	[명] 층, 지층, 계층.
lớp học 럽 홉	*class, course, classroom* [명] 교실.
lớp sau 럽 사우	**1/** *background* [명] 배경. **2/** *the younger generation* [명] 후대 (後代).
lợp 럽	*to cover, to root* [동] 덮다, 기와를 얹다. ✽ lợp nhà → 지붕을 덮다.
lót phớt 런 펀	*thinly scattered* [형] 엷게 뿌려진, 흩어진. ✽ mưa lót phớt trên hè phố → 비가 길위에 엷게 흩뿌리다.
lợt 런	*(of colour) pale, light* [형] 옅은. ✽ màu xanh lợt → 옅은 파란색.
lợt lạt 런 란	**1/** *light* [형] 옅은. **2/** *cold, indifference* [형] 냉정한, 냉담한. ✽ đối xử lợt lạt → 냉담한 대우.
lu 루	*a jar* [명] 항아리.
lu bù 루 부	*very much; very busy with sth.* [형] 매우 많은, 매우 바쁜. ✽ nó ngủ lu bù sau kỳ thi → 그는 시험 후에 잠에 빠지다.
lu mờ 루 머	*overshadowed, dimmed* [형] 흐릿한, 희미한.
lú 루	*pull-brained, dull-witted* [형] 머리가 둔한.
lú lẫn	*forgetful, absent-minded*

루 런	[형] 잘 잊어버리는, 건망증인. ✶ người già hay lú lẫn → 노인들은 잘 잊어버린다.
lù đù 루 두	slow-witted, dull, stupid = lù khù [형] 어리석은, 우둔한.
lù lù 루 루	loom large, loom in sight [형] 묵직한.
lù mù 루 무	dimly lit, quite dim [형] 어둑한, 침침한, 희미한. ✶ căn phòng tối lù mù → 어둡고 침침한 방.
lũ 루	**1/** gang, band, bunch [명] = bọn 당, 무리. ✶ lũ trẻ đang chơi ngoài sân → 어린아이 무리가 운동장에서 놀고 있다. **2/** flood, inumdation [명] = lũ lụt 홍수.
lũ lụt 루 룯	flood, inundation [명] 홍수.
lũ lượt 루 르얻	in crowds, go in focks [동] 줄지어가다. ✶ mọi người lũ lượt kéo đến → 모든 사람들이 줄지어 도착하다.
lúa 루아	rice, paddy [명] 쌀.
lúa mạch 루아 맞	buckwheat, barkey, oats [명] 귀리, 보리, 메밀.
lúa mì 루아 미	wheat [명] 밀, 소맥.

lùa 루아	**1/** *to blow in* [동] 불어오다. ✽ gió lùa qua cửa sổ → 창문으로 바람이 불어오다. **2/** *to drive* [동] 몰다. ✽ lùa vịt vô chuồng → 오리를 몰아 우리로 넣다.
lụa 루아	*silk* [명] 실크, 비단.
luân chuyển 루언 쭈웬	*to rotate* [동] 회전시키다.
luân hồi 루언 호이	*death and rebirth* [동] (불교) 윤회하다.
luân lý 루언 리	*morality, ethics* [명] 윤리, 도덕.
luân phiên 루언 피엔	*to take turns doing something* [동] 교대로 ~하다.
luận 루언	*essay* [명] 평론, 논평, 수필, 에세이.
luận án 루언 안	*thesis, dissertation* [명] 논제(論題), 주장, 학위(졸업) 논문.
luận bàn 루언 반	*to discuss, debate* = luận đàm [동] 논의하다, 토론하다.
luận đề 루언 데	*treatise* [명] 논제.
luận văn 루언 반	*essay, composition* [명] 평론, 에세이.
luật 루언	*law, code, legislation* [명] 법, 법률. ✽ luật lao động → 노동법.
luật khoa	*law, jurisprudence* [명] 법학.

루얻 코아	
luật lệ 루얻 레	law and practices, regulations [명] 규례, 법례.
luật pháp 루얻 팝	law [명] 법, 법률.
luật sư 루얻 스	lawyer, counsellor, advocate [명] 변호사, 법률가.
lúc 룹	moment, time, when [부] 때, 시간.
lúc lắc 룹 락	to swing, oscillate [동] 흔들리다.
lúc nhúc 룹 늅	teem with, crawl [형] 우글우글하는, 득시글득시글하는. ✻ ruồi nhặng bò lúc nhúc → 구데기가 득시글득시글 기어다니다.
lúc trước 룹 쯔억	before [부] 이전에, 전에.
lục 룹	1/ to search, to forage [동] 찾다. 2/ green [형] (색) 초록색.
lục bình 룹 빈	water hyacinth [명] (식물) 부레옥잠.
lục diệp tố 룹 이엡 또	chlorophyll [명] (식물) 엽록소.
lục địa 룹 디아	mainland, continent, continental [명] 대륙, 육지대.
lục đục 룹 둡	to disagree, to be in confliet [동] 의견이 맞지않다.
lục giác 룹 지악(약)	hexagon, hexagonal [명] (수학) 6각형.
lục lạo	search thoroughly, rummage [동]

lục lâm 룹 럼	= lục lọi 샅샅이 뒤지다, 뒤져 찾다. *greenwood outlaws* [명] 무법자들의 소굴.
lục quân 룹 꾸언	*land-forces, infantry* [명] 육군.
lục soát 룹 소앋	*to search thoroughly* [동] = lục xét 철저히 찾다.
lục tục 룹 뚭	*in succession* [부] 잇달아, 계속하여. ✻ mọi người lục tục kéo đến → 모든 사람들이 잇달아 도착하다.
lui 루이	*move back, fall back, retire* [동] 후퇴하다, 물러나다.
lui gót 루이 곧	*to leave* [동] 떠나다.
lui tới 루이 떠이	*to frequent* [동] 자주 가다. ✻ nó thường hay lui tới nơi đó → 그는 그곳에 자주 가다.
lùi 루이	*to step backwards* [동] 퇴보하다, 후퇴하다.
lùi bước 루이 브억	1/ *to yield, to give way* [동] 양보하다. 2/ *to give up* [동] = từ bỏ 포기하다. ✻ dù có khó khăn cũng quyết không lùi bước → 어려울지라도 포기하지 않을 결심을 하다.
lùi xùi 루이 쑤이	*without care* [형] 신경쓰지 않는, 무성의한. ✻ ăn mặc lùi xùi → 신경쓰지 않은 옷차림.
lũi 루이	*to slip away, sneak* [동] 살금살금 빠져나가다, 도망치다.

	✶ nó lùi vô bụi cây trốn → 그는 숲으로 들어가 도망치다.
lùi thủi 루이 투이	*desolate* [형] 고독한, 쓸쓸한. ✶ đi lùi thủi một mình → 쓸쓸하게 혼자서 가다.
lụi 루이	*get stunted, wither away* [동] = lụi tàn 시들다.
lum khum 룸 쿰	*stoop, bend* [동] = lom khom [형] 구부리다. 구부정한.
lúm 룸	*dimpled* [형] 옴폭 들어간 곳, 오목한 곳, 보조개. ✶ cười lúm đồng tiền → 웃으면 보조개가 생긴다. ✶ má lúm đồng tiền → 뺨의 보조개.
lùm 룸	*grove, heaped* [명] 숲. ✶ lùm cây → 나무 숲.
lụm cụm 룸 꿈	*old and weak, senile, decrepit* [형] 노쇠한. ✶ cụ già lụm cụm → 노쇠한 노인.
lún 룬	*to subside, sink, delve* [자] 침강하다, 내려앉다. ✶ khu đất bị lún xuống → 지층이 내려 앉았다.
lún phún 룬 푼	*fine and scattered, stubbly* [형] 흩뿌리는, 듬성듬성한. ✶ râu mọc lún phún → 수염이 듬성듬성 나다. ✶ mưa lún phún → 비가 흩뿌리다.
lùn 룬	*dwarf, short* [형] 난장이의, 키가 작은, 낮은.

lụn
룬
be going out little by little
[형] 약해지는.

lụn bại
룬 바이
to fall into ruin
[형] 몰락하다, 파산하다.

lụn vụn
룬 분
trifling, petty, odd
[형] 시시한, 하찮은.

lung lạc
룸 락
to shake, corrupt [동] 흔들리다, 동요하다, 타락하다, 매수하다.
✻ dù ai có nói gì, anh ấy cũng không lung lạc tinh thần → 누가 무슨 말을 할지라도 그는 정신이 동요되지 않는다.

lung lay
룸 라이
shaky [형] 흔들리는.
✻ cái ghế bị lung lay → 흔들리는 의자.

lung linh
룸 린
sparkling, glistening
[형] 번쩍거리는.
✻ ánh nến lung linh trong bóng tối → 빛이 어둠속에서 번쩍이다.

lung tung
룸 뚱
in utter disorder
[형] 혼란한, 무질서한.
✻ đồ đạc để lung tung → 물건을 무질서하게 놓다.

lúng túng
룸 뚱
embarrassed, puzzled [형] = bối rối 당황한, 혼란스런, 난처한.
✻ nó lúng túng trả lời .. → 그는 당황하며 대답하다.

lùng
룸
scour, rummage [동] = lùng bắt, lùng sục = lùng quét 샅샅이 찾다, 찾아다니다.
✻ cảnh sát đang lùng bắt tên

	cướp → 경찰이 지금 강도를 샅샅이 찾고있다.
lùng bùng 룸 붐	*hear indistinctly because of tinkling ears* [형] 귀속이 울리는.
lùng thùng 룸 툼	*loose-fitting, baggy* [형] 헐렁한. ✳ mặc quần áo rộng lùng thùng → 옷이 커서 헐렁하다.
lủng 룸	*having a hole, holed* = thủng [형] 구멍이 난.
lủng củng 룸 꿈	*dissension, disagreement* [형] 의견이 불일치하는. ✳ lủng củng nội bộ → 내부 의견이 불일치하다.
lủng lẳng 룸 랑	*dangle, hang down loosely* [형] 느슨하게 매달린. ✳ treo lủng lẳng trên cây → 나무에 느슨하게 매달아 놓다.
luộc 루옵	*to boil* [자] (고기, 야채 등이) 익다, 데쳐지다.
luộm thuộm 루옴 투옴	*disorderly, untidy, slovenly* [형] 혼란한, 무질서한, 단정치 못한. ✳ ăn mặc luộm thuộm → 단정치 못한 옷차림. ✳ câu văn luộm thuộm → 무질서한 문장.
luôn 루온	*often* [부] 자주, 종종, 대개. ✳ anh ấy luôn đúng hẹn → 그녀는 대개 약속을 잘 지킨다.
luôn dịp 루온 입	*by the way, at the same time* [부] = luôn tiện = tiện thể 도중에, 동시에.

luôn luôn 루온 루온	*always, at anytime* [부] 언제나, 언제든지. ✷ cô ấy luôn luôn tốt với mọi người → 그녀는 언제나 모든 사람들에게 잘한다.
luôn tiện 루온 띠엔	*by the way, at the same time* [부] = tiện thể 동시에, 도중에. ✷ chiều nay, trên đường đi làm về, luôn tiện ghé chợ mua chút ít đồ dùng trong nhà → 오늘 저녁, 퇴근후 집에오는 도중에 시장에 들러 집안에 필요한 물건을 샀다.
luồn 루온	*to pass through* [동] 통과하다. ✷ gió luồn qua khe cửa → 바람이 문틈을 통과하다.
luồn cúi 루온 꾸이	*to crawl, to creep, crouch* [동] 굽실거리다, 비굴하다. ✷ luồn cúi cấp trên → 윗사람에게 굽실거리다.
luồn lách 루온 랏	*thread one's way* [동] 관통하다, 뚫고나가다. ✷ khéo luồn lách → 잘 뚫고 나가다.
luông tuồng 루옹 뚜옹	*disorderly, unrestrained* [형] 조심성 없는, 제멋대로의. ✷ nếp sống luông tuồng → 제멋대로의 삶. ✷ đi luông tuồng từ nhà trước ra nhà sau → 이집저집 제멋대로 다니다.
luống 루옹	*bed, cut, plot* [명] 화단, 텃밭. ✷ luống rau → 야채 텃밭.

luống cuống 루옹 쭈옹	*bewildered, abashed* [형] = lúng túng 당황한. ✳ luống cuống đánh rơi cái ly → 당황해서 컵을 떨어뜨리다.
luồng 루옹	*current, stream, blow* [명] 흐름, 움직임, 동향, 추세. ✳ luồng gió → 바람의 흐름.
luốt 루올	*be loss in* [동] 분실하다, 유실하다. ✳ tiếng gọi bị luốt trong tiếng súng nổ → 총소리에 부르는 소리가 묻혀버렸다.
lụp chụp 룹 쭙	*hurriedly* [형] 서두르는, 급한.
lụp xụp 룹 쑵	*dark and low* [형] 어둡고 낮은. ✳ sống trong mái nhà tranh lụp xụp → 어두컴컴하고 낮은 집에 살다.
lụt 룯	**1/** *flood, inundation* [명] = lũ lụt 홍수. **2/** *blunt, dull* [형] = cùn (칼이) 무딘.
lụt lội 룯 로이	*fooded, inundated* [형] 범람하다, 침수하다. ✳ đường phố bị lụt lội vì trời mưa to cả ngày → 하루종일 내린 큰 비로 시내의 길이 침수됐다.
lũy tiến 루이 띠엔	*progressive* [형] 진보의, 진취의.
lụy 루이	**1/** *misfortune* [명] 불행, 불운, 역경.

✷ nó gây lụy cho gia đình bạn bè → 그는 친구의 가족에게 불행을 끼쳤다.

2/ *to cringe, kowtow to somebody* [동] = quy lụy 굽실거리다, 움츠리다, 위축되다.

✷ vì nghèo nên phải chịu lụy → 가난하기 때문에 위축되다.

luyến ái
루옌 아이
love, romance
[동] 사랑하다, 연애하다.
✷ quyền tự do luyến ái → 자유 연애권.

luyến tiếc
루옌 띠엑
longingly remember, regret
[형] 갈망하는, 유감의, 회한의.
✷ luyến tiếc dĩ vãng → 지난날을 회한하다.

luyện
루옌
to train, drill, refine [동] 훈련하다.
✷ văn ôn võ luyện (속담) → 학문은 복습하고 무술은 훈련하다.

luyện tập
루옌 떱
to train, practise, exercise
[동] 연습하다, 훈련하다.

luýnh huýnh
루읜 후읜
perplexed, embarrassed [형] = luống cuống 어찌할바를 모르는.
✷ nó luýnh huýnh mừng → 그는 기뻐서 어찌할바를 모르다.

lư hương
르 흐엉
censer, thurible, incense-burner
[명] 향로.

lừ đừ
르 드
glassy, dull torpid = lờ đờ
[형] 무표정한,
✷ nét mặt lừ đừ → 무표정한 얼굴.

lữ đoàn
brigade [명] (군사) 여단, 대부대.

르 도안

lữ hành　　　　*voyager* [명] 여행자, 관광객.
르 한

lữ khách　　　　*traveller* [명] 여객, 나그네.
르 캇

lưa thưa　　　　*thin, sparse* [형] = lơ thơ 드문, 희
르아 트아　　　　　박한, 듬성한.
　　　　　　　　　＊ râu mọc lưa thưa → 듬성듬성
　　　　　　　　　한 수염.

lứa　　　　　　 *rank, class* [명] 급, 신분, 부류.
르아　　　　　　　＊ cùng một lứa tuổi với nhau →
　　　　　　　　　서로 같은 연령군 이다.

lứa đôi　　　　 *couple* [명] 짝, 커플.
르아 도이

lứa tuổi　　　　*age group* [명] 연령군, 연령 집단.
르아 뚜오이

lừa　　　　　　 **1/** *ass, donkey* [명] (동물) 당나귀.
르아　　　　　　　**2/** *cheat, trick, defraud* [동] 속이다.
　　　　　　　　　＊ bị mắc lừa → 사기를 당하다.

lừa bịp　　　　 *deceive, fool, dupe* [타] = lừa gạt
르아 빕　　　　　　속이다, 사기하다.

lừa dối　　　　 *trick sb into obedience (compliance)*
르아 요이　　　　　[동] 남을 속여 복종케 하다.

lừa đảo　　　　 *to defraud, swindle* [동] 속여 빼앗
르아 다오　　　　　다, 사취하다.
　　　　　　　　　＊ kẻ lừa đảo → 사기꾼.

lửa　　　　　　 *flame, fire* [명] 불, 불꽃.
르아

lựa　　　　　　 *to choose, select, pick out*
르아　　　　　　　[동] 고르다.

lựa chọn 르아 쫀	*to make one's choice, sort* [동] 마음에 드는 것을 택하다. ✻ cô ấy không còn sự lựa chọn nào khác → 그녀에게는 더 이상 다른 선택이 남아있지 않다.
lực 륵	*force* [명] 힘, 세기, 기세, 세력.
lực lưỡng 륵 르엉	*strong, burly* [형] 힘 센, 건장한. ✻ thân hình lực lưỡng → 건장한 체형.
lực lượng 륵 르엉	*force* [명] 힘, 세기, 기세, 세력. ✻ lực lượng cảnh sát → 경찰 세력.
lực sĩ 륵 시	*athlete* [명] 운동선수.
lưng 릉	**1/** *the back* [명] 등. **2/** *waistband* [명] 허리밴드. ✻ lưng quần → 바지 허리밴드. ✻ dây lưng → 허리끈. **3/** *not full, sink down (water)* [형] (물속에) 잠기다.
lừng danh 릉 야	*well-known, celebrated* [형] = nổi tiếng 유명한.
lừng khừng 릉 킁	*hesitate* [동] 주저하다, 망설이다. ✻ lừng khừng không muốn đi → 가고 싶지않아서 망설이다.
lừng lẫy 릉 러이	*famous, celebrated* [형] 유명한, 저명한. ✻ tiếng tăm lừng lẫy → 저명한 명성.
lững lờ	*sluggish* [형] 모호한.

릉 러	✳ thái độ lững lờ → 모호한 태도.
lững thững 릉 틍	*walk with deliberate, steps* [동] 산책하다, 거닐다. ✳ đi lững thững bên bờ hồ → 호숫가를 거닐다.
lược 르억	**1/** *comb* [명] 빗. **2/** *to baste* [명] 가봉하다.
lược dịch 르억 짓	*translate* [동] 번역하다.
lược thuật 르억 투얻	*to relate briefly* [동] 간단히 설명하다.
lưới 르어이	*net* [명] 그물.
lười 르어이	*lazy, idle* [형] 게으른.
lưỡi 르어이	*tongue* [명] 혀.
lưỡi câu 르어이 꺼우	*fish-hook* [명] 낚시.
lưỡi dao 르어이 야오	*blade, knife edge* [명] 칼날.
lườm 르엄	*to look askance at sb* [동] 눈을 흘기다, 곁눈질로 보다.
lượm 르엄	*to pick up, take up, collect* [동] 집어올리다, 들어올리다.
lượm lặt 르엄 랃	*to pick up, gather, glean* [동] 줍다, 주워모으다. ✳ lượm lặt chút ít → 조금 주워모았다.
lươn	*eel* [명] (동물) 뱀장어.

르언

lươn lẹo *be devious*
르언 래오 [형] 상도를 벗어난, 사악한.
※ làm ăn lươn lẹo → 상도를 벗어나서 사업하다.

lườn *side, breast, filet*
르언 [명] 가슴살, 안심.

lượn *to soar, hover, glide*
르언 [동] 높이 치솟다, 날아오르다.
※ chim én bay lượn trên bầu trời → 제비가 하늘로 날아오르다.

lương *salary* [명] 봉급.
르엉

lương khô *dry provisions* [명] 마른 식량.
르엉 코

lương tâm *conscience* [명] 양심, 도덕심.
르엉 떰

lương thiện *honest* [형] 양선한, 착한.
르엉 티엔

lương thực *food, ration, provisions* [명] 식량.
르엉 특

lương tri *good sense, common sense*
르엉 찌 [명] 상식, 양식, 분별.

lương y *herb doctor, herbalist*
르엉 이 [명] 약초의, 한의사.

lường *measure, to fathom*
르엉 [동] = đo lường 도량.

lường gạt *deceive, fool, dupe*
르엉 갇 [동] 속이다.

lưỡng lự *to hesitate, undecided*

르엉 르	[동] = do dự 망설이다, 주저하다.
lưỡng quyền 르엉 꾸웬	*cheekbones* [명] = gò má (해부) 광대뼈.
lưỡng tiện 르엉 띠엔	*both perfect* [형] 둘다 완전한, 둘다 이익이 있는. ✻ nhất cử lưỡng tiện → 일거양득(一擧兩得).
lượng 르엉	*quantity, amount* [명] = dung lượng, số lượng 용량, 수량.
lượng thứ 르엉 트	*to forgive, pardon, excuse* [동] 용서하다. ✻ cháu nó còn bé không biết gì, xin ông vui lòng lượng thứ cho → 아직 어린 아이라 아무것도 모르니 용서해 주세요.
lướt 르얻	*to glide, graze* [동] 미끄러지듯 움직이다.
lượt 르얻	**1/** *time* [명] 번. ✻ gọi điện thoại năm lần bảy lượt mà chẳng thấy ai trả lời → 5번씩이나 전화를 했는데 아무도 받지않는다. **2/** *turn* [명] 순서. ✻ đến lượt ai? → 누구 순서입니까?
lượt thượt 르얻 트얻	*flowing, trailing* [형] = lê thê (dài) 질질 끌리는. ✻ quần dài lượt thượt → 길어서 질질 끌리는 바지.
lưu 르우	*to keep, save, back up* [동] 저장하다.
lưu ban 르우 반	*to repeat a class* [동] 유급되다.

lưu bút 르우 붇	*autograph book* [명] 학생때 기념으로 자필로 쓴 책.
lưu danh 르우 얀	*to make history, go down to posterity* [동] 역사에 이름을 남기다.
lưu diễn 르우 이엔	*to go on tour* [동] 순회공연을 하다. ✻ đoàn hát sẽ đi lưu diễn vào tháng tới → 합창단이 오는 달에 순회공연을 갈 예정이다.
lưu dụng 르우 윰	*to re-employ* [동] ~을 재고용하다.
lưu đày 르우 다이	*to exile, banish, deport* [동] 추방하다. ✻ ông ấy bị lưu đày biệt xứ → 그는 추방당했다.
lưu động 르우 돔	*to travel from place to place* [동] 이동하다.
lưu hành 르우 한	*to circulate* [동] 퍼지다, 유포하다. ✻ tiền giả đang lưu hành trong nước → 위조지폐가 전국으로 유포되다.
lưu huỳnh 르우 후윈	*brimstone, sulphur* [명] (화학) 유황.
lưu kho 르우 코	*storage* [동] 창고에 보관하다. ✻ hàng lưu kho → 창고 보관품.
lưu lạc 르우 락	*to drift* [동] 떠돌다, 표류하다.
lưu loát 르우 로앋	*fluent* [형] 유창한. ✻ nó nói tiếng Anh rất lưu loát → 그는 영어를 유창하게 말한다.
lưu luyến	*to be attached to* [동] 결부되다.

르우 루웬

lưu lượng
르우 르엉
discharge, output, flow
[명] 유량 (流量).

lưu manh
르우 만
dishonest
[형] 부정한, 속임수의, 사기의.

lưu niệm
르우 니엠
keep for the sake of, commemorative souvenir [동] 기념하다.
✶ quà lưu niệm → 기념품.

lưu tâm
르우 떰
be concerned with
[동] 관심이 있다, 유념하다.
✶ lưu tâm đến việc học hành của con → 자녀의 학업에 관심을 가지다.

lưu thông
르우 톰
to circulate, traffic [동] 왕래하다, 순환하다, 유통하다.

lưu trú
르우 쭈
reside temporarily
[동] 임시로 거주하다.

lưu truyền
르우 쭈웬
to be hand down, pass by tradition
[동] 유전하다. (후세에) 전하다, 물리다.
✶ lưu truyền cho thế hệ sau → 후세에 물려주다.

lưu trữ
르우 쯔
keep as archives, to store [동] 저장하다, 비축하다, 보관하다.
✶ hồ sơ lưu trữ → 서류를 보관하다.

lưu vong
르우 봄
to live in exile [동] 귀양살이 하다, 망명생활 하다.

lưu ý
르우 이
to pay attention to [동] 유의하다, 주의하다.

lựu
pomegranate [명] (과실) 석류나무,

르우	석류.
lựu đạn 르우 단	*grenade, shrapnel* [명] 수류탄.
ly 리	*glass* [명] 컵. ✴ ly rượu mừng → 축하의 술잔. ✴ nâng ly chúc mừng → 축하의 술잔을 들다.
ly bì 리 비	*very heavy, much* [형] 많은, 대량의, 대단한. ✴ ngủ ly bì từ sáng tới tối → 아침부터 저녁까지 대단히 많이 자다.
ly biệt 리 비엣	*to part, to separate* [동] 이별하다, 분리하다, 떼어놓다.
ly dị 리 지(이)	*to divorce* [동] = ly hôn 이혼하다.
ly gián 리 이얀	*divide* [동] 이간하다.
ly hương 리 흐엉	*to leave one's native land* [동] 고향을 떠나다, 이향하다.
ly khai 리 카이	*to defect, break away* [동] 이탈하다, 탈퇴하다.
ly kỳ 리 끼	*strange, sensational, thrilling* [형] 선풍적인, 스릴 만점의. ✴ cốt chuyện thất ly kỳ hấp dẫn → 스릴 만점의 흥미로운 실제 이야기.
ly tán 리 딴	*scattered* [형] 흩뿌리는.
ly tâm 리 땀	*centrifugal* [형] 원심성의.
lý	*reason, ground* [명] 이유, 원인.

리

lý do / 리 요
cause, reason
[명] 이유, 원인, 까닭.
✷ lý do chính đáng →

lý giải / 리 지아이 (야이)
to explain, account for sth. [동] 합리적으로 설명하다, 해석하다.

lý hóa / 리 호아
physicochemical [명] 물리과 화학.

lý lẽ / 리 래
reasoning, argument
[명] 추론, 추리.
✷ lý lẽ vững chắc → 확실한 추론.

lý lịch / 리 릿
curriculum vitae [명] 이력.
✷ lý lịch rõ ràng → 자세한 이력.

lý luận / 리 루언
theory, argument, reasoning
[명] 이론.
✷ lý luận xác đáng → 정확한 이론.

lý sự / 리 스
to use casuistry [동] 추론을 가지고 논쟁하다.
✷ thôi đừng lý sự nữa, chuyện đã rõ ràng như thế rồi! → 이미 이처럼 분명 해진 일인데 더 이상 논쟁하지 마라!

lý thú / 리 투
interesting [형] 흥미로운.
✷ câu chuyện khá lý thú → 매우 흥미로운 이야기.

lý thuyết / 리 투웻
theory [동] 이론, 학설, 이설.
✷ dựa vào lý thuyết để thực hành → 이론을 바탕으로 진행하다.

lý trí / 리 찌
reason [명] 이성, 판단력.
✷ anh ấy tức giận đến mất lý trí →

	그는 너무 화가나서 이성을 잃었다.
lý tưởng 리 뜨엉	*ideal* [명] 이상(理想). ✳ căn nhà lý tưởng → 이상적인 집. ✳ cuộc sống lý tưởng → 이상적인 삶.
lý tưởng hóa 리 뜨엉 호아	*to idealize* [동] 이상화하다.
ly 리	*dysentery* [명] (의학) 이질, 적리.

M - m

m *the 15ᵗʰ letter of the VN alphabet.*
베트남어 알파벳 중 15번째 자.

ma *ghost*
마 [명] 죽은 사람의 혼, 망령, 유령.

ma chay *funeral*
마 짜이 [명] 불상사, 불쾌한 일, 장례식.

ma cô *pimp* [명] 여자를 주선하는 사람,
마 꼬 매춘을 알선하는 사람.

ma lanh *malicious* [형] 악의 있는,
마 란 심술궂은.

ma lem *begrimed, dirty*
마 램 [명] 못생기고 지저분한 귀신.

ma mảnh *impish, sly* [형] 장난꾸러기의.
마 만

ma quái *ghost and devils* [명] 유령과 악령.
마 꾸아이

ma qui *ghost and devils* [명] 유령과 악귀
마 꾸이 ✷ làm gì có ma qui ở đây! → 귀신
같이 여기서 뭐하느냐?

ma túy *drug* [명] 마약, 마취약.
마 뚜이

má 1/ *mother* [명] = mẹ 어머니, 엄마.
마 2/ *cheek* [명] (해부) 볼, 뺨.

mà 1/ *but, however* [부] 그러나, 지만.
마 ✷ xấu người mà tốt nết → 못생겼

지만 성품이 좋은 사람.
2/ *whom, which, that* [부] …하는 것, …하는 사람, …하는 곳

* câu chuyện mà tôi đã kể cho anh nghe hôm trước → 어제 내가 너에게 들려주었던 이야기다.

* tôi đã làm rách quyển sách mà anh đã cho tôi mượn → 당신이 나에게 빌려준 책을 내가 찢었다.

3/ *in order to* [부] ~하기 위해서.

* đi đến đó mà xem! → 가서 보자!

4/ *if* [부] …이라면.

* tôi mà giàu thì tôi sẽ không làm như thế → 내가 부자라면 나는 이렇게 하지 않을것이다.

mả
마
grave [명] 무덤, 묘.

mã
마
1/*showy appearance* [명] 외양, 외모.

* xấu mã nhưng tốt nết → 못생긴 외모지만 성격은 좋다.

2/ *code, cipher* [명] 코드, 암호.

mã số
마 소
numberical code
[명] 숫자로 나타낸 코드.

mạ
마
rice seedling [명] 모.

mác
막
mark [명] 마르크: 독일의 화폐 단위. 약자: M.

mách
맛
tell on [동] = mét ~에 잘듣다, 즉효가 있다, 영향을 미치다.

mách bảo 맛 바오	*advice, recommend* [동] ⋯을 맡기다, 위탁하다, 가르치다.
mách lẻo 맛 래오	*tell tales* [명] 고자질하다, 험담하다.
mách nước 맛 느억	*tip off, give information for help* [동] 어려운 문제를 해결하기위해 방법을 알려주다, 조언하다.
mạch 맛	*boold vessel, vein* [명] 정맥, 혈관.
mạch lạc 맛 락	*coherent* [형] 시종일관한, 조리있는. ✳ nói năng mạch lạc → 일관되게 말하다.
mai 마이	**1/** *to morrow* [명] 내일, 미래, 장래. ✳ ngày mai là chủ nhật → 내일은 일요일이다. **2/** *apricot* [명] (꽃) 살구나무, 살구.
mai danh 마이 얀	*live hiding, retire from the world* [동] 은둔해 살다.
mai đây 마이 더이	*in the near future* [명] 가까운 미래.
mai gầm 마이 검(염)	*rattlesnake* [명] (뱀) 방울뱀.
mai kia 마이 끼아	*soon, in the near future* [명] 곧, 가까운 미래.
mai mỉa 마이 미아	*ironical, sarcastic* [형] (말, 말투가) 빈정대는, 비아냥거리는, 야유하는.
mai mối 마이 모이	*match-marker* [동] 중매하다. ✳ người mai mối → 중매쟁이.
mai mốt 	*in the furure* [부] 미래에, 미래의,

마이 몯   장래의.

mai một   *fall (sink) into oblivion, be loss* [형]
마이 몯   유야무야되다, 망각되다, 가치가 없다, 쓸모가 없다.
※ mai một tài năng → 재능이 쓸모가 없다.

mai phục   *ambush, lie in wait*
마이 푹   [동] 매복하다, 잠복하다.

mai táng   *bury* [동] 파묻다, 매장하다.
마이 땅

mai rùa   *tortoise shells* [명] 거북딱지.
마이 루아

mái   1/ *a tiled roof* [명] 지붕.
마이   ※ mái ngói → 기와 지붕.
2/ *female* [형] 여성.
※ con gà mái → 암탉

mài   *grind* [동] 갈다.
마이   ※ mài dao → 칼을 갈다.

mài giũa   *polish file* [동] 줄로 갈다.
마이지우아

mải mê   *be asorbed in, be engrossed in*
마이 메   [동] 집중하다.
※ mải mê đọc sách quên hết mọi việc → 책 읽는데 집중하느라 모든 일을 다 잊었다.

mãi   *for ever, continuously*
마이   [부] 계속 해서, 끊이지 않고.
※ nói chuyện mãi đến tận khuya → 자정이 될때까지 계속 이야기하다.
※ mãi sau này tôi mới hiểu ra →

이제야 이해하게 되었다.

mãi mãi
마이 마이
for ever [형] 영원히, 끊임없이.
✻ yêu nhau mãi mãi → 영원히 서로 사랑하다.

mại dâm
마이 염
prostitution, harlotry, whoredom [명] 매춘. [동] 매춘 행위를하다, 몸을 팔다.

man
만
false [형] 그릇된, 거짓의.
✻ khai man → 거짓 진술하다.

man dại
만 야이
wild, look wild
[형] 야생의, 자생(自生)의, 야만의.

man mác
만 막
immense, vague [형] (감정) 막막한, 이루헤아릴수 없는. ✻ buồn man mác → 이루헤아릴수 없이 슬프다.

man rợ
만 러
savage, barbarous, cruel
[형] 야만적인, 잔혹한.

màn
만
1/ *(mosquito) net* [명] = mùng 모기장.
2/ *curtain* [명] = rèm 커튼.
3/ *screen act* [명] 공연의 막.

màn ảnh
만 안
cinema screen
[명] 극장 화면, 스크린, 은막.

màn hình
만 힌
video scope, radar screen
[명] 화면, 스크린.

mãn
만
terminate, end [동] 끝내다, 유한하다.
✻ mãn hạn tù → 수감기한이 끝나다.

mãn đời
만 더이
end of one's life [형] = mãn kiếp 삶을 마치다.

	✵ sống vui vẻ đến mãn đời → 죽을 때까지 기쁘게 살다.
mãn kinh 만 낀	*menopause* [형] (의학) 폐경기, 갱년기.
mãn nguyện 만 응우웬	*content, satisfied* [형] 마음에 드는, 만족하는.
mãn phần 만 펀	*to die* [동] = mãn số 죽다.
mãn tang 만 땅	*to come out of mourning* [동] 상이 끝나다.
mãn tính 만 띤	*chronic* [형] 만성의, 오랜 기간의 걸친. ✵ mắc bệnh mãn tính → 만성 질환.
mạn 만	*side (of boat, ship)* [명] 한쪽, 가장자리, 변두리. ✵ ngồi bên mạn thuyền → 배의 옆쪽에 앉다.
mạn phép 만 팹	*take the liberty* [동] 실례를 불구하고 ~하다. ✵ tôi xin mạn phép hỏi…→ 실례를 불구하고 ..을 질문 하겠습니다.
mang 망	**1/** *gill, branchia* [명] (물고기의) 아가미 ✵ cá thở bằng mang → 물고기는 아가미로 숨을 쉰다. **2/** *carry, bring* [동] 가져오다, 데려오다. ✵ tôi quên mang tiền theo → 돈을 가져오는 것을 잊었다. **3/** *wear, put on* [동] 신다, 입다. ✵ mang giày cao gót → 하이힐을

신다.
* cầu thủ mang áo số 10 → 선수가 10번을 달았다.

mang máng
망 망

dim, vague [형] (말, 뜻, 생각) 분명치 않은, 막연한, 모호한.
* tôi chỉ nhớ mang máng thôi → 나는 단지 막연하게 기억할 뿐이다.

mang tiếng
망 띠엥

1/ *to fall into disrepute* [동] 평판이 나빠지다.
* làm cho bố mẹ bị mang tiếng (xấu) → 부모님의 명예를 더럽히다.
2/ *in the name of* [형] = mang danh ~라 불리는.
* mang tiếng là giám đốc mà chẳng có quyền hành gì cả → 사장이라 불리지만 아무런 권한이 없다.

mang tội
망 또이

to be found guity [동] 죄를 짓다.

mang về
망 베

to take away, to go, take-out [동] 가지고 가다.
* dùng (ăn) ở đây hay mang về? → 여기서 드시겠습니까 아니면 가지고 가시겠습니까?

máng
망

1/ *to hang up* [동] = treo 걸다.
* máng cái áo lên móc → 옷을 옷걸이에 걸다.
2/ *feeding trough, manger, rack* [명] 구유, 여물통.

máng xối
망 쏘이

water-pipe [명] 송수관, 배수관.

màng 망	**1/** *membrane, coat pellice* [명] (해부)박막(薄膜), 막, 세포막. **2/** *concerned, to be interested in, be eager for* [동] 걱정하다, 관심을 갖다, 열망하다. ※ không màng lợi danh → 명예에 관심을 갖지 않다.
mảng 망	*big part, big piece* [명] 큰 부분. ※ sơn tróc ra từng mảng → 많은 부분 칠이 벗겨졌다.
mãng xà 망 싸	*python* [명] (동물/뱀) 비단뱀.
mạng 망	**1/** *veil, net, network* [명] 방송망, 회로망, 망, 망상 조직. **2/** *to darn* [명] 꿰매다, 짜깁다. **3/** *life, human life* [명] 생명. ※ một mạng người → 인간의 생명.
mạng lưới 망 르어이	*network, system, net* [명] 계통, 조직망, 기구(機構), 장치, 시스템, 조직 (체계).
mạng nhện 망 니엔	*cobweb* [명] 거미집(줄).
manh mối 만 모이	*clue* [명] 단서, 실마리. ※ chưa tìm ra manh mối nào → 어떤 단서도 아직 찾지 못했다.
manh tâm 만 떰	*to intend to, to mean to* [동] ~할 작정이다, ~의 목적을 가지다.
mánh 만	*trick, artifice, ruse* [명] = mánh khóe 계략, 책략.
mánh lới 만 러이	*trick, dodge, gimmick* [명] 계략, 속임수 장치.

mành 만	**1/** *bamboo screen* [명] 대나무 발. **2/** *fine, thin* [형] 가느다란, 홀쭉한. ✻ sợi chỉ mành → 가느다란 실.
mảnh 만	**1/** *piece, bit, splinter* [명] = miếng 조각, 마지기. ✻ 1 mảnh vườn nho nhỏ → 한 마지기의 작은 포도밭. **2/** *thin, slender, slight* [형] 약한, 박약한, 가느다란.
mảnh khảnh 만 코안	*thin, slender, slim* [형] = mảnh dẻ 가느다란, 호리호리한.
mảnh mai 만 마이	*thin* [명] 가느다란, 홀쭉한. ✻ cô ấy có thân hình mảnh mai → 그녀는 가느다란 체형이다.
mảnh vải 만 바이	*piece of cloth* [명] 천조각.
mảnh vỡ 만 버	*debris* [명] 파편, 잔해, 부스러기.
mãnh liệt 만 리엗	*fierce* [형] 격렬한, 강렬한. ✻ tình yêu mãnh liệt → 격렬한 사랑.
mãnh lực 만 륵	*force, power, strength* [명] 힘, 세기. ✻ mãnh lực tình yêu → 사랑의 힘.
mãnh thú 만 투	*fierce and wild beast* [명] 맹수.
mạnh 만	*strong, powerful, vigorous* [형] 강한, 힘 있는.
mạnh bạo 만 바오	*daring, brave, courageous* [형] 용기있는, 대담한.
mạnh dạn	*brave, fearless, bold* [형] 용감한, 무

만 얀	서움을 모르는, 대담 무쌍한. ✱ mạnh dạn phát biểu → 담대히 발표하다.
mạnh khỏe 만 코애	*well, healthy, fit, be in good health* [형] = mạnh giỏi 건강이 좋은, 건강한.
mạnh mẽ 만 매	*strong, powerful* [형] 강한, 강력한.
mạnh miệng 만 미엥	*coming up with a bold opinion* [형] 대담히 이야기 하는.
mạnh tay 만 따이	*high-handed* [형] 대범한, 대담히 행동하는.
mào 마오	*crest, comb* [명] (새, 짐승 등의) 볏, 관모, 도가머리 ✱ mào gà → 닭벼슬.
mào đầu 마오 더우	*preamble, say a few introductory word* [동] 서론을 말하다.
mão (= mẹo) 마오 (매오)	*4th Earthly branch symbolized by the cat* [명] 12지중 네번째, 묘 (卯), 고양이(토끼). ✱ tuổi mão → 고양이(토끼)띠.
mạo 마오	*falsify* [동] …을 위조하다 (giả mạo) ✱ nó mạo chữ ký của giám đốc → 그는 사장의 서명을 위조하다.
mạo danh 마오 얀	*assume another person's name* [동] 명의를 도용하다.
mạo hiểm 마오 히엠	*to adventure, hazard* [동] 위험을 무릅쓰다, 모험하다.
mạo nhận 마오 년	*to assume falsely, claim unduty*

마오 년	[동] 가명을 쓰다.
mát 맡	cool, fresh [형] 시원한, 신선한, 맑은. = mát mẻ.
mát ruột 맡 루옫	feel happy, satisfied, contented [형] = mát lòng, mát dạ 마음에 드는, 만족하는.
mát tay 맡 따이	skillful, skilled [형] 손재주가 있는.
mát xa 맡 싸	massage [동] 마사지, 안마(술).
mát tính 맡 띤	cool-character [형] 성격이 좋은. 성격이 시원시원한.
mạt 맡	very poor, mean [형] 아주 가난한, 빈곤한.
mạt hạng 맡 항	the lowest class/grade [형] 최하급의.
mạt kiếp 맡 끼엡	the end of one's life, ruined, in falure [형] 몰락한, 파멸한. ✴ nghèo mạt kiếp → 극도로 가난하다.
mạt sát 맡 삳	insult, abuse, criticize severely [동] 모욕하다, 창피주다.
mạt vận 맡 번	ill luck, bad luck, be unlucky [형] 운이 나쁜, 불운한.
mau 마우	quick, fast, rapidly [형] 급속한, 조속한, 빠른, 신속한. ✴ thì giờ qua mau →시간은 빨리 흐른다. ✴ có tính mau quên → 빨리 잊어버리다.

✷ mau khô → 빨리 마르다.

mau chóng — *rapid, prompt, quick, fast*
마우 쫑
[형] 빠른, 민첩한, 신속한.
✷ quyết định mau chóng → 신속히 결정하다.

mau lẹ — *agile, nimble, quick*
마우 래
[형] 민첩한, 기민한.

mau lên — *hurry up!* [감] 빨리!
마우 렌

mau mắn — *agile, active, rapid*
마우 만
[형] 빠른, 신속한, 황급한.
✷ mau mắn trả lời → 신속하게 대답하다.

máu — *blood* [명] 피, 혈액.
마우

máu mê — *passion, enthusiasm*
마우 메
[명] 열정, 열광.
✷ máu mê cờ bạc → 도박에 빠지다.

máu mủ — *blood and pus* [명] 피와 고름.
마우 무

máu tham — *cupidity, greediness* [명] 탐욕.
마우 탐

máu thịt — *blood and flesh* [명] 피과 고기
마우 틷

màu (mầu) — *colour* [명] 색, 색조.
마우 (마우)
✷ bạn thích màu nào nhất ? → 어떤 색을 가장 좋아합니까?
✷ màu đen (black) → 검정색.
✷ màu đỏ (red) → 빨강색.

* màu xanh (blue) → 파랑색
* màu xanh lá (green) → 연두색.
* màu trắng (white) → 하얀색
* màu vàng (yellow) → 노랑색.
* màu tím (purple) → 보라색
* màu nâu (brown) → 갈색.
* màu hồng (pink/rosy) → 분홍색.

màu da
마우 야

skin colour [명] 피부색.

màu mè
마우 매

1/ *motley, flashy* [형] = lòe loẹt 잡색의, 얼룩덜룩한.
2/ *mannered, affected, snobblish* [형] = khách sáo 겉치레의, 인사치레의.

màu mỡ
마우 머

fertility, fat [형] 비옥한, 기름진.

màu sắc
마우 삭

colour [명] 색, 색깔.

may
마이

1/ *luck, lucky*
[형] 운이 좋은, 다행한.
2/ *sew, stitch*
[동] 바느질을 하다, (옷을) 맞추다.

may mắn
마이 만

luck, lucky [형] 운이 좋은, 행운의, 운수 좋은.
* chúc may mắn! → 행운을 빕니다.

may ra
마이 라

on the chance of, may be
[부] 운이 좋으면.
* may ra thì thi đậu → 운이 좋으면 시험에 붙었을 것이다.

may rủi

chance, depending on chance

마이 루이	[형] 우연한, 우연에 맡기는. ✻ trò chơi may rủi → 도박성 게임.
may sẵn 마이 산	*ready-made* [형] 기성품의. ✻ cửa hàng bán quần áo may sẵn → 기성품을 파는 옷가게.
may vá 마이 바	*to do needlework, sew and mend* [동] 재봉과 수선을 하다.
máy 마이	*engine, machine* [명] 엔진, 기관, 발동기, 기계, 기계 장치. ✻ máy xay sinh tố → 쥬서기.
máy ảnh 마이 안	*camera* [명] 카메라, 사진기.
máy bay 마이 바이	*aeroplane, airplaine, aircraft* [명] 비행기. ✻ máy bay sắp hạ cánh → 비행기가 곧 착륙한다.
máy ghi âm 마이 기 엄	*tape-recorder* [명] 녹음기.
máy giặt 마이 지앋(얃)	*washer, washing-machine* [명] 세탁기.
máy hút bụi 마이 훋 부이	*vacuum-clearner* [명] 진공청소기.
máy in 마이 인	*printer, printing-machine* [명] 인쇄기.
máy khâu 마이 커우	*sewing-machine* [명] = máy may 미싱, 재봉틀.
máy lạnh 마이 란	*air-conditioned* [명] = máy điều hòa nhiệt độ 에어컨디션.
máy móc 마이 몹	**1/** *machine* [명] 기계, 기계류. **2/** *machinery* [부] 기계적인, 기계의.

máy sấy tóc
마이 서이 똡

hair-dryer [명] 헤어 드라이어.

máy thêu
마이 태우

embroidering-machine [명] 자수기.

máy tính
마이 띤

1/ *calculator* [명] 계산기.
2/ *computer* [명] 컴퓨터.

máy xay thịt
마이 싸이 틷

meat grinder [명] 고기 분쇄기.

mày
마이

1/ *eyebrow, brow* [명] 눈썹.
2/ *you* [대] 당신, 친한 사람이나 아랫사람을 부르는 호칭.
✽ không thầy đố mày làm nên (속담)→스승이 없었다면 당신이 이루어낼 수 없었을 것이다.

mày mò
마이 모

grope (for, after) [동] 찾다, 캐다.
✽ mày mò mãi mới làm được → 끊임없이 찾아서 하다.

mắc
막

1/ *to hang up, suspend* [동] 걸다, 달다, 매달다.
✽ mắc quần áo lên móc → 옷을 옷걸이에 걸다.
✽ mắc võng → 그물침대를 매달다.
2/ *catch* [동] 잡다, 붙들다
✽ mắc bẫy → 덫에 걸리다.
✽ mắc mưa giữa đường → 길에서 비를 만나다.
3/ *contract, suffer* [동] 병을 앓다.
✽ mắc bệnh nặng → 심한 병을 앓다.
4/ *busy, occupied* [형] 바쁜.
✽ mắc bận → 바쁘다.

mắc mưu
막 므우

∗ mắc nói chuyện → 이야기에 바쁘다.

be tricked, be trapped [동] 속다.

mắc nợ
막

to run/fail into debt [동] 빚을 지다.

mặc
막

1/ *to wear, to put on*
[동] (옷을) 입다.
∗ ngày nào nó cũng mặc bộ đồ đó → 언제나 그는 그 옷을 입는다.
2/ *let be, leave alone* = mặc kệ
[동] 내버려두다, 신경쓰지않다.
∗ ai nói gì cũng mặc → 누가 뭐라든지 신경쓰지 않는다.
∗ để mặc nó → 그를 그냥 내버려 둬라.

mặc cả
막 까

bargain, haggle, negotiate
[동] 흥정을 하다.

mặc cảm
막 깜

complex [동/명] 콤플렉스, 강박관념, 강박관념을 가지다.
∗ mặc cảm về lỗi lầm trong quá khứ → 과거의 잘못에 대해 강박관념을 가지다.

mặc dầu
막 어우

though, although [부] = mặc dù 비록...지만, ...하지만.
∗ mặc dầu đói, nhưng vẫn phải giữ tư cách → 비록 굶주렸지만 위신은 지켜야만 한다.

mặc kệ
막 께

let be [동] 내버려두다, 신경쓰지 않다.
∗ mặc kệ nó, muốn làm gì thì làm

→ 그를 내버려두어라, 하고 싶으면 하겠지.

mặc niệm
막 니엠
observe silence, pay homage to sb.'s memory [동] 묵념하다.
✻ 1 phút mặc niệm → 1분간 묵념하다.

mặc sức
막 슥
without restraint [동] 완전히 풀어지다, 방종하다.
✻ mặc sức vui chơi →

mắm
맘
salted fish, pickled fish paste [명] (음식) (새우,생선 따위를 절여 만든) 젓갈, 페이스트.

mắm muối
맘 무오이
spice, fish-sauce and salt [명] (음식) (새우,생선 따위를 절여 만든) 젓갈, 페이스트.
✻ nêm mắm muối cho vừa ăn → 젓갈을 더 넣어 간을 맞추다.

mặn
만
salt, salty [형] 소금기 있는, 짠맛의.

mặn mà
만 마
attractive, passionate [형] 매력있는.
✻ sắc đẹp mặn mà → 매력적인 미모.

mặn nồng
만 농
warm, heartfelt, passionate [형] 따뜻한, 진심어린.
✻ tình cảm mặn nồng → 따뜻한 감정.

măng
망
bamboo shoot/sprout [명] (식물) 죽순.

măng cụt
망 뚣
mangosteen [명] (과실)망고스틴.

măng tô 망 또	*coat* [명] 외투.
măng non 망 논	*tender bamboo-shoot* [명] 1/ 죽순. 2/ *a juvenile, a child* [명] 어린아이.
mắng 망	*reprove, scold* [명] 책망하다, 꾸짖다, 나무라다.
mắng chửi 망 쯔이	*to heap insults on sb* [동] 모욕하다.
mắng nhiếc 망 니엑	*vituperate* [동] 호통치다, 나무라다.
mắt 맏	1/ *eye* [명] (사람/동물) 눈. 2/ *knot(in wood), node* [명] (식물) 마디.
mắt cá 맏 까	1/ *fish's eyes* [명] 물고기의 눈. 2/ *ankle* [명] (해부) (발목의) 복숭아뼈.
mắt hột 맏 혼	*trachoma* [명] (의학) 트라코마, 트라홈.
mắt kính 맏 낀	*eyeglasses* [명] = mắt kiếng 안경알.
mắt lé 맏 래	*squint eyes* [명] = mắc lác (의학) 사팔눈, 사팔뜨기.
mắt xích 맏 씯	*link (of a chain)* [명] (사슬의) 고리.
mặt 맏	1/ *face* [명] 얼굴, 안색. 2/ *side, aspect* [명] 쪽, 면. ✻ xét về mặt hình thức → 형식적인 면으로 판단하다.
mặt bằng 맏 방	*floor, space* [명] 1층, 지면과 만나는 층.

mặt biển 맏 비엔	*sea level, sea surface* [명] 바다의 수면.
mặt đất 맏 덛	*ground, earth's surface* [명] 지면, 지표.
mặt hàng 맏 항	*article, product* [명] 제품, 상품. ✴ có nhiều mặt hàng mới → 신상품이 많다.
mặt khác 맏 칵	*on the other hand* [부] 다른 한편으로는, 반면에.
mặt mày 맏 마이	*face and eyebrow; expression, countenance* [명] 얼굴과 눈썹, 인상, 표정. ✴ mặt mày bơ phờ → 야윈 얼굴.
mặt mũi 맏 무이	*face and nose; physiognomy* [명] 얼굴과 코, 인상, 외형. ✴ mặt mũi xấu xí nhưng lòng dạ tốt → 외모는 못생겼지만 마음은 예쁘다.
mặt nạ 맏 나	*mask* [명] 복면, 가면.
mặt thật 맏 턷	*true face* [명] 진면목. ✴ để lộ bộ mặt thật ra → 진면목이 드러나다.
mặt tiền 맏 띠엔	*front* [명] 정면, 앞면. ✴ mặt tiền của căn nhà → 집의 정면.
mặt trái 맏 짜이	*back, reverse, tails, wrong-side* [형] 이면, 뒷면, 부정적인 면. ✴ mặt trái của cuộc đời → 삶의 어두운 면. ✴ phải nhìn rõ mặt trái của sự việc

→ 반드시 일의 이면을 분명히 보아야한다.

mặt trăng
만 짱
moon, moonlight, lunar [명] 달.

mặt trận
만 쩐
battlefield, front [명] 전쟁터.

mặt trời
만 쩌이
sun, solar [명] 태양, 해.
* mặt trời lặn → 해가 뜨다.
* mặt trời mọc → 해가 지다.

mâm
멈
tray, salver, waiter [명] 쟁반.

mầm
멈
seeds, germ, bud [명] 미생물.

mân mê
먼 메
fell lightly and for long, finger [동] 손가락을 꼼지락 거리다.

mẫn cảm
먼 깜
sensitive [형] 민감한, 예민한, 감각이 있는.

mẫn cán
먼 깐
hard-working, industrious [형] 근면한, 부지런한, 열심인, 노력하는.

mận
먼
plum
[명] (과일)서양자두 (나무), 플럼.

mấp máy
멉 마이
stir, move lightly and quickly [동] 가볍고 빠르게 움직이다.
* mấp máy môi → 입술이 파르르 떨리다.

mấp mé
멉 매
reach almost up to [형] 거의 다다른.
* nước ngập mấp mé thềm nhà → 물이 거의 집문턱까지 차다.

mấp mô
pits and bumps, bumpy [형] 울퉁

mấp mô	불퉁한.
	※ con đường mấp mô → 울퉁불퉁한 길.
mập 멉	fat, obese, plump [형] 뚱뚱한, 살찐, 비만(비대)한.
mập mờ 멉 머	dim, vague, unclear [형] 분명치 않은, 막연한, 모호한. ※ thái độ mập mờ → 모호한 태도.
mất 먿	**1/** *to lose* [자] 잃다, 상실하다. ※ tôi mất chìa khóa rồi → 나는 열쇠를 잃어버렸다. **2/** *to take* [동] (시간의) 들다, 걸리다, 소비되다. ※ từ thành phố về quê tôi phải mất 3 tiếng đồng hồ → 시내에서부터 내 고향까지 3시간은 걸린다. **3/** *to die, pass away* [동] 죽다. ※ cha tôi đã mất từ 10 năm nay → 우리 아버지가 돌아가신지 10년되었다.
mất cắp 먿 깝	stolen [동] 도둑맞다.
mất chức 먿 쯕	to lose one's position [동] 직책을 잃다, 직위를 잃다.
mất công 먿 꼼	lost labour, wasted [동] =phí công 노동력을 낭비하다, 헛수고하다. ※ thật là mất công vô ích! → 정말 헛수고했다!
mất dạy 먿 야이	uneducated, uncultured [형] 교양 없는, 무식한.

mất dấu 먿 여우	*to lose track of sb / sth.* [동] 자취를 잃다.
mất đoàn kết 먿 도안 껟	*disunity, discord* [형] 불일치하는, 단결이 안되는.
mất điện 먿 디엔	*loss of power, power cut* [동] 전원이 꺼지다.
mất giá 먿 지아(야)	*to debased, devalute* [동] 가치를 잃다.
mất gốc 먿 곱	*to forget one's origin* [동] 근본을 망각하다.
mất hết 먿 헫	*lose all* [형] 다 잃은.
mất hồn 먿	*be dumfounded* [동] = mất vía 깜짝 놀라다, 정신을 잃다. * sợ mất hồn! → 무서워서 혼났다!
mất hút 먿 훋	*to disappear, leave no trace* [동] 사라지다.
mất hứng 먿 흥	*to lose all inspiration/enthusiasm* [동] 흥미를 잃다.
mất khách 먿 캇	*to lose one's customers* [동/형] 손님을 잃다. * vì mua bán không trung thực nên dần dần bị mất khách → 정직하게 팔지 않아서 점점 손님을 잃다.
mất kinh 먿 낀	*amenorrhea* [명] (의학) 무월경 (無月經).
mất lòng 먿 롬	*be offence, take offence* [형] 기분이 상한, 감정을 해친.

	✻ mất lòng trước, được lòng sau (속담) → 매도 먼저 맞는 것이 낫다.
mất mát 먿 맏	to lose, looses [동] 느슨해지다, 풀어지다.
	✻ cảm thấy mất mát trong lòng → 마음이 풀어지다.
mất mặt 먿 맏	to lose face [동] 체면이 손상되다, 창피를 당하다.
	✻ làm mất mặt cha mẹ → 부모님의 체면을 손상시키다.
mất mùa 먿 무아	to have a poor crop [동] 수확이 적다, 흉작이다.
mất nết 먿 넫	ill mannered [형] 매너없는.
mất ngủ 먿 응우	to lose sleep [동] 불면증에 걸리다.
mất sức 먿 슥	be exhausted [동] 소모되다, 고갈되다.
mất tăm 먿 땀	gone without leaving any trace [동] 어떤 자취도 없이 가다.
mất tích 먿 띧	missing [동] 행방불명되다.
mất trắng 먿 짱	lose totally [형] 전부 잃은.
mất trí 먿 찌	mad, insane [형] 이성을 잃은, 제정신이 아닌, 미친.
mất trộm 먿 쫌	be robed [동] 강탈당하다, 도둑을 맞다.
mất vía 	be dumfounded [동] = mất hồn 너

먿 비아	무 무서워서 경직되다.
mật 먿	**1/** *honey* [명] 꿀, 화밀(花蜜), 벌꿀. ※ mật ngọt chết ruồi (속담) → 단꿀은 파리를 죽게한다. **2/** *gall, bile* [명] (해부) 담즙. **3/** *secret, confidential* [형] 비밀의, 기밀의. ※ thư mật → 비밀 편지.
mật báo 먿 바오	*to inform (report) secretly* [동] 기밀히 보고하다.
mật độ 먿 도	*density* [명] 밀도.
mật gấu 먿 거우	*bear gall* [명] 웅담, 곰의 담즙, 곰의 쓸개즙.
mật khẩu 먿 커우	*password* [명] 암호말.
mật hiệu 먿 히에우	*secret code, signal* [명] 비밀 신호, 암호.
mật lệnh 먿 렌	*sealed orders* [명] 비밀지령, 봉합명령.
mật mã 먿 마	*cryptography, secret code, cipher* [명] 암호, 암호문.
mật ong 먿 옹	*bee's honey* [명] 벌꿀.
mật thám 먿 탐	*police inspector, investigator spy* [명] 비밀 수사관.
mật thiết 먿 티엗	*close, intimate, near* [형] 친밀한. ※ họ vẫn giữ quan hệ mật thiết với nhau → 그들은 여전히 서로 친밀

	한 관계를 유지하고 있다.
mật vụ 멀 부	*secret agent* [명] 간첩, 첩보부원.
mâu thuẫn 머우 투언	*contradiction, contradictory* [명] 모순.[형] 모순된.
mấu 머우	*node* [명] (식물의) 마디.
mấu chốt 머우 쫃	*key, clue* [명] 실마리, 열쇠, 해답.
mầu 머우	*wonder-working, miraculous* [형] 기적적인, 초자연적인. ✻ phép mầu → 기적.
mầu nhiệm 머우 니엠	*miraculous, magic* [형] 마술의, 기묘한, 놀라운.
mẩu 머우	*bit, small piece* [명] 조각, 토막, 남은 조각. ✻ mẩu tin → (=news) 단신, 토막 뉴스. ✻ mẩu thuốc lá → 담배 꽁초.
mẫu 머우	*model, pattern* [명] 모델, 샘플, 견본. ✻ "hàng mẫu không bán" → 비매 견본품. ✻ người mẫu thời trang → 패션모델.
mẫu đơn 머우 던	*peony* [명] (꽃/식물) 모란, 작약.
mẫu giáo 지아오(야오)	*pre-school education, motherly education* [명] 유치원.
mẫu mực 머우 믁	*model like, examplary* [명] 본, 모델. ✻ ông ấy là 1 người mẫu mực →

그는 표본이다.

mẫu quốc *mother land, mother country* [명] 모국.
머우 꾸얻

mẫu số *denominator* [명] (수학) 분수.
머우 소

mẫu tử *mother and child* [명] 모자(母子).
머우 뜨
✲ tình mẫu tử → 모성애.

mẫu tự *letter, alphabet* [명] 글자, 문자.
머우 뜨

mẫu vật *specimen* [명] 견본, 표본, 시험품.
머우 벋

mậu *the fifth Heaven's stem*
머우 [명] 무(戊), 십간 중 하나.
✲ tháng giêng năm mậu tý → 무자년 1월.

mậu dịch *trade, commerce* [명] 통상, 무역.
머우 잇

mậu dịch viên *sales person*
머우 잇 비엔 [명] 판매원, 점원, 외판원.

mây 1/ *cloud* [명] 구름.
머이 2/ *rattan* [명] 등나무.
✲ ghế mây → 등나무 의자.

mấy 1/ *how many, how much* [부] 얼마
머이 나, 몇의.
✲ hôm nay là ngày mấy? → 오늘이 무슨 요일 입니까?
✲ em mấy tuổi? → 너는 몇살이니?
2/ *a few, several, some* [부] 소수의, 몇의, 약간의.
✲ tôi có mấy việc muốn hỏi bạn →

나는 당신에게 몇가지 질문하고 싶은게 있습니다.

mấy khi
머이 키
rarely, infrequently, seldom [부] = mấy thuở 드물게, 어쩌다가.
✶ chúng tôi bận lắm, mấy khi gặp nhau → 우리는 너무 바빠서 서로 드물게 만난다.

mé
매
side [명] 가장자리, 변두리.
✶ ngồi bên mé sông → 강가에 앉다.

mè
매
sesame [명] 참깨.

mè nheo
매 니애오
importunate
[동] 성가시게 말이 많다.

mè xửng
매 쓩
sesame candy
[명] (식물) 참깨로 만든 사탕.

mẻ
매
1/ *be chipped* [동] 이가 빠지다.
✶ chặt trúng cây đinh làm mẻ lưỡi dao → 못을 쳐서 칼날의 이가 빠지다.
2/ *batch* [명] 한 차례 굽는 양, 1회분.
✶ mẻ bánh này bị khét rồi! → 이번에 구운 빵은 탔다.

mẹ (má)
매 (마)
mother [명] 어머니.

mẹ kế
매 께
step mother [명] = mẹ ghẻ 계모.

men
맨
1/ *ferment, yeast*
[명] 발효균, 효모, 효소.
2/ *glaze, enamel*
[명] 에나멜, 윤내는 약, 유광.

✳ tường nhà tắm lát gạch men → 바닥을 유광 타일로 깔다.

meo meo
메오   *moss, mouldy* [명] 곰팡이.

méo   *deformed, out of sharpe*
매오   [형] 변형된.

méo mó   **1/** *deformed, ill sharped*
매오 모   [형] 변형된.
2/ *be influenced by..*
[동] 영향을 받다, 좌우되다.
✳ méo mó nghề nghiệp → 직업의 영향을 받다.

méo xệch   *out of sharpe, deformed*
매오 쎗   [형] 변형된.
✳ bộ mặt méo xệch → 변형된 외관.

mèo   *cat* [명] 고양이.
매오

mẹo   *trick* [명] 묘기, 기교가 필요한
매오   일, 트릭.

mép   **1/** *mouth's corner* [명] 입가.
맵   ✳ sùi bọt mép → 입에 거품을 물다.
✳ nhếch mép cười → 입가가 올라가다.
2/ *edge* [명] 가, 가장자리, 끝.
✳ quyển sách bị rách ở mép → 책 가장자리가 다 찢어지다.

mẹp   *wallow* [동] 뒹굴다, 몸부림치다.
맵   ✳ nó bị bệnh nằm mẹp suốt cả tuần → 그는 아파서 한주일내내 누워서 몸부림쳤다.

mét   **1/** *metre, meter* [명] 미터(m).

맫	**2/** *to tell tale, report* [동] 고자질하다, 비밀을 폭로하다. **3/** *pale, wan, sallow, livid* [형] 창백한, 핏기없는. ✶ mặt tái mét vì sợ →무서워서 창백해진 얼굴.
mét khối 맫 코이	*square mater* [명] = mét vuông 평방미터.
mê 메	*adore, be keen on sth* [동] 아주 좋아하다, 동경하다, 숭배하다. ✶ mê gái → 여자에 미치다.
mê hoặc 메 호악	*to charm, enchant, misslead* [동] 현혹하다, 미혹하다, 홀리다. ✶ bị mê hoặc bởi lời nói ngon ngọt → 달콤한 말에 현혹되다.
mê hồn 메 혼	*fascinating, enchanting* [형] 매혹적인. ✶ đẹp mê hồn → 매혹적으로 아름답다. ✶ khúc nhạc mê hồn → 매혹적인 선율.
mê ly 메 리	*bewitching, ravishing* [형] 매혹적인.
mê mải 메 마이	*be absorbed in* [동] 몰두하다, 열중하다.
mê man 메 만	*be unconscious, in a coma* [동] 인사불성이 되다, 의식을 잃다.
mê mẩn 메 먼	*be bewitched, charmed* [동] 매혹되다.
mê mệt 메 멛	*be unconscious* [동] 인사불성이 되다, 의식을 잃다.

	✻ nằm mê mệt → 인사불성이 되어 눕다.
mê muội 메 무오이	*dull-witted, obscure* [형] 머리가 둔한, 분명치 않은, 흐릿한.
mê sảng 메 상	*to be delirious, to rave* [동] 헛소리하다, 정신없이 지껄이다. ✻ nó mê sảng suốt đêm → 그는 밤새 헛소리해댔다.
mê say 메 사이	*have a passion for* [동] = say mê 열정을 내다, 정열을 느끼다.
mê tín 메 띤	*be superstitious* [동] 미신에 사로잡히다.
mề 메	*gizzard* [명] (새의) 사낭(砂囊), 모래주머니. ✻ mề gà → 닭의 모래주머니.
mếch lòng 멧 롬	*to be offended, take offende* [동] = mất lòng 감정이 상하다. ✻ chuyện trẻ con làm mếch lòng người lớn → 아이들의 일로 어른들의 감정이 상하다.
mềm 멤	*soft* [형] 부드러운, 유연한, 말랑한.
mềm dẻo 멤 애오	*flexible* [형] 유연한, 나긋나긋한.
mềm lòng 멤 롬	*to soften, to be soft-hearted* [동] 마음씨가 곱다, 인정이 많다.
mềm mại 멤 마이	*supple, pliant* [형] 보들보들한, 부드러운. ✻ làn da mềm mại → 보들보들한 살결.

mềm mỏng 멤 몸	*soft mannered* [형] 나긋나긋한, 상냥한, 싹싹한. ✻ thái độ mềm mỏng → 상냥한 태도.
mềm nhũn 멤 눈	*very soft* [형] 흐늘흐늘한.
mềm yếu 멤 이에우	*soft, feeble* [형] 연약한.
mến 멘	*like, be fond of* [동] 좋아하다.
mến phục 멘 품	*love and admire* [동] 사랑하다.
mến thương 멘 트엉	*to cherish* [동] 귀여워하다, 사랑하다.
mênh mông 멘 몸	*immense, inmeasurable* [형] 매우 큰, 거대한.
mệnh danh 멘 얀	*called, named* [동] 명명하다, 지명하다.
mệnh đề 멘 데	*clause* [명] (문법) 조항, 약관, 조목. ✻ mệnh đề chính → 주조항.
mệnh hệ 멘 헤	*(die, pass away)* [동/형] 죽다, 세상을 떠나다. ✻ nếu tôi có mệnh hệ gì, xin giúp tôi chuyển thư này cho cô ấy → 만약 내가 죽게되면 이 편지를 그녀에게 전해주세요.
mệnh lệnh 멘 렌	*order, instruction* [명] 명령, 지령.
mệnh phụ 멘 부	*lady, mandarin's wife* [명] 부인 (夫人).

mệnh số 멘 소	fate, God's will [명] = mệnh trời 운, 운명, 운수, 팔자, 숙명.
mệt 멛	tired [형] 피곤한, 지친.
mệt đừ 멛 드	exhausted [동] 기진맥진한.
mệt mõi 멛 모이	tired [동] 피곤한, 지친.
mệt nhọc 멛 뇹	tired, toil-worn [형] 일에 지친, 고생한. ✳ làm việc mệt nhọc → 일에 지치다.
mệt xác 멛 싹	wear oneself out [형] 몸이 피로한, 지친. ✳ làm chẳng được gì, chỉ mệt xác! → 일은 되지 않고 몸만 피곤하다.
mếu 메우	have one's mouth distorted [동] 구슬피 울다.
mếu máo 메우 마오	whining [형] 구슬픈. ✳ giọng nói mếu máo → 구슬픈 목소리.
mi 미	eyelash [명] 속눈썹.
mi ca 미 까	mica, acryl [명] 아크릴.
mi crô 미 끄로	microphone [명] 마이크로폰.
mí 미	border, margin [명] 가장자리, 여백.
mí mắt 미 맏	eyelid [명] 눈꺼풀. ✳ mắt một mí → 외꺼풀.

mì 미	*noodle, noodle-soup* [명] (음식) 국수.
mì chính 미 찐	*seasoning, glutamate* [명] 조미료.
mị dân 미 년	*demagogic* [형] 선동자의, 선동적인. * chánh sách mị dân → 선동정책.
mía 미아	*sugar-cane* [명] (식물) 사탕수수.
mỉa 미아	*speak ironically* [동] 비꼬아 말하다, 비아냥거리다.
mỉa mai 미아 마이	*be ironical* [동] 반어적이다, 아이러니컬하다, 풍자적이다. * mỉa mai thay, kẻ xấu lại lớn tiếng bênh vực công lý ! → 얄궂게도 나쁜놈이 법에 큰소리 친다!
miên man 미엔 만	*unceasing, never ending* [형] 끊임없는, 끝이 없는. * suy nghĩ miên man → 끝없는 생각.
miến 미엔	*vermicelli* [명] (음식) 가는 국수, 베르미첼리. * ăn miến gà → 닭고기 가는 국수를 먹다.
miền 미엔	*area, region* [명] 지역, 지대, 구역, 지방. * quê tôi ở miền Nam → 나의 고향은 남쪽 지방 이다.
miền quê 미엔 꾸에	*countryside* [명] 지방, 시골.

miền núi 미엔 누이	*highland, mountainous area* [명] 산간지대.
miễn 미엔	*exempt, free* [동] 면제하다, 무료로 하다. ✶ hàng miễn thuế → 면세품.
miễn bàn 미엔 반	*no comment!* [감] 노코멘트! 아무 할 말이 없다!
miễn cưỡng 미엔 끄엉	*unwilling, indisposed, loath* [형] 마음이 내키지 않는, 마지못해 하는. ✶ miễng cưỡng đứng lên → 마지못해 일어나다.
miễn là .. 미엔 라	*provided that.., on condition that ..* [부] …을 조건으로 하여, …할 경우에.
miễn dịch 미엔 잇	*immunized* [형] 면역된.
miễn phí 미엔 피	*free, free of charge* [형] 무료의.
miễn thuế 미엔 투에	*duty-free* [형] 면세의. ✶ hàng miễn thuế → 면세품.
miếng 미엥	*piece, bit, morsel* [명] 한 조각.
miệng 미엥	*mouth* [명] 입, 구강.
miệng ăn 미엥 안	*mouth to feed* [명] 부양 가족, 식구.
miệng lưỡi 미엥 르어이	*tongue, very talk active* [명] 입과 혀, 빠르고 능숙하게 하는 말. ✶ miệng lưỡi con buôn → 장사꾼의 말.

miết 미엗	**1/** *press (with the fingers)* [동] (손가락으로) 누르다. **2/** *unceasing, ceaseless* [형] 끊임없는. ✴ làm miết từ sáng đến tối → 아침부터 밤까지 끊임없이 일하다.
miệt mài 미엗 마이	*wallow, devote oneself to* [형] ~에 골몰하다, 몰두하다. ✴ miệt mài suy nghĩ → 생각에 몰두하다.
miệt thị 미엗 티	*despite, hold in contempt* [동] 경멸하다, 무시하다.
miêu tả 미에우 따	*describe, outline* [동] 표현하다. 서술하다, 묘사하다.
miếu 미에우	*temple, joss-house* [명] 작은 제단.
mím 밈	*to tighten* [동] 죄다, 조이다. ✴ mím chặt môi lại → 튼튼하게 다시 조이다.
mỉm cười 밈 끄어이	*to smile* [동] 웃다, 미소짓다.
mìn 민	*mine* [명] 지뢰, 수뢰.
mịn 민	*fine* [형] 멋진, 좋은, 훌륭한.
mịn màng 민 망	*fine, silky* [형] 부드러운. ✴ làn da mịn màng → 부드러운 피부.
minh bạch 민 밧	*clear* [형] 명백한.

minh họa 민 호아	*illustrate* [동] 삽화를 넣다.
minh mẫn 민 먼	*perspicacious, quick minded and clear headed* [형] 총명한. * đầu óc minh mẫn → 총명한 머리.
minh oan 민 오안	*to disculpate, to justify* [동] 무죄임을 증명하다.
mình 민	1/ *body* [명] 몸, 신체, 육체. 2/ *I, me* [대] (가까운 사람과 말할 때) 나는, 나에게, 나의.
mình mẩy 민 머이	*body, trunk* [명] 몸, 신체, 육체. * mình mẩy đau nhức → 몸이 쑤시고 아프다.
mít 믿	*jackfruit* [명] (과일) 재크후르츠.
mít tinh 믿 띤	*metting* [명] 모임, 회, 미팅.
mít ướt 믿 으얻	1/ *jackfruit* [명] (과일) 재크후르츠. 2/ *quick to cry* [형] 잘 우는.
mịt 믿	*completely dark* [형] 해질무렵 * tối mịt → 아주 어두운.
mịt mù 믿 무	*far away and dark* [형] 어렴풋한.
mó 모	*touch* [동] 대다. * việc đó tôi không mó tay vào là không xong ! → 그 일은 내가 손을 대지 않으면 끝나지 않는다!
mò 모	1/ *at random, at a guess* [동] 닥치는 대로, 되는 대로. * nói mò → 되는 대로 말하다.

	2/ *grope for (in water or in dark)* [동] (물속이나 어둠속에서) 손으로 더듬다.
mỏ 모	**1/** *beak* [명] (새/닭의) 부리. **2/** *mine* [명] 광산, 탄광, 광구. ✱ mỏ than, mỏ vàng → 탄광, 금광.
mõ 모	*wooden bell* [명] 목탁.
móc 몹	**1/** *hook* [명] ① 갈고리, 고리, 호크. ② 낚싯바늘, 덫. **2/** *to hang up* [형] = mắc 걸다, 달다.
móc áo 몹 아오	*coat-hanger, clothes-hanger* [명] 옷걸이, 행거.
móc ngoặc 몹 응오악	*to be in cahoots with sb.* [동] ~와 결탁되다, 공모하다.
móc nối 몹 노이	*to get in touch with sb., make contact with* [동] ~와 연락하다, 접촉하다.
móc túi 몹 뚜이	*to pick sb's pocket* [동] 소매치기하다.
mọc 몹	*grow, rise, spring up* [동] 나다, 뜨다, 자라다. ✱ mặt trời mọc ở hướng đông → 해가 동쪽에서 뜨다.
mọc răng 몹 랑	*to teethe* [동] 이가 나다.
mọc rễ 몹 레	*to root (become firmly fixed)* [동] 뿌리박다.
mọc sừng 몹 승	*to be cuckolded, be a cuckold* [동] (남편이) 부정을 저지르다.

moi 모이	*to pull out, dig up, to extract* [동] 파헤치다, 뽑다.
moi móc 모이 목	*to run down, rummage* [동] 뒤지다, 파헤치다.
mỏi 모이	*get tired, weary* [형] 지친, 피곤한, 아픈, 절이는. ✳ mỏi chân → 다리가 절이다.
mỏi lưng 모이 릉	*break one's back* [동] 등이 쑤시다.
mỏi mắt 모이 맏	**1/** *tire one's eyes* [형] 눈이 아프도록. **2/** *tired from waiting* [형] 기다리다 지친. ✳ chờ mỏi mắt mà vẫn không thấy kết quả → 기다리다가 지쳤는데도 여전히 결과가 안나왔다.
mỏi mệt 모이 멛	*weary, tired, fatigue* [형] 지친, 피곤한, 아픈, 절이는.
mỏi mòn 모이 몬	*wait in desperation* [형] 절망의, 자포자기의. ✳ chờ đợi đến mỏi mòn → 자포자기 할때까지 기다리다.
mọi 모이	**1/** *all, every* [관] 모든, 전부의. ✳ mọi người đã có mặt đầy đủ → 모든사람들이 다 참석했다. **2/** *slave* [명] 노예.
mọi rợ 모이 러	*barbarian* [형] 야만스러운, 미개의, 야만(인)의, 교양없는.
móm 몸	*having no teeth, toothless* [형] 이가 없는, 이가 빠진.

mõm 몸	*top, peak* [명] 뾰족한 끝, 정상. ✷ mõm đá / mõm núi → 돌의 끝, / 산 정상.
mõm 몸	*muzzle, mouth (of animal)* [명] (동물) (개, 말 등의) 주둥이. ✷ mõm chó / heo / bò … → 개의 주둥이 / 돼지주둥이..
mon men 몬 맨	*approach with small steps* [동] 조심스럽게 차차 다가오다.
món 몬	*dish, small mass, amount* [명] 음식, 작은 덩어리. ✷ món ăn → 음식, 요리. ✷ món khai vị → 에피타이저. ✷ món (ăn) nào cũng ngon → 어떤 음식이든지 역시 맛있다. ✷ một món quà quí giá → 귀한 선물.
mòn 몬	*wear, wear out* [형] 닳아지게 하는. ✷ nước chảy đá mòn (속담) → 물이 흘러 바위가 닳다.
mòn mõi 몬 모이	*wear out gradually* [형] 차차 닳아지게 하는. ✷ mòn mõi chờ đợi → 기다리다 지치다.
mọn 몬	*very small, tiny* [형] 작은. 조그마한. ✷ món quà mọn → 조그마한 선물.
mong 몽	*hope, wish, wait* [동] 고대하다, 기대하다, 바라다.
mong chờ 몽 쩌	*to await, to expect* [동] = mong đợi 오래 기다리다, 고대하다.
mong manh	*fragile, slender, slim, short lived*

몸 만	[형] = mỏng manh 부서지기 위운, 박약한, 연약한. ✷ hạnh phúc mong manh → 깨어지기 쉬운 행복.
mong mỏi 몸 모이	*cherish, hope (for), look forward to* [동] 품다, 바라다, 희망하다.
mong muốn 몸 무온	*to want, to desire* [동] 희망하다, 원하다, 바라다.
mong nhớ 몸 녀	*miss, think of, longing* [동] 그리다, 갈망하다.
mong ước 몸 으억	*to wish, to expect* [동] 바라다, 고대하다.
móng 몸	**1/** *nail, fingernail, toenail* [명] 손톱, 발톱. ✷ cắt móng tay → 손톱을 깎다. **2/** *foundation* [명] 기초, 기반, 토대, 기본. ✷ xây móng nhà → 집의 기반을 세우다.
mỏng 몸	*thin* [형] 두께가 얇은.
mỏng dính 몸 인	*very thin* [형] 매우 얇은.
mỏng manh 몸 만	*fragile, delicate, light and thin* [형] 깨어지기 쉬운, 연약한. ✷ hy vọng mỏng manh → 깨어지기 쉬운 행복.
mỏng tanh 몸 딴	*utterly thin* [형] 완전히 얇은. ✷ ăn mặc quần áo gì mà mỏng tanh → 너무 얇은 옷을 입다.

mọng 몽	*sappy, juicy, succulent* [형] chứa nhiều nước 수액이 많은, 즙이 많은. ✽ trái cà chua chín mọng → 즙이 많은 토마토.
móp 몹	*sunken, deformed* [형] 변형된.
mót 몯	1/ *to glean (com)* [동] 줍다. ✽ ăn mót → 주워먹다. ✽ mót lúa → 볍씨를 줍다. 2/ *desire, want, need* [동] 용변보기를 요구하다. ✽ cháu bé mót tiểu → 아이가 소변보길 원한다.
mọt 몯	*wood-borer* [명] (곤충) 천공충, 나무좀.
mọt sách 몯 삿	*bookish person* [명] 실제와는 거리가 멀고 책만 보는 사람, 샌님.
mô 모	*mound* [명] 흙무더기. ✽ ngồi bên mô đất giữa đồng → 들한복판의 흙더미 곁에 앉다.
mô đen 모 댄	*model, modern* [형] 최신식의, 현대적인.
mô hình 모 힌	*model, mock-up* [명] 모형. ✽ sẽ xây cất theo mô hình này → 이 모형대로 건설할것이다.
mô phạm 모 팜	*pedantry* [명] 모범.
mô phỏng 모 폼	*imitate, copy, reproduce* [동] 모방하다.
mô tả	*describe* [동] 묘사하다.

mô tơ 모 떠	*motor* [명]모터, 발동기, 원동기.
mồ 모	*tomb, grave* [명] = mồ mả 무덤, 매장 장소, 묘(廟),
mồ côi 모 꼬이	*to be orphaned* [동] 고아가 되다.
mồ hôi 모 호이	*sweat, perspiration* [명] 땀, 땀 흘림, 발한.
mồ mả 모 마	*graves, tombs* [명] 무덤, 매장 장소, 묘(廟),
mổ 모	**1/** *to kill, slaughter* [동] (가축을) 도살하다. **2/** *to operate* [동] 해부하다, 수술하다. **3/** *to peck* [동] (닭,새가) 쪼다, 쪼아먹다.
mổ xẻ 모 쌔	*to dissect, to analyze* [동] 분석하다, 해부하다.
mộ 모	*tomb, grave* [명] = mồ 무덤, 매장 장소, 묘(廟),
mộ bia 모 비아	*tombstone, gravestone* [명] 묘석, 묘비.
mộ đạo 모 다오	*devout, religious, godfearing* [형] 독실한, 믿음이 깊은.
mốc 몹	**1/** *landmark* [명] 경계표. **2/** *mould, mouldy* [형] 곰팡이 핀, 곰팡내 나는.
mốc meo 몹 매오	*thickly covered with mould* [형] 곰팡이 핀.

mốc thếch 몹 텟	gray with mould [형] 회색 곰팡이가 핀, 케케묵은.
mộc 몹	wood [명] 나무, 재목, 목재.
mộc mạc 몹 막	simple, rustic, plain [형] 간단한, 단순한, 꾸밈없는, 자연스러운.
mộc nhĩ 몹 니	cat's ear, peziza [명] (식물) =nấm mèo 목이버섯, 버섯의 일종.
môi 모이	1/ lip [명] 입술. 2/ soup ladle [명] 수프를 뜨는 국자.
môi giới 모이 지어이(여이)	1/ intermediary [명] 중재(중개, 매개)자. 2/ to mediate [동] 조정하다, 중재하다, 중개하다.
môi trường 모이 쯔엉	environment [명] 환경, 자연환경.
mối 모이	1/ white ant, termite [명] (곤충) 흰개미. 2/ knot, end [명] (실.줄 따위의) 끝, 매듭. ✽ mối dây → 줄의 매듭. 3/ match maker [명] (사람) 중개인, 중매인.
mối hàng 모이 항	customer, client, patron [명] 손님, 고객, 단골 손님.
mối lái 모이 라이	act as a match makers [명] 중매.
mối thù 모이 투	animosity, enmity [명] 적의, 악의.

mối tình 모이 띤	*the love* [명] 사랑. ✳ mối tình đầu → 첫사랑.
mỗi 모이	*each, per, every* [부] 각자의, 각기.
mồm 몸	*mouth* [명] = *miệng* 입, 구강.
mồm mép 몸 맵	*tongue, gift of the gad* [형] 수다스러운.
môn 몬	*subject* [명] 교과, 학과, 과목.
môn bài 몬 바이	*license* [명] 면허장.
môn học 몬 홉	*subject, academic discipline* [명] 교과, 학과, 과목.
môn thi 몬 티	*exam subject* [명] 시험과목.
mồn một 몬 몯	*clearly, very clear* [형] 뚜렷한, 명확한. ✳ nhớ rõ mồn một → 뚜렷히 기억하다.
mông mênh 몸 멘	*limitless, immense* [형] 무한한, 이루헤아리수 없는.
mông quạnh 몸 꾸안	*immense and deserted* [형] 인적이 끊긴 거대한. ✳ giữa cánh đồng mông quạnh → 인적이 끊긴 광대한 들판.
mộng 몸	*dream* [명] 꿈.
mộng mơ 몸 머	*deam-like* [형] = mơ mộng 꿈 같은.

mộng tưởng 몽 뜨엉	*fantastic dream* [명] 환상, 공상.
mốt 몯	*mode, fashion* [명] 방법.
một 몯	*one, an, a, first* [명] (숫자) 1, 일, 하나.
một chút 몯 쭏	*a little, a moment* [명] 잠시, 잠깐, 순간. ✻ chờ một chút ! → 잠깐만 기다려라! ✻ cho (nêm) thêm một chút muối vào nồi → 소금을 약간 더 넣다.
một đôi 몯 도이	**1/** *a pair* [명] 한 쌍의, 한 짝의. ✻ mua một đôi giày → 신발 한 켤레를 사다. ✻ lấy dùm tôi đôi đũa → 젓가락 좀 주세요. **2/** *a couple, twin* [명] = một cặp 2 개, 두 사람. ✻ một đôi vợ chồng lý tưởng → 이상적인 한 쌍의 부부.
một hôm 몯 홈	*one day* [부] 어느날에.
một hơi 몯 허이	*at a stretch, in one gulp* [동] 한 번에, 단숨에. ✻ uống 1 hơi cạn ly → 한 잔을 단숨에 마시다.
một lòng 몯 롬	*whole-heartedly* [형] 온마음으로, 진심으로.
một lát 몯 랃	*while, a moment* [부] 찰나, 순간, 단시간, 한때.

✳ xin đợi một lát! → 잠시만 기다리세요!

một lúc
몯 룩

at the same time [부] 동시에, 한번에.
✳ nó có thể ăn một lúc 10 trái chuối! → 그는 한번에 10개의 바나나를 먹을 수 있다.

một lượt
몯 르얻

at once, together, at the same time [부] 함께, 같이, 동시에.
✳ nó đi một lượt với anh nó → 그는 그의 형과 동시에 가다.

một mạch
몯 맏

in the same breath [부] 단숨에.
✳ nó chạy một mạch về nhà → 그는 단숨에 집으로 달려갔다.

một mặt
몯 맏

one side, the other side [부] 한쪽으로는, 한면으로는.

một mình
몯 민

alone, by oneself [부] 스스로, 혼자서, 홀로.
✳ cô ấy sống một mình → 그녀는 혼자 산다.

một mực
몯 묵

stead fastly [부] 완강하게,
✳ nó một mực nói không biết → 그는 완강하게 모른다고 말하다.

một nửa
몯 느아

a half [명] (1/2) 반, 반절.

một phần
몯 펀

a partial [명] 일부분, 한부분.

một số
몯 소

a few, some, certain, a number of [부] 일부의, 몇몇의, 약간의.
✳ có một số người vắng mặt → 몇몇 사람이 결석했다.

một phần tư 몯 펀 뜨	a quarter, fourth [명] (1/4) 4분의 1. ✳ một phần tư cái bánh → 케일의 4분의 1.
một thể 몯 테	at the same time, same occasion [부] 동시에, 같은 경우에. ✳ chờ tôi về một thể! → 기다려라 같이 가자!
một thoáng 몯 토앙	glimpse, a short moment [형] (시간) 짧은, 잠시의.
một vài 몯 바이	a few, several, some [부] = một số 일부의, 몇몇의, 약간의.
mơ 머	1/ apricot [명] (과실) 살구(나무). 2/ to have a dream, to dream [동] 꿈을 꾸다, 꿈꾸다.
mơ hồ 머 호	vague, equivocal, ambiguous [형] 모호한, 확실치 않은, 애매한.
mơ màng 머 망	to dream, to day-dream [동] 꿈을 꾸다, 몽상하다.
mơ mộng 머 몸	to be loss in day-dream [동] 몽상하다.
mơ tưởng 머 뜨엉	to miss, to dream [동] 꿈을 꾸다, 몽상하다.
mơ ước 머 으억	to wish, to dream [동] 꿈을 꾸다, 바라다.
mớ 머	1/ pile, mass [명] 한 묶음. ✳ ra chợ mua 1 mớ rau → 시장에 가서 야채 한 묶음을 사다. 2/ to talk, shout in one's sleep [동] 잠꼬대하다.
mờ	grow dim, lose its lustre [형] (눈이)

머	점점 희미해지는, 점점 흐려지는, 점점 시력을 잃는. ✲ mắt cô ấy mờ lệ → 그녀의 눈은 점점 시력을 잃는다.
mờ ám 머 암	*dubious, shady, fishy* [형] 명백하지 않은, 수상쩍은, 의심스러운.
mờ mịt 머 밑	*dark, gloomy, uncertain* [형] 어두운, 희망이 없는, 불확실한. ✲ tương lai mờ mịt → 어두운 미래.
mờ nhạt 머 냗	*faded* [형] 시든.
mờ ảo 머 아오	*ethereal, vaporous* [형] 자욱한, 희미한. ✲ nó chìm trong ánh sáng mờ ảo của vũ trường → 그는 댄스홀의 뿌연 불빛속으로 들어갔다.
mở 머	1/ *open* [동] (문)열다,(눈을)뜨다. ✲ mở cửa ra! → 문을 열어라! 2/ *to turn on, switch on* [동] 켜다. ✲ mở TV ra xem → 텔레비전을 켜고 보다. 3/ *start, establish, begin, set up* [동] 시작하다, 출발하다. ✲ mở cửa hàng → 가게를 열다. 4/ *to hold, organize* [동] 조직하다. ✲ mở một cuộc họp → 회의를 열다.
mở đầu 머 더우	*begin, start* [동] 시작하다, 개시하다, 착수하다.
mở đèn 머 댄	*to switch, turn on the light* [동] 전등을 켜다.
mở đường	*initiate, clear the way*

머 드엉	[동] 길을 열다, 일으키다.
mở hàng 머 항	*to make the first purchase in the day from sb.* [동] 개시하다.
mở khóa 머 코아	*to unlock* [동] 자물쇠를 열다.
mở màn 머 만	**1/** *raise the curtain* [동] 커튼을 젖히다. **2/** *begin, start* [동] 시작하다.
mở mang 머 망	*develop, expand, broaden* [동] 확장하다, 넓히다. ✶ mở mang kiến thức → 지식을 넓히다.
mở toang 머 또앙	*open wide* [동] 넓게 열다, 활짝 열다. ✶ mở toang cánh cửa ra → 문을 활짝 열다.
mỡ 머	*fat, lard, grease* [명] (돼지, 물고기) 지방, 비계, 기름.
mợ 머	*aunt maternal, uncle's wife* [명] 외숙모.
mới 머이	**1/** *new, fresh* [형] 새로운, 신선한. ✶ mặc áo mới → 새옷을 입다. **2/** *only… can* [부] ~해야만 ~ 할수 있다. ✶ phải chăm học mới thi đỗ (đậu) được → 열심히 공부해야만 시험에 붙을수 있다.
mới lạ 머이 라	*new and strange, new-fangled, novel* [형] 새롭고 낯선, 새로운, 최신의. ✶ không có gì mới lạ xảy ra → 새

로운 일이 없다.

mới lớn *adolescent* [형] 청춘기의.
머이 런

mới mẻ *fresh* [형] 갓 만든, 새로이.
머이 매

mới nở *new-hatched, new-blown(flower)*
머이 너 [형] 갓 깨어난, 갓 피어난.

mới nổi *emergent, upstart*
머이 노이 [형] 신흥의, 신생의.

mới rồi *lately, recently* [부] = mới vừa rồi
머이 로이 요즈음.

mới tinh *fresh, completely new* [형] = mới
머이 띤 nguyên = mới toanh 소박한, 청순한, 자연그대로의.

mời *invite* [동] 초청하다, 초대하다.
머이

móm *feed from one's mouth*
멈 [동] 입으로 먹이를 주다.
※ chim mẹ móm mồi cho chim con → 어미새가 입으로 새끼새에게 먹이를 주다.

mơn mởn *in the prime of youth, freshly*
먼 먼 [형] 신선한, 싱싱한.
※ cây lá xanh mơn mởn → 싱싱한 푸른 나뭇잎.

mơn trớn *caress, fondle, pet*
먼 쩐 [동] 귀여워하다, 애지중지하다.

mù *blind, sightless* [형] 눈먼, 장님의
무 ※ trường mù → 맹인학교.

mù chữ *illiterate, analphabetic* [형] 글자를

무 쯔	쓸줄 모르는, 문맹의.
mù lòa 무 로아	*blind* [형] 눈먼, 장님의.
mù mịt 무 밑	*very dark, very gloomy* [형] = mờ mịt 매우 어두운. ⁕ trời tối mù mịt → 매우 깜깜한 밤하늘.
mù mờ 무 머	*vague, confusing* [형] 모호한, 막연한, 애매한. ⁕ hiểu mù mờ → 애매하게 이해하다.
mù quáng 무 꽝	*blind* [형] 눈먼. ⁕ tình yêu mù quáng → 눈먼 사랑.
mù tịt 무 띧	*(be) completely un-aware, utterly ignorant* [형] 완전히 무지한. ⁕ về mặt tin học, tôi hoàn toàn mù tịt → 전산학 부분에서는 나는 완전히 무지하다.
mủ 무	1/ *pus, matter* [명] 고름. 2/ *latex* [명] 라텍스, 유액(乳液).
mũ 무	*hat, cap* [명] = nón (남부말) 모자, 캡.
mụ 무	1/ *midwife* [명] 산파, 조산사. 2/ *old hag* [명] 노파.
mua 무아	*to buy, purchase* [동] 구입하다, 사다.
mua bán 무아 반	*to do business, deal* [동] 매매하다, 장사하다.
mua chuộc 무아 쭈옥	*to bribe, corrupt, to buy off* [동] 뇌물로 매수하다.

mua sắm 무아 삼	*shopping* [동] 쇼핑하다.
mua vui 무아 부이	*to have fun, to enjoy oneself* [동] 즐기다.
múa 무아	*to dance* [동] 춤을 추다, 댄스를 하다.
múa lân 무아 런	*lion dances* [동] 사자춤을 추다.
múa rối 무아 로이	*puppetry play* [명] 인형극.
múa rối nước 무아 로이 느억	*water puppetry* [명] 수중 인형극.
mùa 무아	*season, crop* [명] 계절, 철, 절기.
mùa cưới 무아 끄어이	*wedding season* [명] 결혼시즌.
mùa màng 무아 망	*harvest crop* [명] 추수기, 수확기.
múc 뭅	*to scoop (water)* [동] 퍼내다.
mục 뭅	**1/** *section, column, item, head* [명] 구분, 항목. ✷ mục quảng cáo → 광고란. ✷ mục rao vặt → 매매란. ✷ mục tin tức → 소식란. **2/** *rotten, decaying* [형] = mục nát 썩은, 부패한.
mục đích 뭅 딧	*purpose, aim* [명] 목적, 목표, 계확, 의도.
mục kích 뭅 낏	*witness* [동] 목격하다,

mục lục
뭅 룹

contents, index [명] 내용, 기사.

mục sư
묻 스

parson, pastor [명] 목사.

mục tiêu
뭅 띠에우

target, aim, goal, objective
[명] 목적, 목표.
✳ đạt mục tiêu → 목표를 세우다.

mục từ
뭅 뜨

dictionary entry [명] 단어.
✳ quyển từ điển này có hơn 3 ngàn mục từ → 이 사전은 3천 단어 이상 수록되었다.

mui
무이

cover, top, roof, hood, dome
[명] 덮개, 천장.
✳ mui xe → 자동차 천장.

múi
무이

segment section
[명] 잘라낸 부분, 한쪽, 조각.
✳ múi cam → 오렌지 한쪽.

mùi
무이

1/ *smell, odour* [명] 냄새, 향기.
2/ *8th earthly branch, symbolized by the sheep, goat* [명] 12지중 여덟번째, 미(未), 양.
✳ tuổi mùi → 양띠.

mùi vị
무이 비

taste (of a dish) [명] 맛, 미각.

mủi lòng
무이 롬

to feel pity / compassion [동] 불쌍히 여기다, 측은히 여기다.

mũi
무이

1/ *nose* [명] (사람/동물) 코.
2/ *toe (-cap)* [명] (신발 따위의) 끝, 콧등.

	✴ mũi giày → 구두의 코.
mũi đất 무이 덛	*cape* [명] 곶, 갑.
mũi khâu 뭉 커우	*stitch* [명] 한 땀, 한 코, 한 바늘.
mũi kim 무이 낌	*point of a needle* [명] 바늘코, 바늘끝.
mũi tàu 무이 따우	*prow* [명] 뱃머리.
mũi tên 무이 뗀	*arrow* [명] 화살표, 화살.
mũi tiêm 무이 띠엠	*injection* [명] = mũi thuốc chích 주입, 주사.
mủm mĩm 뭄 밈	*chubby, plump* [형] 토실토실한, 포동포동한. ✴ thằng bé rất mủm mĩm dễ thương → 아기가 매우 토실토실하고 귀엽다.
mụn 문	*acne, pimple, black-head* [명] 여드름.
muối 무오이	1/ *salt* [명] 소금, 식염. 2/ *pickle* [동] 소금으로 절이다.
muối tiêu 무오이 띠에우	*pepper and salt* [명] 후추과 소금.
muồi 무오이	*ripe* [형] 익은, 성숙한. ✴ chuối chín muồi → 잘익은 바나나.
muỗi 무오이	*mosquito* [명] 모기.
muôn 무온	*ten thousand* [명] (숫자) 일만(萬), 10,000.

muôn đời 무온 더이	*for ever* [부] = muôn kiếp, muôn thuở 만세토록, 영원토록.
muôn năm 무온 남	*long live* [명] 만세.
muôn thuở 무온 투어	*for all time* [형] 영원한, 무궁한.
muôn vàn 무온 반	*boudless, uncountable amount of* [형] 무수한, 셀수없는.
muốn 무온	*desire, want, wish* [동] 바라다, 원하다.
muộn 무온	*late* [형] 말기의, 늦은.
muộn màng 무온 망	*tardy, very late, late in life* [형] 늦은.
mút 묻	*suck* [동] 빨다.
mụt 묻	*boil, abscess* [명] (의학) 농양, 종기.
mụt lẹo 묻 래오	*sty* [명] (의학) 다래끼.
mưa 므아	*rain* [명] 비.
mưa dầm 므아 염	*lasting rain* [명] 계속해서 내리는 비.
mưa phùn 므아 푼	*drizzle* [명] 이슬비.
mưa rào 므아 라오	*shower* [명] 소나기.
mửa 므아	*vomit, throw up* [동] 토해내다, 구보하다.

mức 믁	*level, degree* [명] 정도, 급, 계급.	

mức độ 믁 도 — *set standard, limit* [명] 수준, 정도, 범위.

mức sống 믁 솜 — *living standard* [명] 생활수준.

mực 믁 — **1/** *cuttle fish* [명] (동물) 오징어. **2/** *ink* [명] 잉크.

mực ống 믁 옴 — *squid* [명] 오징어.

mực thước 믄 트억 — *exemplary, model* [형] 모범적인, 본이되는.

mừng 믕 — *to be glad, pleased, happy* [동/형] 좋아하다, 기쁘다, 행복한, 즐거운.

mừng hụt 믕 훋 — *celebrate in vain* [동] 헛되이 기뻐하다.

mừng rỡ 믕 러 — *happy, glad* [동/형] 기뻐하다, 행복한.

mừng thầm 믕 텀 — *feel a secret joy* [동/형] 진심으로 즐거워하다.

mừng tuổi 믕 뚜오이 — *express new year's day wishes* [동] 세배돈을 주다.

mươi 므어이 — *ten, about ten* [명] (숫자) 10, 십.
✽ khoảng mươi ngày (độ 10 ngày) → 약 열흘.

mười 므어이 — *ten* [명] (숫자) 10, 십.

mướn 므언 — *to hire, rent, engage, employ* [동] 빌려주다, 임대하다, 고용하다.

mượn 므언 — *to borrow* [동] ① 빌리다 ② 쓰다,

므언 사용하다, 이용하다.

mương *ditch, irrigation canal*
므엉 [명] 배수로, 도랑.

mường tượng *remember vaguely, imagine* [동] 모
므엉 뜨엉 호하게 기억하다, 상상하다.

mướp *loopah, luffa* [명] (식물)수세미외.
믑

mướp đắng *bitter melon, colocynth*
믑 당 [명] (식물) 콜로신스.

mướt *sweat profusely*
믇 [형] (땀에) 풍덩 젖은.
✶ làm mướt mồ hôi mới xong → 땀에 풍덩 젖어서야 끝이 났다.

mượt *glossy* [형] 윤기있는, 매끄러운.
믇

mượt mà *velvety, smooth*
믇 마 [형] 순한, 부드러운, 매끄러운.
✶ giọng hát mượt mà → 감미로운 노랫소리.
✶ mái tóc mượt mà → 매끄러운 머리카락.

mứt *jam, suger coated fruit* [명] 과일
믇 또는 열매를 말려 달게 만든 캔디 또는 잼.

mưu *a trick* [명] 속임수, 음모.
므우

mưu cầu *see to, seek* [동] 생각하다, 고려하다.
므우 꺼우 ✶ mưu cầu danh lợi cá nhân → 개인의 이익을 고려하다.

mưu đồ *try to obtain by intrigue* [동] 계략을

므우 도	꾸미다, 음모를 꾸미다.
mưu kế 므우 께	*scheme* [명] 계획, 기획.
mưu mẹo 므우 매오	*plain and strategy* [명] 계획, 기획.
mưu mô 므우 모	*design* [명] 계획하다, 계략을 세우다. ✳ phá vỡ mưu mô đen tối của địch thủ → 적의 검은 계략을 파괴하다.
mưu sát 므우 삳	*attempted assassination* [동] 모살하다. ✳ tội mưu sát → 모살죄.
mưu tính 므우 띤	*premeditate* [동] 미리 계획하다, 미리 꾀하다.
mưu toan 므우 또안	*attempt, contrive* [동] 시도하다.
mưu trí 므우 찌	*clever and resourceful* [명] 영리, 총명.
Mỹ 미	*Ametica, US* [명] 미국. ✳ anh chị tôi sống ở Mỹ → 제 누나와 형은 미국에 삽니다.
mỹ nhân 미 년	*beautiful lady(girl)* [명] 미인.
mỹ nhân ngư 미 년 응으	*a mermaid, siren* [명] (신화) 인어.
mỹ phẩm 미 펌	*cosmetic, beauty product* [명] 화장품.
mỹ thuật 미 투얻	*fine art* [명] (회화, 조각, 공예 따위) 미술.
mỹ viện 미 비엔	*beauty salon, beauty shop* [명] 미장원.

N - n

n	*the 16th letter of the VN alphabet.* 베트남어 알파벳 중 16번째 자.
na 나	*custard apple* [명] 번지과의 식물, (과실) 커스터드 사과.
nạc 낙	*lean* [형] 기름기가 적은. ✶ thịt nạc → 살코기.
nách 낫	*armpit, side* [명] (해부) 겨드랑이.
nai 나이	*sambar deer* [명] (동물) 사슴.
nai tơ 나이 떠	**1/** *fawn, young deer* [명] 아기 사슴. **2/** *naïve, innocent* [형] 순결한, 청순한.
nái 나이	*female of certain animals* [형] 동물의 암컷. ✶ heo nái (*female pig, sow*) → 암퇘지.
nài 나이	*entreat* [동] 간청하다, 애원하다, 요청하다. ✶ kêu nài → 호소하다. ✶ van nài → 애원하다.
nài ép 나이 앱	*to force, to compel* [동] 강제하다.
nài nỉ 나이 니	*entreat insistently, to implore* [동] 애원하다, 간청하다.

nải 나이	*hand of bananas* [명] 바나나 다발. ✳ mua 1 nải chuối → 바나나 한다발을 사다.
nam 남	**1/** *son, male, man* [명] 아들, 남자. **2/** *south* [명] 남쪽. ✳ gió Nam → 남풍. ✳ miền Nam Việt Nam → 남부 베트남.
nam châm 남 쩜	*magnet* [명] 자석, 자철광.
nam giới 남 지어이(여이)	*mankind, male, stronger sex* [명] 남자, 남성.
nam nữ 남 느	*men and women, unisex* [명] 남녀.
nam sinh 남 신	*schoolboy* [명] 남학생.
nam tính 남 띤	*male sex* [형] 남성
nám 남	*to burnt* [형] = rám 탄, 그을은, 덴.
nạm 남	*inlay, encrust* [동] 박아넣다, 상감하다. ✳ chiếc vòng nạm kim cương → 팔찌에 다이아몬드를 박아넣다.
nan giải 난 지아이(야이)	*hard to solve* [형] 난해한. ✳ 1 vấn đề nan giải → 난해한 문제.
nan hoa 난 호아	*spoke* [명] (바퀴의) 살.
nan y 난 이	*difficult to cure* [형] 난치의. ✳ mắc bệnh nan y → 난치병.

nán 난	*to stay on* [동] 머무르다. ✷ nán lại chơi vài hôm → 며칠 머무르며 놀다.
nản 난	*loose heart, discouraged* [동] 낙담하다, 낙심하다. ✷ thắng không kiêu, bại không nản (속담) → 승리하면 자랑하지 말고, 실패하면 낙심하지 마라.
nản chí 난 찌	*be dispirited* [동] 낙담하다, 낙심하다. ✷ thất bại nhưng không nản chí → 실패했으나 낙심하지 않다.
nản lòng 난 롬	*be discouraged* [동] 낙담하다, 낙심하다.
nạn 난	*disaster, danger* [명] = tai nạn 위험. 재난. ✷ tai qua nạn khỏi → 재난이 지나가다. ✷ nạn đói → 기근, 기아. ✷ nạn mù chữ → 문맹난. ✷ nạn thất nghiệp → 실업난.
nạn nhân 난 년	*victim* [명] 희생자, 피해자, 이재민.
nàng 낭	*she, her* [명] 그녀, 당신, 아가씨, 부인이라는 뜻의 문장상의 호칭.
nạng 낭	*crutch* [명] 목발, 협장(脇杖). ✷ chống nạng → 목발을 짚다.
nanh 난	*tusk, fang, canine* [명] 송곳니. ✷ nanh heo → 돼지의 송곳니.
nanh vuốt 난 부옫	*clutches, tusk, clutch* [명] 송곳니, 발톱.

nạnh 난	envy [동] 시기하는. 질투하는. ✱ chúng nó nạnh nhau từng việc nhỏ nhặt nhất → 그들은 작은 일에도 서로 질투하다.
nao lòng 나오 롱	be moved [형] 마음이 동요하는, 마음을 뒤흔드는.
nao núng 나오 눙	be anxious / worried (about), be upset [동] 불안하다, 염려하다, 조마조마 하다, 당황하다.
náo động 나오 돔	get into a flurry [형] 혼란한, 당황한. ✱ tiếng súng nổ làm náo động cả 1 vùng → 총소리가 온 지역을 혼란스럽게 만들다.
náo loạn 나오 로안	disturb, turn upside down [동] 혼란시키다, 어지럽히다, 시끄럽게하다.
náo nhiệt 나오 니엗	animated, noisy [형] 생기있는, 활발한. ✱ không khí tưng bừng náo nhiệt của ngày hội → 잔칫날의 즐겁고 생기있는 분위기.
náo nức 나오 늑	be in an eager bustle, be excited [형] 부산한, 요란한, 야단법석한. ✱ náo nức chuẩn bị ngày khai giảng năm học mới → 새학기의 개강일을 부산하게 준비하다.
nào 나오	1/ which, what [부] 어느(것), 어떤(것). ✱ chị thích cái nào? → 어떤것이 좋습니까? 2/ any, every [명] 무슨, 무엇이든. ✱ tôi không thích cái nào cả → 나

는 무엇이든 다 싫다.
* ngày nào cũng uống rượu → 어떤 날이든 역시 술을 마신다.

nào đó
나오 도
certain, some [부] 어느, 어떤.
* một ngày nào đó → 어느 날..

não
나오
brain [명] 뇌, 골.

não lòng
나오 롱
heart-breaking, deeply sad
[형] 애끊는, 몹시 슬픈.

não nề
나오 네
terribly sad [형] = *não nùng* 지독하게 슬픈, 비탄에 잠긴.
* khóc than não nề → 비탄하다.

nạo
나오
to scrape, clean out, curette
[동] 긁어모으다, 긁어내다.
* nạo dừa → 코코넛을 긁어내다.

nạo vét
나오 뺀
scrape off, dredge
[동] 준설하다, 물밑을 훑다.

nạp
납
to deposit, load, charge [동] 나르다, 지불하다, 장전하다, 충전하다.

nạp điện
납 디엔
charge a battery
[동] 전지를 충전하다.

nát
낟
crushed, become crumpled
[형] 구겨진, 뭉그러진.

nát bét
낟 뺀
be completely crushed/ruined
[형] 완전히 부서진.

nát óc
낟 옵
cudgel one's brain for a time
[동] 머리를 짜내어 생각하다.
* nghĩ nát óc mà vẫn chưa tìm ra cách giải quyết → 머리를 짜내어 생각했지만 여전히 해결방법을 찾

지 못했다.

nát rượu
낟 르우
do wrong/talk nonsense when drunk [형] 술에 빠진, 중독된.
✳ kẻ nát rượu → 술주정꾼, 알코올 중독자.

nạt nộ
낟 노
threaten blusteringly
[동] 큰소리 치며 위협하다.
✳ nạt nộ trẻ con → 큰소리치며 아이들을 위협하다.

nay
나이
now, at present [명] 지금, 오늘날에는, 요즈음, 현재.
✳ hôm nay → 오늘.
✳ tôi quen biết cô ấy từ 10 năm nay →지금까지 10년동안 그녀를 알았다.

nay mai
나이 마이
in the near future
[명] 가까운 미래.

này
나이
this [명] 이것, 여기.
✳ việc này tôi không quan tâm → 나는 이일에는 관심이 없다.
✳ giờ này mẹ sắp về → 이 시간이면 엄마가 오실 것이다.
✳ hãy nhìn này! → 이것 좀 봐라! 여기 좀 보세요!.

này nọ
나이 너
this and that, such and such [명] 이것저것. ✳ nói điều này điều nọ mãi → 계속 이것저것 이야기하다.

nảy
나이
1/ *shoot, sprout* [동] 싹트다.
✳ hạt nảy mầm → 씨앗에서 싹이 트다.
2/ *appear* [동] 나타나다, (갑자기)

떠오르다.
* bất chợt nảy ra 1 sáng kiến → 갑자기 좋은 발상이 떠올랐다.

nảy lửa
나이 르아
very fierce [형] 아주 사나운, 격렬한.
* trận đánh nảy lửa → 격렬한 싸움.

nảy nở
나이 너
bud, sprout [동] 발아하다, 싹이 트다. * ngày càng sinh sôi nảy nở → 나날이 불어나다.

nảy sinh
나이 신
develop, appear [동] 나타나다, 발생하다. * sáng kiến nảy sinh từ phong trào thi đua → 발상은 시합에서부터 생겨났다.

nãy
나이
just ago [부] 조금전에, 막.
* lúc nãy / ban nãy / hồi nãy → 조금 전에.

nãy giờ
나이 지어(여)
for a moment [부] 조금전부터 지금까지. * nãy giờ đứng đợi ở đây → 조금전부터 지금까지 여기에 서서 기다리다.

nạy
나이
pry, prise [동] = cạy 비틀다, 억지로 열다. * vì mất chìa khóa nên phải nạy cửa vào → 열쇠를 잃어버려서 문을 억지로 열어야 한다.

nặc danh
낙 얀
anonymous [형] 익명의.
* nhận được 1 lá thư nặc danh → 익명의 편지 한통을 받다.

nặc nô
낙 노
vulgar-mannared termagent [명] 사나운 사람.

năm
남
1/ *year* [명] 해, 년.
* tôi sinh năm *một ngàn chín bảy mươi lăm* → 나는 1975년 생이다.

	2/ *five* [명] (숫자) 5, 오, 다섯. ✳ tôi mua 5 quyển sách → 나는 5권의 책을 사다.
năm học 남 홉	*school year* [명] 학년. ✳ năm học mới → 새 학년.
năm nay 남 나이	*this year* [명] 금년, 올해. ✳ năm nay là năm 2007 → 금년은 2007년 이다.
năm ngoái 남 응오아이	*last year* [명] 작년. ✳ tôi bắt đầu làm việc này từ năm ngoái → 나는 작년부터 이 일을 시작했다.
năm sau 남 사우	*next year* [명] = năm tới 내년, 다음해. ✳ năm sau tôi sẽ đi Mỹ → 내년에 나는 미국에 갈것이다.
năm tháng 남 탕	*the time, year and month* [명] 세월. ✳ năm tháng qua đi nhưng tình bạn vẫn vững bền → 세월은 흘러가지만 우정은 여전히 탄탄하다.
năm tuổi 남 뚜오이	*climacteric* [명] = năm hạn 액년(厄年).
nắm 남	**1/** *to grip, to hold* [자] (손. 주먹 따위를) 꼭쥐다, 꼭잡다. ✳ đứa bé nắm chặt tay mẹ → 아기가 엄마 손을 꽉 쥐다. **2/** *handful* [명] 한줌, 한 움큼. ✳ 1 nắm gạo → 한 웅큼의 쌀.
nắm vững 남 븡	*be master of, have a firm grasp* [동] ~에 정통하다, ~에 숙달하다. ✳ nắm vững tình hình → 사태에

	정통하다.
nằm 남	lie (down) [동] ① 눕다, 드러눕다. ② 잠자리에 들다. ③ 위치하다, 아래에 놓다.
	✻ nằm gối → 베게를 베고 눕다.
nằm bẹp 남 뱁	to lie up [동] 일어나지 못하다, 누워만 있다.
	✻ nó nằm bẹp trên giường từ 2 ngày nay → 그는 지금까지 이틀 동안 침대에 누워만 있다.
nằm chờ 남 쩌	lie in wait [동] 매복하다, 잠복하다.
nằm ì 남 이	stay at a place and refuse to move, lie quiet [동] 움직이지 않고 누워 있다.
	✻ đã đến giờ học rồi mà cứ nằm ì ra đó mãi → 등교시간이 다 되었는데도 계속 꼼짝않고 누워있다.
nằm mơ 남 머	to have a dream = nằm mộng [동] 꿈을 꾸다.
nằm nghỉ 남 응히	rest in bed [동] 쉬다.
nằm vạ 남 바	to lie as a protest [동] 요구를 들어 줄때까지 꼼짝않고 누워있다.
nằm viện 남 비엔	to be hospitalized [동] = nằm bệnh viện 입원하다.
nằm vùng 남 붐	to carry out undercover activities in enemy-occupied zone [동] 침투하다.
	✻ gián điệp nằm vùng → 간첩이 침투하다.

năn nỉ 난 니	*to implore, ask insistently* [동] 조르다, 간청하다.
nắn 난	*to mould, to set* [동] 주조하다, 형상짓다.
nắn bóp 난 봅	*apply massage to* [동] 마사지하다.
nắn nót 난 놑	*(write) carefully* [동] 조심스럽게 쓰다, 주의해서 쓰다. ✷ nắn nót viết lời đề tặng lên trang sách → 책장에 증정문구를 조심스럽게 쓰다.
nặn 난	*knead, sculpture, shape* [동] 만들다, 모양짓다. ✷ nặn tượng → 동상을 만들다.
nặn óc 난 옵	*cudgel one's brains long and hard* [동] 심사숙고하다, 머리를 짜내어 생각 하다.
nặn sữa 난 스아	*to milk* [동] 우유를 짜다.
năng 낭	*often* [형] 자주. ✷ năng lui tới → 자주 들르다.
năng động 낭 돔	*dynamic, self-motivated* [형] 능동 적인, 기동적인, 활발한.
năng khiếu 낭 키에우	*skill, vocation, aptitude* [명] 재능, 소질. ✷ nó có năng khiếu về âm nhạc → 그는 음악에 재능이 있다.
năng lượng 낭 르엉	*power, energy* [명] 에너지, 세력, 기력.
năng lực 낭 륵	*ability, capacity* [명] 능력, 수완. ✷ anh ta rất có năng lực → 그는

매우 능력있다.

năng nổ
낭 노
enthusiastic, self-motivated
[형] 열렬한, 열중하는.

năng suất
낭 수얻
productivity, power
[명] 생산력, 생산성.

nắng
낭
sunshine, sunlight [명] 햇빛, 햇살.

nắng chiều
낭 지에우
evening sun [명] 석양.

nắng ráo
낭 라오
dry [형] 마른, 건조한, 물기 없는, 말린.

nặng
낭
1/ *drop tone* [명] (.) 베트남 6성조 중의 하나. 여우 낭.
2/ *heavy, weighty*
[형] 무거운, 중량이 있는.
✶ vali này nặng bao nhiêu ký? → 이 가방은 중량이 몇키로 입니까?
3/ *serious, grave, severe* [형] 심각한.
✶ bệnh nặng → 중병.
✶ cảm nặng → 독감.
4/ *hard, onerous* [형] (책임, 일이) 짐이 되는, 부담되는. ✶ lao động nặng → 부담되게 일하다.

nặng gánh
낭 깐
carry a burden (of love, of family, of responsibility) [형] 무거운 짐을 진.
✶ nặng gánh gia đình → 가족의 짐을 지다.

nặng lãi
낭 라이
at a high rate of interest
[명] 높은 이자.

nặng lòng
낭 롬
to be deeply attached to sb
[동] 깊은 관심을 갖다.

nặng lời 낭 러이	*use strong words, to say crude* [형] 거칠게 말하는, 심하게 말하는.
nặng mùi 낭 무이	*smelling strong, fetid* [형] 심하게 악취가 나는.
nặng nề 낭 네	*heavy, lumbering, severe, hard* [형] 무거운, 심각한, 엄숙한. ✻ bầu không khí nặng nề → 엄숙한 분위기.
nặng nhọc 낭 뇹	*hard, exhausting* [형] 힘든, 고된. ✻ công việc nặng nhọc → 고된 일.
nặng nợ 낭 너	*to own heavy debts* [동] 무거운 빚을 지다.
nặng tai 낭 따이	*hard to hearing* [형] 듣기 힘든, 듣기 어려운.
nặng tay 낭 따이	*with a heavy hand, severely* [형] 위압적인, 압제적인, 엄격한.
nặng tình 낭 띤	*deeply attached to sb* [형] 깊이 사모하는. ✻ anh ta còn nặng tình với người yêu cũ lắm → 그는 여전히 옛애인을 깊이 사모하다.
nặng trĩu 낭 찌우	*laden with...* [형] (과실이) 많이 달린. ✻ cành cây nặng trĩu quả → 과실이 많이 달린 나무 가지.
nặng trịch 낭 찟	*very heavy* [형] 매우 무거운.
nắp 납	*lid, cover* [명] 뚜껑.
nắp bàn 납 반	*table cover* = khăn trải bàn [명] 테이블보.

nấc 넉	**1/** step, stair, grade [명] = nấc thang 계단. **2/** hiccup, hiccough [동] 딸꾹질을 하다.
nấc cụt 넉 꾿	hiccup, hiccough [동] 딸꾹질을 하다, 딸꾹질 같은 소리를 내다.
nấm 넘	mushroom [명] = nấm rom (식물) 버섯, 식용 버섯.
nấm mèo 넘 매오	peziza, cat's ear [명] (식물) = mộc nhĩ 버섯의 일종, 목이버섯.
nấn ná 넌 나	stay too long, linger (on, over) [형] 질질끌며 오래 머무르다.
nâng 넝	lift, raise [동] = nâng cao …을 올리다, 들어(끌어) 올리다.
nâng cấp 넝 껍	upgrade, raise to a higher level [동] 승격시키다, 향상시키다.
nâng cốc 넝 꼽	raise one's glass, to give toast to sb. [동] 잔을 들다, 건배하다.
nâng đỡ 넝 더	to support, to assist [동] 돕다, 원조하다.
nâng giá 넝 지아(야)	to raise price [명] 가격을 올리다.
nâng niu 넝 니우	cosset, pamper [동] 귀여워하다, 애지중지하다
nấp 넙	to hide, lurk, conceal oneself [동] 숨다.
nâu 너우	brown [명] (색) 갈색.
nâu đậm 너우 덤	dark brown [명] 다갈색.

nâu non 너우 넌	*light brown* [명] = nâu lợt 고동색.
nâu sẫm 너우 섬	*deep brown* [명] 다갈색.
nấu 너우	*to cook* [동] 요리하다. ✲ nấu cơm → 밥을 짓다.
nấu bếp 너우 벱	*to do the cooking* = nấu ăn [동] 요리하다.
nấu nướng 너우 느엉	*cooking* [명] 요리.
nấy 너이	*that, those* [부/명] 그, 그것, 모든 이들. ✲ việc của ai nấy làm → 모든 이들이 하는 일.
nẩy 너이	*bounce, rebound* [동] 튀다, 되튀다. ✲ giật nẩy mình ! → 깜짝 놀라다 !
nẩy mầm 너이 멈	*sprout, germinate, bud* [동] 싹이 트다, 발아시키다.
nẩy nở 너이 너	*grow, develop* [동] 발생하다, 발달시키다.
né 내	*to dodge, evade, to fend off* [동] 몸을 홱 피하다, 빠져나가다.
né tránh 내 짠	*to avoid, shun, ward off* [동] 피하다, 면하다.
nẻ 내	*crack, split* [동] 갈라지다, 쪼개지다. ✲ hạn hán làm đất bị nẻ → 가뭄에 땅이 갈라졌다.
nem 냄	*fermented pork roll* [명] (음식) 냄, 튀김만두, 베트남 음식의 한 종류.
ném 냄	*to throw, fling, cast, chuck* [동] 던지다, 내던지다.

nén 낸	*press, hold back* [동] 내리누르다, 누르다. ✻ nén giận → 화를 누르다.
nén lòng 낸 롱	*to repress one's feeling* [동] 감정을 억누르다. ✻ nén lòng chờ đợi thêm ít lâu → 감정을 억누르고 조금 더 기다리다.
neo 내오	**1/** *anchor* [명] 닻. ✻ tàu nhổ neo → 배가 닻을 내리다. **2/** *short of help* [형] 일손이 부족한. ✻ nhà neo người → 집에 일손이 부족하다.
neo đơn 내오 던	*short of manpower* [형] 도와줄 사람이 없는, 인력이 부족한.
nẻo 내오	*way, direction* [명] 길, 방향, 방위. ✻ nói một đường làm một nẻo → 말과 행동이 다르다. ✻ những nẻo đường của tổ quốc → 조국의 길.
nép 넵	*crouch in hiding* [동] 웅크리고 숨다. ✻ đứng nép sang một bên → 한켠으로 서다.
nẹp 넵	*hem, rim, splint, edge, stripe* [명] 가장자리.
nét 낻	**1/** *line, stroke* [명] 한 획, 형체. ✻ nét bút → 한 획. ✻ nét vẽ → 그림의 선, 레이아웃. **2/** *feature, point* [명] 특징.
nét mặt 낻 맏	*facial feature, physiognomy* [명] (얼굴) 표정. ✻ nét mặt của cô ta trông rất buồn

→ 그녀의 얼굴 표정이 매우 슬퍼 보인다.

nẹt 넷
to intimidate [명] 겁주다, 협박하다. ✶ bị nẹt cho 1 trận → 한차례 협박받다.

nề hà 네 하
fear, mind out, avoid [동] 무서워하다, 겁내다. ✶ chẳng nề hà việc gì → 어떤 일이든 겁내지 않는다.

nề nếp 네 넵
order and discipline [형] 품위있는, 훌륭한. ✶ gia đình cô ấy rất nề nếp → 그녀의 집안은 매우 품위있는 집안이다.

nể 네
to have consideration, respect sb [동] 존경하다, 존중하다.

nể lời 네 러이
have a high regard for sb words [동] 남의 말을 존중하다.

nể mặt 네 맏
have regard for
[동] 존중하다, 중시하다.

nể nang 네 낭
treat sb with indulgence
[동] 대접하다, 환대하다.

nêm 넴
to season, to flavour (food) [동] 맛을 내다, 가미하다. ✶ nêm gia vị vào nồi canh → 국에 맛을 내다.

nếm 넴
to taste (food) [동] 맛을 보다.

nệm 넴
mattress, cushion [명] (침대의) 매트리스, 쿠션, 침대요.

nên 넨
1/ *therefore, so*
[부] 그러므로, 따라서, 그래서.
2/ *should, had better* [부] …하지

않으면 안되다. ✻ chúng ta nên tập thể dục mỗi buổi sáng → 우리는 매일 아침 운동을 한다.
3/ *because* [부] 왜냐하면…
✻ qua sông nên phải lụy đò (속담) → 강을 건널때는 배에 몸을 맡겨야한다. (로마에 가면 로마법을 따라야한다.)

nên người 넨 응으어이	*to become a good person* [형] 훌륭한 사람이 되다.
nên thân 넨 턴	*good, sound* [형] 옳은, 가치있는. ✻ chẳng làm được việc gì nên thân → 제대로 하는 일이 하나도 없다.
nên thơ 넨 터	*poetic, picturesque* [형] 시적인, 그림 같은, 낭만적인. ✻ phong cảnh nơi đây thật nên thơ → 이곳의 풍경은 시적이다.
nến 넨	*candle* = **đèn cầy** [명] 양초, 초.
nền 넨	*floor, base, background* [명] (마루) 바닥.
nền móng 넨 몽	*basis, foundation* [명] 기초, 기반, 토대, 기본.
nền nã 넨 나	*elegant (to dress)* [형] (옷차림이) 기품있는, 고상한.
nền tảng 넨 땅	*base, basis, foundation* [명] 기초, 기반, 토대, 기본.
nện 넨	*strike, hit* [동] 치다, 때리다. ✻ nền nhà được nện chặt → 집 바닥을 단단해지게 두드리다. ✻ bọn cướp bị công an nện cho

	một trận nên thân → 강도일당이 경찰에게 심하게 구타를 당하다.
nếp 넵	**1/** *glutinous rice, sticky rice* [명] 찹쌀. ✻ cơm nếp → 찹쌀밥. **2/** *fold, crease* [명] 접은 자국, 겹친 자국, 주름 ✻ quần ủi thẳng nếp → 주름을 편 바지.
nếp nhăn 넵 난	*wrinkles* [명] 주름살. ✻ có nhiều nếp nhăn trên mặt → 얼굴에 주름살이 많다.
nết 넽	*habit, behaviour* [명] 행동, 행실, 품행, 성격. ✻ cái nết đánh chết cái đẹp (속담) → 외모보다는 행실이 중요하다.
nết na 넽 나	*well-behaved, well-mannered* [형] 행실이 단정한, 예의바른.
nêu 네우	**1/** *Lunar New Year's (Tết) pole* [명] 장대, 기둥 : 설에 집앞에 대나무 기둥을 높이 세우는 베트남 풍습. **2/** *to raise, to bring up, to set* [동] (문제. 질문 따위를) 제의하다, 떠올리다. ✻ nêu gương tốt cho các em → 아이들에게 좋은 본보기가 되다. ✻ nêu lên 1 câu hỏi → 한가지 의문을 제기하다.
nếu 네우	*if* [접] 이라면, 만약...
nếu cần 네우 껀	*if necessary* [형] 필요하다면.
nếu được	*if possible* [형] 가능하다면.

네우 드억
nếu như — *if, in case of* [부] 만약 ~같다면.
네우 니으
nếu vậy — *if so* [부] = nếu thế 만일 그러면, 만약 그렇다면. ∗ nếy vậy thì tôi không đi nữa → 그렇다면 나는 더 이상 가지 않겠다.
네우 버이

Nga — *Russia* [명] (국가) 러시아.
응아

ngà — *ivory, elephant's tusk* [명] (코끼리 등의) 엄니, 상아.
응아

ngả — 1/ *way, direction* [명] 길, 방향, 방위. ∗ đi ngả sau → 뒤로 돌아가다.
응아
2/ *turn, become* [동] 변하다. ∗ lá ngả màu vàng úa → 나뭇잎이 황갈색으로 변하다.

ngả lưng — *lie down (for a short while)* [동] 잠시 눕다.
응아 릉

ngả nghiêng — *waver* [동] 흔들리다, 요동하다.
응아 응히엥

ngả ngốn — *indecent* [형] 버릇없는, 꼴사나운, 상스러운. ∗ nói cười ngả ngốn → 상스럽게 웃고 말하다.
응아 응언

ngã — 1/ *tilde, rising accent* [명] (~) 베트남어 6성조 중의 하나. 여우 응아.
응아
2/ *cross road* [명] 교차로.
∗ ngã ba sông → 강의 세줄기.
∗ ngã tư đường → 사거리.
3/ *fall down* [동] 넘어지다, 떨어지다. ∗ ngã gãy tay → 넘어져 팔이

부러지다.

ngã giá　　agree on a price
응아 지아(야)　　[동] 가격에 동의하다.

ngã lòng　　lose heart, lose courage [동] 실망
응아 롬　　하다, 낙담하다. ✻ năn nỉ mãi cô ấy mới ngã lòng → 계속 조르니 그녀의 마음이 풀리다.

ngã ngũ　　come to an end [형] 완성된, 끝난.
응아 응우　　✻ vấn đề còn phải xem xét lại, chưa ngã ngủ ra sao cả → 아직 다 끝나지 않았다, 남은 문제들을 반드시 다시 확인해야 한다.

ngã ngửa　　to fall backwards
응아 응으아　　[동] 뒤로 넘어지다.

ngã ngựa　　1/ fall from a horse
응아 응으아　　[동] 말에서 떨어지다.
　　2/ to go downhill [동] 내리막길로 가다, 나쁜일을 만나다.

ngạc nhiên　　to be surprised / amazed
응악 니엔　　[동] 놀라다, 깜짝 놀라다.

ngạch　　1/ threshold (of the door)
응앗　　[명] 문지방, 문턱.
　　2/ scale (of tax) [명] (세금의) 정액.

ngái ngủ　　between waking and sleeping,
응아이 응우　　half-asleep [동] 잠이 덜 깨다.

ngài　　Mr., you (used to officials)
응아이　　[대] 님, 각하, 귀하, 선생.
　　✻ ngài đại sứ → 대사님.

ngải　　sagebrush, herb medicine
응아이　　[명] 산쑥, 약초.

ngải cứu *moxa* [명] (식물) 뜸쑥.
응아이 끄우

ngại **1/** *afraid, reluctant* [형] 마음 내키
응아이 지 않는. ✻ tôi rất ngại đi đến đó →
나는 거기 가는 것이 내키지 않는다.
2/ *fearful, flinch*
[형] 두려워하는, 무서워하는.
✻ không ngại khó khăn → 어려움
을 두려워 하지 않는다.

ngại ngùng *shy of, hesitate, waver*
응아이 응움 [형] 주저하는, 망설이는.
✻ ngại ngùng chưa dám nói → 아
직 감히 말을 못하고 주저하다.

ngàm *slot* [명] 구멍, 홈.
응암

ngan *swan, wild goose* [명] (동물) 백조.
응안

ngán *be depressed, bother (with)*
응안 [동] 의기소침하다, 괴롭히다.

ngàn *thousand* [명] (숫자) 1000, 천.
응안 ✻ một ngàn đồng → 천 동.

ngàn thu *a thousand years, forever*
응안 투 [명] 천년, 영원.

ngàn trùng *far away* [형] 멀고 먼. ✻ ngàn
응안 쭘 trùng xa cách → 멀고 먼 거리.

ngang *across, through, horizontal*
응앙 [형] 가로지른, 교차하는.

ngang bướng *self-willed, stubborn*
응앙 브엉 [형] 완고한, 고집센.

ngang dọc *fearless of nobody, at will*

응앙 욥	[형] 제멋대로, 마음대러.
ngang hàng 응앙 항	*coordinate, on equal terms with sb.* [형] 동등한, 대등한, 같은 선상의.
ngang ngửa 응앙 응으아	*equivalent, tantamount* [형] 같은, 동등한. ✱ tỉ số ngang ngửa nhau → 서로 점수가 같다, 동점이다.
ngang ngược 응앙 응으억	*perverse* [형] 심술궂은, 외고집의. ✱ ăn nói ngang ngược → 심술궂게 말하다.
ngang nhiên 응앙 니엔	*inconsiderate* [형]제멋대로의, 경솔한. ✱ ngang nhiên cướp bóc giữa ban ngày → 대낮에 경솔히 지갑을 도둑 맞다.
ngang tàng 응앙 땅	*unusually proud* [형] 제멋대로의. ✱ một con người ngang tàng → 제멋대로인 사람.
ngang trái 응앙 짜이	*contrary to reason* [형] 도리에 벗어나는. ✱ mối tình ngang trái → 도리에 어긋난 애정.
ngành 응안	*phylum, branch* [명] 분과, 지부. ✱ ngành giáo dục → 교육부.
ngành nghề 응안 응헤	*profession* [명] 직업.
ngao du 응아오 유	*travel, take a walk* [동] 걷다, 산책하다, 여행하다.
ngao ngán 응아오 응안	*feel depressed, feel immense melan-choly* [형]의기소침한, 한없이 우울한.
ngáo 응아오	*dull, stupid* [형] 어리석은, 바보 같은, 몰상식한.

ngáo ộp 응아오 옵	*bugbeer, bugaboo* [명] 도깨비, 괴물.
ngào ngạt 응아오 응앝	*pervasive, pervade* [형] 퍼지는. ✷ hương thơm ngào ngạt → 향기가 퍼지다.
ngạo 응아오	*to mock, to laugh at* [동] …을 비웃다, 조롱하다, 업신여기다.
ngạo mạn 응아오 만	*self-important, haughty* [형] (사람, 말, 태도등이) 거만한, 오만한, 불손한.
ngạo nghễ 응아오 응헤	*scorn* [형] 경멸하다, 조소하다. ✷ cười ngạo nghễ → 냉소하다.
ngáp 응압	*to yawn* [동] 하품하다.
ngát 응앝	*aromatic, perfumed, fragrant* [형] (꽃, 음식 등이) 향기로운, 냄새좋은, 방향성의. ✷ thơm ngát → 향기로운.
ngạt 응앝	*to choke* [동] 질식하다, 숨이 막히다. ✷ chết ngạt vì khói thuốc lá → 담배연기에 질식해 죽겠다.
ngạt mũi 응앝 무이	*stuffy* [형] 숨막힐 듯한, 코가 막힌.
ngạt thở 응앝 터	*breath with difficulty* [동] 숨이 막히다.
ngay 응아이	1/ *straight* [형] 똑바른, 일직선의, 곧은. 2/ *right, just, without delay, at once, instantly* [부] 바로, 곧. ✷ nói xong tôi sẽ đi ngay → 말이

끝나자마자 나는 바로 갈것이다.
3/ *directly, straight* [부] 바로, 직접적으로.
✳ nói ngay (nói thẳng) vào mặt → 면전에서 바로 이야기 하다.
4/ *honest, straightforward* [형] 솔직한, 곧은, 정직한.
✳ người ngay → 솔직한 사람.

ngay bây giờ
응아이 버이 져
right now [부] 지금.

ngay cả
응아이 까
even [부] ~조차도, ~까지.
✳ ngày Tết ai cũng mặc đồ mới, ngay cả người lớn → 설에는 어른조차도 누구나 새옷을 입는다.

ngay cạnh
응아이 깐
next to, right beside [부] (바로) 옆에, 가까이에. ✳ nó đứng ngay cạnh tôi → 그는 나의 바로옆에 서다.

ngay giữa
응아이 지으아
right in the middle [부] 조금도 틀림 없이 중앙에, 정중앙에.
✳ ngồi ngay giữa nhà → 집의 정중앙에 앉다.

ngay khi
응아이 키
as soon as, right now [부] 지금 즉시, 바로, 빨리.

ngay lập tức
응아이 럽 뜩
right away, immediately [부] 곧, 바로, 즉시.

ngay ngắn
응아이 응안
neat, tidy, well-balanced [형] 깨끗한, 정연한, 질서있는. ✳ sách vở xếp ngay ngắn trên bàn → 책상위에 책들을 질서정연하게 정리하다.

ngay tại đây
응아이 따이 더이
right here [부] 바로 여기에, 바로 이곳에.

ngay thẳng 응아이 탕	*honest, straightforward* [형] 정직한, 바른, 곧은. ✳ tính tình ngay thẳng → 곧은 성격.
ngay thật 응아이 털	*truthful, honest, sincere* [형] = 정직한, 거짓 없는.
ngày 응아이	*day, date* [명] 날, 하루. ✳ làm việc suốt ngày → 하루종일 일하다.
ngày giờ 응아이 지어(여)	*time (date and time)* [명] 시간.
ngày hội 응아이 호이	*festival, feast-day* [명] 축제일, 경축일.
ngày lành 응아이 란	*lucky day* [명] = ngày tốt 행운의 날, 길일.
ngày lễ 응아이 레	*holiday* [명] 휴일.
ngày mai 응아이 마이	*tomorrow* [명] 내일, 미래, 장래.
ngày mốt 응아이 못	*the day after tomorrow* [명] 모레.
ngày nay 응아이 나이	*nowadays, to day, now* [명] 오늘날, 요즈음.
ngày ngày 응아이 응아이	*every-day, day after day, daily* [명] 매일.
ngày nghỉ 응아이 응히	*holiday, day-off* [명] 공휴일, 노는 날, 휴일. ✳ chủ nhật là ngày nghỉ của chúng tôi →주일은 우리의 휴일이다.
ngày sau 응아이 사이	*later on, in future* [명] 뒷날, 훗날, 미래.
ngày sinh	*birthday* [명] 생일, 생년월일.

N-n

응아이 신	✻ chúc mừng sinh nhật →생일을 축하합니다.
ngày tháng 응아이 탕	*date and month, time* [명] 월일, 시간.
ngày thường 응아이 트엉	*weekday, workday* [명] 작업일, 평일.
ngày trước 응아이 쯔억	*in the old days, in former times* [명] 예전. 지난날.
ngày vui 응아이 부이	*happy day* [명] 행복한 날. ✻ những ngày vui ngắn ngủi → 행복한 날들은 짧다.
ngày xấu 응아이 써우	*unlucky day, evil day* [명] 불운한 날, 불길한 날.
ngày xưa 응아이 쓰아	*formely, in the old days* [명] 과거, 지난날, 옛날.
ngáy 응아이	*to snore* [동] 코를 골다, 코를 울리다. ✻ ngáy như bò rống → 소의 울음소리 같이 코를 골다.
ngắc ngoải 응악 응오아이	*be at death's door, be at the point of of death* [동] 빈사상태에 있다, 죽음의 문턱에 서다, 죽어가다.
ngắc ngứ 응악 응으	*stumble* [동] 더듬으며 말하다(읽다). ✻ ngắc ngứ không trả lời → 대답을 못하다고 더듬다.
ngăm 응암	*tawny* [형] (피부색) 황갈색. ✻ cô ấy có nước da ngăm đen → 그녀는 황갈색의 피부를 가졌다.
ngắm 응암	**1/** *to gaze at* [동] 바라보다, 주시하다. **2/** *to aim* [동] 겨냥하다, 지향하다,

	목적하다.
ngắm nghía 응암 응히아	*gaze at many time* [동] 주시하다. ✻ ngắm nghía mãi không chán → 계속 보아도 질리지 않다.
ngắm vuốt 응암 부올	*gaze oneself in the mirror* [동] 거울속의 자신을 응시하다.
ngăn 응안	**1/** *to divide, to part, get apart* [동] 나누다, 가르다. **2/** *compartment, section, tier, tray* [명] 서랍, 서랍장, 분실(分室), 격실(隔室)
ngăn cách 응안 깟	*separate, detach, partition off* [동] 분리하다, 떼어놓다,
ngăn cản 응안 깐	*prevent (from), set obstacles (to)* [동] 막다, 방지하다.
ngăn cấm 응안 껌	*forbid, interdict, prohibit* [동] …을 금하다, 금지하다.
ngăn chặn 응안 짠	*to prevent, stop* [동] 막다, 예방하다. ✻ ngăn chặn tội ác → 범죄을 막다.
ngăn kéo 응안 깨오	*drawer* [명] 서랍장.
ngăn nắp 응안 납	*orderly, tidy* [형] 깔끔한, 정돈된, 단정한, 정연한.
ngăn ngừa 응안 응으아	*to preclude, to prevent* [동] …을 막다, 경계하다.
ngăn trở 응안 쩌	*be an obstacle in the way (of)* [동] = **ngăn cản** 막다, 방해하다, 훼방하다. ✻ không ai có thể ngăn trở được họ → 누구도 그들을 막을수 없다.
ngắn	*short, brief* [형] 짧은.

응안

ngắn gọn
응안 곤
brief, briefly, concise
[형] (말, 문체) 간결한, 간단한.

ngắn ngủi
응안 응우이
short, fleeting, ephemeral [형] 짧은,
✳ cuộc đời ngắn ngủi → 짧은 인생.

ngắn ngủn
응안 응운
too short, shortened [형] 매우 짧은, ✳ áo quần ngắn ngủn → 매우 짧은 옷.

ngắt
응앝
to pick, pinch off, interrupt, beark
[동] 꺾다, 따다, 방해하다, 끊어지다.

ngắt điện
응앝 디엔
interrupter, circuit breaker
[명] 전기 차단기.

ngắt quãng
응앝 꾸앙
broken, interrupted
[동] 가로막다, 차단하다.

ngặt
응앝
strict [형] 엄한, 엄격한. ✳ cấm ngặt không được lui tới nơi đó! → 그곳의 출입을 절대 금지하다.

ngặt nghèo
응앝 응해오
serious [형] (병등이) 위독한, 위험한, 무거운.
✳ bệnh ngặt nghèo → 위독한 병.

ngặt nghẽo
응앝 응해오
split one sides [형] 포복절도하는, 배꼽빠지게 웃는.
✳ cười ngặt nghẽo → 배꼽빠지게 웃다.

ngâm
응엄
1/ *recite, declaim* [동] 암송하다, 낭송하다, 읊다. ✳ ngâm thơ → 시를 낭송하다.
2/ *soak, pickle* [동] (물에)담그다, 적시다.

ngâm nga 응엄 응아	*to croon* [동] 작은 소리로 노래하다, 읊조리다. ✽ vừa đi vừa ngâm nga 1 bài thơ tình → 걸어가며 시 한수를 읊조리다.
ngấm 응엄	*absorb* [동] 흡수하다
ngấm ngầm 응엄 응엄	*deep, secret* [형] 마음 속의, 비밀의. ✽ đau khổ ngấm ngầm → 마음이 심히 고통스럽다.
ngầm 응엄	*underground, unspoken, secrect* [형] 비밀의, 지하의. ✽ xe điện ngầm → 지하철. ✽ ngầm báo tin → 비밀히 알리다.
ngẫm 응엄	*ponder* [동] 숙고하다.
ngẫm nghĩ 응엄 응히	*reflect upon* [동] 심사숙고하다.
ngậm 응엄	*harbour keep in the mouth* [동] 입에 물다, 입안에 품다. ✽ ngậm đắng nuốt cay → 쓴것을 물고 매운 것을 삼키다. (고통을 견디다.) ✽ ngậm kẹo → 사탕을 입에 물다.
ngậm miệng 응엄 미엥	*keep silent, shut one's mouth* [동] 입을 다물다, 침묵하다.
ngậm ngùi 응엄 응우이	*be grieved, have compassion, to pity* [동/형] 비탄에 잠기다, 슬퍼하다.
ngân 응언	*vibrate, trill* [동] (소리, 음성이) 울리다, 반향하다.
ngân hà 응언 하	*the Galaxy* [명] 은하.

ngân hàng 응언 항	*bank* [명] 은행
ngân khố 응언 코	*treasury, exchequer* [명] 국고, (공공 단체의) 금고.
ngân nga 응언 응아	*trill, vibrate, hum a tune* [동] (소리, 음성이) 반향하다, 울리다.
ngân phiếu 응언 피에우	*cheque, check* [명] 수표.
ngân quỹ 응언 꾸이	*fund* [명] 자금, 기금.
ngân sách 응언 삿	*budget* [명] 예산.
ngấn 응언	*trace left in lines, fold* [명] 자국, 자취.
ngần ngại 응언 응아이	*hesitate, waver, be rather afraid* [동] 망설이다, 주저하다
ngần ngừ 응언 응으	*dilly-dally, be irresolute, hesitate* [동] 결단력이 없는, 줏대없는, 망설이는. ✽ ngần ngừ mãi không dám vào → 감히 들어가지 못하고 계속 주저하다.
ngẩn 응언	*be wildered, look dumbfounded* [형] 어리둥절한, 어의없는. ✽ đứng ngẩn ra một hồi lâu → 한 동안 어리둥절하게 서있다.
ngẩn ngơ 응언 응어	*amazed, astounded* [형] 몹시 놀란. ✽ ngẩn ngơ không biết phải làm sao → 몹시 놀라 어찌해야하지 모르다.
ngẩng	*raise, turn up* [동] …을 (들어) 올

	리다, …을 높이 들다.
응엉	✱ ngẩng cao đầu → 머리를 높이 들다.
ngập 응업	*overflood* [동] (물이) 범람하다, 홍수가 나다.
ngập lụt 응압 룯	*overflooded, inundated* [동](물이) …에 범람하다, …을 침수시키다.
ngập ngừng 응업 응응	*to hesitate, waver, half* [동] 주저하다, 망설이다.
ngất 응얻	**1/** *become unconscious* [형] 의식하지 못하는, 알아채지 못하는 ✱ cô ấy sợ chết ngất đi → 그녀는 무서워 기절하다. **2/** *dizzy, very tall* [형] 아찔한, 매우 높은. ✱ cao ngất trời → 아찔하게 높은 하늘.
ngất nghểu 응얻 응헤우	*tall and tottering* [형] 높고 불안정한. ✱ ngồi ngất nghểu trên cao → 불안정하게 높이 앉다.
ngất ngưởng 응얻 응으엉	*tottering* [형] 흔들리는, 비틀거리는. ✱ nó đi ngất ngưởng như say rượu → 그는 술취한 것 처럼 비틀거리며 걷다.
ngấu nghiến 응어우 응히엔	*devour, eat greedily* [동] 게걸스럽게 먹다, 탐욕을 내어 먹다. ✱ ăn ngấu nghiến cho xong → 게걸스럽게 먹어 치우다.
ngầu 응어우	*very muddy* [형] 혼탁한, 흐린. ✱ nước đục ngầu → 혼탁한 물.
ngẫu hứng 응어우 흥	*sudden inspiration* [동] 즉흥으로 하다, 갑자기 어떤일에 영감을 얻다.

ngẫu nhiên 응어우 니엔	*by chance* [형] 우연한.
ngây dại 응어이 야이	*naively foolish* [형] 어리석은.
ngây ngất 응어이 응얻	*make dizzy, to go into ecstasy* [형] 무아지경에 이른.
ngây ngô 응어이 응오	*dull, stupid* [형] 어리석은.
ngây thơ 응어이 터	*naïve, innocent* [형] 천진난만한, 순진한.
ngấy 응어이	*have one's appetite cloyed* [형] 싫증난, 진저리가 나는.
nghe 응해	*hear, listen* [동] ① 들리다, 듣다, 귀를 기울이다. ② 느끼다, 느낌이 들다.
nghe lõm 응해 롬	*overhear* [동] = nghe lén / nghe trộm 엿듣다, 우연히 듣다.
nghe lời 응해 러이	*to follow sb.'s advice, to obey* [동] 따르다, 응하다, 듣다, 순종하다. ✷ con cái phải nghe lời bố mẹ → 자식은 부모의 말씀에 순종해야 한다.
nghe nói 응해 노이	*to hear (on/that)* [동] 소식을 듣다, …라고 전해지다. ✷ tôi có nghe nói về vấn đề này → 나는 이 문제에 대하여 들었다.
nghe ngóng 응해 응옴	*to listen (out) for something* [동] 주의 깊게 듣다. ✷ nghe ngóng tình hình bên ngoài → 외부 상황을 주의 깊게 듣다.
nghé	*buffalo' calf* [명] 물소 새끼.

응해

nghén *pregnant* [명] 입덧.
응핸
* ốm nghén → 입덧하다.

nghẽn *block* [동] 막다. * cây đổ làm
응핸
nghẽn đường → 나무가 쓰러져 길을 막다.

nghẹn *choke, be stunted*
응핸
[동] 질식하다, 숨이 막히다.

nghẹn ngào *be choked* [동] 숨이 막히다, 목이
응핸 응아오
메이다. * nghẹn ngào không nói nên lời → 목이 메여 말을 할 수가 없다.

nghèo *poor* [형] 가난한, 빈약한.
응해오

nghèo đói *poor and hungry, beggarly*
응해오 더이
[형] 가난한, 빈약한.

nghèo hèn *humble* [형] 빈민의, 비천한.
응해오 핸

nghèo khó *poor and hard* [형] 궁핍한.
응해오 코

nghèo khổ *poverty, miserable*
응해오 코
[형] 빈곤한, 비참한.

nghèo nàn *poor, destitute*
응해오 난
[형] 가난한, 궁핍한.

nghèo túng *needy, moneyless*
응해오 뚱
[형] 가난한, 돈없는.

nghẹt *too tight, choked up* [형] = ngạt
응핻
* nghẹt mũi → 코가 막히다.

nghẹt thở *to chooke, to be asphyxiated*
응핻 터
[동] 숨이 막히다, 질식하다.

nghề 응헤	*profession, occupation, trade* [명] 일, 업무, 직업.
nghề buôn 응에 부온	*commerce, trade, business* [명] 상업, 장사, 무역.
nghề nghiệp 응헤 응힙	*occupation* [명] 생업, 직업. ＊ tai nạn nghề nghiệp → 산업재해.
nghề ngỗng 응헤 응옴	*trade* [명] 생업, 직업. (무시함이 담긴) ＊ chẳng có nghề ngỗng gì cả → 놀고 먹다.(직업이 없다.)
nghệ 응헤	*turmeric* [동] (식물) 심황.
nghệ danh 응헤 안	*stage name* [명] 예명, 가명.
nghệ nhân 응헤 넌	*artisan, craftsman* [명] 예술인, 예능인.
nghệ sĩ 응헤 시	*artist* [명] 예술가, 미술가.
nghệ thuật 응헤 투얼	*art, artistry* [명] 예술, 미술.
nghếch 응헷	*look up, look puzzled* [동] 올려다 보다. ＊ nghếch mắt lên nhìn → 눈을 치켜뜨고 보다.
nghênh 응헨	*cast looks (on), glance (on, upon, at)* [동] 도전적으로 대놓고 쳐다보다.
nghênh đón 응헨 던	*welcome, to greet* [동] 환영하다, 맞이하다.
nghênh ngang 응헨 응앙	*swaggering, blocking the way* [형] 길을 방해하다.
nghênh tiếp 응헨 띱	*welcome and entertain* [동] 환대하다.

nghểnh ngãng 응헨 응앙	*hard of hearing, rather deaf* [형] 약간 귀가 먹은.
nghêu ngao 응헤우 응아오	*hum, croon, sing to oneself* [동] 흥얼거리다, 콧노래를 부르다.
nghi 응히	*to discredit, have doubs about sb.* [동] = nghi ngờ 의심하다.
nghi kỵ 응히 끼	*have suspicion, distrust* [형] 의심하다.
nghi lễ 응히 레	*rituals, ceremonial* [명] 의식, 예식.
nghi ngại 응히 응아이	*have doubts / reservations about st.,* [동] 의심하다.
nghi ngờ 응히 응어	*to be distrustful of sb.* [동] = ngờ vực 의심을 두다, 의심쩍게 여기다.
nghi ngút 응히 응욷	*spiral up (of smoke)* [형] (연기 등이) 나선상의 ✳ khói bốc lên nghi ngút → 연기가 나선형으로 피어오르다.
nghi oan 응히 오안	*doubt wrongly* [형] 잘못 의심하는, 부당하게 의심하는.
nghi thức 응히 특	*rituals, rites* [명] 전례(典禮), 의례, 의식.
nghi vấn 응히 번	*questionable, interrogative* [명] 의문사. ✳ thể nghi vấn → (문법학) 의문형.
nghỉ 응히	*to rest, take a rest* [동] 쉬다.
nghỉ bệnh 응히 벤	*to be on sick leave, to be off sick* [동] 병으로 일을 쉬다, 병가를 내다.
nghỉ hè	*summer holidays, vacation*

응히 해 [명] 여름 방학.

nghỉ hưu *to retire* [동] 은퇴하다, 퇴직하다.
응히 흐우

nghỉ lễ *be on holiday* [동] 휴가를 가지다.
응히 레

nghỉ lưng *lie down and rest* [동] 쉬다.
응히 릉

nghỉ mát *to go on holiday/vacation*
응히 맏 [동] 휴가에 들어가다.

nghỉ ngơi *to have/take a rest* [동] 쉬다.
응히 응어이

nghỉ tay *to take a break*
응히 따이 [동] 잠시 일을 쉬다.

nghỉ trưa *to take a siesta/a nap after lunch*
응히 쯔아 [동] 점심휴식을 취하다.

nghỉ việc *to be off of work, absent from work*
응히 비엑 [동] 일이 그만두다, 포기하다.

nghĩ *to reflect, to think* [동] 생각하다,
응히 상상하다, 마음에 그리다.

nghĩ bậy *to think ill / badly on sb.*
응히 버이 [동] 나쁘게 생각하다.

nghĩ bụng *think oneself* [동] = nghĩ thầm 속으
응히 붐 로 생각하다.

nghĩ cạn *shallow thinking, not think through*
응히 깐 [동] 얕은 생각을 하다.

nghĩ lại *to think again, think carefully*
응히 라이 [동] 재고하다, 다시 생각하다.

nghĩ ngợi *ponder over, worry about*
응히 응어이 [동] 숙고하다.

nghĩ sâu *to think deeply* [동] 심사숙고하다,

응히 서우 깊이 생각하다.

nghị định *government decision*
응히 딘 [명] 정부의 결정.

nghị lực *energy, will* [명] 의지, 활력, 정력;
응히 륵 활기, 원기, 기력. ✶ một con người có nghị lực → 활력있는 사람.

nghị quyết *resolution* [명] 결의, 결심.
응히 꿰엔

nghị sĩ *deputy* [명] = nghị viên 국회의원.
응히 시

nghị viện *house of deputies* [명] 국회, 의회.
응히 비엔 ✶ thượng nghị viện → 상원의회.
✶ hạ nghị viện → 하원의회.

nghĩa 1/ *right, good faithfulness* [명] 뜻있
응히아 는, 의미있는, 잘하는, 좋은, 의, 공의. ✶ làm việc nghĩa → 뜻있는 일을 하다.
2/ *meaning, sense* [명] 의미, 뜻.
✶ từ này có nhiều nghĩa → 이 단어는 많은 뜻이 있다.

nghĩa bóng *figurative sense*
응히아 봄 [명] 비유적인 의미.

nghĩa cử *good deep, magnanimous deep*
응히아 끄 [명] 매너있는 행동(태도).

nghĩa đen *literal sense* [명] 문자상의 의미.
응히아 댄

nghĩa địa *burial-ground, cemetery* [명] =
응히아 디아 nghĩa trang 매장지, 공동 묘지.

nghĩa hẹp *narrow meaning, literal sense*
응히아 햅 [명] 좁은 의미.

nghĩa hiệp 응히아 히엡	*chivalrious, knightly* [형] 기사의, 기사적인.
nghĩa khí 응히아 키	*will to do good, noble feeling* [형] 의기양양한. ✷ người có nghĩa khí → 의기양양한 사람.
nghĩa quân 응히아 꾸언	*army of the volunteers, insurgent-troops* [명] 의군.
nghĩa vụ 응히아 부	*duty, obigation* [명] 의무, 책임, 책무.
nghĩa xấu 응히아 써우	*pejorative sense* [명] 경멸어, 경멸 접미사.
nghịch 응힛	**1/** *contrary, opposite, reverse* [형] 반대의, 정반대의. **2/** *hostile, unfriendly* [형] = thù nghịch 적의 있는, 비우호적인. **3/** *naughty, michievous* [형] 장난꾸러기의, 장난이 심한. ✷ thằng bé này nghịch quá! → 이 아이는 장난이 너무 심하다! **4/** *to play (toy) with sth.* [동] ~을 가지고 놀다. ✷ đừng nghịch phá mắt kính của bố! → 아버지 안경을 가지고 놀다가 망가뜨리지 마라!
nghịch cảnh 응힛 깐	*adversity* [명] 역경, 불운, 불행. ✷ dù gặp nghịch cảnh vẫn giữ được lòng trong sạch → 역경을 만날지라도 마음은 깨끗이 지켜라.
nghịch lý 응힛 리	*paradox, absurdity* [명] 역설, 패러독스.

nghịch ngợm 응힛 응엄	*playful, michievous, play rough tricks* [형] 장난꾸러기의, 장난을 좋아하는, 장난이 심한.
nghiêm 응히엠	*strict, stern, severe* [형] 엄격한, 엄한, 호된.
nghiêm cấm 응히엠 껌	*strictly forbid* [동] 엄격히 금지하다.
nghiêm chỉnh 응히엠 찐	*serious, strict* [형] 엄격한, 엄정한. ✽ ăn mặc nghiêm chỉnh → 정중하게 옷을 입다.
nghiêm khắc 응히엠 칵	*severe* [형] 엄중한, 엄한, 호된.
nghiêm ngặt 응히엠 응앝	*secret and strict* [형] 엄격한, 철저한. ✽ canh phòng nghiêm ngặt → 철저히 경계하다.
nghiêm minh 응히엠 민	*strict and clear* [형] 엄밀한. 명확한. ✽ thưởng phạt nghiêm minh → 엄중하고 명확하게 상벌을 주다.
nghiêm nghị 응히엠 응히	*grave* [형] 근엄한, 진지한. ✽ vẻ mặt nghiêm nghị → 얼굴이 진지해 보인다.
nghiêm trang 응히엠 짱	*serious, decent and dignified* [형] 근엄한, 위엄있는.
nghiêm trị 응히엠 찌	*punish severely* [동] 엄중히 응징하다.
nghiêm trọng 응히엠 쫑	*serious, grave, critical, important* [형] 엄중한, 삼엄한, 중대한.
nghiêm túc 응히엠 뚭	*earnest, serious* [형] 엄숙한, 진지한. ✽ học hành nghiêm túc → 진지하게 공부하다.

nghiễm nhiên 응히엠 니엔	*unruffled, without any fuss* [형] 엄연한, 당연한. ✻ anh ta nghiễm nhiên trở thành kẻ giàu có trong thiên hạ → 그는 엄연히 세계 재벌이 되다.
nghiệm 응히엠	*consider, verify, check* [동] 검증하다, 확인하다, 조사하다. ✻ tôi nghiệm thấy là vấn đề đã trở nên phức tạp → 내가 확인해보니 문제가 복잡해 졌다.
nghiên cứu 응히엔 끄우	*to research, to study, examine* [동] 조사하다, 연구하다.
nghiến 응히엔	*to grind, grit, gnash* [동] 빻다, 갈다.
nghiến răng 응히엔 랑	*to grind one's teeth* [동] 이를 갈다.
nghiền 응히엔	*to crush, to pound, to grind* [동] 빻다, 으깨다. ✻ nghiền nát củ khoai → 고구마를 으깨다.
nghiền ngẫm 응히엔 응엄	*to ponder, reflect on something* [동] 회고하다, 숙고하다. ✻ nghiền ngẫm lại chuyện đã qua → 지난일을 회고하다.
nghiện 응히엔	*having a weakness for sth., addicted to sth.* [동] 중독되다, …에 빠지다. ✻ nghiện ma túy → 마약에 중독되다.
nghiện rượu 응히엔 르어우	*to be dependent on alcohol* [동] 알코올 중독이 되다.
nghiện ngập	*to be an opium addict* [동] = nghiện

응히엔 응업	hút 아편에 중독되다. ✳ vì nghiện ngập nên mất hết cả tư cách con người → 아편에 중독되어 인격도 모두 잃어버렸다.
nghiêng 응히엥	be inclined, lean, incline [동/형] 비스듬한, 기울어진.
nghiêng ngả 응히엥 응아	veer, vacillate [동] 기울다, 망설이다, 흔들리다.
nghiêng ngửa 응히엥 응으아	undecided, fluctuating [형] 변동이 있는.
nghiệp 응히엡	karma [동] = ~ chướng (불교) 갈마, 업(業), 인과 응보, 인연.
nghiệp báo 응히엡 바오	retribution by Karma [동] 업보.
nghiệp chủ 응히엡 쭈	owner of an estade [명] 사업주.
nghiệp dư 응히엡 이으	amateur, unprofessional [형] 아마추어. ✳ ca sĩ nghiệp dư → 아마추어 가수.
nghiệp đoàn 응히엡 도안	trade union [명] 동업(同業) 단체, 연합.
nghiệp vụ 응히엡 부	professional skill [명] 전문적인 일.
nghiệt ngã 응히엔 응아	too severe, too strict [형] 엄한, 억격한. ✳ tánh tình nghiệt ngã → 엄격한 성격.
nghìn 응힌	thousand [명] = ngàn (숫자) 1000, 천.
nghìn thu 응힌 투	for ever [명] = ngàn thu 영원.

ngo ngoe 응오 응오애	*squirm, be up to mischief* [동] 꿈틀거리다, 움직거리다.
ngó 응오	**1/** *look* [동] = nhìn 보다. **2/** *shoot* [명] 수중식물의 싹. ✻ ngó sen → 연근.
ngó ngàng 응오 응앙	*to attend to* [동] 주의하다, 돌보다.
ngỏ 응오	*express oneself* [동] 표현하다, 나타내다. ✻ không dám ngỏ lời → 감히 말로 표현하지 못하다.
ngõ 응오	*gate, by-street, lane, alley* [명] 뒷골목, 골목, 좁은길. ✻ đi đến cuối ngõ sẽ thấy nhà của ông tôi → 골목 막바지까지 가면 우리 할아버지 댁이 보일것이다.
ngõ cụt 응오 꿋	*blind alley* [명] 막다른 골목. ✻ bị dồn vào ngõ cụt → 막다른 골목으로 몰리다.
ngõ hẻm 응오 햄	*narrow alley* [명] 좁고 깊은 골목.
ngõ ngách 응오 응앗	*nook and cranny* [명] 좁은 골목길. ✻ nó thuộc hết các ngõ ngách trong làng → 그는 마을의 좁은 골목들을 다 외웠다.
ngọ 응오	**1/** *noon, midday* [명] (12시부터 1시 사이를 가리켜) 한낮, 낮 12시, 정오. **2/** *7th Earthly Branch, symbolized by the horse* [명] 12지 중 일곱번째, 오(午), 말.

	✷ năm ngọ → 말해
	✷ tuổi ngọ → 말띠.
ngọ ngoại 응오 응오아이	*wriggle, squirm* [동] 꿈틀거리다.
ngoác 응오악	*open wide* [동] 입을 최대로 넓게 벌리다. ✷ ngoác miệng ra cười → 입을 크게 벌려 웃다.
ngoái 응오아이	*to turn round* [동] 돌리다. ✷ ngoái đầu lại nhìn → 고개를 돌려 바라보다.
ngoài 응오아이	*out, outside, apart from* [형] 바깥의, 외부의.
ngoài cuộc 응오아이 꾸옥	*to be an ousider* [형] 국외의, 관계없는.
ngoài lề 응오아이 레	*marginal* [형] 가장자리의, 가의.
ngoài mặt 응오아이 맏	*on the outside* [형] 외면의, 외적의. ✷ ngoài mặt thì tử tế, bên trong thì ác độc → 외면은 친절하고 내면은 악독하다.
ngoài miệng 응오아이 미엥	*pay lip service to, in words* [형] 말뿐인,
ngoài ra 응오아이 라	*beside* [부] 그이외에, …외에, …밖에.
ngoài trời 응오아이 쩌이	*in the open air* [형] 야외의.
ngoại 응오아이	1/ *maternal* [형] 어머니의, 모계의. ✷ bà con bên ngoại → 외가친척. ✷ ông ngoại → 외할아버지.

	✳ bà ngoại → 외할머니. **2/** *foreign-made* [형] 외제의. ✳ hàng ngoại → 외제물건.
ngoại cảnh 응오아이 깐	*surrounding, externalities* [명] 외관, 외형.
ngoại đạo 응오아이 다오	*heterodox, layman* [명] 이교(異敎)
ngoại động từ 응오아이 돔 뜨	*transitive verb* [명] 타동사
ngoại giao 응오아이 야오	*diplomatic, foreign affairs* [명] 외교. ✳ ngoại giao đoàn → 외교단.
ngoại hạng 응오아이 항	*special quality, super quality* [명] 보통이 아닌, 아주 특별난.
ngoại hình 응오아이 힌	*outward aspect* [명] 외형, 외관. ✳ ngoại hình đẹp → 아름다운 외형.
ngoại khoa 응오아이 코아	*surgery, surgical* [명] 외과.
ngoại kiều 응오아이 끼에우	*foreigner* [명] 외국인, 이방인.
ngoại lệ 응오아이 레	*exception* [형] 예외의, 제외의. ✳ đây là trường hợp ngoại lệ → 이것은 예외의 경우이다.
ngoại ngữ 응오아이 응으	*foreign language* [명] 외국어. ✳ tôi biết 3 ngoại ngữ → 나는 3개 의 외국어를 안다.
ngoại nhập 응오아이 넙	*imported* [형] 수입한, ✳ hàng ngoại nhập → 수입품.
ngoại ô 응오아이 오	*suburb, outskirts* [명] 시외, 근교, 교외.
ngoại quốc 응오아이 꾸옥	*foreign country* [명] 외국.

응오아이 쩍

ngoại tệ — *foreign currency* [명] 외국환, 외환.
응오아이 떼

ngoại thương — *foreign trade* [명] 외상, 외국무역.
응오아이 트엉

ngoại tình — *to commit adultery with sb.* [동] 외도하다, 간통하다.
응오아이 띤

ngoại tổ — *maternal grandfather* [명] 외조부, 외할아버지.
응오아이 또

ngoại tộc — *relatives on one's mother's side* [명] 외가.
응오아이 똡

ngoại trú — *living out of the school dormitory* [동] 비거주의.
응오아이 쭈

ngoại trưởng — *Foreign Minister* [명] 외무부장관.
응오아이 쯔엉

ngoại văn — *foreign language* [명] 외국어.
응오아이 반

ngoại xâm — *foreign aggression* [명] 외침, 외국의 침략.
응오아이 썸

ngoạm — *bite, take an bite of* [동] 물다.
응오암
✶ con chó ngoạm miếng thịt → 개가 고기 덩이를 물다.

ngoan — *good-mannered, obedient* [형] 고분고분한, 순종하는, 착한.
응오안
✶ em bé ngoan → 말잘듣는 아기.

ngoan cố — *stubborn* [형] 완고한, 고집이 센.
응오안 꼬

ngoan cường — *unyielding, undaunted* [형] 완강한, 완고한.
응오안 끄엉
✶ chiến đấu ngoan cường → 완강

한 전투.

ngoan đạo — *devout, pious* [형] 독실한.
응오안 다오

ngoan ngoãn — *obedient, well-behaved* [형] 착한, 순종하는, 말잘듣는.
응오안 응오안

ngoạn cảnh — *enjoy sceneries* [동] 경치를 즐기다.
응오안 깐

ngoạn mục — *nice-looking* [형] 보기에 좋은, 아름다운.
응오안 뭅

ngoảnh — *turn one's head* [동] (얼굴을) 돌리다.
응오안
✳ ngoảnh mặt đi chỗ khác → 얼굴을 다른곳으로 돌리다.

ngoáy — *to scrawl, dash off, write very quickly* [동] 갈겨쓰다, 흘겨쓰다.
응오아이
✳ viết ngoáy vài chữ → 몇 자 갈겨쓰다.

ngoái mũi — *to pick one's nose* [동] 코를 후비다.
응오아이 무이

ngoáy tai — *to clean (out) one's ears* [동] 귀를 파다.
응오아이 따이

ngoặc đơn — *brackets, parenthesis* [명] 괄호, ( ).
응오악 던
✳ mở ngoặc đơn → 괄호를 열다.

ngoặc kép — *quatation marks* [명] 따옴표, "..."
응오악 깹
✳ mở ngoặc kép → 따옴표를 열다.

ngoằn ngoèo — *tortuous, ziggag* [형] 구불구불한, 지그재그(Z자)형의.
응오안 응오애오
✳ con đường ngoằn ngoèo → 지그재그로 난 길.

ngoắt — 1/ *wag, waggle, wave* [동] 물결치

응오안	다, 흔들리다. ∗ con chó ngoắt đuôi mừng → 개가 반갑다고 꼬리를 흔들다. **2/** *to wave one's hand to..* [동] 손을 흔들다. **3/** *to turn* [동] 돌리다. ∗ nó quay ngoắt lại → 그는 고개를 확 돌렸다.
ngóc 응옵	*lift up, raise one's head* [동] 들어올리다. ∗ ngóc đầu dậy → 머리를 들다.
ngọc 응옥	*gem, precious stone* [명] 옥, 보석.
Ngọc Hoàng 응옥 호앙	*God, King of Heaven* [명] 옥황상제.
ngọc lan 응옥 란	*michelia* [명] (나무/꽃) 옥란, 백목련.
ngọc ngà 응옥 응아	*jade-like, jade and ivory* [명] 옥과 상아, 보석.
ngọc thạch 응옥 탓	*jade, precious stone* [명] 비취, 옥(玉).
ngọc trai 응옥 짜이	*pearl* [명] 진주.
ngoéo tay 응오애오 따이	*link forefingers* [동] 손가락을 걸다, 약속하다.
ngoèo 응오애오	*pop off, die* [동] 죽다.
ngoi 응오이	*creep strenously, strive toward* [동] 분투하여 오르다.
ngoi ngóp	*struggle toward*

응오이 응읍	[동] 오르다, 발버둥치다.
ngói 응오이	*tile, tiling* [명] 기와, 타일. ✻ nhà ngói → 기와집.
ngòi 응오이	**1/** *primer, fuse* [명] ngòi nổ, kíp nổ (폭탄, 폭약 등의) 신관(信管), 도화선. **2/** *arroyo, canal* [명] 수로(水路), 작은 협곡, 건곡(乾谷), 용수로, 운하.
ngòi bút 응오이 붇	*nib, point pen* [명] 펜촉 끝. ✻ kiếm sống bằng ngòi bút → 펜촉으로 먹고 살다. (글을 쓰는 직업)
ngon 응온	*delicious, tasty* [형] 맛있는, 맛좋은.
ngon ăn 응온 안	*easy (job), lightly* [형] 쉬운, 수월한.
ngon giấc 응온 지억(역)	*sound sleep* [동] 달게 자다, 푹 자다.
ngon lành 응온 란	**1/** *good, appetizing* [형] 매우 맛있는, 참으로 맛좋은. **2/** *easy* [형] 쉬운, 수월한
ngon mắt 응온 맏	*attractive, pleasant to the eyes* [형] 마음을 끌어당기는, 매력 있는, 흥미 있는.
ngon miệng 응온 미엥	*with gusto, delicious* [형] (음식) 매우 맛있는, 참으로 맛좋은, 진미인.
ngon ngọt 응온 응옫	*honeyed, smooth-tongued* [형] 달고 맛있는, 달콤한. ✻ ngon ngọt dụ dỗ → 달콤한 유혹.
ngon ơ 응온 어	*very easy* [형] 쉬운, 수월한.

ngón 응온	digit, finger, toe [명] 손(발)가락. * ngón cái → 엄지. * ngón trỏ → 검지. * ngón giữa → 중지. * ngón áp út → 약지. * ngón út → 계지.
ngọn 응온	top, point, edge [명] 맨 위, 꼭대기, 정상, 끝, 절정.
ngọn cỏ 응온 꼬	blade of grass [명] 풀 잎.
ngọn ngành 응온 응안	source, in detail, cause [명] 원인, 출처.
ngọn nguồn 응온 응우온	cause, reason, origin, foundation [명] 원인, 출처, 기원, 태생.
ngóng 응옴	wait for, expect [동] 기다리다, 기대하다.
ngóng đợi 응옹 더이	look forward to, expect, wait with impatience [동] = ngóng chờ 기대하다.
ngọng 응옹	mispronounce [형] = ngọng nghịu (읽기/말하기/발음 등이) 부정확한.
ngót 응옫	nearly, almost [형] 거의. * đạp xe ngót 10km → 자전거로 거의 10킬로를 가다.
ngót ngoét 응옫 응오앧	nearly, a little less than [형] 거의. * ngót ngoét cả triệu đồng → 거의 다 해서 백만동 정도다.
ngọt 응옫	sweet, sweet tasting [형] 달콤한, 단맛의. * cái bánh này quá ngọt → 이 빵은 너무 달다.

ngọt bùi 응옫 부이	*the sweets, happiness* [명] 단맛, 행복.
ngọt lịm 응옫 림	*very sweet, delicious, saccharine* [형] 아주 단.
ngọt ngào 응옫 응아오	*honeyed, as sweet as honey* [형] 꿀처럼 단, 꿀맛인.
ngọt xớt 응옫 썯	*smooth-spoken, saccharine voice* [형] 감미로운, 달콤한. ✱ giọng nói ngọt xớt → 감미로운 목소리.
ngô 응오	*maize* [명] (식물) = bắp 옥수수.
ngô nghê 응오 응헤	*foolish, stupid, silly* [형] 어리석은, 주책없는, 바보 같은. ✱ ăn nói ngô nghê → 어리석게 말하다.
ngố 응오	*doltish, dull-hearted* [형] 좀 둔한, 멍청한, 아둔한.
ngổ ngáo 응오 응아오	*rash, reckless* [형] 무분별한, 앞뒤를 가리지않는.
ngổ nghịch 응오 응히엗	*disobedient, undisciplined* [형] 복종하지 않는, 반항적인, 다룰 수 없는.
ngộ 응오	*queer, fantastic old, beautiful* [형] = ngộ nghĩnh 예쁜, 이상 야릇한, 괴상한, 기묘한.
ngộ độc 응오 돕	*be poisoned* [동] 중독되다. ✱ bị ngộ độc thức ăn → 식중독에 걸리다.
ngộ nhận 응오 넌	*to confuse, misunderstand* [동] 오인하다, 오해하다, 잘못 생각하다.
ngộ nhỡ 응오 녀	*in case* [부] = lỡ ra... 만약, 만일, ~ 경우에. ✱ ngộ nhỡ gặp tai nạn thì

	sao? → 만약 사고를 당하면 어떻게 해야 합니까?
ngộ sát 응오 산	*unintentional homicide* [동] 오살하다, 잘못해서 사람을 죽이다.
ngốc 응옵	*stupid, silly* [형] = ngu 바보 같은, 어리석은.
ngốc nghếch 응옵 응헷	*stupid, foolish* [형] 바보 같은, 어리석은.
ngôi 응오이	*rank, position* [명] 지위, 계급. ✽ ngôi mộ → 무덤. ✽ nhường ngôi cho con → 왕위를 자식에게 물려주다.
ngôi báu 응오이 바우	*throne* [명] 왕좌, 옥좌. ✽ trao ngôi báu cho con → 왕좌를 자식에게 물려주다.
ngôi thứ 응오이 트	*order of precedence* [명] 계급, 등급.
ngôi sao 으오이 사오	*star* [명] 별.
ngồi 응오이	*to sit, to take a seat* [동] 앉다, 착석하다. ✽ ngôi xếp bằng → 다리를 꼬고 앉다.
ngồi bệt 응오이 벧	*sit flat on the ground* [동] 땅바닥에 앉다.
ngôn luận 응온 루언	*speech, organ* [명] 언론.
ngôn ngữ 응온 응으	*language, tongue* [명] 언어, 말. ✽ ngôn ngữ học → 언어학.
ngốn 응온	*eat greedily, devour* [동] 빨리 소비되다, 게걸스럽게 먹다.

	✽ chiếc xe này ngốn nhiều xăng → 이 차는 휘발유를 너무 많이 먹는다.
ngốn ngấu 응온 응어우	*bolt, gobble up* [형] 게걸스러운, 성급한. ✽ ăn ngốn ngấu một lúc là hết sạch nồi → 게걸스럽게 한 남비를 깨끗이 먹어치웠다.
ngổn ngang 응온 응앙	*lying about in disorder and in the way* [형] 무질서한, 어지러운, 혼란한.
ngông 응옴	*extravagant, rash, peculiar* [형] 낭비하는, 사치한.
ngông cuồng 응옴 꾸옹	*foolish rash* [형] 유별난, 기괴한. ✽ thái độ ngông cuồng → 유별난 태도.
ngông nghênh 응옴 응헨	*ungracefully lanky, swagger* [형] 자만한, 오만한.
ngỗng 응옴	*goose* [명] (동물) 거위. ✽ ngỗng quay → 거위고기 바비큐.
ngột ngạt 응옫 응앋	*stuffy* [형] 탁 막힌, 통풍이 잘 안 된.
ngơ 응어	*ignore, overlook* [동] 묵살하다, …을 무시하다, 돌보지 않다. ✽ làm ngơ → 모른척하다.
ngơ ngác 응어 응악	*be stupefied, dazed* [동] 멍해지게 하다, 넋을 잃게 하다.
ngơ ngẩn 응어 응언	*stupefied, amazed, astounded* [형] 아연 실색한, 몹시 놀란.
ngớ ngẩn 응어 응언	*stunned, as if out of one's sense* [형] 기절시키다, 실신케 한.

ngờ 응어	*to think, to expect* [형] 기대하다, 생각 하다. ✱ không ngờ mọi việc lại diễn ra nhanh đến thế → 모든 일들이 그렇게 빨리 일어나리라고 생각하지 못했다.
ngờ nghệch 응어 응헷	*naïve, natural and innocent* [형] 순진한. ✱ ăn nói ngờ nghệch → 순진하게 말하다.
ngờ ngợ 응어 응어	*be not quite certain* [형] 확실치 않은, 모호한. ✱ tôi ngờ ngợ như mình đã gặp nhau ở đâu rồi → 나는 어디서 서로 만났었는지 확실치가 않다.
ngờ vực 응어 븍	*to distrust* [동] 의심하다, 의심을 품다, 수상히 여기다.
ngỡ 응어	*believe, think* [동] 믿다, 정말로 생각하다. ✱ ngỡ là anh đã biết chuyện này → 당신이 이 일을 알고 있었을 거라고 믿는다.
ngỡ ngàng 응어 응앙	*be astonished, disconcerted* [형] 당황한, 당혹한.
ngợp 응업	*feel dizzy* [동] 어지럽다.
ngót 응얻	*abate, subside* [동] 누그러지다, 줄다. ✱ người đi lại không ngót → 다니는 사람이 줄지를 않는다.
ngu 응우	*stupid, dull* [형] 어리석은, 바보 같은.
ngu dại	*silly, foolish* [형] 어리석은, 바보

응우 아이 | 같은.

ngu dốt | *foolish and ignorant*
응우 욷 | [형] 우둔한, 어리석은, 무지한.

ngu đần | *dim hearted* [형] 둔한, 명청한.
응우 던

ngu muội | *completely dim-headed*
응우 무오이 | [형] 바보 천치의, 어리석은.

ngu ngốc | *dull, dull-headed* [형] 어리석은,
응우 웅옥

ngu ngơ | *naively silly* [형] 바보 같은.
응우 응어

ngu si | *thick-headed* [형] 우둔한, 명청한.
응우

ngu xuẩn | *utterly stupid* [형] 백치의.
응우 쑤언

ngủ | *sleep, to go to sleep*
응우 | [동] 자다, 잠자다.

ngủ đông | *hibernate* [동] (동물이) 동면하다
응우 돔

ngủ gật | *nod* [동] 머리를 끄덕이다
응우 겉

ngũ cốc | *cereals, grain food-stuffs* [명] 곡초
응우 꼽 | (穀草), 곡물식(穀物食), 시리얼 (오트밀, 콘플레이크 등).

ngũ quả | *the fives fruits* [명] 오과(五果), 제
응우 꾸아 | 사용 5가지 과일.

ngũ quan | *the five sense* [명] 오관(五官), 다
응우 꾸안 | 섯 감각기관 : 시각, 청각, 후각, 미각, 촉각.

ngũ sắc | *five primary colours* [명] 오색(五

응우 삭	色) : 파란색, 빨간색, 흰색, 검정색, 노란색.
ngũ tạng 응우 땅	*five iner parts* [명] 오장(五臟), 다섯 가지 내장 : 간장, 심장, 비장, 폐장, 신장.
ngụ 응우	*reside, dwell, stay, live* [동] 살다, 거주하다.
ngụ ngôn 응우 응온	*fable, allegory* [명] 우화(寓話), 풍유.
ngụ ý 응우 이	*to imply, mean, contain* [동] 암시하다, 포함하다, 의미하다.
ngục 응웁	*prison, gail* [명] = ngục tù 형무소, 교도소, 감옥.
nguệch ngoạc 응우엣 응오악	**1/** *scrawl* [동] (글자,그림 등을) 휘갈겨 쓰다, 낙서하다. ✻ viết nguệch ngoạc vài chữ → 몇 자 휘갈겨 쓰다. **2/** *in hasty, hurriedly* [부] 급히, 허둥지둥, 황급히.
ngụm 응움	*mouthful, gulp* [명] 한 입, 한 모금(마시다) . ✻ uống một ngụm nước → 물 한 모금 마시다.
nguôi 응우오이	*subside, calm down* [형] 가라앉은,
nguôi ngoai 응우오이 응오아이	*cool, calm down* [동] 점점 줄어들다, 가라앉다. ✻ cơn giận đã nguôi ngoai → 화가 가라앉았다.
nguội 응우오이	*to get cold, cool (down)* [형] 식다, 차게 되다. ✻ thức ăn đã nguội hết

	rồi → 음식이 이미 식었다.
nguội lạnh 응우오이 란	*become cold, very cold* [형] 식다, 차게 되다.
nguội ngắt 응우오이 응앋	*freezing terribly cold (food)* [형] 지독하게 찬.
nguồn 응우온	*source, spring* [명] 근원, 근본, 원천.
nguồn cơn 응우온 껀	*ins and out, concrete* [명] 이유, 원인.
nguồn gốc 응우온 곱	*source, origin, root* [명] 기원, 발단, 뿌리.
ngụp 응웁	*dive, plunge (into the water)* [동] (물속으로) 뛰어들다.
ngụp lặn 응웁 란	*to dive* [동] 뛰어들다.
nguy 응우이	*dangerous* [형] 위험한.
nguy biến 응우이 비엔	*danger, emergency* [형] 위험한, 위급한.
nguy cấp 응우이 껍	*dangerous and pressing* [형] 긴급한, 긴박한.
nguy cơ 응우이 꺼	*risk, danger* [명] 위기, 위태로운 상태.
nguy hiểm 응우이 히엠	*peril, danger, hazard* [형] 위험한.
nguy khốn 응우이 콘	*dangerous and misery ridden* [형] 위험하고 고통스런.
nguy kịch 응우이 낏	*mortally serious* [형] 매우 위험한.
nguy nan	*dangerous and difficult*

응우이 난	[형] 위험하고 어려운.
nguy nga 응우이 응아	*magnificent* [형] 화려한, 숭고한, 장엄한.
nguy ngập 응우이 응업	*very critical* [형] 매우 위태로운.
ngụy biện 응우이 비엔	*to quibble, indulge in sophism* [동] 궤변을 늘어놓다.
ngụy quyền 응우이 꾸웬	*quisling rule* [명] 괴뢰정부.
ngụy tạo 응우이 따오	*counterfeit, falsity, forge* [동] 조작하다, 위조하다.
ngụy trang 응우이 짱	*to mask, camouflage* [동] 위장하다.
nguyên 응우웬	*intact, unchanged, whole* [형] 흠 없는, 온전한, 그대로인. ✶ cái áo đó còn mới nguyên → 그 옷은 새것 그대로 이다.
nguyên âm 응우웬 엄	*vowel* [명] 모음.
nguyên bản 응우웬 반	*original* [명] 원문, 실물.
nguyên cáo 응우웬 까오	*plaintiff* [명] 원고(原告), 고소인.
nguyên chất 응우웬 쩓	*pure, fine* [형] 불순물이 없는, 순수한.
nguyên cớ 응우웬 꺼	*cause* [명] 원인, 불씨.
nguyên do 응우웬 요	*cause, reason, motive* [명] 동기, 이유, 원인.
nguyên đán	*lunar New Year's day*

응우웬 단 [명] (음력) 정월초하루, 구정.

nguyên đơn *prosecutor, plantiff, claimant*
응우웬 던 [명] 원고(原告), 고소인.

nguyên hình *real nature, true identity* [명] 원형.
응우웬 힌

nguyên liệu *raw materials*
응우웬 리에우 [명] = nguyên vật liệu 원료.

nguyên lý *principle* [명] 원리, 원칙.
응우웬 리

nguyên nhân *cause, reason*
응우웬 년 [명] 원인, 근거, 동기, 이유, 까닭

nguyên quán *native country* [명] 본국.
응우웬 꾸안

nguyên sơ *primitive* [명] = nguyên thủy 원시
응우웬 서 (시대)의, 태고의.
※ từ thuở nguyên sơ của loài người → 고대 원시 시대부터.

nguyên tắc *principle* [명] 원리, 원칙, 공리
응우웬 딱

nguyên thủ *head, chief (of state)*
응우웬 투 [명] 우두머리, 국가 원수(元首).

nguyên tử *atom, atomic*
응우웬 뜨 [명] 원자, 원자력, 핵에너지.

nguyên văn *original text, word by word, verbatim*
응우웬 반 [명] 원문.

nguyên vẹn *undamaged, untouche,* [형] 손대지
응우웬 밴 않은, 그대로인, 손상되지 않은.

nguyên xi *integral, intact* [형] 본래대로의, 손
응우웬 씨 대지 않은.

nguyền *promise, take the oath, swear*

응우웬 [동] 약속하다, 맹세하다.

nguyền rủa *curse, swear at, damn*
응우웬 루아 [동] 저주하다, 욕설을 퍼붓다.

nguyện *commit onself, pray for* [동] =
응우웬 nguyện cầu 기원하다, 기도하다.

nguyện ước *wish, desire (for)* [동] 바라다, 갈망
응우웬 으억 하다.

nguyện vọng *expectation, aspiration*
응우웬 봉 [명] 기대, 포부, 원망(願望).

nguyệt *moon (poet)* [명] (시어) 달.
응우웬

nguyệt san *monthly review (magazine)*
응우엔 산 [명] 월간.

nguyệt thực *lunar eclipse* [명] 월식.
응우엔 특

nguýt *throw an angry glance* [동]
응우윁

ngư dân *fisherman, fisher*
응으 연 [명] 낚시꾼, 어부.

ngư lôi *torpedo* [명] 어뢰, 공뢰, 수뢰.
응으 로이

ngư nghiệp *fish-breeding, pisciculture*
응으 응히엡 [명] 어업.

ngữ âm *phonic, phonology*
응으 엄 [명] 음성학, 음소론.

ngữ cảnh *context, contextual* [명] (문장, 내
응으 깐 용의) 전후 관계, 문맥.

ngữ điệu *intonation*
응으 디에우 [명] (음성의) 억양, 음조.

ngữ pháp *grammar* [명] 문법.

응으 팝

ngữ văn   *philology* [명] 문헌학, 언어학.
응으 반

ngự   *be seated in a stately way*
응으   [동] 가장 높은 자리에 앉다.
✶ Phật ngự trên tòa sen → 부처님이 연꽃위에 좌정하다.

ngự trị   *to rule, reign, dominate*
응으 찌   [동] 지배하다, 군림하다.

ngự uyển   *Royal park, imperial park*
응으 유웬   [명] 왕의 공원.

ngự y   *Royal physician* [명] 어의, 궁중에서 왕이나 왕족을 치료하던 의원.
응으 이

ngứa   *to have an itch, to itch* [동] 가렵다.
응으아

ngứa mắt   *to feel sb/sth unwelcome* [동] 달갑지 않다, 반기지 않다, 눈에 거슬리다.
응으아 맏

ngứa miệng   *to be itching/dying to say sth.* [동] 무언가를 말하고 싶어서 입이 근질근질 하다.
응으아

ngứa tai   *shock the ears*
응으아 따이   [동] 귀에 거슬리다.

ngứa tay   *feel the urge of doing sth.* [동] 무슨 일을 너무 하고 싶어서 손이 근질근질 하다.
응으아 따이

ngừa   *to prevent* [동] 막다, 예방하다.
응으아

ngựa   *horse, horsepower*
응으아   [명] 말(馬), 마력.

ngựa bạch   *white horse* [명] 백마.

응으아 밧
ngựa ô   *black horse* [명] 흑마.
응으아 오

ngực   *breast, chest* [명] 가슴, 흉부.
응윽

ngửi   *to smell, sniff* [동] 냄새를 맡다.
응으이

ngưng   *to stop* [동] 멈추다.
응

ngưng đọng   *be at a standstill*
응 돔   [동] 정돈 상태에 있다, 정지하다.

ngưng trệ   *come to a standstill*
응 쩨   [동] 멈추다, 막히다.

ngưng tụ   *condense* [동] 응축하다, 압축하다, 농축하다.
응 뚜

ngừng   *stop, pause* [동] = ngưng 멈추다, 서다, 정지하다.
응

ngừng bắn   *stop fire, cease fire*
응 반   [동] 사격을 멈추다.

ngước   *raise eyes* [동] 올려다 보다.
응으억

ngược   *opposite, upside down* [형] (…의) 맞은편의, 반대쪽의, 마주 보고 있는.
응으억

ngược đãi   *ill treat* [동] 학대하다, 냉대하다, 혹사시키다.
응으억 다이

ngược đời   *nonsensical, absurd*
응으억 더이   [형] 불합리한, 부조리한.

ngược lại   *contrary to* [형] 반대로, 반면에.
응으억 라이

ngược xuôi *move heaven and earth* [동] 동에 번쩍 서에 번쩍하다, 바삐 움직이다.
응으억 쑤오이

người *man, people, person* [명] 사람, 인류, 인간.
응으어이

người bệnh *patient* [명] 환자.
응으어이 벤

người dưng *stranger*
응으어이 이응 [명] 낯선 사람, 모르는 사람.

người đẹp *beautiful woman* [명] 미인.
응으어이 댑

người hùng *hero* [명] 영웅, 용사.
응으어이 훔

người lạ *stranger, unknown person*
응으어이 라 [명] 낯선 사람, 모르는 사람.

người lớn *adult* [명] 어른, 성인.
응으어이 런

người máy *robot* [명] 로봇, 인조 인간.
응으어이 마이

ng.mở hàng *the first customer* [명] 첫 손님, 개시 손님. ✻ sáng nay cô là người mở hàng → 오늘 아침에 당신이 첫 손님 입니다.
응으어이 머 항

người mù *the blind* [명] 장님, 맹인들.
응으어이 무

người ngoài *ousider, bystander, alien* [명] ① 외국인. ② = người ngoài cuộc 제3자, 외부인.
응으어이 응오아이

người nhà *member of the family* [명] 가족.
응으어이 냐

người nhái *frogman* [명] 잠수부.

응으어이 냐이

người ở — *servant, domestic, hired man* [명] = người giúp việc 하인, 고용인, 가정부.
응으어이 어

người quen — *an acquaintance* [명] 아는 사람.
응으어이 꾸앤

người rừng — *forester, woodlander* [명] 삼림 거주자.
응으어이 릉

người ta — *people* [명] 사람, 사람들.
응으어이 따

người thân — *close relative* [명] 친한 친구.
응으어이 턴

người xưa — *the ancients* [명] 고대인.
응으어이 쓰아

người yêu — *lover* [명] = người tình 애인.
응으어이 이에우

ngưỡng cửa — *threshold, doorstep* [명] 문지방, 문턱, 입구.
응영 끄아

ngưỡng mộ — *to adore, admire* [동] 존경하다, 사모하다.
응영 모

ngượng — *to feel ashamed* [형] 부끄러워 하는.
응영

ngượng mồm — *not to dare speak up* [동] = ngượng miệng 부끄러워서 말 못하다.
응영

ngượng nghịu — *feel embarrassed, feel awkward* [형] = ngượng ngập 쩔쩔매는, 거북한, 당황한, 어색한.
응영 응히우

ngượng ngùng — *slightly ashamed* [형] 조금 부끄러운.
응영 응움

nha khoa — *dentistry* [명] 치과.

냐 코아

nha phiến   *opium* [명] 아편.
냐 피엔

nha sĩ   *dentist* [명] 치과의사.
냐 시

nhá nhem   *dusk, at nightall* [형] 어둑어둑한.
냐 니앰   ✻ trời nhá nhem tối → 하늘이 어둑어둑 해졌다.

nhà   *house, home, family*
냐   [명] 주택, 집, 가정.

nhà báo   *journalist* [명] 기자.
냐 바오

nhà băng   *bank* [명] = ngân hàng 은행.
냐 방

nhà bếp   *kitchen* [명] 부엌, 주방.
냐 뱁

nhà binh   *military* [명] 군인.
냐 빈

nhà cầu   *latrine* [명] 변소.
냐 꺼우

nhà chùa   *pagoda* [명] 절, 사원.
냐 쭈아

nhà chứa   *brothel* [명] = nhà thổ 매춘굴.
냐 쯔아

nhà cửa   *house, dwelling* [명] 집의 총칭.
냐 끄아   ✻ dọn dẹp nhà cửa cho sạch sẽ → 집을 깨끗이 정돈하다.

nhà dòng   *religious house* [명] 수도원.
냐 욤

nhà ga   *train / railway station*

냐 가		[명] 역, 정거장.
nhà gái 냐 가이	*bride's family* [명] 신부측 가족.	
nhà giam 냐 지암(얌)	*detention prison* [명] 수감, 투옥. = nhà đá (*stone-jug, prison, jail*) 감옥, 교도소.	
nhà giáo 냐 지아오(야오)	*teacher, school master* [명] 선생님.	
nhà hàng 냐 항	*restaurant, shop* [명] 식당, 레스토랑.	
nhà hát 냐 핟	*theatre, play-house* [명] 극장, 연주회장.	
nhà hộ sinh 냐 호 신	*maternity hospital* [명] 산부인과.	
nhà in 냐 인	*printing house* [명] 인쇄소.	
nhà kho 냐 코	*ware-house, store-house* [명] 창고.	
nhà khoa học 냐 코아 홉	*scientist* [명] 과학자.	
nhà lầu 냐 러우	*multistoried house* [명] 고층 집.	
nhà máy 냐 마이	*factory* [명] 공장	
nhà nghề 냐 응헤	*professional* [명] 전문가. [형] 프로의, 전문적인.	
nhà nòi 냐 노이	*hereditary* [명] 대대의, 세습의.	
nhà nông 냐 놈	*farmer* [명] 농부.	

nhà nước 냐 느억	*state* [명] 국가, 나라, 정부.
nhà quê 냐 꾸에	*country-side, native-village* [명] 시골.
nhà sàn 냐 산	*house on stills* [명] 베트남 소수민족 전통가옥
nhà sư 냐 스	*buddish bonze* [명] 중, 승려.
nhà tập thể 냐 떱 떼	*tenement-house* [명] 공동주택, 아파트.
nhà thổ 냐 토	*house of prostitutions, brothel* [명] = nhà chứa 매춘굴.
nhà thơ 냐 터	*poet, poetess* [명] 시인.
nhà thờ 냐 터	**1/** *church* [명] 성당, 교회. **2/** *ancestor-worship house* [명] 조상숭배를 하는 집.
nhà thuốc 냐 투옥	*drugstore, pharmacy* [명] 약국.
nhà thương 냐 트엉	*hospital* [명] = bệnh viện 병원.
nhà tôi 냐 또이	**1/** *my(our) house* [명] 우리집. **2/** *my wife (husband)* [대] 집사람, 아내.
nhà trai 냐 짜이	*bridegroom's family* [명] 신랑측 가족
nhà tranh 냐 짠	*thatched cottage* [명] 초가집.
nhà trẻ 냐 째	*kindergarden, nursery school* [명] 유치원, 유아원.

nhà trệt 나 쩯	a flat, one story house [명] 일층 집.
nhà trọ 나 쪼	pension, guest-house [명] 팬션, 게스트하우스, 여관
nhà trường 나 쯔엉	school, school-house [명] 학교.
nhà tu 나 뚜	monk, priest, nun, clegyman [명] 수도승, 성직자, 수녀, 여승
nhà tù 나 뚜	prison, gail [명] 감옥
nhà văn 나 반	writer, man/woman of letter [명] 문학가, 작가
nhà vệ sinh 나 베 신	latrine, toilet, rest-room [명] 변소, 화장실, 세면소.
nhà xác 나 싹	dead-house, mortuary [명] 영안실, 안치소.
nhà xe 나 쌔	garage, parking-lot [명] 주차장
nhà xuất bản 나 쑤얼 반	publishing house [명] 출판사.
nhả 냐	spit out [동] 뽑다. 떼어버리다.
nhã 냐	elegant, refine, graceful [형] 세련된, 멋진.
nhã nhặn 냐 냔	courteous, polite [형] 예의있는. ✻ cô ấy ăn nói rất nhã nhặn → 그녀는 예의있게 말한다.
nhã ý 냐 이	good intention [명] 좋은 의도, 좋은 의향.
nhạc	music [명] 음악.

냑	✱ nhạc dân tộc → 민속음악. ✱ nhạc cổ điển → 고전음악.
nhạc cảnh 냑 까ㄴ	*tableau* [명] 극적 정경, 인상적인 장면.
nhạc công 냑 꼼	*bandsman, instrumentalist* [명] 악단원.
nhạc cụ 냑 꾸	*musical instrument* [명] = nhạc khí 악기. ✱ nhạc cụ dân tộc → 민속악기.
nhạc điệu 냑 디에우	*melody, tune, musical tune* [명] 멜로디, 악곡, 곡조.
nhạc hòa tấu 냑 호아 떠우	*symphony* [명] 교향곡, 심포니.
nhạc khúc 냑 쿱	*piece of music, aira, air* [명] 가락, 선율.
nhạc kịch 냑 끼ㅅ	*opera* [명] 오페라, 악극.
nhạc lý 냑 리	*musical theory* [명] 음악이론.
nhạc nhẹ 냑 니애	*light music* [명] 경음악.
nhạc phẩm 냑 펌	*a song, oiece of music* [명] 음악 작품, 곡.
nhạc sĩ 냑 시	*musician, songwriter* [명] 음악가, 작곡가
nhạc sống 냑 솜	*live music* [명] 라이브뮤직, 생음악.
nhạc trưởng 냑 쯔엉	*bandmaster, leader of an orchestra* [명] 악단장.
nhạc vàng 냑 방	*soft music* [명] 부드러운 음악.

nhạc viện 냑 비엔	*conservatory, music college* [명] 음악학교.
nhai 나이	*chew, maslicate* [동] (음식따위를) 씹다.
nhái 나이	**1/** *frog, tree-frog, toad* [명] (동물) 개구리. **2/** *to imitate, mimic* [명] = nhại 모방하다, 흉내내다.
nhái bén 나이 밴	*small frog, tree-toad* [명] (동물) 개구리, 청개구리.
nhài 나이	*jasmine* [명] (꽃) 자스민.
nhãi 나이	*little devil* [명] = nhãi ranh 어린새끼, 장난꾸러기, 개구쟁이.
nhại 나이	*to imitate, to mimic, to parody* [동] 모방하다, 흉내내다.
nham hiểm 냠 히엠	*wicked* [형] 사악한, 악독한. ✳ lòng dạ nham hiểm → 사악한 마음.
nham nhở 냠 노	*rough and variegated* [형] 잡색의, 얼룩덜룩한.
nham thạch 냠 탓	*rock* [명] 암초(岩礁).
nhám 냠	*rough, harsh, rugged, uneven* [형] 거친, 울퉁불퉁한.
nhàm 냠	*hackneyed, trite, boring* [형] = nhàm chán 지루한, 진부한.
nhàm tai 냠 따이	*to become trite with repetition* [형] = chán tai 반복되어 진부한. ✳ nói mãi nghe nhàm tai → 계속 이야기

를 들으니 지루하다.

nhảm
냠
unfounded [형] 근거없는, 사실과 다른. ✲ tin đồn nhảm → 근거없는 소문.

nhảm nhí
냠 니
untruthful, nonsence [형] 진실이 아닌, 가치없는. ✲ sách nhảm nhí → 가치없는 책.

nhan đề
냔 데
title [명] = tựa đề 제목, 표제.

nhan nhản
냔 냔
crowded all over [형] 여기저기 붐비는, 이곳저곳 가득 찬.

nhan sắc
냔 삭
feminine beauty, complexion [명] 안색, 미모.

nhàn
냔
leisured, free, disengaged [형] 일이 없는, 한가한, 안일한.

nhàn hạ
냔 하
leisured, unoccupied (cushy) [형] 한가한, 안일한.

nhàn nhã
냔 냐
in freedom, leisured, easy [형] 한가한.

nhàn rỗi
냔 로이
leisured, idle, free, unused [형] 비어 있는, 한가한.

nhãn
냔
1/ *label* [명] 라벨, 상표.
2/ *longan* [명] (과실) 용안.

nhãn cầu
냔 꺼우
eyeball [명] 눈알, 안구.

nhãn hiệu
냔 히에우
trademark [명] 상표.

nhãn lồng
냔 롬
big longan [명] (과실) 큰 용안.

nhãn quang
냔 꽝
eyesight, look, view, opinion [명]

난 꾸앙	시력, 시각, 시야, 시선, 의견, 견해.
nhãn tiền 난 띠엔	*in front of one, before sb's eyes* [명] 목전(目前), 눈앞.
nhạn 난	*swallow, horundo, wild-goose* [명] (새) 제비.
nhang 냥	*incense* [명] = hương 향, 향료. ✽ đốt nhang cúng tổ tiên → 향을 피워 조상에게 참배하다.
nhanh 난	*fast, rapid, quick* [형] 빠른, 날랜, 신속한.
nhanh chóng 난 쫌	*quickly, promptly* [형/부] 빨리, 서둘러, 신속히, 급속히.
nhanh gọn 난 곤	*quick and in good order* [형] 신속하게, 빠르게.
nhanh mắt 난 맏	*sharp-eyed, quick-eyed* [형] 예민한, 눈이 예리한.
nhanh nhảu 난 냐우	*agile, nimble, brisk* [형] = nhanh nhẹn 급히, 속히, 빨리, 활발한, 민첩한, 기민한.
nhanh tay 난 따이	*swift-handed, nimble* [형] 민첩한.
nhanh trí 난 찌	*having a swift wit, sharp-witted* [형] 재기가 날카로운, 빈틈없는, 총명한.
nhánh 난	*branch, limb* [명] 가지, 분기(分岐). 분과.
nhánh cây 난 꺼이	*branch (of tree)* [명] 나무의 가지.
nhành 냔	*branch, bough, twig* [명] 나뭇가지.

nhào 냐오	**1/** *to fall headlong* [동] 곤두박질치다. ✳ nó té nhào xuống hồ → 그는 넘어져 호수로 곤두박질 쳤다. **2/** *to knead* [동] = nhồi (가루, 흙을) 반죽하다, 섞어 이기다. ✳ nhào bột làm bánh mì → 밀가루를 반죽해서 빵을 만들다.
nhào lộn 냐오 론	*somersault, perform acrobatics* [동]재주 넘기(공중제비)를 하다.
nhão 냐오	*pasty* [형] 풀(반죽) 같은.
nhão nhẹt 냐오 니앧	*pulpy* [형] 유연한, 걸쭉한, 무른, 부드러운, 즙이 많은.
nhạo 냐오	*to mock, make fun of* [동] …을 비웃다, 조롱하다, 업신여기다.
nhạo báng 냐오 방	*ridicule, make fun of, sneer at* [동] 조롱(조소)하다,…을 비웃다, 놀리다.
nháp 냪	*draft, rough copy* [명] 밑그림, 초고. ✳ quyển vở nháp → 연습장.
nhát 냩	**1/** *shy, timid, faint* [형] = nhút nhát 겁이 많은, 자신이 없는, 소심한, 심약한. **2/** *to intimidate* [동] …을 두려워하게 하다, 겁먹게 하다, …을 무서워하게 하다. ✳ nhát ma → 귀신을 무서워하다.
nhát đòn 냩 돈	*to be afraid of whipping* [동] 매를 두려워하다, 매맞는 것을 무서워하다.
nhát gan 냩 간	*chicken-hearted* [형] 새가슴인, 소심한, 용기 없는.

nhát gái 냗 가이	*shy before girls* [형] 여자 앞에서 부끄럼을 타는.
nhát gừng 냗 긍	*(speak) one word* [형] 한마디의, 한단어의, 짧은. ✻ trả lời nhát gừng → 한마디로 짧게 대답하다.
nhạt 냗	1/ *tasteless* [형] (맛이, 음식이) 맛없는, 싱겁다, 맹숭맹숭하다. ✻ bia này uống nhạt quá → 이 맥주는 맛이 맹숭맹숭하다. 2/ *faded, light* [형] 색이 바랜, 엷은. ✻ mặc chiếc áo màu xanh nhạt → 엷은 파란색 옷을 입다.
nhạt nhẽo 냗 니애오	*cool, insipid* [형] 재미 없는, 특징 없는. 침착한, 냉철한. ✻ tiếp đón nhạt nhẽo → 냉냉히 맞이하다. ✻ câu chuyện quá nhạt nhẽo → 재미없는 이야기.
nhạt phèo 냗 패오	*very tasteless, very insipid* [형] 매우 싱겁운, 너무 재미 없는.
nhạt thếch 냗 텟	*extremely insipid, unsavoury* [형] 맛없는, 재미없는, 무미건조한.
nhau 냐우	1/ *placenta, afterbirth* [명] (해부) 태반, 태좌(胎座). 2/ *each other, one another* [부] 서로, 상호간에. ✻ hai cha con giống nhau như đúc → 아버지와 아들이 서로 틀에 찍은 것처럼 똑같다. ✻ họ sẵn sàng giúp nhau khi cần → 그들은 필요할 때 언제나 서로 도와줄 준비가 되어있다.
nhàu	*wrinkled, creased* [형] 주름진, 구

나우	겨진. ✷ loại vải này có dễ bị nhàu không? → 이 종류의 천은 쉽게 구겨집니까?
nhàu nát 나우 낟	*wrinkled up* [형] 최대로 구겨진, 주름이 많은. ✷ tờ giấy bị nhàu nát hết → 종이가 다 구겨졌다.
nháy mắt 냐이 맏	**1/** *to wink(at sb.)* [동] (사람이) 눈을 깜박 거리다, 윙크(눈짓)하다. ✷ nó nháy mắt ra hiệu với đồng bọn → 그는 동료에게 눈짓으로 신호를 보내다. **2/** *a short while* [부] (일이) 눈 깜짝 할 사이, 짧은 시간에. ✷ chỉ trong nháy mắt là xong → 눈 깜짝 할 사이면 끝난다.
nhảy 냐이	**1/** *to jump, skip* [동] 뛰어넘다, 뛰다, 깡충 뛰다, 가볍게 뛰다. **2/** *dance* [동] 춤, 춤 추다.
nhảy cao 냐이 까오	*high-jump, to do the high jump* [명/동] 높이뛰기 / 높이뛰다.
nhảy cỡn 냐이 껀	*jump with joy* [동] 기뻐 날뛰다.
nhảy dây 냐이 여이	*to jump rope* [동] 줄넘기하다.
nhảy dù 냐이 유	**1/** *parachute* [명] 낙하산. **2/** *to parachute, parachute jump* [동] (사람, 물건을) 낙하산으로 투하하다.
nhảy đầm 냐이 덤	*to dance* [동] = nhảy, khiêu vũ. (남녀가 짝을 이뤄) 춤추다.
nhảy múa	*to perform dances* [동] 춤추다.

나이 무아

nhảy mũi
나이 무이
to sneeze
[동] = hắt hơi 재채기하다.

nhảy nhót
나이 녿
jump for joy, jump up, leap
[동] 뛰다의 총칭.

nhảy sào
나이 사오
to pole-jump, pole-jump [명/동] 막대높이뛰기/ 막대높이뛰기를 하다.

nhảy xa
나이 싸
long-jump, do the long-jump [명/동] 넓이뛰기 / 넓이뛰기를 하다.

nhạy
나이
quick, sensitive, prompt [형] 즉석의, 즉각적인, 즉시 반응하는.

nhạy bén
나이 밴
keen, sharp, clear-headed [형] (사람, 감각, 반응 등이) 총명한, 기민한.

nhạy cảm
나이 깜
sensitive, emotional, delicate [형] 민감한, 섬세한, 감정적인. ✻ một trái tim nhạy cảm → 민감한 마음.

nhắc
냑
1/ *recall, remind* [동] 생각나게 하다, 상기시키다.
✻ chiều nay tôi có buổi họp, nhắc dùm nếu tôi quên → 혹시 내가 잊어버리면 오늘 저녁 모임이 있다는 것을 알려주세요.
2/ *to raise, lift* [동] (물건이) 올라가다, 들리다. ✻ nhắc nồi cơm xuống → 밥솥을 들어서 내려놓다.

nhắc lại
냑 라이
to repeat, say again [동] = lập lại 되풀이하다, 반복하다.
✻ thử nhắc lại xem! → 다시 해봐라!

nhắc nhở
reminded [동] (반복해서) 상기시키다.

낙 녀   ✻ mẹ tôi luôn nhắc nhở anh em chúng tôi phải chăm lo học hành → 형제간에 서로 도와야한다고 우리 어머님이 항상 상기시켜주셨다.

nhắc tới   *to refer, to talk about, to mention*
낙 떠이   [동] = nhắc đến 상기하다, 떠올리다.
✻ nhắc tới chuyện đó là tôi thấy buồn cười → 그 일을 떠올리면 나는 웃음이 나온다.

nhắm   **1/** *to aim (at)* [동] 목적하다, 지향하다, 겨냥하다.
남
    2/ *to close, shut*
[동] = nhắm mắt. (눈을) 감다.

nhắm bắn   *take aim* [동] 겨누다, 겨냥하다.
남 반

nhắm chừng   *to take dimension, measure off*
남 쯩   *(size)* [동] 재다, 측정하다.

nhắm hướng   *to orientate*
남 흐엉   [동] 동쪽을 향하다.

nhắm mắt   *to shut / close one's eyes*
남 맏   [동] 눈을 감다.

nhắm nghiền   *close (one's eyes) tightly*
남 응히엔   [동] 눈을 꽉 감다.

nhằm   *in order to* [부] ~하기 위해서.
남   ✻ xóa nạn mù chữ nhằm nâng cao trình độ của nhân dân → 국민의 수준을 높이기 위해 문맹난을 타파하다.

nhặm   *irritate* [명] (눈이) 충혈되다.
남   ✻ nó bị nhặm mắt → 그는 눈이 충혈되었다.

nhăn 냔	**1/** *show, bare* [동] = nhe (이, 치아) 보이다, 보여주다, 드러내다. ※ đã sai rồi mà còn nhăn răng ra cười → 틀렸는데도 여전히 이를 보이며 웃다. **2/** *wrinkled* [형] 구겨진, 주름진.
nhăn nheo 냔 니애오	*wrinkled up* [형] 주름이 진. ※ gương mặt nhăn nheo → 주름진 얼굴.
nhăn nhó 냔 뇨	*grimace, to pull a wry face* [형] (얼굴) 찌푸린, 찡그린.
nhăn nhúm 냔 늄	*wrinkled up* [형] 주름이 진.
nhăn răng 냔 랑	*bare one's teeth* [동] = nhe răng 드러내다, 보이다.
nhắn 냔	*send word to, leave message* [동] 알리다, 소식을 전하다, 메시지를 남기다.
nhắn nhủ 냔 뉴	*to give recommendation, advise gently* [동] 충고하다.
nhắn tin 냔 띤	*send a message* [동] 메시지를 보내다, 전갈을 보내다.
nhằn 냔	*to grumble, to grunt* [동] = cằn nhằn 불평하다, 투덜거리다.
nhẵn 냔	**1/** *smooth, even, polished* [형] = láng 반들반들한, 매끄러운. ※ bào cho thật nhẵn → 대패로 매끄럽게 문지르다. **2/** *clean* [형] = hết sạch 완전한, 남김없는. ※ tiêu hết nhẵn cả tiền → 돈을 전부 써버리다.

nhẵn mặt
냔 맏

very familiar, well know [형] 매우 친밀한, 잘 아는. ✶ ai cũng đã nhẵn mặt hắn → 모든 사람들이 다 그의 얼굴을 알다.

nhẵn nhụi
냔 뉴이

clean, smooth, glabrous [형] 털이 없는.
✶ mài râu nhẵn nhụi, áo quần bảnh bao (시어ND) → 수염을 깨끗이 밀고 옷을 말끔히 입다.

nhẵn túi
냔 뚜이

have empty pocket [형] 주머니가 깨끗이 빈, 돈을 다 쓴.

nhăng
냥

nonsensical [형] 엉터리없는, 무의미한. ✶ nói nhăng nói cuội → 무의미한 말을 하다.

nhăng nhít
냥 닏

perfunctory, unimportant, not serious [형] 무관심한, 열의가 없는, 겉치레의, 겉날리는.
✶ quan hệ nhăng nhít → 진지하지 못한 (남녀) 관계.

nhặng
냥

bluebottle [명] (곤충) = con ruồi xanh 청파리.

nhắp
냡

1/ *to taste, to sample* [동] (…을) 맛보다, 시식하다. ✶ nhắp 1 ngụm rượu → 술을 한모금 맛보다.
2/ *to click (informatics)* [동] 클릭하다, 단추를 누르다. ✶ nhắp chuột 2 lần → 마우스를 두번 클릭하다.

nhặt
낟

1/ *to pick up, to gather*
[동] 집다, 줍다.
2/ *thick, tight* [형] 밀집한, 무성한.

nhặt nhạnh

to clear up, to gather [동] 집다, 줍

낟 난	다. 조금씩 주워 모으다.
nhắc 넉	*to lift, to raise* [자] (물건이) 올라가다, 들다, 들리다.
nhấm 넘	*to gnaw at...* [자] 갉다. ✴ chuột nhấm nát bìa quyển sách → 쥐가 책 표지를 갉아놓았다.
nhấm nháp 넘 냡	*to sip* [동] (음식) 조금씩 먹다. ✴ nhấp nháp hương vị của ly cà-phê → 커피의 향을 느끼며 조금씩 마시다.
nhầm 넘	*wrong, mistaken* [형] 잘못하다, 실수하다, 오해하다, 틀리다. ✴ nó cầm nhầm cái bút của tôi → 그는 내 펜을 잘못집다.
nhầm lẫn 넘 런	*wrong* [형] = lộn 헷갈리는, 혼동하는.
nhẩm 넘	*revise silently* [자] 속으로 하다, 아무말 않고 하다. ✴ tính nhẩm → 속으로 계산하다.
nhậm chức 넘 쯕	*to come into office* [동] 취임하다.
nhân 년	1/ *to multiply* [동] (수학) 곱하다. ✴ 2 nhân 2 là 4 → 2 곱하기 2는 4이다. 2/ *benevolence* [명] = nhân đức 자선심, 박애. ✴ có lòng nhân → 박애정신이 있다. 3/ *stuffing, kernel, filling* [명] 핵심, 속, 소. ✴ bánh nhân mứt → 잼을 소로 넣은 빵. 4/ *man, person* [명] 인(人), 사람.

	5/ *causality* [명] = nhân quả 인과관계, 인과성. ✽ gieo nhân nào gặp quả nấy → 어떤 씨를 심으면 그 열매를 수확한다.
nhân ái 년 아이	*compassion, humaneness* [명] 자비, 인애(仁愛). [형] 자비심 많은, 인정있는. ✽ có lòng nhân ái → 인정있는 마음을 가졌다.
nhân bản 년 반	**1/** *human culture* [명] 인본(人本). **2/** 복제하다.
nhân cách 년 깟	*personality* [명] 됨됨이, 성격, 성질, 인격, 인격, 인품. ✽ nhân cách hóa → 인격화, 의인화.
nhân chủng 년 쭝	*human race* [명] 인류. ✽ nhân chủng học → 인류학.
nhân chứng 년 쯩	*witness* [명] 목격자, 증인.
nhân công 년 꼼	*manpower, labour, worker* [명] 인적 자원, 노동자, 일하는 사람.
nhân danh 년 얀	*on behalf of* [동] ~의 이름으로 하다, ~를 대신하다.
nhân dân 년 연	*people* [명] 사람들, 국민, 인민.
nhân dịp 년 입	*on the occasion* [부] 때에, 기회에.
nhân duyên 년 유웬	*predestined affinity* [명] (불교) 인연(因緣), 연분.
nhân đạo 년 다오	*humane* [형] 인간애의, 인간미가 있는, 자비로운, 인정 있는.

nhân đức 넌 득	*humanity* [형] 인덕있는.
nhân gian 넌 지안(얀)	*this world, earth* [명] 이세상, 이생 (一生).
nhân hậu 넌 허우	*good natured, humane & upright* [형] 어진, 성격이 좋은, 인자한. ✸ con người nhân hậu → 어진 사람.
nhân hòa 넌 호아	*universal concord* [명] 인화(人和), 여러 사람이 서로 화합함.
nhân khẩu 넌 꺼우	*population, number of inhabitants* [명] 인구, 주민수, 식구수. ✸ nhà tôi có 5 nhân khẩu → 우리집에는 5식구가 있다.
nhân loại 넌 로아이	*mankind, human society* [명] 인류.
nhân lực 넌 륵	*manpower* [명] 인적 자원, 인력.
nhân mạng 넌 망	*human-life* [명] 인명(人命).
nhân nghĩa 넌 응히아	*benevolence and righteousness* [명] 인의(人義), 사람으로서 마땅히 행하여야 할 도리.
nhân nhượng 넌 니으엉	*make concession* [동] 양보하다.
nhân phẩm 넌 펌	*human dignity* [명] 인품(人品).
nhân quả 넌 꾸아	*cause and effect, causality* [명] 인과 관계, 인과성.
nhân quyền 넌 꾸웬	*human / civil rights* [명] 인권(人權).

nhân sâm 넌 섬	*ginseng* [명] 인삼.
nhân sinh 넌 신	*human life* [명] 인생.
nhân sự 넌 스	*human resources, personnel* [명] 인적 자원, 직원, 인원.
nhân tài 넌 따이	*talent, talent person* [명] 인재, 재능이 있는 사람.
nhân tạo 넌 따오	*artificial, man-made* [형] 인공의, 인조의.
nhân tâm 넌 떰	*man's heart* [명] = lòng người 인심(人心).
nhân thể 넌 테	*by the way, at the same time* [부] 동시에. ~하는 김에. ✻ đi chợ nhân thể mua dùm tôi tờ báo → 시장 가는 김에 신문 좀 사다주세요.
nhân thịt 넌 틷	*meat stuffing* [형] 고기 소. ✻ bánh bao nhân thịt → 고기 만두.
nhân thọ 넌 토	*longevity* [명] 수명.
nhân tiện 넌 띠엔	*on the same occasion* [부] ~같은 때에. ✻ bạn có đi phố nhân tiện gửi dùm tôi lá thư này được không? → 시내 나갈 때 내 편지 좀 부쳐줄수 있겠니?
nhân tình 넌 띤	1/ *sweetheart* [명] 연인, 애인. 2/ *human feeling* [명] 인심, 사람의 마음.
nhân tố	*factor* [명] 요소, 요인.

년 또

nhân trung / 년 쯩 — *philtrum, groove of the upper lip* [명] (해부) 인중, 미약.

nhân từ / 년 뜨 — *kind-hearted* [형] 인자한.

nhân văn / 년 반 — *human civilization* [명] 인문.

nhân vật / 년 벋 — *personality, character* [명] 인물.

nhân viên / 년 비엔 — *employee* [명] 종업원, 피고용자, 직원.

nhấn / 년 — *press, stress* [동] 만지다, 누르다. ✻ tay nhấn phím đàn → 프렛을 내리 누르다.

nhấn mạnh / 년 만 — *to emphasize, to underline* [동] 강조하다. ✻ tôi muốn nhấn mạnh về điểm này → 나는 이점을 강조하기 원한다.

nhẫn / 년 — 1/ *endure, contain oneself* [형] 견디다, 참다. 2/ *bitter* [형] (맛이) 쓴. 3/ *ring, finger-ring* [명] 반지.

nhẫn cưới / 년 끄이 — *wedding-ring* [명] 결혼 반지.

nhẫn nại / 년 나이 — *patient, preserverance* [형] 참을성 (인내심)이 있는.

nhẫn nhịn / 년 닌 — *suffering, endure* [동] 견디다, 참다.

nhẫn nhục / 년 늡 — *resigned, long-suffering* [동] 기회를 기다리며 고통을 견디다.

nhẫn tâm — *pitiless, iron-hearted* [형] 매정한,

년 떰   무자비한, 인정사정 없는.

nhận
년
1/ *to get, receive, agree, accept to* [동] 받다, 얻다, 동의하다, 수락하다.
✳ bạn nhận được thư hồi nào? → 무슨 회신을 받았습니까?
2/ *to set* [자] …을 끼워박다.
✳ chiếc nhẫn nhận kim cương → 다이아몬드를 박은 반지.
3/ *to acknowledge, to admit* [동] …을 허용하다, 인정하다. ✳ nó đã nhận lỗi rồi → 그는 이미 실수를 인정했다.

nhận dạng
년 양
to pattern of recognation [동] 외부 윤곽을 보고 누구인지 알아보다.

nhận diện
년 이엔
to recognize, identify [동] 확인하다, 감정하다, 구별하다.

nhận định
년 딘
to consider, judge [동] 판단하다.

nhận lời
년 러이
to accept, agree [동] 동의하다, 찬성하다, 승낙하다, 받아들이다.

nhận ra
년 라
1/ *to recognize (someone)* [동] 알아보다, 알아내다.
2/ *realize (one's weak point)* [동] 파악하다, 깨닫다.

nhận thức
년 특
to conscious / aware of sth. [동] (…을) 의식하는, 지각 있는.

nhận vơ
년 버
to arrogate [동] = nhận bậy 사칭하다.

nhận xét
년 쎋
to make comments, consider [동] 숙고하다, 고찰하다, 생각하다.

nhấp 넙	*taste with the tip of one's tongue* [동] 혀끝으로 맛보다. ✴ nhấp 1 chén rượu → 술을 혀끝으로 맛보다.
nhấp nháy 넙 나이	*wink, blink, flicker, twinkle* [동] 깜박거리다, 눈짓하다. ✴ đèn hiệu nhấp nháy ở phía xa → 깜박이등 불빛이 멀리서 깜박거리다.
nhấp nhem 넙 니앰	*weak and intermittent* [형] 모호한.
nhấp nhô 넙 뇨	*roll, go up and down* [형] 기복하다, 굽이치다. ✴ chiếc thuyền nhấp nhô trên sông nước → 배가 강물위에서 기복하다.
nhấp nhổm 넙 놈	*be worried, be on tenterhooks* [동] 불안해하다, 조바심내다, 안달하다.
nhấp nhứ 넙 니으	*attempt, try to..* [동] 시도하다, 기도하다.
nhập 넙	**1/** *bring in, put in, add* [동] 가져오다, 넣다, …을 더하다, 첨가하다. ✴ nhập kho → 입고하다. **2/** *import* [동] 수입하다. ✴ hàng ngoại nhập → 수입품. **3/** *enter, come in* [동] 가입하다, 오다. ✴ nhập gia tùy tục (속담) → 그 집에 가면 그 집의 풍습에 따라야 한다.
nhập bọn 넙 본	*to join a group, to gang up with sb.* [동] 단체(조직)에 가입하다.

nhập cảng 넙 깡	*import* [동] 수입하다.	
nhập cảnh 넙 깐	*to entry, enter in a country* [동] 통관하다.	
nhập cục 넙 꿉	*run together, join, merge* [동] 잇다, 갖다 붙이다, 합병하다.	
nhập cuộc 넙 꾸옥	*take part (in), become a member* [동] 참가하다, 일원이 되다.	
nhập cư 넙 끄	*to immigrate* [동] 이주하다, 와서 살다.	
nhập đề 넙 데	*make an introduction* [동] 소개하다	
nhập học 넙 홉	*enter school, begin the school term* [동] 입학하다.	
nhập khẩu 넙 커우	*to import* [동] 수입하다	
nhập môn 넙 몬	*beginner's course* [명] 입문.	
nhập ngũ 넙 응우	*to joint to the army* [동] 입대하다.	
nhập nhằng 넙 냥	*unclear* [형] 명확하지 않은, 이해하기 어려운.	
nhập quan 넙 꾸안	*to place sb. in coffin* [동] 입관하다.	
nhập tâm 넙 떰	*know by heart, commit to memory* [동] 암기하다.	
nhập tịch 넙 띳	*to be naturalized (in a country)* [동] = nhập quốc tịch 국적을 취득하다.	
nhập vai 넙 바이	*to act, to play the part of..* [동] 배역하다, 연기하다.	

nhập viện 녑 비엔	*to be hospitalized* [동] 입원하다.
nhất 녇	*first, best, one, most* [명] 가장, 제일, 하나의, 첫째로. ✻ hạng nhất → 일등품.
nhất định 녇 딘	*fixed, to be sure to do sth.* [동] 확실히, 틀림없이. ✻ nhất định phải thắng! → 틀림없이 이긴다!
nhất hạng 녇 항	*first class, especially* [형] 1류의, 1급의, 특히, 각별히.
nhất là 녇 라	*in particular, particularly* [부] 주로, 각별히, 특히. ✻ tôi ghét nhất là nói dối → 나는 특히 거짓말을 싫어한다.
nhất mực 녇 믁	*steadfastly, persistently* [부] = nhất mực / một mực 확고 부동한, 불변의. ✻ nài nỉ mãi mà cô ta cứ nhất mực (một mực) từ chối → 계속 졸랐지만 그녀는 확고 부동하게 거절했다.
nhất quyết 녇 꾸옏	*determined, decidedly* [부] 결심한, 단호한.
nhất tâm 녇 떰	*be of one mind, unanimous* [형] 합의의, 만장 일치인, 일심의.
nhất thiết 녇 티엗	*absolutely necessary* [부] 절대적으로 필요한, 필수의. ✻ không nhất thiết phải làm như vậy! → 이렇게 해야만 할 필요가 없다!
nhất thời 녇 터이	*temporarily, momentary* [형] 일시

녇 터이	의, 일시적으로, 순간의, 찰나의. ✱ nhất thời nóng giận nên mới có hành động đáng tiếc xảy ra → 순간 화가 나서 후회할만한 행동을 저질렀다.
nhất trí 녇 찌	*be of one mind* [형] 일치한, 한 마음을 갖은.
nhật 녇	1/ *Japan* [명] 일본. 2/ *solar, sun* [명] 태양, 해. 3/ *day, daily* [명] 날, 일.
nhật báo 녇 바오	*daily newspaper* [명] 일간 신문.
nhật ký 녇 끼	*diary, daily agenda* [명] 일기, 일지.
nhật thực 녇 특	*solar eclipse* [명] 일식(日蝕).
nhậu 녀우	*to drink (wine, beer)* [동] (맥주, 와인) 술을 마시다.
nhậu nhẹt 녀우 니앧	*booze, carouse* [동] 술을 마시다. ✱ nhậu nhẹt suốt ngày → 하루종일 술을 마시다.
nhầy nhụa 녀이 뉴아	*slimy, viscid* [형] 점착성의, 찐득찐득한. ✱ bàn tay nhầy nhụa máu → 피로 찐득한 손.
nhé 니애	*(final particle) all right? Ok?, eh?* [부] 문장 끝에 붙어 제의할 때 쓰임. ✱ nhớ đến đúng giờ nhé → 정시에 와야해!
nhè 니애	1/ *push out of one's mouth* [자] 뱉어내다.

	2/ *in order (to)* [부] = nhằm vào ~ 하기위해서, ~을 목적으로.
nhẹ 니애	*light, slight, mild* [형] 가벼운, 순한.
nhẹ dạ 니애 야	*light minded, overconfident* [형] 너무 믿는.
nhẹ nhàng 니애 냥	*light, mild, gentle* [형] = nhẹ 가벼운, 온화한, 차분한.
nhẹ nhõm 니애 뇸	*light, elegantly slender* [형] 가벼운. ✻ nói ra được việc đó rồi thấy nhẹ nhõm trong lòng → 그 일을 말하게 되고 나니 마음이 가볍게 느껴지다.
nhẹ tay 니애 따이	*handle with care* [형] 조심해서 다루는.
nhẹ tênh 니애 뗀	*excessively light, very light* [형] 매우 가벼운.
nhem nhuốc 니앰 뉴옵	*smeared all over* [형] = lem luốc 온통 더러워진.
nhem thèm 니앰 탬	*suck and dangle (sweet) in front of sb.* [자] 갈망하게 하다, 열망하게 하다.
nhẹm 니앰	*secret* [형] 비밀히, 남몰래, 배후에서, 숨어서. ✻ nó giấu nhẹm (giấu kỹ / giấu kín) chuyện ấy đi → 그는 그일을 비밀히 감추다.
nhen nhúm 니앤 늄	*arise, be just starting* [동] 일어서다, 일어나다.
nheo mắt	*squint, blink one's eyes*

니애오 맏	[동] 눈을 찡그리다. ✷ nheo mắt nhắm vào mục tiêu → 표적을 보기위해 눈을 찡그리다.
nheo mũi 니애오 무이	*narrow one nose, make faces* [동] 코끝을 찡그리다.
nheo nhẽo 니애오 니애오	*1/ talk too much, prattle glibly* [동] 쓸데없이 말을 많이 하다. *2/ young, virgin (a girl)* [형] 어린, 처녀의.
nheo nhóc 니애오 뇹	*live uncared for* [형] 돌보지 않는, 황폐한.
nhét 니엗	*stuff, pack, slip* [자] = nhồi nhét 꽉 채워넣다, 넣다, 싸다, 미끄러지다.
nhễ nhại 니에 냐이	*sweat abundantly, be all of sweat* [형] 땀으로 풍덩 젖은.
nhếch 니엗	*open slightly* [자] 조금 열다. ✷ nhếch mép cười → 입가에 미소를 짓다.
nhếch nhác 니엗 냑	*untidy, slovenly* [형] ① (옷차림이) 추접스러운, 단정치 못한 ✷ ăn mặc nhếch nhác → 단정치 못하게 입다. ② (일 등이) 겉날리는, 되는대로의, 날림의. ✷ làm ăn nhếch nhác → 날림으로 사업하다.
nhện 니엔	*spider* [명] (곤충) 거미.
nhi đồng 니 돔	*infant, small child* [명] = trẻ con 어린아이, 소아 (5-7세의 아동).
nhi khoa 니 콰	*paediatrics* [명] (의학) 소아과.

니 코아

nhí
니
(slang) little, very young
[형] 젊은, 연소한, 어린.
✲ bồ nhí → 어린 애인.

nhí nhảnh
니 냔
be lively, joyful
[형] 활기찬, 생기있는, 활발한.

nhí nhố
니 뇨
higgledy-piggledy [형] 혼란스러운.

nhì
니
second, 2nd [형] 두번째의, 제2의.
✲ nó đoạt giải nhì cuộc thi toán toàn quốc → 그는 전국 수학경시대회에서 2등을 차지했다.

nhì nhằng
니 냥
average, passably, so-so [형] 평균의, 그럭저럭. ✲ làm ăn nhì nhằng → 그럭저럭 벌다.

nhỉ
니
isn't it?, doesn't it?
[부] 그렇지 않습니까?
✲ phim này hay quá nhỉ ? → 이 영화는 너무 재미있지 않습니까?

nhị
니
stamen [명] = nhụy (식물) 수술.
✲ lá xanh, bông trắng, nhị vàng → 푸른 잎, 하얀 꽃, 노란 술.

nhích
닛
move aside, budge [동] 옆으로 움직이다, 조금 움직이다.
✲ nhích qua 1 bên → 한쪽으로 조금 움직이다.

nhiếc
니엑
make ironical
[동] 비꼬다, 심술궂게 하다.

nhiếc mắng
니엑 망
to heap insults on sb. [동] = mắng nhiếc 모욕하다, 무례하게 하다.

nhiếc móc 니엑 몹	*humiliate (someone) with remarks on his defects* [동] 굴욕감을 주다.
nhiễm 니엠	*catch, contract* [자] 걸리다, 몸에 배다, 전염하다. ✳ nhiễm thói xấu → 나쁜 습관이 몸에 배다.
nhiễm bệnh 니엠 벤	*to get disease* [동] 병에 걸리다.
nhiễm độc 니엠 돕	*poisoned, intoxicated* [동] 중독시키다.
nhiễm lạnh 니엠 란	*to catch a cold* [동] 감기에 걸리다.
nhiễm trùng 니엠 쭘	*infected* [형/동] 감염된. ✳ vết thương bị nhiễm trùng → 상처가 감염되었다.
nhiệm kỳ 니엠 끼	*term of office* [명] 임기.
nhiệm mầu 니엠 머우	*miraculous* [형] = mầu nhiệm 기적적인.
nhiệm sở 니엠 서	*seat, office* [명] 기관, 사무실.
nhiệm vụ 니엠 부	*task, duty, responsibility* [명] 임무, 책임, 과제.
nhiên liệu 니엔 리에우	*fuel* [명] 연료.
nhiếp ảnh 니엡 안	*photography* [명] 사진 촬영(술).
nhiệt 니엣	*heat* [명] 열, 열기.
nhiệt độ 니엣 도	*temperature* [명] 온도, 기온.

니엗 도	
nhiệt đới 니엗 더이	*tropic zone* [명] 열대(지방).
nhiệt huyết 니엗 휘엗	*zeal, enthusiasm* [명] 열혈, 열심, 열중.
nhiệt kế 니엗 께	*thermometer* [명] 온도계.
nhiệt liệt 니엗 리엗	*warm* [형] 열렬한, 열광적인. ✻ chúng tôi nhiệt liệt chào mừng đoàn đại biểu → 우리는 대표단을 열렬히 환영했다.
nhiệt lượng 니엗 르엉	*quantity of heat* [명] 열량.
nhiệt tình 니엗 띤	*enthusiasm, zeal, ardour* [형] 열정, 열심.
nhiêu khê 니에우 케	*complicated, difficult to settle* [형] 복잡한, 어려운.
nhiều 니에우	*much, many, abundant* [형] 많은, 다수의, 허다한.
nhiễu 니에우	*pester, trouble, jam* [자] 괴롭히다, 훼방하다.
nhiễu loạn 니에우 로안	*disturb* [동] 방해하다, 어지럽히다. 혼란시키다.
nhím 님	*porcupine* [명] (동물) 호저(豪猪).
nhịn 닌	*to lay by part of.., to save, put aside* [동] 절약하다, 절감하다.
nhìn 닌	*look at, peer at, regard* [동] 보다, 바라보다.
nhìn nhận	*recognize, acknowledge, admit*

닌 년	[동] 인정하다.
nhìn thấy 닌 터이	*to see* [동] 보다, 바라보다. ✳ tôi nhìn thấy nó từ xa → 나는 멀리서 그를 바라보았다.
nhịn 닌	**1/** *to endure, suffer, bear, control onself, hold back* [자] 견디다, 참다. ✳ tôi không thể nhịn cười trước cảnh đó → 나는 그 상황에서 웃음을 참을수 없었다. **2/** *to refrain from something* [동] 억제하다, 그만두다. ✳ nhịn ăn nhịn mặc để dành tiền → 돈을 아끼기 위해 안먹고 안입다.
nhịn đói 닌 더이	*to starve oneself* [동] 배고픔을 다다, 굶다.
nhịn nhục 닌 뉴	*to gulp back one's tears, control onself* [동] 굴욕을 건디다, 눈물을 삼키다. ✳ vì nghèo nên phải nhịn nhục → 가난하기 때문에 굴욕을 견뎌야 한다.
nhíp 닙	*pincers, spring* [명] 펜치, 집게.
nhịp 닙	**1/** *span* [명] 경간, 교각의 기둥과 기둥사이. ✳ nhịp cầu đã gãy → 경간에 금이 가다. **2/** *time, measure* [명]기간, 짧은 시간. ✳ nhịp sống mới → 새로운 삶. **2/** *to tap* [동] (손가락, 발, 연필 등

을) 가볍게 치다, 장단을 맞추다, 박자를 맞추다.
✽ nhịp chân theo điệu nhạc → 음악에 따라 발장단을 맞추다.

nhịp điệu
닙 디에우
rhythm, rate [명] 리듬, 율동.

nhịp độ
닙 도
rate, speed [명] 진도, 속도.

nhịp nhàng
닙 냥
rhythmical, harmonious, well-balanced [형] 리듬의, 운율의.
✽ điệu múa nhịp nhàng → 리듬을 타는 춤.

nhíu
니우
to knit [자] 찌푸리다.
✽ nhíu mày suy nghĩ → 생각하느라 이마를 찌푸리다.

nho
뇨
grape [명] (과실) 포도.

nho giáo
뇨 지아오(야오)
confucianism [명] 공자의 가르침, 유교. ✽ tư tưởng nho giáo → 유교 사상.

nho nhã
뇨 냐
refined, scholarly [형] 학식있는, 학자다운, 학문적인.

nho sĩ
뇨 시
confucian scholar [명] 유생(儒生).

nhỏ
뇨
1/ *to drop* [동] 똑똑 떨어뜨리다.
✽ nhỏ thuốc đau mắt → 안약을 떨어드리다.
2/ *small, little, young* [형] = bé   작은, 어린.

nhỏ bé
small, tiny, diminutive

뇨 배 [형] = bé nhỏ 연소한, 어린.

nhỏ con
뇨 꼰
short of stature, small stature
[형] 작은.

nhỏ dại
뇨 야이
young and innocent
[형] 어린, 미숙한, 순진한.

nhỏ giọt
뇨 지옫(욛)
drop by drop, to drip
[동] 한방울씩 떨어뜨리다.

nhỏ mắt
뇨 맏
(drug) eye-drop [명] (약) 안약.

nhỏ mọn
뇨 몬
1/ *mean-mindled* [형] 소심한.
∗ tính nết nhỏ mọn → 소심한 성격.
2/ *humble, negligible* [형] 시시한, 무시해도 좋은, 하찮은. ∗ món quà nhỏ mọn → 하찮은 선물.

nhỏ nhắn
뇨 냔
tiny, delicate, dainty [형] 작은, 가냘픈. ∗ dáng người nhỏ nhắn → 가냘픈 외모.

nhỏ nhặt
뇨 냗
mean, unimportant
[형] 사소한, 아주 작은 (짧은).
∗ chuyện nhỏ nhặt mà cũng làm ầm lên! → 사소한 일이지만 큰소리를 내다.

nhỏ nhẹ
뇨 니애
soft, gently, mild [형] 부드러운, 상냥한, 온화한. ∗ ăn nói nhỏ nhẹ → 상냥하게 말하다.

nhỏ nhen
뇨 니앤
narrow-minded, insular [형] = hẹp hòi (사람, 마음, 언동이) 옹졸한, 비열한, 단작스러운.

nhỏ nhoi
뇨 노이
small, little, humble, petty
[형] 작은, 하급의.

nhỏ thó 뇨 토	*very small, tiny* [형] 아주 작은, 조그마한. ✳ dáng người nhỏ thó → 작은 외양.
nhỏ tuổi 뇨 뚜오이	*under age, younger (than)* [형] 어린, 젊은. ✳ tuy nó còn nhỏ tuổi nhưng rất khôn ngoan → 그는 나이가 어림에도 불구하고 매우 지혜롭다.
nhọ 뇨	*soot* [명] = lọ nồi = lọ nghẹ 그을음, 검댕.
nhòa 뇨아	1/ *dimmed, obscured* [형] 어둑한, 침침한, 희미한. ✳ tấm kính xe bị nhòa vì nước mưa → 빗물 때문에 차 유리가 뿌옇게 되다. 2/ *fade* [동] 희미해지다, 바래다, 약해지다. ✳ kỷ niệm xưa đã nhòa theo năm tháng → 옛추억이 세월에 따라 희미해지다.
nhoài 뇨아이	1/ *physically exhausted, be dead tired* [자] = mệt nhoài 매우 지친. 2/ *to spring up (one body)* [동] 튀어오르다. ✳ nhoài người ra cửa sổ để gọi với theo → 서로 부르기위해 창문 밖으로 몸을 내밀다.
nhóc 뇹	*brat* [명] 어린아이. ✳ bọn nhóc nhà anh học hành ra sao rồi? → 당신네 아이들의 학업은 어떠합니까?
nhóc con 뇹 꼰	*kid, brat* [명] 어린아이. ✳ nhóc con mà hỗn láo → 건방진

아이.

nhọc 늡
get/be tired (with), fatigued [형] = cực nhọc 피로한, 피곤한.

nhọc lòng 늡 롬
worry, be anxious [형] 근심하는, 걱정(염려)하는.

nhọc nhằn 늡 냔
tiresome [형] khó nhọc và vất vả 진저리가 나는, 따분한, 지겨운

nhòe 뇨애
blur [형] = nhòa 흐릿해지다, 희미해지다.

nhòe nhoẹt 뇨애 뇨앧
to dirtily, blur [형] 더러운, 때묻은, 불결한. ✳ dầu mỡ nhòe nhoẹt cả áo quần → 온 옷에 기름때가 묻었다.

nhoẻn 뇨앤
(smile) slightly [형] 약간, 조금 (웃다). ✳ nhoẻn miệng cười → 살짝 미소짓다.

nhoẹt 뇨앧
pulpy [형] 걸쭉한, 부드러운, 유연한.
✳ cơm nhão nhoẹt → 걸쭉한 밥.

nhoi 뇨이
to emerge, get out, show oneself [자] = ngoi 나오다, 떠오르다, 나타나다.
✳ nhoi lên mặt nước → 물위로 떠오르다.

nhói 뇨이
feeling stinging pain
[형] 찌르는 듯이 아픈.
✳ cảm thấy đau nhói ở ngực → 가슴이 찌르는 듯이 아프다.

nhóm 놈
1/ *light, kindle* [자] đốt (불을) 때다, 피우다. ✳ nhóm lửa (nhóm bếp)

	→ (아궁이에) 불을 떼다. **2/** *group, circle* [명] 무리, 모임, 떼, 그룹, 집단. * nhóm máu A → A형 집단.
nhóm họp 놈 홉	*gather, meet* [동] …을 (끌어) 모으다.
nhỏm 놈	*raise onself up* [자] 벌떡 일어나다. * chống tay nhỏm dậy → 팔을 짚고 벌떡 일어나다.
nhón 논	**1/** *to pinch* [동] (손가락으로) 집다, 꼬집다. * nhón 1 chút muối cho vào nồi → 소금을 조금 집어 냄비에 넣다. **2/** *to go (on) tiptoe* [동] 발끝으로 가다. * nhón gót đi nhè nhẹ → 발끝으로 가볍게 걷다.
nhọn 논	*sharp, pointed, acute* [형] (날이) 날카로운, 잘 드는, 뾰족한.
nhọn hoắt 논 호앝	*very shap-pointed* [형] 매우 뾰족한. * lưỡi lê nhọn hoắt → 매우 뾰족한 총검.
nhõng nhẽo 놈 니애오	*to snivel* [동/형] = làm nũng, nũng nịu 칭얼대다, 징징거리다. * con út hoặc con một bao giờ cũng nhõng nhẽo với bố mẹ → 막내나 독자는 언제나 부모에게 칭얼댄다.
nhóp nhép 놉 니앱	*nunching noise* [형] (소리) 씹을때 나는 소리. * nhai kẹo gum nhóp nhép → 껌을 질겅질겅 씹다.

nhọt 눋	*boil, furuncle* [명] 부스럼, 종기.
nhô lên 뇨 랜	*to rise, to emerge* [동] (해, 달이) 솟아오르다, 뜨다, 오르다.
nhô ra 뇨 라	*to project, overhang, jut out* [동] 돌출하다, 위에 걸리다.
nhổ 뇨	**1/** *to pull up, take out, dig up* [자] …을 뽑다, 잡아빼다. ✽ nhổ đinh → 못을 뽑다. **2/** *to spit out* [자] (침을) 뱉다, …을 토해내다. ✽ nhổ nước bọt → 침을 뱉다.
nhổ neo 뇨 내오	*to weigh anchor* [동] 닻을 올리다.
nhổ răng 뇨 랑	*to extract a tooth* [동] 이를 뽑다.
nhồi 뇨이	*to stuff, to pack, to fill* [자] 넣다, 싸다, 묶다, 포장하다, 꾸리다.
nhồi nhét 뇨이 니앤	*to cram, to stuff* [동] (…에) 억지로 쑤셔넣다, 밀어넣다.
nhồi sọ 뇨이 소	*stuff sb. head with untruths* [동] (머리에 사상등을) 주입하다.
nhôm 놈	*aluminium* [명] 알루미늄.
nhồm nhoàm 놈 노암	*munch piggishly, eat like a pig* [동] 돼지처럼 먹다, 우적우적 씹어먹다, 게걸스럽게 먹다.
nhổm 놈	*sit up suddenly* [자] 갑자기 앉다./일어나다. ✽ nhổm lên chạy → 벌떡 일어나서 도망가다.

nhốn nháo 논 냐오	*disorderly, disturbed, agitated* [형] 무질서한, 혼란한.
nhộn 논	*joyful, noisy* [형] 기쁜, 기쁨에 찬, 떠들썩한.
nhộn nhịp 논 닙	*animated, lively, crowded* [형] 생기가 넘치는, 활기 찬.
nhộng 놈	*chrysalis of silkworm, pupal* [명] 번데기.
nhơ 녀	*dirty* [형] = dơ, bẩn 더러운, 때묻은, 불결한.
nhơ nhớp 녀 넙	*foul, mean, mucky* [형] 더러운. ✻ đồng tiền nhơ nhớp → 더러운 돈.
nhơ nhuốc 녀 뉴옵	*ignoble* [형] 비열한, 야비한.
nhớ 녀	*remenber, keep in mind, miss* [동] 외우다, 기억하다, 상기하다.
nhớ đời 녀 더이	*unforgettable* [동] 잊지 못 할, 잊을 수 없는.
nhớ lại 녀 라이	*to reminisce, recollect, recall* [동]회상하다, 기억하다.
nhớ mong 녀 몸	*to long to see sb.* [동] 그리워하다.
nhớ nhà 녀 냐	*homesick* [형] 집을 그리워하는, 고향을 못 잊는.
nhớ nhung 녀 늄	*have a fond remembranche (of sb. / some place)* [동] 그리워하다.
nhớ ơn 녀 언	*grateful, thankful, obliged* [형] (남에게) 감사하는, 고마워하는.
nhớ thương 	*remember with love*

녀 트엉	[동] 사랑을 기억하다.
nhớ tiếc 녀 띠엑	*think with deep regret of* [동] 깊이 후회하다.
nhờ 녀	*to depend on, to ask (for sth.)* [동] 의지하다, 부탁하다, 요청하다.
nhờ cậy 녀 꺼이	*depend on someone for* [동] 의지하다, 요청하다.
nhờ vả 녀 바	*depend on for help* [동] 의지하다, 요청하다.
nhỡ 녀	*to miss* [자] = lỡ, trễ (기회를) 놓치다. ✴ bị nhỡ chuyến tàu → 기차를 놓치다.
nhỡ tàu 녀 따우	*miss an opportunity, miss one's train* [동] 기회를 놓치다, 기차를 놓치다.
nhơi 녀이	*chew the cud* [자] (소, 물소) 먹다. ✴ con bo nhoi co → 소가 풀을 뜯다.
nhóm 님	*raise up* [자] 올리다. ✴ nhóm chân lên → 다리를 들어 올리다.
nhơn nhơn 년 년	*shameless, impudent* [형] 수치를 모르는, 뻔뻔스러운 ✴ đã làm sai mà còn cứ nhơn nhơn tự đắc → 실수하고도 여전히 뻔뻔스럽다.
nhờn 년	*greasy, oily, buttery* [형] = trơn 기름의, 유질의.
nhởn nhơ 년 녀	*be carefree* [형] 걱정이 없는, 유유자적한.

nhớp nháp 넙 납	*messily sticky* [형] = nhớp nhúa 지저분한, 끈적한. ✱ nhà cửa nhớp nháp → 지저분한 문.
nhớt 넡	1/ *motor oil* [명] 엔진오일. 2/ *slimy, viscid* [형] 점착성의, 찐득한.
nhớt nhợt 넡 넡	*very slimy, very viscous* [형] 매우 찐득찐득한.
nhợt 넡	*faded, grow pale, light* [형] 바랜, 창백한, 밝은. ✱ màu xanh nhợt → 밝은 파란색.
nhợt nhạt 넡 낟	*very pale* [형] 매우 창백한.
nhu 뉴	*flexible, pliant, yielding* [형] 잘 구부러지는, 유연한
nhu cầu 뉴 꺼우	*need, requirement* [명] 수요, 요구, 필요.
nhu đạo 뉴 다오	*Judo* [명] 유도.
nhu mì 뉴 미	*sweet, gentle* [형] 부드럽고 상냥한.
nhu nhược 뉴 니으억	*feeble, soft-heart, weak* [형] 유약한.
nhu yếu phẩm 뉴 이에우 펌	*necessities* [명] 필요물, 필수품.
nhú 뉴	*begin to show, sprout* [자] 싹트다, 드러나다.
nhủ 뉴	*to instruct onself carefully, to tell, to say oneself* [자] = khuyên nhủ 혼잣말하다.

nhuần nhuyễn 뉴언 뉴웬	*clever* [형] 능숙한, 숙달된. ✳ có động tác rất nhuần nhuyễn → 동작이 매우 능숙하다.
nhuận bút 뉴언 붇	*royalties* [명] 원고료.
nhuận tràng 뉴언 짱	*laxative, aperient* [형] (약, 음식물이) 대변을 통하게 하는, 완하제인.
nhúc nhích 늡 닛	*move, budge, stir* [형] 움직이는.
nhục 늡	*disgrace, dishonour, shame* [형] 모욕의, 치욕의.
nhục dục 늡 윰	*sexual desire, carnal desire* [명] 육욕(肉慾).
nhục hình 늡 힌	*corporal punishment* [명/형] 체형, 체벌.
nhục mạ 늡 마	*insult, abuse, defame* [동] (남을) 모욕하다, 창피주다.
nhục nhã 늡 냐	*disgracefull, shamefull* [형] 수치스러운, 불명예스러운.
nhuệ khí 뉴에 키	*ardent, enthusiasm, zeal* [명] 열심, 열의, 열정, 열중.
nhủi 뉴이	*steal (away)* [자] = lủi 도망치다, 몰래 빠져나가다.
nhúm 늡	*handfull* [명] 한줌, 한 움큼. ✳ cho 1 nhúm muối vào nồi canh → 소금 한움큼을 국 냄비에 넣다.
nhún 늡	*flex the legs, swing, sway* [자] 다리를 구부리다, 흔들거리다, 흔들다.
nhún nhường 늡 니으엉	*humble, modest, unpretentious* [형] 겸손한, ~인체 하지않는.

nhún vai 늅 바이	to shrug one's shoulders [동] 어깨를 으쓱하다.
nhủn 늅	pulpy, fain, become soft [형] 흐물흐물한, 부드러워진.
nhūn 늅	1/ over-ripe, spoil by overdoing [형] = mềm nhūn 너무 익힌. 2/ courteous and modest [형] 예의바르고 검손한. ✳ biết mình sai nên phải chịu nhūn → 스스로 잘못한 것을 알면 겸허히 받아들여야만 한다.
nhūn nhặn 늅 난	modest and courteous, polite [형] 공손한, 예절 바른.
nhung 늉	1/ budding antlet [명] 녹용. 2/ velvet [명] 벨벳, 비로드. ✳ mặc áo nhung → 벨벳 옷을 입다.
nhúng 늉	dip, soak, take part in [자] 담그다, 적시다, 가담하다.
nhúng tay 늉 따이	have a hand in, take part in [동] 가담하다.
nhuốm 뉴옴	1/ tint, dye [자] = nhuộm …에 착색하다, 염색하다. 2/ become, begin [부] ~이 되다, 시작하다.
nhuốm bệnh 뉴옴 벤	begin to catch a disease [동] 병에 걸리다.
nhuộm 뉴옴	to dye [동] 물들이다, …에 착색하다, 염색하다. ✳ nhuộm tóc nâu → 머리카락을 갈색으로 염색하다.

nhút nhát 늗 냗	*timid, shy* [형] 소심한, 심약한.
nhụt 늗	*get damped, weaken, dull* [동] 약화시키다, 무력하게 만들다. ✽ nhụt chí anh hùng → 영웅의지를 약화시키다.
nhụy 뉴이	*pistil* [명] (식물) = nhụy hoa 암술.
nhuyễn 뉴웬	*soft and smooth, fine, delicate* [형] 부드러운, 맛 좋은.
như 니으	*like, as, such as* [부] …와 같은, …을 닮은, 유사한, …처럼.
như ai 니으 아이	*like any other* [부] 모두와 같은, 다른 사람과 같은.
như chơi 니으 쩌이	*as a game, easy* [형] 놀이 같은, 쉬운. ✽ dễ như chơi! → 노는것 같이 쉽다.
như không 니으 콤	*as if nothing had happened* [형] 아무것도 아닌것처럼.
như nhau 니으 니아우	*like, same, alike, uniform* [형] 동일한, 꼭 같은, 닮은.
như thế 니으 테	*like that* [부] = như vậy 그러면, 그렇다면, 그렇게. ✽ đừng nói với tôi như thế → 나에게 그렇게 말하지 말아라.
như ý 니으 이	*to one's liking / desire* [형] 원하는데로, 바라는데로.
nhừ 니으	*be well-cooked, well-done* [형] 요리가 잘된.
nhừ tử	*be knock sb half-dead* [형] 죽기직

니으 뜨	전까지 맞다.
nhử 니으	*to lure, to entice, snare* [자] (남을) 함정에 빠뜨리다, 유혹하다.
nhựa 니으아	*resin, glue, plastic* [명] 아교(질), 수지, 송진, 플라스틱.
nhựa đường 니으아 드엉	*tar, asphalt, bitumen* [명] 아스팔트 길.
nhựa sống 니으아 솜	*vigour, vitality, sap* [명] 정력, 활기, 원기, 생기. ✶ tuổi thanh xuân tràn đầy nhựa sống → 생기 넘치는 젊은 나이.
nhựa thông 니으아 톰	*turpentine, pine resin* [명] 테레빈유(油).
nhức 니윽	*ache, smarting, acute, keen* [동] 아프다, 쑤시다. ✶ nhức răng → 이빨이 아프다. ✶ nhức đầu → 머리가 쑤시다.
nhức nhối 니윽 뇨이	*feel a lasting sting, smart* [동] 아프다.
nhưng 니응	*but, yet* [접] 그러나, 하지만.
những 니응	*(pluralize) certain number of, some* [명] (복수)일정한 수의, ...들. ✶ những người → 사람들. ✶ những món ăn mà tôi thích → 내가 좋아하는 음식들.
những tưởng 니응 뜨엉	*believe* [동] 믿다, 의심치 않다. ✶ những tưởng là đã giải quyết xong, nào ngờ... → 다 해결되었다고 믿었는데...

nhược 니으억	*weak-point* [명] 약점. ✳ đánh đúng vào chỗ nhược → 약점을 정확히 강타하다.
nhược điểm 니으억 디엠	*weak-point, weakness* [명] = khuyết điểm 약점, 결점.
nhược tiểu 니으억 띠에우	*small and weak* [형] 약소한. ✳ một dân tộc nhược tiểu → 약소한 민족.
nhường 니으엉	*to cede, concede, yeild* [동] 양보하다. ✳ nhường cơm sẻ áo (속담) → 밥을 나누고 옷을 나누다. ✳ nhường bước (let sb. go first) → 한발자국 양보하다.
nhường lời 느으엉 러이	*give sb the floor* [동] 다른사람이 먼저 의견을 발표하도록 양보하다.
nhường nhịn 니으엉 닌	*to make concessions* [동] 양보하다.
nhướng 니으엉	*arch (eyebrow)* [자] (눈을) 크게 뜨다. ✳ nhướng mắt lên mà nhìn! → 눈을 크게 뜨고 보아라!
nhượng 니으엉	*to sell* [동] = bán (물건을) 팔다, 넘겨주다. ✳ nhượng lại một số đồ dùng → 일부 물건을 팔다.
nhượng bộ 니으엉 보	*make concessions, to give in* [동] 양보하다. ✳ không nhượng bộ trước những yêu sách vô lý → 무례한 요구에는 먼저 양보해줄 수 없다.

ni 니	*Buddhist nun* = *ni cô* = *ni sư* [명] 여승, 비구니.
ni lông 니 롱	*nylon* [명] 나일론.
ni tơ 니 떠	*nitrogen* [명] (화학)기체 원소, 질소, 기호 N.
nỉ 니	*felt* [명] 펠트. ✻ áo nỉ → 펠트로 만든 옷.
nia 니아	*large and flat basket* [명] 크고 납작한 바구니.
nĩa 니아	*fork* [명] 식사용 포크.
ních 닛	**1/** *cram, stuff* [동] 포식하다, 잔뜩 먹다. ✻ nít đầy một bụng → 배가 꽉 차게 먹다. **2/** *close, tightly* [형] 꼭 끼는. ✻ chật ních → 꼭 끼다.
niêm 니엠	*seal, glue up, stick up* [동] 봉인하다, 밀봉하다.
niêm phong 니엠 퐁	*seal* [명] 바다표범. [동] 봉인하다.
niêm yết 니엠 이엩	*post up* [동] 게시하다. ✻ danh sách cử tri được niêm yết sáng hôm nay → 오늘아침 투표자 명단이 게시되었다.
niềm 니엠	*sentiment, feeling* [명] 구체적인 감정상태. ✻ niềm vui → 즐거움. ✻ niềm hy vọng → 희망.
niềm tự hào	*pride* [명] 자만심, 자부, 자랑.

니엠 뜨 하오
niềm nở　　　　*warm, cordially* [형] 마음에서 우러
니엠 너　　　　나는, 따뜻한. ✷ tiếp đón niềm nở
　　　　→ 따뜻하게 맞이하다.

niềm tin　　　　*confidence, faith, belief* [명] 신념.
니엠 띤　　　　✷ cô ấy đã mất niềm tin vào cuộc
　　　　sống →

niềm vui　　　　*joy, pleasure* [명] 기쁨, 즐거움.
니엠 부이

niệm　　　　*to pray*
니엠　　　　[동] 기도하다, 빌다, 기원하다.

niệm chú　　　　*say some magic words*
니엠 쭈　　　　[동] 주문을 외우다.

niệm Phật　　　　*pray to Buddha* [동] 염불하다.
니엠 펕

niên đại　　　　*date, era, age* [명] 시대, 년대.
니엔 다이

niên giám　　　　*annual* [명] 년간의, 그 해의.
니엔 지암(얌)

niên hiệu　　　　*date, name of a reign's years*
니엔 히에우　　　　[명] 연호.

niên học　　　　*school-year* [명] 학년.
니엔 홉

niên khóa　　　　*academic/school year* [명] 학과.
니엔 코아

niên thiếu　　　　*young, tender* [명] 젊은이들.
니엔 티에우

niết bàn　　　　*Nirvana* [명] (불교) 열반.
니엘 반

niêu　　　　*small cooking pot* [명] 작은 냄비.

니에우

nín / 닌
keep silence, hold, stop(cry)
[동] 멈추다.
* nín khóc → 울음을 멈추다.
* nín thở → 호흡을 (잠시)멈추다.

nín bặt / 닌 받
keep silence utterly / immediately
[명] 갑자기 멈추다.

nín thinh / 닌 틴
stop talking, give no answer
[동] 침묵하다.

ninh / 닌
simmer, stew, boil for a long time
[자] (음식물을) 뭉근한 불에 끓이다, 부글부글 끓이다, 스튜 요리로 하다.

nịnh / 닌
to flatter, adulate, toady to sb. [동] = nịnh nọt (남에게) 아첨하다, 빌붙다, 알랑거리다, 치켜 세우다, 발림말 하다.

nịnh bợ / 닌 보
to sweet-talk, bootlick, play up to sb [동] 아부하다, 아첨하다.

nịnh đầm / 닌 덤
gallant, gentlemanly [명] (특히 여성들에게) 친절한, 정중한.

nịnh hót / 닌 혿
fawn upon / on [동] 알랑거리다, 아양떨다, 비위를 맞추다.

nịnh thần / 닌 턴
sycophantic courtier
[명] 아첨꾼, 따리꾼.

nịt / 닏
to belt
[타] 띠로 잡아매다, 조이다.

níu / 니우
to pull back [자] 잡다, 끌어 당기다.
* níu áo đòi nợ → 빚을 갚으라며 옷을 잡고 매달리다.

no 노	*enough, full* [형] 양이 찬, 배가 부른.
no ấm 노 엄	*have adequate food and clothing* [형] 배부르고 따뜻한, 넉넉한, 풍요로운.
no đủ 노 두	*comfortably of* [형] 부족함 없는.
no lòng 노 롱	*be full = no bụng* [형] 양이 찬, 배가 부른.
no nê 노 네	*satiety, (eat or drink fill)* [형] 포만한.
no say 노 사이	*eat and drink well* [동] 잘 먹고 잘 마시다.
nó 노	*he, she* [대] 그, 그녀 (3인칭 대명사) ... ✳ hôm nọ tôi gặp nó ở trường → 그날 나는 학교에서 그를 만났다.
nỏ 노	*crossbow, arbalest* [명] (중세의) 쇠뇌, 노(弩), 석궁(石弓).
nọ 노	*that, those, the other* [부] 그, 그것... ✳ hôm nọ tôi gặp nó ở trường → 그날 나는 학교에서 그를 만났다.
nóc 놉	*roof-top, top, housetop* [명] 지붕.
nọc 놉	*venom* [명] = nọc rắn (뱀, 거미, 벌 등의) 독액.
nọc độc 놉 돕	*venom, poison* [명] (뱀, 거미, 벌 등의) 독액, (일반적으로) 독.
noi 노이	*to follow (trail, example)* [자] 뒤따르다.

noi gương 노이 긍	to follow somebody's example [동] 받아들이다, …의 권위를 인정하다.
nói 노이	say, tell, speak, talk [동] 말하다, 이야기하다, 지껄이다.
nói bậy 노이 버이	to talk nonsense [동] 무의미한 말을 하다.
nói bóng gió 노이봄지어(여)	double-talk, insinuate [동] = nói cạnh, nói ám chỉ xa gần 넌지시 비치다, 애매모호하게 말하다, 빈정거리다.
nói càn 노이 깐	to be careless in one's speed [동] = nói ẩu 함부로 말하다.
nói chơi 노이 쩌이	to joke [동] = nói đùa 농담하다.
nói chung 노이 쭘	as a whole, generally speaking [부] 일반적으로 말하면.
nói chuyện 노이 쭈웬	to talk, speak, converse [동] 이야기하다, 말하다, 담화하다.
nói cứng 노이 끙	talk tough(surely), put on a bold front [동] 거칠게 말하다.
nói dai 노이 야이	to talk one's head off [동] 같은 말을 계속해서 이야기하다.
nói dại 노이 야이	to talk nonsense [동] = nói bậy 무의미하게 말하다, 헛소리하다.
nói dối 노이 요이	to lie, tell lies (untruths) [동] = nói dóc, nói điêu 거짓말을 하다.
nói đớt 노이 덛	speak indistinctly [동] 모호하게 말하다, 희미하게 말하다.
nói đùa 노이 두아	to joke, joking [동] 농담을 하다, 장난으로 말하다.

✷ tôi chỉ nói đùa thôi → 난 단지 농담을 했을 뿐이다.

nói giùm
노이 지움(윰)
to speak for somebody [동] 대신 말하여주다, 중보하다, 중재하다.

nói gở
노이 거
speak ominously
[동] 불길한 말을 하다.

nói hỗn
노이 혼
make a cheeky remark (to)
[동] 건방지게 말하다.
✷ không được nói hỗn với mẹ → 어머니께 건방지게 말해선 안된다.

nói kháy
노이 카이
pin-prick, tease [동] = nói cạnh = nói móc 빈정거리다.

nói khéo
노이 캐오
be smooth-spoken
[동] 구변이 좋은, 말이 유창한.

nói khích
노이 킷
speak provokingly
[동] 자극하다, 약올리다.

nói khó
노이 코
to beg, ask for something
[동] 요청하다, 간청하다.

nói khoác
노이 코앋
to brag, boast, to talk big [동] 으시대다, 자랑하다, 허풍떨다.

nói lái
노이 라이
to use slang when speaking
[동] 속어를 사용해서 말하다.

nói lảng
노이 랑
to divert the conversation
[동] 화제를 전환하다.

nói lắp
노이 랍
to stammer, stutter [동] = nói cà lăm 더듬거리며 말하다, 말을 더듬다.

nói lén
노이 랜
to backbite, speak behind the back of others [동] = nói trộm 험담하다.

nói leo
to interrupt adults or superiors [동]

노이 래오	참견 하다, 어른의 말을 가로막다.
nói mát 노이 맏	*speak ironically* [동] 비꼬아 말하다.
nói mê 노이 메	*speak in one's sleep* [동] 잠꼬대 하다.
nói mò 노이 모	*speak without knowledge, guess* [동] 추측해서 말하다, 지식없이 말하다.
nói năng 노이 낭	*speak, say, express oneself* [동] 말을 하다, 이야기를 하다. ✳ nó nói năng rất lễ phép → 그는 매우 예의바르게 말한다.
nói nặng 노이 낭	*to use strong language* [동] 심한 말을 하다, 격한 말을 하다.
nói ngang 노이 응앙	*to talk nonsense, to be absurd* [동] 부조리하게 말하다, 되지않는 말을 하다.
nói ngoa 노이 응오아	*overstate, exaggerate* [동] 과장하여 말하다, 허풍떨다.
nói ngon ngọt 노이 응온 응옫	*to use honeyed words* [동] 입에 발린 말을 하다, 달콤한 말을 하다.
nói nhỏ 노이 뇨	*whisper* [동] = nói khẽ 속삭이다, (남에게) 귓속말을 하다.
nói phách 노이 팟	*to talk big, to brag* [동] 허풍떨다.
nói quanh co 노이 꽌 꼬	*to prevalicate, double-talk* [동] 돌려말하다, 빗대어 말하다.
nói rào 노이 라오	*not to speak straight* [동] 돌려 말하다.
nói riêng	*speak to sb in private* [동] 사적으

노이 리엥	로 말하다, 개인적으로 말하다.
nói sảng 노이 상	*to rave (in delirium)* [동] 헛소리하다.
nói suông 노이 수옹	*idle talk* [동] 쓸데없는 이야기를 하다, 공담하다.
nói thách 노이 탓	*to overcharge* [동] 부당한 값을 요구하다.
nói thẳng 노이 탕	*speak directly to sb.* [동] 솔직히 말하다, 털어놓고 말하다.
nói thầm 노이 텀	*to whisper* [동] = nói khẽ 속삭이다.
nói thật 노이 텃	*to tell the truth, speak honestly* [동] 숨김없이 말하다, 솔직히 말하다.
nói toạc 노이 또악	*speak bluntly* [동] 기탄없이 말하다, 단도직입적으로 말하다. ✻ cứ nói toạt ra cho mọi người nghe → 모든 사람들이 듣게 기탄없이 말해라.
nói trống 노이 쫑	*speak without addressing the person spoken to* [동] = nói bâng quơ 막연하게 말하다.
nói tục 노이 뚭	*to use bad language* [동] 나쁜 말을 쓰다.
nói xấu 노이 써우	*speak ill / bad of sb.* [동] 나쁘게 말하다, 험담하다.
nói xỏ 노이 쏘	*utter ironical innuendoes againt* [동] 악의를 가지고 빈정대다.
non 논	*1/ young, tender, premature* [형] 젊은, 미숙한, 너무 이른, 때아닌. *2/ mountain* [명] = núi 산, 산악.

non bộ 논 보	*rock-garden* [명] 바위로 된 정원.
non choẹt 논 쪼앧	*young and inexperienced* [형] = non dại 미숙한, 경험없는.
non gan 논 간	*chicken-hearted, be a chicken* [형] 소심한.
non nớt 논 년	*young, immature, inexperienced* [형] 미완성의, (완전히) 발전하지 않은.
non nước 논 느억	*fatherland, mountain and water* [명] 조국, 부조(父祖)의 땅.
non sông 논 솜	*mountain and river, native land* [명] 조국, 산과 강.
non tay 논 따이	*unskilfull, inexperience* [형] 미숙한, 서투른.
non trẻ 논 째	*young, fledgling* [형] 애숭이의, 풋내기의. ✵ một nền công nghiệp non trẻ → 신참내기의 공업.
non yếu 논 이에우	*weak* [형] 모자라는, 약한.
nón 논	*hat, conical palm hat* [명] 모자, 원뿔형의 베트남 전통 모자.
nõn 논	**1/** *tender but, very soft* [명] [형] 매우 부드러운. **2/** *very white* [형] 매우 흰. ✵ có làn da trắng nõn → 매우 하얀 피부를 가졌다.
nõn nà 논 나	*white and velvety* [형] 희고 부드러운.

	✽ da trắng nõn nà → 희고 부드러운 피부.
nong 놈	*stretch, lengthen out, cram into* [자] 넓히다, 뻗다, 잡아 늘리다.
nóng 놈	**1/** *hot, burning* [형] 뜨거운, 더운. ✽ trời nóng → 무더운 날씨. **2/** *nervous, hot-tempered* [형] 신경질적인, 흥분하기 쉬운, 성 잘 내는. ✽ người nóng tính → 쉽게 흥분하는 성격.
nóng bỏng 놈 봉	*burning* [형] 화끈거리는, 얼얼한, 타는듯한.
nóng bức 놈 븍	*hot, scorching, blazing* [형] =. nóng nực 매우 뜨거운, 태우는 듯한.
nóng chảy 놈 짜이	*to melt* [동] 녹이다, 용해하다.
nóng giận 놈 지언(연)	*get furious, get irritate* [동] 화나다, 노하다.
nóng hổi 놈 호이	*steaming hot, boiling hot* [동] 끓어오르는, 김김 푹푹나는. ✽ tô phở nóng hổi → 뜨겁게 끓는 국수 그릇.
nóng lạnh 놈 란	*to have a fever* [명] = cảm sốt 열병. ✽ bị nóng lạnh → 열병에 걸리다.
nóng lòng 놈 롬	*burn with impatience* [형] = nóng ruột 애타다, 속이 끓다. ✽ nóng lòng đợi tin → 소식을 기다리느라 속이 끓다.
nóng mặt 놈 맏	*burn with anger* [동] 분노가 치밀다. ✽ giận nóng mặt → 불같이 화를

	내다.
nóng tính 놈 띤	*hot-tempered* [형] 화를 잘내는, 흥분하기 쉬운.
nóng vội 놈 보이	*be very impatient, hasty* [형] (행동이) 급한, 신속한.
nòng 놈	*barrel* [명] 총렬. ✳ đạn đã lên nòng → 실탄을 총렬에 장착해 놓았다.
nòng cốt 놈 꼳	*key, core, nucleus* [명] 중심 부분, 핵심, 토대, 기점. ✳ thanh niên là lực lượng nồng cốt của xã hội → 청년은 사회의 핵심세력이다.
nòng nọc 놈 놉	*tadpole* [명] (동물) 올챙이
nọng 놈	*neck (flesh of an animal neck)* [명] (동물의) 목.
nô-en 노 앤	*noel, christmas* [명] 크리스마스.
nô bộc 노 봅	*servant* [명] 하인, 종, 고용인.
nô đùa 노 두아	*to amuse, to play, frolic* [동] 재미있게 하다, 기분전환을 하다, 즐기다.
nô lệ 노 레	*slave* [명] 노예, 노인.
nô nức 노 늑	*flock, animatedly, with animation* [형] 생기에 넘치는, 생기 발랄한.
nô tì 노 띠	*slave, servant* [명] (여자) 노예, 하녀.
nổ	*to explode, blow up* [동] 폭발하다,

노	터지다.
nổ súng 노 숨	*open fire* [동] 발포하다.
nỗ lực 노 륵	*make efforts, exert* [동] = cố gắng 노력하다, 애쓰다.
nốc 놉	*to gulp* [자] (음료, 음식을) 꿀꺽 (꿀떡, 한입에) 삼키다. ✻ nó nốc cạn hết ly nước → 물 한컵을 단숨에 들이키다.
nốc ao 놉 아오	*knock-out* [동] 넉아웃 시키다, 압도하다.
nôi 노이	*cradle* [명] 요람, 유아용 침대.
nối 노이	*to join, connect, add, unite* [자] 잇다, 연결하다.
nối dõi 노이 요이	*to maintain the ancestral line* [동] = nối dòng 가문을 잇다, 혈통을 잇다.
nối đuôi 노이 두오이	*follow one another* [동] 잇따르다.
nối gót 노이 곧	*follow the path (of)* [동] 가업을 잇다.
nối liền 노이 리엔	*to connect, to link* [동] 연결하다, 잇다.
nối nghiệp 노이 응히엡	*continue some one's work* [동] 사업을 이어받다.
nối ngôi 노이 응오이	*to succeed sb to the throne* [동] 왕위를 잇다.
nối tiếp 노이 띠엡	*to succeed, in series, serial* [동] 연속하다.
nối vần	*(phonetic) liaison*

노이 번	[명] (음성) 연성, 연음.
nồi	*pot, cauldron, potfuls*
노이	[명] 단지, 항아리, 냄비.
	✳ nồi áp xuất → 압력솥.
	✳ nồi cơm điện → 전기밥솥.
nổi	**1/** *float, rise*
노이	[자] = nổi lên 뜨다, 띄우다.
	2/ *be able, capable* [부] = có thể, có khả năng 할수있다.
	✳ anh có làm nổi chuyện đó không? → 당신은 그 일을 할수 있습니까?
	✳ tôi hết chịu nổi tính nết của cô ta → 나는 그녀의 성격을 더는 감당할 수 없다.
nổi bật	*outstanding, remarkable*
노이 벗	[형] 눈에 띄는, 주목할만한.
	✳ cô ấy nổi bật giữa đám bạn bè → 그녀는 친구들 사이에서 눈에 띄다.
nổi danh	*become famous, well-known*
노이 얀	[형] = nổi tiếng 유명한, 이름난.
nổi dậy	*to rise up, to rebel* [동] 봉기하다.
노이 여이	
nổi giận	*to get furious, grow angry*
노이 지언(연)	[동] 화가 나다, 분노하다.
nổi khùng	*to go crazy, fly into a passion* [동] = nổi xung 미치다, 열정을 내다.
노이 쿰	
nổi loạn	*to rebel, revolt*
노이 로안	[동] 반란을 일으키다, 배반하다.
nổi nóng	*get angry, show temper*

노이 놈   [동] 화가 나다, 열이 받다.

nỗi buồn   *melancholy, feeling of sadness*
노이 부온   [명] = nỗi sầu 슬픔, 우울.

nỗi khổ   *sufferings*
노이 코   [명] 고난, 수난, 손해, 피해.

nỗi lòng   *One's inmost feelings*
노이 롬   [명] 내심의 감정, 속마음.
※ nỗi lòng người xa xứ → 사람의 속마음은 멀고 깊다.

nỗi niềm   *innermost feelings, confidence*
노이 니엠   [명] 심경, 심정.
※ bày tỏ hết nỗi niềm tâm sự → 심경을 고백하다.

nội   1/ *inside, inner, home-made* [형] …안(안쪽, 내부)의, 가내(家內)의.
노이   2/ *paternal* [형] 아버지쪽인.
※ ông bà nội → 친조부모.
※ ông nội → 친할아버지.
※ bà nội → 친할머니.

nội bộ   *domestic, internal*
노이 보   [형] 내부의, 가정의, 국내의.

nội các   *cabinet* [명] 내각.
노이 깍

nội chiến   *civil-war*
노이 찌엔   [명] 내전(內戰), 내란(內亂).

nội công   *inner-force* [명] 내적인 힘.
노이 꼼

nội dung   *content, substance*
노이 윰   [명] 내용, 내용물.

nội địa   *inland* [명] 내륙, 내지.

노이 디아
nội động từ   *intransitive verb* [명] 자동사.
노이 돔 뜨

nội gián   *planted spy, infiltrator, argent*
노이 지안(얀)   [명] 간첩, 내부 첩자.

nội hóa   *home-made* [형] 집에서 만든.
노이 호아

nội khoa   *internal medicine* [명] 내과.
노이 콰

nội loạn   *civil war, internal strife*
노이 로안   [명] 내란(內亂).

nội lực   *internal force, inner force*
노이 륵   [명] 내력(內力).

nội qui (quy)   *internal regulations* [명] 내규(內規), 내부 규칙, 내부 규제.
노이 뀌

nội san   *internal magazine* [명] 국내 잡지.
노이 산

nội tạng   *internal organs, viscera*
노아 땅   [명] (해부) 내장.

nội tâm   *inner feelings*
노이 떰   [명] 내심(內心), 속마음.

nội thành   *in the city, urban areas*
노이 탄   [명] 시내, 도시지역.

nội thất   *interior* [명] 내부의, 안쪽의.
노이 털

nội thương   1/ *internal trade* [명] 내수(內需).
노이 트엉   2/ *internal injuries* [명] 내상(內傷).

nội trợ   *house keeping, homemaker* [명] ① 가정부. ② 가사일.
노이 쩌

nội trú   *resident, to be a boarder* [명] 내주

노이 쭈	(來住), 거주자. [동] 거주하다.
nội ứng 노이 응	*interior line, agent spy* [명] 내응 (內應), 내통(內通).
nội vụ 노이 부	*home affaire, matter, case* [명] 내부사건, 사태.
Nôm 놈	*Chinese-transcribed Vietnamese* [명] 중국어원에서 이어져온 베트남 문자.
nôm na 놈 나	*colloquial, simple* [형] 간결한, 요약한.
nồm 놈	*South-wind, humid* [명] = gió nồm 남쪽에서부터 불어오는 후덥지근한 바람, 남풍.
nộm 놈	*sweet and sour grated salad* [명] = gỏi (식물) 새콤달콤한 소스를 곁들인 셀러드.
nôn 논	*vomit, throw up* [동] = ói, nôn mửa 토하다, 게우다, 구토하다.
nôn nao 논 나오	*be disturbed, palpitate* [형] 어지러운, 심장이 뛰는. ✷ cảm thấy nôn nao trong lòng → 마음이 어지럽다.
nôn nóng 논 놈	*overhasty, be eager to* [동] 지나치게 서두르다.
nông 놈	*agriculture, farming* [명] = nông nghiệp 농업.
nông cạn 놈 깐	*inconsiderable, shallow* [형] 얕은.
nông cụ 놈 꾸	*farming tool* [명] 농기구.

nông dân 놈 연	farmer, cultivator, peasant [명] 농부, 경작인.
nông nghiệp 놈 응히엡	agriculture, agricultural [명] 농업.
nông nổi 놈 노이	1/ act lightly, superficial [동/형] (성격, 행동) 경솔한, 생각이 부족한. 2/ emotion-state, bad condition [부] 상태가 안좋다, 조건이 나쁘다. ✳ sao mà lại ra nông nỗi này! → 어떻게 이렇게 안좋아 졌느냐!
nông thôn 놈 톤	countryside [명] 농촌, 지방, 시골, 농촌 지방.
nông trại 놈 짜이	farm [명] = nông trang 농장, 농원.
nông trường 놈 쯔엉	plantation, farm [명] 농장, 농원, 플랜테이션.
nồng 놈	hot, pungent, acrit [형] 찌르듯이 자극하는, 얼얼하게 매운.
nồng cốt 놈 꼳	concentration [명] 집합물, 집단.
nồng cháy 놈 짜이	ardent, passionate, flaming [형] 불타는 듯한, 열정적인. ✳ một tình yêu nồng cháy → 불타는 듯한 사랑.
nồng độ 놈 도	concentration [명] 집결, 집중, 농축.
nồng hậu 놈 허우	warm, ardent [형] 따뜻한. ✳ tiếp đãi nồng hậu → 따뜻하게 대접하다.
nồng nàn 놈 난	1/ scent, fragrance [형] 향기가 있는.

놈 난

∗ tỏa ra một mùi hương nồng nàn → 향기로운 냄새가 퍼지다.

2/ *passionate, ardent, profound* [형] 열렬한, 정열적인, 불타는 듯한.

∗ nụ hôn nồng nàn → 정열적인 키스.

nồng nặc
놈 낙

very strong (smell) [형] (냄새가) 아주 강한, 독한.

nồng nhiệt
놈 니엩

warm, ardent [형] 따뜻한, 열렬한.

∗ nồng nhiệt chúc mừng → 뜨겁게 축하하다.

nồng thắm
놈 탐

passionate [형] 열렬한, 정열적인.

∗ tình yêu nồng thắm → 정열적인 사랑.

nộp
놉

to pay, to hand in, send, submit [자] 치르다, 지불하다, 제출하다.

∗ nội bài kiểm tra cho cô giáo → 여교수에게 시험지를 제출하다.

nốt
놑

1/ *pimple, papule, pustule, bite* [명] 뾰루지, 점.

∗ nốt ruồi → 점.

2/ *finish (doing sth) finish up* [부] ~로 끝마치다, ~로 끝나다.

∗ làm *nốt* chỗ này cho xong rồi hãy nghỉ → 여기까지 끝마치고 쉬자.

nốt ruồi
놑 루오이

mole, beaty mark (spot) [명] (피부의) 점.

nơ
너

knot, bow, ribbon [명] 리본, 띠.

∗ cô bé cột nơ màu đỏ trên tóc → 여자아이가 머리에 빨간 리본을

묶었다.

nở
너
1/ *to bloom, blow, open out,*
[동] (꽃이) 피다.
2/ *to be hatched*
[동] (알에서) 까다, 부화하다.
3/ *to rise, expand, develop*
[동] 부풀다.
* bánh không nở → 빵이 부풀지 않다.

nở nang
너 낭
well-developed
[형] 잘 발달된, 잘 다듬어진.
* thân mình nở nang đầy sức sống → 생력이 넘치는 잘 발달된 신체.

nỡ
너
have the heart to
[자] 차마 ~할수 없다.
* không nỡ từ chối → 차마 거절할수 없다.

nỡ nào
너 나오
have the hear to do sth. [동] = nỡ lòng nào 차마 ~할수 없다.
* nỡ nào mà anh ấy lại đối xử như thế → 그가 이렇게 대우할수 없다.

nợ
너
dept [명] 빚, 부채, 채무.

nợ đời
너 더이
society's debt [명] 삶의 빚.

nợ máu
너 마우
blood debt [명] 피의 빛.

nợ nần
너 넌
debts [명] 빚, 부채, 채무의 총칭.
* thanh toán hết nợ nần → 빚을

다 갚다.

nơi / 너이 — *place, site, spot, location* [명] = nơi chốn 곳, 지점, 장소, 공간.

nơi đến / 너이 덴 — *destination* [명] 목적지, 행선지, 도착지.

nơi khác / 너이 칵 — *another place* [명] 다른 장소.

nơi nơi / 너이 너이 — *everywhere, in every place* [부] 어디나, 도처에.

nơi sinh / 너이 신 — *place of birth* [명] 고향, 출생지.

nới / 너이 — *to loosen, ease, slacken, let out* [자] 풀다, 느슨해지다, 완화하다.

nới tay / 너이 따이 — *relax control, be lenient* [동] 긴장을 풀다.

nơm / 넘 — *fishing-basket, creel* [명] (물고기, 새우를 잡는) 통발.

nơm nớp / 넘 넙 — *fearful, be in a state of suspense* [형] 무서운, 두려운, 불안한.

nụ / 누 — *bud* [명] (꽃) 싹, 꽃봉오리.
 ✽ nụ hồng vừa mới nở → 장미꽃 봉오리가 이제 막 피었다.

núi / 누이 — *mountain* [명] 산, 산악.

núi lửa / 누이 르아 — *vlocano* [명] 화산.

núi non / 누이 넌 — *mountains* [명] 산의 총칭.

núi rừng / 누이 릉 — *mountains and forests* [명] 숲, 산림지.

núi sông 누이 솜	land, country, mountain and river [명] 나라, 산과 강.
nùi giẻ 누이 지애	rag [명] 걸레.
núm 눔	conical top, press-button, knob [명] 누름단추, 꼭지, 뚜껑의 손잡이.
núm đồng tiền 눔 동 띠엔	dimple [명] 보조개. ✲ cười má núm đồng tiền → 웃으면 보조개가 들어가다.
nung 눙	to burn, fire, bake [자] 태우다, 굽다.
nung nấu 눙 너우	broil, cause agnogy [동] 굽다, 불태우다. ✲ mối thù nung nấu bao ngày tháng → 오랫동안 적개심을 불태우다.
nũng nịu 눙 니우	to coddle oneself [동] = nhỏng nhẽo 버릇없이 기르다.
nuôi 누오이	1/ nourish, feed, rear, breed [동] 기르다, 키우다. 2/ adopted, adoptive [형] 양자로 삼다. ✲ bố mẹ nuôi → 양부모. ✲ cha nuôi → 양부. ✲ mẹ nuôi → 양모. ✲ con nuôi → 양자.
nuôi dạy 누오이 야이	to educate, bring up [동] (아이를) 기르다, 양육하다
nuôi dưỡng 누오이 이으엉	to bring up, to rear [동] (아이를) 기르다, 양육하다, 가르치다.

nuôi gà 누오이 가	*keep chickens, raise fowls* [동] 양계하다.
nuôi nấng 누오이 넝	*to bring up, foster, breastfeed* [동] 기르다, 양육하다, 육성하다.
nuối tiếc 누오이 띠엑	*regret, regretful* [형] 후회하는, 유감인.
nuông 누옹	*to indulge, pamper, spoil* [자] 어하다, 제멋대로 하게 하다.
nuông chiều 누옹 찌에우	*to over indulge* [자] 제멋대로 행동하다.
nuốt 누옫	*to swallow, to gulp* [동] 삼키다.
nuốt chửng 누옫 쯩	*to gulp down, swallow whole* [동] 통째로 삼키다.
nuốt lời 누옫 러이	*to break one's parole/promise* [동] 선서를 어기다, 약속을 어기다.
nuốt sống 누언 솜	*to make mincemeat out of sb* [동] = nuốt tươi 생것(날것)으로 먹다.
núp 눕	*hide, lurk, take cover* [동] 숨다.
núp bóng 눕 봄	*to live in sb.'s shadow, be under protection of sb.* [동] ~의 그늘에 숨다, ~을 의지하다.
nút 눋	*button* [명] 단추. ∗ nút áo → 옷의 단추. ∗ nút chai → 병마개.
nữ 느	*woman, female* [명] 여자, 여성.
nữ công 느 꼼	*household arts, domestic science* [명] 가사일, 가정일, 집안일.

nữ giới 느 지어이(여이)	*weaker sex, womankind* [명] 여자, 여성.
nữ hoàng 느 호앙	*empress, queen* [명] 여왕, 여제(女帝).
nữ sinh 느 신	*school-girl* [명] 여학생.
nữ tính 느 띤	*feminity, womanhood* [형] 여성.
nữ trang 느 짱	*jewel, jewelry* [명] 보석류, 장신구.
nữ tướng 느 뜨엉	*woman general* [명] 여장군.
nửa 느아	*half* [부] ½, 반.
nửa buổi 느아 부오이	*mid-morning, mid-evening* [명] 반나절.
nửa chừng 느아 쯩	*half-done, unfinished* [명] 미완성.
nửa đêm 느아 뎀	*midnight* [명] 자정, 한밤중. ✻ chúng tôi về đến nhà lúc nửa đêm → 우리는 자정에 돌아왔다.
nửa đường 느아 드엉	*half-way, midway* [명] 도중, 중간.
nửa vời 느아 버이	*half-measures, to do by halves* [형] 중간의, 미완성의.
nữa 느아	*more, further, another, longer* [부] 더, 더 많은, 보다 더, 더 이상. ✻ hát nữa đi em! → 더 노래해라! ✻ đừng khóc nữa! → 더 이상 울

	지 마라!
nức 늑	be pervaded with [자] 스며들다, 퍼지다. ✽ sực nức mùi nước hoa → 향수의 향이 스며들다.
nức nở 늑 너	sob [동] 흐느끼다. ✽ khóc nức nở → 흐느껴 울다.
nức tiếng 늑 띠엥	very famous [형] 매우 유명한. ✽ nức tiếng trong thiên hạ → 세계적으로 유명하다.
nực 늑	hot [형] =nóng nực (날씨가) 더운, 뜨거운. ✽ trời nóng nực quá → 날씨가 너무 덥다.
nực cười 늑 끄어이	ridiculous, laughter-provoking [형] = tức cười, buồn cười 웃기는.
nực nội 늑 노이	hot, sultry [형] 무더운, 찌는 듯이 더운, 몹시 불쾌한.
nựng 능	caress, indulge, pamper [동] (사람, 동물을) 어루만지다.
nước 느억	1/ water [명] 물, 수분. 2/ country, nation [명] 나라, 국가.
nước bọt 느억 볻	saliva, spittle [명] = nước miếng, nước dãi 침, 타액.
nước cam 느억 깜	orange juice [명] 오렌지 주스.
nước cất 느억 껃	distilled water [명] 증류수.
nước chấm 느억 쩜	sauce [명] 소스.

nước cốt 느억 꼳	*first extract* [명]	
nước dùng 느억 윰	*stock, bouillon* [명] (고기등을) 삶은 국물, 육수.	
nước đá 느억 다	*ice* [명] 얼음.	
nước đái 느억 다이	*urine* [명] = nước tiểu 오줌, 소변.	
nước đại 느억 다이	*gallop* [명] 갤럽, 말의 가장 빠른 발놀림.	
nước đôi 느억 도이	*ambiguous, non-committal* [형] 애매한, 불명료한.	
nước đục 느억 둡	*muddy / troubled waters* [명] 흙탕물.	
nước hoa 느억 호아	*perfume* [명] 향수.	
nước khoáng 느억 코앙	*mineral water, spa water* [명] 광천수.	
nước mắm 느억 맘	*fish-sauce* [명] 늑맘, 생선간장.	
nước mắt 느억 맏	*tear* [명] 눈물.	
nước mũi 느억 무이	*nose mucus, snivel* [명] 콧물.	
nước ngoài 느억 응오아이	*foreign country* [명] 외국.	
nước non 느억 넌	*land, senery* [명] 나라.	
nườm nượp 느엄 느업	*flock, stream* [형] 몰려, 무리를 지어.	

nương 느엉	*rely on, depend on* [자] 의지하다.
nương náu 느엉 나우	*to take refuse, seek shelter* [동] 숨다, 피하다, 숨기다, 감추다.
nương nhờ 느엉 녀	*lean on sb's help* [동] 기대다, 의지하다.
nương tay 느엉 따이	*be careful, handle with care* [동] 소중히 하다, 주의하다.
nương thân 느엉 턴	*find shelter* [동] 의지하다, 기대다.
nương tựa 느엉 뜨아	*lean on* [동] 의지하다, 기대다.
nướng 느엉	*grill, roast, fry, bake* [동] 굽다, 그을리다. ✳ nướng thịt → 고기를 굽다.
nứt 늗	*to crack, cleave, chap* [동] 쪼개지다, 갈라지다, 터지다.
nứt mắt 늗 맏	*be newly hatched, be too young to do sth.* [형] 갓 눈뜬, 아직 어린. ✳ mới nứt mắt ra mà đã học thói lưu manh → 아직 어린데도 나쁜 습관을 배웠다.
nứt nẻ 늗 내	*crack, split* [형] 갈라진, 쪼개진, 금이 간.
nứt rạn 늗 랜	*to crack, craze* [동] = rạn nứt 금이 간, 갈라진. ✳ tình bạn đã nứt rạn sau trận cãi vã đó → 그 말다툼이후로 우정에 금이 갔다.

nứt toát   *crack widely* [형] 크게 갈라진.

o 오	*the 17th letter of the VN alphabet.* 베트남어 알파벳 중 17번째 자.
o bế 오 베	*to flater, pamper, cajole* [동] 알랑거리다. ✳ anh ta o bế để lấy lòng mẹ cô ấy → 그는 그녀의 어머니의 마음을 얻기위해 알랑거리다.
o ép 오 앱	*be under coercion* [동] 반드시 무엇을 하도록 압박하다. ✳ nó cảm thấy bị o ép quá đáng → 그는 과도하게 압박을 느낀다.
o gái 오 가이	*seduce a girl* [동] 여성을 유혹하다. ✳ hắn chỉ giỏi có tài o gái → 그는 단지 여성을 유혹하는 재능만 탁월하다.
ó 오	*sea eagle* [명] (새) 바다수리.
oà 오아	*burst out crying* [동] 갑자기 울음을 터뜨리다. ✳ nó òa ra khóc → 그는 갑자기 울음을 터뜨렸다.
oai 오아이	*stately, majestic, imposing* [형] 위엄있는, 장엄한. ✳ làm oai với cấp dưới → 아랫사

	람들에게 위엄있게 하다.
oai danh 오아이 얀	*power and reputation* [형] = uy danh 힘과 명성이 있는. ✳ oai danh lừng lẫy khắp nơi → 그의 힘과 명성이 모든 곳에 퍼지다.
oai hùng 오아이 훔	*powerful, grand* [형] 세력 있는, 유력한, 강대한.
oai phong 오아이 퐁	*imposing* [형] 장엄하고 위력 있는. ✳ dáng vẻ oai phong → 장엄하고 위력있는 모습.
oai vệ 오아이 베	*imposing, stately* [형] 고상한, 기품있는. ✳ ông ấy oai vệ ra lệnh → 그는 기품있게 명령했다.
oái oăm 오아이 오암	*awkward, crochety, whimsical* [형] 다루기 어려운, 불편한 ✳ tình cảnh thật là oái oăm → 환경이 매우 불편하다.
oan 오안	*unjustly, wrongfully* [형] 부당한. ✳ nó bị hàm oan → 그는 부당한 누명을 쓰다.
oan gia 오안 지아(야)	1/ *foe, enemy* [명] 적, 적군. 2/ *misfortune* [형] 불행한.
oan hồn 오안 혼	*soul of a victim of an injustice* [명]원혼(冤魂).
oan mạng 오안 망	*unjust death* [명] 억울한 죽음. ✳ chết oan mạng → 억울하게 죽다.
oan trái 오안 짜이	*karmax derived from bad action, debt from previous life* [형] (불교)

불행한, 역경의.
✲ một mối tình oan trái → 불행한 사랑, 이루어 질수 없는 사랑.

oan uổng
오안 우웅
injustice [형] 부당한, 불공평한.
✲ kết tội như vậy thì oan uổng cho chúng tôi quá → 이 판결은 우리에게 너무 부당하다.

oan ức
오안 윽
being victim of a glaring injustice [형] 억울한. ✲ thật là oan ức quá ! 정말 너무 억울해!

oán
오안
resent, feel resentment against [동] 분노하다, 분개하다.

oán ghét
오안 갣
hate, detest, abhor [형] 미워하는, 질색하는, 증오하는.
✲ nó oán ghét bà mẹ kế lắm → 그는 의부모를 매우 증오한다.

oán giận
오안 지언(연)
feel animosity towards sb. [형] 원한을 품은, 악의가 있는.

oán hận
오안 헌
resent [동] = oán hờn 분개하다, 노하다, 분노하다, 원한을 품다.
✲ bỏ hết mọi oán hận trong lòng → 마음속의 원한을 다 버리다.

oán than
오안 탄
complain and lament [동] 한탄하다, 슬퍼하다. ✲ oán than cho số phận → 운명을 한탄하다.

oán thán
오안 탄
complain [동] 불평하다.
✲ không còn gì để oán thán nữa → 더 이상 불평할 것이 없다.

oán thù
오안 투
resent and hate
[동] 증오하다, 혐오하다.

oán trách 오안 짯	*complain angrily* [동] 책망하다. ※ đã bảo mà không nghe, bây giờ còn oán trách ai? → 이미 알려주었는데 들지않더니 이제 와서 누구를 원망하느냐?
oanh 오안	*oriole, robin, luscinia* [명] (새) 꾀꼬릿과의 새, 개똥지빠귀.
oanh kích 오안 낏	*bomb, drop bomb* [동] 폭격하다.
oanh liệt 오안 리엣	*glorious, illustrious* [형] 훌륭한, 걸출한, 뛰어난, 저명한.
oanh tạc 오안 딱	*bomb from the air* [동] 폭탄을 투하하다.
oằn 오안	*bend (down) curve, bow (down)* [형] (아래로) 굽다, 구부러지다. ※ cây soài oằn trái → 망고나무에 망고가 늘어지다.
oắt 오앗	1/ *puny, little* [형] 아주 작은. 2/ *mischievous* [형] 짖궂은.
oắt con 오앗 꼰	*prankish / mischievous child* [명] 짖꿎은 아이, 말썽꾸러기.
óc 옵	*brain, sense, spirit, mind* [명] 뇌, 인지, 지식, 정신, 마음.
óc ách 옵 앗	*flatulent, stomach disorder* [형] 속이 불편한, 속이 더부룩한.
ọc ạch 옵 앗	*gurgle* [형] (오래되고 고장나서) 덜컹거리는. ※ máy chạy ọc ạch quá ! → 기계가 매우 덜컹거린다.
oi	*hot and sticky* [형] (날씨가) 덥고

오이	끈적끈적한, 불쾌지수가 높은.
oi bức 오이 븍	*muggy* [형] 눅눅한, 답답한, 무더운. ※ không khí oi bức → 눅눅한 공기.
oi ả 오이 아	*sweltering, sultry* [형] 무더운, 찌는 듯이 더운. ※ buổi trưa hè oi ả → 찌는 듯이 더운 여름의 한 낮.
om sòm 옴 솜	*noisy* [형] 소란스러운, 시끄러운. ※ cãi nhau om sòm → 소란스럽게 서로 싸우다.
ỏn ẻn 온 앤	*manneristically soft-spoken* [형] 앵앵거리는. ※ nó nói năng ỏn ẻn như con gái → 그는 여자처럼 앵앵거리며 말한다.
ong 옴	*bee* [명] (곤충) 벌, 꿀벌.
ong bướm 옴 브엄	*bee and butterfly* [형] 나비와 벌.
óng ánh 옴 안	*shining, sparkle* [형] 반짝거리는, 빛나는. ※ kim cương sáng óng ánh → 다이아몬드가 반짝반짝 빛이 나다.
óng ả 옴 아	*glittering* [형] 윤기나는. ※ cô ấy có mái tóc dài óng ả → 그녀는 윤기나는 긴 머리를 가졌다.
óng mượt 옴 므얻	*glossy and velvety* [형] 부드럽고 광택이 있는. ※ mái tóc óng mượt → 부드럽고 광택이 있는 머리카락.
ỏng	*swell* [형] (어린아이의 배) = bụng

옴	ỏng 기생충 때문에 배가 나온.
õng ẹo	*mincing,* [형] 실룩거리는.
옴 애오	✻ dáng đi ỏng ẹo → 실룩거리며 걷다.
ọp ẹp	*tottering, cranky* [형] 흔들거리는.
옵 앱	✻ căn nhà ọp ẹp → 집이 흔들흔들하다.

ô 오	*the 18th letter of the VN alphabet.* 베트남어 알파벳 중 **18**번째 자.
ô 오	**1/** *umbrella, sunshade* [명] 우산, 양산. **2/** *compartment* [명] 구분, 구획. ✻ hãy đánh dấu vào ô vuông → 네모 안에 표시를 하시오.
ô chữ 오 쯔 Ô - ô	*crossword puzzle* [명] 가로세로 낱말 맞추기. ✻ giải đáp ô chữ → 가로세로 낱말 맞추기를 풀다.
ô cửa sổ 오 끄아 소	*window-pane* [명] 창유리. ✻ cô ấy ngồi bên ô cửa sổ đợi chồng về → 그녀는 유리창가에 앉아 남편이 돌아오기만을 기다리다.
ô danh 오 얀	*bad reputation* [명] 악평, 오명. ✻ nó làm ô danh dòng họ → 그는 가문의 오명이다.
ô dù 오 유	**1/** *umbrella* [명] 우산. **2/** *protector, connections* [명] 연고, 보호자, 보호물, 연줄. ✻ vì có ô dù nên tha hồ làm bậy → 연줄이 있기 때문에 마음껏 나쁜 짓을 하다.
ô hay	*why! well!* [감] = ơ hay 왜!, 잘한다!

오 하이	✳ ô hay! sao lại làm như thế? → 잘한다! 왜 일을 이렇게 했니?
ô hợp 오 헙	*disorderly, unorganized* [형] 혼란한, 무질서한, 뒤죽박죽인. ✳ một đám người ô hợp → 뒤죽박죽 모여있는 무리, 오합지졸(烏合之卒).
ô liu 오 리우	*olive* [명] 올리브나무. ✳ dầu ô liu → 올리브유.
ô mai 오 마이	*sugared dry apricot* [명] 살구 설탕 절임. ✳ tuổi ô mai → (*teen age*) 10대.
ô nhiễm 오 니엠	*to be infected / poluted* [동/형] 오염되다. ✳ sông ngòi bị ô nhiễm vì chất thải độc hại → 유독성 폐기물로 인해 강이 오염되었다.
ô nhục 오 늅	*infamous, ignoble* [형] 평판이 나쁜, 수치스러운, 불명예스러운.
ô tô 오 또	*car, moto-car, automobile* [명] = xe hơi 자동차.
ô tô buýt 오 또 뷛	*bus, motor coach, omnibus* [명] 버스. ✳ đi làm bằng ô tô buýt → 버스를 타고 일하러 가다.
ô uế 오 우에	*dirty, filthy* [형] 더러운. ✳ làm ô uế nơi công cộng → 공공장소를 더럽히다.
ô vuông 오 부옹	*square* [명] 사각형, 정방형.
ố 오	*smeared* [형] 얼룩진. ✳ mảnh vải bị ố nhiều chỗ → 천에 많은 부분이 얼룩졌다.

ồ 오	*oh, o* [감] 오!, 와! ✻ ồ, hay quá → 오! 너무 잘한다!
ồ ạt 오 앋	*rage, violent* [형] 빠르고 강한 ✻ tấn công ồ ạt → 빠르고 강하게 공격하다.
ồ è 오 에	*hoarse, husky* [형] (목소리가) 허스키한, 쉰. ✻ giọng nói ồ è → 쉰 목소리.
ồ ồ 오 오	*cascade* [형] (소리) 물이 흐르는 소리, 졸졸. ✻ nước chảy ồ ồ → 물이 졸졸 흐르다.
ổ 오	*nest, hole, bed* [명] 보금자리, 둥지. ✻ ổ gà con mới nở → 둥지의 병아리가 막 부화하다.
ổ cắm 오 깜	*socket, power points* [명] (전기의) 소켓.
ổ gà 오 가	*pot-hole* [명] 움푹 팬 곳. ✻ đường này có nhiều ổ gà khó đi quá → 이 길은 움푹 패인 곳이 많아 가기 너무 어렵다.
ổ khóa 오 코아	*lock* [명] 자물쇠. ✻ ổ khóa bị trộm bẻ hỏng rồi → 도둑이 자물쇠를 부러뜨렸다.
ốc 옵	*shellfish, snail* [명] 고둥, 달팽이.
ốc bươu 옵 브어우	*medium-sized edible snail* [명] 식용 달팽이, 고둥.
ốc đảo 옵 다오	*oasis* [명] 오아시스, 사막의 녹지.

ốc sên 옵 센	*slug, snail* [명] 민달팽이.
ốc vít 옵 빋	*screw, screw-of-pearl* [명] 나사.
ọc 옵	*to flow out, to stream out* [동] 솟아나오다, 솟구치다. ✳ ọc máu ra → 피가 솟구치다. ✳ tức ọc máu → 피가 솟구치게 화가 나다.
ôi 오이	*stale, bad, tainted* [형] (음식이) 신선하지 않은, 고약한 냄새가 나는.
ổi 오이	*guava* [명] (과실) 구아바.
ôm 옴	*to embrace* [동] 안다, 껴안다. ✳ ôm vào lòng → 마음으로 껴안다.
ôm ấp 옴 업	*hold in a tight embrace* [동] 꽉 껴안다, 품에 안다. ✳ ôm ấp biết bao mộng đẹp → 많은 꿈을 품에 안다.
ôm chầm 옴 쩜	*hug tight with haste* [동] 와락 끌어안다. ✳ cháu bé ôm chầm lấy mẹ → 아이가 엄마를 와락 끌어안다.
ôm đồm 옴 돔	*carry to many work with one* [동] (일 등을) 껴안다, 떠맡다. ✳ cô ấy ôm đồm đủ thứ việc → 그녀는 많은 일들을 껴안다.
ốm 옴	1/ *skinny* [형] 마른, 수척한. 2/ *ill, sick* [동] = đau, bệnh 병이 들다.

ốm đau 옴 다우	*diseased, ailing, ill, sick* [명] = đau ốm 병.
ốm nghén 옴 응핸	*to have morning sickness* [명] 입덧하다. ✻ cô ấy bị ốm nghén cả tuần nay rồi → 그녀는 이번주 내내 입덧을 했다.
ốm o 옴 오	*scraggy, skinny* [형] 바짝 마른, 수척한. ✻ thằng bé ốm o gầy mòn → 아이가 바짝 말랐다.
ốm yếu 옴 이에우	*emaciated, skinny and weak* [형] 병약한, 야윈, 수척한. ✻ nhìn người nó ốm yếu như thế nhưng nó rất khỏe → 그는 이렇게 병약해 보이지만 매우 건강하다.
ôn 온	*to review, revise* [동] 복습하다. ✻ ôn bài thi → 시험을 위해 복습하다.
ôn hòa 온 호아	1/ *equable* [형] 성격이 온화한. ✻ thái độ ôn hòa → 온화한 태도 2/ *temperate* [형] 기후가 온화한.
ôn luyện 온 루웬	*review and drill* [동] 연습하고 훈련하다. ✻ ôn luyện lại những thao tác cơ bản → 기본동작을 다시 복습하고 훈련하다.
ôn tập 온 떱	*review* [동] 복습하다.
ôn tồn 온 똔	*soft, mild* [형] (말소리) 부드러운, 상냥한. ✻ ôn tồn giải thích → 상냥하게 설명하다.
ồn 온	*noisy, rowdy, uproarious* [형] = ồn ào 소란한, 시끄러운.

✻ đừng làm ồn! → 소란하게 하지 마라. ✻ ở đây ồn quá → 여기는 너무 시끄럽다.

ổn
온
without trouble?, ok?, alright?
[형] 평온한, 안정된.
✻ mọi việc đều ổn cả → 모든 일들이 다 평온하다.

ổn định
온 딘
firm, stable [형] 안정된.
✻ ổ định chỗ ở xong mới đi tìm việc làm → 거주가 안정되고 나서 일자리를 찾으러 가다.

ổn thỏa
온 토아
amicable, satisfactory
[형] 만족할 만한, 흡족한.
✻ mọi việc đã ổn thỏa cả rồi ! → 모든 일들이 만족할 만하다.

ông
옴
1/ *oldman* [명] 노인.
2/ *grandfather* [명/대] 할아버지.
3/ *you, mister, gentleman* [대] 신사분, 선생님, 사장님...

ông bà
옴 바
grand father and grand-mother, ancestors [명] 조부모, 부모, 조상.

ông bầu
옴 버우
showman, manager
[명] 책임자, 극단의 단장.

ông cha
옴 짜
1/ *ancestors, forefathers* [명] 조상.
✻ nối bước ông cha → 조상의 뒤를 따르다.
2/ *parish priest* (카톨릭)신부.

ông cụ
옴 꾸
elderly gentleman, aged man
[명] = ông lão 노인, 옹.

ông địa
옴 디아
the earth god [명] 지신(地神).

ông ngoại 옴 응오아이	*maternal grandfather* [명] 외할아버지.
ông nhạc 옴 냑	*father-in-law* [명] 장인.
ông nội 옴 노이	*paternal grandfather* [명] 친할아버지.
ông táo 옴 따오	*the kitchen-god* [명] (부엌)화로신.
ông từ 옴 뜨	*temple keeper* [명] 사찰 파수꾼.
ông xã 옴 싸	*(one's)husband* [명] 남편.
ống 옴	*pipe, tube, duct* [명] 파이프, 관.
ống khói 옴 코이	*chimney* [명] 굴뚝, 등잔.
ống loa 옴 로아	*megaphone, loud speaker* [명] 확성기, 스피커.
ống nghe 옴 응해	*earphone, receiver, stethoscope* [명] 청진기.
ống nghiệm 옴 응히엠	*test-tube* [명] 시험관.
ống dòm 옴 욤	*binoculars, field glasses* [명] = ống nhòm 망원경.

Ô-ô

ơ
어
the 19th letter of the VN alphabet
베트남어 알파벳 중 **19**번째 자.

ở
어
live, be, stay, remain [동] 살다, 머무르다, (장소) ~에 있다.

ở ẩn
어 언
to live in seclusion
[동] 은둔해 살다.

ở chung
어 쭘
to live together, share a house with sb [동] ~와 함께 살다.
✻ cô ấy ở chung với gia đình chồng → 그녀는 시댁 식구 들과 함께 산다.

ở cữ
어 끄
be in childbirth [동] 산후조리 하다.
✻ đang thời gian ở cữ → 산후조리 기간.

ở đậu
어 더우
to stay temporarily at sb.'s house [동] 임시로 머무르다.
✻ khi mới lên sống ở thành phố, nó ở đậu nhà bạn → 그는 도시에 막 올라왔을 때 친구의 집에 임시로 머물렀다.

ở giữa
어지으아(이으아)
in the middle, in the center
[부] 중간에, 가운데에.

ở góa
어 과
be windowed [형] 홀아비로 사는, 과부로 사는.
✻ bà ấy ở góa từ lúc còn rất trẻ →

그 할머니는 매우 어릴적 부터 과부로 산다.

ở rể
어 레
to live with wife's family
[동] 처가살이하다.
✳ vì vợ là con một, nên anh ấy chấp nhận ở rể → 그는 부인이 외동딸이기 때문에 처가살이를 받아들였다.

ở riêng
어 리엥
to make a separate home
[동] 본가에서 떨어져 나와 살다.
✳ ở riêng để có thể tự lập hơn → 더 자립하기 위해 본가에서 떨어져 나와 살다.

ở trần
어 쩐
half-naked, without a shirt on
[동] 상반신의 옷을 입지않다.
✳ vì trời nóng nên ở trần → 너무 더워서 상반신의 옷을 입지않다.

ở trọ
어 쪼
to take board and lodging with sb
[동] 하숙하다.
✳ ở trọ nhà bà con → 친척집에 하숙하다.

ở truồng
어 쭈옹
to bare one's bottom
[동] 하반신의 옷을 입지않다.

ở tù
어 뚜
to be in jail / prison
[동] 감옥에 가다, 옥살이 하다.
✳ nó đã từng ở tù nhiều lần → 그는 여러 차례 옥살이 했다.

ợ
어
to belch, eructate, burp
[동] 트림을 하다.

ơi
어이
hey [부] ~를 부르는 소리. ~야, 이 봐요.

※ bố ơi ! → 아버지!

ơi ới
어이 어이
hey!, call repeatedly [형] (소리) 연속적으로 ~를 부를 때.

õm ờ
엄 어
pretend not to know, play franks [형] 농담반 진담반의.
※ nói õm ờ → 농담반 진담반으로 말하다.

ơn
언
favour, grace, gratitude [명] 은혜.
※ đền ơn đáp nghĩa → 은혜를 갚다.

ớn
언
sickening for [형] 구역질나게 하는, 불쾌감을 느끼는.
※ nhìn thấy mà phát ớn ! → 구역질이 날 것 같다!

ớn lạnh
언 란
to feel chilly, to shiver
[동] 오한이 나다.

ớt
얻
hot / red pepper, chilli [명] 고추.

P - p

p	베트남어 알파벳 중 **19**번째 자.
pa-nô 바 노	*panel, boarding* [명] 광고보드, 판넬.
pa-tê 바 떼	*pâté* [명] (음식) 돼지 간을 으깨서 만든 음식.
pê-dan 베 단	*pedal, treadle* [명] 발판, 페달.
pha 파	**1/** *to make, to prepare, to mix* [동] 섞다, 타다. ✽ pha cà phê → 커피를 타다. **2/** *phase* [명] 시기, 국면, 양상. ✽ vở kịch đó có nhiều *pha* hấp dẫn lắm → 그 극은 흥미진진한 장면이 많다.
pha chế 파 쩨	*prepare, make up* [동] 준비하다, 채비하다.
pha lê 파 레	*crystal* [명] 수정.
pha tạp 파 땁	*mixed* [형] 여러종류를 함께 섞은, 혼합의.
pha trò 파 쪼	*to say / do sth for joke* [동] 농담하다.
pha trộn 파 쫀	*mix, blend* [동] 섞다, 혼합하다.

phá 파	**1/** *destroy, demolish, break* [동] 파괴하다, 파멸시키다, 깨뜨리다. ✶ phá rừng → 숲을 파괴하다. ✶ phá tan bầu không khí nặng nề → 무거운 분위기를 깨뜨리다. **2/** *to interfere, to temper with..* [동] 가지고 장난하다. ✶ đừng có phá máy vi tính! → 컴퓨터를 가지고 장난하지 마라!
phá án 파 안	*quash a sentence / verdict* [동] (법률, 고발, 결정 등을) 무효로 하다, 취소하다, 폐기하다.
phá cách 파 깟	*to break the old order* [동] 구(舊)방식 폐지하다.
phá của 파 꾸아	*to ruin one's fortune, to squander money* [동] 파산하다, 몰락하다.
phá đám 파 담	*spoil the pleasure* [동] 훼방놓다.
phá hại 파 하이	*spoil, ravage, corrupt* [동] 깨다, 상하게 하다, 파괴하다.
phá hoại 파 호아이	*to sabotage, sap, undermine* [동] 파괴하다, 약하게 하다, 서서히 쇠퇴시키다.
phá hủy 파 휘	*to destroy, demolish, ruin* [동] 부수다, 파괴하다, 교란하다.
phá phách 파 팟	*to devastate, pesky* [동] 곤혹스럽게 하다, 귀찮게 하다.
phá rối 파 로이	*to disturb, derange, harass* [동] 괴롭히다, 방해하다, 폐를 끼치다.
phá sản 	*to fail completely, to go bank rupt*

파 산	[동] 파산하다.
phà 파	**1/** *ferry-boat* [명] 나룻배, 연락선. **2/** *to breathe, reek* [동] 입에서 밖으로 뿜어내다. ✻ phà khói thuốc → 담배연기를 내뱉다.
phả 파	*to reek, breathe* [동] (숨/공기) ~을 내뿜다. ✻ hơi nóng từ mặt đường phả ra hừng hực → 길 표면에서 더운 공기가 훅훅 뿜어져나오다.
phác họa 판 화	*to sketch, to outline* [동] 윤곽을 그리다, 스케치하다.
phác thảo 판 타오	*sketch out, draft* [동] 개요를 쓰다.
phách 팟	**1/** *vital spirit* [명] 영혼, 정신. **2/** *detachable head* [명] 시험지 머릿부분, 이름과 수험번호를 기입하여 채점시 잘라내는 부분. ✻ ban giám khảo rọc phách → 감독반이 시험지 머릿부분을 잘라내다.
phai 파이	*faded, discolour, lose colour* [형] 색이 바랜, 쇠퇴한.
phai mờ 파이 머	*fade* [형] = phai nhạt 희미해진, 퇴색한. ✻ kỷ niệm phai mờ theo năm tháng → 세월에 따라 추억이 희미해 지다.
phái 파이	**1/** *sex* [명] 성별. **2/** *group, faction* [동] = phe phái 그룹, 당파, 파벌.
phái đẹp	*womenkind, gentle sex* [동] = phái

파이 댑	nữ 여성, 여자.
phái đoàn 파이 도안	*deputation, delegation* [명] 대표단.
phái nam 파이 남	*malesex, mankind* [명] 남성, 남자.
phải 파이	**1/** *right, all right, true* [명] 진실, 사실, 정확함. **2/** *must, should, be certain that* [동] 반드시 꼭 ~하다.
phải chi 파이 찌	*if, if only* [부] = nếu 만약 ~라면.
phải lòng 파이 롬	*to lose one's heart to sb.* [동] 마음을 주다, 사랑하다. ✴ anh ta đã phải lòng cô gái đó ngay từ khi mới gặp lần đầu → 그는 그녀를 처음 만났을 때부터 바로 마음을 빼앗겼다.
phải rồi 파이 로이	*yes, exactly, quite right!* [부] 좋아!, 맞아!
phàm 팜	*as, being* [형] ~이므로. ✴ phàm là người, ai cũng muốn có được hạnh phúc → 사람이므로 누구나 행복을 얻길 원한다.
phàm ăn 팜 안	*to be gluttonous* [동] 게걸스럽게 먹다, 탐욕스럽게 먹다.
phàm phu 팜 푸	*ordinary man, mediocrity, vulgar person* [명] 범인, 평범한 사람.
phàm trần 팜 쩐	*human world* [명] 이세상.
phàm tục	*commonplace, rude, earthly* [형] 보

팜 뚭	통인, 평범한, 흔해빠진, 거친.
phạm 팜	*to perpetrate, to commit* [동] (죄,과실을) 범하다, 저지르다.
phạm lỗi 팜 로이	*to commit a error, to make mistake* [동] 실수하다.
phạm luật 팜 루얻	*to break the rules, illegal* [동] 규율을 어기다, 규칙을 깨다.
phạm nhân 팜 년	*criminal, guilty person* [명] 범인 (犯人), 범죄자.
phạm pháp 팜 팝	*to violate the law, law-breaking* [동] 범법(犯法) 행위를 하다, 법을 어기다.
phạm quy 팜 뀌	*to violate regulations* [동] 법규를 위반하다.
phạm tội 팜 또이	*to commit an offence* [동] 범죄(犯罪)하다, 죄를 범하다, 죄를 저지르다.
phạm vi 팜 비	*circle, sphere, scale* [명] 범위 (範圍), 영역, 규모.
phán 판	*to order, to command* [동] 명하다, 명령하다.
phán đoán 판 도안	*judge, decide, work out* [동] 판단(判斷)하다, 판정하다.
phán quyết 판 꿰엔	*to pass sentence (on), adjudicate* [동] 판결(判決)하다.
phán xét 판 쎋	*to judge* [동] 판가름하다, 재판하다.
phàn nàn 판 난	*to complain* [동] 불평하다, 한탄하다, 우는 소리하다.
phản 	*betray, be against, disloyal*

판	[동] 배반하다, 반대하다, 불충하다.
phản ánh 판 안	*represent, report, depict, reflect* [동] 반영하다. ✳ phản ánh tình hình thực tế ở nông thôn → 농촌의 실제 상황을 반영하다.
phản bác 판 박	*refute* [동] 논박하다, 반박하다.
phản bội 판 보이	*betray* [동] 배반하다, 배신하다.
phản chiến 판 찌엔	*be against a current war* [동] 반전(反戰)하다, 전쟁에 반대하다.
phản công 판 꼼	*counter-attack* [동] chống trả lại sự tiến công của đối phương
phản cung 판 꿈	*retract one's statement* [동] 말을 부인하다, 진술을 철회하다.
phản diện 판 지엔	*negative characteristic* [형] 반면의. ✳ đóng vai phản diện → 반대의 배역을 맡다.
phản đối 판 도이	*oppose, protest* [동] 항의하다, 반대하다, 이의를 제기하다. ✳ nhiều ý kiến phản đối nổi lên → 많은 반대의 의견이 나오다.
phản động 판 돔	*reactionary* [형] 보수적인, 반동의, 반동주의의. ✳ tư tưởng phản động → 반동사상.
phản gián 판 지안(얀)	*counter-espionage / intelligence* [동] 염탐하다.
phản kháng 판 캉	*to oppose, protest* [동] 격렬하게 반항하다, 반대하다.
phản nghĩa	*opposite, antonym* [형] 정반대의.

판 응히아

phản nghịch — *rebel, rebellious* [동/형] 모반하다, 배반하다. / 반역하는, 반항적인.
판 응힛

phản phúc — *disloyal, faithless, unfalthful* [형] = phản trắc 불성실한, 믿을수 없는.
판 품

phản quốc — *to betray one's country* [동] 조국를 배신하다.
판 꾸옥

phản xạ — *to reflex* [동] 되접다, 되굽다.
판 싸

phản ứng — *to respond, react* [동] 응답하다, 대답하다.
판 응

phang — *to throw, to fling* [동] ~에게 ~을 던지다, 내던지다. ✱ nó bị phang cho mấy gậy vào người → 그는 던져진 몇 개의 막대기에 몸을 맞았다.
팡

phảng phất — **1/** *to float in the air, to waft* [동] 가볍게 나르다, (공중을) 떠돌다.
팡 펏
✱ hương thơm phảng phất → 향기가 공기중에 떠돌다.
✱ phảng phất nỗi buồn → 슬픔이 떠돌다.
2/ *bear a slight resemblance* [형] 유사한, 닮은.
✱ anh ấy phảng phất giống bố tôi → 그는 우리 아버지와 닮았다.

phanh — **1/** *brake* [명] = thắng (차)제동기, 바퀴 멈추개, 브레이크.
판
2/ *open wide* [동] 넓게 열다.
✱ nó phanh áo ra → 그는 윗옷을 열어젖혔다.

phanh phui — *bare, expose, reveal* [동] 드러낸,

판 푸이	숨김없는.
phao 파오	*float, buoy* [명] 부표, 부이.
phao tin 파오 띤	*circulate, spread* [동] 퍼지다, 유포하다. ✶ phao tin đồn nhảm → 헛소문이 퍼지다.
pháo 파오	*fire-cracker* [명] 폭죽. ✶ đốt pháo đón giao thừa → 새해맞이 폭죽.
pháo binh 파오 빈	*artillery* [명] 포, 대포.
pháo hiệu 파오 히에우	*flare, star shell* [명] 신호탄.
pháo hoa 파오 화	*fireworks* [명] = pháo bông 불꽃, 봉화.
pháo kích 파오 낏	*to shell* [동] 포격하다. ✶ pháo kích sân bay → 공항을 포격하다.
pháo sáng 파오 상	*flare, star-shell* [명] 조명탄.
Pháp 팝	*France* [명] 프랑스 (공화국).
pháp chế 팝 쩨	*legal system, laws* [명] 법률, 법규.
pháp đình 팝 딘	*court of justice, lawcourt* [명] = tòa án 법정.
pháp lý 팝 리	*law* [명] 법리.
pháp luật 팝 루얻	*the law* [명] 법.
pháp nhân 팝 년	*legal person* [명] 법인(法人).

팝 년

pháp trường   *execution grounds* [명] 집행장.
팝 쯔엉

pháp y   *forensic medicine* [명] 법의.
팝 이

phát   **1/** *to distribue, issue, to emit* [동] =
팟   phân phát 분배하다, 배분하다.
   2/ *to slap, clap* [동] (손뼉을) 치다, 찰싹 때리다. ✶ phát cho nó mấy cái vào mông → 그 아이의 볼기를 몇대 때리다.

phát âm   *to pronouce, articulate*
   [동] 발음하다, 소리내어 읽다.

phát biểu   *to speak, to formulate, express*
팟 비에우   [동] 발표하다, 말하다.

phát bóng   *to serve (a ball), to kick off*
팟 봄   [동] (공을) 킥 오프하다, 서브하다.

phát cáu   *to get angry, get mad*
팟 까우   [동] = nổi giận 화를 내다.

phát đạt   *to bloom, to flourish, prosper*
팟 닫   [형] 번창하는, 융성하는, 활짝 핀.
   ✶ làm ăn ngày càng phát đạt → 사업이 날로 번창하다.

phát điên   *to go cazy, to lose one's senses*
팟 디엔   [동] 미치다, 돌다. ✶ giận phát điên! → 화가 나서 돌다.

phát động   *to mobilize, to launch*
팟 돔   [동] 착수하다, 시작하다, 발동하다.
   ✶ phát động phong trào → 운동을 착수하다.

phát giác 팓 지악(약)	to reveal, to discover, find out [동] 알려지다, 드러나다.
phát hành 팓 한	to publish, release, issue [동] 발표하다, 개봉하다, 발행하다. ✻ tạp chí này phát hành mỗi tháng 2 lần → 이 잡지는 한달에 두번 발행한다.
phát hiện 팓 히엔	to discover, detect [동] 발견하다.
phát huy 팓 휘	to bring into play, to unphold [동] 발휘하다, 나타내다. ✻ phát huy truyền thống dân tộc → 민족 전통을 발휘하다.
phát khiếp 팓 키엡	be terrified [동] 무서워하다, 겁먹다.
phát minh 팓 민	invention [명] 발명, 고안. to invent [동] 발명하다, 고안하다.
phát ngôn 팓 응온	speak, verbalize, express oneself [동] 이야기하다, 발언하다.
phát phì 팓 피	to grow fat [동] 살이 오르다, 비만해 지다.
phát quang 팓 꾸앙	luminesce [형/동] (물리) 냉광 (冷光)을 발하다.
phát sinh 팓 신	to arise [동] 발생하다, 일어나다, 나타내다.
phát sóng 팓 솜	to broadcast [동] 방송(방영)하다.
phát súng 팓 숨	gunshot [명] 사격, 포격, 발포.
phát tài	to grow rich, to prosper

phán tài 판 따이	[동] 번영하다, 성공하다.
phát thanh 팓 탄	*broadcast, radiobroadcast* [동/명] 방송하다, 라디오로 방송하다.
phát tiết 팓 띠엗	*to come out, appear* [동] 드러나다, 나타나다.
phát triển 팓 찌엔	*to develop, grow, expand* [동] 발전하다, 성장하다.
phạt 팓	*to punish, chastise, penalize* [동] 응징하다, 벌하다.
phạt đền 팓 덴	*penalty* [동/명] (축구공) 반칙의 벌점.
phạt giam 팓 지암(얌)	*to imprison* [동] = phạt tù 수감하다.
phạt góc 팓 곱	*corner* [동/명] (축구) 모퉁이, 코너. ＊ đá phạt góc → 코너킥.
phạt vạ 팓 바	*to fine, impose a fine on sb.* [동] 과태료를 부과하다, 벌금을 과하다.
phăng phắc 팡 팍	*be completely silent* [형] 완전히 고요한, 정숙한, 침묵의. ＊ im phăng phắc → 완벽한 고요.
phẳng 팡	*flat, even, level, plane* [형] 편평한, 평탄한.
phẳng lặng 팡 랑	*calm, quiet, tranquil* [형] 고요한, 조용한, 평온한.
phẳng lì 팡 리	*very smooth, even* [형] 평평한.
phẳng phiu 팡 피우	*neat and smooth* [형] 매끄러운, 평탄한.
phắc 팍	*speechless, mute, silent* [형] 조용한, 고요한.

※ cả lớp đứng im phắc → 학급 전체가 조용하다.

phắt
팥

pat [부] 즉시, 당장에.
※ làm phắt cho xong → 즉시 끝내주다. ※ đứng phắt dậy → 즉시 일어나다.

phẩm
펌

dye [명] 염료.
※ mua thêm 1 ít phẩm đỏ nhuộm → 빨간색 염색약을 조금 더 사다.

phẩm cách
펌 깟

personal dignity [명] 품격(品格), 품위.

phẩm chất
펌 쩔

quality [명] = chất lượng 질, 품질(品質).

phẩm giá
펌 지아(야)

dignity [명] 존엄, 위엄, 품위, 체면.

phẩm hạnh
펌 한

morals [명] 교훈, 타이르는 말.

phân
펀

1/ *centimeter* [명] (cm) 센티미터.
2/ *feces, stools, shit*
[명] 똥, 배설물.
3/ *to divide* [동] 나누다, 분할하다.
※ phân ra làm 4 → 넷으로 나누다.

phân biệt
펀 비엗

to discriminate, distinguish
[동] 분별(分別)하다, 구별하다.

phân bón
펀 본

fertilizer, manure [명] 비료.

phân bố
펀 보

dispose, distribute
[동] 분포(分布) 하다.
※ phân bố lực lượng lao động → 노동력을 분포하다.

phân bổ 펀 보	**1/** to appoint [동] 지명하다, 임명하다. **2/** divide, supply [동] 나누다, 분할하다. ✽ phân bổ vật tư đến các đơn vị → 물자를 각 단위로 분할하다.
phân bua 펀 부아	to clear up, explain away [동] = phân trần 설명하다.
phân chia 펀 찌아	partition, detach, separate, divide up [동] 나누다, 분할하다. ✽ phân chia đồng đều → 똑같이 분할하다.
phân công 펀 꽁	to share the work, allocate jobs [동] 일을 할당하다, 배분하다.
phân cục 펀 꿉	section, sub-department [명] 구분, 부문, 부.
phân định 펀 딘	to fix, delimit, ascertain [동] ~을 정하다, ~의 범위를 정하다. ✽ phân định ranh giới giữa hai quốc gia → 두 국가 사이의 경계를 정하다.
phân đội 펀 도이	section (army unit), detachment [명] 분대.
phân giải 펀 지아이(야이)	to solve, to explain, mediate [동] 해결하다, 분석하다, 분해하다.
phân hạng 펀 항	to classify [동] 분류하다.
phân hóa 펀 화	split, gap, divided [동] 분화하다.
phân hủy 펀 휘	to disintegrate, break up [동] 분해하다, 허물어지다.

phân khoa 펀 코아	*sub-department section, faculty* [명] (대학교) 학부, 분과.
phân khối 펀 코이	*cubic centimetres* [명] (cm^3) 3제곱 센티미터.
phân loại 펀 로아이	*to classify* [동] 분류하다, 유별하다.
phân ly 펀 리	*to separate, to leave, divide* [동] 분리하다, 나누다.
phân minh 펀 민	*definite, clear-cut* [형] 분명한, 뚜렷한, 명확한.
phân nửa 펀 느아	*a half* [명] (1/2) 반, 절반. ✻ mới làm được phân nửa → 이제 막 반을 했다.
phân phát 펀 팥	*to dispense, to share, distribute* [동] 분배하다, 배급하다. ✻ phân phát bánh kẹo cho trẻ em → 아이들에게 과자를 나눠주다.
phân phối 펀 포이	*to allot, allocate, distribute* [동] 할당하다, 분배하다. ✻ phân phối theo kế hoạch → 계획에 의해 할당하다.
phân ranh 펀 란	*to demarcation* [동] 경계를 나누다, 구획을 나누다.
phân số 펀 소	*fraction* [명] (수학) 분수.
phân tâm 펀 떰	*divert sb., distract sb.'s attention* [동] 관심을 다른데로 돌리다.
phân tâm học 펀 떰 홉	*psychoanalysis, depth psychology* [명] 정신 분석학, 심층 심리학.

phân tán 펀 딴	*to disperse, distract oneself* [동] 분산시키다, 분열시키다, 흩뜨리다. ✻ tư tưởng phân tán → 생각을 분산시키다.
phân tích 펀 띳	*analyse, dissect* [동] = phân tách 분해하다, 분석하다.
phân tranh 펀 짠	*be in conflict* [동] 투쟁하다, 전투하다. ✻ Trịnh - Nguyễn phân tranh → 찐 응우웬 전투.
phân trần 펀 쩐	*explain apologetically, elucidate* [동] 설명하다, 명료하게 하다.
phân tử 펀 뜨	1/ *molecule* [명] 분자. 2/ *numerator* [명] (수학) (분수의) 분자.
phân ưu 펀 으우	*to condole with sb.* [동] 문상하다, 조위하다.
phân vai 펀 바이	*to cast sb. for a part* [동] 배역을 맡다. ✻ anh ta được phân vai Roméo → 그는 로미오역 배역을 맡다.
phân vân 펀 번	*to hesitate, undecided* [동] = do dự 주저하다, 망설이다. ✻ phân vân không biết nên về hay ở → 돌아가야할지 있어야 할지 망설이다.
phân viện 펀 비엔	*sub-institude* [명] 분원, 분점.
phân vùng 펀 붐	*mark off into economic zones* [동] 경제구역으로 나누다.
phân xưởng 펀 쓰엉	*workshop* [명] 분업.

phân xử 편 쓰	to judge, arbitrate [동] 판결을 내리다, 판단하다.
phấn 펀	powder, chalk [명] 분말, 분필.
phấn chấn 편 쩐	be in high spirits, cheerful [형] 기운찬, 기분 좋은.
phấn đấu 편 더우	to strive [동] 분투하다.
phấn hoa 편 호아	pollen, anther-dust [명] (식물) 꽃가루, 화분.
phấn khích 편 킷	give an incentive (to) [동] 열의를 다해하다, 의욕적으로 하다.
phấn khởi 편 커이	excited, feel inspired, heartened [동] 분개하다, 흥분하다.
phấn rôm 편 럼	talcum-powder [명] 땀띠분.
phấn son 편 손	face-powder and lipstick, make-up [명] 분과 입술연지.
phần 편	part, portion, share [명] 몫, 배당몫, 일부분.
phần đông 편 돔	almost [형] = hầu hết = phần lớn 대부분.
phần mềm 편 멤	software [명](컴퓨터) 소프트웨어.
phần nào 편 나오	somewhat, to a certain degree [명] 어느 정도, 다소. ✳ đáp ứng phần nào nhu cầu đời sống của nhân dân → 인민의 삶의 요구를 어느정도 답하다.
phần phật	flapping noise, flipflap

phần phật 펀 펀	[명] (소리) 펄럭펄럭, 퍼덕퍼덕. ✲ lá cờ bay phần phật trong gió → 깃발이 바람에 펄럭거리다.
phần thưởng 펀 트엉	*recompense, award, reward* [명] 보수, 보답, 보상.
phần trăm 펀 짬	*per-cent* [명] (%) 퍼센트.
phẩn 펀	*faeces, excrements* 명] = phân, cức 변, 똥.
phẫn nộ 펀 노	*be angry (with), get irritated* [동] 분노하다.
phẫn uất 펀 우얻	*foam with silent anger, choke with indignation* [동] 분노를 참다, 화를 억제하다.
phận 펀	*status, destiny, fate, rank* [명] 운명, 숙명, 지위, 계급. ✲ phận nghèo phải chịu đắng cay → 가난한 계급은 쓴 고통을 참아야 한다.
phận sự 펀 스	*duty, function, obligation* [명] 직무, 임무. ✲ không phận sự miễn vào → 관계자외 출입금지.
phập 펍	*(stab) deeply* [동] 깊숙히 찌르다. ✲ lưỡi dao cắm phập vào thân cây → 톱으로 나무통을 깊숙히 찌르다.
phập phồng 펍 퐁	**1/** *be blown up, swollen* [동] 부풀어오르다, 부풀다. **2/** *worry, uneasy, be in anxious suspense* [형] = hồi hộp 걱정이나 불안 등으로 심장이 뛰다. ✲ phập phồng chờ nghe kết quả

	thi → 시험 결과를 기다리느라 심장이 두근두근 하다.
phát 펕	**1/** *wave* [동] 흔들리다. ✻ phát cờ đón mừng → 환영의 깃발이 흔들리다. **2/** *make a packet* [동] 갑자기 떼돈을 벌다. ✻ ông ta phát nhanh → 그는 빨리 떼돈을 벌었다.
phát phơ 펕 퍼	*float, flutter, fly, waving, agitated* [동] 날리다, 날다, 요동하다. ✻ tà áo dài phát phơ trong gió → 아오자이 자락이 바람에 날리다.
phát phới 펕 퍼이	*flutter, wave* [형] = pháp phới 흔들리다, 펄럭이다. ✻ cờ bay phất phới → 깃발이 펄럭이다.
Phật 펕	*Buddha* [명] 석가모니.
Phật đài 팓 다이	*Buddha's altar* [명] 불단(佛壇).
Phật đản 펕 단	*Buddha's birthday* [명]석가 탄신일.
Phật đường 펕 드엉	*pagoda, buddhist temple* [명] = chùa 절, 사원.
Phật giáo 펕 지아오(야오)	*Buddhism* [명] 불교.
phật lòng 펕 롬	*be vexed* [동] = phật ý = mếch lòng 속이 타다, 초조하다.
phẫu thuật 퍼우 투언	*surgery, dissection* [명] 수술, 해부.
phây phây 	*glowering* [형] 살찐, 포동포동한.

퍼이 퍼이

phẩy
퍼이

comma, semicolon [명] 쉼표.

phe
패

side, camp, part, faction, sect [명] 패, 부분. ✶ chia làm hai phe → 두패로 나뉘다.

phe phái
패 파이

factions and parties [명] = phe đảng = phe cánh 당, 정당.

phe phẩy
패 퍼이

to flap gently [동] 가볍게 흔들다. ✶ phe phẩy chiếc quạt trên tay → 가볍게 부채질하다.

phè phỡn
패 펀

overindulge [동] 멋대로 행동하다. ✶ ăn chơi phè phỡn cả ngày → 하루종일 멋대로 놀다.

phen
팬

time, turn [명] 시기, 기회, 때, 순번, 차례.

phèn
팬

alum, vitriol [명] 명반(明礬), 황산 알루미늄.

phèn chua
팬 쭈아

alum [명] (화학) 명반(明礬), 황산 알루미늄.

phèo
패오

small intestine [명] (해부) 소장 (小腸). ✶ bị đâm 1 nhát lòi phèo → 한차례 찔러서 소장이 밖으로 나오다.

phép
팹

1/ *magical power, miracle* [명] = phép mầu 기적, 경이.
2/ *permission* [명] 허가, 허락. ✶ cho phép nó nghỉ 2 ngày → 그에게 이틀간 휴가를 허락하다.
3/ *method* [명] 방법, 방식. ✶ phép lịch sự → 예절방법.

* phép xã giao → 사교법.
* phép cộng → 덧셈방식.

phép tắc *rules and regulations, law*
팹 닥 [명] 법칙, 예법.
* nói năng, cư xử phải đúng phép tắc → 말하는 것, 행동하는 것은 반드시 예법에 맞아야한다.

phép thuật *sorcery, withcraft* [명] 마법, 요술.
팹 투엇

phê *sign, pass on, comment on*
페 [동] 비평하다, 평가하다.
* lời phê của giáo viên → 교수님의 평가 말씀.

phê bình *criticize* [동] 비평하다, 비판하다.
페 빈

phê chuẩn *to approve, to ratify*
페 쭈언 [동] 승인하다, 찬성하다.

phê phán *criticize, review* [동] 비판하다.
페 판 * phê phán thái độ vô trách nhiệm của anh ta → 그의 무책임한 태도를 비판하다.

phế bỏ *abolish, cancel, remove* [동] ~을 지우다, 삭제하다, 제거하다.
페 보 * phế bỏ chế độ phong kiến → 봉건제도를 제거하다.

phế liệu *waste, scrap*
페 리에우 [명] 쓰레기, 남은 것, 폐물.

phế nhân *disabled person, invalid*
페 년 [명] 폐인, 환자.

phế phẩm *waste, substandard product*
페 펌 [명] 폐품.

phế quản 페 꾸안	*bronchial tubes, bronchi* [명] 기관지.
phế thải 페 타이	*waste, discarded stuffs* [명] 폐물, 쓰레기.
phên 펜	*bamboo lattice used as partition* [명] 대나무 칸막이.
phết 펱	**1/** *commas* [명] = dấu phẩy 콤마, 쉼표 (,). **2/** *apply, spread* [동] 발라붙이다. ✶ phết hồ (keo) lên giấy → 종이 위에 풀을 바르다.
phều phào 페우 파오	*sputter weakly, gasp out* [형] (소리) 힘없이 웅얼웅얼 거리는 소리. ✶ giọng nói phều phào → 힘없이 웅얼웅얼대는 목소리.
phễu 페우	*funnel* [명] = quặng 깔때기.
phi [1] 피	**1/** *to gallop, to trot (a horse)* [동] (말의) 속보로 가다, 구보하다. ✶ ngựa phi nước đại → 말이 최대 속도로 구보하다. **2/** *to brown, calcine* [동] 마늘이나 양파로 향을 내다.
Phi [2] 피	**1/** *Africa, dark continent* [명] = Phi châu 아프리카. **2/** *Philippine* [명] 필리핀.
phi công 피 꽁	*pilot, airman, aviator* [명] 비행사, 조종사.
phi cơ 피 꺼	*aeroplane, airplane, aircraft* [명] 항공기, 비행기.

phi đạo 피 다오	*runway* [명] 활주로.
phi hành gia 피 한 지아(야)	*cosmonaut, spaceman* [명] 우주 비행사.
phi lý 피 리	*illogical, unreasonable* [형] 비합리적인, 비논리적인.
phi nghĩa 피 응이아	*unjust, unrighteous* [형] 부정한, 부당한.
phi pháp 피 팝	*illegal, unlawful, unauthorized* [형] 불법의, 비합리적인.
phi tang 피 땅	*destroy the evidence / the trace of crime* [동] 인멸하다. ✶ phi tang hết mọi chứng cứ → 모든 증거를 인멸하다.
phi thuyền 피 투이엔	*spaceship* [명] 우주선.
phi thường 피 트엉	*extraordinary, exceptional* [형] = phi phàm, khác thường 비범한.
phi trường 피 쯔엉	*airport, airfield, airdrome* [명] = sân bay 비행장, 공항.
phi vụ 피 부	*mission, sortie* [명] 임무, 사명.
phí 피	*waste, squander* [형] 낭비하는, 헛되이 쓰는. ✶ phí cả tuổi xuân → 세월을 헛되이 보내다.
phí phạm 피 팜	*waste, wasted, squander* [형] 낭비하는, 헛되이 쓰는. ✶ không phí phạm của công → 공공의 재산을 낭비하지 마라.

phí tổn 피 똔	charge, rate, fees, cost [명] 비용. ✲ giảm bớt những phí tổn không cần thiết → 필요없는 비용을 줄이다.
phì 피	1/ put on much flesh [형] 뚱뚱한, 살찐. ✲ dạo này bà ấy cứ phát phì ra → 요즘 그녀는 계속 살이 찐다. 2/ to blow, puff [동] = phì phà 내뿜다. ✲ phì khói thuốc → 담배연기를 내뿜다.
phì cười 피 끄어이	burst out laughing [동] 웃음이 터지다.
phì nhiêu 피 니에우	fertile, fat [형] 비옥한, 기름진. ✲ đất đai phì nhiêu → 비옥한 땅.
phì nộn 피 논	fat, corpulent [형] 비만한, 뚱뚱한. ✲ thân hình phì nộn → 비만한 체형.
phì phà 피 파	puff at [동] 뻐끔뻐끔 피우다. ✲ phì phà điếu thuốc trên môi → 입술로 담배를 물고 뻐끔뻐끔 피우다.
phì phò 피 포	be short / out of breath, puff and pant [동] 숨이 차서 헐떡거리다. ✲ thở phì phò → 헐떡거리며 숨을 쉬다.
phỉ 피	bandit, robber [명] 산적, 산도둑. ✲ tiêu diệt bọn phỉ → 산적들을 소멸시키다.

phỉ báng 피 방	*to defame, libel* [동] 비방하다, 중상하다.
phỉ chí 피 찌	*satisfied, fulfil one's wishes* [형] 만족한, 흡족한.
phỉ nhổ 피 니오	*despite, spit at, spit up (upon)* [동] tỏ sự khinh bỉ tột độ ~을 멸시하다, ~에 침을 뱉다. ✳ hành động hèn hạ của chúng thật đáng phỉ nhổ → 그들의 비열한 행동은 정말 멸시할만 하다.
phị 피	*be bloated* [형] 부은, 부푼, 살이 오른. ✳ má phị → 오통통한 볼.
phía 피아	*side, direction* [명] 방향.
phịa 피아	*to invent* [동] 발명하다, 고안하다.
phích 핏	**1/** *thermos flask, vacuum flask* [명] 보온병. **2/** *plug* [명] 플러그, 소켓.
phịch 핏	*thud, plump* [명] (소리) 퍽, 털썩, 쿵. ✳ ngồi phịch xuống ghế → 의자에 털썩 앉다.
phiếm 피엠	*idle, aimless* [형] 목적없는, 쓸데없는, 무의미한. ✳ nói chuyện phiếm → 무의미하게 이야기 하다.
phiên 피엔	*turn (of duty)* [명] (의무적인) 차례, 순서. ✳ thay phiên nhau làm → 서로 순서를 바꿔 일하다.

phiên âm 피엔 엄	*to represent by phonetic symbols* [동] 음성기호를 표시하다.
phiên bản 피엔 반	*reproduction, version* [명] 복제물.
phiên dịch 피엔 짓 (잇)	*translate, interpret* [동] 해석하다, 설명하다.
phiến 피엔	*block, slab* [명] 석판, 평판. ✻ phiến đá → 석판. ✻ phiến gỗ → 널판.
phiến loạn 피엔 로안	*rebel, mutineer, insurgent* [명] 반역자, 폭도, 반란자.
phiền 피엔	*worry* [형] 걱정하는, 고민하는.
phiền hà 피엔 하	*troublesome, worrisome* [동] 걱정을 끼치다.
phiền lòng 피엔 롬	*to worry, grieve* [동] 슬프게 하다, 마음을 아프게 하다.
phiền muộn 피엔 무온	*sad, sorrowful* [형] 슬픈, 비통한.
phiền não 피엔 나오	*to have a broken heart* [동] 실의하다, 낙담하다, 실연하다.
phiền nhiễu 피엔 니에우	*to importune, bother (with)* [동] 괴롭히다, 성가시게 하다.
phiền phức 피엔 퓩	*burdensome, inconvenient* [형] = phiền toái 불편한, 폐가 되는.
phiêu bạt 피에우 받	*to wander, live vagabond life* [동] 헤메다, 방랑하다.
phiêu diêu 피에우 지에우	*drift away, float (in)* [동] 떠가다.
phiêu lưu	*to venture, wander about* [동] 표류

피에우 르우	하다, 위험을 무릅쓰고 가다, 헤메다.
phiếu 피에우	*ticket, coupon, receipt* [명] 표.
phim 핌	*film, movie* [명] = phim ảnh 영화, 필름.
phim hoạt họa 핌 호앋 호아	*cartoon, animated film* [명] 풍자화, 만화영화.
phim kinh dị 핌 낀 지	*horror film* [명] 공포영화.
phim lịch sử 핌 릿 스	*historical film* [명] 역사영화, 사실을 바탕으로한 영화.
phim tài liệu 핌 따이 리에우	*documentary film* [명] 기록영화, 다큐멘터리.
phim truyện 핌 쭈웬	*feature film* [명] 장편영화.
phím đàn 핌 단	*fret* [명] 안달, 초조, 불쾌.
phin 핀	*coffee filter* [명] 커피필터, 커피 여과기.
phính 핀	*plump, fat and round* [형] 부푼, 불룩한. ✶ má phính → 통통한 볼.
phình 핀	*swell* [동] 부풀다, 팽창하다, 부어오르다.
phỉnh 핀	*blandish, coax* [동] 설득하다, 부추기다, 달래다.
phỉnh nịnh 핀 닌	*toady* [동] 아첨꾼, 알랑쇠.
phó	*deputy, vice* [명] 대리인, 부관.

포	✱ phó giám đốc → 부사장.
phó mặc 포 막	*entrust completely* [동]
phó giám đốc 포 지암(얌) 돕	*deputy manager (director)* [명] 부사장.
phó giáo sư 포 지아오 스	*assistant professor* [명] 조교수.
phó tiến sĩ 포 띠엔 시	*candidate of science* [명] 부박사 (베트남학위), 박사에 준하는 학위.
phò 포	*support, follow, help* [동] 돕다, 지원하다.
phò mã 포 마	*husband of a princess* [명] 임금의 사위.
phò tá 포 따	*follow and aid, give help* [동] 보필하다, 기여하다, 원조하다.
phong 폼	1/ *leprosy* [명] (의학) 문둥병, 나병. 2/ *appoint, nominate, confer* [동] 지명하다, 임명하다. ✱ ông ấy được phong chức giám đốc → 그는 사장직에 임명되었다.
phong ba 폼 바	*storm, tempest, the ups and downs* [명] 풍파, 폭풍우, 사나운 비바람. ✱ con tàu đã vượt qua phong ba bão táp, trở về an toàn → 배가 거센 풍파를 뚫고 무사히 귀가했다.
phong bì 폼 비	*envelope* [명] = bao thư 봉투, 봉지.
phong cách 폼 깟	*style, method, manners* [명] 태도, 모양, 방식.
phong cảnh 폼 까잉	*landscape, sight, view, scenery*

폼 깐 | [명] 풍경, 경치, 광경.

phong cầm | accordion [명] (악기) 아코디언, 손풍금.
폼 껌

phong dao | folk-song
폼 자오 (야오) | [명] 민요풍의 대중가요, 포크송.

phong độ | manners [명] 매너, 예의, 예절.
폼 도 | ✷ ông ấy rất phong độ → 그는 매우 예의가 있다.

phong kiến | feudal [명] 중세, 봉건시대.
폼 끼엔

phong lan | orchid [명] (꽃) 난초.
폼 란

phong lưu | well-to-do, comfortable, elegant [형] 유복한, 품위 있는.
폼 르우

phong nhã | elegant, fine, graceful, refined [형] 우아한, 세련된, 고상한.
폼 니아

phong phanh | **1/** *thinly and inadequately* [형] 얇고 부적절한. ✷ trời lạnh thế này mà ăn mặc phong phanh thế thì làm sao đủ ấm? → 날씨가 이렇게 추운데 옷을 그렇게 얇게 입으면 어떻게 따뜻하니?
폼 판 |
2/ *vaguely* [형] 어렴풋한, 막연한, 애매한.
✷ tôi chỉ nghe phong phanh thế thôi, chưa chắc chắn lắm đâu → 나는 단지 어렴풋하게 들었을 뿐이다, 아직 확실하지 않다.

phong phú | rich, abumdant, pleitiful [형] 풍부한.
폼 푸

phong thái 퐁 타이	*maner and attitude, bearing* [명] 태도, 행동거지. ✽ có phong thái lịch sự → 태도가 예의바르다.
phong thấp 퐁 텁	*rheumatism* [명] (의학) 류머티즘.
phong sương 퐁 스엉	*wind and dew, harships of life* [명] 바람과 서리, 모진 인생.
phong thái 퐁 타이	*manner and attitude* [형] 풍채, 자태.
phong thổ 퐁 토	*climate, climatic, conditions* [명] 풍토, 기후, 상태.
phong thủy 퐁 투이	*Geomancy, the science of winds and waters* [명] 풍수.
phong thư 퐁 트	*letter, envelope* [명] 편지 봉투.
phong tỏa 퐁 또아	*to blockade, to besiege* [동] =bao vây 봉쇄하다, 포위 공격하다.
phong trào 퐁 짜오	*movement* [명] 움직임, (정치적, 사회적) 운동. ✽ phong trào thi đua → 경기, 시합.
phong trần 퐁 쩐	*wind and dust, the vicissitudes of life (seasoned)* [형] 바람과 먼지, 인생의 기복.
phong tục 퐁 뚭	*custom* [명] 관습, 풍습, 관행.
phóng 퐁	**1/** *copy, draw or write after a model* [동] 복사하다, 모방하다. ✽ phóng to gấp đôi → 두배로 크게 복사하다.

2/ *throw, hurl, run fast* [동] 집어던지다, 세게 던지다.

✳ phóng lao → 창을 던지다.

✳ nó phóng một mạch về nhà → 그는 단숨에 집으로 달려가다.

phóng đại
폼 다이

1/ *enlarge* [동] 크게 하다, 확대 하다.

2/ *to talk over, overstate* [동] 허풍떨다, 과장하다.

phóng đãng
폼 당

libertine, profligate [형] 방탕한.

phóng hỏa
폼 화

to set sth. on fire
[동] 방화(放火) 하다, 불을 지르다.

phóng khoáng
폼 코앙

broad-minded, liberal-minded
[형] 마음이 넓은, 관대한.

phóng sinh
폼 신

release, set free (at liberty) [동] (새,짐승)을 풀어주다, 방생하다.

phóng sự
폼 스

reportage, newspaper report
[명] 뉴스 기사, 현지 보고.

phóng thích
폼 팃

to set free, to liberate
[동] 해방하다, 방면하다.

phóng to
폼 또

to zoom in sth., to enlarge
[동] 크게 하다, 확대 하다, 넓히다.

phóng túng
폼 뚬

loose, licentious, libertine [형] 방탕한, 매지 않은, 파격적인. ✳ ăn chơi phóng túng → 방탕하게 놀다.

phóng uế
폼 우에

to make a mess [동] 더럽게 만들다.

phóng viên
폼 비엔

reporter [명] 기자.

phòng 폼	1/ *room, hall* [명] 방. 2/ *prevent* [동] = ngăn ngừa 막다, 예방하다.
phòng bệnh 폼 벤	*prevention of disease* [동] 병을 예방하다. ✷ phòng bệnh hơn chữa bệnh → 병을 예방하는 것이 치료하는 것보다 더 낫다.
phòng cấp cứu 폼 껍 끄우	*emergency ward, first-aid ward* [명] 응급실.
phòng hỏa 폼 화	*to prevent fire* [동] 방화(防火) 하다, 화재를 예방하다. ✷ phòng hỏa hơn cứu hỏa → 화재를 예방하는 것이 불을 끄는 것보다 낫다.
phòng hờ 폼 허	*to prevent, stave off* [동] = phòng ngừa 만일의 경우에 대비해서.
phòng ngủ 폼 웅우	*bedroom, chamber* [명] 침실.
phòng ngừa 폼 응으아	*to prevent* [동] ngăn ngừa 막다, 방해하다.
phòng thân 폼 턴	*to defend onself* [명] 방어하다.
phòng thuế 폼 투에	*tax-bureau* [명] 세무서.
phòng thủ 폼 투	*to defend, defensive* [동] 지키다, 방어하다, 막다.
phòng trà 폼 짜	*tea-room, cabaret, night-club* [명] 다방, 다실, 나이트클럽.
phòng vé 폼 배	*box-office, ticket office* [명] 매표소.

phòng vệ
퐁 베
defend, protect [동] 방위하다, 보호하다, 막다, 방어하다.

phòng xa
퐁 싸
as a precaution, just in case [동] 대비하다.

phỏng
퐁
1/ *to adapt, to imitate, to ape* [동] 모방하다, 흉내내다.
✴ phỏng theo tiểu thuyết của một nhà văn nổi tiếng → 유명 작가의 소설을 모방하다.
2/ *be burned* [동] 화상을 입다.

phỏng chừng
퐁 쯩
about, approximately [부] 대략, 약.
✴ phỏng chừng 10 km → 대략 10km이다.

phỏng đoán
퐁 도안
to guess [동] 추측하다, 추정하다.
✴ theo phỏng đoán của tôi, nó sẽ không làm như thế → 내 추측으로는 그는 이렇게 하지 않을 것이다.

phỏng vấn
퐁 번
to interview [동] 면접하다, 인터뷰하다, 회견하다. ✴ trả lời phỏng vấn của các nhà báo → 각 신문사들의 인터뷰에 답변하다.

phọt
폿
spurt/gust out, spirt [동] 분출하다, 쏟아져나오다, 용솟음치다.
✴ máu phọt mạnh ra → 피가 쏟아져나오다.

phô
포
show off [동] ~를 과시하다, ~을 돋보이게 하다. ✴ phô tài trước mọi người → 모든 사람앞에서 재능을 과시하다.

phô bày
포 바이
show, display [동] 나타내다, 보이다, 전시하다. ✴ phô bày sự giàu

	sang → 유복함을 나타내다.
phô diễn 포 지엔 (이엔)	*express* [동] 표현하다, 나타내다.
phô trương 포 쯔엉	*show off, display* [동] 뽐내기 위해 보이다, 과시하다. ✱ phô trương sự giàu sang của mình → 자신의 부유함을 과시하다.
phố 포	*street* [명] 거리 (하노이).
phố phường 포 프엉	*streets, streets and districts* [명] 거리, 구역. ✱ Hà Nội có 36 phố phường → 하노이에는 36구가 있다.
phố xá 포 싸	*streets* [명] 거리. ✱ phố xá nhộn nhịp người qua lại → 사람들의 왕래가 활발한 거리.
phổ 포	*set to* [동] 기입하다. 첨가하다. ✱ một bài thơ được phổ nhạc → 시에 음악을 첨가하다.
phổ biến 포 비엔	*be known to everybody* [동] 모든 사람이 알게되다, 대중화하다, 보급시키다, 보편화 하다.
phổ cập 포 껍	*generalize, universalize* [동] 일반화하다, 보급시키다. ✱ phổ cập giáo dục → 교육을 보급시키다.
phổ độ 포 도	*come to aid to all people, perform universal salvation* [동] (불교) 포교하다.
phổ nhạc	*to set to music* [동] 곡을 붙이다.

포 냑

phổ thông *popular, general, universal*
포 톰
[형] 일반의, 민중의, 보통의.

phốc *strong, forceful*
폽
[부] (행동) 강한, 힘찬.
✶ nó nhảy phốc qua hàng rào → 그는 힘있게 울타리를 뛰어 넘었다.

phôi *embryo, germ, foetus* [명] 형성 시
포이
작 단계의 생물의 신체, 태아.

phôi thai *embryonic* [형] 태아의,
포이 타이

phối hợp *co-ordinate, combine*
포이 헙
[동] 결합하다, 연합하다.

phổi *lung* [명] 폐, 허파.
포이

phổi bò
포이 보
1/ *ox's lung* [명] 소의 폐.
2/ *wear one's heart open one's sleeve* [형] 아첨듣기를 좋아하는, 칭찬받기 좋아하는.
✶ tính phổi bò → 아첨듣기 좋아하는 성격.

phồn hoa *noisy and gaudy* [형] 찬란한, 화려한.
폰 화

phồn vinh *prosperous* [형] = phồn thịnh 번영
폰 빈
하는, 번창하고 있는, 성공한.

phông *scenery, background* [명] 배경,
폼
무대장면.

phồng *be bloated, be puffed up* [동] 부풀
폼
다.

phổng *be blown up, swell* [동] (코가)

퐁 팽창하다, 넓어지다, 만족하다.
✶ khen vài câu đã phổng mūi ra → 칭찬 몇마디에 만족했다.

phốp pháp *plump, stout*
폽 팝 [형] 살찐, 뚱뚱한, 불룩한.

phơ *snowy* [형] (머리카락, 수염) 백색의
퍼 ✶ tóc bạc phơ → 백발.

phờ *haggard* [형] = phờ phạc 야윈, 수척한, 초췌한. ✶ làm đến mệt
퍼 phờ người → 몸이 피곤하여 수척해질때까지 일하다.

phở *noodle soup* [명] (음식) 쌀국수.
퍼

phơi bày *to expose, lay bare, reveal*
퍼이 바이 [동] 폭로하다, 까발리다, 보이다.

phơi phới *slightly excited, softly stimulated*
퍼이 퍼이 [형] 생기발랄한. ✶ tuổi xuân phơi phới → 생기발랄한 젊은 나이.

phơn phớt *pale, light* [형] 색이 연한.
펀 펀 ✶ phơn phớt hồng → 연한 홍색.

phớt **1/** *ignore* [동] = phớt lờ 무시하다.
펃 **2/** *graze, touch lightly* [동] 스치다, 묵살하다, 가볍게 만지다. ✶ phớt 1 lớp phấn mỏng lên má → 볼에 가볍게 분을 바르다.

phớt đời *have no notice of life* [동] 삶에
펃 더이 의욕이 없다, 삶을 포기하다.
✶ làm ra vẻ phớt đời → 삶에 의욕이 없어 보인다.

phớt lờ *ignore, close one's eyes to sth.*
펃 러 [동] 무시하다, 묵살하다.

✲ nó gặp lại thầy giáo cũ nhưng phớt lờ đi → 그는 옛스승을 만났지만 무시하고 갔다.

phớt tỉnh
퓓 띤
ignore completely
[동] 완전히 무시하다, 모른척 하다.
✲ nó biết hết mọi chuyện nhưng cứ phớt tỉnh → 그는 모든 일을 다 알고 있었지만 계속 모른척 했다.

phu
푸
coolie [명] (사람) 하급 노무자.

phu nhân
푸 년
madam, one's wife [명] 부인, 아내.

phú
푸
1/ *to endow* [동] ~에게 주다, ~에게 부여하다.
✲ trời phú cho cô ấy một tài năng tột bực → 하늘은 그녀에게 최상의 재능을 주셨다.
2/ *rich* [형] 부자의, 부유한.
✲ **đại phú do thiên, tiểu phú do cần** (속담) → 대부(大富)는 하늘에 의한 것이고 소부(小富)는 절약에 의한 것이다.

phú ông
푸 옴
a rich man [명] 부자.

phú quý
푸 뀌
richs and honours
[형] 부와 명예의, 부귀의.

phù
푸
swell like oedema
[명] = phù thủng (의학) 부종, 수종.

phù dâu
푸 저우 (여우)
bridesmaid, matron of honour
[명] 신부 들러리.

phù hiệu 푸 히에우	*insignia, badge* [명] 기장(記章), 훈장, 표지.
phù hộ 푸 호	*to support* [동] che chở, cứu giúp 지지하다, 원조하다, 편들다. ✳ cầu xin thần linh phù hộ cho → 신에게 도와달라고 기도하다.
phù phiếm 푸 피엠	*unpractical, useless* [형] 무익한, 쓸모 없는, 실제적인 기능이 없는.
phù rể 푸 레	*bestman, groomsman* [명] 신랑의 들러리.
phù sa 푸 사	*illuvium, alluvium, slit* [명] 충적. ✳ đất phù sa màu mỡ → 비옥한 충적토.
phù thủy 푸 투이	*sorcerer* [명] người có phép thuật 마법사, 마술사. ✳ mụ phù thủy → 늙은 마녀.
phủ 푸	**1/** *to cover* [동] 덮다, 씌우다, 싸다. ✳ phủ đầy bụi → 먼지로 가득 덮히다. **2/** *palace, residence* [명] 저택, 관저, 공관. ✳ phủ tổng thống → 대통령관저.
phủ định 푸 딘	*negative* [동] 부정하다, 논박하다, 반증하다.
phủ nhận 푸 년	*to deny, to negate, to disclaim* [동] 부정하다, 부인하다.
phủ phàng 푸 팡	*to veto, to vote against sth.* [동] 거부권을 행사하다.
phụ 푸	**1/** *to aid, help* [동] 원조하다, 돕다. ✳ học bài xong còn *phụ* mẹ nấu

cơm → 수업을 마치고나서 엄마를 도와 밥을 짓다.

2/ *auxiliary, secondary* [형] 제 2의, 보조의, 부차적인.

✻ trường hợp này, tuổi tác chỉ là chuyện *phụ* thôi → 이 경우 나이는 단지 부차적일 뿐이다.

3/ *not to meet sb.'s expectation* [동] 기대를 저버리다.

✻ phụ lời thề → 맹세를 저버리다.
✻ phụ lòng tin → 신용을 저버리다.

phụ âm 푸 엄	*consonant* [명] 자음.
phụ ân 푸 언	*ungrateful, thankless* [형] = phụ ơn 은혜를 모르다, 배은망덕하다.
phụ bạc 푸 박	*be ungrateful, show ingratitude* [동]은혜를 모르다, 배은망덕하다.
phụ bản 푸 반	*supplement, copy* [명] 보충, 추가, 사본.
phụ bếp 푸 벱	*cook helper* [명] (사람) 요리사 보조.
phụ cấp 푸 떱	*allowance, subsidy, benefit* [명] 수당, 보조금, 연금. ✻ phụ cấp gia đình → 가족수당.
phụ chú 푸 쭈	*annotate* [명] 주석.
phụ đạo 푸 다오	*give extra-class help, tutor* [동] ~에게 가정교사로서 가르치다.
phụ đề 푸 데	*subtitle (in a motion picture, films)* [명] 설명 자막, 대사 자막.

※ phim này có phụ đề tiếng Việt → 이 영화는 베트남어 자막이 있다.

phụ họa
푸 호아
to ape, to follow sb's footsteps
[동] 따라서 말하다, 흉내내다.

phụ huynh
푸 후윈
parent and elder brother
[명] 부형(父兄).

phụ khoa
푸 코아
gynaecology [명] (의학) 산부인과.

phụ lão
푸 라오
elders, eldery person
[명] 연장자.

phụ lòng
푸 롬
to betray sb.'s feeling
[동] 저버리다, 어기다, 배신하다.

phụ lục
푸 룹
appendix, addendum
[명] 부록, 부속물.

phụ mẫu
푸 머우
parents, father and mother
[명] 부모님.

phụ nữ
푸 느
women, lady [명] 여자.
※ ưu tiên cho phụ nữ! (ladies first!) → 여성을 우대해주다.

phụ phí
푸 피
additional fee [명] 부가세.

phụ tá
푸 따
aid, assistant
[명] 조수, 보조자, 보조물.

phụ thuộc
푸 투옥
to dependent
[동] 의지하다, 속하다, 의존하다.
※ sống phụ thuộc vào cha mẹ → 부모님에게 의존해서 살다.

phụ tình
푸 띤
to be unfaithful to one's lover [동] 부정(不貞)하다, 정조를 지키지

않다.

phụ trách
푸 짯
be in charge of [동] 책임을 지다.

phụ tùng
푸 뚬
accessories, spare part
[명] 부속물, 부속품.

phúc
푹
blessing, happiness
[명] 축복, 행복.

phúc đáp
푹 답
to reply [동] 대답하다, 응답하다.

phúc đức
푹 득
blessing, happiness and virtue
[명] 축복, 신의 은총, 복과 덕.

phúc hậu
푹 허우
kind-hearted, gentle and upright
[형] 친절한, 다정한.

phúc khảo
푹 카오
reexamine [동] 재시험하다.

phúc lợi
푹 러이
welfare [명] 복지, 후생.

phúc trình
푹 찐
to report to higher level
[동] 보고하다.

phục
푹
admire [동] = thán phục ~에
감복하다, 감탄하다.

phục dịch
푹 짓 (잇)
to serve, to attend to
[동] 섬기다, 봉사하다, 시중을 들다.

phục hồi
푹 호이
restore [동] 되찾다, 회복하다.

phục hưng
푹 흥
rehabilitate, restore to former
[동] 부흥하다, 복원하다.

phục kích
푹 끼
to waylay, to ambush
[동] 매복하다, 잠복하다.

phục thù 풉 투	*revenge, avenge* [동] = trả thù 복수하다, 보복을 하다.
phục tùng 풉 뚱	*submit onself to (listen to), obey* [동] 복종하다.
phục viên 풉 비엔	*to return from military service* [동] 제대하다.
phục vụ 풉 부	*to serve, attend to..* [동] 섬기다, 봉사하다, 시중을 들다. ✻ phục vụ tổ quốc → 조국을 섬기다.
phủi 푸이	*flick off, brush off* [동] (손가락 끝으로) 튀겨 날려버리다, 가볍게 털어버리다. ✻ phủi bụi trên áo → 옷에 묻은 먼지를 털어버리다.
phủi ơn 푸이 언	*ungrateful* [동] = quên ơn, vô ơn 은혜를 모르다, 감사할 줄 모르다.
phủi tay 푸이 따이	*to wash one's hand of sth.* [동] 어떤 일에서 손을 떼다.
phun 푼	*eject, belch, vomit, blow* [동] 분출하다, 뿜어 내다, 내뿜다.
phung phí 품 피	*to waste, to misspend* [동] 낭비하다, 잘못 쓰다. ✻ ăn chơi phung phí → 노는데 낭비하다.
phúng điếu 품 디에우	*bring offerings to a deceased person* [동] 고인(故人)에게 제물을 바치다.
phúng phính 품 핀	*chubby* [형] 오동통한, 통통한, 토실토실 살이 찐. ✻ má phúng phính → 토실토실한 볼.
phụng dưỡng 품 즈엉 (이으엉)	*take care, to support maintain (one's parents)* [동] 부양하다, 보육하다.

phụng sự 품 스	*serve* [동] 섬기다, ~에 봉사하다. ✷ phụng sự tổ quốc → 조국을 섬기다.
phút 푿	*minute* [명] (시간의) 분.
phút chốc 푿 쫍	*a very short moment / an instant* [명] 찰나, 순간. / 즉시.
phụt 푿	*eject, gush* [부] 강하고 센 기운으로 갑작스럽게. ✷ ngọn đèn phụt tắt → 불꽃이 갑자기 꺼지다.
phuy 푸이	*barrel, drum* [명] 통, 드럼, 배럴.
phức tạp 픅 땁	*complex, complicated* [형] 복잡한, 까다로운, 어려운. ✷ vấn đề phức tạp → 복잡한 문제.
phương 프엉	**1/** *direction, side* [명] 쪽, 방향. ✷ phương Bắc → 북쪽. **2/** *means, way, method* [명] 방법, 방식. ✷ hết phương cứu chữa → 치료방법이 더 이상 없다.
phương án 프엉 안	*project* [명] 안(案), 계획, 설계.
phương châm 프엉 쩜	*guideline, formula, motto* [명] 유도 지표, 방식, 좌우명.
phương diện 프엉 지엔	*aspect, bearing, sphere, field* [명] 양상, 국면, 방면.
phương kế 프엉 께	*means, expedient, scheme* [명] 수단, 방편, 계획.

phương ngôn 프엉 응온	*proverb, dialec, local saying* [명] 방언, 사투리.
phương pháp 프엉 팝	*way, method* [명] 방법, 방식, 수단.
phương phi 프엉 피	*imposing, portly* [형] 당당한, 훌륭한.
phương Tây 프엉 떠이	*the west, the occident* [명] 서(西), 서방, 서쪽.
phương thuốc 프엉 투옥	*remedy, cure, solution* [명] 치료, 의료, 치료법. ✻ một phương thuốc gia truyền → 민간 요법.
phương thức 프엉 특	*method* [명] 방법, 방식, 수단. ✻ phương thức thanh toán → 계산 방식.
phương tiện 프엉 띠엔	*means, medium* [명] 수단. ✻ phương tiện giao thông → 교통 수단.
phương trình 프엉 찐	*equation* [명] (수학) 방정식.
phường 프엉	**1/** *street, block* [명] (행정상의) 관구(管區), **2/** *group* [명] 무리.
phượng 프엉	*flamboyant* [명] (꽃) 봉황목 (鳳凰木)
phượng hoàng 프엉 호앙	*Phoenix* [명] (새) 불사조.
pi-gia-ma 비-자-마	*pyjamas* [명] 파자마, 잠옷.
pơ-luya 버 루아	*onion-skin paper* [명] 얇은 반투명지.

Q - q

q	the 21st letter of the VN alphabet 베트남어 알파벳 중 21번째 자.
qua 꾸아	be gone, last, through [동] 지나다, 통과하다.
qua cầu 꾸아 꺼우	cross a bridge [동] 다리를 건너다.
qua đêm 꾸아 뎀	overnight [동] 밤을 새다.
qua đời 꾸아 더이	pass away, decease [동] = chết 죽다.
qua đường 꾸아 드엉	1/ cross a road [동] 길을 건너다. ✶ khi đèn xanh mới được đi qua đường → 파란불이 켜지면 길을 건넌다. 2/ fugitive, transient, momentary love [형] 일시적인, 한시적인, 순간적인. ✶ chơi qua đường → 일시적으로 즐기다.
qua khỏi 꾸아 코이	1/ pass, beyound, after [부] 지나다. ✶ qua khỏi bưu điện độ 100m thì tới rạp hát → 우체국을 지나 약 100m 정도 가면 극장에 도착한다. 2/ to survive [동] 살아남다, 오래 살다.

qua lại
꾸아 라이

come and go, to pass by [동] 왕래하다. ✳ hai bên làm ăn qua lại với nhau từ lâu → 양쪽은 오래 전부터 왕래가 있었다.
✳ ngoài phố, người qua lại tấp nập → 거리에 사람의 왕래가 잦다.

qua loa
꾸아 로아

cursory, summary
[형] 간결한, 간략한, 약식의.
✳ ăn qua loa cho xong → 간단하게 먹고 끝내다.

qua mắt
꾸아 맏

to escape sb's notice [동] 눈에서 벗어나다. ✳ không qua mắt được thầy giáo → 선생님의 눈에서 벗어나지 못하다.

qua mặt
꾸아 맏

1/ *overtake, outstrip*
[동] 추월하다, 앞지르다, 따라잡다.
✳ nếu không cố lên sẽ bị các bạn khác vượt qua mặt mất → 만약에 노력하지 않으면 다른 친구들이 앞지를 것이다.

2/ *to deceive, swindle*
[동] 속이다, 속임수를 쓰다.
✳ cô ấy đã bị nó qua mặt rồi ! → 그녀는 그에게 속았다.

qua ngày
꾸아 응아이

to kill time, mark time, while away the time [형] 시간을 보내다.
✳ sống qua ngày → 하루하루 살다.

qua quýt
꾸아 뀓

perfunctory, summary, for from's sake [부] 형식적인, 겉치레의.
✳ làm qua quýt cho xong rồi đi chơi → 형식적으로 끝내놓고 놀러

	나가다.
quá 꾸아	*over, above, pass, beyond* [형] 과한, 넘은, 지난. ✻ đã quá nửa đêm rồi → 자정이 지났다. ✻ say quá rồi, đừng uống nữa! → 많이 취했어, 더 이상 마시지 마라!
quá cảnh 꾸아 깐	*transit* [동] 통과하다, 경유하다.
quá chén 꾸아 짼	*to get drunk* [동] 술을 많이 마시다.
quá chừng 꾸아 쯩	*extremely, excessively* [부] 대단히, 매우, 몹시.
quá cố 꾸아 꼬	*pass away, dead, defunct* [동] 죽다의 존댓말, 돌아가시다.
quá đáng 꾸아 당	*excessive, unreasonable* [형] 과도한, 지나친. ✻ đòi hỏi quá đáng → 과도하게 요구하다.
quá đỗi 꾸아 도이	*extra, quite, extremely* [부] 여분의, 대단히, 매우. ✻ vui mừng quá đỗi → 매우 기쁘다.
quá độ 꾸아 도	*excessive, immoderate* [부] 과도하게. ✻ làm việc quá độ nên bệnh → 과도하게 일해서 병이 나다.
quá giang 꾸아 양 (치앙)	*to hitch, ask sb. for a ride* [동] 자동차에 편승하다, 얻어타다. ✻ đi quá giang một đoạn đường → 한 블록만 차를 얻어타고 가다.

quá hạn 꾸아 한		*out of date, overdue* [형] 기한이 지난. ✳ thực phẩm này đã quá hạn sử dụng rồi → 이 식품은 사용기한이 지났다.
quá khen 꾸아 캔		*to overpraise* [동] 과찬하다. ✳ xin đừng quá khen, đó chỉ là bổn phận của tôi thôi! → 과찬하지 마세요, 그것은 단지 제 일인걸요!
quá khích 꾸아 킷		*extremist* [형] 격렬한, 과격한. ✳ hành động quá khích → 과격한 행동.
quá khổ 꾸아 코		**1/** *oversize* [형] 특대의, 너무 큰. **2/** *very miserable* [형] 매우 비참한, 매우 고생스러운.
quá khứ 꾸아 크		*the pass* [명] 과거. ✳ có một quá khứ đen tối → 어두운 과거가 있다.
quá liều 꾸아 리에우		*overdose (drug)* [형] (약을) 과량 복용한, 너무 많이 투여한. ✳ chết vì uống quá liều → 약을 과량 복용해서 죽었다.
quá quắt 꾸아 꾸앋		*impossible, intolerable* [형] (성격이) 견딜수 없는, 참을수 없는. ✳ bà ta thật là quá quắt! → 그 할머니는 정말 참을수 없다.
quá sức 꾸아 슥		*beyond one's capacity* [형] 한계를 넘어선, 능력을 초과한. ✳ nó làm việc quá sức nên ngã bệnh → 그는 능력 이상으로 일을 해서 병이 났다. ✳ quá sức chịu đựng → 한계를 넘

	어섰다.
quá tải 꾸아 따이	*overloaded, overcharged* [형] 너무 많이 실은, 초과하여 담은. ✳ tài xế xe hàng bị phạt vì chở quá tải → 짐차가 짐을 너무 많이 실어 처벌을 받다.
quá tệ 꾸아 떼	*very bad* [형] 아주 형편없는. ✳ bài viết quá tệ → 글이 아주 형편없다.
quá thì 꾸아 티	*be too old for marriage* [형] 혼기를 넘긴. ✳ cô ấy đã quá thì → 그녀는 혼기를 넘겼다.
quá tin 꾸아 띤	*overconfident* [동] = cả tin 과신하다, 너무 믿다. ✳ đừng có quá tin như thế → 이렇게 과신하지 마라.
quá trễ 꾸아 쩨	*too late* [형] 너무 늦다. ✳ đến quá trễ → 너무 늦게 도착하다.
quá trình 꾸아 찐	*process* [명] 과정. ✳ quá trình công tác → 일의 과정.
quá trớn 꾸아 쩐	*to go beyond the limit* [동] 한도를 넘다, 선을 넘다. ✳ đùa quá trớn → 한도를 넘은 농담.
quá tuổi 꾸아 뚜오이	*too old to do sth.* [형] ~하기에 나이가 지난. ✳ quá tuổi nghĩa vụ quân sự → 군사의무의 나이가 지났다.
quá ư 꾸아 으	*extremely, excessively* [부] = quá lắm. 지나친, 과도한, 매우. ✳ nó quá ư tồi tệ → 그는 지나치게 못됐다.

	✻ đứa bé này quá ư thông minh → 이 어린이는 매우 똑똑하다.
quà 꾸아	*gift, present* [명] 선물. ✻ tặng quà sinh nhật cho bạn → 친구에게 생일 선물을 주다.
quà bánh 꾸아 반	*sweetmeat, confectionery, snack* [명] 과자.
quà biếu 꾸아 비에우	*present, gift, freebie* [명] = quà tặng 선물.
quà cáp 꾸아 깝	*gifts, presents* [명] 선물의 총칭.
quà cưới 꾸아 끄어이	*weeding-present* [명] 결혼 선물.
quà kỷ niệm 꾸아 끼 니엠	*souvenir, keepsake* [명] 기념품.
quà giáng sinh 꾸아 양 신	*Christmas present* [명] 크리스마스 선물.
quà sinh nhật 꾸아 신 녇	*birthday present* [명] 생일 선물.
quà vặt 꾸아 받	*snack, nosh* [명] 스넥, 간식. ✻ nó ăn quà vặt suốt ngày → 그는 하루종일 간식을 먹는다.
quả 꾸아	**1/** *fruit* [명] = trái cây 과실, 과일. ✻ nó ăn 1 lúc hết 3 quả chuối → 그는 한번에 바나나 3개를 다 먹는다. **2/** (*classifier for fruits*) 사물 앞에 붙는 조사. ✻ quả núi → 산. ✻ quả đấm → 주먹.

✽ quả bóng lăn ngoài sân cỏ → 공이 잔디 구장위를 구르다.
✽ quả lưu đạn nổ tung lên → 수류탄이 터지다.
3/ *really, indeed* [부] 정말로, 진실로. ✽ nói quả không sai → 틀림없이 진실로 말하다.
✽ quả là oan ức → 정말로 억울하다.

quả báo
꾸아 바오
retribution, karma
[명] (불교) 업보, 인과응보.
✽ ông ấy hay làm điều ác nên gặp quả báo → 그는 자주 악한 일을 해서 업보를 받다.

quả cảm
꾸아 깜
courageous, daring [형] 과감한.
✽ một hành động quả cảm → 과감한 행동.

quả nhiên
꾸아 니엔
as a matter, naturally
[부] 당연히, 자연히.
✽ quả nhiên sự việc đã xảy ra như dự đoán → 당연히 일이 예상대로 일어나다.

quả phụ
꾸아 푸
a widow [명] 과부, 미망인.

quả quyết
꾸아 꾸이엩
affirm, be firmly determined
[동] 단언하다, 주장하다.
✽ cô ấy quả quyết nói là sẽ không lấy chồng → 그녀는 결혼하지 않겠다고 단언하다.

quả tang
꾸아 땅
red handed, in the act [형] 현행범의.

	✳ tên trộm bị bắt quả tang → 도둑이 현행범으로 붙잡히다.
quả thật 꾸아 텃	*truly, really, honestly* [형] = quả thực 진실한, 정직한, 사실의. ✳ quả thật là tôi không biết chuyện đó → 진실로 나는 그 이야기를 모른다. ✳ quả thật là chúng tôi cũng có sơ sót → 사실 우리도 잘못이 있다.
quả vậy 꾸아 버이	*truly, so* [부] = quả thế, đúng như thế 사실대로, 진실되게.
quạ 꾸아	*crow, raven, corvus* [명] (새) 까마귀.
quai 꾸아이	*handle, strap, thong* [명] (신발, 가방 등의) 끈.
quái 꾸아이	*strange, queer, odd* [형] 이상한, 괴상한. ✳ chẳng hiểu quái gì cả ! → 아무것도 이해하지 못하겠다!
quái ác 꾸아이 악	*diabolic, abominable* [형] 괴팍한, 지독한. ✳ căn bệnh quái ác → 지독한 병.
quái dị 꾸아이 지	*very odd, very strange* [형] 매우 요상한, 매우 괴상한. ✳ hình dạng quái dị → 매우 괴상한 외모.
quái đản 꾸아 단	*fantastic, montrous, strange* [형] 공상적인, 상상의. ✳ chuyện quái đản → 공상 이야기.
quái gở 꾸아이 거	*odd, strange, unusual* [형] 신기한, 드문, 유별난, 평범하지 않은. ✳

	làm toàn là những chuyện quái gỡ → 모든 일이 다 평범하지 않다.
quái kiệt 꾸아이 끼엗	*fiend, odd bod* [명] (사람) 유별난 사람, 특출난 사람.
quái lạ 꾸아이 라	*very strange, very odd* [형] = quái dị 매우 이상한. ✲ quái lạ, mới thấy đó mà đã đâu mất rồi ! → 정말 이상하네, 방금 봤는데 없어졌네!
quái vật 꾸아이 벋	*monster, freak of nature* [명] 괴물. ✲ quái vật đầu người mình thú → 사람 머리에 동물 몸을 가진 괴물.
quan 꾸안	*mandarin, official* [명] 정부의 관리, 공무원. ✲ ông nội anh ấy trước kia làm quan → 그의 친할아버지는 전에 공무원 이셨다.
quan cách 꾸안 깟	*mandarin-like, manner of a mandarin* [형] 공무원스러운, 엄숙하고 반듯한.
quan chức 꾸안 쯕	*official* [명] 관직.
quan điểm 꾸안 디엠	*view-point* [명] 관점, 견해. ✲ bất đồng quan điểm → 관념이 흔들림 없다.
quan hệ 꾸안 헤	*relation, tie, link* [동/명] 관계, 관련. / 관계하다, 교섭하다. ✲ có quan hệ tốt với hàng xóm → 이웃과 좋은 관계를 갖다.
quan khách 꾸안 캇	*guests* [명] 손님. ✲ quan khách đã có mặt đầy đủ →

quan liêu
꾸안 리에우
손님들이 많이 오셨다.
bureaucracy, bureaucratic
[형] 관료적인, 관료의.
✷ có thái độ quan liêu → 관료적인 태도.

quan niệm
꾸안 니엠
conception [명/동] 관념, 개념./ 고안하다, 착상하다.
✷ quan niệm sai lầm → 그른 개념.

quan sát
꾸안 삿
to survey, observe, view
[동] 관찰하다, 관측하다.
✷ đài quan sát → 관측소.

quan tài
꾸안 따이
casket, coffin [명] 관(棺).

quan tâm
꾸안 떰
care about sth./sb. [동] 관심을 갖다.
✷ quan tâm tới con cái → 자녀에게 관심을 갖다.

quan thoại
꾸안 토아이
Pekinese, mandarin
[명] 북경어, 만다린어.

quan tòa
꾸안 또아
magistrate, judge
[명] 재판관, 법관.

quan trọng
꾸안 쫑
important [형] 중요한.
✷ quan trọng quá vấn đề! → 매우 중요한 문제다.
✷ tôi xin lỗi, vì có việc quan trọng nên phải đi ngay → 죄송합니다, 중요한 일이 있어서 바로 가야 합니다.
✷ đối với cô ấy, gia đình quan trọng hơn bạn bè → 그녀에 있어서 가족은 친구들보다 더 중요하다.

quán
kiosk, inn, restaurant [명] = tiệm

꾸안	매점.	
quán cà phê 꾸안 까 페	*coffee-house* [명] 다방, 커피점.	
quán cơm 꾸안 껌	*inn* [명] 작은 규모의 일반 식당.	
quán tính 꾸안 띤	*inertia* [명] 관성. ✳ nó nghênh mình tránh theo quán tính → 그는 관성에 따라 몸을 피했다.`	
quán triệt 꾸안 찌엔	*grasp thoroughly* [동] 관철하다. ✳ quán triệt đường lối của chính phủ → 정부의 정책을 관철하다.	
quán trọ 꾸안 쪼	*inn, hotel, boarding house* [명] 여인숙.	
quán xuyến 꾸안 쑤엔	*to take care (of)* [동] 돌보다, 지키다. ✳ cần một người tin cậy để quán xuyến việc nhà → 집을 지켜줄 믿음직한 사람이 한사람 필요하다.	
quản đốc 꾸안 독	*foreman, manager* [명] (사람) 감독, 작업장, 책임자.	
quản gia 꾸안 지아(야)	*housekeeper* [명] (사람) 가옥 관리인.	
quản lý 꾸안 리	*manager, manage, control* [명/ 동] 관리인 / 관리하다.	
quản ngại 꾸안 응아이	*flinch from* [동] 무서워 움찔하다, 두려워 뒤로 물러서다. ✳ chẳng quản ngại khó khăn cực nhọc → 어려움이다 고통에서 두려워 뒤로 물러서지 않는다.	

quản thúc
꾸안 툭

to put sb. under house arrest [동] 자택에 연금하다. ✷ bị quản thúc 3 ngày → 3일간 자택에 연금되다.

quản trị
꾸안 찌

administer, manage [동] 관치(官治)하다. 다스리다, 처리하다, 집행하다.

quang
꾸앙

clear [형] 밝은, 맑은.
✷ trời quang mây tạnh → 하늘은 맑고 구름은 걷히다.

quang cảnh
꾸앙 깐

landscape, sight, spectacle, view [명] 광경(光景), 풍경, 경치, 경관.
✷ quang cảnh thật đẹp → 경관이 매우 아름답다.

quang đãng
꾸앙 당

clear and vaste, clear up, cloudless [형] 맑고 광대한.
✷ bầu trời quang đãng → 맑고 광대한 하늘.

quang minh
꾸앙 민

open and straight, righteous [형] 광명정대(光明正大)한, 밝고 바른.
✷ ông ấy là một con người quang minh chính đại → 그 노인은 광명정대한 사람이다.

quang vinh
꾸앙 빈

glory, glorious, famous, fame [형] = vinh quang 영광스런, 유명한, 영예로운.

quáng
꾸앙

dazzled [형] 눈이 부신, 밝게 빛나는. ✷ ở ngoài nắng bước vào nên quáng cả mắt → 바깥은 햇살에 눈이 부시다.

quáng gà
꾸앙 가

night-blind, nyclalopic [명] (의학) 야맹증.

quáng mắt 꾸앙 맏	*to be dazzled* [동] 현혹되다. ✻ nó bị quáng mắt trước cảnh xa hoa của đô thành → 그는 도시의 호화로운 광경에 현혹되다.
quàng 꾸앙	*throw on, put on, catch* [동] (어깨에) 걸치다. ✻ quàng khăn vào cho ấm → 따뜻하게 수건을 걸치다.
quàng xiên 꾸앙 씨엔	*utterly nonsensical* [형] 터무니없는, 무의미한. ✻ ăn nói quàng xiên → 터무니없는 말.
quảng bá 꾸앙 바	*spread, broadcast, popularize* [동] 널리 퍼뜨리다, 전파하다. ✻ môn võ karaté đã được quảng bá khắp nơi trên thế giới → 가라데는 전세계에 두루 전파되었다.
quảng cáo 꾸앙 까오	*to advertise, promote, publicize* [동] 광고하다, 선전하다. ✻ quảng cáo sản phẩm trên TV → TV에 상품을 광고하다.
quảng đại 꾸앙 다이	1/ *large-hearted* [형] 광대한. ✻ có tấm lòng quảng đại bao dung → 마음이 광대하다. 2/ *generous* [형] 일반의. ✻ quảng đại quần chúng (*the general public*) → 일반군중.
quảng trường 꾸앙 쯔엉	*square* [명] 광장.
quanh 꾸안	*round, around* [형] 주위의, 주변의. ✻ chúng tôi ngồi quanh bàn → 우리는 책상 주변에 앉다.

quanh co
꾸안 꼬

winding, round about [형] 멀리 도는, 꼬불꼬불한, 우회적인.
✻ đi quanh co một lúc lâu mới tới → 한참을 빙빙 돌아 이제 막 도착했다. ✻ nói quanh co mãi! → 계속 횡설수설 돌려 말하다.

quanh năm
꾸안 남

all year round, year-round [명] 일년 내내, 연중 내내. ✻ làm việc cực nhọc quanh năm → 일년 내내 일이 고달프다.

quanh quẩn
꾸안 꾸언

hang around, prowl round [동] 배회하다, 어슬렁거리다.
✻ suốt ngày chỉ quanh quẩn trong nhà → 하루종일 집안만 어슬렁거리다.

quanh quất
꾸안 꾸얻

not far, about here [형] 근처의, 근방의. ✻ có tiếng trẻ con khóc quanh quất đâu đây → 이 근처에서 아이의 울음 소리가 난다.

quánh
꾸안

thick [형] 서로 밀접한. ✻ nồi cháo đặc quánh → 죽이 되다.

quành
꾸안

bend, turn round [동] 굽다, 돌다.
✻ quành xe lại đi! → 차를 다시 돌려라!

quạnh hiu
꾸안 히우

desolate, forlorn
[형] = hiu quạnh 고독한, 쓸쓸한.
✻ bà sống quạnh hiu trong ngôi nhà rộng mênh mông → 할머니는 넓은 큰 집에 쓸쓸하게 산다.

quạnh quẽ
꾸안 꾸에

deserted [형] 혼자뿐인, 고독한.
✻ đi ra đi vào quạnh quẽ 1 mình

	→ 혼자서 나왔다 들어갔다하다.
quào 꾸아오	claw, scratch [동] 할퀴다, 긁다. * nó bị mèo quào → 그는 고양이에게 긁혔다.
quát 꾸앝	shout, storm, abuse [동] 큰 소리치다, 고함치다. * ông ta giận dữ quát ầm lên → 그 노인은 화가 나서 크게 고함을 쳤다.
quát mắng 꾸앝 망	shout angrily at [동] 호통치다. * giám đốc đã quát mắng nhân viên vì thái độ làm việc của họ → 사장이 그의 일하는 태도 때문에 직원을 큰 소리로 야단치다.
quát nạt 꾸앝 낟	shout at, intimidate someone [동] 윽박지르다. * ông ta luôn quát nạt cấp dưới → 그는 언제나 아랫 사람에게 윽박지르다.
quát tháo 꾸앝 타오	shout blusteringly at [동] 화가 나서 고함치다. * ông ta quá tháo om sòm lên → 그는 화가 나서 큰 소리로 고함쳤다.
quạt 꾸앋	fan [명] 부채, 선풍기.
quạt bàn 꾸앋 반	table fan [명] 테이블 선풍기.
quạt máy 꾸앋 마이	electric fan [명] 선풍기 총칭.
quạt trần 꾸앋 쩐	ceilling fan [명] 천장의 선풍기.

quay
꾸아이
1/ *roast, fry, fried, rosted* [동] 불에 굽다.
✳ thịt heo quay → 돼지고기 바비큐.
2/ *turn round, revote* [동] 돌다.

quay cóp
꾸아이 꼽
crib, copy [동] 컨닝하다.
✳ thầy vừa ra khỏi lớp là các học sinh quay cóp bài của nhau → 선생님이 교실 밖으로 나가자 각 학생들은 서로 컨닝을 하다.

quay cuồng
꾸아이 꾸옴
be frantically active, whirl [동] 돌다.
✳ quay cuồng theo tiếng nhạc → 음악소리에 따라 돌다.

quay phim
꾸아이 핌
to film, to make a firm
[동] 영화를 찍다.

quay số
꾸아이 소
to dial [동] 번호를 돌리다.

quay vòng
꾸아이 봄
to turn over, to rotate
[동] 순환하다, 교대하다, 회전하다.

quắc
꾸악
to glower [동] 노려보다.
✳ quắc mắt nhìn → 노려보다.

quắc thước
꾸악 트억
hale and healthy
[형] (노인이) 원기 왕성한, 정정한.
✳ một cụ già quắc thước → 정정한 노인.

quặm
꾸암
hooked [형] 갈고리 형의.
✳ ông ấy có cái mũi quặm → 그 노인은 매부리코다.

quăng
꾸앙
throw, cast, fling away
[동] = ném, vứt 던지다.

quẳng
꾸앙
throw aways [동] 던져 버리다.

꾸앙	※ quẳng vào sọt rác → 쓰레기통 안으로 던져 버리다.
quặng 꾸앙	1/ ore [명] 광석, 원광. 2/ funnel [명] = cái phễu 깔때기.
quắp 꾸압	catch, get hold of, take away [자] 집다, 낚아채다. ※ con diều hâu quắp mồi tha về tổ → 매가 먹이를 집어 둥지로 가져오다.
quặp 꾸압	to bend down, to curve down [동] 굽다.
quắt queo 꾸압 꾸애오	emaciated, scraggy, skinny [형] 앙상하게 마른. ※ thằng bé thiếu ăn nên gầy quắt queo → 아이가 영양실조로 앙상하게 마르다.
quắt quéo 꾸압 꾸애오	designing [형] 음모가 있는, 속셈이 있는. ※ ăn nói quắt quéo → 속셈이 있는 말.
quặt quẹo 꾸압 꾸애오	unhealthy, sickly, puny, ailing [형] 비실비실한. ※ đau ốm quặc quẹo suốt năm → 일년동안 아파서 비실비실하다.
quân 꾸언	1/ army [명] 군. 2/ band, gang [명] 무리, 떼, 꾼, 집단. ※ quân cướp của giết người → 강도 살인자 집단. ※ quân lừa đảo → 사기꾼.
quân báo 꾸언 바오	army intelligence service [명] (군사) 군사 첩보기관.
quân bình 꾸언 빈	equal, in equilibrium, balance [형] 평형의, 균형의, 균등한.

quân ca 꾸언 까	*martial song, military march* [명] 군가.	
quân cảnh 꾸언 깐	*military police* [명] 군경.	
quân chủ 꾸언 쭈	*monarchy* [명] 군주. ※ chế độ quân chủ → 군주제도.	
quân chủng 꾸언 쭝	*army service* [명] = binh chủng 부대.	
quân dụng 꾸언 윰 (쥼)	*military equipment, for military use* [명] 군용.	
quân dịch 꾸언 짓	*military service (duty)* [명] 군복무.	
quân địch 꾸언 딧	*enemy troops, the enemy* [명] 적군. ※ quân địch đã tấn công vào làng → 적군이 마을을 공격했다.	
quân đội 꾸언 도이	*army, armed forces* [명] 군대.	
quân hàm 꾸언 함	*army rank, military rank* [명] 군계급.	
quân khu 꾸언 쿠	*military zone* [명] 군사지역.	
quân kỷ 꾸언 끼	*military discipline* [명] 군율.	
quân lao 꾸언 라오	*military prison* [명] (군대) 영창.	
quân lệnh 꾸언 렌	*military orders* [명] 군령.	
quân lính 꾸언 린	*soldiers* [명] 군인, 병사.	

quân lực 꾸언 륵	*armed forces* [명] 군사력.
quân ngũ 꾸언 응우	*army ranks* [명] 군계급.
quân nhạc 꾸언 냑	*military music* [명] 군악.
quân nhân 꾸언 냔	*soldier, serviceman* [명] 군인.
quân nhu 꾸언 뉴	*military supplies, provisions* [명] 군용품.
quân pháp 꾸언 밥	*military law* [명] 군법.
quân phiệt 꾸언 비엩	*militaristic* [명] 군국. ✽ chế độ quân phiệt → 군국주의.
quân phục 꾸언 풉	*military uniform, battledress* [명] 군복.
quân sĩ 꾸언 시	*soldiers, warriors* [명] 군사.
quân số 꾸언 소	*troop strength, complement* [명] 군사병력.
quân sư 꾸언 스	*military adviser, strategist* [명] 군대 전술가, 전략가.
quân sự 꾸언 스	*military affaire* [명] 군사(軍事).
quân thù 꾸언 투	*enemy* [명] 적군, 원수, 적대자.
quân trang 꾸언 짱	*military equipment* [명] 군장비.
quân tử 꾸언 뜨	*gentleman-like* [명] 군자 (君子).
quân y 꾸언	*army medical corps* [명] 군의.

꾸언 이

quân y viện — *military hospital* [명] 군병원.
꾸언 이 비엔

quấn — *tie (round), wrap (up), twine* [동] 말다.
꾸언

quấn quýt — *to attached to, hang on to* [동] 달라붙다. 매달리다.
꾸언 뀓
　※ đứa bé quấn quýt bên mẹ → 아이가 언제나 엄마에게 붙어있다.

quần — *pants, trousers* [명] 바지.
꾸언

quần áo — *clothes, clothing* [명] 의복, 옷, 옷가지.
꾸언 아오

quần chúng — *the people, populance, masses* [명] 군중 (群衆).
꾸언 쭝

quần đảo — *archipelago* [명] 군도, 열도.
꾸언 다오

quần đùi — *shorts, leggings, drawers* [명] 반바지.
꾸언 두이

quần lót — *pants, panties, briefs, knickers* [명] (속옷) 팬티.
꾸언 롣

quần quật — *slave away, hard,* [형] 혹사하는, 노예처럼 일하는.
꾸언 꾸얻
　※ làm việc quần quật suốt ngày → 매일 일에 혹사되다.

quần tụ — *assemble, reunite, join together* [동] 모으다.
꾸언 뚜

quần vợt — *tennis* [명] 테니스.
꾸언 벋

quẫn — *hard up, muddled in mind*

꾸언	[형] 머리속이 혼란한, 뒤죽박죽의. ✳ nghĩ quẩn → 혼란한 생각.
quẩn bách 꾸언 밧	*hard up* [형] 돈에 쪼들리는, 해결할 길이 없는. ✳ lâm vào tình thế quẩn bách → 돈에 쪼들리는 상황에 들어섰다.
quẩn trí 꾸언 찌	*become muddle-headed* [형] 머리속이 뒤죽박죽인, 혼란한. ✳ lo nghĩ nhiều sinh ra quẩn trí → 걱정을 너무 많이 해서 머리가 뒤죽박죽이다.
quận 꾸언	*district* [명] 군 (郡). ✳ nhà tôi ở quận 10 → 우리집은 10군에 있다.
quầng 꾸엉	*halo, circle, ring* [명] 후광, 원. ✳ mắt thâm quầng vì thức đêm → 밤에 잠을 못자서 눈 주위에 다크서클이 생기다.
quất 꾸얻	1/ *kumquat* [명] (과일) 금귤. 2/ *to whip* [동] 채찍질하다, 매를 때리다. ✳ quất cho mấy roi → 매를 몇대 때리다.
quật 꾸얻	1/ *flain against the ground* [동] 힘으로 밀어 쓰러뜨리다. ✳ cơn bão đã quật ngã nhiều cây cổ thụ → 폭풍이 많은 거목들을 쓰러뜨렸다. 2/ *dig up, disinter* [동] 파내다, 발굴하다. ✳ quật mồ mả → 무덤을 파내다.

quật cường
꾸얻 끄엉

indomitable [형] 불굴의, 꿋꿋한.
✳ truyền thống quật cường của dân tộc → 민족의 꿋꿋한 전통.

quật khởi
꾸얻 커이

rise up, rebel [동] 봉기하다.

quây
꾸어이

enclose [동] 둘러싸다, 두르다.

quây quần
꾸어이 꾸언

reunite in numbers
[동] 재회하다, 재결합하다.
✳ mọi người ngồi quây quần bên bếp lửa hồng → 모든 사람들이 모닥불 곁에 다시 모여앉았다.

quấy
꾸어이

1/ *snivel, fret, trouble* [동] 우는 시늉을 하다, 거짓으로 울다, 칭얼거리다.
✳ thằng bé quấy suốt đêm → 아이가 밤새 칭얼거리다.
2/ *be wrong, act recklessly*
[형] 실수하다.
✳ biết mình sai quấy nên mới xin lỗi → 실수를 해서 죄송합니다.

quấy nhiễu
꾸어이 니에우

worry, pester, disquiet [동] 불평하다, 초조하게 하다.

quấy quá
꾸어이 꾸아

careless, perfunctory [형] (일이) 대강의, 형식적인, 겉치레의.
✳ ăn quấy quá cho xong rồi đi ngủ sớm → 대강 먹고 끝낸후 일찍 잠자리에 들다.

quấy phá
꾸어이 파

to harass, to disturb [동] 괴롭히다, 방해하다. ✳ quấy phá xóm làng → 이웃을 괴롭히다.

quấy rầy 꾸어이 러이	*annoy, derange, bother* [동] 괴롭히다, 귀찮게 굴다, 폐를 끼치다.
quấy rối 꾸어이 로이	*to pester, harass, disturb* [동] 혼란스럽게 하다.
quầy 꾸어이	*show case, stall, stand, kios* [명] 노점, 매점. ✳ quầy bán cá → 생선 파는 노점.
quầy quậy 꾸어이꾸어이	*turn away in anger, discontent* [동] 마음에 들지 않아 고개를 젓다. ✳ lắc đầu quầy quậy → 고개를 젓다.
quẩy 꾸어이	*carry with* [동] 어깨에 메다. ✳ quẩy hàng ra chợ bán → 물건을 메고 시장에 팔러 가다.
quẫy 꾸어이	*waggle violently* [동] 힘있게 흔들거리다. ✳ con cá quẫy mạnh trong hồ → 물고기가 호수에서 힘차게 펄떡거리다.
quậy 꾸어이	1/ *to stir up, to make waves* [동] 젓다. ✳ quậy cà phê → 커피를 젓다. 2/ *pesky, make a fuss* [형/동] = quậy phá 야단스럽다. ✳ bọn trẻ quậy phá suốt ngày → 어린애들이 하루종일 야단 스럽다.
que 꾸애	*stick, rod, rod* [명] 나무토막. ✳ que diêm → 성냥개비.
que hàn 꾸애 한	*soldering stick* [명] 땜납.

què 꾸애	*crippled, disabled, limping* [형] 불구의.
què quặt 꾸애 꾸앋	*lame, disabled* [형] 불구의.
què chân 꾸애 쩐	*one leg crippled* [형] 절름발이의, 다리 불구의.
quẻ 꾸애	*forecast, lots* [명] 점, 예측. ✻ gieo quẻ → 점을 보다.
quen 꾸앤	**1/** *be acquainted with sb.* [형] 남과 친하게 된, 알게 된. **2/** *used, accustomed, familiar* [형] 친숙해진, 익숙해진. ✻ mắt tôi quen dần với bóng tối → 내 눈이 어둠에 익숙해지다.
quen biết 꾸앤 비엗	*to be accquainted with sb.* [동] 남과 친하게 된. ✻ tôi không quen biết anh ấy → 나는 그를 알지 못한다.
quen hơi 꾸앤 허이	*attached to, grow familiar* [형] 익숙한. ✻ đứa bé đã quen hơi mẹ → 아이가 엄마 냄새에 익숙해졌다.
quen mặt 꾸앤 맏	*familiar face* [형] 친한, 친밀한. ✻ quen mặt đắt hàng (속담)→ 친한 안면으로 물건을 주문하다.
quen thói 꾸앤 토이	*have/fall into the bad habit of* [동] = quen nết 나쁜 습관이 되다, 나쁜 버릇이 들다. ✻ quen thói làm biếng → 게으른 것이 습관이 되다.

quen thuộc 꾸앤 투옥	*habitual, familiar* [형] 습관의, 친숙한. ※ những bài hát quen thuộc → 노래들이 친숙해 지다.
quen việc 꾸앤 비엑	*experienced in business* [동] = quen tay 일에 익숙해 지다, 노련해지다.
quèn 꾸앤	*poor, petty, worthless, paltry* [형] 하찮은, 시시한. ※ chỉ có mấy đồng bạc quèn mà đã lên mặt → 단지 몇 푼 밖에 없지만 젠체했다.
quéo 꾸애오	*crooked* [형] 구부러진, 비뚤어진.
quẹo 꾸애오	*to turn, turn round* [동] 돌다, 회전하다. ※ quẹo bên trái → 좌회전 하다.
quét 꾸앹	*to sweep up, clean, clear out* [동] 쓸다, 청소하다. ※ quét nhà → 집을 쓸다.
quét dọn 꾸앹 존	*to tidy up, clean with a broom and put in order* [동] 정돈하다, 단장하다. ※ quét dọn nhà cửa cho sạch sẽ để đón mừng năm mới → 새해를 맞기 위해 집을 깨끗이 단장하다.
quét sơn 꾸앹 선	*to paint, varnish* [동] 칠을 하다.
quét tước 꾸앹 뜨억	*sweep, tidy up, clean with a broom* [동] 쓸다, 청소하다. ※ thuê một người để lo việc quét tước nhà cửa bàn ghế → 집안과 가구들을 청소하는 사람을 고용하다.

quẹt 꾸앧	**1/** *to wipe* [동] 닦다, 훔치다. ✶ quẹt nước mắt → 눈물을 훔치다. **2/** *match* [명] 성냥.
quê 꾸에	**1/** *native land* [명] 고향. ✶ quê cha đất tổ → 조국. ✶ về quê thăm cha mẹ → 고향에 부모님을 뵈러 가다. **2/** *ashamed* [형] 부끄러운, 수줍은.
quê hương 꾸에 흐엉	*native country* [명] 고향, 고국.
quê kệch 꾸에 껫	*rude, boorish, clownish* [형] 촌스러운, 순박한.
quê mùa 꾸에 무아	*rustic* [형] 소박한, 꾸밈없는, 거친, 촌스러운.
quê ngoại 꾸에 응와이	*mother's land* [명] 모국 (母國).
quê người 꾸에 응으어이	*strange country, foreign land* [명] 낯선 사람, 이방인.
quê quán 꾸에 꾸안	*the place of one's birth, native place* [명] 고향, 출생지.
quế 꾸에	*cinnamon-tree, cinnamon (bark)* [명] 육계나무, 계피.
quên 꾸엔	*to forget, to neglect, to leave* [동] 잊다, 방치하다, 남겨두다. ✶ tôi bỏ quên cây dù ở nhà → 나는 우산을 집에 두고 왔다.
quên bằng 꾸엔 방	*forget entirely* [동] 완전히 잊어버리다.(남쪽어) ✶ tôi đã quên bằng việc đó rồi → 나는 그 일을 완전히 잊어버렸다.

quên khuấy 꾸엔 쿠어이	*forget completely* [동] 완전히 잊다. (북쪽어) ✶ quên khấy mất buổi họp sáng nay → 오늘 아침에 모임이 있는 것을 완전히 잊고 있었다.
quên lãng 꾸엔 랑	*to fall / sink into oblivion* [형] 망각의. ✶ tên tuổi đã chìm vào quên lãng → 나이를 망각했다.
quên mình 꾸엔 민	*be self-sacrificing, to sacrifice one's life* [동] 자신을 희생하다. ✶ quên mình để lo cho người khác → 다른 사람을 걱정해 주느라 자신을 희생하다.
quên ơn 꾸엔 언	*thankless, ungrateful* [동] 은혜를 모르다. 배은망덕하다.
quết 꾸엩	*crush to a pulp* [동] 걸쭉하게 으깨다, 뭉개다.
quệt 꾸엩	*spread, lay thickly* [동] 펴다, 바르다, 칠하다. ✶ quệt hồ lên giấy → 종이위에 풀을 칠하다.
qui 뀌	**1/** *tortoise* [명] (동물) = con rùa 거북이. **2/** *to converse, change* [동] 상응하는 다른 것으로 바꾸다. ✶ qui ra thành tiền → 돈으로 바꾸다.
qui (quy)cách 뀌 깟	*standard, mode, procedure* [명] 방법, 방식, 양식. ✶ sản phẩm đúng qui cách → 상품은 방식이 정확하다.

qui chế 뀌 쩨	*regulation, statute* [명] 규제. ✳ làm đúng qui chế → 규제을 정확히 따르다.
qui củ 뀌 꾸	*method, in order* [형] 계획에 따른, 순차적인. ✳ ông ấy sống rất qui củ → 그는 계획에 따라 산다.
qui định 뀌 딘	*define, fix* [동] 고정하다. ✳ giá qui định → 고정가격.
qui hoạch 뀌 홧	*scheme, project* [동] 기획, 계획. ✳ khu huy hoạch → 계획지구.
qui (quy) luật 뀌 루얻	*law* [명] 규법, 법률. ✳ qui luật kinh tế → 경제법.
qui mô 뀌 모	*dimension, scale, size* [동] 규모가 있다, 무게가 나가다. ✳ chương trình đào tạo rất qui mô → 규모가 있는 행사를 만들다.
qui (quy) tắc 뀌 딱	*rule* [명] 규정, 규칙. ✳ làm đúng qui tắc → 규칙을 정확히 지키다.
qui thuận 뀌 투언	*submit yeld* [동] 복종하다, 굴복하다.
qui (quy) tiên 뀌 띠엔	*to die, to pass away, leave this world* [동] 죽다.
qui tụ 뀌 뚜	*gather, converge* [동] 모이다, 모으다.
qui ước 뀌 으억	*convention, consent* [동] 동의하다, 찬성하다.
quí 뀌	**1/** *the tenth Heavenly sterm* [동] 게(癸), 십간중 하나.

✻ năm Quí dậu → 계유년(癸酉年).
2/ *valuable* [형] = quý giá
가치있는, 귀중한.
3/ *quarter* [명] 분기.
✻ một năm có 4 quí → 일년 4분기.
✻ sẽ hoàn thành kế hoạch trong quí ba → 3분기때 계획을 완성할 것이다.

quí (quý) báu
꿰 바우
very valuable [형] 매우 가치가 큰.

quí (quý) giá
꿰 지아(야)
valuable [형] 가치있는, 귀중한.
✻ một tài liệu quí giá → 가치있는 자료.
✻ một đóng góp quí giá → 귀중한 기부.

quí hóa
꿰 화
very good, very nice
[형] 매우 귀한.

quí khách
꿰 캇
guest of honour [명] 귀빈(貴賓).

quí mến
꿰 멘
love and esteem
[동] 사랑하고 존중하다.
✻ cô giáo quí mến học trò như con đẻ của mình → 여선생님은 학생들을 제 자식처럼 사랑하고 존중한다.

quí nhân
꿰 년
person of rank [명] 귀인(貴人).

quí phái
꿰 파이
high-born [형] 고귀한 태생의.
✻ cử chỉ quí phái → 고귀한 품행.

quí tộc
꿰 똡
aristocracy [명] 귀족.
✻ thuộc giai cấp quí tộc → 귀족계

	급에 속하다.
quí trọng 뀌 쫑	*esteem* [동] 귀중히 여기다, 존중하다. ✶ ai ai cũng quí trọng cô ấy → 누구든지 그녀를 존중한다.
quì 뀌	*kneel* [동] 무릎을 꿇다, 무릎을 굽히다. ✶ quì xuống lạy ba lạy → 무릎을 꿇어 절을 하다.
quỉ (quỷ) 뀌	*devil, monster* [명] 귀신.
quỉ (quỷ) ám 뀌 암	*possessed by the devil* [동] 귀신에 홀리다. ✶ bị quỉ ám → 귀신에 홀리다.
quỉ (quỷ) kế 뀌 께	*devilish trick* [명] 악마적인 속임수, 흉악한 계략. ✶ bị sa vào quỉ kế → 흉악한 계략에 빠지다.
quỉ quái 뀌 꾸아이	*fiendish, wicked* [형] 흉악한, 극악무도한, 악마 같은. ✶ âm mưu quỉ quái → 극악무도한 음모.
quỉ quyệt 뀌 꾸엩	*very cunning crafty* [형] 교활한, 약아 빠진. ✶ hắn ta là 1 người quỉ quyệt → 그는 교활한 사람이다.
quỉ sứ 뀌 스	*little devil* [명] 작은 악마, 개구쟁이, 장난 꾸러기.
quỉ thần 뀌 턴	*deities, genius* [명] 귀신의 총칭.

quĩ 뀌	*fund, treasury* [명] 자금, 기금.
quĩ đen 뀌 댄	*private-fund, black-fund* [명] 민간 펀드.
quĩ tiết kiệm 뀌 띠엗 끼엠	*savings bank* [명] 저축 은행.
quĩ tín dụng 뀌 띤 줍 (융)	*credit-fund* [명] 신용 대금.
quị 뀌	*collapse, drop down* [동] 쓰러지다, 졸도하다. ✶ nó mệt mỏi ngã quị xuống → 그는 너무 힘들어 쓰러졌다.
quị lụy 뀌 루이	*fawn upon* [동] 알랑거리다. ✶ không chịu quị lụy trước kẻ quyền thế → 권력자 앞에서 알랑거리는 것을 참을수 없다.
quốc ca 꾸옥 까	*national anthem* [명] 국가 (國歌).
quốc doanh 꾸옥 조안(요안)	*state-owned, state-run* [명] 국영, 국유.
quốc gia 꾸옥 치아	*state, nation, country* [명] 국가.
quốc hiệu 꾸옥 히에우	*official name of a country* [명] 국호.
quốc hội 꾸옥 회	*national assembly* [명] 국회.
quốc huy 꾸옥 휘	*coat of arms, national emblem* [명] 국가의 상징.
quốc hữu hóa 꾸옥 흐우 화	*nationalize* [동] 국유화하다.

quốc khánh 꾸옥 칸	*national day* [명] 국경일 (國慶日).
quốc kỳ 꾸옥 끼	*national flag* [명] 국기(國旗).
quốc lập 꾸옥 럽	*state-founded* [형] 국립의.
quốc lộ 꾸옥 로	*national high-way* [명] 국로(國路).
quốc ngữ 꾸옥 응으	*national language* [명] 국어 (國語).
quốc phòng 꾸옥 퐁	*national defense* [명] 국방(國防).
quốc sách 꾸옥 삿	*national policy* [명] 국가의 정책, 국책(國策).
quốc tế 꾸옥 떼	*international* [명] 국제(國際).
quốc tế hóa 꾸옥 떼 화	*internationalize* [동] 국제화하다.
quốc thể 꾸옥 테	*national honour / dignity* [명] 국세(國勢), 국가의 힘 / 명예.
quốc thiều 꾸옥 티에우	*national anthem* [명] 국가 (國歌).
quốc thư 꾸옥 트	*credentials* [명] 신용증명서, (국가의) 신임장, 국서(國書).
quốc tịch 꾸옥 띳	*nationality* [명] 국적.
quốc văn 꾸옥 반	*national literature* [명] 국문학.
quơ 꿔	*to gather, collect* [동] 모으다. ✻ *đừng quơ đũa cả nắm* (속담) →

젓가락을 다 모으지 마라. = 싸잡아서 비난하지 마라.

quờ quạng
꿔 꾸앙
grope for, feel for [동] 더듬어 찾다. ✽ quờ quạng đi trong đêm tối → 밤중에 길을 더듬어 찾다.

quở
꿔
scold, reprove [동] 나무라다, 꾸중하다.
✽ bị quở → 꾸중을 듣다.

quở mắng
꿔 망
chide, scold, reprove [동] 책망하다.

quở phạt
꿔 팥
reproach bitterly [동] 따끔하게 꾸짖고 벌하다. ✽ bị thần linh quở phạt → 신에게 벌을 받다.

quở trách
꿔 짯
scold severely
[동] 엄하게 꾸짖다, 질책하다.

quyên
꾸엔
make a collection
[동] 모으다, 모집하다.

quyên góp
꾸엔 곱
raise a subscription [동] 기부를 모으다. ✽ vốn đầu tư quyên góp từ nước ngoài → 외국으로 부터 자본금을 모으다.

quyến luyến
꾸엔 루엔
be deeply attached to
[동] 깊이 관련하다, 깊이 결부되다.
✽ hai người quyến luyến không nỡ rời xa nhau → 두사람은 깊이 결부되어 서로 떨어질수 없다.

quyến rũ
꾸엔 루
seduce [동] 매혹하다, 반하게 하다.

quyến thuộc
꾸엔 투옥
relatives, kinsman [명] = bà con, 권속(眷屬), 식구, 가족, 친족.

quyền 꾸엔	*right, power* [명] 힘, 권력. ✳ không ai được quyền làm điều đó → 누구도 그 일을 할 힘이 없다.
quyền biến 꾸엔 비엔	*adapt oneself to circumstance* [동] 융통성 있게 굴다, 새 환경에 적응하다.
quyền hạn 꾸엔 한	*power, authority* [명] 권한, 직권. ✳ chuyện này vượt quá quyền hạn của tôi → 이 일은 내 권한을 넘어섰다.
quyền hành 꾸엔 한	*power, influence* [명] 영향력, 세력. ✳ có quyền hành trong tay, muốn nói gì cũng được ! → 세력을 쥐고 있으니 말하고 싶은 것이 있으면 말해라!
quyền lợi 꾸엔 러이	*interest* [명] 권리. ✳ anh ta chỉ nghĩ đến quyền lợi của riêng mình → 그는 자기 자신의 권리만을 생각한다.
quyền lực 꾸엔 륵	*authority* [명] 권력. ✳ tranh giành quyền lực → 권력을 쟁탈하다.
quyền quý 꾸엔 꾸이	*of high rank, of rank and fashion* [형] 고급스러운. ✳ con nhà quyền quý → 고급스러운 저택.
quyền tác giả 꾸엔 딱 지아 (야)	*copyright* [명] 저작권.
quyền thế 꾸엔 테	*authority* [명] 권세. ✳ kẻ có quyền thế → 그는 권세가 있다.
quyền uy 꾸엔 우이	*power and prestige* [명] 권위.

quyển 꾸엔	*volume* [명] 책을 세는 단위, 권.
quyện 꾸엔	*stick, adhere* [동] 서로 들러붙다.
quyết 꿔엔	*be determined* [동] 결심하다. ✶ đã quyết thì làm → 하기로 결심했다.
quyết chí 꿔엔 찌	*set one's mind* [동] 각오하다, 결심하다, 결의하다. ✶ quyết chí thi đậu vào trường y → 의대 시험에 합격할 것을 결심하다.
quyết chiến 꿔엔 찌엔	*be resolved to fight until victory* [동] 결전하다.
quyết định 꿔엔 딘	*decide, determine* [동] 결정하다. ✶ sau cùng, họ quyết định ở lại → 마지막에 그들은 남기로 결정했다. ✶ tiền là yếu tố quyết định → 돈은 결정 요소이다.
quyết đoán 꿔엔 도안	*be decided* [형] 결단하다. ✶ tính tình quyết đoán → 결단력있는 성격.
quyết liệt 꿔엔 리엔	*decisive, drastic* [형] 격렬한. ✶ chống đối quyết liệt → 격렬히 대항하다.
quyết tâm 꿔엔 떰	*be determined* [동] 결심하다. ✶ quyết tâm hoàn thành tốt nhiệm vụ → 임무를 훌륭히 완성할 것을 결심했다.
quyết thắng 꿔엔 탕	*set one's mind on victory* [동] 승리를 결심하다.

quyết toán 꿰엔 또안	*draw the balance-sheet* [동] 결산하다. ✳ bảng quyết toán → 결산 대차대조표.
quyết tử 꿰엔 뜨	*to decide to die* [동] 결사(決死)하다. ~을 위하여 죽음을 각오하다.
quýnh 꾸인	*be beside onself* [동] 제 정신을 잃다. ✳ mừng quýnh lên → 기뻐서 정신이 없다.
quỳnh 꾸인	*hydrangea* [명] (꽃) = hoa quỳnh 수국.
quýt 꾸읻	*mandarin* [명] (과실) 귤.
quỵt 꾸읻	*fail to pay, bilk, refuse to pay a debt* [동] 빚을 떼어먹다.

R - r

r — *the 22nd letter of the VN alphabet.*
베트남어 알파벳 중 22번째 자.

ra
라
go out, come out, leave for [동] 밖으로 나가다, 드러나다, 떠나다.

ra bộ
라 보
seem, appear, as it
[동] ~처럼 보이다, 나타나다.
✵ ra bộ ta đây → 여기 있는 것 처럼 보이다.
✵ ra bộ như không quan tâm đến → 관심이 없는것처럼 보이다.

ra công
라 꼼
take great pains with over [동] 많은 수고를 하다, 애쓰다.
✵ ra công chăm sóc khu vườn → 정원을 꾸미는데 애를 쓰다.

ra dáng
라 장 (양)
put on an appearance
[동] ~와 같은 모습이다.
✵ dạo này nó ra dáng như người lớn → 요즘 그는 어른과 같은 모습이다.

ra đời
라 더이
be born, appear, start in life [동] 태어나다, 발생하다, 시작하다.

ra hiệu
라 히에우
to make a sign, signal to sb to do sth [동] 신호를 보내다.

ra khơi
라 커이
to go out to the open sea
[동] ~로 나아가다.

ra lệnh 라 렌	*to order, command, issue an order* [동] 명령하다, 지시하다.
ra mắt 라 맏	*appear, present oneself* [동] 모습을 보이다, 나타나다. ✲ ra mắt bạn đọc 1 cuốn sách mới → 독자에게 새 책을 보여주다.
ra mặt 라 맏	*to show oneself, appear* [동] 보이다, 나타나다. ✲ khinh khi ra mặt → 드러내고 무시하다.
ra miệng 라 미엥	*speak in public, speak next* = ra mồm 대항하기 위해서 목소리를 높이다, 항의하기 위해 큰소리를 내다. ✲ ai nói gì anh mà anh ra miệng? → 누가 무슨 말을 했길래 당신이 목소리를 높입니까?
ra oai 라 와이	*put on big looks* [동] = ra uy 위엄을 보이다. ✲ quát tháo để ra oai → 위엄있어 보이게 큰소리 치다.
ra phết 라 펟	*mighty* [부] 대단히, 몹시. ✲ đẹp ra phết! → 몹시 예쁘다.
ra phố 라 포	*to go downtown* [동] 시내로 나가다.
ra quyết định 라 꾸이엔 딘	*to make a decision* [동] 결정하다, 결단하다.
ra rả 라 라	*unremetting, unceasingly* [형] 끊임 없는, 쉴새 없는. ✲ nói ra rả suốt đêm chẳng ai ngủ được → 밤새 끊임없이 소리가 나서 누구도 잠을 잘수가 없었다.

ra rìa 라 리아	*discarded, desolate, to put sb out to grass* [동] 버리다.
ra sức 라 슥	*to strive, exert oneself,* [동] 노력하다, 힘쓰다. ✻ ra sức học tập → 학업에 힘쓰다.
ra tay 라 따이	*show one's ability, begin, set about* [동] 착수하다, 시작하다, 발휘하다. ✻ ra tay cứu giúp đúng lúc → 적시에 구조에 착수하다.
ra Tết 라 뗀	*after Tet, after new year* [부] 설 이후에.
ra tòa 라 또아	*to go on trial, appear in court* [동] 출정(出廷)하다.
ra trường 라 쯔엉	*to finish school, to graduate* [동] 졸업하다.
ra vẻ 라 배	*to pretend, to swell* [동] ~인 체하다, 가장하다. ✻ làm ra vẻ giàu có → 부자인체 하다.
rá 라	*closely-woven basket* [명] 대나무로 짠 작은 바구니.
rà 라	*check, run in* [동] 검토하다. ✻ rà lại sổ sách → 장부를 검토하다.
rả rích 라 릿	*continual, persistent* [형] 빈번한, 영속하는, 끊임없는, 잇따른. ✻ mưa rả rích suốt đêm → 밤새 끊임없이 비가 내리다.
rã 라	*fall off, crumble* [동] 산산히 부서지다.
rã đám 라 담	*closing of a festivel* [동] 축제가 끝나다.

rã rời 라 러이	*very wearied (exhausted)* [형] 몹시 피곤한, 지쳐빠진. ✲ mệt rã rời → 몹시 지치다.
rạ 라	*rice stubble* [동]벼 그루터기.
rác 랕	*garbage, trash, little* [명] 쓰레기, 폐물. ✲ thùng rác → 쓰레기통.
rác rưởi 랕 르어이	*little, garbage, refuse, offal* [명] 쓰레기의 총칭.
rạc 랕	*be worn thin* [형] 닳아빠진, 야윈, 초췌한. ✲ mới ốm có mấy hôm mà đã rạc cả người → 며칠 아프고 났더니 몸이 야위었다.
rách 랏	*torn* [형] 찢긴, 찢어진. ✲ áo rách → 찢어진 옷.
rách bươm 랏 브엄	*torn to shreds, tattered, in rags* [형] 산산조각이 난, 갈기갈기 찢긴.
rách nát 랏 낟	*torn to pieces* [형] 갈기갈기 찢긴.
rách rưới 랏 르어이	*ragged* [형] 남루한. ✲ quần áo rách rưới bẩn thỉu → 남루하고 더러운 옷.
rạch 랏	*slit, slash* [동] 째어 발기다, 베다. ✲ bị kẻ cắp rạch túi xách lấy hết tiền → 소매치기가 가방을 째어 돈을 다 가져갔다.
rạch ròi 랏 로이	*clear, distind* [형] 분명한, 명백한. ✲ phân chia rạch ròi → 명백히 나누다.

rải 라이	*scatter, spread, lay* [동] 흩뿌리다, 흩어버리다, 분산하다.
rải rác 라이 락	*scattered* [형] 뿔뿔이 된, 산만한, 흐트러진. ✻ sống rải rác khắp nơi → 여기저기 뿔뿔히 살다.
rám 람	*brown, tanned, be sunburnt* [형] 햇볕에 탄, 볕에 그을린. ✻ da rám nắng → 햇볕에 탄 피부.
rạm 람	*brackish water crab, sort of crab* [명] (동물) 작은 게의 일종.
rán 란	*fry* [동] = chiên 튀기다, 프라이로 하다. ✻ rán cá → 생선을 튀기다.
rạn 란	*cracked* [동] 깨진, 금이 간. ✻ tấm kính bị rạn nhiều chỗ → 유리에 금이 많이 갔다.
rạn nứt 란 늗	*be harmed, crack* [동] 금이 가다, 상하다. ✻ cái ly đã bị rạn nứt → 컵에 금이 가다. ✻ tình bạn bị rạn nứt kể từ đó → 그때부터 우정에 금이 갔다.
rạn vỡ 란 버	*crack* [동] 금가게 하다, 지끈 깨다, 부수다, 손상시키다. ✻ trái tim rạn vỡ → 마음이 상하다.
rang 랑	*roast* [동] 굽다, (콩, 커피 원두 등을) 볶다. ✻ đậu phộng rang → 볶은 땅콩.
ráng 랑	*to try, to endeavour* [동] = cố gắng 노력하다, 시도하다. ✻ ráng (cố) làm cho xong → 끝내기위해 노력하다.

ràng 랑	*to fasten, bind, tie up* [동] 묶다, 단단히 고정시키다, 동여매다.
ràng buộc 랑 부옥	*to tie together, tie down* [동] 얽매여 있다, 묶어 놓다. ✽ không nên ràng buộc con cái quá → 자식을 너무 옭아매지 마라.
rạng 랑	*begin to break, be an honour to* [형] 밝아지는, 새벽이 오는. ✽ trời vừa rạng sáng → 하늘이 밝아온다.
rạng đông 랑 돔	*daybreak* [명] = bình minh 새벽녘, 동틀녘, 여명.
rạng rỡ 랑 러	*distinguished, radiant* [형] 눈에 띄는, 출중한, 빛나는. ✽ nét mặt rạng rỡ → 밝은 얼굴. ✽ làm rạng rỡ cho gia đình → 가족을 빛나게 하다.
ranh 란	*sly, mischievous, as wise as an owl* [형] 교활한, 장난기가 있는.
ranh con 란 꼰	*the little devil* [명] 짖궂은 아이. ✽ thằng ranh con → 장난꾸러기.
ranh giới 란 지어이(여이)	*limit, border line, boundary* [명] 한계(선線), 경계,범위,영역.
ranh ma 란 마	*artful, sly* [형] 교활한. 약삭빠른. ✽ con người ranh ma → 교활한 사람.
ranh mảnh 란 만	*mischievous* [형] 장난기 있는. ✽ thằng bé ranh mảnh quá → 장난이 심한 아이구나.
rành	*know well* [동] = sành 능숙한, 잘

란	아는, 익숙한. * rành nghề → 일에 능숙하다. * chuyện đó tôi không rành lắm → 그 이야기는 나에게 너무 익숙하지 않다.
rành mạch 란 맛	*coherent, logical and clear* [형] 분명히 말할 수 있는, 명석한. * nó đã kể lại rành mạch câu chuyện đó → 그는 분명하게 그 이야기를 다시 서술했다.
rành nghề 란 응헤	*skilled, qualified* [형] = 숙련된, 자격 있는.
rành rành 란 란	*very clear* [형] 명백한, 분명한. * sự thật rành rành → 명백한 사실. * chứng cứ rành rành → 명백한 증거.
rành rẽ 란 래	*explicit, exhaustive* [형] 명백한, 철저한. * chỉ dẫn rành rẽ → 철저하게 알려주다.
rành rọt 란 롣	*clear, well-grounded* [형] 명백한, 분명한. * trả lời rành rọt các câu hỏi → 각 질문에 분명하게 대답하다.
rảnh 란	*be free* [형] 자유로운, 여유로운. * chiều nay bạn có rảnh không? → 오늘 저녁에 시간 있습니까?
rảnh rang 란 랑	*have spare time, leisure* [형] 시간이 한가한, 여가있는.
rảnh rỗi 란 로이	*unoccupied, idle, nothing to do* [형] 한가한, 놀고있는, 비어있는.
rãnh 란	*ditch* [명] = mương 도랑, 수로. * đào rãnh thoát nước → 배수로

를 파다.

rao
라오
to cry, announce, advertise
[동] 광고하다, 나타내다, 공고하다.

rao hàng
라오 항
to advertise one's goods
[동] 상품을 광고하다.

ráo
라오
dry, arid [형] 건조한, 말린.

ráo hoảnh
라오 호안
bone-dry, dry as a stick, tearless [형] 메마른, 눈물없는. ✻ cặp mắt ráo hoảnh → 눈물이 메마르다.

ráo riết
라오 리엔
hectic, pressing, urgent [형] 매우 바쁜, 긴급한. ✻ ráo riết chuẩn bị ngày khai trương cửa hàng → 가게 개업일 준비에 매우 바쁘다.

rào
라오
1/ *fence* [명] 울타리, 담.
2/ *enclose, shut in* [동] 에워싸다, 둘러싸다, 울타리를 치다.
✻ khu vườn được rào kín lại → 정원에 튼튼하게 울타리를 치다.

rào cản
라오 깐
barrier [명] 울타리, 장벽, 장애물.

rào đón
라오 돈
to take precautionary measure
[동] 미리 재다, 미리 판단하다.

rào rào
라오 라오
cascading noise [명] (소리) 추적추적. ✻ mưa rơi rào rào trên mái ngói → 비가 지붕위로 추적추적 내리다.

rào bước
라오 브억
quicken one's steps, walk faster
[동] 빠르게 걷다.

rảo quanh
to go / turn around

라오 꾸안	[동] 주위를 돌다.
rạo rực 라오 륵	*flare up, feel excited, feel upset by emotion* [형/동] 흥분한, 감정에 북받치다.
ráp 랍	*joint* [동] 접합하다, 이어 맞추다. ✳ ráp máy → 기계를 접합하다.
rạp 랍	**1/** *playhouse, theatre* [명] 극장. ✳ rạp hát → 음악당. **2/** *to bend, to bow down* [동] 구부리다, 머리를 숙이다. ✳ mọi người đều nằm rạp xuống đất → 사람들이 모두 바닥에 엎드렸다.
rát 랃	*feel a burning pain* [동] 따끔 따끔하다, 쓰리다.
rau 라우	*vegetable* [명] 야채,푸성귀,식물.
rau sống 라우 솜	*salad* [명] 날로 먹는 야채.
rau thơm 라우 텀	*dill, fennel, mint* [명] 회향열매, 회향풀, 박하.
ráy tai 라이 따이	*ear-wax, cerumen* [명] 귀지.
rày 라이	*now, to day, this time* [부] 지금, 오늘날에는, 그때, 그리고서. ✳ từ rày về sau không được tới đó nữa nhé! → 지금부터 앞으로는 더 이상 거기 가지 마라!
rắc 락	*to powder, sprinkle* [동] 뿌리다. ✳ rắc lên dĩa thức ăn 1 ít tiêu → 음식에 후추를 조금 뿌리다.

rắc rối 락 로이	*complex, complicated* [형/명] 복잡한, 뒤얽힌, 뒤얽히다.
răm rắp 람 랍	*obey as a body, simultaneously* [부] 동시에, 일제히. ✱ răm rắp tuân theo, không ai chống lại → 누구도 거부하지않고 일제히 따라하다.
răn 란	*advise, counsel, warn* [동] = răn dạy 충고하다, 경고하다.
răn đe 란 대	*deter, admonish* [동] 그만두게 하다, 단념시키다.
rắn 란	1/ *snake, serpent* [명] (동물) 뱀. 2/ *hard, solid* [형] = cứng 딱딱한, 단단한.
rắn chắc 란 짝	*hard and solid, firm, brawny* [형] 튼튼한, 견고한, 억센.
rắn độc 란 돕	*venomous/poisonous snake* [명] (동물) 독사.
rắn hổ mang 란 호 망	*copperhead, Indian cobra* [명] (동물) 코브라.
rắn mắt 란 맏	*playful, mishievous, naughty* [형] = nghịch ngợm 장난의, 농담의, 장난꾸러기의. ✱ thằng bé rắn mắt → 아이가 매우 장난꾸러기다.
rắn rết 란 렏	*snake and centipede* [명] (동물) 뱀과 지네.
rắn rỏi 란 로이	*sturdy, firm, solid, thickset* [형] 견고한, 튼튼한. ✱ trở nên rắn rỏi hơn trong cuộc sống → 생활이 더 견고해지다.

rằn ri 란 리	*checkered, striped* [형] 다색의 줄무늬가 있는, 아롱달록한 무늬가 있는.
răng 랑	*tooth, dental* [명] 이, 치아.
rằng 랑	*that* [부] ~라고..하다. ✶ tôi tin rằng anh ấy là người tốt → 나는 그가 좋은 사람이라고 믿는다.
rặng 랑	*chain, row, line, range, file* [명] 줄, 열, 종렬(縱列). từng sự vật nối tiếp nhau thành dãy dài ✶ rặng cây xanh ở phía xa → 멀리 나무들이 줄지어 있다. ✶ rặng núi → 산맥.
rắp ranh 랍 란	*to intend* [자] ~할 작정이다, (나쁜 일을) 의도하다. ✶ nó rắp ranh bỏ trốn → 그는 숨길 작정이다.
rắp tâm 랍 떰	*wake up one's mind* [동] ~할 속셈이다. ✶ rắp tâm chiếm đoạt tài sản → 재산을 가로챌 속셈이다.
rặt 랃	*all-together, entirely, wholly* [형] 완전히, 전부, 아주. ✶ chó Phú Quốc rặt giống → 푸꾸옥산 개는 순종이다.
râm 럼	*shady, not exposed the sun* [형] 그늘이 많은, 그늘진, 응달진. ✶ ngồi dưới bóng râm → 그늘에 앉다.

rầm rộ 럼 로	*ebullient, seething* [형] 왕성한, 활발한, 끓어넘치는. ✳ phong trào thể dục thể thao phát động rầm rộ khắp nơi → 운동이 모든 곳에서 왕성하게 벌어지다.
rậm 럼	*thick, bushy, dense* [형] 우거진, 빽빽한. ✳ hàng râu rậm → 덥수룩한 수염.
rậm rạp 럼 랍	*bushy, dense* [형] 밀집한, 밀도가 높은, 털이 많은. ✳ cây cối rậm rạp → 빽빽히 밀집한 나무.
rậm rật 럼 럿	*be aroused* [동] 자극하다, 깨우다.
rậm rì 럼 리	*thick wooded, very dense* [형] 삼림이 우거진.
rần rần 런 런	*in crowd* [형] 붐비는, 북적이는. ✳ thiên hạ kéo đến rần rần → 사람들이 몰려와 붐비다.
rận 런	*moth* [명] (곤충) 좀.
rắp ranh 럽 란	*to intend* [동] ~할 작정이다, (나쁜 일을) 의도하다.
rập 럽	*copy, imitate closely* [동] 베끼다, 모방하다. ✳ rập theo mẫu → 견본을 모방하다.
rập khuôn 럽 쿠온	*copy, ape, follow model* [동] 틀을 모방하다.
rất 럿	*very* [부] 대단히, 몹시, 매우.

럳	
rất đỗi 럳 도이	*extremely* [부] 극도로, 극단(적) 으로, 아주.
rất mực 럳 믁	*exceptionally* [부] 매우, 최대로. ✶ ăn nói rất mực khôn khéo → 매우 유창하게 말하다.
râu 러우	*beard* [명] 수염.
râu ria 러우 리아	*beards and moustaches* [명] 턱수염과 콧수염. ① 수염의 총칭. ② 필요없는 부분, 외적인 부분. ✶ bỏ hết râu ria đi, chỉ giữ lại nội dung chính thôi → 군더더기는 버리고 주요 내용만 남기다.
râu xồm 러우 쏨	*bushy beard* [명] 덥수룩한 수염.
rầu 러우	*melancholy, sad, grieved* [형] 슬픈, 침울한.
rầu rĩ (rĩ) 러우 리	*gloomy, melancholy* [형] 우울한. ✶ nét mặt rầu rĩ → 우울한 얼굴.
rây 러이	*to sift, to sieve* [동] 체로 치다, 체질하다.
rầy 러이	*to rebuke, abuse, bother (with)* [동] 야단치다, 비난하다, 꾸짖다.
rầy rà 러이 라	*troublesome* [형] 성가신, 귀찮은, 복잡한.
rẫy 라이	*kitchen-garden, crop-grown* [명] 두둑.
ré 래	*to trumpet, howl* [동] 울부짖다, 악쓰다, 길게 울리다. ✶ nó khóc ré

rè
래

lên → 그는 울부짖다. ✳ tiếng còi ré lên giữa đêm vắng → 조용한 밤에 기차 경적이 길게 울리다.

sound cracked [형]소리가 째지는, 지글지글하는, 직직 소리나는.
✳ loa rè → 직직 소리나는 스피커.

rẻ
래

cheap, inexpensive, down-market [형] 대수롭지 않은, 싸구려의, 시시한.

rẻ mạt
래 맏

very cheap, insignificant [형] 매우 싼, 대수롭지 않은, 가치가 없는.
✳ tiền lương rẻ mạt như vậy làm sao sống nổi? → 급여가 이렇게 적어서 어떻게 살아?

rẻ rúng
래 룸

to disregard, to hold sth cheap [동] = coi thường, xem nhẹ 무시하다, 소홀히 하다.

rẻ thối (thúi)
래 토이 (투이)

rock-bottom, dirt (very) cheap [형] 싸구려의.

rẻ tiền
래 띠엔

1/ *cheap, inexpensive* [형] 값이 싼.✳ đi xe bus rẻ tiền hơn đi taxi → 버스요금은 택시보다 싸다.
2/ *mean, mediocre* [형] 싸구려의.
✳ lối lý luận rẻ tiền → 싸구려 이론, 논리에 맞지 않는 이론.

rẽ
래

1/ *part, separate, divide*
[동] 나누다, 가르다, 분리하다.
✳ rẽ đường ngôi (tóc) → 가르마를 타다.
2/ *turn* [동] 돌리다, 회전시키다.
✳ rẽ qua bên trái độ 10m là tới

	nhà → 좌회전해서 약 10m 정도면 도착한다.
rèm 램	*curtain* [명] = 커튼, 휘장, 망.
ren 랜	*lace* [명] 레이스. ✵ có đường viền bằng ren trắng → 둘레를 레이스로 장식하다.
rèn 랜	*forge, hammer* [동] (쇠를)벼리다.
rèn luyện 랜 루이엔	*to train, practise* [동] 연습하다. ✵ rèn luyện nâng cao tay nghề → 연습은 실력을 높인다.
reo 래오	**1/** *shout (for joy)* [동] 환성을 올리다, 갈채하다. ✵ vừa vỗ tay vừa reo → 손벽을 치며 갈채하다. **2/** *to ring* [동] 울리다, 울다. ✵ điện thoại reo → 전화가 울리다.
reo hò 래오 호	*to shout for joy / encouragement, to cheer* [동] 환성을 올리다, 응원하다, 격려하다. ✵ reo hò cổ vũ đội bóng → 축구팀을 소리쳐 응원하다.
reo mừng 래오 뭉	*to crow, to cheer* [동] 갈채하다, 환성을 지르다. ✵ vỗ tay reo mừng chiến thắng → 승리하여 손뼉치고 환성을 지르다.
réo 래오	*to cry out, call loudly* [동] 길고 크게 부르다.
réo rắt 래오 랃	*melodious* [형] (소리) 선율이 있는. ✵ tiếng nhạc réo rắt vang lên →

음악의 선율이 울려퍼지다.

rèo   *piece* [명] 조각, 단편. ✳ còn mấy rẻo vải vụn → 천 몇조각 남았다.
래오

rét   *cold* [형] 추운, 찬, 차가운.
랟

rét buốt   *piercingly cold* [형] 사무치게 추운.
랟 부옫

rét mướt   *very cold* [형] 매우 추운, 몹시 찬.
랟 므얻

rê   **1/** *to drag, to lug* [동] 끌다.
레   ✳ rê hai cái vali to đùng lên gác → 두개의 큰 가방을 끌고 윗층으로 올라가다.
2/ *D; ré*
[명] (음악) 레(장음계의 둘째 음).

rế   *bamboo basket used as pad for hot pot* [명] 대나무로 만든 냄비받침.
레

rề rà   *slow, tardy, dawdling*
레 라   [형] 느린, 늦은.

rể   *one's (son/brother) in law*
레   [명] 사위, 형부.

rễ   *root* [명] 뿌리, 근원, 원인.
레

rên   *moan, groan, whine*
렌   [동] 신음하다, 끙끙거리다.

rên la   *moan and cry*
렌 라   [동] 신음하다, 울부짓다.

rên rỉ   *groan* [동] = rên 고통스러워하며 신음하다, 끙끙거리다.
렌 리

rên xiết
렌 씨엗

lament [동] 슬퍼하다, 비탄하다, 애도하다.

rền
렌

in successive salvoes [형] 일제히 연속으로.
✶ pháo nổ rền → 폭죽이 일제히 연속해서 터지다.
✶ tiếng súng vang rền khắp nơi → 총소리가 도처에서 일제히 울리다.

rêu rao
레우 라오

to invent stories, spread scandal, speak ill of [동] 악소문이 퍼지다.

rệu
레우

overripe, pulpy [형] 너무 익은, 흐늘흐늘한. ✶ chuối chín rệu → 흐물흐물 너무 익은 바나나.

rệu rạo
레으 라오

cranky, loose [형] 불안정한, 치밀하지 못한, 엉성한. ✶ đồ đạc cái nào cũng rệu rạo cả rồi → 어떤 물건이든 다 엉성하다.

ri rí
리 리

exude, faint [동] 뚝뚝 떨어지다.
✶ nước chảy rí rí → 물이 뚝뚝 떨어지다.

rì rào
리 라오

rustle, sigh [형] (소리) 살랑살랑 소리내다. ✶ gió thổi rì rào qua kẽ lá → 바람이 불어 나뭇잎들이 바스락바스락 소리를 내다.

rì rầm
리 럼

murmur [형] (소리) (나뭇잎 등의) 사각사각거리는 소리, 속삭임.
✶ có tiếng nói chuyện rì rầm đâu đây → 속닥속닥 이야기 소리가 어디선가 들린다.

rỉ
리

ooze out [동] 조금씩 스며나오다.
✶ vết thương rỉ máu → 상처에서

피가 배어나오다.

rỉ máu
리 마우
blood seepage [형] 출혈의,

rỉ rả
리 라
prolongation, slow proracted
[형] 적은 양이 오래도록.
※ mưa rỉ rả suốt đêm → 밤새 비가 부슬부슬 내리다.

rỉ tai
리 따이
whisper in someone's ear
[동] 귀에 속삭이다.
※ rỉ tai nhau chuyện bí mật → 비밀 이야기를 속삭이다.

ria
리아
moustache [명] 콧수염.

rìa
리아
edge, side, border, margin [명] 끝머리, 테두리, 변두리, 가장자리.

rỉa
리아
to peck, strike with the beak (fish)
[동] (부리로)쪼다, 쪼아먹다.
※ cá rỉa mồi → 물고기가 미끼를 물다.
※ chim rỉa cánh → 새가 날개를 쪼다.

riêng
리엥
personal, private, own [형] 자신의, 개인의, 사적인.
※ chuyện riêng → 사적인 이야기.

riêng biệt
리엥 비엩
distinct, secluded, separate
[형] 별개의, 분리된, 다른.

riêng lẻ
리엥 래
individually, private [부] 사적으로, 개별적으로, 개인적으로.
※ hành động riêng lẻ → 개별적으로 행동하다.

riêng rẽ
separate

리엥 래 [형] 갈라진, 분리된, 독립된.

riêng tư
리엥 뜨
personal, private [형] 개인의, 자기만의, 나의. ✻ ai ai cũng có cuộc sống riêng tư → 누구나 자기만의 삶이 있다.

riết
리엗
continuously, uninterruptedly [부] 잇따라, 연속적으로, 단속적으로.

riêu
리에우
sour soup [명] 베트남 음식의 한 종류, 생선과 게를 우려 만든 시큼한 국물.
✻ bún riêu → 리에우 국수.

rim
림
simmer [동] 부글부글 끓다. 조리다.
✻ rim tôm → 새우를 조리다.

rịn
린
exhale [동] 내뿜다, 내쉬다, 내뱉다, 발산하다. ✻ trán rịn mồ hôi → 이마에 땀이 맺히다.

rinh
린
carry away, take, convey away [동] 운반하다, 가져가다.
✻ rinh cái bàn này ra ngoài sân dùm tôi đi! → 이 책상을 바깥으로 운반해 주세요!

rình
린
lie in wait, watch
[동] 기다리다, 기대하다, 경계하다.

rình mò
린 모
to snoop, to spy [동] 감시하다, 조사하다, 시시콜콜히 캐다.
✻ bọn trộm cướp thường hay rình mò kho hàng này → 도둑이 항상 이 창고를 노리고 있다.

rình rang
린 랑
pompous, ostentations
[형] 화려한, 현란한, 눈에 띄는.
✻ được quảng cáo rình rang → 현

란하게 광고하다.

rình rập
린 럽
be on the watch, lurk
[동] 숨어 기다리다, 경계하다.
✳ trộm rình rập suốt đêm → 도둑이 밤새 숨어서 지켜보다.

rít
릳
whistle, whizz, wail [동] 울리다, 소리하다. ✳ tiếng còi báo động rít lên → 경보음이 울리다.

rịt
릳
dress (a wounds), apply medicine to a wound, tie up [동] 상처를 싸매다.

ríu rít
리우 릳
chatter [형] 재잘거리는, 쨱쨱 거리는. ✳ chim kêu ríu rít → 새가 쨱쨱 지저귀다. ✳ cười nói ríu rít → 재잘거리며 웃다.

rìu
리우
axe, hatchet [명] 도끼.

rò rỉ
로 리
to leak out [동] 새다, 새어나가다.
✳ thùng dầu bị rò rỉ mấy chỗ → 기름통이 몇군데 샌다.
✳ tin tức đã bị rò rỉ → 소식이 새어나가다.

rõ
로
1/ *fully understand*
[부] 정확하게 이해하는.
✳ tôi không rõ → 저는 잘 몰라요.
✳ không rõ thực giả ra sao → 진짜인지 가짜인지 정확하지 않다.
2/ *clear* [형] 확실한, 정확한.

rõ ràng
로 랑
clear, obvious [형] 명백한, 명확한, 명료한. ✳ mọi việc đã được giải thích rõ ràng → 모든 일들이 다 명

백하게 설명되었다.

rõ rệt
로 렡

very clear [형] 매우 명료한, 명확한. ✻ có tiến bộ rõ rệt → 매우 명확히 진보하다.

róc
롭

remove hard cover of [동] 껍질을 벗겨내다. ✻ róc mía → 사탕수수 껍질을 벗겨내다.

rọc
롭

cut length wise [동] 자르다. ✻ rọc giấy → 종이를 자르다.

roi
로이

whip, cane, rod [명] 매질, 징계, 회초리로 때리기.

roi vọt
로이 볻

cane, rod [명] 지팡이, 회초리, 막대기. ✻ thương cho roi cho vọt, ghét cho ngọt cho bùi (속담) → 사랑하면 회초리를 주고 미워하면 과자를 준다. (= 미운놈 떡하나 더준다.)

rọi
로이

shine [동] 빛나다, 번쩍이다, 비치다. ✻ rọi đèn pin vào mặt → 손전등으로 얼굴을 비추다.

rón rén
론 랜

walk gingerly [형] 살금살금. ✻ rón rén bước vào → 살금살금 걸어오다.

rong
롬

roam, wander aimlessly [동] 거닐다, 방랑하다. ✻ đi chơi rong → 여기저기 돌아다니면서 놀다. ✻ không được thả chó chạy rong ngoài đường → 개를 풀어놔 여기저기 길거리를 돌아다니지 않게 해라. ✻ bán hàng rong → 행상으로 다니며 팔다.

ròng

1/ *pure* [형] 순수한, 순전하, 단순

롬	한. * vàng ròng → 순금 **2/** *one end, whole* [형] 내내의, 전부의. * mất ngủ mấy đêm ròng → 며칠 내내 잠을 못잤다.
ròng rã 롬 라	*uninterrupted, without a break* [형] 끊임 없는, 연속된, 부단한. * mưa ròng rã cả tuần → 일주일 내내 비가 내렸다.
ròng ròng 롬 롬	*flow interruptedly* [부] 막힘 없이, 계속해서, 연속적으로. * mồ hôi tuôn ròng ròng → 땀이 줄줄 흐르다. * nước mắt chảy ròng ròng → 눈물이 줄줄 흐르다.
rót 롣	*pour out, pour into* [동] 따르다. * rót rượu mời khách → 손님에게 술을 따르다.
rồ dại 로 자이 (야이)	*mad, foolish, out of one's mind* [동] 미치다, 돌다. * một hành động rồ dại → 정신 나간 행동.
rổ 로	*basket* [명] 바구니, 광주리.
rỗ 로	*be pock-marked* [형] (의학) 마마 자국이 있는. * mặt rỗ → 마마자국이 있는 얼굴.
rộ 로	*profuse, profuse and vigorous* [형] 많은, 풍부한, 정력 왕성한, 활발한. * hoa nở rộ → 꽃이 많이 피었다. * phong trào thể dục thể thao rộ lên khắp nơi → 모든 곳에서 운동

경기가 활발히 펼쳐지다.

rối
로이

1/ *get tangled, untidy* [형] 단정치 못한, 말끔하지 않은, 헝클어진.
✽ đầu bù tóc rối → 덥수룩한 머리 헝클어진 머리카락.
2/ *confused, embarrassed*
[형] 당황한, 곤란한, 난처하게 하는
✽ mọi người đều rối cả lên → 사람들이 모두 당황해 하다.

rối bời
로이 버이

in disorder, be in a stir and a jumble [형] 혼란하여, 난잡하게.
✽ tâm trạng rối bời → 심란한 마음.

rối loạn
로이 로안

confused, ina great stir, trouble, in disorder [형] 혼란한, 무질서한, 불편한.
✽ bị rối loạn tiêu hóa → 소화가 안 되다.

rối mắt
로이 맏

in a jumble, in a muddle
[형] 멍하여, 당황하여, 어수선한.
✽ bày biện lung tung, trông rối mắt → 물건들이 무질서하여 보기에 혼란스럽다.

rối mù
로이 무

muddled, very disorder [형] = rối tung 혼란스러운, 뒤죽박죽인.
✽ nhiều việc quá, đầu óc cứ rối mù lên → 일이 너무 많아서 머리가 뒤죽박죽이다.

rối rắm
로이 람

very complicated, involved, wooly [형] 복잡한, 뒤얽힌.

rối ren

in complete disorder [형] 복잡한,

로이 랜	혼란스런. ✳ tình hình nội bộ rối ren → 혼란스런 내부 사정.
rối rít 로이 릳	*bustle* [동] 부산하게 움직이다, 야단법석하다, 법썩떨다. ✳ rối rít cảm ơn → 야단스럽게 감사하다.
rối trí 로이 찌	*upset, muddling, grow turbid* [형] 혼란한, 당황한, 걱정한. ✳ tôi rối trí quá, không biết tính sao → 나는 너무 혼란스러워서 어떻게 결정해야할지 모르겠다.
rối tung 로이 뚱	*quite in disorder, complicated* [형] 복잡한, 뒤얽힌.
rồi 로이	*already, ago, last, pass* [부] 이미, 벌써. ✳ xong rồi → 끝났다. ✳ cô ấy đã đi rồi → 그녀는 이미 갔다. ✳ đã 11 giờ rồi → 11시가 되었다.
rỗi 로이	*to be free, leisure* [형] = 한가한, 볼 일이 없는.
rỗi rãi 로이 라이	*unoccuped, disengaged* [형] 일을 하고 있지 않는, 할 일이 없는. ✳ khi rỗi rãi, nó cũng thích đọc sách → 한가할때 그는 책 읽는 것을 좋아한다.
rỗi việc 로이 비엗	*be not very busy, have little to do* [형] 한가한, 일이 적은, 바쁘지 않은.
rôm 롬	*prickly heat* [명] = 땀띠.
rôm rả 롬 라	*noisily merry, boisterous* [형] 활기찬, 떠들썩한, 시끄러운.

※ nói cười rôm rả → 떠들썩하게 웃고 이야기하다.

rốn *navel, belly-button* [명] (해부) 배꼽.
론 ※ mặc áo hở rốn → 배꼽티를 입다.

rộn *raise a fuss* [자] 오르다.
론 ※ rộn lên niềm tự hào → 자신감이 오르다.

rộn rã *in boisterous, animated* [형] 생기가 있는, 살이 있는, 싱싱한.
론 라 ※ rộn rã tiếng cười, tiếng hát → 웃음소리, 노래소리가 생기있다.

rộn ràng *bustling, animated* [형] 활기찬.
론 랑 ※ lòng rộn ràng niềm vui → 기쁨으로 활기찬 마음.

rộn rịp *go up and down, noisy* [형] = nhộn nhịp 떠들썩한, 시끄러운.
론 립 ※ kẻ qua người lại rộn rịp → 떠들석하게 사람들이 왕래하다.

rông *free range, aimless* [형] 방목의.
롬 ※ trâu bò thả rông → 방목한 소.

rống *roar* [동] 으르렁거리다, 고함치다, 크게 웃다. ※ nó khóc rống lên → 그는 소리쳐 울다. ※ cọp rống → 호랑이가 으르렁거리다.
롬

rồng *dragon* [명] 용.
롬

rỗng *empty, hollow* [형] 빈, 공허한.
롬 ※ thùng rỗng kêu to (속담) → 빈통이 소리가 크다. (= 빈수레가 요란하다)

rỗng ruột 롬 루온	*hollow* [형] 속이빈, 텅 빈, 공동의. ※ cây rỗng ruột → 속이 빈 나무.
rỗng tuếch 롬 뚜엣	**1/** *completely empty* [형] 아무것도 없는. ※ túi rỗng tuếch → 텅빈 주머니. **2/** *shallow, superficial* [형] 얕은, 천박한, 피상적인. ※ đầu óc nó rỗng tuếch → 텅빈 머리.
rỗng túi 롬 뚜이	*penniless, stone-broke* [형] 무일푼의, 빈털터리의, 파산한, 망한.
rộng 롬	*wide, extensive, large, broad* [형] 광대한, 넓은. ※ hiểu biết rộng → 해박한 지식.
rộng lớn 롬 런	*wide, big* [형] 넓은, 광대한.
rộng lượng 롬 르엉	*large-hearted, tolerant* [형] 관대한, 아량 있는.
rộng rãi 롬 라이	**1/** *spacious, commodios* [형] 넓은, 널찍한. ※ nhà cửa rộng rãi → 넓은 집. **2/** *generous, liberal, broad* [형] 관대한, 개방적인, 아량 있는. ※ tính tình rộng rãi → 관대한 성격.
rốt cuộc 론 꾸옥	*at last, after all, in the end* [부] 드디어, 마침내, 결국, 즉. ※ rốt cuộc rồi mọi chuyện cũng y như cũ → 결국 모든 일이 예전과 같아졌다.
rớ 러	*catch, touch* [동] 붙잡다, ~에 대다. ※ đừng có rớ vô sách vở của tôi

→ 내 책에 손대지 마라.

rờ
러
touch [동] = sờ 닿다, ~에 대다, ~을 만지다.

rờ rẫm
러 럼
feel in the dark [동] 더듬다, 더듬거리다. ✶ bà cụ rờ rẫm tìm cây gậy → 노인이 지팡이를 더듬거리며 찾다.

rỡ ràng
러 랑
brilliant, splendid, glorious [형] 빛나는, 영광스러운, 훌륭한, 화려한. ✶ làm rỡ ràng cho dòng họ → 가문을 빛내다.

rơi
러이
fall, drop [동] 떨어지다, 하락하다. ✶ tuyết rơi → 눈이 내리다.

rơi rớt
러이 럳
be left, remain, abandoned, to fall down [동] 여기저기에 떨어뜨리다.

rơi rụng
러이 룸
be lost gradually, drop down
[동] 서서히 잃다.

rơi vãi
러이 바이
be spilled, scatter
[동] 흩뜨리다, 뿌리다.

rơi vào tay
러이 바오 따이
to fall in to the hands of…
[동] ~의 손안으로 떨어지다.
✶ nếu những hình ảnh này rơi vào tay kẻ xấu thì sẽ ra sao? → 만약 이 사진들이 나쁜놈들 손에 들어가면 어떻할꺼니?

rời
러이
to leave, separate from, part with
[동] 분리하다.
✶ tháo rời ra từng mảnh → 조각조각 분리하다.

rời rạc
incoherent, unconnected

러이 락	[형] 연속되지 않은, 분리된. ✳ tiếng vỗ tay rời rạc vang lên → 뜨문뜨문 박수소리가 울리다.
rơm 럼	*straw* [명] 짚, 밀짚, 짚 한오라기.
rơm rác 럼 락	*trash, rubbish* [명] 쓰레기와 지푸라기, 폐물, 가치없는 것. ✳ coi mạng người như rơm rác → 사람의 생명을 쓰레기처럼 여기다.
rớm 럼	*begin to be moist with* [형] = rơm rớm 축축한, (눈물)어린. ✳ cánh tay rớm máu → 팔에 피가 나기 시작하다.
rờm 럼	*ludicrous, ridiculous, false, have no taste* [형] 우스운, 어리석은, 그릇된, 취미없는.
rợn 런	*to shiver with fear* [동] 두려움에 떨다, 공포에 전율하다. ✳ tiếng cú kêu giữa đêm vắng nghe rợn cả người → 한밤중의 부엉이 울음소리에 모든 사람들이 무서워 떨다.
rợp 럽	*be shady, overshadow* [형] 그늘이 많은, 그늘진, 응달진. ✳ cờ bay rợp trời → 깃발이 하늘에 가득덮다.
rớt 럳	**1/** *be fall* [동] 떨어지다, 낙하하다. ✳ lá thư rớt xuống đất → 편지가 땅에 떨어지다. **2/** *to fail an examination* [동] 시험에 떨어지다, 낙제하다.

ru
루
to lull / sing (a baby to sleep) [동] (어린아이를) 달래다, 어르다, 재우다. ✶ mẹ ru con ngủ → 엄마가 아이에게 자장가를 불러주어 재우다.

ru ngủ
루 응우
lull into inactivity, to delude [동] 미혹시키다, 속이다, 현혹하다. ✶ tự ru ngủ mình bằng những hy vọng hão huyền → 헛된 희망으로 스스로를 현혹하다.

ru rú
루 루
hang about, alone, retire onself [형] 다만 홀로, 고독한. ✶ ngồi ru rú ở nhà suốt ngày → 하루종일 집에 혼자 쭈그리고 앉아있다.

rú
루
scream, yell, utter cries, shout [동] 소리치다, 외치다, 고함치다, 소리지르다. ✶ tàu rú còi → 배(기차) 고동이 울리다.

rù rì
루 리
trembling (of the voice), whisper [동] 속삭이다, 작은 소리로 이야기하다. ✶ rù rì với nhau suốt ngày → 하루종일 서로 속닥 거리며 이야기하다.

rủ
루
call for [동] 부르다, 청하다, 불러내다. ✶ rủ nhau đi chơi → 서로 불러내어 놀러가다.

rủ rê
루 레
invite, induce, entice persuade [동] 꾀다, 유혹하다.

rũ
루
1/ *droop* [동] 수그리다, 숙이다. ✶ treo cờ rũ 3 ngày → 3일간 조기를 달다.

	2/ *to rinse* [동] = giũ 헹구다, 가시다, 씻어내다. ✳ rũ hết trách nhiệm → 책임을 져버리다.
rũ rượi 루 르어이	1/ *drooping* [형] 수그리는. ✳ cười rũ rượi → 배을 움켜잡고 웃다. ✳ buồn rũ rượi → 슬퍼서 축 늘어지다. 2/ *get / be dishevelled* [형] (머리가) 헝클어진, 단정치 못한. ✳ đầu tóc rũ rượi → 헝클어진 머리.
rùa 루아	*tortoise, turtle* [명] (동물) 바다거북, 거북.
rùa 루아	*curse, break out into abuse* [동] 욕설을 퍼붓다, 악담을 하다.
rúc 룩	1/ *put (one's head) into sth, snug, sneak in* [동] = chui rúc ~에 들어가서 숨다. 2/ *to toot, hoot* [동] (산새, 아이 등이) 울다. ✳ tiếng còi rúc lên báo hiệu tàu sắp vào ga → 도착을 알리는 기차 경적이 울리다.
rúc rích 룩 릿	*giggly* [형] = khúc khích 킥킥 웃는. ✳ bọn trẻ rúc rích cười → 아이들이 킥킥거리며 웃다.
rục 룩	*overripe, overcooked* [형] 너무 익어 무른, 썩은, 부패한. ✳ ở tù rục xương → 오랜 옥살이로 뼈가 썩다.
rục rịch	*prepare, get ready, be ahead* [동]

룩 릿	준비하다, 채비하다. ✳ rục rịch đi mua sắm → 쇼핑 갈 준비를 하다.
rủi 루이	*unluck, bad luck, ill luck* [명/형] 불행, 불운/운이 없는, 재수 없는. ✳ rủi bị bắt gặp thì sao? → 불행을 만나면 어떻게 합니까?
rủi ro 루이 로	*risk, unlucky, mishap* [형] 불운한, 불행한.
rúm 룸	*shrivelled* [형] 주름진, 오그라든, 시들은. ✳ cái áo bị co rúm lại → 옷에 주름이 졌다.
rùm 룸	*noisy, boisterous* [형] 떠들썩한, 시끄러운.
rùm beng 룸 뱅	*to make / raise a lot of noise about sth.* [동] 목소리를 높이다, 시끄럽게 하다. ✳ quảng cáo rùm beng → 소란스럽게 광고하다.
run 룬	*tremble* [동] 떨다, 전율하다. ✳ tay run run cầm bút ký tên → 손을 떨며 서명하다.
run rẩy 룬 러이	*tremble uncontrollably* [동] 주체할수 없이 떨다. ✳ chân tay run rẩy → 손발이 주체할수 없이 떨리다.
run rủi 룬 루이	*as by an arrangement of fate* [동] 운명이 예정되어 있다. ✳ Trời Phật run rủi cho gặp quí nhân ra tay giúp đỡ → 귀인을 만나 도움을 받을 운명이다.
run sợ 룬 서	*tremble with fear* [동] 두려움에 떨다.

rún 룬	*navel, belly-button* [명] = rốn (해부) 배꼽.
rung 룸	*shake, agitate, stir* [동] 흔들다. ✳ rung cây nhát khỉ → 나무를 흔들어 원숭이를 위협하다.
rung chuyển 룸 주웬	*shake violently* [동] 격렬하기 흔들다. ✳ sự kiện này làm rung chuyển cả thế giới → 이 사건은 전 세계를 뒤흔들었다.
rung động 룸 돔	*vibrate, stir, throb with emotion* [동] 움직이다. 진동하다, 심장이 고동치다, 감동하다. ✳ câu chuyện thương tâm làm rung động lòng người → 슬픈 이야기는 사람들의 마음을 감동시킨다. ✳ xe chạy rung động cả mặt đường → 차가 길에서 내내 흔들리다.
rung rinh 룸 린	*quiver, swing* [동] 가볍게 흔들리다. ✳ cành cây rung rinh trước gió → 나뭇가지가 바람에 흔들리다.
rùng 룸	*shake gently and horizontally* [동] 떨다.
rùng mình 룸 민	*shiver, shudder* [동] 무서워서 떨다, 등골이 오싹하다. ✳ nghe kể mà rùng mình → 귀신 이야기를 들으니 등골이 오싹하다.
rùng rợn 룸 런	*awful, dreadful, frightful* [형] 무서운, 두려운, 무시무시한.
rụng	*fall, drop* [동] 떨어뜨리다, 낙하하다,

룸	내리다.
	* lá rụng → 나뭇잎이 떨어지다.
rụng rời 룸 러이	*be faint fright, panic stricken* [형] 당황한, 허둥대는. * ai nấy đều rụng rời trước tin đó → 누구나 그 소식 앞에서 당황한다.
rụng tóc 룸 똡	*to lose one's hair* [동] 머리카락이 빠지다, 떨어지다.
rụng trứng 룸 쯩	*to ovulate* [동] (의학) 배란하다.
ruốc 루옥	*shrimp* [명] 작은 바다 새우. * mắm ruốc → 새우젓.
ruồi 루오이	*fly* [명] 파리.
ruồng bỏ 루옹 보	*abandon* [동] 버리다, 버려두다. * cô ấy bị chồng ruồng bỏ → 그는 남편에게 버림 받았다.
ruồng rẫy 루옹 러이	*abandon* [동] 버리다, 버려두다. * ruồng rẫy vợ con → 부인과 자식을 버리다.
ruộng 루옹	*field* [명] 논.
ruộng đất 루옹 덛	*cultivated land* [명] 경작지.
ruộng nương 루옹 느엉	*fields and gardens* [명] 산위의 농지, 경작지.
ruột 루옫	**1/** *entrails* [명] (해부) 창자. **2/** *inside, innertube* [명] 안쪽, 내부. * ruột bánh mì → 바게뜨빵의 살 부분.

ruột gan 루옫 간	1/ *bowel and liver* [명] 창자와 간. 2/ *heart, mind* [명] 마음
ruột rà 루옫 라	*blood relation* [명/형] 혈연의, 혈족. ✻ bà con ruột rà với nhau cả → 서로 혈연관계이다.
ruột thịt 루옫 팉	*by the same parents* [형] 같은 부모로부터 태어난. ✻ anh em ruột thịt → 친형제.
rút 룯	1/ *to draw, withdraw, pull out* [동] (은행에서) 돈을 찾다. ✻ rút tiền tiết kiệm ở ngân hàng → 은행에서 저금한 돈을 찾다. 2/ *to revoke* [동] 철회하다, 무효로 하다, 해약하다. ✻ rút giấy phép lái xe → 운전면허증이 취소되다. 3/ *to go down, to ebb* [동] (물이) (조수가)빠지다. ✻ nước đã rút → 물이 빠졌다.
rút gọn 룯 곤	*reduce* [동] 줄이다, 축소하다, 한정하다.
rút lui 룯 루이	*stand down, withdraw, retire* [동] 물러가다, 사퇴하다, 철회하다. ✻ rút lui ý kiến → 의견을 철회하다.
rút ngắn 룯 응안	1/ *to shorten, to make sth. shorter* [동] 짧게 하다, 치수를 줄이다. 2/ *shrink* [형] = co 오그라들기 쉬운, 수축할 수 있는. ✻ vải bị rút sao khi giặt → 세탁후에 천이 오그라들었다.
rụt	*pull back, jerk back* [동] 움츠리다,

룯	오그리다. ✽ con rùa rụt cổ → 거북이가 목을 움츠리다.
rụt rè 룯 래	*be shy* [형] 소심한, 부끄럼타는, 수줍어하는. ✽ rụt rè, không dám nói ra → 수줍어서 감히 말을 못하다.
rửa 르아	*wash, clean with water* [동] 씻다, 빨다,세탁하다. ✽ rửa tay sạch trước khi ăn cơm → 밥을 먹기전에 손을 깨끗이 씻다.
rửa chén (bát) 르아 쩬 (밭)	*to wash dishes, washing-up* [동] 설거지 하다.
rửa hận 르아 헌	*to wash out an insult* [동] = rửa nhục 모욕을 씻다. ✽ lấy máu rửa hận → 피로 모욕을 씻다.
rửa ráy 르아 라이	*to have a wash* [동] 씻다. ✽ rửa ráy sạch sẽ rồi đi ngủ → 자기전에 깨끗이 있었다.
rửa tội 르아 또이	*to baptize* [동] 세례를 베풀다, 죄를 씻다.
rữa 르아	*decompose, decay, over-ripe* [형] 썩은, 부패한, (술 따위가) 숙성한. ✽ thịt thối rữa → 썩은 고기.
rựa 르아	*large kitchen-knife, bush-hook* [명] 크고 두꺼운 칼, 큰 부엌칼.
rực 륵	*flaring up, brightly blazing* [형] 활활 타는, 밝게 타오르는. ✽ cờ đỏ rực → 타는듯한 붉은 깃발. ✽ lửa cháy rực trời → 불이 나서 하늘이 밝게 비치다.

rực rỡ 륵 러	*splendid* [형] 화려한, 멋진, 빛나는. ✳ vẻ đẹp rực rỡ → 화려한 외모.
rưng rưng 릉 릉	*have tear welling up* [동] 눈물이 그렁그렁하다.
rừng 릉	*forest, jungle* [명] 정글, 밀림.
rừng núi 릉 누이	*forest and mountain* [명] 산림. ✳ rừng núi hoang vu → 황무한 산림.
rừng rú 릉 루	*brushwood, forest, woods* [명] 숲, 산림.
rước 르억	*receive graciously, greet* [동/명] 맞이하다. ✳ rước dâu → 신부를 맞이하다.
rưới 르어이	*to sprinkle, to souse* [동] (액체, 분말 따위를) 뿌리다, 끼얹다. ✳ rưới thêm 1 chút nước mắm vào dĩa cá chiên → 생선 튀김에 늑맘(생선간장)을 조금 더 끼얹다.
rưỡi 르어이	*a half* [명] ½ 반, 절반. ✳ hai tháng rưỡi → 두달반.
rượi 르어이	*refreshingly, very* [형] 상쾌한, 가슴시원한. ✳ gió mát rượi → 매우 상쾌한 바람.
rườm rà 르엄 라	**1/** *bushy, out of order* [형] 무질서한. ✳ cây cối mọc rườm ra chắn cả lối đi → 나무를 무질서하게 심어 입구까지 막다. **2/** *wordy, verbose* [형] 말 많은, 장황한, 다변의.

✲ câu văn rườm rà → 장황한 문장.

rướn
르언
stretch, strain [동] 잡아당기다, 팽팽하게 하다. ✲ rướn người lên → 몸을 스트레칭 하다.

rương
르엉
trunk, box, chest, coffer [명] 트렁크, 박스, 상자.

rượu
르어우
wine, alcohol [명] 술, 와인.

rượu bia
르어우 비아
beer [명] 맥주.

rượu bổ
르어우 보
reinforced tonic wine [명] 약술, 약주.

rượu chè
르어우 재
alcoholism [명] 술.
✲ phung phí tiền bạc vào chuyện rượu chè, trai gái → 주색에 가사를 탕진하다.

rượu đế
르어우 데
rice alcohol [명] 정종, 사케.

rượu khai vị
르어우 카이비
aperitif [명] 아페리티프 (식욕 증진을 위해 마시는 술).

rượu lễ
르어우 레
mass wine [명] 성찬식용 술.

rượu ngọt
르어우 응온
liqueur [명] 리큐어 (달고 향기 있는 독한 술).

rượu nho
르어우 뇨
wine, vintage [명] 포도주.

rượu vang đỏ
르어우 방 도
red-wine [명] 붉은 포도주.

rứt
pull off, tear [동] 뿌리치다.

른

rứt ruột
른 루옫

✻ rứt áo ra đi → 뿌리치고 나가다. *have one's heart (soul) wrung* [동] 쥐어짠, 비튼. ✻ đau rứt ruột → 창자가 비틀리는 것처럼 아프다.

S - s

s	the 23th letter of the VN alphabet. 베트남어 알파벳 중 23번째 자.
sa 사	1/ drop, fall [자] 떨어지다, (비, 눈 등이) 내리다. ✻ bọn cướp đã bị sa vào vòng pháp luật → 강도 일당이 법의 울타리안으로 떨어지다. 2/ to prolapse [동] (의학) (기관 등이) 탈수하다, 빠져 쳐지다. ✻ sa tử cung → 자궁이 탈수하다.
sa cơ 사 꺼	meet the misfortune, go downhill [동] 불행을 만나다, 어려운 환경으로 들어서다.
sa đà 사 다	overindulge, become debauched [동] 너무 제멋대로 하다. ✻ ăn chơi sa đà → 제멋대로 놀다.
sa đọa 사 도아	to sink into vice [동] 방종한, 방탕한. ✻ lối sống sa đọa → 방탕한 삶으로 들어서다.
sa lầy 사 러이	to get bogged down in the mud [동] 진흙 수렁에 빠지다. ✻ chiếc xe tải bị sa lầy → 짐차가 진흙수렁에 빠지다.
sa lưới 사 르어이	to fall into the net [동] 그물에 걸리다. ✻ bọn cướp đã sa lưới pháp

luật → 강도 일당이 법의 그물에 걸려들었다.

sa mạc — *sandy desert, desert* [명] 사막.
사 막

sa mù — *fog, smother*
사 무 [명] = sương mù 안개, 농무

sa ngã — *be fallen, corrupt, debauched*
사 응아 [동] 유혹에 빠지다, 타락하다.

sa sút — *to fall down, to decline*
사 숟 [동] 몰락하다, 기울다.

sa thải — *to dismiss, discharge*
사 타이 [동] 해고하다, 사퇴시키다.
✻ bị sa thải kể từ hôm nay → 오늘부터 해고 당했다.

sa trường — *battlefield* [명] = chiến trường 전장,
사 쯔엉 싸움터.

sà — *swoop down* [동] 와락 덤벼들다, 내
사 리덮치다, 급강하하다. ✻ chim sà xuống cánh đồng → 새가 들판으로 급강하하다. ✻ đứa bé sà vào lòng mẹ → 아기가 엄마 품으로 와락 덤벼들다.

sà lan — *barge, lighter*
사 란 [명] 짐을 나르는 큰 배, 거룻배.

sà lúp — *river motor-boat* [명] 보트.
사 룹

sả — **1/***citronella* [명](식물) 시트로넬라,
사 ✻ dầu sả → 시트로넬라 기름.
2/ *cut into pieces* [동] 조각으로 자

	르다. ✱ sả thịt ra chia cho mọi người → 고기를 조각내어 모든 사람들에게 나눠주다.
sách 삿	*book* [명] 책.
sách lược 삿 르얼	*tactics* [명] 책략, 술책, 전법, 병법.
sách truyện 삿 쭈웬	*story-book* [명] 이야기책, 동화책.
sách vở 삿 버	*books, dogmatic* [명] 책의 총칭.
sạch 삿	*clean, clear, entirely, utterly* [형] 청결한, 깨끗한, 맑은.
sạch sẽ 삿 새	*very clean, neat, tidy* [형] 매우 깨끗한, 정돈된.
sai 사이	**1/** *false* [형] 옳지 않은, 그릇된. **2/** *fruitful, bear muchfruit* [형] 다산 (多産) 의, 풍작을 가져온. ✱ cây quýt sai quả → 귤 풍작. **3/** *give orders, command* [자] 명령을 내리다. 시키다.
sai bét 사이 뺃	*completely wrong, be mistaken* [형] 완전히 틀린.
sai biệt 사이 비엗	*difference, wrong, unlike* [형] 다른, 틀린.
sai chính tả 사이 찐 따	*misspell, misspelled* [동] (…의) 철자를 잘못하다.
sai hẹn 사이 핸	*to break an appointment* [동] 약속을 깨다.
sai khiến	*command, give order* [동] (남에게)

사이 키엔	명하다, 명령을 내리다 (시키다)
sai khớp 사이 컵	*out of joint, dislocation* [동] (의학) 탈구.
sai lầm 사이 럼	*error, mistaken, wrong, faulty* [형] 잘못된, 잘못 생각한.
sai phái 사이 파이	*send on some business / mission* [동] 사절로 보내다, 파견하다.
sai phạm 사이 팜	*derogation, make mistake* [동/명] 가치를 손상하다, (권위 등의) 저하, 오명(汚名).
sai sót 사이 솓	*error, mistake, shortcoming* [명] 오류, 잘못, 결점, 단점. ✶ có những sai sót đáng tiếc → 안타까운 오류들이 있다.
sai số 사이 소	*error, odd* [명] 오차. ✶ sai số cho phép → 허용오차.
sai trái 사이 짜이	*wrong, erroneous, incorrect* [명] 나쁨, 부정, 나쁜 짓, 악행. ✶ một hành động sai trái → 잘못된 행동.
sái 사이	**1/** *improper* [형] 적절하지 않은, 틀린, 그릇된. **2/** *suffer dislocation, be put out of joint* [형] 탈구된. ✶ ngáp sái quai hàm → 하품하다 턱이 탈구 되다.
sải 사이	*spread of arms* [명] 양팔을 뻗은 길이.
sãi 사이	*Budist monk, bonze*[명] (불교의) 중, 승려. ✶ con vua thì lại làm vua, con sãi ở chùa thì quét lá đa (속담) → 왕은 왕의 일을 하고 절의 중은

나뭇잎을 쓸다. (송충이는 솔잎을 먹어야지.)

sam / 삼
king-crab
[명] (동물) 투구게, 무당게.

sám hối / 삼 호이
to repent, to do penance [동] 후회하다, 뉘우치다, 참회하다.

sàm sỡ / 삼 서
be too familiar, take liberties [형] 스스럼없는, 멋대로의.

sạm / 삼
brown, suntanned [형] 햇볕에 그을린. ✽ khuôn mặt sạm nắng → 햇볕에 그을린 얼굴.

san hô / 산 호
coral [명] 산호.

san sát / 산 산
touch each other, close together [형] 서로 붙어있는, 서로 가까운.

san sẻ / 산 새
share [자] 나누다, 분배하다, 분담하다. ✽ san sẻ cho nhau từng miếng cơm manh áo → 밥과 옷을 서로 나누다.

sán / 산
intestinal flat worm [명] = giun 장에서 기생하는 기생충.

sàn / 산
floor [명] 마루.

sàn sàn / 산 산
be nearly equal, about the same size [형] 거의 같은, 동등한.

sản khoa / 산 코아
obstetrical, midwifery, tocology [명] 산과, 산과학(産科學)

sản lượng / 산 르엉
yield, output, production [명] 제품산출, 산출량.

sản phẩm / 산 펌
product, produce [명] 상품.

sản phụ 산 푸	*pregnant woman, mother-to-be* [명] 임산부.
sản sinh 산 신	*to generate, to produce, yield* [동] 발생시키다, 생성하다.
sản vật 산 벋	*yeild, produce* [명] 산물(産物), 수확물, 생산품.
sản xuất 산 쑤얻	*to make, produce, manufacture* [동] 생산하다, 제품화하다.
sạn 산	*grit* [명] 모래알.
sang 상	**1/** *wealthy and elegant, luxurious* [형] 부유한, 풍부한, 호사스러운. ✻ ăn mặc rất sang → 호사스럽게 입다. **2/** *cross, pass, transfer, on, into* [자] 교차하다, 옮기다, 이동하다. ✻ chuyển sang đề tài khác → 다른 주제로 옮기다
sang đoạt 상 도앋	*appropriate, rob* [동] = chiếm đoạt 훔치다, 빼앗다. ✻ sang đoạt tài sản → 재산을 빼앗다.
sang hèn 상 핸	*noble and vile* [형] 귀하고 천한.
sang năm 상 남	*next year* [명] = năm tới 오는 해
sang ngang 상 응앙	*to get married* [동] (여자의) 결혼하다.
sang sảng 상 상	*full-mouthed* [형] (목소리) 큰. ✻ ngâm thơ sang sảng → 크게 시를 읊다.

sang tên 상 뗀	*to transfer ownership* [동] 명의이전하다. ✶ sang tên nhà → 집의 명의를 이전하다.
sang trọng 상 쫌	*luxurious, swanky, noble, opulent* [형] (사람이) 부유한, (물건이) 호화로운.
sáng 상	1/ *bright, light* [형] 반짝이는, 빛나는. 2/ *morning* [명] 아침의. ✶ sáng thứ hai tôi sẽ trở lại → 월요일 아침에 나는 돌아갈 것이다.
sáng bạch 상 밧	*full daylight* [형] 날이 밝은. ✶ sáng bạch rồi mà chưa dậy! → 날이 밝았는데 아직도 안일어났니!
sáng chế 상 쩨	*to invent, device* [타] = phát minh 고안하다, 발명하다. ✶ ai sáng chế ra máy giặt? → 누가 세탁기를 발명했습니까?
sáng choang 상 쪼앙	*very bright* [형] 매우 밝은. ✶ đèn đuốc sáng choang → 매우 밝은 조명.
sáng dạ 상 야	*quick-witted* [형] = thông minh 머리 회전이 빠른, 기민한, 눈치 빠른, 재치 있는. ✶ thằng bé rất sáng dạ → 매우 기민한 아이.
sáng kiến 상 끼엔	*innovation, initiative* [명] 시작, 솔선, 선제 (先制), 선창(先唱).
sáng láng 상 랑	*quick-witted, intelligent* [형] 기민한, 지적인. ✶ mặt mũi sáng láng → 지적인 얼굴.

sáng lập 상 럽	*to found* [동] = thành lập 창립하다, 세우다, 시작하다.
sáng loáng 상 로앙	*glittering* [형] 번쩍이는, 화려한, 현란한.
sáng mai 상 마이	*tomorrow morning* [명] 내일 아침.
sáng mắt 상 맏	**1/** *have good eyeside* [형] 눈이 밝은, 시력이 좋은. **2/** *be enlightened* [형] 계몽된, 문명화된, 눈을 뜬. ✳ có thế mới sáng mắt ra! → 이래서 깨닫는 구나!
sáng ngời 상 응어이	*brightly light* [형] 밝은, 빛나는. ✳ mắt sáng ngời → 빛나는 얼굴.
sáng quắc 상 꾸악	*dazzlingly, shinning, flashing* [형] 빛나는, 눈부신. ✳ lưỡi gươm sáng quắc → 눈부시게 빛나는 칼날.
sáng rực 상 릉	*burning bright, blazing* [형] 불타는, 불타듯이 선명한. ✳ lửa cháy sáng rực một góc trời → 불꽃이 하늘 한구석을 환하게 하다.
sáng sủa 상 수아	**1/** *very light, bright, luminous* [형] 매우 밝은, 빛나는. ✳ căn phòng sáng sủa → 매우 밝은 방. **2/** *smart, intelligent* [향] 현명한, 영리한. ✳ mặt mũi sáng sủa → 영리한 얼굴.
sáng suốt 상 수올	*clear-sighted, lucid* [형] 명석한, 명쾌한. ✳ đầu óc sáng suốt → 명석한 두뇌.

sáng tác 상 딱	*create, compose* [자] (시, 작품, 문학의) 만들어내다, 창작하다. ✳ sáng tác thơ văn → 시를 창작하다.
sáng tạo 상 따오	*create, be creative* [동] 만들어내다, 창조하다. ✳ có óc sáng tạo → 창조적인 두뇌.
sáng tỏ 상 또	*clear, bright* [형] 명백한, 명료한. ✳ vấn đề đã sáng tỏ → 명료해진 문제.
sáng trưng 상 쯩	*dazzlingly bright* [형] 눈부시게 밝은. ✳ đèn đuốc sáng trưng → 눈부시게 밝은 조명.
sáng ý 상 이	*quick-witted* [형] 총명한, 기민한. ✳ thằng bé rất sáng ý, mới nghe qua đã làm được ngay → 아이가 매우 총명해서 바로 듣고 바로 하다.
sàng 상	*sieve, screen* [명/동] 체, 체로 치다, 체질하다, 체로 거르다. ✳ sàng gạo nấu cơm → 쌀을 체로 쳐서 밥을 짓다.
sàng lọc 상 롭	*to screen, to select* [자] 골라내다, 발췌하다.
sảng 상	*to be delirious, rave* [동] 종잡을 수 없는 말을 하다, 헛소리 하다. ✳ nói sảng → 헛소리 하다.
sảng khoái 상 코아이	*cheery, buoyant* [형] 기운찬, 명랑한, 쾌활한. ✳ tinh thần sảng khoái → 명랑한 정신.

sánh 산	**1/** *spill* [자] 엎질러지다. ✽ nước sánh ra ướt bàn → 물이 엎질러져 식탁을 적시다. **2/** *to be compared with* [동] = so sánh…을(…과)비교하다, 견주다.
sánh bước 산 브억	*to walk abreast, stroll, over take* [동] 나란히 걷다. ✽ sánh bước tiến lên → 나란히 진보하다.
sánh duyên 산 쥬엔 (유엔)	*be joined in marriage* [동] = sánh đôi 결혼하다.
sánh vai 산 바이	*walk abreast, be well-matched* [동] 나란히 걷다, 어깨를 나란히 하다.
sao 사오	**1/** *star* [명] (천문학) 별. **2/** *to copy, duplicated, photocopy* [자] 복사하다. ✽ sao ra làm 3 bản → 3부를 복사하다. **3/** *why* [부] = tại sao 왜, 어째서 ✽ sao anh đến trễ vậy? → 왜 늦었습니까? **4/** *to dry in a pan, to dehydrate* [동] …을 탈수(脫水)하다, …에서 수분을 없애다. ✽ sao thuốc bắc → 한약을 짜다.
sao bắc đẩu 사오 박 더우	*the great bear* [명] (천문학) 북두칠성, 큰곰자리.
sao băng 사오 방	*shooting star, falling star* [명] (천문학) = sao sa 유성.
sao chép 사오 쩹	*to copy, transcripe, reproduce* [동] 복사하다.
sao chổi 사오 쪼이	*comet* [명] (천문학) 혜성.

사오 쪼이

sao hỏa
사오 호아

Mars [명] (천문학) = hỏa tinh 화성.

sao hôm
사오 홈

evening star [명] (천문학) 저녁별, 해진 뒤 서쪽에서 보이는 행성, 금성, 보통 비너스.

sao kim
사오 낌

Venus [명] (천문학) = kim tinh 금성.

sao lãng
사오 랑

to neglect [동] 무관심하다.
✶ sao lãng nhiệm vụ → 임무에 무관심하다.

sao lục
사오 룹

copy from the original
[동] 원본을 복사하다.

sao mai
사오 마이

morning star
[명] (천문학) 샛별, 금성.

sao mộc
사오 몹

Jupiter
[명] (천문학) = mộc tinh 목성.

sao thổ
사오 토

Saturn
[명] (천문학) = thổ tinh 토성.

sao thủy
사오 투이

Mercury
[명] (천문학) = thủy tinh 수성.

sáo
사오

1/ *myna, mynah* [명] (새) (아시아산의) 찌르레기과에 속하는 몇 종의 새의 총칭.

2/ *short and small bamboo blinds*
[명] (악기) 대나무로 만든 악기.

3/ *stereotyped, trite* [형] (말, 표현, 생각 등이) 틀에 박힌, 흔해 빠진, 진부한.

✶ những lời nói sáo → 틀에 박힌

	말.
sáo rỗng 사오 롬	*trite and hollow* [형] (문장, 글) 화려하나 내용이 없는.
sào 사오	*pole, perch, rod* [명] 막대기.
sào huyệt 사오 후웻	*den* [명] 소굴. ✻ tấn công vào sào huyệt → 소굴을 공격하다.
sạo (xạo) 사오 (싸오)	*to tell tale, to lie (unreliable)* [형] 거짓말하다.
sáp 삽	*wax* [명] 밀랍(蜜蠟), 왁스.
sáp nhập 삽 넙	*to merge, integrate* [자] 합병하다, 통합하다.
sạp 삽	*sitting floor, stall, stand* [명] 매점, 상품 진열대. ✻ sạp báo → 신문 가판대.
sát 산	**1/** *very close* [형] 매우 가까운. ✻ ngồi sát bên nhau → 서로 착 붙어 앉다. **2/** *to murder, be fated to kill (husband or wife)* [동] = sát hại 죽이다, 살해하다, 학살하다. ✻ bà ấy có tướng sát phu → 그녀는 남편을 살해했다.
sát cánh 산 깐	*side by side* [자] 나란히 협력하다. ✻ chung vai sát cánh bên nhau → 서로 어깨를 나란히 하다.
sát hạch 산 핫	*to examine, to test* [동] 검사하다, 시험하다. ✻ sát hạch tay nghề → 기술을 시험하다.

sát hại 삳 하이	*to murder, assassinate, kill* [동] 죽이다, 살해하다, 암살하다.
sát khí 삳 키	*murderous air (look)* [형] 살기가 있는.
sát nách 삳 낟	*side by side, next door* [형] 나란히, 바로 곁의.
sát nhân 삳 년	*a murderer, an assassin* [명] 살인자, 모살자.
sát nút 삳 눋	*close, very near* [형] 아주 가까운, 바로 곁의. 근소의.
sát phạt 삳 팓	*be bent on winning at any costs* [동] 도박의 승부에 열중하다.
sát phu 삳 푸	*(be fated) to kill husband* [동] 남편을 살해하다.
sát sao 삳 사오	*closely* [부] = sít sao 밀접하게, 바짝. ✷ theo dõi sát sao → 바짝 붙어 따르다.
sát sạt 삳 삳	**1/** *very close* [형] 아주 가까운. **2/** *straight, directly* [부] 맞바로, 바로, 직접으로. ✷ nói sát sạt vào mặt → 면전에 대고 직접 이야기하다.
sát sinh 삳 신	*to slaughter, butcher* [동] 도살하다.
sát thủ 삳 투	*assassin, killer* [명] 암살자, 자객(刺客).
sát trùng 삳 쭘	*antiseptic* [형] 소독하는, 살균력 있는. ✷ thuốc sát trùng → 소독 약.
sát vách 삳 받	*next-door* [명] = láng giềng / hàng xóm 이웃.

sạt 삿	*to lose all, to blow off part of sth.* [동] 모두 잃다, 불어 날리다. ✴ mưa lũ phá sạt mất 1 mảng đê → 홍수가 제방을 날려 버렸다.
sạt nghiệp 삿 응히엡	*to go bankrupt, be ruined* [동] (사람, 회사 등을) 파산시키다, 몰락하다.
sau 사우	*behind, at the back, after* [부] 뒤에, 후에.
sau cùng 사우 꿈	*last, final, terminal, ultimate* [형] 끝의, 최후의, 마지막의.
sau đây 사우 더이	*hereafter, below, following* [부] 이제부터, 앞으로, 향후.
sau đó 사우 도	*than, after that, afterwards, later* [부] 그후에, 그리고나서.
sau khi 사우 키	*after* [부] 의 뒤에, …의 뒤를 이어서, …의 다음에. ✴ sau khi xem xét kỹ mới đồng ý → 세밀히 확인한 뒤에야 동의했다.
sau lưng 사우 릉	*behind somebody's back* [부] 등 뒤에. ✴ nói sau lưng (nói lén) → 등 뒤에서 말하다, 험담하다.
sau này 사우 나이	*afterwards, in the future* [부] 뒤에, 나중에, 이후, 그후.
sau rốt 사우 롣	*aftermost, hindmost* [부] = sau cùng 맨뒤에. 최후부의.
say 사이	*to get drunk, to drunk* [형] 술취한.
say đắm 사이 담	*to be deep in love with sb., amorous* [동/형] 사모하다, 홀딱 반

	한. * nụ hôn say đắm → 홀딱 반한 키스.
say khướt 사이 크얻	*dead drunk, blind drunk* [형] = say bí tỉ = say mèm 만취한.
say máy bay 사이 마이 바이	*airsick* [자/형] 비행기 멀미가 난.
say mê 사이 메	*to have a passion or sth/sb., ardently* [동/부] ~에 심취하다, 열정을 내다.
say nắng 사이 낭	*sunstroke, insolation, catch the sun* [명] 일사병.
say sóng 사이 솜	*seasick* [형] 뱃멀미의(하는).
say sưa 사이 스아	**1/** *drunk* [형] 술취한, 만취한. * nhậu nhẹt say sưa suốt ngày → 하루종일 흥청망청 취하다. **2/** *passionately* [부] 열렬히, 정열적으로. * say sưa làm quên cả ăn → 먹는 것도 잊어버리고 열정적으로 일하다.
sảy 사이	*prickly-head* [명] = rôm sảy 땀띠. * nổi sảy → 땀띠가 나다.
sắc 삭	**1/** *colour, complexion* [명] 색. * sắc mặt hồng hào → 홍조를 띤 얼굴. **2/** *extract* [동] 짜내다, 달여내다. * sắc thuốc bắc → 한약을 달여내다. **3/** *acute accent* [명] 여우 싹, (/), 베트남어 6성조 중의 하나.

	4/ *sharp* [형] (날이) 날카로운, 잘 드는. ✱ mài dao cho thật sắc → 칼을 날카롭게 갈다.
sắc bén 삭 밴	*sharp, keen* [형] 예민한, 민감한, 예리한. ✱ có cái nhìn sắc bén → 예리하게 응시하다.
sắc dục 삭 육	*concupiscence, lust* [명] 정욕, 색욕, 성욕. ✱ đam mê sắc dục → 색욕에 빠지다.
sắc đẹp 삭 댑	*beauty* [명] 미, 아름다움.
sắc lệnh 삭 렌	*decree* [명] 법령, 명령.
sắc luật 삭 루얻	*decree-law* [명] 법령, 포고.
sắc phong 삭 폼	*to confer a title on sb.* [동] ~에게 직위를 수여하다, 책봉하다.
sắc phục 삭 푹	*uniform* [명] 제복, 관복, 유니폼.
sắc sảo 삭 사오	*fine, keen* [형] 날카로운, 예리한.
sắc thái 삭 타이	*aspect, nuance* [명] 표정, 용모.
sắc tố 삭 또	*pigment* [명] 안료.
sắc tộc 삭 똡	*ethnic group* [명] 인종집단.
sặc 삭	*to choke* [타] 숨이 막히다, 질식하다. ✱ sặc vì khói thuốc lá → 담배연기 때문에 숨이 막히다.

sặc máu 삭 마우	*vomit blood* [동] 피를 토하다. ✻ bị đánh sặc máu mũi → 코피가 나게 맞다.
sặc mùi 삭 무이	*to reek of...* [동] ...의 악취를 풍기다. ✻ hơi thở sặc mùi rượu → 호흡에서 술냄새를 풍기다.
sặc sỡ 삭 서	*gaudy, motley* [형] 얼룩덜룩한, 잡색의. ✻ ăn mặc sặc sỡ → 얼룩덜룩한 옷을 입다.
sặc sụa 삭 수아	**1/** *reekingly, reeking of..* [형] 숨막히는, 질식하는. **2/** *reeking of, given out a strong smell* [형] 냄새가 나는, 악취를 풍기는. ✻ căn phòng sặc sụa mùi thuốc lá → 담배냄새가 풍기는 방.
săm 삼	*inner tube* [명] 타이어 안쪽의 튜브.
săm soi 삼 소이	*to take a good look at...* [동] 호기심으로 쳐다보다, 바라보다.
sắm 삼	*to buy, go shopping* [자] = mua sắm ...을 사다, 쇼핑하다.
sắm sửa 삼 스아	*to prepare, to make preparation* [자] 준비하다.
sắm vai 삼 바이	*to act, play the part of...* [자] ...역을 배역하다, 연기하다.
săn 산	**1/** *to hunt* [타] 사냥을 하다. ✻ đi săn → 사냥가다. ✻ săn mồi → 먹이를 사냥하다. **2/** *tightly* [형] = săn chắc 단단한, 탄탄한. ✻ da săn chắc → 탱탱한 피부.

săn bắn 산 반	*to hunt, go for a hunt* [동] 사냥을 하다.
săn bắt 산 받	*to hunt down* [자] (범인 등을) 쫓다. ✽ săn bắt cướp → 강도를 뒤쫓다.
săn đón 산 돈	*welcome solicitously*[동] 친절하게 맞이하다. ✽ săn đón khách hàng → 손님을 친절하게 맞이하다.
săn đuổi 산 두오이	*to chase* [동] 쫓다, 추적하다, 추격하다.
săn lùng 산 룸	*to hunt for sb. / sth.* [동] (범인 등을) 쫓다, 추적하다. ✽ săn lùng tung tích thủ phạm → 범죄자의 행방을 추적하다.
săn sóc 산 솝	*to look after, nurse, care* [동] 돌보다, 간호하다.
sắn 산	*cassava* [명] (식물) 카사바, 열대산, 대극과(大戟科) 식물.
sắn dây 산 야이	*kudzu* [명] 칡.
sẵn 산	*ready, at hand, in advance* [부] 준비가 된.
sẵn dịp 산 집(입)	*by the way, incidentally* [부] 그런데, 말이 난 김에.
sẵn lòng 산 롬	*with pleasure, be willing to* [동] 기쁘게 하다, 자진해서 하다, 기꺼이 하다. ✽ sẵn lòng giúp đỡ bạn → 자진해서 친구를 돕다.
sẵn sàng 산 상	*ready, in a position to* [형] 준비가 된. ✽ sẵn sàng lên đường → 떠날 준비가 되어있다.

săng 상	*coffin* [명] 관(棺), 널.
sắp 삽	**1/** *to pile, arrange, set* [자] ···을 배열하다, ···을 정돈하다 ✳ sắp theo thứ tự lớn nhỏ → 크고 작은 순서로 정돈하다. **2/** *going to do sth., near* [동/형] (가까운 미래)···할 예정이다. ✳ trời sắp mưa → 곧 비가 오겠다.
sắp đặt 삽 닫	*to arrange, to organize* [동] 배열하다, 정돈하다.
sắp hàng 삽 항	*to form a line, to line up* [동] 줄을 서다, 정렬하다.
sắp sửa 삽 스아	*to have sth ready, going to* [자] 준비되다, ···할 예정이다. ✳ sắp sửa xong → 끝날 예정이다.
sắp tới 삽 떠이	*forthcoming, next* [부] 다가오는.
sắp xếp 삽 쎕	*to dispose, arrange* [동] ···을 정돈하다, 배치하다.
sắt 삳	*iron* [명] 철(鐵).
sắt đá 삳 다	*stony (iron and stone)* [형] 철과 돌처럼 단단한. ✳ trái tim sắt đá → 돌처럼 단단한 마음. ✳ ý chí sắt đá → 단단한 의지.
sắt son 삳 손	*constant* [형] = son sắt 변함없는, 흔들림이 없는
sắt thép 삳 텝	**1/** *iron and steel* [명] 강철. **2/** *hard, rigid, decided* [형] 굳은, 단단한, 분명한.

	✱ ý chí sắt thép → 굳은 의지.
sâm 섬	*ginseng* [명] 인삼.
sâm banh 섬 반	*champagne* [명] 샴페인, 발포성 포도주.
sâm nhung 섬 눙	*ginseng and buidding antler, strong tonic* [명] 인삼과 녹용, 강장제.
sấm 섬	*thunder* [명] 우레, 천둥. ✱ tiếng sấm nổ rền vang → 천둥 소리가 울리다.
sấm sét 섬 샌	*thunder, thunderbolt, thunderlike* [명] 우레를 수반하는 번개, 뇌전(雷電), 낙뢰, 벼락.
sầm uất 섬 우얻	*dense and bustling* [형] 번화한. ✱ thành phố sầm uất → 번화한 도시.
sẩm 섬	*dusk* [형] 어스레한, 어둑어둑한. ✱ trời vừa sẩm tối, mọi nhà đã lên đèn → 하늘이 어둑어둑해 지자 모든 집들이 불을 켰다.
sẫm 섬	*dark* [형] (색이) 검은, 거무스름한, 짙은. ✱ màu hơi sẫm → 짙은 색.
sậm 섬	*dark* [형] = sẫm (색이) 검은, 거무스름한, 짙은. ✱ màu xanh sậm → 짙은 파랑색, 군청색.
sân 선	*courtyard, ground* [명] 마당.
sân banh	*football-ground* [명] = sân cỏ 축구

선 반 장.

sân bay
선 바이
airfield, airport [명] 비행장, 공항.

sân chơi
선 쩌이
playground, playing-field [명] 운동장.

sân khấu
선 커우
stage [명] 무대.

sân thượng
선 트엉
terrace [명] 테라스, 베란다.

sân trường
선 쯔엉
school-yard [명] 교정, 학교 운동장.

sân vận động
선 번 돔
stadium
[명] 경기장, 야구장, 스타디움.

sấn
선
to rush at, rush headlong at [동] 돌격하다, 돌진하다. ✻ sấn vào can thiệp → 달려들어 간섭하다.

sấn sả
선 사
to rush violently at.. [동] 맹렬하게 돌진하다.

sần
선
lumpy [형] 거친, 우툴두툴한.

sần sùi
선 수이
lumpy, full of pustule
[형] 거친, 우툴두툴한.

sấp
섭
prone, reverse [형] 엎드린.
✻ nằm sấp trên giường → 침대위에 엎드리다.

sập
섭
collapse [동] 무너지다, 붕괴하다.
✻ cầu bị sập → 다리가 붕괴하다.

sâu
서우
1/ *deep* [형] 깊은.
✻ rễ cây ăn sâu trong lòng đất → 나무 뿌리가 땅속 깊이 뻗다.

	2/ *insect* [명] = sâu bọ 곤충, 벌레.
sâu bệnh 서우 벤	*pest, insect* [명] 곤충, 해충. ✻ phòng trừ sâu bệnh cho lúa → 벼의 해충을 박멸하다.
sâu đậm 서우 덤	*deep felt, profound* [형] 깊은, 심오한. ✻ tình cảm sâu đậm → 심오한 감정.
sâu độc 서우 돕	*fiendish, wicked* [형] 악마 같은, 사악한. ✻ lời nói sâu độc → 악한 말.
sâu kín 서우 낀	*deep and secrect* [형] 은밀한. ✻ tình cảm sâu kín → 은밀한 감정.
sâu lắng 서우 랑	*profound, deeplying* [형] 깊히 쌓인. ✻ nỗi buồn sâu lắng → 깊이 쌓인 슬픔.
sâu mọt 서우 몯	*parasite* [명] 해충. 악덕지주.
sâu răng 서우 랑	*tooth decay, dental caries* [명] 충치. ✻ bị sâu răng → 충치가 생기다.
sâu róm 서우 롬	*caterpillar* [명] 쐐기벌레.
sâu rộng 서우 롬	*wide and deep* [형] 학식이 깊은, 해박한. ✻ hiểu biết sâu rộng → 해박한 지식.
sâu sát 서우 산	*having a deep understanding* [형] 조예가 깊은, 빠삭한.
sâu sắc 서우 싹	*profound, deep* [형] 뜻깊은.

서우 삭	✷ kỷ niệm sâu sắc, khó quên → 잊지 못하는 뜻깊은 추억.
sâu thẳm 서우 탐	*very deep* [형] 매우 깊은.
sâu xa 서우 싸	*profound, deep* [형] 깊고 오묘한, 심원한. ✷ nguyên nhân sâu xa → 깊고 오묘한 원인.
sấu 서우	*crocodile, alligator* [명] = cá sấu (동물) 악어.
sầu 서우	*sad, melancholy* [형] 우울한, 침울한.
sầu muộn 서우 무온	*moping* [동] 우울해하다, 의기 소침하다.
sầu não 서우 나오	*deeply sad* [형] (표정 등이) 슬픈, 우울한, 침울한. ✷ vẻ mặt sầu não → 표정이 우울해 보이다.
sầu riêng 서우 리엥	*durian* [명] (과실) 두리안.
sầu thảm 서우 탐	*mournful, doleful* [형] 슬픔에 잠긴, 서글픈.
sây sát 서이 산	*abraded, scratched* [형] (사람, 몸의 일부, 물건 등을) 긁다, 할퀴다, 생채기를 내다.
sấy 서이	*to dry, to desiccate* [자] 말리다, 건조시키다.
sấy tóc 서이 똡	*to dry one's hair* [동] 머리카락을 건조시키다.

sẩy
서이
to lose [동] 손해보다, (도둑 등을) 놓치다, 못 잡고 말다.

sẩy chân
서이 쩐
take false step [동] 발을 헛디디다.
✳ sẩy chân té xuống sông → 발을 헛디뎌 강물로 빠지다.

sẩy tay
서이 따이
drop by inattention [동] 손을 헛짚다, 실수하다. ✳ sẩy tay làm bể cái ly → 실수해서 컵을 깨다.

sẩy thai
서이 타이
miscarry [동] (아기를) 유산하다.

sậy
서이
reed [명] (식물) 갈대.

sẻ
새
1/ *sparrow* [명] (새) 참새.
2/ *to divide, to share* [동] = san sẻ, chia sẻ …을 나누다, 가르다.
✳ vầng trăng ai sẻ làm đôi,
nửa in gối chiếc, nửa soi dặm trường (싯구ND) → 누군가가 둘로 쪼개놓은 달, 반은 베게 한짝 새겨놓고, 반은 긴 여정이 비춰지네.

sẽ
새
will, shall, be going to [부] 단순미래를 나타냄, …할 것이다. ✳ tháng sau tôi sẽ đi Hàn Quốc → 다음달에 나는 한국에 갈 것 입니다.

séc
색
cheque, check [명] 수표.

sen
샌
lotus [명] (꽃) 연꽃.

sẹo
새오
scar [명] = theo 자국, 흉터.

sét 샏	**1/** *bolt, thunderbolt* [명] 낙뢰, 벼락, 번개. ✳ bị sét đánh → 벼락을 맞다. **2/** *rust* [형] 녹이 슨. ✳ cây đinh sét → 녹슨 못.
sên 센	**1/** *slug* [명] 민달팽이, 굼뜬 동물. **2/** *chain* [명] (차, 기계) 체인, 쇠사슬.
sền sệt 센 셴	*a little thick* [형] 조금 진한, 조금 걸쭉한.
sênh 센	*castanets* [명] (악기) 캐스터네츠. 센, 베트남 전통 악기.
sểnh 센	*unwatchful* [자] 무관심하다, 소홀히 하다. ✳ con hổ bị sểnh mồi→호랑이 먹이를 소홀히 하다.
sếp 셉	*boss* [명] 우두머리, 장.
sếu 세우	*crane* [명] (새) 두루미.
si 시	**1/** *be crazy about sb., madly in love* [동] = si mê ...에게 미치다, ...에게 얼빠지다. **2/** *hackberry* [명] (나무) 팽나무의 일종.
si tình 시 띤	*be madly in love with someone* [동] ...와 열광적으로 사랑하다.
sỉ 시	*wholesale* [형] 도매의.
sỉ nhục 시 늉	*dishourable, ignoble, dishonour* [형/자] 비열한, 야비한, 모욕하다.

sĩ 시	*feudal scholar* [명] 학생. ✻ sĩ, nông, công, thương → 생(生), 농(農), 공(工), 상(商).
sĩ diện 시 지엔(이엔)	*face* [명] 면목, 체면.
sĩ khí 시 키	*soldier's fighting spirit, scholar's sense of honour* [명] 사기.
sĩ quan 시 꾸안	*officer (military)* [명] (군사) 장교, 사관.
sĩ số 시 소	*membership, member of students* [명] 한 학교/한 학급의 학생수.
sĩ tử 시 뜨	*candidate* [명] 입후보자.
siêng năng 시엥 낭	*diligent, assiduous* [형] (일 등이) 근면한, 부지런한.
siết 시엗	*to cur off, tighten* [동] 단단히 하다. ✻ siết đinh ốc → 나사를 단단히 조이다.
siêu 시에우	**1/** *pot* [명] 한약을 다리는 주전자. **2/** *extra-, super-* [형] 대단한, 매우, 초~.
siêu âm 시에우 엄	*ultrasonic, ultrasound, scan* [명] 초음파.
siêu cường 시에우 끄엉	*superpower, great power* [형] 막강한.
siêu nhân 시에우 니안	*super-man* [명] 초인, 슈퍼맨.
siêu phàm 시에우 팜	*superordinary* [형] 지극히 평범한.
siêu thanh	*supersonic* [형] 초음속의.

시에우 탄	✶ máy bay siêu thanh → 초음속 비행기.
siêu thị 시에우 티	*supermarket* [명] 슈퍼마켓.
siêu thoát 시에우 토앋	*salvation* [형] 구원한. ✶ cầu cho linh hồn ông ấy được siêu thoát → 그의 영혼이 구원되길 기도하다.
siêu việt 시에우 비엗	*transcendent* [형] 탁월한, 초월한. ✶ một con người siêu việt → 탁월한 사람.
sim 심	*tomentose rose myrtle* [명] (꽃) 보라색 은매화. ✶ màu tím hoa sim → 은매화의 보라색.
sinh 신	*to bear, to give birth* [동] 낳다, 출산하다.
sinh động 신 돔	*lively, livid* [형] 생동(生動)하는, 활동적인.
sinh hoạt 신 호앋	*activities, life* [명] 생활, 활동.
sinh học 신 홉	*biology* [명] 생학, 생물학, 생태학.
sinh kế 신 께	*livelihood, mean of support* [명] 생계(生計).
sinh khí 신 키	*vital force, vatality* [명] 생기 (生氣).
sinh lợi 신 러이	*profitable, lucrative* [형] 이익이 되는, 돈벌이가 되는.
sinh lực 신 륵	*vital force, vitality* [명] 생명력.

sinh lý 신 리	*physiology* [명] 생리(生理), 생리학.
sinh mạng 신 망	*life* [명] = sinh mệnh 생명.
sinh nhai 신 나이	*mean of support, daily bread* [명] 생계(生計).
sinh nhật 신 냗	*birthday* [명] 탄생(탄신)일, 생일.
sinh non 신 논	*to be born prematurely* [동] 조산하다.
sinh nở 신 너	*to bear, to have baby* [명] 출산하다.
sinh quán 신 꾸안	*birth place* [명] 출생지.
sinh sôi 신 소이	*to grow, multiply* [자] 늘리다, 증가시키다, 배가하다.
sinh sống 신 솜	*to earn one's living, to settle, live* [동] 벌다, 생계를 꾸리다.
sinh sự 신 스	*to pick a quarrel with sb* [동] 시비를 걸다, 싸움을 걸다.
sinh thời 신 터이	*when sb. still alive* [부] = sinh tiền 생시(生時), 생전(生前), 살아 있을 때.
sinh tồn 신 똔	*exist* [자] 생존하다, 존재하다, 실존하다. ✳ cạnh tranh để sinh tồn → 생존경쟁하다.
sinh trưởng 신 쯔엉	*be born and grow* [동] 성장하다.
sinh tử 신 뜨	*life-and-dead, vital* [명] 생사 (生死), 삶과 죽음.

✶ sinh tử là lẽ thường → 삶과 죽음은 당연한 것이다.

sinh vật 신 벋
creature, living being, organism [명] 생물.
✶ sinh vật học → 생물학

sinh viên 신 비엔
student [명] 대학생.

sính 신
be very fond of, to like very much [동] 아주 좋아하다.
✶ sính hàng ngoại → 외제품을 아주 좋아하다.

sính lễ 신 레
wedding presents [명] 결혼 예물.
✶ đưa sính lễ sang nhà gái để cưới vợ cho con → 신부로 맞기 위해 예물을 신부집에 보내다.

sít 싣
move aside [동] = nhích 옆으로 움직이다.
✶ sít qua bên phải một chút → 오른쪽으로 조금 움직이다.

sít sao 싣 사오
narrow, very close [형] 딱 붙어있는, 빡빡한, 틈이 없는.
✶ thời gian làm việc quá sít sao → 업무시간이 너무 빡빡하다.

sịt mũi 싣 무이
to sniffle through nose [동] 코를 훌쩍거리다.

so 소
1/ *to compare*
[동] …을 (…과) 비교하다, 견주다
✶ so với bạn thì nó cao hơn → 친구와 비교하여 그가 더 키가 크다.
2/ *first-born* [형] (장남, 장녀). 최초의 결과.

	✽ con so → 장자. ✽ trứng gà so → 처음 난 달걀.
so bì 소 비	*compare enviously* [동] 득과 실을 비교하다.
so đo 소 도	*compare advantage* [동] 자세히 손익을 따져보다. ✽ không so đo tính toán → 손익을 따지지 않다.
so le 소 래	*unequal* [형] 동등하지 않은, 같지 않은.
so sánh 소 산	*to compare* [동] …을 (…과) 비교하다, 견주다.
sò 소	*arca, shell* [명] 조개.
sò huyết 소 휘엩	*oyster, arca granosa* [명] 굴, 조개.
sọ 소	*cranium, skull* [명] 두개골.
sọ dừa 소 즈아(이으아)	*coconut shell* [명] 코코넛 열매.
soạn 소안	*to compose, to write* [동] 만들다, 작문하다, 작곡하다.
soạn giả 소안 지아(야)	*author, playwright* [명] 작자, 극작가, 각본가.
soạn thảo 소안 타오	*to draft, to draw up, to edit* [자] …을 기초하다, 밑그림을 그리다, 편집하다.
soát 소앝	*to check* [자] 조사하다, 체크하다.
sóc	*squirrel* [명] (동물) 다람쥐.

속

soi — *to flash, luminate*
소이 [동] = rọi 번쩍이다, 빛나다.
※ ánh trăng soi sáng cả khu vườn → 달빛이 온 정원을 비추다.

soi bóng — *to reflect* [동] 반사하다, 비치다.
소이 봉 ※ hàng cây soi bóng trên mặt hồ → 호수 면에 나무들이 비치다.

soi gương — *to look at oneself in a mirror*
소이 그엉 [동] 거울에 비추다.

soi mói — *inquisitive, prying* [형] 호기심이 많은, 캐묻기 좋아하는.
소이 모이

soi sáng — *awaken, enlighten* [동] 깨우다, 눈 뜨게 하다, 자각시키다.
소이 상

soi xét — *to examine, to consider*
소이 쎌 [자] 숙고하다, 고찰하다,

sói — *wolf* [명] (동물) 이리, 늑대.
소이

sỏi — *gravel, pebble* [명] 자갈, 조약돌.
소이

sõi — *fluent* [형] (말, 문체가) 유창한, 거침없는. ※ ông ấy nói tiếng Việt rất sõi → 그는 베트남어를 매우 유창하게 한다.
소이

sọm — *decrepit* [형] (늙어서) 약해진, 노쇠한, 늙어빠진.
솜 ※ trông già sọm → 늙어 보이다.

son — **1/** *lipstick* [명] 입술 연지, 립스틱.
손 **2/** *young and childless* [형] 젊고 아

이가 없는. ✳ vợ chồng son → 아이가 없는 젊은 부부.

son sắt
손 삳
unshakably loyal, faithful
[형] 충실한, 성실한.

son trẻ
손 째
young and vigorous
[형] 젊고 혈기 왕성한.

song ca
쏨 까
to sing a duet
[동] 듀엣으로 노래를 부르다.

song cửa
쏨 끄아
(window) railing [명] (창문의) 난간.

song hỉ (hỷ)
쏨 히
dual happiness, double-joy
[명] 두배로 기쁜, 두배로 행복한.

song sắt
쏨 삳
iron bar [명] 쇠창살.

song sinh
쏨 신
twinborn, twin [명] 쌍둥이 (쌍생아).

song song
쏨 쏨
parallel [형] 평행의.

sóng
쏨
wave [명] 물결, 파도.

sóng cả
쏨 까
big waves [명] 큰 파도.

sóng gió
쏨 지오
1/ *wind and waves*
[명] 바람과 파도, 풍파.
2/ *ups and down, troubles*
[형] 역경의, 고난의.
✳ cuộc đời nhiều sóng gió → 풍파가 많은 인생.

sóng sánh
쏨 산
shake [동] (물표면이) 흔들리다.

sóng sượt 솜 스얻	*flat, at full length* [동] 팔다리를 쭉 펴고, 큰 대자로. ✻ bị vấp ngã sóng sượt → 큰 대자로 넘어졌다.
sóng thần 솜 턴	*tsunami* [명] 해일(海溢), 지진 해일.
sòng bạc (bài) 솜 박 (바이)	*gambling-house, casino* [명] = sóng bài 카지노, 도박장.
sòng phẳng 솜 팡	*fair, straightforward and impartial* [부] 공정하게, 공명 정대하게. ✻ ăn chia sòng phẳng → 공정하게 나누다.
soong 송	*saucepan* [명] 스튜냄비, 소스냄비.
sót 솓	*to remain, miss out, omit* [자] 남다, 여전히 있다. ✻ còn sót lại mấy đồng trong túi → 주머니에 몇 푼 남아있다.
sọt 솓	*lattice basket* [명] 대나무 바구니. ✻ gánh hai sọt cam ra chợ bán → 오렌지 두 바구니를 어깨에 짊어지고 시장에 내다 팔다.
sọt rác 솓 락	*trash can, wastebasket* [명] 쓰레기통, 휴지통.
sô 소	**1/** *bucket* [명] = xô 버킷, 물통, 들통. ✻ hứng đầy 1 sô nước → 물통이 가득차다. **2/** *performance, show* [명] 연주, 상연, 흥행, 공연. ✻ chạy sô → 순회 공연하다.

	3/ *coarse gauze* [명] 베옷, 상복. ✱ mặc áo sô → 상복을 입다.
sô-cô-la 소-꼬-라	*chocolate* [명] 초콜릿.
sô diễn 소 지엔	*performance, show* [명] 연주, 상연, 흥행, 공연.
số 소	**1/** *number* [명] 수, 숫자. **2/** *destiny, fate* [명] = số mệnh (사람의) 운, 운명, 운수, 팔자, 숙명.
số chẵn 소 잔	*even number* [명] 짝수.
số kiếp 소 끼엡	*destiny, fate, lot* [명] = số mệnh 운, 운명, 운수.
số lẻ 소 래	*odd number* [명] 홀수.
số lượng 소 르엉	*anount, quantity, th number of* [명] 수량, 분량.
số phận 소 펀	*lot number, destiny* [명] = số mệnh 운, 운명, 운수, 팔자, 숙명.
sồ 소	*bulky* [형] 큰, 부피가 큰.
sồ sề 소 세	*full-bodied and slovenly* [형] 살찐, 뚱뚱한. ✱ mới có hai con mà đã sồ sề rồi → 뚱뚱한 두 자녀가 있다.
sổ 소	**1/** *untie, break away from* [동] 풀다, 끄르다. ✱ sổ tóc ra búi lại →머리를 풀렀다가 다시 묶다. **2/** *register, record, book* [명] = sổ

	sách 목록, 기록, 등록.
sổ đen 소 댄	*black list* [명] 검은 장부, 블랙 리스트.
sổ mũi 소 무이	*have a running nose* [동] 콧물이 니다.
sổ sách 소 삿	*records, books* [명] 목록, 기록, 등록, 장부.
sổ tay 소 따이	*notebook* [명] 노트, 공책, 수첩.
sổ vàng 소 방	*golden book* [명]
sỗ sàng 소 상	*impertinent, rude* [형] 버릇없는, 무례한, 건방진. ✳ ăn nói sỗ sàng → 건방지게 말하다.
sốc 숍	*shock* [자] (의학) 쇼크를 받다.
sôi 소이	*to boil, boiled* [동/형] 끓이다, 끓인, 데친. ✳ uống nước đun sôi → 물을 끓여 마시다.
sôi động 소이 돔	*eventful* [형] 사건이 많은, 다사 (多事)한, 파란 만장한.
sôi nổi 소이 노이	*ebullient, effervescent* [형]씩씩한, 쾌활한, 명랑한, 활기찬, 기운이 넘치는, 원기왕성한. ✳ tuổi trẻ sôi nổi → 원기왕성한 나이.
sôi sục 소이 숩	*seethe, boil* [형] (감정이) 끓어오르다, 북받치다.

✷ lòng căm thù sôi sục → 원한으로 북받치는 마음.

sông river [명] 강.
솜

sông cái river (discharging into the sea)
솜 까이 [명] 바다로 흘러 들어가는 강.

sông con tributary, little stream [명] 지류.
솜 꼰

sông đào canal, channel [명] 용수로.
솜 다오

sông ngòi river and stream
솜 응오이 [명] 강, 하천의 총칭.

sông núi river and mountain, land, country
솜 누이 [명] 강산, 나라.

sông nước waterways [명] 수로, 항로, 운하.
솜 느억

sống 1/ raw, uncooked
솜 [형] 요리되지 않은, 날것의.
✷ cơm còn sống → 설은 밥.
2/ live, be alive
[동] 살다, 살아 있다, 살려두다.

sống chết alive or dead [형] 삶과 죽음, 생사.
솜 쩰 ✷ sống chết gì cũng ở bên nhau → 삶과 죽음은 공존한다.

sống còn vital, survival [명] 생존, 잔존, 존속.
솜 꼰

sống dao back of knife blade [명] 칼등.
솜 야오

sống lưng spine, back bone [명] 척주, 등뼈.
솜 릉

sống mũi 솜 무이	*bridge of the nose* [명] 콧등.
sống sót 솜 솓	*survive* [형] 살아남은, 생존한. ✷ sống sót sau trận đánh → 전투에서 살아남다.
sổng 솜	*escape, break loose* [자] (구속에서) 도망치다, 탈출하다, 탈주하다, 자유로워지다. ✷ cọp sổng chuồng → 호랑이가 우리에서 탈출하다.
sốt 솓	*fever, high temperature* [형] 고온의, 열이 나는.
sốt rét 솓 랟	*malaria* [명] (의학) 말라리아.
sốt ruột 솓 루옫	*impatient* [동] 참을 수 없는, 견디지 못하는, 성급한. ✷ sốt ruột chờ tin vui → 기쁜 소식을 조급하게 기다리다.
sốt sắng 솓 상	*whole-hearted, zealous* [형] 열심인, 열렬한, 열광적인 ✷ sốt sắng giúp đỡ bạn bè → 친구를 돕기에 열심이다.
sột soạt 솓 소앋	*rustle* [형] (소리) 가볍게 움직이는 소리. 와삭, 바스락. ✷ tiếng lá khô sột soạt → 바스락하는 마른 잎 소리.
sơ 서	*cursory* [형] 엉성한, 대강, 대충. ✷ nói sơ qua → 건성으로 말하다.
sơ bộ	*preliminary* [형] 예비의, 서두의, 시

서 보	초의. ✷ trao đổi sơ bộ tình hình → 예비 교섭.
sơ cấp 서 껍	*primary* [명] 초급.
sơ cứu 서 끄어우	*first aid* [명] 응급 치료, 구급 요법.
sơ đẳng 서 당	*basic, primary, elementary* [형] 기초의, 초보의. ✷ kiến thức sơ đẳng → 기초적인 견해.
sơ đồ 서 도	*outline, diagram* [명] 약도.
sơ hở 서 허	*expose one's weak spot, be off one's guard* [동] 경계를 풀다, 약점을 드러내다.
sơ khai 서 카이	*beginning* [명] 처음 시기, 초기.
sơ khảo 서 카오	*primary examination* [형] 예비 시험.
sơ kết 서 껟	*sum up partially* [명] 요약, 개요, 개략.
sơ lược 서 르엇	*cursory, summary* [형] 요약한, 개략의.
sơ sài 서 사이	*cursory, simple, careless* [형] 겉핥기의, 엉성한, 간단한.
sơ sẩy 서 서이	*make a mistake* [형] 실수의.
sơ sinh 서 신	*newly born* [형] 갓 태어난, 신생의. ✷ quần áo cho trẻ sơ sinh → 신생아용 옷.

sơ sơ
서 서
some what, cursory
[형] 대강의, 대충의.

sơ suất
서 수얻
negligent, careless
[형] 소홀한, 태만한, 무관심한.

sơ tán
서 딴
to evacuate [동] = di tản 피난 시키다.

sơ thẩm
서 텀
first instance, hear and try first case [명] 초심, 제1심.
✻ đưa ra tòa sơ thẩm → 제1심 법원에 제출하다.

sơ tuyển
서 뚜웬
short-list [명] 선발 후보자 명단.
✻ đã qua được vòng sơ tuyển → 선발 후보자 명단에 올랐다.

sơ ý
서 이
uncareful, negligent
[형] 소홀한, 무관심한, 부주의한.

sơ yếu lý lịch
서 이에우 리 릿
CV, curriculum vitae, resume
[명] 이력(서).

sớ
서
petition to sb.
[명] 진술(서), 소장, 소송, 소원.
✻ sớ táo quân → 부엌신에게 비는 소원장.
✻ đốt sớ → 소원장을 태우다.

sờ
서
to touch [자] = rờ, mó …에 닿다, 손 대다, 만지다, 대보다.
✻ đã lâu không sờ đến sách vở → 책을 안만진지 오래되었다.

sờ soạng
서 소앙
touch up, grope for [타] 더듬어 찾다.

sờ sờ
서서
obvious, conspicious [형] 분명한, 명백한. ✻ cuốn sách để sờ sờ

	trước mắt mà tìm không thấy! → 책을 분명히 눈앞에다 두었는데 찾을 수가 없다!
sở 서	*department, office, service* [명] 사무소, 영업소.
sở dĩ 서 지	*if…, it is because* [부] …때문에. ✻ sở dĩ tôi không đi là vì tôi hết tiền rồi → 내가 가지 않는 것은 돈을 다 써버렸기 때문이다.
sở nguyện 서 응우웬	*one's wish* [명] 소원, 바램.
sở phí 서 비	*expense* [명] 소비, 지출.
sở thích 서 팃	*taste* [명] 취미, 기호. ✻ sở thích cá nhân (*hobby*) → 개인적 기호.
sở thú 서 투	*zoo* [명] 동물원.
sợ 서	*to fear, be afraid* [동] 두려워하다, 무서워하다.
sợ hãi 서 하이	*be overcome by fear* [동] 무섭고 두려운.
sợ sệt 서 셋	*be shy, timid, timorous* [형] 겁많은, 소심한.
sởi 서이	*measles* [명] (의학) 홍역, (일반적으로) 발진성 질병의 총칭.
sợi 서이	*fibre, thread* [명] 섬유, 실. ✻ sợi dây → 줄. ✻ sợi chỉ → 실.
sớm	*soon, early, premature* [

섬

sớm chiều
섬 찌에우

all day long [명] = sớm tối 하루종일.

sớm khuya
섬 쿠야

day and night [명] 낮과 밤. ✷ sớm khuya học tập → 밤낮 공부하다.

sớm mai
섬 마이

1/ *early morning* [명] 이른 아침.
2/ *to morrow morning* [명] 내일 아침.

sớm muộn
섬 무온

sooner or later [동] 빠르거나 늦은.

sơn
선

paint, to pain [명/자] 물감, 안료, 페인트, 페인트를 칠하다.

sơn cước
선 끄억

mountains region [명] 산간지방.

sơn dầu
섬 야우

oilpaint [명] 유화 물감, 유성 페인트. ✷ tranh sơn dầu → 유화.

sơn dương
선 즈엉(이으엉)

chamois [명] (동물) 샤무아, 산양.

sơn hà
선 하

mountain and river, land, country [명] 산과 강, 산하, 나라.

sơn lâm
선 럼

mountain and forest, greenwood [명] 산림.
✷ chúa sơn lâm → 밀림의 왕.

sơn mài
선 마이

lacquer
[명] 래커(도료), 칠기 (漆器).

sơn thần
선 턴

mountain god [명] 산신, 산신령.

sơn thủy
선 투이

landscape, natural scenery [명] 산과물, 산수(山水), 풍경.

sờn

torn, threadbare [형] 닳아 헤진.

선 | ✳ cuốn sách đã sờn gáy → 닳아 헤진 책.

sờn lòng
선 롬
to lose one's heart [동] 자신을 잃다. ✳ gian khổ vẫn không sớn lòng → 궁핍하지만 자신을 잃지 않다.

sởn gai ốc
선 가이 옵
to make one's flesh creep [동] 소름끼치게 하다, 소름 끼치다.

sởn tóc gáy
선 똡 가이
to make sb hair stand on end [동] 머리털이 곤두서게 하다, 무섭게 하다.

su hào
수 하오
kohlrabi [명] (식물) 콜라비 (양배추의 변종).

su lơ
수 러
cauliflower [명] = bông cải (식물) 콜리플라워, 꽃양배추.

su su
수 수
chayote [명] (식물) 오이과의 덩굴식물, 그 열매.

sủa
수아
to yap, bark [동] (개) 짖다.
✳ tiếng chó sủa rộ lên từ xa → 동시에 개 짖는 소리가 멀리서 부터 나다.

suất
수얻
portion, ration [명] (음식의)1인분.
✳ ăn hết hai suất cơm → 2인분을 다 먹다.

súc
숩
rinse [동] 헹구다, 부시다, 가시다
✳ súc miệng → 입을 헹구다.

súc sinh
숩 신
domestic animal [명] 짐승.
✳ đồ súc sinh! → 짐승 같은 놈!

súc tích
숩 띳
concise, terse [형] (말, 문체가) 간결한, 간단한. ✳ câu văn súc tích → 간결한 문장.

súc vật 숩 벋	*domestic animal* [명] 가축.
sục sạo 숩 사오	*to search, scour* [자] 탐색하다, 찾다, 찾아돌아다니다. ✻ quân địch sục sạo khắp làng → 적군이 온 숲을 탐색하다.
sui 수이	*unlucky* [형] = rủi ro 불운한, 불행한, 재수 없는.
sui gia 수이 야	*union between families by marriage* [명] = thông gia 결혼에 의한 인척 관계.
sùi 수이	*to swell with pustules* [동] 게거품을 먹다. ✻ sùi bọt mép → 게거품을 물다.
sùi bọt 수이 볻	*froth, foam* [자] 거품이 일다. ✻ ly bia sùi bọt tràn ra bàn → 맥주 잔의 거품이 일어 테이블로 넘치다.
sùi sụt 수이 숟	*melting in tear, long lasting* [형] = sụt sùi 오래 지속되는. ✻ cô ấy cứ sùi sụt khóc mãi → 그녀는 계속해서 울었다.
sủi 수이	*bubble, froth, boil over* [동] 거품이 일다, 끓다, 비등하다. ✻ nước bắt đầu sủi bọt (sôi) → 물이 끓기 시작하다.
sum họp 숨 홉	*to get together* [동] 모으다, 합치다.
sum sê 숨 세	*luxuriant* [형] (식물 등이) 무성한, 울창한. ✻ cây trái sum sê trong vườn → 정원의 과실수가 울창하다.
sum vầy 	*to gather, live together*

숨 버이	[동] 모이다, 함께 살다.
sùm sụp 숨 숩	*low and gloomy* [형] 낮게 끌어내리다. ✳ đội mũ sùm sụp → 모자를 푹 눌러쓰다.
sún 순	*decayed* [형] 썩은, 부패한. ✳ đứa bé sún răng → 아이가 이빨이 썩다.
sụn 순	*cartilage* [명] (해부)연골. 연골 부.
sung 숨	*fig* [명] (식물) 무화과.
sung công 숨 꼼	*to confiscate* [자] = tịch thu 몰수(압수)하다.
sung mãn 숨 만	*affluent, abundant* [형] 풍부한, 남아도는.
sung sức 숨 슥	*in good shape, in form, full of vim* [형] 정력이 넘치는, 최상의 상태인.
sung sướng 숨 스엉	*happy, glad* [형] 행복한, 기쁜.
sung túc 숨 둡	*well-off, well-to-do, comfortable* [형] 부유한, 유복한, 안락한.
súng 숨	**1/** *water-lily, nenuphar* [명] (식물 /꽃) 수련. **2/** *firearm, gun* [명] 화기(火器), 총.
sùng 숨	*to revere, believe in* [자] (종교를) 숭배하다, 믿다. ✳ cô ta rất sùng đạo → 그녀는 매우 신앙심이 깊다.
sùng bái 숨 바이	*to adore, revere, worship* [동] 숭배하다, 예배하다.

sùng đạo
숨 다오
religious, pious, devout
[동] 신앙심이 깊다, 독실하다.

sùng kính
숨 낀
to revere [자] 존경하다, 경외하다.

sùng sục
숨 숩
boil and noisily, bubble over seethe
[형/동] 부글부글 끓어오르다.
✻ nước sôi sùng sục → 물이 부글부글 끓다.
✻ lòng căm thù sùng sục → 적개심이 부글부글 끓어오르다.

suối
수오이
stream, spring [명] 수류, 샘.
✻ suối nước khoáng (mineral spring, spa) → 광천지.
✻ suối nước nóng (hot spring) → 온천지.

suối vàng
수오이 방
styx, neither world [명] 황천, 지옥.

suôn đuột
수온 두옫
be very straight [형] 곧은.

suôn sẻ
수온 새
flowing, smooth, go well
[형] 매끄러운.

suông
수옴
idle, empty, vain, smoot, fluent
[형] 빈, 헛된, 공허한, 유창한.
✻ lời hứa suông → 공수표.

suồng sã
수옴 사
be over familiar with sb.
[동/형] 지나치게 친한.

suốt
수옫
1/ *always, nonstop* [부] 언제나, 중지(중단) 없이, 계속해서.
✻ họ cãi nhau suốt → 그들은 계속해서 서로 싸운다.
✻ mưa suốt 2 ngày → 비가 이틀내

내 오다.

2/ *through* [부] 관통하여, 끝에서 끝까지. ✳ suốt quảng đường → 한 구역의 길 끝에서 끝까지.

3/ *all, whole* [부] 전부, 통째로.
✳ đi chơi suốt ngày → 하루종일 놀러가다.

4/ *bobbin, cop*
[명] 실패, 얼레, 보빈.

sụp
숩

to collapse, to tumble
[자] 무너지다, 몰락하다, 넘어지다.
✳ bị sụp ổ gà → 웅덩이로 넘어지다.
✳ kéo sụp mũ xuống → 모자를 당겨 눌러쓰다.
✳ ngồi sụp xuống → 쭈그려앉다.

sụp đổ
숩 도

collapse, fall down
[자] 무너지다, 붕괴하다, 몰락하다.

sút
숟

1/ *shoot, make a shoot*
[자] 쏘다, 던지다, 사격하다.
✳ sút bóng vào lưới → 공을 그물 안으로 던지다.

2/ *loose, decline* [타] = sụt (힘, 정력 등이) 쇠퇴하다. ✳ bị sút mấy cân sau cơn bệnh → 아프고 난후 몸무게가 몇키로 줄었다.

sụt
숟

1/ *collapse* [자] (건물) 무너지다.
✳ trần nhà bị sụt một mảng → 집의 일부가 무너졌다.

2/ *go down, decrease* [자/타] = giảm 감소하다, 감소 시키다.

✻ hàng nội địa đã sụt giá → 국산품 가격이 인하했다.

sụt cân
숟 껀
to lose weight [동] 몸무게가 줄다.

sụt giá
숟 지아 (야)
to drop (come down) in price [동] 가격이 떨어지다.

sụt sịt
숟 싣
weep silently, sniff [동] 코를 훌쩍거리다, 훌쩍거리며 울다.
✻ sụt sịt khóc → 훌쩍훌쩍 울다.

sụt sùi
숟 수이
melting in tears [동] 훌쩍거리다, 추적추적하다.
✻ mưa sụt sùi suốt ngày → 하루종일 비가 추적추적 내리다.

suy
수이
1/ *to decline, break down* [형] 쇠퇴하다.
✻ suy dinh dưỡng → 영양이 부족하다.
2/ *consider, ponder over, think carefully* [동] 생각하다.

suy diễn
수이 지엔(이엔)
to infer, deduce [자] 더듬다, 밝히다.

suy đoán
수이 돤
guess [동] 추측하다, 알아맞히다.

suy đồi
수이 도이
decline, deviate [형] (사람, 행동 등이) 상궤를 벗어난, 무식한, 천한.

suy giảm
수이 지암
decline, decrease [자] 감소하다.
✻ sức khỏe ngày càng suy giảm đi → 건강이 날이 갈수록 줄다.

suy luận
수이 루언
to reason [동] 논하다, 추론하다.

suy nghĩ
수이 응히
to think [동] 생각하다.

suy nhược
수이 니으억
weakening, asthenic
[형] 쇠약한, 허약한. 무력형의.
✻ cơ thể suy nhược → 쇠약한 신체.

suy sụp
수이 습
decline [형] 쇠퇴한, 쇠약한.
✻ tinh thần bị suy sụp nặng nề → 심하게 쇠약한 정신.

suy suyển
수이 수웬
be harmed [자] 해를 입다.
✻ đồ đạc còn y nguyên không suy suyển chút nào → 물건들이 여전히 그대로 조금도 손상을 입지 않았다.

suy tàn
수이 딴
decay, decline [형] 쇠퇴한, 쇠망한.

suy tính
수이 띤
calculate [자] 생각하다, 작정이다 (…이라고)

suy tôn
수이 똔
honour, proclaim [동] 경의를 표하다, 존경하다. ✻ suy tôn là sư phụ → 사부로 모시다.

suy vong
수이 봄
decline, faill into, decadence
[형] 쇠퇴한, 쇠망한. ✻ một quốc gia suy vong → 쇠망한 국가.

suy yếu
수이 이에우
weaken, decline [형] (힘, 정력 등이) 약해진, 쇠퇴한.
✻ cơ thể ngày càng suy yếu → 체력이 날이 갈수록 약해지다.

suýt soát
nearly, almost, approximately [부]

수월 소알	대략, 대체로, 대강.
sư 스	*bonze, monk, Budisht priest* [명] = sư sãi 중, 승려.
sư đoàn 스 도안	*division* [명] (군사) 사단, 분대.
sư mẫu 스 머우	*teacher's wife* [명] 사모(님).
sư phụ 스 푸	*teacher, master* [명] 사부(님).
sư tử 스 뜨	*lion* [명] (동물) 사자.
sứ mạng 스 망	*mission* [명] 임무, 사명.
sứ quán 스 꾸안	*embassy* [명] 대사관.
sử 스	*history* [명] = lịch sử 역사(학).
sử dụng 스 융	*to use, utilize, to employ* [동] 쓰다, 사용하다
sự 스	**1/** *affaire, matter, thing, action, act, even, happening* [명] 일, 사건, 사고. ✳ quên hết mọi sự → 모든 일을 다 잊다. ✳ trăm sự nhờ ông giúp đỡ cho → 당신이 도와준 많은 일. **2/** 동사 앞에 붙여 명사가 됨.
sự cố 스 꼬	*trouble, event* [명] 사건, 사고, 문제. ✳ có sự cố trên đường đi → 길에서 사고가 나다.
sự kiện	*event* [명] 사건. ✳ các sự kiện lịch

스 끼엔	sử → 역사적 사건.
sự nghiệp 스 응이엡	*life-work, achievements, career* [명] 업적, 위업, 공로. ✳ sự nghiệp cách mạng → 혁명의 업적.
sự thật 스 턷	*the truth, fact* [명] 사실, 진상, 실상. ✳ bưng bít (che giấu) sự thật → 사실이 가려지다.
sự thể 스 테	*gist* [명] (일의) 요점, 골자, 요지. ✳ đến tận nơi xem sự thể như thế nào → 근처에서 어떤지 사태를 보다.
sự tích 스 띳	*story, old srtory* [명] 이야기, 옛날 이야기.
sự tình 스 띤	*account, story* [명] (일, 사건의) 정황, 상황. ✳ kể hết sự tình → 정황을 다 서술하다.
sự vật 스 벋	*things, nature* [명] 사물. 사람의 주변에 존재하는 모든 물건. ✳ sự vật biến đổi không ngừng → 사물은 끊임없이 변한다.
sự việc 스 비엑	*fact, things, matter* [명] 일, 생활에서 일어나는 모든 일. ✳ tìm hiểu nguyên nhân sự việc → 일의 원인을 찾다.
sửa 스아	*to repair, correct* [자] …을 수리하다, 수선하다.
sửa chữa 스아 쯔아	*to fix, to repair* [동] 수리하다, 수선하다.
sửa đổi	*to alter, modify, reform, innovate*

스아 도이	[동] 변경하다, 혁신(쇄신)하다.
sửa sai 스아 사이	*to correct one's fault* [동] 잘못을 수정하다.
sửa sang 스아 상	*to renew* [자] 일신하다, 새롭게 하다.
sửa sắc đẹp 스아 삭 뎁	*cosmetic surgery* [동] 성형수술 하다.
sửa soạn 스아 소안	*to prepare, make preparations* [동] 준비하다.
sữa 스아	*milk* [명] 우유. ✳ sữa ít chất béo (low-fat-milk) → 저지방 우유.
sữa bò 스아 보	*cow's milk* [명] 소젖, 우유(牛乳).
sữa bột 스아 볻	*powdered milk, formula* [명] 분유.
sữa chua 스아 쭈아	*yoghurt* [명] 요쿠르트.
sữa mẹ 스아 매	*mother's milk, breast milk* [명] 모유.
sữa ong chúa 스아 옴 쭈아	*royal jelly* [명] 로열제리.
sữa rửa mặt 스아 르아 맏	*cleansing milk, cleanser* [명] 세안 청정제.
sữa tắm 스아 땀	*shower cream* [명] 목욕 세제.
sữa tiệt trùng 스아 띠엗 쯤	*pasteurized milk* [명] 살균 우유.
sữa tươi 스아 뜨어이	*fresh milk* [명] 생우유.
sức	*strength, force, power, capacity*

슥	[명] 힘, 체력, 능력.
sức khỏe 슥 코애	*health* [명] 건강. ✻ sức khỏe là vàng → 건강은 금이다.
sức lực 슥 륵	*strength* [명] 능력. ✻ đóng góp nhiều tiền của và sức lực cho công ích → 공익을 위해 많은 재산과 능력을 기부하다.
sức mạnh 슥 만	*force, power* [명] 세기, 힘. ✻ sức mạnh tinh thần → 정신적인 힘.
sức nặng 슥 낭	*weight* [명] 무게, 중량.
sức sống 슥 솜	*vitality* [명] 활력, 생명력. ✻ tràn đầy sức sống → 활력이 넘치다.
sức vóc 슥 볍	*endurance, strength* [명] 체력. ✻ sức vóc thế này thì làm sao làm được việc nặng? → 이런 체력으로 어떻게 힘든 일을 할수 있겠느냐?
sực 슥	*all of a sudden, suddenly* [부] 갑자기, 돌연히, 느닷없이. ✻ sực tỉnh mộng → 갑자기 꿈에서 깨다. ✻ sực nhớ ra là chưa học bài → 숙제를 안한 게 갑자기 생각나다.
sực nức 슥 늑	*be soaked with...* [형] 발산의. ✻ mùi thơm sực nức cả nhà → 온 집안에 향기가 퍼지다.
sưng 승	*swell, puffed up* [형] 부푼, 부풀어 오른.
sưng vù	*considerably swell*

승 부	[형] = sưng húp 상당히 부푼.
sừng 승	horn [명] (소, 양, 염소 등의) 뿔, 사슴의 뿔.
sừng cồ 승 꼬	to have one's hackles up [동] 싸울태세를 갖추다.
sừng sỏ 승 소	past-master, top notch [형] 대가의, 거장의, 명수의.
sừng sộ 승 소	behave in a truculent [동] 공격적이게 행동하다.
sừng sững 승 승	superb, imposing [형] 당당한, 으리으리한. ✻ đứng ~ giữa nhà → 집 한가운데 당당하게 서있다.
sửng sốt 승 손	astonished, surprised [자] (…에) 놀라다, …을 놀라게 하다.
sững 승	standing, motionless [형] 가만히 있는, 움직이지 않는. ✻ đứng sững như trời trồng → 태양이 키워주는 것 처럼 움직이지 않고 가만히 서있다.
sững sờ 승 서	be stupefied, be transfixed [형] 망연케 한, 넋을 잃은.
sưởi 스어이	warm oneself [동] 몸을 따뜻하게 하다. ✻ ngồi sưởi bên bếp lửa → 난로곁에 앉아 불을 쬐다.
sườn 스언	1/ side [명] 사면, 비탈. ✻ sườn núi → 산 중턱. 2/ rib [명] 늑골, 갈빗대. 3/ frame, plan [명] 뼈대. ✻ sườn dù bị gãy rồi → 우산의 뼈대가 부러졌다.

sương 스엉	dew, frost [명] = sương mù 이슬, 서리. ✻ cỏ ướt sương → 이슬에 젖은 풀잎.
sướng 스엉	happy, joyful, glad [형] 행복한, 기쁜. ✻ ngắm cho sướng mắt → 눈을 기쁘게 하다.
sượng 스엉	crunchy [형] 아직 덜 익은, 서걱서걱한, 설컹설컹한. ✻ khoai sượng → 서걱서걱한 감자.
sượng mặt 스엉 만	to feel awkard, uneasy, ashamed [형] = sượng sùng 부끄러운.
sướt 스얻	to scratch slightly [자] 살짝 긁히다. ✻ mũi giày bị sướt → 구두 코가 살짝 긁혔다.
sướt mướt 스얻 므얻	melting into tears [형] 한없이 우는. ✻ cô ấy khóc sướt mướt khi nghe tin → 그녀는 소식을 듣자 한없이 울었다.
sượt 스얻	scratch lightly [자] = sướt 살짝 긁히다.
sứt 슫	chipped, cracked [자] = sứt mẻ 이가 빠지다, 작은 부분이 떨어져 나가다. ✻ cái ấm bị sứt vòi → 주전자의 주둥이가 떨어졌다.
sứt mẻ 슫 매	be chipped [형] 이가 빠진. ✻ tình bạn đã bị sứt mẻ sau đó → 그 후 우정에 금이 갔다.
sưu tầm	to collect, search for

스우 떰	[자] 모으다, 수집하다, 찾다. ✶ sưu tầm tem → 우표를 모으다.
sưu tập 스우 떱	*to collect* [자] 모으다, 수집하다. ✶ sưu tập tài liệu lịch sử → 역사 자료를 수집하다.
sửu 스우	*the 2nd earthy branch, symbolized by the buffalo* [명] 12지중 두번째, 축(丑), 소. ✶ năm sửu → 소해. ✶ tuổi sửu → 소띠.

T - t

t
    the 24th letter of the VN alphabet.
    베트남어 알파벳 중 24번째 자.

ta
따
    me, we, our, us [대] 나를, 나에게. 우리, 우리들의, 우리의.

ta thán
따 탄
    complain, moan
    [동] 불평하다, 한탄하다.

tá
따
    1/ *dozen* [명] 12개, 다스
    2/ *field officer* [명] 영관급의 장교.
    ✻ sĩ quan cấp tá → 하사관.

tá điền
따 디엔
    tenant farmer [명] 소작농부.

tà
따
    1/ *flap* [명] 아오자이 자락.
    2/ *evil spirit, unrighteous, unjust* [형] 사악한, 악한, 불공평한.
    3/ *decline* [형] 쇠퇴한, 기운, 끝나가는.
    ✻ buổi chiều tà → 늦은 오후.

tà đạo
따 다오
    heresy, miscreance
    [명] = tà giáo, dị giáo 이교, 이단.

tà ma
따 마
    evil spirit
    [형] 악령의, 귀신의, 마가 든.
    ✻ trừ tà ma → 귀신을 내쫓다.

tà tà
따 따
    don't worry, not hurry
    [형] = từ từ 천천히.
    ✻ làm tà tà thôi → 천천히 하다.

tà tâm 따 떰	*ill will, evil intention* [명] 악한 속셈, 악의.
tà thuật 따 투얻	*black art magic, voodoo* [명] 마술, 부두교.
tà ý 따 이	*bad intention* [명/형] = ý xấu 나쁜생각, 악의.
tả 따	**1/** *to describe, to picture* [동] = mô tả 묘사하다, 그리다, 서술하다. **2/** *the left, left side* [명] 왼쪽.
tả chân 따 쩐	*to realistic* [동] 현실적이다. (현실적 으로)
tả ngạn 따 응안	*left bank* [명] 강의 왼쪽 가. ✻ tả ngạn sông Hồng → 홍강의 왼쪽 가.
tả tơi 따 떠이	*ragged, torn in shreds, in rags* [형] (옷 등이) 남루한, 너덜너덜한, 누덕누덕한.
tã 따	*nappy, napkin* [명] = tã lót (아이의) 기저귀. ✻ quấn tã cho con → 아이에게 기저귀를 채우다.
tạ 따	**1/** *dumb-bell* [명] 아령. **2/** *100 kilogram* [명] 100킬로그램.
tạ lỗi 따 로이	*to beg sb's pardon, to excuse* [동] (태도, 행동 등을) 용서하다
tạ ơn 따 언	*to express one's gratitude towards sb for sth.* [동] 감사하다.
tạ thế 따 테	*to pass away, to die* [동/자] = từ trần, 죽다. (고어)
tác chiến	*be at war, make war, operation*

딱 찌엔	[동] 작전을 짜다. ✳ đơn vị tác chiến → 전투부대.
tác dụng 딱 융	action, effect [명] 작용.
tác động 딱 돔	influence [동] 작동하다, 움직이다, 영향을 끼치다.
tác giả 딱 지아(야)	writer, author [명] 작가, 작자.
tác hại 딱 하이	to damage, to harm, hamful effect [자/형] 손해를 주다, ...을 손상하다
tác phẩm 딱 펌	work [명] 작품.
tác phong 딱 폼	style, manners [명] 태도, 기품, 대하는 방법.
tạc 딱	to carve, to engrave on [동] 새기다, 조각하다. ✳ tạc tượng → 동상을 조각하다.
tạc dạ 딱 자 (야)	cherish, impress on one's memory [동] 소중히 하다, 품다.
tách 땃	1/ cup [명] 잔. ✳ cho tôi 1 tách cà phê → 커피 한 잔 주세요. 2/ to separate, split, detach [동] 분리하다, 떼다, 절단하다, 쪼개다.
tách bạch 땃 밧	clear-cut [동] 분명히 하다, 명백히 하다.
tách biệt 땃 비엣	to separate [동] 떼어놓다, 분리하다. ✳ sống tách biệt với mọi người → 모든 사람들과 떨어져서 살다.
tách rời	apart from [동] 분리되다, 떨어져 나

땃 러이	가다.
tai	*ear* [명] 귀.
따이	✴ tai vách mạch rừng (속담) (wall have ears) → 벽에도 귀가 있다.
tai ác	*wicked, naughty, malicious*
따이 악	[형] 악의 있는, 심술궂은.
tai ách	*disaster, misfortune*
따이 앗	[명] 불행한 일, 재난, 재앙.
tai biến	*accident, catastrophe, calamity*
따이 비엔	[명] 대 실패, 큰 재난, 대참사.
tai hại	*disastrous, catastrophic, fatal*
따이 하이	[형] 재난의, 재해의, 대변동의.
tai họa	*disaster, catastrophe, calamity*
따이 호아	[명] 재해, 재난, 참사.
tai mắt	*spy, informer*
따이 맏	[명] 귀와 눈, (밀고자, 간첩.)
tai nạn	*accident* [명] 사고, 재난.
따이 난	
tai tiếng	*of ill fame, of ill repute, disreputable*
따이 띠엥	[명/형] 평판이 나쁜, 악평의.
tai to mặt lớn	*a big shot, big bug, VIP*
따이 떠 맏 런	[명] 중요 인물, 요인, 거물.
tai ương	*great disaster, misfortune*
따이 으엉	[명] 재해, 재난, 참사.
tai vạ	*misfortune, adversity*
따이 바	[형] 역경, 불운, 불행.
tái	*half-done, pale, pallid* [형] (고기를)
따이	설구운, (요리가) 설익은.
tái bản	*reprint* [동] 재판(再版)하다.
따이 반	

tái bút 따이 붇	*postscript (P.S.)* [동] 추신(追伸), 추백.
tái chế 따이 쩨	*to recycle, regenerate, reprocess* [동] 재생하다, 갱생시키다..
tái cử 따이 끄	*re-elect, return for another term* [자] 재선하다.
tái diễn 따이 지엔(이엔)	*repeat, happen again* [동] 재연하다.
tái định cư 따이 딘 끄	*to resettle* [동] 다시 정착시키다, 재식민하다.
tái giá 따이 지아 (야)	*remarry* [동] = tái hôn 재혼하다.
tái hiện 따이 히엔	*re-appear* [동] 재현(재발)하다.
tái hợp 따이 헙	*to reunite, bring together again* [동] 재회시키다, 재결합시키다.
tái khám 따이 캄	*to follow-up examination* [동] 재검하다, 재조사하다.
tái mặt 따이 맏	*to become pale, lose colour* [형] (사람, 얼굴, 안색 등이) 핏기가 없는 ✳ sợ tái mặt → 무서워서 얼굴이 창백해지다.
tái mét 따이 맫	*dead-pale* [형] = tái ngắt 창백하게 질린.
tái ngộ 따이 응오	*meet again* [동] 재회하다, 다시 만나다. ✳ hẹn ngày tái ngộ! (see you again!) → 다시 만날 것을 약속해요!
tái nhợt 따이 녇	*pale* [형] 핏기가 없는, 혈색이 나쁜, 창백한, 파리한.

	✽ nước da tái nhợt sau cơn bệnh → 병치레 후로 얼굴이 창백해졌다.
tái phạm 따이 팜	*to return to crime, relapse in to crime* [동] 재범하다.
tái phát 따이 팓	*to recur, relapse, recrudesce* [타] 재발하다, 다시 제기되다. ✽ bệnh cũ tái phát → 병이 재발하다.
tái sinh 따이 신	*to reprocess, recycle, regenerate* [자] …을 재가공하다, 재생하다.
tái tạo 따이 따오	*to re-create, reproduce* [동] 재창조하다, 재생하다, 다시 만들다.
tái tê 따이 떼	*paralysed with sadness* [형] 슬퍼서 아무것도 할수 없는.
tái thế 따이 테	*second-life, re-bird* [동] 제2의 삶을 살다, 다시 태어나다.
tái thiết 따이 티엩	*rebuild* [동] 재건하다, 다시 세우다.
tài 따이	*talent, gift* [명] 솜씨, 재능.
tài ba 따이 바	*skillful* [형] (사람이) 숙련된, 솜씨 있는, …을 잘하는.
tài chính 따이 진	*finance, financial* [명] 재정, 재무.
tài đức 따이 득	*talent and virtue* [명] 재능과 덕. 재덕(才德).
tài giỏi 따이 지오이(요이)	*talented, gifted* [형] 유능한, 재능이 있는.
tài hoa 따이 호아	*refined talent* [명] 빛나는 재주, 뛰어난 재능, 재화(才華).

tài khoản 따이 코안	*account*	[명] 구좌, 거래, 대차계정.
tài liệu 따이 리에우	*document*	[명] 문서, 자료, 서류.
tài lộc 따이 롭	*good-fortune*	[명] 행운.
tài lực 따이 륵	*ability, competence*	[명] 재력.
tài mọn 따이 몬	*modest skill*	[명] 작은 능력.
tài năng 따이 낭	*talent*	[명] 재능, 능력.
tài nghệ 따이 응헤	*skill, talent*	[명] (예술적인) 재능, 재예(才藝).
tài nguyên 따이 응우웬	*resources*	[명] 재원, 자원.
tài sản 따이 산	*fortune, property*	[명] 재산, 소유물.
tài sắc 따이 삭	*talent and beauty*	[명] 재색(才色), 재주와 용모.
tài tình 따이 띤	*very skillfut, very artistic*	[형] 매우 재주있는, 재능이 뛰어난.
tài trí 따이 찌	*ability and intellect*	[명] 재지(才智), 재주와 슬기.
tài trợ 따이 쩌	*to sponsor, finance*	[동] 후원하다, 발기하다. ✳ nhà tài trợ → 후원자.
tài tử 따이 뜨	*actor, actress*	[명] 배우.
tài vụ 따이 부	*finance, money affairs*	[명] 재무, 재정.

tài xế 따이 쎄	*driver, chauffeur* [명] (자동차 등을) 운전수, 조종자.
tải 따이	*to transport, carry, load* [동] 수송하다, 나르다. ✽ xe tải → (lorry, van) 트럭, 화물차.
tại 따이	**1/** *at, in* [부] …에. ✽ chúng tôi sống tại Seoul → 우리는 서울에 산다. **2/** *due to, owing to, because of* [부] …한 고로, …하기 때문에. ✽ nó thi rớt tại lười → 그는 게을러서 시험에 떨어졌다.
tại chỗ 따이 쪼	*there and then, on the scene* [부] (바로) 그 자리에서, 거기서.
tại chức 따이 쯕	*on active service, during sb's term office* [명] 재직.
tại đây 따이 더이	*here* [부] 여기에, 여기서, 이쪽으로.
tại gia 따이 지아(야)	*at home* [부] 집에, 집에서.
tại ngũ 따이 응우	*on active duty / service* [부] 군대에, 군대에서.
tại sao 따이 사오	*why?, what the reason?* [부] 왜? 무슨 까닭에.
tại trận 따이 쩐	*on the spot* [형] = quả tang 현장에서. ✽ bắt được tại trận → 현장에서 붙잡다.
tam 땀	*three* [명] (숫자) 3, 삼. ✽ tam sao thất bản (속담) → 삼초

	실본.(3번 옮겨쓰면 원본과 달라진다.)
tam cấp 땀 껍	perron, three steps staircase [명] 3단의 바깥 층계,
tam giác 땀 지악(약)	triangle [명] (수학) 삼각형.
tam quan 땀 꾸안	pagoda's three-entrance gate [명] 절의 3관문.
tám 땀	1/ eight [명] (숫자) 8, 여덟, 팔 2/ to gossip (속어) → 뒷말, 험담.
tạm 땀	temporary [형] 임시의, 일시적인.
tạm biệt 땀 비엗	(say) good-bye [동] 작별인사, 안녕!.
tạm bợ 땀 버	unsettled, by makeshift [형] 임시변통의.
tạm chi 땀 찌	prepay, advance [동] = **tạm ứng** … 을 선불(선납)하다.
tạm được 땀 드억	passable, so-so [형] 좋지도 나쁘지도 않은, 그저 그렇고 그런.
tạm giam 땀 지암(얌)	to remain in custody [동] 임수 수감하다.
tạm giữ 땀 지으(이으)	to hold in custody [동] 임시 보관하다.
tạm hoãn 땀 호안	to delay, to suspend [동] 정지하다, 더디다, 지체하다
tạm ổn 땀 온	temporarily stabilized [자] 일시적으로 안정시키다.
tạm nghỉ 땀 응히	to have break, to pause [동] 잠시 중지 (휴지, 중단) 하다

tạm ngưng 땀 응응	to pause, interrupt [동] 잠시 멈추다.
tạm thời 땀 터이	provisional, temporary [형] 일시적인, 한때의.
tạm trú 땀 쭈	to reside provisionally [동] 일시적으로 거주하다.
tạm tuyển 땀 뚜웬	temporarily select [동] 일시적으로 선택하다.
tạm ứng 땀 응	advance [동] = tạm chi 선불 (선납)하다.
tan 딴	to dissolve, melt [자] 녹다, 용해하다.
tan hoang 딴 호앙	devastated, ravaged, wasted [형] 황폐된, 유린된, 훼손된.
tan nát 딴 낟	reduced to ashes, ruined, crumbled [형] 재가 된, 몰락한, 파멸한.
tan rã 딴 라	fall to piece, collapse, be broken up [동] 무너지다, 붕괴하다.
tan tác 딴 딱	be ruin, be broken [동] 파멸하다, 부서지다.
tan tành 딴 딴	reduced to dush/ashes [형] 황폐한, 몰락한, 재가 된.
tan tầm 딴 떰	end of a shift [동] 근무가 끝나다.
tan trường 딴 쯔엉	school is over, school finishes [형] 학교가 끝나다, 학교가 파하다
tan vỡ 딴 버	get broken, shattered [형] 산산히 부서지다, 깨지다.
tán 딴	1/ blandish, court [동] (여자의) 환심(호의)을 얻으려고 하다, 비위를

T-t

맞추다.
2/ rivet [동] 단단히 고정시키기 위해 못을 박다.

tán dóc
딴 욥
to chat, chatter [동] = tán gẫu 재잘 걸리다, 수다를 떨다.

tán dương
딴 이으엉
to praise, speak highly of
[동] 찬양하다, 찬미(찬송)하다

tán gái
딴 가이
to flirt / philander with the girls
[동] (여자와) 장난삼아 연애하다.

tán loạn
딴 로안
to scatter, run helter-skelter
[동] 뿔뿔히 흩어지다.
※ đàn gà chạy tán loạn mỗi con một nơi → 닭 무리가 뿔뿔히 사방으로 흩어지다.

tán thành
딴 탄
agree to, approve
[동] 찬성하다, 동의하다.

tán thưởng
딴 트엉
appreciate [동] 찬사하다.

tán tỉnh
딴 띤
wheedle, court [타] (여자의) 비위맞추다, 알랑거리다.

tán tụng
딴 뚬
sing the praise of [동] (이익을 위해) 남을 찬양하다, 찬미(찬송)하다.

tàn
딴
1/ parasol, sunshade
[명] 양산, 파라솔.
2/ decay, be dying, come to an end
[동] 시들다, 썩다, 상하다.
※ hoa tàn → 꽃이 시들다.
3/ ash [명] 재.
※ tàn thuốc lá → 담뱃재.

tàn ác
wicked, cruel [형] 잔인한, 무자비한

딴 악	매정한.
tàn bạo 딴 바오	*savage and cruel* [형] 야만적이고 잔인한.
tàn dư 딴 이으	*remnant, vestige, the leftover* [명] 잔여, 나머지.
tàn khốc 딴 콥	*devastating, cruel, merciless* [형] 잔인한, 무자비한
tàn lụi 딴 루이	*wither* [동] 시들다, 말라죽다. ✶ hy vọng tàn lụi dần → 희망이 점점 시들다.
tàn nhang 딴 냥	*freckles* [명] 주근깨.
tàn nhẫn 딴 년	*stonny-hearted, merciless* [형] 무자비 (잔인)한.
tàn phá 딴 파	*ravage, devastate* [자] 철저하게 파괴하다.
tàn phế 딴 페	*invalid* [형] (사람이) 병약한.
tàn quân 딴 꾸언	*remnants of a (defeated) army* [명] = tàn binh 패잔병.
tàn sát 딴 산	*massacre, murder* [동] (대량 살육) 무차별로 죽이다, 학살하다.
tàn tạ 딴 따	*to go to seed, wither up, falling away* [동] 시들다, 떨어지다.
tàn tật 딴 떧	*handicapped* [형] 장애가 있는, 불구의.
tàn tệ 딴 떼	*ruthless, pitiless* [형] (사람, 언행이) 무정한, 인정사정 없는, 무자비한.
tàn tích 딴 띡	*remains, remnants, vestiges* [명] 유적, 자취, 나머지.

tản 딴	*disperse* [동] (사방으로) 흩어지게 하다, 분산시키다. ✻ tản đi khắp nơi → 도처로 흩어져 가다.
tản mạn 딴 만	*scattered, dispersed* [형] (생각 등이) 산만한, 마음을 걷잡을 수 없는. ✻ những ý nghĩ tản mạn → 산만한 생각들.
tang 땅	*funeral, period of mourning* [명] 상, 상중, 장례(식). ✻ nhà này có tang → 그 집은 상을 당했다.
tang chứng 땅 쯩	*evidence, proff* [명] 증거.
tang gia 땅 지아(야)	*the bereaved, family in mourning* [명] = tang quyến 상가집.
tang lễ 땅 레	*funeral, funeral rites* [명] 장례(식).
tang phục 땅 품	*mourning clothes* [명] 상복.
tang thương 땅 트엉	*up and down, miserable* [형] 비참한, 몹시 불행한.
tang tóc 땅 똡	*sorrowful, death and grief* [형] 비탄에 잠긴, 슬퍼하는,
tang vật 땅 벋	*exhibit* [명] (법) 증거, 증거물.
tàng 땅	*worn-out, old fashioned* [형] 케케묵은, 진부한.
tàng hình 땅 힌	*hide onself, make oneself invisible* [동] 스스로 숨다, 스스로 자취를 감

추다.

tàng tàng
땅 땅
1/ *slightly mad* [형] (사람이) 약간 미친, 약간 실성한.
2/ *a little worn out*
[형] (물건) 케케묵은, 진부한, 낡은.
✳ chiếc xe đạp tàng tàng → 낡은 자전거.

tàng trữ
땅 쯔
to keep, to store [동] 저장하다.

tảng
땅
slab, block [명] (돌, 목재 등의) 넓은 후판(厚板).
✳ tảng đá → 돌맹이.
✳ tảng băng → 얼음.

tảng lờ
땅 러
pretend not to know, turn away from
[동] 모른체하다, 외면하다.

tảng sáng
땅 상
early morning, daybreak
[명] 새벽, 동틀녘.

tạng
땅
viscera, physical make-up
[명] (사람의) 내장, 체질.
✳ tạng người gầy → 마른 체질.

tanh
딴
fishy, stinking [형] 악취가 나는, 비린내 나는, 냄새가 고약한.

tanh bành
딴 반
topsy-turvy, complete disorder
[형] 혼란한, 어지러운, 엉망이 된.

tanh hôi
딴 호이
ill smelling, fetid
[형] 악취가 나는, 냄새가 고약한.

tánh
딴
character [명] = tính, tánh nết, tánh tình (사람의) 성질, 성격, 특성, 특색.

tạnh
딴
to stop (raining) [동] (비가) 그치다,

딴	멈추다.
	✶ mưa đã tạnh rồi → 비가 그쳤다.
tao 따오	*me, I* [대] 친한 사이에서의 1인칭 대명사, 나는, 내가. ✶ tạnh mưa tao sẽ đi ngay → 비가 그치면 나는 바로 갈것이다.
tao nhã 따오 냐	*refined* [형] 세련된, 품위있는, 정련한. ✶ lời văn tao nhã → 세련된 문장.
táo 따오	*apple, jujube* [명] (식물) 사과, 사과나무, 대추, 대추나무.
táo bạo 따오 바오	*audacious, bold, daring* [형] 대담한, 호기로운.
táo bón 따오 본	*constipation* [명] (병) 변비. ✶ thuốc trị táo bón → 변비약.
táo gan 따오 간	*over bold, daring* [형] 대담한, 용감한.
táo tợn 따오 떤	*bold* [형] (사람이) 용기있는, 대담한, 당찬, 도전적인. ✶ ăn nói táo tợn → 대담하게 말하다.
tào lao 따오 라오	*futile, frivolous, idle, useless* [형] 쓸모 없는, 헛된.
tảo hôn 따오 혼	*early marriage, child marriage* [동] 조혼하다, 일찍 결혼하다.
tảo mộ 따오 모	*clean and decorate ancestral graves* [동] 묘지를 돌보다.
tảo tần 따오 떤	*economical, saving, thrifty* [형] 검소한, 알뜰한. ✶ buôn bán tảo tần kiếm tiền nuôi con ăn học → 알뜰하게 장사하여

돈을 모아 아이들을 교육시키다.

tảo trừ
따오 쯔
exterminate, sweep clean [자] 몰살하다, 박멸하다, 전멸(멸종)시키다.

tạo
따오
to create, make, form [동] = tạo dựng 창조하다, 야기하다, 설치하다.

tạo hình
따오 힌
plastic, graphic depict [형] 조형의.

tạo hóa
따오 화
the creator [명] 창조자, 조물주, 신.

tạo lập
따오 럽
establish [자] (국가, 정부를) 수립하다, (회사를) 창설[설립]하다, (관계 등을) 맺다, 확립하다, 초래하다.
✶ tạo lập cơ nghiệp → 기업을 설립하다.

táp
땁
to snap up, lap, catch in one's mouth [동] (…을) 덥석 물다.

tạp
땁
poor, miscellaneous [형] (사물 등이) 갖가지 잡다한, 잡동사니의. 품질이 떨어지는, 열등한.

tạp âm
땁 엄
parasitic, noise, interference [명] 잡음.

tạp chất
땁 쩔
impurities [명] 불순, 불순물.

tạp chí
땁 찌
magazine, review, journal [명] 잡지.

tạp dề
땁 이에
apron, pinafore, tablier [명] 앞치마, 해주치마.

tạp dịch
땁 이익
fatigue duty, corvee [명] 잡역, 부역.

tạp hóa
땁 화
groceries, miscellaneous goods

땁 화	[명] 식료 잡화점, 식료품 가게.
tạp nham 땁 냠	*trifling, mixed* [형] = tạp nhạp (일이) 중요하지 않은, 시시한, (물건이) 가치가 적은.
tạp phẩm 땁 펌	*sundry goods, sundries* [명] 잡동사니, 잡화.
tạp vụ 땁 부	*odd job* [명] 중요하지 않은 일, 하찮은 일. * nhân viên tạp vụ → 잡부.
tát 딷	1/ *slap* [동] 찰싹 때리다. 2/ *scoop, bail* [동] 퍼내다.
tạt 딷	1/ *splash into* [동] (물, 흙탕 등이) …에 튀다. * mưa tạt vào nhà → 비가 집안으로 들이치다. 2/ *drop in, turn* [동] 잠깐 들르다, 불쑥 방문하다. * nhân dịp đi công tác, tạt qua nhà thăm bạn → 출장가는 중에 친구집을 잠깐 들르다.
Tàu 따우	*Chinese, China* [명] 중국(中國)
tàu 따우	*ship, boat* [명] = tàu thủy 배, 함.
tàu bay 따우 바이	*plane, aircraft* [명] = máy bay 비행기, 비행선.
tàu bè 따우 배	*ships and boats* [명] 배, 보트의 총칭.
tàu biển 따우 비엔	*ship* [명] 선박, 배.

tàu chiến 따우 찌엔	*warship* [명] 군함.
tàu hỏa 따우 화	*train* [명] 열차, 전차, 기차.
tàu ngầm 따우 응엄	*submarine* [명] 잠수함.
tàu tốc hành 따우 똡 한	*express train* [명] 급행열차.
tay 따이	*hand, arm* [명] 손, 팔.
tay áo 따이 아오	*sleeve* [명] (옷의) 소매, 소맷자락.
tay ba 따이 바	*tripartite* [명] 셋으로 갈라진, 3부로 이루어진, (협정 등이) 삼자간의. ✳ chuyện tình cảm tay ba → 삼각관계.
tay chân 따이 쩐	**1/** *arms and legs, limbs* [명] 발과 다리. **2/** *subordinate, inferior* [명] 부하, 하급 (종속)자.
tay đôi 따이 도이	*twosome, bipartite* [명] 2개(2명)로 된. ✳ đánh tay đôi → 일대일로 싸우다.
tay không 따이 콤	*bare-handed, weaponless* [형] 맨손의, 무기 없는.
tay lái 따이 라이	*handlebar, steering wheel* [명] 운전대.
tay ngang 따이 응앙	*amateur, non-specialized worker* [형] 아마추어의, 직업적이 아닌.

tay nghề 따이 응에	*skill, professional skill* [명] 기술, 전문 기술. ✳ có tay nghề cao → 기술이 뛰어나다.
tay phải 따이 파이	*right hand* [명] = tay mặt 오른손.
tay sai 따이 사이	*cat's-paw, henchman* [명] 갱의 부하, 추종자, 믿을 만한 부하.
tay trái 따이 짜이	*left hand* [명] 왼손.
tay trắng 따이 짱	*bare hand* [명] 백수(白手), 빈 손, 빈털터리, 아무 하는 일 없음. ✳ tay trắng làm nên sự nghiệp → 빈손으로 사업을 일궈내다.
tay trên 따이 쩬	*upper hand* [명] 상사, 윗사람.
tay trong 따이 쫌	*fifth colomnist, insider, spy* [명] 내부 사람, 부내 사람, 첩자.
táy máy 따이 마이	*twiddle, toy with, to steal* [동] 만지작 거리다, 훔치다. ✳ đừng có táy máy vào đồ đạc của tôi → 내 물건에 손대지 마시오.
tày 따이	*compare, match* [부] 견주다, …을 (…과)비교하다, 비교 변화를 나타내다. ✳ học thầy không tày học bạn (속담) → 스승과 공부하는 것이 친구와 공부하는 것과 같지않다.
tày đình 따이 딘	*very serious, considerable* [형] = tày trời 매우 중대한, 심각한.
tắc	*be chocked up, blocked up* [동]

tắc 딱	(통로, 교통 등을) 폐쇄하다, 막다. ✻ đường bị tắc (traffic jam) → 교통 체증.
tắc kè 딱 개	gecko [명] (동물) 도마뱀.
tắc nghẽn 딱 응엔	jammed, blocked, obstructed [동] (도로, 수로 등을) 막다
tắc trách 딱 짯	remiss, irresponsible [형] (언행 등이) 무책임한, 믿을 수 없는.
tắc xi 딱 씨	taxi [명] 택시.
tăm 땀	1/ tooth pick [명] 이쑤시개. 2/ bubble [명] 거품, 기포(氣泡); 비눗방울. ✻ nước đun đã sủi tăm → 끓는 물에 거품이 일다. 2/ trace [명] 흔적, 자취, 발자국. ✻ đi biệt tăm chẳng thấy về → 자취도 없이 가버리고 돌아오지 않다.
tăm bông 땀 봄	ink-pad [명] 스탬프, 인주.
tăm hơi 땀 허이	news (about someone) [명] (누구가) 소식. ✻ chờ mãi chẳng thấy tăm hơi → 계속 기다려도 소식은 오지 않는다.
tăm tích 땀 띳	sign, trace [명] 흔적, 형적.
tắm 땀	bath, to have a bath [동] 목욕하다.
tắm giặt	take a bath and wash one's clothes

땀 지얀(얃)	[동] 목욕하고 빨래하다.
tắm gội	*bath and wash one's hair*
땀 고이	[동] 목욕하고 머리 감다.
tắm nắng	*take a sun-bath* [자] 일광욕을 하다.
땀 낭	
tắm rửa	*bath and wash* [동] 목욕하다.
땀 르아	
tằm	*silk worm* [명] (곤충) 누에.
땀	
tần tiện	*stinging, very thrifty*
떤 띠엔	[형] = hà tiện 매우 검소한.
tăng	1/ *tank* [명] (군사) 탱크 2/ *Buddish monk, bonze* [명] (불교의) 중, 승려.
땅	
	3/ *to increase, raise, put up* [동] 증가하다, 늘어나다, 불어나다.
tăng âm	*amplify sound* [동] 확성하다.
땅 엄	
tăng cường	*strengthen* [동] 증강하다, 강하게 하다, 강화하다, 보강하다.
땅 끄엉	
tăng gia	*grow, raise, increase*
땅 지아(야)	[타] 커지다, 증대 (증가)하다, 늘다
tăng giá	*to increase the price of goods*
땅 지아(야)	[동] 가격이 오르다.
tăng ni	*Buddish monks and nuns* [명] (불교의) 중(승려)과 수녀 (여승).
땅 니	
tăng tốc	*to accelerate, speed up* [자] 빨라지다, 변속하다, 속력을 높이다.
땅 똡	
tăng trưởng	*to grow, to develop and reach*
땅 쯔엉	[자] 성장하다, 자라다, 발단하다.

tặng
땅

to offer, to give [자] 선물하다, 바치다, 증정하다.
※ tặng hoa → 꽃을 선물하다.

tặng phẩm
땅 펌

present, gift [명] = tặng vật 선물, 상품.

tặng thưởng
땅 트엉

to award, reward, recompense [동] 보상하다, 보수를 주다, 상을 주다

tắt
딷

1/ *to turn off, swich off, put out* [동] 끄다, 꺼지다.
2/ *short (way)* [형] 가까운, 짧은.
※ đi đường tắt về nhà → 지름길로 귀가하다.
※ viết tắt → 약자로 쓰다.

tắt điện
딷 디엔

to cut the power off
[동] 전기 스위치를 내리다.

tắt ngấm
딷 응엄

extinct, die completely
[형] 완전히 단절시키다.

tắt thở
딷 터

breathe one's last [동] 숨이 끊어지다, 죽다. ※ bệnh nhân đã tắt thở → 환자가 숨이 끊어졌다.

tâm
떰

centre, heart [명] 중심, 마음.

tâm can
떰 깐

heart and liver, one's intermost heart [명] 마음.

tâm đắc
떰 닥

confident, favourite, cordial [형] 확신하는, 좋아하는, 성심성의의.

tâm điểm
떰 디엠

centre [명] 중점.

tâm địa
떰 디아

mind
[명] 마음의 본 바탕, 심지(心地).

tâm giao 떰 지아오(야오)	*closerelation, good relation, intimate* [형] 친밀감 있는, 정성 어린, 친밀한.
tâm hồn 떰 혼	*soul, spirit* [명] 혼백, 영혼. ✳ một tâm hồn cao thượng → 고결한 영혼.
tâm huyết 떰 후웨ㅌ	*confidential* [명] (말, 행위 등이) 은밀한, 비밀의.
tâm khảm 떰 캄	*memory, innermost heart* [명] 기억, 마음.
tâm linh 떰 린	*spirit, spyche* [명] 심령, 영혼.
tâm lý 떰 리	*psychology, mentality* [명] 심리.
tâm não 떰 나오	*brain, mind, psyche, intellect* [명] 뇌, 마음, 정신, 영혼, 지력.
tâm niệm 떰 니엠	*consider, ponder (on/over), wish* [명] 생각, 요망, 소원하는 것, 바라는 바.
tâm sinh lý 떰 신 리	*physiological* [명] 심리와 생리.
tâm sự 떰 스	*confidence, to confide* [명/동] 속내, 속마음, (믿고) 비밀을 털어놓다.
tâm thần 떰 턴	*mental* [명] 정신.
tâm tính 떰 띤	*temper, personal character* [명] 기분.
tâm tình 떰 띤	*to confidence, have heart-to-heart with sb.* [동] 마음, 심정.
tâm trạng 떰 짱	*state of mind* [명] 마음의 상태.

tâm trí 떰 찌	*heart and mind, intelligence* [명] 마음, 생각, 지성, 심지(心志).
tâm tư 떰 뜨	*idea, wish, desire, inmost feeling* [명] 개념, 사상, 관념, 심사(心思).
tấm 떰	**1/** *broken-grains of rice* [명] = gạo tấm 쌀눈. **2/** *piece, length* [부] (한)개, (한)장, 조각. ✻ tấm ván → 널판지 한 장.
tấm ảnh 떰 안	*photo, photograph* [명] = tấm hình 사진.
tấm bé 떰 배	*childhood* [명] 어린 시절, 유년 시절.
tấm gương 떰 그엉	**1/** *a mirror* [명] 거울; 반사경. **2/** *an example* [명] 본(보기), 전형, 모범
tấm hình 떰 힌	*picture* [명] 그림, 회화.
tấm kính 떰 낀	*pane of glass, glass plate* [명] 창유리.
tấm lòng 떰 롬	*hearts* [명] 마음.
tấm lót 떰 롣	*partition, lining* [명] 방석, 쿠션.
tấm tắc 떰 딱	*lavish praise* [동] 과찬하다, 극찬하다, 칭송하다. ✻ tấm tắc khen ngon → 아낌없이 칭찬하다.
tấm thân 떰 턴	*body, person* [명] 몸, 신체, 육체.

tấm thẻ 떰 태	*tag* [명] 딱지, 꼬리표, 부전, 물표.
tấm ván 떰 반	*planks* [명] 두꺼운 판자.
tấm vải 떰 바이	*a piece of cloth* [명] 천, 옷감 조각.
tấm vé 떰 배	*tickets* [명] 표.
tầm 떰	**1/** *range, scope, reach* [부] 도달할수 있는 거리의 정도. ✶ tầm súng → 사정(射程), 총구로부터 탄환이 도달할 수 있는 수평 최대 거리. ✶ vượt quá tầm nhìn → 시정(視程)을 넘다. **2/** *degree, level* [부] 정도. ✶ tầm quan trọng → 중요도. **3/** *office hours* [명] 업무시간, 근무시간. ✶ còi tan tầm → 업무시간이 끝나다.
tầm bậy 떰 바이	*without training, wrongly* [부] 잘못하여, 부정(부당)하게.
tầm cỡ 떰 꺼	*calibre, stature* [명] 가치의 정도, 등급, 우수성. ✶ tầm cỡ quốc tế → 국제적 우수성.
tầm gửi 떰 그이	**1/** *mistletoe* [명] (식물) 겨우살이의 일종. **2/** *parasitic* [형] 기생성의.
tầm hiểu biết 떰 히에우 비엣	*grasp* [명] 이해(력).
tầm nã 	*hunt for, search for* [자] (범인 등을)

뗌나	쫓다.
tầm phào 떰 파오	*idle, unrealistic* [형] 무익한, 쓸모없는.
tầm tã 떰 따	*pouring, unceasingly* [형] (땀, 비, 눈물) 끊임없는, 부단한. ✳ mưa rơi tầm tã cả tuần → 비가 한주간 내내 끊임없이 내리다.
tầm tay 떰 따이	*arm's reach* [형] 손에 닿는. ✳ để xa tầm tay trẻ em → 어린이의 손에 닿지않게 멀리 두다.
tầm thường 떰 트엉	*indifference, mediocre, trivial* [형] 여느, 보통의, 평범한, 좋지도 나쁘지도 않은.
tầm thước 떰 트억	*middle-sized, medium height* [형] 보통 크기의. 중간 높이의, ✳ dáng người tầm thước → 중간 크기의 신장.
tầm vóc 떰 봅	*stature, height* [명] (사람의) 키, 신장, 체격.
tẩm 떰	*soak* [동] 적시다, 배어들게 하다.
tẩm bổ 떰 보	*to feed up, eat nourishing food* [동] 실컷 먹다, 영양분을 섭취하다.
tẩm quất 떰 꾸얻	*to massage, to knead* [자] 마사지하다, 주무르다.
tẩm rượu 떰 르어우	*soak in wine* [동] 술에 젖다.
tân 떤	1/ *new* [형] 신(新), 새로운. ✳ ăn tân gia → 집들이 하다. 2/ *unmarried* [형] 미혼의, 독신의.

	✳ trai tân → 독신남.
	✳ gái tân → 독신녀.
tân binh 떤 빈	*recruit, rookie* [명] 신병.
tân hôn 떤 혼	*newly-wed, marriage* [형] 신혼
tân khoa 떤 콰	*new-graduate* [명] 신입생.
tân lang 떤 랑	*bridegroom* [명] = chú rể 신랑, 새 서방, 신혼 남자.
tân niên 떤 니엔	*New-year* [명] 신년.
tân nương 떤 느엉	*bride* [명] = cô dâu 신부, 새색시.
tân thời 떤 터이	*modern, fashionable* [형] 유행의, 요즈음의, 지금의.
tân tiến 떤 띠엔	*progressive, modern* [형] 진보적인, 지금의.
tân trang 떤 짱	*renew, do up, new made* [동] 다시 새로워지다, 회복하다.
tấn 떤	*ton* [명] = 1000 kg (중량 단위) 톤.
tấn bộ 떤 보	*to improve, make progress* [형] = tiến bộ 진보하다, 나아가다, 전진하다.
tấn công 떤 꼼	*attack, assault* [동] = tiến công 공격 하다, 습격하다.
tấn phong 떤 퐁	*to consecrate, invest, ordain* [동] 정하다, 운명을 정해 놓다.
tấn tới	*progress* [형] 진행중인, 행해지고

떤 떠이	있는. ✽ học hành tấn tới → 진행중인 학업.
tấn tuồng 떤 뚜옴	play [명] = tấn kịch 극, 연극.
tần 떤	cook in bain marie [동] 삶다, 찌다. ✽ gà tần thuốc bắc → 한방 찜닭.
tần ngần 떤 응언	hang back, hesitating, undecided [자] 망설이다, 주저하다, (잠시) 쉬다. ✽ vẻ mặt tần ngần suy nghĩ → 생각하느라 망설이는 얼굴이다.
tần tảo 떤 따오	economize, contriving well [자] (경비를) 절감하다. ✽ tần tảo nuôi con → 양육비를 절감하다.
tận 떤	ending, finished, terminate, until [접/전] 최종으로, 종결까지, 끝까지. ✽ tìm đến tận nhà → 집까지 찾아오다. ✽ đưa tận tay → 직접 주다.
tận cùng 떤 꿈	terminal [형] 맨 끝의, 최종적인.
tận dụng 떤 윰	to make the best of sth, salvage [동] 끝까지 이용하다.
tận gốc 떤 곱	to the every roots [형] 뿌리채까지. ✽ nhổ cỏ phải nhổ tận gốc (속담)→ 잡초는 반드시 뿌리채까지 뽑아야한다.
tận hưởng 떤 흐엉	to enjoy, to make the most of... [동] 마음껏 즐기다. ✽ tận hưởng những giây phút vui

vẻ bên nhau → 양쪽 모두 즐겁게 마음껏 즐기다.

tận lực
떤 륵
to try one's best
[동] 온 힘을 다하다.

tận mắt
떤 맏
with one's own eyes
[형] 직접 눈으로.
✳ tôi nhìn thấy tận mắt cô ta đi với bồ mới → 나는 그녀가 새 애인과 가는 것을 직접 눈으로 보았다.

tận mặt
떤 맏
in the face of.., face to face
[형] 직접 대면해서, 마주보고.
✳ nói tận mặt → 대면해서 이야기하다.

tận số
떤 소
near of one's end [형] 거의 죽음에 이른, 운명이 끝이난.

tận tay
떤 따이
in persen, hand to hand
[형] 직접 손으로.
✳ đưa tận tay cho cô ấy lá thư này → 이 편지를 직접 그녀에게 주다.

tận tâm
떤 떰
whole-hearted, devoted [형] 헌신적인, 진심의, 전심 전력의.

tận thế
떤 테
the end of the world [명] 종말, 최후.

tận tình
떤 띤
with all one's heart
[형] 진심의, 진심 전력의.
✳ tận tình cứu chữa → 전력을 다해 치료하다.

tận tụy
떤 뚜이
dedicated, devoted
[형] 헌신적인, 헌신적으로.
✳ tận tụy phục vụ → 헌신적으로 봉사하다.

tâng
떵

extol, flatter [자] (남에게) 아첨하다, 알랑거리다, 빌붙다.

tâng bốc
떵 봅

to praise, extol to the skies [동] 아첨하기위해 상대방을 높이다.

tâng công
떵 꼼

ingratiate [자] (사람에게) 환심사다.

tầng
떵

floor, layer [명] 층, 계층.
✶ nhà 3 tầng → 3층 집.

tầng hầm
떵 험

basement [명] 지하층, 지하실.

tầng lớp
떵 럽

stratum, section, class
[명] 계급, 계층.

tầng trên
떵 쩬

upstairs [명] 위층.

tầng trệt
떵 쩻

downstairs, ground-floor
[명] = tầng dưới 아래층.

tấp nập
떱 넙

great animation, in crowds
[형] 꽉 들어찬, 붐비는.
✶ đường phố tấp nập người qua lại → 지나다니는 사람들로 붐비는 거리.

tập
떱

1/ *set, section, volume*
[명] 부분, 구분.
✶ tập 4 của bộ phim này rất cảm động → 이 영화의 4부는 너무 감동적이다.

2/ *do exercises, practise*
[동] 연습을 하다, 훈련을하다.
✶ tập bơi mỗi ngày 1 tiếng → 매일 1시간씩 수영연습을 하다.

3/ *notebook* [명] = tập vở 노트, 공

	책.
tập ảnh 떱 안	*album* [명] 앨범.
tập dượt 떱 이읃	*train, drill, practice* [동] 연습하다.
tập đoàn 떱 도안	*group, clique, community* [명] 공동체, 집단.
tập hợp 떱 헙	*assemble, group gather* [동] 모으다, 집합시키다.
tập huấn 떱 후언	*drill, coach, train* [동] 훈련을 받다, 연습하다.
tập kết 떱 껟	*gather, assemble, regroup* [동] 집결하다.
tập luyện 떱 루웬	*train, practise, exercise* [동] 연습하다, 훈련하다.
tập nháp 떱 납	*rough notebook* [명] 수첩, 기록장, 연습장.
tập quán 떱 꾸안	*customs, habits* [명] 관습, 습관.
tập san 떱 산	*magazine, review, journal* [명] 잡지.
tập sự 떱 스	**1/** *on probation, trainee* [명] 연구생, 직업 훈련을 받는 사람, 도제(徒弟). **2/** *probationer* [명] 수습(견습)생.
tập tành 떱 딴	*to train, exercise* [동] = tập dượt, tập luyện 연습하다, 훈련하다의 총칭.
tập tạ 떱 따	*to do weight-lifting (training)* [동] 역도.

tập tễnh 떱 뗀	*to ape, dabble* [동] = học đòi ...을 흉내 내다. ✶ tập tễnh ăn chơi → 노는것을 흉내내다.
tập thể 떱 테	*community, team, collective* [명] 집단, 그룹, 조직. ✶ khu nhà tập thể → 공동주택지구.
tập thể dục 떱 테 읍	*to take exercise* [동] = tập thể thao 운동하다, 단련하다.
tập thơ 떱 터	*collection of poems* [명] 시집(詩集).
tập tin 떱 띤	*file* [명] (서류) 파일.
tập trung 떱 쭘	*to concentrate, gather* [동] 초점을 맞추다, 모으다, 집중하다.
tập tục 떱 뚭	*custom, practice* [명] 풍습, 습관, 관행, 관례.
tất 떧	1/ *socks, stockings* [명] 양말. 2/ *all, whole* [명] = tất cả 모두, 다. ✶ cả lớp kéo nhau đi tất → 온 학급이 모두 다 가다.
tất bật 떧 벋	*be in hurry* [형] 서루르는, 바쁜.
tất cả 떧 까	*all, whole, as a whole* [부] 전체의, 모두, 총계의.
tất nhiên 떧 니엔	*of course, naturally* [부] 당연히, 물론.
tất niên 떧 니엔	*New-year party* [명] (12월 30일) 망년.
tất tả	*hurry, hasten* [형] (모양) 급한, 황급

떧 따	한, 허둥대는. ✱ tất tả chạy ngược chạy xuôi → 허둥대며 왔다갔다 하다.
tất yếu 떧 이에우	*indispensable* [형] 필요불가결한, 무시할 수 없는, 부득이한. ✱ điều kiện tất yếu → 필요불가결한 조건.
tật 떧	**1/** *bad habit* [명] 악습, 나쁜 습관. ✱ có tật nói láo → 거짓말하는 나쁜 습관이 있다. **2/** *physical defect, infirmity* [명] 결함, 결점.
tật nguyền 떧 응우웬	*handicap infirmity* [형] = tàn tật 불구인.
tấu 떠우	*execute, perform* [자] 실행하다, 연주하다. ✱ tấu hài → 코미디극을 상연하다.
tẩu 떠우	**1/** *opium pipe* [명] 아편 파이프. ✱ nhồi thuốc vào tẩu → 파이프에 아편을 넣다. **2/** *flee, run away, hide* [자] 달아나 숨다.
tẩu tán 떠우 딴	*disperse and hide* [동] 숨기기 위하여 여러 장소에 분산시키다, 흩어져 숨다.
tẩu thoát 떠우 토앋	*run away* [동] 도망치다, 달아나다. ✱ kẻ gian đã tẩu thoát → 간첩이 달아나다.
tậu 떠우	*buy, purchase* [동] 사다, 구입하다. ✱ mới tậu được chiếc xe → 자동차를 새로 구입했다.

tây 떠이	*west* [명] 서쪽의, 서양의.
tây phương 떠이 프엉	*western* [형] 서(쪽)의, 서방(서부)에 있는.
tây y 떠이 이	*western medicine* [명] 서양 의학.
tấy 떠이	*fester* [자] 곪다. ✻ vết thương tấy mủ → 상처가 곪다.
tầy đình 떠이 딘	*very serious* [형] = tày trời 매우 중요한, 매우 심각한. ✻ nó dám làm chuyện tầy đình như vậy sao? → 그가 매우 중요한 일을 감히 어떻게 합니까?
tẩy 떠이	*wipe out, rub off, dry clean* [자] 지우다, 닦아내다. ✻ tẩy vết mực trên áo → 옷의 잉크 자국을 지우다. ✻ uống thuốc tẩy → 해독제를 마시다.
tẩy chay 떠이 짜이	*boycott, to ostracize* [자] 거부하다, 배척하다.
tẩy độc 떠이 돕	*to detoxicate* [동] …을 해독하다, …의 독성을 없애다.
tẩy giun 떠이 지운	*to worm* [동] 회충이 빠져나가다.
tẩy mực 떠이 믁	*ink eraser* [동] 잉크 지우개.
tẩy não 떠이 나오	*to brainwash* [자] …을 세뇌하다.
tẩy trừ 떠이 쯔	*eradicate, wipe out, uproot* [자] 뿌리째 뽑다.

tẩy uế
떠이 우에
to purify, decontaminate
[자] 더러움을 제거하다, 정화하다.

té
때
to fall down, tumble down
[자] 넘어지다.

té sấp
때 섭
fall face down [동] 곤두박질 치다.

té ra
때 라
to turn out, to appear
[동] = hóa ra 결국엔 ~이 되다.
※ té ra là không phải vậy! → 결국엔 아니다!

té re
때 래
to have diarrhoea, loose bowels
[동] 설사하다.

tè
때
1/ *to wee, pee* [동] 오줌 누다.
2/ *very short* [형] 키가 아주 작은.
※ người gì mà thấp tè thế → 무슨 사람이 그렇게 작니.

tẻ
때
uninteresting, dull [형] = buồn tẻ
재미 없는, 단조롭고 지루한.

tẻ ngắt
때 응앋
very dull, very sad [형] 시시한, 매우 지루한.
※ câu chuyện tẻ ngắt → 지루한 이야기.

tẻ nhạt
때 냗
dull, dim [형] 재미없는, 단조롭고 지루한, 침침한, 희미한.
※ cuộc sống tẻ nhạt → 단조로운 삶.

tẽ
때
to separate, detached [자] 가르다, 나누다, 분리하다.
※ tẽ ra hai ngã để đi tìm → 나누어 두 방향으로 찾으러 가다.

tem
stamp [명] 우표, 인지.

땜

tém / 땜

tidy up, make look neat [자] 치우다, 정돈하다.

tèm lem / 땜 램

slovenly, untidy, dirty [형] 단정치 못한, 더러운.

teo / 때오

shrink, shrivel up [동] 오그라들다, 축소하다, 감소하다.

teo tóp / 때오 똡

shrink and wrinkle up [형] 오그라들고 주름 잡힌.
※ chân tay teo tóp → 쪼글쪼글한 손.

tẻo teo / 때오 때오

puny, tiny [형] 왜소한, 아주 작은.

tép / 땝

small shrimp [명] (동물) 작은 새우.

tép riu / 땝 리우

1/ very small shrimp [명] 작은 새우.
2/ humble person, inferior [명] (사람) 하찮은 사람.

tẹp nhẹp / 땝 니엡

mean, trifling, small-minded [형] 작고 하찮은.
※ chuyện tẹp nhẹp đó không đáng quan tâm → 그 작고 하찮은 일에 관심 가질 가치도 없다.

tét / 땓

tattered, in rags, ragged [형] 해진, 남루한, 찢어진.
※ bị tét một đường dài → 한 줄 길게 찢어지다.

tê / 떼

numbed, insensible, stiff [형] (손발이) 마비된.
※ bị tê chân → 다리가 마비되다.
※ thuốc gây tê → 마취제.

tê bại 떼 바이	*paralyse, render powerless* [형] 마비된,
tê cóng 떼 꼼	*frosbite* [형] = tê buốt 동상(凍傷)에 걸린.
tê dại 떼 야이	*be numb* [자] …을 (…으로) 마비 시키다, 저리게 하다.
tê giác 떼 찌압	*rhinoceros, rhino* [명] (동물) 코뿔소
tê liệt 떼 리엩	*paralysed, paralytic* [형] (손, 발 등이) 마비된; 마비성의
tê thấp 떼 텁	*rheumatism* [명] (의학) 류머티즘.
tế 떼	*to sacrifice* [자] (신에게) 제물로 바치다 cúng tế, tế lễ
tế bào 떼 바오	*cell* [명] 세포
tế bần 떼 번	*to help / assist the poor* [동]
tế lễ 떼 레	*offerings, sacrifices* [동] (신에게) 제물로 바치다 làm lễ cúng bái
tế nhị 떼 니	*delicate* [형] (문제, 일 등이) 세심한 주의를 요하는, 미묘한.
tề 떼	*cut off* [자] …을 칼 등으로 베다, 자르다.
tề chỉnh 떼 찐	*tidy, in good order* [형] = chỉnh tề 옷차림이 단정한. ✻ ăn mặc tề chỉnh → 단정하게 입다.
tề gia 떼 지아(야)	*manage one's household* [동] 가정을 관리하다. ✻ tề gia, trị quốc, bình thiên hạ →

가정을 잘 관리하고 나라를 잘 다스리면 세상이 평안하다. (*齊家治國平天下*).

tề tựu
떼 뜨우
assemble, be at present, gather [동] 모이다, 회합하다.

tễ
떼
pills [명] 환약, 알약.
✻ uống thuốc tễ → 알약을 먹다.

tệ
떼
bad, ungrateful, evil [형] 냉혹한.

tệ bạc
떼 박
ungratefull, heartless
[형] 냉혹한, 잔인한.

tệ hại
떼 하이
depraved, bad ill, evil
[형] 타락한, 사악한.

tệ lậu
떼 러우
bad practice [형] 악습.

tệ nạn
떼 난
social evil [명] 병폐.
✻ tệ nạn xã hội → 사회병폐.

tên
뗀
1/ *arrow* [명] 화살.
2/ *name* [명] 이름, 명칭.
✻ đặt tên cho con → 자녀의 이름을 짓다.
✻ tên tôi là Tâm → 내 이름은 떰입니다.
3/ *guy* [명] 사람, 놈, 인.
✻ tên trộm → 도둑놈.

tên lửa
뗀 루아
rocket, missile
[명] 로켓, 미사일 (무기), 유도탄.

tên tục
뗀 뚭
birth-name, real name
[명] 실명, 성명.

tên tuổi
1/ *name and age* [명] 이름과 나이.

뗀 뚜오이	**2/** *reputation* [명] 세평, 평판, 성가 (聲價), 신망, 인망.
tênh hênh 뗀 헨	*indecently exposed* [형] 무식하게 보이는. ✷ con gái gì mà nằm tênh hênh ra thế → 무슨 여자가 무식하게 그렇게 누워있니.
tết 뗃	**1/** *New year's day* [명] 명절. ✷ tết âm lịch = tết Nguyên Đán (*lunar new year*) 구정, 음력 설날. ✷ tết dương lịch = tết Tây (*western new year*) → 신정, 양력 설날. ✷ tết trung thu(*mid-autumn festival*) → 중추절, 추석. **2/** *to plait* [동] (머리털, 짚 등을) 땋다, 엮다. ✷ tóc tết đuôi sam → 머리를 뒤로 땋다.
tếu 떼우	*not serious, joke, funny* [형] 농담하는.
tha 타	**1/** *set free, release* [자] 자유롭게 하다, 해방하다, 풀어주다, 방면하다. **2/** *to forgive* [자] 용서하다. **2/** *carry in the mouth (beak)* [자] (새, 동물) 주둥이(부리)로 물어 나르다. ✷ mèo tha chuột → 고양이가 쥐를 물어 나르다.
tha bổng 타 봄	*to acquit, completely clear from..* [동] 죄가 없음을 선언하다, 무죄라고 하다

tha hồ 타 호	*to one's hearts content, satiety* [부] 원하는대로, 만족할 만큼, 좋을대로. ✶ sách báo nhiều tha hồ mà đọc → 얼마든지 책을 읽어라.
tha hương 타 흐엉	*foreign country, foreign land* [명] = tha phương (xa nhà, nơi xứ lạ) 타향.
tha lỗi 타 로이	*to excuse, forgive, pardon* [동] = tha thứ, tha tội 용서하다.
tha ma 타 마	*burial ground, graveyard* [명] 묘지. ✶ đi ngang qua bãi tha ma → 묘지를 가로지르다.
tha mạng 타 망	*beg for quarter, receive quarter* [동] 목숨을 살려주다.
tha thiết 타 티엣	*be attached with insistence, be keen on* [형] 열중한, 생각하고 있는.
thà 타	*rather, better* [부] 차라리, …가 낫다. ✶ thà chết vinh hơn sống nhục → 치욕스럽게 사느니 영광스럽게 죽는게 낫다.
thả 타	*set free, release, let out, drop* [동] 풀어주다, 방면하다, 똑똑 떨어지다. ✶ thả hổ về rừng (속담) → 호랑이를 숲으로 풀어주다. ✶ thả mồi bắt bóng (속담) → 미끼는 풀어주고 그림자를 잡다.
thả bom 타 봄	*to drop a bomb* [동] 폭탄을 투하하다.
thả bộ 타 보	*to walk, stroll, ramble* [동] 산책하다.
thả cửa 타 끄어	*freely* [부] = thả giàn 자유롭게, 기

타 끄아	꺼이, 쾌히. ✻ ăn chơi thả cửa → 맘껏 놀다.
thả diều 타 이에우	*to fly a kite* [동] 연을 날리다.
thả lỏng 타 롬	*to let loose* [동] 풀어놓다, 자유롭게 되다.
thả neo 타 네오	*to drop anchor* [동] 닻을 내리다.
thả nổi 타 노이	*to float, floating* [동] 뜨다, 띄우다.
thả rong 타 롬	*let wander, leave unbridled* [자] 방목하다.
thác 탁	**1/** *chute, waterfall, cascade* [명] 폭포. **2/** *to be dead, pass away* [동] 죽다.
thạc sĩ 탁 시	*MA./MSc (degree)* [명] 석사.
thách 탓	**1/** *dare, defy, challenge* [동] 겨루다, 결투하다, 도전하다. ✻ thách đấu súng → 총을 맞대고 겨루다. **2/** *overprice* [동] …에 너무 비싼 값을 매기다. ✻ nói thách cao quá → 너무 비싸다!
thách cưới 탓 끄어이	*to exact wedding-presents* [동] 지참금을 요구하다
thách đố 탓 도	*challenge, defy, wager* [동] 내기하다, 걸다.
thách thức 탓 특	*challenge* [동] 도전하다. ✻ nó nhìn với vẻ thách thức → 그

는 도전적인 얼굴로 바라보다.

thạch cao — *plaster* [명] 석고.
탓 까오
※ pho tượng thạch cao → 석고상.

thạch sùng — *house lizard* [명] 집도마뱀.
탓 숨.

thai — *foetus, embryo* [명] 태아.
타이

thai nghén — *pregnant, conceiving, in gestation of* [동] 임신하다.
타이 응핸

thai nhi — *foetus* [명] 태아.
타이 니

thai phụ — *pregnant women* [명] 임신부.
타이 부

thái — *to slice, cut up (meat)* [동] (고기등을) 얇게 베어내다
타이

Thái — *Thailand* [명] 태국.
타이

thái bình — *peaceful and prosperous* [형] 태평한
타이 빈
※ thái bình dương → 태평양.

thái dương — *1/ sun* [명] 태양, 해.
타이 이응
2/ temple [명] (해부) = màng tang 관자놀이.

thái độ — *attitude, manner, posture* [명] 태도, 마음 가짐, 자세.
타이 도

thái hậu — *King's mother* [명] 태후.
타이 하우

thái quá — *excessive, extreme, immoderate* [형] 과도한, 지나친, 터무니없는.
타이 꾸아

thái tử — *crown prince* [명] 황태자.
타이 뜨

thải 타이	*discard, eliminate, discharge* [자] 버리다, 없애다, 제거하다, 해임하다.
thải hồi 타이 호이	*dismiss, discharge* [자] 해산시키다, 해임하다.
thải trừ 타이 쯔	*discard* [자] 버리다.
tham 탐	*be greedy* [형] 탐욕스러운, 욕심 많은, 대식하는. ✷ tham ăn → 먹는 것에 욕심을 내다. ✷ lòng tham không đáy → 헤아릴 수 없는 탐심.
tham chiến 탐 찌엔	*participate in war* [동] 참전하다. ✷ các quốc gia tham chiến → 각 국가들이 참전하다.
tham dự 탐 이으	*to attend, participate, take part* [동] 참여하다, 관여하다.
tham gia 탐 지아(야)	*to join, take part* [동] 참가하다.
tham khảo 탐 카오	*to consult, to refer to…* [동] 참고하다, 조사하다.
tham lam 탐 람	*greedy, voracious, rapacious* [형] 욕심 많은, 탐욕스러운.
tham mưu 탐 므우	*advise, staff* [동] 참모, 막료.
tham nhũng 탐 늉	*corrupt, embezzle, misappropriate* [동] 탐욕하다, 부정하다.
tham ô 탐 오	*embezzle* [동] 횡령하다, 착복하다.
tham quan	*to tour, to visit, do sightseeing*

tham quan 탐 꾸안	[동] 관광하다, 여행하다, 유람하다. ✻ tổ chức đi tham quan → 유람가다.
tham tàn 탐 딴	*greedy and cruel* [형] 잔인하고 욕심많은.
tham vọng 탐 봉	*ambition* [명] 야망, 포부, 열망.
thám báo 탐 바오	*spy, spy and scout, guide* [명] 탐정, 스파이, 군사 탐정.
thám hiểm 탐 히엠	*to explore* [동] 탐험하다. ✻ thám hiểm Bắc cực → 북극을 탐험하다.
thám thính 탐 틴	*spy, collect intelligence* [동] (사람, 장소 등을) 감시하다, 망보다, (장소를) 몰래 조사하다, 탐지하다
thám tử 탐 뜨	*detective, spy* [명] (사람) 탐정, 간첩, 스파이.
thảm 탐	**1/** *carpet, rug, matting, tapestry* [명] 카펫, 깔개, 매트. ✻ nền nhà trải thảm → 바닥에 카펫을 깔다. **2/** *tragic* [형] 비극의, 비참한.
thảm bại 탐 바이	*utter defeat* [형] 참패를 당한.
thảm cảnh 탐 깐	*tragic situation, tragic plight* [명] 비참한 환경.
thảm hại 탐 하이	*pitiful, ruinous, fatal* [형] 불쌍한, 비참한, 비열한.
thảm họa 탐 화	*catastrophe, calamity* [명] 대참사, 재난, 재해.

thảm khốc 탐 콥	*devastating, highly destructive* [형] 참혹한, 지독한, 굉장한. ✻ một tai nạn thảm khốc → 참혹한 사고.
thảm kịch 탐 낏	*pitiful situation, tragic plight* [명] 참극.
thảm sát 탐 삿	*slaughter, butcher, massacre* [자] 무차별로 죽이다, 학살하다, 참살하다.
thảm thê 탐 테	*utterly tragic* [형] = thê thảm 비참한, 비극의.
thảm thiết 탐 티엣	*heart-rending* [형] 가슴이 찢어질듯한, 비통한. ✻ khóc than thảm thiết → 비통하게 탄식하며 울다.
thảm thương 탐 트엉	*saddening and pitiful* [형] 비참한. ✻ hoàn cảnh rất thảm thương → 매우 비참한 환경.
thảm trạng 탐 짱	*heart-rending situation* [명] 참상. ✻ thảm trạng xã hội → 사회 참상.
than 탄	**1/** *coal, carbon* [명] 석탄, 탄소. **2/** *moan, lament* [동] 한탄하다, 비탄하다. ✻ than thân trách phận → 운명을 탓하며 한탄하다.
than đá 탄 다	*coal* [명] 석탄. ✻ khai thác than đá → 석탄을 개발하다.
than phiền 탄 피엔	*moan, complain* [동] 불평(불만)을 말하다.

than thở 탄 터	*moan out one's grief* [동] 신음(한탄) 하듯이 하다.
than vãn 탄 반	*moan at length* [자] (운명, 죽음 등을) 한탄하다, 슬퍼하다.
thán phục 탄 붇	*admire* [동] 감탄하다, 탄복하다.
thản nhiên 탄 니엔	*calm, unruffled* [형] 차분한, 침착한.
thang 탕	1/ *ladder, staircase* [명] 사닥다리. 2/ *medical-herb mixture* [명] ✻ uống hết 10 thang thuốc Bắc →
thang máy 탕 마이	*lift, elevator* [명] 엘리베이터, 승강기.
tháng 탕	*month* [명] 달, 개월.
tháng chạp 탕 짭	12th *lunar month* [명] 음력 12월.
tháng đủ 탕 두	*30 day month, a clear month* [명] 30, 31일까지 있는 음력 달.
tháng giêng 탕 지엥	*first lunar month* [명] 음력 1월.
tháng thiếu 탕 티에우	*29day month* [명] 29일까지 있는 음력 달.
thảng thốt 탕 톧	*nervous, panic-stricken* [형] 당황한, 허둥대는.
thanh 탄	1/ *bar, slat, piece* [명] 길쭉한 모양의 것 앞에 붙여 쓰임. ✻ thanh sắt → 쇠. ✻ thanh gươm → 검. 2/ *tone, pitch, sound*

	[명] 소리, 가락, 음률의 높이.
thanh bạch 탄 밧	*poor but honest, pure and upright* [형] 가난하지만 정직한.
thanh bình 탄 빈	*peaceful* [형] 평화로운, 평온한.
thanh cao 탄 까오	*lofty, refined, noble, elevated* [형] 고귀한, 숭고한.
thanh danh 탄 얀	*fame* [명] 명성, 명망.
thanh đạm 탄 담	*frugal, pure and upright* [형] 가난하지만 정직하고 검소한.
thanh khiết 탄 키엔	*pure, incorruptible* [형] 청렴결백한.
thanh lịch 탄 릿	*courteous and refined* [형] 예의바르고 품위있는.
thanh lọc 탄 롭	*to purify, purge, cleanse* [자] 추방하다, 청결하게 하다, 깨끗이 하다.
thanh lý 탄 리	*to liquidate, take stock of..* [동] 청산 하다. 일소하다
thanh mảnh 탄 만	*delicate* [형] 섬세한, 미묘한.
thanh minh 탄 민	**1/** *to explain away, clear onself, deny oneself* [동] 변명하다, 부인하다. **2/** *grave visiting festival (on 5th March, lunar month)* [명] 음력 3월 5일, 성묘하는 날.
thanh nhã 탄 냐	*elegant* [형] 기품있는, 고상한.
thanh nhạc	*vocal music* [명] 성악.

탄 냐

thanh nhàn — *relaxed, peaceful, tranquil*
탄 난
[형] 평온한, 조용한.
✳ cuộc sống thanh nhàn → 평온한 삶.

thanh niên — *young people, youth* [명] 청소년.
탄 니엔

thanh nữ — *young girls* [명] 소녀, 처녀.
탄 느

thanh quản — *larynx* [명] (해부) 후두; 발성 기관.
탄 꾸안

thanh tao — *refined, noble, elevated*
탄 따오
[형] 고결한, 고상한.
✳ cô ấy có 1 vẻ đẹp thanh tao → 그녀는 고결한 아름다움을 지녔다.

thanh thản — *easy, untroubled*
탄 탄
[형] (마음이) 편안한, 여유있는.
✳ cảm thấy thanh thản trong lòng → 마음이 편안하다.

thanh thế — *prestige* [명] 위세, 위신, 감화력.
탄 테

thanh thoát — *light and flowing*
탄 토앋
[형] 가벼운, 유려한.
✳ lời văn thanh thoát → 유려한 문장.

thanh tịnh — *restful, tranquil* [형] 조용한, 차분한, 평온한, 평화로운, 평안을 주는.
탄 띤

thanh toán — **1/** *liquidate, eliminate*
탄 또안
[자] 청산하다, 일소하다, 제거하다.
✳ thanh toán địch thủ → 적을 제거

하다.
2/ *to pay* [타] (돈을) 치르다, 지불하다.
✳ thanh toán hóa đơn → 셈을 치르다.

thanh tra
탄 짜
1/ *to inspect* [자] 검사(검열)하다.
2/ *inspector* [명] 검사자, 검열관.

thanh trừng
탄 쯩
to purge [동] 추방하다, 숙청하다.

thanh tú
탄 뚜
pretty, nice, graceful [형] 예쁜, 아름다운, 말쑥한, 우아한.
✳ khuôn mặt thanh tú → 아름다운 얼굴.

thanh vắng
탄 방
quiet and desert [형] 고요하고 쓸쓸한, 적막한.

thanh xuân
탄 쑤언
prime of life, youth
[형] 원기의, 생기 넘치는.
✳ tuổi thanh xuân → 생기 넘치는 나이.

thánh
탄
saint [명] 성인(聖人), 성(聖).

thánh ca
탄 까
anthem, hymn, holy-song
[명] 찬송가, 축가.

thánh địa
탄 디아
holy land, holy city [명] 성지(聖地).

thánh đường
탄 드엉
chancel, cathedral
[명] (교회당의) 대성당.

thánh hiền
탄 히엔
sages and saints, confucian deities
[명] 현인과 성인.

thánh kinh
holy bible, bible [명] 성서, 성경.

탄 낀	
thánh nhân 탄 년	saint, sage, sadhu [명] 박식한 사람, 현인, 철인(哲人).
thánh sống 탄 솜	living saint, person of virtue [명] 살아있는 성인군자.
thánh thần 탄 턴	saint and genie [명] 성인과 신.
thánh thiện 탄 티엔	devotional devotional, holy [형] 믿음의, 경건한.
thánh thót 탄 톤	sweet melodious [형] (음성) 부드러운, 감미로운.
thành 탄	1/ citadel, rampart, city, town [명] 도시. 2/ turn into, change into, achieve one's aim, become [동] …이되다, …로 만들다, …로 바꾸다. ✻ vết thương đã thành sẹo → 상처가 흉터로 됐다.
thành bại 탄 바이	win or lose, succeed or fail [명] 성공과 실패.
thành công 탄 꼼	be successful [동] 성공하다.
thành đạt 탄 닫	to be successful, gain one's laurels [동] 성공하다. 기반을 잡다. ✻ con cái đều thành đạt cả → 자식들이 모두 성공했다.
thành đồng 탄 동	bulwark, brass citadel [명] 옹호자, 지지자.
thành hình 탄 힌	form, take shape [자] 만들다, 형체를 이루다.

* ngôi nhà đã thành hình → 집이 형체를 갖추었다.

thành hôn
탄 혼
to marry, get married
[동] 결혼하다.

thành khẩn
탄 컨
sincere, in good faith
[형] 솔직한, 성실한, 진지한.

thành kiến
탄 끼엔
prejudice, bias [명] 편견, 선입견.
* có thành kiến xấu → 나쁜 선입견이 있다.

thành kính
탄 낀
respectful, deferential [형] 정중한, 공손한, 존경심이 가득한, 존경하는.

thành lập
탄 럽
set up, establish [동] 설립하다.

thành lũy
탄 루이
stronghold, rampart, bastion
[명] 성벽, 요새.

thành ngữ
탄 응으
idiom [명] 숙어, 관용구.

thành niên
탄 니엔
major, adult [명] 성년, 성인.
* đến tuổi thành niên → 성년이 되다.

thành phẩm
탄 펌
end-product, finished product
[명] 완성품.

thành phần
탄 펀
① *component, ingredient* [명] 성분, 구성, 조직. ② (사회적) 계급.

thành phố
탄 포
town, city [명] 시, 도시.
* thành phố Hồ Chí Minh → 호치민 시.

thành quả
탄 꾸아
fruit, achievement
[명] 성과, 업적, 공적, 열매.

thành ra 탄 라	*become, as a result* [부] …이 되다, …로 만들다, …로 바꾸다.
thành tâm 탄 떰	*candid, frankness, open-hearted* [형] 솔직한, 거리낌없는, 터놓은, 숨김없는.
thành thạo 탄 타오	*expert, fluently, skilled* [형] = thành thực 숙련된, 노련한, 능란한, 유창한.
thành thật 탄 텃	*honest, sincere, truthful* [형] = thành thực 성실한, 공정한, 정직한.
thành thị 탄 티	*town, city, urban area* [명] 시, 도시.
thành thử 탄 트	*therefore, so, hence, and so* [부] 그 결과, 그러므로, 따라서.
thành tích 탄 띳	*performance, achievement* [명] 성취, 성적.
thành trì 탄 찌	*stronghold, parapet and moat* [명] 성벽, 누벽(壘壁), 방벽, 성채, 요새.
thành tựu 탄 뜨우	*achievement* [명] 성과, 달성, 성취.
thành ủy 탄 우이	*city party committee* [명] 시(市) 집행위원회.
thành viên 탄 비엔	*member* [명] 단원, 멤버, 구성원.
thảnh thơi 탄 터이	*unoccupied, leisurely* [형] 바쁘지 않은, 한가로운.
thánh thót 탄 텉	*sound sweetly* [형] (소리) 감미로운. ✳ tiếng đàn thánh thót vang lên → 감미로운 연주소리가 울려퍼지다.

thao diễn 타오 이엔	*to manoeuvre, to demonstrate* [동] 연습시키다.
thao dượt 타오 이읃	*drill, exercise, manoeuvre* [자] …을 훈련시키다.
thao láo 타오 라오	*open wide* [형] (눈을) 크게 뜬. ✳ mắt mở thao láo ra nhìn → 눈을 크게 뜨고 쳐다보다.
thao luyện 타오 루웬	*drill, train* [자] 훈련하다.
thao lược 타오 르억	*strategy, art of war* [명] 병법, 용병학.
thao tác 타오 딱	*act, movement, to operate* [동/명] 동작, 움직임, 작동하다. ✳ thao tác nhanh và chính xác → 빠르고 정확한 동작.
thao thao 타오 타오	*endlessly voluble* [형] (말, 이야기) 끊임없이 유창한. ✳ nói thao thao trước đám đông → 군중앞에서 끊임없이 유창하게 말하다.
thao thức 타오 특	*spend a restless night* [동] 잠을 못 자다. ✳ thao thức suốt đêm → 밤새 잠못자고 깨어있다.
thao trường 타오 쯔엉	*drill-ground, training-ground* [명] 연병장, 훈련장. ✳ thao trường đổ mồ hôi, chiến trường bớt đổ máu → 훈련장에서 땀 흘리면 전장에서 피흘림을 줄인다.
thao túng 타오 뚱	*to sway, to control* [동] 지배하다, 좌우하다.

tháo 타오	to open, unbind, unleash [자] 풀어 놓다, 놓아주다.
tháo chạy 타오 짜이	to flee [타] 달아나다, 도피하다.
tháo gỡ 타오 거	remove, undo [자] 제거하다, 치우다, 풀다, 끄르다.
tháo lui 타오 루이	to withdraw, retreat, retire [동] 빼다, 물러가다, 퇴각하다.
tháo rời 타오 러이	to take apart, take to pieces [자] 분해하다, 해체하다.
tháo vát 타오 받	resourceful, up-and-coming[형] 기략이 풍부한, 책략이 있는, 진취적인, 유망한.
thảo 타오	1/ to write, draft [동] 쓰다, …을 끌다, 당기다. 2/ generous, open-hearted [형] 아끼지 않는, 인심 좋은, 통이 큰. ✲ dâu hiền, rể thảo → 착한 신부, 인심 좋은 신랑.
thảo cầm viên 타오 껌 비엔	zoological and botanical garden [명] 동식물원.
thảo dược 타오 이으언	herbal remedy [명] = dược thảo 약초.
thảo luận 타오 루언	to discute [동] 토론하다
thảo khấu 타오 카우	bandit, pirate, robber [명] 강도, 도둑, 약탈자.
thảo mộc 타오 목	plants, vegetable [명] 식물, 초목.
thảo nguyên	grassland, steppe [명] 초원.

타오 응우엔

thạo   *conversant, proficient, familiar*
타오   [형] 능숙한, 익숙한, 숙달된.

thạo đời   *to have experience of life*
타오 더이   [동] 경험으로 알다.

thạo nghề   *experienced, skilled, technically*
타오 응헤   [형] 숙련된, 능숙한.

thạo tin   *well-informed*
타오 띤   [형] 정보에 정통한, 박식한.

thạo việc   *experienced in one's job*
타오 비엑   [동] 일에 능숙하다, 숙달하다.

tháp   *tower* [명] 탑.
탑

tháp canh   *watch-tower, sentry-box*
탑 깐   [명] 전망대, 초소, 보초(파수)막.

tháp chuông   *bell-tower* [명] 종탑, 종루.
탑 쭈옹

tháp nước   *water-tower* [명] 급수(저수, 배수)탑.
탑 느억

tháp tùng   *follow, accompany* [동] 동반하다,
탑 뚱   동행하다, 수행하다.

thau   *brass, brass colour*
타우   [명] (화학) 놋쇠, 황동, 놋쇠 빛깔.
   ✻ vàng thau lẫn lộn → 금과 놋쇠를 섞다.

thay   **1/** *replace* [동] 대신하다, 대치하다.
타이   ✻ thay cha mẹ chăm sóc em → 부모님을 대신하여 동생을 돌보다.
   ✻ đi họp thay → 대신 회의에 가다.
   2/ *change* [동] 교환하다, 바꾸다.

	✻ thay áo mới → 새옷으로 바꾸다.
thay băng 타이 방	*to change the dressing* [동] (의학) 붕대를 갈다. ✻ thay băng cho bệnh nhân → 환자에게 붕대를 갈아주다.
thay đổi 타이 도이	*to change* [동] 변화하다, 교체하다, 교환하다.
thay mặt 타이 맏	*on behalf of.., for..* [부] 대표하여, … 을 대신하여.
thay phiên 타이 피엔	*to take turns doing sth.* [동] 교대로 하다.
thay thế 타이 테	*to replace* [동] 대치하다, 대신하다.
thay vì 타이 비	*instead of…* [부] 그대신에, 그보다도.
thắc mắc 탁 막	*to query, to wonder* [자] 의문으로 여기다, 알고싶어 하다.
thăm 탐	*1/ to visit, to see* [동] 방문하다, 찾아 가다. *2/ ballot, vote* [명] 표.
thăm dò 탐 여	*to survey, explore* [자] 바라보다, 둘러보다.
thăm hỏi 탐 호이	*to pay compliment to sb, give one's regard to sb.* [동] 인사말을 하다, 호의를 나타내다.
thăm nom 탐 놈	*to look after, call on* [자] …을 지켜 보다, 관심을 가지다.
thăm nuôi 탐 누오이	*visit and feed* [동] 음식(먹이)을 주다 방문하다
thăm thẳm 탐 탐	*very deep, very far*

탐 탐	[형] 아주 멀리 있는, 아주 깊은.
thăm viếng 탐 비엥	*to visit* [동] 탐방하다.
thắm 탐	*deep, warm, dark, ardent* [형] 깊은, 진한, 다정스러운.
thắm thiết 탐 티엣	*close, intimate, very warm* [형] 친밀한, 매우 다정한, 가까운. ✳ tình bạn thắm thiết → 친밀한 우정.
thẳm 탐	*very (far, deep)* [부] 아주 (멀리에, 깊이.) ✳ núi cao, vực thẳm → 높은 산, 깊은 구렁.
thăn 탄	*tender loin, fillet* [명] 돼지의 연한 허리고기, 필레살. ✳ mua thịt thăn → 필레살을 사다.
thằn lằn 탄 란	*lizard* [명] (동물) = thạch sùng 도마뱀.
thăng 탕	*to promote, fly off* [동] 진급시키다.
thăng bằng 탕 방	*balance, equilibrium* [형] 균형, 평형.
thăng chức 탕 쯕	*to promote sb (to the post of..)* [동] = thăng trật 진급시키다.
thăng tiến 탕 띠엔	*to advance* [동] 추진하다, 앞으로 나아가다. ✳ thăng tiến trong sự nghiệp ca hát → 음악사업을 추진하다.
thăng trầm 탕 쩜	*to rise and fall* [동/형] 흥망, 흥하고 망하다.

	✽ sự thăng trầm của 1 dân tộc → 한 민족의 흥망.
thắng 탕	**1/** *to win* [동] 이기다, 승리하다. **2/** *boil (sugar) with water* [동] (설탕을) 조리다. ✽ thắng đường làm mứt tết → 설탕을 조리어 설에 먹는 젤리를 만들다. **3/** *brake, to brake* [명] 브레이크, 제동, 억제. ✽ đạp thắng → 브레이크를 걸다.
thắng cảnh 탕 깐	*beautiful site, beauty spot* [명] 아름다운 풍경.
thắng cuộc 탕 꾸옥	*to win the game* [동] 이기다. 게임을 얻다.
thắng cử 탕 끄	*to win the election* [동] = đắc cử 선거에서 승리하다, 당선하다.
thắng giải 탕 지아이(야이)	*win a price* [동] 상을 타다.
thắng kiện 탕 끼엔	*to win one's case* [동] 승소하다.
thắng lợi 탕 러이	*to win a victory* [동] 승리하다.
thắng thế 탕 테	*predominate, to gain the upper hand* [타] 우세하다, 탁월하다, 제압하다.
thắng trận 탕 쩐	*to win the battle* [동/형] 전쟁에서 승리하다.
thằng 탕	**1/** *classifier for boy or 'interiors'* [대]

	손아래 남자, 특히 소년을 일컫는 3인칭 대명사. ✻ thằng bạn → 친구. ✻ thằng ăn cắp → 소매치기놈.
thằng bé 탕 배	*a little boy, kid* [명] = thằng nhóc 소년.
thằng hèn 탕 핸	*coward, son of a gun* [명] 겁쟁이, 비겁자.
thằng hề 탕 헤	*clown, harlequin, buffoon* [명] 어릿광대.
thằng ngốc 탕 응옵	*blockhead, charlie, fool* [명] 멍청이, 바보.
thẳng 탕	*straight* [형] 곧은, 똑바른, 일직선의
thẳng băng 탕 방	*perfectly straight* [형] = thẳng bon 아주 곧은.
thẳng đứng 탕 등	*vertical, upright* [형] 수직의.
thẳng góc 탕 곱	*perpendicular* [형] 수직의
thẳng tay 탕 따이	*severely, sternly, mercilessly* [부] 엄숙함, 엄하게. ✻ thẳng tay trừng trị → 엄히 징계하다.
thẳng tắp 탕 땁	*very straight* [형] 아주 곧은.
thẳng thắn 탕 탄	*outspoken, straight-forward* [형] 솔직한, 기탄 없는. ✻ trả lời thẳng thắn → 솔직하게 대답하다.

thẳng thừng
탕 틍

definitive, point-blank, flat, outright
[형] 솔직한, 노골적인, 꾸밈(숨김)없는.
✶ phê bình thẳng thừng → 노골적으로 비판하다.

thắp
탑

to light, to burn [동] = thắp sáng 켜다, 피우다, 태우다.
✶ thắp nến lên cho sáng → 양초를 켜서 밝게하다.

thắt
탇

to tie, fasten, make a knot
[동] 매다, 조이다, 묶다.

thắt chặt
탇 짣

to tighten [동] (관계 따위를) 가깝게 하다, 단단히 하다.
✶ thắt chặt mối quan hệ → 모든 관계를 단단히 하다.

thắt lưng
탇 릉

1/ *middle, waist* [명] 허리.
✶ nước ngập lên tới thắt lưng → 물이 넘쳐 허리까지 차다.
2/ *waist-band, belt*
[명] 허리띠, 혁대.
✶ mua 1 cái thắt lưng bằng da bò → 쇠가죽 허리띠를 하나 사다.
3/ *to tighten one's belt* [동] ① 허기를 참다 ② (돈을) 모으다.
✶ thắt lưng buộc bụng (속담) → 허리띠를 졸라매다. (돈을 모으기 위해 절약하다.)

thâm
텀

1/ *dark, grey, black*
[형] 색이 어두운, 회색의,
✶ bị té ngã thâm đầu gối → 넘어져서 무릎이 멍이들었다.

2/ *insidious, perfidious, cradty* [형] 교활한, 불성실한, 딴 마음이 있는.
✷ mưu thâm → 교활한 음모.

thâm độc
텀 독
evil-minded, malicious, crafty [형] 악의 있는, 간사한, 심술궂은.

thâm giao
텀 지아오(야오)
very close, close friendship [형] 친밀감 있는, 깊은 관계에 있는, 매우 친애하는.
✷ bạn thâm giao → 친밀한 친구.

thâm hiểm
텀 히엠
darkly wicked, malicious, fiendish [형]
사악한, 심술궂은.
✷ lòng dạ thâm hiểm → 사악한 마음.

thâm kim
텀 낌
spots [형] 반점, 얼룩.

thâm nhập
텀 니엡
to penetrate, mix with [자] (마음에) 크게 영향을 미치다, 깊이 감동시키다.
✷ tư tưởng tiến bộ thâm nhập vào quần chúng → 진보적인 사상은 군중들의 마음에 크게 영향을 미쳤다.

thâm niên
텀 니엔
seniority, many years [명/형] 선임자, 연장자, 오랜 기간의, 여러해의.
✷ thâm niên công tác trong ngành giáo dục → 교육분야의 선임자.

thâm sâu
텀 서우
very deep, profound
[형] 매우 깊은, 심원한.

thâm tâm
텀 떰
in the bottom of one's heart
[명] 마음.
✷ trong thâm tâm tôi vẫn cầu

mong cho anh ấy luôn hạnh phúc → 내 마음은 여전히 그가 언제가 행복하길 바란다.

thâm thù
텀 투
deep hatred, at danger drawn [명] 깊은 증오.

thâm thủng
텀 퉁
gap, deficit [자] …에 금이 가게하다, 갈라져 틈이 나게 하다.
* thâm thủng ngân quỹ → 예산에 금이 가다.

thâm thúy
텀 투이
profound and subtle [형] 심오한, 심원한.
* lời phê bình thâm thúy → 심오한 비평.

thâm tình
텀 띤
deep affection [명] 깊은 애정.

thâm tím
텀 띰
black and blue, vivid [형] 짙고 푸른, 생기에 찬, 원기 왕성한.
* mình mẩy thâm tím → 원기 왕성한 몸.

thâm trầm
텀 쩜
deep, serious, profoundness [형] 심오한, 심각한, 진지한.
* bản tính thâm trầm → 진지한 성격.

thâm u
텀 우
dark, sombre, gloomy [형] 우울한, 침울한, 음침한.

thâm ý
텀 이
secret thought, hidden motive, intention [형] 의도, 속셈.
* chưa hiểu được thâm ý của ông ấy → 그의 속셈이 아직도 이해가 안간다.

thấm
to absorb, to sink in [동] 흡수하다,

텀	스며들다, 빨아들이다.
	✵ mồ hôi thấm ướt áo → 땀이 옷에 베어들다.
thấm đượm 텀 드엄	*be imbue (with)* [자] 주입시키다, 불어넣다.
	✵ thấm đượm tình quê hương → 애향심을 불어넣다.
thấm nhuần 텀 뉴언	*to be imbued, to be alive to* [자] 스며들다.
thấm tháp 텀 탑	*make nothing (of)* [형] 소용있는, 작동하는
thấm thía 텀 티아	*to be sufficient to do, penetrate* [동] 침투하다, 스며들다, 퍼지다.
	✵ buồn thấm thía → 슬픔이 침투하다.
thấm thoát 텀 토앋	*past rapidly, quickly, soon* [형] 빨리.
	✵ thấm thoát đã 3 năm qua → 3년이 매우 빨리 지나갔다.
thầm 텀	*secret sneaking, in the dark* [형] 살금살금 하는, 몰래 하는, 비밀한, 어둠의.
	✵ yêu thầm → 몰래 사랑하다.
	✵ mừng thầm → 몰래 기뻐하다.
	✵ nói thầm → 속삭이다.
thầm kín 텀 낀	*sneaking, secretly* [형] 살금살금 하는, 몰래 하는, 비밀한.
	✵ ước mơ thầm kín → 비밀한 소원.
thầm lặng 텀 랑	*mute, silent* [형] 무언의. 조용한.
	✵ sự hy sinh thầm lặng → 무언의 희생.
thầm lén 텀 렌	*sneaky, secret* [형] 몰래한, 비밀한.

| 텀 렌 | kín đáo và lén lút bí mật
※ thầm lén ra đi → 몰래 나가다. |
|---|---|
| **thầm mong**
텀 몸 | *discreet desire / hope* [동] 깊이 바라다, 소원하다.
※ thầm mong cho con cái nên người → 자식들이 좋은 사람이 되도록 깊이 소원하다. |
| **thầm thì**
텀 티 | *in a whisper, under one's breath* [자] 귓속말을 하다, 속삭이다.
※ thầm thì bên tai → 귓가에 속삭이다. |
| **thẩm định**
텀 딘 | *to assess, appraise*
[동] 승인하다, 고려하여 결정하다. |
| **thẩm mỹ**
텀 미 | *aesthetic* [명] 미학 [형] 미(美)의, 미학의, 심미안이 있는.
※ có khiếu thẩm mỹ → 미적인 감각이 있다. |
| **thẩm phán**
텀 판 | *judge* [명] 재판관, 법관. |
| **thẩm quyền**
텀 귀엔 | *competence, jurisdiction*
[명] 사법권, 재판권. |
| **thẩm tra**
텀 짜 | *investigate, examine and verify*
[동] 상세히 조사하다, 취조하다. |
| **thẫm**
텀 | *dark* [형] (색이) 어두운, 짙은.
※ màu xanh thẫm → 짙은 파란색. |
| **thậm chí**
텀 찌 | *even* [부] ...마저, ...조차, 까지도, 심지어는.
※ mãi làm thậm chí quên cả ăn → 먹는것 조차 잊어버리고 계속 일만 하다.
※ đã không làm thậm chí còn phá |

	→ 하지도 않았으면서 심지어는 훼방만 놓는다.
thậm tệ 텀 떼	*excessive, very bad* [형] 과도한, 지나친, 극단적인, 터무니없는. ✷ chửi mắng thậm tệ → 지나치게 욕을 하다.
thậm thụt 텀 툰	*be a frequent caller at secretly* [동] 비밀스럽게 자주 방문하다. ✷ thậm thụt qua lại với kẻ xấu → 나쁜 사람들과 자주 몰래 왕래하다.
thân 턴	1/ *body, trunk, sterm* [명] 몸, 몸뚱이. 2/ *intimate, dear, close* [형] 그리운, 친한, 친애하는. 3/ *the 9th Earthy branch, symbolized by the monkey* [명] 12지중 아홉번째, 신(申), 원숭이. ✷ năm thân → 원숭이해. ✷ tuổi thân → 원숭이띠.
thân ái 턴 아이	*affectionate, dear* [형] 친애하는, 그리운.
thân cận 턴 껀	*intimate, close, near and relative* [형] 친밀한, 가까운, 관계가 깊은.
thân chủ 턴 쭈	*regular patient* [명] 단골손님.
thân hành 턴 한	*to come in person* [동] 직접 방문하다, 몸소 방문하다.
thân hình 턴 힌	*body, physical appearance* [명] 몸, 신체, 육체.
thân mật 턴 먼	*familiar, colloquial, informal* [형] 친한, 터놓은, 무간한, 허물없는, 마음 편한.

thân mến 턴 멘	*dear* [형] 친애하는, 그리운. ✻ bạn thân mến → 그리운 친구에게.
thân nhân 턴 년	*relative, relation, kith and kin* [명] 친척, 인척.
thân nhiệt 턴 니엩	*body temperature* [명] 체온.
thân phận 턴 펀	*condition, lot, fate* [명] (사람의) 운, 운명, 운수, 팔자.
thân phụ 턴 푸	*father* [명] 아버지, 부친.
thân quyến 턴 꾸웬	*relationship, relatives* [명] 친척.
thân sinh 턴 신	*parents* [명] 부모님.
thân thể 턴 테	*body* [명] 몸, 육체.
thân thế 턴 테	*life, status, biography* [명] 인생, 삶. ✻ thân thế và sự nghiệp → 인생과 사업.
thân thích 턴 팃	*kith and kin, relations* [형] 가까운 친척 관계인. ✻ bà con thân thích → 가까운 친척.
thân thiện 턴 티엔	*amicable, friendly* [형] 친절한, 우호적인.
thân thiết 턴 티엩	*close to sb., dear to sb's heart* [형] 친애하는.
thân thuộc 턴 투옥	*immediate family, relation* [형] 친근한, 친숙한. ✻ giọng nói thân thuộc → 친숙한 목소리.

thân thương 턴 트엉	*dear, beloved* [형] 친애하는.
thân tín 턴 띤	*trustworthy, close and reliable* [형] (사람 등이) 신뢰(신용)할 수 있는.
thân tình 턴 띤	*friendship* [형] 친밀한, 우호의, 친목의. ✴ chỗ thân tình nên mới dám nói → 친밀한 자리이므로 감히 말할수 있다.
thân tộc 턴 똡	*relatives* [명] 친척, 인척, 집안 사람.
thân yêu 턴 이에우	*dear, loving* [형] = thân ái 친애하는, 그리운.
thần 턴	**1/** *god, deity, genie* [명] 신. **2/** *soul, spirit, principle* [명] 마음, 정신. ✴ cái thần của vở kịch → 희극의 정신.
thần bí 턴 비	*mystical* [형] 신비의, 불가사의한.
thần chết 턴 쩯	*the Death, the Reaper* [명] 죽음의 신.
thần diệu 턴 이에우	*wonderful, mysterious, effective* [형] 놀라운, (약,치료법이) 효과가 있는. ✴ phương thuốc thần diệu → 효과가 있는 치료약.
thần đồng 턴 돔	*infant prodigy, child prodigy* [명] 신동(神童).
thần kinh 턴 낀	*nerve* [명] (해부) 신경.

thần kỳ 턴 끼	*miraculous, legendary* [형]신기한, 놀랄 만한.
thần linh 턴 린	*deities, gods* [명] 신, 신령.
thần lực 턴 륵	*supernatural power* [명] 초자연적인 힘.
thần phục 턴 풉	*to submit oneself to* [자] 감수하다, 복종하다, 신복하다.
thần sắc 턴 삭	*complexion, appearance* [명] 안색.
thần thánh 턴 탄	*deities and saints* [명] 신과 성인.
thần thoại 턴 토아이	*mythology, mythological* [명] 신화.
thần thông 턴 톰	*magical, wonder-working* [명] 신통력, 마술, 기적.
thần tiên 턴 띠엔	*deities and fairies* [명] 신과 선녀.
thần tình 턴 띤	*extraodinary skilful* [형] 뛰어난, 비범한.
thần tốc 턴 똡	*at lightning speech* [형] 신속한, 재빠른. ✷ lối đánh thần tốc → 재빠르게 때리다.
thần tượng 턴 뜨엉	*idol* [명] 우상, 신상(神像).
thẩn thơ 턴 터	*to loaf, loiter about, stroll* [동] = thơ thẩn 빈둥거리다, 한가로이 거닐다.
thận 턴	*kidney* [명] (해부) 신장(腎臟).

thận trọng 턴 쫑	*caution, careful, prudent* [형] 조심성 있는, 신중한.
thấp 텁	*low, short* [형] 낮은, 천한. ✳ tiền lương của anh ấy rất thấp → 그의 월급은 아주 낮다.
thấp hèn 텁 헨	*lowly, humble* [형] 지위가 낮은, 천한, 겸손한. ✳ những ham muốn thấp hèn → 겸손한 바램들.
thấp kém 텁 껨	*low and weak* [형] 모자란, 약한, 부족한. ✳ trình độ thấp kém → 모자란 진도.
thấp khớp 텁 킵	*rheumatism* [명] (의학) 류머티즘.
thấp tè 텁 때	*very low, underslung* [형] 아주 낮은.
thấp thoáng 텁 토앙	*appear and disappear atternately* [동] 나타났다 사라졌다 하다, 어른어른 거리다. ✳ thấp thoáng bóng ai bên cửa sổ → 창가에 누구의 그림자가 어른어른 거리다.
thấp thỏm 텁 톰	*disquieted, anxious, uneasy* [형] 불안하다, 걱정하다. ✳ thấp thỏm không biết kết quả thi ra sao → 시험 결과가 어떤지 아직 몰라서 불안하다.
thập cẩm 텁 껌	*miscellaneous, misture, varied* [형] 갖가지의, 여러가지의, 잡동사니의.
thập kỷ 텁 끼	*decade* [명] 10년간.

thập phân 텁 펀	*decimal, denary* [명] (수학) 소수, 십진법.
thập phương 텁 프엉	*10 direction, everywhere, all over the world* [명] 10방위, 모든 곳, 도처.
thập thò 텁 터	*wavering, undecided* [동] 결정을 못내리다, 주저하다, 망설이다. ✽ con chuột thập thò ngoài cửa hang → 쥐가 가게 밖에서
thập tự 텁 뜨	*the (holly) cross, crucifix* [명] (종교)십자가. ✽ hồng thập tự (*the red cross*) → 적십자.
thất bại 텉 바이	*defeat, failure, unsuccess* [형] 실패, 패배, 실패하다, 그르치다.
thất cách 텉 깟	*misplaced, out of place, incorrect way* [형] 옳지않은.
thất chí 텉 찌	*fustrated, lose heart* [형] 의지를 잃은, 실망한.
thất cử 텉 끄	*be unsuccessful in an election, lose one's seat* [자] 낙선하다.
thất đức 텉 득	*inhuman, inmoral, unrighteous* [형] 부도덕한, 냉혹한, 몰인정한, 인정머리 없는. ✽ không làm việc thất đức → 부도덕한 일은 하지 않는다.
thất học 텉 홉	*illiterate, unlettered* [형] 배우지 못한, 공부를 못한, 무식한.
thất hứa 텉 흐아	*to break one's parole, be untrue to one's promise* [동] 약속을 깨다, 약속을 어기다.

thất lạc 틷 락	*to lose, mislay, missing, lost* [동] 잃다, 잘못두다.
thất lễ 틷 레	*be impolite, rude* [형] 무례한, (…에) 실례가 되는, 버릇없는.
thất nghiệp 틷 응히엡	*be out of job* [형] 일이 없는, 실직한, 실업(失業)의. ✳ nạn thất nghiệp → 실업난.
thất sách 틷 삿	*impolitic* [형] 실책의, 실수의, 지각없는, 무분별한. ✳ làm như thế là thất sách → 이렇게 하는 것은 실수다.
thất sắc 틷 삭	*turn white, become pale, lose colour* [동] (무섭거나 놀라서) 안색이 창백해 지다.
thất sủng 틷 숨	*to fall into disgrace* [동] 불명예가 되다, 수치가 되다.
thất thanh 틷 탄	*lose one's voice, hoarse with fright* [형] 목소리를 잃은, 놀라서 목이 쉰.
thất thế 틷 테	*to lose one's position* [동] 세력을 잃다, 실세하다.
thất thểu 틷 테우	*stumble along, loiter* [형] 비틀거리다, 빈둥대다, 어슬렁거리다.
thất thiệt 틷 티엗	*baseless, suffer lose, false* [형] 기초가 없는, 근거가 없는. ✳ tin đồn thất thiệt → 근거없는 소문.
thất thoát 틷 토앋	*loss* [형] 손실된, 분실된. ✳ chúng tôi hoàn toàn chịu trách nhiệm nếu hàng bị thất thoát → 만약 물건이 분실되면 우리가 완전히 책임을 진다.
thất thố 	*commit an indiscretion* [형] 말실수

털 토	한. ✲ có gì thất thố xin lượng thứ → 말실수 한 것이 있다면 너그럽게 용서해 주세요.
thất thu 털 투	*be loss, loss of revenue* [동/형] 수입을 잃다.
thất thủ 털 투	*be loss, fall (military position)* [동] 함락되다, 잃다.
thất thường 털 트엉	*irregular* [형] 불규칙한, 변덕스러운. ✲ mưa nắng thất thường → 변덕스러운 날씨.
thất tín 털 띤	*to break one's promise* [동] 약속을 깨다.
thất tình 털 띤	*love-sick* [명] 실연(失戀).
thất trận 털 쩐	*to lose a battle, be defeated in a war* [동] 전쟁에서 패하다.
thất vọng 털 봄	*disappointed* [형] 실망한, 낙담한.
thật 털	**1/** *true, real, genuine* [형] = thực 정확한, 정말의, 참된, 사실의. **2/** *very* [부] 참으로, 실제로, 진짜, 사실(의). ✲ rửa cho thật sạch → 깨끗이 씻어라.
thật là 털 라	*really, quite* [부] 정말, 실로, 완전히, 아주, 전적으로.
thật lòng 털 롬	*frank, sincere, from the heart* [형] 진정으로, 진실로, 진지하게.
thật sự 털 스	*real, reality, actual* [형] 정말, 현실

텃 스	성, 진실성, 진실함.
thật tâm 텃 떰	*be sincere, from one's heart* [형] 진정으로, 진실로, 진지하게.
thật thà 텃 타	*hosnest, truthful* [형] 정직한, 솔직한.
thật tình 텃 띤	*frankly, honestly, be honest* [부/형] 솔직히, 터놓고, 숨김없이.
thâu 터우	**1/** *gather, collect* [동] 수집하다, 모으다. **2/** *throughout* [부] 처음부터 끝까지, …내내, …새도록. ✳ thức thâu đêm → 밤새도록.
thâu tóm 터우 똠	*sum up, summarize* [동]…을 요약하다.
thấu 터우	*to reach through, penetrate* [자] 꿰뚫다, 관통하다, 통과하다, 스며들다. ✳ lạnh thấu xương → 뼈속까지 스미게 춥다. ✳ hiểu thấu mọi vấn đề → 모든 문제를 꿰뚫어 보다.
thấu đáo 터우 다오	*(understand)thoroughly, from A to Z* [부] 속속들이, 완전히, 철저히, 완벽하게.
thấu hiểu 터우 히에우	*to understand thoroughly, penetrate* [동] = hiểu thấu 완전히 이해하다.
thấu kính 터우 낀	*lens* [명] 랜즈, (안구의) 수정체.
thấu suốt 터우 수옫	*penetrate* [동] 꿰뚫다, 간파하다.
thấu triệt	*penetrate to the heart of the matter*

터우 찌엔	[동] 완전히 이해하다, 관통하다.
thầu 터우	*to contract* [자] 계약하다.
thầu khoán 터우 코안	*contractor* [명] 청부, 계약인, 청부업자.
thây 터이	*body, corpse* [명] = xác (chết) (보통 사람의) 시체, 송장, 유해.
thây kệ 터이 께	*to ignore, not to bother about..* [부] = mặc kệ 무시하다, 묵살하다.
thây ma 터이 마	*corpse, dead body, cadaver* [명] (특히 사람의) 시체.
thấy 터이	**1/** *to see, perceive, find* [동] 보이다, 보다. ＊ tôi thấy nó đi chơi với bạn gái → 나는 그가 여자친구와 놀러가는 것을 보았다. **2/** *to think, to find* [동] 알아차리다, 감지하다, 생각하다. ＊ anh thấy cô ta như thế nào? → 당신은 그녀를 어떻게 생각하십니까?
thầy 터이	*teacher, master* [명] 선생님, 주인.
thầy bói 터이 보이	*fortune-teller* [명] 점쟁이, 예언가.
thầy bùa 터이 부아	*wizard, magician, sorcerer* [명] 마법사.
thầy chùa 터이 쭈아	*bonze, Buddish monk* [명] (불교의) 중, 승려.
thầy dòng 터이 지옴(욤)	*friar, Christian brother* [명] 수사(修士).

thầy địa lý 터이 디아 리	*geomancer* [명] 흙점쟁이, 풍수지리 전문가.
thầy giáo 터이 지아오(야오)	*schoolmaster, teacher, tutor* [명] 가르치는 사람, 선생님, 가정 교사.
thầy thuốc 터이 투옫	*physician, doctor* [명] 의사, 박사.
the 태	*mentholated* [형] 멘톨을 함유한, 박하향이 나는.
thè 태	*to put out, thrust out (one's tongue)* [자] (혀를) 내밀다. ✲ thè lưỡi ra liếm → 혀를 내밀어 핥다.
thẻ 태	*tag, card* [명] 카드, 딱지, 꼬리표. ✲ thẻ thư viện → 도서열람표.
thèm 탬	*to lust for sth.* [동] 부러워하다, 갈망하다, 열망하다.
thèm ăn 탬 안	*to crave for food, feel hungry* [동] 음식을 갈망하다, 허기를 느끼다.
thèm khát 탬 칸	*to crave for.., to thirst for..* [동] 갈망하다. ~에 갈증나다. ✲ thèm khát tự do → 자유를 갈망하다.
thèm muốn 탬 무온	*to covet, lust for sb. or sth.* [동] 갈망하다, 몹시 탐내다.
thèm thuồng 탬 투옴	*to covet* [동] 밖으로 드러날 정도로 몹시 탐내다, 갈망하다. ✲ nhìn 1 cách thèm thuồng → 갈망의 눈빛으로 바라보다.
then 탠	*latch (of a door)* [명] 걸쇠, 빗장.

then chốt 탠 쫃	*crux, key, core* [명] 중요한 부분, 핵심. * vấn đề then chốt → 핵심적인 문제.
thẹn 탠	*feel shy, ashamed, shameful* [형] 부끄러운. * không thẹn với lương tâm → 양심에 부끄러움을 못느끼다.
thẹn thùng 탠 툼	*be shy, coy* [타] 수줍어하다. [형] (특히 소녀가) 부럼타는, 수줍어하는.
theo 태오	1/ *pursue, go after, follow* [동]추적하다, 따라다니다, …을 따라가다, 뒤쫓다 * đi theo hướng mặt trời mọc → 태양이 솟는 방향을 따라가다. * theo học hết khóa ngoại ngữ → 외국어 학과를 이수하다. * làm theo lời dặn → 가르침에 따르다. * theo bạn về nhà → 친구와 함께 집에 오다. 2/ *according to* [동] …에 따라, …과 일치하여. * theo tài liệu báo nước ngoài → 외신자료에 따라.
theo dõi 태오 요이	*to follow, keep track of..* [동] 추적하다, 뒤를 따르다.
theo đạo 태오 다오	*to enter religion* [동] 종교를 따르다.
theo đuôi 태오 두오이	*imitate, following in the tail of events* [자] 모방하다, 본받다, 모범으로 삼다.

theo đuổi 태오 두오이	*to pursue* [동] 쫓다, 쫓아가다, 추구하다. ✳ anh ấy theo đuổi 1 cô gái học cùng trường → 그는 한 여자를 따라 같은 학교에서 공부한다. ✳ theo đuổi việc học hành → 학문을 추구하다.
theo gót 태오 곧	*follow sb.'s steps* [동] ~을 뒤따르다, 따라가다, 따라서 가다. ✳ theo gót cha anh đi chiến đấu bảo vệ tổ quốc → 아버지와 형을 따라 조국수호 전쟁에 나가다.
theo gương 태오 그엉	*follow the example of* [동] 견본에 따르다, 전례를 따르다.
theo kịp 태오 낍	*to catch up with sb.* [동] 따라가다, 쫓아가다. ✳ cố gắng học để theo kịp bạn bè → 친구들을 따라잡기 위해 학업에 노력하다.
theo sát 태오 삳	*follow sb. close like a shadow* [동] 바짝 따르다.
thép 탭	*steel* [명] (관물) 강철, 철근.
thét 탣	*to cry out, scream, shout, shriek* [동] 소리치다, 부르짖다, 아우성치다. ✳ khóc thét lên → 울부짖다.
thê lương 테 르엉	*mournful, funereal, doleful* [형] 침울한, 우울한, 음산한, 쓸쓸한.
thê thảm 테 탐	*depressful, utterly tragic* [형] 아주 비통한, 무서운, 완전히 비극적인.
thế	**1/** *power, position, site* [명] 위치,

| 테 | 힘, 권력.
※ chiếm ưu thế → 우세하다, 주권을 갖다.
※ cờ đang ở thế bí → (장기의) 수가 막히다.
2/ *replace* [자] = thay thế 바꾸다, 대신하다. |
|---|---|
| **thế bí**
테 비 | *checkmate, bad fix, a tight corner* [명] 수가 막히다, 막다르다. |
| **thế chấp**
테 쩝 | *to put sth. in pledge, mortgage* [동] 저당잡히다. |
| **thế chiến**
테 찌엔 | *world-war* [명] 세계대전. |
| **thế chỗ**
테 쪼 | *to replace, take the place of sb.* [동] ~을 대신하다, 대리하다. |
| **thế cô**
테 꼬 | *helpless, friendless (no body help)* [형] = cô thế 도움없는. |
| **thế công**
테 꼼 | *offensive* [명] 공격 태세, 공격측, 공격적 태도. |
| **thế gian**
테 지안(얀) | *world, people of this world* [명] 세상. |
| **thế giới**
테 지어이(여이) | *world* [명] 세계. |
| **thế hệ**
테 헤 | *generation* [명] 세대. |
| **thế kỷ**
테 끼 | *century* [명] 세기. |
| **thế lực**
테 륵 | *influence, power* [명] 세력. |
| **thế mạng** | *offer one's life to another* [동] 다른 |

테 망	사람을 위해 자기의 생명을 바치다.
thế mạnh 테 만	*strong point, strong position* [명] 높은 지위, 강한 세력.
thế thì 테 티	*then, thus, in that case* [부] = vậy thì 그러면, 그렇다면.
thế thôi 테 토이	*that's all* [부] 그것으로 끝, 그뿐이다.
thế thủ 테 투	*defensive* [명] 방어 태세, 수세. ✻ chuyển từ thế thủ sang thế công → 수세를 공세로 전환하다.
thế vận hội 테 번 호이	*the olympics, Olympic games* [명] 올림픽.
thề 테	*to pledge, vow, swear an oath* [자] 서약시키다, 맹세하다. ✻ thề trung thành với tổ quốc → 조국에 충성을 맹세하다.
thề nguyện 테 응우엔	*promise, take the oath* [자] 맹세하다, 서원하다.
thề thốt 테 톧	*swear* [동] 맹세하다. ✻ vừa mới thề thốt xong đã quên ngay → 금방 맹세하고는 바로 잊어버렸다.
thề ước 테 으억	*swear, pledge* [동] 맹세하다, 서약하다. ✻ hai người đã thề ước suốt đời bên nhau → 두사람은 서로 평생 함께 할것을 서약했다.
thể 테	*state, genre* [명] 상태, 유형. ✻ thể lỏng → 액체. ✻ thể rắn → 고체.

thể chất 테 쩓	*constitution* [명] 체격, 체질. ✻ đẹp cả thể chất lẫn tâm hồn → 몸도 마음도 모두 예쁘다.
thể chế 테 쩨	*institution* [명] 제도, 체제.
thể diện 테 이엔	*face* [명] 체면, 겉보기, 겉치레. ✻ giữ thể diện gia đình → 가족의 체면을 지키다.
thể dục 테 웁	*physical education, gymnastics* [명] 체육, 운동.
thể hiện 테 히엔	*manifest, show, express, represent* [동] 표현하다, 표시하다, 나타내다.
thể hình 테 힌	*athletic* [명] 체력.
thể lệ 테 레	*regulations, requirements* [명] 규칙, 규정, 조례, 법규, 법령.
thể loại 테 로아이	*genre* [명] 종류, 유형, 양식.
thể lỏng 테 롬	*liquid state* [명] 액체.
thể lực 테 륵	*physical force* [명] 체력.
thể nghi vấn 테 응히 번	*interrogative form* [명] (문법) 의문사.
thể nghiệm 테 응히엠	*to test, be convinced by one's own experience* [동] 체험하다.
thể phủ định 테 푸 딘	*negative form* [명] (문법) 부정사.
thể tạng 테 땅	*constitution* [명] = thể chất 체격, 체질.

	✳ tùy theo thể tạng của mỗi người → 모든 사람들의 체질에 따르다.
thể thao 테 타오	*sport* [명] 체육, 스포츠, 운동.
thể thống 테 톰	*fixed rule of conduct, dignity* [명] 체통, 위엄, 위풍.
thể thơ 테 터	*style of poetry* [명] 시의 형식. ✳ thể thơ lục bát → 운율시. ✳ thể thơ tự do → 자유시.
thể thụ động 테 투 돔	*passive voice* [명] (문법) 수동태.
thể thức 테 특	*form, way, manner* [명] 방법, 방식 ✳ thể thức thi đấu → 시험 방식.
thể tích 테 띳	*volume, capacity* [명] 재적, 용적, 용량.
thể trạng 테 짱	*habitus* [명] 체질, 체형, 몸의 상태. ✳ thể trạng của bệnh nhân ngày một yếu đi → 환자의 몸 상태가 날이 갈수록 약해지다.
thể xác 테 싹	*body, physical, bodily* [명] 몸, 신체, 육체.
thêm 템	*add sth. to sth., another, more* [동] 더하다, 보태다, 합치다.
thêm bớt 템 번	*to add or cut details* [동] 더하거나 빼다.
thêm thắt 템 탈	*add details* [동] 자세하게 덧붙이다, 세세하게 더하다.
thềm 템	*verandah floor* [명] 베란다. ✳ ngồi ngoài thềm chơi cho mát → 베란다에 앉아 시원하게 바람을

쐬다.

thênh thang — very spacious, immense
텐 탕 — [형] 넓은, 거대한, 막대한.

thết — entertain, treat to a feast
텥 — [자] 대접하다, 환대하다.

thết đãi — entertain
텥 다이 — [동] (음식물을 내놓고) 대접하다.
* mở tiệc thết đãi bạn bè → 파티를 열어 친구들을 대접하다.

thêu — embroider [동] 수를 놓다.
테우
* thêu hoa trên áo gối → 베게에 꽃문양을 수놓다.

thêu dệt — to adorn, embellish (a story)
테우 이엩 — [동] 이야기 꾸미다.
* thêu dệt đủ mọi chuyện để gây chia rẽ → 분열시키기 위해 모든 이야기를 꾸며내다.

thều thào — indistinct, inarticulate
테우 타오 — [형] 뚜렷하지 않은, 분명하지 않은.

thi — to rival, vie, compete, take a test
티 — [동] 경쟁하다, 시합하다.

thi ca — poetry and song
티 까 — [명] 시와 노래(가곡).

thi công — execute an work [동] 시행하다, 행하다, 실행(실시)하다.
티 꽁

thi cử — take an examination
티 끄 — [동] 시험을 치다.

thi đấu — to match, compete
티 더우 — [동] (운동) 경기하다, 시합하다.

thi đậu — to pass an examination [동] = thi

티 더우	đỗ / trúng tuyển 시험에 합격하다.
thi đua 티 두아	*to emulate, to vie, compete* [동] 경쟁하다, 겨루다, 맞서다.
thi hài 티 하이	*corpse, dead body, lifeless-body* [명] (사람의)시체, 송장, 유해
thi hành 티 한	*to execute, carry out, implement* [동] 시행하다.
thi hào 티 하오	*great poet* [명] 탁월한 시인, 위대한 시인.
thi hoa hậu 티 호아 허우	*beauty contest* [동] 미인대회.
thi hỏng 티 홈	*to fail an examination* [동] = thi rớt / thi trượt 시험에 떨어지다, 낙방하다.
thi sĩ 티 시	*poem, poetess* [명] = thi nhân, nhà thơ 시인.
thi thể 티 테	*corpse, dead body* [명] (사람의)시체, 송장, 유해
thi thố 테 토	*employ, show, use, put into practice* [동] 사용하다. ✵ thi thố tài năng → 재능을 사용하다.
thi tuyển 티 뚜웬	*competitive, examination* [동] 경쟁의; 경합하는; 경쟁에 의해 결정되는.
thi vị 티 비	*poetic delight, charm* [형] 시적인 감흥, 아름다움.
thí 티	**1/** *to sacrifice, risk* [자] 희생하다, 바치다, 투매하다, 위험을 무릅쓰다. **2/** *to hand out, give sth as alms* [동] = …을 주다. ✵ thí cho mấy đồng bạc → 몇푼 주

	다.
thí bỏ 티 보	*to sacrifice* [자] 희생하다, 바치다.
thí dụ 티 유	*example* [명] 보기, 예, 실례.
thí điểm 티 디엠	*pilot, model* [명] 시험적인 지점.
thí mạng 티 망	*risk (sacrifice) one's life* [동] 목숨을 바치다, 목숨을 걸다. ✳ chạy thí mạng → 목숨 걸고 도망치다.
thí nghiệm 티 응히엠	*to experiment, to test* [동] 실험하다, 시험하다.
thí sinh 티 신	*candidate* [명] 입후보자.
thì 티	**1/** *to be, tense* [명] (문법) 시제, 시칭. **2/** *then, but* [부] 그러나, 그러면, 그 다음에. ✳ nếu trời mưa thì ở nhà → 만약 비가 오면 집에 있는다. ✳ việc thì nhiều mà người thì ít → 일은 많고 사람은 적다.
thì ra 티 라	*turn out* [부] 결국은...로 밝혀지다. ✳ thì ra tôi nói đúng! → 결국은 내 말이 옳았다!
thì giờ 티 지어(여)	*the time* [명] 시간. ✳ thì giờ là tiền bạc (속담) → 시간은 돈이다.
thì thào	*to whisper, in a whisper* [동] 속삭이

티 타오	다. ✵ nghe có tiếng thì thào ở đâu đây → 어디서 속닥거리는 소리가 들리다.
thì thầm 티 텀	*to speak in a low voice* [동] 작은 소리로 이야기 하다, 소근거리다. ✵ thì thầm bên nhau suốt đêm → 밤새 서로 소근거리다.
thị 티	**1/** *middle name of VN women* [명] 베트남 여자 이름 중간에 들어가는 단어. ✵ nhà thơ Đoàn thị Điểm → 도안 티 디엠 성당. **2/** *a persimmon* [명] (과실) 감나무, 감.
thị giác 티 지악(약)	*(the sense of) sight* [명] 시각.
thị hiếu 티 히에우	*taste, liking* [명] 기호, 취향. ✵ tìm hiểu thị hiếu của người tiêu dùng → 소비자의 취향을 연구하다.
thị lực 티 륵	*faculty of sight, eyesight, vision* [명] 시력.
thị phi 티 피	*a slander* [명] 시비(是非), 옳고 그름.
thị sảnh 티 산	*town hall, city hall* [명] 시청, 시당국.
thị thành 티 탄	*cities* [명] 도시.
thị thực 티 특	*visa* [명] 비자, 사증. ✵ thị thực nhập cảnh → 입국 비자.

thị trấn 티 쩐	*town* [명] 도시.	
thị trường 티 쯔엉	*market* [명] 시장(市場).	
thị trưởng 티 쯔엉	*mayor* [명] 시장(市長), 시의 책임자.	
thị uy 티 우이	*to show one's power / strength* [동] 체력	
thị xã 티 싸	*town ship, town* [명] 도시.	
thìa 티아	*spoon* [명] = muỗng 숟가락.	
thích 팃	*to like, enjoy, be fond of* [동] 좋아하다. ✳ tôi thích đọc sách → 나는 책읽기를 좋아한다.	
thích chí 팃 찌	*be satisfied, content* [동/형] 마음을 흡족하게 하다, 충족시키다, 만족하다.	
thích đáng 팃 당	*proper, suitable, adequate* [형] 적합한, 알맞은, 적당한.	
thích hợp 팃 헙	*fit, appropriate, suitable* [형] 적합한, 적절한, 알맞은.	
thích khách 팃 캇	*assassin, hit man* [명] 암살자.	
thích khẩu 팃 커우	*agreeable to palate, tasty* [형] 구미에 맞는.	
thích nghi 팃 응히	*adapt onself, adjust oneself* [형] 적응한, 순응한.	
thích thú	*to feel pleased, satisfied*	

툇 투	[동/형] 만족한, 만족하다.
thích ứng 팃 응	*to accommodate oneself to..* [동] 적응하다, 순응하다.
thiếc 티엑	*tin* [명] 주석.
thiên 티엔	**1/** *piece of literature* [명] 장편의 문학 작품, 대작. ✳ thiên anh hùng ca → 서사시(영웅의 업적, 민족의 역사등을 노래한 장시). **2/** *inclined to, prone to* [동] = thiên lệch 기울다, ~의 경향이 있다. ✳ thiên về hình thức mà ít chú ý tới nội dung → 형식에 치우쳐 내용을 소홀히 하는 경향이 있다.
Thiên Chúa 티엔 쭈아	*Christ, God* [명] (종교) 천주, 하나님. ✳ Thiên Chúa giáo → 천주교.
thiên chức 티엔 쯕	*sacred mission, vocation* [명] 천직, 소명 (召命).
thiên đường 티엔 드엉	*paradise, heaven* [명] = thiên đàng 천당, 극락, 파라다이스.
thiên hạ 티엔 하	*people, world* [명] 사람들, 세상.
thiên hướng 티엔 흐엉	*tendency, inclination, proclivity* [명] 경향, 추세.
thiên lệch 티엔 렛	*partial, unfair, with partiality* [형] 불공평한, 부당한, 치우친.
thiên lôi 티엔 로이	*God thunder, thunderbolt* [명] (신) 번개신.

thiên nga 티엔 응아	*swan* [명] (동물) 백조.
thiên nhiên 티엔 니엔	*nature, natural* [명] 천연, 자연.
thiên tai 티엔 따이	*natural calamity* [명] 천재(天災), 자연에 의한 재난.
thiên tài 티엔 따이	*genius* [명] 천재(天才), 비범한 재능의 소유자.
thiên thần 티엔 턴	*angel* [명] 천사, 수호신.
thiên thể 티엔 테	*celestial* [명] 천인, 천사.
thiên thu 티엔 투	*a thousand autumns, eternity* [명] 천년의 시간, 아주 오랜 시간.
thiên văn 티엔 반	*astronomy* [명] 천문, 천문학.
thiên vị 티엔 비	*partial, one-side, biased* [형] 편파적인, 불공평한.
thiến 티엔	*castrate, esmaculate, evirate* [동] 거세하다, 나약하게 하다. ✻ gà trống thiến → 거세한 수탉.
thiền 티엔	*Ch'an, zen, dhyana* [동] (불교) 선(禪).
thiền định 티엔 딘	*to be deep in religious meditation (ac-cording to the zen)* [동] 깊이 명상하다.
thiền đường 티엔 드엉	*pagoda* [명] 절, 사원.
thiền sư 티엔 스	*Buddist priest, zen teacher* [명] (불교) 승려, 수도승.

thiền viện 티엔 비엔	*Zen monastery* [명] 수도원.
thiển cận 티엔	*superficial, short-sighted* [형] 표면상의, 얕은. ✻ đầu óc thiển cận → 얕은 두개골.
thiện 티엔	*good, kind* [형/명] 선(善), 착한.
thiện ác 티엔	*good and devil* [명] 선악(善惡).
thiện cảm 티엔 깜	*sympathy* [명/형] 동감, 호감.
thiện chí 티엔 찌	*good will, good intention* [명/형] 호의적인 마음, 좋은 의도, 선한 뜻.
thiện chiến 티엔 찌엔	*warlike, battle-tested* [형] 호전적인.
thiện nghệ 티엔 응에	*skilled (in one's trade)* [형] 숙련된, 능숙한.
thiện xạ 티엔 싸	*marksman, sharpshooter* [형] 명사수.
thiện ý 티엔 이	*good intention* [형] = thiện chí 선의(善意), 좋은 의도.
thiêng 티엥	*supernatural, powerful* [형] 초자연의, 불가사의한, 신령한, 영험한.
thiêng liêng 티엥 리엥	*holy, sacred, inviolate, spiritual* [형] 신령한, 신성한. ✻ sứ mạng thiêng liêng → 신성한 사명.
thiếp 티엡	*lose consciousness* [자] 기절하다, 의식을 잃다. ✻ ngủ thiếp đi → 잠이 들다.

thiết 티엗	care for, be interested in [동] 매우 필요로 하다, 매우 갈망하다. ✳ tôi không thiết ăn uống gì cả → 나는 먹고 마시는 것은 필요없다.
thiết bị 티엗 비	equipment, unit [명] 공구, 장비, 설비.
thiết giáp 티엗 지압(얍)	armour [명] 장갑차, 탱크.
thiết kế 티엗 께	design [동] 디자인하다, 설계하다.
thiết lập 티엗 럽	establish, set up [동] 설립하다, 시작 하다.
thiết tha 티엗 타	be attached, dedicated for, keen on [형] = tha thiết 간절한, 열렬한.
thiết thực 티엗 특	realistic, practical [형] 실용적인, 실제적인.
thiết yếu 티엗 이에우	essential, indispensable [형] 없어서는 안되는, 필수의, 주요한.
thiệt 티엗	lose, suffer a loss, suffer a harm [형] 잃다, 손해보다. ✳ chịu thiệt → 손실을 감수하다.
thiệt hại 티엗 하이	damage, harm [형] 손해의, 손상의. ✳ mùa màng bị thiệt hại vì bão lụt → 수확물이 홍수로 손해를 입었다.
thiệt hơn 티엗 헌	pro and con [형] 손익의. ✳ phải cân nhắc kỹ thiệt hơn trước khi làm → 일하기 전에 반드시 손익을 주의깊게 따져야한다.
thiệt mạng 티엗 망	lose one's life [동] 죽다, 목숨을 잃다.

	✱ tai nạn giao thông làm thiệt mạng nhiều người → 교통사고가 많은 사람의 목숨을 잃게했다.
thiệt thân 티엗 턴	*harm oneself* [동] 몸에 해를 입다. ✱ chống đối chỉ làm thiệt thân thôi → 저항하는 것은 단지 몸을 상하게 할뿐이다.
thiệt thòi 티엗 토이	*suffer a loss* [동] 손해보다.
thiêu 티에우	*burn, cremate* [동] 화장하다, 태우다, 소각하다.
thiêu đốt 티에우 돋	*to scorch, consume by fire* [동] 불 태우다, 다 태워버리다.
thiêu hủy 티에우 후이	*destroy by burning* [동] 불사르다, 모조리 태워버리다.
thiếu 티에우	*be short of, be wanting, lact* [형] 모자라는, 부족한.
thiếu hụt 티에우 훋	*short, inadequate, deficient* [형] 모자라는, 불충분한, 부족한. ✱ tình trạng thiếu hụt ngân sách → 예산부족현상.
thiếu nhi 티에우 니	*youngster, child, young* [명] 어린이. ✱ câu lạc bộ thiếu nhi → 어린이 동호회.
thiếu niên 티에우 니엔	*teenager* [명] 10대의 소년.
thiếu nợ 티에우 너	*to fall into debt, to be in debt* [동] 빚 지다.
thiếu nữ	*young-girl, young unmarried*

티에우 느	[명] 소녀.
thiếu phụ 티에우 푸	*young woman (married)* [명] 소부 (少婦), 젊은 부녀, 젊은 아낙네.
thiếu sót 티에우 손	*mistake, shortcoming* [명] 결점, 단점, 불충분한 점.
thiếu tá 티에우 따	*major* [명] (군사) 소령.
thiếu thốn 티에우 톤	*deficiency, deprivation* [형] 부족한, 불충분한. ※ ăn uống thiếu thốn vì quá nghèo khổ → 너무 가난하여 음식이 모자라다.
thiếu thời 티에우 터이	*young days* [명] 어린시절.
thiểu não 티에우 나오	*mournful, upset, sad at heart* [형] 슬퍼하는, 어두운, 애처로운. ※ nét mặt thiểu não → 어두운 안색.
thiểu số 티에우 소	*minority* [명] 소수의. ※ thiểu số phục tùng đa số → 소수가 다수에 복종하다.
thím 팀	*uncle's wife, aunt* [명] 숙모.
thìn 틴	*the 5th Earthy branch, symbolized by the dragon* [명] 12지중 다섯번째, 진(辰), 용. ※ tuổi thìn → 용띠. ※ năm thìn → 용해.
thính 틴	**1/** *powdered grilled rice* [명] 쌀가루.

	2/ *keen, sharp, sensitive* [형] 민감한, 예민한. ✶ con chó săn rất thính mũi → 사냥개는 냄새에 매우 민감하다.
thính giả 틴 지아(야)	*listener, auditor* [명] 청취자, 경청자.
thính giác 틴 지악(약)	*the sense of hearing* [명] 청각. ✶ tai là cơ quan thính giác → 귀는 청각 기관이다.
thính mũi 틴 무이	*sharp-nosed, keen sense of smell* [형] 후각이 예민한.
thính phòng 틴 폼	*concert hall, auditorium* [명] 콘서트홀, 연주회장, 관객석, 회중석.
thính tai 틴 따이	*quick-eared, having keen ears* [형] 귀가 밝은.
thình lình 틴 린	*suddenly, all of a sudden* [부] 갑자기, 돌연히.
thỉnh 틴	*to invite politely, to call upon* [동] = mời (tôn kính) 초청하다, 초대하다, 모시다.
thỉnh cầu 틴 까우	*to beg, request* [자] 청하다, 부탁하다, 원하다. ✶ làm đơn thỉnh cầu → 탄원서를 만들다.
thỉnh thoảng 틴 토앙	*occasionally, from time to time* [부] 가끔, 때때로, 이따금.
thịnh 틴	*prosperous* [형] 번영하는. ✶ dân giàu nước thịnh → 국민은 유복하고 나라는 번영하다.
thịnh đạt	*prosperous, successful in life*

틴 닫	[형] 번영하는, 번창하는, 순조로운. ✶ làm ăn thịnh đạt → 사업이 번창하다.
thịnh hành 틴 한	*popular, widespread* [형] 광범위하게 퍼진, 국민 전체의, 대중적인.
thịnh nộ 틴 노	*become angry, rage, great anger* [동] 격노하다. [명] 분노.
thịnh soạn 틴 소안	*lavish, plentiful, ample* [형] (음식) 풍부한, 넉넉한. ✶ một bữa tiệc thịnh soạn → 진수성찬.
thịnh tình 틴 띤	*kindness, sympathy* [형] 친절, 동정.
thịnh vượng 틴 브엉	*prosperous, thriving* [형] 번영하는, 부유한.
thịt 틷	*meat, flesh* [명] 고기, 살. ✶ thịt mỡ → 기름기 많은 고기. ✶ thịc nạc → 살코기, 기름기 없는 고기.
thiu 티우	*not fresh, get stale* [형] (음식따위가) 상한, 변한, 썩어가는.
thò 토	*stick out, show, slip* [동] 내밀다, 보이다, 나타나다. ✶ thò đầu ra ngoài cửa sổ → 창문 밖으로 머리를 내밀다. ✶ thò tay vào túi lấy tiền → 돈을 꺼내려고 주머니에 손을 넣다.
thỏ 토	*rabbit, hare* [명] 토끼, 산토끼.
thỏ thẻ	*to murmur, whisper*

토 테	[자] 작은 소리로 말하다, 속삭이다. ✻ nói thỏ thẻ bên tai → 귓가에 속삭이다.
thọ 토	*live long, live to be* [동/형] 장수하다.
thoa 토아	*to rub* [동] 바르다, 문지르다. ✻ thoa phấn hồng lên má → 볼연지를 바르다.
thóa mạ 토아 마	*to insult, abuse, outrage* [자] 모욕하다, 창피주다.
thỏa 토아	*satisfy, be satiated* [동] 만족하다. [형] 만족한. ✻ thỏa lòng mong đợi → 기대에 만족하다.
thỏa chí 토아 찌	*self-satisfied* [동] 자만하다. 자기만족 하다,
thỏa dạ 토아 야	*content, satisfied* [동] = thỏa lòng 만족시키다, 만족하다.
thỏa đáng 토아 당	*satisfactory* [형] 만족할 만한, 충분한. ✻ giải quyết thỏa đáng → 좋게 해결하다.
thỏa hiệp 토아 히엡	*reach a compromise* [동] 타협하다, 화해하다.
thỏa mãn 토아 만	*be satisfied, to meet fully* [동] 만족 하다, 만족시키다.
thỏa thích 토아 팃	*to one's heart content, freely* [형] 마음대로, 자유로이.
thỏa thuận 토아 투언	*to reach an agreement* [동] 협의가 이루어지다, 논의하다, 합의하다.
thoai thoải	*sloping gently* [형] 약간 경사진, 비

토아이 토아이 스듬한.

thoái — *withdraw, deny*
토아이
[타] 빼다, 물러나다, 응하지 않다.
* tiến thoái lưỡng nan → 진퇴양난에 처하다.

thoái chí — *be discourage, lose one's heart*
토아이 찌
[동] 희망(자신, 용기)을 잃다, 낙담하다.

thoái hóa — *degenerate, retrograde*
토아이 호아
[동] 퇴보하다, 퇴화하다.

thoái lui — *to go back, retrace one's steps*
토아이 루이
[동] 후퇴하다, 뒤로 물러나다.

thoái thác — *to refuse, deny*
토아이 탁
[자] 거절하다, 퇴박하다, 퇴짜 놓다.
* thoái thác lời mời → 초대에 거절하다.

thoái vị — *to abdicate (the throne)* [동] 스스로 왕좌를 버리다, 퇴위하다.
토아이 비

thoải mái — *easy-going, confortable, at easy*
토아이 마이
[형] 안락한, 마음 편한.

thoang thoảng — *to delicate, subthe (of odour, wind)*
토앙 토앙
[부] (바람,연기 따위가) 희미하게, 흐릿하게.

thoáng
토앙
1/ *ventalated, well-aired, liberal*
[형] (공기가) 통하게 하다.
* mở cửa sổ ra cho thoáng → 창문을 열어 공기가 통하게 하다.
2/ *pass rapidly, in a fast, briefly* [부] 지나쳐보다, 흘끗, 언뜻, 재빨리, 스쳐가다.
* tôi thoáng thấy cô ấy trong đám

	đông → 나는 무리 중에서 그녀를 언뜻 보았다. ✻ một ý nghĩ thoáng qua trong đầu → 머리속에 한가지 생각이 지나가다.
thoáng đãng 토앙 당	*well-ventilated and spacious* [형] 통풍이 잘되고 넓은. ✻ không gian thoáng đãng → 통풍이 잘되고 넓은 공간.
thoáng khí 토앙 키	*airy, well-ventilated* [형] (공기가) 통하게 하다.
thoảng 토앙	*whiff* [타] (바람 등이) 획 불다. ✻ cơn gió mát thoảng qua → 시원한 바람이 획 불다.
thoát 토앋	*escape* [동] 달아나다, 탈출하다, 면하다, 벗어나다.
thoát khỏi 토앋 코이	*to escape from, to break out of* [자] ~로부터 도망치다.
thoát ly 토앋 리	*to part from, be devorced from* [자] 분리되다.
thoát nạn 토앋 난	*to get out of danger* [동] 위험에서 벗어나다.
thoát nợ 토앋 너	*to be clear of debs, get out of debs* [동] 빚을 청산하다, 빚에서 벗어나다.
thoát thân 토앋 턴	*to escape, to run away* [동] (재난, 처벌 등을) 벗어나다, 모면하다.
thoạt 토앋	*hardly, firstly* [부] ~곧바로, 즉시, ~하자마자. ✻ thoạt nghe đã thấy hay → 듣자

	마자 바로 흥미를 느꼈다. ✷ thoạt nhìn đã thích → 보는 즉시 좋았다.
thoạt đầu 토앋 더우	*at the beginning, firstly, at first* [부] 초기에는, 처음에는, 맨 먼저, 첫째로. ✷ thoạt đầu tưởng là dễ, sau mới biết khó → 처음에는 쉽다고 생각했는데 후에 어렵다는걸 알았다.
thoạt tiên 토앋 띠엔	*first of all, at first* [부] = thoạt đầu 무엇보다도, 제일 먼저.
thoăn thoắt 토안 토안	*in a flash, as a lighting, quickly* [부] 빨리, 서둘러, 신속히, 급속히, 얼른. ✷ tay làm thoăn thoắt → 손 빠르게 일하다. ✷ bước đi thoăn thoắt → 서둘러 걷다.
thoắt 토앋	*suddenly, quickly, in a flash* [부] 갑자기, 돌연히, 느닷없이. ✷ thoắt ẩn thoắt hiện → 갑자기 사라졌다 갑자기 나타나다. ✷ thoắt một cái đã biến mất → 한 개가 순식간에 없어졌다.
thóc 톱	*paddy* [명] (쌀) 논.
thóc gạo 톱 가오	*paddy and rice* [명] (쌀) 논.
thóc lúa 톱 루아	*paddy, rice and grains* [명] 논, 무논 의 총칭.
thóc mách 톱 맛	*pry and tell tales, nosy* [동] 호기심이 많아 남의 이야기를 떠들고 다니

	다.
thọc 톡	*thrust* [자] 찔러넣다, 밀어넣다, 끼여넣다. ✻ thọc gậy bánh xe → 차 바퀴에 막대기를 끼여넣다.
thoi 토이	*to hit with the fist, punch* [동] …을 치다, 후려갈기다. [명] (권투의) 펀치.
thoi thóp 토이 톱	*palpitate, be at the point of death* [자] 죽기 직전에 마지막 숨을 내쉬다. ✻ người bệnh chỉ còn thoi thóp → 환자가 마지막 숨만 남았다.
thói 토이	*manner, strick, bad habit* [명] 풍습, 풍속, 관습. ✻ thói hư tật xấu → 악습관. ✻ quen thói hung hăng → 호전적인 습관.
thói đời 토이 더이	*the ways of this world* [명] 세습, 세상의 풍습.
thói quen 토이 구엔	*habit, custom, practice* [명] 습관, 관습.
thói xấu 토이 싸우	*bad habit* [명] 나쁜 습관.
thòi 토이	*show* [동] 보이다. ✻ giày rách làm thòi mấy ngón chân ra ngoài → 신발이 낡아서 발가락 몇 개가 밖으로 보이다.
thỏi 토이	*bar, lump, stick* [명] 덩어리. ✻ một thỏi vàng → 금 한 덩어리.
thòm thèm	*desirous, not satisfied*

톰 템	[형] 원하는, 만족하지 못한. ✷ vẫn còn thòm thèm muốn ăn thêm → 여전히 더 먹기를 원하다.
thon 톤	*thin, slim, slender, papering* [형] (체격 등이) 가느다란, 호리호리한, 여윈. ✷ dáng người thon gọn → 호리호리한 외모.
thon thả 톤 타	*slender* [형] 날씬한, 호리호리한. ✷ cô ta có thân hình thon thả → 그녀는 날씬한 체형이다.
thong dong 톰 염	*leisurely, carefree, untroubled* [형] 여유 있는, 한가로운, 느긋한, 서두르지 않는.
thong manh 톰 만	*cataract* [명] (의학) 백내장.
thong thả 톰 타	*deliberate, at leisure, unhurriedly* [형] 신중한, 느긋한.
thòng 톰	*let down* [동] 위에서부터 아래로 풀어내리다, 늘어뜨리다. ✷ thòng dây xuống giếng → 줄을 우물 아래로 드리우다.
thòng lọng 톰 롬	*noose, lasso, slip-knot* [명] 올가미, 고를 낸 매듭, 당기면 죄어지는 매듭.
thõng 톰	*dangling* [형] 매달려 늘어진. ✷ tóc buông thõng ngang lưng → 허리까지 늘어뜨린 머리카락.
thóp 톱	1/ *weak point* [명] 약점, 결점. ✷ biết thóp hắn ta mê gái nên phải dùng mỹ nhân kế để thu phục →

그의 약점은 여자를 좋아하는 것이므로 복수를 위해 미인계를 쓰다.
2/ *the soft spot on a baby's head suture, fontanel* [명] 숫구멍.

thọt
톹
lame [형] 다리를 저는, 절름발이의.

thô
토
coarse, husky
[형] 조잡한, 굵은, 거친.
✻ vải thô → 거친 천.
✻ dáng người thô → 건장한 체격.
✻ bàn tay thô → 거친 손.

thô bạo
토 바오
brutal, rude, unpolished, rough [형] 버릇없는, 무례한, 막되먹은, 거친.
✻ ăn nói thô bạo → 무례하게 이야기 하다.

thô bỉ
토 비
coarse and rude
[형] 비속한, 무식한.
✻ hạng người thô bỉ → 무식한 사람들.

thô kệch
토 껫
uncouth, unpolished, boorish [형] 어색한, 세련되지 않은, 촌스러운.
✻ dáng người thô kệch → 촌스런 외모.

thô lậu
토 러우
uncouth, primitive [형] 투박한, 세련되지 않은, 촌스러운.

thô lỗ
토 로
rude, gross [형] 버릇없는, 무례한, 막되먹은.

thô sơ
토 서
rudimentary, primitive [형] 원시적인, 미발달의, 미숙한, 초보의.

thô thiển
토 티엔
coarse and superficial
[형] 조잡하고 천박한.

thô tục 토 뚭	*vulgar, crude* [형] 비속한, 상스러운, 천박한. ✴ ăn nói thô tục → 상스럽게 말하다.
thố cơm 토 껌	*rice-container* [명] 밥그릇, 밥공기.
thồ 토	*transport by biclycle or on the horse's back* [동] 자전거나 말등으로 운반하다.
thổ 토	*to vomit, throw up* [자] 토하다. ✴ thổ ra máu → 피를 토하다.
thổ cẩm 토 껌	*brocade* [명] 비단, 양단, 금란.
thổ công 토 꼼	*kitchen God* [명] 지신(地神), 부엌신.
thổ cư 토 끄	*dwelling-land* [명] 토지.
thổ dân 토 연	*native, indigene, aboriginal* [명] 토착인, 원주민.
thổ lộ 토 로	*to poor sth in to sb's heart, to confide in sb* [동] 토로하다, 털어놓다. ✴ không thổ lộ cho ai biết → 아무에게도 털어놓지 않다.
thổ phỉ 토 피	*local bandit* [명] 산적, 비적.
thổ sản 토 산	*local produce* [명] 토산품, 토산물.
thổ tả 토 따	*cholera* [명] (의학) 콜레라.
thốc	*storm* [자] 공격하다, 급습하다.

톱	✳ đánh thốc vào sào huyệt quân thù → 적의 소굴을 급습하다. ✳ gió thốc vào nhà → 바람이 집안으로 불어닥치다.
thôi 토이	*stop, no more* [동] 단지…이다, 다만 …이다, 중단하다. ✳ thôi học → 학업을 중단하다. ✳ không thích thì thôi → 싫으면 관둬라.
thôi nôi 토이 노이	*birthday of one year old baby* [명] 첫번째 생일, 돌.
thôi thúc 토이 툭	*urge, prod, to hurry someone* [동] 재촉하다, 자극하여 시키다.
thôi việc 토이 비엑	*to resign one's job, stop work* [타] 일을 그만두다, 사직하다.
thối 토이	**1/** *stink, offensive smell* [형] = thúi 악취가 나는, 코를 찌르는. **2/** *to give the change(to a customer)* [동] 거실러 주다. ✳ thối lại tiền cho khách → 거스름돈을 손님에게 내주다.
thối chí 토이 찌	*be dishearten* [동] 기운(희망, 용기)을 잃다, 낙담하다.
thối nát 토이 낟	*corruptive, deteriorate, worse* [형] 타락한, 퇴폐한.
thối tha 토이 타	*bad, corrupt, ill behaved* [형] (사람, 행위가) 부정한, 타락한.
thổi 토이	*to blow* [동] 불다. ✳ thổi kèn → 나팔을 불다.
thổi phồng	*blow up, magnify, to talk over* [동]

토이 퐁   과장하여 말하다, 허풍을 떨다.
* thổi phồng câu chuyện → 이야기를 과장하여 말하다.

thôn   *hamlet* [명] 촌, 마을.
톤

thôn quê   *countryside, country*
톤 꾸에   [명] 지방, 시골, 농촌 지방.

thôn tính   *to annex, take over* [자] (나라, 영토
톤 띤   등을) 병합하다, 덧보태다

thôn xóm   *village and hamlet*
톤 쏨   [명] 촌마을, 시골마을.

thổn thức   *to sob* [동] 흐느끼다, 흐느껴 울다.
톤 특   * gục đầu thổn thức → 고개를 숙이고 흐느껴 울다.

thộn   *dull, stupid*
톤   [형] (사람이) 머리가 나쁜, 우둔한.

thông   **1/** *pine* [명] (식물) 솔, 소나무
톰   **2/** *be in succession, unchoke, pass through* [동] 통과하다.
* hầm có lối đi thông ra ngoài → 동굴 밖으로 통하는 입구가 있다.
3/ *to know well, understand*
[동] 이해하다, 잘알다.
* anh đã thông chưa? → 이해했습니까?

thông báo   *to inform, announce, let know*
톰 바오   [동] 통지하다, 통보하다.

thông cảm   *sympathize, appreciate*
톰 깜   [동] 동감하다, 이해하다, 공감하다.

thông cáo   *notice, communique*

톰 까오	[명] 발표, 통지.
thông dâm 톰 염	*to commit fornication* [동] 사통하다, 간음하다.
thông dịch 톰 짓(잇)	*to interpret* [동] (외국어를) 통역하다. ✶ thông dịch viên → 통역원.
thông dụng 톰 융	*common, usual* [형] 통용되다, 널리 사용되다.
thông đồng 톰 돔	*to collude with somebody* [동] 결탁하다, 공모하다, 담합하다.
thông gia 톰 지아(야)	*union between families by marriage, alliance* [명] 사돈.
thông gió 톰 지오(요)	*Ventilation* [형] = thông hơi 통풍이 잘되는. ✶ căn phòng thông gió → 통풍이 잘되는 방.
thông hành 톰 한	*passport* [명] 여권, 패스포트, 통행증.
thông hiểu 톰 히에우	*well-informed, understand* [동] 이해하다.
thông minh 톰 민	*intelligent, smart, brainy* [형] 영리한, 똑똑한, 슬기로운.
thông qua 톰 꾸아	*approve, pass* [동] 통과하다, 지나가다.
thông suốt 톰 수옫	*understanding thoroughly* [동] 완전히 이해하다.
thông tầm 톰 떰	*one-shift system (of work)* [형] 종일 근무의. ✶ làm việc thông tầm → 종일근무하다.
thông tấn xã	*press agency, news agency*

톰 떤 싸		[명] 통신사.
thông thái 톰 타이		*scholarly, erudite* [형] 유식한, 학자의, 학자다운. [명] 학구적인.
thông thạo 톰 타오		*expert, proficient, conversant* [형] 숙달한, 숙련된, 능숙한.
thông thuộc 톰 투옥		*now perfectly(throughly)* [동] 숙지하다, 암기하다. ∗ thông thuộc hết địa hình → 지형을 다 외우다.
thông thương 톰 트엉		*trade with.., do business with..* [동] 무역하다, 통상하다.
thông thường 톰 트엉		*common, usual* [형] 보통의, 일상의.
thông tin 톰 띤		*to inform, give information* [명] 알리다, 통지하다, 통신하다.
thông tư 톰 뜨		*circular* [명] 회람장, 안내장.
thống kê 톰 께		*to total up, collect satistics* [동] 통계내다.
thống khổ 톰 코		*in agony, unhappy, miserable* [형] (마음, 감정의) 심한 고통의, 걱정하는.
thống lĩnh 톰 린		*to command, be in command (of)* [동] (군대 등을) 지휘하다, 통솔하다.
thống nhất 톰 년		*to unite, unity* [동] 통일하다, 단일화 하다.
thống thiết 톰 티엩		*doleful, mournful* [형] 슬픔(비탄, 수심)에 잠긴, 침울한, 우울한.
thống trị 톰 찌		*rule, dominate* [동] …을 지배하다, 지배하다, (나라, 국민을) 통치하다.

thốt 톧	✽ giai cấp thống trị → 통치계급. *utter* [자] (말)입 밖에 내다, 말하다. ✽ mừng quá, thốt chẳng nên lời → 너무 반가워서 말이 나오지 않는다.
thơ 터	1/ *poem, poetry* [명] 시, 시가 2/ *letter* [명] = thư 편지. 3/ *little, of tender age* [부] 나이가 어린. ✽ loại chuyện dành cho tuổi thơ → 어린이를 위한 이야기.
thơ ấu 터 아우	*of tender age* [형] 어린. ✽ thời thơ ấu → 어린 시절.
thơ ca 터 까	*poetry, poetic* [명] = thi ca 시, 시가.
thơ dại 터 야이	*naïve of tender age, unsophisticated* [형] 순진한, 소박한.
thơ mộng 터 몸	*dreamy and romantic* [명] 꿈꾸듯한, 공상적인, 시적인.
thơ ngây 터 응어이	*unsophisticated, inexperienced* [형] 순진한, 소박한, 천진난만한.
thơ thẩn 터 턴	*ramble, wander, stray* [동] 만보하다, 산책하다, 소요하다, 거닐다.
thớ 터	*fibre* [명] 섬유.
thớ gỗ 터 고	*wood-fibre* [명] (제지용) 나무 섬유, 목재 섬유.
thờ 터	*to worship* [동] 숭배하다, 받들다, 모시다.
thờ cúng 터 꿈	*to worship, observe the cult* [동] 숭배하다, 제사드리다.

thờ ơ 터 어	*unmindful, lukewarm* [형] 미적지근한, 염두에 두지않는, 무관심한. ✻ thờ ơ trước thời cuộc → 정세에 무관심하다.
thờ phụng 터 품	*to adore, worship, to attend to* [동] 예배하다, 숭배하다. ✻ thờ phụng cha mẹ già → 조상을 숭배하다.
thờ thẫn 터 턴	*to moon away* [동] = thẫn thờ 멍하니 보내다.
thở 터	*to respire, to breathe* [동] 숨을 쉬다.
thở dài 터 야이	*to sigh, to breathe a sigh* [동] 한숨 쉬다, 탄식하다, 한탄하다.
thở dốc 터 욥	*pant, puff* [동] 숨이 차다, 헐떡거리다.
thở hổn hển 터 혼 헨	*to pat, gasp, breathe hard* [동] 숨차다, 헐떡거리다.
thở phào 터 파오	*to breathe a sign of relief* [동] 긴장따위를) 풀다, 안도하다.
thở than 터 탄	*to lament, groan* [동] = than thở 슬퍼하다, 한탄하다, 후회하다.
thợ 터	*labourer, worker* [명] 일군, 직공. ✻ thợ điện → 전기 기사. ✻ thợ hớt tóc → 이발사. ✻ thợ may → 재봉사. ✻ thợ máy → 기계공. ✻ thợ mộc → 목수.
thời 터이	*period, time* [명] 시간, 기간. ✻ mỗi thời mỗi khác → 모든 시간

이 다 다르다.

thời bình — peacetime, time of peace
터이 빈 — [명] 평화시.

thời chiến — wartime, time of war [명] 전시.
터이 찌엔

thời cơ — chance, occasion, opportunity
터이 꺼 — [명] 기회, 호기.
* kiên nhẫn chờ thời cơ → 인내하며 기회를 기다리다.
* nắm bắt thời cơ → 기회를 붙잡다.

thời cuộc — situation, present situation
터이 꾸옥 — [명] 형세, 정세.

thời đại — epoch, era, age [명] 시대, 시기.
터이 다이

thời điểm — moment time [명] 시점.
터이 디엠

thời giá — current price [명] 시가.
터이 지아(야)

thời gian — time, temporal [명] = thời giờ 시간.
터이 지안(얀)

thời hạn — term, period, time-limit
터이 한 — [명] 시한, 기간, 임기.

thời khóa biểu — schedule, timetable [명] 시간표.
터이 코아 비에우

thời kỳ — time, period [명] 기간, 시기.
터이 끼

thời loạn — time of disturbances, wartime
터이 로안 — [명] 혼란기, 전시.

thời sự — the news, current affairs [명] 뉴스, 소식, 보도, 정보.
터이 스

thời thế 터이 테	*times, circumstance* [명] 시세, 환경. ✳ thời thế tạo anh hùng → 영웅을 만들어낸 상황.
thời thơ ấu 터이 터 어우	*childhood* [명] 어린 시절, 유년 시절.
thời thượng 터이 트엉	*up-to-date, in vogue* [명] 유행.
thời tiết 터이 띠엩	*weather* [명] 날씨, 일기, 기상.
thời trang 터이 짱	*fashion* [명] 유행, 스타일, 패션.
thời vụ 터이 부	*crop season* [명] 수확기.
thơm 텀	*sweet-smelling, delicious-smelling* [형] 향기로운, 냄새 좋은. ✳ hoa thơm → 향기로운 꽃. 2/ *pineapple* [명] (과실) = quả dứa 파인애플. 3/ *to kiss* [동] 뽀뽀하다. ✳ thơm lên má em bé → 아기의 볼에 뽀뽀하다.
thơm lừng 텀 릉	*fragrant, sweet-smelling* [형] 향기로운, 냄새 좋은, 방향성의.
thơm ngát 텀 응앝	*fine perfume* [형] 향기로운.
thơm phức 텀 픅	*subtle perfume, delicious* [형] 군침도는, 냄새가 좋은. ✳ thịt nướng thơm phức → 고기 굽는 냄새가 좋다.
thơm tho 텀 토	*sweet-smelling* [형] 향기로운.

thớt 턷	*chopping-board* [명] 도마.
thu 투	**1/** *to collect, get back, record* [동] 모으다, 얻다, 거두다, 징수하다, 압수하다. ✻ thu thuế → 세금을 징수하다. ✻ thu được nhiều kết quả tốt trong học tập → 학업에서 좋은 결과를 많이 얻었다. **2/** *autumn* [명] 가을.
thu chi 투 찌	*incomes and outlay* [명] 수입과 지출. ✻ kê khai các khoản thu chi → 수입과 지출을 계산하다.
thu dọn 투 욘	*tidy up* [동] 치우다, 정돈하다. ✻ thu dọn chén dĩa sau bữa ăn → 식사후에 그릇들을 치우다.
thu hẹp 투 햅	*to restrict, reduce, narrow* [동] 줄다, 적어지다, 작아지다.
thu hoạch 투 호앗	*to crop, harvest* [동] 수확하다.
thu hồi 투 호이	*get back, withdraw, revoke* [동] 무효로 하다, 파기하다, 취소하다, 회수하다. ✻ thu hồi bằng lái vì vi phạm luật giao thông nhiều lần → 여러 번 교통법규를 어겼기 때문에 면허증이 취소됐다.
thu hút 투 훗	*to draw, attract* [동] (관심 따위를) 끌다, 흡수하다.

	✶ phim này thu hút nhiều người xem → 그 영화는 많은 관객을 끌었다.
thu lôi 투 로이	*conductor, lightning* [명] 피뢰침.
thu mua 투 무아	*to buy, purchase (of state store)* [자] …을 사다, 구매하다. ✶ thu mua sắt vụn → 고철을 구매하다.
thu nạp 투 납	*receive* [자] …을 수용하다, 받아주다. ✶ thu nạp hội viên mới → 새 회원을 받다.
thu nhặt 투 냗	*gather* [자] 줍다, 주워모으다. ✶ thu nhặt phế liệu → 폐품을 모으다.
thu nhận 투 년	*receive, take in, admit* [동] …을 수용하다, 받아주다.
thu nhập 투 녑	*earn as income* [명] 수입, 소득 [동] 소득을 올리다. ✶ thu nhập hằng năm của mỗi người → 국민 연간 소득.
thu thập 투 텁	*to collect, to gather* [동] 수집하다, 모으다.
thu phục 투 품	*win, recover* [자] 얻다, 손에 넣다. ✶ thu phục lòng dân → 민심을 얻다.
thu thanh 투 탄	*record* [동] 녹음하다, 녹화하다.
thu thập 투 텁	*gather* [동] 줍다, 주워모으다.

투 팁

thu vén   *tidy up, contrive well*
투 벤   [동] 치우다, 정돈하다.

thu xếp   *arrange, settle*
투 쎕   [동] …을 해결하다, 조정하다.
※ thu xếp chỗ ăn ở cho mọi người → 모든 사람들에게 거주지를 해결해 주다.

thú   1/ *beast* [명] (동물) 짐승.
투   ※ đi săn thú rừng → 들짐승을 사냥하러 가다.
2/ *pleasure, interesting*
[형] 매우 기쁜, 재미있는, 흥미로운.
※ đi dạo thú hơn ngồi nhà → 산책가는 것이 집에 있는 것보다 즐겁다.
3/ *surrender, give oneself* [동] = thú nhận 인정하다, 시인하다, 자백하다.
※ thú hết tội lỗi → 잘못을 인정하다.

thú dữ   *wild beast, ferocious beast*
투 이으   [명] 야수, 들짐승.

thú nhận   *to confess, own up* [동] 고백하다, 자백하다, 실토하다, 인정하다.
투 년

thú thật   *confess, admit*
투 턷   [동] 실토하다, 시인하다.

thú tội   *confess* [동] 고백하다, 고해하다.
투 또이

thú vật   *brute, beast, animal*
투 번   [명] (동물) 짐승, 가축의 총칭.

thú vị   *pleasurable, interesting*

투 비	[형] 재미있는, 흥미진진한. ✷ một trò chơi thú vị → 흥미진진한 놀이.
thú vui 투 부이	*a pleasure* [명] 즐거움, 쾌락.
thú y 투 이	*veterinary medicine* [명] 수의, 수의학. ✷ bác sĩ thú y → 수의사 ✷ trạm thú ý → 수의진료소.
thù 투	*spite, grudge, hatred, feud* [명] 원한, 앙심, 악의, 증오. [형] 적의를 품은. ✷ là bạn hay là thù? → 친구냐 적이냐?
thù địch 투 딧	*hostile, rival, inimical* [명] 적의를 가진 사람, 경쟁자. [형] 적의 있는, 적대하는.
thù ghét 투 갣	*hate, detest, abhor* [자] 몹시 싫어하다, 미워하다, 증오하다.
thù hằn 투 한	*revengeful, spiteful, hostile* [형] 앙심을 품은, 악의적인, 복수심에 불타는.
thù lao 투 라오	*reward, fee, compensation* [명] 요금, 납부금, 사례금, 보정, 보상, 대상(代償).
thù oán 투 오안	*to rancour, hate, malice* [동] 앙심을 품다, 원한을 품다.
thủ 투	**1/** *pig's head* [명] 돼지의 머리. **2/** *play (a part)* [동] (영화, 극의) 연기하다. ✷ thủ vai chính trong bộ phim →

영화의 주연을 맡아 연기하다.
3/ *carry in* [동] 가지고 있다.
✳ nó thủ 1 cây dao găm trong túi → 그는 주머니 속에 접는 칼을 가지고 있다.

thủ công
투 꼼
handicraft, manual work
[형] 수공의, 손으로 하는.
✳ thợ thủ công → 수공업자.
✳ thủ công nghiệp → 수공업.

thủ đoạn
투 도안
trick [명] 수단, 계교, 트릭.
✳ dùng mọi thủ đoạn để hại người → 사람을 해치기 위해 모든 수단을 이용하다.

thủ đô
투 도
capital [명] 수도.

thủ kho
투 코
warehouse keeper
[명] 창고 관리인.
✳ gặp thủ kho để nhận hàng → 물건을 받기 위해 창고관리인을 만나다.

thủ khoa
투 코아
the first in an examination
[명] 과수석.

thủ lĩnh
투 린
leader [명] 선도자, 지도자, 지휘자, 통솔자.

thủ môn
투 몬
goalkeeper
[명] = thủ thành 골키퍼, 문지기.

thủ phạm
투 팜
perpetrator, culprit
[명] (법) 가해자, 범인, 하수인.

thủ pháp
투 팝
method, way of doing thing
[명] 수법, 방법, 방식.

thủ quỹ 투 꾸이	cashier [명] 현금 출납원, 출납원.
thủ thỉ 투 티	to whisper, talk confidentially [동] 속삭이다, 소곤소곤 이야기 하다.
thủ thuật 투 투얻	skill, trick, operation [명] 솜씨, 재능, 재주.
thủ thư 투 트	librarian, archivist [명] 도서관 사서.
thủ tiêu 투 띠에우	to annul, abolish, cancel [동] 폐지 하다, 취소하다, 무효로 하다.
thủ trưởng 투 쯔엉	leader, chef office, superior [명] 우두머리, 수장.
thủ tục 투 뚭	formalities, procedure [명] 수속, 절차.
thủ tướng 투 뜨엉	prime minister [명] 수상(首相).
thụ động 투 돔	passive [형] 수동태.
thụ giáo 투 지아오(야오)	to receive instruction / training [동] 교육을 받다, 훈련을 받다.
thụ hình 투 힌	to undergo punishment [동] 형벌을 받다.
thụ hưởng 투 흐엉	receive, be a beneficiary [동] 혜택을 받다,
thụ phấn 투 펀	to pollinate [자] …에 수분(수정) 하다. ✷ hoa thụ phấn → 꽃이 수분하다.
thua 투아	lose, be defeated, fail [동] 패하다, 지다.
thua bạc	to lose at gambling

투아 박 [동] 도박에서 지다.

thua cuộc
투아 꾸옥
to lose the game [동] 게임에 지다.

thua đậm
투아 덤
bitter defeat
[동] 완전히 지다, 깨끗이 지다.

thua kém
투아 깸
to be inferior to somebody [동] = thua sút, yếu kém hơn ~보다 하위이다, ~보다 열등하다.

thua kiện
투아 끼엔
to lose one's case
[동] (법) 소송에서 지다.

thua lỗ
투아 로
to suffer losses [동] 손해를 입다.
✻ làm ăn thua lỗ → 사업이 손해를 보다.

thua sút
투아 숟
be worse, be inferior [동] = thua kém , ~보다 하위이다, ~보다 열등하다.
✻ thua sút bạn bè → 친구들보다 열등하다.

thua thiệt
투아 티엗
suffer losses [동] 손실을 입다.
✻ làm ăn thất bại nên phải chịu thua thiệt với mọi người → 사업이 실패하여 모든 사람에 대해 손실을 감수해야 한다.

thuần
투언
1/ *pure*
[형] 순전한, 완전한, 전적인.
2/ *tame, meek, docile*
[형] 순한, 길든, 온순한.
✻ con ngựa hoang nay đã thuần → 이 야생마가 길이 들었다.
3/ *familiar, be experienced*
[형] 숙달된, 경험 있는.

※ làm mãi nên đã thuần tay → 계속 일을 하니 손에 익었다.

thuần chất
투언 쩓
pure [형] 순전한, 순수한.

thuần chủng
투언 쭘
purebred, clean-bred [형] 순종의.

thuần hóa
투언 호아
to domesticate, to tame
[동] (들짐승 등을) 길 들이다.

thuần phục
투언 풉
to bow in admiration
[동] 복종하다, 순복하다.

thuần khiết
투언 키엩
unalloyed, pure
[형] 순수한, 순결한.

thuần thục
투언 툽
well-trained, skilful, clever
[형] 능숙한, 능란한.
※ sử dụng máy tính thuần thục → 능숙하게 컴퓨터를 사용하다.

thuần tính
투언 띤
mild character, gentle
[명] 순한, 온순한.

thuần túy
투언 뚜이
pure, genuine, authentic
[형] 순전한, 순수한, 단일의.

thuận
투언
be favorable
[형] 유리한, 알맞은, 적합한
※ thuận tay trái → 왼손잡이
2/ *be agree*
[동] 호의적인, 찬성하는, 동의하는.
※ thuận vợ thuận chồng, tát biển đông cũng cạn (속담) → 아내에게 동의하고 남편에게 동의하면 큰 무리가 없다.

thuận hòa
to live in peace with sb [형] = hòa

투언 호아	**thuận** 사이좋은, 조화로운, 평화로운. ✱ anh em thuận hòa → 사이좋은 형제.
thuận lợi 투언 러이	*advantage* [형] 유리한, 편리한. ✱ hoàn cảnh thuận lợi → 편리한 환경.
thuận tiện 투언 띠엔	*convenient, opportune, favourable* [형] 편리한, 손쉬운, 형편이 좋은.
thuật 투언	**1/** *art, skill, method, way* [명] 방법, 기술. ✱ thuật dùng người → 사람을 다루는 기술. **2/** *to tell* [동] 이야기하다, 말하다. ✱ thuật lại câu chuyện phim → 영화줄거리를 다시 이야기하다.
thúc 툽	**1/** *to press, shove, push* [동] 밀다, 밀치다. ✱ thúc mạnh vào hông bạn → 친구의 엉덩이를 세게 밀다. **2/** *hasten, hurry sb* [동] 재촉하다. ✱ thúc mãi mới chịu làm → 계속 재촉해야 겨우 한다.
thúc bách 툽 밧	*pressing* [형] 절박하게 재촉하는.
thúc đẩy 툽 더이	*push up, step up, press* [동] 밀어 나아가게 하다, 촉진하다. ✱ cải tiến công cụ để thúc đẩy sản xuất → 생산을 촉진하기 위해 공구를 개선하다.
thúc ép	*to force* [동] 강요하다, 강제하다.

톱 앱

thúc giục
톱 지읍(읍)
urge, press, hurry [동] 서두르다, 재촉하다, 몰아대다.

thúc hối
톱 호이
to urge [동] 재촉하다, 몰아대다.

thục mạng
톱 망
at the risk of one's life
[형] 목숨을 건.
✶ chạy thục mạng → 목숨 걸고 도망치다.

thuê
투에
1/ *to hire, rent*
[동] = mướn 세를 얻다, 임대하다.
✶ thuê nhà → 집을 임대하다.
2/ *to employ, engage* [동] 고용하다.
✶ thuê người giúp việc nhà → 가정도우미를 고용하다.

thuê bao
투에 바오
to subscribe [동] 신청하다.
✶ thuê bao điện thoại → 전화를 신청하다.

thuế
투에
tax, impost, duty [명] 세, 세금.
✶ thuế lợi tức → 수입세.

thuế vụ
투에 부
taxman, tax office
[명] 세금 징수원, 세무서.

thui
투이
inflame [자] 표면을 태우다, 그슬리다.
✶ thui bò → 소를 불에 그슬리다.

thui thủi
투이 투이
be lonely, be solitary
[형] 혼자의, 외로운, 쓸쓸한.
✶ sống thui thủi một mình → 홀로 외롭게 살다.

thum thủm 툼 툼	*somewhat stinking, smelling rather bad* [형] 악취가 나는.
thung dung 툼 융	*leisurely* [형] = thong dong 느긋한, 한가로운. ✻ thung dung đi dạo phố → 한가롭게 시내를 돌아다니다.
thung lũng 툼 룸	*valley* [명] 산협, 계곡. ✻ ở Đà Lạt có thung lũng 'Tình yêu' → 다랏에 '사랑' 계곡이 있다.
thúng 툼	*basket* [명] 바구니.
thùng 툼	*can, cask, barrel* [명] 용기, 통.
thùng thình 툼 틴	*too large* [형] 너무 큰. ✻ áo quần rộng thùng thình → 옷이 너무 크다.
thủng 툼	*be holed, catch* [형] 구멍난. ✻ nhìn qua lỗ thủng trên vách → 벽에 난 구멍으로 보다.
thủng thẳng 툼 탕	*slowly, tardily, leisurely* [부] 느리게, 천천히, 느긋하게. ✻ thủng thẳng bước đi → 느긋하게 걷다.
thuốc 투옥	*medicine* [명] 약
thuốc an thần 투옥 안 턴	*antianxiety, calmative* [명] (약) 진정제, 안정제.
thuốc bắc 투옥 박	*Chinese medical-herbs* [명] 한약, 초약.
thuốc bổ	*tonic* [명] (약) 강장제.

투옥 보

thuốc độc *poison, toxic substance*
투옥 돕
[명] 독약, 독극물.

thuốc lá *tobacco, cigarette* [명] 담배.
투옥 라

thuốc men *medicines* [명] 약제의 총칭.
투옥 멘

thuốc mê *anaesthsic* [명] 마취제
투옥 메

thuốc nam *Vietnamese medical-herbs*
투옥 남
[명] 베트남 약초.

thuốc ngủ *soporific, hypnotic* [명] 수면제.
투옥 응우

thuốc nhỏ mắt *eye-drop* [명] 안약.
투옥 니오 맏

thuốc nhuộm *dye* [명] 물감, 염료액.
투옥 니옴

thuốc phiện *opium* [명] 아편.
투옥 피엔

thuốc tây *Western medicine* [명] 양약.
투옥 떠이

thuốc tẩy *purge, purgative, cleaner* [명] 하제.
투옥 떠이

thuốc trừ sâu *insecticide* [명] 살충제.
투옥 쯔 서우

thuộc **1/** *to know by heart* [동] (마음에) 새
투옥
기다, 간직하다, 마음에 담다.
2/ *belong, be under*
[동] (소)속하다. …에 들다.
✻ ngôi nhà đã thuộc về chủ mới

→ 집주인이 새로 바뀌었다.

thuộc địa
투옥 디아
colony [명] 식민지.

thuộc làu
투옥 라우
know by heart
[동] = thuộc lòng 마음에 새기다.

thuộc tính
투옥 띤
attribute [명] 특질, 특성, 속성.

thuộc từ
투옥 뜨
attribute [명] (문법) 한정사.

thuở
투어
time, period, long pass time
[동] 때, 시절.
✻ quen biết nhau từ thuở nhỏ → 어릴적부터 서로 알았다.

thụp
툽
to prostrate oneself, kiss the ground
[동] 엎드리다, 웅크리다.
✻ ngồi thụp xuống → 웅크리고 앉다.

thút thít
툳 틷
to whimper, whine, snivel
[동] 훌쩍훌쩍 울다.

thụt
툳
1/ *pull back, receide*
[동] 되돌아가다, 후퇴하다.
✻ đi thụt lại phía sau → 뒤로 후퇴하다.
2/ *to pump out* [동] 퍼내다, 뽑아내다.

thụt lùi
툳 루이
go backward
[동] 후퇴하다, 물러나다.

thùy mị
투이 미
sweet, gentle [형] 친절한, 상냥한.

thủy chung 투이 쭝	*beginning and end, constant* [형] = chung thủy 처음과 끝, 불변의.
thủy điện 투이 디엔	*hydroelectricity* [명] 수력, 수력발전. ✳ nhà máy thủy điện → 수력발전소.
thủy lôi 투이 로이	*mine, torpedo* [명] 어뢰, 공뢰, 수뢰.
thủy lợi 투이 로이	*irrigation* [명] 수리, 관주, 관개. ✳ công trình thủy lợi → 수리 공사.
thủy sản 투이 산	*aquatic product* [명] 수산물.
thủy tạ 투이 따	*summer-house on water* [명] 수상가옥.
thủy tai 투이 따이	*flood, inundation* [명] 수재(水災).
thủy thủ 투이 투	*sailor, seaman* [명] 선원, 뱃사람.
thủy tinh 투이 띤	*glass, glassware* [명] 수정, 유리.
thủy tổ 투이 또	*creator, originator, progenitor* [명] 시조, 선조.
thủy triều 투이 찌에우	*tide* [명] 조수, 조류.
thuyên chuyển 투웬 쭈웬	*transfer* [동] 옮기다, 이동하다.
thuyên giảm 투웬 지암(얌)	*abate, decrease* [동] 줄다, 감소하다.
thuyền 투웬	*boat* [명] 배, 어선.
thuyền bè 투웬 배	*boats and ships* [명] 보트, 배, 수상 운송수단의 총칭.

thuyết 투웻	*theory* [명] 학설, 이론, ...론.
thuyết giáo 투웻 지아오(야오)	**1/** *preach, indoctrinate* [동] (기독교) 설교하다. **2/** *to moralisze, to lecture* [동] 훈계하다.
thuyết minh 투웻 민	*give a commentary, to do the voice-over* [동] 해설하다, 설명하다.
thuyết pháp 투웻 팝	*to preach, indoctrinate* [동] 설교하다, 가르치다
thuyết phục 투웻 품	*convice, persuate* [동] 설득시키다, 수긍시키다.
thuyết trình 투웻 찐	*to give a lecture, report on sth.* [동] 강의하다, 설명하다, 보고하다.
thư 트	*letter* [명] = thơ 편지.
thư bảo đảm 트 바오 담	*registered letter* [명] 등기 우편. ✳ tôi muốn gửi 1 thư bảo đảm đến Việt Nam → 나는 베트남으로 등기 우편 한통을 보내고 싶다.
thư điện tử 트 디엔 뜨	*electronic mail, e-mail* [명] 전자우편, 이메일.
thư giãn 트 지안(얀)	*to relax, unwind* [동] 늦추다, 풀리다.
thư ký 트 끼	*secretary, clerk* [명] 비서.
thư mời 트 머이	*invitation, letter of invitation* [명] 초대장.
thư mục 트 뭅	*catalogue, bibliography, directory* [명] 도서 목록, 저서 목록.

thư nặc danh 트 낙 얀	*anonymous letter* [명] 무기명 우편.
thư nhàn 트 냔	*leisure, spare time, free* [형] 한가한, 여유로운.
thư pháp 트 팝	*calligraphy, penmanship* [명] (서법) 습자, 펜습자.
thư tay 트 따이	**1/** *handwritten letter* [명] 친서. **2/** *letter sent by hand* [명] 직접 전달하는 편지.
thư thả 트 타	*unoccupied, in spare time* [형] 여유있는, 한가한. ✲ khi nào thư thả, mời bác đến chơi → 언제 시간이 나면 우리집에 놀러오세요.
thư thái 트 타이	*feeling at ease, relaxed* [형] 긴장을 푼, 느슨한. ✲ dạo chơi 1 chút cho đầu óc thư thái → 머리에 긴장을 풀기위해 잠시 산책을 하다.
thư tín 트 띤	*correspondense, letters* [명] 우편물, 편지, 투고. ✲ bảo đảm bí mật thư tín → 우편물의 비밀을 보장하다.
thư từ 트 뜨	*letter* [명] 문서, 편지의 총칭. ✲ lâu nay không nhận được thư từ nào của ai cả → 요즘들어 누구에게도 편지를 받은 일이 없다.
thư viện 트 비엔	*library* [명] 도서관, 도서실.
thứ 트	*kind, sort, class* [명] 종류, 등급, 줄, 열, 순위. ✲ trang bị không thiếu 1 thứ gì →

	한 종류도 부족함 없이 갖추다. ※ đầu đã hai thứ tóc → 두 종류의 머리카락을 가졌다.
thứ ba 트 바	*tuesday, third* [명] 화요일. 제3의.
thứ bảy 트 바이	*saturday, seventh* [명] 토요일. 제7의.
thứ bậc 트 벅	*class, rank, order* [명] 서열. ※ xét theo thứ bậc, anh phải gọi tôi bằng chú mới đúng → 서열에 따라서 당신은 나를 삼촌이라 불러야 맞다.
thứ hai 트 하이	*monday, second* [명] 월요일, 제2의.
thứ lỗi 트 로이	*to excuse, to forgive* [동] 용서하다, 관대히 봐주다
thứ năm 트 남	*thursday, fifth* [명] 목요일, 제5의.
thứ nhất 트 니얼	*the first* [형] 첫번째의.
thứ phẩm 트 펌	*second, imperfect, irregular* [명] 2등급 상품.
thứ sáu 트 사우	*friday, sixth* [명] 금요일, 제6의.
thứ thiệt 트 티엩	*real, genuine* [형] 진짜의. ※ ngọc lục bảo thứ thiệt → 진짜 에메랄드.
thứ tội 트 또이	*to pardon* [동] = thứ lỗi, tha tội 용서하다, 관대히 봐주다.
thứ trưởng	*deputy minister*

트 쯔엉 [명] 상급 공무원, 차관급.

thứ tư *wednesday, fourth*
트 뜨 [명] 수요일, 제4의.

thứ tự *sequence, order* [형] 차례의, 순서의.
트 뜨 ✶ số thứ tự → 수열.

thứ tự abc *alphabetical order*
트 뜨 a.b.c. [명] 알파벳 순서.

thứ yếu *minor, secondary*
트 이에우 [형] 2차적인, 부수적인.

thừ *be dumbed with sadness, be faint with exhaustion* [부] 기진맥진하여.
트 ✶ ngồi thừ ra một hồi lâu → 한참을 기진맥진하여 앉아있다.

thử *to test, try, sample*
트 [동] 시도하다, 해보다, 시험해 보다.
✶ thử áo → 옷을 입어보다.
✶ để tôi thử xem → 어디 좀 봅시다.

thử giọng *audition* [명] 목소리 테스트, 오디션.
트 지옴(음)

thử lại *to retry*
트 라이 [동] 재심하다, …을 다시 해보다.

thử lòng *try and find out what the feeling is*
트 롬 [동] 마음을 시험하다.

thử máu *blood test, blood analysis*
트 마우 [동] 혈액검사하다.

thử máy *trial run, test run* [동] (기계따위를)
트 마이 시험가동하다.

thử nghiệm *put to the test, experiment*
트 응히엠 [동] 실험하다, 시험하다.

thử sức 트 슥	*to test/try the strength of* [동] 힘을 시험하다, 힘을 겨루다.
thử thách 트 탓	*to give a trial, to put to the proof* [동] 시련을 겪다, 시험을 당하다.
thử thời vận 트 터이 번	*to try one's luck* [동] 운을 시험하다.
thưa 트아	**1/** *thin, spare* [형] 드문드문 나다, 산재하다. ✻ tiếng súng thưa dần → 드문드문 총소리가 나다. **2/** *answer a call* [동] 대답하다, 응답하다. ✻ gọi mãi mà không có ai thưa → 계속 전화를 걸었는데 아무도 응답이 없다. **3/** *ask, speak to the upper with polite* [동] 요청하다의 높임말. ✻ thưa chuyện với cha mẹ → 부모님께 일을 요청하다. ✻ xin thưa vài lời → 몇마디 해주세요. **4/** *dear (sir)* [동] (윗 사람을 부를 때 서두에 쓰는 높임 말) ✻ thưa bà → 아주머님. ✻ thưa quí vị, sau đây xin mời quí vị vào tham quan nhà máy của chúng tôi → 손님여러분, 이후에는 여러분들을 저희 공장 탐방으로 모십니다.
thưa gửi	*address with politeness* [동] 예의있

트아 그이	게 말하다. ✴ ăn nói với người lớn phải biết thưa gửi đàng hoàng → 어른과 이야기 할때는 반드시 예의절도가 있어야한다.
thưa thớt 트아 텃	*sparse, thinly populated* [형] 희박한, 드문드문 난. ✴ dân cư thưa thớt → 드문드문 한 주민.
thừa 투아	1/ *unnecessary, remaining, leftover, left* [형] 불필요한, 나머지의, 잔여의. ✴ cơm thừa cá cặn → 음식찌꺼기. ✴ tôi đã thừa biết chuyện đó rồi → 나는 이미 그일을 확실히 알고있다. 2/ *make use of* [동] 이용하다. ✴ thừa cơ hội → 기회를 이용하다. ✴ thừa lúc sơ ý, ăn cắp mất cái túi xách → 부주의할때를 이용해 도둑이 가방을 훔쳐갔다.
thừa cơ 트아 꺼	*to take advantage of the occasion* [동] 기회를 잡다.
thừa dịp 트아 입	*to use the occasion, take opportunity* [동] = thừa lúc 기회를 이용하다, 호기를 잡다.
thừa hành 트아 한	*to perform, carry out, accomplish* [동] 이행하다, 실행하다.
thừa hưởng 트아 흐엉	*to inherit sth from sb.* [동] 상속하다.
thừa kế 트아 께	*be inherited, succeed* [동] 상속하다, 이어나가다.

thừa lệnh 트아 렌	*to do by order of sb.* [동] 명령에 따르다.
thừa nhận 트아 년	*to recognize, admit, concede* [동] 인정하다. ✽ anh ta thừa nhận là đã có vợ rồi → 그는 이미 부인이 있음을 인정했다.
thừa thãi 트아 타이	*superabundant* [형] 남아도는, 과다한. ✽ quần áo thừa thãi, mặc không hết → 옷이 너무 많아서 다 입지 못한다.
thừa thắng 트아 탕	*take advantage of victory, in the midst of victory* [동] 승리하다. ✽ thừa thắng xông lên → 승리를 업고 돌진하다.
thừa thế 트아 테	*to take advantage of the opportunity* [동] 강세를 이용하다. ✽ thừa thế tấn công → 강세를 몰아 공격하다.
thức 특	**1/** *to stay awake, stay up* [동] 깨어나다. ✽ mới 5 giờ sáng đã giật mình thức dậy → 새벽 5시만 되면 잠이 깬다. ✽ thức đêm mới biết đêm dài, ở lâu mới biết lòng người nông sâu (시조) → 밤에 깨어야 밤이 긴지 알고, 오랜 시간이 지나야 사람의 마음 깊이를 알수있다. **2/** *thing, item* [명] 의식주에 관련된

것들을 가리키는 종별사)

✴ thức ăn nguội lạnh cả rồi! → 음식이 다 식었다.

✴ mùa nào thức ấy → 그 계절의 그 음식.

thức ăn
특 안

food [명] 음식.

✴ thức uống → 음료수.

thức thời
특 터이

know one's time, keep up the times [동] 시세에 적응하다, 시세를 알다.

✴ nên thức thời 1 chút! → 시세를 좀 알아라!

thức tỉnh
특 띤

1/ *awaken, stay awake*
[동] 잠에서 깨다, 눈뜨다, 깨어나다.
2/ *to see reason, enlightened* [동]
= tỉnh ngộ 알아채다, 깨닫다, 자각하다.

thức uống
특 우옹

drinkable, beverage
[명] 음료, 마실 것.

thực
특

1/ *true, real* [형] = thật 정말의, 참되, 사실의.
2/ *very* [부] 참으로, 실제로.

✴ rửa cho thực sạch → 정말 깨끗이 씻다.

thực chất
특 쩓

real matter, essence, subtance
[명] 실제, 실체, 본질.

✴ đi vào thực chất của vấn đề → 문제의 본질로 들어가다.

thực dân
특 연

colonize [명] 식민, 식민주의.

✴ đánh đuổi bọn thực dân, giành lại độc lập cho đất nước → 식민을

일삼는 놈들을 쫓아내고 조국의 독립을 되찾다.

thực dụng
특 융

1/ *pragmatic* [형] 실제적인, 실용주의의.
※ chủ nghĩa thực dụng → 실용주의.
※ người thực dụng → 실제적인 사람.
2/ *practical use* [형] 실용적인.
※ phương pháp này rất thực dụng → 이 방법은 매우 실용적이다.

thực đơn
특 던

menu [명] 메뉴, 메뉴판.

thực hành
특 한

to practise [동] 실시하다, 실행하다.

thực hiện
특 히엔

to perform, realize, carry out [동] 실현하다.

thực hư
특 흐

reality or myth, truth or falsehood, fact from friction [명] 진실과 허위, 진위.
※ không rõ thực hư ra sao → 진위가 무엇인지 정확하지 않다.

thực lực
특 륵

real ability [명] 실제 능력, 실력.

thực nghiệm
특 응히엠

to experiment, experimental [동] 실험하다, 시도하다.

thực phẩm
특 펌

food produit [명] 식품.

thực quản
특 꾸안

gullet, oesophagus [명] (해부) 식도 (食道).

thực ra 특 라	*in fact, in reality, actually* [부] 현실로, 실제로, 정말로.
thực sự 특 스	*real, virtual, actual* [접] ① 실제적인, 정말로. ② 실제적이다, 진실이다.
thực tài 특 따이	*real talent* [명] 실제 재능.
thực tại 특 따이	*reality* [명] 현실, 진실, 실제. ✷ không thể quay lưng với thực tại → 현실을 돌려놓을 수는 없다.
thực tâm 특 떰	*sincere, honest* [형] = thật lòng 성실한, 정직한.
thực tập 특 떱	*to practise* [동] 연습하다, 실습하다.
thực tế 특 떼	*in fact, reality, practice* [형] 실제로, 실제적인,
thực thụ 특 투	*full, official* [형] 실제의, 정식의.
thực tiễn 특 띠엔	*reality* [명] 실전, 실천.
thực tình 특 띤	*sincere, truly* [형] 진실한, 참된, 거짓 없는. ✷ thực tình tôi không muốn như vậy → 정말 나는 이렇게 원하지 않았다.
thực trạng 특 짱	*real situation* [명] 실제 상황, 현상.
thực vật 특 벗	*plant, vegetal* [명] 식물, 식물학.
thừng 틍	*rope* [명] 새끼줄, 밧줄.

퉁

thước 1/ *ruler* [명] 자, 잣대.
트억 2/ *metter (m)* [명] 미터.
✴ mua hai thước vải → 천을 2미터 사다.

thước vuông *square metter* [명] 평방미터.
트억 부옴

thước kẻ *ruler* [명] 자, 잣대.
트억 깨

thương 1/ *trade, commerce*
트엉 [명] 상업, 장사, 무역.
✴ sĩ, nông, công, thương → 사, 농, 공, 상.
2/ *to love, pity, compassionate*
[동] 사랑하다.

thương binh *wounded soldier*
트엉 빈 [명] 상이군인, 부상병.

thương cảm *to feel pity (for)*
트엉 깜 [동] 동감을 느끼다, 안타까워하다.

thương gia *derler, trader* [명] = thương nhân
트엉 지아(야) 상인, 실업가, 사업가.

thương hại *take pity on someone, feel sorry*
트엉 하이 *for* [동] 불쌍히 여기다, 동정하다.

thương hàn *typhoid* [명] (의학) 장티푸스.
트엉 한

thương hiệu *trade name* [명] 상호.
트엉 히에우

thương lượng *to bargain, negotiate*
트엉 르엉 [동] 교섭하다, 협정하다.

thương mại *commercial, trade* [명] 상업, 교역.

트엉 마이

thương nghiệp *commerce, trade* [명] 상업, 무역.
트엉 응히엡

thương nhân *trader, dealer, business-man* [명] 상인, 무역업자.
트엉 년

thương nhớ *to long for, to miss, mourn over* [동] 슬퍼하다, 그리워하다.
트엉 녀

thương tâm *pitiful, heart-breaking* [형] 상심한.
트엉 떰

thương tật *injury, disability, disablement* [명] 불구.
트엉 떳

thương tích *wound, injury* [명] 상처, 흉터.
트엉 밋
※ thương tích trầm trọng → 심한 흉터.

thương tiếc *to regret, mourn over* [자] 한탄하다, 슬퍼하다
트엉 띠엑

thương tình *have compassion for sb., pity* [동] 불쌍히 여기다.
트엉 띤

thương tổn *damage, harm* [명] 손해, 손상.
트엉 똔

thương trường *market, business world* [명] 시장.
트엉 쯔엉

thương vong *the dead and injured* [명] 사상(死傷), 죽거나 부상당함.
트엉 봄

thương vụ *commercial affairs* [명] 상업부.
트엉 부

thương xót *to take pity on somebody* [동] 불쌍히 여기다, 동정하다.
트엉 쏟

thương yêu *be attached to, be font of, be in love with* [동] 사랑하다.
트엉 이에우

thường 트엉	**1/** *ordinary, common* [형] 종종, 보통의. **2/** *often, always* [부] 자주, 정규의, 규칙적으로, 일반적으로.
thường dân 트엉 연	*civilian population* [명] 일반시민, 대중.
thường dùng 트엉 윰	*in common use* [형] 상용의, 통용의.
thường khi 트엉 키	*often, frequently* [부] 자주, 여러 번; 빈번하게.
thường kỳ 트엉 끼	*regular* [형] 정기적인. ＊ họp thường kỳ → 정기회의.
thường lệ 트엉 레	*general rule, habit, usual practice* [부] 통례로, 상례로.
thường ngày 트엉 응아이	*everyday, daily* [형] 매일의, 나날의, 일상의.
thường phạm 트엉 팜	*common criminal* [명] 상습범.
thường phục 트엉 푹	*civilian clothes* [명] 일상복.
thường thức 트엉 특	*basics, elements, common* [명] 상식, 기초.
thường tình 트엉 띤	*normal, common feeling* [부] 일반적인 감정.
thường trú 트엉 쭈	*resident, permanent* [동] 거주하다.
thường trực 트엉 쯕	*on duty, standing on duty* [명] 근무 시간 중인, 당번인.
thường vụ 트엉 부	*current affairs, day-today- business* [명] 통상적인 업무.

thường xuyên 트엉 쑤웬	*regular, constant* [형] 자주, 정규의, 규칙적인.
thưởng 트엉	*reward, award* [동] 상을 주다.
thưởng công 트엉 꼼	*to reward for sb.'s pains* [동] 수고에 보답하다, 포상하다.
thưởng ngoạn 트엉 응오안	*to take pleasure, to enjoy* [동] 풍경을 즐기다, 감상하다.
thưởng phạt 트엉 팟	*to reward or punish* [동] 상을 주거나 벌을 하다.
thưởng thức 트엉 특	*to enjoy, show appreciation of* [동] 감상하다.
thượng 트엉	*top, higher, highest* [형] 상위(上位)의, 높은 위치의.
thượng cấp 트엉 껍	*higher level* [명] 상급(上級), 상류.
thượng cổ 트엉 꼬	*antiquity* [명] 상고(上古), 아주 오랜 옛날. ✻ người thượng cổ → 상고인.
thượng du 트엉 유	*highlands, mountain areas* [명] 고지, 고산지대.
thượng đế 트엉 데	*God, the Creator* [명] 하느님, 상제(上帝).
thượng hạng 트엉 항	*highest class, top class* [형] 최상급의, 최상위의.
thượng khách 트엉 캇	*distinguished guest, guest of honour* [명] 상객(上客), 상빈, 중요한 손님.
thượng khẩn 트엉 컨	*pressing, very urgent* [형] 긴급한.

thượng lưu 트엉 르우	*higher section, upper classes* [명] 상류.
thượng sách 트엉 삿	*best solution* [명] 상책(上策), 제일 좋은 해결책.
thượng tọa 트엉 또아	*superior monk* [명] 상좌(上佐).
thượng thọ 트엉 토	*longevity, age of ninety* [명] 상수 (上壽), 나이가 아주 많음. ✻ mở tiệc mừng thượng thọ → 상수를 축하하기 위해 연회를 열다.
thướt tha 트엇 타	*be lithe, be lissome* [형] 나긋나긋한, 유연한.
ti tiện 띠 띠엔	*mean, base* [형] 야비한, 비열한. ✻ một hành động ti tiện → 비열한 행동.
tí 띠	**1/** *the first Earthly branch symbolized by the mouse/rat* = tý 12지중 첫번째, 자(子), 쥐. ✻ năm tí → 쥐해. **2/** *tiny, very little (amount)* [형] 아주 조금. ✻ cho thêm một tí muối vào nồi canh → 국냄비에 소금을 아주 조금만 더 넣어주세요.
tí hon 띠 혼	*tiny* [형] 매우 작은, 조그마한.
tí tách 띠 땃	*dripping sound* [형] (소리) 똑똑 떨어지는 소리. ✻ tiếng mưa rơi tí tách ngoài cửa → 문밖에서 빗물이 똑똑 떨어지는 소리.

tì </br> 띠	*press against* [동] 기대다, 의지하다, 밀다. ✻ tì ngực vào bàn → 가슴을 책상에 기대다.
tỉ mỉ </br> 띠 미	*detailed, minute, very careful* [형] 정밀한, 세심한. 세밀한. ✻ xem xét tỉ mỉ → 정밀히 검사하다.
tỉ tê </br> 띠 떼	*woo and coo* [형/동] 소곤거리다. ✻ tỉ tê tâm sự → 속내를 소곤소곤 이야기하다.
tị </br> 띠	*show envy, be jealous* [동] 질투하다.
tị hiềm </br> 띠 히엠	*avoid suspicion* [형] 혐의에서 벗어난. ✻ xóa bỏ mọi tị hiềm giữa các dân tộc → 각 민족 간의 모든 혐의를 없애버리다.
tị nạn </br> 띠 난	*go into safety, flee from danger* [동] 피난하다.
tị nạnh </br> 띠 난	*show envy of other* [동] 질투하여 비교해보다. ✻ tị nạnh nhau từng chút một → 서로 비등하다.
tia </br> 띠아	*ray, jet, beam* [명] 광선, 빛살. ✻ tia hồng ngoại (*untraviolet ray*) → 적외선.
tia cực tím </br> 띠아 끅 띰	*untraviolet ray* [명] 자외선.
tia hy vọng </br> 띠아 히 봉	*ray of hope* [명] 희망의 빛.
tia la de	*lazer beam* [명] 레이저 광선.

띠아 라 예

tia nắng
띠아 낭
sunbeam [명] 태양 광선, 햇빛.

tia nước
띠아 느억
water jet, spray
[명] 물보라, 물안개, 분수.

tia phản chiếu
띠아 판 지에우
reflexted ray [명] 반사광.

tia phóng xạ
띠아 퐁 싸
radioactive ray [명] 방사선.

tia sáng
띠아 상
flash, light ray [명] 섬광, 광선, 빛.

tía
띠아
purple, crimson, red [형] 자줏빛.
✷ xấu hổ đến đỏ mặt tía tai → 얼굴은 붉고 귀는 자줏빛으로 변할정도로 수줍어하다.

tỉa
띠아
to trim, prune, elip, cut
[동] 가꾸다, 쳐서다듬다.
✷ tỉa lông mày → 눈썹을 다듬다.

tích
띳
old story, legend, tale [명] 전설.
✷ chuyện xưa tích cũ → 오래된 설화.

tích cóp
띳 꼽
accumulate, amass
[동] 조금씩 모으다.
✷ tích cóp từng đồng → 한푼씩 모으다.

tích cực
띳 끅
active, positive, constructive
[형] 적극적인, 건설적인.

tích lũy
띳 루이
accumulate, store
[동] 저장하다, 모으다, 축적하다.

tích sự
result [명] 일의 결과.

떳 스

✻ chẳng được cái tích sự gì → 어떤 결과도 얻지 못하다.

tích tắc
떳 딱

1/ *tick-tock* (소리) (시계 따위의) 똑딱.

2/ *in a twinkling of eye*
[형] 눈깜짝할 새, 순간, 찰라.
✻ trong tích tắc là xong ngay → 눈깜짝할 새에 바로 끝났다.

tích trữ
떳 쯔

to store up, to amass
[동] 모으다, 저장하다.
✻ tích trữ hàng để đầu cơ → 투기를 위해 물건을 비축하다.

tích tụ
떳 뚜

pile up, mass together
[동] 쌓아올리다, 덩어리를 만들다.
✻ hơi nước bốc lên tích tụ thành mây → 수증기가 올라가 구름을 만들다.

tịch biên
떳 비엔

to seize, to distrain [동] 압류하다.
✻ bị tịch biên tài sản vì tội buôn lậu → 밀수입죄로 재산을 압류 당하다.

tịch mịch
떳 믿

quiet, peaceful [형] 고요한, 평온한.

tịch thu
떳 투

confiscate [동] 몰수하다, 압수하다.
✻ tịch thu hàng lậu → 밀수품을 압수하다.

tiếc
띠엑

regret, be sorry [동] ① 유감이다, 미안해하다, 서운해하다.
② 후회하다, 뉘우치다.

tiếc nuối
띠엑 누오이

regret [동] = nuối tiếc (지나간 일들에 대해) 아쉬워하다.

tiếc rẻ 띠엑 레	*regret* [동] 애석하다, 유감이다. ✱ bỏ lỡ dịp may nên cứ tiếc rẽ mãi → 좋은 기회를 놓쳐서 계속 안타깝다.
tiếc thương 띠엑 트엉	*grieve, regret, mourn over* [동] 통탄하다, 애석해하다, 낙담해하다.
tiệc 띠엑	*banquet, feast, party* [명] 사교적인 모임, 파티, 연회, 잔치. ✱ mở tiệc đãi khách → 연회를 열어 손님을 대접하다.
tiệc cưới 띠엑 끄어이	*wedding party* [명] 결혼축하 연회.
tiệc đứng 띠엑 등	*buffet, stand-up dinner* [명] 부페.
tiệc mặn 띠엑 만	*dinner, regale* [명] 만찬, 성찬.
tiệc rượu 띠엑 르어우	*cocktail party* [명] 칵테일 파티.
tiệc sinh nhật 띠엑 신 녇	*birthday-party* [명] 생일잔치.
tiệc trà 띠엑 짜	*tea-party* [명] 차 파티.
tiêm 띠엠	*to inject, to give an injection* [동] 주사를 놓다.
tiêm bắp thịt 띠엠 밥 틷	*intramuscular injection* [동] 근육주사를 놓다.
tiêm chủng 띠엠 쭘	*vaccination, inoculation* [동] 백신접종을 하다.
tiêm đèn 띠엠 댄	*wick* [명] = bấc đèn 심지.

tiêm gân 띠엠 건	*intravenous injection* [명] = chích gân 정맥주사.
tiêm nhiễm 띠엠 니엠	*to acquire (bad habits)* [동] (나쁜 버릇이) 몸에 붙다, 습득하다.
tiêm phòng 띠엠 폼	*to vaccinate, inoculate* [동] = chích ngừa 예방접종을 하다.
tiềm ẩn 띠엠 언	*latent, implicit* [형] 함축된, 내연의, 잠재된. ✲ sức mạnh tiềm ẩn → 잠재력.
tiềm lực 띠엠 륵	*potential* [명] 잠재된 가능성.
tiềm năng 띠엠 낭	*potentiality* [명] 잠재력, 가능성. ✲ khai thác hết mọi tiềm năng → 모든 가능성을 전부 개발하다.
tiềm tàng 띠엠 땅	*potential, latent* [형] 잠재된, 가능한. ✲ khả năng tiềm tàng → 잠재된 가능성.
tiệm 띠엠	*shop, store* [명] 가게, 상점. ✲ tiệm ăn → 음식점, 식당.
tiên 띠엔	1/ *first* [형] 첫(번)째의, 선(先)의. ✲ tiên học lễ, hậu học văn (속담) → 예절을 먼저 배우고 나서 글을 배우다. 2/ *fairy* [명] 요정, 선녀. ✲ có phép tiên → 요술이다. ✲ sướng như tiên! → 선녀같이 운이 좋다!
tiên cảnh 띠엔 깐	*fairyland* [명] 요정의 나라, 도원경, 더없이 아름다운 곳.
tiên đoán	*predict, foretell*

띠엔 도안	[동] 예시하다, 예견하다.
tiên phong 띠엔 퐁	*to pioneer, be in the vanguard of* [동] 선두에 서다, 개척자가 되다.
tiên quyết 띠엔 꾸웯	*prerequisite* [형] 미리 필요한.
tiên tiến 띠엔 띠엔	*advanced, progressive, developed* [형] 진보한, 선진의, 전진하는. ✳ học sinh tiên tiến → 진보한 학생.
tiên tri 띠엔 찌	*to foresee, foretell* [동] 예견하다, 선견지명이 있다.
tiến 띠엔	*to advance, march forward* [동] 전진하다.
tiến bộ 띠엔 보	*make progress* [동] 진보하다.
tiến công 띠엔 꼼	*to attach, assault* [동] 공격하다, 습공하다.
tiến độ 띠엔 도	*rate of progress* [명] 진도, 정도.
tiến hành 띠엔 한	*execute, conduct, carry out* [동] 진행하다, 실행하다, 이행하다. ✳ công việc tiến hành thuận lợi → 일이 유리하게 진행되다.
tiến hóa 띠엔 호아	*to evolve, undergo evolution* [동] 진화하다, 발달하다. ✳ sự tiến hóa của lịch sử → 역사의 진화.
tiến sĩ 띠엔 시	*doctor* [명] 박사. ✳ luận án tiến sĩ → 박사논문.
tiến thân	*seek promotion for oneself*

띠엔 턴	[명] 진급하다, 승진하다.
tiến thoái 띠엔 토아이	*advance and retreat* [동] 진퇴.
tiến thủ 띠엔 투	*strive to advance* [동] 전진을 위해 분투하다, 진취하다. ✶ có chí tiến thủ → 진취적 기상이 있다.
tiến tới 띠엔 떠이	*to come to, to progress* [동] 전진하다.
tiến triển 띠엔 찌엔	*to progress* [동] 전진하다, 진척하다. ✶ cuộc đàm phán đang tiến triển tốt đẹp → 회담이 잘 되어가다.
tiến trình 띠엔 찐	*process* [명] 경과, 추이, 과정. ✶ tiến trình lịch sử → 역사과정.
tiền 띠엔	*money, currency, cash* [명] 돈, 금전.
tiền án 띠엔 안	*previous conviction* [명] 전과, 이전의 판결.
tiền bạc 띠엔 박	*money* [명] 돈의 총칭.
tiền bối 띠엔 보이	*person of an older generation* [명] 선배.
tiền của 띠엔 꾸아	*money, wealth* [명] 재물.
tiền đề 띠엔 데	*premise* [명] 전제. ✶ dám nghĩ, dám làm là tiền đề của sự sáng tạo → 막 생각해보고 막 시도해 보는 것은 창조의 전제이다.
tiền đồ	*future* [명] 차후, 미래, 장래.

띠엔 도	✷ tiền đồ tươi sáng → 밝은 미래.
tiền đồn 띠엔 돈	*outpost* [명] 전초지(부대).
tiền lệ 띠엔 레	*precedent* [명] 전례.
tiền lương 띠엔 르엉	*salary, wages* [명] 봉급, 월급, 급료.
tiền mặt 띠엔 만	*cash* [명] 현금, 지폐.
tiền nhân 띠엔 년	*ancestor, predecessor, forebear* [명] 선조, 조상, 선배.
tiền nong 띠엔 농	*money* [명] 돈의 총칭.
tiền phong 띠엔 퐁	*pioneer* [형] 선도하는, 솔선하는, 선구자의.
tiền phương 띠엔 프엉	*the front* [명] 전방. ✷ hậu phương tiếp sức với tiền phương → 후방이 전방을 응원하다.
tiền sảnh 띠엔 산	*waiting-room, lobby* [명] 로비.
tiền sử 띠엔 스	*prehistory, case history* [명] 선사학, 선사 시대사.
tiền sự 띠엔 스	*judical antecedent* [명] 전례가 있는 범법행위, 전과. ✷ tội phạm có tiền sự → 전과있는 범죄자.
tiền tài 띠엔 따이	*money and wealth* [명] 재물의 총칭. ✷ chạy theo tiền tài danh vọng → 명예와 재물을 쫓다.

tiền thân 띠엔 턴	*predecessor, position in former kar-ma* [명] 전신(前身). ✳ tiền thân của Phật Thích Ca → 불팃까의 전신.
tiền trạm 띠엔 짬	*advance party* [명] 선발대. ✳ làm nhiệm vụ tiền trạm → 선발대 임무를 수행하다.
tiền túi 띠엔 뚜이	*money of one's own pocket* [명] 사비(私費), 자비, 개인 돈. ✳ phải bỏ tiền túi ra mua → 사비를 털어 사야한다.
tiền tuyến 띠엔 뚜웬	*front line* [명] 전선, 전방. ✳ từ tiền tuyến trở về → 전선에서 돌아오다.
tiễn 띠엔	*see off, send off* [동] 배웅하다, 전송하다.
tiễn biệt 띠엔 비엗	*see off, say good bye* [동] 작별하다.
tiễn đưa 띠엔 드아	*to see off* [동] = tiễn chân 배웅하다.
tiện 띠엔	*practical, convenient* [형] 편리한, 쉬운. ✳ nhà ở gần cơ quan nên đi làm rất tiện → 집과 회사가 가까워서 출근하기 매우 편리하다. 2/ *to lathe* [동] 선반으로 깎다. ✳ thợ tiện → 선반공.
tiện dụng 띠엔 융	*convenience's, handy* [형] 편리한, 간편한.
tiện lợi 띠엔 러이	*convenient* [형] 편리한, 간편한.

tiện nghi 띠엔 응히	*comforts, comfortable* [명/형] 편의품, 편안한, 안락한. ✳ nhà có đầy đủ tiện nghi → 집에 편의품이 가득하다.
tiện thể 띠엔 테	*on the occasion of, at the same time* [부] ~ 경우에, 동시에.
tiếng 띠엥	**1/** *language* [명] 언어. ✳ anh ấy nói thạo tiếng Anh → 그는 영어를 능숙하게 말한다. **2/** *voice, sound, tone* [명] 소리, 음성. ✳ chị có nhận ra tiếng của chồng chị không? → 당신은 남편의 음성을 알수 있습니까? **2/** *hour* [명] 시간. ✳ đi hai tiếng rưỡi mới tới nơi → 두시간 반이면 장소에 도착한다.
tiếng cười 띠엥 끄어이	*a laughter* [명] 웃음소리.
tiếng dội 띠엥 조이(요이)	*echo* [명] = tiếng vang, tiếng vọng 메아리.
tiếng đồn 띠엥 돈	*rumour* [동] 소문, 루머.
tiếng ồn 띠엥 온	*the noise* [명] 잡음.
tiếng lóng 띠엥 롬	*argot, slang* [명] 비속어.
tiếng nói 띠엥 노이	*language, tongue* [명] 말, 말소리.
tiếng tăm 띠엥 땀	*fame, repute, renown* [명] 명성, 평판. ✳ tiếng tăm vang dậy → 명성이 퍼지다.

tiếng thơm — *good fame* [명] 좋은 평판.
띠엥 텀

tiếng vang — *resound, repercussion* [명] 메아리, 반향.
띠엥 방

tiếng vọng — *echo* [명] 메아리, 반향.
띠엥 봉

tiếng xấu — *bad fame* [명] 악평.
띠엥 써우
※ tiếng lành đồn gần, tiếng xấu đồn xa (속담) → 좋은 소문은 가까이에, 나쁜 소문은 멀리.

tiếp
띠엡
1/ *receive* [동] 받다, 맞이하다.
※ anh ta đến tìm tôi nhiều lần nhưng tôi không tiếp → 그가 여러 번 와서 나를 찾았지만 나는 못만났다.
2/ *to help, to lend a hand* [동] 도와주다.
※ làm ơn tiếp tôi 1 tay với! → 나 좀 도와주세요!
3/ *to be continued* [동] 지속하다.

tiếp cận — *to approach* [동] 다가가다, 다가오다, 접근하다.
띠엡 껀

tiếp chuyện — *to keep company with* [동] ~와 교제하다, ~와 사귀다.
띠엡 쭈옌

tiếp cứu — *to help, relieve, lend a helping hand to sb.* [동] 돕다, 구조하다.
띠엡 끄우

tiếp diễn — *to continue, to go on* [동] 계속하다.
띠엡 이옌
※ trận đánh vẫn còn đang tiếp diễn → 싸움이 여전히 계속되고 있다.

tiếp đãi — *to treat, entertain, receive* [동] 대우하다, 대접하다.
띠엡 다이

	✻ tiếp đãi rất chu đáo → 매우 친절하게 대접하다.
tiếp đầu ngữ 띠엡 더우 응으	*prefix* [명] (문법) 접두사.
tiếp đón 띠엡 돈	*receive, greet* [동] = đón tiếp 맞이하다, 응접하다.
tiếp giáp 띠엡 지압(얍)	*be contiguous* [동] 접촉하다, 인접하다, 근접하다.
tiếp khách 띠엡 캇	*to receive guests* [동] 손님을 맞다.
tiếp kiến 띠엡 끼엔	*to receive, accept* [자] 접견하다. ✻ chủ tịch nước tiếp kiến đoàn ngoại giao Nhật → 국가주석이 일본 외교단을 접견하다.
tiếp liệu 띠엡 리에우	*to supply* [동] 공급하다, 대주다.
tiếp máu 띠엡 마우	*to give a blood transfusion to* [동] 수혈하다. ✻ bệnh nhân này cần được tiếp máu → 이 환자는 수혈이 필요하다.
tiếp nhận 띠엡 년	*to accept, receive* [동] 받다, 받아들이다. ✻ tiếp nhận hàng viện trợ của các tổ chức quốc tế → 각 국제조직의 구호물자를 받다.
tiếp quản 띠엡 꾸안	*to take over* [동] 이어받다, 인계받다. ✻ tiếp quản nhà máy → 공장을 인계받다.
tiếp sức 띠엡 슥	*to give strength* [동] 힘을 주다.

띠엡 슥

tiếp tay
띠엡 따이

to join hands (with), lend a hand
[동] 손을 빌려주다, 돕다.
✳ tiếp tay cho gian thương → 부정한 상인을 도와주다.

tiếp tân
띠엡 떤

1/ *to receive guests* [동] 손님을 맞다.
2/ *receptionist* [명] (호텔따위의) 응접계원, 접수원.

tiếp tế
띠엡 떼

to supply, furnish, provide (with)
[동] 공급하다.
✳ tiếp tế lương thực và thuốc men cho vùng bị bão lụt → 수해지역에 양식과 약품을 공급하다.

tiếp theo
띠엡 테오

following, next, continued
[부] 계속해서, ~에 이어.

tiếp thị
띠엡 티

marketing [동] 마케팅.

tiếp thu
띠엡 투

to acquire
[동] 얻다, 취득하다, 습득하다.
✳ tiếp thu tư tưởng mới → 새로운 사상을 습득하다.

tiếp tục
띠엡 뚭

to continue, to keep
[동] 계속하다, 지속하다.

tiếp ứng
띠엡 응

come to rescue of
[동] 구출하다, 원조하다.

tiếp vĩ ngữ
띠엡 비 응으

suffix [명] (문법) 접미사.

tiếp viện
띠엡 비엔

reinforce [동] 증원하다, 보강하다.
✳ quân tiếp viện → 증원군.

tiếp xúc
띠엡 쑵
get into touch, come into contact
[동] 접하다, 만나다, 접촉하다.

tiết
띠엗
1/ *climatic period* [명] 기후, 날씨.
✳ mùa xuân tiết trời ấm áp → 따뜻한 기후의 봄.
2/ *teaching period*
[명] 수업시간, 교시.
✳ mỗi tuần có hai tiết tiếng Anh → 매주 2학점 영어수업이 있다.
3/ *to secrete, discharge*
[동] 생성하다, 분비하다.
✳ gan tiết ra mật → 간에서 쓸개즙이 분비된다.
4/ *animal's blood curd* [명] 선지.
✳ tiết heo → 돼지 선지.
✳ tiết vịt → 오리 선지.

tiết canh
띠엗 깐
animal's blood curd mixed with liver and cartilage [명] (음식) 간, 뼈, 땅콩가루 등 여러가지 조미와 피를 혼합하여 만든음식.

tiết kiệm
띠엗 끼엠
to save, economize [동] 절약하다, 저축하다.

tiết lộ
띠엗 로
to reveal, disclose [동] 드러내다.

tiết mục
띠엗 뭅
1/ *item, number, act*
[명] 항목, 품목, 종목.
2/ *program* [명] 프로그램, 순서.
✳ tiết mục dành cho thiếu nhi → 아동을 위한 프로그램.

tiết tấu
띠엗 떠우
rhythm [명] (음악) 리듬.

tiệt 띠엩	*exterminate, root out* [동] 근절하다. 뿌리를 뽑다. ✳ tiệt giống → 종족을 절멸시키다.
tiệt nọc 띠엩 놉	*extirpate radically* [동] 철저히 근절하다.
tiêu 띠에우	**1/** *pepper* [명] 후추(가루). **2/** *flute* [명] (악기) 플룻, 피리. ✳ thổi ống tiêu → 피리를 불다. **3/** *to spend* (돈을) [동] = chi tiêu 쓰다, 소비하다. ✳ nó tiêu tiền như nước → 그는 돈을 물 쓰듯이 쓴다. **4/** *to digest, to stomach* [동] (음식물 따위를) 소화하다. ✳ ăn không tiêu → 소화가 안되다. ✳ thức ăn khó tiêu → 음식을 소화하기 힘들다.
tiêu biểu 띠에우 비에우	*typical, represent, symbolize* [명] 상징하다, 표상이다, 대표하다. ✳ nhân vật tiêu biểu → 대표적인 인물.
tiêu chảy 띠에우 짜이	*diarrhoea* [동] (의학) 설사.
tiêu chuẩn 띠에우 쭈언	*standard, ration* [명] 기준, 표준, 모범.
tiêu cực 띠에우 끅	*negative, passive* [형] 소극적인, 수동적인. ✳ thái độ tiêu cực → 수동적인 태도.
tiêu diệt 띠에우 지엩(이엩)	*to wipe up, destroy, annihilate* [동] 전멸시키다, 근절시키다.
tiêu dùng	*to consume* [동] 소비하다.

띠에우 융	✳ người tiêu dùng → 소비자.
tiêu đề 띠에우 데	*heading* [명] 표제.
tiêu điểm 띠에우 디엠	*focus* [명] 초점.
tiêu điều 띠에우 디에우	*desolate* [형] 황량한, 쓸쓸한.
tiêu độc 띠에우 돕	*antidotal* [형] 해독의.
tiêu hao 띠에우 하오	*to wear out, thin out, consume* [동] 닳아 없어지다, 해지다.
tiêu hóa 띠에우 호아	*to digest, to stomach* [동] 소화되다.
tiêu hủy 띠에우 후이	*to ruin, destroy, demolish* [동] 파괴하다, 파멸하다.
tiêu khiển 띠에우 키엔	*to entertain oneself, to relax* [동] 즐겁게 하다, 편하게 하다.
tiêu pha 띠에우 파	*to spend, consume* [동] 쓰다, 소비하다. ✳ tiêu pha dè sẻn → 알뜰하게 쓰다.
tiêu phí 띠에우 피	*to waste, spend* [동] 낭비하다. ✳ tiêu phí tiền bạc và thì giờ vào các việc vô ích → 무익한 일에 시간과 돈을 낭비하다.
tiêu sơ 띠에우 서	*sad, mournful, solitary* [형] 우울한, 쓸쓸한, 애처로운. ✳ cảnh vật tiêu sơ → 쓸쓸한 경관.
tiêu tan 띠에우 딴	*be dashed, be destroyed* [동] = tiêu tùng 소실되다, 파괴되다. ✳ mọi hy vọng đã tiêu tan → 모든

		희망이 무산되었다.
tiêu tán 띠에우 딴	*scatter, disperse* [동] 흩어지다, 분산되다.	
tiêu thụ 띠에우 투	**1/** *consume* [동] 소비하다, 소모하다. ✲ xe này tiêu thụ ít xăng → 이 차는 기름이 적게 소모된다. **2/** *to sell* [동] 팔리다.	
tiêu trừ 띠에우 쯔	*eliminate, abolish* [동] 제거하다, 말살하다. ✲ tiêu trừ tệ nạn xã hội → 사회의 악을 제거하다.	
tiêu xài 띠에우 싸이	*spend* [동] 쓰다, 소비하다. ✲ tiêu xài hoang phí → 낭비하다.	
tiếu lâm 띠에우 럼	*funny story, humorous* [명] 익살스러운 이야기, 해학 섞인 이야기.	
tiều phu 띠에우 푸	*fire-woodman, fire-woodcutter* [명] 나무꾼, 산림 보호관.	
tiều tụy 띠에우 뚜이	*shabby, emaciated, care-laden* [형] 수척한, 초라한, 야윈. ✲ thân hình tiều tụy → 야윈 몸.	
tiểu 띠에우	**1/** *to urinate, to wee-wee* [동] = tiểu tiện 소변보다. **2/** *chela* [명] = chú tiểu 나이 어린 소승.	
tiểu ban 뚜에우 반	*sub-commitee* [명] 소위원회, 분과위원회.	
tiểu bang 띠에우 방	*state* [명] 주(洲). ✲ tiểu bang Florida → 플로리다 주.	
tiểu đoàn 띠에우 도안	*battalion* [명] (군대의) 대대, 전투 대형을 갖춘 군대.	

tiểu đội 띠에우 도이	*squad* [명] (군대의) 분대.
tiểu học 띠에우 홉	*primary education* [명] 초등학교.
tiểu nhân 띠에우 년	*small-minded, bad-had, jack sprat* [형/명] (사람) 소인, 소인배.
tiểu sử 띠에우 스	*history, biography, life history* [명] 연혁, 경력, 전기, 일대기.
tiểu thuyết 띠에우 투웰	*novel, fiction* [명] 소설. ✻ tôi thích đọc tiểu thuyết khoa học dã tưởng → 나는 공상과학 소설 읽기를 좋아한다.
tiểu thư 띠에우 트	*young lady* [명] 젊은 숙녀.
tiểu thương 띠에우 트엉	*small trader* [명] (사람) 소상인.
tiểu tiết 띠에우 띠엗	*minor detail* [명] 세부.
tiểu tư sản 띠에우 뜨 산	*petty bourgeoisie, the middle class* [명] 브루주아, 자본가. ✻ giai cấp tiểu tư sản → 자본가 계급.
tiểu xảo 띠에우 싸오	*trifling skill* [명] 잔재주가 있는.
tiểu trừ 띠에우 쯔	*chase, wipe out* [동] 지우다, 전멸하다.
tim 띰	*heart* [명] (해부) 심장.
tim đen 띰 덴	*black-heart, the innermost soul* [명] 검은 심장, 나쁜 의도.

tím 띰	*violet* [명] (색) 보라, 보랏빛의. ✶ tôi thích màu tím → 나는 보라색을 좋아한다.
tím than 띰 탄	*dark-violet* [명] (색) 진보라.
tìm 띰	*to find, look for, seek* [동] 추구하다, 구하다, 찾다. ✶ tìm một từ trong quyển từ điển → 사전에서 단어를 하나 찾다. ✶ tìm mãi vẫn không thấy để đâu → 계속 찾아도 어디에 두었는지 보이질 않는다.
tìm cách 띰 깟	*to try to do sth.* [동] 방법을 찾다. ✶ tìm cách giải quyết cho xong → 끝내기 위한 해결 방법을 찾다.
tìm hiểu 띰 히에우	*court, find out about* [동] 심의하다, 연구하다, 조사하다. ✶ cần phải tìm hiểu kỹ trước khi quyết định → 결정하기전에 신중한 조사가 필요하다.
tìm kiếm 띰 끼엠	*seek for, search for..* [동] 찾다, 추구하다.
tìm tòi 띰 또이	*to study, to research* [동] 연구하다, 조사하다, 탐구하다.
tìm thấy 띰 터이	*to find, to discover* [동] 발견하다, 찾아내다, 구하여 얻다.
tin 띤	1/ *news, information* [명] = tin tức 뉴스, 소식, 정보. ✶ có tin gì mới sẽ cho biết ngay → 새로운 소식이 있으면 바로 알려주세요.

※ tin vui → 즐거운 소식.
※ tin buồn → 슬픈 소식.
2/ *to believe, have confidence in* [동] = tin tưởng 믿다, 신임하다.
※ phải thấy tận mắt mới tin → 반드시 가까이서 보아야만 믿는다.

tin cẩn
띤 껀
trust worthy, reliable [형] 믿을 수 있는.
※ phải giao việc này cho người tin cẩn lắm mới có thể yên tâm được → 이 일은 반드시 믿을수 있는 사람에게 주어야 안심할수 있다.

tin cậy
띤 꺼이
to have confidence, trust [동] 믿다, 신임하다, 신뢰하다.
※ nó không đáng tin cậy → 그는 신뢰할수 없다.

tin chắc
띤 짝
to be sure, to firmly believe [동] 확실히 믿다, 꼭 확신하다.

tin giờ chót
띤 지어(여) 쫃
the last news [명] 마감뉴스.

tin học
띤 홉
informatics, computing [명] 정보 과학, 컴퓨터학.

tin lành
띤 란
1/ *good news, glad tidings* [명] = tin vui 좋은 소식, 즐거운 소식.
2/ *Protestant* [명] (종교) 프로테스탄트, 개신교.

tin thất thiệt
띤 턷 티엗
false information
[명] = tin vịt 거짓 정보.

tin tức
띤 뜩
news [명] 뉴스, 최신의 정보.

tin tưởng
to have confidence in..

띤 뜨엉	[동] 확신이 있다, 자신감이 있다.
tin yêu 띤 이에우	*believe and love* [동] 믿고 사랑하다.
tín 띤	*loyalty, faihfulness* [명] 신뢰, 믿음. ✻ bội tín → 신뢰를 깨뜨리다.
tín dụng 띤 웅	*credit* [명] 신용. ✻ quỹ tín dụng → 신용자금.
tín điều 띤 디에우	*creed* [명] 신조, 교리.
tín đồ 띤 도	*believer, the faithfull* [명] 성도, 신도, 신자. ✻ tín đồ đạo Phật → 불교신자.
tín hiệu 띤 히에우	*signal* [명] 신호.
tín ngưỡng 띤 응으엉	*belief, faith* [명] 신앙, 믿음.
tín nhiệm 띤 니엠	*to trust, have confidence in sb.* [동] 신임을 하다, 신뢰를 하다.
tinh 띤	**1/** *quick-witted* [형] 기지가 있는, 재치있는, 날카로운. **2/** *clever, skilled* [형] 재주있는.
tinh anh 띤 안	*sparkling and sharp (eyes)* [형] (눈빛이) 반짝이는, 총명한, 똑똑한.
tinh bột 띤 본	*starch* [명] 녹말, 전분. ✻ thức ăn có nhiều tinh bột → 음식에 녹말이 너무 많다.
tinh chất 띤 쩓	*essence* [명] 본질.
tinh chế 띤 쩨	*refine* [명] 정제, 순화. ✻ đường tinh chế → 정제된 설탕.

tinh đời 띤 더이	*experienced, worldly* [형] 삶의 경험이 있는, 노련한.
tinh giảm 띤 지암(얌)	*to streamline* [동] = tinh giản 간소화 하다, 간단히 하다. ∗ tinh giảm biên chế → 직원을 간소화 하다.
tinh hoa 띤 호아	*cream, quintessence, genouis* [명] 정화, 진수, 전형. ∗ tinh hoa của dân tộc → 민족의 정화.
tinh khiết 띤 키엣	*clean, pure* [형] 맑은, 깨끗한, 정결한.
tinh khôn 띤 콘	*clever, cute, sage, predent* [형] 영리한, 슬기로운.
tinh mơ 띤 머	*early morning, day-break* [명] 새벽. ∗ đi làm từ lúc sáng tinh mơ → 아침 새벽에 일하러 가다.
tinh nghịch 띤 응힛	*mischievous* [형] 장난이 심한, 개구장이의. ∗ một đứa bé tinh nghịch → 개구장이.
tinh nhanh 띤 냔	*quick-witted* [형] 기지가 있는, 재치있는, 날카로운.
tinh nhuệ 띤 뉴에	*well-trained* [형] 능력이 우수하고 뛰어난, 정예의. ∗ đội quân tinh nhuệ → 정예부대.
tinh quái 띤 꾸아이	*wicked, sly* [형] 교활한, 사악한. ∗ nụ cười tinh quái → 사악한 웃음.
tinh ranh 띤 란	*artful, cunning* [형] 약삭빠른, 교활한.

✶ thằng bé thật là tinh ranh → 정말 약삭빠른 아이.

tinh sương
띤 스엉
early-morning
[명] = tinh mơ 이른 아침, 새벽.
✶ mới sáng tinh sương đã thức dậy đi làm → 새벽에 일어나 출근을 했다.

tinh tế
띤 떼
fine, precise [형] 정밀한, 정확한.
✶ nhận xét rất tinh tế → 매우 정밀히 심사하다.

tinh thần
띤 턴
mind, spirit, sense [명] 감각, 정신.

tinh thông
띤 톰
be expert in, have a good command [형] 숙달된, 숙련된.

tinh trùng
띤 쭘
sperm, spermatozoon [명] 정액, 정자.

tinh tú
띤 뚜
stars [명] = ngôi sao 별.

tinh túy
띤 뚜이
essence, juice, quintessence
[명] 본질, 핵심, 요체.

tinh tường
띤 뜨엉
be versed in, clear distinct
[형] 숙달한, 정통한, 조예가 깊은.

tinh vi
띤 비
well-refined, sophisticated [형] ① 아주 복잡한, 정교한. ② 형언하기 어려운, 미묘한.
✶ thủ đoạn rất tinh vi → 복잡한 계교.
✶ máy móc tinh vi → 정교한 기계.

tinh xảo
띤 싸오
ingenous, skillful, clever [형] 숙달된, 정교한.

✴ nét vẻ thật tinh xảo → 정교한 설계.

tinh ý
띤 이
quick-minded, sharp-witted
[형] 세밀한, 자세한, 명석한.
✴ phải tinh ý lắm mới phát hiện ra → 반드시 아주 세밀해야만 발견할 수 있다.

tính
띤
1/ *character, temper,* [명] 성격.
✴ cô ta có tính hay ghen → 그녀는 질투를 잘하는 성격을 가졌다.
2/ *to calculate, count*
[동] 계산하다.
✴ anh ta tính rất nhanh → 그는 계산을 아주 빨리 한다.

tính cách
띤 깟
characteristic, trait [명] 성격, 성질.
✴ mỗi người có một tính cách khác nhau → 모든 사람들은 서로 다른 성격이다.
✴ tính cách độc đáo → 독보적인 성격.

tính chất
띤 쩔
property [명] 성질, 기질.

tính hạnh
띤 한
conduct, behavior [명] 행동.

tính khí
띤 키
character [명] 특성, 기질.
✴ tính khí nóng nảy → 성급한 기질.

tính mạng
띤 망
life [명] 생명.

tính nết
띤 넽
character, nature [명] 성격.
✴ tính nết khó chịu → 까다로운 성격.

tính sổ
1/ *render accounts* [동] 계산하다.

띤 소	**2/** *to liquidate, eliminate* [동] = thanh toán 청산하다, 제거하다.
tính tình 띤 띤	*character* [명] = tính nết, tính hạnh 성격. ✶ tính tình hiền lành → 온순한 성격.
tính toán 띤 또안	*calculate, plan* [동] 계산하다.
tính từ 띤 뜨	*adjective* [명] (문법) 형용사.
tình 띤	*love, affection, feeling* [명] 사랑, 감정. ✶ tình bạn → 우정.
tình báo 띤 바오	*intelligence* [명] 정보, 정보원. ✶ hoạt động tình báo → 정보원으로 활동하다.
tình ca 띤 까	*love song* [명] 사랑노래, 연가.
tình cảm 띤 깜	*felling, sentiment* [명] 감정. ✶ giàu tình cảm → 감정이 풍부하다.
tình cảnh 띤 깐	*situation, plight* [명] 환경, 처지.
tình cờ 띤 꺼	*by chance, unexpected, at random* [부] 우연히, 뜻하지 않게 ✶ tình cờ gặp nhau → 우연히 만났다.
tình duyên 띤 유엔	*love, ties of love* [명] 사랑. ✶ tình duyên trắc trở → 가로막힌 사랑.
tình dục 띤 윱	*sexual desire* [명] 성욕.

tình đầu 띤 더우	*first love* [명] 첫사랑.
tình địch 띤 딧	*rival in love* [명] 사랑의 경쟁자, 라이벌. ✻ hai kẻ tình địch gặp nhau → 연적이 서로 만나다.
tình hình 띤 힌	*state of affaires, conjuncture* [명] 정세, 동태, 상태. ✻ tình hình đã có vẻ khả quan hơn → 상황이 더 좋아 보인다.
tình huống 띤 후옹	*situation, event* [명] 상황, 위치. ✻ rơi vào tình huống khó xử → 어려운 상황에 빠지다.
tình nghi 띤 응히	*to suspect* [동] 의심하다. ✻ bị tình nghi là kẻ trộm → 도둑으로 의심받다.
tình nghĩa 띤 응히아	*affection and gratitude, emotional ties* [명] 애정, 정, 감정. ✻ tình nghĩa vợ chồng → 부부의 정.
tình nguyện 띤 응우웬	*volunteer* [동] 자발하다, 자진하다, 자원하다.
tình nhân 띤 년	*lover, sweetheart* [형] 애인.
tình thế 띤 테	*situation, complexion of events* [명] 정세, 상황. ✻ tình thế rất thuận lợi → 아주 유리한 상황.
tình tiết 띤 띠엣	*details, particulars* [명] 세부, 세목. ✻ câu chuyện có nhiều tình tiết hấp dẫn → 이야기에 흥미진진한 대목들이 많다.

tình trạng
띤 짱
situation, position
[명] 상황, 상태, 위치.
✻ tránh tình trạng lộn xộn xảy ra → 복잡한 상황을 피하다.

tình tứ
띤 뜨
lovable [형] 사랑스러운.
✻ đôi mắt tình tứ → 사랑스런 두눈.

tình tự
띤 뜨
(of lovers) talk confidentially
[동] 사랑을 속삭이다.
✻ dẫn nhau ra vườn tình tự → 뜰에 나와 서로 사랑을 속삭이다.

tình ý
띤 이
intention [명] 의도, 의향
✻ hai người đã có tình ý với nhau → 두사람이 서로 합의 했다.

tình yêu
띤 이에우
love [명] 사랑, 애정.

tỉnh
띤
1/ *province, provincial* [명] 지방 성.
2/ *be conscious, wake up* [동] 의식하다, 자각하다.
✻ uống nhiều rượu mà vẫn tỉnh → 술을 많이 마셨는데도 여전히 의식하고 있다.

tỉnh bơ
띤 버
phlegmatic, turn a deaf ear to
[형] 침착한, 냉정한, 냉담한.

tỉnh ly (lị)
띤 리
provence capital, township
[명] 도 단위.

tỉnh mộng
띤 몽
awake from one's dream
[동] 꿈에서 깨다, 자각하다.

tỉnh ngộ
띤 응오
to understand, to see reason
[동] 깨닫다, 자각하다.

tỉnh ngủ
to get out of sleep

tỉnh ngủ 띤 응우	[동] 잠에서 깨다.
tỉnh rượu 띤 르어우	*to sorber up* [동] 술이 깨다.
tỉnh táo 띤 따오	*to be sound mind* [동] 정신이 건전하다, 사상이 온건하다.
tỉnh thành 띤 탄	*provinces and cities* [명] (지방의) 성과 도시.
tỉnh trưởng 띤 쯔엉	*province chief* [명] 도단위인 성(省)의 장.
tĩnh 띤	*quiet, calm, tranquil* [형] = yên tĩnh 고요한, 조용한, 차분한.
tĩnh dưỡng 띤 이으엉	*to recuperate* [동] 요양하다, 휴식하다.
tĩnh mạch 띤 맛	*vein* [명] 정맥. ＊ tiêm tĩnh mạch → 정맥주사.
tĩnh mịch 띤 밋	*quiet and desert* [형] 평온한, 조용한, 잔잔한.
tĩnh vật 띤 벋	*still life* [명] 정물. ＊ tranh tĩnh vật → 정물화.
tít 띧	**1/** *title, heading* [명] 표제. **2/** *nearly close* [형] 거의 눈을 감은. ＊ cười tít mắt → 눈을 거의 감고 웃다. **3/** *to the point of inability to see* [형] 아주 먼, 아득히 먼. ＊ xa tít ngoài khơi → 아득히 먼 바다. ＊ chong chóng quay tít → 핑핑 돌다.
tịt	*be dud, remain dumb*

띳	[형] 쓸모없는, 키가 작은. ∗ người gì mà lùn tịt → 무슨 사람이 그리 작으냐. ∗ pháo tịt ngòi → 불발탄.
tiu nghỉu 띠우 응히우	*crest fallen* [형] 실망한, 기가 죽은. ∗ bị thua nên tiu nghỉu ra về → 지고 나서 기가 죽어 집으로 돌아가다.
to 또	*big, large, wide* [형] 큰, 넓은. ∗ cái bánh này to hơn → 이 빵이 더 크다.
to béo 또 베오	*corpulent, portly, stout, bulky* [형] 살찐, 뚱뚱한.
to gan 또 깐	*audacious, bold, daring* [형] 용감한.
to kềnh 또 껜	*huge, very big* [형] 거대한.
to lớn 또 런	*big and tall* [형] 큰, 키가 큰.
to nhỏ 또 뇨	*to whisper (in someone ears)* [동] 속삭이다.
to tát 또 딷	*great* [형] 큰, 대단한.
to tiếng 또 띠엥	*shout at* [동] 큰소리로 싸우다. ∗ hai người bắt đầu to tiếng nhau → 두사람이 큰소리로 서로 싸우기 시작하다.
to tướng 또 뜨엉	*huge, enormous* [형] 거대한, 비정상의. ∗ quả mít to tướng → 거대한 재크 후르츠 과일.

tò mò 또 머	*curious* [형] 호기심이 강한, 알고 싶어하는.
tỏ 또	**1/** *to express, to show, to prove* [동] = chứng tỏ 나타내다, 보이다, 증명하다. **2/** *shine, bright* [형] = sáng tỏ 빛나는, 밝은. ✳ ngọn đèn khi tỏ khi mờ → 밝을 때 어두울 때 등불.
tỏ bày 또 바이	*to expose, to explain* [동] 드러내다, 밝히다, 폭로하다. ✳ tỏ bày tâm sự → 속마음을 고백하다.
tỏ ra 또 라	*exhibited, prove* [동] 드러내다, 나타내다.
tỏ thái độ 또 타이 도	*to show one's attitude* [동] 태도를 보이다.
tỏ tình 또 띤	*to declare one's love to sb.* [동] 사랑을 고백하다.
tỏ tường 또 뜨엉	*to understand well, to seize through* [동] 잘 알다, 확실히 이해하다.
tỏ vẻ 또 베	*to appear, to prove to be..* [동] 나타내다, 보이다.
tỏ ý 또 이	*to express one's idea, seem* [동] 의지를 표현하다.
toa 또아	**1/** *wagon, carriage* [명] 짐차, 트럭. ✳ toa chở hàng → 물건 파는 차. **2/** *prescription (of a doctor)* [명] = 처방, 처방전. ✳ bác sĩ cho toa mua 3 loại thuốc

→ 의사가 3가지 약의 처방전을 써 주었다.

tòa
또아

1/ *big (house, building, palace)* [명] 집, 건물, 장소 앞에 붙임. ✷ tòa nhà / tòa lâu đài / toà thánh → 집 / 성 / 성당.

2/ *court* [명] = tòa án 법정, 재판소. ✷ ra tòa → 법정에 출두하다.

tòa án
또아 안

tribunal, court [명] 법정, 재판소.

tòa đô chính
또아 도 찐

city-hall, town hall [명] 시청.

tòa soạn
또아 소안

newspaper office, editorial office [명] 편집부.

tỏa
또아

to spread, pervade, radiate, cast [동] 퍼지다, 펼쳐지다.
✷ hoa tỏa mùi hương thơm ngát → 향기로운 향기가 퍼지는 꽃.

tỏa sáng
또아 상

to flash, flare, shine [동] 빛나다, 번쩍거리다.

tọa đàm
또아 담

to hold a informal talk [동] 좌담하다.

tọa độ
또아 도

co-ordinate [명] 세로좌표.

tọa lạc
또아 락

located, situated [동] 위치하다, 정하다.
✷ ngôi nhà tọa lạc ở hướng tây → 서향으로 위치한 집.

toại
또아이

be satisfied [동] 만족하다, 흡족하다.
✷ toại chí → 만족하다.

toại nguyện 또아이 응우웬	*fulfill one's wishes* [동] 소원이 이루어 지다, 성취하다. ✶ ao ước bao lâu, nay mới được toại nguyện → 오랫동안 염원해서 이제야 이루어지다.
toan 또안	*intend, attempt* [동] …할 작정이다, …하려고 생각하다. ✶ toan cãi, nhưng kiềm lại được → 싸울려다가 다시 참다.
toan tính 또안 띤	*intend* [동] ~할 작정이다, 시도하다. ✶ toan tính chuyện trăm năm → 결혼 할 작정이다.
toán 또안	**1/** *unit, detail, group, squad* [명] 단체, 그룹. ✶ một toán người kéo về phía tây → 서쪽의 구두쇠 단체. **2/** *mathematics* [명] 수학, 산수. ✶ nó rất giỏi toán → 그는 수학을 아주 잘 한다.
toàn 또안	*all, entire, whole* [부] 전부, 전체, 온통. ✶ toàn là phụ nữ! → 전부 다 여자다! ✶ cô ấy mặc toàn đồ đen → 그녀는 온통 검은 색으로 옷을 입었다.
toàn bộ 또안 보	*total, all, entire, whole* [부] 전체의, 모든, 전부. ✶ tịch thu toàn bộ hàng lậu → 밀수품을 전부 압수하였다.
toàn cảnh 또안 까	*general view, panorama* [명] 전경.
toàn cầu 또안 꺼우	*global, worldwide* [명] 전세계.

또안 꺼우

toàn dân   *the whole people* [명] 온국민.
또안 전(연)

toàn diện   *global, comprehensive, all side*
또안 지엔(이엔)   [부] 전체적으로, 모두, 전면적으로.
* học sinh giỏi toàn diện → 전체적으로 학생들이 잘한다.

toàn lực   *all of one's strength* [명] 전력.
또안 륵
* toàn tâm toàn lực phục vụ tổ quốc → 전심전력으로 조국에 충성하다.

toàn mỹ   *perfect, impeccable, faultless* [형]
또안 미   완벽한 아름다움, 틀림없는, 완벽한.

toàn năng   *all-powerfull, allmighty* [형] 전능한,
또안 낭   만능의.
* Đức Chúa Trời toàn năng → 전능하신 하나님.

toàn ngành   *entire branch* [명] 전 부문.
또안 응안

toàn phần   *full, total* [형] 모든, 전체의, 전부의.
또안 펀

toàn quốc   *the whole country, all of country*
또안 꾸옥   [명] 전국적인, 전국의.

toàn quyền   *full powers, govemor-general*
또안 꾸엔   [명] 모든 권한, 모든 힘, 전권(全權).

toàn thắng   *complete victory* [명] 전승.
또안 탕

toàn thể   *all, whole, entire* [부] 모든, 전체의.
또안 테

toàn vẹn   *untouched, unblemished*

또안 벤 [형] 완전한, 흠잡을 데 없는.

toang
또앙
wide open [부] 넓게 열다, 활짝 열다.
✽ mở toang cánh cửa ra → 문을 활짝 열다.

toáng
또앙
noisily, loudly, kick up a fuss [부] 소란스러운, 큰소리로, 야단법석.
✽ chửi toáng lên → 큰소리로 욕하다.
✽ nói toáng ra hết → 시끄럽게 소리치며 말하다.

toát
또앋
to imbue (with), sweat, perspire [동] 땀흘리다.
✽ toát mồ hôi → 땀을 흘리다.
2/ *to expose* [동] 스며나오다.
✽ đôi mắt toát lên vẻ thông minh → 두눈에 총명함이 배어나오다.

tóc
똡
hair [명] 털, 머리털, 머리카락.
✽ tóc giả → 가발
✽ tóc bạc → 흰 머리카락, 백발.
✽ cô ấy vừa đi cắt tóc → 그녀는 얼마 전에 머리를 잘랐다.
✽ hàm răng, mái tóc là gốc con người (속담) → 이와 머리카락은 사람의 뿌리이다.

toe toét
또애 또앧
show one's teeth (when laughing or talking [동] 이를 드러내다.
✽ cười toe toét → 이를 드러내며 웃다.

tóe
또애
splash [동] 튀기다, 튀다.

toi
1/ *to die* [동] (동물/가축) 감염되어

또이	몰살당하다. ※ gà chết toi → 닭이 몰살당하다. **2/ waste** [동] 낭비하다, 허비하다. ※ mất toi hết tiền → 돈을 전부 허비하다.
tỏi 또이	*garlic* [명] 마늘.
tóm 똠	**1/ to nab, to catch** [동] 잡다. ※ tóm gọn cả băng cướp → 강도를 잡다. ※ tóm lấy tóc nó → 그의 머리채를 휘어 잡다. **2/ summary, sup up** [형] 요약한, 약식의. ※ nói tóm lại → 요약해서 말하다.
tóm tắt 똠 딴	*give a summary of* [동] 요약하다.
ton hót 똔 홑	*flatter, win over, denounce (to)* [동] 아첨하다, 아부하다.
tòng phạm 똠 팜	*accomplice* [명] 공범자.
tòng quân 똠 구언	*join to the army, enlist* [동] 입대하다.
tọng 똠	*cram* [동] 채워넣다, 밀어넣다. ※ tọng cho một bụng no nê → 배를 채우다.
tóp 똡	*shrivel up, grow tin* [형] 주름진. ※ má tóp → 주름진 이마.
tọp 똡	*become thin as a lath* [형] 바싹 마른, 앙상한. ※ gầy tọp → 뼈가죽만 남다.

	✳ người tọp lại sau trận ốm → 병치레후 몸이 바싹 여위었다.
tót 똗	**1/** *hurry ahead* [형] 빠른, 서두른. ✳ chạy tót về nhà → 집으로 빨리 달려 가다. **2/** *get to the highest place* [동] 높은 장소에 이르다. ✳ leo tót lên cây → 나무에 오르다.
tọt 똗	*swiftly* [동] 빠르게 이동하다. ✳ chạy tọt vào phòng → 방으로 달려들어가다. ✳ chui tọt vào hang → 몰래 구멍 안으로 내빼다.
tô 또	**1/** *bowl* [명] 사발, 주발. **2/** *to apply colour to, to trace* [동] 칠하다, 바르다. ✳ tô màu lên hình vẽ → 색칠하다. ✳ tô son điểm phấn → 분과 립스틱을 바르다.
tô điểm 또 디엠	*to beautify, embellish* [동] 아름답게 하다.
tô vẽ 또 베	*to embroider* [동] 꾸미다, 과장하다.
tố cáo 또 까오	*to accuse, report, denounce* [동] 고소하다, 고발하다.
tố giác 또 지악(약)	*to denounce* [동] 고발하다.
tồ 또	*simple-minded, simpleton* [형] 나이에 맞지않게 바보스런, 단순한.
tổ 또	**1/** *group, team* [명] 조, 소그룹, 모임.

	✽ tổ sản xuất → 생산팀.
	2/ *nest, hill*
	[명] (새, 개미의) 둥지, 집.
	✽ tổ ong → 벌집.
	✽ chim tha mồi làm tổ → 새가 물어 날라 둥지를 만들다.
	3/ *creator, ancestors*
	[명] 조상. 창시자.
	✽ cúng tổ → 조상에게 제사지내다.
tổ ấm 또 엄	*cosy home* [명] 아늑한 보금자리.
tổ chức 또 쯕	*organize, set up, establish* [동] 조직 하다, 창립하다.
tổ quốc 또 꾸옥	*fatherland, motherland, country* [명] 나라, 국가, 조국.
tổ tiên 또 띠엔	*ancestors, forefathers* [명] 조상, 선조.
tốc 똡	**1/** *speed* [명] = tốc độ 속도. ✽ cho xe tăng tốc lên → 차의 속도를 높이다. **2/** *to blow up, lift up* [동] ✽ gió thổi tốc mái nhà → 바람이 불어 지붕을 날리다.
tốc độ 똡 도	*speed* [명] 속도.
tốc hành 똡 한	*express* [형] 급행의. ✽ xe lửa tốc hành → 급행열차.
tôi 또이	*I, me* [대] ① 나, 나는, 내가. ✽ tôi muốn uống nước → 나는 물이 마시고 싶다. ② 나에게, 나를.
tôi luyện	*temper, harden* [동] 단련하다.

또이 루웬

tối
또이

1/ *dark, dull, dense* [형] 어두운.
2/ *night* [명] 저녁, 밤.
※ tối nay có phim hay lắm → 오늘 저녁 재미있는 영화를 한다.
※ tối nay đi ngủ sớm → 오늘 밤은 일찍 잠자리에 들다.
3/ *extremely, urgent*
[부] 매우, 극히, 몹시.
※ tôi có việc này tối quan trọng cần báo cho anh biết → 나는 당신에게 알려줄 매우 중요한 일이 있다.

tối cao
또이 까오
supreme [형] 최고의.

tối dạ
또이 야
dull-witted [형] 우둔한, 이해가 느린.

tối đa
또이 다
maximum [형] 최대한, 최대의.

tối hậu
또이 허우
ultimate, final
[형] 최후의, 마지막의.
※ tối hậu thư → 마지막 편지.

tối khẩn
또이 컨
extremely urgent [형] 아주 긴박한.

tối kỵ
또이 끼
taboo [형] 금기의.
※ việc tối kỵ → 금기사항.

tối mắt
또이 맏
be blinded [형] 눈이 먼, 분별력이 없는.
※ cứ thấy tiền là tối mắt → 돈이 보니 눈이 멀었다.

tối mật
또이 먿
top secret [형] 가장 비밀스러운.

tối mịt
또이 밑
completely dark
[형] 완전히 어두운, 암흑의.
✳ trời tốt mịt → 암흑의 하늘.

tối nghĩa
또이 응히아
not clear in meaning [형] 뜻이 분명하지 않은, 애매모호한.
✳ lời văn tối nghĩa → 모호한 문장.

tối tăm
또이 땀
dark [형] = tăm tối 암흑의, 어두운, 캄캄한.
✳ nhà cửa tối tăm → 캄캄한 집.

tối tân
또이 떤
ultramodern
[형] 초현대적인, 최신의.
✳ máy móc tối tân → 최신 기계.

tối thiểu
또이 티에우
minimum [형] 극소의, 최소의.

tối ưu
또이 으우
optimum [형] 최고의, 최적의.

tồi
또이
bad, inferior, shabby
[형] 나쁜, 하찮은.

tồi bại
또이 바이
bad, shameful, depraved
[형] 나쁜, 타락한.
✳ con người tồi bại → 타락한 사람.

tồi tàn
또이 딴
very bad, very poor
[형] 아주 안좋은, 매우 가난한.
✳ áo quần tồi tàn → 낡아빠진 옷.

tồi tệ
또이 떼
bad and corrupt, mean
[형] 하잘 것 없는, 초라한.
✳ đối xử tồi tệ → 하잘 것 없는 대우.

tội
또이
1/ *offence, crime, fault*
[명] 죄, 잘못.

	✷ tội tham ô → 횡령죄. ✷ tội phản quốc → 반역죄. **2/** *pitiful* [형] 가엾은. ✷ trông nó thật là tội → 그가 가엾어 보이다.
tội ác 또이 악	*serious offence, crime* [명] 죄악.
tội lỗi 또이 로이	*offence, fault, guily, sin* [명] 죄, 잘못, 과실. ✷ tha thứ hết mọi tội lỗi → 모든 잘못을 다 용서하다.
tội nghiệp 또이 응히엡	*pitiful, deserving, compassion* [형] 가엾은, 불쌍한. ✷ thật tội nghiệp! → 가엾어라! ✷ tội nghiệp cho 2 đứa trẻ bị mồ côi cả cha lẫn mẹ → 부모를 모두 잃은 두어린아이가 가엾다.
tội phạm 또이 팜	*criminal* [명] 범인, 죄인.
tội tình 또이 띤	*offence, fault* [명] 범죄, 죄. ✷ nó chẳng có tội tình gì → 그는 어떠한 죄도 없다.
tội trạng 또이 짱	*degree of guiltiness* [명] 죄의 정도, 죄상. ✷ căn cứ vào tội trạng để định mức án → 죄상에 따라 판결의 정도가 정해지다.
tội vạ 또이 바	*offence, fault* [명] 죄과. ✷ cứ làm đi, tội vạ gì tôi chịu → 계속 해라, 무슨 죄과이든 내가 감당하마.

tôm 똠	*shrimp* [명] (동물) 새우.
tôm tép 똠 뗍	*shrimp and small fry* [명] (동물) 작은 새우.
tôn 똔	**1/** *corrugated iron, iron sheet* [명] 철판. ✶ mái tôn → 철판 지붕. **2/** *to elevate, raise to the high position* [동] 존경하다, 높이 받들다. ✶ tôn lên làm sư phụ → 선생으로 받들 것이다.
tôn giáo 똔 지아오(야오)	*religion* [명] 종교.
tôn kính 똔 낀	*respect, revere, pay honour to* [동] 존경하다.
tôn sùng 똔 숨	*to venerate* [동] 존경하고 숭배하다. ✶ tôn sùng đạo Phật → 불교를 숭배하다.
tôn thờ 똔 터	*to adore, to worship* [동] 찬양하다, 숭배하다.
tôn trọng 똔 쫌	*to respect, observe* [동] 존중하다, 존경하다. ✶ tôn trọng luật pháp → 법을 존중하다. ✶ tôn trọng luật giao thông → 교통법을 존중하다.
tốn 똔	*to cost, to pay for..* [동] 비용으로 쓰다, 지불하다. ✶ tốn hết hai trăm ngàn đồng → 이십만동을 다 쓰다.
tốn kém	*costly, expensive* [형] 값비싼.

똔 깸	✷ ăn tiêu tốn kém quá → 너무 많은 비용을 쓰다.
tồn 똔	*remain* [동] 남아있다, 존재하다.
tồn kho 똔 코	*in stock* [형] 창고에 남은, 재고가 있는.
tồn tại 똔 따이	*exist, survive* [동] 존재하다, 남다. ✷ không có gì tồn tại được mãi với thời gian → 시간은 계속 존재하지 않는다.
tổn hại 똔 하이	*damage, hurt, losses to* [동] 손해보다. ✷ tổn hại đến thanh danh → 명성에 손해를 입다.
tổn thất 똔 털	*suffer losses, loss* [동] 손상을 입다, 손해를 보다. ✷ cơn bão lụt vừa qua làm mùa màng bị tổn thất nặng nề → 지난 홍수로 수확물이 심한 손상을 입었다.
tổn thương 똔 트엉	*prejudice, harm* [형] 손상된, 해를 입은. ✷ tình cảm giữa hai người đã bị tổn thương sau lần cải vả → 싸움 후에 두사람 사이의 감정이 손상 되었다.
tông 똠	**1/** *head of family, good lineage* [명] 가계, 혈통. ✷ lấy vợ xem tông, lấy chồng xem giống (속담) → 혈통을 보고 아내를 얻고 혈통을 보고 남편을 얻다. **2/** *to crash into, to run into, to hit*

[동] 세게 부딪히다.
* bị tông xe → 차가 세게 부딪히다.

tông tích
똠 띡
origin [명] 뿌리, 근원.

tống
똥
drive out, eject, kick out, hit
[동] 쫓아내다, 물리치다.
* tống ra khỏi nhà → 집밖으로 쫓아내다.
* tống hết đồ đạt vào tủ → 장속으로 물건들을 몰아넣다.

tống cổ
똥 꼬
to expel, to throw out
[동] 쫓아내다.

tống giam
똥 지암(얌)
to imprison [동] 감옥에 가두다.

tống khứ
똥 크
to dispose of sb or sth.
[동] 멀리 쫓아버리다.
* tống khứ nó đi cho rảnh mắt → 그를 눈에 안보이게 멀리 쫓아버리다.

tổng
똥
sum, total, general
[명] (수학) 총계, 합계.

tổng biên tập
똥 비엔 떱
editor in chief, editorial director
[명] 편집장.

tổng công ty
똥 꽁 띠
head of company
[명] 본사, 총공사.

tổng cộng
똥 꽁
to total, add up [동] 합계하다, 총계가 되다.

tổng cục
똥 꿉
head office, general department
[명] 총국.
* tổng cục đường sắt → 철도총

국.

tổng đài switchboard, central [명] 교환대.
똠 다이 ※ tổng đài điện thoại → 전화국.

tổng đại lý general agent [명] 총대리점.
똠 다이 리

tổng động viên general mobilization [명] 총동원.
똠 돔 비엔 ※ ban hành lệnh tổng động viên → 총동원 명령을 내리다.

tổng giá trị overall worth [명] 총체적인 가치.
똠 지아(야) 찌

tổng giám đốc general manager [명] 총감독.
똠 지암(얌) 돕

tổng giám mục primate, archbishop [명] 대주교.
똠 지암(얌) 몹

tổng giám thị vice-principal [명] 교감.
똠 지암(얌) 티

tổng hợp to collect and classify, to synthetize
똠 헙 [동] 통합하다, 종합하다. [형] 총체적인.
※ tổng hợp các ý kiến đã thảo luận → 협의된 의견을 통합하다.

tổng kết sum up [동] 총괄하다, 요약하다.
똠 껠 ※ tổng kết công tác hằng năm → 매해 사무를 요약하다.

tổng lãnh sự consul general [명] 총영사.
똠 란 스

tổng quát comprehensive, general
똠 꾸안 [형] 포괄적인, 범위가 넓은.
※ nhận định tổng quát → 포괄적으로 인정하다.

tổng số / total, sum-total
똥 소 / [명] 전체(통계), 합계.

tổng thống / president [명] 대통령.
똥 통

tổng thư ký / secretary-general [명] 총 서기관.
똥 트 끼

tổng tiến công / general offensive [동] 총공격하다.
똥 띠엔 꽁

tổng tuyển cử / general election [명] 총선거.
똥 뚜웬 끄

tổng tư lệnh / commander-in-chief [명] 총사령관.
똥 뜨 렌

tổng vệ sinh / general clean-up
똥 베 신 / [동] 대대적으로 정화하다.
※ tổng vệ sinh đường phố → 대대적으로 시내거리를 정화하다.

tốp / **1/** small group [명] 소그룹.
똡 / ※ chia ra mỗi tốp 5 người → 5명씩 소그룹으로 나누다.
2/ stop [동] 멈추다.

tốt / good [형] 좋은, 훌륭한, 잘하는.
똣 / ※ ông ấy rất tốt với tôi → 그는 나에게 매우 잘 해준다.

tốt bụng / kind-hearted, charitable
똣 붐 / [형] 인심이 좋은, 자비로운.
※ cô ấy rất tốt bụng → 그녀는 인심이 좋다.

tốt đẹp / fine, good [형] 훌륭한, 좋은.
똣 뎁

tốt lành / auspicious, propitious

똗 란	[형] 일이 잘 되는, 순조로운. ✲ chúc cho mọi sự tốt lành → 모든 일이 잘 되길 축원합니다.
tốt nết 똗 넫	*good manners, good behaviour* [형] 행실이 바른, 매너가 좋은.
tốt nghiệp 똗 응히엡	*graduate* [동] 졸업하다, 학위를 받다. ✲ anh ấy đã tốt nghiệp trường đại học ngoại giao → 그는 외교대학교를 졸업했다.
tốt số 똗 소	*lucky, fortunate* [형] 행운의, 운이 좋은. ✲ cô ấy tốt số lấy được 1 anh chàng vừa đẹp trai vừa giàu có → 그녀는 운이 좋아 부자이며 미남인 남자와 결혼했다.
tốt nhất 똗 니얻	*best* [형] 가장 좋은, 최상의. ✲ cô ấy là người tốt nhất mà tôi gặp → 그녀는 내가 만난 가장 좋은 사람이다.
tột bậc 똗 벋	*highest top* [형] 최고점의, 극도의.
tột cùng 똗 꿈	*first-rate, to-notch* [부] 최고로, 극도로. ✲ vui mừng tột cùng → 최고로 기쁘다.
tột đỉnh 똗 딘	*top, highest peak* [형] 최고점의. ✲ căm thù tột đỉnh → 극도로 증오하다.
tột độ 똗 도	*highest-degree* [명] 극도. ✲ lòng ham muốn tột độ → 극도로

원하는 마음.

tơ
떠
1/ *silk* [명] 실크, 명주실.
2/ *young, of tender age* [형] 젊은.
* gà mái tơ → 어린 암탉.
* trai tơ / gái tơ → 젊은 남자 / 젊은 여자.

tơ tưởng
떠 뜨엉
to long, to day-dream
[동] 꿈을 꾸다.

tớ
떠
1/ *servant* [명] = tôi tớ 집안일을 돕는 사람, 하인.
2/ *I, me* [대] 나는, 내가.
* ăn xong tớ sẽ đi ngay → 먹은 후에 나는 바로 갈것이다.

tờ
떠
sheet, piece of [명] 장.
* tờ giấy → 종이 한장.

tờ báo
떠 바오
newspaper [명] 신문.

tờ mờ
떠 머
dark, gloomy, uncertain
[형] 어두운, 불확실한.
* mới tờ mờ sáng đã dậy đi làm → 어둠이 밝아지면 일어나 일하러 가다.

tợ
떠
alike, like, such as
[부] ~와 같이, 처럼.
* sáng tợ trăng rằm → 달빛처럼 밝다.

tơi
떠이
tattered, ragged, break up
[형] 해진, 찢어진.

tơi bời
떠이 버이
to pieces, to a pulp [형] 산산조각난.
* đánh cho một trận tơi bời → 늘씬하게 패 주다.

tơi tả
떠이 따
ragged, in rags
[형] 갈기갈기 찢어진, 조각난.

tới
떠이
1/ *arrive* [동] 도착하다.
* về tới nhà thì trời đã tối → 집에 도착하니 밤이 되었다.
* tới bệnh viện thăm bạn → 친구 병문안을 가다.
2/ *reach, run to, win*
[형] 닿다, 이기다.
* bé Yul đã cao tới vai mẹ → 율이의 키가 엄마어깨까지 닿다.
* còn chưa tới 5000 đồng! → 5000동이 채 안남았다.
3/ *next, forward* [부] 오는, 다음에.
* tuần tới tôi sẽ đi Hàn quốc → 오는 주간에 나는 한국에 갈것이다.

tới bến
떠이 벤
arrive, land [동] 도착하다, 착륙하다.

tới tấp
떠이 떱
repeated, rapid-fire
[형] 연속적인, 계속적인.

tởm
떰
be horrified [형] 소름끼치는, 혐오감을 느끼는.
* trông phát tởm! → 구역질난다!

tởm lợm
떰 럼
disgusting
[형] 구역질나게 혐오스러운.

tra
짜
1/ *fit in, add, aply* [동] 떨어뜨리다, 넣다. * tra thêm dầu vào máy → 기계에 기름을 더 넣다.
2/ *to consult, to refer to, to look up*
[동] 참고하다, 찾다.
* tra từ điển → 사전을 찾다.

	3/ *to torture* [동] 조사하다, 고문하다. ✻ tra mãi mà nó không khai gì cả → 계속 고문해도 그는 아무 자백도 하지 않았다.
tra cứu 짜 끄우	*search through* [동] (책따위를) 자세히 조사하다, 찾다. ✻ tra cứu sách báo → 신문을 조사하다.
tra hỏi 짜 호이	*interrogate closely* [형] = tra gạn 심문하다.
tra khảo 짜 카오	*make confess by torture* [동] 고문하다.
tra tấn 짜 떤	*to torture* [동] 고문하다. ✻ bị tra tấn dã man → 잔인하게 고문당하다.
tra xét 짜 쌛	*investigate* [동] 조사하다.
trá hình 짜 힌	*disguise oneself, put on fancy dress* [동] 변장하다.
trà 짜	*tea* [명] 차.
trà đạo 짜 따오	*tea ceremony* [명] 차 대접.
trà trộn 짜 쫀	*to mix (with a crowd)* [동] 섞다.
trả 짜	*return, give back, pay* [동] 돌려주다, 지불을 하다, 대금을 치루다. ✻ trả tiền nhà → 집세를 지불하다.
trả chậm 짜 쩜	*to defer payment* [동] = trả dần, trả làm nhiều lần 지불을 연기하다.

trả đũa 짜 두아	*to get even with sb, to retaliate* [동] 보복하다.
trả giá 짜 지아(야)	**1/** *to bargain, pay a price* [동] 값을 깎다, 값을 흥정하다. **2/** *to pay a heavy price for sth.* [동] 비싼값을 지불하다, 대가를 지불하다. ✳ nó phải trả giá đắt cho sự liều lĩnh của mình → 그는 자신의 모험에 비싼값을 지불해야한다.
trả góp 짜 곱	*to pay by instalments* [동] 할부로 하다. ✳ mua tủ lạnh trả góp → 할부로 냉장고를 사다.
trả lãi 짜 라이	*to pay interest (of..)* [동] 이자를 지불하다.
trả lời 짜 러이	*to respond, reply, answer* [동] 대답 하다. ✳ tôi sẽ trả lời anh sau → 후에 나는 당신에게 대답할 것이다.
trả nợ 짜 너	*to clear (pay) one's debt* [동] 빚을 갚다, 채무를 청산하다.
trả thù 짜 투	*to revenge* [동] 복수하다.
trả treo 짜 째오	*to retort, backtalk, answer-back* [동] 말대꾸하다. ✳ ăn nói trả treo với người lớn → 어른에게 말대꾸하다.
trác táng 짝 땅	*debauched, libertine* [형] 타락한, 방탕한. ✳ ăn chơi trác táng → 방탕하게 놀다.
trạc	*about* [부] = khoảng chừng 약, 대

짝	략.
	✷ ông ấy trạc độ 50 tuổi → 그는 대략 50세이다.
trách 짯	*to blame, reproach* [동] 나무라다, 질책하다.
trách mắng 짯 망	*to scold* [동] 책망하다.
trách móc 짯 몹	*reproach for, upraid (with/for)* [동] 비난하다.
trách nhiệm 짯 니엠	*responsibility* [명] 책임.
trai 짜이	**1/** *oyster* [명] 굴; 식용 조개. **2/** *young man, boy, male* [명] ① 아들. ② 남자 (남성의).
trai gái 짜이 가이	**1/** *girl and boy* [명] 남과 녀 **2/** *love affair* [동] 불륜을 맺다.
trai tân 짜이 떤	*virgin, unmarried young man* [명] =trai tơ 처녀.
trai tráng 짜이 짱	*the youth and strong* [명] 장정, 젊고 힘센 남자.
trai trẻ 짜이 째	*boyhood, youth* [명] 청년 시대, 젊음, 원기, 혈기, 미숙.
trái 짜이	**1/** *left* [형] 왼쪽의, 좌측의, 좌변의. ✷ quẹo bên trái → 왼쪽으로 돌다. **2/** *reverse, contrary* [형] 이에반하여, 반면에. ✷ mặc áo trái → 옷을 반대로 입다. ✷ trái lại, tôi cho là nó sẽ đến → 반면에…. **3/** *fruits* [명] = trái cây 과일, 과실.

trái cây 짜이 꺼이	*fruits* [명] 과일, 과실.
trái đất 짜이 덛	*the earth* [명] 지구, 천체. ✳ trái đất xoay quanh mặt trời → 지구는 태양의 주위를 맴돈다.
trái mùa 짜이 무아	*out of season, out of fashion* [형] 유행이 지난, 철지난.
trái nghĩa 짜이 응히아	*opposite, antonym* [형] 반대 (반의) 어.
trái ngược 짜이 응으억	*opposite, contrary, contradictory* [형] = trái nghịch 반대의, 모순된.
trái phép 짜이 팹	*illegal, unlicensed, unauthorized* [형] 불법의.
trái phiếu 짜이 피에우	*bond* [명] 채권.
trái tai 짜이 따이	*unwelcome, shocking, disageeable* [형] 귀에 거슬리는. ✳ trái tai gai mắt → 귀에 거슬리고 눈에 가시.
trái tim 짜이 띰	*heart* [명] (해부) 심장. ✳ trái tim sắt đá → 무쇠심장.
trái xoan 짜이 쏘안	*oval* [형] 계란 모양의, 타원형의. ✳ khuôn mặt trái soan → 타원형의 얼굴.
trải 짜이	**1/** *have experienced, have seen* [동] 경험하다, 지나다. ✳ người từng trải → 경험자. **2/** *to spread, to lay* [동] 펴다, 깔다. ✳ trải chiếu ra nằm → 돗자리를 깔고 눕다.

trải qua 짜이 꾸아	**1/** *to pass, to go through* [동] 겪다, 통과하다, 지내다. ✸ đất nước chúng ta đã trải qua bao nhiêu năm chiến tranh gian khổ → 우리 나라는 여러해 힘든 전쟁을 겪었다. **2/** *to spend, to experience* [동] 경험하다. ✸ trải qua nhiều gian lao khổ cực → 많은 고생을 경험하다.
trại 짜이	*base, camp* [명] 캠프, 병영.
trại cải tạo 짜이 까이 따오	*reformatiry, re-education camp* [명] 재교육장.
trại giam 짜이 지암(얌)	*prison, jail,* [명] 형무소, 교도소, 감옥, 감금하는 곳.
trại hè 짜이 해	*holiday camp, summer camp* [명] 야영장.
trại lính 짜이 린	*military / army camp* [명] 병영.
trại tập trung 짜이 떱 쭘	*concentration camp* [명] 연병장.
trạm 짬	*station* [명] 부서, 국, 소. ✸ trạm kiểm soát → 조사국.
trạm xá 짬 싸	*dispensary, infirmary* [명] 보건소, 마을 진료소.
trán 짠	*brow, forehead* [명] (해부) 이마. ✸ tên cướp có 1 vết sẹo dài trên trán → 강도의 이마에 긴 흉터자국이 있다.

tràn 짠	*flood, overflow* [자] 넘다, 넘치다. ✻ nước tràn ra khỏi ly → 컵에 물이 넘치다. ✻ giặc tràn qua biên giới → 침략자가 국경을 넘다.
tràn đầy 짠 더이	*brimful* [형] 넘치도록 가득한. ✻ lòng tràn đầy hy vọng → 마음에 희망이 가득 넘치다.
tràn lan 짠 란	*spread, rambling* [형] 퍼지다. ✻ bệnh dịch tràn lan khắp nơi → 전염병이 도처에 퍼지다.
tràn ngập 짠 응업	*flood, over flow* [동] 넘치다, 넘쳐나다. ✻ hàng hóa tràn ngập thị trường → 물건이 시장에 넘쳐나다.
trang 짱	*page* [명] (책) 장, 페이지.
trang bị 짱 비	*to equip* [동] 장비하다, 갖추다.
trang điểm 짱 디엠	*to make up* [동] 화장하다.
trang hoàng 짱 호앙	*to decorate* [동] 장식하다.
trang lứa 짱 르아	*category, rank* [명] 계급. ✻ cùng trang lứa nên chúng hiểu nhau hơn → 같은 계급이므로 우리는 서로 더 이해하다.
trang nghiêm 짱 응히엠	*solemn* [형] 엄숙한, 근엄한, 장엄한. ✻ không khí trang nghiêm → 엄숙한 분위기.

trang nhã 짱 냐	*refined* [형] 우아한, 세련된. ✻ cô ấy ăn mặc rất trang nhã → 그녀는 세련되게 입었다.
trang phục 짱 쁨	*dress, clothes, clothing* [명] 의복, 옷, 옷가지. ✻ trang phục lịch sự → 예복.
trang sức 짱 슥	1/ *jewels* [명] 보석(寶石). 2/ *to wear, to adorn(with jewels)* [동] 장식하다. ✻ đeo trang sức bằng ngọc → 옥으로 된 장신구를 착용하다.
trang thiết bị 짱 티엗 비	*equipment, gear* [명] 장비, 비품, 설비.
trang trải 짱 짜이	*to pay off, clear off, to cover* [동] 청산하다. ✻ trang trải hết nợ nần → 빚을 모두 청산하다.
trang trại 짱 짜이	*farm, farmhouse* [명] 농장, 농가.
trang trí 짱 찌	*to decorate, decorative* [동] 꾸미다, 장식하다. ✻ trang trí nhà cửa → 집을 꾸미다.
trang trọng 짱 쫌	*solemn* [형] 장중한, 엄숙한.
tráng 짱	1/ *rinse* [타] 헹구다 ✻ tráng ly → 컵을 헹구다 2/ *spread out* [자] 얇게 늘리다 ✻ tráng trứng → 오믈렛을 만들다.
tráng kiện 짱 끼엔	*hale and hearty, wholesome* [형] 강건한, 활력있는.

tráng lệ 짱 레	*superb, magnificent* [형] 웅장한. ✳ một tòa lâu đài tráng lệ → 웅장한 성곽.
tràng 짱	*string, round* [명] 연속음.
tràng hạt 짱 핟	*rosary, (string of) beads* [명] 연주.
tràng hoa 짱 호아	*corolla, garland* [명] 화환.
trạng thái 짱 타이	*state* [명] 상태, 형세, 사정. ✳ bệnh nhân đang ở trạng thái hôn mê → 환자는 무의식 상태이다.
tranh 짠	**1/** *to compete for, fight for, vie for* [동] 싸우다, 겨루다. ✳ tranh giải nhất → 일등을 다투다. **2/** *picture* [명] 그림, 사진. ✳ tranh phong cảnh → 풍경화.
tranh ảnh 짠 안	*pictures and photos* [명] 그림, 사진.
tranh cãi 짠 까이	*to dispute, to reason* [동] 토론하다, 논쟁하다. ✳ vấn đề còn đang tranh cãi → 현재 토론중인 문제.
tranh chấp 짠 쩝	*to conflict, dispute* [동] 충돌하다, 서로 다투다, 동의를 않다. ✳ họ tranh chấp nhau từng tấc đất → 그들은 소량의 땅문제로 충돌하였다.
tranh cử 짠 끄	*to stand for* [동] 경선하다.

tranh đấu 짠 더우	*to flight, to struggle* [동] 전투하다, 격투하다, 투쟁하다. ✶ tranh đấu vì độc lập tự do → 자유독립을 위해 투쟁하다.
tranh giải 짠 지아이(야이)	*to compete for a prize* [동] 상을 위해 경쟁하다.
tranh giành 짠 지안(얀)	*to fight over something* [동] 쟁탈하다. ✶ tranh giành quyền lợi → 권리를 쟁탈하다.
tranh hoạt họa 짠 호앋 호아	*cartoon* [명] 만화.
tranh không lời 짠 콤 러이	*wordless cartoon* [명] 글없는 만화.
tranh luận 짠 루언	*to debate, to argue, dispute* [동] 쟁론하다, 논쟁하다.
tranh nhau 짠 냐우	*to compete with each other* [동] 서로 경쟁하다. ✶ bọn trẻ tranh nhau trả lời → 아이들이 대답하려고 서로 경쟁하다.
tranh sơn dầu 짠 선 여우	*oil-painting, canvas* [명] 유화.
tranh sơn mài 짠 선 마이	*lacquer painting* [명] 래커로 칠한 그림.
tranh tài 짠 따이	*to vie with sb. in skill* [동] 우열을 다투다, 재능을 겨루다.
tranh thủ 짠 투	*to take advantage of, to court* [동] 이용하다, 확보하다. ✶ tranh thủ thì giờ để đi thăm bạn → 친구를 방문하기 위한 시간을 확

보하다.

tranh thủy mặc   *landscape painting* [명] 산수화.
짠 투이 막

tranh tĩnh vật   *still life painting* [명] 정물화.
짠 띤 벋

tránh   *to avoid, give way, dodge*
짠   [동] 피하다, 멀리하다.

tránh mặt   *to stay in the background*
짠 맏   [동] = lánh mặt 얼굴을 피하다.

tránh nạn   *to take refuge, avoid danger*
짠 난   [동] 어려움을 피하다.

tránh né   *dodge, avoid, evade*
짠 내   [동] 피하다, 회피하다.
※ anh ta tránh né không chịu trả lời câu hỏi → 그는 질문에 대답을 하지않고 회피하다.

tránh thai   *to prevent pregnancy, birth control*
짠 타이   [동] = ngừa thai 피임하다.
※ thuốc tránh thai → 피임약.

tránh tiếng   *keep one's good name, safe from whispers* [동] 이름이 알려지는 것을 피하다.
짠 띠엥

trao   *to hand, give* [동] 주다.
짜오   ※ trao giải thưởng → 상을 주다.

trao đổi   *exchange* [동] 교환하다, 주고받다.
짜오 도이

trao tặng   *award* [동] 주다, 수여하다.
짜오 땅

trao trả   *hand back, return* [동] 되돌려주다, 반환하다.
짜오 짜

tráo 짜오	*exchange fraudulently* [동] 부정하게 교환하다. ✶ tráo hàng giả lấy hàng thật → 진품을 모조품으로 바꿔치기하다.
tráo trở 짜오 쩌	*shifty, devious* [형] 속이는. ✶ lòng dạ tráo trở → 속이는 마음.
trào 짜오	*over flow, brim over* [형] 넘치는.
trào lộng 짜오 롬	*satirize, mock at* [형] 풍자하는, 비꼬는.
trào lưu 짜오 르우	*trend, movement* [명] 교류.
trào phúng 짜오 품	*satirical, satiric* [형] 비꼬는, 풍자하는. ✶ thơ trào phúng → 풍자시.
trát 짣	**1/** *the writ, warrant* [명] 영장, 문서, 근거, 이유. **2/** *to plaster, to coat* [동] 바르다. ✶ trát ci-măng lên tường → 벽에 시멘트를 바르다.
trau chuốt 짜우 쭈온	*polish, smooth down carefully* [동] 매끄럽게하다. ✶ trau chuốt từng câu văn → 각 문장을 매끄럽게 하다.
trau dồi (giồi) 짜우 요이(지오이)	*to improve, to cultivate* [동] 양성하다, 나아지게 하다, 연마하다. ✶ trau dồi đức hạnh → 덕행을 닦다.
trắc ẩn 짝 언	*pity, compassion* [명] 측은, 동정. ✶ động lòng trắc ẩn giúp cho → 동정심이 일어 도와주다.
trắc nghiệm	*to test* [동] 시험하다, 실험하다.

짝 응히엠

trắc trở — obstacle, difficulty, hindrance
짝 찌
[형] 장애가 되는, 방해가 되는.
✳ tình duyên trắc trở → 어려운 사랑.

trặc — to twist, sprain, dislocate [동] 삐다.
짝
✳ bị ngã từ trên cao xuống làm trặc cổ → 높은 곳에서 떨어져 목을 삐다.

trăm — hundred [명] (숫자) 100, 백.
짬
✳ trăm nghe không bằng một thấy (속담) → 백문이 불여일견이다.
✳ bận rộn trăm công ngàn việc → 백가지일 천가지일에 바쁘다.

trăn — python [명] (동물) 비단뱀.
짠

trăn trở — concern, worry
짠 찌
[동] 염려하다, 걱정하다.
✳ trăn trở suốt đêm tìm cách giải quyết → 밤새 해결책을 찾느라 걱정하다.

trằn trọc — toss and turn (in bed)
짠 쫍
[동] 잠을 못자고 뒤척이다.
✳ trằn trọc suốt đêm → 밤새 뒤척이다.

trăng — moon [명] 달.
짱

trăng gió — 1/ moon and wind [명] 달과 바람.
짱 지오(여)
2/ flirtation [명] (남녀의) 희롱, 시시덕거림, 연애 놀이, 불장난.

trăng hoa — 1/ moon and flower [명] 달과 꽃.
짠 호아
2/ a woman chaser [명] 여자 꽁무

니를 쫓아다니는 남자.

trăng khuyết — *crescent moon* [명] 초승달.
짠 쿠옡

trăng mật — *honey-moon* [명] 밀월여행, 신혼여행.
짠 맏

trăng rằm — *the 15th day of lunar month* [명] 보름, 매월 음력 15일.
짠 람

trăng thu — *autumn moon* [명] 가을 달.
짠 투

trắng — *white* [형] (색) 흰, 순백의.
짱
✶ trắng như tuyết → 눈처럼 희다.

trắng án — *to be cleared from a charge* [동] 무죄가 되다.
짱 안

trắng bạch — *all white* [형] 새하얀.
짱 밧

trắng hồng — *pinky-white* [형] 연분홍의.
짱 홈

trắng muốt — *spotless white, immaculate white* [형] = trắng tinh 흠없이 흰, 순백의.
짱 무옫

trắng ngà — *ivory-white* [형] 상아색의.
짱 응아

trắng nõn — *soft-white* [형] 희고 부드러운.
짱 논

trắng phau — *very white* [형] 매우 흰.
짱 파우
✶ đàn cò trắng phau → 매우 흰 백로.

trắng tay — *to become moneyless* [동] 하나도 남김없이 다 잃다, 빈털터리가 되다.
짱 따이

trắng toát — *white all over* [형] 새하얀.
짱 또앋

trắng trẻo 짱 째오	*have a fair complexion* [형] 뽀얗고 예쁜. ✳ dạo này trông nó trắng trẻo khỏe mạnh → 요즘 그녀는 뽀얗고 건강해 보인다.
trắng trợn 짱 쩐	*shameless, obviously* [형] 파렴치한, 뻔뻔한. ✳ cướp giật trắng trợn giữa ban ngày → 대낮에 파렴치하게 소매치기를 하다.
trắng xóa 짱 쏘아	*very white, dazzling white* [형] 하얗게 빛나는. ✳ nước tung lên trắng xóa → 물이 새하얗게 퍼지다.
trầm 쩜	1/ *deep, bass, low* [형] (목소리의) 저음의, 낮은, 가라앉은. ✳ giọng trầm → 낮은 목소리. 2/ *aloe wood* [명] = trầm hương 향나무.
trầm bổng 쩜 봉	*melodious* [형] 선율적인. ✳ điệu nhạc trầm bổng nổi lên → 선율적인 곡조가 들려오다.
trầm mình 쩜 민	*to drown oneself* [동] 목숨을 끊기 위해 스스로 물속으로 뛰어들다.
trầm ngâm 쩜 응엄	*deep in thought, meditative* [형] 생각이 깊은, 명상적인. ✳ vẻ mặt trầm ngâm → 생각이 깊어 보인다.
trầm tĩnh 쩜 띤	*quiet, serene, unruffled* [형] 조용한, 침착한, 차분한. ✳ thái độ trầm tĩnh → 침착한 태도.

trầm trọng 쩜 쫑	*grave, serious* [형] 중한, 심한. ✻ bệnh trầm trọng → 중병.
trầm trồ 쩜 쪼	*praise, be full of admiration* [동] 칭찬하다, 찬양하다.
trầm uất 쩜 우엇	*to be plunged in sorrow/ melancholy* [형] 침울한, 우울한.
trân châu 쩐 쩌우	*pearl* [명] 진주.
trân trân 쩐 쩐	*shameless* [형] (속어) 뻔뻔스러운, 철면피의.
trân tráo 쩐 짜오	*to stare* [동] (태도가) 무례하다, 빤히 보다, 눈을 동그랗게 뜨고 보다.
trân trọng 쩐 쫑	*respect, show consideration for sth.* [동] 존중하다, 정중하게, 공손하게. ✻ lời chào trân trọng → 정중하게 인사하다.
trấn áp 쩐 압	*to suppress, repress* [동] 억압하다, 진압하다.
trấn át 쩐 앝	*to hinder, obstruct, impede* [동] 막다, 방해하다.
trấn giữ 쩐 지으(이으)	*to keep, defend* [동] 지키다.
trấn lột 쩐 롣	*attack and rob sb. of sth.* [동] 위협하고 강탈하다.
trấn tĩnh 쩐 띤	*to collect oneself, gather one's wits* [동] 마음을 가라앉히다.
trần 쩐	1/ *ceiling* [명] 천장. ✻ quạt trần → 천장에 달린 선풍기. 2/ *bare, naked, nude* [형] 발가벗

은, 노출된.
* chân trần → 맨발.
* đầu trần → 모자를 안쓴 머리.

trần gian
쩐 지안(얀)
earth, world [명] = trần thế 현세의, 이세상의.

trần trụi
쩐 쭈이
bare, naked [형] 발가벗은, 노출된.

trần truồng
쩐 쭈옴
unclothed, naked, nude [형] 발가벗은, 노출된.

trần tục
쩐 뚭
secular, mundane, earthly, worldly [명] 세속, 이승, 세속적으로.

trận
쩐
battle, fight
[명] 싸움, 전쟁, 경기, 시합.
* hôm đó cả nhà được 1 trận cười vỡ bụng! → 그날 온집안이 한차례 배꼽이 빠지도록 웃었다!
* đánh nhau 1 trận trước khi về → 집에 가기 전에 한차례 서로 싸우다.

trận bóng đá
쩐 봄 다
football match [명] 축구경기.

trận đánh
쩐 단
combat, engagement, battle [명] = trận chiến 전투.

trận đấu
쩐 더우
match, competition, contest [명] 경쟁, 경기, 시합.

trận địa
쩐 디아
battlefield, war position [명] 싸움터.

trận đòn
쩐 던
whipping, thrashing [명] 타작, 채찍질.

trận tuyến
쩐 뚜웬
front line, firing line [명] 전선.

trận vong 쩐 봄	die in battle [명] 전쟁에서 죽음, 전사.
trâng tráo 쩡 짜오	barefaced, impudent, shameless [형] 뻔뻔스러운, 파렴치한. ✽ bộ mặt trân tráo → 뻔뻔스러운 얼굴.
trật 쩓	run off, miss, fail [동] (관절 따위가) 어긋나다, 궤도에서 벗어나다. ✽ trật khớp xương → 관절이 어긋나다. ✽ xe lửa trật đường ray → 기차가 철로에서 벗어나다.
trật lất 쩓 럳	be all wrong [형] 다 잘못된, 그릇된. ✽ nói trật lất! → 모두 잘못 말하다!
trật tự 쩓 뜨	order, orderly [형] 질서.
trâu 쩌우	buffalo [명] (동물) 버팔로, 물소.
trấu 쩌우	rice husk [명] 쌀겨.
trầu 쩌우	betel [명] 빈랑나무의 잎.
trây 쩌이	brazen-faced, shameless [형] 철면피의, 뻔뻔한.
trây lười 쩌이 르어이	lazy, idle, bone-lazy [형] 게으른.
trầy 쩌이	to graze, scratch, scrape [자] 긁다, 할퀴다. ✽ bị trầy đầu gối → 무릎이 긁히다.
trầy trật	to have great difficulty [동] 고생하

쩌이 쩓	다, 수고하다. ✳ làm trầy trật cả ngày cũng không xong → 하루종일 고생했는데도 아직 안끝나다.
trẩy hội 쩌이 호이	*to go on a pilgrimage* [동] 긴 여행을 가다, 순례 여행을 떠나다.
tre 쨰	*bamboo* [명] 대(나무).
trẻ 쨰	*young* [형] 젊은, 연소한, 어린. ✳ trẻ người non dạ → 젊고 미숙한. ✳ trẻ mãi không già → 늙지않다, 불로하다.
trẻ con 쨰 꼰	*child, children* [명] 아이들, 아동, 어린이.
trẻ măng 쨰 망	*very young* [형] 매우 어린.
trẻ sinh đôi 쨰 신 도이	*twins* [명] 쌍둥이.
trẻ sơ sinh 쨰 서 신	*newborn baby* [명] 신생아.
trẻ thơ 쨰 터	*very young child* [명] 매우 어린 아이.
trẻ trung 쨰 쭘	*youthful* [형] 젊음의.
treo 쨰오	*to hang, to suspend* [동] 달다, 걸다, 달아매다. ✳ treo cờ trong ngày lễ Quốc khánh → 국경일에 국기를 달다. ✳ anh ta bị tòa xử 3 tháng tù treo → 그는 3개월 집행 유예를 선고 받다.

treo giò 째오 지오(여)	to suspend (a soccer player) [동] (축구선수에게) 벌하다, 경기를 못 뛰게 하다.
tréo 째오	cross [형] 교차한. ✻ hai tay tréo sau lưng → 두팔을 등뒤로 교차하다.
trèo 째오	to climb [동] 오르다, 타다. ✻ trèo cây hái trái → 나무에 올라 열매를 따다.
trẹo 째오	be askew, be twisted, be wry [자] = trặc 삐다. ✻ bị trẹo tay → 손을 삐다.
trét 쩯	plaster, caulk, daub [동] 바르다. ✻ trét xi măng cho kín → 시멘트를 발라 단단히 하다.
trề 쩨	purse, pout (one'slips) [동] 입을 삐쭉 내밀다, 뾰루퉁하다. ✻ trề môi khinh bỉ → 입을 삐쭉내밀고 있어 무시하는것처럼 보이다.
trễ 쩨	1/ be late, tardy [형] 늦은. ✻ cô ấy luôn trễ hẹn! → 그녀는 언제나 약속에 늦는다! 2/ slow [형] 천천한, 늦은. ✻ đồng hồ tôi trễ 5 phút → 내 시계는 5분 늦는다.
trễ hạn 쩨 한	overdue, delinquint [형] 기한에 늦은.
trễ hẹn 쩨 핸	to miss (break) an appointment [동] 약속에 늦다, 약속을 깨다.
trễ nải 쩨 나이	be sluggish, behind [형] 게을리하는.

	✻ trễ nải việc học hành → 학업을 게을리하다.
trệch 쩻	*be slanted, deviate, miss (target)* [형] 빗나간, 놓친.
trên 쩬	**1/** *up, on* [형] …의 위에, …에. ✻ cuốn sách để trên bàn → 책상 위에 책을 두다. **2/** *over, higher, upper, superior* [형] (범위) …이상, …을 넘어서. ✻ cái quần jean này giá trên 1 triệu đồng → 이 청바지는 가격이 백만동을 넘는다.
trên dưới 쩬 으어이	**1/** *high and low* [형] 위아래의. **2/** *about, round* [형] 대략의, 둘레의. ✻ giá tiền trên dưới 700USD cho mỗi chuyến bay → 모든 비행 가격이 700달러 안팎이다.
trêu 쩨우	*to tease, annoy* [동] 괴롭히다, 귀찮게 하다.
trêu chọc 쩨우 쫍	*nettle* [동] = **trêu ghẹo** 놀리다, 괴롭히다.
trêu ngươi 쩨우 응으어이	*to provoke, tantalize* [동] = trêu gan 화나게 하다, 괴롭히다.
trêu tức 쩨우 뜩	*to provoke, to irritate, to anger* [동] 화나게 하다, 짜증나게 하다.
trệu trạo 쩨우 짜오	*chew briefly* [형] 우물우물, 질겅질겅. ✻ nhai trệu trạo → 우물우물 씹다.
tri âm 찌엄	*(be an) understanding friend* [명] = **tri kỷ** 친한 친구.

tri ân 찌 언	*grateful* [형] 감사하는, 고마워하는.
tri thức 찌 특	*knowledge* [명] 지식, 학식.
trí 찌	*mind, intelligence, wisdom* [명] 학문, 지식, 박식.
trí dục 찌 읍	*Intellectual education* [명] 지적인 교육.
trí khôn 찌 콘	*mind, intelligence* [명] 지혜, 총명.
trí lực 찌 륵	*mental power, intellect* [명] 지력.
trí nhớ 찌 녀	*memory* [명] 기억, 기억력.
trí óc 찌 옵	*brain, intellect, mind* [명] = trí não 지력, 두뇌.
trí thức 찌 특	*intellectual* [명] 지식. ✷ dân trí thức → 지식인.
trí tuệ 찌 뚜에	*brainpower, understanding* [명] 지력, 지능, 지식, 이해.
trì độn 찌 돈	*dull, mentally retarded* [형] (사람) 머리가 나쁜, 우둔한, 이해력이 둔한.
trì hoãn 찌 호안	*to delay* [동] …을 연기하다, 지연하다. ✷ không thể trì hoãn được nữa → 더 이상 연기 할수 없다.
trì trệ 찌 쩨	*slow, sluggishness, stagnate* [형] 지체하다.
trĩ 찌	**1/** *pheasant* [명] (동물학) = con gà lôi / chim trĩ 꿩.

	2/ *haemorrhoids* [명] (의학) 치질.
trị 찌	*to treat, cure, prescribe* [동] 치료하다. ✳ trị bệnh → 병을 치료하다.
trị an 찌 안	*public order, maintain order* [명] 치안.
trị giá 찌 지아(야)	*to cost, estimate, value* [자] 평가하다, 가치를 매기다.
trích 찟	*to deduct, draw, extract* [동] 인출하다. ✳ trích tiền quỹ mua → 구입을 위해 돈을 인출하다.
trích dẫn 찟 년	*to quote* [동] 인용하다.
trích đoạn 찟 도안	*extract* [명] 인용, 발췌.
trích lục 찟 룹	① *a copy* [명] 사본, 복사물. ② *copy* [자] (…을) 베끼다, 복사하다. ✳ bản trích lục khai sinh → 출생증명서 사본.
trịch thượng 찟 트엉	*patronizing, condescending* [형] 오만한, 거만한. ✳ ăn nói trịch thượng → 오만하게 말하다.
triền miên 찌엔 미엔	*interminable* [형] 끝없는. ✳ đói kém triền miên → 끝없는 기근.
triển lãm 찌엔 람	**1/** *to exhibit* [동] 전시하다, 전람하다. **2/** *exhibition* [명] 전람.
triển vọng	*prospect, promise*

triển vọng
찌엔 봄
[명] 가망, 전망, 기대, 장래성.
* có nhiều triển vọng tốt → 장래성이 있다.

triết học *philosophy* [명] 철학.
찌엔 홉

triết gia *a philosopher* [명] 철학자.
찌엔 지아(야)

triết lý *philosophize* [자] 철학적으로 사색하다, 이론을 세우다.
찌엔 리

triệt *to suppress, exterminate, remove* [동] 제거하다, 근절하다.
찌엩

triệt để *hard-line, absolute, strict, thorough* [형] 철저한, 완전한.
찌엩 데
* tin tưởng triệt để → 철저하게 믿다.

triệt hạ *to wipe down, to eradicate* [동] 근절하다.
찌엩 하

triều *tide, flood* [명] = thủy triều 홍수, 범람.
찌에우

triều cường *flood-tide* [명] 밀물.
찌에우 끄엉

triều đại *dynasty, reign* [명] 왕조.
찌에우 다이

triều đình *court* [명] 조정.
찌에우 딘
* triều đình nhà Nguyễn → 응우웬 가의 조정.

triệu *million* [명] 백만.
찌에우
* triệu phú → 백만장자.
* một triệu đồng → 백만동.

triệu chứng *symptom, sign, indication* [명] 조짐, 징조, (병의) 증후.
찌에우 쯩

triệu tập 찌에우 떱	*convene, convoke* [동] 소집하다, 회합하다.
trinh 찐	*virgin, chaste* [형] 처녀의, 순결한. ✽ trinh nữ → 순결한 여자.
trinh sát 찐 싼	*to spy, scout* [동] 염탐하다, 정찰하다.
trinh thám 찐 탐	*detective* [형] 탐정의. ✽ tiểu thuyết trinh thám → 탐정소설.
trinh tiết 찐 띠엔	*virginity* [명] 처녀, 동정, 미경험.
trình 찐	*to show, present, refer* [동] 제시하다, 제출하다.
trình bày 찐 바이	*to state, to present* [동] 진술하다, 제출하다, 내놓다.
trình diễn 찐 이엔	*to play, perform, interpret* [동] 공연 하다, 연기하다.
trình diện 찐 이엔	*to present oneself, to report* [동] 보고하다, 본인이 나타나다.
trình độ 찐 도	*skillful, talented, level, standard* [명] 정도, 진도, 수준, 규격.
trịnh trọng 찐 쫌	*formal, solemn, stately, ceremonial* [형] 엄숙한, 무게있는, 정중한.
trìu mến 찌우 멘	*tender, tenderly (love), loving* [동] 사랑 스럽다. ✽ ánh mắt trìu mến → 사랑스런 눈빛.
trĩu 찌우	*laden, heavy* [형] = nặng trĩu 무거운. ✽ cây trĩu quả → 열매로 무거운 나무.
tro	*ash* [명] 재, 화산재.

쪼 　　　　　　　　＊ tro hỏa táng (ashes) → 재.

trò
쪼 　　　　　　　　**1/** *pupil, schoolboy, schoolgirl*
　　　　　　　　　[명] (남녀) 학생.
　　　　　　　　　2/ *trick* [명] 장난, 오락, 계교.
　　　　　　　　　＊ bày ra đủ các trò vui chơi → 재미있는 놀이들을 충분히 보여주다.

trò chơi 　　　*game* [명] 놀이, 오락, 게임.
쪼 저이

trò chuyện 　　*to talk, to converse with sb.*
쪼 쭈웬. 　　　　　[동] 이야기하다.

trò cười 　　　*jest, joke, fun* [명] 재미, 농담.
쪼 끄어이

trò đùa 　　　*laughing-stock, joke, child's play*
쪼 두아 　　　　　[명] 농담, 아이들 놀이.

trò hề 　　　　*farce, buffoonery, antics*
쪼 헤 　　　　　　[명] 익살, 익살스러운 짓.

trò khỉ 　　　*monkey-shine, monkey-business*
쪼 키 　　　　　　[명] 짓궂은 장난, 놀림, 희롱.

trò trống 　　*significant action*
쪼 쫌 　　　　　　[명] 의미있는 행동.
　　　　　　　　　＊ lớn đầu mà chẳng làm được trò trống gì cả → 머리만 커서 의미있는 행동은 하나도 못한다.

trọ 　　　　　*lodge in, to board with sb.*
쪼 　　　　　　　[동] ở tạm nhờ nhà người khác

tróc 　　　　*to scale off, rub off* [자] 벗겨지다.
쫍 　　　　　　　＊ chiếc xe bị tróc sơn → 차가 칠이 벗겨지다.

tróc nã 　　　*to trace, hunt for, track down*
쫍 나 　　　　　[동] 추적해서 잡다.

trọc 쫍	*shaven, bare* [형] 깎은, 면도한, 발가벗은. ✳ đầu trọc → 대머리.
trọc lốc 쫍 롭	*clean shaven* [형] 깨끗이 깎은. ✳ đầu trọc lốc → 깨끗이 민 머리.
trói 쪼이	*to blind, tie, truss* [동] 묶다. ✳ trói chặt chân tay → 손발을 꽁꽁 묶다.
trói buộc 쪼이 부옥	*to blind, be fettered* [동] = ràng buộc 묶다, 족쇄를 채우다. ✳ phụ nữ ngày nay không còn bị trói buộc vào công việc gia đình → 요즘 여성들은 더 이상 가정일에 묶여있지 않는다.
tròn 쫀	**1/** *round, circular* [형] 원형의, 둥근. ✳ cô ta có khuôn mặt tròn → 그녀는 둥근 얼굴이다. **2/** *full, complete, whole* [형] 완전한, 완성된. ✳ làm tròn trách nhiệm → 책임을 완수하다.
tròn trịa 쫀 찌아	*plump round* [형] 포동포동한, 토실토실한.
tròn trỉnh 쫀 찐	*buxom, plump* [형] 통통한, 포동포동한. ✳ thân hình tròn trỉnh → 통통한 체형.
tròn xoe 쫀 쎄에	*round* [형] 매우 둥근, 동그란. ✳ đôi mắt tròn xoe ngạc nhiên → 놀라서 눈이 동그래지다.
trọn	*full, complete, all, entire*

쫀 [형] 완전한, 전부의.
* giữ trọn lời thề → 서약을 전부 지키다.

trọn vẹn *completely full, whole*
쫀 벤 [형] 완전히, 전부, 전체적으로.

trong **1/** *in, inside*
쫌 [부] …에, …안, …안(쪽)에.
2/ *among, within*
[부] ~사이에, ~이내에.
* tôi sẽ đi Pháp trong năm nay → 나는 올해안에 프랑스에 갈것이다.
* trong số học sinh giỏi có cháu tôi → 우등생중에 내 조카가 있다.
3/ *clear, pure* [형] (물질이) 불순물이 없는, 흠이 없는, 순수한.
* nước suối trong → 맑고 깨끗한 물.

trong lành *fresh* [형] 맑은, 상쾌한.
쫌 란
* không khí nơi đây rất trong lành → 여기의 공기가 참 맑다.

trong sạch *clean* [형] 청결한, 깨끗한.
쫌 삿

trong sáng *pure, clean* [형] 맑은, 순수한.
쫌 상
* cặp mắt trong sáng → 맑은 두눈.

trong suốt *transparent* [형] 투명한.
쫌 수옫

trong trắng *pure, chaste* [형] 순결한.
쫌 짱
* một tâm hồn trong trắng → 순결한 영혼.

trong trẻo *very clear* [형] 맑은.
쫌 째오
* bầu trời trong trẻo → 맑은 하늘.

※ giọng nói trong trẻo → 맑은 목소리.

trong vắt
쫑 받

limpid, crystal clear
[형] = trong veo 맑은, 투명한.
※ nước trong vắt → 맑고 투명한 물.

tròng
쫑

eyeball [명] 알.
※ bánh này làm bằng tròng đỏ trứng gà → 이 빵은 계란 노른자로 만들었다.

trọng
쫑

think highly of, hold in esteem [동] 존경하다, 중요하게 여기다.
※ coi trọng tình nghĩa → 정의를 중시하다.

trọng dụng
쫑 융

put in an important position [동] 중용하다, 중요한 지위에 임용하다.
※ trọng dụng nhân tài → 인재를 중용하다.

trọng đãi
쫑 다이

treat well [동] 후히 대접하다.

trọng đại
쫑 다이

important, great, major, significant
[명] 중대한, 중요한.

trọng điểm
쫑 디엠

main point [명] 중점.

trọng lượng
쫑 르엉

weight [명] 중량.

trọng pháo
쫑 파오

heavy-guns [명] 중포.
※ địch bắn trọng pháo vào khu dân cư → 적이 민간지역에 중포를 쏘다.

trọng tài
쫑 따이

referee, umpire [명] (축구) 주심, 심

쫌 따이	판인(원), 중재자.
trọng tài biên 쫌 따이 비엔	*linesman* [명] (축구) 선심(線審).
trọng tải 쫌 따이	*load, tonnage, carrying capacity* [명] 적재량.
trọng tâm 쫌 떰	*centre of gravity, focus* [명] 중심.
trọng thể 쫌 테	*solemn* [형] 정식의, 엄숙한, 중대한.
trọng thưởng 쫌 트엉	*to reward generously* [동] 후하게 보답하다, 큰 상을 주다.
trọng trách 쫌 짯	*great / heavy responsibility* [명] 중책, 무거운짐.
trọng vọng 쫌 봄	*highly respect* [형] 존경하는. ✽ ông ấy được mọi người trọng vọng → 그는 모든 사람들의 존경을 받다.
trọng yếu 쫌 이에우	*essential* [형] 매우 중요한.
trót 쫃	*by mistake* [형] 잘못한, 실수한. ✽ trót hứa thì phải làm → 실수로 한 약속도 반드시 이행해야 한다.
trót dại 쫃 야이	*have been foolish to do sth wrong* [동] 어리석게 실수하다.
trót lọt 쫃 론	*smoothly, without a hitch* [형] 부드럽게, 매끄럽게. ✽ chở hàng lậu đi trót lọt → 밀수품을 순조롭게 운반하다.
trổ 쪼	*to stare, goggle (round eyed)* [동] (눈을) 동그랗게 뜨다, 말똥말똥 보다.

✷ trố mắt ra nhìn ngạc nhiên → 놀라서 눈을 동그랗게 뜨고 보다.

trổ
쪼

1/ *carve* [동] 조각하다.
2/ *burst, open, display, cut* [동] 파열하다, 열다, 전시하다, 자르다.
✷ trổ cửa sổ nhìn ra vườn → 창문을 열고 정원을 보다.
3/ *sprout, shoot, blossom*
[동] 발아하다, 꽃이 피다.
✷ cây lúa trổ bông → 벼 꽃이 피다.

trốc
쫍

lift up, raise, upturn, root up
[동] 전복시키다, 뿌리채 뽑다.
✷ bão thốc trốc mái nhà → 폭풍이 지붕을 날려버렸다.

trôi
쪼이

1/ *to drift, be afloat, pass*
[동] 표류하다, 흐르다.
✷ bị nước cuốn trôi → 물에 쓸려가다.
2/ *pass, to fly*
[동] (시간이) 지나다, 경과하다.
✷ thời gian trôi qua thật nhanh → 시간이 정말 빠르게 흘러간다.

trôi chảy
쪼이 짜이

1/ *fluent* [형] 유창한 *fluently*
[부] 유창하게, 우아하게.
✷ nói tiếng Việt trôi chảy → 유창하게 베트남어로 말하다.
2/ *flowing, smooth* [형] 매끄러운, 순조로운, 흐르는 듯한.
✷ công việc trôi chảy → 순조로운 일.

trôi dạt

drift [자] 표류하다, 떠내려가다, 흘

쪼이 얏 러가다.

trôi nổi
쪼이 노이
1/ *be adrift, drift about*
[동] 표류하다, 떠서 흘러가다.
2/ *no source, no stock*
[형] (물건) 생산지를 알수 없는.
＊ hàng trôi nổi → 생산지를 알수 없는 물건.

trối
쪼이
leave one's last recommendations
[동] = trối trăng 유언하다.
＊ chết không kịp trối → 유언도 못하고 죽다.

trồi
쪼이
to emerge, to resurface
[동] 수면에 떠오르다.

trỗi
쪼이
to rise, stand up [동] 일어나다, 발생하다.

trỗi dậy
쪼이 여이
rise up, flare up [동] = vùng dậy 일어서다, 일어나다, 발생하다

trội
쪼이
surpass, dominate, predominate
[형] ① 뛰어난, 우수한, 빼어난 ② 더 많은, 증가된.

trộm
쫌
1/ *to steal* [동] 훔치다, 슬쩍하다, 몰래가지다.
＊ lấy trộm đồ đạc → 물건을 훔치다.
2/ *stealthy* [형/부] = lén 남몰래 하는, 은밀한, 은밀히.

trộm cắp
쫌 깝
thief, robber, steal, theft
[명] (사람) 도둑. [동] 훔치다.

trộm cướp
쫌 끄업
pillager, plunderer
[명] (사람) 도둑과 강도.

trông
1/ *to look* [동] 보다, 바라보다.

쫌	✱ ăn trông nồi, ngồi trông hướng (속담) → 먹을땐 솥을 보고 앉을땐 앞을 보다. 2/ *look after* [동] 보살피다, 돌보다. ✱ trông em cho mẹ đi chợ → 어머니가 시장에 가시게 동생을 돌보다.
trông cậy 쫌 꺼이	*to depend on* [동] 바라다, 의지하다. ✱ trông cậy vào sự giúp đỡ của bạn bè → 친구의 도움을 바라다.
trông chờ 쫌 쩌	*to expect* [동] 기대하다.
trông chừng 쫌 쯩	*take care, look after, it seem that..* [동] 돌보다.
trông coi 쫌 꼬이	*to manage, to watch* [동] 지키다, 감시하다. ✱ trông coi nhà cửa → 집을 지키다.
trông đợi 쫌 더이	*to expect, long for* [동] = trông chờ 기대하다.
trông mong 쫌 몸	*long for, expect, to look forward to* [동] 기대하다, 바라다. ✱ trông mong vào đồng tiền trợ cấp → 보조금을 기대하다.
trông ngóng 쫌 응옴	*to wait for* [동] 기다리다.
trông nom 쫌 놈	*to look after, to take care of* [동] 보살피다, 돌보다, 지키다, 보다. ✱ trông nom cha mẹ già → 늙으신 부모님을 보살피다.
trống 쫌	**1/** *drum* [명] 북, 드럼. ✱ đánh trống → 북을 치다.

✱ tiếng trống trường vang lên → 학교 종소리가 울려퍼지다.

2/ *cock, male*

[형] (알낳는 동물) 수컷.

✱ con gà trống → 수탉.

3/ *empty, unoccupied*

[형] (공간 따위가) 빈, 차지않은.

✱ còn phòng trống không? → 빈방 있습니까?

✱ điền vào chỗ trống → 빈자리를 채우다.

trống không
쫑 콤

empty, unaddressed

[형] 완전히 빈, 텅빈.

✱ trẻ con mà nói trống không với người lớn là vô lễ → 어른에게 말을 하지않는 것은 무례다.

trống lãng
쫑 랑

to escape giving an honest answer

[동] 화제를 바꿔 대답을 회피하다.

✱ đánh trống lãng, không chịu trả lời thẳng vào vấn đề → 말을 바꾸어 문제에 직접 대답하지 않다.

trống rỗng
쫑 롬

empty, hollow [형] 빈.

✱ đầu óc trống rỗng → 텅빈 머리.

trống trải
쫑 짜이

1/ *exposed, empty* [형] 드러난, 노출된, 빈.

✱ địa thế trống trải dễ thâm nhập → 드러난 지형은 침입하기 쉽다.

2/ *desolate*

[형] 쓸쓸한, 외로운, 텅빈.

✱ cảm thấy trống trải trong lòng → 마음이 텅 빈 것 같다.

trống trơn 쫌 쩐	*perfect empty* [형] 빈.
trống vắng 쫌 방	*void, desolate* [형] 황폐한, 버려진, 사람이 살지않은. ✻ tâm hồn trống vắng → 황폐한 영혼.
trồng 쫌	*to plant, grow, cultivate* [동] 심다, 재배하다, 기르다. ✻ trồng hoa → 꽃을 재배하다.
trồng răng 쫌 랑	*to get a false tooth* [동] 의치를하다.
trồng trọt 쫌 쫃	*to till, farm, cultivate* [동] 경작하다, 기르다, 심다.
trơ 쩌	1/ *shameless, brazen-faced* [형] 뻔뻔한, 수치를 모르는. 2/ *powerless, motionless* [형] 무력한, 움직임이 없는. ✻ ngồi trơ như pho tượng → 동상처럼 움직임없이 앉아있다.
trơ tráo 쩌 짜오	*bold-faced, impudent* [형] 뻔뻔스러운, 염치없는. ✻ ăn nói trơ tráo → 염치없이 말하다.
trơ trẽn 쩌 짼	*shameless* [형] 파렴치한, 뻔뻔한. ✻ bộ mặt trơ trẽn đáng ghét → 미움받을 만한 뻔뻔한 얼굴.
tơ trọi 쩌 쪼이	*lonely* [형] 외로운, 쓸쓸한. ✻ nhà ở trơ trọi giữa cánh đồng → 들판 가운데 집이 쓸쓸히 있다. ✻ sống trơ trọi 1 mình → 홀로 외롭게 살다.
trơ trơ	*motionless, immovable, shameless*

쩌 쩌	[형] 움직이지않는, 수치를 모르는. ✱ bị phê bình mà vẫn cứ trơ trơ ra → 비난을 받아도 여전히 수치를 모른다.
trơ trụi 쩌 쭈이	*nude, denuded, bare* [형] 벌거벗은. ✱ cành cây trơ trụi không còn 1 cái lá → 한 잎도 안남은 벌거벗은 나뭇가지.
tró 쩌	*to divert the conversation* [동] 대화의 화제를 바꾸다.
tró trêu 쩌 쩨우	*whimsical, capricious* [형] 변덕스러운, 별난. ✱ số phận tró trêu → 별난 운명.
trở 쩌	*to turn, to change* [동] 돌다, 바꾸다,
trở chứng 쩌 쯩	*to change one's conduct* [동] 나쁜쪽으로 행동을 바꾸다.
trở lại 쩌 라이	*to return, come back, get back* [동] 되돌아가다, 돌아오다.
trở lực 쩌 륵	*hindrance, obstacle* [명] 방해, 장애. ✱ vượt qua mọi trở lực → 모든 장애를 지나다.
trở mặt 쩌 맏	*to make a u-turn, change about* [동] 변하다, 돌변하다. ✱ trở mặt nói xấu bạn → 돌변하여 친구를 험담하다.
trở nên 쩌 넨	*turn, become* [동] ...하게 되다. ✱ sau khi đi mỹ viện về, cô ấy đã trở nên xinh đẹp → 미용실에 다녀온 후로 그녀는 예뻐졌다.

✲ tình hình trở nên sáng của hơn → 환경이 더 부유하게 되다.

trở ngại
쩌 응아이
obstacle, barrier, roadblock [명/형] 장애, 방해, 장애가 되다, 방해받다.
✲ làm trở ngại giao thông → 교통에 방해가 되다.

trở thành
쩌 탄
turn into, become [동] ...이 되다.
✲ trở thành một nhân vật nổi tiếng → 유명한 인물이 되다.

trở về
쩌 베
to return, come back
[동] 돌아오다, 돌아가다.
✲ tôi trở về nhà sau khi làm xong công việc → 일이 끝난후에 나는 집으로 돌아오다.

trợ cấp
쩌 껍
to subsidize
[동] 보조금을 지급하다.

trợ động từ
쩌 돔 뜨
auxiliary verb [명] 보조동사.

trợ giúp
쩌 이웁
to aid, assist, help
[동] 조력하다, 돕다.

trợ lý
쩌 리
personal assistant [명] 조수, 보조.
✲ trợ lý giám đốc → 사장 보조.

trợ lực
쩌 륵
lend assistance to, reinforce
[동] 조력하다, 지원하다.

trời
쩌이
1/ *sky, heaven* [명] 하늘, 창공.
2/ *weather* [명] 날씨, 일기.
✲ vì trời mưa nên đến trễ → 비가 와서 늦게 도착하다.
✲ hôm nay trời lạnh, phải mặc thêm áo vào → 오늘 날씨가 추우니 반드시 옷을 더 입어야 한다.

trơn 쩐	*smooth, even, slippery* [형] 매우 미끄러운. ✶ sàn nhà rất trơn → 매우 미끄러운 바닥.
trơn tru 쩌 쭈	*smoothly* [부] 매끄럽게, 유창하게. ✶ trả lời trơn tru → 유창하게 대답하다.
trớn 쩐	*impetus, momentum* [명] 힘, 추진력, 운동량. ✶ làm mất trớn → 힘을 잃다.
trợn 쩐	*to glower* [동] (눈을) 동그랗게 뜨다, (눈이) 휘둥그레지다. ✶ trợn tròn mắt ra nhìn → 눈을 동그랗게 뜨고 쳐다보다.
tru 쭈	*yell, howl* [동] 크고 긴 소리로 짖다. ✶ chó tru lên từng hồi → 매번 개가 크고 길게 짖다.
tru tréo 쭈 째오	*to scream* [동] 소리치다. ✶ tru tréo lên cho cả xóm nghe → 모든 이웃이 듣도록 소리치다.
trú 쭈	*to take refuge or shelter* [동] 피하다, 피난하다. ✶ trú mưa dưới gốc cây → 잠시 나무아래서 비를 피하다.
trú ẩn 쭈 언	*take shelter from danger* [동] 대피하다. ✶ vào hang trú ẩn → 동굴로 대피하다.
trú chân 쭈 쩐	*to stop, take shelter* [동] 잠시 멈추다, 피난하다.
trú ngụ	*to reside* [동] 주재하다.

쭈 응우	✻ xin trú ngụ ở nước ngoài → 외국주재을 신청하다.
trú quán 쭈 꾸안	*permanent address, place of residen-ce* [명] 거주지. ✻ trú quán ở Seoul → 서울의 거주지.
trù 쭈	*estimate beforehand* [동] = dự trù 미리 계산하다, 견적하다.
trù ếm 쭈 엠	*to give sb. a dressing down* [동] 호되게 꾸짖다.
trù bị 쭈 비	*to prepare* [동] 미리 준비하다.
trù dập 쭈 덥	*to bully, repress, victimize* [동] 부당하게 대우하다, 학대하다, 괴롭히다. ✻ trù dập người tố cáo → 고소인을 괴롭히다.
trù mật 쭈 먿	*dense, close, thick* [형] 밀집한.
trù phú 쭈 푸	*populous and rich* [형] 인구가 조밀하고 부유한. ✻ vùng đất trù phú → 인구가 조밀하고 부유한 땅.
trù tính 쭈 띤	*to plan* [동] = trù liệu 계획하다, 미리 계산하다.
trù trừ 쭈 쯔	*to hesitate* [형] 망설이는, 주저하는. ✻ trù trừ mãi rồi mới quyết định → 계속 망설였다가 이제야 결정했다.
trụ 쭈	**1/** *pillar* [명] 기둥. **2/** *hold on to (a position)* [동] = bám trụ 주둔하다.

✻ cho 1 tiểu đội trụ lại để đánh địch → 적을 치기위해서 한 소대를 주둔시키다.

trụ cột
쭈 꼿
pillar [명] 기둥.
✻ bố là trụ cột của gia đình → 아버지는 가정의 기둥이다.

trụ sở
쭈 서
head office, seat
[명] 연락처 사무소, 주소, 위치.

truất
쭈얻
to dismiss, to fire [동] 권한이나 권리를 미리 버리다. 박탈당하다, 파면되다.
✻ bị truất quyền thi đấu do phạm lỗi → 실수로 인하여 시험 자격을 박탈당하다.

trúc
쭙
reed, small bamboo, invory bamboo
[명] 대나무.

trục
쭙
1/ *axle, axis, roller* [명] 굴대, 지축.
✻ trục bánh xe → 바퀴 축.
2/ *to drive out*
[동] 기중기로 들어올리다.

trục lợi
쭙 러이
seek self interest
[동] 이익을 챙기다.

trục trặc
쭙 짝
to break-down, to have problem
[동] 쇠약해지다, 문제가 생기다, 어려움에 부딪히다.

trục xuất
쭙 쑤얻
to expel, deport [동] 추방하다.

trụi
쭈이
be denuded of, be cleaned out
[형] 벌거벗겨진, 깨끗한.
✻ hai con gà chọi nhau trụi cả đầu → 두마리의 닭이 서로 싸워 머리의

털이 다 빠졌다.
* nhà cửa cháy trụi → 집이 홀라당 다 타버렸다.

trùm
쭘
1/ *chieftain, godfather, lord*
[명] 두목, 대부.
* bắt được tên trùm buôn lậu → 밀수업자 두목을 붙잡다.
2/ *to cover* [동] 덮다.
* trùm mền → 이불을 덮다.

trung
쭘
1/ *medium, middle* [형] 중간 (정도), 중위(中位), 중용, 중앙의, 중간의.
2/ *loyalty* [형] = trung can 충성, 충의.

trung bình
쭘 빈
mean, average, medium [형] 보통의, 평균의, 평균한, 평균.

trung cấp
쭘 껍
middle-ranking
[형/명] 중급, 중급의.

trung du
쭘 유
midland [명] 중부 지방, 내륙부.

trung gian
쭘 지안(이안)
intermediate [형] 중간의(에 있는), 개재하는, 중급의.

trung hậu
쭘 허우
faithful, true, loyal and grateful
[형] 충실한.

trung hiếu
쭘 히에우
loyal [명] 충절, 충효.

trung học
쭘 홉
secondary education [명] 중고등학교.

trung kiên
쭝 끼엔
firm and loyal
[형] 충성스러운, 충신의.

trung lập
neutral [형] 중립의.

쭘 립   ✳ quốc gia trung lập → 중립국가.

trung lưu   *middle-class* [형] 중류의, 중급의.
쭘 르우   ✳ thuộc giai cấp trung lưu → 중류계급에 속하다.

trung niên   *middle-aged* [명] 중년.
쭘 니엔

Trung quốc   *China* [명] 중국.
쭘 꾸옥

trung sĩ   *sergeant* [명] (군사) 중사.
쭘 시

trung tá   *lieutenant-colonel* [명] (군사) 중좌.
쭘 따

trung tâm   *center* [명] 중심.
쭘 떰

trung thành   *faithful* [형] 독실한, 충실한.
쭘 탄

trung thu   *mid-autumn* [명] 중추(中秋).
쭘 투

trung thực   *honest, righteous* [형] 정직한, 바른.
쭘 특

trung tín   *loyal, faithful, constancy* [형] 충신의, 충성의.
쭘 띤

trung tính   *neuter, asexual* [형] 중성(中性)의.
쭘 띤

trung tuần   *second ten days of month, midmonth* [명] 중순(中旬).
쭘 뚜언

trung tướng   *lieutenant-general* [명] (군사) 중장.
쭘 뜨엉

trung úy   *(first) lieutenant* [명] (군사) 중위.
쭘 위

trung ương 쭘 으엉	*central* [명] 중앙.
trúng 쭘	*to win, gain, hit, catch* [형] 이기다, 승리하다, 얻다, 붙들다.
trúng cử 쭘 끄	*be elected* [자] 당선되다.
trúng độc 쭘 돕	*be poisoned* [자] 중독되다.
trúng độc đắc 쭘 돕 닥	*to win the first price* [동] 일등에 당선되다.
trúng số 쭘 소	*to win the lotery* [동] 복권에 당첨되다.
trúng thực 쭘 특	*to have indigestion* [동] = bội thực 소화가 안되다, 소화불량이 되다.
trúng tủ 쭘 뚜	*to hit (at an examination)* [동] (시험에서) 예상이 맞아떨어지다.
trúng tuyển 쭘 뚜웬	*to be admitted, be successful* [동] 합격하다, 선출되다. ✱ trúng tuyển vào đại học → 대학에 합격하다.
trúng ý 쭘 이	*to please, satisfy* [동] = vừa ý 만족하다.
truồng 쭈옴	*nude, unclothed* [형] 벌거벗은. ✱ cởi truồng đi ngoài đường → 벌고벗고 밖으로 나가다.
trút 쭏	*to pour into (down)* [동] 쏟다, 토해내다, 벗어나다. ✱ trút hơi thở cuối cùng → 마지막 숨을 토하다. ✱ trút gánh nặng → 무거운 짐에서

벗어나다.

trút bỏ
쭌 보
to doff [동] 벗다, 벗어버리다.
※ trút bỏ hết mọi oán thù → 모든 원한을 벗어버리다.

trút giận
쭌 이언
to venge one's rage (upon)
[동] ~에게 화를 쏟아붓다.

truy
쭈이
pursue, try to find [동] = truy nã, truy tìm 추적하다, 찾다, 뒤지다.
※ truy cho ra sự thật → 사실을 찾다.
※ truy nã kẻ tội phạm → 범인을 추적하다.

truy cập
쭈이 껍
to access [동] (컴퓨터) 접근하다.

truy cứu
쭈이 끄우
to investigate
[동] 조사하다, 추구하다.

truy điệu
쭈이 디에우
to commemorate [동] 추도하다
※ làm lễ truy điệu cho người chết
→ 죽은 사람의 추도식을 하다.

truy hỏi
쭈이 호이
to question, interogate
[동] 신문하다

truy lãnh
쭈이 란
to get back pay [동] 되갚음하다.

truy lùng
쭈이 룸
to hunt down [동] 뒤쫓다.
※ truy lùng tung tích tên tội phạm
→ 범인의 흔적을 뒤쫓다.

truy lục
쭈이 룹
to search, to look for [동] 찾다.

truy nã
쭈이 나
to hunt, seek
[동] 추적하다, 찾다, 뒤지다.
※ tên cướp có vũ khí bị truy nã gắt

	gao → 무장강도가 철저히 추적당하다.
truy nguyên 쭈이 응우웬	*to trace sth. back to its source* [동] 근원을 추적하다, 조사하다.
truy phong 쭈이 퐁	*to be honoured posthumously* [동] 사후에 명예를 얻다.
truy tặng 쭈이 땅	*to award/bestow posthmously* [동] 사후에 상을 수여하다. ✻ truy tặng huân chương → 사후에 훈장을 수여하다.
truy thu 쭈이 투	*to collect (taxes) due in previous year* [동] 지난해의 지불한 세금을 수취하다.
truy tố 쭈이 또	*to sue, prosecute* [동] 고소하다, 기소하다, 소추하다.
truy xét 쭈이 쌘	*to inquiry* [동] 연구하다, 조사하다.
trụy lạc 쭈이 락	*debauched, depraved* [형] 타락한.
trụy tim 쭈이 띰	*cardiac collapse* [동] (의학) 심장이 쇠약해지다.
truyền 쭈웬	*hand down, transmit* [동] 전달하다, 전하다. ✻ cha truyền con nối → 가업을 잇다. ✻ truyền bệnh → 병을 전염하다. ✻ truyền tay nhau xem → 돌려보다.
truyền bá 쭈웬 바	*to spread, to propagate* [동] 전파하다. ✻ truyền bá tư tưởng cách mạng → 혁명사상을 전파하다.

truyền cảm 쭈웬 깜	*emotive, expressive* [형] 감정의, 감정을 나타내는. ✴ lời văn truyền cảm → 감정적인 글.
truyền đạt 쭈웬 닫	*to transmit* [동] 전달하다. ✴ truyền đạt mệnh lệnh → 명령을 전달하다.
truyền đơn 쭈웬 던	*leaflet, propaganda leaflets* [명] 전단. ✴ rải truyền đơn → 전단을 뿌리다.
truyền hình 쭈웬 힌	*television, TV.* [명] 테레비전.
truyền khẩu 쭈웬 커우	*to transmit by worth of mouth* [동] 구전하다.
truyền kiếp 쭈웬 끼엡	*hereditary, inherited* [형] 상속의, 대물림의. ✴ mối thù truyền kiếp → 대물려진 원한.
truyền nhiễm 쭈웬 니엠	*contagious, chatching* [형] 전염의. ✴ bệnh truyền nhiễm → 전염병.
truyền thanh 쭈웬 탄	*transmit by radio* [동] 라디오로 전하다, 전파하다.
truyền thần 쭈웬 턴	*to portray* [동] 초상을 그리다. ✴ bức ảnh truyền thần → 초상화.
truyền thống 쭈웬 톰	*tradition, traditional* [명/형] 전통.
truyền thụ 쭈웬 투	*to impart, transmit* [동] 전수하다.
truyền thuyết 쭈웬 투웯	*legend, story based on oral tradition* [명] 고전, 전설.
truyền tụng 쭈웬 뚱	*handed down / transmitted orally*

쭈웬 뚬	[동] 애송되다. ✻ bài thơ hay được mọi người truyền tụng → 이 시는 모든 사람들에게 애송된다.
truyện 쭈웬	*story* [명] 이야기, 소설. ✻ chuyện tiếu lâm → 우스운 이야기, 우화.
truyện cổ tích 쭈웬 꼬 띳	*legend, fairy tale* [명] 요정이야기, 동화.
truyện cười 쭈웬 끄어이	*funny story* [명] 코믹소설.
trứ danh 쯔 얀	*well-known, famous, celebrated* [형] = nổi tiếng 유명한, 잘 알려진.
trừ 쯔	**1/** *to take away, subtract, less* [동] (수학) 빼다, 공제하다. ✻ 7 trừ 2 còn 5 → 7 빼기 2는 5. **2/** *to replace* [동] 대신하다. ✻ ăn bánh mì trừ cơm → 밥대신 빵을 먹다. **3/** *deduct, eliminate* [동] 제하다, 제거하다. ✻ sau khi trừ chi phí, còn lại được bao nhiêu? → 경비를 제하고 나면 얼마가 남습니까? **4/** *except, but* [부] …을 제하고는, …외에는. ✻ ngày nào cũng được trừ thứ hai → 월요일을 제외하고는 언제나 괜찮다. ✻ ai cũng đến, trừ anh ấy → 그만 빼고 다 왔다.

trừ khử 쯔 크	*to extirpate* [동] 제거하다. ✳ trừ khử sâu bọ → 해충을 제거하다.
trữ 쯔	*to store up, keep in reserve* [동] = dự trữ 저축하다, 저장하다.
trữ tình 쯔 띤	*lyrical, lyric* [형] 서정적인. ✳ thơ văn trữ tình → 서정시.
trưa 쯔아	**1/** *noon, midday* [명] 천오, 대낮. ✳ ngủ trưa → 낮잠을 자다. **2/** *very late in the morning* [형] 늦게. ✳ cô ấy thường hay ngủ dậy trưa → 그녀는 종종 늦게 일어난다.
trực 쯕	*be on duty* [동] 의무를 지다, 임무를 맡다. ✳ trực tổn g đài đện thoại → 전화 상담의 임무를 맡다.
trực giác 쯕 지악(약)	*intuition* [명] 직관.
trực nhật 쯕 년	*be on duty for the day* [동] 일직을 하다, 당직을 하다. ✳ phân công trực nhật → 당직을 배정하다.
trực thuộc 쯕 투옥	*be directly dependent on* [동] 직속하다.
trực tiếp 쯕 띠엡	*direct, directly* [형] ① 직접적으로, 바로. ② 직접적인.
trực tính 쯕 띤	*outspoken* [명] 직설적인 성격.
trưng	*to display, show* [동] 전시하다.

쯩

trưng bày — *exhibit* [동] 진열하다, 전시하다.
쯩 바이
※ phòng trưng bày hiện vật → 유물을 전시하다.

trưng cầu — *seek a consensus, referendum* [동] 추구하다, 구하다.
쯩 꺼우
※ trưng cầu ý dân → 국민의 의견을 추구하다.

trưng dụng — *to requisition* [동] 징용하다.
쯩 융
※ trưng dụng một số nhân công → 인력을 징용하다.

trưng thu — *to confiscate* [동] 몰수하다.
쯩 투

trứng — *egg* [명] 알, 달걀.
쯩
※ luộc trứng → 달걀을 삶다.
※ trứng luộc → 삶은 달걀.

trứng nước — *budding, very young* [형] 아주 어린, 갓 태어난.
쯩 느억

trừng — *to glower, glare at* [동] 눈을 부릅 뜨다.
쯩

trừng phạt — *to punish* [동] 벌하다.
쯩 팓

trừng trị — *to punish* [동] 벌하다, 교훈하다, 정화하다.
쯩 찌

trước — *before, ahead, front, first* [명] ① 앞 서서, 앞쪽으로, 앞쪽에.
쯔억
※ trước pháp luật mọi người đều bình đẳng như nhau → 모든 사람들은 법 앞에서 평등 하다.
※ anh ta đang đứng trước cửa →

그는 물 앞에서 있다.
② 전에, 먼저, 이미.
＊ tôi đã biết trước là nó sẽ không dám đến → 나는 그가 오지 않을것을 미리 알고 있었다.

trước bạ
쯔억 바
to register [동] 기록하다, 등록하다.

trước hết
쯔억 헫
first of all, firstly
[부] = trước tiên 무엇보다도 먼저.

trước khi
쯔억 키
prior to.., previous to.., before
[부] 앞서서, 전에.
＊ trước khi đi học phải đến chào bố mẹ → 학교에 가기전에 반드시 부모님께 인사를 드리다.

trước kia
쯔억 끼아
before, formely, once
[부] 과거에는, 이전에는, 전에.
＊ trước kia nó học rất giỏi → 전에는 그가 공부를 매우 잘했다.
＊ trước kia anh ta rất nghèo → 과거에 그는 아주 가난했었다.

trước mắt
쯔억 맏
imminent, immediate, in the short term [부] 바로지금, 눈앞에.
＊ trước mắt phải làm cho xong bài toán này → 이 문제를 반드시 지금 마쳐야한다.

trước mặt
쯔억 맏
in front of.., in the present of..
[부] (바로) 앞에, 앞쪽에.

trước nhất
쯔억 녇
first of all [부] 가장, 먼저, 우선.

trước sau
쯔억 사우
before and after [형] 전후의.
＊ trước sau như một → 전후가 같다.

trườn 쯔언	to creep, to crawl [동] 기다. ✱ con rắn trườn ra khỏi hang → 뱀이 구멍에서 기어나오다.
trương 쯔영	to unflur, set up [동] 올리다. ✱ trương buồm ra khơi → 닻을 올리고 출발하다.
trướng 쯔영	swell, distend [형] 부풀다, 팽창하다. ✱ bị trướng bụng → 배가 부풀다.
trường 쯔영	1/ field, ground [명] 장(場). ✱ trường bắn → 사격장. 2/ school [명] 학교. ✱ trường mù → 맹인학교. ✱ trường mẫu giáo → 유치원. ✱ trường đại học sư phạm → 사범대학교.
trường ca 쯔영 까	long poem, epic [명] 서사지, 장시.
trường đời 쯔영 더이	university of life [명] 삶의 경험, 사회경험.
trường đua 쯔영 두아	racecourse, hippodrome [명] 경주장.
trường học 쯔영 홉	school [명] 학교.
trường hợp 쯔영 헙	case, circumstance, situation [명] 상황, 경우. ✱ tùy trường hợp mà giải quyết → 상황에 따라서 해결하다.
trường kỳ 쯔영 끼	long-term, protracted [형] 오래 끈.

trường kỳ 쯔엉 끼	*settee* [명] 긴 의자.
trường phái 쯔엉 파이	*school* [명] 파, 학파, 유파. ✷ trường phái hội họa lập thể → 입체파.
trưởng 쯔엉	*eldest, head, leader, chief* [명] 장, 대표, 리더. ✷ trưởng đoàn → 단장, 대표. ✷ trưởng nam → 장남. ✷ trưởng nữ → 장녀.
trưởng thành 쯔엉 탄	*to reach adult hood, grown up* [동] 성장하다.
trượt 쯔얻	**1/** *to slip, skid, to slide* [동] 미끄러지다 ✷ trượt cầu thang → 계단에서 미끄러지다. ✷ trượt chân té → 다리가 미끄러져 넘어지다. ✷ trượt băng → 스케이트. ✷ trượt tuyết → 스키이. **2/** *to fail (examination)* [동] = rớt (시험 따위에서) 떨어지다.
trừu tượng 쯔우 뜨엉	*abstract* [형] 추상적인, 관념상의. ✷ một bức tranh trừu tượng → 한 폭의 추상화.
tu 뚜	**1/** *to knock back (drink directly from a pot)* [동] 병채 마시다. ✷ hắn nằm gục xuống bàn sau khi tu hết 5 chai bia → 그는 5병의 맥주를 병 채 마신후에 책상위에 엎드려버렸다.

	2/ enter monkhood, be a monk [동] 절로 들어가다, 중이 되다.
tu bổ 뚜 보	to repair, mend, set right again [동] 고치다, 수리하다, 보수하다. ✶ tu bổ nhà cửa hằng năm → 매년 집을 수리하다.
tu dưỡng 뚜 이으엉	to self-improve [동]
tu hành 뚜 한	to lead a religious life [동] 종교적인 삶을 살다, 수행하다.
tu huýt 뚜 후윋	whistle [명] 호루라기.
tu hú 뚜 후	koel [명] (새) 코엘뻐꾸기.
tu luyện 뚜 루웬	to practice, to drill, train [동] 수련하다.
tu nghiệp 뚜 응히엡	to attand a refresher course [동] 연수하다, 보충교육을 받다.
tu sĩ 뚜 시	monk, priest, clergyman [명] 성직자, 수도사.
tu sửa 뚜 스아	to repair, to mend [동] = tu bổ 고치다, 수리하다, 보수하다.
tu tỉnh 뚜 띤	to turn over a new leaf [동] 수신하다. ✶ nó đã biết tu tỉnh làm ăn sau khi mẹ nó mất → 그는 그의 어머니를 잃고나서 더 나은 삶을 사는 법을 알았다.
tu viện 뚜 비엔	religious house, monastery, nunnery [명] 수도원.

tú bà 뚜 바	*procurer, pimp, bawd* [명] 뚜쟁이, 포주.
tú tài 뚜 따이	*high-school diploma, baccalaureate* [명] 고등학교 졸업학위.
tù 뚜	*prison, jail* [명] 형무소, 교도소, 옥.
tù binh 뚜 빈	*prisoner of war (POW)* [명] 포로수용소.
tù chính trị 뚜 찐 찌	*political prisoner* [명] 정치수용소.
tù hình sự 뚜 힌 스	*common criminal* [명] 감옥, 교도소.
tù nhân 뚜 니언	*prisoners* [명] 죄수, 감옥수.
tù treo 뚜 쩨오	*suspended sentence, probation* [명] = án treo 집행유예.
tù túng 뚜 뚬	*cramped, confined* [형] 비좁은. ✻ chỗ ở rất tù túng → 매우 비좁은 자리.
tù và 뚜 바	*horn* [명] 소뿔로 만든 악기.
tủ 뚜	*cabinet, chest, cupboard, wardrobe* [명] 옷장, 장롱. ✻ tủ kính → 장롱 유리.
tủ lạnh 뚜 란	*freezer, refrigerator* [명] 냉장고.
tủ sách 뚜 삿	*bookcase, bookshelf* [명] 책꽂이, 책장.
tủ sắt 뚜 삳	*safe, strong-box* [명] 금고.

tủ thuốc 뚜 투옥	*medicine cabinet (chest)* [명] 약장.
tụ 뚜	*collect, gather together, mass* [동] 모이다.
tụ điểm 뚜 디엠	*gathering point (place)* [명] 모임장소.
tụ họp 뚜 홉	*to assemble, get together* [동] 집합하다, 모이다. ✻ mọi người tụ họp lại bàn tán → 찬반을 가리기 위해 모든 사람들이 모이다.
tụ tập 뚜 떱	*to meet, gather together* [동] 집합하다, 모이다. ✻ bọn trẻ tụ tập vui chơi ở câu lạc bộ thiếu nhi → 젊은이들이 즐기기 위해 청소년 클럽에 모이다.
tua 뚜아	1/ *fringe, tassel, feeler,* [명] 술장식. 2/ *antenna* [명] = xúc tu 오징어의 촉수.
tua vít 뚜아 빗	*screwdriver* [명] 나사돌리개, 드라이버.
tuân 뚜언	*obey* [동] 복종하다. ✻ tuân lệnh (*to obey orders*) → 명령에 복종하다.
tuân thủ 뚜언 투	*obey, observe, comply with sth.* [동] 지키다, 이행하다, 준수하다. ✻ tuân thủ nội qui đã đề ra → 규칙을 준수하다.
tuấn tú 뚜언 뚜	*handsome and intelligent (man)* [형] 준수한, 잘생긴.

tuần 뚜언	**1/** *to patrol, watch, round* [동] = tuần tra, tuần tiễu 순찰하다. ✳ cảnh sát đi tuần → 경찰이 순찰을 가다. **2/** *week* [명] = tuần lễ 주, 7일간. ✳ được nghỉ Tết 2 tuần → 이주일의 구정연휴를 얻다.
tuần sau 뚜언 사우	*next week* [명] 다음 주.
tuần trước 뚜언 쯔억	*last week* [명] 지난 주.
tuần báo 뚜언 바오	*weekly-newspapers* [명] = tuần san 주간지.
tuần hoàn 뚜언 호안	*periodic, circulatory* [동] 순환하다.
tuần tiễu 뚜언 띠에우	*to patrol, to go the rounds* [동] = tuần tra 순찰하다.
tuần trăng mật 뚜언 짱 멋	*honeymoon* [명] 신혼 여행(휴가).
tuần tự 뚜언 뜨	*one after another, in succession* [형] 순차적인.
tuất 뚜얼	*the 11th Earthy branch, symbolized by the dog* [명] 12지중 열한번째, 술(戌), 개. ✳ năm tuất → 개해.
túc trực 뚭 쯕	*to keep watch* [동] 자리를 지키다.
túc từ 뚭 뜨	*object, complement* [명] (문법) 목적어.
tục	**1/** *habit, custom* [명] 관례, 풍습.

뚭	**2/** *vulgar, coarse* [형] 교양없는, 난폭한, 고상하지 않은, 상스러운. ✻ chửi tục → 상스러운 욕을 하다.
tục huyền 뚭 후웬	*to marry again (for a widower)* [동] (남자가) 재혼하다.
tục lệ 뚭 레	*tradition, custom, practice* [명] 전통, 전설. 풍습. ✻ tục lệ cổ truyền của dân tộc → 민족의 전통.
tục ngữ 뚭 응으	*proverb* [명] 속담, 격언.
tục tằn 뚭 딴	*coarse, vulgar* [형] 상스러운, 천한. ✻ ăn nói tục tằn → 상스럽게 말하다.
tục tĩu 뚭 띠우	*smutty, obscene* [형] 상스러운, 천한.
tục truyền 뚭 쭈웬	*oral tradition has it that..* [동] 구전되다.
túi 뚜이	**1/** *pocket* [명] 주머니. **2/** *bag* [명] 가방.
túi bụi 뚜이 부이	*no end of, a great many* [형] 연속해서, 쉬지않고. ✻ bị đánh túi bụi → 쉬지 않고 때리다.
tủi 뚜이	*feel self-pity* [동] = tủi thân 스스로 불쌍히여기다.
tủi nhục 뚜이 늉	*feel self-pity and shame* [형] 치욕스러운, 부끄러운.
túm 뚬	*to grab, nab, bundle* [동] = tóm 멱살을 잡다, 붙잡다.
tùm lum	*bushy, thick, in great number*

đùm rùm	[형] 우거진, 무성한, 무질서한. ✶ đồ đạc để tùm lum khắp phòng → 물건들이 방안에 무질서하게 놓여있다.
tủm tỉm 뚬 띰	*to smile* [동] 미소짓다. ✶ tủm tỉm cười thầm → 속으로 웃다.
tụm 뚬	*to gather, assemble in one place* [동] 모으다, 모이다. ✶ ngồi tụm lại một chỗ → 한곳에 모여 앉다.
tủn mủn 뚠 문	*petty, mean* [형] 작은. ✶ tính nết tủn mủn → 소심한 성격.
tung 뚱	**1/** *throw into the air, toss* [동] (공중으로) 집어 던지다, 뿌리다. ✶ gió thổi tung bụi mịt mùng → 바람이 먼지를 뿌옇게 날리다. ✶ lục tung tủ để tìm → 찾기위해 장속을 샅샅이 뒤지다. **2/** *to spread (a rumor)* [동] (소문 따위를) 퍼드리다. ✶ tung tin đồn nhảm → 소문을 퍼드리다.
tung hoành 뚱 호안	*to rule the roost, range freely* [동] 마음대로 하다, 자유롭게 하다. ✶ vắng chủ nhà, mặc sức cho chúng nó tung hoành → 집주인이 없으니 마음대로 하다.
tung hô 뚱 호	*to cheer, acclaim* [동] 환호하다, 갈채하다.
tung tăng 뚱 땅	*to run here and there freely, frolic* [동] 자유롭게 돌아다니다.

tung tích 뚱 띡	*trace* [명] 자취, 자국, 종적.
tung tóe 뚱 또애	*splashingly, all around* [부] (물, 진흙 따위가) 여기저기 튀기다. ✻ bùn bắn tung tóe lên quần áo → 진흙과 모래가 옷 여기저기에 튀기다.
túng 뚱	*short of cash, hard up, moneyless* [형] 돈이 부족한, 모자란.
túng bấn 뚱 번	*be hard pressed for money* [형] = túng quẫn 모자란, 궁핍한. ✻ khi túng bấn mới biết lòng bạn bè → 형편이 어려울 때 비로소 친구들의 마음을 알수있다.
túng thế 뚱 테	*be in a fix, be driven in to a corner* [동] 어려운 상황에 부딪히다.
túng thiếu 뚱 티에우	*be in straitened circumstances, needy* [형] 경제적으로 어려움을 겪는.
túng tiền 뚱 띠엔	*to be in need of money, financial dif-ficulties* [동] 돈이 부적하다.
tùng 뚱	*pine-tree, fir-tree* [명] 솔, 소나무.
tụng 뚱	*to recite, read aloud* [동] …을 암송하다, …을 낭송하다
tụng kinh 뚱 낀	*to recite the Buddhist scriptures* [동] 암송하다, 성가를 부르다
tụng niệm 뚱니엠	*to chant prayers, to pray* [동] 기도하다, 묵상하다.
tuổi 뚜오이	*age* [명] 나이, …살.

tuổi dậy thì 뚜오이 야이 티	*puberty* [명] 사춘기.
tuổi già 뚜오이 지아(야)	*old age* [명] 노년기.
tuổi nghề 뚜오이 응헤	*length of service, seniority* [명] 근속연수. ✻ có 5 năm tuổi nghề → 근속연수가 5년이다.
tuổi thơ 뚜오이 터	*childhood* [명] 유년기.
tuổi trẻ 뚜오이 째	*youth* [명] = tuổi xuân 젊은 시절.
tuôn 뚜온	*to stream out, throw out* [동] 흘러나오다, 넘쳐나다. ✻ nước mắt tuôn như mưa → 눈물이 빗물처럼 흘러내리다. ✻ mồ hôi tuôn ròng ròng → 땀이 줄줄 흘러내리다. ✻ tuôn ra những lời thô bỉ → 저속한 말들이 흘러나오다.
tuồn 뚜온	*to slip in, glide, smuggle* [동] 신속히 전하다. ✻ lén lút tuồn hàng cho bọn buôn lậu → 물건을 밀수업자에게 신속히 전달하다.
tuồn tuột 뚜온 뚜온	*in a very straight line, with easily* [형] 매끄러운, 막힘없는.
tuồng 뚜옴	*drama* [명] 드라마, 극 ✻ tuồng cổ → 고전극.
tuốt 뚜온	*to pull off, pluck off* [동] 따다, 잡아뜯다.

	✳ tuốt lá → 잎사귀를 따다. ✳ tuốt gươm ra khỏi vỏ → 칼집에서 칼을 뽑다.
tuột 뚜옫	*to slip, come out (off)* [동] 미끄러지다. ✳ lôi tuột vào trong → 안으로 미끄러지다. ✳ buộc không chắc, bị tuột dây → 꽉 묶지 않아서 끈이 느슨해지다.
túp lều 뚭 레우	*hut, cabin, small house* [명] 오두막.
tụt 뚣	*slide down, drop, take off* [동] 미끄러지다. ✳ bị tụt chân xuống hố → 발이 미끄러져 호수로 빠지다.
tuy 뚜이	*though, although* [부] = mặc dù …지만, …이기는 하지만, 비록. ✳ tuy nghèo nhưng vui → 가난하지만 즐겁다.
tuy nhiên 뚜이 니엔	*however* [부] 그러나, 그렇지만.
tùy 뚜이	*depend, rely, in accordance with* [부] = tùy theo … 에 따라, …에 따라서, …에 의하여, …나름으로. ✳ giải quyết tùy theo hoàn cảnh của mỗi người → 모든 사람의 정황에 따라서 해결하다.
tùy lúc 뚜이 룹	*according to the time* [부] 때에 따라서
tùy nơi 뚜이 너이	*according to the place* [부] 장소에 따라서.

tùy thân 뚜이 턴	*one's personal papers* [명] 개인의, 사적인, 본인의. ✻ hắn ta không có giấy tờ tùy thân → 그는 본인증명서가 없다.
tùy thích 뚜이 팃	*as one please/like* [동] = tùy ý 기호에 따라서.
tùy thuộc 뚜이 투옥	*to depend on* [동] 따르다, 좌우되다. ✻ thành hay bại là tùy thuộc vào sự nỗ lực của bản thân mình → 성공과 실패는 본인의 노력에 따른것이다.
tùy tiện 뚜이 띠엔	*random, unmethodical, casual* [형] 편한대로 하는, 대중없는. ✻ ăn nói tùy tiện → 편한대로 말하다.
tùy tình hình 뚜이 띤 힌	*according to the situation* [부] 상황에 따라.
tủy 뚜이	*marrow* [명] (인체) 골수, 뼈골.
tủy sống 뚜이 솜	*spinal marrow* [명] 척수의 골수.
tuyên án 뚜웬 안	*to sentence, pronouce averdict* [동] 판결을 내리다, 선고하다. ✻ tòa tuyên án 5 năm tù giam → 5년 구형을 선고하다.
tuyên bố 뚜웬 보	*to declare, proclaim* [동] 선포하다. ✻ tuyên bố vỡ nợ → 파산을 선포하다
tuyên chiến 뚜웬 찌엔	*to declare war* [동] 전쟁을 선포하다.

tuyên dương 뚜웬 이으엉	*to commend* [동] 선양하다. ✻ tuyên dương công trạng → 공훈을 선양하다.
tuyên huấn 뚜웬 후언	*propaganda and training* [동] 선전하고 훈련하다.
tuyên ngôn 뚜웬 응온	*manifest, declaration* [명] 선언하다. ✻ bản tuyên ngôn độc lập → 독립선언문.
tuyên thệ 뚜웬 테	*to take an oath* [동] 선서하다, 맹세하다. ✻ tuyên thệ trước lá cờ tổ quốc → 국기 앞에서 맹세하다.
tuyên truyền 뚜웬 쭈엔	*to propagandize* [동] 선전하다.
tuyến 뚜웬	*gland* [명] (해부) 선(腺). ✻ tuyến nội tiết → 내분비선. 2/ *line, route, channel* [명] 선, 차선. ✻ tuyến đường Saigon-Hà Nội → 사이공-하노이간 선.
tuyển 뚜웬	*to hire, engage* [동] 선택하다, 선발 하다, 고르다. ✻ tuyển diễn viên điện ảnh → 영화배우를 선발하다.
tuyển cử 뚜웬 끄	*to elect* [동] 선거하다. ✻ tuyển cử đại biểu quốc hội → 국회의원 선거.
tuyển lựa 뚜웬 르아	*select, choose* [동] = tuyển chọn 고르다, 선택하다.
tuyển dụng 뚜웬 융	*to recruit* [동] 채용하다.

tuyển sinh 뚜웬 신	*to enroll students in a school* [동] 학생을 뽑다, 선발하다.
tuyển tập 뚜웬 떱	*collection, selected works* [명] 선집. ✱ tuyển tập văn học Việt Nam → 베트남 문학 선집.
tuyết 뚜웬	*snow* [명] 눈(雪).
tuyệt 뚜웬	*wonderful, excellent* [형] ① 놀라운, 우수한, 경탄할 만한. ② 아주 좋은, 훌륭한.
tuyệt chủng 뚜웬 쭘	*become extinct* [동] 멸종되다, 단절되다. ✱ loài động vật quí hiếm có nguy cơ bị tuyệt chủng → 희귀동물이 멸종될 위기에 있다.
tuyệt diệu 뚜웬 이에우	*extremely good, excellent* [형] 우수한, 절묘한.
tuyệt đối 뚜웬 도이	*absolute* [형] 절대의, 절대적인, 전적으로. ✱ tuyệt đối bí mật → 절대 비밀을 지키다. ✱ tôi tuyệt đối tin tưởng anh → 나는 절대적으로 그당신을 믿는다.
tuyệt giao 뚜웬 야오	*to break off all relation with sb.* [동] 절교하다.
tuyệt sắc 뚜웬 삭	*perfect beauty* [형] 절색의, 뛰어나게 아름다운.
tuyệt tác 뚜웬 딱	*masterpiece* [명] 걸작, 명작.

tuyệt thực 뚜웯 특	*to go on hunger-strike* [동] 단식투쟁하다.
tuyệt trần 뚜웯 쩐	*divine/peerless beauty* [명/형] 비할데 없이 아름다운.
tuyệt tự 뚜웯 뜨	*issueless* [형] 자식이 없는.
tuyệt vọng 뚜웯 범	*desperate, hopeless* [형] 절망적인.
tuyệt vời 뚜웯 버이	*excellent, splendid, wonderful* [형] 아주 좋은, 아주 훌륭한, 놀라운.
tư 뜨	*private, personal* [형] 개인적인, 사적 인. ✳ đừng tò mò đời tư của người khác → 다른사람의 사적인 일에 호기심을 갖지마라.
tư bản 뜨반	*capitalistic* [형] 자본, 자본의. ✳ chủ nghĩa tư bản (*capitalism*) → 자본주의.
tư cách 뜨 깟	*capacity, status* [명] 개개인의 능력, 자격, 지위, 자질. ✳ mất tư cách → 자격을 잃다.
tư chất 뜨 쩔	*nature, individual* [명] 기질, 자질. ✳ tư chất thông minh → 총명한 기질.
tư chức 뜨 쯕	*private official* [명] 민간기업의 직원.
tư dinh 뜨 진	*residence* [명] 저택, 주택.
tư duy 뜨 유이	*to think, reflect, thinking, mentality* [동] 사유(思惟)하다, 생각하다, 마음에 그리다, 사고하다 [명] 사고, 견해.

tư gia 뜨 이아	*private house* [명] 사가(私家), 자신의 집.
tư hữu 뜨 흐우	*private ownership, property* [명] 사유 (私有).
tư lệnh 뜨 렌	*commander* [명] 지휘관, 사령관.
tư liệu 뜨 리에우	*material, documentation* [명] 문서, 자료.
tư lợi 뜨 러이	*self-interest* [명] 사리사욕.
tư lự 뜨 르	*to worry, thoughtful* [동/형] 걱정스러운, 생각이 많은. ✶ vẻ mặt tư lự → 고민이 많아 보인다.
tư nhân 뜨 년	*private, individual* [형] 개인의. ✶ xí nghiệp tư nhân → 개인기업.
tư pháp 뜨 팝	*judical, justice* [명] 사법, 재판. ✶ cơ quan tư pháp → 사법기관.
tư sản 뜨 산	*bourgeois, capitalist* [명] 자산가, 자본가, 부루조아. ✶ giai cấp tư sản → 자산가 계급 ✶ lối sống tư sản →자본가의 삶으로 들어서다.
tư thế 뜨 테	*position, posture* [명] 자세. ✶ tư thế của 1 nhà giáo → 교육자의 자세.
tư thông 뜨 톰	*have secret relations, commit adulte-ry* [동] 내통하다.
tư thù 뜨 투	*feud* [명] 개인적인 원한.

tư tình
트 띤
love affair [명] 사적인 정.

tư trang
뜨 짱
jewelry, property
[명] 보석과 지참금.

tư túi
뜨 뚜이
to give secretly [동] 사취하다.

tư tưởng
뜨 뚜엉
idea, thinking, thought
[명] 생각, 사상.
✳ đấu tranh tư tưởng → 투쟁사상.

tư vấn
뜨 번
to give professional advice
[동] 자문 하다.

tứ chi
뜨 찌
four limbs [명] 사지, 양팔과 양다리.

tứ linh
뜨 린
the four supermatural creature: dragon, unicorn, tortoise, phoenix
[명] 4령, 용, 기린, 거북, 봉황.

tứ phương
뜨 프엉
all four directions
[명] = bốn phương 사방(四方).

tứ quý
뜨 꾸이
the four seasons [명] 사계(四季).

tứ sắc
뜨 삭
(the four colours)a kind of card game [명] 카드놀이의 일종.

tứ tung
뜨 뚬
topsy-turvy
[형] 사방팔방에 널린, 무질서한.
✳ sách vở để tứ tung khắp phòng → 온 방안에 책을 무질서하게 널려 놓다.

từ
뜨
1/ *word* [명] (문법) = từ ngữ 말, 단어, 언어.
✳ cách dùng từ → 단어 사용 방법.

2/ *from, since* [부] …에서, …로부터.

✶ từ Saigon đi Hà Nội → 사이공에서 하노이를 가다.

✶ thông minh từ thuở nhỏ → 어릴 때부터 총명하다.

✶ máu từ vết thương chảy ra → 상처에서 피가 흘러 내리다.

3/ *to give up, renounce* [동] 포기하다, 절연하다, 끊다.

✶ từ con → 자식의 연을 끊다.

từ bi
뜨 비
merciful [형] 자비로운.

từ biệt
뜨 비엗
to leave, to say good-bye with sb [동] 작별하다, 이별하다.

từ bỏ
뜨 보
to give up, renounce, abandon [동]
① 포기하다, 그만두다.
② 절연하다.

từ chối
뜨 쪼이
to refuse, decline
[동] 거절하다, 사양 하다.

từ chức
뜨 쯕
to resign (from office), step down
[동] 사직하다, 사임하다.

từ điển
뜨 디엔
dictionary [명] 사전.

từ giã
뜨 지아(야)
to leave, say good-bye
[동] = từ biệt 작별하다, 사별하다.

từ ngữ
뜨 응으
word, term, vocabulary
[명] = từ vựng 단어, 어휘, 언어.

từ thiện
뜨 티엔
charitable, philanthropic
[형] 자선의.

✶ hội từ thiện → 자선 바자회.

từ tốn 뜨 똔	*moderate* [형] 겸손한, 절제있는, 온건한.
từ trần 뜨 쩐	*pass away, die* [동] 소천하다, 돌아가 시다.
từ trường 뜨 쯔엉	*magnetic field* [명] 자장, 자계.
từ từ 뜨 뜨	*slowly, step by step* [형/부] 천천히, 느리게.
tử 뜨	*to die, to decease* [동] 죽다, 사망하다. ✳ vào sinh ra tử → 태어나고 죽다.
tử cung 뜨 꿍	*matrix, womb, uterus* [명] 자궁.
tử hình 뜨 힌	*dead sentence, capital punishment* [명] = án tử hình 사형, 사형선고.
tử sĩ 뜨 시	*war dead* [명] (사람) 전사자(戰死者).
tử tế 뜨 떼	**1/** *kind, decend* [형] 친절한. ✳ được đối xử tử tế → 친절한 대우를 받다. **2/** *properly, corectly* [형] 단정한.
tử thi 뜨 티	*dead body, corpse* [명] 시체.
tử thù 뜨 투	*mortal enemy, deadly enemy* [명] 철천지원수, 적.
tử thương 뜨 트엉	*fatally-wounded* [동] 중상을 입다.
tử tội 뜨 또이	*prisoner under penalty of death* [명] 사형.
tử trận	*to be killed in battle* [동] 전사하다.

뜨 쩐

tử vong — *death, fatality*
뜨 봄
[명] 사망. [동] 사망하다, 전사하다.

tự ái — *self-love* [동] 자애하다, 자기자신을
뜨 아이
아끼고 사랑하다.

tự cao — *self-conceited, self-important* [동] =
뜨 까오
tự kiêu 자만하다, 오만하다. 자부심
이 강하다.

tự chủ — *self-control* [동] 자신을 지배하다.
뜨 쭈
[명] 자주.

tự cường — *self-strengthening, to exert oneself*
뜨 끄엉
[동] 자강하다, 스스로 강해지다.

tự do — *freedom* [형] 자유로운.
뜨 조(요)
✻ không gì quí bằng độc lập tự do
→ 자유독립보다 귀한 것은 없다.

tự dối lòng — *to delude oneself* [동] 스스로를 속이
뜨 요이 롬
다, 마음을 속이다.

tự dưng — *unexpectedly*
뜨 이응
[부] 예기치 않은, 의외의.

tự đắc — *self-satisfied*
뜨 닥
[동] = tự mãn 자만하다.

tự điển — *glossary, lexicon* [명] 사전.
뜨 디엔

tự động — *automatic* [형] 자동의.
뜨 동

tự giác — *self-aware, self-conscious*
뜨 지악(약)
[형] 스스로 깨달은, 자각하는.

tự hào — *pride oneself on* [동] 자랑스러워
뜨 하오
하다, 장하게 여기다, 대견해하다.
✻ tự hào về những thành tích đã

	đạt được → 성과를 자랑스러워 하다.
tự học 뜨 홉	*to teach oneself* [동] 독학하다.
tự kiêu 뜨 끼에우	*self-conceited* [동] = tự cao 자부심이 강하다, 자만하다.
tự lực 뜨 럭	*self-reliant, self-help* [동] 자력으로 하다. ✽ tinh thần tự lực → 자력정신.
tự mãn 뜨 만	*full of oneself, self-satisfied* [형] 스스로 만족하다, 자만하다.
tự nguyện 뜨 응우웬	*come forward, volunteer* [동] 자원하다, 지원하다, 자발적으로 하다. ✽ tự nguyện phục vụ → 자원봉사하다.
tự nhiên 뜨 니엔	*nature, normal, natural* [명/형] ① 자연 그대로의, 자연의. ② 자유롭게, 부담없이.
tự phát 뜨 팔	*be spontaneous* [동] = tự phát sinh 자생하다, 스스로 발생하다.
tự phê 뜨 페	*to make self-criticism* [동] 스스로 비판하다.
tự phụ 뜨 푸	*self-important, high and mighty* [형] 스스로 높이는, 자만하는.
tự phục vụ 뜨 품 부	*self-service, to serve oneself* [동] 셀프서비스하다, 스스로 봉사하다.
tự quản 뜨 꾸안	*self-management* [동] 자치하다, 스스로 관리하다.
tự quảng cáo 뜨 꾸앙 까오	*self-promote* [동] 스스로 광고하다.
tự quyết	*to determine by oneself* [동] 자결

뜨 꾸웰	(自決)하다, 스스로 결정하다.
tự sát 뜨 삿	*to kill oneself, to end one's life* [동] =tự tử / tự vẫn 자살하다.
tự thú 뜨 투	*to confess, make a confession* [동] 자백하다, 자수하다.
tự ti 뜨 띠	*inferiority complex* [형] 스스로 비하하는, 열등한.
tự tiện 뜨 띠엔	*do sth without permission* [동] 허가 없이 행하다, 마음대로 하다.
tự tin 뜨 띤	*self-confidence* [형] 자신감이 있는. 자신하는.
tự tôn 뜨 똔	*superiority complex* [형] 자존하는, 스스로 자기를 높이는.
tự trách 뜨 짯	*to blame oneself* [동] 자책하다.
tự trị 뜨 찌	*self-ruling* [형] 자치의.
tự trọng 뜨 쫑	*be self-respecting, respect oneself* [형] 자중한.
tự túc 뜨 뚭	*self-supporting* [형] 자급자족의.
tự vệ 뜨 베	*self-defence, to defend oneself* [동] 자위하다, 자신을 보호하다.
tự xưng 뜨 쓩	*to appoint oneself* [동] 자칭하다. ✱ hắn luôn tự xưng mình là giáo sư → 그는 항상 스스로를 교수라 자칭한다.
tự xử 뜨 쓰	*to judge (condemn) oneself* [동] 스스로 판단하다.

tự ý
뜨 이

on one's own free will, willingly
[형] 자의의, 고의의.

tựa
뜨아

1/ *heading, title* [명] 표제, 제목.
✶ tôi chưa đặt tựa cho cuốn tiểu thuyết của tôi → 나는 아직 내 소설의 제목을 짓지 않았다.
2/ *to lean against / on ..*
[동] 의지하다, 기대다.
✶ đứng tựa lưng vào tường → 벽에 등을 기대지 마시오.
3/ *like, similar* [부] 같은, 닮은.
✶ sáng tựa trăng rằm → 달처럼 환하다.

tức
뜩

1/ *feel unconfortable*
[자] 가깝하다, 불편하다, 답답하다.
✶ ăn no tức bụng → 배가불러 가깝하다.
✶ tức ngực khó thở → 가슴이 답답해 숨쉬기가 어렵다.
2/ *be angry, irritate*
[형] 화가 나다, 노하다, 흥분하다.
✶ nói cho đỡ tức → 화가 가라앉게 말을 하다.
3/ *that is, alias* [부] = tức là 일명...이다, 즉...이다.
✶ bốn ngày nữa, tức vào chủ nhật, ta sẽ về quê câu cá → 4일후에, 즉 일요일에 우리는 낚시하러 시골에 갈것이다.
✶ im lặng tức là bằng lòng → 침묵은 즉 동의이다.

tức giận
뜩 지언(연)
feel angry, get angry
[동] 화가 나다, 화를 내다.

tức khắc
뜩 칵
at once [부] 즉시, 즉각, 곧.
✻ biết chuyện tức khắc bỏ đi → 일을 알고 나서 즉시 떠나 버리다.

tức thì
뜩 티
immediately, at once [부] 즉시, 즉각, 곧. ✻ anh ấy vừa mới đi tức thì → 그는 즉시 갔다.

tức tốc
뜩 똡
instantly, right away
[부] 즉시, 즉각, 곧, 지체없이.
✻ nghe tin, tức tốc chạy đến → 소식을 듣자마자 즉각 달려왔다.

tức tối
뜩 또이
be vexed, envious
[동] 노하다, 격분하다.
✻ giọng nói tức tối → 격분한 목소리.

tưng bừng
뜽 븡
jubilant, merrily animated
[형] 기뻐하는, 환호하는.

từng
뜽
1/ *to have done something*
[부] ... 한적이 있다.
✻ cô ta đã từng là hoa hậu → 그녀는 미인대회에 출전한 적이 있다.
✻ đã từng sống ở Mỹ → 미국에서 산 적이 있다.
2/ *every, each*
[부] 각자의, 각기, 각각.
✻ đọc lại kỹ từng câu, từng chữ → 각 문장, 각 단어를 주의깊게 다시 읽다.
✻ từng người một bước vào → 각자 한발짝 안으로 들어오다.

từng trải 뜽 짜이	*be experienced* [동] 경험있는. ✽ ông ta là người từng trãi → 그는 경험있는 사람이다. ✽ đã từng trải qua nhiều gian khổ → 많은 고난을 경험했다.
tước 뜨억	1/ *to strip* [동] 떼어내다, 가르다. ✽ tước sợi dây ra làm đôi → 둘을 반으로 가르다. 2/ *to dispossess* [동] 재산을 빼앗다, 강탈하다. ✽ tên cướp đã bị tước vũ khí → 강도가 무기를 빼앗기다. ✽ tước quyền thừa kế → 상속권을 빼앗기다.
tước đoạt 뜨억 도앝	*to dispossess* [동] 재산을 빼앗다, 박탈하다.
tươi 뜨어이	1/ *fresh* [형] 새로운, 신선한, 싱싱한 2/ *cheerful, joyful* [형] 쾌활한, 즐거운.
tươi cười 뜨어이 끄어이	*smiling* [형] 미소지는, 방긋 웃는. ✽ nét mặt hớn hở tươi cười → 유쾌하게 방긋 웃는 얼굴.
tươi mát 뜨어이 맏	*fresh, (slang)sex* [형] 신선한.
tươi sáng 뜨어이 상	*bright, brilliant* [형] 밝은. ✽ chờ đón một tương lai tươi sáng → 밝은 미래를 기다리다.
tươi tắn 뜨어이 딴	*cheerful* [형] 쾌활한, 명랑한. ✽ mặt mũi tươi tắn → 쾌활한 얼굴.
tươi thắm 뜨어이 탐	*fresh and beautiful* [형] 신선하고 아름다운.

✶ bó hoa tươi thắm → 신선하고 아름다운 꽃다발.

tươi tỉnh
뜨어이 띤
merry, pleasant, bright
[형] 생기있는, 밝은, 유쾌한.
✶ được nghỉ ngơi mấy hôm, trông tươi tỉnh hẳn lên → 몇일 쉬니 생기있어 보인다.

tưới
뜨어이
to water, irrigate, sprinkle
[동] 물을 주다, 물을 뿌리다.
✶ tưới cây → 나무에 물을 뿌리다.

tươm tất
뜨엄 떧
careful, neat, tidy
[형] 단정한, 조심성 있는.
✶ trông anh ấy lúc nào cũng tươm tất → 그는 언제나 단정해 보인다.

tương
뜨엉
sweet soya sauce [명] 간장.

tương đắc
뜨엉 닥
in concord [형] 서로 합의하다.

tương đối
뜨엉 도이
relative [형] 비교적, 상대적인.
✶ nhà nó chỉ có cái TV là tương đối có giá trị → 그의 집에는 단지 TV 뿐이라 상대적으로 가치가 있다.

tương đồng
뜨엉 돔
to resemble each other, similar
[형] 비슷한, 닮은, 상등한.
✶ những đặc điểm tương đồng giữa 2 người → 두사람 사이의 닮은 특징들.

tươngđương
뜨엉 드엉
equivalent, about the same
[형] 동등한, 같은 가치의.

tương giao
뜨엉 지아오(야오)
interrelation
[형] 친교하다, 교제를 나누다.

tương lai 뜨엉 라이	*future* [명] 미래, 장래, 앞날.
tương phản 뜨엉 판	*contrast* [형] 상반되는.
tương quan 뜨엉 꾸안	*to interrelate, correlate* [형] 상관의, 상호관계의.
tương tàn 뜨엉 딴	*to destroy each other* [동] 서로 파괴하다
tương trợ 뜨엉 쩌	*to interdepend, help one another* [동] 상조하다. ✶ tương trợ nhau lúc khó khăn → 어려울때 서로 상조하다.
tương truyền 뜨엉 쭈웬	*transmit by oral* [동] 구전되다.
tương tư 뜨엉 뜨	*lovesick* [명] 상사병. ✶ gió mưa là bệnh của trời, tương tư là bệnh của người trần gian! → 비바람은 하늘의 병이요, 상사병은 땅위 인간의 병이다.
tương tự 뜨엉 뜨	*similar* [형] 닮은, 비슷한. ✶ hai người phạm khuyết điểm tương tự nhau → 두사람은 서로 유사한 과실을 저질렀다.
tương ứng 뜨엉 응	*correspond* [형] 상응하는, 상당하는. ✶ lời nói tương ứng với việc làm → 말과 일이 상응하다.
tương xứng 뜨엉 씅	*match each other, suit* [형] 적합한, 알맞은. ✶ tiền công nhận được không tương xứng với công sức bỏ ra → 받은 보수가 들인 힘에 비해 적합하

지 않다.

tướng
뜨엉
1/ *general* [명] (군사) 장군, 대장.
2/ *physiognomy* [명] 인상, 관상.
* đi xem tướng → 관상을 보러 가다.

tường
뜨엉
1/ *wall* [명] 벽, 담.
2/ *know well*
[형] 상세히 아는, 정확히 아는.
* trong nhà chưa rõ, ngoài ngõ đã tường (속담) → (집안일을) 집안사람들은 모르는데 바깥사람들이 더 자세히 알고 있다.

tường tận
뜨엉 떤
thoroughly, in every detail
[형] 상세히, 자세히.
* trả lời tường tận từng câu hỏi → 각 질문에 자세히 대답하다.

tường thuật
뜨엉 투얼
to relate, report
[동] 중계하다, 보고하다, 상술하다.
* tường thuật lại trận bóng đá trên đài truyền hình → 방송국에서 축구 경기를 중계하다.

tường trình
뜨엉 찐
report
[동] 정확하게 진술하다, 상술하다.
* bản tường trình → 보고서.

tưởng
뜨엉
to think
[동] ...라고 생각하다, 상상 하다.
* đừng có tưởng mình là giỏi → 스스로 잘한다고 생각하지 마라.

tưởng nhớ
뜨엉 녀
commemorate
[동] 기리다, 기억하다.
* tưởng nhớ công ơn tổ tiên → 조상의 은공을 기리다.

tưởng niệm 뜨엉 니엠	*to commemorate* [동] 기념하다, 묵념하다.
tưởng tượng 뜨엉 뜨엉	*to imagine, fancy* [동] 상상하다.
tượng 뜨엉	*statue* [명] 상, 동상.
tượng đá 뜨엉 다	*stone statue* [명] 돌상.
tượng đài 뜨엉 다이	*memorial* [명] 동상. ✷ tượng đài Quang Trung → 꾸앙 쭘 동상.
tượng hình 뜨엉 힌	*pictographic* [형] 상형의.
tượng trưng 뜨엉 쯩	*symbolic, symbolize* [형] 상징의. ✷ mô hình tượng trưng → 상징모형.
tựu trường 뜨우 쯔엉	*begin term, go back to school* [동] 개학하다, 취학하다. ✷ ngày tựu trường → 개학일.
tý (tí) 띠	*the first Earthy branch, symbolized by the mouse* [명] 12지중 첫번째, 자(子), 쥐. ✷ tuổi Tý → 쥐띠.
tỳ vị 띠 비	*spleen and stomach* [명] (해부) 비장과 위장.
tỷ 띠	*milliard, billion (thousand millions)* [명] (숫자) 10억, 조(兆).
tỷ lệ 띠 레	*proportion, ratio, rate* [명] 비율, 비례.
tỷ phú 띠 푸	*billionaire* [명] 억만 장자.

tỷ số 띠 소	*score, rate, ratio* [명] 비, 비율.
tỷ trọng 띠 쫑	*density* [명] ① 비중, 몫, 부분. ② 밀도, 농도.
ty 띠	*the sixth earthy branch, symbolized by the snake* [명] 12지중 여섯번째, 사(巳), 뱀. ✻ tuổi ty → 뱀띠.

U - u

u 우		*the 25th letter of the VN alphabet.* 베트남어 알파벳 중 25번째 자.

u
우

tumour swell
[명] (의학) 부기, 융기.

u ám
우 암

dark, overcast
[형] 잔뜩 흐린, 어두운.
* bầu trời u ám → 잔뜩 흐린 하늘.

u ẩn
우 언

secret, dark
[형] 어둡고 비밀 스러운.
* tâm trạng u ẩn → 심란한.

u buồn
우 부온

sorrowful, sorrow [형] 슬픈, 비참한.
* vẻ mặt u buồn → 슬퍼보이다.

u mê
우 메

dull, dense, ignorant [형] 우매한.

u nang
우 낭

cyst [명] (의학) 낭종, 낭포.

u sầu
우 서우

melancholy, sullen [형] 우울한, 침울한.

u tối
우 또이

obscure [형] 침침한, 잘 보이지 않는. * cặp mắt u tối → 두 눈이 침침하다.

u uẩn
우 우언

dark, secret, mysterious
[형] = u ẩn 어둡고 비밀스러운.

u uất
우 우언

spleenful [형] 불쾌한.
* tâm tư u uất nặng nề → 마음이

심히 불쾌한.

u xơ / 우 쎠
fibroma [명] (의학) 섬유종(腫).

ú / 우
obese, fatty, corpulent, fleshy [형] = mập ú 비대한, 뚱뚱한.

ú ớ / 우 어
to stammer, stutter, sputter [동] (말을) 더듬다.
* ú ớ trả lời → 더듬거리며 대답하다.

ú tim / 우 띰
hide-and-seek, hy-spy [명] 숨바꼭질.
* bọn trẻ đang chơi trò ú tim → 네 명의 아이들이 숨바꼭질을 하고 있다.

ù / 우
buzz [형] (귀에서) 윙윙거리는.
* pháo nổ ù tai → 화약이 터져 귀에서 윙윙 소리가 나다.

ù lì / 우 리
stupid, foolish [형] 멍청한, 우둔한.
* bộ mặt ù lì → 멍청한 얼굴.

ù tai / 우 따이
to have a buzzing in one's ears [동] 귀속이 웅웅 거리다.

ủ / 우
to keep warm [동] 식지않도록 하다. 보온하다.

ủ bệnh / 우 벤
be sickening for an illness [동] (의학) 병의 증상을 보이다.
* thời gian ủ bệnh tương đối dài → 병의 증상이 나타난지 오래다.

ủ dột / 우 욷
sullen, dull, gloomy [형] 슬프고 의욕이 없는. * vẻ mặt ủ dột → 의욕이 없어 보인다.

ủ ê / 우 에
sorrowful [형] 슬픈, 비통한.
* mặt mày ủ ê → 비통한 얼굴.

ủ rũ 우 루	*mournful, doleful* [형] 슬픔에 잠긴, 시들어 축 늘어진. ✻ vườn cây ủ rũ dưới nắng hè → 여름 햇살에 나무가 시들어 축 늘어졌다. ✻ ngồi ủ rũ trong góc nhà → 집 구석에 축 늘어져 앉았다.
ụ 우	*mound* [명] 흙둔덕.
úa 우아	*fade, waning, brown* [형] (색이) 바래다, 시들다. ✻ màu cỏ úa → 잔디색이 바래다.
ùa 우아	*to flow, to rush, precipitate* [동] 끊임없이 나오다, 밀어닥치다. ✻ mọi người ùa ra đường phố → 모든 사람들이 거리로 끊임없이 밀려 나오다. ✻ gió thổi ùa vào nhà → 바람이 집 안으로 불어닥치다.
uẩn khúc 우언 쿱	*mystery* [형] 숨겨져 드러나지 않은, 밝혀지지 않은. ✻ vấn đề này còn nhiều uẩn khúc → 이 문제는 여전히 많은 부분이 밝혀지지 않았다.
uất 우얼	*to anger, to make indignant* [동] 화를 품다, 분노를 품다. ✻ uất đến tận cổ → 분노가 목까지 차다.
uất hận 우얼 헌	*deeply resent* [형] 적개심을 품다, 원한을 품다. ✻ lòng tràn đầy uất hận → 마음 속에 증오심이 가득차다.

uất kim hương 우얻 낌 흐엉	*tulip* [명] (식물) 튤립.
uất nghẹn 우얻 응핸	*depressed* [동] 극도의 화를 참다.
uất ức 우얻 윽	*to writhe* [동] 분노하다, 극도로 화가 나다. ✻ uất ức đến phát điên lên → 미칠 정도로 화가 나다.
ục 웁	*to fetch* [동] 얼굴을 치다. ✻ ục cho mấy quả sưng mặt → 얼굴을 몇대 쳤더니 부어올랐다.
ục ịch 웁 잇	*unconfortably heavy* [형] 비대한. ✻ đàn heo ục ịch → 비대한 돼지 떼.
uế khí 우에 키	*filthy air, noxious* [명] 유독한 냄새.
uế tạp 우에 땁	*dirty, impure, unclean* [형] 더러운, 이것저것 뒤섞인.
uể oải 우에 와이	*slack, sluggish, torpid* [형] 느린, 활기 없는. ✻ bước đi uể oải → 활기 없는 걸음. ✻ nó uể oải đứng lên → 그는 느리게 일어섰다.
ủi 우이	*to iron, bulldoze* [동] 다림질 하다, (땅을) 굴착하다, 불도저로 제거하다. ✻ ủi sập căn nhà → 집을 제거하다. ✻ ủi quần áo cho thẳng để đi chơi → 놀러가기 위해 옷을 다리다.
um 움	*thick, luxuriant* [형] 무성한, 울창한. ✻ cây cối xanh um → 푸르고 울창

한 나무들.

um sùm
움 숨
noisy [형] = om sòm 시끄러운.
✽ la lối um sùm điếc tai → 귀청이 찢어질 듯 시끄럽게 소리지르다.

um tùm
움 뚬
luxuriant [형] 울창한, 무성한.
✽ cây cối mọc um tùm → 울창한 나무들.

úm
움
to warm against one's breast [동] 마음으로 따뜻하게 감싸주다.

ùn
운
pile up, heap up, mass [동] 운집하다, 모이다, 쌓다, 한덩어리가 되다.
✽ mây đen ùn khắp bầu trời → 검은 구름이 온 하늘에 쌓이다.

ùn tắc
운 딱
jam, get stuck [동] (교통이나 일이) 막히다.

ùn ùn
운 운
come in great quantity, flock, crowd [동] 빠른속도로 많은 수가 모이다.
✽ mây đen ùn ùn kéo đến → 먹구름이 빠른 속도로 모이다.
✽ mọi người ùn ùn rủ nhau ra xem → 모든 사람들이 서로 이끌며 구경하러 모이다.

ung
움
1/ *addled, rotten* [형] 썩은, 곪은.
✽ quả trứng ung → 계란이 썩다.
2/ *large boil* [명] 큰 부스럼, 큰 종기.
✽ cái sảy nảy cái ung (chuyện bé xé ra to) (속담) → 긁어 부스럼을 만들다.

ung bướu
tumour [명] (의학) 종양, 종기.

움 브어우

ung dung
움 융
unhurried, deliberate, composed
[형] 유유한, 침착한, 차분한.

ung nhọt
움 놑
boil, ulcer [명]
1/ 부스럼, 종기.
2/ 부정, 부패, 병폐, 폐해.
✻ ung nhọt của xã hội cần phải bài trừ, đầu tiên là nạn tham nhũng → 사회의 종기는 반드시 제거되어야 하며, 그 우선은 탐욕이다.

ung thư
움 트
cancer [명] (의학) 암, 암종(癌腫).

úng
움
waterlogged
[형] 오랫동안 물에 잠긴.

ủng
움
1/ *boots* [명] 부츠.
2/ *overripe and decayed*
[형] 너무 익어 썩은, 농익은.
✻ cam ủng → 오렌지가 너무 익었다.

ủng hộ
움 호
to support, to advocate, to back
[동] 옹호하다, 지지하다.

uốn
우온
to bend, curl, curve
[동] 굽히다, 구부리다.

uốn dẻo
우온 애오
Acrobatics
[동] 곡예, 재주넘기, 아크로바틱.

uốn éo
우온 애오
wriggle, show mannerisme
[동] 꿈틀거리다.

uốn khúc
우온 쿱
winding, tortuous, twist and curve
[동] 굽이친, 나선형인, 구불구불 한.
✻ con đường quanh co uốn khúc → 길이 구불구불 구부러져 있다.

uốn nắn 우온 난	**1/** *to shape* [동] 형태를 갖추다. **2/** *to advice, correct* [동] 고치다, 충고하다. ✻ phải uốn nắn ngay từ đầu → 처음부터 고쳐야 한다.
uốn tóc 우온 똡	*to curl the hair* [동] 머리를 곱슬곱슬하게 하다, 퍼머하다.
uốn ván 우온 반	*tetanus* [명] (의학) 파상풍.
uống 우옹	*to drink, to take* [동] 마시다,
uống thuốc 우옹 투옥	*to take medicine* [동] 약을 먹다.
uổng 우옹	*unnecessary, useless, needless* [동] = phí 불필요한, 쓸데없는.
uổng công 우옹 꼼	*to waste of effort* [동] 노력을 낭비하다, 헛수고 하다.
uổng phí 우옹 비	*squander* [동] 낭비하다.
uổng tiền 우옹 띠엔	*waste of money* [동] 돈을 낭비하다, 소모하다.
úp 웁	*to upturn, to turn over* [동] 뒤집어 엎다, 뒤집히다.
úp mở 웁 머	*equivocal, ambiguous* [동] 분명치 않은, 애매한. ✻ nói đại ra đi, đừng úp mở nữa! → 애매하게 돌려 말하지 말고 직접적으로 얘기해라!
út 욷	*youngest* [명] 가장 어린 가족, 막내. ✻ ngón út → 새끼 손가락, 약지. ✻ con gái út → 막내 딸.

uy — *authority, prestige*
우이 — [명] 권위, 권력, 세세.
* ông ta rất có uy với cấp dưới → 그 노인은 아래 사람들에게 매우 권위가 있다.

uy danh — *authority, prestigious, fame*
우이 얀 (잔) — [명] 명성, 명망.
* uy danh lừng lẫy → 유명한 명성.

uy hiếp — *to bully, overwhelm*
우이 히엡 — [동] 위협하다, 협박하다.

uy lực — *force, power* [명] 위력.
우이 륵
* uy lực của đồng tiền → 돈의 위력.

uy nghi — *majestic, impressive* [형] 엄숙한, 장엄한.
우이 응히
* ngôi nhà thờ uy nghi → 장엄한 성당.

uy nghiêm — *imposing* [형] 위엄있는.
우이 응히엠

uy quyền — *power and authority*
우이 꾸웬 — [명] 위권 (威權), 권력, 대가.

uy thế — *power and influence*
우이 테 — [명] 세력 (勢力).

uy tín — *prestige, credit*
우이 띤 — [명] 위신(威信), 신용.
* có uy tín với khách hàng → 손님에 대한 신용이 있다.

uy vũ — *power of authority* [명] 재력 (財力).
우이 부

úy — *company officer*
우이 — [명] (군사) 국군의 위관 계급.
* anh ấy là đại úy → 그는 계급이

	대위이다.
ủy ban 우이 반	*committee* [명] 위원회. ✻ uỷ ban nhân dân quận 1 → 1군 인민위원회.
ủy lạo 우이 라오	*to comfort, to console* [동] 위로하다.
ủy mị 우이 미	*syrupy, maudlin, sloppy* [형] 감정이 여린, 몹시 감상적인. ✻ tính nết ủy mị yếu đuối → 감정 이 매우 여리다.
ủy nhiệm 우이 니엠	*to entrust a task to sb.* [동] 위임(委 任)하다, 맡기다, 위탁하다. ✻ ủy nhiệm thư →편지를 맡기다.
ủy quyền 우이 꾸웬	*to authorize, to grant powers to sb.* [동] 남에게 권한을 주다.
ủy thác 우이 탁	*to mandate, to entrust sth to sb.* [동] 위임하다, 위탁하다.
ủy viên 우이 비엔	*member* [명] 위원.
uyên bác 우이엔 박	*sage, wise, learned, scholarly* [형] 박식한, 해박한, 슬기로운, 현명한. ✻ kiến thức uyên bác → 해박한 학 식.
uyên thâm 우이엔 텀	*deep, profound (of knowledge)* [형] 깊은, 해박한, 심오한. ✻ học vấn uyên thâm → 심오한 학 문.
uyên ương 우이엔 으엉	*duck and female duck - (lovers as an inseparable couple)* [명] 원 앙새 한 쌍, 사랑하는 남녀

한 쌍.

uyển chuyển *lissom, flexible* [형] 나긋나긋한.
우이엔 쭈웬 ✱ dáng đi uyển chuyển → 나긋나긋한 걸음걸이.

Ư - ư

ư
으
the 26th letter of the VN alphabet.
베트남어 알파벳 중 26번째 자.

ư
으
hein? [부] 다시 되물을 때, 물음을 강조할 때 문장 뒤에 붙여 쓰임.
✷ anh đã biết rồi ư? → 당신 알고 있었어요?

ứ
으
accumulate, stagnate [형] 가득 찬, 많이 모여 정체가 된.
✷ chiếc xe ca đầy ứ khách → 버스에 손님이 가득 찼다.

ứ đọng
으 동
accumulate, stagnantly [형] 쌓아 올린, 많이 모여 정체가 된.
✷ hàng ứ đọng trong kho → 물건을 창고에 가득 쌓다.

ừ
으
yeah, yes [부] dạ, vâng 예, 동의 또는 찬성할 때.
✷ bác ấy đã ừ rồi → 그 아저씨는 예라고 대답했다.

ưa
으아
to like, be fond of [동] 좋아하다.
✷ anh ta ưa nịnh cấp trên → 그는 윗사람에게 아부하길 좋아한다.

ưa chuộng
으아 쭈옹
be fond of [자] 좋아하다, 애호하다.
✷ mặt hàng này được nhiều người ưa chuộng → 이 물건은 많은 사람들의 애호를 받는다.

ưa nhìn 으아 닌	*attractive, eye-catching* [형] 매력이 있는. ✳ cô gái đó không đẹp nhưng rất ưa nhìn → 그는 이쁘지는 않지만 매력이 있다.
ưa nịnh 으아 닌	*like to listenthe flattery* [자] 아첨 받기를 좋아하는. ✳ ông ấy rất ưa nịnh → 그는 아첨 받기를 좋아한다.
ưa thích 으아 틧	*have a taste for, be fond of* [동] 다른 것보다 더 좋아하다. ✳ bóng đá là môn thể thao được mọi người ưa thích → 축구는 모든 사람이 좋아하는 스포츠 이다.
ứa 으아	*to overflow, to run* [동] 넘쳐 흐르다. ✳ cốt chuyện cảm động ứa nước mắt → 내용은 눈물이 넘치게 감동적이다.
ức 윽	1/ *chest* [명] (해부) 가슴. 2/ *to choke with anger* [동] 분노에 차다. ✳ ức đến tận cổ mà phải chịu bó tay → 분노가 목까지 차올랐지만 항복할 수밖에 없다.
ức chế 윽 쩨	*to inhibit, control* [동] 억제하다, 저지하다, 제어하다, 억압하다. ✳ cô ấy bị ức chế tâm lý → 그녀는 심리적으로 억압되다.
ức hiếp 윽 히엡	*oppress, bully* [동] 압박하다, 협박하다.

✻ ức hiếp người quá đáng → 과도하게 사람을 압박하다.

ưng
응
agree, accept [동] 동의하다.
✻ nhiều anh đến hỏi mà cô ấy chẳng chịu ưng ai cả → 많은 남자들이 청혼을 하지만 그녀는 아무에게도 동의하지 않았다.

ưng bụng
응 붐
to satisfy, to please [동] = vừa lòng 마음을 흡족하게 하다, 만족하다.
✻ chị có ưng bụng đôi giày này không? → 이 신발이 마음에 들어?

ưng thuận
응 투언
agree to [동] 동의하다.

ứng
응
1/ advance [동] 선불금을 주다.
✻ tiền chi phí được ứng trước → 지출금을 선불금으로 받다.
2/ correspond [동] 상응하다.
✻ tiền bồi thường phải ứng với tổn thất gây ra → 보상금은 반드시 손해 본 것에 상응해야 한다.

ứng biến
응 비엔
to adapt oneself [동] 응변하다.
✻ tùy cơ ứng biến → 임기응변하다.

ứng chiến
응 찌엔
to intercept, meet and fight [동] 응전하다.
✻ sẵn sàng ứng chiến → 응전 태세를 갖추다.

ứng cử
응 끄
to stand for election
[동] 선거에 출마하다.
✻ ứng cử viên → 선거 출마자.

ứng dụng
응 융
to apply [동] 응용하다.
✻ ứng dụng khoa học kỹ thuật vào

	sản xuất → 과학기술을 생산에 응용하다.
ứng khẩu 응 커우	*improvised, unseen* [동/형] 즉흥적인. ✷ ứng khẩu thành thơ → 즉흥적으로 시를 짓다.
ứng phó 응 포	*to cope with* [동] 대응하다. ✷ ứng phó tình hình mới → 새로운 생활에 대응하다.
ước 으억	*to wish* [동] 바라다, 기원하다, 소원하다. ✷ ước gì được đi du lịch nước ngoài → 외국 여행가는 것이 소원이다.
ước ao 으억 아오	*to long for, to wish* [동] = ao ước 소원하다, 기원하다. ✷ nó ước ao được giàu có → 그는 부자가 되길 소원한다.
ước chừng 으억 쯩	*to guess, estimate* [동] 어림잡다. ✷ ước chừng 12 kílô → 대략 12킬로 정도로 어림잡다.
ước lượng 으억 르엉	*to estimate* [동] (수량, 무게등의) 어림잡다, 추정하다, 견적을 내다. ✷ theo ước lượng ban đầu, số người tham gia là 90 % → 처음에 인원의 90% 정도 참석할 것을 어림잡았다.
ước mong 으억 멈	*to wish, yearn for* [동] = mong ước 갈망하다, 동경하다, 그리워하다, 사모하다. ✷ ước mong sau này con cái sẽ thành người có ích cho xã hội → 자식이 자라서 사회에 유익한 사람이 되길 갈망하다.

ước mơ 으억 머	*to dream* [동] = mơ ước 꿈을 꾸다. ✻ mọi ước mơ sẽ biến thành sự thật nếu ta chịu khó làm việc → 만약 당신이 어려운 일들을 견딘다면 모든 꿈이 현실이 될 것이다.
ước tính 으억 띤	*to estimate roughly* [동] 어림잡아 추정하다. ✻ ước tính số tiền thu được từ nguồn bán sản phẩm → 상품 판매 출처로부터 수입을 어림잡아 측정하다.
ước vọng 으억 봄	*dream, aspiration* [명] 이상, 소망, 동경. ✻ ước vọng cao xa → 원대한 소망.
ươm 으엄	*sow for seeding* [동] 씨를 심다. ✻ ươm cây → 나무를 심다.
ướm 으엄	*to try, try on* [동] 입어보다, 신어보다. ✻ ướm thử cái áo / giày mới → 옷을 입어보다./ 신발을 신어보다.
ươn 으언	*(be) stale, (be) unwell* [형] (생선, 새우, 고기) 상하다. ✻ *cá không ăn muối cá ươn, con cãi cha mẹ trăm đường con hư* (시조) → 물고기가 소금을 먹지 않으면 상하듯이 자식이 부모의 말을 듣지않으면 삐뚤어 진다.
ươn hèn 으언 헨	*cowardly, without energy* [형] 겁많은, 심약한. ✻ bản chất ươn hèn → 심약한 본질.

ưỡn 으언	swell, throw out [동] (가슴)을 펴다, 내밀다. ✷ đứng ưỡn ngực → 가슴을 펴고 서다.
ưỡn ẹo 으언 애오	to mince, to twist [동] 실룩거리다. ✷ nó ưỡn ẹo đi qua đi lại → 그녀는 실룩거리며 왔다갔다 하다.
ưỡn ngực 으언 으윽	to throw out one's chest [동] 뽐내다, 의기양양하다. ✷ anh ta ưỡn ngực tự đắc → 그는 자랑스럽게 뽐내다.
ương 으엉	nurse seeding, germinate [동] 발아시키다, 싹트게 하다.
ương bướng 으엉 브엉	stubborn [형] 고집이 센, 완강한, 완고한. ✷ thằng bé ương bướng, không chịu nghe lời ai cả → 아이가 고집이 세서 누구의 말도 듣지 않는다.
ương gàn 으엉 간	stubborn, self-willed, adverse [형] 반항하는. ✷ thằng bé này ương gàn quá → 이 아이는 매우 반항적이다.
ương ngạnh 으엉 응안	stubborn wayward, pigheaded [형] 고집이 세고 고분고분하지 않아 가르치기 어려운, 고집불통 의, 막무가내의. ✷ còn bé mà đã ương ngạnh khó dạy lớn lên khó có thể thành công trong cuộc sống → 고집이 세서 가르치기 어려운 아이는 커서도

인생에 성공하기 어렵다.

ướp
으업
to mix with.., to embalm
[동] 염장하다.

ướp lạnh
으업 란
to freeze [동] 냉장하다.

ướp xác
으업 싹
embalmment [동] 미라로 만들다.

ướt
으얻
wet [형] 젖은.
✻ mưa to làm ướt hết áo quần → 비가 많이 와서 옷이 다 젖었다.

ướt át
으얻 앋
1/ *wet, damp*
[형] 젖은, 습기 있는, 축축한.
✻ nhà cửa ướt át → 집이 습기가 있다.
2/ *mawkish* [형] 감정이 약한.
✻ tình cảm ướt át → 감정에 젖다.

ướt sũng
으얻 숨
soaked [형] 흠뻑 젖은.
✻ quần áo ướt sũng nước mưa → 옷이 비에 흠뻑 젖다.

ưu
으우
first class, very good, excellent
[형] 우수한.
✻ nó đậu hạng ưu → 그는 수석했다.

ưu ái
으우 아이
affectionate [형] 애정이 넘치는.

ưu đãi
으우 다이
to give special treatment
[동/자] 우대하다.
✻ ưu đãi những gia đình có công với cách mạng → 혁명유공자 가족들을 우대하다.

ưu điểm
good point, strong point [명] 강점.

으우 디엠 | ✷ phát huy ưu điểm → 강점을 발휘하다.

ưu phiền
으우 피엔
sadness, sorrow, affliction
[형] 슬픈, 비탄한.
✷ mối ưu phiền còn nặng trĩu trong lòng → 슬픔은 여전히 마음을 무겁게 내리누르다.

ưu thế
으우 테
advantage, upper-hand
[형] 우세한.
✷ chiếm ưu thế → 우세하게 점령하다.

ưu tiên
으우 띠엔
priority [형] 우선의.
✷ ưu tiên cho người già và trẻ em → 노인과 어린이를 우선하다.

ưu tú
으우 뚜
excellent, oustanding, magnificient [형] 우수한.
✷ một thanh niên ưu tú → 우수한 청년.

ưu tư
으우 뜨
afflicted, distressed
[형] 고민하 는, 괴로워하는.
✷ trong lòng đầy những nỗi ưu tư phiền muộn → 마음속에 괴로운 고민이 가득하다.

ưu việt
으우 비엔
preeminent
[형] 유별난, 출중한, 탁월한
✷ một nhà khoa học ưu việt → 출중한 과학자.

v	the 27th letter of the VN alphabet. 베트남어 알파벳 중 27번째 자.
va 바	bump, knock [동] 부딪치다, 충돌하다. ✻ va đầu vào tường → 벽에 머리를 부딪치다.
va chạm 바 짬	to hit gainst, strike against, be in conflict [동] ① 대립하다. ② 부딪치다, 충돌하다. ✻ bát đĩa va chạm nhau kêu lẻng xẻng → 그릇과 접시가 서로 부딪쳐 쨍 소리를 내다. ✻ va chạm quyền lợi → 권리와 충돌하다.
va-li 바 리	suitcase [명] 슈트케이스.
va-ni 바 니	vanilla [명] 바닐라.
vá 바	**1/** to mend [동] (옷 등을) 깁다. ✻ vá áo → 옷을 깁다. **2/** ladle [명] 국자.
vá víu 바 비우	patchy [형] 주워모은. ✻ kiến thức vá víu → 주워모은 견식.
và 바	and [접] …와/과 …, 그리고.

và 바	*to slap* [동] 찰싹 때리다.
và lại 바 라이	*moreover, beside* [부] = và chăng 게다가, 더욱이, 더구나.
vã 바	**1/** *to throw (water) on one's face* [동] 얼굴에 물을 살짝 뿌리다. ✻ vã nước lên mặt cho tỉnh táo → 정신을 차리기 위해서 얼굴에 물을 살짝 축이다. **2/** *eat food without rice* [동] 밥없이 음식을 먹다.
vã mồ hôi 바 모 호이	*to become damp* [동] 땀에 흠뻑 젖다. ✻ làm việc vã mồ hôi → 땀흘려 일하다.
vạ 바	*calamity, misfortune* [명] = họa 재난, 불행, 불운. ✻ mang vạ (họa) vào thân → 불행을 불러오다.
vác 박	*to carry on one's shoulders* [동] 어깨에 메고 나르다. ✻ vác một bao gạo to → 쌀 한가마니를 나르다.
vạc 박	*to carve* [동] 베다, 깎다, 쳐내다. ✻ vạc bớt 1 số cành → 약간의 가지를 쳐내다.
vách 밧	*wall* [명] 벽, 칸막이 벽, 담. ✻ vách đá → 절벽, 벼랑.
vạch 밧	*to draw, mark, expose* [동] 선을 긋다. ✻ vạch 1 đường thẳng lên giấy → 종이위에 한줄의 직선을 긋다.

vạch mặt
밧 맏

unmash, expose
[동] 폭로하다, 까발리다.
✴ vạch mặt tên phản bội → 배신자의 가면을 벗기다.

vạch trần
밧 쩐

lay bare [동] 명백히 드러나다.
✴ vạch trần tội ác của kẻ thù → 적의 죄악이 명백히 드러나다.

vai
바이

1/ *shoulders* [명] (해부) 어깨.
2/ *rank, grade, class*
[명] 계급, 지위, 등급.
3/ *the role* [명] (연극, 영화에서의) 역할, 배역.
✴ đóng vai Roméo → 로미오역을 맡다.

vai anh
바이 안

elder brother grade [명] 선배.
✴ tôi vai anh của nó nên không thể không giúp nó → 나는 그의 선배여서 그를 돕지 않을 수가 없다.

vai chính
바이 찐

hero, heroine, leading role
[명] 주연(主演), 주인공.
✴ anh ta đóng vai chính trong phim này → 그는 이 영화의 주인공이다.

vai nữ
바이 느

female role [명] 여성 역할.
✴ cô ấy là vai nữ chính trong phim → 그녀는 이 영화의 여자 주인공이다.

vai phụ
바이 푸

supporting role
[명] 보조역할, 조연.

vai trò
바이 쪼

part, role
[명] 배역, 역할, 임무, 구실.

	✷ đóng vai trò quan trọng → 중요한 역할을 맡다.
vai vế 바이 베	*rank, position* [명] 상위 계급, 막강한 위치, 높은 지위. ✷ ông ấy là người có vai vế trong xã hội → 그는 사회에서 높은 지위에 있다.
vái 바이	*to bow with joined hands* [동] 손모아 빌다. ✷ cúng vái tổ tiên → 조상님께 손모아 빌다.
vài 바이	*some* [부] 어떤, 약간, 조금, 다소. ✷ mua vài quyển sách →몇권의 책을 사다.
vài ba 바이 바	*two or three* [부] 두셋의, 적은 수의. ✷ chỉ có vài ba người đến thôi → 단지 두세명만 왔을뿐이다. ✷ nói vài ba câu chuyện với nhau → 서로 두세마디 이야기를 나누다.
vải 바이	**1/** *litchi* [명] (과실) 리이치. **2/** *cloth* [명] 천, 옷감, 직물. ✷ vải sọc → 체크무늬 천 ✷ mua vải may áo → 옷을 만들 천을 사다.
vải vóc 바이 뽑	*cloth, material* [명] 천, 옷감, 직물의 총칭. ✷ vải vóc bán đầy ngoài chợ → 시장에서 천을 많이 판다.
vãi 바이	**1/** *Buddhish nun* [명] (불교) 비구니. **2/** *to cast, fling, throw, strew*

	[동] 던지다, 흩뿌리다. ✱ vãi thóc cho gà vịt ăn → 오리, 닭에게 모이를 뿌려주다.
vại 바이	*jar, mug* [명] 병, 단지.
vạm vỡ 밤 버	*robust* [형] 강건한, 튼튼한, 굳센, 기운찬 ✱ thân hình vạm vỡ → 강건한 신체.
van 반	*to beseech, to implore* [동] 간청하다, 애원하다.
van an toàn 반 안 또안	*safety valve* [명] 안전밸브.
van lạy 반 라이	*to bow and ask for mercy* [동] 간청하다, 애걸하다. ✱ van lạy xin tha mạng → 목숨을 살려달라고 애걸하다.
van lơn 반 런	*to implore, to beg* [동] 간청하다, 구걸하다. ✱ ánh mắt van lơn → 애원의 눈빛.
van nài 반 나이	*to implore, insist* [동] 간청하다. ✱ van nài mãi ông ấy mới đồng ý → 계속 간청하니 그가 이제야 동의했다.
van vái 반 바이	*to pray* [동] …을 빌다. ✱ van vái ông bà phù hộ → 조상에게 도와달라고 빌다.
van xin 반 씬	*to implore, entreat* [동] 간청하다, 애원하다. ✱ nó ngước nhìn lên với ánh mắt van xin → 그는 애원의 눈빛으로 올려다 보았다.

ván 반	**1/** *board, plank* [명] 널빤지, 판자. ✱ xẻ ván đóng thuyền → 판자를 쪼개 배를 만들다. **2/** *game, set* [명] 놀이, 세트. ✱ đánh một ván cờ → 체스를 두다. ✱ chơi một ván bài → 카드 놀이를 하다.
ván trượt 반 쯔얻	*skateboard* [명] 스케이트보드. ✱ ván trượt nước (*aquaplane*) → 수상 스키(보드). ✱ ván trượt tuyết (*ski*) → 스키(보드).
vãn hồi 반 호이	*recover, restore* [동] 회복하다. 복원하다. ✱ vãn hồi lại an ninh trật tự → 질서 안녕을 회복하다.
vạn 반	*ten thousand* [명] 10.000, 만(萬).
vạn an 반 안	*peace to you! God bless you!* 신의 축복이 있길!
vạn năng 반 낭	*all-purpose, multipurpose* [형] 만능의, 다용도의. ✱ chìa khóa vạn năng → 만능열쇠.
vạn sự 반 스	*everything, all things* [명] 모든 것, (온갖) 모두, 만사. ✱ vạn sự khởi đầu nan (속담) (*the first step is the hardest*) → 첫걸음이 가장 어렵다.
vạn thọ 반 토	*marigold* [명] (식물/꽃) 금잔화.
vạn vật 반 벋	*all things, living beings* [명] 만물.

vạn vật học
반 벋 홉

natural history [명] 자연사, 박물학.

vang
방

1/ *to echo, to resound*
[동] (음성) 메아리치다, 울리다.
* tiếng vang (echo) → 메아리.
* tiếng kèn vang lên → 트럼펫 소리가 울려 퍼지다.
2/ *wine* [명] 와인, 포도주.
* rượu vang đỏ tốt cho sức khỏe → 붉은 포도주는 건강에 좋다.

vang dậy
방 자이 (야이)

resound, reecho, reverberate [동] (소리가) 반향하다, 울려퍼지다
* tiếng vỗ tay vang dậy khắp hội trường → 박수소리가 온 회의장에 울려퍼지다.

vang dội
방 조이 (요이)

resounding, thunderous [형] 반향하는, 널리 알려진. [동] 널리 알려지다, 울려 퍼지다,
* chiến công vang dội khắp nước → 무공(武功)이 전국에 알려지다.

vang động
방 돔

resound [동] 울리다, 반향하다 .
* tiếng súng nổ vang động khắp nơi → 총소리가 도처에 울리다.

vang lừng
방 릉

far resounding [형] 널리 퍼진, 널리 알려진.
* chiến công vang lừng → 무공 (武功)이 널리 퍼지다.

vang vọng
방 봄

resound far and wide
[동] 널리 울리다.
* vang vọng khắp núi rừng → 온 산이 울리다.

váng
방

1/ film, scum [명] 찌끼, 얇은 막.
* nước nổi váng → 찌끼가 뜬 물.
2/ feel dizzy and uncomfortable [형] = choáng váng 어지러운, 현기증이 나는.
* bị váng đầu → 머리가 어지럽다.

vàng
방

1/ yellow, golden
[명] (색) 노란 색의, 황색의.
2/ gold [명] 금, 황금.

vàng bạc
방 박

gold and silver [명] 금과 은.

vàng giả
방 지아 (야)

imitation gold [명] 모조금.
* nữ trang bằng vàng giả → 모조금으로 만든 장신구.

vàng hoe
방 호애

fair [형] 금색과 붉은 색을 섞은.
* tóc vàng hoe → 금발의.

vàng khè
방 캐

dirty yellow, deep yellow
[형] 누런색의.
* tờ giấy cũ vàng khè → 누렇게 바랜 오래된 종이.

vàng lá
방 라

sheet gold [명] 금박.

vàng mã
방 마

votive paper [명] 장례때나 제사일에 태우는 금은색 종이.

vàng mười
방 므어이

pure gold [명] = vàng ròng 순금.

vàng nghệ
방 응헤

saffron [명] 사프란색, 농황색.

vàng ngọc
방 응옵

gold and gem, valuable things. [명] 금과 옥, 가치있는 것, 귀중한 것.

vàng vọt 방 봇	*yellow pale* [명] 연노란색.
vãng cảnh 방 깐	*to visit a site* [동] 구경하다. ✷ đi vãng cảnh chùa → 절구경 가다.
vãng lai 방 라이	*go and come, frequent* [동] 오고 가다, 왕래하다. ✷ nhà có một phòng dành cho khách vãng lai → 집에 오가는 손님을 위한 방이 있다.
vãng tuồng 방 뚜옹	*end of a performance* [동] = vãng hát 공연이 끝나다.
vanh vách 반 밧	*fluent, clearly* [형] (말, 문체가) 유창한, 거침없는 ✷ kể vanh vách hết chuyện này đến chuyện khác → 이 이야기에서부터 다른 이야기까지 유창하게 서술하다.
vành 반	*hoop, brim* [명] (튀어나온) 테두리, (모자 등의) 챙.
vành đai 반 다이	*belt* [명] 벨트, 지대. ✷ vành đai thành phố → 도심지대.
vành khuyên 반 쿠웬	*zosterops* [명] (새) 동박새류.
vành vạnh 반 반	*very round* [형] 매우 둥근. ✷ mặt trăng tròn vành vạnh → 둥근달.
vào 바오	**1/** *come in, go in, enter* [동] 오다, 들어가다, 들어오다. ✷ xin mời vào → 들어오세요. ✷ vào luồn ra cúi (성어) → 들어오

고 나갈 때 고개를 숙이다. (언제나 남의 기분에 따라 맞추어 사는 삶.)
2/ enter [동] 가입하다, 들어가다.
✷ năm tới em tôi sẽ vào đại học → 내년에 내동생은 대학에 들어간다.
3/ at, in [부] …에, …를..
✷ tôi bị đánh vào đầu → 나는 머리를 맞았다.

vào đề 바오 데	*to come to the point, make an introduction* [동] 본론으로 들어가다, 주제로 들어가다. ✷ mới vào đề đã nói lời xin lỗi → 주제로 들어가자마자 미안하다는 말을 했다.
vào đời 바오 더이	*to make one's way in the world* [동] 세상으로 들어가다, 사회생활을 시작하다. ✷ được trang bị kỹ khi bước vào đời → 사회생활을 시작하려면 충분한 준비가 되어야한다.
vào khoảng 바오 코앙	*approximately, about* [부/접] 대략, 대체로, 대강. ✷ vào khảng 8 giờ tối tôi sẽ đến → 대강 저녁 8시쯤 나는 도착 할 것이다.
vào lúc 바오 룹	*at the time of..* [부] ~때에, ~시간에. ✷ nó xuất hiện đúng vào lúc đó → 그는 그때 정확히 나타났다.
vào sổ 바오 소	*to register* [동] 기록하다. ✷ ghi vào sổ cho nhớ → 기억하기 위해서 기록해두다.

vào tròng 바오 쫑	*fall into the trap* [동] 덫에 걸리다. ✷ tên lưu manh đã vào tròng → 사기꾼이 덫에 잡히다.
vay 바이	*to borrow, to lend* [동] 빌리다, 꾸다.
vay lãi 바이 라이	*to borrow (money) on interest* [동] = vay lời 차용하다, 차입하다.
vay mượn 바이 므언	*to borrow, to loan* [동] 빌리다, 꾸다, 차용하다. ✷ phải vay mượn thêm của bạn bè mới đủ → 친구에게 더 빌려야 충분해진다.
váy 바이	*skirt* [명] (여자의) 스커트, 치마. ✷ mặc váy ngắn → 미니스커트를 입다.
vảy 바이	*scales, fish scales, cataract on eye* [명] (물고기, 파충류 등의) 비늘.
văn 반	*literature, letters, style* [명] 문학, 문예.
văn bản 반 반	*writing, text, terms, document* [명] 서류, 공문서.
văn bằng 반 방	*diploma, degree* [명] 졸업증서, 수료 증서.
văn chương 반 쯔엉	*literature, literary, style* [명] 문학, 문예, 문체.
văn công 반 꼼	*member of the ensemble* [명] 문예단, 예술단. ✷ tối nay có phần trình diễn của đoàn văn công Hà Nội → 오늘 저녁에 하노이 예술단의 공연이 있다.

văn hào 반 하오	*famous writer* [명] 문호, 유명한 작가.
văn hoa 반 호아	*fine, florid, flowery* [형] (말, 문체) 화려한.
văn hóa 반 호아	*culture* [명] 문화(文化). ✲ văn hóa phẩm → 문화재.
văn học 반 흡	*letters, literature, literary* [명] 문학, 문예.
văn khoa 반 코아	*faculty of arts* [명] 문과(文科).
văn kiện 반 끼엔	*document, instrument* [명] 서류, 공문서.
văn minh 반 민	*civilization, civilized* [명] 문명 (文明).
văn nghệ 반 응에	*show, performance, letters and arts* [명] 문예, 문학과 예술. ✲ chiều nay có chương trình biểu diễn văn nghệ → 오늘 저녁 예술공연이 있다.
văn nghệ sĩ 반 응에 시	*writers and artists* [명] 문학예술가.
văn phong 반 퐁	*style* [명] 문체. ✲ văn phong bay bướm → 화려한 문체.
văn phòng 반 퐁	*office* [명] 사무소, 영업소. ✲ văn phòng phẩm → 사무용품.
văn sĩ 반 시	*writer* [명] 작가, 문필가.
văn thể 반 테	*literary form, genre, type* [명] 문학유형, 문체.

văn thơ 반 터	*prose and verse* [명] 시문(詩文).	

văn thư
반 트
document, letter, writings, papers [명] 서류, 문서.

văn tự
반 뜨
document, deed [명] 증서.
※ ký tên vào văn tự để làm tin → 증서에 서명을 하다.

văn xuôi
반 쑤오이
prose [명] 산문.

vắn
반
short, brief [형] = ngắn
(말, 문장 등이) 간단한, 짧은.

vắn số
반 소
to die young [동] 단명(短命)하다.

vắn tắt
반 딷
in a few words, briefly
[형] 짧은, 간단명료한.
※ kể vắn tắt thôi! → 간단명료하게 이야기 해라!

vằn
반
parti-coloured, flecked
[형] 얼룩이 있는, 무늬가 있는.
※ con ngựa vằn → 얼룩말.

vằn vện
반 벤
striped, variegated
[형] 다색의, 잡색의, 얼룩덜룩한.
※ mặt mũi vằn vện → 꼬질꼬질한 얼굴.

vặn
반
to wring, twist, turn
[동] 돌리다, 비틀다, 켜다.
※ vặn radio lớn lên cho cả nhà nghe → 라디오를 크게 틀어서 온 식구들에게 들려주다.

vặn vẹo
1/ *to interrogate, to question,*

반 배오 [동] 심문하다, 질문하다.
* vặn vẹo mãi nó mới chịu khai ra → 계속 심문하니 그가 진술했다.
2/ *to twist one's body*
[형] 비틀다, 꼬다.

văng
방
cast, throw, spit out [동] 내던져 버리다, (진흙을) 튀기다.
* té ngã văng mắt kính → 넘어져 안경이 내던져지다.

văng tục
방 뚭
to swear [동] 욕하다, 악담하다.
* người có học thức mà mở miệng ra là văng tục → 학식있는 사람이 입만 열면 욕설이다.

văng vẳng
방 방
remote sound, hear vaguely from the distance
[형] 먼곳에서 희미하게 들리는.
* có tiếng khóc than văng vẳng đâu đây → 어디선가 희미한 울음 소리가 들린다.

vắng
방
1/ *desolate, deserted*
[형] 인적이 없는, 한적한.
* ngôi nhà vắng chủ → 인적없는 집.
2/ *unhabited* [형] 부재의, 없는, 사람이 살지않는.
* mẹ vắng nhà → 어머니는 집에 계시지 않다.
* cô ấy đi vắng rồi → 그녀는 외출했다.

vắng bặt
방 받
be absent (without having any news) [형] 소식없는, 무소식의.
* đi đâu vắng bặt bấy lâu nay? →

어디갔길래 오랫동안 소식이 없니?

vắng khách
방 캇
have no customers [형] 손님이 없는.
✻ cửa hàng dạo này vắng khách → 요즘 가게에 손님 없다.

vắng lặng
방 랑
deserted, solitary, silent, still [형] 한적한, 고요한.
✻ quang cảnh nơi đây thật là vắng lặng → 이곳 경관은 정말 고요하다.

vắng mặt
방 맡
absent, missing
[형] 결석한, 결근한, 불참한, 없는.
✻ nó luôn vắng mặt khi có việc cần làm → 그는 필요할 때마다 언제나 없다.

vắng nhà
방 냐
to be out, be absent from house [형] 집에 있지않다.
✻ nó vắng nhà đã hai ngày rồi → 그가 집에 있지않은지 이틀됬다.

vắng tanh
방 딴
completely deserted
[형] 황폐한, 인적이 끊긴.
✻ đường phố vắng tanh sau cơn bão → 태풍 후에 길들이 황폐해지다.

vắng tiếng
방 띠엥
not to receive any voices (from..) [형] 소리없는.
✻ nhà vắng tiếng trẻ con thật là buồn tẻ → 아이들 소리가 없는 집은 정말 침울하다.

vắng tin
방 띤
not to hear any news (from)
[형] 어떤 소식도 듣지못한.
✻ vắng tin nhà đã khá lâu → 집 소식을 듣지 못한지 꽤 오래다.

vắng vẻ
quiet, desolate

방 배	[형] 한적한, 고요 한, 조용한.
	＊ nhà cửa vắng vẻ → 고요한 집.
vắt 받	*to press, to squeeze* [동] 짜내다, 죄다, 압착하다, 꽉쥐다.
	＊ vắt chanh bỏ vỏ (속담)→ 라임을 짜서 껍질을 버리다. (필요할 때 쓰고 필요없으면 버리다.)
vắt ngang 받 응앙	*across* [동] ~을 가로지르다.
	＊ cây ngã nằm vắt ngang đường làm cản trở lưu thông → 나무가 길을 가로질러 쓰러져 교통을 방해하다.
vắt óc 받 옵	*to rack one's brain, strain all of nerve to do sth.* [동] 머리를 쥐어짜다.
	＊ vắt óc suy nghĩ mãi → 머리를 짜내어 계속 생각하다.
vắt sổ 받 소	*to oversew, overcast* [동] 감치다.
	＊ đem vắt sổ quần áo trước khi may → 재봉하기 전에 옷을 감치다.
vắt sữa 받 스아	*to milk, do the milking* [동] 우유를 짜다.
	＊ vắt sữa bò → 소의 젖을 짜다.
vắt vẻo 받 배오	*to perch on* [형] 높이 앉은.
	＊ ngồi vắt vẻo trên cây → 나무 꼭대기에 앉아있다.
vặt 받	**1/** *pluck* [동] 뜯다, 잡아 뽑다, 뽑아내다. nhổ (lông) / hái (lá sâu)
	＊ vặt lông gà → 닭털을 뜯다.
	＊ vặt hết lá sâu trên cây → 나뭇잎을 다 뜯어내다.
	2/ *petty, odd, trifling*
	[형] 작은, 하찮은, 약간의, 소량의.

	✴ chuyện vặt / ăn vặt → 하찮은 일 / 간식.
vặt vãnh 받 반	petty (things), odd [형] 적은, 사소한, 하찮은. ✴ mua sắm các thứ vặt vảnh → 사소한 물건들을 사다.
vân 번	1/ vein [명] 결, 무늬, 돌결, 나뭇결. 2/ fingerprints [명] 지문. ✴ lấy vân tay → 지문을 얻다.
vân vân 번 번	and so on [접] 기타 등등.
vấn 번	wind, roll [동] 둥글게 감다, 말아올리다. ✴ vấn khăn lên đầu → 수건을 머리에 감다. ✴ vấn thuốc lá hút → 담배를 말아 피다.
vấn đáp 번 답	oral, give question and answer [동] 구두로 하다, 구술(口述)하다. ✴ thi vấn đáp → 구술 시험.
vấn đề 번 데	problem, matter, question [명] 문제, 과제, 의문, 난문제. ✴ giải quyết vấn đề ăn ở → 의식주 문제를 해결하다.
vấn vương 번 브엉	liaison, be unable to part, be in love [형] = vương vấn 뗄수없는, 연결된. ✴ chia tay nhau rồi mà lòng còn vấn vương mãi → 서로 헤어졌지만 마음은 아직도 계속 연결되어 있다.
vần	rhyme, syllable [명] 음절, 실러블.

번 ※ đánh vần từng chữ → 단어의 한 음절씩 철자하다.

vần điệu
번 디에우
rhyming [명] 운, 압운(押韻).
※ bài thơ có vần điệu lục bát → 육팔체 운율의 시.

vẩn đục
번 둡
muddy, turbit [형] 오염된, 더러워진.
※ giữ lòng trong sạch không bị vẩn đục vì bả lợi danh → 명예로 유혹하기 때문에 마음이 오염되지 않도록 깨끗하게 지키다.

vẩn vơ
번 버
aimless, idle [형] 목적이 없는, 이렇다 할 주견이 없는.
※ nói vẩn vơ toàn là những chuyện đâu đâu → 목적없이 말을 하니 전부 두서없는 이야기다.

vẫn
번
still [부] = vẫn còn 아직, 여전히, 지금까지도.
※ vẫn như cũ → 여전히 예전같다.

vận
번
destiny, fortune [명] 운, 운명.
※ vận may → 행운.
※ thất cơ lỡ vận (성어) →

vận chuyển
번 쭈웬
to transport [동] 소송하다, 운송 하다.
※ vận chuyển hàng hóa ra miền Trung → 중부지방으로 물건을 운송하다.

vận dụng
번 융
to apply [동] 적용하다.
※ vận dụng hết mọi phương tiện, mọi khả năng để hoàn thành trách nhiệm → 책임을 완수하기 위해서 모든 수단과 모든 가능성을 다 적용하다.

vận động 번 돔	*campaign, canvass, maneuver, be in motion* [동] 선거 운동을 하다, 움직이다. ✷ nhà trường tổ chức đi vận động quyên góp tiền cứu trợ đồng bào bị thiên tai bão lụt → 학교에서 수재민 돕기 성금 모금 운동을 주최하다. ✷ nó cố đi vận động cho bố nó đắc cử → 그는 아버지의 당선을 위해 선거 운동에 노력하다. ✷ sân vận động (*stadium*) → 경기장, 야구장, 스타디움.
vận động viên 번 돔 비엔	*athlete, sportman(woman)* [명] 운동선수.
vận hành 번 한	*work, operate, run* [동] 움직이다, 작용(작동)하다, 운행하다. ✷ vận hành một cái máy → 기계를 작동하다.
vận hạn 번 한	*misfortune, adversity* [명] 불운 ✷ vận hạn của cô năm nay xấu lắm → 올해 당신의 운수는 매우 안 좋다.
vận mệnh 번 멘	*fate, destiny* [명] 운, 운명, 운수, 팔자. ✷ vận mệnh tốt, tương lai sáng sủa → 앞으로 부자가 될 좋은 운수이다.
vận tải 번 따이	*transport* [동/형] 운송하다, 수송하다. ✷ máy bay vận tải → 수송비행기.
vận tốc 번 똡	*speed* [명] 속도, 속력. ✷ vận tốc tối đa là 60km/giờ → 최대 속력이 시속 60km 이다.

vâng 벙	*yes, all right* [부] 긍정, 동의, 대답할 때 쓰임, 네! 예! ✲ xin vâng! → 예! ✲ vâng, em biết rồi → 예, 잘 알았습니다.
vâng dạ 벙 자 (야)	*say yes* [동] '예'라고 말하다, 승락하다, 긍정하다. ✲ nó vâng dạ luôn mồm nhưng vẫn cứ làm theo ý nó → 그는 끊임없이 '예'라고 말하면서 그러나 여전히 그의 뜻대로 한다.
vâng lời 벙 러이	*to obey* [동] 복종하다, 순종하다, 따르다, 응하다, …을 지키다. ✲ nó luôn vâng lời cha mẹ → 그는 언제나 부모님의 말씀에 순종한다.
vâng lệnh 벙 렌	*obey an order, comply with an order* [동] 명령에 따르다, 응하다, …을 지키다. ✲ vâng lệnh cấp trên → 상사의 명령에 따르다.
vâng theo 벙 태오	*to obey, comply(with)* [동] ~에 따르다, 응하다. ✲ vâng theo lời dạy của thầy → 스승의 가르침에 따르다.
vầng 벙	*disk (of moon, sun..)* [명] 평원반.
vầng đông 벙 돔	*the rising sun* [명] 일출. ✲ vầng đông vừa ló dạng → 일출이 막 보이다.
vấp 법	*to trip, stumble, to make mistake* [동] 발부리가 걸리다, 실수하다.

	✲ vấp bậc thang té xuống → 계단에서 발부리가 걸려 넘어지다.
	✲ đọc vấp 1 chữ nên bị trừ điểm → 한 글자 실수로 읽어서 감점되었다.
vấp ngã (té) 법 응아(때)	*to trip and fall* [동] 걸려 넘어지다. ✲ đã vấp ngã thì phải biết tự đứng lên! → 걸려넘어지면 스스로 일어나라!
vấp váp 법 밥	*make mistake, stumble, flounder* [동] 실수하다.
vập 법	*to hit against, knock against* [동] 부딪치다. ✲ té vập đầu vào tường → 넘어져서 벽에 머리를 부딪치다.
vất 벋	*to throw* [동] = quăng, ném 던지다, 팽개치다 ✲ vất lá thư vào sọt rác → 편지를 쓰레기통에 던져버리다.
vất bỏ 벋 보	*throw away, discard* [동] 버리다, 포기하다. ✲ vất bỏ tất cả để ra đi → 떠나기 위해 모든 것을 버리다.
vất vả 벋 바	*hard, difficulty, strenuous* [형] 고생하는, 수고하는. ✲ vất vả lắm mới được như ngày nay → 매우 고생하여 오늘날처럼 되었다.
vất vưởng 벋 브엉	*uncertain, undecided* [형] 흐릿한, 불확실한.
vật 벋	**1/** *thing, object* [명] 물건, 사물. ✲ vật bất ly thân → 몸에 항상 지니

고 다니는 물건.
2/ *to slaughter, butcher, wrestle* [동] 도살하다, 맞붙어 싸우다.
✻ vật lộn → 씨름하다.

vật chất
벋 쩓
matter, material, physical
[명] 물질, 재료.
✻ tiền tài vật chất chỉ là của ngoài thân → 재물은 단지 외적인 것 뿐이다.

vật chứng
벋 쯩
material evidence [명] 물증.
✻ nhân chứng vật chứng có đầy đủ nó mới hết chối cãi → 인증 물증이 충분하기 때문에 그는 이제 다 부정했다.

vật dụng
벋 융
thing, object, instrument
[명] 용품, 도구.
✻ những vật dụng thường dùng trong bếp → 부엌에서 자주 사용하는 용품들.

vật liệu
벋 리에우
materials [명] 소재, 재료, 원료, 자재.
✻ vật liệu xây dựng → 건축자재.

vật lộn
벋 론
to wrestle, to struggle
[동] 싸우다, 씨름하다.
✻ vật lộn với thần chết → 죽음의 신과 씨름하다.

vật lý
벋 리
physics, physical [명] 물리.
✻ vật lý trị liệu → 물리치료.

vật lý học
벋 리 홉
physicist [명] 물리학.
✻ nhà vật lý học → 물리학자.

vật phẩm
벋 폄
article, production [명] 물건, 물품.

vật thể 벋 테	*body, object* [명] 물체.
vật tư 벋 뜨	*materials* [명] 물자.
vật vã 벋 바	*to throw oneself on the ground (with pain, sorrow)* [동] 고통스러워 하다, 괴로워하다. ✳ cô ta vật vả vì cơn đau → 그녀는 아픔 때문에 고통스러워 하다.
vật vờ 벋 버	*wavering, swing, stirred by the wind* [동] 흔들리다, 너울거리다. ✳ sống lây lất vật vờ → 건들건들 세월을 보내다.
vẩu 버우	*projecting, buck-toothed* [형] 돌출한. ✳ hàm răng vẩu → 돌출치아.
vây 버이	**1/** *fin, fin-ray* [명] (물고기 등의) 지느러미. **2/** *to surround, encircle* [동] = vây quanh, vây bọc 둘러싸다, 에워 싸다, 포위하다.
vây cánh 버이 깐	*side, wing* [명] 날개. (= phe đảng) ✳ bọn cướp của giết người đã bị chặt hết vây cánh nên phải ra đầu hàng → 살인자 악당은 팔이 다 잘렸으니 항복해야만 한다.
vây quanh 버이 꾸안	*surround* [동] 둘러싸다, 에워 싸다, 포위하다. ✳ một hàng rào kẽm gai vây quanh căn nhà → 집 둘레를 가시 울타리로 둘러싸다.
vấy	*stained, dirtied* [동] = dính 더럽히

버이 | 다, 더러워지다, 얼룩지다.
✻ bàn tay vấy máu → 손을 피로 얼룩지다.

vảy
버이
1/ scale, scrust, scab [명] = vảy (물고기, 파충류 등의) 비늘
✻ vảy cá → 물고기의 비늘.
2/ sprinkle, shake off [동] 물을 뿌리다, 살수하다
✻ vảy rau sống cho ráo nước → 채소가 흠뻑 젖도록 물을 뿌리다.

vẫy
버이
wave [동] (손을) 흔들다.
✻ vẫy tay chào tạm biệt → 손을 흔들어 작별인사를 하다.

vẫy đuôi
바이 두오이
to wag the tail (dog)
[동] (개가 꼬리를) 흔들다.
✻ con chó vẫy đuôi mừng chủ → 개가 주인을 맞느라 꼬리를 흔들다.

vẫy gọi
버이 고이
to call, to beckon
[동] 신호하다, 부르다.

vẫy tay
버이 따이
to wave one's hand
[동] 손을 흔들다.

vẫy vùng
버이 붐
act freely (one's own initiative)
[동] 자유롭게 행동하다.

vậy
버이
so, that, thus, therefore [부] 그러면.
✻ anh định đi đâu vậy? 그러면 당신은 이제 어디로 가십니까?

ve
배
cicada, balm-cricket [명] = ve sầu (곤충) 매미.

ve chai
배 자이
bottles [명] 병.

ve gái 배 가이	to flirt with women [동] = tán gái 여자와 시시덕거리다.
ve vãn 배 반	pay to court, court [동] 희롱하다.
ve vẩy 배 바이	to waggle [동] vẩy nhẹ 가볍게 흔들다. ✻ con chó ve vẩy cái đuôi → 개가 꼬리를 살랑살랑 흔들다.
vé 배	ticket, bill [명] 표. ✻ vé vào cửa → 입장권.
vé khứ hồi 배 크 호이	round-trip ticket [명] 왕복표.
vé máy bay 배 마이 바이	plane ticket [명] 비행기 표.
vé mời 배 머이	complimentary ticket [명] 초대권.
vé số 배 소	lottery ticket [명] 복권.
vé tàu 배 따우	boat / train ticket [명] 배(기차) 표.
vé tháng 배 탄	commutation (monthly) ticket [명] 정기승차권, 정기권.
vè 배	1/ a mudguard [명] (자동차 등의) 흙받이. 2/ popular satirical verse [명] 풍자시.
vẻ 배	outward appearance, look [명] 표정, 안색, 기색. ✻ giọng nói đầy vẻ tự tin → 목소리에 자신있는 기색이 가득하다.

vẻ vang 배 반	*glorious, honourable* [형] 훌륭한, 뛰어난, 빛나는, 명예로운.	
vẽ 배	*draw, paint* [동] (그림 따위를) 그리다. ✼ vẽ một bức tranh phong cảnh → 한 폭의 풍경화를 그리다.	
vẽ chuyện 배 쭈웬	*to imagine, conceive, invent* [동] 이야기를 꾸며내다.	
vẽ vời 배 버이	*fabricate, create* [동] 불필요한 일들을 만들어내다. 꾸며내다.	
ven 밴	*edge, side* [부] 가, 가장자리, 끝. ✼ ngồi hóng mát ở ven sông → 강가에 앉아서 바람을 쐬다.	
vén 밴	*to roll up, put up* [동] 접어올리다, 말아 올리다, 끌어 올리다. ✼ vén màng bước vào → 커튼을 말아 올리고 안을 들어가다. ✼ vén ống quần bước qua vũng nước → 바지단을 접어 올려 물웅덩이를 건너다.	
vẹn 밴	*entire, whole, be complete* [형] 전체(전부)의. ✼ vẹn cả đôi đường → 양편 모두.	
vẹn toàn 밴 또안	*perfect, complete, accomplishment* [형] 완전한, 완벽한. ✼ tài sắc vẹn toàn → 완벽한 재색.	
véo 배오	*to pinch* [동] 꼬집다. ✼ bị véo một cái đau điếng → 아프게 꼬집히다.	
véo von 배오 본	*melodious* [형] 선율적인. ✼ chim hót véo von → 새가 선율적	

으로 노래하다.

vèo *in a flash, like a shot* [부] 순식간에,
배오 눈 깜짝할 사이에, 쏜살같이.
※ viên đạn bay vèo qua tai →
총알이 순식간에 귀가를 지나갔다.

vẹo *twist* [형] 삐다, 접질리다.
배오 ※ xách nặng vẹo cột sống →
가방이 무거워 척추가 삐끗하다.

vét *to dredge, scrape* [동] (항만, 강을)
벹 준설하다, 긁어 모으다.
※ vét sạch túi cũng chưa đủ tiền
để mua → 돈을 깨끗이 긁어 모아
도 살려면 아직도 모자란다.

vẹt **1/** *parrot* [명] (새) 앵무새.
벹 ※ nói như vẹt → 앵무새처럼 말하다.
2/ *be worn out on one side*
[형] 닳아 헤진.
※ đôi giày bị vẹt gót → 구두가 헤
졌다.

vê *to roll* [동] 말다.
배 ※ vê tròn mẩu giấy → 종이를 동그
랗게 말다.

vế *thigh, side, member influence*
베 [명] 넓적다리, (수학) 변, 면. 세력.
※ bị lép vế → 강등되다.

về **1/** *to come back, to return* [동] 돌아
베 오다, 귀가하다.
※ sau khi làm việc xong tôi về nhà
→ 일을 마친 후 집으로 돌아왔다.
2/ *about, on, as to, for* [부] ...에 관
해서, ~에 대하여.

✲ về phần tôi.. → 나에 관해서는..
✲ một quyển sách nói về nghệ thuật sống → 삶의 예술에 관한 책.
✲ thành thật xin lỗi về chuyện đáng tiếc hôm qua → 어제의 유감스런 일에 대하여 진심으로 미안합니다.

3/ *to come, finish*
[부] 들어오다, 끝나다.
✲ ngựa của tôi về nhất trong cuộc đua → 경주에서 내 말이 일등으로 들어왔다.

về chiều
베 찌에우
1/ *on the evening* [부] 저녁에.
2/ *to get old, grow old*
[동] 나이를 먹다.

về hưu
베 흐우
to retire (from office)
[동] 퇴직 (은퇴, 폐업)하다

về nước
베 느억
to go home, return home [동] = hồi hương 귀국하다, 고국으로 돌아가다.

vệ binh
베 빈
guard, guardsman
[명] 경계병, 근위병.

vệ sĩ
베 시
escort-man, bodyguard
[명] 호위, 호위자, 보디가드.

vệ sinh
베 신
hygiene, sanitation
[명] 위생, 위생 상태.
✲ vệ sinh phòng dịch → 전염병 방지 위생.

vệ tinh
베 띤
satellite [명] 위성.
✲ phóng vệ tinh → 위성을 쏘아올리다.

vênh
warped, hold up [형] 휜.

벤

vênh vang arrogant, haughty, supercilious
벤 반 [형] 거만한, 오만한.
✳ nó vênh vang tự đắc vì được ái mộ → 그는 칭찬을 받아 거만해졌다.

vênh váo to swagger, give oneself airs
벤 바오 [동] 뽐내다, 젠체하다.
✳ mặt mũi vênh váo → 뽐내는 얼굴.

vểnh to raise, perk up, prick up
벤 [동] 세우다, 쫑긋 서다.
✳ vểnh tai nghe → 귀를 쫑긋 세우고 듣다.

vết trace, mark, stain
벤 [명] 자국, 표시, 흔적.
✳ viên ngọc có vết → 옥에 티.

vết bánh xe wheel tracks, tire marks
벤 반 쌔 [명] 바퀴자국.

vết bầm confusion [명] 멍, 멍자국.
벤 범

vết bẩn spot, stain [명] 반점, 얼룩.
벤 번

vết bỏng scald, burn [명] = vết phỏng 화상.
벤 봄 ✳ vết bỏng của tôi vẫn còn đau → 화상이 아직도 아프다.

vết chàm birth-mark [명] 몽고반점.
벤 짬

vết chân footmarks, footprints [명] 발자국.
벤 쩐 ✳ lần theo vết chân con hổ → 호랑이 발자국을 따라가다.

vết nám stain, spot [명] 얼룩, 반점.

벤 남
vết nhăn — furrow, wrinkle
벤 냔
[명] 주름(살), 구김 살.
* có nhiều vết nhăn trên mặt → 얼굴에 주름살이 너무 많다.

vết nứt — chink, crack [명] 갈라진 틈, 금.
벤 늗
* cái ly có vết nứt → 금이 간 컵.

vết sẹo — a scar [명] 흉터.
벤 새오
* tên cướp có 1 vết sẹo dài trên mặt → 강도의 얼굴에 긴 흉터가 하나 있다.

vết thương — sore, wound, injury [명] 부상, 상처.
벤 트엉
* vết thương chưa lành → 상처가 아직 아물지 않았다.
* máu từ vết thương chảy ra → 상처에서 피가 흘러 나오다.

vết tích — trace, sign, vestige
벤 띳
[명] (...의) 흔적, 자취.
* vết tích tội lỗi → 죄의 흔적.

vệt — long track, line, streak
벧
[명] 자국, 선. 줄.
* vệt khói tan dần → 비행운(雲)이 점차 퍼지다.

vi ba — microwave
비 바
[명] (물리) 극초단파, 마이크로파.

vi cảnh — petty offence, minor infraction of the law [명] 경범(輕犯).
비 깐
* bị phạt vi cảnh vì vượt đèn đỏ → 신호위반으로 경범죄 처벌을 받다.

vi khuẩn — bacterium [명] 세균, 미생물.
비 쿠언

vi ô lông 비 오롱	*violin* [명] (악기) 바이올린.
vi phạm 비 팜	*to violate, offend, break, infringe* [동] 위반하다, 위법하다. ✻ vi phạm luật giao thông → 교통법을 위반하다.
vi rút 비 룬	*virus* [명] 바이러스. ✻ vi rút máy tính → 컴퓨터 바이러스.
vi ta min 비 따민	*vitamin* [명] 비타민.
vi tính 비 띤	*computer* [명] 컴퓨터, 전자 계산기.
vi trùng 비 쭘	*microbe, germ, bacillus* [명] 간균, 병원균, 바실루스.
vi vu 비부	*whisper* [형] (소리) 속삭이는. ✻ tiếng sáo vi vu thổi → 속삭이는 피리소리.
ví 비	**1/** *to compare* [동] 비교하다, 비기다, 대조하다, 견주다. ✻ ơn nghĩa này ví tựa trời cao → 이 은혜를 높은 하늘에 비기다. **2/** *wallet, purse* [명] = bóp 지갑. ✻ bỏ quên ví tiền ở nhà → 집에다 돈지갑을 두고왔다.
ví dụ 비유	*example* [명] 예, 보기.
ví von 비 본	*compare, make comparation* [동] 비교하다, 견주다. ✻ nói ví von → 연상할수 있도록 예를 들어 이야기하다.

vì
비

by, due to, because of, for [부] ...이므로, ...인고로, 왜냐하면, ...때문에.

∗ vì tiền, nó sẵn sàng làm mọi việc → 돈 때문에 그는 언제나 어떤 일이든 할 준비가 되어있다.

vì sao
비 사오

why?, what's the reason for [부] = tại sao 왜, 어째서, 무슨 이유로.

vì thế
비 테

for this reason, therefore [부] = vì vậy 그런 이유로, 그러므로, 그렇기 때문에.

vỉ
비

grid, grill [명] 격자, 석쇠.
∗ vỉ nướng thịt → 석쇠.

vĩ đại
비 다이

great [형] 큰, 위대한.

vĩ cầm
비 껌

violin [명] 바이올린.

vĩ nhân
비 년

great man [명] 위인.

vĩ tuyến
비 뚜웬

parallel of latitude
[명] 위도선(緯度線)

vị
비

1/ *taste, flavour*
[명] (음식의) 맛, 풍미, 향미, 미각.
∗ vị đắng (*bitter taste*) → 쓴맛.
2/ (*honour*) [명] (님) 경의, 존경의 표현으로 쓰임.
∗ các vị khách quí → 각 귀빈.
∗ vị nguyên thủ quốc gia → 국가 원수.

vị giác
비 지악 (악)

the sense of taste [명] 미각.

vị hôn phu 비 혼 푸	*betrothed, fiancé* [명] 약혼자(남자).
vị hôn thê 비 혼 테	*fiancée* [명] 약혼자(여자), 약혼녀.
vị kỷ 비 끼	*selfish, egoistic* [형] 이기적인. ✳ con người vị kỷ → 이기적인 사람.
vị nể 비 네	*to show great consideration for sb.* [동] 존경하다, 경의를 표하다. ✳ được mọi người vị nể → 모든이들의 존경을 받다.
vị ngữ 비 응으	*predicative* [명] (문법) 술어, 술부.
vị tha 비 타	*selfless, unselfishness* [형] 사심없는, 이기심이 없는. ✳ có tấm lòng vị tha → 사심없는 마음.
vị thành niên 비 탄 니엔	*under age, minor* [명] 미성년자. ✳ phim này cấm trẻ vị thành niên → 이 영화는 미성년자 관람불가이다.
vị trí 비 찌	*place, position* [명] 위치, 자리. ✳ chọn được một vị trí tốt → 좋은 자리를 골랐다.
vía 비아	*vital spirit, life principe* [명] 혼, 활력.
vỉa hè 비아 해	*an edge of the street* [명] = lề đường 보도, 인도. ✳ hàng hóa bày lấn chiếm vỉa hè → 물건을 보도까지 진열하다.
việc	*work, bussiness, problem, matter,*

비엑	*job* [명] 일, 일거리, 문제, 사무, 업무.
việc công 비엑 꼼	*public affairs* [명] 공적인 일.
việc đạo 비엑 다오	*religious affairs* [명] 종교적인 일.
việc đời 비엑 더이	*social affairs* [명] 사회적인 일.
việc làm 비엑 람	1/ *employment, job, work* [명] 일, 사무, 업무, 직업. 2/ *action, act* [명] 행동.
việc nhà 비엑 냐	*housework, family matters/affairs* [명] 가사, 집안일.
việc nước 비엑 느얼	*state affairs* [명] 국가의 일. ✻ giỏi việc nước, đảm việc nhà → 나라일을 잘하고, 가정일을 잘하다.
việc riêng 비엑 리엥	*private affairs / matter* [명] = việc tư 사적인 일.
việc thiện 비엑 티엔	*act of charity, benefaction* [명] 자선사업. ✻ đi làm việc thiện → 자선사업을 하다.
việc tốt 비엑 똗	*good-action, good-deed* [명] 좋은 일, 좋은 행위.
việc xấu 비엑 싸우	*bad-deed, evil deed* [명] 나쁜일, 악한일.
viêm 비엠	*inflame, inflamation* [명] (의학) 염증. ✻ viêm xoang → 정맥두염, 부비강염. ✻ viêm mũi → 비염.

✳ viêm gan siêu vi → 바이러스 간염.

viêm họng
비엠 홍
sore throat, angina, pharyngitis
[명] (의학) 인후염.

viêm nhiễm
비엠 니엠
inflamed and infected
[명] 감염에 의한 염증.

viên chức
비엔 쯕
office-holder, official [명] 공무원.

viên mãn
비엔 만
complete, full, perfect, fautless
[형] 원만한.

viên thuốc
비엔 투옥
pill, tablet [명] 환약, 알약.

viền
비엔
to hem, to edge
[동] 둘러싸다, 가장자리를 감치다.
✳ cổ áo viền đăng ten → 옷의 목 부분에 레이스를 두르다.

viễn vong
비엔 봉
unrealizable, impractical
[형] 실현할 수 없는, 비현실적인.
✳ ý nghĩ viễn vông → 비현실적인 생각.

viễn cảnh
비엔 깐
long-sighted, prospect
[명] 전망, 조망, 경치, 가망.
✳ một viễn cảnh huy hoàng → 화려한 미래.

viễn chinh
비엔 찐
expeditionary [명] 원정, 탐험.
✳ đội quân viễn chinh → 원정군.

viễn du
비엔 유
long-trip, travel very far
[동] 멀리 여행가다.

viễn dương
비엔 이으엉
ocean traffic [명] 원양(遠洋)
✳ tàu viễn dương → 원양어선.

viễn đông
Far East [명] 극동.

비엔 돔

viễn thông — *telecommunication, telecom.* [명]
비엔 톰 원거리 통신.

viễn tưởng — *fiction* [형] 소설, 허구.
비엔 뜨엉
* tiểu thuyết khoa học viễn tưởng
→ 공상과학 소설.

viện — **1/** *institute, court, hospital*
비엔
[명] 기관, 병원.
* viện nghiên cứu ngôn ngữ học
→ 언어학 연구소.
2/ *allege, adduce, produce, quote*
[동] = viện cớ 인용하다, 인증(引證)하다.
* viện hết lý do này đến lý do khác để khỏi đi học → 학교를 가지 않기 위해 이 이유에서 다른 이유까지 다 인용하다.

viện bảo tàng — *museum* [명] 박물관.
비엔 바오 땅

viện hàn lâm — *academy* [명] 아카데미, 학원.
비엔 한 럼

viện khảo cổ — *Institute of Historical Research*
비엔 카오 꼬 [명] 고고학회.

viện mồ côi — *orphanage* [명] 고아원.
비엔 모 꼬이

viện phí — *hospital fees* [명] 병원비.
비엔 비

viện trợ — *aid, help* [명] 원조, 조력, 도움.
비엔 쩌

viện trưởng — *director (of institute), president of a*

비엔 쯔엉	*University* [명] 원장, 총장.
viếng 비엥	*to visit, to pay homage to sb.* [동] 방문하다, 참배하다, ~에게 경의를 표하다.
	✳ đoàn học sinh đi viếng lăng Bác → 학생단이 호찌민묘를 참배하러 가다.
viếng thăm 비엥 탐	*to visit* [동] 방문하다, 찾아가다, 구경하러 가다.
viết 비엣	1/ *to write* [동] 쓰다. 2/ *pen* [명] 펜, 볼펜.
viết báo 비엣 바오	*write for the press, be a journalist* [동] 신문 기사를 쓰다.
viết chì 비엣 지	*pencil* [명] = bút chì 연필. ✳ gọt viết chì → 연필을 깎다.
viết tay 비엣 따이	*handwritten* [형] 손으로 쓴. ✳ bản viết tay → 친필서.
viết tắt 비엣 딷	*to abbreviate* [동] 줄여쓰다, 약어를 사용하다.
	✳ từ viết tắt → 줄임말, 약어.
vịn 빈	*to hold, to lean on* [동] 잡다, 짚다. ✳ vịn vào tường tập đi → 벽을 잡고 걷는 연습을 하다.
vinh 빈	*glorious* [형] 영예로운, 명예의, 빛나는.
	✳ thà chết vinh hơn sống nhục → 굴욕적이게 사느니 영예롭게 죽는 것이 낫다.
vinh dự 빈 즈 (이으)	*honour* [명] 명예, 영예.

vinh hoa
빈 화
eminence, honours
[형] 번영, 부, 부유, 영화.
✴ vinh hoa phú quý → 부귀영화.

vinh quang
빈 꾸안
glorious [형] 영광스러운, 명예로운.
✴ lao động là vinh quang → 노동은 영광스러운 것이다.

vĩnh biệt
빈 비엣
to part forever from sb, to pay a last tribute to sb.
[동] 영별하다, 영구히 이별하다.
✴ chào vĩnh biệt → 영별 인사하다.

vĩnh cửu
빈 끄우
permanent [형] 영속하는, 영구 적인.
✴ có giá trị vĩnh cửu → 영구적인 가치가 있다.

vĩnh viễn
빈 비엔
eternal, everlasting, perpetual
[형] 영원한, 영구의
✴ vĩnh viễn không bao giờ quên → 영원히 잊을수 없다.

vít
빗
1/ *screw, vice*
[명] 나사(못), 나사못 구멍
✴ vặn vít lại thật chặt → 나사를 꽉 조이다.
2/ *to bend down, wrest down*
[동] 강하게 끌어내리다.
✴ vít xuống → 끌어내리다.

vịt
빗
duck, drake [명] (조류) 오리.

vo
보
1/ *to wash* [동] …을 씻다, 세탁하다.
✴ vo gạo → 쌀을 씻다.
2/ *to roll into balls*
[동] 공모양으로 굴리다.
✴ vo tròn cục bột → 밀가루반죽을

둥글게 말다.

vó
보

1/ *dip net, lift net*
[명] (물고기 잡는) 그물, 망.
2/ *hoof* [명] (소, 말 등의) 발굽.
✳ tiếng vó ngựa dồn dập từ xa → 말 발굽 소리가 멀리서부터 연속해서 들린다.

vò
보

1/ *jar* [명] 병, 단지.
✳ vò rượu → 술병.
2/ *to crumple up, rub* [동] 구기다.
✳ vò nát tờ giấy → 종이를 구기다.

vò vẽ
보 배

hornet [명] (곤충) 장수말벌.

vò võ
보 보

solitarily, lonely
[형] 쓸쓸한, 고독한.
✳ sống vò võ một mình → 홀로 쓸쓸히 살다.

vò xé
보 쌔

torment, crush, torture
[동] 심적 고통을 주다, 고문하다.
✳ nỗi đau vò xé trong lòng → 마음이 찢어지는 아픔.

vỏ
보

cover, bark, shell, skin, peel
[명] 껍질.
✳ vỏ cam → 오렌지 껍질.
✳ lột vỏ → 껍질을 벗기다.

võ
보

art of fighting [명] = võ thuật 무술.
✳ đi học võ → 무술을 배우다.

võ bị
보 비

military training
[명] (군사) 군비(軍備)

võ nghệ
보 응헤

art of fighting [명] = võ thuật 무술.
✳ võ nghệ cao cường → 뛰어난

무술.

võ sĩ
보 시
boxer, pugilist, kickboxer [명] 무사.

võ sĩ đạo
보 시 다오
bushido [명] 무사도(武士道)
✴ tinh thần võ sĩ đạo → 무사도 정신.

võ sư
보 스
martial arts instructor [명] (무술) 사범.
✴ anh ấy là võ sư thái cực đạo (tae kwon do) → 그는 태권도 사범이다.

võ vẽ
보 배
know a little [형] 조금 아는.
✴ võ vẽ dăm ba câu tiếng Anh → 영어 아주 조금 세문장 정도 안다.

vóc
봅
stature, build [명] 신장, 체격, 골격.
✴ vóc người to lớn, khỏe mạnh → 체격이 크고 아주 건강하다.

vóc dáng
봅 장 (양)
stature, build [명] 신장, 체격, 골격.
✴ vóc dáng thanh nhã → 기품있는 체격.

vọc
봅
dip into, touch with one's hand, play with(water) [동] 장난치다.
✴ đừng để em vọc nước → 아이가 물장난하게 두지 마라.

voi
보이
elephant [명] (동물) 코끼리.

vòi
보이
1/ *trunk* [명] (코끼리의) 코
2/ *spout, tap, cock, valve*
[명] 주둥이, (수도등의) 꼭지.

vòi vĩnh
보이 빈
to ask for (present /money)
[동] (돈, 선물을) 요구하다.

✲ vòi vĩnh tiền đút lót → 뇌물을 요구하다.

vòi vọi
보이 보이
very high, sky-high, towering
[형] 매우 높은, 먼.
✲ đường xa vòi vọi → 머나먼 길.

vòm
봄
atch, vault [명] 둥근형의.
✲ vòm trời / vòm nhà → 창공 / 둥근 천장.

vón
본
clod, lump [자] 한 덩어리로 만들다.
✲ bột đã vón cục lại → 가루를 한 덩어리로 만들었다.

vong
봄
dead person's soul [명] = vong hồn, vong linh 죽은 사람의 혼.

vong ân (ơn)
봄 언
ungrateful, unthankful, thankless [형] 은혜를 모르는, 감사하지 않는.
✲ vong ơn bạc nghĩa → 배은망덕.

vong bản
봄 반
forget one's origin [동] 태생을 잊다.
✲ loại người vong bản → 뿌리를 잊은 사람.

vong niên
봄 니엔
forget one's age [형] 나이를 잊은.
✲ ông ấy là bạn vong niên của tôi → 그는 나와 나이를 뛰어넘은 친구이다.

vong quốc
봄 꾸억
lose one's country (to invaders) [동] 나라를 잃어버리다, 빼앗기다.

vong thân
봄 턴
die, pass away, be killed [동] 죽다.
✲ vị quốc vong thân → 조국을 위해 죽다.

vòng
봄
circle, round, hoop, ring, bangle, revolution [명] 원, 테, 고리, 주기.

vòng cổ 봄 꼬	**1/** *necklace* [명] 목걸이. **2/** *collar* [명] (옷의) 깃. ✻ số đo vòng cổ là bao nhiêu? → 목둘레가 얼마입니까?
vòng đai 봄 다이	*belt* [명] = vành đai 벨트.
vòng eo 봄 애오	*waist size (measurement)* [명] = vòng bụng 허리둘레.
vòng hoa 봄 호아	*wreath, garland* [명] 화환, 화관.
vòng ngực 봄 응윽	*chest size, bust size* [명] 가슴둘레.
vòng quanh 봄 꾸안	*around, round* [형] 주변의, 주위의, 둘레의. ✻ đi hóng mát vòng quanh vườn → 정원 둘레로 바람쐬러 가다.
vòng tay 봄 따이	**1/** *bracelet, arm* [명] 팔찌, 팔짱. **2/** *be fold in one's arm* [명] 품. ✻ trong vòng tay của mẹ → 엄마의 품안.
vòng tròn 봄 쫀	*circle* [명] 원, 원형, 동그라미.
vòng vây 봄 비이	*blockade, encirclement* [명] 봉쇄, 폐색, 에워쌈. ✻ phá vòng vây của địch → 적의 봉쇄를 뚫다.
vòng vèo 봄 배오	*tortuous, twisty* [형] (길 등이) 구불구불한. ✻ đi vòng vèo mãi mới tới → 계속 구불구불 돌아가다가 이제 도착하다.

vòng vo 봉 보	*winding, round about* [형] 둘러 말하는, 우회하는. ✽ có gì cứ nói thẳng, đừng vòng vo mất thì giờ → 시간 아깝게 둘러 말하지말고 직접 말해라.
vòng vòng 봉 봉	*to wander aimlessly* [동] 유랑하다, 목적없이 돌아다니다. ✽ đi vòng vòng ngắm cảnh → 경치를 구경하러 돌아다니다.
vòng xoay 봉 쏘아이	*traffic-circle, roundabout, rotary* [명] 로터리, 교차로.
võng 봉	*hammock* [명] 해먹, 달아맨 그물 침대. ✽ mắc võng → 그물 침대를 매달다.
võng mạc 봉 막	*retina* [명] (해부) (눈의) 망막.
vọng 봉	*to echo, to resound* [동] (소리) 반향하다, 울려퍼지다. ✽ tiếng súng từ mặt trận vọng về → 전장에서부터 총소리가 울려 오다.
vọng cổ 봉 꼬	*a VN traditional tume / song* [명] 베트남 전통 음악. ✽ ca vọng cổ → 베트남 민요.
vọng gác 봉 각	*watch-tower* [명] 망대, 망루, 감시탑. ✽ trình giấy tờ ở vọng gác → 감시탑에서 증명서를 보이다.
vót 봍	*to sharpen, to whittle* [동] 날카롭게 하다, 조금씩 깎다 ✽ vót nhọn một đầu → 한끝을 뾰

족하게 깎다.

vọt
봇
to spurt out
[동] 분출하다, 뿜어나오다.
✽ giá cả tăng vọt → 가격이 급등하다.

vô
보
to come in, enter, go in
[동] = vào 들어오다.
✽ đi vô nhà → 집으로 들어오다.

vô biên
보 비엔
boundless, unlimited
[형] = vô bờ 무한한, 끝없는.

vô bổ
보 보
profitless, useless, vain
[형] = vô ích 쓸모없는, 무익한.
✽ làm toàn những chuyện vô bổ → 전부 무익한 일들만 하다.

vô can
보 깐
not to be involved (in sth)
[형] 무관한.

vô cơ
보 꺼
inorganic [형] 무기의, 무기물의.
✽ chất hóa học vô cơ → 무기화학.

vô cớ
보 꺼
groundless, unfounded
[형] 근거없는, 이유없는.
✽ vô cớ đánh người → 이유없이 사람을 때리다.

vô cùng
보 꿈
extremely, deeply, quite
[형] 극히, 매우, 몹시.
✽ vô cùng cảm xúc → 매우 감동하다.

vô cực
보 끅
infinite [명] 무한대.

vô danh
보 얀
nameless, anonymous
[형] 이름도 없는, 무명의.
✽ chiến sĩ vô danh → 무명의 전사.

vô dụng 보 쥼(융)	*useless, worthless, good for nothing* [형] 무용의, 무익한, 소용없는, 가치 없는.
vô duyên 보 쥬웬(유웬)	*inelegant, ungraceful* [형] 품위 없는, 촌스러운, 운치 없는.
vô đạo 보 다오	*immoral, virtueless* [형] = vô luân 부도덕한, 음란한, 외설한.
vô đề 보 데	*introductory part* [명] 서론부분, 서두.
vô địch 보 딧	*unconquerable, unbeatable* [형] 무적의, 정복할 수 없는.
vô điều kiện 보 디에우 끼엔	*unconditional, termlessly* [형] 무조건의, 무제한의, 제약이 없는. ✽ đầu hàng vô điều kiện → 무조건 항복하다.
vô độ 보 도	*immoderate, intemperate* [형] 과도한, 중용을 잃은, 무절제한.
vô gia cư 보 지아(야) 끄	*homeless, outcast* [형] 집이 없는.
vô gia đình 보 지아(야) 딘	*having no family, with no family* [형] 가족이 없는.
vô giá 보 지아(야)	*invaluable, priceless* [형] 값을 헤아릴수 없는, 아주 귀중한. ✽ món quà vô giá → 아주 귀중한 선물.
vô giá trị 보 지아(야) 찌	*worthless, valueless* [형] 가치 없는.
vô giáo dục 보 지아오(야오) 읍	*uneducated, uncultured, ill-bred* [형] 교양 없는, 무식한.
vô hại	*harmless, not to harm, inoffensive*

보 하이	[형] 무해한, 해가 되지 않는
vô hạn	*unlimited, unbounded, infinite*
보 한	[형] 제한 없는, 무한한.
vô hiệu	*ineffective, fruitless, invalid*
보 히에우	[형] 효과(효력) 없는.
vô hình	*invisible, unseen*
보 힌	[형] 무형의, 눈에 보이지 않는.
vô học	*ignorant, uneducated, unlearned*
보 홉	[형] 무식한, 무교육(무학)의,
vô ích	*useless, profitless, vain*
보 잇	[형] 무익한, 실속 없는, 헛된.
vô kể	*untold, incalculable*
보 께	[형] 헤아릴수 없는, 무수한. ✶ nhiều vô kể → 무수히 많은.
vô khối	*innumerable, numberless*
보 코이	[형] 무수한, 셀수없이 많은.
vô kỷ luật	*unruly, undisciplined*
보 끼 루얻	[형] 무법한, 규율없는.
vô lại	*good-for-nothing, rotter* [형] 쓸모 없는, 무가치한. [명] 쓸모 없는 사람.
보 라이	
vô lễ	*impolite, rude* [형] = vô phép 무례한, 버릇없는.
보 레	
vô liêm sĩ	*bold-faced, unshamed, thick-skinned* [형] 뻔뻔스러운, 염치없는.
보 리엠 시	
vô lương tâm	*concienceless* [형] 양심없는.
보 르엉 떰	
vô lý	*unreasonable, nonsensical, illogical.* [형] 불합리한, 비논리적인, 부조리의.
보 리	
vô nghĩa	*meaningless, insignificant* [형] (말

보 응히아	등이) 무의미한, 뜻 없는.
vô nguyên tắc 보 웅우웬 딱	*unprincipled* [형] 절개 없는, 줏대없는.
vô nhân đạo 보 년 다오	*inhuman* [형] 냉혹한, 몰인정한, 인정머리 없는.
vô ơn 보 언	*ungrateful, unthankful, thankless* [형] 고맙게 여기지 않는, 감사할 줄 모르는, 배은 망덕한.
vô phúc 보 풉	*unfortunate, ill-fated* [형] = vô phước 불운한, 불행한, 불우한.
vô phương 보 프엉	*It's impossible, can't be done* [형] 방법이 없는, 손을 쓸수 없는, 불가능한. ✷ vô phương cứu chữa → 치료할 방법이 없다.
vô sản 보 산	*proletarian, protelarian class* [형/명] 프로레타리아의, 무산의, 무산. ✷ giai cấp vô sản → 무산 계급.
vô sinh 보 신	*infertile, childless* [형] 자식 없는.
vô song 보 솜	*unique, incomparable, unequalled* [형] 유일한, 비할데 없는, 빼어난.
vô số 보 소	*innumerable, countless* [형] 무수한, 헤아릴 수 없는. ✷ nhiều vô số → 무수히 많다.
vô sự 보 스	*unharmed, unhurt, peaceful* [형] 상처 없는, 무사한, 아무 탈 없는. ✷ bình yên vô sự → 무사평안 하다.
vô tâm 보 떰	*heartless, hard-hearted* [형] = nhẫn tâm 무심한, 무정한, 매정한.

vô tận 보 떤	*infinite, endless, limitless* [형] 끝없는, 무한의, 제한 없는.
vô thần 보 턴	*atheistic* [형] 무신론의, 신앙(심)이 없는. ✴ chủ nghĩa vô thần → 무신주의.
vô tích sự 보 띳 스	*good-for-nothing* [형] 무가치한, 쓸모 없는. ✴ con người vô tích sự → 쓸모 없는 사람.
vô tính 보 띤	*asexual, agamic, sexless* [형] 무성(無性)의, 무성 생식의.
vô tình 보 띤	*indeliberate, unintentional* [형] 무심결의, 마음에도 없는.
vô tổ chức 보 또 쪽	*unorganized* [형] 조직되지 않은.
vô tội 보 또이	*innocent, sinless, guiltless* [형] 무죄의.
vô trách nhiệm 보 짯 니엠	*irresponsible, remiss* [형] 무책임한.
vô tri vô giác 보 찌 보 지악(약)	*lifeless, inanimate, insentient* [형] 무감각한, 활기없는. ✴ như 1 hòn đá vô tri vô giác → 돌덩이처럼 무감각하다.
vô trùng 보 쭘	*aseptic, sterile, pasteurized* [형] = vô khuẩn 무균의, 살균한.
vô tuyến 보 뚜웬	*wireless, radio* [형] 라디오의, 무선의. ✴ vô tuyến truyền hình (TV) → 텔레비젼.
vô tư	*impartial, fair-minded*

보 뜨	[형] 공정한, 공명 정대한.
vô vàn 보 반	*innumerable, no end of* [형] 셀 수 도 없는, 엄청나게 많은, 무수한.
vô vị 보 비	*insipid, tasteless* [형] (음식이) 맛없는, 미각이 없는, 무미한.
vô vọng 보 봄	*hopeless, desperate* [형] 가망이 없는, 희망없는.
vô ý 보 이	*careless, inattentive, imprudent* [형] 경망한, 경솔한, 무관심한.
vô ý thức 보 이 특	*unconscious* [형] 무의식의, 의식을 잃은, 알아채지 못하는.
vố 보	*coup, stroke, trick* [명] 일격, 타격, 술수, 속임수.
vồ 보	*to seize, snatch, catch hold (of)* [동] 잡아채다, 붙잡다. ✻ mèo vồ chuột → 고양이가 쥐를 붙잡다.
vồ vập 보 법	*welcome warmly* [형] 환대의, 호의를 베푸는.
vỗ 보	*to clap, flap, slap* [동] (날개를) 치다, 가볍게 치다. ✻ sóng vỗ vào bờ → 파도가 치다. ✻ chim vỗ cánh → 새가 날개를 치다.
vỗ béo 보 베오	*to feed up, to fatten* [동] 살이 찌다.
vỗ tay 보 따이	*to clap one's hand* [동] 손벽을 치다, 박수를 치다.
vỗ về 보 베	*to comfort, console* [동] 위로하다, 위안하다
vốc	*to scoop up* [동] 두 손으로 물을 뜨

봅	다.
	✻ vốc nước uống → 두 손으로 물을 떠서 마시다.
vôi	*lime* [명] 석회.
보이	✻ tường quét vôi → 벽에 회칠하다.
vội	*hasten, be in hurry*
보이	[형] 서두르는, 급한.
	✻ ăn cơm xong vội đi ngay → 밥을 먹은 후 급히 나가다.
vội vã	*in a rush, hurriedly, hastily* [부] = vội vàng 급히, 허둥지둥, 황급히.
보이 바	✻ vội vã chạy ra chợ mua ngay → 급히 시장으로 달려가서 바로 사다.
vốn	**1/** *by origin, by nature*
본	[부] 날때부터, 본래, 원래.
	✻ cô ta vốn là người thông minh → 그녀는 본래 똑똑한 사람이다.
	✻ hai người đó vốn đã thân nhau → 그 두사람은 원래 친했다.
	2/ *capital* [명] 자본(금), 원금, 밑천.
	✻ có vốn từ ngữ phong phú → 어휘가 풍부하다.
	✻ đầu tư vốn làm ăn → 사업에 자본을 투자하다.
vốn liếng	*capital* [명] 자본금.
본 리엥	✻ vốn liếng chẳng có bao nhiêu → 자본금이 얼마 없다.
vốn sống	*life experience* [명] 인생 경험.
본 솜	✻ vốn sống ngày càng phong phú → 인생 경험이 날이 갈수록 풍부해진다.

vồn vã 본 바	*to show great warm* [동] 친절을 베풀다. ✳ vồn vã mời khách → 손님을 친절히 모시다.
vồng 봄	*arched, curved, convexity* [형] 굽은, 곡선 모양의.
vơ 버	**1/** *to gather, to collect* [동] 끌어모으다. ✳ vơ hết tiền trên sòng bạc → 카지노에서 돈을 다 쓸어오다. **2/** *vague, pointless* [형] 끝이 없는, 모호한. ✳ nhận vơ → 사칭하다, 사취하다.
vơ vẩn 버 번	*aimless, idle and impractical* [형] = vẩn vơ 목적이 없는, 이렇다 할 주견이 없는.
vơ vét 버 뺃	*to sweep off, carry off, pillage* [동] 빼앗다, 몰수하다, 강탈하다.
vớ 버	**1/** *sock, stocking* [명] = bit tất 긴 양말, 스타킹. **2/** *to catch, grasp, seize* [동] 잡다, 붙잡다, 쥐다. ✳ cô ta vớ được một anh chàng đẹp trai lại giàu có → 그녀는 돈많고 잘생긴 남자를 잡았다.
vớ bở 버 버	*to get a windfall, make a pile* [동] 뜻밖에 횡재하다.
vớ vẩn 버 번	*absurd, nonsensical, fantastic* [형] 무의미한, 공상적인. ✳ ăn nói vớ vẩn → 무의미한 말을 하다.

vờ
버

to pretend, assume [동] = giả bộ ~ 인 척 하다, 가장하다.
* vờ ngủ để nghe họ nói chuyện gì → 그들이 하는 이야기를 듣기위해 자는 척 하다.
* vờ bệnh để được nghỉ học → 학교를 쉬기 위해 병난 척 하다.

vờ vĩnh
버 빈

to play act, pretend
[동] = vờ vịt 가장하다.
* đừng có vờ vỉnh nữa, ai cũng biết cả rồi → 더 이상

vở
버

a note-book, exercise book
[명] 공책, 수첩

vở kịch
버 끾

a play, a piece
[명] = vở tuồng 연극, 공연.
* vở kịch này rất hay →이 연극은 매우 재미있다.

vỡ
버

to break, to clear off [동] = bể 깨지다, 깨드리다, 갈라지다.
* cười vỡ bụng → 배꼽 빠지게 웃다.

vỡ lẽ
버 래

begin to understand, realize
[동] 실감하다, 인식하다.
* có thấy tận mắt mới vỡ lẽ ra → 가까이서 보고 그제서야 알다.

vỡ lỡ
버 러

be uncovered [자] 드러나다.
* chuyện này mà vỡ lỡ ra thì chết hết cả đám → 이 일이 드러나면 모두 다 죽는다.

vỡ mộng
버 몸

be disillusioned
[자] 미몽을 깨우치다, 꿈이 깨지다.

vỡ nợ

to go bankrupt, go insolvent

버 너	[동] 파산시키다, 못쓰게 하다. ✷ ông ta đã bỏ trốn vì bị vỡ nợ → 그는 파산하여 빚을 지고 숨어버렸다.
vợ 버	*wife* [명] 아내, 처, 부인, 마누라. ✷ vợ chưa cưới → 약혼녀.
vơi 버이	*sink down, not full* [형] 꽉 차지 않은.
với 버이	**1/** *with, to, toward, for* [부] ..과(와), ..와 함께, …에게, ..의 쪽으로, ..을 향하여. ✷ chờ tôi với → 기다리다. ✷ cho em đi với → 나와 같이 가주세요. ✷ tôi giới thiệu với anh đây là chị tôi → 나는 당신에게 제누나를 소개합니다. **2/** *to reach, reach out* [동] = vói 닿다, 뻗다. ✷ với tay lên đầu tủ lấy lọ kẹo → 손을 뻗어 장롱위의 사탕통을 잡다. ✷ nhìn với theo → 시선이 따라 가다. ✷ nói với theo → 따라가며 말하다.
vời vợi 버이 버이	*very, very (far), most* [부] 아주, 매우. ✷ lòng buồn vời vợi → 매우 슬프다.✷ xa vời vợi → 아주 멀다.
vờn 번	*to play with, set off, bring out* [동] 가지고 놀다. ✷ mèo vờn chuột → 고양이가 쥐를 가지고 놀다.
vớt 번	*pick up (from water), save, fish out* [동] 물밑에서 건져 올리다.
vớt vát	*save, scrape* [동] 긁어 모으다.

벋 받	
vợt 벋	1/ *racket* [명] (정구 등의) 라켓. 2/ *landing net* [명] (고기잡이용) 그물.
vu cáo 부 가오	*to slander* [동] (법) 중상하다, 명예를 훼손하다.
vu khống 부 콤	*calumniate, slander* [동] (법) 명예를 훼손하다. ✲ vu khống cho người khác là có tội → 남의 명예를 훼손하는 것은 죄이다.
vu lan 부 란	*Buddish holiday (15th / 7th month of the lunar calendar)* [명] 매달 음력 7일, 15일 불교의 휴일.
vu oan 부 오안	*to accuse unjustly / falsely* [동] 비난하다, 비방하다.
vu qui 부 꾸이	*wedding-day of a girl* [명] 여자의 결혼식날.
vu vơ 부 버	*vague, impersonal, pointless* [형] 막연한, 모호한. ✲ đoán vu vơ → 막연히 추측하다. ✲ nói vu vơ → 애매하게 말하다.
vú 부	1/ *breast* [명] (해부) 젖가슴, 유방. 2/ *mamma, baby-sitter* [명] 유모. ✲ gửi con cho vú nuôi để đi làm → 일을 가기 위해 아이를 유모에게 보내다.
vú bò 부 보	*cow udders* [명] 소의 젖.
vú cao su	*rubber nipple, falsies*

부 까오 수	[명] 고무 젖꼭지.
vú em 부 앰	*baby-sitter, nurse* [명] 유모.
vú sữa 부 스아	*star apple* [명] (과실) 젖과일, 카이니토의 열매.
vù vù 부 부	*whir* [형] (소리) 윙윙, 씽 하는 소리. ✻ gió thổi vù vù → 바람이 윙윙 불다.
vũ 부	*to dance* [동] 춤추다.
vũ bão 부 바오	*rain-storm* [명] 폭풍우.
vũ cầu 부 꺼우	*badminton* [명] 배드민턴. ✻ đánh vũ cầu → 배드민턴을 치다.
vũ đài 부 다이	*arena, ring* [명] = đấu trường 무대, 경기장, 투기장.
vũ điệu 부 디에우	*a dance* [명] 댄스, 춤, 무용, 무도.
vũ đoàn 부 도안	*dance company* [명] 무용단.
vũ hội 부 호이	*ball, dance* [명] 무도회.
vũ khí 부 키	*weapon, arms* [명] 무기, 병기.
vũ khúc 부 쿰	*ballet* [명] 발레.
vũ lực 부 륵	*force* [명] 힘, 세기, 세력.
vũ nhạc 부 냑	*dance music, ballad* [명] 춤곡.

vũ nữ
부 느
dancing-girl
[명] 댄서, 무희, 여자 무용수.

vũ phu
부 푸
brutal toward women (caveman)
[형/명] 여자에게 아주 잔인한, 혹독한, 난폭한 사람.

vũ sư
부 스
dance teacher [명] 무용 교사.

vũ trang
부 짱
armed, to arm [동] 무장하다.
✻ lực lượng vũ trang → 무장 세력.

vũ trụ
부 쭈
universe [명] 우주.

vũ trường
부 쯔엉
dancing hall
[명] 댄스 홀, 무도회장.

vụ
부
case, incident [명] 사건, 사변.
✻ vụ án giết người → 살인 사건.

vụ kiện
부 끼엔
lawsuit [명] (법) 소송, 고소

vụ lợi
부 러이
self-seeking, self-interested [동] 사리를 꾀하다, 사리를 도모하다.
✻ làm không vụ lợi → 사리를 꾀하지 않다.

vua
부아
king, monarch [명] 왕, 임금.

vua bếp
부아 벱
kitchen-god, first rate cook
[명] 부엌신(神).

vua chúa
부아 쭈아
lords, kingly [명] 왕의 총칭.
✻ sống như vua chúa → 왕처럼 살다.

vui
부이
glad, merry, cheeful, joyful, gay
[형] 기쁜, 즐거운, 만족스러운.

vui chơi
to amuse, to have a good time [동]

vui đùa
부이 저이

재미있게 하다, 즐거운 시간을 갖다.
* tổ chức vui chơi đêm trung thu → 추석날 밤을 재미나게 보내다.

vui đùa
부이 두아

to play, amuse [동] 놀다, 즐겁게 하다.
* bọn trẻ vui đùa ngoài sân → 아이들이 운동장에서 재미있게 논다.

vui lòng
부이 렁

pleased, satisfied, content [형] 마음에드는, 만족해하는, 기뻐하는.
* làm vui lòng cha mẹ → 부모님의 마음을 기쁘시게 하다.

vui mừng
부이 믕

to be glad, happy, pleased, to rejoice [동] 기쁜, 만족스러운.
* vui mừng khi gặp bạn → 친구들을 만나면 기쁘다.

vui nhộn
부이 논

merry, gay, lively, jolly, exultant [형] 명랑한, 쾌활한, 즐거운.
* vở kịch vui nhộn → 코믹극.

vui sướng
부이 스엉

glad, pleased, happy [형] 행복한, 기쁜, 만족해 하는.

vui thích
부이 팃

be pleased, delighted, satisfied with one's lot [형] = vui thú 기뻐하는, 즐거워 하는.

vui tính
부이 띤

gay character, light-hearted [형] 명랑한, 쾌활한.
* một cô gái vui tính → 명랑한 아가씨.

vui tươi
부이 뜨어이

jubilant [형] 기쁨에 넘치는.
* không khí vui tươi lành mạnh → 흥겨운 분위기.

vui vẻ
부이 배

joyful [형] 기쁜, 기쁨에 찬.

부이 배	✻ mọi người cười nói vui vẻ → 모든 사람들이 기쁘게 웃으며 이야기하다.
vùi 부이	*to bury* [동] 묻다. ✻ bị cát vùi → 모래에 묻히다.
vùi dập 부이 접(엽)	*to abuse, ill-use, mal-treat* [동] 학대하다, 혹사하다, 구박하다.
vùi đầu 부이 더우	*to devote oneself to sth, be absorted in sth.* [동] 열중하다, 몰두하다. ✻ suốt ngày vùi đầu vào sách vở → 하루종일 머리를 묻고 책을 읽다.
vun 분	*to pile up, heap (earth) on/up* [동] 덮다, 쌓아올리다. ✻ vun phân vào gốc cây → 나무뿌리에 거름을 쌓다.
vun bón 분 본	*to fertilize (earth)* [동] 땅에 거름(비료)를 주다. ✻ vun bón vườn tược → 정원에 거름을 주다.
vun đắp 분 답	*to look after, foster, cultivate* [동] 육성하다, 돌보다, 경작하다. ✻ vun đắp tình hữu nghị giữa hai dân tộc → 두 민족간의 친목을 조장하다.
vun trồng 분 쫌	*to cultivate* [동] (땅을) 경작하다, 재배하다.
vun vút 분 분	*very very fast, very far* [부] 매우 빠르게 나는.
vun xới 분 써이	*earth up and turn up, take care* [동] 육성하다, 돌보다.

	✱ vun xới nhân tài → 인재를 육성하다.
vùn vụt 분 분	*rapidly, swiftly, fast (move)* [부] 빨리, 신속히. ✱ thời gian trôi vùn vụt → 시간이 빨리 흐른다.
vụn 분	*crushed, in loose bits, triffling* [형/명] 부스러진, 부스러기.
vụn vặt 분 받	*petty, trivial, inconsiderable* [형] 작은, 하찮은. ✱ chuyện vụn vặt, không đáng để ý → 하찮은 일이라 마음 쓸 가치가 없다.
vung 붐	**1/** *cover, lid* [명] 뚜껑. ✱ nồi nào úp vung nấy (속담) → 어떤 냄비든지 맞는 뚜껑이 있다. (유유상종이다.) **2/** *to brandish, throw* [동] 던지다, 팽개치다, 휘두르다. ✱ vung tiền qua cửa sổ → (ăn xài hoang phí) 돈을 창밖으로 내던지다.(돈을 마구 쓰다.)
vung vãi 붐 바이	*to be spilled, scatter* [동] 뿌리다, 흩뜨리다. ✱ gạo đổ vung vãi khắp nhà → 쌀을 온 집안에 흩뜨리다.
vung vẩy 붐 바이	*to swing (one's arm/tress)* [동] 흔들리다. ✱ bím tóc vung vẩy theo nhịp bước → 머릿단이 걸을 때마다 흔들리다.

vùng 붐	*region, area, zone* [명] 지역, 지대, 구역, 지방.
vùng dậy 붐 여이	*to revolt, to rise up* [동] 반란을 일으키다, 봉기하다. ✷ vùng dậy đòi quyền tự do → 자유권리를 위해 봉기하다.
vùng trời 붐 쩌이	*air-space* [명] 영공.
vùng tự do 붐 뜨 요(조)	*free-zone* [명] 자유지구.
vùng vẫy 붐 버이	*to struggle, to thrash about* [동] 몸부림치다, 버둥거리다. ✷ hắn càng vùng vẫy càng lún sâu xuống bùn → 그는 발버둥 치면 칠수록 진흙 늪속으로 깊이 빠져들었다.
vũng 붐	*pool, puddle* [명] 웅덩이, 연못. ✷ vũng máu → 피웅덩이. ✷ vũng lầy → 늪.
vụng 붐	**1/** *clumsy, maladroit* [형] = vụng về 솜씨 없는, 서투른. **2/** *sneaky, stealthy* [형] 은밀한, 남의 눈을 피한. ✷ ăn vụng khoai → 몰래 감자를 먹다.
vụng dại 붐 야이	*maladroit, silly* [형] dại khờ, vụng về 솜씨 없는, 재치없는.
vụng trộm 붐 쫌	*furtively, secretly, by stealth* [형] 은밀한, 비밀히, 몰래.
vụng về 붐 베	*awkward, clumsy* [형] 어색한, 꼴사나운. ✷ ăn nói vụng về → 어색하게 말하다.

vuông 부옹	*square* [형] 정방형의, 정사각의.
vuông vắn 부옹 반	*be regular in sharpe* [형] = vuông vức 정방형의.
vuốt 부옫	**1/** *claw, talon* [명] 발톱, 갈고리 발톱. **2/** *to stroke* [동] 어루만지다. 쓰다듬다. ✷ vuốt tóc → 머리카락을 어루만지다.
vuốt ve 부옫 배	*to fondle, stroke* [동] 귀여워하다, 쓰다듬다. ✷ cô ấy vuốt ve con mèo → 그녀는 고양이를 쓰다듬었다.
vút 붇	*very tall* [부] 매우 키가 큰. ✷ hàng cây cao vút → 매우 키가 큰 나무들.
vụt 붇	**1/** *to whip, to lash* [동] 때리다, 채찍질하다, 매질하다. ✷ vụt cho mấy roi → 매를 몇대 때려주다.
vừa [1] 브아	**1/** *medium-sized* [형] 중형의, 중판의. **2/** *moderate* [형] 수수한, 보통의. ✷ đẹp vừa thôi → 보통으로 예쁘다. **3/** *fit, suit* [형] 알맞은, 적합한, 맞는. ✷ giá cả vừa với túi tiền → 가격이 적당하다. ✷ áo mặc rất vừa → 옷이 너무 잘 맞다.
vừa [2]	**1/** *while, just* [부] 방금, 이제 방금.

브아	✳ tôi vừa nhận được thư anh ấy → 나는 방금 그의 편지를 받았다. **2/** *all of a sudden* [부] 갑자기. ✳ vừa mới đến thì đèn vụt tắt → 도착하자마자 갑자기 전구가 꺼졌다. ✳ vừa trông thấy cảnh sát, nó đã vụt chạy → 경찰을 보자마자 그는 갑자기 도망쳤다. **3/** *…while …ing* [부] ~하기도 하고 ~하기도 하다. ✳ vừa khóc vừa cười → 울기도 하고 웃기도 하다.
vừa lòng 브아 롱	*satisfied, pleased* [형] = hài lòng 만족하는, 마음에 들어하는. ✳ nói cho vừa lòng nhau → 서로 마음에 들게 말해주다.
vừa lúc 브아 룹	*just a moment, just as* [부] 그때에, 그 순간에. ✳ vừa lúc tôi định ra về thì anh ấy đến → 내가 돌아가려던 순간에 그가 도착했다.
vừa mới 브아 머이	*recently, not long ago* [부] 이제막, 이제 방금. ✳ vừa mới đó mà đã ba năm rồi → 이제 막 이었는데 3년이 되었다.
vừa phải 브아 파이	*moderate, reasonable* [형] 알맞은, 적당한, 합리적인. ✳ ăn xài vừa phải → 알맞게 돈을 쓰다.
vừa qua 	*recently, last* [부] 막, 지난.., 바로

브아 꾸아	요전의. ✴ mấy ngày vừa qua tôi không được khỏe lắm → 지난 몇일 나는 많이 아팠다.
vừa rồi 브아 로이	*lately, recently* [부] 최근에. ✴ vừa rồi tôi rất bận → 최근에 나는 매우 바쁘다.
vừa tay 브아 따이	*fit, suitable to the hand* [형] 손에 잡기 적당한. ✴ cái búa này rất vừa tay tôi → 이 망치는 내 손에 잘 맞는다.
vừa tầm 브아 떰	*reach of, within range of* [형] 사정 거리 안에, 손에 닿는.
vừa vặn 브아 반	*fit, suitable, act in time* [형] 잘 맞는, 적당한. ✴ cái áo này mặc rất vừa vặn → 이 옷은 너무 잘 맞는다.
vừa xong 브아 쏭	*just finished* [형] 막 끝낸.
vừa ý 브아 이	*to satisfy, to be to sb's liking* [형] 마음에 드는, 만족하는.
vựa 브아	*granary, stall* [명] 곡물이나 산물을 모아 놓은 곳. ✴ vựa lúa → 곡창. ✴ vựa cá → 생선 창고.
vực 북	**1/** *chasm, abyss* [명] 깊은 구렁, 심연, 나락. ✴ chiếc xe lao nhanh xuống vực → 차가 빠른 속도로 구렁으로 떨어졌다. **2/** *to raise, train, help* [동] 일으키

	다, 세우다, 돕다.
vực sâu 븍 서우	*abyss, gulf* [명] = vực thẳm 심연, 나락.
vừng 븜	*sesame* [명] 참깨.
vững 븜	*firm, steady* [형] 견고한, 안정된, 확고한. ✶ vững tay nghề → 노련한 기술.
vững bền 븜 벤	*durable, stable* [형] 확고한, 안정된, 항구적인. ✶ tình hữu nghị Hàn Việt vững bền → 확고한 한베 우호관계.
vững bụng 븜 븜	*easy, undisturbed (in mind)* [형] 편안한, 안락한. ✶ ăn 1 chén cơm cho vững bụng rồi đi làm → 속이 든든하게 밥 한그릇을 먹고 일을 가다. ✶ có anh đi cùng với nó, tôi rất vững bụng → 당신이 그와 함께 가면 나는 매우 안심이다.
vững chãi 븜 짜이	*solid, fixed, stable, firm* [형] 안정된, 견고한, 튼튼한.
vững chắc 븜 짝	*solid, firm* [형] 확실한, 튼튼한, 견실한. ✶ ngôi nhà có nền móng vững chắc → 이 집은 기초가 튼튼하다.
vững mạnh 븜 만	*strong, powerful* [형] 힘 센, 강한.
vững tin 븜 띤	*be firmly believe (convinced)* [형] 확신하는.
vững vàng 	*confident, steady*

븜 방	[형] 확고한, 확실한, 확신한. ✱ lập trường vững vàng → 확실한 입장.
vươn 브언	*to rise up, stretch* [동] 내밀다, 들어올리다, 쭉 펴다. ✱ vươn vai → 기지개를 켜다.
vươn lên 브언 렌	*to rise, to better oneself* [동] 들어올리다, 향상하다. ✱ cố gắng vươn lên để khỏi phụ lòng cha mẹ → 부모님의 기대를 저버리지 않기위해 노력하다.
vườn 브언	*garden* [명] 뜰, 정원, 화원 ✱ vườn nho → 포도원.
vườn bách thú 브언 밧 투	*zoo, zoological garden (park)* [명] 동물원.
vườn địa đàng 브언 디아 당	*Paradise, garden of Eden* [명] 천국, 에덴동산.
vườn hoa 브언 호아	*park, flower-garden* [명] 화원.
vườn hồng 브언 홈	*rose garden* [명] 장미 정원.
vượn 브언	*gibbon, anthropoid* [명] (동물) 긴팔 원숭이, 유인원.
vương 브엉	*be involved* [동] 감싸다, 휘감기다. ✱ nắng chiều còn vương trên ngọn cây → 석양이 여전히 나무 가지에 걸려있다.
vương miện 브엉 미엔	*crown* [명] 왕관.
vương quốc	*kingdom* [명] 왕국.

브엉 꾸옥 　　＊ vương quốc Thái Lan → 태국.

vương vãi
브엉 바이
to be scattered all over
[동] 뿔뿔이 흩어지다.
＊ rác đổ vương vãi khắp → 쓰레기를 여기저기에 버리다.

vương vấn
브엉 번
be attached to, be preoccuped with
[동] 몰두하다, 빠지다.
＊ lòng còn vương vấn mãi những kỷ niệm xưa → 마음은 여전히 옛 추억에 빠져있다.

vướng
브엉
to catch, be burdened with
[동] 걸리게 하다, 휘감기다.
＊ vướng tầm mắt không nhìn thấy gì → 눈앞을 가려 아무것도 안보이다.
＊ vướng tay áo → 옷소매가 걸리다.

vướng bận
브엉 번
be busy [동] 바쁘다.
＊ vướng bận gia đình → 집안일이 바쁘다.

vướng mắc
브엉 막
to meet difficulties [동] 곤란에 처하다, 난관에 부딪치다.
＊ có vướng mắc gì thì cứ nêu ra, chúng ta sẽ cùng nhau giải quyết → 난관에 부딪히면 이야기 해라, 우리 함께 해결하자.

vướng víu
브엉 비우
be tangled in, involved
[동] 얽히다, 깊이 관련되다.

vượt
브얻
cross, pass, overcome, exceed
[동] 넘다, 지나가다, 극복하다.
＊ vượt xa các bạn về thành tích học tập → 학업성적이 친구들을 앞지르다.

vượt bậc 브얻 벅	*overcome, great* [형] 거대한, 아주 큰. ✷ tiến bộ vượt bậc → 극도로 진보하다.
vượt biên 브얻 비엔	*to cross the border* [동] 경계를 넘다.
vượt biển 브얻 비엔	*to cross the sea (ocean)* [동] 바다를 건너다.
vượt ngục 브얻 응욱	*to escape from the prison* [동] 탈옥하다.
vượt núi 브얻 누이	*to go over the mountain* [동] 산을 넘다.
vứt 븓	**1/** *throw away* [동] = vất bỏ 버리다. ✷ vứt vào sọt rác → 쓰레기통에 버리다. **2/** *to cast, fling* [동] 던지다. ✷ đồ đạt vứt lung tung → 물건을 뒤죽박죽으로 던지다.

X - x

x — the 28th letter of the VN alphabet. 베트남어 알파벳 중 28번째 자.

xa
싸
far, remote, distant [형] (거리, 시간이) 먼, 멀리있는, 오랜.
✶ đường về Seoul còn xa lắm mới tới → 서울로 돌아오는 길이 너무 멀어서 이제 도착했다.
✶ lo xa → 오랫동안 걱정하다.
✶ xa mặt cách lòng (속담) → 눈에서 멀어지면 마음에서도 멀어진다.

xa cách
싸 깟
far away from [형] 멀리 떨어진.
✶ bây lâu nay xa cách gia đình → 오래 전부터 가족과 멀리 떨어져 있다.

xa cảng
싸 깡
bus terminal [명] 버스 터미널.

xa cạ
싸 까
as a whole
[부] 전체적으로, 총체적으로.
✶ tính xa cạ là bao nhiêu? → 전체적으로 계산해서 얼마입니까?

xa gần
싸 건
far and wide, everywhere
[형] 모든 곳.
✶ nói xa nói gần → 모든 곳에다 말하다.
✶ tiếng đồn xa gần cho là nó nghiện ma túy → 그가 마약에 중독

됐다고 모든 곳에 소문이 났다.

xa hoa
싸 화

luxurious [형] 사치스러운, 호화로운.
✵ cuộc sống xa hoa ở đô thành làm cho hắn quên người vợ ở quê nhà → 도시의 호화로운 삶은 그가 고향의 부인을 잊게 만들었다.

xa lạ
싸 라

strange, unknown [형] 낯선.
✵ biết thêm những phong tục tập quán xa lạ với chúng ta → 우리에게 낯선 풍습들을 더 알게 되었다.

xa lánh
싸 란

to keep away from..
[동] ~로부터 떼어내다, 멀리두다.
✵ xa lánh bạn xấu → 나쁜 친구로부터 멀리 두다.

xa lắc
싸 락

very far, far away [형] 먼,멀리의.
✵ đi đã mệt mà con đường còn xa lắc → 이미 지쳤는데 아직도 먼 길이 남았다.

xa lìa
싸 리아

to go away, absent oneself
[동] 떠나다.
✵ xa lìa quê hương từ nhỏ → 어릴 적에 고향을 떠났다.

xa lông
싸 롬

saloon, living-room suite
[명] 쇼파, 거실.
✵ bộ xa-lông nhà tôi màu đỏ → 우리집의 쇼파는 빨간색이다.

xa lộ
싸 로

highway, motorway, autostrada
[명] 고속도로.

xa nhà
싸 냐

to be away / far from house
[동] 집과 떨어져있다.
✵ sống xa nhà đã lâu → 집과 떨어

져 산지 오래되었다.

xa-phia
싸 피아
sapphire [명] 사파이어.
✳ chiếc nhẫn đính hôn của cô ấy nhận hột sa-phia → 그녀의 약혼반지는 사파이어 반지 이다.

xa rời
싸 러이
be remote from, isolate oneself from [동] 동떨어진, 먼, 관계없는.
✳ xa rời sự thật → 사실과 동떨어지다.

xa rời thực tế
싸 러이 특 떼
unrealistic, impractical [형] 비현실적인, 비사실적인.

xa tanh
싸 딴
satin [명] 공단.
✳ cái quần bằng vải sa-tanh đen → 검은 공단천으로 만든 바지.

xa tăng
싸 땅
Satan, Satanic [명] = quỷ Satan 사탄.

xa tít
싸 띡
far away, as far as the eye can see [형] 먼, 멀리의.
✳ đường về nhà còn xa tít → 집으로 가는 길이 아직 멀었다.

xa vắng
싸 방
far away [형] 외딴, 동떨어진.
✳ sống ở nơi xa vắng → 동떨어진 곳에 살다.

xa vời
싸 버이
impractical, irrealizable, far away, [형] 비현실적인, 현실과 동떨어진.
✳ đừng nói chuyện xa vời → 비현실적인 이야기는 하지 마라.

xa xa
싸 싸
in the distance [부] 먼 곳에.
✳ xa xa mới có một ngôi nhà → 먼 곳에 겨우 집 한 채가 있다.

xa xả 싸 싸	*scolding* [형] 꾸중하는. ✻ nói xa xả vào mặt → 면전에 대고 꾸중하다.
xa xăm 싸 쌈	*very far* [형] 오랜, 아주 먼. ✻ vào thời cổ đại xa xăm → 아주 먼 고대 시대에.
xa xí 싸 씨	*luxurious, lavish* [형] = xa hoa 호화로운, 사치스런. ✻ xa xí phẩm → 사치품.
xa xôi 싸 쏘이	*remote, distant* [형] 먼, 오랜. ✻ dĩ vãng xa xôi đã phai mờ theo năm tháng → 오랜 과거는 세월을 따라 희미해졌다.
xa xưa 싸 쓰아	*in the old days* [부] 옛날에. ✻ từ thời xa xưa → 옛날부터.
xa xứ 싸 쓰	*live away from country* [동] 고국을 떠나 살다. ✻ sống xa xứ → 타향살이 하다.
xá 싸	*to salute, bow profoundly* [동] 예의바르게 인사하다.
xá tội 싸 또이	*to pardon* [동] = tha tội 죄를 면제하다, 용서하다.
xá xíu 싸 씨우	*fried flavoured pork learn* [명] (음식) 양념 돼지고기 튀김.
xà 싸	*bar-beam* [명] 대들보.
xà beng 싸 뱅	*crowbar* [명] 쇠지레.
xà bông 싸 봄	*soap* [명] = xà phòng 비누. ✻ xà bông nước → 물비누.

* xà bông thơm → 향비누.
* xà bông bột → 가루비누.

xà cừ
싸 끄
mother-of pearl, nacre [명] 자개.
* tủ thờ cẩn ốc xà cừ → 자개를 박은 재단.

xà đơn
싸 던
horizontal bar
[명] (스포츠) 철봉경기.

xà kép
싸 깹
parallel bars [명] (스포츠) 평행봉.

xà lách
싸 랏
salad [명] 샐러드.

xà lim
싸 림
cell, prison, jail [명] 교도소, 감옥.

xà lỏn
싸 론
shorts [명] = quần đùi nam 남자용 반바지.

xà mâu
싸 머우
lance, spear [명] 창.
* con chó bị xà mâu → 개가 창에 찔리다.

xà ngang
싸 응앙
tranasverse beam, tie-beam
[명] 대들보.

xả
싸
1/ *to let out, rinse* [동] 헹구다.
* xả quần áo cho sạch xà bông → 옷을 헹궈 비눗물을 씻어내다.
2/ *to cut, chop* [동] 찍어 자르다.
* xả ra làm hai → 잘라서 둘로 만들다.

xả hơi
싸 허이
relax, relaxtion
[동] 긴장을 풀다, 편히 쉬다.
* nghỉ xả hơi vài ngày → 며칠 푹 쉬다.

xả láng 싸 랑	*to content, have good time* [형/동] 만족하다, 즐겁게 보내다. ✷ chơi xả láng → 즐겁게 놀다.
xả rác 싸 락	*to drop litter, to leave litter* [동] 쓰레기를 버리다. ✷ không được xả rác → 쓰레기를 버리지 마시오.
xả thân 싸 턴	*to sacrifice one's life* [동] 희생하다, 몸을 바치다. ✷ xả thân vì chính nghĩa → 정의를 위해 희생하다.
xã 싸	*commune, village* [명] 최소 자치 행정구, 시읍면.
xã giao 싸 야오	*good manners, savoir-vivre* [명] 예의바름, 의례, 공손. ✷ đi thăm xã giao → 의례적인 방문.
xã hội 싸 호이	*society* [명] 사회. ✷ chủ nghĩa xã hội → 사회주의.
xã luận 싸 루언	*editorial, leading article* [명] 사설, 논설. ✷ bài xã luận viết rất hay → 사설 문을 매우 흥미있게 썼다.
xạ thủ 싸 투	*gunner, shot* [명] 사격수. ✷ các xạ thủ thi tài trên trường bắn → 사격장에서 각 사격수들이 시합을 하다.
xác 싹	**1/** *body* [명] 몸, 신체. ✷ to xác mà lười → 몸은 크지만 게으르다. **2/** *corpse, dead-body* [명] 시체. ✷ cảnh sát phát hiện có hai xác

	chết ở bìa rừng → 경찰은 숲 주변에서 두 구의 시체를 발견했다.
xác đáng 싹 당	*exact, true* [형] 정확한. ✻ không ai được vắng mặt nếu không có lý do xác đáng → 정확한 이유없이 아무도 빠질수 없다.
xác định 싹 딘	*to determine, define, specify* [동] 결정하다, 명시하다. ✻ xác định lập trường → 입장을 명시하다.
xác lập 싹 럽	*to establish, to set up* [동] 수립하다, 확립하다. ✻ xác lập một chính thể dân chủ cộng hòa → 인민공화제도를 확립하다.
xác minh 싹 민	*to ascertain, verify* [동] 증명하다, 입증하다. ✻ xác minh lại lời khai → 진술을 입증하다.
xác nhận 싹 년	*to confirm, to attest* [동] 승인하다, 진실을 입증하다. ✻ tin này đã được mọi người xác nhận là có thật → 이 소식은 모든 사람들이 진실이라고 입증했다.
xác pháo 싹 파오	*residue, rubbish of firecracker* [명]폭죽을 터뜨리고 남은 쓰레기.
xác suất 싹 쑤얻	*probability* [명] 개연성, 가망, 공산.
xác thịt 싹 틷	*carnal, sensual* [명] 육체.
xác thực	*real, true, authentic* [형] 실제의, 사

싹 특	실의. ✶ các chứng cớ xác thực → 실제 증거들.
xác ướp 싹 으업	*mummy, mummyfied body* [명] 미라.
xác xơ 싹 써	*destitute, ragged* [형] 누더기의, 해진.
xạc 싹	*to swear, curse* [동] 욕하다, 악담하다. ✶ bị xạc cho một trận → 한차례 욕을 먹다.
xách 싹	*to carry by the hand* [동] 손으로 들다. ✶ xách giỏ đi chợ → 바구니를 들고 시장에 가다.
xách mé 싹 매	*impolite, discourteous* [형] 버릇없는, 무례한. ✶ ăn nói xách mé → 버릇없이 말하다.
xách tay 싹 따이	*portable* [형] 휴대용의. ✶ máy tính xách tay → 휴대용 컴퓨터.
xái 싸이	*dottle (of opium)* [명] 아편의 찌꺼기. ✶ hưởng xái → 아편의 찌꺼기를 즐기다. (다른 사람을 따라 즐기다.)
xài 싸이	*to use, spend (money)* [동] 사용하다, (돈을) 쓰다. ✶ xài tiền như nước → 돈을 물처럼 쓰다.
xài hoang 싸이 호앙	*to waste* [동] = xài phí 낭비하다.

xài lại 싸이 라이	*use again, reuse* [동] = tái sử dụng 재사용하다. ✶ đừng bỏ phí, cái đó còn có thể xài lại được → 그것은 다시 사용할 수 있으니 아깝게 버리지 마세요.
xài phí 싸이 비	*to spend extravagantly, waste* [동] 낭비하다. ✶ xài phí của công → 공공재산을 낭비하다.
xài sang 싸이 상	*spend recklessly(generously)* [동] 돈을 마구 쓰다, 돈을 함부로 쓰다. ✶ nó xài sang, mua toàn là các thứ đắt tiền → 그는 전부 비싼 물건만 사들이며 돈을 마구 쓰다.
xài xể 싸이 쎄	*give sb a telling-off, get a telling of* [동] 꾸중하다, 질책하다. ✶ bị xài xể → 꾸중을 듣다.
xám 쌈	*grey* [형] (색) 회색. ✶ áo khoác màu xám → 회색 외투.
xám ngắt 쌈 응앋	*very pale, ghastly* [형] 창백한, 핏기 없는. ✶ mặt mũi xám ngắt vì lạnh → 추워서 얼굴이 창백해 졌다.
xám tro 쌈 쪼	*ash-grey, ashy, ashen* [형] 회색의, 잿빛의. ✶ mặc quần màu xám tro → 회색 바지를 입다.
xám xanh 쌈 싼	*livid, pale* [형] 검푸른, 파리한, 창백한. ✶ sợ đến xám xanh cả mặt → 온 얼굴이 파리해질 정도로 무섭다.

xám xịt 쌈 씯	*leaden* [형] 납빛의, 탁한 회색의. ✻ bầu trời xám xịt → 납빛의 하늘.
xàm 쌈	*insanity, complete nonsense* [형] 허튼, 무모한. ✻ đừng có nói xàm ! → 허튼 소리 마라!
xàm xạp 쌈 쌉	*chewing* [동] 씹다, 씹는 소리. ✻ nó ăn xàm xạp như heo → 그는 돼지처럼 우적우적 씹어 먹다.
xàm xỡ 쌈 써	*impudent, free* [형] = sàm sỡ 버릇없는, 경솔한. ✻ anh ta dở trò xàm xỡ với cô bạn mới quen → 그는 이제 알게된 친구에게 버릇없이 장난을 치다.
xán lạn 싼 란	*splendid, bright* [형] 빛나는, 화려한, 밝은. ✻ tương lai xán lạn → 밝은 미래.
xanh 싼	*blue, green, unripe, pale* [형] 푸른, 녹색의, 창백한. ✻ trái còn xanh → 과일이 아직 파랗다. ✻ mới hết bệnh, mặt còn xanh lắm → 이제 막 병이 다 나아서 아직도 얼굴이 많이 창백하다. ✻ bật đèn xanh → 파란불이 켜지다. (어떤일을 진행할수 있게 동의하다.)
xanh biếc 싼 비엑	*very blue* [형] 매우 푸른. ✻ cặp mắt xanh biếc → 두 눈이 매우 푸르다.
xanh biển	*sea-blue, navy-blue* [형] 바다색의.

싼 비엔

xanh da trời   *sky-blue, azure* [형] 하늘색의.
싼 야 (자) 쩌이

xanh đậm   *dark-blue*
싼 떰   [형] 진한 파란색의. 다크 블루의.

xanh lá cây   *green* [형] = xanh lục 초록색.
싼 라 까이

xanh lè   1/ *very pale* [형] = xanh ngắt 매우
싼 래   창백한, 파랗게 질린.
※ mặt mũi xanh lè sợ hãi → 무서워서 얼굴이 파랗게 질리다.
2/ *green, unripe* [형] 푸른, 덜익은.
※ trái cây còn xanh lè mà đã hái xuống! → 과실이 아직도 파란데 벌써 떨어졌다.

xanh lơ   *blue* [형] 푸른.
싼 러   ※ bầu trời xanh lơ → 푸른 하늘.

xanh ngát   *lushy blue* [형] 푸릇푸릇한.
싼 응앗   ※ ruộng vườn xanh ngát → 들판이 푸릇푸릇 하다.

xanh rêu   *moss-green* [형] 이끼색, 황록색.
싼 레우

xanh rì   *as green as grass*
싼 리   [형] 잔디처럼 푸르른.

xanh tươi   *verdant, luxuriant, fresh* [형] 푸른.
싼 뜨어이

xanh um   *verdant, green* [형] 신록의.
싼 움   ※ rừng rậm xanh um → 초목으로 뒤덮인 푸른 숲.

xanh xao   *very pale* [형] 창백한, 핏기 없는.

싼 싸오	✽ mặt mũi xanh xao → 창백한 얼굴.
xao động 싸오 동	*to agitate* [동] = xáo động 마음이 교란한, 흔들리는. ✽ thấy xao động trong lòng → 마음이 교란함을 느끼다.
xao lãng 싸오 란	*to neglect* [동] 태만히 하다, 소홀히 하다. ✽ xao lãng nhiệm vụ → 임무를 소홀히 하다.
xao xuyến 싸오 쑤이엔	*to upset* [동] 두근거리다, 설레다. ✽ tâm hồn xao xuyến → 마음이 설레다.
xáo trộn 싸오 쫀	*to disorder* [동] 무질서하다, 혼란하다. ✽ cuộc sống bị xáo trộn → 무질서한 삶.
xào 싸오	*to fry* [동] 기름을 넣어 볶다.
xào nấu 싸오 너우	*to do the cooking* [동] 요리하다.
xào xạc 싸오 싹	*to rustle, flutter* [동] 바스락 거리다. ✽ tiếng lá rơi xào xạt → 바스락 나뭇잎 떨어지는 소리.
xảo 싸오	*artful* [형] 교활한, 교묘한. ✽ con người gian xảo → 교활한 사람.
xảo quyệt 싸오 꿰엔	*cunning, artful, foxy* [형] 교활한, 교묘한. ✽ âm mưu xảo quyệt → 교활한 음모.

xảo trá 싸오 짜	*artful* [형] 교활한, 교묘한. ✻ tính tình xảo trá → 교활한 성격.
xay 싸이	*grind, husk* [동] 갈다, 분쇄하다. ✻ xay cà phê → 커피를 갈다.
xay bột 싸이 봇	*to mill flour* [동] 가루를 내다, 가루로 빻다.
xảy ra 싸이 라	*occur, happen* [동] 일어나다, 발생하다. ✻ xảy ra chuyện gì? → 무슨 일이 일어났습니까? ✻ có trời mới biết xảy ra điều gì → 무슨일이 일어났는지 하늘만이 안다.
xảy tay 싸이 따이	*let fall, slip from one's hand* [동] 손에서 떨어뜨리다. ✻ xảy tay làm bể cái ly → 손에서 컵을 떨어뜨려 깨뜨리다.
xắc 싹	*handbag* [명] = xắc tay 핸드백. ✻ cái xắc bằng da cá sấu → 악어 가죽으로 만든 핸드백.
xắc mắc 싹 막	*to find fault (with), carp (at), nat (at)* [동] 트집을 잡다, 흠을 잡다. ✻ chúng nó xắc mắc nhau từng chút một → 그들은 서로 작은 일을 트집잡다.
xăm 쌈	*to tattoo* [동] 문신하다. ✻ xâm hình con rồng giữa ngực → 가슴에 용 문신을 하다.
xăm xăm 쌈 쌈	*go straight in a hurry* [동] 황급히 가다. ✻ xăm xăm bước vào → 황급히 들어오다.
xăn	*to roll up, to turn up, tuck up* [동] =

싼	xắn 말아 올리다, 걷어붙이다. ✻ xăn tay áo lên → 옷소매를 걷어붙이다.
xắn 싼	**1/** *to roll up, turn up* [동] = xăn **2/** *to cut* [동] 찢어 나누다. ✻ xắn cục thịt ra làm hai → 고기덩어리를 찢어 둘로 만들다.
xăng 쌍	*petrol* [명] 휘발유.
xăng dầu 쌍 여우	*petrol and oil* [명] 휘발유와 석유.
xăng đan 쌍 단	*sandals* [명] 샌들. ✻ mang giày sang-đan trắng → 흰색 샌들을 신다.
xăng nhớt 쌍 녇	*fuel* [명] 휘발유와 엔진오일.
xăng ti mét 쌍 띠 맽	*centimeter, centimetre* [명] cm, 센티미터.
xăng xái 쌍 싸이	*diligent, be in a hurry* [형] 급한, 노력하는, 근면한. ✻ xăng xái bước vào → 급히 들어오다.
xằng 쌍	*unreasonable, falsely* [형] = bậy 그릇된, 틀린, 정확하지 않은. ✻ làm xằng → 일이 그릇되다. ✻ nói xằng → 말이 정확하지 않다.
xằng bậy 쌍 버이	*wrongfully, nonsensical* [형] = xằng 무의미한, 사실이 아닌.
xẵng 쌍	*rudely, curt* [형] = xẵng giọng 거친, 무뚝뚝한.

	✶ nói xẵng → 거칠게 말하다.
xắp 쌉	*reach, come up* [형] 도달하는, 이르는.
	✶ nước ngập xắp tới mắt cá → 물이 발목까지 차다.
xắt 쌑	*to slice* [동] 조각으로 자르다.
	✶ xắt thịt ra từng lát mỏng → 고기를 조각 조각 자르다.
xấc láo 썩 라오	*impertinent, insolent* [형] 무례한.
	✶ ăn nói xấc láo → 무례하게 말하다.
xấc xược 썩 쓰억	*arrogent, impertinent, pert* [형] 무례한, 거만한.
	✶ tính tình xấc xược → 거만한 성격.
xâm chiếm 썸 찌엠	*to invade* [동] = xâm lược 침략하다.
xâm lăng 썸 랑	*invade / invation* [동/명] 침략하다.
	✶ đánh đuổi quân xâm lăng ra khỏi bờ cõi → 침략군을 물리치고 나라를 구하다.
xâm lấn 썸 런	*invade, trespass, enroach upon* [동] 침입하다.
xâm nhập 썸 녑	*to penetrate* [동] 침투하다.
	✶ tên gián điệp đó đã xâm nhập vào lãnh thổ chúng ta → 그 첩자는 우리 영토에 침투했다.
xâm phạm 썸 팜	*to violate, infringe* [동] 방해하다, 침해하다.
	✶ đừng xâm phạm đời tư người khác → 다른 사람의 사생활을 침해하지 마시오.

xấp
썹

quire, package, wad (of paper)
[명] 뭉치.
✻ xấp vải → 천 뭉치.
✻ xấp giấy → 종이 뭉치.

xấp xỉ
썹 씨

approximate, close
[형] 거의 같은, 대등한.
✻ chúng nó cao xấp xỉ nhau → 그들은 키가 서로 대등하다.

xâu
써우

1/ *to thread, to string* [동] 실을 꿰다.
✻ xâu kim (xỏ kim) → 바늘에 실을 꿰다.

2/ *a string, bunch*
[명] 목걸이, 다발, 묶음.
✻ xâu chuỗi → 진주목걸이.
✻ xâu chìa khóa → 열쇠다발.

xâu xé
써우 쌔

to torment, to tear
[동] 잡아뜯다, 싸우다.
✻ vì quyền lợi mà anh em xâu xé nhau → 권리 때문에 형제가 서로 잡아뜯다.

xấu
써우

bad, urgly, evil [형] 나쁜, 못생긴.
✻ cô ấy tuy xấu người nhưng đẹp nết → 그녀는 얼굴은 못생겼지만 성격은 좋다.

xấu bụng
써우 붐

1/ *ill-disposed*
[형] 성격이 나쁜, 악한.
✻ nó rất xấu bụng không bao giờ chịu giúp đỡ bạn bè → 그는 매우 악해서 절대로 친구들을 도운적이 없다.

2/ *weak in the stomach*

	[형] 속이 좋지 않은. ✻ bé bị xấu bụng, đi ngoài nhiều lần → 아이가 속이 안좋아서 화장실을 여러 번 가다.
xấu hổ 써우 호	*to feel ashamed, feel shy* [동/형] 부끄러운. ✻ nó cảm thấy xấu hổ vì đã nói dối → 그는 거짓말을 했기 때문에 부끄러움을 느끼다.
xấu máu 써우 마우	*bad-blood, bad health* [형] 피가 나쁜, 성격이 나쁜. ✻ anh chàng xấu máu → 그는 성격이 나쁘다.
xấu mã 써우 마	*to have an ugly physical* [동] 외모가 추하다. ✻ xấu mã nhưng tốt bụng → 외모가 추하지만 성격은 좋다.
xấu mặt 써우 막	*lose face* [형] 창피를 당하다, 체면이 구기다. ✻ nó làm xấu mặt cha mẹ → 그는 부모님의 체면을 구기게 만들었다.
xấu số 써우 소	*unlucky, ill-fated* [형] 불운한, 불행한. ✻ thằng bé xấu số → 불행한 소년.
xấu tính 써우 띤	*have bad character* [형] 성격이 나쁜.
xấu xa 써우 싸	*bad, evil* [형] 나쁜, 못된. ✻ tính nết xấu xa → 못된 성격.
xấu xí 써우 씨	*ugly* [형] 못생긴, 추한. ✻ mặt mũi xấu xí → 못생긴 얼굴.
xây	**1/** *to construct, to build* [동] = xây

써이	cắt, xây dựng 건설하다, 세우다.
	✳ xây tường → 담을 세우다.
	2/ *to turn* [동] 돌리다.
	✳ xây lưng lại → 등을 돌리다.
	✳ xây mặt đi → 얼굴을 돌리다.
xây đắp	*to buid up* [동] 세우다, 건설하다.
써이 답	
xây lắp	*build and put together*
써이 랍	[동] 짓다, 세우다
xây xẩm	*feel dizzy* [형] 어지러운.
써이 썸	✳ mệt đến xây xẩm mặt mày → 머리가 어지러울 정도로 피곤하다.
xe	*vehicle*
쌔	[명] 운반(운송) 수단, 자동차.
xe ba gác	*delivery tricycle*
쌔 바 각	[명] = xe ba bánh 삼륜차.
xe buýt	*bus* [명] 버스.
쌔 뷧	
xe ca	*coach, long-distance bus*
쌔 까	[명] = xe đò 시외버스.
xe cấp cứu	*ambulance* [명] = xe cứu thương
쌔 껍 끄우	구급(병원)차.
xe cũ	*secondhand / used car (motor-cycle)* [명] 중고차.
쌔 꾸	
xe cứu hỏa	*appliance, fire-truck* [명] 불자동차.
쌔 끄우 화	
xe đạp	*bicycle, bike, cycle*
쌔 답	[명] 자전거, 발동기 달린 자전거.
xe hơi	*car, automobile* [명] 자동차.
쌔 허이	

xe khách 쎄 캇	*passenger car* [명] 대중교통 수단.
xe lửa 쎄 르아	*train* [명] 열차, 전차, 기차.
xe máy 쎄 마이	*motorbike* [명] 오토바이.
xe nhà 쎄 냐	*private car, one's own car* [명] 자가용.
xe ôm 쎄 옴	*motorbike-taxi* [명] 오토바이 택시. ✻ tài xế xe ôm → 오토바이 택시 운전사.
xe rác 쎄 락	*dusk-car* [명] 청소차.
xe tải 쎄 따이	*truck, van, lorry* [명] 화물 자동차, 트럭
xe tang 쎄 땅	*hearse* [명] = xe đòn 운구차.
xe tắc xi 쎄 딱 씨	*taxi* [명] 택시.
xe tăng 쎄 땅	*tank* [명] 탱크.
xé 쎄	*to tear* [동] = xé rách 찢다. ✻ đau như xé thịt → 살이 찢어지는 것 처럼 아프다. ✻ tiếng còi xe lửa xé tan màn đêm → 기차의 기적 소리가 밤을 가르다. ✻ tiếng cười vang lên xé tan bầu không khí nặng nề → 웃음 소리가 울려퍼지며 무거운 분위기를 찢어놓았다.

xé lẻ 쌔 래	*to devide into fractions (up)* [동] 소부분으로 나누다, 분해하다. ※ xé lẻ lực lượng → 군사력을 나누다.
xé nát 쌔 낙	*tear into pieces* [동] = xé tan, xé vụn 갈기갈기 찢다. ※ lời nói vô tình đó đã xé nát tim tôi → 그 무심한 말이 내 마음을 갈기갈기 찢어놓았다.
xé toạc 쌔 또악	*to tear, rend* [동] 찢다. ※ xé toạc lá thơ ra làm hai → 편지를 둘로 찢었다.
xé xác 쌔 쌀	*to tear sb to pieces (limb from limb)* [동] 찢다, 뜯어내다. ※ con cọp xé xác con heo rừng → 호랑이가 산돼지를 물어뜯다.
xem 쌤	1/ *see, watch* [자] 보다, 지켜보다. ※ xem đá bóng → 축구를 보다. 2/ *look at, consider* [동] ~이라고 보다, ~이라고 여기다. ※ tôi chỉ xem anh ấy như bạn thôi ! → 나는 단지 그를 친구로 본다. 3/ *to read* [동] 읽다. ※ anh xem tin tức trên báo hôm nay chưa? → 오늘 신문에 난 소식을 읽었어요?
xem bói 쌤 보이	*to consult a fortune-teller* [동] 점을 보다.
xem chừng 쌤 쯩	1/ *it seems be, it looks as* [부] ~처럼 보이다, ~일 것 같다. ※ xem chừng việc chúng nó khó

thành → 그들의 일이 결과가 나기 어려울 것처럼 보인다.

2/ be careful, beware of = coi chừng 조심하다.

xem lại
쌤 라이
reconsider
[동] 재고하다, 고쳐 생각하다.
✽ việc này cần phải xem lại → 이 일은 재고할 필요가 있다.

xem mặt
쌤 맏
see the face of.. [동] = xem mắt 대면하다, 맞선보다.

xem ngày
쌤 응아이
to determine a good day (for a marriage..)[동] 길일(吉日)을 잡다.

xem thường
쌤 트엉
to discount, make light sth [동/형] 무관심하다, 소홀히 보다.
✽ nó xem thường luật pháp → 그는 법에 무관심하다.
✽ lúc nào nó cũng xem thường lời khuyên của cha mẹ → 언제나 그는 부모님의 충고에 무관심하다.

xem trọng
쌤 쫑
to attach much importance to sth. to value [동/형] 중시 하다, 가치를 두다.
✽ nó xem trọng tiền bạc hơn bản thân mình → 그는 자신보다 돈을 더 중시한다.

xem tuổi
쌤 뚜오이
study the horoscope (of girl and boy before deciding their marriage)
[동] 사주를 보다.

xem xét
쌤 쌕
to examine, investigate, consider
[동] 심사숙고하다, 고찰하다.
✽ phải xem xét kỹ trước rồi hãy

	quyết định → 반드시 먼저 심사숙고하고 결정해라.
xen 쌘	**1/** *to insert, interpolate* [동] 삽입하다, 끼워넣다. ✳ xen thêm một điều khoản vào hợp đồng → 계약서에 한 조항을 더 삽입하다. ✳ xen vào giữa hai người → 두 사람 사이에 끼다. **2/** *interfere, meddle* [동] 간섭하다. ✳ đừng xen vào chuyện người khác → 다른 사람의 이야기에 간섭하지 마라.
xen kẻ 쌘 깨	*alternate, stagger* [동] 엇갈리다, 번갈아 하다. ✳ xếp xen kẻ một nam một nữ → 남자 한명 여자 한명 엇갈려 배치하다.
xen lẫn 쌘 런	*mixed* [동] 섞다. ✳ tiếng nói chuyện xen lẫn tiếng cười → 이야기 소리가 웃음 소리가 섞였다.
xén 쌘	*to cut, to trim* [동] 자르다. ✳ xén giấy → 종이를 절단하다. ✳xén lông cừu → 양털을 자르다.
xeo 쌔오	*to move (roll) with a level* [동] 지렛대로 옮기다.
xéo 쌔오	**1/** *to clear off, go out!* [동] 가라! ✳ xéo đi ! – cút nhanh! → 빨리 가라! ✳ nó ăn no rồi là xéo ngay ! → 배

불리 먹었으면 어서 가라!
2/ *not straight* [형] 똑바르지 않은, 삐뚤어진, 비스듬한.

xéo xẹo
쎄오 쎄오
slanting [형] 똑바르지 않은, 삐뚤어진, 비스듬한.

xẻo
쎄오
to cut out [동] 잘라내다.
✻ xẻo một miếng thịt → 고기 한 조각를 잘라내다.

xẹo
쎄오
slanting [형] = xéo xẹo 기울어진.
✻ đi xẹo về một bên → 한 쪽으로 기울어 졌다.

xẹo xọ
쎄오 쏘
out of shape [형] = méo mó, xiêu vẹo (모양이) 찌그러진.

xẹp
쎕
flat [형] 납작한.
✻ bánh xe xẹp → 바퀴가 납작해졌다.

xẹp lép
쎕 렙
flattened, completely depleted [형] 완전히 납작해진,
✻ quả bóng xẹp lép → 공이 완전히 납작해졌다.

xét
쎋
1/ *to search* [동] 조사하다, 수색하다.
✻ xét nhà → 집을 수색하다.
2/ *to consider, to examine* [동] 심사숙고 하다.
✻ xét cho cùng thì nó cũng có vài ưu điểm → 심사숙고하니 몇가지 좋은 점도 있다.

xét duyệt
쎋 유웯
consider and approve [동] 심사하고 인가(허가)하다.
✻ xét duyệt đơn xin xuất cảnh → 출국서류를 심사하여 허가하다.

xét đoán
to judge, make a judgement [동] 판

쎋 도안   단하다, 판별하다.
* đừng xét đoán con người qua bề ngoài → 사람을 겉모습만 보고 판단하지 마라.

xét hỏi
쎋 호이

to interrogate, to question
[동] 심문하다, 질문하다.
* xét hỏi cẩn thận trước khi kết án → 판결을 내기 전에 세밀히 심문하다.

xét lại
쎋 라이

to revise, to reconsider
[동] 재심사하다.
* anh hãy thử xét lại thái độ của anh xem có đúng không? → 당신의 태도가 옳은 지

xét nét
쎋 넷

to pick holes in, find fault with
[동] 흠을 잡다.
* xét nét từng chút một → 작은 것을 흠 잡다.

xét nghiệm
쎋 응이엠

to test, to study
[동] 검사하다, 시험하다.
* xét nghiệm máu → 피 검사하다.

xét xử
쎋 쓰

to judge, decide, consider and pass verdict on [동] 판정하다, 판단하다.
* vụ án đó đã được xét xử một cách rất công minh → 그 사건은 매우 공명하게 판정 되었다.

xê
쎄

to make away, to move aside [동] 물러서다 * xê qua 1 bên! → 한 쪽으로 옮겨라!

xê dịch

to move, to displace [동] 옮기다.

쎄 잇(짓)

xê xích
쎄 씻
inch, differ [형] 근소한 차이의.

xế
쎄
slant, decline [형] 가까워진.
✱ xế chiều → 저녁이 가까워 지다.

xếch
쎅
slanting [형] 치켜 올라간.
✱ mắt xếch → 치켜 올라간 눈.
✱ có đôi lông mày xếch → 두 눈썹이 치켜 올라갔다.

xệch
쎅
deformed, out of sharpe [형] 모양이 찌그러진.
✱ mặt méo xệch vì đau đớn → 고양이가 병 때문에 얼굴 모양이 찌끄러졌다.

xềnh xệch
쎅 쎅
dragging [형] 질질 끄는.
✱ kéo tay lôi xềnh xệch ra khỏi nhà → 손을 잡아 집밖으로 질질 끌고 나가다.

xềnh xoàng
쎈 쏘앙
simple, plain, without ceremony [형] 간단한, 간소한.
✱ ăn mặc xềnh xoàng → 간소하게 입다.

xếp
쎕
arrange, put aside
[동] 배열하다, 정리하다, 정돈하다.
✱ xếp cho ngay ngắn → 바로 정리해라.

xếp dọn
쎕 온 (존)
tidy up, arrange, put in order
[동] 질서있게 배열하다.
✱ xếp dọn nhà cửa → 집을 질서있게 배열하다.

xếp đặt
arrange, organize

쎕 닥	[동] 배열하다, 정리하다. ✷ mọi việc đã được xếp đặt cả → 모은 일이 다 정리 되었다.
xếp hàng 쎕 항	*to line up, queue up* [동] 줄을 서다, 열을 세우다. ✷ xếp hàng mua vé → 표를 사기 위해 줄을 서다.
xếp hạng 쎕 항	*to classify, to rank, reckon* [동] 순위를 정하다. ✷ được xếp hạng nhất → 1위를 차지하다.
xếp loại 쎕 로아이	*to rank, rate, grade* [동] 분류하다. ✷ được xếp vào loại khá → 상등품을 분류하다.
xi 씨	1/ *sealing wax (shoes)* [명] 구두약. 2/ *to wax, polish* [동] 왁스칠 하다.
xi măng 씨 망	*cement* [명] 시멘트.
xi rô 씨 로	*sirup* [명] 시럽.
xí 씨	*to reserve for oneself* [동] 따로 두다, 남겨 두다, 잡아두다. ✷ đi sớm để xí chỗ → 자리를 잡기 위해 일찍 가다.
xí gạt 씨 간	*to trick, deceive* [동] 속이다, 사기를 치다.
xí ngầu 씨 응어우	*dice* [명] 주사위. ✷ đổ xí ngầu → 주사위를 던지다.
xí nghiệp 씨 응이엡	*enterprise* [명] 기업, 회사.

xí xóa
씨 쏘아

wipe off, forget about
[동] 버리다, 지워버리다.
✶ xí xóa chuyện cũ → 옛일은 지워버려라!

xì
씨

to deflate, leak out
[동] 공기를 빼다.
✶ xì bánh xe → 자동차 바퀴에서 공기를 빼다.

xì dầu
씨 여우

soy-sauce [명] 간장.

xì gà
씨 가

cigar [명] 담배, 시가.
✶ hút xì-gà → 시가를 피우다.

xì hơi
씨 허이

to go down, to deflate (a ball)
[동] 공기를 빼다.

xì ke
씨 깨

scag [명] 헤로인.
✶ nó bị nghiện xì-ke → 그는 헤로인에 중독됐다.

xì mũi
씨 무이

to blow the nose [동] 코를 풀다.

xì xào
씨 싸오

1/ *buzz* [명] 음성.
2/ *to whisper*
[동] 속삭이다, 소근대다.
✶ có tiếng xì xào ở góc bếp → 부엌에서 음성소리가 들린다.
✶ người ta xì xào về chuyện nhà của giám đốc → 다른 사람이 사장의 집안 일을 소근대다.

xì xụp
씨 쑵

to eat noisily [동] 후루룩 마시다.
✶ húp cháo xì xụp → 죽을 후루룩 마시다.

xì vả

to insult affront, revile

씨 바	[동] 욕하다, 욕설을 퍼붓다. ✹ nó bị sỉ vả nặng nề → 그는 심한 욕을 먹었다.
xị 씨	wear a sagging face, swollen [동] (화가 날때나 슬플 때 얼굴이) 부은. ✹ nó giận dỗi xị mặt xuống → 그는 화가 나서 얼굴이 부었다.
xỉa 씨아	to pick (one's teeth) [동] 쑤셔서 깨끗이 하다. (이를 쑤시다). ✹ tăm xỉa răng → 이쑤시게로 이를 쑤시다.
xỉa xói 씨아 쏘이	wag one's finger at angrily [동] 삿대질 하다.
xích 씻	1/ chain [명] 쇠사슬, 체인.- to chain [동] 쇠사슬로 매다. ✹ xích chó lại → 개를 쇠사슬로 매다. 2/ to inch [동] 서서히 조금씩 움직이다. ✹ xích lại gần nhau → 서로 가까이 조금씩 움직이다.
xích đạo 씻 다오	the equator [명] 적도.
xích đu 씻 두	swing [명/동] 그네, 흔들다.
xích lô 씻 로	a pedicab [명] 시크로.
xích mích 씻 밋	to be in disagreement with sb. [동] 의견이 다르다, 불일치 하다. ✹ hai bên có xích mích với nhau từ trước → 두 편은 전부터 서로 의견이 다르다.

xiếc 씨엑	*circus* [명] 서커스. * đi xem xiếc → 서커스 보러 가다.
xiên 씨엔	**1/** *slanting, sloping* [형] 경사진, 비스듬한, 기울어진. * nắng chiếu xiên vào nhà → 오후의 태양이 집 쪽으로 기울어졌다. **2/** *to skewer* [동] 꼬치로 꿰다. * xiên thịt nướng → 구운 고기를 꼬치로 꿰다.
xiên xẹo 씨엔 쌔오	*slanting, sloping, cranky* [형] 경사진, 비스듬한.
xiềng 씨엥	*to chain* [동/명] 쇠사슬, 쇠사슬로 묶다.
xiềng xích 씨엥 씻	*chains, bonds, fetters* [명] 체인.
xiết 씨엗	*to tighten* [동] 단단히 하다.
xiêu 씨에우	*to slope, slant, be cranky, yeild* [동] 기울다, 비스듬하다.
xiêu lòng 씨에우 롬	*to sofften, be soft-hearted* [동] 마음이 기울다. * nó năn nỉ mãi làm tôi cũng thấy xiêu lòng → 그가 계속 조르자 나도 역시 마음이 기울었다.
xiêu vẹo 씨에우 배오	*tottering, dilapidated* [형] 기울진, 흔들리는. * mái nhà xiêu vẹo → 기울어진 지붕.
xin 씬	**1/** *please* [부] 정중한 요구나 간청을 나타낼 때 쓰임, ~ 주세요. * xin mời ngồi → 앉으세요. **2/** *to beg, to ask for* [동] 요구하다,

요청하다, 신청하다.
* nhà anh có xin gắn điện thoại chưa? → 당신의 집에 전화 설치를 신청 했습니까?

xin ăn
씬 안
to beg for food [동] 음식을 요구하다.

xin chừa
씬 쯔아
to promise not to do sth.wrong again [동] 다시 잘못하지 않겠다고 약속하다.

xin đều
씬 데우
to demand (money)with menaces [동] 위협하여 돈을 요구하다.

xin gặp
씬 갑
ask to see (meet) sb.
[동] 만남을 요청하다.
* xin gặp giám đốc → 사장님 만나기를 요청하다.

xin lỗi
씬 로이
to excuse, to beg sb's pardon
[동]미안합니다.

xin việc
씬 비엑
to apply for a job [동] 직업을 구하다, 일자리를 요청하다.
* từ lúc xin việc đến lúc nhận việc làm là 2 tháng → 일자리를 구할 때부터 얻기까지 2달이 걸렸다.

xin vui lòng...
씬 부이 롬
if you please, please [부] 정중히 허락을 구할 때, ~ 해주세요.
* xin vui lòng đi lối này → 이 길로 가주세요.

xin xăm
씬 쌈
to resort to sortilege
[동] 제비 점을 보다.

xin xỏ
씬 쏘
to beg, solicit, panhandle
[동] 요구하다, 요청하다, 구하다.
* nó xin xỏ khắp mọi nơi mới

	được → 그는 이곳 저곳에 일자리를 요청하다.
xin ý kiến 씬 이 끼엔	*to ask sb an advise/opinion* [동] 의견을 묻다.
xỉn 씬	**1/** *to get drunk* [동] 취하다. ✻ nó say xỉn cả ngày → 그는 하루 종일 취해있다. **2/** *blacken, go black and dark* [형] 색이 변하다. ✻ chiếc vòng bạc đã bị xỉn màu → 은팔찌 색이 변했다.
xinh 씬	*pretty, nice* [형] 예쁜, 귀여운. ✻ cô ấy xinh lắm → 그녀는 귀엽다.
xinh đẹp 씬 뎁	*beautiful* [형] 아름다운, 미모의.
xinh tươi 씬 뜨어이	*delightful, attractive, charming* [형] 유쾌한, 밝은, 생기있는.
xinh xắn 씬 싼	*pretty, smart, lovely, charming*[형] 귀여운, 사랑스러운, 앙증스러운, 예쁜. ✻ đứa bé xinh xắn → 귀여운 아이. ✻ một căn nhà nhỏ xinh xắn → 앙증스러운 작은 집.
xịt 씯	*to spray* [동] 뿌리다. ✻ xịt muỗi → 모기약을 뿌리다.
xịt mũi 씯 무이	*to sniff, snuffle, snivel* [동] 코를 킁킁 거리다, 코를 홀짝이다.
xó 쏘	*corner* [명] 코너, 구석. ✻ xó bếp → 부엌의 구석.
xỏ	*to thread, to slip* [동] 끼우다.

쏘	✷ xỏ kim → 바늘에 실을 끼우다.
xỏ lá 쏘 라	*knavish, roguish* [형] 악한의, 깡패의. ✷ thằng xỏ lá → 악한.
xỏ mũi 쏘 무이	*to lead by nose* [동] 코 꿰이다. 남에게 이끌려 하라는 대로 하다.
xỏ xiên 쏘 씨엔	*play a nasty trick* [동] 비열하다. ✷ ăn nói xỏ xiên → 비열하게 말하다.
xọ 쏘	*to skip* [동] 건너뛰다. ✷ đang nói chuyện nọ xọ chuyện kia → 이 이야기 중에 저 이야기로 건너뛰다.
xoa 쏘아	*to rub* [동] 문지르다.
xoa bóp 쏘아 봅	*to massage* [동] 마사지 하다.
xoa dịu 쏘아 이우	*to relieve, appease* [동] 달래다, 진정시키다. ✷ xoa dịu nỗi buồn → 슬픔을 달래다. ✷ xoa dịu tình hình → 상황을 진정시키다.
xóa 쏘아	*to wipe, rub out, clean, eradicate* [동] 지우다, 없애다, 근절하다. ✷ xóa nạn mù chữ → 문맹을 근절하다.
xóa mờ 쏘아 머	*to dilute, blur* [동] 흐릿하게 지우다, 희미하게 지우다. ✷ dĩ vãng đã xóa mờ theo năm tháng → 과거가 세월따라 희미하게 지워지다.
xóa nhòa 	*dim out, fade away, erase* [동] 사라

쏘아 니오아	지다, 없어지다. ✷ kỷ niệm xưa đã xóa nhòa trong ký ức → 옛 추억이 기억 속에서 사라지다.
xóa nợ 쏘아 너	to forgive, to absolve sb. from a debt [동] 빚을 탕감하다.
xóa sạch 쏘아 싸ㅊ	to clean, to wipe out [동] 깨끗이 지우다, 완전히 없애다. ✷ xóa sạch mọi chứng cớ (cứ) → 증거를 완전히 없애다.
xóa sổ 쏘아 소	eliminate [동] 없애다, 제거하다. ✷ xóa sổ một băng cướp → 강도 떼를 제거하다.
xóa tên 쏘아 뗀	to cross off the list, expunge [동] 이름을 지우다, 이름을 삭제하다. ✷ xóa tên trong danh sách → 명단에서 이름을 삭제하다.
xõa 쏘아	to hang, spread out (one's hair) [동] (머리카락을) 늘어뜨리다, 풀다. ✷ tóc xõa ngang vai → 머리카락이 어깨까지 늘어지다.
xoạc 쏘악	to spread wide, extend one's leg [동] 펴다, 벌리다. ✷ đứng xoạc cẳng ra → 다리를 벌리고 서다.
xoài 쏘아이	mango [명] (과실) 망고.
xoang 쏘앙	cavity [명] (해부) (몸, 기관, 뼈등의) 강(腔). ✷ xoang mũi → 비강.
xoàng	mediocre, simple [형] 보통의.

쏘앙

xoàng xỉnh
쏘앙 씬
mediocre, frugal, shabby, humble
[형] 검소한, 초라한.

xoành xoạch
쏘안 쏘앗
all the time, constant [부] 계속해서.
✻ thay đổi ý kiến xoành xoạch → 의견을 계속 바꾸다.

xoay
쏘아이
to turn, revolve [동] 돌다.

xoay chiều
쏘아이 지에우
to change direction
[동] 방향을 바꾸다, 방향을 돌리다.

xoay chuyển
쏘아이 쭈웬
to revolve, rotage, turn, reverse
[동] 반대로 바꾸다, 반대로 돌리다.
✻ xoay chuyển tình thế → 상황이 반대로 바뀌다.

xoay quanh
쏘아이 꾸안
to turn around [동] 주변을 돌다.
✻ trái đất xoay quanh mặt trời → 지구가 태양의 둘레를 돌다.

xoay vần
쏘아이 번
circumvolve
[동] 순환하다, 회전하다.
✻ ngày tháng xoay vần → 날짜가 순환하다.

xoay xở
쏘아이 써
to manage, to find a way (to get out of difficulties) [동] 방법을 찾다.
✻ nó xoay xở bằng mọi cách để kiếm tiền ăn học → 그는 학비를 저축할 모든 방법을 찾다.

xoáy
쏘아이
to whirl, fasten by turning
[동] 소용돌이 치다.
✻ nước xoáy thật mạnh cuốn đi mái nhà → 물이 강하게 소용돌이 쳐서 집까지 말려들다.

xoăn 쏘안	*curly* [형] = quăn 말다. ✳ tóc xoăn → 머리카락을 말다.
xoắn 쏘안	*to twist, cling on to* [동] 달라붙다, 매달리다. ✳ thằng bé cứ xoắn lấy mẹ nó → 어린 아이가 엄마에게 매달리다.
xóc 쏩	*to shake* [동] 흔들다.
xọc 쏩	*to drive in, thrust in, stab strongly* [동] = thọc 뛰어들다, 찌르다. ✳ chạy xọc vào nhà → 집안으로 뛰어들어 가다.
xòe 쏘애	*open spread* [동] 넓게 펴다. ✳ xòe bàn tay ra xem → 손바닥을 넓게 펴서 보이다.
xoi 쏘이	*to dig, unchoke, groove* [동] 파다, 파헤치다.
xoi mói 쏘이 모이	*to find fault* [동] 흠을 잡다, 잘못을 들춰내다. ✳ nó hay xoi mói lỗi của người khác → 그는 자주 다른 사람의 흠을 잡는다. ✳ có cái nhìn xoi mói → 흠 잡으려고 훑어보다.
xói mòn 쏘이 먼	*to erode* [동] 침식하다.
xóm 썸	*hamlet* [명] 촌락, 작은 마을.
xóm giềng 썸 이엥 (지엥)	*neighborhood* [명] 이웃.

xóm làng 썸 랑	*villages and hamlets* [명] 마을.
xóm nhà 썸 냐	*housing area* [명] 주거지역.
xong 쏨	*to end, finish* [동] 마치다, 끝나다. ✼ xong chưa? → 끝났습니까? ✼ xong nhiệm vụ → 임무를 마치다.
xong hẳn 쏨 한	*quite finished* [형] 완전히 끝나다. ✼ chưa xong hẳn → 아직 완전히 끝나지 않았다.
xong rồi 쏨 로이	*that's all, done it* ! [부] 끝났다!, 다했다!.
xong việc 쏨 비엔	*to finish work* [동] 일을 마치다.
xong xuôi 쏨 쑤오이	*to be complete, to finish* [동] 완전히 끝나다.
xoong 쏨	*saucepan* [명] 냄비.
xót 쏟	*to sting* [동] 따끔따끔하다.
xót của 쏟 꾸아	*to feel regret one's property* [동] 아까워하다.
xót ruột 쏟 루옫	**1/** *suffer (because of loss, waste)* [동/형] 애타는, 안타까운, 속이 끓는. **2/** *feel a burning sensation in one's stomach* [동/형] (허기로) 속이 끓다.
xót thương 쏟 트엉	*feel sorry for, pity* [동] 불쌍하다. ✼ xót thương cho số phận → 운명이 불쌍하다.

xót xa
쏟 싸
to feel unhappy (about)
[형] 불행하게 느껴지다.
✳ cảm thấy xót xa trong lòng → 마음이 불행하다.

xô
쏘
1/ *pail, bucket* [명] 버킷, 물통.
✳ múc một xô nước đầy → 물통에 물을 가득 퍼담다.
2/ *to push, push aside, sland to one side* [동] 밀다.
✳ thằng bé bị xô té → 아이가 밀려 넘어지다.

xô bồ
쏘 보
in gross, disorder [형] 무질서한.
✳ đồ đạc để xô bồ → 물건을 무질서하게 놓다.

xô đẩy
쏘 다이
to push, jostle [동] 밀다.
✳ chen lấn xô đẩy nhau làm mất trật tự → 서로 밀치기 새치기하느라 질서가 무너졌다.

xô xát
쏘 쌑
to flight (with), quarrel, come to blows [동] 밀치고 싸우다.
✳ cãi nhau một hồi dẫn đến xô xát → 말싸움이 조금 후에 밀치고 싸우는 지경까지 갔다.

xổ lồng
쏘 롱
to rush into [동] 떠나다.
✳ chim xổ lồng → 새가 둥지를 떠나다.

xổ số
쏘 소
lottery, raffle
[동/명] 복권, 복권에 응모하다.

xốc
쏩
to lift up [동] 일으키다.

xốc nổi
light-minded, thoughtless

쏩 노이 [형] 성급한.
✳ tính tình xốc nổi → 성급한 성격.

xốc tới
쏩 떠이
to assault, attack suddenly
[동] 습격하기위해 다다르다.

xốc vác
쏩 박
resourceful, up-and-coming
[형] 재주있는, 다재다능한.
✳ anh ấy rất xốc vát → 그는 매우 다재다능하다.

xộc xệch
쏩 쎗
in disorder, loosely dressed
[형] 단정치 못한.
✳ ăn mặc lôi thôi xộc xệch → 단정치 못하게 옷을 입었다.

xôi
쏘이
steamed glutinous rice [명] 찹쌀밥.

xôi gấc
쏘이 걱
steamed momordica glutinous rice
[명] 유주열매를 넣어 만든 찹쌀밥, 주황색을 띰.

xối
쏘이
to pour down [동] 붓다, 따르다.

xối xả
쏘이 싸
fast and thick [형] 빠르고 강한.
✳ nước tuông xối xả vào nhà → 물이 집안으로 빠르고 강하게 흘러 들어오다.
✳ mắng xối xả vào mặt → 얼굴에 대고 욕설을 (빠르고 강하게) 퍼붓다.

xôn xao
쏜 싸오
to tumult, be in an up-roar, in a stir
[동] 소란스럽다, 떠들썩하다.
✳ cả tỉnh xôn xao về thành tích học tập của đội tuyển học sinh → 우수학생대표의 학업성적에 대해서 온 시내가 떠들썩하다.

xốn xang
쏜 쌍

feel perplexed
[형] 당황스러운, 어쩔줄 모르는.
✱ xốn xang trong lòng → 마음이 어쩔줄 모르다.

xông
쏨

1/ *to rush into*
[동] 돌진하다, 돌격하다.
✱ thừa thắng xông lên → 승리해야 돌진한다. (자신의 이익이 있어야 더 나가가다).
2/ *to exhale* [동] 풍기다, 발산하다.
✱ mùi hôi thúi xông lên → 악취가 풍기다.
3/ *to inhale* [동] 들이마시다, 흡입하다. ✱ xông cho thông mũi → 코로 들이마시다.

xông đất
쏨 덛

be the first caller on New Year's day [동] 년초에 남의 집을 처음 방문하는 풍습.
✱ đầu năm đi xông đất → 년초에 남의 집을 첫방문하다.

xông pha
쏨 파

to rush into danger
[동] 위험 속으로 돌진하다.
✱ xông pha nơi chiến trường → 전장지로 위험을 무릅쓰고 돌진하다.

xông nhà
쏨 니아

first-foot, first-footer [명] 년초에 남의 집을 처음 방문하는 풍습.
✱ đầu năm đi xông nhà → 년초에 남의 집을 첫방문하다.

xông xáo
쏨 싸오

penetrate every where [동/형] 역동적인, 이곳저곳을 드나드는.

xồng xộc

dash in, dash at [부] 무례하게 급히

쏨 쏨	달려 들어가다. ✳ chạy xồng xộc vào cơ quan → 기관안으로 무례하게 급히 달려 들어가다.
xốp 쏩	*spongy, soft* [형] 말랑말랑한, 부드러운.
xơ 써	**1/** *fibre* [명] 섬유. **2/** *sister of mercy* [명] 수녀.
xơ cua 써 꾸아	*spare, back up* [형] 예비하다. ✳ xe có bánh xơ cua → 차에 예비 바퀴가 있다.
xơ cứng 써 끙	*sclerosis* [형] (의학) 경화증. ✳ xơ cứng động mạch → 동맥경화.
xơ dừa 써 으아 (즈아)	*coconut fiber* [명] 코코넛 섬유. ✳ thảm xơ dừa → 코코넛 섬유로 만든 발판.
xơ gan 써 간	*cirrhosis* [명] (의학) 간경변.
xơ xác 써 싹	*denuded, bare* [형] 벌거숭이의, 빈털터리의. ✳ nghèo xơ xác → 벌거숭이 가난.
xơi 써이	*eat or drink (polite verb used only of other people)* [동] 먹다의 존경어, 드시다. ✳ mời bác xơi cơm → 할아버지 식사하세요.
xơi tái 써이 따이	*to eat raw (uncooked)* [동] 날것으로 먹다, 생으로 먹다.
xới 써이	**1/** *to turn up* [동] 파서 뒤엎다. ✳ xới đất trồng rau → 땅을 파서

야채를 심다.
2/ *scoop out into a bowl*
[동] 푸다, 퍼다.
✽ xới cơm vào bát → 밥을 공기에 푸다.

xu
쑤
penny [명] 동전, 페니화, 은화.

xu hướng
쑤 흐엉
tendency, trend [명] 경향, 추세.
✽ xu hướng chính trị → 정치 추세.

xu nịnh
쑤 닌
flatter [동] 아첨하다, 알랑거리다.
✽ hạng người xu nịnh → 아첨하는 사람들의 부류.

xu thế
쑤 테
general trend, tide of [명] 추세.

xu thời
쑤 터이
opportunist, to swim with the time
[형] 기회주의, 기회주의의.

xù
쑤
1/ *ruff out* [형] 곤두선.
✽ con chó lông xù → 개털이 곤두서다.
2/ *to refuse to pay one's debt*
[동] = quỵt nợ 빚을 갚지않다.

xù lông
쑤 롱
bristle (up), ruffle up its feathers
[동] 털을 곤두세우다, 털이 곤두서다.
✽ con gà trống xù lông → 닭이 털을 곤두세우다.

xù xì
쑤 씨
rough and warty [형] 울퉁불퉁한.
✽ xù xì như da cóc → 두꺼비 피부처럼 울퉁불퉁한.

xụ
쑤
sad, sorrow, sag, fall
[형] 축 처진, 내려앉은, 늘어진.
✽ nó xụ mặt xuống không bằng

	lòng → 그는 마음에 들지않아 얼굴이 축 처졌다.
xua 쑤아	*to turn out, drive away* [동] 젓다, 쫓아버리다. ✻ xua tay từ chối → 손을 저어 거절하다.
xua đuổi 쑤아 두오이	*to drive away, dispel* [동] 쫓아버리다. ✻ xua đuổi những ý nghĩ đen tối → 안좋은 생각들을 쫓아버리다.
xua tan 쑤아 딴	*to dispel* [동] 쫓아버리다, 떨쳐버리다. ✻ xua tan tư tưởng hắc ám → 나쁜 사상들을 떨쳐버리다.
xuân 쑤언	*spring, spring-time* [명] 봄.
xuân sắc 쑤언 삭	*spring beauty, youth's beauty* [형] 봄날, 좋은 시절. ✻ thời xuân sắc → 봄날의 시절.
xuân xanh 쑤언 싼	*youth, the morning of life, year of age* [명] 젊은 나이, 한창의 나이.
xuẩn ngốc 쑤언 응옵	*foolish and stupid* [형] 어리석은. ✻ thật là xuẩn ngốc mới tin lời nó → 정말 어리석어서 이제야 그의 말을 믿다.
xuất 쑤얼	*disburse* [동] 나오다. ✻ xuất kho → 출고하다.
xuất bản 쑤얼 반	*to publish* [동] 출판하다. ✻ nhà xuất bản → 출판사.
xuất cảng	*to export* [동] 수출하다.

쑤언 강

✳ xuất cảng lúa gạo đi Mỹ → 미국으로 쌀을 수출하다.

xuất cảnh
쑤얼 깐

to leave one's country, to exit
[동] 출국하다.
✳ giấy xuất cảnh → 출국서류.

xuất chúng
쑤얼 쭘

outstanding [형] 출중한.
✳ một tài năng xuất chúng → 출중한 재능.

xuất gia
쑤얼 지아(야)

to become a Buddish monk (nun)
[동] (불교) 출가(出家)하다.

xuất giá
쑤얼 지아(야)

get married, follow one's husband
[동] 출가(出嫁)하다, 시집가다.
✳ cô ấy đã xuất giá theo chồng từ năm trước → 그녀는 작년에 남편을 따라 출가했다.

xuất hành
쑤얼 한

to go out [동] 밖으로 나가다.
✳ xuất hành đầu năm → 년초에 밖으로 나가다.

xuất hiện
쑤얼 히엔

to appear, to occur, show one's face [동] 출현하다, 나타나다.
✳ đây là lần đầu cô ấy xuất hiện trên sân khấu → 이번이 그녀가 무대에 출현한 첫번째이다.

xuất huyết
쑤얼 후웰

to bleed [동] 출혈하다.

xuất khẩu
쑤얼 커우

to export [동] 수출하다.
✳ hàng xuất khẩu → 물건을 수출하다.

xuất ngoại
쑤얼 응오아이

to go abroad, go overseas
[동] 외국으로 나가다.

xuất ngũ 쑤얼 응우	*to return from military service* [동] 제대하다. ✻ anh ấy đã xuất ngũ từ năm ngoái → 그는 작년에 제대했다.
xuất phát 쑤얼 팟	*to start* [동] 출발하다. ✻ hành động đó xuất phát từ tình thương → 그 행동은 애정에서 부터 출발하다.
xuất quỹ 쑤얼 뀌	*to pay out* [동] 지불하다. ✻ xuất quỹ để cứu trợ nạn nhân bão lụt miền Trung → 중부지방 수해자들을 돕기위한 성금을 지불하다.
xuất sắc 쑤얼 삽	*excellent* [형] 출중한, 뛰어난. ✻ thành tích xuất sắc → 뛰어난 성적.
xuất thân 쑤얼 탄	*to be descended from..* [동] 유래하다, ~ 출신이다. ✻ anh ta xuất thân từ dòng dõi quý tộc → 그는 귀족 혈통 출신이다.
xuất trình 쑤얼 찐	*to show, to present* [동] 보이다. ✻ xuất trình giấy căn cước → 주민 등록증을 보이다.
xuất viện 쑤얼 비엔	*to go out of hospital* [동] 퇴원하다. ✻ sau khi xuất viện về, phải nhớ uống thuốc theo lời bác sĩ dặn → 병원 퇴원후에 반드시 의사가 지시해준 대로 약을 복용해야 한다.
xuất vốn 쑤얼 본	*to invest capital / funds* [동] 투자하다. ✻ xuất vốn ra làm ăn → 사업에 투

자하다.

xuất xứ
쑤얼 쓰
origin, source [명] 출처.
※ để riêng những món hàng chưa rõ xuất xứ → 출처가 분명치 않은 물건들은 따로 두다.

xúc
쑵
to shovel, to scoop up
[동] 푸다, 퍼다.

xúc cảm
쑵 깜
emotion [명/형] 감정, 정서.

xúc động
쑵 동
to be moved / be touched
[동] 감동하다.
※ câu chuyện làm xúc động lòng người → 이야기는 사람의 마음을 감동시킨다.

xúc giác
쑵 지악 (약)
(the sense of) touch [명] 촉각.

xúc phạm
쑵 팜
to hurt, to offend, outrage
[동] 감정을 상하게 하다.
※ làm như thế là xúc phạm danh dự người khác → 이렇게 하는 것은 다른사람의 감정을 상하게 한다.

xúc tác
쑵 딱
catalysis [명] 카타르시스, 촉매 현상.
※ chất xúc tác → 촉매제.

xúc tiến
쑵 띠엔
to promote, stimulate, speed up
[동] 촉진하다.
※ công việc đang xúc tiến → 일을 촉진하고 있다.

xúc xiểm
쑵 씨엠
instigate [동] 선동하다, 부추키다.
※ xúc xiểm gây mất đoàn kết → 단결을 끊어버리게 선동하다.

xúc xích 쑵 씻	*sausage, hot-dog* [명] 쏘세지.
xuề xòa 쒜 쏘아	*simple, easy-going* [형] 간단한, 쉬운, 단순한. ✻ tính tình xuề xòa → 단순한 성격.
xuể 쒜	*be capable of (doing sth)* [부] ~ 할 수 있다. ✻ bài vở nhiều quá, làm không xuể → 숙제가 많아서 다 할수 없다.
xui 쑤이	**1/** *to incite, prompt, advise* [동] = xúi (남을) 격려하다, 자극하다. **2/** *unlucky, unfortunate* [형] = xui xẻo 불행한.
xui khiến 쑤이 키엔	*to lead to, bring about* [동] 이끌다. ✻ hoàn cảnh xui khiến cho nó trở thành tướng cướp → 환경이 그를 강도 두목으로 이끌다.
xúi 쑤이	*to incite* [동] (남을) 격려하다, 자극하다.
xúi giục 쑤이 쥼(읍)	*to incite, to instigate, to abet* [동] (남을) 격려하다, 자극하다. ✻ nó nghe lời bạn xấu xúi giục bỏ học đi chơi → 그는 나쁜 친구의 자극적인 말을 듣고 학교를 빠지고 놀러가다.
xúi quẩy 쑤이 꾸어이	*unlucky* [형] 불행한.
xúm 쑴	*to gather, cluster, flock* [동] 모으다.
xúm quanh 쑴 꾸안	*to gather around* [형] 주위에 모인.

xúm xít 쑴 씯	*to assemble, gather* [동] 모으다, 집합하다. ✳ bọn trẻ xúm xít quanh mẹ → 아이들이 엄마 주변에 모이다.
xun xoe 쑨 쏘애	*flattering, dance attendance upon* [형] 아첨하는. ✳ có thái độ xun xoe nịnh bợ → 아첨하는 태도.
xung đột 쑴 돋	*to clash, conflict* [동] 충돌하다, 대립하다, 다투다. ✳ xung đột nhau vì quyền lợi → 권리 때문에 서로 충돌하다.
xung khắc 쑴 칵	*incompatible* [동] 모순되는, 화합이 안되는. ✳ hai người đó xung khắc nhau lắm → 그 두 사람은 서로 화합이 안된다.
xung phong 쑴 퐁	*volunteer, to storm* [동] 자진하다. ✳ xung phong làm nhiệm vụ → 임무를 자진해서 하다.
xung quanh 쑴 꾸안	*surrounding* [형] = chung quanh 주위의, 주변의. ✳ xung quanh nhà có trồng cây ăn trái → 집 주변에 과일 나무를 심다.
xúng xính 쑴 씬	*ample, large (of clothes)* [형] (옷이) 큰, 넉넉한. ✳ xúng xính trong bộ quần áo mới → 새 옷이 넉넉하다.
xuôi 쑤오이	*low, down* [형] 내려가다. ✳ xuôi dòng → 물줄기를 따라 흐르다.

xuôi lòng 쑤오이 롬	*to give way to sb.'s entreaties, satisfactorily* [형] = xiêu lòng 만족한.
xuôi tai 쑤오이 따이	*be pleasant to the ear* [형] 귀에 즐거운, 듣기 좋은. ✻ nghe xuôi tai, nó đồng ý ngay → 듣기 좋아서 그는 바로 동의했다.
xuống 쑤옹	*go down, climb down, get off* [동] 아래로 내리다. ✻ cho tôi xuống ở đây → 여기에서 내리게 해주세요.
xuống cấp 쑤옹 껍	*be downgraded* [동] 격하되다. ✻ khách sạn xuống cấp thành nhà trọ → 호텔이 여관으로 격하되다.
xuống dốc 쑤옹 욥	*to slope down, to go downhill* [동] 경사지다.
xuống giá 쑤옹 이아	*to drop in price, go down in price* [형] 가격을 내리다, 인하하다. ✻ xăng xuống giá → 휘발유 가격이 인하하다.
xuống hàng 쑤옹 항	*begin a new line / paragraph* [동] = xuống dòng 항이나 문단을 바꾸다.
xuống tóc 쑤옹 똡	*to shave one's head* [동] (불교) 머리를 깎다, 삭발하다 ; 중이 되다. ✻ xuống tóc đi tu → 머리를 깎고 절로 들어가다.
xuống xe 쑤옹 쎄	*to get off (from car, train, bus)* [동] 차에서 내리다, 하차하다.
xuyên 쑤웬	*go through, cross* [동] 통과하다, 건너다. ✻ viên đạn xuyên qua cánh tay của ông ta → 수류탄이 그 노인의

	옆구리를 통과했다.
	✷ xuyên qua các thời đại → 각 시대를 건너다.
xuyên tạc 쑤옌 딱	*to distort, misrepresent* [동] 왜곡하다. ✷ đừng nghe lời xuyên tạc của địch → 적의 왜곡된 말을 듣지마라.
xuyến 쑤옌	*a bracelet* [명] 팔찌. ✷ chiếc xuyến vàng → 금팔찌.
xuýt (suýt) 쑤읻 (수읻)	*nearly, almost, narrowly* [부] 거의, 간신히, 하마터면. ✷ tôi xuýt đoạt giải nhất → 나는 거의 일등을 할 뻔 했다. ✷ nó xuýt chết đuối → 그는 하마터면 죽을 뻔 했다.
xuýt xoa 쑤읻 쏘아	*to utter a cry of pain or admire* [동] 아파서 신음소리를 내다. ✷ nó xuýt xoa kêu đau → 그는 아프다고 신음 소리를 냈다. ✷ cô ấy xuýt xoa thán phục → 그녀는 탄식의 신음 소리를 냈다.
xuýt xoát 쑤읻 쏘앋	*nearly, close, almost* [부] 거의, 얼추, 대략. ✷ chúng nó cao xuýt xoát nhau → 그들은 서로 키가 얼추 비슷하다.
xứ 쓰	*land, country* [명] 나라, 지방. ✷ Việt Nam là xứ nóng → 베트남의 더운 지방이다.
xứ sở 쓰 서	*homeland* [명] 고국.
xử hòa	*to reconcile*

쓰 호아 [동] 화해시키다, 화목하게 하다.
※ vụ đánh nhau đã được xử hòa → 싸움이 서로 화목하게 했다.

xử lý
쓰 리
to deal with, settle, treat, handle
[동] 처리하다, 대처하다.
※ phải xử lý việc này ra sao đây? → 이 문제를 어떻게 처리할 것 입니까?

xử sự
쓰 스
to behave, to conduct oneself
[동] 행동하다, 처신하다.
※ nó xử sự y như người lớn! → 그는 어른처럼 행동하다.

xử trí
쓰 찌
to deal with, to discipline
[동] 처리하다, 대처하다.
※ chưa biết xử trí ra sao → 어떻게 대처할지 아직 모르겠다.

xử tội
쓰 또이
to convict, sentence [동] 유죄를 선고하다, 판결을 내리다.

xử tử
쓰 뜨
carry out a dead sentence, execute [동] 처형하다.
※ tên sát nhân đã bị xử tử → 살인자가 처형되었다.

xưa
쓰아
past, former, old, ancient
[형] 과거의, 옛날의.

xưa kia
쓰아 끼아
formely, in the old days
[부] 옛날에, 과거에.

xưa nay
쓰아 나이
long since, for a long time, always
[명] 옛날 시절, 과거 시절.
※ chuyện xưa nay chưa từng có → 예전에는 없었지만 지금은 있는 이야기.

xức 쓱	*to moisturize, to rub, to apply* [동] 바르다. ✷ xức dầu → 기름을 바르다. ✷ xức thuốc → 약을 바르다.
xưng 쑹	*to call oneself, anounce one's name* [동] 호칭하다, 이름을 부르다. ✷ nó tự xưng là tài giỏi → 그는 스스로 천재라고 호칭하다.
xưng danh 쑹 얀 (잔)	*to introduce oneself* [동] 스스로 소개하다.
xưng hô 쑹 호	*to call, to address* [동] 이름을 부르다. 호칭하다.
xưng tội 쑹 또이	*to confess (to a priest)* [동] 고해 성사하다. ✷ đi xưng tội ở nhà thờ → 성당에 고해 성사하러 가다.
xứng 쑹	*to match* [동] ~ 와 대등하다, ~ 에 필적하다.
xứng đáng 쑹 당	*meritorious, worthy, fit* [형] 가치있는, 자격이 있는. ✷ nó xứng đáng nhận giải nhất → 그는 일등상을 받을 가치가 있다.
xứng đôi 쑹 도이	*be well-matched* [형] 잘 어울리는. ✷ họ rất xứng đôi với nhau → 그들은 서로 매우 잘 어울린다.
xước 쓰억	*be grazed, have a scratch* [형] = trầy 긁힌, 스크래치가 있는. ✷ tấm lụa bị xước nhiều chỗ → 실크천에 긁힌 부분이 많다.
xương 쓰엉	*bone* [명] (해부) 뼈, 골격, 뼈대.

xương cá 쓰엉 까	*fish-bone* [명] 생선뼈.
xương cốt 쓰엉 꼴	*bones, skeleton* [명] 뼈대, 골격. ＊ đau nhức cả xương cốt → 모든 뼈대가 다 쑤시고 아프다.
xương máu 쓰엉 마우	*bone and blood ; effort* [명] 뼈와 피 ; 노력, 수고.
xương sọ 쓰엉 소	*skull* [명] 두개골.
xương sống 쓰엉 솜	*spine* [명] 척추, 등뼈.
xương sườn 쓰엉 스언	*rib* [명] (해부) 늑골, 갈빗대, 갈비.
xương tủy 쓰엉 뚜이	*marrow-bone* [명] (해부) 골수가 든 뼈 ; 중심, 중요부분.
xướng danh 쓰엉 얀 (잔)	*to call one's name* [동] 이름을 부르다.
xường xám 쓰엉 쌈	*cheongsam, chinese dress* [명] 장삼, 중국 여성복의 하나. ＊ mặc áo xường xám → 장삼을 입다.
xưởng 쓰엉	*workshop, factory* [명] 공장, 작업장.
xưởng mộc 쓰엉 몹	*carpenter's shop* [명] 목공소.

Y - y

y
이
the 29th letter of the VN alphabet.
베트남어 알파벳 중 29번째.

y
이
1/ *medicine* [명] 의학, 의과.
✳ danh y →유명한 의사.
✳ thú y → 수의사.
2/ *exactly as* [형] 꼭 닮은, 똑 같은.
✳ sao y bản chính → 원본과 똑같이 복사하다.
3/ *he, him* [대] 그, 그 남자.
✳ tôi không quen biết y → 나는 그 남자와 알지 못한다.

y bạ
이 바
medical report book [명] 진료 기록.

y công
이 꼼
medical(hospital)ordely [명] (사람) 병원에서 일하는 잡역부.

y cụ
이 꾸
medical equipment [명] 의료기구.

y dược
이 즈얻
medicine and pharmacy
[명] 의학과 약학.
✳ trường đại học y dược → 의약 대학교.

y đức
이득
medical etiquette (ethics)
[명] 의학의 도리, 예법.

y hẹn
이 핸
to keep an appointment
[동] (약속을) 지키다.

y hệt 이 헫	*same, exactly* [형] = giống hệt 꼭 닮은, 꼭 같은. ✷ hai đó người giống y hệt nhau → 그들은 서로 꼭 닮았다.
y học 이 홉	*medicine* [명] 의학. ✷ y học cổ truyền (*traditional medicine*) → 고전의학, 전통 의학.
y khoa 이 콰	*medical* [명] 의과, 의학, 의술. ✷ sinh viên y khoa → 의과 대학생 ✷ trường đại học y khoa → 의과 대학.
y lời 이 러이	*to keep one's promise* [동] 약속을 지키다. ✷ làm y lời mẹ dạy → 어머니의 가르침을 따르다.
y nguyên 이 응우웬	*unchanged, intact, just as it is* [부] 원래대로, 여전히, 본래대로. ✷ căn phòng vẫn giữ y nguyên như trước kia → 방이 전처럼 여전하다.
y như 이 니으	*just as, exactly like* [부] 꼭 닮다, 똑같다.
y phục 이 푭	*clothes, clothing, dress* [명] 의복, 옷.
y sĩ 이 시	*physician* [명] 의사.
y tá 이 따	*nurse, male nurse* [명] 간호원. ✷ y tá trưởng → 수간호원.
y tế 이 떼	*(public) health* [명] 공중 보건. ✷ bộ y tế → 보건부.

y tế xã hội 이 떼 싸 호이	*medicosocial* [명] 사회 보건.
y theo 이 태오	*according to, in conformity with* [부] ~와 일치하여, ~에 따라서.
y thuật 이 투얻	*art of healing* [명] 의술.
y viện 이 비엔	*hospital* [명] 의원, 병원. ✻ quân y viện → 군병원.
y vụ 이 부	*technical bureau* [명] (병원의) 원무과, 원무과 업무.
ý 이	*idea, opinion* [명] 의견, 생각. ✻ mỗi người mỗi ý → 사람마다 다른 의견.
ý chí 이 찌	*will* [명] 의지. ✻ sức mạnh của ý chí → 의지력. ✻ ý chí sắt đá → 강철 같은 의지.
ý định 이 딘	*intention* [명] 의도, 목적. ✻ tôi không có ý định ở lại đây → 나는 여기 머물 생각이 없다
ý đồ 이 도	*intention, design* [명] 의도. ✻ có ý đồ đen tối → 검은(악한) 의도가 있다.
ý hướng 이 흐엉	*tendency* [명] 경향, 추세.
ý kiến 이 끼엔	*view, opinion, counsel, advise* [명] 의견, 생각. ✻ hỏi ý kiến → 의견을 묻다. ✻ theo ý kiến của tôi → 내 생각에는…
ý muốn 이 무온	*wish, will, desire* [명] 소원, 희망, 요

이 무온	망.
ý nghĩ 이 응히	*thought, idea* [명] 생각, 사상, 관념.
ý nghĩa 이 응히아	*meaning, sense, signification* [명] 의미, 뜻, 의의, 중요성.
ý nguyện 이 응우웬	*wish, desire, aspiration, prayer* [명] 열망, 포부, 대망.
ý nhị 이 니	*delicate, nicety, sensitiveness* [형] 미묘한, 난해한. ✴ lời nói ý nhị → 미묘한 말
ý niệm 이 니엠	*concept, notion* [명] 개념, 관념, 생각.
ý riêng 이 리엥	*personal opinion (feeling)* [명] 개인 감정.
ý thích 이 팃	*taste, liking* [명] (…을) 좋아하기, 애호, 취미.
ý thức 이 특	*sense, consciousness, aware-ness* [명] 의식, 감각, 지각. ✴ ý thức trách nhiệm → 책임 의식.
ý thức hệ 이 특 혜	*ideology, ideological* [명] 이데올로기. 관념 형태.
ý trời 이 쩌이	*Providence, will of God* [명] 신의 섭리, 신의(神意).
ý trung nhân 이 쭘 년	*dream girl, dream boy* [명] 이상형의 남자, 이상형의 여자.
ý tứ 이 뜨	*considerate, thoughtful* [명] 의의, 의미. [형] 신중한. ✴ ăn nói ý tứ → 신중하게 말하다.
ý tưởng 이 뜨엉	*idea, thought* [명] = ý nghĩ 생각, 아이디어.

ý vị
이 비
meaningful [형] 의미 심장한.
✴ lời văn ý vị ➔ 의미 심장한 문장.

ỷ
이
to count on [동] 의지 하다.
✴ ỷ giàu ➔ 부에 의지 하다

ỷ lại
이 라이
to rely on others
[동] ~에게 의지하다.

ỷ quyền
이 꾸웬
count on one's power
[동] 권력에 의지하다.

ỷ tài
이 따이
to rely on one's talent [동] (자기의 재능을) 믿다, 의지하다.

ỷ thế
이 테
count on one's position (influence)
[동] 권력이나 지위를 의지하다.

yếm
이엠
brassiere, bib, plastron
[명] 앞치마, (동물) 배가 리개.

yếm dãi
이엠야이(자이)
bib [명] (아기의) 턱받이.

yếm thế
이엠 테
pessimistic, weariness of life
[형] 염세적인, 비관적인.
✴ tư tưởng yếm thế ➔ 염세주의.

yểm
이엠
1/ *to hide,* [동] 감추다, 숨기다.
2/ *to bury an exorcising charm against* [동] 부적을 써붙이다.

yểm trợ
이엠 쩌
to support
[동] = yểm hộ 지키다, 호위 하다.

yên
이엔
1/ *saddle* [명] 안장.
2/ *quiet, still* [형] ① 평화로운.
② 조용한, 고요한.
✴ ngồi yên ➔ 조용히 앉다.
✴ yên bề gia thất (*get married*) ➔ 결혼하다.

yên bình 이엔 빈	*peaceful, calm* [형] = thanh bình 태평한, 평온한.
yên giấc 이엔 지억(역)	**1/** *to have an unbroken sleep* [동] = an giấc (깨지 않고) 계속 자다. **2/** *to die, to pass away* [동] 죽다. ✻ yên giấc ngàn (nghìn) thu (성어) → 죽다, 영면하다
yên lành 이엔 란	*free from mishap, peaceful* [형] 평화로운 상태인.
yên lặng 이엔 랑	*silent, calm, quiet* [형] 고요한, 평온한, 조용한.
yên lòng 이엔 롬	*be assured, not worry* [동] = an lòng 마음이 편하다, 안심하다.
yên nghỉ 이엔 응히	*rest in peace* [동] ① 휴식하다, 쉬다. ② 사별하다, 죽다.
yên ngựa 이엔 응으아	*addle* [명] (말의) 안장.
yên ổn 이엔 온	*undisturbed, peaceful* [형] ① 조용한, 고요한. ② 평안한.
yên phận 이엔 펀	*to be content with one's lot* [동] = an phận 자신의 운명에 만족 하다.
yên tâm 이엔 떰	*to have peace of mind* [동] = an tâm, an lòng 안심하다.
yên thân 이엔 턴	*to free from hardship/worry/fear..* [동] 평화롭고 조용하게 살다
yên tĩnh 이엔 띤	*quiet, calm, tranquil* [형] 조용한, 고요한. ✻ nhà cửa yên tĩnh → 조용한 집.
yên trí 이엔 치	*convinced* [형] = yên chí, yên tâm 안심하다, 확신하다.

yên vui 이엔 부이	*peaceful and happy* [형] 평화롭고 행복한. ✸ cuộc sống yên vui → 행복한 삶.
yến 이엔	*swallow* [명] (새) chim én 제비.
yến mạch 이엔 맛	*oat* [명] 귀리.
yến tiệc 이엔 띠엑	*banquet, feast* [명] 잔치, 연회.
yết 이엔	*to post, to placard* [동] 공시하다, 게시하다.
yết hầu 이엔 허우	*pharynx* [명] (해부) 인두(咽頭). ✸ sưng yết hầu → 인두염.
yết kiến 이엔 끼엔	*to visit* [동] (고위직의 사람과) 접견하다, 회견하다.
yết thị 이엔 티	*post, playcard* [명] 벽보, 포스터. [동] 게시하다 .
yêu 이에우	*to love* [동] 사랑하다. - tình yêu 사랑. ✸ chúng nó yêu nhau → 그들은 서로 사랑한다.
yêu cầu 이에우 꺼우	*to ask, demand, require, request* [동] 요구하다, 간청하다. ✸ yêu cầu giữ trật tự → 질서 유지를 요구하다
yêu chuộng 이에우 쭈옹	*to like, to love* [동] ① 귀히여기다, 존중하다. ② 사랑하다. 좋아하다. ✸ yêu chuộng hòa bình → 평화를 귀히 여기다.
yêu dấu 이에우 여우	*dear* [형] 사랑스러운, 소중한.

yêu đời 이에우 더이	*enjoy life, joy of living* [동] 삶을 즐기다, 낙관하다. [형] 낙관적인 ✻ thái độ yêu đời → 낙관 태도	
yêu đương 이에우 드엉	*to love (between boys and girls)* [동] 남녀가 사랑하다. [명] 사랑, 애정.	
yêu kiều 이에우 끼에우	*charming, graceful* [형] 우아한, 고상한.	
yêu ma 이에우 마	*ghost* [명] = yêu quái 유령, 귀신.	
yêu mến 이에우 멘	*feel deep affection to sb.* [동] 소중이 여기다, 사랑하다. ✻ được bạn bè yêu mến → 친구들로부터 사랑을 받다.	
yêu nước 이에우 느억	*to be a patriot, to love one's country* [동] 나라를 사랑하다. [형] 애국의. ✻ tinh thần yêu nước → 애국정신.	
yêu quái 이에우 꾸아이	*ogre, ogress, sprite* [명] 요괴.	
yêu quý (quí) 이에우 꾸이	*dear, loved, beloved* [형] 친애 하는. 사랑하는. ✻ đứa con yêu quý → 사랑하는 자식에게.	
yêu sách 이에우 삿	*to demand, claim* [동] 요청하다. 요구하다. [명] 요구, 요청.	
yêu thầm 이에우 텀	*love secretly* [동] 비밀스럽게 사랑하다.	
yêu thích 이에우 팃	*be fond of, like, love* [동] 사랑하다, 좋아하다, 마음에 들다. [형] 애호의, 마음에 드는.	

yêu thương / 이에우 트엉 — *cherish, be attached to, love* [동] 사랑하다, 애정으로 묶이다.

yêu tinh / 이에우 띤 — *ogre, ogress* [명] 도깨비.

yếu / 이에우 — *unsound, feeble, weak* [형] 약한. 연약한. ✱ bênh vực kẻ yếu → 약자를 보호하다.

yếu bóng vía / 이에우 봄 비아 — *chicken-hearted, poor-spirited* [형] 새가슴인, 겁이 많은.

yếu điểm / 이에우 디엠 — **1/** *essential point* [명] 요충지, 중점, 요점. **2/** *weak-point* [명] 약점.

yếu đuối / 이에우 두오이 — *weak, feeble, fragile* [형] 약한. 연약한.
✱ tinh thần yếu đuối → 나약한 정신.

yếu hèn / 이에우 핸 — *weak-willed, incapable* [형] 의지가 약한, 약하고 소심한, 겁많은.

yếu kém / 이에우 깸 — *weakness and shortcoming* [형] 약한, 불충분한, 모자란.

yếu mềm / 이에우 멤 — *tender, soft, weak, feeble* [형] 여린.

yếu nhân / 이에우 년 — *very important person – V.I.P.* [명] 중요인물.

yếu ớt / 이에우 얻 — *weakly, feeble* [형] 병약한, 허약한.

yếu sinh lý / 이에우 신리 — *undersexed* [형] 성욕이 약한, 성적 관심이 적은.

yếu sức / 이에우 슥 — *weak* [형] (힘이) 약한.

yếu thế 이에우 테	*be in weak position* [동] 나쁜 위치에 놓여지게 되다, 세력이 약하다.
yếu tim 이에우 띰	*hear failure, cardiac insufficiency* [형] 심장이 약한.
yếu tố 이에우 또	*element* [명] 요소. ✴ yếu tố tinh thần → 정신적 요소.
yếu xìu 이에우 씨우	*weak and worn down* [형] 힘없고 축쳐진. ✴ tay chân yếu xìu → 팔 다리가 힘없이 축쳐지다. ✴ trả lời yếu xìu → 힘없이 대답하다.
yểu 이에우	*premature, short life* [형] 단명한, 요절한. ✴ chết yểu → 요절하다.
yểu điệu 이에우 디에우	*graceful* [형] 우아한. 정중한. 점잖은, 얌전한.
yểu tướng 이에우 뜨엉	*show sign of a premature death, look sickly* [명] = yểu mệnh 단명할 상(相), 요절할 상.

문예림 베트남어 도서목록

저자:전남표 판형:신국판 페이지수:248쪽 정가:15,000원(CD)

  베트남어는 우리말과 달리 성조어(6성어)로 구성되어 있으며 남(호치민)과 북(하노이)의 발음의 차이가 있어 우리가 배우기에는 다소 어렵게 느껴지는 언어이지만 알파벳으로 쓰여지며 한자어가 많이 있어 단어 및 어휘만 알면 간단한 의사소통의 가능한 언어입니다..
특히 언어 소통의 문제는 우선 당장 해결해야 할 최우선 과제로 남아있습니다. 이 책은 국제결혼을 한 한국남성과 베트남 여성의 원활한 의사 소통을 위하여 조금이나마 도움이 되었으면 하는 마음으로 발간하게 되었습니다.

저자:이강우 판형:크라운판 페이지수:256쪽 정가:12,000원(CD)

  책의 구성은, 인사를 시작으로 총 52과로 되어있다. 각과는 본문회화, 단어, 해석, 어법, 연습문제, 심화학습과 저자가 직접 체험했던 '싱싱베트남어'로 구성되었으며, 실제 베트남에서의 생활과 문화를 사진과 함께 소개했다. 또한, EBS 라디오 베트남어강의 교재이기 때문에 방송을 통해, 생생하고 입에서 톡 튀어나올 베트남어강의로 여러분을 만나 뵐 것을 기대한다.

저자: 외국어학보급회 판형: 신국판 페이지수: 456쪽 정가: 20,000원(교재+CD롬)

1. 베트남어에서 사용되는 생생한 살아있는 표현을 할 수 있도록 구성했다.
2. 베트남의 언어는 성조음이다. 즉 음의 높낮이에 의해 그 의미가 완전히 달라진다 회화 CD롬은 총 7명의 하노이와 호치민 교사를 중심축으로 구성하여 여러분의 정확한 듣기와 말하기에 크게 기여할 것으로 사료된다.
3. 해설편에는 복잡한 문장의 구조를 완전히 해부할 수 있도록 했다.
4. 번역은 가급적 직역을 했다. 이 책은 학습서이다. 그렇다면 알고 있는 단어를 적용시켜야 하고 또한 베트남어와 한국어의 어법상 차이를 알아야 한다. 따라서 해석이 다소 매끄럽지 않을수도 있다.

1권 - 저자: 전혜경 판형: 46판 페이지수: 154쪽 정가 16,500원(CD2)
2권 - 저자: 전혜경 판형: 46판 페이지수: 170쪽 정가 16,000원(CD1)

베트남 현지에서 한국인들이 베트남어 배울때 범하기 쉬운 오류를 잘 알고 있는 TRAN VAN TIENG 교수와 베트남어를 회화 1.2 교재를 교정하여 출판하게 되었다. 이 교재의 출판에 앞서서 1년 동안 베트남어과 학생들에게 언어실습 교재로 사용해 본 결과 쉽게 베트남어을 익히고 곧바로 활용 할수 있는 장점을 확인할수 있었다.
베트남어 회화 1과 베트남어회화2교재는 목차 순서별로 서로 연관을 가지고 심하 되어 짜여있기 때문에 초급 중급 단계별 베트남어 학습에 많은 도움이 되리라 생각한다.
이 교재를 통하여 베트남어 회화 쉽고 재미있게 익히기 희망한다

저자:류지은외 1명 판형:146*206 페이지수:1280쪽 정가:45,000원

이 사전에는 일반사회적으로 생활에 통용되는 70,000 단어가 수록되어있고 한국어의 14 자음 순서로 정리되어 있다 ; 그 중 한국어단어를 베트남어 한 단어로 표기하기에는 베트남어 표현의 풍부함으로 인해 어려움이 있어 이에 우리는 최대한 한국어의 정확한 뜻을 살리고자 노력하였고 구체적인 예문을 통해 여러분이 공부하시는데 편리하게 해두었다.
현재 한국 사회에서 통용되고 있는 영어, 프랑스어에서 파생된 외래어까지 적어놓았으며 베트남어 표기 앞부분에 원어를 표기하였다.
또한 한국어와 베트남어의 동음,동의어를 넣어 발음을 통해 쉽게 알아 볼수 있게 해 놓았다.
; 베트남어 속담과 성어를 한국어 예시 문장으로 정확하게 대비해 놓아서 한국과 베트남 문화의 상통하는 부분들을 찾아볼수가 있습니다.

저자:김기태 페이지수:304쪽 정가:6,500원(테이프3포함 18000원)

1. 우리말 발음을 최대한 베트남어 음에 가깝도록 표기
2. 우리말 발음 표기에 베트남어 성조를 붙여 초보자들이 쉽게 익히도록 노력하였다.
3. 본문 문장에서는 주요 단어에 밑줄을 긋고 그에 해당하는 우리말에 밑줄을 그어 두 언어를 쉽게 비교하면서 익히도록 배려하였다.
4. 단어나 발음에 있어서 수도 하노이를 중심으로 한 북부지방어를 기준으로 하였고 호찌민시를 중심으로 한 남부지방어 발음은 괄호 안에 넣어 소개하므로써 남·북부어 모두를 익힐 수 있도록 배려하였다.

저자:신연희,박민규 판형:107*150 페이지수:404쪽 정가:8,000원

    시클로를 탄 한국 관광객들, 도로를 누비는 많은 마티즈 택시, 한국산 핸드폰 그리고 대장금으로 하노이 속의 한국을 느끼며 지냈습니다. 다시 한국으로 돌아오니 부지런한 베트남 부인들, 베트남에서 사업을 하시려는 사장님들, 그리고 베트남 증시에 대한 관심들로 한국속의 베트남을 느낍니다.
이 책은 여행하시는 분들은 물론 장기 체류를 계획하시는 분들도 초기 생활에 도움이 되실 것이라 생각합니다. 단어뿐만이 아니라 숙어적인 표현으로 묶으려 노력했으며, 하노이를 중심으로 한 북부 베트남어를 위주로 작업하였습니다.

저자:신연희,박민규 판형:105*107 페이지수:424쪽 정가:8,000원

    시클로를 탄 한국 관광객들, 도로를 누비는 많은 마티즈 택시, 한국산 핸드폰 그리고 대장금으로 하노이 속의 한국을 느끼며 지냈습니다. 다시 한국으로 돌아오니 부지런한 베트남 부인들, 베트남에서 사업을 하시려는 사장님들, 그리고 베트남 증시에 대한 관심들로 한국속의 베트남을 느낍니다.
이 책은 여행하시는 분들은 물론 장기 체류를 계획하시는 분들도 초기 생활에 도움이 되실 것이라 생각합니다. 단어뿐만이 아니라 숙어적인 표현으로 묶으려 노력했으며, 하노이를 중심으로 한 북부 베트남어를 위주로 작업하였습니다.